ಕ್ರಮಣ

ಭಾರದ್ವಾಜ ಕೆ. ಆನಂದತೀರ್ಥ

ವೀರಲೋಕ

ವೀರಲೋಕ ಬುಕ್ಸ್ ಪ್ರೈ.ಲಿ.
207, 2ನೇ ಮಹಡಿ, 3ನೇ ಮೇನ್, ಚಾಮರಾಜಪೇಟೆ
ಬೆಂಗಳೂರು–560018. ಮೊಬೈಲ್: 70221 22121
ಇಮೇಲ್: veeralokabooks@gmail.com
ವೆಬ್‌ಸೈಟ್: www.veeralokabooks.com

KRAMANA
A novel written by **Bharadwaja K. Anandatheertha**

Published by:
VEERALOKA BOOKS PVT. LTD.
207, 2nd Floor, 3rd Main
Chamarajpet, Bengaluru-560018

Mobile:	+91 7022122121
E-mail:	veeralokabooks@gmail.com
Website:	www.veeralokabooks.com

© **Publisher**

Price:	Rs. 375/-
Pages:	312
First Impression:	2013
Revised Impression:	2023

Paper used:	70 GSM NS Maplitho
Book size:	1/8th Demy

ISBN:	978-93-94942-55-4

ಬೆಳಕೊಳಿತ
crew

Anand Rach
Anantha Kunigal
RajVishnu
Govind Vishnu
Vishwajith
Mamatha
Parvathi
Punith

Cover page illustration by:
Godavari D.S.

Inner pages design by:
Vijaya Vikram

ಅರ್ಪಣೆ

ಅಪ್ಪ
ಆನಂದತೀರ್ಥ

ಅಮ್ಮ
ಸುಮಿತ್ರ

ನೆನಪುಗಳು ಬಂದಾಗ
ಎದೆಯಲ್ಲಿ ಸಣ್ಣದಾದ ನೋವು,
ಕಣ್ಣಲ್ಲಿ ಒಂಚೂರು ನೀರು...

ಲೇಖಕರ ನುಡಿ

'ಕ್ರಮಣ' ನಿಮ್ಮ ಕೈಯಲ್ಲಿದೆ. ಈ ಹೊತ್ತಿನಲ್ಲಿ ಏನು ಹೇಳ ಹೊರಟರೂ ಅದು ನಾಟಕ ಅಂತ ಅನಿಸುವ ಕಾರಣ ನಾನು ಮೌನಕ್ಕೆ ಶರಣಾಗಿ ನೀವು ನೀಡಬಹುದಾದ ಪ್ರತಿಕ್ರಿಯೆಗಾಗಿ ಕಾಯುವ ಕೆಲಸ ಮಾತ್ರ ಮಾಡುತ್ತೇನೆ.

ಈ ಪುಸ್ತಕ ನಿಮ್ಮ ಕೈಯಲ್ಲಿ ಇರಲು ಕಾರಣಕರ್ತರಾದ ಈ ನಾಲ್ಕು ಮಂದಿಗೆ ಧನ್ಯವಾದ ಹೇಳದಿದ್ದರೆ ಈ ತಪ್ಪು ಜೀವನವಿಡೀ ನನ್ನ ಕಾಡುತ್ತದೆ.

ವೀರಲೋಕ ಪ್ರಕಾಶನದ ವೀರಕಪುತ್ರ ಶ್ರೀನಿವಾಸ, ವಿನಯ್ ಮಾಧವ್, ಕೆ.ಎಂ. ಚಿಣ್ಣಪ್ಪ ಹಾಗೂ ರಂಜಿತ್ ಕವಲಪಾರ ಇವರಿಗೆ ನಾನು ಸದಾಕಾಲ ಆಭಾರಿ.

ಕೊಡಗಿನ ಪುಟ್ಟ ಗ್ರಾಮ ಕಣಿವೆಯಿಂದ ನಿಮ್ಮ ಮನೆಗೆ ನನ್ನ ಕರೆತಂದು ನಿಲ್ಲಿಸಿದವರು ಇವರು.

ಪುಸ್ತಕಕ್ಕೆ ಒಪ್ಪುವಂತೆ ಮುಖಪುಟ ವಿನ್ಯಾಸ ಮಾಡಿಕೊಟ್ಟ ಗೋದಾವರಿ ಡಿ.ಎಸ್., ಪುಸ್ತಕದ ಒಳಪುಟ ವಿನ್ಯಾಸ ಮಾಡಿಕೊಟ್ಟ ವಿಜಯ ವಿಕ್ರಮ್ ಅಡಿಗ, ಅಬ್ದುಲ್ ಕೌಸರ್ ಹಾಗೂ ಈ ಪುಸ್ತಕ ಹೊರತರುವಲ್ಲಿ ಸಹಕರಿಸಿದ ಅನಂತ್ ಕುಣಿಗಲ್ ಅವರಿಗೆ ನನ್ನ ಕೃತಜ್ಞತೆಗಳು.

ನಿಮ್ಮ ಮನೆ ಬಾಗಿಲಿನಲ್ಲಿ ನಿಂತು, ಭಯ ಮತ್ತು ಸಂಕೋಚದಿಂದ ಕೇಳುತ್ತಿದ್ದೇನೆ ಪುಸ್ತಕ ಹೇಗಿದೆ?

–ಭಾರದ್ವಾಜ ಕೆ. ಆನಂದ ತೀರ್ಥ
9448448573

ಪ್ರಕಾಶಕರ ನುಡಿ

'ಯಾವುದೇ ಕನ್ನಡ ಪುಸ್ತಕ ಬೇಕಿದ್ದರೂ ಕೇಳಿ, ತಲುಪಿಸದೇ ಇದ್ದರೆ ಹೇಳಿ' ಎನ್ನುವುದು ವೀರಲೋಕದ ಘೋಷವಾಕ್ಯವಾಗಿತ್ತು. ಅದೇ ನಮ್ಮ ಹತ್ತಾರು ಮುಜುಗರಗಳಿಗೂ ಕಾರಣವಾಗಿತ್ತು. ಕೆಲವು ಓದುಗರು ಮಾರುಕಟ್ಟೆಯಲ್ಲಿ ಇಲ್ಲದ ಪುಸ್ತಕ ಕೇಳಿದ್ದರು, ನಾವು ಹುಡುಕಿ ಹುಡುಕಿ ಹೈರಾಣಾಗಿದ್ದೆವು. ಅವರು ನಮ್ಮನ್ನು ಪರೀಕ್ಷೆ ಮಾಡಿದ್ದರು. ನಾವು ಅದನ್ನೇ ಛಲವಾಗಿ ತಗೆದುಕೊಂಡು ಈಗ ಪರೀಕ್ಷೆ ಪಾಸಾಗಲು ಹೊರಟಿದ್ದೇವೆ.

ಪುಸ್ತಕಕ್ಕೆ ಆರ್ಡರ್ ಬಂದ ಕೂಡಲೇ ನಾವು ಅಮಾಯಕವಾಗಿ ಹತ್ತಾರು ಪುಸ್ತಕದ ಅಂಗಡಿಗಳನ್ನು ತಾಕಿ, ವೆಬ್ಸೈಟುಗಳನ್ನು ಜಾಲಿಸಿ ಪುಸ್ತಕ ಸಿಗದೇ ನೊಂದುಕೊಂಡಿದ್ದೆವು. ನಮ್ಮ ಅಸಹಾಯಕತೆಯನ್ನು ನೋಡಿ ಅವರು ಖುಷಿಪಡುತ್ತಿದ್ದರು. ಈಗ ಆ ಖುಷಿಯನ್ನು ನಿಜವಾಗಿಸುತ್ತಿದ್ದೇವೆ. ಮಾರುಕಟ್ಟೆಯಲ್ಲಿ ಇಲ್ಲದ, ಬಹುಬೇಡಿಕೆಯನ್ನು ಉಳಿಸಿಕೊಂಡಿರುವ ಕೃತಿಗಳನ್ನು ಮರುಮುದ್ರಣ ಮಾಡುವ ಯೋಜನೆಯೊಂದನ್ನು ಸಿದ್ಧ ಮಾಡಿದ್ದೇವೆ. ಈ ಯೋಜನೆಯ ಅಡಿಯಲ್ಲಿ ಓದುಗರಿಂದ ನಿರಂತರ ಬೇಡಿಕೆ ಇರುವ, ಆದರೆ ಮಾರುಕಟ್ಟೆಯಲ್ಲಿ ಲಭ್ಯವಿಲ್ಲದ ಕೃತಿಗಳನ್ನು ವರ್ಷಕ್ಕಿಷ್ಟು ಎಂಬ ಮಾನದಂಡದಲ್ಲಿ ಪ್ರಕಟಿಸಲು ಆರಂಭಿಸಿದ್ದೇವೆ.

ಬೇಡಿಕೆ ಇರುವ ಕೃತಿಯು ಓದುಗರಿಗೆ ಅಲಭ್ಯವಾಗಬಾರದು ಎಂಬ ಸದುದ್ದೇಶ ಇದರ ಹಿಂದಿದೆ. ಒಂದು ವೇಳೆ ಕುವೆಂಪು, ತೇಜಸ್ವಿ, ಬೇಂದ್ರೆ, ಕಾರಂತರು, ಮಾಸ್ತಿಯವರಂತಹ ಮಹನೀಯರ ಕೃತಿಗಳು ಲಭ್ಯವಿಲ್ಲದಿದ್ದರೆ ಓದುಗಲೋಕಕ್ಕೆ ಅದೆಂಥಾ ನಷ್ಟ ಅಂತ ಒಮ್ಮೆ ಯೋಚಿಸಿ. ಅದೇ ಕಾರಣಕ್ಕೆ ಈ ಪರಿಷ್ಕೃತ ಪುಸ್ತಕಗಳನ್ನು ಪ್ರಕಟಿಸುವ ಕೈಂಕರ್ಯಕ್ಕೆ ಮುನ್ನಡಿ ಇಟ್ಟಿದ್ದೇವೆ.

ಬೇಡಿಕೆಯಲ್ಲಿರುವ ಹತ್ತು ಕೃತಿಗಳನ್ನು ಈ ವರ್ಷದಲ್ಲಿ ಮರುಪ್ರಕಟಣೆ ಮಾಡುತ್ತಿದ್ದೇವೆ. ಆ ಹತ್ತು ಕೃತಿಗಳಲ್ಲಿ ಭಾರದ್ವಾಜ ಕೆ. ಆನಂದತೀರ್ಥರ ಕ್ರಮಣ ಕೃತಿಯೂ ಒಂದು. ಸಮಾಜದ ಸ್ವಾಸ್ಥ್ಯವನ್ನು ಹಾಳುಗೆಡವುತ್ತಿರುವ

ಮೂಢನಂಬಿಕೆಗಳು ಹಾಗೂ ಅವುಗಳನ್ನು ವೈಜ್ಞಾನಿಕ ಹಾದಿಯಲ್ಲಿ ದಾಟುವ ಪರಿಯನ್ನು ವಿವರಿಸುತ್ತಾಹೋಗುವ ಅಪರೂಪದ ಕೃತಿ ಇದಾಗಿದೆ. ಆನಂದತೀರ್ಥರು ಕೊಡಗುಮಿತ್ರ ಪತ್ರಿಕೆಯ ಸಂಪಾದಕರಾಗಿದ್ದವರು. ಇದುವರೆಗೆ ಕವನ ಸಂಕಲನ, ಜೀವನಚರಿತ್ರೆ, ಕಾದಂಬರಿ, ಲಲಿತಪ್ರಬಂಧ ಪ್ರಕಾರಗಳಲ್ಲಿ ಸಾಹಿತ್ಯ ರಚನೆ ಮಾಡಿದ್ದಾರೆ. ಅವರ 'ಕ್ರಮಣ' ಕೃತಿಯು ಬಿಡುಗಡೆ ಕಾಲಕ್ಕೆ ಅಪಾರವಾದ ಓದುಗರ ಮನ್ನಣೆಯನ್ನು ಪಡೆದಿತ್ತು. ಈಗ ಮತ್ತೊಮ್ಮೆ ಓದುಗರ ಮಡಿಲಿಗರ್ಪಿಸಲು ವೀರಲೋಕ ಹರ್ಷಿಸುತ್ತದೆ.

ಈ ಕೃತಿ ಓದುವ ಸುಖ ನಿಮ್ಮದಾಗಲಿ..

ನಿಮ್ಮ,
ವೀರಕಪುತ್ರ ಶ್ರೀನಿವಾಸ
ಪ್ರಕಾಶಕ, ವೀರಲೋಕ ಬುಕ್ಸ್

1

ಕಾವೇರಿ ಕ್ಯಾಂಪಸ್‌ನ ಪಿ.ಜಿ. ಸೆಂಟರ್‌ನಲ್ಲಿ ಅಂತಿಮ ವರ್ಷದ ಜೀವರಸಾಯನ ಶಾಸ್ತ್ರ ಪರೀಕ್ಷೆಯ ಅಂತಿಮ ಪತ್ರಿಕೆ, ಸಾವಯವ ರಸಾಯನ ಶಾಸ್ತ್ರದ ಅಂತಿಮ ಪ್ರಶ್ನೆಗೆ ಉತ್ತರಿಸಿದ ನಂತರ ಬದುಕಿನ ಒಂದು ಪ್ರಮುಖ ಘಟ್ಟ ತಲುಪಿದಂತೆ ಅನಿಸಿ ಒಂದು ಸಮಾಧಾನದ ನಿಟ್ಟುಸಿರು ಬಿಟ್ಟೆ. ಬಹಳ ಕಾಲದಿಂದ ಹೊರಬರಲು ಕಾಯುತ್ತಿದ್ದ ಒಂದು ದೀರ್ಘವಾದ ಆಕಳಿಕೆ ಹೊರಬಂತು. ಎರಡು ಕೈ ಬೆರಳುಗಳನ್ನು ಒಂದಕ್ಕೆ ಒಂದು ಜೋಡಿಸಿ ಲಟಿಕೆ ತೆಗೆದೆ. ಇಲ್ಲಿಗೆ ನಾನು ಎಂ.ಎಸ್ಸಿ ಪದವೀಧರ. ಫಲಿತಾಂಶ ಬಂದ ನಂತರ ಹೊಸ ಬದುಕು ಆರಂಭ. ಉತ್ತರ ಪತ್ರಿಕೆಯನ್ನು ಕಾಟಾಚಾರಕ್ಕೆ ಒಮ್ಮೆ ತಿರುವಿಹಾಕಿ ಪ್ರಥಮ ದರ್ಜೆಯಲ್ಲಿ ಪಾಸಾಗುವ ನಿರೀಕ್ಷೆ ಇಟ್ಟುಕೊಂಡು ಮಡಿಕೇರಿ ಕೇಂದ್ರದಿಂದ ಹೊರಬಂದು ಬಸ್ ನಿಲ್ದಾಣದಲ್ಲಿ ಇದ್ದ ಹೋಟೆಲ್ ಒಂದರಲ್ಲಿ ಕಾಫಿ ಕುಡಿದು, ಕುಶಾಲನಗರದ ಕಡೆಗೆ ಹೋಗುವ ಸರ್ಕಾರಿ ಬಸ್ ಹತ್ತಿ ಕಣ್ಣು ಮುಚ್ಚಿದೆ. ಹೊಟ್ಟೆ ಸಣ್ಣದಾಗಿ ಹಸಿಯುತ್ತಿದ್ದರೂ ಹೋಟೆಲ್ ಊಟ ಚೆನ್ನಾಗಿಲ್ಲದ ಕಾರಣ ಮನೆಯಲ್ಲಿಯೇ ಊಟ ಮಾಡುವ ನಿರ್ಧಾರ ಮಾಡಿದೆ.

ನಾನು ಎಂ.ಕೆ. ಭಾರ್ಗವ. ಮರೂರು ಕೃಷ್ಣಶಾಸ್ತ್ರಿ ಭಾರ್ಗವ. ನನ್ನಪ್ಪ ಕೃಷ್ಣಶಾಸ್ತ್ರಿ. ಮರೂರು ಗ್ರಾಮದ ನಿವಾಸಿ. ಅಲ್ಲಿನ ಪ್ರಸಿದ್ಧ ಜ್ಯೋತಿಷಿ ಹಾಗೂ ತಾಂತ್ರಿಕ. ಜಿಲ್ಲೆಯ, ಹೊರಜಿಲ್ಲೆಯ ರಾಜಕಾರಣಿಗಳು, ಶ್ರೀಮಂತರು, ವ್ಯಾಪಾರಿಗಳು, ನೌಕರರು, ಹೆಂಗಸರು ಹೀಗೆ ಸಮಾಜದ ಹಲವು ಸ್ತರಗಳ ಜನರು ಅಪ್ಪನಲ್ಲಿಗೆ ಶಾಸ್ತ್ರ ಕೇಳಲು, ಅವರಿಂದ ಮಂತ್ರ ಮಾಡಿಸಲು ಬರುತ್ತಿದ್ದರು ಇಂತಹ ಜನರು ಕೊಡುತ್ತಿದ್ದ ಕಾಣಿಕೆ, ಗೌರವ ಇವುಗಳಿಂದ ನಮ್ಮ ಮನೆ ಚೆನ್ನಾಗಿಯೇ ನಡೆಯುತ್ತಿತ್ತು. ಕೆಲವು ಜನರಿಗಂತೂ ಅಪ್ಪ ಹೇಳಿದ್ದೇ ವೇದವಾಕ್ಯವಾಗಿತ್ತು. ಅಪ್ಪ ಬೇಡ ಎಂದರೆ ಬೇಡ, ಮಾಡು ಎಂದರೆ

ಮಾಡುತ್ತಿದ್ದ ಜನಗಳೇ ಇದ್ದರು. ನಮ್ಮ ಮನೆಯಲ್ಲಿ ನಾನೂ, ಅಪ್ಪ ಇಬ್ಬರೇ. ಅಮ್ಮ, ನಾನು ಎರಡನೇ ತರಗತಿಯಲ್ಲಿ ಓದುತ್ತಿದ್ದಾಗ ಮನೆಯ ಹಿಂದೆ ಇದ್ದ ತೋಡಿನಲ್ಲಿ ಕಾಲು ಜಾರಿ ಬಿದ್ದು ತೀರಿಹೋಗಿದ್ದಳು. ಅಂದಿನಿಂದ ಅಪ್ಪ ನನಗೆ ಅಮ್ಮನೂ ಆಗಿ ಸಾಕಿದರು.

ಒಂದು ಪುಟ್ಟ ಆದರೆ ಸುಂದರವಾದ ಕೈ ಹಂಚಿನ ಮನೆ. ಎರಡು ಎಕರೆ ಕಾಫಿತೋಟ ಒಂದು ಎಕರೆ ಗದ್ದೆಯ ಮಾಲೀಕತ್ವ ಅಪ್ಪನ ಬಳಿ ಇತ್ತು. ಅಪ್ಪ ಕೆಲಸ ಮಾಡುತ್ತಿರಲಿಲ್ಲ. ಹುಟ್ಟಿನಿಂದಲೇ ಅಪ್ಪನ ಬಲಗಾಲು ಸ್ವಲ್ಪ ಊನವಾಗಿತ್ತು. ಹೀಗಾಗಿ ಊರಲ್ಲಿ ಜನ ಹಿಂದೆ ಅಪ್ಪನನ್ನು ಕುಂಟ ಕೃಷ್ಣ ಎಂದು ಕರೆಯುತ್ತಿದ್ದರು, ಈಗ ವಯಸ್ಸಾದ ನಂತರ ಕುಂಟ ಶಾಸ್ತ್ರಿಗಳು ಅಂತ ಕರೆಯುತ್ತಿದ್ದಾರೆ. ಚಿಕ್ಕಂದಿನಲ್ಲಿ ಯಾರಾದರೂ ಕುಂಟ ಎಂದರೆ ಅಪ್ಪನಿಗೆ ತುಂಬಾ ಸಿಟ್ಟು ಬರುತ್ತಿತ್ತಂತೆ. ಈಗ ಅವರೇ ಫೋನಿನಲ್ಲಿ ಯಾರಾದರೂ ನಿಮ್ಮ ಮನೆಗೆ ಬರುವುದು ಹೇಗೆ ಎಂದು ಕೇಳಿದರೆ 'ಸುಂಟಿಕೊಪ್ಪಕ್ಕೆ ಬಂದು ಯಾವುದಾದರೂ ಆಟೋ ಹತ್ತಿ ಮರೂರಿನ ಕುಂಟಶಾಸ್ತ್ರಿಗಳ ಮನಗೆ ಬಿಡಿ ಅಂದರೆ ಅವರು ಬಿಡುತ್ತಾರೆ' ಎಂದು ಹೇಳುತ್ತಿದ್ದರು. ಅಪ್ಪ ಕುಂಟ ಮಾತ್ರವಲ್ಲ ತುಂಬಾ ಕೃಶಕಾಯದ ವ್ಯಕ್ತಿ. ಆದರೆ ಬಲುಗಟ್ಟಿಯಾದ ಮನುಷ್ಯ ಯಾವತ್ತೂ ಅವರು ಡಾಕ್ಟರ್ ಹತ್ತಿರ ಹೋದವರಲ್ಲ. ಶೀತ, ಜ್ವರ ಇತ್ಯಾದಿಗಳಿಗೆ ಅವರೇ ಕಷಾಯ ಮಾಡುತ್ತಿದ್ದರು. ನನಗೆ ಜ್ವರ ಬಂದರೆ ಅದೇ ಕಷಾಯದಿಂದ ನನ್ನ ಜ್ವರಕ್ಕೂ ಮುಕ್ತಿ ಸಿಗುತ್ತಿತ್ತು.

ಮನೆಯಲ್ಲಿ ಒಂದು ಸ್ವಲ್ಪ ದೊಡ್ಡದಾದ ಪಡಸಾಲೆ. ಪಡಸಾಲೆಯಿಂದ ಒಳಗಡೆ ಒಂದು ಹಾಲು. ಆ ಹಾಲ್‌ಗೆ ಹೊಂದಿಕೊಂಡಂತೆ ಎರಡು ಕೋಣೆಗಳು, ಅಡುಗೆಮನೆ, ಬಚ್ಚಲ ಮನೆ. ಕಕ್ಕಸ್ಸು ಕೋಣೆ, ಭತ್ತದ ಕೋಣೆ ಹೀಗೆ ಎಲ್ಲವೂ ವ್ಯವಸ್ಥಿತವಾಗಿ ಇದ್ದವು. ಮನೆಯ ಎಡಬದಿಯ ಗೋಡೆಗೆ ತಾಗಿಕೊಂಡಂತೆ ಚಪ್ಪರದಂತಹ ಒಂದು ಜಾಗದಲ್ಲಿ ಒಂದು ಹೋಮಕುಂಡವೂ ಇತ್ತು. ಯಾವುದೋ ತಂತ್ರ ಮಂತ್ರ ಇತ್ಯಾದಿಗಳು ಅಲ್ಲಿಯೇ ನಡೆಯುತ್ತಿದ್ದವು, ನೀನು ಈ ಜಾಗಕ್ಕೆ ಬರಲೇಬಾರದು, ಇಲ್ಲಿ ನಡೆಯುವ ಯಾವುದೇ ಕೆಲಸದಲ್ಲಿ ತಲೆಹಾಕಬಾರದು ಎಂದು ಅವರು ಕಟ್ಟಾಜ್ಞೆ ಮಾಡಿದ್ದರಿಂದ ನಾನು ಅದರ ಯೋಚನೆ ಮಾಡುತ್ತಲೇ ಇರಲಿಲ್ಲ. ಒಂದೆರಡು ಸಲ ಇಣುಕಿ ನೋಡಲು ಹೋಗಿ ಸರಿಯಾಗಿ ಏಟು ತಿಂದಿದ್ದ ಕಾರಣದಿಂದ ಆ ಜಾಗ ಎಂದರೆ ಭಯವೂ ಇತ್ತು. ದೊಡ್ಡವನಾಗುತ್ತಿದ್ದ ಹಾಗೆ ಅದರ ಬಗ್ಗೆ ಆಸಕ್ತಿ ಕೂಡ ಕಡಿಮೆಯಾಯಿತು. ಇಲ್ಲಿ ದೇವರ ಕಾರ್ಯಕ್ಕಿಂತ ಭೂತಗಳ ಕಾರ್ಯವೇ ಹೆಚ್ಚು ನಡೆಯುತ್ತದೆ ಅನ್ನುವುದು ಮಾತ್ರ ನನಗೆ ಮನವರಿಕೆಯಾಗಿತ್ತು. ದೇವರಲ್ಲಿ ಸ್ವಲ್ಪ ವಿಶ್ವಾಸ ಕಡಿಮೆ ಇದ್ದ ಕಾರಣದಿಂದ, ಈ ಭೂತ, ಪ್ರೇತ, ಪಿಶಾಚಿಗಳ

ಬಗ್ಗೆಯೂ ನನಗೆ ನಂಬಿಕೆ ಇರಲಿಲ್ಲ. ಈ ಜಾಗವನ್ನು ಅಪ್ಪ 'ಯಜ್ಞಶಾಲೆ' ಎಂದು ಕರೆಯುತ್ತಿದ್ದರು.

ಶಾಲೆಗೆ ಹೋಗುತ್ತಿದ್ದಾಗ ಒಂದಿಬ್ಬರು ಹುಡುಗರು 'ನಿಮ್ಮಪ್ಪ ಕೇರಳದಿಂದ ಮಾಟಮಂತ್ರ ಕಲಿತು ಬಂದಿದ್ದಾರಂತೆ ಹೌದಾ? ಅವರು ಯಾರನ್ನು ಬೇಕಾದರೂ ಮಾಟಮಂತ್ರ ಮಾಡಿಸಿ ರಕ್ತಕಾರಿ ಸಾಯುವಂತೆ ಮಾಡುತ್ತಾರಂತೆ ಹೌದಾ? ಎಂದು ಕೇಳಿದ್ದರು' ನಾನು ಗೊತ್ತಿಲ್ಲ ಅಂತ ಹೇಳಿದ್ದೆ. ಮನೆಗೆ ಬಂದು ಅಪ್ಪನನ್ನು ಕೇಳಿದೆ–

'ಅಪ್ಪ, ನೀನು ಮಾಟ ಮಂತ್ರ ಮಾಡಿ ಯಾರನ್ನು ಬೇಕಾದರೂ ರಕ್ತಕಾರಿ ಸಾಯುವಂತೆ ಮಾಡುತ್ತೀಯಂತೆ ಹೌದಾ?'

'ಯಾವ ಬೋಳಿಮಗ ಹಂಗಂದ?'

'ಸ್ಕೂಲಲ್ಲಿ ಎಲ್ಲಾ ಹುಡುಗರು ಹಿಂಗೇ ಕೇಳ್ತಾರಪ್ಪ'

'ಅವರನ್ನೂ ಇದೇ ರೀತಿ ಸಾಯಿಸಿಬಿಡ್ತೀನಂತ ಹೇಳು, ಆಮೇಲೆ ಅವರು ನಿನ್ನ ತಂಟೆಗೆ ಬರೋದಿಲ್ಲ'

ನಾನು ಮಾರನೇ ದಿನ ಶಾಲೆಗೆ ಹೋಗಿ ಅಪ್ಪ ಹೇಳಿಕೊಟ್ಟ ಹಾಗೆ ಹೇಳಿದೆನು. ಹುಡುಗರು ಭಯಭೀತರಾದರು. ಅಂದಿನಿಂದ ನನ್ನ ಜೊತೆ ಮಾತನಾಡುವುದನ್ನೇ ಬಿಟ್ಟರು. ನನ್ನ ಜೊತೆ ಆಟವಾಡಲು, ಜಗಳ ವಾಡಲು ಈ ಹುಡುಗರು ಭಯಪಡುತ್ತಿದ್ದರು, ನಾನೇ ಕಾಲುಕೆರದುಕೊಂಡು ಹೋಗಿ ಜಗಳ ಮಾಡಿದರೆ, ಹೊಡೆದರೆ ಅವರು ತಿರುಗಿ ಹೊಡೆಯುತ್ತಿರಲಿಲ್ಲ. ಈ ಬಗ್ಗೆ ಶಿಕ್ಷಕರಿಗೆ ದೂರು ನೀಡುವುದಾಗಲಿ, ಅಥವಾ ಮನೆಯಲ್ಲಿ ಅಪ್ಪ ಅಮ್ಮನಿಗೆ ಹೇಳುವುದಾಗಲೀ ಮಾಡುತ್ತಿರಲಿಲ್ಲ.

ಬೇರೆ ಹುಡುಗರ ನಡುವೆ ಜಗಳವಾದಾಗ ಪೆಟ್ಟು ತಿಂದವನು ನನ್ನ ಬಳಿಗೆ ಬರುತ್ತಿದ್ದ, ಯಾರು ಅವನಿಗೆ ಹೊಡೆದಿದ್ದಾರೋ ಅವರು ರಕ್ತಕಾರಿ ಸಾಯುವಂತೆ ನಿಮ್ಮಪ್ಪನಿಗೆ ಹೇಳಿ ಮಾಟ ಮಾಡಿಸು ಎಂದು ನನ್ನ ಹತ್ತಿರ ಬೇಡುತ್ತಿದ್ದ. ಈ ಕೆಲಸ ಮಾಡಿಸಲು ನನಗೆ ಪೆಪ್ಪರ್‌ಮೆಂಟ್, ಸೀಬೆಕಾಯಿ, ನೆಲ್ಲಿಕಾಯಿ ಇತ್ಯಾದಿ ಕಾಣಿಕೆಗಳು ಸಂದಾಯವಾಗುತ್ತಿದ್ದವು. ಈ ಕಾಣಿಕೆಗಳನ್ನು ನಾನು ಪಡೆಯುತ್ತಿದ್ದೆನಾದರೂ ಅಪ್ಪನ ತನಕ ಈ ವಿಷಯ ತಲುಪುತ್ತಿರಲಿಲ್ಲ.

ಇತರ ಮನುಷ್ಯರಲ್ಲಿ ಇಲ್ಲದ ಯಾವುದೋ ಶಕ್ತಿ ನನ್ನ ಅಪ್ಪನಲ್ಲಿ ಇದೆ. ಹೀಗಾಗಿ ಎಲ್ಲರೂ ನನ್ನ ಅಪ್ಪನನ್ನು ಕಂಡರೆ ಹೆದರುತ್ತಾರೆ ಅನ್ನುವುದು ನನಗೆ ನಾಲ್ಕನೇ ತರಗತಿಯಲ್ಲಿ ಇದ್ದಾಗಲೇ ಅರ್ಥವಾಗಿಹೋಗಿತ್ತು. ನಾನು ಅಪ್ಪನಂತೆಯೇ ಆಗಿ ಇಡೀ ಶಾಲೆಯನ್ನೇ ನನ್ನ ಅಂಕೆಯಲ್ಲಿ ಇಟ್ಟುಕೊಳ್ಳಬಯಸಿದ್ದೆ.

ಅಪ್ಪ ಹೋಮಕುಂಡ, ಯಜ್ಞಶಾಲೆ ಎಂದು ಕರೆಯುತ್ತಿದ್ದ ಜಾಗದ ಪಕ್ಕದಲ್ಲಿ ಒಂದು ತೆರೆದ ಬಾವಿ ಇತ್ತು. ಬೆಳಿಗ್ಗೆ ಐದು ಗಂಟೆಗೆ ಏಳುತ್ತಿದ್ದ ಅಪ್ಪ ಅಲ್ಲಿಯೇ ನಾಲ್ಕು ಬಿಂದಿಗೆ ನೀರು ಸೇದಿ ಸ್ನಾನ ಮಾಡುತ್ತಿದ್ದರು. ಬಾವಿಯ ಪಕ್ಕದಲ್ಲಿಯೇ ಬಟ್ಟೆ ಒಗೆಯುವ ಕಲ್ಲು ಇತ್ತು. ಅಲ್ಲಿ ಅವರ ಮತ್ತು ನನ್ನ ಬಟ್ಟೆ ಒಗೆದುಹಾಕಿ, ನಂತರ ಕಾಫಿ ಮಾಡಿ ಬೆಳಿಗ್ಗೆ ಆರು ಗಂಟೆಯ ವೇಳೆಗೆ ನನ್ನನ್ನು ಎಬ್ಬಿಸುತ್ತಿದ್ದರು. ಮುಖ ತೊಳೆದು ಕಾಫಿ ಕುಡಿದು ನಾನು ಪುಸ್ತಕ ಹಿಡಿದು ಕೂರುತ್ತಿದ್ದೆ. ಆರೂವರೆಯಿಂದ ಎಂಟು ಗಂಟೆಯತನಕ ಓದುವುದು ಕಡ್ಡಾಯವಾಗಿತ್ತು. ಅನಂತರ ಸ್ನಾನ, ತಿಂಡಿ ಇತ್ಯಾದಿ. ಬಚ್ಚಲು ಮನೆಯಲ್ಲಿ ಯಾವಾಗಲೂ ಬಿಸಿನೀರು ಇರುತ್ತಿತ್ತು.

ಅಮಾವಾಸ್ಯೆ, ಹುಣ್ಣಿಮೆ ಅಥವಾ ಶನಿವಾರದಂದು ಅಪ್ಪ ಯಾವುದೋ ಒಂದು ವಿಚಿತ್ರ ಕಾರ್ಯ ಮಾಡುತ್ತಿದ್ದರು. ಈ ಕೆಲಸ ಮಾಡಿಸುವವರು ಬೆಳಗಿನ ಜಾವ ನಾಲ್ಕು ಗಂಟೆಗೆ ಬರುತ್ತಿದ್ದರು. ತುಂಬಾ ದೂರದ ಊರಿನವರಾದರೆ ರಾತ್ರಿಯೇ ಬಂದು ಉಳಿಯುತ್ತಿದ್ದರು. ಹತ್ತಿರದ ಊರಿನವರಾದರೆ ನಾಲ್ಕು ಗಂಟೆಯ ಒಳಗಡೆ ಬರುತ್ತಿದ್ದರು. ನಾನು ಬೆಳಿಗ್ಗೆ ಏಳುವ ಹೊತ್ತಿಗೆ ಎಲ್ಲಾ ವಿಧದ ಕಾರ್ಯಗಳೂ ಮುಗಿದಿರುತ್ತಿದ್ದವು. ರಾತ್ರಿಯಲ್ಲಿಯೇ ಬಂದು ನಮ್ಮಲ್ಲಿ ಉಳಿದುಕೊಂಡ ಜನರು ಅಪ್ಪನ ಹತ್ತಿರ ಆಡುತ್ತಿದ್ದ ಮಾತುಗಳು ವಿಚಿತ್ರವೆನಿಸಿದರೂ ಕುತೂಹಲ ಹುಟ್ಟಿಸುವಂತೆ ಇರುತ್ತಿದ್ದವು.

ಶಾಸ್ತ್ರಿಗಳೇ ಈ ತಡೆ ಒಡೆಸಿದ ಎಷ್ಟು ದಿನಕ್ಕೆ ನಮ್ಮ ಜಮೀನು ನಮಗೆ ಸಿಗುತ್ತದೆ? ತಡೆ ಒಡೆಸಿದ ನಂತರ ಹೇಳಬಹುದು.

ಯಾಕೆ ಹಂಗೆ?

ಒಂದು ವೇಳೆ ಅವನು ಈ ಸಂಬಂಧದಲ್ಲಿ ಹಿಂದೆ ಏನಾದರೂ ಮಾಟ, ಮಂತ್ರ, ವಶೀಕರಣ ಮಾಡಿಸಿದ್ದರೆ ಮೊದಲು ಅದನ್ನು ತೆಗೆದುಹಾಕಬೇಕು. ಅನಂತರ ಅವನ ಮೇಲೆ ಪ್ರಯೋಗ ಮಾಡಬೇಕು. ಅವನೇನಾದರೂ ಮನೆಗೆ ಅಷ್ಟಬಂಧಿ ಮಾಡಿಸಿದ್ದರೆ ಅದನ್ನು ತೆಗೆಯಬೇಕು.

ಇದಕ್ಕೆಲ್ಲಾ ಸಮಯ ಹಿಡಿತದೆ.

ಅವನು ಆಗಾಗ್ಗೆ ಕೇರಳಕ್ಕೆ ಹೋಗ್ತಾ ಇದ್ದಾನೆ.

ಅವನು ಕೇರಳಕ್ಕೆ ಇರಲಿ, ಕಾಶ್ಮೀರಕ್ಕೆ ಹೋದ್ರೂ ಸರಿ. ಅವನು ಅನ್ಯಾಯ ಮಾಡಿದ್ರೆ ಅವನ ತಲೆ ಉರುಳುತ್ತದೆ. ಅವನೇ ನ್ಯಾಯವಾಗಿದ್ದು ನೀವು ನನ್ನ ಹತ್ರ ಸುಳ್ಳು ಹೇಳಿದ್ರೆ ನಿಮ್ಮ ತಲೆ ಉರುಳುತ್ತವೆ. ನಂದು ನ್ಯಾಯ ಇರೋ ಕಡೆ ಮಾಡೋ ಕಾರ್ಯ.

ಅಪ್ಪ ಹೀಗಂತ ಹೇಳಿದ ತಕ್ಷಣ ಬಂದಿದ್ದವನ ಮನಸ್ಸಿನಲ್ಲಿ ಪ್ರಶ್ನೆಗಳು ಏಳುತ್ತಿದ್ದವು. ನಾನು ಮಾಡುತ್ತಿರುವುದು ಸರಿಯೋ ತಪ್ಪೋ ಎಂಬ ಜಿಜ್ಞಾಸೆಗೆ

ಅವನು ಗುರಿಯಾಗುತ್ತಿದ್ದ. ಒಂದು ವೇಳೆ ಅವನೇ ತಪ್ಪು ಮಾಡಿದ್ರೆ ಬಾಯಿಬಿಟ್ಟು ಹೇಳಿಬಿಡುತ್ತಿದ್ದ.

ಶಾಸ್ತ್ರಿಗಳೇ ನನಗೆ ಸರಿಯೋ ತಪ್ಪೋ ಅಂತ ಗೊತ್ತಾಗ್ತ ಇಲ್ಲ.

ಮತ್ತೆ ಇಲ್ಲಿಗ್ಯಾಕೆ ಬಂದ್ರಿ?

ತಪ್ಪಾಗಿದೆ. ಈಗ ನಾನು ಏನು ಮಾಡ್ಬೇಕು?

ತಪ್ಪು ಕಾಣಿಕೆ ಹಾಕಿ, ದೇವಿಯ ಮುಂದೆ ಕ್ಷಮೆ ಕೇಳಿ.

ತಪ್ಪು ಕಾಣಿಕೆ ಹಾಕೋದಿರಲಿ, ನಮ್ಮ ವ್ಯಾಜ್ಯ ನ್ಯಾಯಾಲಯದಲ್ಲಿದೆ. ನಮ್ಮ ಲಾಯರು ನ್ಯಾಯ ನಿಮ್ಮ ಕಡೆಗೇ ಇದೆ ಅಂತ ಹೇಳ್ತಾ ಇದ್ದಾರೆ.

ನೋಡಿಸ್ವಾಮಿ, ನ್ಯಾಯಾಲಯದ ನ್ಯಾಯ ಬೇರೆ, ಇಲ್ಲಿ ಅಮ್ಮ ನೀಡೋ ನ್ಯಾಯಬೇರೆ. ನಾನು ಪೂಜೆ ಮಾಡೋ ಅಮ್ಮ ಅನ್ಯಾಯನ ಒಂದೇ ಒಂದು ಕ್ಷಣ ಸಹಿಸೋದಿಲ್ಲ. ನಾನು ಪೂಜೆ ಮಾಡುವಾಗಲೆ ಅವಳಿಗೆ ಹೇಳಿಬಿಡ್ತೀನಿ. ಅಮ್ಮ, ನನಗೆ ಇದು ನ್ಯಾಯ ಅನ್ಯಾಯನೋ ಅಂತ ಗೊತ್ತಿಲ್ಲ. ತೀರ್ಮಾನ ಮಾಡಬೇಕಾದವಳು ನೀನು. ತಕ್ಷಣ ತೀರ್ಮಾನ ಕೊಡು ಅಂತ ಹೇಳಿಬಿಡ್ತೀನಿ. ಮುಂದಿನ ಕ್ರಮ ಅಮ್ಮನಿಗೆ ಬಿಟ್ಟಿದ್ದು.

ತಪ್ಪು ಕಾಣಿಕೆ ಏನು ಕೊಡಬೇಕು ಹೇಳಿ

ಇಂತದೆ ಅಂತಿಲ್ಲ. ನಾವು ಭಕ್ತಿಯಿಂದ ಭಯದಿಂದ ಅಮ್ಮನಿಗೆ ಏನು ಕೊಟ್ಟರೂ ಸ್ವೀಕಾರ ಮಾಡ್ತಾಳೆ.

ಸರಿಬಿಡಿ ಒಂದು ಸಾವಿರ ರೂಪಾಯಿಯನ್ನು ಅಮ್ಮನಿಗೆ ತಪ್ಪು ಕಾಣಿಕೆ ನೀಡಿಬಿಡಿ. ಅದರ ಜೊತೆಗೆ ನೀವು ಪೂಜೆಗೆ ಅಂತ ಕೊಟ್ಟಿದ್ದ ಲಿಸ್ಟ್‌ನಲ್ಲಿ ಇರೋ ಸಾಮಾನೆಲ್ಲಾ ತಂದಿದ್ದೀನಿ. ಅದನ್ನು ವಾಪಸ್ಸು ತೆಗೊಂಡು ಹೋಗೋಕೆ ಭಯ ಆಯ್ತದೆ. ಅದನ್ನೂ ಇಲ್ಲೇ ಬಿಟ್ಟು ಹೋಗ್ತಿನಿ.

ಆಯ್ತು ಆಯ್ತು.... ಈಗ ಊಟ ಮಾಡಿ ಮಲಗಿ.

ಶಾಸ್ತ್ರಿಗಳೇ, ನೀವು ಪೂಜೆ ಮಾಡೋ ಅಮ್ಮನ ಹೆಸರೇನು?

ಜಗದೇಶ್ವರಿ, ಜಗದಾಂಬಾ, ಮಹಿಷಮರ್ಧಿನಿ, ಕಾಳಿ ಹೀಗೆ ಯಾವ ಹೆಸರಿನಲ್ಲಿ ಬೇಕಾದ್ರೂ ಕರೀರಿ, ಅಮ್ಮ ಎಲ್ಲರಿಗೂ ಅಮ್ಮನೇ.

ಇಂತಹ ಹಲವು ಘಟನೆಗಳನ್ನು ನಾನು ನೋಡಿದ್ದೀನಿ. ಹೀಗಾಗಿ ಅಪ್ಪ ನ್ಯಾಯದ ಪರ. ಯಾರೇ ಅನ್ಯಾಯ ಮಾಡಿದರೂ ಅವರಿಗೆ ಶಿಕ್ಷೆ ಕೊಡಿಸುವ ತಾಕತ್ತು ಅಪ್ಪನಿಗಿದೆ ಎಂದು ನಾನು ಚಿಕ್ಕಂದಿನಲ್ಲಿ ಬಲವಾಗಿ ನಂಬಿದ್ದೆ.

ಹನ್ನೆರಡು ಸೇರು ಅಕ್ಕಿ, ಹನ್ನೆರಡು ತೆಂಗಿನಕಾಯಿ, ಒಂದು ತಟ್ಟೆಯಲ್ಲಿ ಬಾಳೆಹಣ್ಣು, ಎಲೆಯಡಿಕೆ, ಅರಿಶಿನ, ಕುಂಕುಮ, ಅಕ್ಕಿಹಿಟ್ಟು ಒಂದು ಸೇರು, ಹಸಿದಾರದ ಉಂಡೆ, ಹನ್ನೆರಡು ಒಂದು ರೂಪಾಯಿ ನಾಣ್ಯ, ಒಂದು ತಾಮ್ರದ

ಚೆಂಬು, ಇತ್ಯಾದಿಗಳೆಲ್ಲಾ ಅಪ್ಪ ಹೇಳುತ್ತಿದ್ದ ಸಾಮಾನುಗಳ ಪಟ್ಟಿಯಲ್ಲಿ ಇರುತ್ತಿದ್ದವು.

ಕೆಲವರು ಪೂಜೆ ಮಾಡಿಸುತ್ತಿದ್ದರು. ಇನ್ನು ಕೆಲವರು ತಡೆ ಒಡೆಸುತ್ತಿದ್ದರು. ಇನ್ನು ಕೆಲವರು ಮನೆಗೆ ದಿಗ್ಬಂಧನ ಮಾಡಿಸುತ್ತಿದ್ದರು. ಕೆಲವರಿಗೆ ತಾಯತ ಬೇಕಾಗಿರುತ್ತಿತ್ತು. ವಾರದ ಶನಿವಾರ, ಹುಣ್ಣಿಮೆ, ಅಮಾವಾಸೆ ಹೀಗೆ ತಿಂಗಳಲ್ಲಿ ಆರು ದಿನಗಳು ಇಂತಹ ಕೆಲಸದಲ್ಲಿಯೇ ಕಳೆದುಹೋಗುತ್ತಿತ್ತು.

ಒಂದು ಸಲ ಅಪ್ಪನೇ ಒಬ್ಬ ರಾಜಕಾರಣಿಯನ್ನು ಮನೆಗೆ ಬರಲು ಹೇಳಿದ್ದರು. ಅದು ಚುನಾವಣೆಯ ಸಮಯ. ನಾನಾಗ ಎಂಟನೇ ತರಗತಿಯಲ್ಲಿ ಓದುತ್ತಿದ್ದೆ. ಜಯರಾಮೇಗೌಡ ಅನ್ನುವ ಹೆಸರಿನ ರಾಜಕಾರಣಿ ನಮ್ಮ ಮನೆಗೆ ಬಂದಾಗ ಬೆಳಿಗ್ಗೆ ಹತ್ತೂವರೆಯ ಸಮಯ ಸುಮಾರು ನಲವತ್ತೈದು ವರ್ಷ ವಯಸ್ಸಿನ ಅವರು ಚುನಾವಣೆಯಲ್ಲಿ ಎರಡು ಸಲ ಸೋತಿದ್ದರು. ಮೂರನೇ ಸಲ ಚುನಾವಣೆಗೆ ಇನ್ನೆರಡು ತಿಂಗಳು ಉಳಿದಿತ್ತು.

ಗೌಡರೇ ನಾನು ಯಾಕೆ ಬರಹೇಳಿದೆ ಅಂತ ಗೊತ್ತೇ?

ಇಲ್ಲ ಶಾಸ್ತ್ರಿಗಳೇ, ನನಗೆ ಹೇಗೆ ಗೊತ್ತಾಗಬೇಕು?

ಈ ಚುನಾವಣೆಯಲ್ಲಿ ನೀವೇ ಗೆಲ್ಲಬೇಕು ಅಂತ ಅಮ್ಮನಿಗೆ ಹರಕೆ ಹೊತ್ತಿದ್ದೀನಿ. ಅದನ್ನು ನಿಮಗೆ ಹೇಳೋಣ ಅಂತ ಅನ್ನಿಸಿತು. ಯಾವುದೇ ಕಾರಣಕ್ಕೂ ನ್ಯಾಯಕ್ಕೆ ಈ ಸಲ ಸೋಲಾಗಬಾರದು. ಆ ಕಾರಣಕ್ಕಾಗಿ ಅಮ್ಮನ ಹತ್ತಿರ ನಿಮ್ಮ ಪರವಾಗಿ ಪೂಜೆ ಮಾಡ್ತೀನಿ. ಅದನ್ನು ನಿಮಗೆ ಹೇಳಬೇಕಾಗಿತ್ತು.

ನಂಗೆ ಟಿಕೆಟ್ ಸಿಗೋದೇ ಗ್ಯಾರಂಟಿ ಇಲ್ಲ, ಸಿಕ್ಕರೆ ಅವನ ಹಣಬಲ, ಹೆಂಡದ ಮುಂದೆ ನನ್ನ ಆಟ ಏನೂ ನಡೆಯೋದಿಲ್ಲ. ಕಳೆದ ಎರಡು ಚುನಾವಣೆಯಲ್ಲಿ ಸೋತು ಅರ್ಧ ಆಸ್ತಿ ಕಳೆದುಕೊಂಡಿದ್ದೀನಿ, ಸಾಲಗಾರರ ಕಾಟ ವಿಪರೀತವಾಗಿದೆ. ಇಂತಹ ಸ್ಥಿತಿಯಲ್ಲಿ ನಾನೇ ಚುನಾವಣೆ ಬೇಡ ಅಂತ ಇದ್ದೀನಿ.

ಅದೆಲ್ಲಾ ಹಳೆಯ ಕತೆ. ಈ ಸಲ ಜನ ನಿಮ್ಮನ್ನು ಗೆಲ್ಸೋದು ಗ್ಯಾರಂಟಿ. ಜನಬಲ, ಹಣಬಲ ತಾನಾಗೇ ಕೂಡಿ ಬರುತ್ತೆ. ಅದು ಬರೋ ಹಾಗೆ ಅಮ್ಮ ಮಾಡ್ತಾಳೆ. ಪಕ್ಷದ ಟಿಕೆಟು ನೀವು ಬೇಡ ಅಂದ್ರೂ ನಿಮ್ಮ ಮನೆ ಬಾಗಿಲಿಗೆ ಬರೋ ಹಾಗೆ ಅಮ್ಮ ಮಾಡ್ತಾಳೆ ನೋಡ್ತಾ ಇರಿ.

ನಂಗೆ ಇಂತಹ ಭವಿಷ್ಯ, ಭರವಸೆ ಇವುಗಳಲ್ಲಿ ನಂಬಿಕೆ ಉಳಿದಿಲ್ಲ ಶಾಸ್ತ್ರಿಗಳೇ, ನೀವು ನಾಲ್ಕೈದು ಜನರ ಹತ್ತಿರ ಹೇಳಿ ಕಳಿಸಿದ್ರಿ ಅಂತ ಬಂದೆ. ಇರೋ ಆಸ್ತಿ ಪಾಸ್ತಿನ ಮಾರಿ ಸಾಲ ತೀರಿಸಿ ಮೈಸೂರು ಅಥವಾ ಬೆಂಗಳೂರು ಸೇರಿಬಿಡೋಣ ಅಂತ ಇದ್ದೀನಿ. ರಾಜಕಾರಣ ನನಗೆ ಸಾಕಾಗಿದೆ.

ನಿಮ್ಮ ಎಲ್ಲಾ ಕತೆ ಅಮ್ಮನ ಹತ್ತಿರ ಹೇಳಿದ್ದೀನಿ. ಅವಳೀಗ ನಿಮ್ಮ ಕಡೆ ಇದ್ದಾಳೆ. ಈ ಕಪ್ಪುದಾರ ನಿಮ್ಮ ಕುತ್ತಿಗೆಗೆ ಅಥವಾ ಸೊಂಟಕ್ಕೆ ಕಟ್ಟಿಕೊಳ್ಳಿ, ಈ ತೆಂಗಿನಕಾಯಿ ಮಂತ್ರಿಸಿ ಇಟ್ಟಿದ್ದೀನಿ. ಇದನ್ನು ನಿಮ್ಮ ನೆತ್ತಿಯಿಂದ ಪಾದದ ತನಕ ಮೂರು ಸಲ ನಿವಾಳಿಸಿ ನೀವು ಇರೋ ಮನೆಗೆ ಮೂರು ಸುತ್ತು ಪ್ರದಕ್ಷಿಣೆ ಮಾಡಿ ಮನೆಯ ಮುಂದೆಯೇ ಇಡುಗಾಯಿ ಹಾಕಿ ಮನೆ ಒಳಗಡೆ ಹೋಗಿ ಸ್ನಾನ ಮಾಡಿ ನಿಮ್ಮ ಮನೆ ದೇವರಿಗೆ ಕೈ ಮುಗೀರಿ ಅಷ್ಟೇ ಸಾಕು. ನಿಮ್ಮ ಬದುಕು, ಭವಿಷ್ಯ ಎರಡೂ ಬದಲಾಗ್ತದೆ ನೋಡಿ.

ಅಯ್ಯೋ ನಾನು ಸಮಾಜವಾದಿ ಹಿನ್ನೆಲೆಯಿಂದ ಬಂದವನು. ನನಗೆ ಇದರಲ್ಲಿ ನಂಬಿಕೆ ಇಲ್ಲ. ನಿಮ್ಮ ನಂಬಿಕೆ ನಂಗೆ ಬೇಕಾಗಿಲ್ಲ. ಇಷ್ಟು ಮಾಡೋಕೆ ನೀವು ಏನೂ ಖರ್ಚು ಮಾಡಬೇಕಾಗಿಲ್ಲ. ಅಮ್ಮ ಉಳಿದದ್ದು ನೋಡಿಕೊಳ್ತಾಳೆ. ನಾನು ನಿಮ್ಮ ಬದುಕು, ಭವಿಷ್ಯ ಬದಲಾಗುತ್ತೆ ಅಂತ ಹೇಳಿದೆ. ಈಗ ಹೇಳ್ತಾ ಇದ್ದೀನಿ. ನಿಮ್ಮ ನಂಬಿಕೆಯೂ ಬದಲಾಗುತ್ತೆ ಎಂದು ಹೇಳಿದ ಅಪ್ಪ ಅವರ ಕೈಗೆ ಕಪ್ಪು ದಾರ, ಮತ್ತು ತೆಂಗಿನಕಾಯಿ ನೀಡಿದರು.

ತಪ್ಪು ತಿಳೀಬೇಡಿ. ನಿಮ್ಮ ಮನಸ್ಸಿಗೆ ಬೇಸರವಾಗಬಹುದು. ಇದನ್ನೆಲ್ಲಾ ನಾನು ತಗೊಂಡು ಹೋಗ್ತಿನಿ. ಆದ್ರೆ ಕಾಲಿಗೆ ಬಿದ್ದು ನಮಸ್ಕಾರ ಮಾಡೋಕೆ ಅದೇಕೋ ನನ್ನ ಓದು, ತಿಳಿವಳಿಕೆ, ಆತ್ಮಸಾಕ್ಷಿ ಒಪ್ತಾ ಇಲ್ಲ.

ಕಾಲಿಗೆ ಬೀಳಿ ಅಂತ ನಾನೆಲ್ಲಿ ಹೇಳಿದೆ. ಇಲ್ಲಿಯತನಕ ನಾನು ಯಾರನ್ನೂ ನನ್ನ ಕಾಲುಮುಟ್ಟಲು ಬಿಟ್ಟಿಲ್ಲ, ಯಾರೇ ಆಗಲಿ ಯಾರ ಕಾಲನ್ನೇ ಆಗಲಿ ಮುಟ್ಟಬಾರದು ಅಂತ ನಂಬಿರೋನು ನಾನು. ಅಮ್ಮನಿಗೆ ನಮಸ್ಕಾರ ಹಾಕುವುದು ಹಾಕದೇ ಇರುವುದು ನಿಮಗೆ ಬಿಟ್ಟಿದ್ದು, ಅಮ್ಮನಿಗೆ ನೀವು ನಮಸ್ಕಾರ ಮಾಡಿದರೂ ಮಾಡದೇ ಇದ್ದರೂ ಅವಳು ತನ್ನ ಕೆಲಸ ತಾನು ಮಾಡುತ್ತಾಳೆ.

ಸರಿಬಿಡಿ ಶಾಸ್ತ್ರಿಗಳೇ, ನೀವು ಹದಿನೈದು ವರ್ಷಗಳ ಹಿಂದೆಯೇ ಅಂತರಜಾತಿ ವಿವಾಹವಾಗಿ ಕ್ರಾಂತಿ ಮಾಡಿದವರು. ಹೀಗೆ ಮಾಡುವ ಮೂಲಕ ನಿಮ್ಮ ಜನಾಂಗದ ದ್ವೇಷ ಕಟ್ಟಿಕೊಂಡವರು. ಇಷ್ಟೆಲ್ಲಾ ಆದರೂ ಊರು ಬಿಡದೆ ಇಲ್ಲಿಯೇ ಇದ್ದು ಬದುಕು ಸಾಗಿಸುವ ಧೈರ್ಯ ತೋರಿಸಿದವರು ಎಂಬ ಕಾರಣದಿಂದ ನನಗೆ ನಿಮ್ಮ ಬಗ್ಗೆ ಗೌರವ ಇದೆ. ನಿಮ್ಮ ಮನಸ್ಸಿಗೆ ಬೇಸರ ಆಗದೇ ಇರಲಿ ಎಂಬ ಕಾರಣದಿಂದ ಈ ಕಪ್ಪುದಾರ ಮತ್ತು ತೆಂಗಿನಕಾಯಿ ತಗೊಂಡು ಹೋಗ್ತಿನಿ. ನೀವು ಹೇಳಿದ ಹಾಗೆ ಮಾಡ್ತೀನಿ ಅಂತ ಹೇಳಿ ಹೋದರು. ಅವರಿಗೆ ಅಪ್ಪ ಕಾಫಿ ಸಹಿತ ಕೊಡಲಿಲ್ಲ. ಅವರ ಜೊತೆ ಬಂದಿದ್ದ ಇಬ್ಬರು ಅಪ್ಪನ ಕಾಲಿಗೆ ಬೀಳುವ ತವಕ ತೋರಿದರು. ಅಪ್ಪ ಅದಕ್ಕೆ ಅವಕಾಶ ಕೊಡಲಿಲ್ಲ.

ಜಯರಾಮೇಗೌಡರಿಗೆ ಚುನಾವಣೆಯಲ್ಲಿ ಸ್ಪರ್ಧಿಸಲು ಟಿಕೆಟ್ ಸಿಕ್ಕಿತ್ತು. ಅವರಿಗೆ ಗೆಲ್ಲುವ ಅವಕಾಶವೇ ಇರಲಿಲ್ಲ ಅನ್ನುವ ಸ್ಥಿತಿ ಆರಂಭದ ದಿನಗಳಲ್ಲಿ ಇತ್ತಾದರೂ ಜನರಿಗೆ ಆಡಳಿತ ಪಕ್ಷದ ಬಗ್ಗೆ ವಿಪರೀತ ಸಿಟ್ಟು ಇತ್ತು. ಅದನ್ನು ಅವರು ಬಹಿರಂಗಪಡಿಸಿರಲಿಲ್ಲ ಚುನಾವಣೆಯಲ್ಲಿ ತೋರಿಸಿದರು. ಆಡಳಿತ ಪಕ್ಷ ತನ್ನ ಹದಿನೈದು ವರ್ಷಗಳ ಕೆಟ್ಟ ಆಡಳಿತಕ್ಕೆ ತಕ್ಕ ಶಿಕ್ಷೆ ಅನುಭವಿಸಿತು. ಜಯರಾಮೇಗೌಡರ ಬಳಿ ಹಣ ಇಲ್ಲದಿದ್ದರೂ ವಿಜಯ ಲಭಿಸಿತು. ಚುನಾವಣೆಯ ಫಲಿತಾಂಶ ಬಂದ ದಿನ ತಾಲ್ಲೂಕು ಕಛೇರಿಯಲ್ಲಿ ಚುನಾವಣಾಧಿಕಾರಿಯಿಂದ ಶಾಸಕನಾಗಿ ಆಯ್ಕೆಯಾದ ಪತ್ರ ಪಡೆದ ಜಯರಾಮೇಗೌಡರು ಯಾವುದೇ ಮೆರವಣಿಗೆಯಲ್ಲಿ ಭಾಗವಹಿಸಲಿಲ್ಲ. ತಮ್ಮ ಮನೆಗೆ ಹೋಗಲಿಲ್ಲ. ಅವರು ನೇರವಾಗಿ ಬಂದಿದ್ದು ನಮ್ಮ ಮನೆಗೆ ಬಂದವರೇ ತಮ್ಮ ಕೈಯಲ್ಲಿದ್ದ ಹಾರವನ್ನೇ ಅಪ್ಪನಿಗೆ ಹಾಕಿದರು. ಅಪ್ಪ ಬೇಡ, ಬೇಡ ಅಂದರೂ ಬಿಡದೆ ಅಪ್ಪನ ಕಾಲುಮುಟ್ಟಿ ನಮಸ್ಕಾರ ಮಾಡಿಯೇಬಿಟ್ಟರು.

ಶಾಸ್ತ್ರಿಗಳೇ ಎರಡು ತಿಂಗಳ ಹಿಂದೆ ನೀವು ಹೇಳಿದ ಪ್ರತಿ ಮಾತೂ ನಿಜವಾಯಿತು. ನಾನು ಈ ಸಲ ಟಿಕೆಟ್ ಕೇಳುವುದೇ ಬೇಡ ಅಂತಿದ್ದೆ. ಯಾವುದಕ್ಕೂ ಇರಲಿ ಎಂದು ಅರ್ಜಿ ಹಾಕಿದೆ. ಗೋಪಾಲಯ್ಯ ಮಂತ್ರಿಯಾಗಿ ಬೆಂಗಳೂರಿನಲ್ಲಿ ಬೇಕಾದಷ್ಟು ಜನರ ದ್ವೇಷ ಕಟ್ಟಿಕೊಂಡಿದ್ದ. ಅವರೆಲ್ಲಾ ನನ್ನನ್ನು ಹುಡುಕಿಕೊಂಡು ಬಂದು ಹಣ, ವಾಹನಗಳ ಸಹಾಯ ಮಾಡಿದರು. ನೀವು ನಂಬಿ ಅಥವಾ ಬಿಡಿ ಅವರು ಕೊಟ್ಟಿರುವ ಹಣದಲ್ಲಿ ಇನ್ನೂ ಸ್ವಲ್ಪ ಹಣ ನನ್ನ ಹತ್ತಿರವೇ ಇದೆ. ಅದರಲ್ಲಿ ನನ್ನ ಸಾಲ ಕೂಡ ತೀರಿಹೋಗುತ್ತೆ. ಇದೆಲ್ಲಾ ನೀವು ನಾನು ಕೇಳದೇ ಮಾಡಿದ ಸಹಾಯ. ಈ ಜನ್ಮದಲ್ಲಿ ನಾನು ನಿಮ್ಮನ್ನು ಮರೆಯುವುದಿಲ್ಲ. ಇವತ್ತಿನಿಂದ ನೀವು ನನ್ನ ರಾಜಗುರು, ನೀವು ತೋರಿಸಿದ ಹಾದಿಯಲ್ಲೇ ನಾನು ಸಾಗುತ್ತೇನೆ. ಅಮ್ಮನ ಕೃಪೆ ನಿಮ್ಮ ಕಾರಣದಿಂದ ನನಗೆ ದಕ್ಕಿತು ಎಂದು ವಿನೀತರಾಗಿ ಹೇಳಿದರು. ಇನ್ನು ಮುಂದೆ ನಾನು ನಿಮ್ಮ ಮುಂದೆ ಕೂರುವ ಧೈರ್ಯ ಕೂಡ ಮಾಡುವುದಿಲ್ಲ ಅಂತಲೂ ಹೇಳಿದರು.

ಅಮ್ಮನಿಗೆ ಒಂದು ಸಲ ನಮಸ್ಕಾರ ಮಾಡಿ ಅವಳ ಕೃಪೆ ಕೇಳೋಣ ಅಂತ ಇದ್ದೀನಿ. ಎಲ್ಲಿದೆ ಅಮ್ಮನ ವಿಗ್ರಹ? ಅಲ್ಲಿಗೆ ನಾನು ಬರಬಹುದೇ? ಎಂದು ಅವರು ಕೇಳಿದರು.

ನನ್ನ ಅಮ್ಮ ನಿರಾಕಾರಳು, ಇಡೀ ಜಗತ್ತೇ ಅವಳಾಗಿರುವಾಗ ಅವಳಿಗೆ ಒಂದು ರೂಪ ಕೊಟ್ಟು ಕೈಕಾಲು ಕೊಟ್ಟು ಒಂದು ಚಿಕ್ಕ ಕೋಣೆಯಲ್ಲಿ ಕೂಡಿ ಹಾಕುವುದೇಗೆ ಗೌಡರೆ, ಅಮ್ಮ ಎಲ್ಲಾ ಕಡೆ ಇದ್ದಾಳೆ, ನೀವು ಯಾವಾಗ ಬೇಕಾದರೂ ಯಾವ ಜಾಗದಿಂದ ಬೇಕಾದರೂ ಅವಳಿಗೆ ಕೈ ಮುಗಿಯಬಹುದು. ನನ್ನ ಜಗದೀಶ್ವರಿ ಎಲ್ಲಾ ಕಡೆ ಇದ್ದಾಳೆ.

ಹೌದು, ಹೌದು, ಬ್ರಹ್ಮ ನಿರಾಕಾರ ಎಂದು ಪುರಾಣದಲ್ಲಿ ವೇದಗಳಲ್ಲಿ ಹೇಳಿದೆ ಅಂತ ಕೇಳಿದ್ದೀನಿ. ಆದರೆ ಮನುಷ್ಯಮಾತ್ರರಿಗೆ ಒಂದು ವಿಗ್ರಹ, ಮೂರ್ತಿ ಬೇಕಲ್ಲ ಅದಕ್ಕಾಗಿ ಕೇಳಿದೆ. ಅಮ್ಮ ನೀನೇ ಕಾಪಾಡು ಎಂದು ಗೌಡರು ಆಕಾಶಕ್ಕೆ ಕೈಮುಗಿದು ಇನ್ನೊಂದು ಸಲ ಬರುವುದಾಗಿ ಹೇಳಿ ಹೋದರು.

ಅಂದಿನಿಂದ ನಮ್ಮ ಮನೆಯ ವಾತಾವರಣವೇ ಬದಲಾಯಿತು. ಬರುವವರ ಸಂಖ್ಯೆ ಜಾಸ್ತಿಯಾಯಿತು. ಇದರ ಜೊತೆಯಲ್ಲೇ ಅಪ್ಪನ ಸಿಟ್ಟು ಕೂಡ ಜಾಸ್ತಿಯಾಯಿತು. ಅಮಾವಾಸೆ, ಹುಣ್ಣಿಮೆ ಮತ್ತು ಶನಿವಾರ ಬಿಟ್ಟು ಉಳಿದ ದಿನ ಬಂದವರನ್ನು ಅಪ್ಪ ಯಾವುದೇ ಮುಲಾಜು ಇಲ್ಲದೆ ಹೊರಗಟ್ಟುತ್ತಿದ್ದರು. ಅಪ್ಪನ ಆದಾಯವೂ ಜಾಸ್ತಿಯಾಯಿತು. ಒಂದೇ ಒಂದು ಕಪ್ಪು ದಾರದಿಂದ ಜಯರಾಮೇಗೌಡರ ಬದುಕಿನ ದಿಕ್ಕನ್ನು ಬದಲಾಯಿಸಿದ ಅಪ್ಪ, ಬಹಳಷ್ಟು ಜನರಿಗೆ ದೇವಮಾನವನಂತೆ ಕಂಡರು.

ನಮ್ಮ ಮನೆಯ ಆದಾಯವೂ ಜಾಸ್ತಿಯಾಯಿತು. ಅಧಿಕಾರಿಗಳು ಬರಲಾರಂಭಿಸಿದರು. ಬಂದವರಿಗೆಲ್ಲಾ ಅಪ್ಪನದು ಒಂದೇ ಮಂತ್ರ, ನ್ಯಾಯ ನಿಮ್ಮ ಪರವಾಗಿದ್ದರೆ ಅಮ್ಮನ ಕೃಪೆ ನಿಮ್ಮ ಮೇಲೆ ಇರುತ್ತದೆ. ಅನ್ಯಾಯ ಮಾಡಿದರೆ ನಾಶವಾಗುತ್ತೀರಿ.

ಇವೆಲ್ಲಾ ಆಗುವಾಗ ನಾನು ಎಂಟನೇ ತರಗತಿಗೆ ಬಂದಿದ್ದೆ.

ಅಪ್ಪ ದಿನಕ್ಕೆ ಎರಡು ಹೊತ್ತು ಮಾತ್ರ ತಿನ್ನುತ್ತಿದ್ದರು. ಬೆಳಿಗ್ಗೆ ಅವರು ತಿಂಡಿ ಮಾಡಿ ಅದನ್ನೇ ಮಧ್ಯಾಹ್ನ ನನ್ನ ಬುತ್ತಿಗೂ ಕಟ್ಟಿಕೊಡುತ್ತಿದ್ದರು. ರಾತ್ರಿಯ ಊಟ ಎಂಟು ಗಂಟೆಗೆ ಮುಗಿಯುತ್ತಿತ್ತು. ಸರ್ಕಾರಿ ಶಾಲೆಯಲ್ಲಿ ನಾನು ಓದುತ್ತಿದ್ದ ಕಾರಣ ತುಂಬಾ ಖರ್ಚೇನೂ ಆಗುತ್ತಿರಲಿಲ್ಲ.

ನಮ್ಮ ತಾತ ಶಾನುಭೋಗರಾಗಿದ್ದರಂತೆ. ಅವರಿಂದ ಎರಡು ಎಕರೆ ಹೊಲ ಕಾಫಿ ತೋಟವಾಯಿತು. ಒಂದು ಎಕರೆ ಗದ್ದೆಯಲ್ಲಿ ವಾರದ ಭತ್ತ ಬರುತ್ತಿತ್ತು. ಮನೆಯಲ್ಲಿ ಯಾವ ಸಾಮಾನು ಖರೀದಿ ಮಾಡಬೇಕಾಗಿರಲಿಲ್ಲ. ಅಪ್ಪನಿಗೆ ಅಂಗಿಯ ಬಟ್ಟೆ, ಪಂಚೆ ಇವೆಲ್ಲವೂ ಕೂಡ ಕಾಣಿಕೆಯ ರೂಪದಲ್ಲಿ ಬರುತ್ತಿದ್ದವು. ಖರ್ಚು ತುಂಬಾ ಕಡಿಮೆ ಇದ್ದ ಕಾರಣದಿಂದ ಹಣ ಉಳಿಕೆಯಾಗುತ್ತಿತ್ತು.

ಮರೂರು ಸ್ವಲ್ಪ ದೊಡ್ಡ ಊರೇ. ಅರೆಮಲೆನಾಡಿನ ಈ ಪ್ರದೇಶದಲ್ಲಿ ಪ್ರಾಥಮಿಕ ಶಾಲೆ, ಪ್ರೌಢಶಾಲೆ ಇದ್ದವು. ಮುನ್ನೂರು ಮನೆಗಳ ಈ ಗ್ರಾಮದಲ್ಲಿ ಬ್ರಾಹ್ಮಣರ ಮನೆಗಳು ಎಂಟೋಹತ್ತೋ ಇದ್ದವು. ಉಳಿದಂತೆ ಗೌಡರು, ಲಿಂಗಾಯಿತರು, ಕುರುಬಗೌಡರು, ಕುಂಬಾರರು, ದಲಿತರು, ಸಾಬರು ಎಲ್ಲರೂ ಇದ್ದರು. ನಮ್ಮ ಮನೆ ಊರ ಹೊರಗಡೆ ಇತ್ತು. ನಮ್ಮ ಪೂರ್ವಿಕರ ಜಮೀನಿನಲ್ಲಿಯೇ ಇತ್ತು. ಊರ ಒಳಗಡೆ ನಮ್ಮ ತಾತನ ಮನೆ ಇದೆ. ಇಲ್ಲಿಗೆ ನಾನು ಯಾವಾಗಲೂ ಹೋಗಿಲ್ಲ. ಅದಕ್ಕೆ ಬೀಗ ಜಡಿದಿದ್ದು ದೊಡ್ಡಪ್ಪ, ವರ್ಷಕ್ಕೆ

ಎರಡು ಸಲ ಬಂದು ಹೋಗುತ್ತಿದ್ದರು. ಅವರು ನಮ್ಮ ಮನೆಗೆ ಬರುತ್ತಿರಲಿಲ್ಲ. ಅಪ್ಪನೂ ಅವರ ಬಳಿಗೆ ಹೋಗುತ್ತಿರಲಿಲ್ಲ.

ದೊಡ್ಡಪ್ಪ, ಅಜ್ಜಿ, ತಾತನ ತಿಥಿಯ ಸಮಯದಲ್ಲಿ ಊರಿಗೆ ಬರುತ್ತಿದ್ದರು. ಅಪ್ಪ ಎಂದೂ ಅಜ್ಜಿ, ತಾತನ ತಿಥಿ ಮಾಡುತ್ತಿರಲಿಲ್ಲ. ಅಮ್ಮನ ತಿಥಿಯನ್ನು ಮಾತ್ರ ತಪ್ಪದೆ ಮಾಡುತ್ತಿದ್ದರು. ಅವತ್ತು ಶಾಲೆಗೆ ನಾನು ರಜೆ ಹಾಕಲೇಬೇಕಾಗಿತ್ತು. ಇಲ್ಲದಿದ್ದರೆ ನನಗೆ ಶಿಕ್ಷೆಯಾಗುತ್ತಿತ್ತು. ಡಿಸೆಂಬರ್ ತಿಂಗಳಿನ ಅಮಾವಾಸೆಯ ಹಿಂದಿನ ರಾತ್ರಿ ಅಮ್ಮನ ತಿಥಿ ಇರುತ್ತಿತ್ತು. ಈ ತಿಥಿ ಬಿಟ್ಟರೆ ಗೌರಿಗಣೇಶ, ಯುಗಾದಿ, ಇತ್ಯಾದಿ ಯಾವ ಹಬ್ಬವೂ ನಮ್ಮ ಮನೆಯಲ್ಲಿ ನಡೆಯುತ್ತಿರಲಿಲ್ಲ. ತಿನ್ನಬೇಕು ಅಂತ ಅನಿಸಿದ ದಿವಸ ಅದರಲ್ಲಿಯೂ ಭಾನುವಾರದಂದು ಯಾವುದಾದರೂ ತಿಂಡಿಯನ್ನು ಅಪ್ಪ ಮಧ್ಯಾಹ್ನದ ಊಟಕ್ಕೆ ಮಾಡುತ್ತಿದ್ದರು. ಅಡುಗೆ ಮಾಡುವುದರಲ್ಲಿ ಅಪ್ಪನದು ಎತ್ತಿದ ಕೈ. ನಳಪಾಕ ಅಂತಾರಲ್ಲ ಹಾಗೆ. ಅಪ್ಪನ ಕೈರುಚಿ ಹತ್ತಿದ ನನಗೆ ಹೊರಗಡೆ ಊಟ ಮಾಡಲು ಆಗುತ್ತಲೇ ಇರಲಿಲ್ಲ.

ಹೈಸ್ಕೂಲಿನ ದಿನಗಳಲ್ಲಿ ಕ್ರಿಕೆಟ್ ಹುಚ್ಚು ನನಗೆ ತಗುಲಿತು. ಶಾಲೆ ಬಿಟ್ಟ ನಂತರ ಶಾಲೆಯ ಮೈದಾನದಲ್ಲಿಯೇ ಸಂಜೆ ಆರರ ತನಕ ಆಡಿ ಮನೆಗೆ ಬರುವುದು ಮಾಮೂಲಿನ ಸಂಗತಿಯಾಯಿತು. ನಮ್ಮ ಶಾಲೆಯೂ ಊರಿನ ಹೊರಗಡೆ ಇದ್ದು ನನ್ನ ಮನೆಗೆ ಹತ್ತಿರವಾಗಿಯೇ ಇದ್ದ ಕಾರಣ ಮೈದಾನದಲ್ಲಿ ಇತರ ಮಕ್ಕಳಿಗಿಂತ ಹೆಚ್ಚಿನ ಸಮಯ ನಾನು ಕಳೆಯುತ್ತಿದ್ದೆ. ಕ್ರಿಕೆಟ್ ಆಟ ಮುಗಿಸಿ ಎಲ್ಲರೂ ಮನೆಗೆ ಹೋದ ನಂತರ ಮೈದಾನದಲ್ಲಿ ಎರಡು ರೌಂಡ್ ಓಡಿ, ಬ್ಯಾಗ್ ಬೆನ್ನಿಗೇರಿಸಿ ಮನೆಯ ಕಡೆಗೆ ಓಡುತ್ತಿದ್ದೆ. ಸೌರವ್ ಗಂಗೂಲಿಯ ರೀತಿ ಪ್ರಸಿದ್ಧ ಕ್ರಿಕೆಟ್ ಆಟಗಾರನಾಗಬೇಕು ಎಂಬ ಆಸೆ ನನಗಿತ್ತು.

ಒಂದು ದಿನ ಆಟ ಮುಗಿಸಿ ಮನೆಗೆ ಓಡುತ್ತಾ ಬರುವಾಗ ದಾರಿಯಲ್ಲಿ ಒಬ್ಬ ಹಿರಿಯರು ಅವರ ಪತ್ನಿ ಜೊತೆಗೆ ಇಬ್ಬರು ಯುವಕ ಮತ್ತು ಯುವತಿ ವಾಕಿಂಗ್ ಬರುತ್ತಿದ್ದರು. ಊರಿಗೆ ಹೊಸಬರಾದ ಕಾರಣದಿಂದ ಅವರನ್ನು ಹತ್ತಿರದಿಂದ ಗಮನಿಸಿದೆ. ಅವರು ನನ್ನ ದೊಡ್ಡಪ್ಪ, ಅವರ ಹೆಂಡತಿ ದೊಡ್ಡಮ್ಮ, ಆ ಯುವಕ ನನ್ನ ಅಣ್ಣ, ಆಕೆ ನನ್ನ ಅಕ್ಕ, ಯಾಕೋ ಏನೋ ಅವರನ್ನು ಮಾತನಾಡಿಸಬೇಕು, ಸಾಧ್ಯವಾದರೆ ಅವರನ್ನು ಒಂದು ಸಲ ಮುಟ್ಟಬೇಕು ಅಂತ ಅನಿಸಿತು. ಒಂದು ವೇಳೆ ನಾನು ಮಾತನಾಡಿಸಿ ಅವರು ಬೈದುಬಿಟ್ಟರೆ ಎಂಬ ಭಯವೂ ಆಯಿತು. ಅವರು ನನ್ನನ್ನು ದಾಟಿ ಹೋದರು. ಅವರಷ್ಟಕ್ಕೆ ಅವರು ಮಾತನಾಡಿಕೊಂಡು ಹೋದರೇ ಹೊರತು ನನ್ನನ್ನು ಅವರು ಗಮನಿಸಲಿಲ್ಲ.

ಮನೆಗೆ ಬಂದು ಕೈಕಾಲು ಮುಖ ತೊಳೆದು ಅಪ್ಪ ಕೊಟ್ಟ ಕಾಫಿ ಕುಡಿಯುತ್ತಾ ಇದ್ದಾಗ ದೊಡ್ಡಪ್ಪ ಊರಿಗೆ ಬಂದಿರುವ ಬಗ್ಗೆ ಅಪ್ಪನಿಗೆ ಹೇಳಲೇ ಅಂದುಕೊಂಡೆ. ಮೊದಲೇ ಅಪ್ಪ ಮಾತು ಕಮ್ಮಿ, ಇತ್ತೀಚೆಗೆ ಸ್ವಲ್ಪ ಸಿಟ್ಟು ಜಾಸ್ತಿ ಇದೆ. ಮನೆಯಲ್ಲಿಯೂ ಅವರು ನನ್ನ ಜೊತೆ ತುಂಬಾ ಮಾತನಾಡುತ್ತಿರಲಿಲ್ಲ. ನಾನು ಕೇಳಿದಾಗಲೆಲ್ಲಾ ನನ್ನ ಅಗತ್ಯಗಳನ್ನು ಪೂರೈಸುತ್ತಿದ್ದರು. ನನ್ನ ಬಟ್ಟೆ ಅವರೇ ಒಗೆದುಕೊಡುತ್ತಿದ್ದರು. ಮನೆ ಕಸ ಗುಡಿಸುವ ಜವಾಬ್ದಾರಿಯೂ ನನಗೆ ಇರಲಿಲ್ಲ. ಅಪ್ಪನ ಬಗ್ಗೆ ನನಗೆ ಪ್ರೀತಿಗಿಂತ ಭಯವೇ ಜಾಸ್ತಿ ಇತ್ತು. ನಾನು ದೊಡ್ಡಪ್ಪನ ವಿಷಯ ತೆಗೆಯುವುದು ಅವರಿಗೆ ಸಿಟ್ಟು ಬರುವುದು ಇವೆಲ್ಲಾ ಯಾಕೆ ಅಂತ ಸುಮ್ಮನಾದೆ. ಆದರೆ ನನಗೂ ಅಣ್ಣ ಇದ್ದಾನೆ. ಅಕ್ಕ ಇದ್ದಾಳೆ. ಅವರನ್ನು ಒಂದು ಸಲ ಯಾಕೆ ಮಾತನಾಡಿಸಬಾರದು, ಅಣ್ಣನಿಗಿಂತ ಅಕ್ಕನ ಜೊತೆ ಯಾಕೆ ಒಂದರ್ಧ ದಿನ ಕಳೆಯಬಾರದು, ಅವಳು ಎಷ್ಟು ಚೆಂದ ಇದ್ದಾಳೆ, ನನಗಿಂತ ನಾಲ್ಕು ವರ್ಷ ದೊಡ್ಡವಳಿರಬಹುದು. ಈಗ ಅವಳು ಪಿ.ಯು.ಸಿ. ಮಾಡುತ್ತಿರಬಹುದು.

ನಾಳೆ ಶಾಲೆಗೆ ಚಕ್ಕರ್ ಹೊಡೆದಾದರೂ ಸರಿ ತಾತನ ಮನೆಗೆ ಹೋಗಬೇಕು. ದೊಡ್ಡಪ್ಪ ಬಂದಿದ್ದಾರೆ ಅಂದರೆ ತಾತನದ್ದೋ ಅಜ್ಜಿಯದ್ದೊ ತಿಥಿ ಇರಬೇಕು. ಅಪ್ಪ ಯಾಕೆ ಅವರ ತಿಥಿ ಮಾಡುವುದಿಲ್ಲ, ಅಮ್ಮನ ತಿಥಿಯಂತೆ ಅವರ ತಿಥಿಯನ್ನು ಮಾಡಬಹುದು. ಯಾವುದಕ್ಕೂ ನಾಳೆ ಶಾಲೆಗೆ ಅರ್ಧದಿನ ಚಕ್ಕರ್ ಹೊಡೆದು ತಾತನ ಮನೆಗೆ ಹೋಗುವುದೇ ಸರಿ ಎಂದು ತೀರ್ಮಾನ ಮಾಡಿ ಅದರ ಗುಂಗಿನಲ್ಲಿಯೇ ಇದ್ದಾಗ ನಿದ್ರೆ ಬರುವುದು ತಡವಾಯಿತು.

ಬೆಳಿಗ್ಗೆ ಎದ್ದು ಶಾಲೆಗೆ ಹೋಗಲು ಸಿದ್ಧತೆ ಮಾಡುತ್ತಿದ್ದಾಗ ಒಂದು ಸಲ ಅಪ್ಪನನ್ನು ಕೇಳಿನೋಡಲೇ ಅಂತ ಅನಿಸಿತಾದರೂ ಭಯದಿಂದ ಸುಮ್ಮನಾದೆ. ಶಾಲೆಗೆ ಹೋಗಿ ಯಾಕೋ ತಲೆನೋವು ಬರುತ್ತಿದೆ ಸಾರ್ ಅಂತ ಸುಳ್ಳು ಹೇಳಿ ಆಸ್ಪತ್ರೆಗೆ ಹೋಗಿ ಬರಲು ಅನುಮತಿ ಪಡೆದು ಮೆಲ್ಲನೆ ತಾತನ ಮನೆಯ ಕಡೆ ಹೊರಟೆ. ತಾತನ ಮನೆಯ ಮುಂದೆ ಬಂದು ನಿಂತಾಗ ಯಾಕೋ ಇಡೀ ಮೈ ಸಣ್ಣದಾಗಿ ಅಲುಗಾಡಿತು. ಯಾರಾದರೂ ನಾನು ಮನೆಯ ಒಳಗಡೆ ಹೋಗುವುದನ್ನು ನೋಡಿ ಅಪ್ಪನಿಗೆ ಹೇಳಿದರೆ ಎಂಬ ಭಯವೂ ಆಗಿ ಏನು ಮಾಡಬೇಕು ಅಂತ ಗೊತ್ತಾಗದೆ ನಿಂತಿರುವಾಗ ಆ ಹುಡುಗಿ ನನ್ನ ಅಕ್ಕ ಯಾಕೋ ಹೊರಗೆ ಬಂದಳು. ಮನೆಯ ಮುಂದೆ ನಿಂತಿದ್ದ ನನ್ನನ್ನು ನೋಡಿ ಯಾರು ಅನ್ನುವಂತೆ ಹುಬ್ಬು ಮೇಲೆ ಮಾಡಿದಳು.

ಅಕ್ಕ ನಾನು ಭಾರ್ಗವ ಅಂದೆ

ಯಾವ ಭಾರ್ಗವ?

ನಾನು ಕೃಷ್ಣಶಾಸ್ತ್ರಿಗಳ ಮಗ.

ಅಪ್ಪ, ಅಪ್ಪ ಎಂದು ಆ ಹುಡುಗಿ ಜೋರಾಗಿ ಕೂಗಿದಳು.

ಇವಳ ಧ್ವನಿ ಕೇಳಿ ದೊಡ್ಡಪ್ಪ, ಹೊರಗಡೆ ಬಂದರು. 'ಯಾಕೆ ಏನಾಯ್ತು' ಅಂತ ಕೇಳಿದರು.

ಅಪ್ಪ ಇವನು ಭಾರ್ಗವ, ಕೃಷ್ಣ ಚಿಕ್ಕಪ್ಪನ ಮಗ ಅಂದಳು.

ದೊಡ್ಡಪ್ಪ ನನ್ನನ್ನು ಮೇಲಿನಿಂದ ಕೆಳಗಿನ ತನಕ ನೋಡಿದರು. ಮುಖ ತಿರುಗಿಸಿದರೂ ಪುನಃ ದುರುಗುಟ್ಟಿ ನೋಡಿದರು.

ಇವನು ಆ ಕುಂಬಾರರ ಹೆಂಗಸಿನ ಹಾಗೆಯೇ ಇದ್ದಾನೆ.

ಯಾವ ಕುಂಬಾರ ಅಪ್ಪ

ಅದೇ ಇವನ ಅವ್ವ, ನಮ್ಮ ಇಡೀ ಮನೆತನದ, ಜಾತಿಯ ಹೆಸರನ್ನು ಮಡಿಕೆಯಲ್ಲಿಟ್ಟು ಹೂತು ಹಾಕಿದವಳು. ಅವಳ ಮಗನೇ ಇವನು.

ಇಲ್ಲಿಗ್ಯಾಕೋ ಬಂದೆ, ಆ ಕುಂಟ ಕಳುಸಿದ್ದಾ ಅಥ್ವ ನೀನೇ ಬಂದ್ಯಾ

ಅಪ್ಪ, ಅಪ್ಪ ಸುಮ್ಮನಿರಿ ಅಪ್ಪ, ಬಾರೋ ಭಾರ್ಗವ ಅಂತ ಅಕ್ಕ ಕರೆದಳು.

'ಅವನ್ಯಾಕೆ ಇಲ್ಲಿ, ನಡಿಯೇ ಒಳಗಡೆ ಹೋಗ್ತೀಯೋ ನಾಲ್ಕು ಬಡಿಲೋ' ಎಂದು ದೊಡ್ಡಪ್ಪ ಅಬ್ಬರಿಸಿದಾಗ ಒಂದು ಮೆಟ್ಟಿಲು ಇಳಿದಿದ್ದ ಅವಳು ಪುನಃ ಮೆಟ್ಟಲು ಹತ್ತಿ ಮುಖ ಸಪ್ಪಗೆ ಮಾಡಿಕೊಂಡು ಒಳಗಡೆ ಹೋದಳು. ಒಂದು ಹೆಜ್ಜೆ ಮುಂದೆ ಇರಿಸಿದ್ದ ನಾನು ಎರಡು ಹೆಜ್ಜೆ ಹಿಂದೆ ಸರಿದೆ.

ಓಹೋ ನಿನಗೆ ಭಾರ್ಗವ ಅಂತ ಹೆಸರು ಬೇರೆ ಇಟ್ಟಿದ್ದಾನೆ ಆ ಕುಂಟ, ಯಾವುದಾದರೂ ಕುಂಬಾರರ ಹೆಸರು ಇಡಬಹುದಾಗಿತ್ತು. ಕೊನೆಗೆ ಭಕ್ತಕುಂಬಾರ ಅಂತಾದ್ರೂ ಹೆಸರಿಡಬಹುದಾಗಿತ್ತು, ಇಲ್ಲಿಗ್ಯಾಕೆ ಬಂದೆ. ಅದನ್ನು ಮೊದ್ಲು ಹೇಳು.

ನಾನು ನಿಮ್ಮ ಹತ್ತಿರ ಮಾತಾಡೋಣ ಅಂತಾನೇ ಬಂದೆ.

ಯಾಕೆ ನಿಮ್ಮಪ್ಪನ್ನೂ ಕರಕೊಂಡು ಬರಬೇಕಿತ್ತು.

ಅವರಿಗೆ ನಾನು ಹೇಳೇ ಇಲ್ಲ.

ಅವನು ನಿಮ್ಮಪ್ಪ, ನಮ್ಮ ಮನತನದ, ಇಡೀ ಬ್ರಾಹ್ಮಣರ ಮತ್ತು ನನ್ನಪ್ಪ, ಅಮ್ಮನ ಹೆಸರು ಹಾಳು ಮಾಡಿದ. ಅವನು ಜಾತಿ ಕೆಟ್ಟ ಸುದ್ದಿ ಕೇಳಿ ಅಪ್ಪ ಪ್ರಾಣ ಬಿಟ್ಟರು. ಅಪ್ಪ ಹೋದ್ರಲ್ಲ ಅಂತ ಅಮ್ಮನೂ ಹಾಸಿಗೆ ಹಿಡಿದು ಪ್ರಾಣಬಿಟ್ಟರು. ಶಾಸ್ತ್ರಿಗಳ ಮನೆ ಅಂದ್ರೆ ಇಡೀ ಊರಲ್ಲಿ ಒಂದು ವಿಶೇಷ ಗೌರವ, ಮರ್ಯಾದೆ ಇತ್ತು. ಎಲ್ಲನೂ ನಿಮ್ಮಪ್ಪ ಹಾಳು ಮಾಡಿದ. ಅದರ ಮೇಲೆ ಅಪ್ಪನ ಜಮೀನಿನ ಮೇಲೂ ತನ್ನ ಹಕ್ಕು ಸ್ಥಾಪನೆ ಮಾಡಿದ. ಪ್ರಾಣ ತೆಗೆದವನು ಅವನೇ, ಜಾಗ ಕಬಳಿಸಿದವನೂ ಅವನೇ. ಈಗ ಅವನಿಗೆ ಪುನಃ ಏನು ಬೇಕಂತೆ ಯಾವ ಮುಖ ಹೊತ್ತು ಅವನು ಇಲ್ಲಿಗೆ ಬರ್ತಾನೆ. ನೀನು ಯಾರ ಮನೆ ಹಾಳು

ಮಾಡಾಕೆ ಬಂದೆ? ರಕ್ತದ ಒತ್ತಡ ಅವರಿಗೆ ಏರುತ್ತಾ ಹೋಯಿತು, ಅವರು ಸಿಟ್ಟಿನಲ್ಲಿ ಕಂಪಿಸುತ್ತಿದ್ದರು.

ನನಗೂ ಸಹನೆ ಮೀರಿಹೋಗಿತ್ತು. ಅಪ್ಪ, ಅಮ್ಮನ ಬಗ್ಗೆ ತೀರಾ ಕೆಟ್ಟದಾಗಿ ಮಾತನಾಡುತ್ತಿರುವ ಈ ದೊಡ್ಡಪ್ಪನ ಮೇಲೂ ಸಿಟ್ಟು ಬಂತು. ಇವರ ಕೂಗಾಟ ನೋಡಿ ಮನೆಯ ಒಳಗಡೆ ಇದ್ದ ಇವರ ಹೆಂಡತಿ, ಮಕ್ಕಳು ಹೊರಬಂದರು. ಅಪ್ಪನ ಈ ಕೂಗಾಟಕ್ಕೆ ನಾನೇ ಕಾರಣ ಅನ್ನುವುದು ಆ ಯುವಕ, ನನ್ನ ಅಣ್ಣನಿಗೆ ತಿಳಿಯಲು ತುಂಬಾ ಸಮಯವೇನೂ ಬೇಕಾಗಲಿಲ್ಲ. ಅವನು ನನಗೆ ಹೊಡೆಯುವ ಸಲುವಾಗಿ ಮೆಟ್ಟಿಲಿಳಿಯಲಾರಂಭಿಸಿದ. ನಾನು ಬಗ್ಗಿ ಆ ಕಡೆ, ಈ ಕಡೆ ನೋಡಿದೆ. ಅಲ್ಲಿ ಕಲ್ಲು ಕಾಣಲಿಲ್ಲ. ಬದಲಿಗೆ ಸಗಣಿಯ ತೊಪ್ಪೆಯೊಂದು ಕಂಡಿತು.

ಕೈಯಲ್ಲಿ ಆ ತೊಪ್ಪೆಯನ್ನು ಹಿಡಿದುಕೊಂಡು ಅದನ್ನು ದೊಡ್ಡಪ್ಪನ ಕಡೆಗೆ ಎಸೆದೆ. ಅದು ಅವರ ಮುಖಕ್ಕೆ ಬಿತ್ತು. ಅವರ ಪಕ್ಕದಲ್ಲಿಯೇ ನಿಂತಿದ್ದ ದೊಡ್ಡಮ್ಮನ ತಲೆಗೂ ಸ್ವಲ್ಪ ಬಿತ್ತು.'ಯಾವನಾದ್ರೂ ನಮ್ಮಪ್ಪನ ತಂಟೆಗೆ ಬಂದ್ರೆ ಹುಟ್ಟಲಿಲ್ಲ ಅಂತ ಅನ್ನಿಸಿಬಿಡ್ತೀನಿ. ಬೋಳಿ ಮಕ್ಳಾ' ಎಂದು ಕೂಗಿ ಹೇಳಿ ಅಲ್ಲಿಂದ ಓಡಿದೆ. ಸೀದಾ ಶಾಲೆಯ ತನಕವೂ ಓಡಿದೆ. ಕೈ ತೊಳೆದೇ ಇಲ್ಲ ಅನ್ನುವುದು ನೆನಪಿಗೆ ಬರುವಷ್ಟರಲ್ಲಿ ಅಂಗಿ, ಚಡ್ಡಿ ಎಲ್ಲಕ್ಕೂ ಕೈಯಲ್ಲಿದ್ದ ಸಗಣಿಯ ಕಲೆ ಅಂಟಿಕೊಂಡಿದ್ದವು. ಶಾಲೆಗೆ ಹೋಗಲಿಲ್ಲ.

ಮೈದಾನದ ಆ ಕಡೆಯ ತುದಿಯಲ್ಲಿದ್ದ ಅತ್ತಿ ಮರದ ಕೆಳಗಡೆ ಕುಳಿತೆ, ಅಳು ಬಂತು. ಬಿಕ್ಕಳಿಸಿ ಅತ್ತೆ. ಸಿಟ್ಟು ಬಂತು. ಯಾರ ಮೇಲೆ ಸಿಟ್ಟು ಅದು ದೊಡ್ಡಪ್ಪನ ಮೇಲಾ, ಅಪ್ಪನ ಮೇಲಾ, ಜಾತಿಯ ಮೇಲಾ ಅಥವಾ ಅಮ್ಮನ ಮೇಲಾ! ಯಾರ ಮೇಲೆ ಸಿಟ್ಟು ಅಂತ ನಂಗೆ ಗೊತ್ತಾಗಲೇ ಇಲ್ಲ. ಕೈಯಲ್ಲಿ ಒಂದು ಕಲ್ಲು ಹಿಡಿದು ಆ ಕಡೆ ಈ ಕಡೆ ನೋಡಿದೆ. ಎದುರಿಗೆ ಒಂದು ಲೈಟ್‌ಕಂಬ, ಅದರಲ್ಲಿ ಒಂದು ಬಲ್ಬ್ ಕಂಡಿತು ಗುರಿ ಇಟ್ಟು ಎಸೆದೆ ಬಲ್ಬ್ ಫಳಾರ್ ಅಂತು, ಅಲ್ಲಿಗೆ ಸಿಟ್ಟು, ಕಡಿಮೆಯಾಗಲಿಲ್ಲ. ಇನ್ನೊಂದು ಕಲ್ಲು ತೆಗೆದು ಮರದ ಮೇಲೆ ಎಸೆದೆ. ಒಂದೆರಡು ಹಕ್ಕಿಗಳು ಹಾರಿಹೋದವು.

┌─────┐
│ 2 │
└─────┘

ಅಂಜಿ ಮತ್ತು ಅವನ ಹೆಂಡತಿ ನಮ್ಮ ಕಾಫಿ ತೋಟದಲ್ಲಿ ಅಗತ್ಯ ಇದ್ದಾಗ ಕೆಲಸಕ್ಕೆ ಬರುತ್ತಿದ್ದರು. ಅವತ್ತು ಕಾಫಿಯನ್ನು ಒಣಗಿಸುವ ಕೆಲಸ ನಡೆಯುತ್ತಿತ್ತು. ಮನೆಯ ಮುಂದಿನ ಅಂಗಳದಲ್ಲಿ ಕಾಫಿ ಹರಡಿದ್ದರು. ಅಂಜಿ ಕಾಫಿಯ ಕೆಲಸದಲ್ಲಿ ತೊಡಗಿದ್ದರೆ ಅವನ ಹೆಂಡತಿ ಸೌದೆಕೊಟ್ಟಿಗೆ ರಿಪೇರಿ ಮಾಡುವ ಕೆಲಸ ಮಾಡುತ್ತಿದ್ದಳು. ಅಪ್ಪ ಒಳಗಿನಿಂದ ಕಾಫಿ ತಂದು ಅವರಿಬ್ಬರಿಗೂ ಕೊಟ್ಟರು.

ದಲಿತ ವರ್ಗದ ಅವರಿಗೆ ಪ್ರತ್ಯೇಕವಾದ ಗ್ಲಾಸು, ತಟ್ಟೆ ಕೊಡುವ ವ್ಯವಸ್ಥೆ ಆಗ ಬೇರೆಡೆ ಇತ್ತಾದರೂ ಅದು ನಮ್ಮ ಮನೆಯಲ್ಲಿ ಇರಲಿಲ್ಲ, ಊಟಕ್ಕೆ ಬಾಳೆಯ ಎಲೆ, ಕುಡಿಯಲು ಮನೆಯ ಗ್ಲಾಸ್ ಅನ್ನೇ ಅಪ್ಪ ಕೊಡುತ್ತಿದ್ದರು. ಕೆಲವು ಸಲ ಕಾಫಿ ಕುಡಿದವರು ತಾವೇ ಗ್ಲಾಸ್ ತೊಳೆಯುತ್ತಿದ್ದರು. ಅವರು ಮರೆತುಹೋದರೆ ಅಪ್ಪನೇ ಆ ಗ್ಲಾಸುಗಳನ್ನು ತೆಗೆದು ತೊಳೆಯುತ್ತಿದ್ದರು. ಬೇರೆಡೆ ಇರುತ್ತಿದ್ದ ಅಸ್ಪೃಶ್ಯತೆ ನಮ್ಮ ಮನೆಯಲ್ಲಿ ಇರಲಿಲ್ಲ. ಮನೆಯ ಒಳಗಡೆಯೂ ಅಂಜಿ ಮತ್ತವನ ಹೆಂಡತಿಗೆ ಪ್ರವೇಶ ಇತ್ತು. ಅಪ್ಪನ ಕಾಲು ಅಷ್ಟಾಗಿ ಸರಿ ಇಲ್ಲದ ಕಾರಣ ಹದಿನೈದು ದಿನಗಳಿಗೆ ಒಮ್ಮೆ ಮನೆಯ ಧೂಳು ತೆಗೆಯುವ ಕೆಲಸವನ್ನು ಅಂಜಿಯೇ ಮಾಡುತ್ತಿದ್ದ. ಅಂಜಿ ಬರದಿದ್ದಾಗ ಅವನ ಹೆಂಡತಿ ಆ ಕೆಲಸ ಮಾಡುತ್ತಿದ್ದಳು.

ಶಾಸ್ತ್ರಿಗಳೇ ನೀವು ಈ ಮಾಟ, ಮಂತ್ರ ಎಲ್ಲಿ ಕಲಿತಿರಿ. ಕೇರಳಕ್ಕೆ ಹೋಗಿದ್ರಾ ಎಂದು ಅಂಜಿ ಕೇಳಿದ.

ಇಲ್ಲ ಕಣೋ, ನಾನು ತುಂಬಾ ಚಿಕ್ಕವನಿದ್ದಾಗ ನಮ್ಮಪ್ಪ ನನ್ನ ಕಾಲು ತೋರಿಸಲು ಮೈಸೂರಿನ ಕೆ.ಆರ್.ಆಸ್ಪತ್ರೆಗೆ ಕರೆದುಕೊಂಡು ಹೋಗುತ್ತಿದ್ದಾಗ ಮೈಸೂರು ನೋಡಿದ್ದನ್ನು ಬಿಟ್ಟರೆ ಬೇರೆ ಊರು ನೋಡಿದವನೇ ಅಲ್ಲ, ನೆಂಟರ ಮನೆಯ ಮದುವೆ ಅಂತ ಒಂದ್ಸಲ ಕೆ.ಆರ್.ನಗರಕ್ಕೆ ಹೋಗಿದ್ದೆ. ಅಲ್ಲಿ

ಹುಡುಗರು ನನ್ನ ಕುಂಟ ಕುಂಟ ಅಂತ ರೇಗಿಸಿದ ಮೇಲೆ ನಾನು ಮದುವೆ ಮನೆಗೆ, ನೆಂಟರ ಮನೆಗೂ ಹೋಗುವುದನ್ನು ಬಿಟ್ಟೆ.

ಆಗ ಮರೂರಲ್ಲಿ ಸ್ಕೂಲು ಇರಲಿಲ್ಲ. ಸುಂಟಿಕೊಪ್ಪಕ್ಕೆ ಸ್ಕೂಲಿಗೆ ಹೋಗಬೇಕಿತ್ತು. ಇರೋದು ಎರಡೇ ಕಿ.ಮೀ. ಆದರೆ ಆಗ ನನ್ನ ಕೈಲಿ ನಡೆಯೋಕೆ ಆಗ್ತಾ ಇರಲಿಲ್ಲ. ನಮ್ಮಣ್ಣನ ಹಿಂದೆ ಸೈಕಲಲ್ಲಿ ಹೋಗ್ತಾ ಇದ್ದೆ. ನಾನು ಏಳನೇ ಕ್ಲಾಸಿಗೆ ಬಂದಾಗ ಅಣ್ಣ ಎಸ್‌ಎಸ್‌ಎಲ್‌ಸಿ ಇದ್ದ ನಾನು ಏಳು ಪಾಸಾದೆ. ಅವನು ಎಸ್‌ಎಸ್‌ಎಲ್‌ಸಿ ಪಾಸಾಗಿ ಮೈಸೂರಿಗೆ ಹೋದ. ನಾನು ಎಂಟನೇ ಕ್ಲಾಸಿಗೆ ಹೋಗಲೇ ಇಲ್ಲ. ಮನೇಲಿ ಇರು ಅಂತ ಅಪ್ಪ ಪೂಜೆ ಮಾಡೋದು ಮಂತ್ರ ಹೇಳೋದು ಹೇಳಿಕೊಟ್ರು. ಅದನ್ನ ಚೆನ್ನಾಗೇ ಕಲಿತೆ.

ರಾಮಲಿಂಗೇಶ್ವರ ದೇವಾಲಯದಲ್ಲಿ ಅರ್ಚಕನ ಜಾಗ ಖಾಲಿ ಇರಲಿಲ್ಲ. ಹಿಂಗಾಗಿ ನಾನು ರಾವಂದೂರಿನ ವೆಂಕಟರಮಣಸ್ವಾಮಿ ದೇವಸ್ಥಾನಕ್ಕೆ ಮರಿ ಅರ್ಚಕನಾಗಿ ಸೇರ್ಕೊಂಡೆ. ಅಲ್ಲಿ ಇದ್ದ ಪುರೋಹಿತರಿಗೆ ವಯಸ್ಸಾಗಿತ್ತು ಅವರಿಗೆ ಸಹಾಯ ಮಾಡೋದು ಇತ್ಯಾದಿ ಮಾಡ್ತಾ ಇದ್ದೆ. ಅಪ್ಪನಿಗಿಂತ ಅವರಿಗೆ ಚೆನ್ನಾಗಿ ಮಂತ್ರಗಳು ಗೊತ್ತಿದ್ದವು. ಹೀಗಾಗಿ ಜಾಸ್ತಿ ಕಲಿತೆ. ಅವರ ಶಿಷ್ಯ ಆಗಿ ಆರೇಳು ವರ್ಷ ಅಲ್ಲೇ ಇದ್ದೆ ಅಂದರೆ ಆಗ ನಂಗೆ ಹದಿನಾರು ವರ್ಷ. ಇಪ್ಪತ್ತೆರಡರ ತನಕ ಅವರ ಶಿಷ್ಯನೇ ಆಗಿದ್ದೆ.

ಅವರು ತೀರಿಹೋದ ಮೇಲೆ ನಾನೇ ಪುರೋಹಿತನಾದೆ. ದೇವಸ್ಥಾನ ಅಂದಮೇಲೆ ಅಲ್ಲಿ ಆದಾಯ ತುಂಬಾ ಕಮ್ಮಿ, ಜನ ಕೊಡೋ ಅರ್ಘ ತೆಂಗಿನಕಾಯಿ, ಬಾಳೆಹಣ್ಣು, ಆಗ ಈಗ ಸಿಗ್ತಾ ಇದ್ದ ಒಂದು ಸೇರು, ಅರ್ಧಸೇರು ಅಕ್ಕಿ ಜೊತೆಗೆ ವರ್ಷಕ್ಕೆ ಹತ್ತು ಪಲ್ಲ ಭತ್ತ ಊರಿಂದ ಸಿಗೋದು, ದೇವಸ್ಥಾನದ ಹಿಂಬದಿ ಒಂದು ಮನೆ ಅಂತಾರಲ್ಲ ಅಂತದ್ದು ಇತ್ತು. ಅಲ್ಲೇ ನನ್ನ ವಾಸ. ಹದಿನೈದು ದಿನಕ್ಕೆ, ತಿಂಗಳಿಗೆ ಒಂದ್ಸಲ ಬಂದು ಅಪ್ಪ, ಅಮ್ಮನ್ನ ನೋಡ್ತಾ ಇದ್ದೆ. ಅಣ್ಣ ಆ ಕಾಲದಲ್ಲೇ ಎಂ.ಎ. ಓದಿ ಸರ್ಕಾರಿ ಕಾಲೇಜಿನಲ್ಲಿ ಲೆಕ್ಚರರ್ ಆದ.

ಬೆಂಗಳೂರಲ್ಲಿ ಸೈಟು, ಮನೆ ಅಂತ ಅಪ್ಪ ಜಮೀನು ಮಾರಿ ಅವನಿಗೆ ಹಣ ಕೊಟ್ರು. ಆ ಕಾಲದಲ್ಲಿ ನಮಗೆ ಹದಿನಾರು ಎಕರೆ ಜಮೀನು ಇತ್ತು. ಅವನ ಸಲುವಾಗಿ ಹದಿಮೂರು ಎಕರೆ ಮಾರಿದ್ರು, ಈಗ ಉಳಿದಿರೋ ಜಮಿನು ನನ್ನ ಪಾಲಿಗೆ ಅಂತ ಬಿಟ್ರು. ಈ ಜಮೀನು ಊರ ಒಳಗಡೆ ಇರೋ ಆ ಮನೆ ನಂಗೆ ಅಂತ ಮಾತಾಗಿತ್ತು. ಹೊಲ ಜಮೀನು ವಾರಕ್ಕೆ ಅಂತ ಅಪ್ಪ ಕೊಟ್ಟುಬಿಡ್ತಾ ಇದ್ರು. ಅವರ ಶಾನುಭೋಗತನವೂ ಹೋಯ್ತು. ಮನೇಲಿ ಪಂಚಾಂಗ ಅದು ಇದು ಅಂತ ನೋಡ್ತಾ ಅಪ್ಪ ಇದ್ರು. ಅಣ್ಣನ ಮದುವೆಯೂ

ಆಯ್ತು. ಅವನ ಹೆಂಡತಿ ಇವನಂಗೆ ಅಲ್ಲ. ಒಳ್ಳೆ ಹೆಂಗಸು. ಅತ್ತೆ, ಮಾವ ಅಲ್ಲೇ ಬಂದು ಇರ್ಲಿ ಅಂತ ಕೇಳಿದ್ಲು. ಅವನೂ ಬನ್ನಿ ಅಂತ ಕರೆದ. ಆದ್ರೆ ಇವ್ರೇ ಅಲ್ಲಿ ಇರಕೆ ಇಷ್ಟಪಡಲಿಲ್ಲ. ಇದ್ರೂ, ಸತ್ರೂ ಅದು ಮರೂರಲ್ಲೇ ಅಂತ ಇಲ್ಲೇ ಇದ್ದು ಬಿಟ್ರು.

ನಂಗೆ ಹೆಣ್ಣು ನೋಡೋಕೆ ಅಪ್ಪ, ಅಮ್ಮ ಪಟ್ಟ ಕಷ್ಟ ಇದೆಯಲ್ಲಾ ಅದೇ ದೊಡ್ಡ ಕತೆ. ನಮ್ಮ ಜಾತಿಯ ಎಲ್ಲಾ ಬಡ್ಡಿ ಮಕ್ಕಳೂ ಚೆನ್ನಾಗಿ ಓದ್ದಾರೆ. ಆಗ ಪುರೋಹಿತ, ಅರ್ಚಕ ಅಂದ್ರೆ ಯಾರೂ ಹೆಣ್ಣು ಕೊಡ್ತಾ ಇರಲಿಲ್ಲ. ಜೊತೆಗೆ ನಾನು ಕುಂಟ ಬೇರೆ. ಹಿಂಗಾಗಿ ಯಾರೂ ನಂಗೆ ಹೆಣ್ಣು ಕೊಡೋಕೆ ಮುಂದೆ ಬರ್ಲಿಲ್ಲ. ಬೆಂಗಳೂರಲ್ಲೇ ಯಾವುದಾದರೂ ಜವಾನ ಅಟೆಂಡರ್ ಅಂತ ಕೆಲ್ಸ ನೋಡು ನಾವೂ ಅಲ್ಲೇ ಬಂದುಬಿಡ್ತೀನಿ ಅಂತ ಅಪ್ಪ ಅವನಿಗೆ ಹೇಳಿದ್ರು. ನಾನು ಲೆಕ್ಚರರ್ ನನ್ನ ತಮ್ಮ ಅಟೆಂಡರ್ ಅಂದ್ರೆ ನಂಗೆ ಎಂಥಾ ಅವಮಾನ ಅಂತ ಅವನು ಇಂತ ಪ್ರಯತ್ನ ಮಾಡ್ಲೇ ಇಲ್ಲ. ಅವನು ಅವತ್ತು ಮನಸ್ಸು ಮಾಡಿದ್ರೆ ನಂಗೆ ಅಂತದೊಂದು ಕೆಲ್ಸ ಕೊಡಿಸಬಹುದಿತ್ತು ಅವನು ಅವನದ್ದು ಮಾತ್ರ ನೋಡ್ಕಂಡ. ಹಂಗಂತ ಅವನು ಅಪ್ಪ, ಅಮ್ಮನ ಚೆನ್ನಾಗಿ ನೋಡ್ಲಿಲ್ಲ ಅಂತ ಅಲ್ಲ. ಅವರ್ನ ಚೆನ್ನಾಗೇ ನೋಡ್ಕಂಡು ಪ್ರತಿ ತಿಂಗಳು ಅಪ್ಪನಿಗೆ ದುಡ್ಡು ಕಳಿಸೋನು ಎರಡು ತಿಂಗಳಿಗೆ ಒಂದ್ಸಲ ಬರೋನು, ಬರುವಾಗ ಬಟ್ಟೆಬರೆ ಅಂತ ತರೋನು. ಇವೆಲ್ಲಾ ನಿಷ್ಠೆಯಿಂದ, ಪ್ರೀತಿಯಿಂದ ಮಾಡ್ತಾ ಇದ್ದ. ನಂಗೂ ಆಗಾಗ್ಗೆ ಆ ಕಾಲದಲ್ಲೇ ಐವತ್ತು, ನೂರು ಕೊಡೋನು.

ಆಗ ರಾವಂದೂರು ಹಿಂಗೆ ಬೆಳೆದಿತ್ತಿಲ್ಲ. ಚಿಕ್ಕ ಊರು. ನಮ್ಮ ಮರೂರಿಗಿಂತ ಚಿಕ್ಕದಾಗಿತ್ತು. ಅಲ್ಲಿ ಗೌರಮ್ಮ ಅಂತ ಒಬ್ಬಾಕೆ ಇದ್ಲು. ಅವಳಿಗೆ ಮದುವೆ ಆಗಿ ಗಂಡ ಸತ್ತೋಗಿದ್ದ. ನನಗಿಂತ ಐದು ವರ್ಷ ದೊಡ್ಡವಳು. ಇದು ನಡೆದಾಗ ನನಗೆ ಇಪ್ಪತ್ತಾರು, ಇಪ್ಪತ್ತೆಂಟು ಇರಬಹುದು. ಅವಳಿಗೆ ಮೂವತ್ತೆರಡು, ಮೂವತ್ಮೂರು ಇರಬಹುದು. ದಿವಸ ದೇವಸ್ಥಾನಕ್ಕೆ ಬರೋಳು, ದೇವಸ್ಥಾನದ ಕಸ ಗುಡಿಸೋದು, ಬಾವಿಲಿ ನೀರು ಸೇದೋದು, ದೇವಸ್ಥಾನದ ಸುತ್ತು ಹಾಕೋದು, ಪಕ್ಕದ ಮಂಟಿಲಿ ಇದ್ದ ಕಾಡುಹೂವಿನ ಗಿಡದಿಂದ ಹೂವು ತಂದು ಕೊಡೋದು ಇತ್ಯಾದಿ ಮಾಡ್ತಾ ಇದ್ಲು. ವೆಂಕಟರಮಣ ದೇವಸ್ಥಾನದಲ್ಲಿ ಪ್ರತಿ ದಿನ ಪೊಂಗಲ್ ಮಾಡೋದು, ಸಿಹಿ ಪೊಂಗಲ್ ಮಾಡೋದು ಪದ್ಧತಿ, ನಾನು ಹೋದಾಗಿನಿಂದ ಅದೇ ಪದ್ಧತಿ ಇತ್ತು. ಹಿಂದಿನ ದಿನವೇ ಯಾರ ಮನೆಯಿಂದಲಾದರೂ ಅಕ್ಕಿ, ಬೆಲ್ಲ, ಹೆಸರುಬೇಳೆ, ಕಾಯಿ ಬರೋದು. ಅದನ್ನು ಪೊಂಗಲ್ ಮಾಡಿ ದೇವರಿಗೆ ನೈವೇದ್ಯ ನೀಡೋದು, ಪೂಜೆ ಸಮಯದಲ್ಲಿ ಯಾರಾದರೂ ಬಂದ್ರೆ ಅವರಿಗೆ ಪ್ರಸಾದ ಅಂತ ಕೊಡೋದು ಇದ್ದೇ ಇತ್ತು. ಒಂದು ಮೂವತ್ತು ಮನೆಯವರು ಪ್ರತಿ ತಿಂಗಳಿನ ಇಂತಾ ದಿನ ಅಂತ ಗೊತ್ತು

ಮಾಡಿಕೊಂಡು ಈ ಪೂಜೆ ಮಾಡ್ತಾ ಇದ್ದರು. ಅವರ ಮನೇಲಿ ಚಿಕ್ಕ ಮಕ್ಕಳು ಇದ್ರೆ ಅವರು ಪ್ರಸಾದ ತಗೊಂಡು ಹೋಗೋಕೆ ಅಂತ ಬರೋರು. ಇಲ್ದೇ ಇದ್ರೆ ನಾನು ಅವರ ಮನೆಗೆ ಪ್ರಸಾದ ತಲುಪಿಸಬೇಕಾಗಿತ್ತು.

ದಿನಾ ಬೆಳಗ್ಗಿನ ತಿಂಡಿ ಸಿಹಿ ಪೊಂಗಲ್ ತಿನ್ನೋಕೆ ಬೇಜಾರು. ನಾನು ತಿಂಡಿಗೆ ರೊಟ್ಟಿ, ಚಿತ್ರಾನ್ನ, ಉಪ್ಪಿಟ್ಟು ಮಾಡ್ಕೊತಾ ಇದ್ದೆ. ಬೆಳಿಗ್ಗೆ ಪೂಜೆಗೆ ಬಂದೋರಿಗೆ ಪೊಂಗಲ್ ಕೊಡ್ತಾ ಇದ್ದೆ. ಈ ಗೌರಮ್ಮ ಅವಳ ಅಣ್ಣನ ಮನೇಲಿ ಇದ್ಲು. ವೆಂಕಟರಮಣನ ಮಂಟೀಲಿ ಎಮ್ಮೆ ಮೇಯಿಸೋ ಕೆಲ್ಸ ಅವಳಿಗೆ, ಬೆಳಿಗ್ಗೆ ಮನೇಲಿ ತಿಂಡಿ ತಿಂದು ಆರೋ ಏಳೋ ಎಮ್ಮೆ ಬಿಟ್ಕೊಂಡು ಮೇಯಿಸೋಕೆ ಬರೋಳು, ಎಮ್ಮೆಗಳ ಮಂಟೀಲಿ ಬಿಟ್ಟು ದೇವಸ್ಥಾನಕ್ಕೆ ಬರೋಳು. ಕಸ ಗುಡಿಸಿ ನೀರು ಚಿಮುಕಿಸಿ ರಂಗೋಲಿ ಸ್ವತಃ ಅವಳೇ ಬಿಡೋಳು. ನಾನು ಪ್ರಸಾದ ಕೊಟ್ಟ ಮೇಲೆ ಅದನ್ನು ತಗೊಂಡು ಮಂಟಿ ಹತ್ತೋಳು

ನೀನು ಗೌರಮ್ಮನ ನೋಡಿದ್ಯಾ ಅಂಜಿ ಇಲ್ಲ ಶಾಸ್ತ್ರಿಗಳೇ,

ಅವಳು ನಮ್ಮ ಭಾರ್ಗವ ಇದ್ದಾನಲ್ಲ ಹಂಗೆ ಇದ್ದಳು. ಇನ್ನೂ ಚೆನ್ನಾಗಿದ್ದಳು. ಪಾಪ ಚಿಕ್ಕ ವಯಸ್ಸಿನಲ್ಲೇ ಅವಳಿಗೆ ಬರಬಾರದ ಕಷ್ಟ ಬಂತು. ಅವಳ ಗಂಡ ತೆಂಗಿನ ಮರ ಹತ್ತಿ ಕಾಯಿ ಕೀಳೋಕೆ ಹೋದವನು ಮರದಿಂದ ಬಿದ್ದು ಸತ್ತೋದ. ಅವನ ಮನೆಯವರು ಇವಳಿಗೆ ಕೊಡಬಾರದ ಹಿಂಸೆ ಕೊಟ್ಟು ಓಡಿಸಿದ್ರು. ಇವಳು ಕೆರೇಲಿ ಹಾರಿ ಪ್ರಾಣ ಬಿಡಬೇಕು ಅಂತ ಕೆರೆಗೆ ಹಾರಿದ್ಲು, ಊರ ಜನ ಇವಳನ್ನು ಬದುಕಿಸಿ ನ್ಯಾಯ ಮಾಡಿದರು. ಇವಳ ಪಾಲಿಗೆ ಅರ್ಧ ಎಕರೆ ಹೊಲ, ಒಂದು ಹಸು ಬಂತಂತೆ. ಅದರ ಬದಲಿಗೆ ಅಂತ ಐದು ಸಾವಿರ ಇವಳ ಕೈಗೆ ಕೊಟ್ಟು ಇವಳನ್ನು ಹೊರಗೆ ಹಾಕಿದರು. ಮನೇಲಿ ಪಾಲು ಇವಳಿಗೆ ಕೊಡ್ಲಿಲ್ಲ, ಇವಳು, ನ್ಯಾಯಕ್ಕೆ ಹೋಗಿದ್ದ ಇವ್ಳ ಅಣ್ಣಂದಿರು ದುಡ್ಡು ಸಮೇತ ಬಂದ್ರು.

ಇವರೇನು ಒಳ್ಳೆ ಸೂಳೆ ಮಕ್ಕಳಾ, ಇವ್ರು ಅಂತವೆಯಾ, ಆಗ, ಈಗ ಆಸ್ಪತ್ರೆಗೆ ಅಂತ, ಕಂಪನಿ ಗೊಬ್ಬರ ತರೋಕೆ ಅಂತ ಇಪ್ಪತ್ತು ಇಪ್ಪತ್ತೈದು ನೂರು ರೂಪಾಯಿ ಹಂಗೆ ಇಸ್ಕೊಂಡು ನಾಳೆ ಕೊಡ್ತೀವಿ, ನಾಡಿದ್ದು ಕೊಡ್ತೀವಿ ಅಂತ ಕಾಲ ಹಾಕಿದ್ರು ಇವರು ಕೊಡಲಿಲ್ಲ, ಅವರು ಇಸ್ಕೊಳಿಲ್ಲ. ದನದ ಕೊಟ್ಟಿಗೆಯ ಒಂದು ಮೂಲೇಲಿ ಒಂದು ಅಡ್ಡಗೋಡೆ ಹಾಕಿ ಅವಳಿಗೆ ಮನೆ ಅಂತ ಮಾಡಿದ್ರು. ಇವಳು ಎಮ್ಮೆ ಮೇಯಿಸೋದು ಹಾಲು ಕರಿಯೋದು ಮಾಡ್ತಿದ್ಲು. ಇವಳಿಗೆ ಅಂತ ಒಂದು ಎಮ್ಮೆನೂ ಬಿಟ್ರು. ಅದು ಸತ್ತೋಯ್ತು, ಅಲ್ಲಿಗೆ ಇವಳು ಇವರ ಮನೇಲಿ ಎಮ್ಮೆ ಕಾಯುವ ಹೆಂಗಸಾದಳು. ಬೆಳಿಗ್ಗೆ ರೊಟ್ಟಿ ತಿಂದು ಎಮ್ಮೆ ಹೊಡಕೊಂಡು ಹೋದ್ರೆ ಸಂಜೇನೆ ಇವಳು ಮನೆಗೆ ಬರ್ತಾ ಇದ್ದಿದ್ದು, ತಿಂಗಳಿಗೆ ಮೂರು ಸೇರು ರಾಗಿ, ಹತ್ತು ಸೇರು ಅಕ್ಕಿ ಅಂತ ಇವಳ ಖರ್ಚಿಗೆ

ಕೊಟ್ಟುಬಿಡೋರಂತೆ. ಅದು ಇವಳೇ ನಂಗೆ ಹೇಳಿದ್ದು. ಹಿಂಗಾಗಿ ಅವಳಿಗೆ ನಾನು ಕೊಡ್ತಾ ಇದ್ದ ಸಿಹಿಪೊಂಗಲ್ ತುಂಬಾ ಇಷ್ಟ ಆಯ್ತು ಅಂತ ಕಾಣ್ತದೆ.

ಇದೇ ಅಮ್ಮನೋರ ನೀವು ಮದ್ವೆ ಆದ್ರ ಶಾಸ್ತ್ರಿಗಳೇ

ಭಲೇ ಆತುರದ ಬಡ್ಡಿ ಮಗ ನೀನು ತಡಿ, ಕತೆ ನಿಧಾನವಾಗಿ ಕೇಳು. ಈ ಶಾಸ್ತ್ರಿ ಆ ಕಾಲದಲ್ಲೇ ಎಂತ ಕ್ರಾಂತಿ ಮಾಡಿದ್ದ ಅಂತ ನಿಂಗೆ ಗೊತ್ತಾಯ್ತದೆ. ಏಳು ತಿಂಗಳಿಗೆ ಹುಟ್ಟಿದೋನ ಹಾಗೆ ಆಡಬೇಡ.

ಈ ಗೌರಮ್ಮ ದಿನಾ ಬರೋಳು, ತಿಂಗಳಲ್ಲಿ ನಾಲ್ಕೈದು ದಿನ ಮಾತ್ರ ಬರ್ತಾ ಇರಲಿಲ್ಲ. ಯಾಕೆ ಹಿಂಗೆ ಮಾಡ್ತಾಳೆ ಅಂತ ಒಂದಿನ ಅವಳನ್ನೇ ಕೇಳಿದೆ.

ಎಲ್ಲೇ ಗೌರಮ್ಮ ನಾಕು ದಿನ ಕಾಣಲಿಲ್ಲ

ಶಾಸ್ತ್ರಿಗಳೇ ನಾನು ಬರೋ ಹಂಗೆ ಇರ್ಲಿಲ್ಲ. ಅಂದ್ಲು

ಅವಳು ಬರದೇ ಇದ್ದ ದಿನ ಕಸ ಗುಡಿಸುವುದು, ನೀರು ತಂದು ಚಿಮುಕಿಸುವುದು, ಹೂವು ತರುವುದು ಇವೆಲ್ಲಾ ನಾನೇ ಮಾಡಬೇಕಾಗಿತ್ತು. ಕಸ ಗುಡಿಸುವುದು ಸುಲಭವಾದರೂ ನೀರು ತರುವುದು, ಮಂಟಿ ಹತ್ತಿ ಹೂ ಕೀಳುವುದು ಇವೆಲ್ಲಾ ನನಗೆ ಆಗದ ಕೆಲಸಗಳಾಗಿದ್ದವು. ಆ ನಾಲ್ಕು ದಿನ ನೀರು ಹಾಕುತ್ತಿರಲಿಲ್ಲ, ಪೂಜೆಗೆ ಸಾಮಾನು ಕಳುಹಿಸಿದವರ ಮನೆಯಿಂದ ಬಂದ ಹೂವನ್ನಷ್ಟೇ ದೇವರಿಗೆ ಮುಡಿಸಿ ಸುಮ್ಮನಾಗ್ತಾ ಇದ್ದೆ.

ಒಂದಿನ ಗೌರಮ್ಮ ಬಂದಾಗ ಅವಳ ಕತೆಯೆಲ್ಲಾ ಕೇಳಿದೆ. ಅವಳು ಎಲ್ಲವನ್ನು ಬಿಡಿಸಿ ಬಿಡಿಸಿ ಹೇಳಿದ ನಂತರ ನೀವ್ಯಾಕೆ ಕೂಡಾವಳಿ ಮಾಡಾಬಾರದು ಅಂತ ಕೇಳಿದೆ.

ಅಯ್ಯೋ ಶಾಸ್ತ್ರಿಗಳೇ ನಿಮಗೆ ಈ ಸುದ್ದಿ ಹೆಂಗೆ ಬಂತು. ಒಬ್ಬ ಅರವತ್ತು ವರ್ಷದ ಮುದುಕ ಬಂದವನೆ, ಅವನ ಹತ್ರ ಆರು ಎಕರೆ ಹೊಲ ಐತಂತೆ. ಅವನ್ನ ಮದ್ವೆ ಮಾಡ್ಕೊ ಅಂತ ಮನೇಲೆ ಅಣ್ಣಂದಿರು ಪ್ರಾಣ ತಿಂತಾ ಅವರೆ. ಆತನ್ಗೆ ಹಲ್ಲೆ ಇಲ್ಲ ಸ್ವಾಮಿ. ಇವತ್ತೋ ನಾಳೆನೋ ಅಂತ ಅವನೆ. ಅವನು ಸತ್ರೆ ನಾನು ಪುನಃ ಮುಂಡೆ ಆಯ್ತಿನಿ ಅವನ ಆಸ್ತಿ ದುಡ್ಡು ಗಿಡ್ಡು ನನ್ನ ಅಣ್ಣಂದಿರ ಪಾಲಾಯ್ತದೆ. ಈಗ ಬೆಳಿಗ್ಗೆಯಿಂದ ರಾತ್ರಿ ತನಕ ಇಬ್ಬರೂ ಅತ್ತಿಗೆರೂ ಮುಂಡೆ, ರಂಡೆ ಅಂತ ಬಯ್ತಾನೆ ಇರ್ತಾರೆ. ಇನ್ನು ಅವನ್ನ ಮದುವೆಯಾಗಿ ಅವನೂ ಸತ್ತೋದ್ರೆ ಇನ್ನೆಷ್ಟು ಸಲ ಮುಂಡೆ ಮುಂಡೆ ಅಂತಾರೋ ಆ ಶಿವನಿಗೆ ಗೊತ್ತು. ನಂಗೂ ಸಾಕಾಗಿ ಹೋಗದೆ, ಇವು ಇನ್ನು ನಂಗೆ ಹಿಂಸೆ ಮಾಡಿದ್ರೆ ನಾನು ಕೆರನೋ ಬಾವಿನೋ ನೋಡ್ಕೊತೀನಿ. ಯಾವಳಿಗೆ ಬೇಕಾಗಿದೆ ಈ ಜನುಮ.

ಹಂಗೆಲ್ಲಾ ಸಾಯೋ ಮಾತಾಡಬೇಡ ಗೌರಮ್ಮ, ಎಲ್ಲರನ್ನು ಆ ದೇವ್ರು ಕಾಪಾಡ್ತಾನೆ. ತಗೊಳ್ಳಿ, ಶಾಸ್ತ್ರಿಗಳೇ ಯಾವ ಸೀಮೆದೇವ್ರು ಅವನು. ನಾನು ಇಲ್ಲಿಗೆ ದೇವ್ರು ಸೇವೆ ಮಾಡೋಕೆ ಬಂದಿದೀನಿ ಅಂತ ಅನ್ಕೋಬೇಡಿ. ನೀವು ಕೊಡೋ

ಪೊಂಗಲ್‌ಗಾಗಿ ಬರ್ತೀನಿ, ಪುಗಸಟ್ಟೆ ತಿನ್ನಬಾರದು ಅಂತ ಕಸ ಗುಡಿಸೋದು, ನೀರು ಸೇದೋದು, ಹೂವು ತರೋದು ಮಾಡ್ತೀನಿ. ದಿನಾ ಪುಗಸಟ್ಟೆ ಬಂದ್ರೆ ನೀವು ಹೊಟ್ಟೆತುಂಬಾ ಪೊಂಗಲ್ ಹಾಕ್ತೀರಾ, ಇಲ್ಲವಲ್ಲ ನೀವು ನಾನು ಕೆಲ್ಸ ಮಾಡ್ತೀನಿ ಅಂತ ತಾನೆ ಎಲೆ ತುಂಬಾ ಪೊಂಗಲ್ ಹಾಕ್ತೀರಿ, ನಿಜ ಹೇಳಿ ಅಂದಳು.

ಅವಳು ಹೇಳಿದ್ದರಲ್ಲಿ ಯಾವ ತಪ್ಪು ಇರಲಿಲ್ಲ. ಒಂದಿಷ್ಟು ಆದಾಯ ಇಲ್ಲ ಅಂತ ಆದ್ರೆ ನಾ ತಾನೇ ಇಲ್ಯಾಕೆ ಪೂಜೆ ಮಾಡ್ತಾ ಇದ್ದೆ ದೂರದಿಂದಲೇ ಕೈಮುಗಿತಾ ಇದ್ದೆ. ಇವಳಿಗೂ ಅಷ್ಟೆ ಮಂಗಳಾರತಿ ನಂತರ ಪ್ರಸಾದದ ಹೊತ್ತಿಗೆ ಇವಳು ಬರ್ತಾ ಇದ್ರೆ ಒಂದು ಹಿಡಿಚೆ ಪೊಂಗಲ್ ಇವಳ ಕೈಗೆ ಹಾಕ್ತಾ ಇದ್ದೆ. ಇವಳು ಕೆಲ್ಸ ಮಾಡ್ತಾಳೆ ಅಂತ ತಾನೇ ಜಾಸ್ತಿ ಪೊಂಗಲ್ ಹಾಕೋದು ಅಂತ ಆ ಕ್ಷಣ ನನಗೆ ಅನಿಸಿತು.

ಇರ್ಲಿ ಬಿಡು ಗೌರಮ್ಮ ನಿಂಗೆ ನಾನೇ ಒಂದು ಗಂಡು ನೋಡ್ತೀನಿ.

ಯಾವ ಗಂಡು ಅಂತ ತಾನೆ ನೀವು ಹುಡುಕ್ತೀರಿ ಶಾಸ್ತ್ರಿಗಳೇ, ಕೊನೆಗೆ ಗತಿ ಇಲ್ಲದೆ ನೀವೇ ನನ್ನ ಮದುವೆಯಾಗಬೇಕು. ಇಲ್ಲ ಇಟ್ಟುಕೋಬೇಕು ಅಷ್ಟೆ ಅಂತ ಅಂದುಬಿಟ್ಟಳು ಗೌರಮ್ಮ. ಈ ಮಾತು ಕೇಳಿದ ತಕ್ಷಣ ಅವಳು ತುಟಿ ಕಚ್ಚಿಕೊಂಡಳು. ಮಾತಿನ ಲಹರಿಗೆ ಬಿದ್ದು ಇಂತಹ ಮಾತು ಆಡಬಾರದಿತ್ತು ಅಂತ ಅವಳಿಗೆ ತಕ್ಷಣ ಅರ್ಥವಾಯಿತು. ಆದರೇನು ಮಾಡುವುದು, ಹೇಳುವುದನ್ನು ಹೇಳಿಯಾಗಿದೆ. ತಲೆತಗ್ಗಿಸಿ ಅವಳು ತಪ್ಪಾಯ್ತು ಶಾಸ್ತ್ರಿಗಳೇ ಅಂದಳು.

ನಾನು 'ಹೋಗ್ಲಿಬುಡು ಏನೋ ಅವಸರದಲ್ಲಿ ಯೋಚನೆ ಮಾಡದೆ ಮಾತನಾಡಿಬಿಟ್ಟೆ. ನಾನು ತಪ್ಪು ತಿಳ್ಕೊಂಡಿಲ್ಲ ಅಂದೆ. ನೀನು ನಾನು ಇಬ್ರೇ ಇರೋದಿಕ್ಕೆ ಸರಿ ಹೋಯ್ತು ಬೇರೆ ಯಾರಾದರೂ ಇದ್ದಿದ್ದರೆ ಇದೇ ದೊಡ್ಡ ಹಗರಣ ಆಗ್ತಾ ಇತ್ತು' ಎಂದು ಹೇಳಿ ಅವಳನ್ನು ಕಳುಹಿಸಿದೆ.

ಗೌರಮ್ಮನನ್ನು ಅಲ್ಲಿಯತನಕ ಸರಿಯಾಗಿ ಗಮನಿಸಿರಲಿಲ್ಲ. ಹೆಂಗಸು ಚೆನ್ನಾಗಿಯೇ ಇದ್ದಾಳೆ. ಇವಳನ್ನು ಮದುವೆಯಾಗುವುದು ಸಾಧ್ಯವಿಲ್ಲ, ಬೇಕಾದರೆ ಇಟ್ಕೋಬಹುದು. ಅವಳೇ ಹೇಳಿದ್ದು 'ನೀವೇ ನನ್ನ ಇಟ್ಕೋಬೇಕು' ಅವಳನ್ನು ಇಟ್ಟುಕೊಂಡರೆ ಆಯಿತು. ಬ್ರಾಹ್ಮಣರ ಅದರಲ್ಲಿಯೂ ಒಬ್ಬ ಪುರೋಹಿತ ವಿಧವೆ ಕುಂಬಾರರ ಹೆಂಗಸನ್ನೆ ಮದುವೆಯಾಗುವಂತಿಲ್ಲ. ಆದರೆ ಗುಟ್ಟಾಗಿ ಇಟ್ಕೋಬಹುದು. ಈ ಇಟ್ಕೋಬಹುದು ಅಥವಾ ಮಡಿಕೋಬಹುದು ಅನ್ನುವ ಪದ ಆ ಕ್ಷಣ ತುಂಬಾ ರೋಮಾಂಚನ ತಂದಿತು.

ಅಂಜಿ 'ನಾನು ಗೌರಮ್ಮನ ಬಗ್ಗೆಯೇ ಎರಡು ದಿನ ಯೋಚನೆ ಮಾಡಿದೆ. ಕುಂಟ, ಪುರೋಹಿತ, ಬ್ರಾಹ್ಮಣ ಆದ ಕಾರಣ ನನಗೆ ನಮ್ಮ ಜಾತೀಲಿ

ಹೆಣ್ಣು ಕೊಡುವವರೇ ಇಲ್ಲ. ನಾನು ಇಷ್ಟಪಟ್ಟು, ಬ್ರಹ್ಮಚಾರಿಯಾಗಿದ್ದರೆ ಅದು ಬೇರ ವಿಚಾರ, ನನಗೂ ಮದುವೆಯಾಗಿ ಮಕ್ಕಳಾದರೆ ಎಲ್ಲರಂತೆ ಸಂಸಾರಸ್ಥನಾಗಬಹುದು ಅಂತ ಆಸೆ ಇತ್ತು. ಇವಳನ್ನು ಮದುವೆಯಾಗೋ ಹಾಗಿಲ್ಲ. ನಂಮನೇಲಿ ಇದನ್ನು ಯಾರೂ ಒಪ್ಪಲ್ಲ. ಇಟ್ಟುಕೊಂಡರೆ ಅಥವಾ ಮಡಿಕೊಂಡರೆ ಯಾರ್ಗೆ ಗೊತ್ತಾಗುತ್ತೆ. ಅವಳಿಗೂ ಒಂದು ಗಂಡು, ನಂಗೂ ಒಂದು ಹೆಣ್ಣು ಸಿಕ್ಕಿದ್ದಂಗೆ ಆಯ್ತು ಅಂತ ಯೋಚನೆ ಮಾಡಿದೆ.

ಅಂದ್ರೆ ನೀವು ಅಮ್ಮನ್ನ ಮದ್ವೆಯಾಗ್ಲೇ ಇಲ್ಲ ಅನ್ನಿ,

ಒಂದು ವಾರ ಬಿಟ್ಟು ಅವಳ ಮುಂದೆ ವಿಷಯ ಹೇಳಿದೆ. ಅವಳು ಬೇಡ ಬಿಡಿ ಶಾಸ್ತ್ರಿಗಳೇ, ನೀವು ಅಂತ ಯೋಚನೆನೇ ಮಾಡಬೇಡಿ. ನಂಗೆ ಒಂತರ ಆಯ್ತದೆ. ನಾನು ನಾಲ್ಗೆ ತಪ್ಪಿ ಹೇಳಿದ್ದಕ್ಕೆ ಅದೇ ನೀವು ಎಳೆದಾಡೋದಾ. ನಾನು ಅಂತಹವಳಲ್ಲ, ನಂಗೆ ಅಂತ ಆಸೆ ಎಲ್ಲಾ ಬತ್ತೋಗದೆ ಅಂದ್ಲು

ನಾನು ಮೆಲ್ಲನೆ ಅವಳ ಕೈಹಿಡಿದು ಹೇಳಿದೆ. ಗೌರಿ, ನಾನು ಎಲ್ಲಾ ಯೋಚ್ನೆ ಮಾಡಿದ್ದೀನಿ. ಯಾರ್ಗೂ ವಿಷ್ಯ ತಿಳಿಯಾಕಿಲ್ಲ. ನೀನು ದಿನಾ ಮಧ್ಯಾಹ್ನ ಮನೆಗೆ ಬಂದುಬಿಡು, ಅಲ್ಲಿ ಯಾರೂ ಬರೋದಿಲ್ಲ ಅಂದೆ. ಅವಳ ಕೈಮುಟ್ಟಿದಾಗ ಅವಳನ್ನು ಎಳೆದುಕೊಂಡು ತಬ್ಬಿಕೋಬೇಕು ಅಂತ ಆಸೆಯಾಯಿತು. ಆದ್ರೆ ಧೈರ್ಯ ಬರಲಿಲ್ಲ.

ಅವಳು ಮುಂದೆ ಒಂದು ವಾರ ದೇವಸ್ಥಾನಕ್ಕೆ ಬರ್ಲೇ ಇಲ್ಲ, ನಾನು ಹೊರಗಾಗಿದ್ದಾಳೆ ಅದಕ್ಕೆ ಬಂದಿಲ್ಲ ಅಂತ ಅನ್ಕೊಂಡೆ. ಐದು ದಿನ ಆದ್ರೂ ಅವಳು ಬರ್ಲಿಲ್ಲ. ಇನ್ಮುಂದೆ ಅವಳು ಬರೋದಿಲ್ಲ ಅಂತ ತೀರ್ಮಾನ ಮಾಡಿ ನನಗೆ ಈ ಕೆಲ್ಸ ಬೇಕಾಗಿದ್ದಿಲ್ಲ ಅಂತ ನಂಗೆ ನಾನೇ ಬೈಯ್ಕೊಂಡು ಸುಮ್ಮನಾದೆ, ಬ್ರಾಹ್ಮಣರ ಹುಡುಗೀರು ಇರಲಿ, ಈ ಮುಂಡೆ ಕುಂಬಾರರಿಗೆ ನಾನು ಬೇಡವಾದ್ನ ಅಂತ ನನಗೆ ನಾನೇ ಅದ್ಕೊಂಡು ಸುಮ್ಮನಾದೆ.

ಒಂದಿನ ಮಧ್ಯಾಹ್ನ ಒಂದು ಗಂಟೆಗೆ ಯಾರೋ ಬಾಗ್ಲು ತಟ್ಟಿದಂಗೆ ಆಯ್ತು. ಒಂದೋ ಬೆಳಿಗ್ಗೆ ಇಲ್ಲ ಸಂಜೆ ಐದರ ನಂತರ ದೇವಸ್ಥಾನಕ್ಕೆ ಜನ ನನ್ನ ಹುಡಿಕೊಂಡು ಬತ್ತಾರೆ. ಮದ್ವೆ, ನಾಮಕರಣ, ಸತ್ಯನಾರಾಯಣಪೂಜೆ ಇಂತವಕ್ಕೆ ಕರೆಯೋಕೆ ಬತ್ತಾರೆ. ಮನೆಗೆ ಬರೋರು ಬಾಳ ಅಪರೂಪ. ಯಾರಿರಬಹುದು ಅಂತ ಬಾಗಿಲು ತೆರೆದೆ.

ಬಾಗಿಲಲ್ಲಿ ನಿಂತಿದ್ದವಳು ಇವಳೇ. ನನಗೆ ಕ್ಷಣ ಮಾತೇ ಹೊರಡಲಿಲ್ಲ, ಏ, ನೀನಾ ನೀನಾ ಅಂತ ನಾನು ಪೆದ್ದುಪೆದ್ದಾಗಿ ತೊದಲುತ್ತಾ ಹೇಳುವಷ್ಟರಲ್ಲಿ ಅವಳು ಒಳಗಡೆ ಬಂದವಳೇ ಬಾಗಿಲು ಹಾಕಿದಳು.

ಶಾಸ್ತ್ರಿಗಳೇ, ಈಗ ನಾನು ಹೇಳಿದಂತೆ ಮಾಡ್ತೀರಾ ಅಂತ ಕೇಳಿದಳು.

ಹುಂ ಹೇಳು ಅಂದೆ. ನನ್ನ ಕೈಕಾಲು ನಡುಕ ನಿಂತಿರಲಿಲ್ಲ.

ಒಂದು ಅರಿಶಿನ ದಾರ, ಒಂದು ಅರಿಶಿನದ ಕೊಂಬು ತಕೊಂಡು ಬನ್ನಿ. ನಾನು ಒಳಗಡೆ ಹೋಗಿ ಒಂದು ಹಸಿದಾರಕ್ಕೆ ಅರಿಶಿನ ಬಳಿದು ಅರಿಶಿನ ಕೊಂಬು ತಂದು ಅವಳ ಕೈಗೆ ಕೊಟ್ಟೆ.

ಅವಳು ಅರಿಶಿನ ಕೊಂಬಿಗೆ ಆ ಹಸಿನೂಲಿನ ದಾರವನ್ನು ಕಟ್ಟಿ, ದೇವರ ಫೋಟೋದ ಮುಂದೆ ಇಟ್ಟಳು. ಅದಕ್ಕೆ ದೇವರಿಗೆ ಕೈಮುಗಿದು ನನ್ನ ಕುತ್ತಿಗೆಗೆ ಕಟ್ಟಿ ಅಂದಳು.

ನನಗೆ ನಾನು ಏನು ಮಾಡ್ತಾ ಇದ್ದೀನಿ, ಎಲ್ಲಿದ್ದೀನಿ ಅಂತಾನೆ ಗೊತ್ತಾಗ್ತ ಇತ್ತಿಲ್ಲ.. ಮರುಮಾತನಾಡದೆ ಅವಳ ಕುತ್ತಿಗೆಗೆ ಕಟ್ಟಿದೆ. ಅವಳು ನನ್ನ ಕಾಲಿಗೆ ಬಿದ್ದು ನಮಸ್ಕಾರ ಮಾಡಿದಳು. ದೇವ್ರಿಗೆ ಕೈಮುಗೀರಿ ಅಂದಳು. ನಾನು ಅಡ್ಡ ಬಿದ್ದು ನಮಸ್ಕಾರ ಮಾಡುವಾಗ ಅವಳೂ ನಮಸ್ಕಾರ ಮಾಡಿದಳು.

ಇವತ್ತಿನಿಂದ ನಾನು ನಿಮ್ಮ ಹೆಂಡ್ತಿ, ಮಡಿಕೊಂಡಿರೋಳು ಅಲ್ಲ ಅಂದಳು. ಅಲ್ಲಿಂದ ಸೀದಾ ಅಡುಗೆ ಮನೆಯನ್ನು ಹುಡುಕಿ ಹೋಗಿ ಅಲ್ಲಿಂದ ಕಾಯಿಸಿ ತಣ್ಣಗಾದ ಹಾಲನ್ನೇ ಒಂದು ಗ್ಲಾಸಿನಲ್ಲಿ ತಂದು ನನಗೆ ಕೊಟ್ಟು, ಮೆಲ್ಲನೆ ಕೈಹಿಡಿದು ಹಾಸಿಗೆಯ ಕಡೆ ಕರೆದುಕೊಂಡು ಹೋದ್ಲು, ಹಾಸಿಗೆಯಿಂದ ನಾವು ಎದ್ದಾಗ ಮೂರೂವರೆ ಗಂಟೆ ಆಗಿತ್ತು. ಹಾಸಿಗೆಯಿಂದ ಏಳುವಾಗ ಅವಳು ಪುನಃ ನನ್ನ ಕಾಲಿಗೆ ನಮಸ್ಕಾರ ಮಾಡಿ ಅರಿಶಿನ ದಾರವನ್ನು ಕುತ್ತಿಗೆಯಿಂದ ಹೊರಗೆ ತೆಗದು ದೇವರ ಮುಂದೆ ಇರಿಸಿದಳು.

ಇದು ಇಲ್ಲೇ ಇರ್ಲಿ. ಇದ್ನ ಬಿಸಾಡಬೇಡಿ ಎಂದು ಹೇಳಿ ಹೊರಗಡೆ ಹೋದಳು. ಅವಳು ಹೊರಗಡೆ ಹೋಗುವಾಗ ಯಾರಾದರೂ ಗಮನಿಸುತ್ತಾರಾ ಅಂತ ನೋಡ್ದೆ. ಯಾರೂ ಕಾಣಲಿಲ್ಲ. ಹಿಂಗೆ ನಮ್ಮ ಸಂಸಾರ ಶುರು ಆಯ್ತು ಅಂದೆ. ಈಗ ಹೇಳು ನಂದು ಮದುವೆಯೊ, ಮಡಗಿಕೊಂಡಿದ್ದಾ?

ಇದು ಮದ್ವೆನೇ ಶಾಸ್ತ್ರಿಗಳೇ, ಆದರೆ ಗೌರಮ್ಮ ಯಾಕೆ ತಾಳಿ ಬಿಚ್ಚಿ ಇಟ್ಲು?

ಬೇರೆಯವರಿಗೆ ಗೊತ್ತಾಗದೆ ಇರ್ಲಿ ಅಂತ ಹೊರಗಿನ ಪ್ರಪಂಚಕ್ಕೆ ನಾನು ಪುರೋಹಿತ ಅವಳು ಎಮ್ಮೆ ಮೇಯಿಸುವ ಹೆಂಗಸು. ವಿಷಯ ತಕ್ಷಣ ಪ್ರಪಂಚಕ್ಕೆ ಗೊತ್ತಾದ್ರೆ ಅಂತ ಅವಳಿಗೂ ಭಯ ಇರ್ಬೋದು ಅದಕ್ಕೆ ಹಂಗೆ ಮಾಡಿದ್ಲು. ಅವತ್ತಿಂದ ದಿನಾ ಹನ್ನೆರಡೂವರೆ ಗಂಟೆಗೆ ಬರೋಳು. ಆ ಅರಿಶಿನ ದಾರ ಹಾಕಿಕೊಳ್ಳೋಳು. ಇಬ್ಬರೂ ಊಟ ಮಾಡಿ ಮಲಗೋವು, ಅವಳು ಎರಡೂವರೆ ಮೂರು ಗಂಟೆಗೆ ಹೋಗೋಳು.

ಆದ್ರೆ ಎಮ್ಮೆ?

ದರಿದ್ರದೋನೆ ನಾನು ನನ್ನ ಸಂಸಾರದ ಕತೆ ಹೇಳ್ತಾ ಇದ್ರೆ ನೀನು ಎಮ್ಮೆ ಎಲ್ಲಿ ಅಂತ ಕೇಳ್ತಿಯಾ, ಅಜ್ಜಿಗೆ ಅರಿವೆ ಚಿಂತೆಯಾದ್ರೆ ಮೊಮ್ಮಗಳಿಗೆ ಮಿಂಡನ ಚಿಂತೆ ಅಂತಾರಲ್ಲ ಹಂಗಾಯ್ತು. ಆ ದರಿದ್ರದ ಎಮ್ಮೆಗಳು ಎಲ್ಲಿಗೆ ಹೋಗ್ತಾ

ಇದ್ವು, ಅಲ್ಲೇ ಮಂಟೇಲಿ ಮೇಯ್ತಾ ಇರ್ತಾ ಇದ್ವು, ಗೌರಮ್ಮ ಬೆಳಿಗ್ಗೆ ಒಂಬತ್ತು ಗಂಟೆಗೆ ಬಂದು ದೇವಸ್ಥಾನದ ಕಸ ಗುಡಿಸಿ ನೀರು ಹಾಕಿ ಹೂವು ತಂದುಕೊಟ್ಟು ಹೋಗಿಬಿಡೋಳು. ಮಧ್ಯಾಹ್ನ ಹನ್ನೆರಡೂವರೆಗೆ ಮನೆಗೆ ಬಂದು ಬಿಡೋಳು, ಅಲ್ಲೇ ಊಟ. ಹಿಂಗೆ ನಮ್ಮ ಸಂಸಾರ ಶುರು ಆಯ್ತು.

ಇಂಥಾ ಸುದ್ದಿ ಜಾಸ್ತಿ ದಿನ ಗುಟ್ಟಾಗಿ ಇರೋದಿಲ್ಲ. ಒಂದೇ ಒಂದು ತಿಂಗಳಲ್ಲಿ ಜನರಿಗೆ ಗೊತ್ತಾಗಿಹೋಯ್ತು, ಯಾವ ಸೂಳೆಮಗ ಅಥವಾ ಯಾವ ಹಾಲ್ಕಾರಂಡೆ ಇದನ್ನ ನೋಡಿದ್ರೋ ಇಡೀ ಊರಿಗೆ ಸುದ್ದಿ ಆಗಿಹೋಯ್ತು. ಅವಳ ಅಣ್ಣಂದಿರು ಬಂದರು. ಈ ಬೋಳಿಮಕ್ಕಳು ಬಂದಾಗ ಗೌರಿ ಹೊರಗಾಗಿದ್ದಳು. ಹಂಗಾಗಿ ಅವಳು ದೇವಸ್ಥಾನಕ್ಕೆ ಮನೆಗೆ ಬಂದಿರಲಿಲ್ಲ.

ಶಾಸ್ತ್ರಿಗಳೇ, ನೀವು ಮಾಡ್ತಾ ಇರೋದು ಸರಿನಾ, ಏನೂ ತಿಳಿಯದ ಹೆಂಗಸಿಗೆ ಮಾಟ ಮಾಡಿ ಅವಳ ಜೊತೆ ಚಕ್ಕಂದ ಆಡ್ತಾ ಇದ್ದೀರಲ್ಲ ಇದು ನ್ಯಾಯಾನ? ನೀವು ಪೂಜಾರಯ್ಯ ಅಂತ ಸುಮ್ನೆ ಇರಬೇಕಾಗದೆ ಇಲ್ದೆ ಇದ್ರೆ ಇಷ್ಟೊತ್ತಿಗೆ ಕತ್ತರಿಸಿ ಬಿಸಾಕ್ತ ಇದ್ವಿ, ಅಂದ ಅವರ ಅಣ್ಣ. ನಾನೇ ಮಾತಾಡಲಿಲ್ಲ, ಇಡೀ ಊರ ಜನ ಮಾತಾಡೋ ಹಂಗೆ ಆಗದೆ. ಇಲ್ಲಿಗಂಟ ನಾವು ಬಡವರಾಗಿದ್ರೂ ಮರ್ಯಾದೇಲಿ ಬದುಕಿದ್ದೀವಿ, ಗಂಜಿ ಅನ್ನ ಉಂಡ್ರೂ ನಮ್ಮ ತಂಗಿನ ನಮ್ಮ ಕೈಲಿ ಆಗುವಷ್ಟು ಚೆನ್ನಾಗಿ ಸಾಕಿದೀವಿ. ಅವಳ ದಿಕ್ಕಿಲ್ಲದ ಪರದೇಶಿ ಅಂತ ಅವಳ ಮೇಲೆ ಕಣ್ಣು ಹಾಕಿಬಿಡೋದಾ? ನೀವು ಇರೋ ಜಾಗಕ್ಕೆ ನೀವು ಇರೋ ಸ್ಥಾನಕ್ಕೆ ಇದು ಮರ್ಯಾದೆ ತತ್ತದಾ ಶಾಸ್ತ್ರಿಗಳೇ ಹೇಳಿ ಅಂದ ಇನ್ನೊಬ್ಬ.

ಆಗಲೂ ನಾನು ಮಾತನಾಡಲಿಲ್ಲ.

ಒಂದು ಗಂಟೆಯತನಕ ಅವರಿಬ್ಬರೇ ಮಾತನಾಡಿದರು. ನನ್ನ ಕತ್ತರಿಸಿ ಹಾಕುವ ಬಗ್ಗೆ ಹೇಳಿದರು. ಇಡೀ ಕುಟುಂಬವೇ ಕೆರೆಗೆ ಬಿದ್ದು ಸಾಯುವ ಬೆದರಿಕೆ ಹಾಕಿದರು. ಗೌರಮ್ಮನನ್ನು ಕತ್ತರಿಸಿ ಹಾಕಿಯೇ ಬಿಡುತ್ತೇವೆ ಎಂಬ ಬೆದರಿಕೆಯನ್ನು ಹಾಕಿದರು. ನಾನು ಅವರ ಮಾತಿಗೆ ತಿರುಗಿ ಹೇಳದೇ ಇರುವುದು ಅವರಿಗೆ ಇನ್ನಷ್ಟು ತಾಕತ್ತು ನೀಡಿತ್ತು ಅಂತ ಕಾಣ್ತದೆ. ನಾನು ಹೆದರಿಕೊಂಡೆ ಅಂತ ಅವರು ಅಂದುಕೊಂಡಿರಬಹುದು. ಅವಳ ಅಣ್ಣ ನಂಜುಂಡ ಅಂತಿಮವಾಗಿ ರಾಜಿಸೂತ್ರ ಒಂದನ್ನು ಹೊರಗೆ ಹಾಕಿದ.

ಆಗಿದ್ದು ಆಗಿಹೋಯಿತು. ಅವಳಿಗೂ ಗತಿ ಇಲ್ಲ. ನಿಮಗೂ ಗತಿ, ಮತಿ ಇಲ್ಲ. ಇವತ್ತಿಗೆ ಇದು ಬಂದ್ ಆಗಬೇಕು. ಅವಳು ಇಲ್ಲಿಗೆ ಕಾಲು ಹಾಕಬಾರದು. ಅವಳು ಮನೇಲೇ ಬಿದ್ದಿರ್ಲಿ. ನೀವು ಮಾಡಿದ ತಪ್ಪಿಗೆ ಹತ್ತು ಸಾವಿರ ರೂಪಾಯಿ ಕೊಡಿ ಅದನ್ನು ಅವಳ ಹೆಸರಲ್ಲಿ ಬ್ಯಾಂಕಿಗೆ ಹಾಕ್ತೀವಿ ಅಂತ ಅವನು ಹಣಕಾಸಿನ ವ್ಯವಹಾರಕ್ಕೆ ಬಂದ.

ನನಗೆ ಸ್ವಲ್ಪ ರೇಗಿತು. ನಾನು ಬಾಯ್ಬಿಟ್ಟೆ, ನಾನು ಗೌರಮ್ಮನನ್ನು ಮದುವೆಯಾಗಿದ್ದೀನಿ – ಇದರಲ್ಲಿ ಹಾದರ ಏನು ಬಂತು? ಅವಳು ನನ್ನ ಹೆಂಡ್ತಿ, ದೇವರ ಸಾಕ್ಷಿಯಾಗಿ ನಾನು ಅವಳಿಗೆ ತಾಳಿ ಕಟ್ಟಿದೀನಿ. ನಾಳೆಯಿಂದ ಅವಳು ನನ್ನ ಮನೇಲಿ ಇರ್ತಾಳೆ. ಇದ್ಕೆ ನಾನ್ಯಾಕೆ ನಿಮಗೆ ದುಡ್ಡು ಕೊಡಬೇಕು? ನೀವು ಕತ್ತರಿಸಿ ಹಾಕ್ತಿನಿ ಅಂತ ಅಂದ್ರೂ ನನ್ನ ಹತ್ರ ದುಡ್ಡು ಇಲ್ಲ. ನಿಮಗೆ ಬೇಕಾದ್ರೆ ಅವಳ್ನ ಈಗ್ಲೆ ಕರ್ಕೊಂಡು ಬಂದು ಮನೆಗೆ ಬಿಡಿ, ಇಲ್ಲಿದೆ ನೋಡಿ ಅವಳಿಗೆ ನಾನು ಕಟ್ಟಿದ ತಾಳಿ ಅಂತ ಆ ಅರಿಶಿನ ದಾರಕ್ಕೆ ಕಟ್ಟಿದ್ದ ಅರಿಶಿನಕೊನೆಯನ್ನು ತೋರಿಸಿದೆ.

ಆ ಬಡ್ಡಿ ಮಕ್ಕಳಿಗೆ ತಂಗಿಯ ಬದುಕಿಗಿಂತ ಹತ್ತು ಸಾವಿರ ರೂಪಾಯಿ ಸಂಪಾದನೆಯೇ ಜಾಸ್ತಿಯಾಗಿತ್ತು. ಅವರಲ್ಲಿ ಕಿರಿಯವನು ಅವನ ಹೆಸರು ಏನೋ ಮರೆತುಹೋಗಿದೆ. ಕುಳಿತು ಮಾತನಾಡುತ್ತಿದ್ದವನು ಎದ್ದು ನನಗೆ ಒದ್ದ. ಅವನ ಒದೆತದ ಬಿರುಸಿಗೆ ನಾನು ಆಯ ತಪ್ಪಿ ಬಿದ್ದೆ.

ಸೂಳೆಮಗನೇ, ಹಾರುವ ನನ್ಮಗನೆ, ನನ್ನ ತಂಗಿನ ಮದ್ವೆಯಾಗ್ತಿಯಾ, ಬೇವರ್ಸಿ, ಏನು ಅಂದ್ಕೊಂಡಿದ್ದೀಯಾ, ಹುಟ್ಲಿಲ್ಲ ಅನಿಸಿಬಿಡ್ತಿನಿ, ದೇವಸ್ಥಾನದಲ್ಲಿ ಪೂಜೆ ಮಾಡು ಅಂತ ಬಿಟ್ರೆ ನನ್ನ ತಂಗಿ ಜೊತೆ ಹಾದರ ಮಾಡ್ತೀಯಾ, ಅದೆಂಗೆ ದೇವಸ್ಥಾನದಲ್ಲಿ ಪೂಜಾರಿಕೆ ಮಾಡ್ತೀಯೋ ನಾನೂ ನೋಡ್ತೀನಿ. ಇವತ್ತು ಸಾಯಂಕಾಲದೊಳಗೆ ಊರು ಬಿಟ್ರೆ ಸರಿ, ಇಲ್ಲ ಅಂದ್ರೆ ಪಂಚಾತಿ ಕರೆಸಿ ನಿನ್ನ ಮಾನ ಮರ್ಯಾದೆ ಹರಾಜು ಮಾಡ್ತೀನಿ ಅಂತ ಹೇಳಿದವನೆ ನನ್ನ ಮುಖಕ್ಕೆ ಥೂ ಅಂತ ಉಗಿದು ಹೊರಟ.

ನಾವೇನೋ ವ್ಯವಹಾರ ಸರಿ ಮಾಡಾನ ಅಂತ ಇದ್ರೆ ಈ ಬೇವರ್ಸಿ ಮದ್ವೆ ಆಗಿದೀನಿ ಅಂತಾನೆ ಕುಂಟ ನನ್ಮಗ, ಕುಂಟನಿಗೆ ಎಂಟು ಚೇಷ್ಟೆ, ಕುರುಡಂಗೆ ನಾನಾ ಚೇಷ್ಟೆ. ಇವನ್ನ ಊರು ಬಿಡಿಸದೇ ಇದ್ರೆ ನಾನು ನಮ್ಮಪ್ಪಂಗೆ ಹುಟ್ಟೇ ಇಲ್ಲ. ಆ ಬೋಸುಡಿ ಮುಂಡೇನ ಸಾಯಿಸ್ದೆ ಇದ್ರೆ ನಾನು ಗಂಡಸೇ ಅಲ್ಲ ಅಂತ ಅವನ ಹಿಂದೆ ನಂಜುಂಡನೂ ಹೊರಟ.

ಮನೆಗೆ ಹೋಗಿ ಗೌರಮ್ಮಂಗೆ ಚೆನ್ನಾಗಿ ಹೊಡೆದಿರಬೇಕು ಅಲ್ವಾ ಶಾಸ್ತ್ರಿಗಳೇ? ಇಲ್ಲ, ಅವಳು ಕತ್ತಿ ತಗೊಂಡು ನಿಂತಳಂತೆ. ನನ್ನ ತಂಟೆಗೆ ಬಂದ್ರೆ ಕತ್ತರಿಸಿ ಹಾಕ್ತಿನಿ, ಮರ್ಯಾದೇಲಿ ನನ್ನ ಐದ್ಸಾವ್ರ ಮಡಗಿ ಅಂತ ಅಬ್ಬರಿಸಿದಳಂತೆ. ಇವ್ರು ಹೇತಲಾಂಡಿಗಳು ಅಂಡು ಮುಚ್ಕೊಂಡು ತೆಪ್ಪಗಾದವು.

ಬೇರೆ ವಿಷಯಕ್ಕೆ ಪಂಚಾಯ್ತಿ ಕರೆದರೆ ಜನ ಬರ್ತಾರೋ ಇಲ್ಲವೋ ಗೊತ್ತಿಲ್ಲ. ಇಂತ ವಿಚಾರಕ್ಕೆ ಮಾತ್ರ ಮಕ್ಕಳು, ಮುದುಕರು, ಸಿಕ್ಕಾಪಟ್ಟೆ ಸೇರ್ತಾರೆ. ನನ್ನ ವಿಷಯದಲ್ಲೂ ಹಂಗೆ ಆಯ್ತು. ಅವತ್ತೇ ಸಾಯಂಕಾಲ ದೇವಸ್ಥಾನದಲ್ಲಿ ಊರಲ್ಲಿ ಇದ್ದೋರೆಲ್ಲಾ ಸೇರಿದ್ರು. ಆ ಊರಲ್ಲಿ ಇದ್ದ ಬ್ರಾಹ್ಮಣರು ಮಾತ್ರ

ಬರ್ಲಿಲ್ಲ. ಅವನು ಇಡೀ ಜಾತಿ ಮರ್ಯಾದೆ ಹಾಳು ಮಾಡಿದ್ದಾನೆ. ಅವನನ್ನು ಏನು ಬೇಕಾದ್ರೂ ಮಾಡಿ ಅಂತ ಈ ಬ್ರಾಹ್ಮಣರು ಬರ್ಲೇ ಇಲ್ಲ. ಇಂತದ್ರಲ್ಲಿ ಹಾರುವರಂತ ಬುದ್ಧಿವಂತ್ರು ಇರೋದಿಲ್ಲ ನೋಡು.

ಅಲ್ಲಿ ಇದ್ದೋರಲ್ಲಿ ಪಂಚಾಯ್ತಿದಾರರು ಅಂತ ಯಾರ್‍ಯಾರು ಇದ್ರು ಅವರೆಲ್ಲಾ ಕಚ್ಚೆ ಹರುಕರೇ ಇದ್ದೋರು, ಶ್ರೀರಾಮಚಂದ್ರನಂಗೆ ಬಂದು ಕುಂತಿದ್ರು. ಅವರಲ್ಲಿ ಒಬ್ಬೊಬ್ಬನ ಕತೆಯನ್ನು ಹೇಳಿಬಿಡ್ಲಾ ಅಂತ ಅನ್ನಿಸಿತು. ಯಾವ ಬೋಳಿಮಗನಿಗೂ ನನ್ನ ಕಡೆ ಬೊಟ್ಟು ತೋರಿಸೋ ತಾಕತ್ತು ಇರಲಿಲ್ಲ.

ಮತ್ತೆ ಎಲ್ಲಾ ಬಿಚ್ಚಿ ಒದರಬೇಕಿತ್ತು.

ಅಲ್ಲಿ ಇದ್ದೋರಲ್ಲಿ ಆಳಿಗೊಂದು ಕಲ್ಲು ಅಂತ ಬಿಸಾಡಿದ್ರು ನಾನು ಸತ್ತು ಸೋರೆಕಾಯಿ ಆಗಿ ಹೋಯ್ತಾ ಇದ್ದೆ. ತಿಕ ಮುಚ್ಚಿಕೊಂಡು ತೆಪ್ಪಗಿರೋದೇ ಮೇಲು ಅಂತ ಹಲ್ಲು ಕಚ್ಚಿ ಸಹಿಸ್ಕೊಂಡೆ. ಆಳಿಗೊಂದು ತಲೆಗೊಂದು ಅಂತ ಮಾತನಾಡಿದರು. ಅವರಲ್ಲಿ ಒಬ್ಬ ಅಂತೂ ಹೆಂಗಸು ಗುಂಡುಗುಂಡಾಗಿ ಅವಳೆ ಅಂತ ಈ ಹಾರುವಯ್ಯ ಕೈಕಾಲು ಆಡಿಸಿಬಿಟ್ಟ, ಅದ್ರಲ್ಲೂ ಕುಂಟ ಕಾಲು ಆಡಿಸಿಬಿಟ್ಟ ಅಂತ ಗೇಲಿ ಮಾಡಿದ. ನಾನು ಆಗಲೂ ಮಾತಾಡಲಿಲ್ಲ. ಸಿಟ್ಟು ಬತ್ತಾ ಇತ್ತು. ಅದನ್ನ ಯಾರ ಮುಂದೆಯೂ ತೋರಿಸೋ ಹಂಗೆ ಇತ್ತಿಲ್ಲ.

ನಾಳೆಯಿಂದ ಪೂಜಾರಿಕೆ ಮಾಡಬಾರದು ಅಂತ ಪಂಚಾಯ್ತಿ ತೀರ್ಮಾನ ಮಾಡಿತು. ನಾನು ಗೌರಮ್ಮನ ಬಿಟ್ರೆ ಪೂಜೆ ಮುಂದುವರಿಸಬಹುದು ಅಂತೂ, ಅವಳೇ ಬೇಕು ಅಂತ ಆದ್ರೆ ಪೂಜಾರಿಕೆ ಬಿಡಬೇಕು ಅಂತ ತೀರ್ಮಾನ ಆಯಿತು. ಪೂಜಾರಿಕೆ ಮಾತ್ರ ಅಲ್ಲ ಊರೇ ಬಿಡಬೇಕು. ಯಾರ ಮನೆಯಲ್ಲೂ ನನಗೆ ಇವಳಿಗೆ ಆಶ್ರಯ ನೀಡಬಾರದು ಅಂತ್ಲೂ ತೀರ್ಮಾನ ಮಾಡಿ ನಾಳೆ ಬೆಳಿಗ್ಗೆ ಯಾವುದಕ್ಕೂ ನಾನು ಐದು ಜನ ಪಂಚಾಯ್ತಿದಾರರ ಮನೆಗೆ ಹೋಗಿ ನನ್ನ ತೀರ್ಮಾನ ಹೇಳಬೇಕು. ಪೂಜಾರಿಕೆಯನ್ನೇ ಮುಂದುವರಿಸೋದಾದ್ರೆ ಐದು ಸಾವಿರ ರೂಪಾಯಿ ದಂಡ ಕಟ್ಟಬೇಕು ಅಂತಾನೂ ತೀರ್ಮಾನ ಮಾಡಿದರು. ಏನಂತೀರಿ ಶಾಸ್ತ್ರಿಗಳೇ ಎಂದು ನನ್ನ ಕಡೆ ನೋಡಿದರು.

ನಾಳೆತಂಕ ಏನೂ ಬೇಡ, ನಾನು ಗೌರಮ್ಮನ ದೇವರ ಸಾಕ್ಷಿಯಾಗಿ ಮದುವೆಯಾಗಿದ್ದೀನಿ. ನನ್ನ ಅವಳ ಮದುವೆಗೆ ದೇವರ ಸಾಕ್ಷಿ, ತಾಳಿ ಕಟ್ಟಿಯಾಗಿದೆ. ಸಂಸಾರನೂ ಮಾಡಿ ಆಗಿದೆ. ಹಿಂಗಾಗಿ ಅವಳನ್ನು ಬಿಡೋ ಪ್ರಶ್ನೆ ಇಲ್ಲ. ನಾಳೆತಂಕ ಅಂತಾನೂ ಇಲ್ಲ. ನಾನು ಈಗ್ಲೆ ದೇವಸ್ಥಾನದ ಪುರೋಹಿತ್ಯ ಬಿಡ್ತಾ ಇದ್ದೀನಿ, ಗೌರಮ್ಮನ ಕರೆದುಕೊಂಡು ಈಗ್ಲೆ ಊರು ಬಿಡ್ತೀನಿ ಅಂದೆ.

ಇಡೀ ಪಂಚಾಯ್ತಿ ಗರ ಬಡಿದಂಗೆ ಮೌನವಾಯಿತು. ಅಲ್ಲಿದ್ದ ಒಬ್ರು ಅವರು ಸ್ಕೂಲ್‌ಮೇಷ್ಟ್ರು ಇರಬೇಕು ಮಾತನಾಡಿದರು. ಶಾಸ್ತ್ರಿಗಳು ಅವರ

ನಿರ್ಧಾರ ಹೇಳಿದ್ದಾರೆ. ಅವರ ಮದ್ವೆ ಅವರ ಇಷ್ಟ. ಗೌರಮ್ಮನ ಜೊತೆ ಅವರು ಹೋಗಲಿ ಪೂಜೆ ಮಾಡುವ ಅರ್ಹತೆ ಅವರಿಗೆ ಇದೆ ಅಂತ ಅನಿಸಿದ್ರೆ ಈ ಸಭೆ ಅದಕ್ಕೆ ಸಂಬಂಧಪಟ್ಟ ಹಂಗೆ ತೀರ್ಮಾನ ಮಾಡಲಿ.

ಯಾವನ್ಲ ಅವನು, ನೀನು ಸ್ಕೂಲಿಗೆ ಮಾತ್ರ ಮೇಷ್ಟ್ರು ಊರಿಗಲ್ಲ. ಇಂತಹ ಹಾದರಬಡುಕರು ದೇವಸ್ಥಾನದಲ್ಲಿ ಪೂಜೆ ಮಾಡಾದ. ಈ ಬೋಳಿಮಗನ್ನ ದೇವಸ್ಥಾನದ ಒಳಗಡೆ ಕೂಡ ಸೇರಿಸಬಾರದು. ಇವರ ಹಾದರ ಅಲ್ಲೇ ನಡೆದಿಲ್ಲ ಅಂತ ಗ್ಯಾರಂಟಿ ಏನು. ಮೊದ್ಲು ಆ ದೇವಸ್ಥಾನ ಶುದ್ಧಿಯಾಗಲಿ, ಅನಂತರ ಉಳಿದದ್ದು. ಲೋ ಮೇಷ್ಟ್ರೇ ಮುಚ್ಕೊಂಡು ಕೂತ್ಕೊ ಅಂತ ಇನ್ನೊಬ್ಬ ಎಣ್ಣೆ ಹಾಕಿದ ಮನುಷ್ಯ ಎದ್ದು ನಿಂತು ಅರಚಿದ. ಅವನಿಗೆ ಉತ್ತರ ಹೇಳಲು ಮೇಷ್ಟ್ರು ಅವನದೇ ಭಾಷೆಯಲ್ಲಿ ಪ್ರಯತ್ನಿಸಿದರು. ಸಭೆಯಲ್ಲಿ ಪುನಃ ಗದ್ದಲ ಗಲಾಟೆ ಆರಂಭವಾಯಿತು. ಕೆಲವರು ಪರಸ್ಪರ ಬಡಿದಾಡಿಕೊಂಡರು. ಕೆಲವರಿಗೆ ಅವರಲ್ಲೇ ಒಂದಿಷ್ಟು ಮನಸ್ತಾಪ ಇತ್ತು. ಬೆಳಿಗ್ಗೆ ಹತ್ತು ಗಂಟೆಗೆ ಆರಂಭವಾದ ಪಂಚಾಯ್ತಿ ಮಧ್ಯಾಹ್ನದ ಹೊತ್ತಿಗೆ ಸಣ್ಣ ಪ್ರಮಾಣದ ರಣರಂಗವಾಗಿತ್ತು.

ನಾನು ಮನೆಗೆ ಬಂದು ಸಾಮಾನು ಜೋಡಿಸ್ತಾ ಇದ್ದೆ. ಅಲ್ಲೇನು ಇತ್ತು ಬದನೆಕಾಯಿ, ಒಂದು ಹಾಸಿಗೆ, ಚಾಪೆ, ರಗ್ ಎರಡೋ ನಾಲ್ಕೊ ಪಾತ್ರೆ ಆರೇಳು ಪಂಚೆ, ಅಂಗಿ, ಚಡ್ಡಿ, ಬನಿಯನ್ ಮತ್ತು ದೇವರ ನಾಲ್ಕಾರು ಫೋಟೋಗಳು, ಜೇಬಿನಲ್ಲಿ ಆರುನೂರು ರೂಪಾಯಿ ಇತ್ತು. ಎಲ್ಲಾ ಸೇರಿದರೆ ಒಂದೂವರೆ ಸಾವಿರ ರೂಪಾಯಿ ಆಗಬಹುದಿತ್ತು. ಒಂದು ಟ್ರಂಕ್‌ನಲ್ಲಿ ಬಟ್ಟೆ ತುರುಕುವಷ್ಟೊತ್ತಿಗೆ ಗೌರಮ್ಮ ಬಂದಳು. ಅವಳ ಕೈಲಿ ಬಟ್ಟೆಗಂಟು ಬಿಟ್ಟರೆ ಏನೂ ಇರಲಿಲ್ಲ. ಅವಳು ಒಳಗಡೆ ಬಂದು ದೇವರ ಮುಂದೆ ಇದ್ದ ಅರಿಶಿನದ ದಾರವನ್ನೇ ಪುನಃ ಕುತ್ತಿಗೆಗೆ ಹಾಕಿಕೊಂಡು ನಡೆಯಿರಿ ಅನ್ನುವಂತೆ ನನ್ನ ಕಡೆ ನೋಡಿದ್ಲು.

ಹೋಗೋದೆಲ್ಲಿಗೆ ಅನ್ನೋ ಪ್ರಶ್ನೆಗೆ ಉತ್ತರವೇ ಸಿಕ್ಕಿತ್ತಿಲ್ಲ. ಆವಾಗ ರಾವಂದೂರಿನ ಋಣ ಮುಗಿದಿತ್ತು. ಪುನಃ ಮರೂರಿಗೆ ಬರಬೇಕಿತ್ತು. ರಾವಂದೂರಿನಿಂದ ಮರೂರಿಗೆ ಹದಿನಾರು ಕಿ.ಮೀ. ಬೆಳಿಗ್ಗೆ ಒಂದು ಪ್ರೈವೇಟ್ ಬಸ್ ಸಂಜೆಗೆ ಒಂದು ಪ್ರೈವೇಟ್ ಬಸ್ ಮಾತ್ರ ಇತ್ತು. ರಾವಂದೂರಿನಲ್ಲಿಯೇ ಇದ್ದರೆ ಏನಾದರೂ ಅನಾಹುತ ಆದರೂ ಆಗಬಹುದು ಅಂತ ನಡೆದುಕೊಂಡೇ ಹೊರಟೆವು. ಅವತ್ತು ಶನಿವಾರ, ಭಾನುವಾರ ಸುಂಟಿಕೊಪ್ಪದ ಸಂತೆ. ಆ ಸಂತೆಗೆ ಹೋಗಲು ವ್ಯಾಪಾರಿಗಳು ಕಮಾನಿನ ಎತ್ತಿನ ಗಾಡಿಗಳನ್ನು ಕಟ್ಕೊಂಡು ಬರ್ತಾ ಇದ್ರು. ಒಂದು ಗಾಡಿಲಿ ನಾವಿಬ್ಬರೂ ಕೂತು ಗಾಡಿಯವನಿಗೆ ಒಂದು ರೂಪಾಯಿ ಕೊಟ್ಟೆ, ಅವನು ಕೂಡುದಾರಿಯಲ್ಲಿ ಇಳಿಸಿಹೋದ. ಅಲ್ಲಿಂದ ಮರೂರು ತಲುಪಿದಾಗ ರಾತ್ರಿ ಹತ್ತು ಗಂಟೆಯಾಗಿತ್ತು.

ಮರೂರಿನ ನಮ್ಮ ಮನೆ ತಲುಪಿದಾಗ ಕಂಡಿದ್ದೇನು? ಮನೆಗೆ ಬೀಗ ಹಾಕಿತ್ತು. ಅಪ್ಪ, ಅಮ್ಮ ಬೆಂಗಳೂರಿಗೆ ಹೋಗಿದ್ದರು. ಅಕ್ಕಪಕ್ಕದ ಮನೇಲಿ ಬೀಗ ಕೊಡೋ ಪದ್ಧತಿ ಆಗ ಇಲ್ಲ. ಜಮೀನಿನ ವಾರಗಾರ ಶಂಕರಯ್ಯ ಜಗಲಿ ಮೇಲೆ ಮಲಗಿದ್ದ. ಅವನನ್ನು ಎಬ್ಬಿಸಿದಾಗ ಅವನು ಗಾಬರಿಯಾದ. ನನ್ನ ಜೊತೆ ಇದ್ದ ಗೌರಿನ ಕಂಡು ಅವನು ಇನ್ನಷ್ಟು ಗಾಬರಿಯಾದ. ಅವರಿಗೆ ವಿಷ್ಯ ಹೇಳ್ದೆ.

'ಅಯ್ಯ, ಇದೇನು ಮಾಡಿದ್ರಿ. ಶಾಸ್ತ್ರಿಗಳೇ, ಅಮ್ಮ ಈ ವಿಷಯ ಕೇಳಿದ್ರೆ ಎದೆ ಬಡಕೊಂಡು ಸಾಯ್ತಾರೆ' ಅಂದ. ಅಲ್ಲಿಗಂಟ ಇದರ ಬಗ್ಗೆ ನಾನು ಯೋಚ್ನೆ ಮಾಡಿರಲಿಲ್ಲ. ಅವರಿಗೆ ವಿಷಯ ತಿಳಿಸಲು ಪತ್ರ ಬರೆಯೋದೊಂದೇ ದಾರಿ ಉಳಿದಿತ್ತು. ನಮ್ಮ ಮರೂರಲ್ಲಿ ಆಗ ಫೋನ್ ಇರಲಿಲ್ಲ. ಸುಂಟಿಕೊಪ್ಪದಿಂದ ಫೋನ್ ಮಾಡಬಹುದಿತ್ತು. ಆದರೆ ಅಣ್ಣನ ಮನೇಲೂ ಫೋನ್ ಇರಲಿಲ್ಲ.

ಇವತ್ತು ಜಗಲೀನೇ ಗತಿ. ಇಲ್ಲೇ ಮಲಗಿ ಅಂತ ಶಂಕರಯ್ಯ ಅಂದಾಗ ಅಳು ಬಂತು. ಇಂತ ಸ್ಥಿತಿಗೆ ತಲುಪಿದೆನಲ್ಲ ನಾಳೆ ಅಪ್ಪ, ಅಮ್ಮ ಇವಳೂ ಬೇಡ, ನೀನೂ ಬೇಡ ಅಂದ್ರೆ ಗತಿಯೇನು? ಇವಳೇನೋ ಕೂಲಿ ಕೆಲಸಕ್ಕೆ ಹೋಗ್ತಾಳೆ, ನಂಗೆ ಯಾವ ಕೆಲ್ಸ ಗೊತ್ತು. ಗಂಟೆ ಅಲ್ಲಾಡಿಸೋದು ಬಿಟ್ಟು, ಇವಳನ್ನು ಮದ್ವೆ ಆದಮೇಲೆ ಯಾವ ದೇವಸ್ಥಾನದಲ್ಲೂ ಪುರೋಹಿತಕೆ ಮಾಡೋಹಾಗಿಲ್ಲ.

ರಾತ್ರಿಯಿಡೀ ನಿದ್ರೆ ಬರಲಿಲ್ಲ. ಅಪ್ಪ ಅಮ್ಮ ಒಪ್ಪದೇ ಇದ್ರೆ ಸಾಯೋದೇ ಉಳಿದ ದಾರಿ. ಅವಳನ್ನು ಕರ್ಕೊಂಡು ಬಂದ ದಿನವೇ ಯೋಚನೆ ಬಂದಿದೆ. ಇವಳ ಅದೃಷ್ಟನೇ ಅಂತದು ಇರಬೇಕು. ಮುಂದೇನು ಮಾಡೋದು ಅನ್ನುವ ಚಿಂತೆಯಲ್ಲಿ ರಾತ್ರಿ ಕಳೆದೆ. ಶಂಕರಯ್ಯ ಅವನ ಮನೆಯಿಂದ ಎರಡು ಈಚಲು ಚಾಪೆ ತಂದಿದ್ದ. ನನ್ನ ಪಂಚೆಗಳನ್ನೇ ರಗ್‌ನಂತೆ ಉಪಯೋಗಿಸಿದ್ವಿ. ಆ ರಾತ್ರಿ ಮರೆಯೋ ಹಂಗಿಲ್ಲ. ನನ್ನ ಬದುಕಿನ ತುಂಬಾ ಕೆಟ್ಟ ದಿನ ಅದು.

ಅಯ್ಯ, ಜಮೀನತಾವ ಹಂದಿ ಕಾಯಕ ಅಂತ ಒಂದು ಗುಡ್ಲು ಹಾಕಿದೀನಿ, ನೀವು ಅಲ್ಲಿಗೆ ಹೋಗ್ಬಿಡಿ. ಶಾಸ್ತ್ರಿಗಳು ಅಮ್ಮ ಈ ಮದುವೆ ಒಪ್ಪಾಕಿಲ್ಲ. ಅದ್ರೆ ಈಗಲೇ ನೀವು ಅಲ್ಲಿಗೆ ಹೋಗಿ. ಗುಡ್ಲು ಅಂತ ಅದನ್ನು ಕರೆದ್ರೂ ಇಬ್ಬರು ಅಲ್ಲಿ ಇರ್ಬೋದು ಒಂದು ಸ್ನಾನದ ಮನೆ ಒಂದು ಕಕ್ಕಸು ಮನೆ ಮಾಡಿದರೆ ಅದೇ ಒಂದು ಸಣ್ಣ ಮನೆ ಹಂಗೆ ಆಯ್ತದೆ ಅಂದ ಶಂಕರಯ್ಯ,

ಅಂಜಿ, ಒಂದು ಜಾಗ ಅಂತ ಸಿಕ್ತು. ಯಾರು ಬೇಡ ಅಂದ್ರೂ ಅಲ್ಲಿ ಇರ್ಬೋದು, ಅಪ್ಪ ಅಮ್ಮನಿಗೆ ಮುಖ ತೋರಿಸದ ಹಂಗೆ ಅಲ್ಲಿರಬಹುದು. ಹೆಂಗೋ ಆ ಜಾಗ ಬಿಟ್ಟು ಓಡಿಸಾಕೆ ಆಗಕಿಲ್ಲ. ಅದೇ ಹೊಲದಲ್ಲಿ ಇವಳು ಬೇಸಾಯ ಮಾಡ್ತಾಳೆ. ಒಂದೆರಡು ಹಸ ಕಟ್ಟಿದ್ರೆ ಹೆಂಗೋ ಬದುಕು ಸಾಗಿ

ಹೋಯ್ತದೆ ಅಂತ ಅಲ್ಲಿಗೆ ಅಂದ್ರೆ, ಇಲ್ಲಿಗೆ ಬಂದೆನೋಡು. ಇಲ್ಲಿಗೆ ಬಂದು ಹದಿನೇಳು ವರ್ಷ ಆಯ್ತು ಅಂತ ಕತೆ ಮುಗಿಸಿದರು.

ಮಾತನಾಡುವ ರಭಸದಲ್ಲಿ ಅಪ್ಪನಾಗಲೀ ಅಂಜಿಯಾಗಲಿ ನಾನು ಅಲ್ಲೇ ಕಟ್ಟೆ ಮೇಲೆ ಕುಳಿತು ಇವರ ಮಾತು ಕೇಳಿಸಿಕೊಳ್ಳುತ್ತಿದ್ದೇನೆ ಅಂತ ಭಾವಿಸಿರಲೇ ಇಲ್ಲ, ಅಪ್ಪನ ಕತೆ ಕೇಳುತ್ತಿದ್ದರೆ ಒಂದು ಕಡೆ ಓದುತ್ತಿದ್ದ ಅನುಭವವೇ ಆಗುತ್ತಿತ್ತು. ಅಪ್ಪ ಇಷ್ಟು ಹೊತ್ತು ಮಾತನಾಡಿದ್ದನ್ನು ನಾನು ಕಂಡಿರಲೇ ಇಲ್ಲ. ಸೌದೆ ಕಟ್ಟಿಗೆ ಸರಿ ಮಾಡುತ್ತಿದ್ದ ಅವನ ಹೆಂಡತಿಯೂ ಬಂದು ಈ ಕತೆ ಕೇಳುತ್ತಿದ್ದಳು.

ಅಪ್ಪನ ಮುಖವನ್ನು ದಿಟ್ಟಿಸಿ ನೋಡಿದೆ. ಬಹಳ ದಿನಗಳಿಂದ ಮನದಲ್ಲಿಯೇ ಇಟ್ಟುಕೊಂಡಿದ್ದ ಗುಟ್ಟೊಂದನ್ನು ಹೊರಹಾಕಿ ತನಗೆ ತಾನೇ ಸಮಾಧಾನ ಮಾಡಿಕೊಂಡರು ಅಪ್ಪ ಅಂತ ಆ ಕ್ಷಣ ನನಗೆ ಅನಿಸಿತು. ಅಪ್ಪನ ಬಗ್ಗೆ ಹೆಮ್ಮೆಯೂ ಆಯಿತು. ಅಮ್ಮ ಎಂತಹ ಗಟ್ಟಿ ಹೆಂಗಸು ಗೌರಮ್ಮ ಅಂದರೆ ಪಾರ್ವತಿ ಅಂದರೆ ಕಾಳಿ ಅಂದರೆ ರುದ್ರಿ, ನನ್ನಮ್ಮ ಮಂಗಳಗೌರಿಯೂ ಹೌದು, ರೌದ್ರಿಯೂ ಹೌದು. ಇಲ್ಲಿಯತನಕ ಅಪ್ಪ ಜಾತಿ ಭ್ರಷ್ಟ ಅಂತ ಅಂದುಕೊಂಡಿದ್ದೆ. ಆದರೆ ಅಪ್ಪ ಒಳ್ಳೆಯವನು. ತನ್ನ ಮಿತಿಯಲ್ಲಿ ಅವನು ಸಣ್ಣ ಕ್ರಾಂತಿಯನ್ನೇ ಮಾಡಿದ್ದಾನೆ ಅಂತ ನನಗೆ ನಾನೇ ಸಮಾಧಾನ ಪಟ್ಟುಕೊಂಡೆ.

ಲೋ ಭಾರ್ಗವ ನನ್ನ ಮಾತು ಎಲ್ಲಾ ಕೇಳಿಸಿಕೊಂಡ್ಯಾ, ಒಳ್ಳೆಯದೇ ಆಯ್ತು ಬಿಡು. ಇವತ್ತಲ್ಲ ನಾಳೆ ನಿಂಗೆ ಇದು ಗೊತ್ತಾಗಬೇಕಿತ್ತು. ಗೊತ್ತಾಗಿದ್ದು ಒಳ್ಳೆಯದೇ ಆಯ್ತು. ಯಾವನಾದರೂ ನಿನ್ನನ್ನ ನನ್ನ ವಿಷಯದಲ್ಲಿ ಹಂಗಿಸಿ ಮಾತನಾಡಬೋದು. ಆಗ ತಕ್ಕ ಉತ್ತರ ಹೇಳಕೆ ಇವೆಲ್ಲಾ ನಿನಗೆ ಗೊತ್ತಾಗಿದ್ದೇ ಒಳ್ಳೆಯದು ಎಂದು ಮಾತು ಮುಗಿಸಿದ ಅಪ್ಪ.

ಅಂಜಿ ಬಾಳೆ ಎಲೆ ತುಂಡು ಮಾಡು ಊಟಕ್ಕೆ ಹಾಕ್ತಿನಿ ಅಂದರು. ಭಾನುವಾರದಂದು ಯಾವಾಗಲೂ ನಾನು ಕ್ರಿಕೆಟ್ ಆಡಲು ಹೋಗುತ್ತಿದ್ದೆ. ಇವತ್ಯಾಕೋ ಹೋಗಬೇಕು ಅಂತ ಅನಿಸಲಿಲ್ಲ. ಒಂದು ವೇಳೆ ನಾನು ಹೋಗಿದ್ದರೆ ಅಪ್ಪ ಅಮ್ಮನ ಕತೆಯನ್ನು ಅಂಜಿಯ ಬಾಯಿಯಿಂದಲೇ ಕೇಳಬೇಕಿತ್ತೋ ಏನೋ?

3

ಊಟವಾದ ನಂತರ ಅಪ್ಪ ಅಂಜಿಗೆ ಅವನ ಹೆಂಡತಿಗೆ ಎಲೆಯಡಿಕೆ ಕೊಟ್ಟರು. ಎಲೆಯಡಿಕೆಯ ಪುಟ್ಟರಾಶಿಯೇ ನಮ್ಮ ಮನೆಯಲ್ಲಿ ಇರುತ್ತಿತ್ತು. ಅಲ್ಲದೆ ತೋಟದಲ್ಲಿ ನಾಲ್ಕಾರು ಬಳ್ಳಿಗಳೂ ಇದ್ದವು. ಅಪ್ಪ ಊಟವಾದ ನಂತರ ಎಲೆಯಡಿಕೆ ಹಾಕುವ ಅಭ್ಯಾಸ ಇಟ್ಟುಕೊಂಡಿದ್ದರು. ಅವರು ಬೆಳಗಿನ ಪಲಹಾರ ಮತ್ತು ರಾತ್ರಿಯ ಊಟ ಮಾತ್ರ ಮಾಡುತ್ತಿದ್ದ ಕಾರಣ ಅಂಜಿ ಮತ್ತು ಅವನ ಹೆಂಡತಿ ಕೆಲಸಕ್ಕೆ ಬಂದಾಗ ಮಾತ್ರ ಅಡುಗೆ ಮಾಡುತ್ತಿದ್ದರು.

ಜಗಲಿಯ ಕಟ್ಟೆ ಮೇಲೆ ಅಪ್ಪ ಕುಳಿತಿದ್ದರು. ಅಂಜಿ ಮತ್ತವನ ಹೆಂಡತಿ ಕೆಳಗಡೆ ಕುಳಿತು ಎಲೆಯಡಿಕೆ ತಿನ್ನುತ್ತಿದ್ದರು. ಅಂಜಿಗೆ ಕತೆಯ ಮುಂದಿನ ಭಾಗ ಕೇಳುವ ಕುತೂಹಲ ನನಗೂ ಅಷ್ಟೇ. ಆದರೆ ಪ್ರಶ್ನೆ ಹಾಕಲು ಭಯ. ಹೀಗಾಗಿ ನಾನು ಕೂಡ ಅಂಜಿಯಂತೆ ಅಪ್ಪನ ಕಡೆ ನೋಡುತ್ತಾ ಕುಳಿತೆ.

ಆಮೇಲೆ ಏನಾಯ್ತು ಶಾಸ್ತ್ರಿಗಳೇ? ಅಂಜಿ ಮೆಲ್ಲನೆ ಶುರುಮಾಡಿದ. ಆಮೇಲೆ ಏನಾಯ್ತು ಅಂದ್ರೆ ಇವತ್ತಿನ ಕೆಲಸ ಹಾಳಾಯಿತು, ಕಂಡೋರ ಮನೆ ವಿಚಾರ ಅಂದ್ರೆ ಎಂತ ಕೆಟ್ಟ ಕುತೂಹಲ ನಿನಗೆ. ಇರಲಿ ಬಿಡು ಹೆಂಗೂ ಕತೆ ಶುರುಮಾಡಿದೀನಿ, ಪೂರ್ಣವಾಗಿ ಹೇಳಿಬಿಡ್ತೀನಿ.

ಯಾವನೋ ನಮ್ಮ ಜಾತಿಯವನೇ ಇರಬೇಕು, ಬೆಂಗಳೂರಿಗೆ ಸುದ್ದಿ ಮುಟ್ಟಿಸಿದನಂತೆ ಅಪ್ಪ ಅಮ್ಮ ಯಾವ ಪ್ರತಿಕ್ರಿಯೆಯನ್ನು ನೀಡದೆ ಒಳಗಡೆಗೆ ಎದ್ದು ಹೋದರಂತೆ. ಹೋದವನು ಅಣ್ಣನ ಸಂಗಡ ವಿಷಯವನ್ನು ವಿವರವಾಗಿ ಮತ್ತು ಆದ್ರೆ ಸ್ವಲ್ಪ ಉಪ್ಪು ಕಾರ ಹಾಕಿ ಹೇಳಿದ್ದಾನೆ. ನನ್ನಿಂದಾಗಿ ಸುತ್ತಲಿನ ಹದಿನಾರು ಹಳ್ಳಿಗಳಲ್ಲಿ ಬ್ರಾಹ್ಮಣರ ಮರ್ಯಾದೆಯೇ ಹರಾಜಾಗಿ ಹೋಗಿದೆ ಅಂತ ಆ ಬೋಳಿಮಗ ಹೇಳಿ, ನಮ್ಮ ಅಣ್ಣನನ್ನು ಕೆರಳಿಸಿದ್ದಾನೆ. ಅತ್ತಿಗೆ ಎಂದಿನಂತೆ ಮೂಕಬಸವಿಯ ಪಾತ್ರ ವಹಿಸಿದ್ದಾರೆ.

ಇನ್ನು ಮೇಲೆ ನಾನು ಮರೂರಿಗೆ ಕಾಲು ಹಾಕುವುದಿಲ್ಲ ಅಲ್ಲಿಗೆ ಹೋದರೆ ನೂರೆಂಟು ಪ್ರಶ್ನೆಗಳಿಗೆ ಉತ್ತರ ಕೊಡಬೇಕಾಗುತ್ತದೆ. ಅವನು ಮಾಡಿದ್ದು ಸರಿಯೋ ತಪ್ಪೋ ಅನ್ನುವ ಪ್ರಶ್ನೆಗಿಂತ ನನಗೆ ಅಲ್ಲಿ ಇರುವುದು ಕಷ್ಟವಾಗುತ್ತದೆ. ಎಷ್ಟೋ ತಲೆಮಾರಿನಿಂದ ಕಾಪಾಡಿಕೊಂಡು ಬಂದಿದ್ದ ನಮ್ಮ ಮನೆತನದ ಮರ್ಯಾದೆ ಹಾರಿಹೋಗಿದೆ. ಯಾವ ಊರಿನಲ್ಲಿ ಮರ್ಯಾದೆ ಇರುವುದಿಲ್ಲವೋ ಆ ಊರಿನಲ್ಲಿ ಇರಬಾರದು ಅಂತ ಚಾಣಕ್ಯನೇ ಹೇಳಿದ್ದಾನೆ. ಇನ್ನು ಮೇಲೆ ನಾನು ಮರೂರಿಗೆ ಹೋಗೋದಿಲ್ಲ. ಅವನಿಗೂ ಅಲ್ಲಿನ ನನ್ನ ಮನೆಗೆ ಕಾಲಿಡಬಾರದು ಅಂತ ಯಾರ ಕೈಲಾದರೂ ಹೇಳಿ ಕಳುಹಿಸು ಅಂತ ಅಪ್ಪ ನಮ್ಮಣ್ಣನಿಗೆ ಹೇಳಿದರಂತೆ.

ಅಮ್ಮನಿಗೆ ನನ್ನ ಕಂಡ್ರೆ ತುಂಬಾ ಇಷ್ಟ ಇತ್ತು. ದರಿದ್ರದೋನು ದುಡುಕಿಬಿಟ್ಟ, ನಾವೇ ಅವನಿಗೆ ಹೆಣ್ಣು ನೋಡಿ ಮದುವೆ ಮಾಡಬೇಕಿತ್ತು. ನಾವು ಕೂಡ ತಡಮಾಡಿದೆವು. ಈಗ ಅವನ ಬದುಕು ಅಡ್ಡದಾರಿ ಹಿಡಿಯಿತು. ಅವನು ತಪ್ಪು ಮಾಡಿದ್ದಾನೆ. ಆದರೂ ಅವನು ನನ್ನ ಮಗ. ಇವರಿಗೆ ಬೇಡ ಅಂತಾದ ಮೇಲೆ ಅವನು ನನಗೂ ಬೇಡ. ಅವನ ಹೆಂಡತಿಗೆ ಚಿನ್ನ ಮಾಡೋಣ ಅಂತ ಇಷ್ಟು ದುಡ್ಡು ಇಟ್ಟಿದ್ದೆ. ಇದನ್ನು ಅವನ ಕೈಗೆ ತಲುಪಿಸಿಬಿಡಪ್ಪ ಎಲ್ಲಿಯತನಕ ಇವರು ಮನಸ್ಸು ಬದಲಾಯಿಸುವುದಿಲ್ಲವೋ ಅಲ್ಲಿಯತನಕ ನಾನೂ ಆ ಊರಿಗೆ ಹೋಗೋದಿಲ್ಲ. ಅವನ ಮುಖನೂ ನೋಡೋದಿಲ್ಲ ಅಂತ ಅಮ್ಮನೂ ಅಂದಳಂತೆ.

ಅಣ್ಣ, ಶಂಕರಯ್ಯನಿಗೆ ಕಾಗದ ಮತ್ತು ಮನಿಯಾರ್ಡರ್ ಎರಡನ್ನು ಕಳುಹಿಸಿದ ಶಂಕರಯ್ಯನಿಗೆ ಕಾಗದ ಓದುವುದು ಗೊತ್ತಿಲ್ಲವಾದ ಕಾರಣ ಅದನ್ನು ಅವನು ತಂದು ನನ್ನ ಕೈಗೆ ಕೊಟ್ಟ, ಗಟ್ಟಿಯಾಗಿ ಅವನಿಗೆ ಓದಿ ಹೇಳಿದೆ.

ಎರಡೂವರೆ ಸಾವಿರ ರೂಪಾಯಿಯನ್ನು ಶಂಕರಯ್ಯ ನನ್ನ ಕೈಯಲ್ಲಿ ಇಟ್ಟ. ಆ ಕಾಲದಲ್ಲಿ ಅದು ಇಂದಿನ ಇಪ್ಪತ್ತೈದು ಸಾವಿರ ರೂಪಾಯಿಗೆ ಸರಿ ಅಂತ ಇಟ್ಕೋ, ನಾನು ದುಡ್ಡು ಬೇಡ ಅನ್ನಲಿಲ್ಲ, ಇಸ್ಕೊಂಡೆ.

ಅಯ್ಯ ಈ ಜಮೀನು ಇನ್ಮೇಲೆ ನಿಮ್ಮದೆ, ನೀವು ವಾರಕ್ಕೆ ಮಾಡು ಅಂದ್ರೆ ಮಾಡ್ತೀನಿ ಬೇಡ ಅಂದ್ರೆ ಇಲ್ಲ. ಈ ವರ್ಷ ಜೋಳ ಹಾಕಾಗದೆ ಗದ್ದೆಗೆ ಅಣೆ ಹಾಕಾಗದೆ. ಹಂಗಾಗಿ ಇದೊಂದು ವರ್ಷ ನಾನು ಮಾಡ್ಕೊತೀನಿ ಮುಂದಿನ ವರ್ಷದಿಂದ ನೀವು ಹೆಂಗೆ ಹೇಳ್ತಿರೋ ಹಂಗೆ ಎಂದು ಶಂಕರಯ್ಯ ಅಂದ.

ಅಪ್ಪ, ಅಮ್ಮ, ಶಂಕರಯ್ಯ, ನಮ್ಮಣ್ಣ ಎಲ್ಲರೂ ವ್ಯವಹಾರಕ್ಕೆ ಬಂದ್ರು. ಅವರವರ ಪಾಲಿನ ಜವಾಬ್ದಾರಿ ಮುಗಿಸಿ ನಂಗೂ ಅವ್ರಿಗೂ ಜಾಸ್ತಿ ಸಂಬಂಧ ಉಳಿದಿಲ್ಲ ಅಂತ ತೋರಿದರು. ನಂಗೆ ಇಂತದ್ದು ಆಗಬಹುದು ಅಂತ ಗೊತ್ತಿತ್ತು. ಅಣ್ಣನೇ ನನ್ನ ತಿರಸ್ಕಾರ ಮಾಡ್ತಾನೆ ಅಂತ ಅನ್ಕೊಂಡು ಇರಲಿಲ್ಲ. ಓದಿದೋನು

ಕಾಲೇಜಿನಲ್ಲಿ ಸಾವಿರಾರು ಮಕ್ಕಳಿಗೆ ಪಾಠ ಹೇಳಿದೋನು ಅವನೇ ಹಿಂಗೆ ಮಾಡ್ತಾನೆ ಅಂತ ನಾನು ಅನ್ಕೊಂಡಿರಲಿಲ್ಲ. ಅವನೇ ಬರುತ್ತಾನೆ, ಅಪ್ಪ ಅಮ್ಮನಿಗೆ ಸಮಾಧಾನ ಹೇಳ್ತೀನಿ ಬಿಡು ಅಂತಾನೆ ಅನ್ಕೊಂಡಿದ್ದೆ. ಆದರೆ ಅವನು ಅಪ್ಪನಿಗಿಂತ ಜಾಸ್ತಿ ನನ್ನ ಮೇಲೆ ಕೂಗಾಡಿದನಂತೆ. ಕನಿಷ್ಠ ಪಕ್ಷ ಅವನು ತಾನೇ ದುಡ್ಡು ತಂದು ನನ್ನ ಮುಖದ ಮೇಲೆ ಬಿಸಾಡಿ ನಂಗೂ ನಿಂಗೂ ಸಂಬಂಧ ಇಲ್ಲ ಅನ್ನಬಹುದಿತ್ತು ಅಥವಾ ನನ್ನ ಹೆಸರಿಗೆ ಕಾಗದ ಮನಿಯಾರ್ಡರ್ ಮಾಡಬಹುದಿತ್ತು. ಆದರೆ ಅವನು ಶಂಕರಯ್ಯನ ಹೆಸರಿಗೆ ಕಾಗದ ಬರೆದು ಮನಿಯಾರ್ಡರ್ ಕೂಡ ಅವನ ಹೆಸರಿಗೆ ಕಳಿಸಿದ. ಅವನ ದೃಷ್ಟಿಯಲ್ಲಿ ನಾನು ಶಂಕರಯ್ಯನಿಗಿಂತ ಕಡಿಮೆಯಾದೆ.

ಅವನು ಮನಸ್ಸು ಮಾಡಿದ್ರೆ ನಂಗೆ ಬೆಂಗಳೂರಲ್ಲಿ ಒಂದು ಪುಟ್ಟ ಕೆಲಸ ಕೊಡಿಸಬಹುದಾಗಿತ್ತು. ನನ್ನ ತಮ್ಮ ಏಳನೇ ಕ್ಲಾಸ್ ಅಂತ ಹೇಳಾಕೂ ಅವನಿಗೆ ನಾಚ್ಕೆ. ನಾನು ಕುಂಟ ಆಗಿರೋದು ಕೂಡ ಅವನಿಗೆ ನನ್ನ ಕಂಡರೆ ತಾತ್ಸಾರಕ್ಕೆ ಕಾರಣ. ನನ್ನ ಇವತ್ತಿನ ಈ ಸ್ಥಿತಿಗೆ ಅವನೂ ಕಾರಣ ಅಂತ ನಂಗೆ ಎಲ್ಲರ ಮೇಲಿನ ಸಿಟ್ಟಿಗಿಂತ ಅವನ ಮೇಲಿನ ಸಿಟ್ಟು ಜಾಸ್ತಿ ಇದೆ.

ಅಮ್ಮ ಕಳಿಸಿದ ಹಣದಲ್ಲಿ ಇವಳಿಗೆ ತಾಳಿಸರ ಅಂತೇನೂ ನಾನು ಮಾಡಲಿಲ್ಲ. ಅದು ನಂಗೆ ಬೇಡವೂ ಬೇಡ ಅಂತ ಇವಳು ಹೇಳಿದ್ಲು, ಆ ದುಡ್ಡಲ್ಲಿ ಒಂದು ರೂಮು ಕಟ್ಟಿದೆವು. ಆಯದ ಮನೆಯ ಕೋಣೆ ಅದೇ ದುಡ್ಡಲ್ಲಿ ಕಟ್ಟಿದ್ದು, ಅದರಲ್ಲೇ ವಾಸ ಶುರು ಮಾಡಿದ್ವಿ, ವರ್ಷಕ್ಕೆ ಎರಡೆರಡು ರೂಮು ಕಟ್ತಾ ಕಟ್ತಾ ಇವಾಗ ಇರೋ ಮನೆ ಆಯ್ತು. ಇದಕ್ಕೆಲ್ಲಾ ಮೂಲ ನಮ್ಮಮ್ಮನ ದುಡ್ಡು.

ಇದಾದ ಒಂದು ವರ್ಷಕ್ಕೆ ಅಪ್ಪ ತೀರಿಹೋದ್ರು. ಅವನ ಹೆಣ ಇಲ್ಲಿ ತಂದು ಅಣ್ಣ ಸುಟ್ಟ, ಜನ ತುಂಬಾ ಸೇರಿದ್ದರು. ನಾನೂ ಹೋಗಿದ್ದೆ. ಅವನು ನನ್ನ ಹೆಣ ನೋಡೋಕೂ ಬರಬಾರದು ಅಂತ ಅಪ್ಪ ಹೇಳಿದ್ದಾರೆ ಅಂತ ಇವನು ಪಟೇಲರ ಶಿವನಂಜಪ್ಪ ಅವರ ಹತ್ರ ಹೇಳಿದ್ದನಂತೆ. ಅವರು ಅದನ್ನು ನನಗೆ ಹೇಳಿದರು, ಜನರ ಗುಂಪಲ್ಲಿ ಅಮ್ಮನ್ನ ಹುಡುಕಿದೆ. ಅಮ್ಮ ಕಾಣಲಿಲ್ಲ. ಅಮ್ಮನಿಗೆ ಹುಷಾರು ಇಲ್ಲದೆ ಆಸ್ಪತ್ರೆಗೆ ಸೇರಿಸಿದ್ದಾರೆ ಅಂತ ಗೊತ್ತಾಯಿತು.

ಅವನು ನನ್ನ ಹೆಣ ನೋಡೋಕೂ ಬರಬಾರದು ಅಂತ ಸಿಟ್ಟಿನಲ್ಲಿ ಹೇಳಿರಬಹುದು, ಆದರೆ ಇನ್ನು ನನ್ನ ಮೇಲೆ ದೊಡ್ಡ ಬಾಣದಂಥಾ ಪ್ರಯೋಗ ಮಾಡಿದ. ಅಪ್ಪನ ಶವ ಕೂಡ ನೋಡೋಕೆ ಬಿಡಲಿಲ್ಲ.

ನಮ್ಮಪ್ಪ ಸತ್ತು ಎಂಟು ತಿಂಗಳ ನಂತರ ಇವನು ಹುಟ್ಟಿದ. ಇವನಿಗೆ ಅಪ್ಪನ ಹೆಸರು ಇಡೋಣ ಅಂತ ಅಂದುಕೊಂಡೆ. ಯಾಕೋ ಮನಸ್ಸು ಬರಲಿಲ್ಲ, ಅಪ್ಪ ಅಪ್ಪನೇ, ಇವನು ಇವನೇ. ನಂಗೆ ಚಿಕ್ಕಂದಿನಿಂದ ಪರಶುರಾಮ ಅಂದ್ರೆ

ತುಂಬಾ ಇಷ್ಟ. ಅವನು ಬ್ರಾಹ್ಮಣ ಆಗಿದ್ದರೂ ಕ್ಷತ್ರಿಯರನ್ನು ನಾಶಮಾಡಿದವನು. ಕ್ಷತ್ರಿಯರನ್ನು ಅನ್ನೋಕ್ಕಿಂತ ಆಡಳಿತಗಾರರ ವಿರುದ್ಧ ದಂಗೆ ಎದ್ದೋನು. ಹಿಂಗಾಗಿ ಇವನಿಗೆ ಭಾರ್ಗವ ಅಂತ ಹೆಸರಿಟ್ಟೆ. ಈ ನನ್ಮಗ ಅವನ ತರನೇ ಆಗಲಿ ಅಂತ ನನ್ನ ಆಸೆ ಇತ್ತು. ಶಾಲೆಗೆ ಸೇರಿಸುವಾಗ ಭಾರ್ಗವಶಾಸ್ತ್ರಿ ಅಂತಲೇ ಸೇರಿಸೋಣ ಅಂತ ಇದ್ದೆ. ಈ ಶಾಸ್ತ್ರಿ, ಗೀಸ್ತ್ರಿ ಎಲ್ಲಾ ಸುಳ್ಳು. ಶಾಸ್ತ್ರಿ ಅನ್ನೋದು ನನ್ನ ತಲೆಗೇ ನಿಂತೋಗಲಿ ಅಂತ ಇವನು ಬರೀ ಭಾರ್ಗವ ಆದ.

ಅಮ್ಮನಿಗೆ ಶಂಕರಯ್ಯನ ಕೈಯಲ್ಲಿ ಇವನು ಹುಟ್ಟಿದ ಸುದ್ದಿ ಕಾಗದದ ರೂಪದಲ್ಲಿ ತಿಳಿಸಿದ್ದೆ. ಆ ಕಡೆಯಿಂದ ಯಾವ ಉತ್ತರವೂ ಬರಲಿಲ್ಲ. ಒಂದೇ ಒಂದ್ಸಲ ಅಮ್ಮನ ಮಡಿಲಲ್ಲಿ ಇವನ್ನ ಹಾಕಬೇಕು ಅಂತ ಆಸೆ ಇತ್ತು. ಅದೂ ಕೂಡ ಆಗಲಿಲ್ಲ ಅಂಜಿ., ಇವನ್ನ ಅದೃಷ್ಟವೇ ಅಂತಾದ್ದು, ಅಜ್ಜಿ, ತಾತ, ದೊಡ್ಡಮ್ಮ, ದೊಡ್ಡಪ್ಪ, ಮಾವ, ಅತ್ತೆ ಹಿಂಗೆ ಯಾರ ಮಡಿಲೂ ಇವನಿಗೆ ಸಿಗಲಿಲ್ಲ. ಶಂಕರಯ್ಯನ ಹೆಗಲಮೇಲೆ ಇವನು ಬೆಳೆದ. ಅವನ್ನೇ ಇವನು ತಾತ ಅನ್ನೋನು. ಇವನಿಗೆ ವರ್ಷ ಆಗಿರ್ಬೋದು ನಮ್ಮಮ್ಮನೂ ಸತ್ತೋದ್ಲು, ಅವಳ ಹೆಣಾನೂ ಇಲ್ಲೇ ತಂದು ಸುಟ್ರು. ಆಗ ನಾನೇ ಹೋಗಲಿಲ್ಲ. ಇವಳು ಮಾತ್ರ ಬೇರೆ ಇತರಾದಿ ಜನ ಶವ ನೋಡೋಕೆ ಹೊಯ್ತಾರಲ್ಲ ಹಂಗೆ ಹೋಗಿ ಬಂದು ಆ ಮನೆಯೊಳಗಡೆ ಕಾಲಿಡಬಾರದು ಅಂತ ಇವಳೇ ಹೇಳಿದ್ದಳಲ್ಲ. ಇವಳು ಮನೆಯ ಮುಂದಿನ ಜಗಲಿ, ಎಲ್ಲಿ ನಾವು ಬಂದು ರಾತ್ರಿ ಮಲಗಿದ್ದವೋ ಅಲ್ಲೇ ಆರ್ಧಗಂಟೆ ಕುಳಿತಿದ್ದು ಬಂದ್ಲು, ಬದುಕಿದ್ದಾಗ ಅತ್ತೆ ಕಾಲು ಹಿಡಿಯಾಕೆ ಆಗಲಿಲ್ಲ, ಸತ್ತ ನಂತರವಾದ್ರೂ ಅತ್ತೆ ಕಾಲು ಹಿಡಿದಂಗೆ ಆಯ್ತು ಅಂದ್ಲು. ಭಾರ್ಗವನನ್ನೂ ಅತ್ತೆ ಕಾಲಿಗೆ ಕೆಡವಿ ಬಂದಳಂತೆ. ಹಿಂಗೆ ಭಾರ್ಗವ ಅಜ್ಜಿನ ಅವರು ಸತ್ತೋದ ಮೇಲೆ ಮುಟ್ಟಿದ. ತುಂಬಾ ಹೊತ್ತು ಇದ್ರೆ ಸಂಶಯ ಬತ್ತದೆ ಅಂತ ಅರ್ಧಗಂಟೆಗೆ ಅಲ್ಲಿಂದ ಎದ್ದು ಬಂದ್ಲು.

ಅವನು ಅಮ್ಮನ ತಿಥಿನೂ ಇಲ್ಲೇ ಮಾಡಿದ. ನಾನು ಹೋಗಲಿಲ್ಲ. ಅವರು ಕರಿಲೂ ಇಲ್ಲ. ಪ್ರತಿವರ್ಷ ಅಪ್ಪ, ಅಮ್ಮನ ತಿಥಿಗೆ ಅವನು ಇಲ್ಲೇ ಬರ್ತಾನೆ. ನಾನು ತಿಥಿಗಿತಿ ಮಾಡೋದಿಲ್ಲ. ಅವತ್ತು ಇಡೀ ದಿನ ಉಪವಾಸ ಇರ್ತೀನಿ. ಒಂದೇ ಒಂದು ಗುಟುಕು ನೀರು ಸೈತ ಕುಡಿಯೋದಿಲ್ಲ.

ಅಪ್ಪ ಇಲ್ಲೇ ಊರಲ್ಲೇ ಇದ್ದಿದ್ರೆ ಇನ್ನು ನಾಲ್ಕಾರು ವರ್ಷ ಬದುಕಿರೋರೋ ಏನೋ. ಅದೃಷ್ಟ ಹಂಗಿತ್ತು. ನಾನು ಭೂಮಿಲಿ ಯಾರೂ ಮಾಡಬಾರದ ತಪ್ಪೇನೂ ಮಾಡಿರಲಿಲ್ಲ. ಬ್ರಾಹ್ಮಣರ ಹುಡುಗೀರು ಸಿಗ್ದೆ ಇದ್ರೆ ಅವನು ತಾನೇ ಏನು ಮಾಡ್ತಾನೆ ಅಂತ ಇವನು, ನಮ್ಮಣ್ಣ ಹೇಳಬಹುದಿತ್ತು. ಆದರೆ ಇವನು ಉರಿಯೋ ಬೆಂಕಿಗೆ ತುಪ್ಪ ಹಾಕಿದ್ದಾನೆ. ಅವನು ಏನೇ ಮಾಡಿರ್ಲಿ. ಕೊನೆತಂಕ ಅಪ್ಪ ಅಮ್ಮನ ಚೆನ್ನಾಗೇ ನೋಡಿಕೊಂಡಿದ್ದಾನೆ. ಯಾಕಂದ್ರೆ ನಮ್ಮ ಅತ್ತಿಗೆ ಬಾಳ

ಒಳ್ಳೆಯವರು. ಅಮ್ಮ ಕೊನೆ ಕೊನೆಗೆ ಹಾಸಿಗೇಲೇ ವಂದ, ಕಕ್ಕಸು ಎಲ್ಲಾ ಮಾಡ್ಕೊತಾ ಇದ್ದರಂತೆ, ಗಂಡ ಹೆಂಡತಿ ಇಬ್ರೂ ಹೇಸಿಗೆ ಮಾಡಿಕೊಳ್ಳದೇ ಸೇವೆ ಮಾಡಿದ್ದಾರೆ.

ಹಂಗಾಗಿ ದೇವರು ಆ ಬಡ್ಡಿಮಗನನ್ನು ಚೆನ್ನಾಗಿ ಇಟ್ಟಿದ್ದಾನೆ. ಅಂಜಿ ಮತ್ತವನ ಹೆಂಡತಿ ಮಧ್ಯಾಹ್ನದ ಮೇಲೆ ಕೆಲಸ ಮಾಡುವುದನ್ನೇ ಮರೆತಂತೆ ಇತ್ತು. ದೇವಸ್ಥಾನದಲ್ಲಿ ಭಯಭಕ್ತಿಯಿಂದ ಹರಿಕಥೆ ಕೇಳುವಂತೆ ಅವರು ಅಪ್ಪನ, ಅವರಪ್ಪನ ಕತೆ ಕೇಳ್ತಾ ಇದ್ದರು. ನಾನು ತಾತ, ಅಜ್ಜಿಯ ಮುಖ ಕಲ್ಪಿಸಿಕೊಳ್ಳುವ ಪ್ರಯತ್ನ ಮಾಡಿದೆ, ಆಗಲಿಲ್ಲ. ಶಾಸ್ತ್ರಿಗಳೇ ನಾನು ನೀವು ಈ ಮಾಟಮಂತ್ರ ತಂತ್ರ ಎಲ್ಲಾ ಎಲ್ಲಿ ಕಲಿತ್ರಿ ಅಂತ ಕೇಳಿದ್ದೆ. ನೀವು ಅದ್ನ ಬಿಟ್ಟು, ಬಾಕಿದಕ್ಕೆಲ್ಲಾ ಉತ್ತರ ಹೇಳ್ತಾ ಇದ್ದೀರಿ ಎಂದು ಅಂಜಿ ತನ್ನ ಮೂಲ ಪ್ರಶ್ನೆಗೆ ಬಂದ. ಅವನಿಗೆ ದೆವ್ವ, ಭೂತದ ಬಗ್ಗೆ ಬಾಳ ವಿಶ್ವಾಸ, ದೆವ್ವ ಅಂದ್ರೆ ಹಗಲಲ್ಲೂ ಚಡ್ಡಿ ಒದ್ದೆ ಮಾಡಕೋತಾನಂತೆ,

ಅವತ್ತು ಮನೆ ಕೆಲಸಕ್ಕೆ ಅಂತ ಐದು ಮೂಟೆ ಸಿಮೆಂಟು ಬೇಕಾಗಿತ್ತು. ಅದೇ ತರನಾ ಅಂತ ಸುಂಟಿಕೊಪ್ಪಕ್ಕೆ ಹೋಗಿದ್ದೆ. ಅಂಗಡಿಯವರನ್ನು ಸ್ವಾಮೀ, ನಿಮ್ಮ ಜಮೀನಿನ ಕೆಲಸಕ್ಕೆ ಬೇಕಾದ್ರೆ ಅಜ್ಜನ ಕರ್ಕೊಂಡು ಹೋಗಿ. ಇವನಿಗೆ ಸಂಬಳ ಅಂತ ಏನೂ ಕೊಡೋದು ಬೇಡ, ಮೂರು ಹೊತ್ತು ಊಟ, ಬೀಡಿ, ಬೆಂಕಿಪೊಟ್ಟಣ, ಮನಿಕೊಳಾಕೆ ಒಂದಿಷ್ಟು ಜಾಗ ಕೊಟ್ರೆ ಸಾಕು, ಈ ಮುದುಕ ಇಲ್ಲೇ ಏನಾರ ಕೆಲ್ಸ ಕೊಡಿ ಅಂತಾನೆ. ಇವನ ಕೈಲಿ ಸಿಮೆಂಟು ಮೂಟೆ ಎತ್ತಕೆ ಆಗುತಿಲ್ಲ, ನಾನು ಎರಡು ದಿನದಿಂದ ಈತನಿಗೆ ಪುಗಸಟ್ಟೆ ಅನ್ನ ಹಾಕ್ತಾ ಇದ್ದೀನಿ, ಇವನಿಗೆ ಮನಿಕೊಳಕೂ ಜಾಗ ಇಲ್ಲ.

ನಂಗೆ ಜನಬೇಕಪ್ಪ, ನಾನು ಬದುಕೋದೇ ಕಷ್ಟ ಆಗದೆ. ಈ ದರಿದ್ರದೋನು ನಂಗೆ ಗಂಟುಬಿದ್ದಿದ್ದಾನೆ. ಇವನ್ನ ಏನು ಮಾಡೋದು ಅಂತಾನೆ ಅರ್ಥ ಆಗ್ತಾ ಇಲ್ಲ.

ಅವನ ಮುಖನ ಒಂದ್ಸಲ ನೋಡಿದೆ. ಅರವತ್ತರ ಆಸುಪಾಸಿನಲ್ಲಿ ಇದ್ದಾನೆ. ಅವನ ಕೈಕಾಲು ನೆಟ್ಟಗಿದೆ ಅನ್ನೋದು ಬಿಟ್ಟರೆ ಅವನು ನನ್ನಂಗೆ ಸಣ್ಣ. ಉಫ್ ಅಂದ್ರೆ ಹಾರಿ ಹೋಯ್ತಾನೆ. ಗಡ್ಡ ಮೀಸೆ ಬೋಳಿಸಿ ನಾಲ್ಕಾರು ತಿಂಗಳೇ ಆಗಿರಬಹುದು. ಬಟ್ಟೆಯಂತೂ ಗಬ್ಬೆದ್ದು ಹೋಗಿದೆ. ಸ್ನಾನ ಮಾಡಿ ವಾರಗಳೇ ಆಗಿರಬಹುದು. ಯಾಕೋ ಏನೋ ಅವನ್ನ ನೋಡಿ ಅಯ್ಯೋ ಪಾಪ ಅಂತ ಅನ್ನಿಸ್ತು.

ಯಾವೂರಯ್ಯ ಅಂತ ಕೇಳಿದೆ ಅವನು ಮಾತನಾಡಲಿಲ್ಲ.

ಅವನ್ಗೆ ಕಿವಿ ಸರಿಯಾಗಿ ಕೇಳುತಿಲ್ಲ ಮಲೆಯಾಳಿ, ಕನ್ನಡ ಅರ್ಥ, ಮಲೆಯಾಳಿ ಅರ್ಥ ಮಾತಾಡ್ತಾನೆ. ಕಿವಿ ಕೇಳಿಸ್ದೆ ಇರೋದ್ರಿಂದ ಮಾತು ಕೂಡ

ಕಡಿಮೆ ಆಡ್ತಾನೆ. ಅವನ ಕಣ್ಣು ನೋಡಿ ಅದನ್ನ ನೋಡಿದ್ರೆ ಭಯ ಆಯ್ತದೆ ಅಂತ ಅಂಗಡಿಯವನು ಅಂದ.

ಅವನದ್ದು ಬೆಕ್ಕಿನ ಕಣ್ಣು. ಅದೂ ಸ್ವಲ್ಪ ಭಯ ಹುಟ್ಟಿಸುವಂತೆಯೂ ಇತ್ತು. ಇವನ್ನ ಇಲ್ಲೇ ಬಿಟ್ರೆ ಯಾರಾದರೂ ಹುಚ್ಚ ಅಂತಲೋ ಕಳ್ಳ ಅಂತಲೋ ಹೊಡೆದರೂ ಹೊಡೀಬಹುದು. ಇವನ್ನ ನೋಡಿ ನಂಗೆ ಯಾಕೋ ಅಪ್ಪನ ನೆನಪಾಯ್ತು. ನಂಗೆ ಆಗ ಮೂವತ್ತೈದು ವರ್ಷ ಆಗಿರಬಹುದು. ಮನೇಲಿ ಒಬ್ಬ ಮುದುಕ ಇದ್ದರೆ ಒಳ್ಳೆದೇ ಅದರಲ್ಲಿ ಖರ್ಚೇನಿದೆ.

ಏನಪ್ಪ ನಿನ್ನ ಹೆಸರು ಅಂತ ಪುನಃ ಜೋರಾಗಿ ಕೇಳಿದೆ ಗೋವಿಂದನ್ ಅಂದ.

ಹೊಲದಲ್ಲಿ ಕೆಲ್ಸ ಮಾಡ್ತಿಯಾ ಅಂತ ಕೇಳಿದೆ

ಅವನು ಹೌದು ಎನ್ನುವಂತೆ ಪುನಃ ತಲೆ ಹಾಕಿದ. ಹೊಟ್ಟೆಗೆ ಸರಿಯಾಗಿ ಆಹಾರ ಇಲ್ಲದೆ ಬಡಪಾಯಿ ಸೊರಗಿ ಹೋಗವನೆ. ನಾಲ್ಕು ದಿನ ಸರಿಯಾಗಿ ತಿಂದ್ರೆ ಸ್ವಲ್ಪ ತಾಕತ್ತು ಬರಬಹುದು ಅಂತ ನನ್ನ ಜೊತೆ ಬತ್ತಿಯಾ ಅಂತ ಕೇಳಿದೆ.

ಅವನು ಆಗಲಿ ಅನ್ನೋ ಹಂಗೆ ತಲೆಯಾಡಿಸಿದ. ಹೋಗಿ ಏನಾರ ತಿಂದು ಬಾ ಅಂತ ಅವನಿಗೆ ನಾಲ್ಕು ರೂಪಾಯಿ ಕೊಟ್ಟೆ. ಅವನು ಹೋಟೆಲಿಗೆ ಹೋದ.

ಈಗ ತಾನೇ ಅವನಿಗೆ ಐದು ಇಡ್ಲಿ ಕಾಫಿ ಕುಡಿಸಿದಿನಿ. ಪುನಃ ಹೆಂಗೆ ಹೋಟೆಲ್ಗೆ ಹೋದ ನೋಡಿ. ದರಿದ್ರ ಇದ್ದಾಗ ಹಸಿವು ಜಾಸ್ತಿಯಂತೆ. ಇವನು ಇರೋ ದಪ್ಪಕ್ಕೆ ಎಷ್ಟು ತಿಂತಾನೋ ಏನೋ. ನಾನು ಮಾತಿಗೆ ಅವನ್ನ ಕರ್ಕೊಂಡು ಹೋಗಿ ಅಂದೆ, ನೀವು ನಿಜವಾಗ್ಲೂ ಕರ್ಕೊಂಡು ಹೋಗ್ತಾ ಇದ್ದೀರಲ್ಲ. ಇವನು ಯಾರು, ಏನ್ ಕಥೆ ಅಂತ ಯಾರಿಗೂ ಗೊತ್ತಿಲ್ಲ.

ಹೋಗ್ಲಿ ಬಿಡಿ, ಬಡಪಾಯಿ ದೇವರು ಎಲ್ಲೋ ಒಂದೆಡೆ ಅನ್ನದ ಋಣ ಇಟ್ಟಿದ್ದಾನೆ. ಅವನ ಹಣೇಲಿ ನಮ್ಮನೆ ಅನ್ನದ ಋಣ ಇದೆ ಅಂತ ಇದ್ರೆ ಯಾರೂ ಅದನ್ನ ತಪ್ಪಿಸಕೆ ಆಗಾಕಿಲ್ಲ ಅಂತ ಅಂಗಡಿಯವನಿಗೆ ಹೇಳಿ ಸಿಮೆಂಟು ಸಮೇತ ಇವನ್ನು ಕರ್ಕೊಂಡು ಬಂದೆ.

ಸಿಮೆಂಟು ತರೋಕೆ ಅಂತ ಹೋದವನು ಅರೆಹುಚ್ಚನಂತೆ ಗೋವಿಂದನ್ ಅನ್ನು ಕರ್ಕೊಂಡು ಬಂದಿದ್ದು ನೋಡಿ ಗೌರಿಗೆ ಆಶ್ಚರ್ಯ, ಭಯ ಎರಡೂ ಆಯಿತು. ಭಾರ್ಗವ ಆಗ ಒಂದೂವರೆ ವರ್ಷದವನಿರಬಹುದು, ಇವನಂತೂ ಹೆದರಿ ರಾವು ಹಿಡಿದವನ ಹಾಗೆ ಉಸಿರುಕಟ್ಟಿ ಅಳಲು ಶುರುಮಾಡಿದ. ಅರ್ಧ ಗಂಟೆಯಾದರೂ ಇವನ ಅಳು ನಿಲ್ದೇ ಇದ್ದಾಗ ಗೌರಿ ಈ ದೆವ್ವದಂತಹವನನ್ನು ಯಾಕೆ ಕರ್ಕೊಂಡು ಬಂದ್ರಿ ಅಂತ ನನ್ನ ಮೇಲೆ ರೇಗಿದಳು. ಶಂಕರಯ್ಯ

ಬಂದವನು ಇವನನ್ನೇ ನೋಡಿ ಇವನ್ಯಾರೋ ಮಂತ್ರವಾದಿಯೇ ಇರ್ಬೇಕು. ಕೇರಳದವನು ಅಂತೀರಿ, ವೇಷ, ಗೀಷ ಮರೆಸಿಕೊಂಡು ಬಂದವನೆ. ಮೊದ್ಲು ಇವನ್ನ ಕಳಿಸಿ, ನೀವು ಆಗಕಿಲ್ಲಾ ಅಂದ್ರೆ ನಾನೇ ನಾಲ್ಕು ಬಡಿದು ಊರ್ಬಿಟ್ಟು ಓಡಿಸ್ತೀನಿ. ಇವನು ಇಲ್ಲೇ ಇರ್ಬೇಕು ಅಂತ ನೀವು ಹಟ ಮಾಡಿದ್ರೆ ನಾಳೆಯಿಂದ ನಾನು ಈ ಕಡೆ ಬರಕೆ ಇಲ್ಲ ಅಂತ ಹೆದರಿಸಿದ.

ಯಾರು ಏನಾದರೂ ಅನ್ನಲಿ ಕರ್ಕೊಂಡು ಬಂದಿದ್ದೀನಿ. ಅವನು ಎಷ್ಟು ದಿನ ಇರತಾನೊ ಇರ್ಲಿ, ಇಲ್ಲಿ ಇರೋರು ಇರಿ. ಹೋಗೋರು ಹೋಗಿ ಗೋವಿಂದನ್ ಇಲ್ಲೇ ಇರ್ತಾನೆ ಅಂತ ಕಡ್ಡಿ ತುಂಡು ಮಾಡಿದಂಗೆ ಹೇಳಿದೆ.

ಅವನ ಕೈಗೆ ಒಂದು ಸೋಪ ಕೊಟ್ಟು ನನ್ನ ಪಂಚೆ, ಅಂಗಿ ಕೊಟ್ಟು ಅಲ್ಲಿ ಹಿಂದೆ ತೋಡು ಹರಿತಾ ಇದೆ. ಅಲ್ಲೋಗಿ ಸ್ನಾನ ಮಾಡು ಅಂತ ಕಳಿಸಿದೆ. ನನ್ನ ಕೈಲಿ ಸೋಪು ಬಟ್ಟೆ ನೋಡಿ ಅವನು ಸ್ನಾನಕ್ಕೆ ಹೇಳಿದ್ದಾರೆ ಅನ್ನುವುದನ್ನು ಖಚಿತ ಪಡಿಸಿಕೊಂಡು ನಾನು ತೋರಿಸಿದ ದಿಕ್ಕಿನತ್ತ ಹೊರಟ

ನಿಮಗೇನು ಬಂತು ಕೇಡುಗಾಲ, ಅವನ್ನ ನೋಡಿದ್ರೆ ಭಯ ಆಯ್ತದೆ. ನೋಡಿದ್ರಲ್ಲ ಭಾರ್ಗವ ಹೆಂಗೆ ಹೆದರಿಬಿಟ್ಟ ಅಂತ. ಇನ್ನು ಅವನು ಇಲ್ಲೇ ಇದ್ರೆ ಇವನ ಗತಿಯೇನು, ಹಗಲು ಹೊತ್ತಲ್ಲೇ ಅವನ್ನ ನೋಡಿದ್ರೆ ಭಯ ಆಯ್ತದೆ, ರಾತ್ರಿ ಹೊತ್ತು ಯಾರಾದ್ರೂ ಇವನ್ನ ನೋಡಿದ್ರೆ ಪ್ರಜ್ಞೆನೇ ಹೋಯ್ತದೆ. ಅಂತದ್ರಲ್ಲಿ ಇವನು ಇಲ್ಲೇ ಇರ್ತಾನೆ ಅಂತೀರಿ ಮುಂದೆ ನಮ್ಮ ಗತಿಯೇನು ಅಂತ ಗೌರಿ ರೇಗಿದಳು.

ಮುಚ್ಚುಬಾಯಿ, ಅವನ್ನ ನೋಡಿದ್ರೆ ಯಾಕೆ ಹೆದರಬೇಕು. ನಿನ್ನ ಗಂಟು ಹಾಕೊಂಡಾಗ ಊರಿಡೀ ತಿರುಗಿಬಿದ್ರೂ ನೀನೂ ನಾನೂ ಸುಖವಾಗಿಲ್ವ. ಹಂಗೆ ಇವನೂ ಕೂಡ ಒಂದೆರಡು ದಿನ ಅಭ್ಯಾಸ ಆದ್ರೆ ಎಲ್ಲಾ ಸರಿ ಹೋಯ್ತದೆ. ಅವನ ಮನೇಲಿ ಏನೋ ತಾಪತ್ರಯ ಇರ್ಬೋದು. ನಮ್ಮನ್ನು ಊರಿಂದ ಓಡಿಸಿದ್ರಲ್ಲ ಹಂಗೆ ಇವನ್ನು ಓಡಿಸಿರ್ಬೇಕು. ಇವತ್ತು ನಾವು ನೆಮ್ಮದಿಲಿ ಬದಕ್ತಾ ಇಲ್ವ. ಯಾವತ್ತೂ ಒಬ್ಬ ಮನುಷ್ಯನ ಅವನ ಮುಖ, ತಿಕ ನೋಡಿ ಅಳಿಬಾರ್ದು, ಒಂದ್ವಾರ ನೋಡನ, ಅವನು ಸರಿ ಇಲ್ಲ ಅನಿಸಿದ್ರೆ ತಿಕದ ಮೇಲೆ ಒದ್ದು ಓಡಿಸಾನ

ಯಾವಾಗ ನಾನು ನಮ್ಮ ಹಳೆಯ ವಿಷಯ ತೆಗೆದೆನೋ ಆಗ ಗೌರಿ ಬಾಯಿ ಮುಚ್ಚಿದಳು. ಮದ್ವೆ ಅಂತ ಆದ್ಮೇಲೆ ನಂಗೂ ಅವಳಿಗೂ ಬಿರುಸಾದ ಮಾತುಕತೆ ಆಗಿರಲೇ ಇಲ್ಲ. ನಾನು ಅಯ್ಯೋಪಾಪ ಅಂತ ಇವನ್ನ ಮನೆಗೆ ಕರ್ಕೊಂಡು ಬಂದಿದ್ದೇ ತಪ್ಪಾಯ್ತು ಅಂತ ಒಂದು ಕ್ಷಣ ಯೋಚನೆ ಮಾಡ್ದೆ, ನಂಗೆ ತಪ್ಪೇನೂ ಕಾಣಲಿಲ್ಲ. ಗೌರಿಯ ಕಣ್ಣ ಅಂಚಿನಲ್ಲಿ ಸಣ್ಣದಾಗಿ ನೀರು ಕಾಣಿಸಿಕೊಂಡಿತು.

ಏನಾರ ಮಾಡ್ಕಳಿ ನಿಮ್ಮ ತಾವ ಯಾರು ಮಾತಾಡ್ತಾರೇ. ನಾನು ಹೇಳಿದ್ದೆ ಆಗಬೇಕು ಅನ್ನೋ ಹಠ ಯಾವತ್ತೂ ಒಳ್ಳೇದಲ್ಲ. ಮದ್ವೇ ಅಂತ ಆಗಿ ಹತ್ರ ಹತ್ರ ನಾಲ್ಕು ವರ್ಷ ಆಯ್ತು ಇಷ್ಟು ದಿನ ಇಲ್ಲದ ಜಗಳ ಈಗ ಇವನು ಬಂದ ತಕ್ಷಣ ಆಯ್ತು, ನಾಳೆ ಹೆಚ್ಚು ಕಡಿಮೆ ಆದ್ರೆ ನನ್ನ ಬೈಯ್ಬೇಡಿ, ನಂಗೆ ಹೇಳ್ಬೇಕು ಅಂತ ಅನಿಸಿದ್ದನ್ನ ಹೇಳಿದೀನಿ. ಇನ್ನು ನೀವುಂಟು ಆ ದೆವ್ವದ ಮುಖದೋನುಂಟು ಅನ್ನುತ್ತಾ ಒಳಗಡೆ ನಡೆದಳು.

ಅತ್ತೂ ಅತ್ತೂ ಸುಸ್ತಾಗಿ ಭಾರ್ಗವ ಮಲಗಿದ್ದ. ನಿದ್ರೆಯಲ್ಲೂ ಬೆಚ್ಚಿ ಬೀಳುತ್ತಿದ್ದ. ಇವರೆಲ್ಲಾ ಹೇಳುವಷ್ಟು ಅವನು ಭಯಂಕರವಾಗಿ ಇರ್ಲಿಲ್ಲ. ಕಣ್ಣು ಮಾತ್ರ ಅಬ್ಬಾ ಎಂತ ಕಣ್ಣು ಅಂಜಿ ಅದು, ಅಂಥಾ ಕಣ್ಣಿನ ಮನುಷ್ಯನನ್ನು ನಾನು ಸರ್ವೀಸ್‌ನಲ್ಲಿ ನೋಡೇ ಇಲ್ಲ. ಅಂತಾ ಕಣ್ಣು ಒಂದೇ ಒಂದು ಸಲ ನೋಡಿದರೆ ಸಾಕು ಜೀವನ ಪರ್ಯಂತ ನೆನಪಲ್ಲಿ ಇರೋ ಕಣ್ಣು ಗೋವಿಂದನ್ನದ್ದು, ನೀನು ಅವನನ್ನು ನೋಡಿದ್ಯಾ ಇಲ್ಲ ಶಾಸ್ತ್ರಿಗಳೇ, ನಾನು ಬಂದು ಹತ್ತು ವರ್ಷ ಆಯ್ತು. ಅದಕ್ಕೆ ಮುಂಚೆ ಅವನು ಇಲ್ಲಿಂದ ಹೋಗಿದ್ದ. ಅವನೇ ನಿಮಗೆ ಮಾಟ, ಮಂತ್ರ, ತಂತ್ರ ಎಲ್ಲಾ ಕಲಿಸಿದ್ದಾ?

ಅವನು ಸ್ನಾನ ಮಾಡಿ ಬಂದ. ಮೈಮೇಲೆ ಇದ್ದ ಕೊಳೆ ಕರೆ ಎಲ್ಲಾ ಹೋಗಿತ್ತು ಅವನೀಗ ನಿಜವಾಗಿ ಸಂತನಂಗೆ ಕಾಣ್ತಾ ಇದ್ದ.

ಸಂತ ಅಂದ್ರೆ

ಸಂತ ಅಂದ್ರೆ ಸನ್ಯಾಸಿ ಹಂಗೆ, ಆ ತಲೆಕೂದಲು, ಗಡ್ಡ, ಅವನ ಎತ್ತರ, ಆಳ್ತನ ಎಲ್ಲಾ ಸನ್ಯಾಸಿಗೆ ಹೇಳಿ ಮಾಡ್ದಂಗೆ ಇತ್ತು. ಬಂದವನೆ ನನ್ನ ಕಡೆ ನೋಡಿ ನಕ್ಕ. ಅದು ಎಂತ ನಗು ಅಂತೀಯ ಈ ಜಗದ್ಗುರುಗಳು ನಗುತಾರಲ್ಲ ಅಂತ ನಗು. ಮನುಷ್ಯನಿಗೆ ಸ್ನಾನ ಎಷ್ಟು ಮುಖ್ಯ ಅಂತ ಆವಾಗ ನಂಗೆ ಗೊತ್ತಾಯ್ತು.

ಸಾಮಾನ್ಯವಾಗಿ ಮನೇಲಿ ನಾನು ಅಡುಗೆ ಮಾಡೋದು. ಇವಳಿಗೆ ಹೊರಗಿನ ಕೆಲಸ ಇರ್ತಾ ಇತ್ತೇ ಹೊರತು ಅಡುಗೆ ಇವಳಿಗೆ ಗೊತ್ತೇ ಇರಲಿಲ್ಲ. ನಾನು ಸುಂಟಿಕೊಪ್ಪಕ್ಕೆ ಹೋಗಿದ್ದೆನಲ್ಲ ಅಂತ ಇವಳೇ ಅಡುಗೆ ಮಾಡಿದ್ಲು. ಅದೇನು ಚೆನ್ನಾಗಿರಲಿಲ್ಲ ಬಿಡು, ಅಡುಗೆ ಮಾಡೋದು ಒಂದು ಕಲೆ. ಇವಳು ಊಟಕ್ಕೆ ಏಳಿ ಅಂದ್ಲಾ, ನಾನು ಅವನಿಗೆ ಒಂದು ಬಾಳೆ ಎಲೆ ತಕಬಾ ಅಂತ ಕುಡ್ಲು ಕೊಟ್ಟೆ. ಅವನು ಕತ್ತರಿಸಿ ತಂದ. ಇವಂದು ಊಟ ಆಗಿ ಆಮೇಲೆ ನಾನು ಮಾಡ್ತೀನಿ ಅಂದೆ.

ಇವಳು ಅವನಿಗೆ ಊಟ ಬಡಿಸಿದ್ಲು, ಇಬ್ಬರ ಊಟನೂ ಒಬ್ಬನೇ ಮಾಡಿದ. ಅನ್ನ, ಸಾರು ಎಲ್ಲಾ ಖಾಲಿ. ಆಮೇಲೆ ನಾನೇ ಅನ್ನ ಮಾಡಿ ಒಗ್ಗರಣೆ ಹಾಕಿದೆ. ಅದನ್ನು ನಾವಿಬ್ಬರೂ ತಿಂದೆವು. ಇವನ ತಿನ್ನಾಟ ಇದೆಯಲ್ಲಾ ಅದು ಮಾತ್ರ ರಾಕ್ಷಸರಿಗೆ ಸರಿ. ತಟ್ಟೆ ಇಡ್ಲಿನೇ ಇಪ್ಪತ್ತು ಇಪ್ಪತ್ತೆರಡು ತಿಂತಾ ಇದ್ದ

ಮಾರಾಯ. ಅವನು ಊಟ ಮಾಡಿದ್ನ ಇವಳು ನೋಡಿದವಳು ನನ್ನ ಹತ್ರ ಬಂದು ಇವನಿಗೆ ದೆವ್ವ ಹಿಡಿದೈತೆ. ಹೆಂಗೆ ತಿಂತಾನೆ ನೋಡಿ ಅಂದ್ಲು, ನಮ್ಮಿಬ್ಬರ ಎರಡು ಹೊತ್ತಿನ ಊಟ ಅವನಿಗೆ ಒಂದೇ ಹೊತ್ತಿಗೆ ಆಗ್ತಾ ಇತ್ತು. ಅಂತಾ ರಾಕ್ಷಸ ಹೊಟ್ಟೆ ಅವನದ್ದು. ಅಲ್ಲೇ ಜಗುಲಿಲಿ ಇವತ್ತು ಮಲಿಕೋ ನಾಳೆಯಿಂದ ನೋಡನ ಅಂತ ಅಂದೆ. ಇವಳು ಒಂದು ಚಾಪೆ, ಎರಡು ಗೋಣಿ ಚೀಲ, ಒಂದು ರಗ್ ಕೊಟ್ಲು, ಅವನು ಜಗಲಿಲೇ ಮಲಗಿ ಎರಡೇ ಎರಡು ನಿಮಿಷಕ್ಕೆ ಗೊರಕೆ ಹೊಡೆದ. ಅದು ಎಂತ ಗೊರಕೆ ಮಾರಾಯ ಒಂದು ಮೈಲು ದೂರಕ್ಕೆ ಕೇಳ್ತಾ ಇತ್ತು.

ಅವನು ಸರಿಯಾಗಿ ನಿದ್ದೆ ಮಾಡ್ದೆ ಸುಮಾರು ಟೈಂ ಆಗಿತ್ತು ಅಂತ ಕಾಣ್ತದೆ ಮಧ್ಯಾಹ್ನ ಮಲಗಿದೋನು ಮರುದಿನ ಬೆಳಿಗ್ಗೆ ಎದ್ದ. ಸುಮಾರು ಐದೂವರೆ ಗಂಟೆಗೆ ಎದ್ದ. ಅವನು ಸೀದಾ ನಿನ್ನೆ ದಿನ ಕೊಟ್ಟಿದ್ದ ಸೋಪು ತಗೊಂಡು ತೋಡಿನ ಕಡೆ ಹೋದ. ಅರ್ಧ ಗಂಟೆಗೆಲ್ಲಾ ಬಂದು ಹಿಂದಿನ ದಿನ ಕೊಟ್ಟಿದ್ದ ಅಂಗಿಯನ್ನೇ ಒಗೆದು ಹಿಂಡಿ ಕೈಯಲ್ಲಿ ಹಿಡಕೊಂಡಿದ್ದ. ಪಂಚೆ ಕೂಡ ಒದ್ದೆಯಾಗಿತ್ತು. ಚೆನ್ನಾಗಿ ನಿದ್ದೆ ಮಾಡಿದ್ದ ಕಾರಣದಿಂದ ಅವನು ಹಗುರನಾಗಿದ್ದ.

ಇವಳು ಏನೂ ಹೇಳಲಿಲ್ಲ. ಒಂದು ದೊಡ್ಡ ಲೋಟದಲ್ಲಿ ಕಾಫಿ ತಂದು ಕೊಟ್ಟಳು. ಅದನ್ನು ಕುಡಿದು ಗ್ಲಾಸ್ ತೊಳೆದಿಟ್ಟ, ಎಂದ ಕೆಲಸ, ಫಣಿ ಅಂದ. ನನಗೆ ಫಣಿ ಅಂದ್ರೆ ಅರ್ಥವಾಗಲಿಲ್ಲ. ಕೆಲಸ ಅಂದಿದ್ದು ಮಾತ್ರ ಅರ್ಥ ಆಯಿತು. ಎಲ್ಲಾ ಬಡ್ಡಿ ಮಗನೆ, ಬೆಳಿಗ್ಗೆನೇ ಏನು ಕೆಲಸ ಅಂತ ಇದ್ದಾನಲ್ಲ ಅಂತ ಅವನ ಕೈಗೆ ಒಂದು ಕೊಡಲಿ ಕೊಟ್ಟೆ. ಸೌದೆ ಕೊಟ್ಟಿಗೆಯಲ್ಲಿ ಇದ್ದ ದಪ್ಪನೆ ಕುಂಟೆಗಳನ್ನು ತೋರಿಸಿ ಒಡಿ ಅನ್ನುವಂತ ಸನ್ನೆ ಮಾಡಿದೆ.

ಅವನ ಸೌದೆ ಒಡೆಯುವ ರೀತಿಯೇ ಅವನೆಂತ ಕೆಲಸಗಾರ ಅಂತ ಗೊತ್ತಾಗಿತ್ತು. ಎರಡು ಗಂಟೆ ಸೌದೆ ಒಡೆದು ಅದನ್ನೆಲ್ಲಾ ಚೆನ್ನಾಗಿ ಜೋಡಿಸಿದ. ಇವಳು ತಿಂಡಿಗೆ ಕರೆಯುವ ತನಕವೂ ಅವನು ಕೆಲಸ ಮಾಡುತ್ತಲೇ ಇದ್ದ.

ಬೆಳಿಗ್ಗೆ ತಿಂಡಿಗೆ ನಂಗೆರಡು ಅಕ್ಕಿ ರೊಟ್ಟಿ, ಇವಳಿಗೆರಡು ಅಕ್ಕಿ ರೊಟ್ಟಿ ಮಾಡುವುದು ನಮ್ಮನೆಯ ಪದ್ಧತಿ. ಇವನು ಬಕಾಸುರ ಇದ್ದಾನಲ್ಲ ಅಂತ ಎಂಟು ರೊಟ್ಟಿ ಜಾಸ್ತಿ ಮಾಡಿದೆ. ರೊಟ್ಟಿ, ಕಾಯಿಚಟ್ನಿ ಅದರ ಮೇಲೆ ಮನೆ ತುಪ್ಪ ಹಾಕಿಕೊಟ್ಟೆ, ಅವನು ತಿನ್ನೋದನ್ನ ನೋಡೋಕೆ ಒಂದು ಚೆಂದ. ತಿನ್ನೋದಕ್ಕೂ ಒಂದು ಗತ್ತು ಇರ್ತದೆ. ಆ ಗತ್ತಿನಲ್ಲಿ ಇವನು ತಿಂದ. ತಿಂದಮೇಲೆ ಒಂದು ಚೊಂಬು ನೀರು ಕುಡಿದ, ಕಾಫಿ ಬೇಡ ಅಂದ, ಪುನಃ ಅದೇ ಪ್ರಶ್ನೆ ಹಾಕಿದ.

ಎಂದ ಫಣಿ ಕೆಲಸ

ಇವನು ತಿನ್ನೋದರಲ್ಲಿ ರಾಕ್ಷಸ ಅಲ್ಲ, ಕೆಲಸದಲ್ಲಿಯೂ ರಾಕ್ಷಸ ಅಂತ ಅನಿಸಿತು. ಇಬ್ಬರ ಕೆಲಸವನ್ನು ಈ ಅರವತ್ತರ ವಯಸ್ಸಿನಲ್ಲೂ ಒಬ್ಬನೇ ಮಾಡ್ತಾನೆ. ಅಂದ್ಮಲೆ ಹುಡುಗ ಆಗಿದ್ದಾಗ ಇನ್ನೆಷ್ಟು ಕೆಲಸ ಮಾಡಿರಬಹುದು. ಕಲ್ಲು ತಿಂದು ಜೀರ್ಣಿಸಿಕೊಂಡಿರಬಹುದು.

ಅವನ ಬಗ್ಗೆ ಇವಳು ನಿನ್ನೆಗಿಂತ ಇವತ್ತು ಮೆತ್ತಗಾಗಿದ್ದಳು. ಅವನ ಕೆಲಸ ಮಾಡುವ ರೀತಿ ಕಂಡು ದಂಗುಬಡಿದು ಹೋಗಿದ್ದಳು. ಒಳಗಡೆ ಆಡುತ್ತಿದ್ದ ಭಾರ್ಗವ ಅಂಬೆಗಾಲು ಹಾಕುತ್ತಲೇ ಬಂದು ಇವನ್ನ ಕಂಡು ಪುನಃ ಅಳಲಾರಂಭಿಸಿದ. ಮಗು ಅಳೋದ ಕಂಡು ಇವಳು ಮಗುನ ಎತ್ತಿಕೊಳೋಕೆ ಹೋದಳು. ಇವನು ಮಲೆಯಾಳಂನಲ್ಲಿ ಹಾಡು ಹೇಳೋಕೆ ಶುರುಮಾಡಿದ. ಅದ್ಯಾವುದೋ ಕೃಷ್ಣನ ಮೇಲಿನ ಹಾಡು. ಆ ಹಾಡು ಕೇಳ್ತಾ ಕೇಳ್ತಾ ನಾನು ಹಂಗೆ ನಿಂತುಬಿಟ್ಟೆ, ಇವಳಂತೂ ದಂಗು ಬಡಿದಂಗೆ ನಿಂತಿದ್ಲು, ಭಾರ್ಗವ ಅಳು ನಿಲ್ಲಿಸಿದ್ದು ಮಾತ್ರ ಅಲ್ಲ, ಅವನ ಹತ್ರ ಅಂಬೆಗಾಲು ಹಾಕೊಂಡು ಹೋಗೇಬಿಟ್ಟ. ಅದೇನು ಹಾಡುಗಾರಿಕೆ ಅಂತೀಯಾ, ಭಾರ್ಗವನನ್ನು ಅವನು ಎತ್ತಿಕೊಂಡು ಹೆಗಲ ಮೇಲೆ ಕೂರಿಸ್ಕೊಂಡು ಅಂಗಳದಲ್ಲಿ ಹಾಡು ಹೇಳ್ತಾನೇ ಎರಡು ರೌಂಡು ಬಂದ. ಭಾರ್ಗವ ಅವನ ಹೆಗಲ ಮೇಲಿಂದ ಇಳಿಲೇ ಇಲ್ಲ. ಕೊನೆಗೆ ಬಲವಂತ ಮಾಡಿ ಅವನನ್ನು ಇವಳು ಎತ್ತಿಕೊಂಡಳು. ಇವಳ ಮುಖದಲ್ಲೂ ನಗೆ ಭಾರ್ಗವನ ಮುಖದಲ್ಲೂ ನಗೆ, ಇವರಿಬ್ಬರ ನಗುವನ್ನು ಕಂಡು ಗೋವಿಂದನ್ ಮುಖದಲ್ಲೂ ನಗೆ. ಭಾರ್ಗವ ಅವನ ಗಡ್ಡ ಎಳೆದಾಡಿದ. ಅವನು ನಕ್ಕ. ಮಗುವಿನ ಬೆನ್ನು ಸವರಿದ.

ಗೋವಿಂದನ್ ಸುಮ್ಮನೆ ಕೂರುವ ಪೈಕಿ ಅಲ್ಲ. 'ಪಶು ಉಂಡೋ' ಅಂದ ಪಶು ಅಂದರೆ ಪ್ರಾಣಿ ಅಂದರೆ ಹಸುಕರು ಬಗ್ಗೆ ಕೇಳ್ತಾ ಇದ್ದಾನೆ ಅಂತ ಇಲ್ಲ ಅಂದೆ. 'ಸಾಹುಕಾರ ಒಂದು ಪಶು ತಗೊಂಡು ಬಾ ನಾ ನೋಕ' ಅಂದ. ನಾನು ಆಗಲಿ ಅಂದೆ. ತಕ್ಷಣಕ್ಕೇನೂ ತರಲಿಲ್ಲ. ಒಂದೆರಡು ತಿಂಗಳ ನಂತ್ರ ತಂದೆ. ಜಮೀನಿನ ಸುತ್ತ ಅವನು ಒಂದು ರೌಂಡ್ ಬಂದ. ಮನೆಯನ್ನು ಮೂರು ಸಲ ಪ್ರದಕ್ಷಿಣೆ ಹಾಕಿದ. ಸಣ್ಣ ಪುಟ್ಟ ರಿಪೇರಿ ಮಾಡಿದ. ಸೌದೆ ಕಟ್ಟಿಗೆಯಲ್ಲೇ ನಾಲ್ಕು ಗೂಟ ನೆಟ್ಟು ಅದಕ್ಕೆ ಉದ್ದಕ್ಕೆರಡು ಅಡ್ಡಕ್ಕೆರಡು ಬಿದಿರುಗಳ ಹೊಡೆದು ಅದಕ್ಕೆ ಅಡ್ಡಲಾಗಿ ಬಿದಿರು ಸೀಳಿ ಮಂಚದ ಹಾಗೆ ಮಾಡಿದ. 'ನಾನು ಇವಡೆ ಮಲಗ' ಅಂತ ಕೈ ತೋರಿಸಿದ.

ಗೋವಿಂದನ್‌ಗೆ ಬೀಡಿ ಸೇದುವ ಚಟ ಇತ್ತು. ರೂಪಾಯಿ ಕೊಟ್ಟೆ. ಅದಕ್ಕೆ ಅವನು ಬೀಡಿ ಬೆಂಕಿಪೊಟ್ಟಣ ತಂದ. ನನ್ನ ಎದುರಿಗಾಗಲೀ ಇವಳ ಎದುರಾಗಲೀ ಸೇದ್ತಾ ಇತ್ತಿಲ್ಲ. ಒಂದು ಮೂಲೆಗೆ ಹೋಗಿ ಸೇದೋನು. ಇವಳಿಗೆ ಗೋವಿಂದನ್ ಅನ್ನೋದು ಯಾಕೋ ಆಗ್ತಾ ಇದ್ದಿಲ್ಲ. ಗೋವಿಂದಣ್ಣ

ಅಂತ ಶುರುಮಾಡಿದಳು. ಎರಡೇ ಎರಡು ದಿನದಲ್ಲಿ ಗೋವಿಂದಣ್ಣ, ಗೌರಿ ಭಾರ್ಗವ ಬಾಳ ಹಳೇ ದೋಸ್ತ್‌ಗಳ ತರ ಆಗಿಬಿಟ್ಟರು.

ಶಂಕರಯ್ಯನಿಗೆ ಮಾತ್ರ ಇವನ ಕಂಡರೆ ಆಗ್ತಾ ಇರಲಿಲ್ಲ. ಇವನು ಇಲ್ಲೇ ಇದ್ರೆ ನಾನು ಬರೋದೇ ಇಲ್ಲ ಅಂತ ಶಂಕರಯ್ಯ ಎರಡು ದಿನ ಬರ್ಲೇ ಇಲ್ಲ. ನಾವು ಕರೆಯೋಕೆ ಹೋಗೂ ಇಲ್ಲ. ಆನಂತರ ವಾರಕ್ಕೆ ಒಂದಿನ ಬರ್ತಾ ಇದ್ದ ಶಂಕರಯ್ಯ, ಒಂದಾರು ತಿಂಗಳಲ್ಲಿ ನಮ್ಮ ಮನೆ ಕಡೆ ಬರೋದನ್ನ ನಿಲ್ಲಿಸಿ ಬಿಟ್ಟ, ಕುಂಟಯ್ಯನ ಮನೆಗೆ ಯಾವನೋ ಮಂತ್ರವಾದಿ ಕೇರಳದಿಂದ ಬಂದವನೆ ಅಂತ ಅವನೇ ಊರಿಡೀ ಸಾರಿದೋನು.

ಹಂಗಾರೆ ಅಯ್ಯ ಗೋವಿಂದನ್ ನಿಮ್ಮ ಗುರು ಅನ್ನಿ, ಅವ್ರತಾವ ನೀವೆಲ್ಲಾ ಇದ್ಯಾ ಕಲ್ತಿರಿ ಅಲ್ವಾ ಎಂದು ಅಂಜಿ ತನ್ನ ಮೂಲ ಉದ್ದೇಶವನ್ನು ಪುನಃ ಸ್ಪಷ್ಟಪಡಿಸಿದ.

ಅಪ್ಪ ಒಂದೆರಡು ನಿಮಿಷ ಮಾತನಾಡಲಿಲ್ಲ. ಯಾವ ರೀತಿಯ ಉತ್ತರ ಹೇಳಬೇಕು ಅಂತ ಅವರು ಯೋಚಿಸುತ್ತಿದ್ದಾರೆ ಅಂತ ಅನಿಸಿತು. ಯಾವುದೋ ಸಂಗತಿಯನ್ನು ಮುಚ್ಚಿಹಾಕುವ ಪ್ರಯತ್ನವನ್ನು ಅವರು ಮಾಡುತ್ತಿದ್ದಾರೆ ಎಂಬ ನಂಬಿಕೆಯೂ ಬಂತು.

ಹೌದು. ಈ ಗೋವಿಂದನ್ ನನ್ನ ಗುರು. ಅವನು ಅಮಾವಾಸ್ಯೆ, ಹುಣ್ಣಿಮೆಯ ಹಿಂದಿನ ದಿನ ರಾತ್ರಿ ಉಪವಾಸ ಇರೋನು. ಯಾವುದೋ ಮಂತ್ರ ಜಪಿಸೋನು, ಕೆಲವು ಸಲ ಗಟ್ಟಿಯಾಗಿ ಕೆಲವು ಸಲ ಯಾರೂ ಕೇಳದಂಗೆ ಪಿಸು ಪಿಸು ಅಂತ ಮಂತ್ರ ಹೇಳೋನು. ಇವೆಲ್ಲಾ ಅವನು ಅರ್ಧರಾತ್ರಿ ಸಮಯದಲ್ಲಿ ಮಾಡೋನು. ಆರಂಭದಲ್ಲಿ ನಂಗೆ ಇದು ಗೊತ್ತಾಗಲಿಲ್ಲ. ಒಂದಿನ ರಾತ್ರಿ ವಂದ ಮಾಡಾಕೆ ಅಂತ ಎದ್ದೆ. ಯಾರೋ ಮಾತನಾಡ್ತಾ ಅವರೆ ಅಂತ ಅನಿಸ್ತು. ಮೆಲ್ಲನೆ ಕಿಟಕಿಲೇ ಬಗ್ಗಿ ನೋಡಿದೆ. ಗೋವಿಂದನ್ ಯಾರ ಜತೆಲೋ ಮಾತಾಡ್ತ ಇದ್ದ. ಅದು ಮಲೆಯಾಳ ಭಾಷೆ, ಹಿಂಗಾಗಿ ನಂಗೆ ಅದೇನು ಅರ್ಥ ಆಗಲಿಲ್ಲ.

ಅರ್ಧ ನಿಮಿಷ ಮಾತಾಡೋನು, ಒಂದು ನಿಮಿಷ ಸುಮ್ನೆ ಏನೋ ಕೇಳಿಸಿಕೊಳ್ಳೋನ ತರ ಸುಮ್ಮನೆ ಇರೋನು. ನಂಗೆ ಭಯ ಆಯ್ತು, ಕುತೂಹಲನೂ ಇತ್ತು. ಇವನೇನು ಮಾಡ್ತಾನೆ ಅಂತ ನೋಡೇ ಬಿಡನಾ ಅಂತ ಕಿಟಕಿ ಪಕ್ಕದಲ್ಲೇ ನಿಂತೆ, ಒಳಗಡೆ ಲೈಟ್ ಇಲ್ಲ ಅವನಿಗೂ ಗೊತ್ತಾಗಲೇ ಇಲ್ಲ. ಅರ್ಧ, ಮುಕ್ಕಾಲು ಗಂಟೆ ಮಾತಾಡ್ತಾನೇ ಇದ್ದ. ಆಮೇಲೆ ಎದ್ದು ತೋಡಿನ ಕಡೆ ಹೋದ. ನಂಗೆ ಈ ರಾತ್ರಿಗೀತ್ರಿ ಭಯ ಏನೂ ಇಲ್ಲ. ಆದ್ರೆ ಅವತ್ತು ಇವನು ಹಂಗೆ ಎದ್ದೋಗಿದ್ದು ನೋಡಿ ಭಯ ಆಯ್ತು. ಅವನ ಹಿಂದುಗಡೆಯೇ ಹೋಗೋ ಆಸೆ ಇತ್ತಾದರೂ ಯಾಕೆ ಬೇಕು ಅಂತ ಸುಮ್ಮನಾದೆ. ಅಮಾವಾಸೆ

ಹುಣ್ಣಿಮೆಯ ದಿನದ ಹಿಂದಿನ ರಾತ್ರಿ ಅವನು ಇಲ್ಲಿ ಇರೋತಂಕನೂ ಹಂಗೆ ಮಾಡ್ತಾ ಇದ್ದ.

ಮಾರನೇ ದಿನ ಬೆಳಿಗ್ಗೆ ಅವನ್ನ ಏನ್ಕತೆ ಅಂತ ಕೇಳಣ ಅಂತ ಆದ್ಕೊಂಡೆ. ಯಾಕೋ ಮನಸ್ಸು ಬರಲಿಲ್ಲ, ಇವಳಿಗೂ ವಿಷ್ಯ ತಲುಪುತ್ತದೆ. ಅಲ್ಲಿಂದ ಇವಳು ಪುನಃ ಗೊಣಗಾಡಬಹುದು. ಇರ್ಲಿ ಸ್ವಲ್ಪ ದಿನ ನೋಡನ ಅಂತ ನಾನೂ ಸುಮ್ಮನಾದೆ. ಹಿಂಗೆ ಎರಡು ತಿಂಗಳು ಕಳೀತು.

ಶಾಸ್ತ್ರಿ ಇವಡೆ ತೋಟ ಅಂದ, ಹಂಗಂದ್ರೆ ಈ ಹೊಲ ತೋಟ ಮಾಡವ ಅಂತ ಅರ್ಥ. ನಾನು ಆಗ್ಲಿ ಅಂದೆ. ಅವನು ಕೇಳಿದ್ದೆಲ್ಲಾ ತಂದುಕೊಟ್ಟೆ, ನೋಡು ಈ ತೋಟ ಅವನೇ ಮಾಡಿದ್ದು, ಕೆಲಸದಲ್ಲಿ ರಾಕ್ಷಸ, ಮೈಮೇಲೆ ಜ್ಞಾನ ಇಲ್ಲದೆ ಕೆಲಸ ಮಾಡೋನು, ಒಂದೇ ಒಂದು ಬೇರೆ ಆಳು ಇಲ್ಲಿಗೆ ಅವನಿರೋ ತನಕ ಕಾಲು ಇಡಲಿಲ್ಲ. ಒಬ್ಬನೇ ಎಲ್ಲಾ ಕೆಲ್ಸ ಮಾಡ್ದ, ಕೇರಳದ ವೈನಾಡು ಕಡೆಯೋನು. ಅಲ್ಲೂ ಕಾಫಿ ತೋಟ ಐತಂತೆ. ಅಲ್ಲಿ ಹೆಂಗೆ ಮಾಡ್ತಾರೋ ಹಂಗೇ ಇಲ್ಲೂ ಮಾಡವನೆ.

ಒಂದಿನ ಇವಳು ಬೇರೆ ಕಡೆ ಇದ್ದಾಗ ಅವನ್ನ ಕೇಳೇಬಿಟ್ಟೆ, ಗೋವಿಂದನ್, ಅಮಾವಾಸೆ ಹುಣ್ಣಿಮೆ ದಿನಗಳ ಹಿಂದಿನ ರಾತ್ರಿ ಏನು ಮಾಡ್ತೀಯ ಅಂತ. ಅವನು ಏನೂ ಇಲ್ಲ ಶಾಸ್ತ್ರಿ ಅಂದ. ಅವನು ಮನುಷ್ಯರಿಗೆ ಅದು ಇದು ಅನ್ನೋನು, ಪ್ರಾಣಿಗಳಿಗೆ ಕುರ್ಚಿ, ಬೆಂಚಿಗೆ ಅವರು ಇವರು ಅನ್ನೋನು. ನನ್ನ ಶಾಸ್ತ್ರಿ ಹೋಗು ಬಾ ಅನ್ನೋನು, ಭಾರ್ಗವನನ್ನೇ ಬನ್ನಿ ಹೋಗಿ ಅನ್ನೋನು. ಅವನು ಮಾತಾಡ್ತ ಇದ್ರೆ ಇವಳು ನಗಾಡೋಳು 'ದನ ಬಂದ್ರು ಶಾಸ್ತ್ರಿ ಹೋಯಿತು' ಅಂತ ಅವಳು ನಗಾಡೋಳು. ಭಾರ್ಗವ ಅಂತೂ ಅವನ ಜೊತೆಲೇ ಇರೋನು. ನಂಗೂ ಅವನು ಭಾರ್ಗವನನ್ನು ಯಾವತ್ತಾದರೂ ಕೇರಳಕ್ಕೆ ಕದ್ದುಕೊಂಡು ಹೋಗಿಬಿಡ್ತಾನೆ ಅಂತಲೂ ಅನಿಸ್ತಿತ್ತು.

ಗೋವಿಂದನ್ ಬಡಪಟ್ಟಿಗೆ ಬಾಯಿಬಿಡಲಿಲ್ಲ. ಒತ್ತಾಯ ಮಾಡಿ ಬಾಯಿ ಬಿಡಿಸ್ದೆ. ಅವನು ಕೇರಳದಲ್ಲಿ ಮಂತ್ರವಾದಿಯಾಗಿ ಇದ್ದವನು. ವಾಮಾಚಾರಕ್ಕೆ ಇಡೀ ಜಿಲ್ಲೆಗೇ ಹೆಸರುವಾಸಿ. ಒಂದ್ಸಲ ಬಡಪಾಯಿಯ ಮೇಲೆ ಮಾಟ ಮಾಡಿ ಅವನನ್ನ ಸಾಯಿಸಿದ್ದ. ಆಮೇಲೆ ಇವನ ಬಗ್ಗೆ ಇವನ್ಗೇ ಬೇಸರ ಬಂದು ಉಟ್ಟ ಬಟ್ಟೇಲೇ ಊರು ಬಿಟ್ಟು ಬಂದ. ಹಂಗೆ ಊರು ಬಿಟ್ಟೋನು ಸೀದಾ ಇಲ್ಲಿ ಬಂದ. ಇದು ಭಾಳಾ ಒಳ್ಳೆ ವಿದ್ಯೆ, ಒಳ್ಳೆಯವರಿಗೆ ರಕ್ಷಣೆ ಕೊಡೋವಂತದ್ದು. ನಾನು ಪಾಪಿ ಆದಕಾರಣ ಇನ್ಮೇಲೆ ಇದರ ಉಪಯೋಗ ಮಾಡೋ ಅಧಿಕಾರ ನಂಗೆ ಇಲ್ಲ. ಯಾರಾದರೂ ಒಳ್ಳೆಯವರು ಸಿಕ್ಕಿದ್ರೆ ಅವರಿಗೆ ಎಲ್ಲಾ ಹೇಳಿಕೊಡ್ತೀನಿ ಅಂದ. ನಂಗೂ ಯಾಕೆ ಕಲಿಯಬಾರದು ಅಂತ ಅನ್ನಿಸ್ತು.

ನಂಗೆ ಹೇಳಿಕೊಡು ಅಂದೆ.

ಇಲ್ಲ, ಅದಕ್ಕೆ ಗುರು ಶಿಷ್ಯ ತರಾನೇ ಇರಬೇಕಾಯ್ತದೆ. ಅಂತ ಅವನಂದ ಇವತ್ತಿಂದ ನಾನೇ ನಿನ್ನ ಶಿಷ್ಯ ಆಯ್ತೀನಿ, ನೀನು ಹೇಳಿದಂಗೆ ಕೇಳ್ತಿನಿ ಅಂದೆ. ಇದಕ್ಕೆ ಹೆಂಡತಿ ಸವಾಸ ಇರಬಾರದು ಅಂದ

ಹಂಗಂದ್ರೆ

ರಾತ್ರಿ ಹೊತ್ತು ಪಕ್ಕ ಮಲಗಬಾರದು ಅಂದ.

ನಾನು ಹಿಂದೆ ಮುಂದೆ ಯೋಚನೆ ಮಾಡದೆ ಆಗ್ಲಿ ಬಿಡು ಅದಕ್ಕೇನಂತೆ ಅಂದೆ. ಅಮವಾಸೆ, ಹುಣ್ಣಿಮೆ ದಿನ ಹಿಂದಿನ ರಾತ್ರಿ ಉಪವಾಸ ಇರಬೇಕು. ಜಾಗರಣೆ ಮಾಡಬೇಕು ಅಂದ. ಅದೂ ಆಯ್ತು ಅಂದೆ. ವಿಗ್ರಹ, ಫೋಟೋನ ಪೂಜೆ ಮಾಡಬಾರದು ಅಂದ. ಅದೂ ಆಯ್ತು ಅಂದೆ. ಹಿಂಗೆಲ್ಲಾ ಕಂಡೀಷನ್ ಹಾಕಿ ಅವನು ನನ್ನ ಶಿಷ್ಯ ಅಂತ ಒಪ್ಕೊಂಡ.

ಒಂದೂವರೆ ವರ್ಷ ಅವನು ನಂಗೆ ಎಲ್ಲಾ ಕಲಿಸ್ದ, ಅನ್ಯಾಯ ಮಾಡೋಕೆ ಹೋಗಬಾರದು ಅನ್ನೋದು ಇಲ್ಲಿ ಬಹಳ ಮುಖ್ಯ ನೋಡು ಅಂಜಿ. ಅನ್ಯಾಯ ಮಾಡಿದ್ರೆ ಆ ದೇವಿ ಒಳ್ಳೇದು ಮಾಡಾಕಿಲ್ಲ. ಒಂದು ವೇಳೆ ಅಪ್ಪಿತಪ್ಪಿ ಸಣ್ಣ ಪುಟ್ಟ ತಪ್ಪು ಮಾಡಿದ್ರೆ ಅದಕ್ಕೆ ಹೆಂಗೆ ಪ್ರಾಯಶ್ಚಿತ್ತ ಮಾಡಿಕೊಳ್ಳೋದು ಅಂತಾನೂ ಕಲಿಸಿಕೊಟ್ಟ.

ಅವನು ನಮ್ಮನೇಲಿ ಸುಮಾರು ಎರಡು ವರ್ಷ ಇದ್ದ. ಒಂದಿನ ಅಮಾವಾಸೆ ಹಿಂದಿನ ದಿನ ಇನ್ಮೇಲೆ ನಿಂಗೆ ಹೇಳಿಕೊಡೋದು ಏನೂ ಇಲ್ಲ ಅಂತ ಹೇಳಿದೋನೇ ಮಾರನೇ ದಿನವೇ ಕಣ್ಮರೆಯಾದ. ಅವತ್ತಿಂದ ಇಲ್ಲಿತನಕ ಅಂದಾಜು ಹದಿಮೂರು ವರ್ಷ ಆಯ್ತು. ಅವನ ಪತ್ತೆನೇ ಇಲ್ಲ.

ಮತ್ತೆ ಅವನ್ನ ಪೊಲೀಸು, ಕೇರಳದವರು ಹುಡುಕಿಕೊಂಡು ಬಂದ್ರು. ಇವನು ಅದಕ್ಕೆ ಕದ್ದೋದ ಅಂತಾರಲ್ಲ.

ಯಾವ ನನ್ಮಗ ಹಂಗೆ ಹೇಳಿದ್ದು. ಬಂದಿದ್ದೋನು ಪೊಲೀಸ್. ಆದ್ರೆ ಅವನು ಇವನ ಮಗ. ಜೊತೆಗೆ ಇರ್‍ಲಿ ಅಂತ ಅಲ್ಲಿಂದಾನೇ ಇನ್ನಿಬ್ಬರು ಪೊಲೀಸರ ಜೊತೆ ಬಂದಿದ್ದ ಅಷ್ಟೆಯೇ. ಅವರು ಬಂದಾಗ ಇವನು ಇಲ್ಲಿ ಇಲ್ಲ. ಯಾವುದೋ ಗಿಡ ತರಾಕೆ ಅಂತ ಸುಂಟಿಕೊಪ್ಪಕ್ಕೆ ಹೋಗಿದ್ದ. ಅವನು ಬಂದಮೇಲೆ ಇವನ್ಗೆ ವಿಷಯ ಹೇಳ್ದೆ, ಬಂದೋನು ಹೆಂಗಿದ್ದ, ಏನು ಕತೆ ಅಂತ ಇವ್ನು ವಿಚಾರಿಸ್ದ, ಆಮೇಲೆ ಬೀಡಿ ತತ್ತಿನಿ ಅಂತ ಹೋದೋನು ವಾಪಸು ಬರ್‍ಲೇ ಇಲ್ಲ. ಇವನ್ಗೆ ಮನೆಗೆ ಹೋಗಾಕೆ ಇಷ್ಟ ಇದ್ದಿಲ್ಲ ಅಂತ ಕಾಣ್ತದೆ ಅದಕ್ಕೆ ನಮ್ಮನೇನೇ ಬಿಟ್ಟು ಹೋದ.

ಹಂಗಾರೆ ಅವ್ರು ಪೊಲೀಸರಲ್ಲ ಅನ್ನಿ. ಅವನು ಇವನ ಮಗ ಅಂತ ಅವನೇ ಹೇಳಿದ್ದ ಅಥವಾ ಇವನೇ ಹೇಳಿದ್ನ ಯಾಕೆ ಅಂಜಿ ನೀನೂ ಪೊಲೀಸಂಗೆ ಮಾತಾಡ್ತಾ ಇದ್ದೀಯಾ, ಬಂದಿದ್ದ ಪೊಲೀಸ್‌ಗೆ ಕನ್ನಡ

ಒಂಚೂರೂ ಬತ್ತಾ ಇದ್ದಿಲ್ಲ. ಅವನ ಜೊತೆ ಬಂದಿದ್ದೋನು ಸುಂಟಿಕೊಪ್ಪದ ಪೊಲೀಸು.

ಅವನು, ಈ ಪೊಲೀಸ್‌ಗೆ ಮಲೆಯಾಳದಲ್ಲಿ ಅದೇನೋ ಹೇಳೋದು, ಅದನ್ನ ಕನ್ನಡದಲ್ಲಿ ಇವನು ನಂಗೆ ಹೇಳೋನು. ನಾನು ಯಾಕೆ ಏನು ಅಂತ ವಿಚಾರಿಸಿ. ಅವನು ಸಿಕ್ಕಿದ ಮೇಲೆ ಹೇಳ್ತೀನಿ ಅಂದೆ. ಅವನು ಬಂದ್ರೆ ಅವನ್ನ ಸ್ಟೇಷನ್‌ಗೆ ಬರಾಕೆ ಹೇಳಿ ಅಂತನೂ ಹೇಳಿದ. ಅದನ್ನು ನಾನು ಗೋವಿಂದನ್‌ಗೆ ಹೇಳಿದೆ. ಅವನು ಆಯ್ತು ಅಂದಿದ್ದ. ಅವನು ಪೊಲೀಸ್ ಸ್ಟೇಷನ್‌ಗೆ ಹೋದ್ನೋ, ಅಥವಾ ಕದ್ದು ಹೋದ್ನೋ ಯಾರಿಗೊತ್ತು. ಅದ್ಸರಿ ನಿಂಗೆ ಇವೆಲ್ಲಾ ಯಾವ ಬಡ್ಡಿ ಮಗ ಹೇಳಿದ.

ಇವನು ಮಂತ್ರವಾದಿನೇ ಅಂತೆ. ಕೇರಳದಲ್ಲಿ ಯಾರ್‍ನೋ ಕೊಲೆ ಮಾಡಿ ಅಲ್ಲಿಂದ ಕದ್ದು ಬಂದು ನಿಮ್ಮತ್ರ ಇದ್ದನಂತೆ. ಅಂಗಡಿಯವನು ನಿಮ್ಮನೆ ಅಡ್ರೆಸ್ ಕೊಟ್ಟು ಪೊಲೀಸರ್‍ನ ಕಳಿಸಿದ್ದಂತೆ. ಅವ್ರ ಹತ್ರ ಇವನ್ನ ನಾನೇ ಸೇರಿಸಿದ್ದು ಅಂದನಂತೆ. ಇಲ್ದೇ ಹೋದ್ರೆ ನೀವೂ ಜೈಲಿಗೆ ಹೋಗಬೇಕಾಗಿತ್ತಂತೆ ಅಂತ ಊರ ಜನ ಅನ್ತಾರೆ ಶಾಸ್ತ್ರಿಗಳೇ ಎಂದು ಅಂಜಿ ಗಂಭೀರವಾಗಿ ಹೇಳಿದ.

ಇದೆಲ್ಲಾ ಸುಳ್ಳು, ಊರಲ್ಲಿ ಇಂತ ಕತೆ ಸೂಳೇ ಮಕ್ಳು ಬಾಳ ಹಬ್ಬಿಸಿದ್ರು. ಪಾಪ ಅವನು ಅಂತೋನಲ್ಲ. ಅಷ್ಟ ಅವನೇ ಹೇಳ್ದಂಗೆ ಯಾವನೋ ಪಾಪದವನ ಮೇಲೆ ಪ್ರಯೋಗ ಮಾಡಿ ಅವನನ್ನ ಸಾಯಿಸಿಬಿಟ್ಟೇ ಅಂತ ಹೇಳಿದ್ನಲ್ಲ. ಅದೇ ಕೇಸು ಪಾಸು ಆಗಿರಬಹುದು. ಅಲ್ಲಿಂದ ಯಾವನೂ ನನ್ನ ಮನೆ ಹತ್ರ ಬರ್‍ಲೇ ಇಲ್ಲ.

ಗೋವಿಂದನ್ ಹಾಕಿದ ಗಿಡ ಎಲ್ಲಾ ಈಗ ಫಸಲು ಕೊಡ್ತಾ ಇದೆ. ಈ ಕಾಫಿ ತೋಟ, ತೆಂಗು, ಮಾವು, ಹಲಸು ಎಲ್ಲಾ ಗೋವಿಂದನ್ ಹಾಕಿದ್ದು, ಈ ಗಿಡಗಳಿಗೆ ಉಂಡೆಮೆಣಸು, ಎಲೆಬಳ್ಳಿ ಎಲ್ಲಾ ಆಮೇಲೆ ಹಾಕಿದ್ದು. ಎರಡು ವರ್ಷದಲ್ಲಿ ಬೀಡಿ ಬೆಂಕಿಪೊಟ್ಟಣಕ್ಕೆ ಅಂತ ಕಾಸು ಕೊಟ್ಟಿದ್ದು ಬಿಟ್ರೆ ಅವನು ಸಂಬಳ ಕೊಡಿ ಅಂತ ತಗೊಂಡೇ ಇಲ್ಲ,

ನಾವೇನು ಗಿಡ, ಗೊಬ್ಬರ ಅಂತ ತರೋಕೆ ಹೋಗ್ತಾನೆ ಇರ್‍ಲಿಲ್ಲ. ಅವನೇ ಹೋಗ್ತಿದ್ದ ಅದ್ರಲ್ಲಿ ದುಡ್ಡು ಉಳಿದ್ರೆ ವಾಪಸು ಕೊಡೋನು. ವಾಪಸು ಕೊಟ್ಟು ಬೀಡಿಗೆ ಕಾಸು ಕೇಳೋನು. ಬಹಳ ನಿಯತ್ತಿನವನು ತೋಟ ನೋಡು ಹೆಂಗದೆ. ಒಂದು ಸಂಸಾರ ರಾಜನ ತರ ಬದುಕಬಹುದು ಇದರಲ್ಲಿ. ಗದ್ದೆಲಿ ಬರೋ ಭತ್ತ ಊಟಕ್ಕೆ, ಇದು ಮೇಲಿನ ಖರ್ಚಿಗೆ, ಗಂಡ ಹೆಂಡತಿ ಎರಡು ಮಕ್ಕಳ ಸಂಸಾರಕ್ಕೆ ಇದು ಸಾಕೇ ಸಾಕು.

ಗೋವಿಂದನ್ ಇರೋವಾಗ್ಲೆ ಜನ ತಾಯತ, ಬಿದ್‌ಬೀಳ ತೆಗೆಯೋದು, ತಡೆ ಒಡೆಯೋದು, ಮನೆಗೆ ದಿಗ್ಬಂಧನ ಹಾಕಿಸೋದು, ಇದಕ್ಕೆಲ್ಲ ಬರ್ತಾ

ಇದ್ರು, ಕೆಲವು ಸಲ ರಾತ್ರಿ ಇಡೀ ಹೋಮ ಹವನ ಮಾಡಿ ಅಮ್ಮನಿಗೆ ಪೂಜೆ ಮಾಡೋವು, ಆಗ ಸಿಕ್ತಾ ಇತ್ತಲ್ಲ ದುಡ್ಡು ಅದ್ರಿಂದಾನೇ ಈ ತೋಟ ಮಾಡಾಕೆ ಹಣ ಆಯ್ತು. ಮನೆನೂ ಚೆನ್ನಾಗಾಯ್ತು. ನಮ್ಮನೇಲಿ ಈಗ ಏನಿಲ್ಲ ಅಂತ ಇದೆ ಎಲ್ಲಾ ಐತೆ, ಎಲ್ಲಾ ಅಮ್ಮನ ದಯೆ. ಅವಳು ನಂಬಿದೋರ ಕೈಬಿಟ್ಟಿಲ್ಲ. ಅವತ್ತಿಗೂ ಇವತ್ತಿಗೂ ನನ್ನ ಬೆನ್ನ ಹಿಂದೇನೆ ನಿಂತವಳೆ, ಶಾಸ್ತ್ರಿಗಳೇ, ಯಾವನಾರ ಮಾಟ ಮಾಡ್ಸಿ ಸಾಯಿಸ್ಬೋದಾ. ಅದೂ ರಕ್ತಕಾರಿ ಸಾಯಿಸಬೌದಾ ಅಂತ ಅಂಜಿ ಕೇಳಿದ.

ಹೂಂ, ಮನಸ್ಸು ಮಾಡಿ ಹನ್ನೆರಡು ದಿನ ಜಪ ಮಾಡಿ, ಅಮಾವಾಸೆ ಹಿಂದಿನ ದಿನ ಪ್ರಯೋಗ ಮಾಡಿದ್ರೆ ಯಾರನ್ ಬೇಕಾದ್ರೂ ಸಾಯಿಸಬಹುದು. ಪ್ರಧಾನಿನ ಬೇಕಾದರೂ ಮುಗಿಸಬಹುದು. ದುಷ್ಟರನ್ನ ಅಮ್ಮ ಮುಲಾಜಿಲ್ಲದೆ ತೆಗಿತಾಳೆ, ಒಳ್ಳೆಯವರ ತಂಟೆಗೆ ಹೋದ್ರೆ ಅವರ್ನೂ ತಗೀಬಹುದು. ನಮ್ಗೂ ಬರಬಾರದ್ದು ಬತ್ತದೆ ಅಂತ ಅಪ್ಪ ಎದ್ದರು.

4

ಶಾಸ್ತ್ರಿಗಳೆ ನಿಮ್ಮ ಹುಡುಗನಿಗೆ ಒಳ್ಳೆ ನಂಬರ್ ಬಂದಿದೆ. ಸೈನ್ಸ್ ಕೊಡಿಸಿ ಅಂದರು ಸರ್ಕಾರಿ ಜ್ಯೂನಿಯರ್ ಕಾಲೇಜು, ಸುಂಟಿಕೊಪ್ಪದ ಪ್ರಿನ್ಸಿಪಾಲರು.

ನೋಡಿಸ್ವಾಮಿ, ನಂಗೆ ಅವೆಲ್ಲಾ ಅರ್ಥ ಆಗೋದಿಲ್ಲ. ನೀವುಂಟು ಅವನುಂಟು. ಇವತ್ತಿಂದ ಅವನು ನಿಮ್ಮ ಶಿಷ್ಯ, ವಿಜ್ಞಾನ ಆದ್ರೂ ಸರಿ, ಅಜ್ಞಾನ ಆದ್ರೂ ಸರಿ. ಒಳ್ಳೆದು ಕೆಟ್ಟದ್ದು ನಿಮ್ಮ ಕೈಯಲ್ಲಿದೆ.

ಏನಪ್ಪ ಭಾರ್ಗವ ಸೈನ್ಸ್ ತಗೊತಿಯಾ?

ನಾನು ತಲೆಯಾಡಿಸಿದೆ.

ಆರಂಭದಲ್ಲಿ ಸ್ವಲ್ಪ ಕಷ್ಟ ಆಗಬಹುದು. ಹೆದರಬೇಡ, ಮನೇಲಿ ಸ್ವಲ್ಪ ಕಷ್ಟಪಡಬೇಕಾಗುತ್ತೆ.

ನಾನು ತಲೆಯಾಡಿಸಿದೆ.

ಇವನು ಕೋಲೇ ಬಸವನಹಾಗೆ ಎಲ್ಲದಕ್ಕೂ ತಲೆಯಾಡಿಸ್ತಾನೆ. ಮನೇಲಿ ಟಿವಿ ಇದ್ರೆ ಅದನ್ನು ಕಡಿಮೆ ನೋಡೋಕೆ ಹೇಳಿ, ಹೊರಗಡೆ ಆಟ ಆಡೋ ಚಟ ಇದ್ರೆ ಅದನ್ನೂ ಕಡಿಮೆ ಮಾಡಿಸಿ, ಉಳಿದದ್ದು ನಂಗೆ ಬಿಡಿ, ನಾನು ಇದ್ದೀನಿ.

ಟಿವಿ ಇದೆ ಸ್ವಾಮಿ, ಮೂರು ಹೊತ್ತೂ ಅದರ ಮುಂದೆ ಇವನು ಕೂತಿರೋದಿಲ್ಲ, ಆದ್ರೆ ಸ್ವಲ್ಪ ಕ್ರಿಕೆಟ್ ಹುಚ್ಚಿದೆ, ಕತ್ತೆ ತರ ಮೈದಾನದಲ್ಲಿ ಕುಣಿತಾನೆ, ಓಡ್ತಾನೆ, ಮನೆಗೆ ಬರೋ ಹೊತ್ತಿಗೆ ಸುಸ್ತಾಗಿರ್ತಾನೆ. ಒಂಬತ್ತು ಗಂಟೆಗೆಲ್ಲಾ ಊಟ ಮಾಡಿ ಮಲಗ್ತಾನೆ. ಆರೂವರೆಯಿಂದ ಎಂಟೂವರೆಯ ತನಕ ಓದ್ತಾನೋ ಬಿಡ್ತಾನೋ, ಒಟ್ಟಿನಲ್ಲಿ ಪುಸ್ತಕ ಕೈಯಲ್ಲಿ ಇರುತ್ತೆ. ನೀವು ಒಳ್ಳೆ ನಂಬರು ಬಂದಿದೆ ಅಂತಾ ಇದ್ದೀರಿ. ಅಂದ್ರೆ ಓದ್ತಾನೆ. ನಾನು ಏಳನೇ ಕ್ಲಾಸಿಗೇ ಸ್ಕೂಲ್ ಬಿಟ್ಟೋನು, ಅಂತ ಅಪ್ಪ ಶುರುಮಾಡಿದರು.

ಆಡ್ಲಿ, ಆಡ್ಲಿ, ಮಕ್ಕಳು ಆಡದೇ ನಾವು ನೀವು ಆಡೋಕೆ ಆಗುತ್ತಾ, ಆಡ್ಲಿ ಬಿಡಿ, ಟಿವಿನೂ ಅಷ್ಟೇ ಸ್ವಲ್ಪ ನೋಡಿದ್ರೆ ಪರವಾಗಿಲ್ಲ. ಅದೇ ಚಟ ಆಗಬಾರದು ಅಷ್ಟೆ. ನೀವು ಇವನ ಫೀಸು ಕಟ್ಟಿ ಹೋಗಿ ಆಗಾಗ್ಗೆ ಬರ್ತಾ ಇರಿ. ನಿಮ್ಮ ಮನೇಲಿ ಫೋನ್ ಇದ್ದರೆ ನಂಬರ್ ಕೊಡಿ. ತೀರಾ ಅಗತ್ಯ ಇದ್ದರೆ ಬೇಕಾಗುತ್ತೆ. ಮುಂದಿನ ಶುಕ್ರವಾರದಿಂದ ಇವನು ಕ್ಲಾಸಿಗೆ ಬರಲಿ.

ಹೀಗೆ ನಾನು ವಿಜ್ಞಾನ ವಿಭಾಗದಲ್ಲಿ ಪಿಯುಸಿಗೆ ಸೇರಿಕೊಂಡೆ. ಆರು ತಿಂಗಳು ಏನೂ ಅರ್ಥ ಆಗಲಿಲ್ಲ. ನನಗೆ ಉಳಿದದ್ದು ಬಾಯಿಪಾಠ ಮಾಡುವುದೊಂದೇ ದಾರಿ. ಕನ್ನಡ, ಇಂಗ್ಲಿಷ್ ಬಿಟ್ಟರೆ ಉಳಿದದ್ದು ಬಾಯಿಪಾಠ, ಸೈನ್ಸ್ ತಗೋಬಾರದಿತ್ತು ಅಂತ ಅನಿಸಿತಾದರೂ ತೆಗೆದುಕೊಂಡಾಗಿತ್ತು. ಕನ್ನಡ ಮೀಡಿಯಂ ಹುಡುಗ ಬೇರೆ, ಶುರುವಾತಿನಲ್ಲಿ ತುಂಬಾನೇ ಕಷ್ಟ ಪಟ್ಟೆ.

ನಮ್ಮ ಕ್ಲಾಸಿನಲ್ಲಿ ಇದ್ದವರೇ ಇಪ್ಪತ್ತೆರಡು ಜನ. ಅದರಲ್ಲಿ ಹದಿನಾರು ಜನ ಹುಡುಗಿಯರು. ಉಳಿದ ಆರು ಹುಡುಗರಲ್ಲಿ ಕೆಂಪಗೆ, ತೆಳ್ಳಗೆ ಚೆನ್ನಾಗಿದ್ದವನು ನಾನು. ನೀವು ವಿಜ್ಞಾನ ವಿಭಾಗದ ಹುಡುಗರು ತುಂಬಾ ಶ್ರಮ ಹಾಕಬೇಕು. ಇಲ್ದೇ ಹೋದ್ರೆ ಮುಂದೆ ತುಂಬಾ ಕಷ್ಟ ಪಡ್ತೀರಿ ಅಂತ ಪ್ರತಿ ದಿನ ಯಾರಾದರೊಬ್ಬರು ಹೆದರಿಸ್ತಾನೇ ಇದ್ರು, ಸರ್ಕಾರಿ ಕಾಲೇಜಾದ್ರೂ ತುಂಬಾ ಶಿಸ್ತು ಇತ್ತು. ಕೆಲವರಂತೂ ಹುಡುಗರಿಗೆ ಮುಖ ಮೂತಿ ನೋಡದೆ ದನಕ್ಕೆ ಬಡಿದಂಗೆ ಬಡಿತಾ ಇದ್ರು. ಹಿಂಗಾಗಿ ಯಾರೂ ಬಾಲ ಬಿಚ್ಚೋ ಹಾಗೆ ಇರಲಿಲ್ಲ.

ಒಂದಿಬ್ಬರ ಕೈಯಲ್ಲಿ ಮೊಬೈಲ್ ಕೂಡಾ ಇತ್ತು. ಅದನ್ನು ಪ್ರಿನ್ಸಿಪಾಲರು ಕಿತ್ತು ಇಟ್ಟುಕೊಂಡು ಒಂದೆರಡು ದಿನ ಬಿಟ್ಟು ಅವರ ಅಪ್ಪಂದಿರು ಬಂದು ತಪ್ಪಾಯ್ತು ಅಂತ ಬರೆದುಕೊಟ್ಟು ಆ ಫೋನುಗಳನ್ನು ತೆಗೆದುಕೊಂಡು ಹೋದರು.

ನಿಧಾನವಾಗಿ ವಿಜ್ಞಾನ ಅರ್ಥವಾಗತೊಡಗಿತು. ಪಿಸಿಎಂಬಿ ತುಂಬಾ ಕಷ್ಟದ ಸಬ್ಜೆಕ್ಟ್ ಅಲ್ಲ, ಹೇಳುವವರು ಸರಿಯಾಗಿ ಹೇಳಬೇಕು. ಹಾಗೆ ಕೇಳಿಸಿಕೊಳ್ಳುವವರು ಸರಿಯಾಗಿ ಕೇಳಿಸಿಕೊಳ್ಳಬೇಕು. ನಮ್ಮ ಪುಣ್ಯಕ್ಕೆ ಒಳ್ಳೆಯ ಲೆಕ್ಚರರ್ ಇದ್ರು, ಎಲ್ಲಾ ಬೇರೆ ಬೇರೆ ಊರಿಂದ ಬರೋರು, ಪಾಠ ಮಾಡಿ ಜಾಗ ಖಾಲಿ ಮಾಡೋರು.

ಯಾರ್‍ಯಾರಿಗೆ ಯಾವ ಯಾವ ಆಟದಲ್ಲಿ ಆಸಕ್ತಿ ಇದೆಯೋ ಅವರೆಲ್ಲಾ ಹೆಸರುಕೊಡಿ ಅಂತ ನೋಟಿಸ್ ಬೋರ್ಡ್ ಅಲ್ಲಿ ಹಾಕಿದ್ರು. ನಾನು ಕ್ರಿಕೆಟ್ ಮತ್ತು ರನ್ನಿಂಗ್‌ಗೆ ಹೆಸರುಕೊಟ್ಟೆ. ಸೆಲೆಕ್ಷನ್ ದಿನ ಎಲ್ರೂ ಮೈದಾನಕ್ಕೆ ಹೋದ್ವಿ, ನಮ್ಮ ಪಿಟಿ ಸರ್ ದೇವ್ರಾಜ್ ಹೆಚ್.ಡಿ. ಅಂತ. ನನ್ನ ಕೈಲಿ ಬೌಲಿಂಗ್ ಮಾಡಿಸಿದ್ರು. ಹಾಗೆಯೇ ಸ್ವಲ್ಪ ದೂರ ಓಡಲು ಹೇಳಿದ್ರು.

ನಾನು ಓಡಿದೆ. ಅವರಿಗೆ ನನ್ನ ಓಟದ ಶೈಲಿ ಮತ್ತು ವೇಗ ಇಷ್ಟ ಆಯ್ತು.

ಭಾರ್ಗವ ನೀನು ಕ್ರಿಕೆಟ್ ಬಿಟ್ಟು ಬಿಡು.

ಸರ್.

ನಿಂಗೆ ಓಡೋದು ಅದರಲ್ಲೂ ಸಾವಿರದ ಇನ್ನೂರು ಮೀಟರ್ ನಂತಹ ಮೆರಾಥಾನ್ ಓಟ ಸರಿ, ಚೆನ್ನಾಗಿ ಪ್ರಾಕ್ಟಿಸ್ ಮಾಡಿದ್ರೆ ಸ್ಟೇಟ್ ಲೆವಲ್, ನ್ಯಾಷನಲ್ ಲೆವೆಲ್ ತನಕವೂ ಹೋಗಬಹುದು. ಆದ್ರೆ ಇದಕ್ಕೆ ಡೈಲಿ ಪ್ರಾಕ್ಟೀಸ್ ಮಾಡಬೇಕು. ನೀನು ಎಲ್ಲಿಂದ ಬರೋದು. ಸರ್, ಮರೂರು

ಅಪ್ಪ ಏನ್ಮಾಡ್ತಾರೆ, ಯಾವ ಜಾತಿ

ಅಪ್ಪ ಕೃಷ್ಣಯ್ಯಶಾಸ್ತ್ರಿ ಅಂತ. ತೋಟ ಇದೆ. ಚಿಕ್ಕದು. ಪೂಜೆ ಪುನಸ್ಕಾರ ಇವೆಲ್ಲಾ ಅಪ್ಪ ಮಾಡ್ತಾರೆ. ನಾವು ಬ್ರಾಹ್ಮಣರು ಸಾರ್. ಯಾಕೆ ಸಾರ್ ಅಂದೆ.

ಏನಿಲ್ಲಪ್ಪ ಓಡೋಕೆ ಟ್ರಾಕ್‌ಸೂಟ್, ಕಾಲಿಗೆ ಸ್ಪೋರ್ಟ್ಸ್ ಶೂ ಇವೆಲ್ಲಾ ಬೇಕಾಗುತ್ತೆ. ಹಾಗೇ ದಿನಕ್ಕೆ ಎರಡು ಮೊಟ್ಟೆಯಾದರೂ ತಿನ್ನಬೇಕು. ನೀನು ಬ್ರಾಹ್ಮಣ ಅಂತಿಯಾ ಅಪ್ಪ ಪೂಜೆ ಮಾಡ್ತಾರೆ ಅಂತಿಯಾ ಇವೆಲ್ಲಾ ನಿನ್ನ ಕೈಲಿ ಆಗುತ್ತಾ. ನಿಜ ಹೇಳ್ಬೇಕು ಅಂದ್ರೆ ಮಾಂಸ ತಿನ್ನೋದು ಒಳ್ಳೆಯದು. ಸಸ್ಯಾಹಾರನೂ ಒಳ್ಳೆದೇ. ಆದರೆ ಶಕ್ತಿ ಕಡಿಮೆ ಸಾವಿರದ ಐನೂರು ಮೀಟರ್ ಅಂದ್ರೆ ಅದು ಹೆಚ್ಚು ಶಕ್ತಿ ಕೇಳ್ತದೆ.

ಅಪ್ಪನ್ನ ಕೇಳ್ತೀನಿ ಸರ್.

ಕೇಳು ಕೇಳು. ಬರಿಗಾಲಲ್ಲಿ ಓಡಾಡಿದ್ರೆ, ಶೂ ಹಾಕೊಂಡು ಓಡೋಕೆ ಕಷ್ಟ ಆಗುತ್ತೆ. ಸ್ಪೀಡ್ ಕೂಡ ಕಡಿಮೆಯಾಗುತ್ತೆ. ಟ್ರಾಕ್ ದಿವಸಾ ಬೇಕು ಅಂತ ಏನೂ ಇಲ್ಲ. ಆದರೆ ಅದು ಹೊರಗಡೆ ಹೋದಾಗ ಬೇಕಾಗುತ್ತೆ. ಕಾಲೇಜಿನಲ್ಲಿ ಇದಕ್ಕೆಲ್ಲಾ ದುಡ್ಡು ಇಲ್ಲ. ಫುಟ್ಬಾಲ್ ಟೀಂಗೆ ಯೂನಿಫಾರಂಗಾಗಿ ಅವರತ್ರ ಇವರತ್ರ ಭಿಕ್ಷೆ ಬೇಡಿ ಬೇಜಾರಾಗಿದ. ಇಲ್ಲ ಸಾರ್, ನಾನು ಅಪ್ಪನ್ನ ಕೇಳ್ತೀನಿ ಅವರು ಇಲ್ಲ ಅನ್ನೋದಿಲ್ಲ.

ಅವತ್ತು ಸಾಯಂಕಾಲ ಅಪ್ಪನ ಹತ್ತಿರ ಈ ವಿಷಯ ಪ್ರಸ್ತಾಪ ಮಾಡಿದೆ. ನಾನು ರಾಷ್ಟ್ರೀಯ ಮಟ್ಟದ ಓಟಗಾರ ಆಗಬಹುದು ಅಂತ ಮೇಷ್ಟ್ರು ಹೇಳಿದ್ದಾರೆ ಅಂದೆ.

ನನ್ನ ಕಾಲು ಸರಿಯಾಗ್ಲಿ ಅಂತ ಅಮ್ಮ ನನಗೆ ಚಿಕ್ಕವನಿದ್ದಾಗ ಶಂಕರಯ್ಯನ ಅಪ್ಪನ ಕೈಲಿ ಮೊಟ್ಟೆ ಕುಡಿಸೋರು. ಎಣ್ಣೆ ತಿಕ್ಕಿಸೋಳು. ನನ್ನ ಕಾಲು ಸರಿಯಾಗ್ಲೇ ಇಲ್ಲ. ನಾನು ಕುಂಟನೇ ಆದೆ. ನೀನು ಕುಂಟನ ಮಗ ಓಡ್ತೀನಿ ಅಂತಿಯಾ, ಓಡೋದಾದರೆ ಓಡು. ಮೊಟ್ಟೆ, ಅಲ್ಲ, ಮಾಂಸಬೇಕಾದ್ರೂ ತಿನ್ನು, ಇನ್ನು ಬಟ್ಟೆ, ಷೂ ಅದಕ್ಕೆ ದುಡ್ಡು ಎಷ್ಟು ಆಯ್ತದೆ ಅಂತ ಕೇಳಿ ಬಾ ನಾನು ಕೊಡ್ತೀನಿ. ಮನುಷ್ಯ ಬದುಕಿನಲ್ಲಿ ಏನಾದರೂ ಸಾಧನೆ

ಮಾಡ್ಬೇಕು. ನಿಂಗೆ ಏನು ಮಾಡ್ಬೇಕು ಅಂತ ಅನಿಸ್ತದೋ ಅದನ್ನು ಮಾಡು. ಆದರೆ ಖರ್ಚಿನಲ್ಲಿ ಹಿಡಿತ ಇರ್ಲಿ ಪುಂಡ ಪೋಲಿಗಳ ಸಹವಾಸ ಮಾಡ್ಬೇಡ ಅಂದರು.

ಬೆಳಿಗ್ಗೆ ಕಾಲೇಜಿಗೆ ಮುಂಚಿತವಾಗಿ ಹೋಗಿ ಮೈದಾನದಲ್ಲಿ ಓಡುವುದು, ಸಂಜೆ ಕಾಲೇಜು ಬಿಟ್ಟ ನಂತರ ಪುನಃ ಓಡುವುದು ಆರಂಭವಾಯಿತು. ನನ್ನ ಸಮಯಕ್ಕೆ ಸರಿಯಾಗಿ ಬಸ್ಸು ಇರಲಿಲ್ಲ. ಇದ್ದ ಬಸ್ಸುಗಳು ವಾರಕ್ಕೆ ಒಂದು ಸಲವಾದರೂ ಕೆಟ್ಟು ನಿಂತಿರುತ್ತಿದ್ದವು. ಇದನ್ನು ಗಮನಿಸಿದ ಅಪ್ಪ ಒಂದು ಸೈಕಲ್ ತರಿಸಿಕೊಟ್ಟರು. ಬೆಳಿಗ್ಗೆ ತಿಂಡಿ ತಿಂದ ನಂತರ ಒಂದು ಮೊಟ್ಟೆ ಸಂಜೆ ಕಾಲೇಜಿನಿಂದ ಬಂದಾಗ ಒಂದು ಮೊಟ್ಟೆ ಅವರೇ ಬೇಯಿಸಿಕೊಡುತ್ತಿದ್ದರು. ಫಾರಂ ಮೊಟ್ಟೆ ಒಳ್ಳೆಯದಲ್ಲ ಎಂದು ನಾಟಿ ಕೋಳಿಯ ಮೊಟ್ಟೆ ಹುಡುಕಿಸಿ ತರುತ್ತಿದ್ದರು. ನನ್ನ ಸಲುವಾಗಿ ಕೋಳಿ ಸಾಕುವ ಯೋಚನೆಯನ್ನು ಅವರು ಮಾಡಿದ್ದರು.

ಅಂಜಿ, ಹಾಲು ಕರೆಯುತ್ತಿದ್ದ. ಅವನ ಮನೆಗೆ ಬೆಳಿಗ್ಗೆ ಅರ್ಧ ಲೀಟರ್ ಸಂಜೆ ಅರ್ಧ ಲೀಟರ್ ಹಾಲು ಹೋಗುತ್ತಿತ್ತು. ಉಳಿದ ಒಂದು ಲೀಟರ್ ಹಾಲಿನಲ್ಲಿ, ಕಾಫಿ, ಮೊಸರು ಇತ್ಯಾದಿ ನಡೆದುಹೋಗುತ್ತಿತ್ತು. ಎರಡು ನಾಡಹಸುಗಳು ನಮ್ಮನೆಯಲ್ಲಿ ಇದ್ದವು. ಒಂದು ಬಿಡಿಸಿಕೊಳ್ಳುವ ಸಮಯದಲ್ಲಿ ಇನ್ನೊಂದು ಕರು ಹಾಕುತ್ತಿತ್ತು. ಇನ್ಮೇಲೆ ಕಾಫಿ ಕುಡಿಯಬೇಡ ಅಂತ ಕಾಫಿಯ ಬದಲಿಗೆ ಹಾಲು ಕುಡಿಯಲು ಅಪ್ಪ ಹೇಳಿದರು.

ರಾಷ್ಟ್ರೀಯ ಮಟ್ಟದ ಓಟಗಾರನಾಗುವ ಕನಸನ್ನು ನನ್ನಲ್ಲಿ ಬಿತ್ತಿದವರು ದೇವ್ರಾಜ ಸಾರ್ ಅವರು ನನಗಾಗಿ ಬೆಳಿಗ್ಗೆ ಮತ್ತು ಸಂಜೆ ಸಮಯವನ್ನು ಮೀಸಲಾಗಿ ಇಟ್ಟಿದ್ದರು. ನನ್ನ ವ್ಯಕ್ತಿತ್ವಕ್ಕೆ ಒಂದು ಹೊಸ ರೂಪ ಮತ್ತು ಹೊಸ ದಿಕ್ಕು ಕೊಡುವಲ್ಲಿ ಅವರು ಪ್ರಾಮಾಣಿಕವಾಗಿ ಪ್ರಯತ್ನ ಪಡುತ್ತಿದ್ದರು. ಅವರ ಮನೆಯಲ್ಲಿ ಮಾಂಸಾಹಾರ ಮಾಡಿದಾಗ ಅದನ್ನು ತಂದು ಕೊಡುತ್ತಿದ್ದರು. ವಾರದಲ್ಲಿ ಎರಡು ದಿನವಾದರೂ ನನಗೆ ಕೋಳಿ ಅಥವಾ ಆಡಿನ ಮಾಂಸ ಆಗುತ್ತಿತ್ತು. ನಾನು ಮಾಂಸ ತಿನ್ನುವ ವಿಚಾರವನ್ನು ಮನೆಯಲ್ಲಿ ಹೇಳಲಿಲ್ಲ. ಹೇಳಿದರೂ ಅಪ್ಪ ಏನೂ ಅನ್ನುತ್ತಿರಲಿಲ್ಲ. ಯಾಕೋ ಹೇಳ್ಬೇಕು ಅಂತ ಅನಿಸಲೇ ಇಲ್ಲ.

ಜಿಲ್ಲಾ ಮಟ್ಟದ, ರಾಜ್ಯಮಟ್ಟದ ಸ್ಪರ್ಧೆಗಳಲ್ಲಿ ನಾನು ಭಾಗವಹಿಸಿದೆ. ಅಲ್ಲಿಗೆ ಹೋಗಿ ಬರುವ ಖರ್ಚನ್ನು ಅಪ್ಪನೇ ನೋಡಿಕೊಂಡರು. ಯಾರ ಹತ್ತಿರವೂ ನನ್ನ ಮಗನ ಸಲುವಾಗಿ ಚಂದ ಎತ್ತಬಾರದು ಮೇಷ್ಟ್ರೇ ಯಾವನ ಹಂಗಿನಲ್ಲಿಯೂ ನನ್ನ ಮಗ ಇರಬಾರದು. ಅವನಿಗೆ ಹಂಗು ಅಂತ ಇದ್ರೆ ಅದು ನಿಮ್ಮ ಹಂಗು, ಋಣ ಮಾತ್ರ ಇರ್ಬೇಕು ಅಂತ ಅಪ್ಪ ಸ್ಪಷ್ಟವಾಗಿ ಹೇಳಿಬಿಟ್ಟಿದ್ದರು.

ಹೀಗಾಗಿ ನನ್ನ ಸಲುವಾಗಿ ಚಂದ ಎತ್ತುವ ಕೆಲಸಕ್ಕೆ ದೇವ್ರಾಜ ಸರ್ ಹೋಗಲೇ ಇಲ್ಲ.

ಈ ಕ್ರೀಡೆ ನನ್ನ ಓದಿನ ಮೇಲೆ ಸ್ವಲ್ಪ ಪ್ರಭಾವ ಬೀರಿತು. ಎಂಬತ್ತು ಎಂಬತ್ತೈದು ಅಂಕ ಗಳಿಸಬಹುದಾಗಿದ್ದ ನಾನು ಅರವತ್ತೈದು ಎಪ್ಪತ್ತು ಅಂಕ ತಲುಪುವ ಹೊತ್ತಿಗೆ ಸುಸ್ತಾಗಿಹೋದೆ. ಈ ವಿಷಯವನ್ನು ಪ್ರಿನ್ಸಿಪಾಲರು ಅಪ್ಪನನ್ನು ಕರೆಸಿ ಅವರ ಗಮನಕ್ಕೆ ತಂದರು.

ಶಾಸ್ತ್ರಿಗಳೇ, ನಿಮ್ಮ ಮುಂದೆ ಈಗ ಎರಡು ದಾರಿಗಳಿವೆ. ಒಂದೂ ಮಗ ಚೆನ್ನಾಗಿ ಓದಿ ಡಾಕ್ಟರ್ ಅಥವಾ ಇಂಜನಿಯರ್ ಆಗುವುದು ಅಥವಾ ಅವನು ಆಟದಲ್ಲಿ ಮುಂದೆ ಬಂದು ರಾಷ್ಟ್ರೀಯ ಮಟ್ಟದ ಆಟಗಾರ ಆಗುವುದು. ಎರಡರಲ್ಲಿ ಒಂದು ಆಯ್ಕೆ ಮಾತ್ರ ಸಾಧ್ಯ. ಅವನಿಂದ ಎರಡನ್ನು ನಿರೀಕ್ಷೆ ಮಾಡಬಾರದು. ಅವನು ಚಿಕ್ಕ ಹುಡುಗ, ತೀರ್ಮಾನ ತೆಗೆದುಕೊಳ್ಳುವ ಸ್ಥಿತಿಯಲ್ಲಿ ಅವನಿಲ್ಲ. ಆಟ ಸಾಕು ಮುಂದಕ್ಕೆ ಓದು ಅಂದರೆ ಅವನು ಓದ್ತಾನೆ. ಇಲ್ಲ ಅವನು ಆಟ ಆಡಲಿ ಅವನು ಓಡಲಿ ಅಂದ್ರೆ ಅವನು ಓಟಗಾರ ಆಗ್ತಾನೆ. ಇಂಜಿನಿಯರ್ ಅಥವಾ ಡಾಕ್ಟರ್ ಆದ್ರೆ ಆಗಲಿ, ಅವನು ಓಡಲಿ ಅಂದ್ರೆ ಓಟಗಾರ ಆಗ್ತಾನೆ. ಇಂಜಿನಿಯರ್ ಅಥವಾ ಡಾಕ್ಟರ್ ಆದರೆ ಬದುಕು ಚೆನ್ನಾಗಿರುತ್ತೆ. ಆದರೆ ಓಡುವ ವಿಷಯದಲ್ಲಿ ಹಾಗಲ್ಲ, ಅದು ಅದೃಷ್ಟದ ಮೇಲೆ ನಿಂತಿದೆ.

ನೀವು ಬ್ರಾಹ್ಮಣರು ಮೀಸಲಾತಿ ಅಂತ ನಿಮಗೇನೂ ಇಲ್ಲ. ಹಾಗಂತ ಓಡಿದರೆ ನಿಮ್ಮ ಮಗ ಫೇಲಾಗ್ತಾನೆ ಅಂತ ನಾನು ಹೇಳ್ತಾ ಇಲ್ಲ. ಅವನು ಸ್ವಲ್ಪ ಕಡಿಮೆ ನಂಬರು ತಗೋಬೇಕು ಅಷ್ಟೆ. ಆದರೆ ಸ್ವಲ್ಪ ಕಡಿಮೆ ನಂಬರ್ ಅವನ ಭವಿಷ್ಯದ ಮೇಲೆ ಪ್ರಭಾವ ಬೀರ್ತದೆ. ಡೊನೇಷನ್ ಕೊಟ್ಟು ಲಕ್ಷಾಂತರ ರೂಪಾಯಿ ಖರ್ಚು ಮಾಡಿ ಅವನನ್ನು ಓದಿಸುವ ಸ್ಥಿತಿಯಲ್ಲಿ ನೀವಿಲ್ಲ ಅಂತ ಗೊತ್ತು. ಈಗ ಆಯ್ಕೆ ನಿಮ್ಮದು ಅಂತ ನಿರ್ಣಯವನ್ನು ಅಪ್ಪನ ಮೇಲೆ ಬಿಟ್ಟರು.

ಅವನ್ಗೆ ಏನೂ ಇಷ್ಟವೋ ಅದನ್ನೇ ಅವನು ಮಾಡ್ಲಿ. ನಂಗೆ ಅವನ್ನ ಬಿಟ್ರೆ ಬೇರೆ ಯಾರೂ ಇಲ್ಲ. ಅವನಿಗೂ ನನ್ನ ಬಿಟ್ರೆ ಯಾರೂ ದಿಕ್ಕಿಲ್ಲ. ಹುಟ್ಟಿದ ಮೇಲೆ ಜನ ಸಾಮಾನ್ಯರ ಕೈಯಿಂದ ಆಗದ ಸಾಧನೆ ಮಾಡ್ಬೇಕು ಅಂತ ನನ್ನ ಆಸೆ. ಅವನು ಓಟಗಾರ ಆದ್ರೆ ನಂಗೆ ಬೇಸರವೇನೂ ಇಲ್ಲ. ಕುಂಟನ ಮಗ ಓಟದಲ್ಲಿ ಫಸ್ಟ್ ಬಂದ ಅಂದ್ರೆ ನಂಗೆ ನನ್ನ ಐಬು ಮರೆತುಹೋಗುತ್ತೆ. ಅವನು ಇಂಜಿನಿಯರ್ ಆಗಿ ಸಂಪಾದನೆ ಮಾಡಿದರೆ ಅದರಲ್ಲಿ ನಂಗೆ ಚಿಕ್ಕಾಸೂ ಬೇಕಾಗಿಲ್ಲ. ನಾನು ಮರೂರಲ್ಲೇ ಹುಟ್ಟಿ, ಮರೂರಲ್ಲೇ ಸಾಯೋನು. ಅವನಿಗೆ ಏನು ಇಷ್ಟಾನೋ ಹಂಗೆ ಮಾಡ್ಲಿ, ನೀವುಂಟು ಅವನುಂಟು ಅಂತ ನಾನು

ಅವತ್ತೇ ಹೇಳಿದೀನಿ, ನನ್ನ ನೀವು ಏನೂ ಕೇಳ್ಬೇಕಾಗಿಲ್ಲ ಅಂತ ಅಪ್ಪ ಎಲ್ಲವನ್ನು ಪ್ರಿನ್ಸಿಪಾಲರ ತಲೆಯ ಮೇಲೆ ಹಾಕಿದರು.

'ಏನು ಮಾಡ್ತೀಯ' ಅನ್ನುವಂತೆ ಪ್ರಿನ್ಸಿಪಾಲರು ನನ್ನ ಕಡೆ ನೋಡಿದರು. ನಾನು ಓಟದಲ್ಲಿಯೇ ನನಗೆ ಆಸಕ್ತಿ ಇದೆ. ಅದರಲ್ಲಿಯೇ ಮುಂದುವರಿಯುತ್ತೇನೆ ಅಂದೆ. ಅಲ್ಲಿಗೆ ತಮ್ಮ ಕೆಲಸ ಮುಗಿಯಿತು ಅನ್ನುವಂತೆ ಪ್ರಿನ್ಸಿಪಾಲರು ಅಪ್ಪನ ಕಡೆಗೆ ನೋಡಿದರು. ಶಾಸ್ತ್ರಿಗಳೇ ನನ್ನ ಕರ್ತವ್ಯ ನಾನು ಮಾಡಿದ್ದೇನೆ. ನಿಮ್ಮ ಹುಡುಗನಿಗೆ ಒಳ್ಳೆಯ ಭವಿಷ್ಯ ಸಿಗಲಿ ಅಂತ ಹಾರೈಸ್ತೇನೆ ಎಂದು ಪರೋಕ್ಷವಾಗಿ ನನಗೂ ಅಪ್ಪನಿಗೂ ಅಲ್ಲಿಂದ ಹೊರಡಿ ಎಂದು ಸೂಚಿಸಿದರು.

ಜಿಲ್ಲಾ ಮಟ್ಟದಲ್ಲಿ ಹಾಗೂ ವಿಭಾಗೀಯ ಮಟ್ಟದಲ್ಲಿ ನಾನು ಸಾವಿರದ ಇನ್ನೂರು ಅಥವಾ ಸಾವಿರದ ಐನೂರು ಮೀಟರ್ ಓಟದಲ್ಲಿ ಪ್ರಥಮ ಸ್ಥಾನ ಗಳಿಸುತ್ತಿದ್ದೆ. ರಾಜ್ಯ ಮಟ್ಟಕ್ಕೆ ಬಂದಾಗ ನನಗೆ ದ್ವಿತೀಯ ಸ್ಥಾನ ಸಿಗುತ್ತಿತ್ತು. ರಾಯಚೂರಿನ ಕಡೆಯ ಒಬ್ಬಾತನಿಗೆ ಪ್ರಥಮ ಸ್ಥಾನ ಸಿಗುತ್ತಿತ್ತು. ಈ ರೀತಿ ಒಂದು ಸಲ ಎರಡು ಸಲ ಅಲ್ಲಿ ಅಸೂಯೆ ಕಾಡುತ್ತಿತ್ತು. ಏನಾದರೂ ಮಾಡಿ ಅವನನ್ನು ಹಿಂದೆ ಹಾಕಬೇಕು. ಒಂದೇ ಒಂದು ಸಲ ಸೋಲಿಸಿದರೆ ಸಾಕು ಅವನ ಅಹಂ ಇಳಿಯುತ್ತದೆ. ಅನಂತರದ ಸ್ಪರ್ಧೆಗಳಲ್ಲಿ ಅವನ ಆತ್ಮವಿಶ್ವಾಸವೂ ಕಡಿಮೆಯಾಗುತ್ತದೆ. ರಾಷ್ಟ್ರೀಯ ಮಟ್ಟದಲ್ಲಿ ದೃಢವಾಗಿ ಹೆಜ್ಜೆ ಇರಿಸಬೇಕಾದರೆ ಈ ರಾಯಚೂರಿನ ಕಪ್ಪು ಹುಡುಗನನ್ನು ಸೋಲಿಸುವುದು ಅನಿವಾರ್ಯವಾಗಿತ್ತು.

ಅವನು ದನದ ಮಾಂಸ ತಿಂತಾನೆ, ಸಾಬರವನು ದನದ ಮಾಂಸಕ್ಕೆ ಇರೋ ತಾಕತ್ತು ಬೇರೆ ಯಾವ ಮಾಂಸಕ್ಕೂ ಇರೋದಿಲ್ಲ. ವಾರಕ್ಕೆ ಎರಡು ದಿನ ನೀನೂ ದನದ ಮಾಂಸ ತಿನ್ನು ಆರೇ ಆರು ತಿಂಗಳಲ್ಲಿ ಅವನ ಹಿಂದೆ ಹಾಕಿ ಮುಂದೆ ಸಾಗಬಹುದು. ನಾವು ಹಿಂದೂಗಳು ದನದ ಮಾಂಸ ತಿನ್ನೋ ಹಂಗಿಲ್ಲ, ಸಾಬರಿಗೆ ಅದೇ ಆಗಬೇಕು. ಕಡಿಮೆ ಹಣಕ್ಕೆ ಈ ದನದ ಮಾಂಸ ಸಿಗ್ತದೆ. ಅವು ದಿನಾ ಅದನ್ನ ತಿಂತಾವೆ.. ಹಿಂಗಾಗಿ ಅದಕ್ಕೆ ತಾಕತ್ತು ಜಾಸ್ತಿ ಅಂದ್ರು ದೇವ್ರಾಜ್, ಮಾಂಸಾಹಾರ ಒಂದು ರೀತಿಯಲ್ಲಿ ಅಭ್ಯಾಸವೇ ಆಗಿತ್ತು. ಮಾಂಸ ತಿನ್ನುವವನಿಗೆ ದನ ಆದ್ರೇನು ಹಂದಿ ಆದ್ರೇನು, ಕುರಿ, ಕೋಳಿ, ದನ, ಆಡು, ಮೊಲ, ಜಿಂಕೆ ಎಲ್ಲ ಬಗೆಯ ಮಾಂಸಗಳು ಮಾಂಸಗಳೇ, ಗೆಲ್ಲಬೇಕು ಅಂದ್ರೆ ದನದ ಮಾಂಸ ತಿನ್ನಬೇಕು, ಅಪ್ಪನಿಗೆ ಈ ವಿಷಯ ಹೇಳೋಹಾಗಿಲ್ಲ. ಹೇಳಿದ್ರೆ ಬೇಸರ ಮಾಡ್ಕೊಬಹುದು ಅಥವಾ ಇನ್ಮುಂದೆ ನೀನು ಓಡಲೇ ಬೇಡ ಅಂತಲೂ ಅನ್ನಬಹುದು.

ಅಂಜಿ ದನದ ಮಾಂಸ ತಿಂತಾನೆ ಅವನಿಗೆ ಹೇಳಿ ನಂಗೂ ವ್ಯವಸ್ಥೆ ಮಾಡಿಸಿಕೊಳ್ಳಬಹುದು ಅವನ ನಾಲಿಗೆ ಸರಿಯಿಲ್ಲ. ಊರಿಗೆ ಹೇಳಿಬಿಡ್ತಾನೆ

ಅಥವಾ ಶಾಸ್ತ್ರಿಗಳ ಮಗ ಭಾರ್ಗವ ಅಯ್ಯ ದನದ ಮಾಂಸ ಕೇಳ್ತಾ ಇದ್ದಾರೆ. ಏನು ಮಾಡ್ಲಿ ಅಂತಲೂ ಅಂದುಬಿಡಬಹುದು. ಅವನ ಸಹವಾಸವೇ ಬೇಡ,

ನಾನು ಇತರ ಮಾಂಸ ತಿನ್ನುವುದು ಅಪ್ಪನಿಗೆ ಗೊತ್ತಿಲ್ಲ. ಗೊತ್ತಾದರೂ ಏನು ಹೇಳದೇ ಇರಬಹುದು. ದನದ ಮಾಂಸ ತಿಂತಾನೆ ಅಂದ್ರೆ ಥೂ ಬೇಡ, ಸುಮ್ಮನೆ ಯಾಕೆ ಇಲ್ಲದ ಕಂಟಕ, ಈ ವಿಷಯ ಅಪ್ಪನಿಗೆ ಯಾವ ಕಾರಣಕ್ಕೂ ಗೊತ್ತಾಗಬಾರದು. ಹಿಂದೂಗಳಾದವರು ದನದ ಮಾಂಸ ತಿನ್ನಬಾರದು. ಅದರಲ್ಲಿ ನಾನು ಬ್ರಾಹ್ಮಣ. ಅಮ್ಮ ಕುಂಬಾರ ಜನಾಂಗದವಳು ಇರಬಹುದು. ಅಪ್ಪ ಯಾವ ಜಾತಿಯೋ ಮಗನೂ ಅದೇ ಜಾತಿ ತಾನೇ?

ರಾತ್ರಿಯಾಯಿತೆಂದರೆ ರಾಯಚೂರಿನ ಅಬ್ದುಲ್ ಸಮದ್ ನನ್ನ ಕಾಡತೊಡಗಿದ. ಅವನು ದನದ ಮಾಂಸ ತಿನ್ನುವುದರಿಂದ ಯಾವಾಗಲೂ ಗೆಲ್ತಾನೆ. ನಾನು ಏನಾದರೂ ಮಾಡಿ ದನದ ಮಾಂಸ ತಿನ್ನಬೇಕು. ಇದಕ್ಕೆ ಯಾವ ಮಾರ್ಗ ಇದೆ ಅಂತ ಯೋಚಿಸುತ್ತಲೇ ಒಂದೆರಡು ವಾರ ಕಳೆದೆ. ಆಗ ನೆನಪಿಗೆ ಬಂದವಳು ನಮ್ಮ ಕ್ಲಾಸಿನ 'ಸಾಜಿರಾಬಾನು.'

ಸಾಜಿರಾಬಾನು ಆಗಾಗ್ಗೆ ನನ್ನ ಹತ್ರ ನೋಟ್ಸ್ ತೆಗೆದುಕೊಳ್ತಾ ಇದ್ದಳು. ಇತರ ಹುಡುಗಿಯರಿಗೆ ಹೋಲಿಸಿದರೆ ಅವಳ ಹತ್ರ ನಂಗೆ ಸಲುಗೆ ಜಾಸ್ತಿ, ಒಳ್ಳೆಯ ಹುಡುಗಿ, ಚೆನ್ನಾಗಿ ಹಾಡು ಹೇಳ್ತಾ ಇದ್ದಳು. ಅದರಲ್ಲೂ ಹಿಂದಿ ಹಾಡು ಹೇಳೋದ್ರಲ್ಲಿ ಅವಳದ್ದು ಎತ್ತಿದ ಕೈ ಅವಳಪ್ಪ ಡಿಸಿಸಿ ಬ್ಯಾಂಕಿನಲ್ಲಿ ನೌಕರಿಯಲ್ಲಿದ್ದರು. ಅಬ್ದುಲ್ ಗಫಾರ್ ಅಂತ. ಒಂದ್ಸಲ ನಮ್ಮ ತರಗತಿಗೆ ಬಂದು ಎಲ್ಲರಿಗೂ ಚಾಕ್ಲೆಟ್ ಕೊಟ್ಟು ಎಲ್ಲಾ ಚೆನ್ನಾಗಿ ಓದಿ ಅಂತ ಹಾರೈಸಿ ಹೋಗಿದ್ದರು. ಇವಳ ಹತ್ರ ನನ್ನ ಸಮಸ್ಯೆ ಹೇಳಿದ್ರೆ ಅವಳು ಅವರ ಮನೆಯಿಂದ ಬರುವಾಗ ಮಾಂಸ ತಂದು ಕೊಡಬಹುದು. ವಾರಕ್ಕೆ ಎರಡು ದಿನ ಅಂದ್ರೆ ಅವರಿಗೂ ದುಡ್ಡು ಖರ್ಚಾಗಬಹುದು. ಹೋಟೆಲ್ನಲ್ಲಿ ವಿಚಾರಿಸಿ ಅಷ್ಟೇ ಹಣ ಅವಳಿಗೆ ಕೊಟ್ರೆ ಸಮಸ್ಯೆ ಬಗೆಹರಿದ ಹಾಗಾಯ್ತು ಅನ್ನುವ ತೀರ್ಮಾನಕ್ಕೆ ಬಂದ ನಂತರವೇ ನನಗೆ ನಿದ್ರೆ ಬಂದಿದ್ದು, ಮಾರನೇ ದಿನ ಕ್ಲಾಸಿಗೆ ಹೋದಾಗ 'ಏಯ್ ಬಾನು, ನಿನ್ನ ಹತ್ರ ಒಂದು ವಿಷ್ಯ ಮಾತಾಡಬೇಕು' ಅಂದೆ.

ಏನಪ್ಪ ಅಂತದು, ಯಾವಾಗ ಮಾತಾಡಿಸಿದ್ರು ಮುಖ ಗಂಟು ಹಾಕೋತಾ ಇದ್ದೆ ಏನು ವಿಷ್ಯ?

ಯಾರಿಗೂ ಹೇಳಬಾರದು.

ಅದೇನಪ್ಪ ಅಂತದ್ದು, ಐ ಲವ್ ಯು ಅಂತಾ ಏನಾದ್ರೂ ಹೇಳೋ ಹಂಗಿದ್ದರೆ ನನ್ನ ಹತ್ರ ಮಾತೇ ಆಡಬೇಡ.

ಹೂ ಹೋಗೇ, ನಿನ್ನಾರು ಲವ್ ಮಾಡ್ತಾರೆ, ಸಾಬರ ಹುಡುಗೀರ್ನ ಯಾರು ಲವ್ ಮಾಡ್ತಾರೆ ಹೋಗೆ. ಹೋಗು ಅಂತ ರೇಗಿದೆ.

ಸರಿ ಹೇಳಪ್ಪ ಅದೇನು ಹೇಳು.

ಈಗ ಬೇಡ, ಮಧ್ಯಾಹ್ನ ಊಟಕ್ಕೆ ಬಿಡ್ತಾರಲ್ಲ ಆಗಹೇಳ್ತಿನಿ. ಒಬ್ಳೇ ಬಾ ಗುಂಪು ಕಟ್ಕೊಂಡು ಬರ್ಬೇಡ, ಬಂದ್ರೆ ಕಾಲು ಮುರೀತಿನಿ.

ಹೋಗೋ ಕೆಲ್ಸ ನೋಡು, ನಿನ್ನಂತ ಹುಡುಗರನ್ನು ನಾನೂ ಕಂಡಿದೀನಿ.

ತಮಾಷೆ ಮಾಡ್ಬೇಡ ಕಣೆ ವಿಷಯ ಸೀರಿಯಸ್.

ಬೇರೆ ಯಾರಾದರೂ ನಿನ್ನ ಹತ್ರ ಐ ಲವ್ ಯೂ ಅಂತ ಹೇಳಿ ಕಳಿಸಿದ್ದಾರೇನೊ ಹಂಗೆ ಯಾರಾರ ಹೇಳಿದ್ರೆ ಪ್ರಿನ್ಸಿಪಾಲರಿಗೆ ಹೇಳ್ತಿನಿ ಅಂತ ಹೇಳು. ಥೂ ಕಪಿ, ನಿಂಗೆ ಲವ್ ಬಿಟ್ರೆ ಬೇರೆ ಏನೂ ಗೊತ್ತೇ ಇಲ್ವಾ.

ಸರಿ ಬಿಡಪ್ಪ, ತಮಾಷೆಗೆ ಅಂದೆ. ಮಧ್ಯಾಹ್ನ ಸಿಗಬೇಕು ತಾನೇ ಸಿಗ್ತಿನಿ ಅಂದಳು ಮಧ್ಯಾಹ್ನ ಊಟ ಮುಗಿಸಿ ಬರುವಾಗ ಅವಳಿಗೂ ಸಣ್ಣದಾಗಿ ಅಳುಕಿತ್ತು. ಆ ಕಡೆ ಈ ಕಡೆ ನೋಡಿ ಮೆಲ್ಲನೆ ಬಂದಳು.

ಏನು ಬೇಗ ಹೇಳು, ಯಾರಾದ್ರೂ ನೋಡಿದರೆ ಆಮ್ಯಾಲೆ ನನ್ನ ಬೈಬೇಡ, ನಾನು ಒಂದೇ ಉಸಿರಿನಲ್ಲಿ ನನ್ನ ಮಾಂಸದ ಬಯಕೆಯನ್ನು ಅವಳ ಮುಂದೆ ಹೇಳಿದೆ. ನಾನು ಯಾವುದೋ ಗುಟ್ಟು ಹೇಳಬಹುದು ಅಂತ ಅಂದುಕೊಂಡಿದ್ದವಳು ಜೋರಾಗಿ ನಕ್ಕಳು. ಅಯ್ಯೋ ಮಾರಾಯ ಇದಕ್ಕೆ ಇಷ್ಟು ಹೆದರಬೇಕಾಗಿತ್ತೇನೋ, ನಾನೇನೋ ತಂದು ಕೊಡ್ತೀನಿ ಆದ್ರೆ ನಿಮ್ಮ ಮನೇಲಿ ಗೊತ್ತಾಗಿ ಆಮೇಲೆ ಎಲ್ರೂ ನನ್ನ ಬೈಯೋ ಹಾಗೆ ಆಗಬಾರದು. ನೀನು ನಮ್ಮನೆಗೆ ಬಂದು ಊಟ ಮಾಡು, ಆವಾಗ ಯಾರ್ಗೂ ಗೊತ್ತಾಗೋದಿಲ್ಲ.

ನೀನು ತಂದು ಕೊಡ್ತೀಯೋ ಇಲ್ವೋ ಅಷ್ಟು ಹೇಳು.

ನಾಳೆ ಅಮ್ಮನಿಗೆ ಹೇಳಿ ನೋಡ್ತೀನಿ. ನೀನು ಒಂದು ಕೆಲಸ ಮಾಡು. ನಿಮ್ಮನೆಯಿಂದ ಪೊಂಗಲ್ ತಗೊಂಡು ಬಾ. ನಾನು ನಮ್ಮನೆಯಿಂದ ಬಿರಿಯಾನಿ ತರ್ತೀನಿ, ಇಬ್ರೂ ಡಬ್ಬಿನಾ ದಿನಾ ಅದ್ಲು ಬದ್ಲು ಮಾಡ್ಕೊಳೊಣಾ ಆಯ್ತದಾ ಅಂದಳು.

ಎಲ್ಲಕ್ಕಿಂತ ಇದು ಸರಿಯಾದ ಐಡಿಯಾ ಅನ್ನಿಸಿತು. ಹುಂ ಕಣೆ ಎಂದೆ. ತಲೆ ನಿನ್ನದು, ವಿಶ್ವೇಶ್ವರಯ್ಯನ ಬುರುಡೆ ಅಂದೆ.

ವಿಷ್ಯ ಮಾತ್ರ ಯಾರಿಗೂ ಹೇಳ್ಬೇಡ, ಆಮೇಲೆ ಇದೇ ಹಿಂದೂ ಮುಸ್ಲಿಂ ಗಲಾಟೆಗೆ ಕಾರಣ ಆಗ್ಬೋದು ಅಂದಳು.

ಇಲ್ಲ. ಇಲ್ಲ. ಇಲ್ಲಿ ಮರ್ಯಾದೆ ಹೋದ್ರೆ ನಂದು. ನಮ್ಮಪ್ಪಂದು, ದೇವರಾಣೆ ಯಾರ್ಗೂ ಗೊತ್ತಾಗೋದಿಲ್ಲ ಎಂದು ಅವಳಿಗೆ ಧೈರ್ಯ ತುಂಬಿದೆ.

ಒಂದು ಮಹತ್ತರವಾದ ಸಾಧನೆ ಮಾಡಿದ ಆತ್ಮತೃಪ್ತಿ ನನ್ನಲ್ಲಿ ಮನೆ ಮಾಡಿತ್ತು. ನಾಳೆಯಿಂದ ಸಬೀರಾ ಬಾನು ಮನೆಯಿಂದ ನಂಗೆ ಬಿರಿಯಾನಿ

ತರ್ತಾಳೆ, ಅಪ್ಪ ಮಾಡಿದ ತಿಂಡಿ ತುಂಬಾ ಚೆನ್ನಾಗಿ ಇರ್ತದೆ. ಅವಳಿಗೆ ಅದು ಖುಷಿ ನಂಗೆ ಇದು ಖುಷಿ. ನಿಜವಾಗ್ಲೂ ಸಾಬರ ಮನೇಲಿ ಹುಟ್ಟಿದರೆ ಎಷ್ಟೊಂದು ಅನುಕೂಲ ಇರ್ತದೆ. ದಿನಾ ದನದ ಮಾಂಸ ತಿಂದ್ರೂ ಸಬೀರಾ ಯಾಕೆ ಹಂಗಿದಾಳೆ ಕಡ್ಡಿ ಪೈಲ್ವಾನ್ ತರ. ಅವಳಿಗೆ ಯಾವುದೋ ಖಾಯಿಲೆ ಇರಬಹುದು. ಅವರಪ್ಪ ನೋಡು ಗುಂಡು ಗುಂಡಾಗಿ ಎಷ್ಟು ಚೆನ್ನಾಗಿದ್ದಾರೆ ಇತ್ಯಾದಿ ಇತ್ಯಾದಿ ಯೋಚನೆ ಮಾಡುತ್ತಾ ಆ ದಿನ ಕಳೆದೆ. ರಾತ್ರಿ ಅಪ್ಪ ನಾಳೇ ತಿಂಡಿ ಏನು ಅಂತ ಕೇಳಿ, ನಾಳೆದು ನಾಳೆಗೆ ಯಾಕೆ ಯಾವತ್ತೂ ಇಲ್ಲದ್ದು ನಾಳೆ ಚಿಂತೆ ಇವತ್ತೇ ಮಾಡ್ತಾ ಇದ್ದೀಯಾ ನಾಳೆ ಹಂದಿ ಬೇಯ್ಸಿ ಕೊಡ್ತೀನಿ ತಿನ್ನು ಅಂದರು.

ಅಪ್ಪ ಮಂತ್ರವಾದಿ, ನಾಳೆ ಏನಾಗುತ್ತದೆ ಅನ್ನುವುದನ್ನು ಇಂದೇ ಊಹಿಸಬಲ್ಲವರು. ನಾಳೆ ನಾನು ಸಾಬರ ಮನೆಯಲ್ಲಿ ದನದ ಮಾಂಸ ತಿನ್ನಲಿರುವುದು ಇವರಿಗೆ ಗೊತ್ತಾಗಿ ಹೋಯಿತೇ? ಸಾಬರಿಗೆ ಹಂದಿ ಆಗುವುದಿಲ್ಲ, ಅದಕ್ಕೆ ಹಂದಿ ಬೇಯ್ಸಿ ಕೊಡ್ತೀನಿ ಅಂತ ಹೇಳಿರಬಹುದೇ ಅಂತಲೂ ಅಂದುಕೊಂಡೆ. ಅಪ್ಪನಿಗೆ ಯಾರಾದರೂ ಬಂದು ಭವಿಷ್ಯ ಹೇಳಿ ಅಂದರೆ ಮಾತ್ರ ಅವರು ಭವಿಷ್ಯ ಹೇಳುತ್ತಿದ್ದರು. ಇಲ್ಲದಿದ್ದರೆ ಇಲ್ಲ. ನಾನೇನು ನನ್ನ ಭವಿಷ್ಯ ಹೇಳಿ ಅಂತೇನೂ ಕೇಳಿಲ್ಲ. ಅವರು ಸುಮ್ನೆ ಮಾತಿಗೆ ಹಂಗಂದಿರಬಹುದು ಅಥವಾ ಅವರಿಗೆ ಗೊತ್ತಾಗಿ ಏನಾರ ಮಾಡ್ಕೊಂಡು ಸಾಯ್ಲಿ ಅಂತನೂ ಹಿಂಗೆ ಹೇಳಿರಬಹುದು. ಏನೇ ಆದ್ರೂ ನಮ್ಮಪ್ಪ ಬೇರೆ ಅಪ್ಪಂದಿರ ಹಂಗಲ್ಲ. ಇವರು ಸ್ವಲ್ಪ ಕಷ್ಟ.

ಮಾರನೇ ದಿನ ಕ್ಲಾಸಿಗೆ ಹೋದಾಗ ಸಬೀರಾ ಬಾನು ಇನ್ನೂ ಬಂದಿರಲಿಲ್ಲ. ಅವಳು ಕ್ಲಾಸ್ ಶುರುವಾಗಿ ಐದು ನಿಮಿಷ ಬಿಟ್ಟು ಬಂದ್ಲು, ಅವಳು ಯಾವತ್ತೂ ತಡವಾಗಿ ಬಂದವಳಲ್ಲ. ಬಸ್ಸಿನಲ್ಲಿ ಬರುವವರು ಐದು ಹತ್ತು ನಿಮಿಷ ತಡವಾಗಿ ಬರೋದು ಮಾಮೂಲಿ ಸಂಗತಿ. ತುಂಬಾ ತಡವಾದರೆ ಆ ಕ್ಲಾಸ್ ತಪ್ಪಿ ಹೋಗೋದು, ಹೀಗಾಗಿ ಯಾವಾಗಲೂ ಮೊದಲನೇ ಕ್ಲಾಸ್ ಕನ್ನಡ ತಪ್ಪಿದರೆ ಇಂಗ್ಲಿಷ್ ಕ್ಲಾಸ್ ಆಗ್ತಾ ಇತ್ತು. ಇವಾದ್ರೆ ಮನೆಯಲ್ಲೇ ಓದಬಹುದು ಅಥವಾ ಇನ್ನೊಬ್ಬರ ಹತ್ರ ನೋಟ್ಸ್ ತಗೋಬಹುದು.

ಇವಳು ಬಂದಾದ ನಂತರ ಅವಳು ನನ್ನ ಕಡೆ ನೋಡಬಹುದು ಅಂತ ಆಗಾಗ್ಗೆ ಅವಳ ಕಡೆ ನೋಡಿದೆ. ಅವಳು ನನ್ನ ಕಡೆ ನೋಡಲೇ ಇಲ್ಲ. ಪಿರಿಯಡ್ ಮುಗಿದ ನಂತರವೂ ಅವಳು ನನ್ನ ಕಡೆ ತಿರುಗಲೇ ಇಲ್ಲ. ಎಲಾ ಇವಳ ಎಂತ ಸ್ಟಂಟ್ ಮಾಡ್ತಾಳೆ ಅಥವಾ ಅವಳ ಮನೆಲಿ ಇವತ್ತು ತರಕಾರಿ ಸಾರು ಮಾಡಿದ್ದಾರೆ ಅಂತ ಕಾಣ್ತದೆ ಅದಕ್ಕೆ ನಂಗೆ ಮುಖ ತೋರಿಸದೇ ಕೂತಿದ್ದಾಳೆ ಅಂತ ಅಂದುಕೊಂಡೆ.

ಕೊನೆ ಪೀರಿಯಡ್ ಕೆಮಿಸ್ಟ್ರಿ ಇತ್ತು. ಸುಶೀಲ ಮೇಡಂ ಕ್ಲಾಸಿಗೆ ಬಂದವರೆ, ಭಾರ್ಗವ ಈ ಪೀರಿಯಡ್ ಮುಗಿದ ನಂತರ ಊಟಕ್ಕಿಂತ ಮುಂಚೆ ನೀನು ಪ್ರಿನ್ಸಿಪಾಲರ ಛೇಂಬರಿಗೆ ಹೋಗಬೇಕು. ಯಾರೋ ನಿನ್ನ ನೋಡೋಕೆ ಬರ್ತಾರಂತೆ ಅಂದರು.

ಯಾರಿರಬಹುದು? ಅಪ್ಪ ಅಂತು ಪ್ರಿನ್ಸಿಪಾಲರು ಕರೆಯದೆ ಬರೋರಲ್ಲ, ಇನ್ನಾರೂ ನನಗಿಲ್ಲ. ಯಾರಿರಬಹುದು. ಯಾಕಿರಬಹುದು. ಇದೇ ತಲೆಯಲ್ಲಿ ಕುಳಿತು ಪಾಠ ಕೇಳಿಸಿಕೊಳ್ಳುವ ಆಸಕ್ತಿಯೇ ಉಳಿಯಲಿಲ್ಲ.

ತರಗತಿ ಬಿಟ್ಟ ತಕ್ಷಣ ಪ್ರಿನ್ಸಿಪಾಲರ ಛೇಂಬರಿಗೆ ಓಡಿದೆ. ಅಲ್ಲಿ ಇದ್ದವರು ಪ್ರಿನ್ಸಿಪಾಲರು ಮಾತ್ರ. ಯಾರೋ ಬಂದಿದ್ದಾರೆ ಅಂದ್ರಲ್ಲ. ಒಳಗಡೆ ಬರ್ಲಾ ಸಾರ್ ಅಂತ ಕೇಳಿದೆ.

ಅಲ್ಲೇ ಇರು. ಸಬೀರಾ ಬಾನು ಅಪ್ಪ ಬರ್ತಾರಂತೆ. ನಿನ್ನ ಅವರ ಮನೆಗೆ ಕರ್ಕೊಂಡು ಹೋಗೋದಿದೆ. ಅಥ್ವ ನೀನು ಗೇಟಿನ ಹತ್ತಿರಾನೇ ನಿಂತ್ಕೋ, ನಿನ್ನ ಊಟ ಯಾರು ಇವತ್ತು ತಂದಿಲ್ಲೋ ಅವರಿಗೆ ಕೊಡು ಅಂದರು ಪ್ರಿನ್ಸಿಪಾಲ್,

ತರಗತಿಗೆ ಹೋಗಿ ಸಬೀರಾ ಬಾನುಗಾಗಿ ಹುಡುಕಾಡಿದೆ. ಅವಳು ಇತರ ಹುಡುಗಿಯರ ಜೊತೆ ಊಟಕ್ಕೆ ಮರದಡಿಗೆ ಹೋಗಿದ್ದಳು. ಇಲ್ಲೇ ತಗೊಂಡು ಬಾರೆ ಅಂದ್ರೆ ಅವರಪ್ಪನಿಗೆ ಹೇಳಿ ಮನೆಗೆ ಹೋಗೋ ಹಂಗೆ ಮಾಡಿದ್ದಾಳೆ. ಗಣೇಶನ್ ಮಾಡೇ ಅಂದ್ರೆ ಅವರಪ್ಪನ್ ಮಾಡಿದ್ದಾಳೆ. ಅವರ ಮನೆಗೆ ಹೋಗಲೋ ಬೇಡವೋ ಅನ್ನುವ ಚಿಂತೆಯಲ್ಲಿ ಇರುವಾಗ ಅವರ ಸ್ಕೂಟರ್ ಬಂದು ಕಾಲೇಜು ಗೇಟಿನ ಮುಂದೆ ನಿಂತಿರುವುದು ಕಂಡಿತು. ನಾನು ಗೇಟಿನ ಹತ್ತಿರ ಹೋದೆ, ಅವರು ಪರಿಚಯದ ನಗೆ ಬೀರಿ ಹತ್ತು ಅನ್ನುವಂತೆ ಸನ್ನೆ ಮಾಡಿದರು. ನಾನು ಕುಳಿತೆ. ಅವರ ಸ್ಕೂಟರ್ ಹೊರಟಿತು. ಅವರು ನಿಧಾನವಾಗಿ ಓಡಿಸುತ್ತಾ ಹೋದರೂ ಮನೆಯ ತನಕ ಒಂದೇ ಒಂದು ಮಾತು ಆಡಲಿಲ್ಲ. ಈ ಗಡಿಬಿಡಿಯಲ್ಲಿ ನನ್ನ ಊಟದ ಡಬ್ಬಿ ನನ್ನ ಕೈಯಲ್ಲೇ ಇತ್ತು.

ಅವರ ಹೆಂಡತಿ ಮನೆಯ ಮುಂದೆಯೇ ನಿಂತಿದ್ದಳು. ನನ್ನ ನೋಡಿ 'ಬಾ ಮಗ' ಅನ್ನುತ್ತಾ ಒಳಗಡೆ ಹೋದರು.

ಭಾರ್ಗವ ದನದ ಮಾಂಸ ಬೇಕು ಅಂದಿದ್ದೆಯಂತೆ ಇವರು ಕೇಳಿದರು.

ನಾನು ಮಾತನಾಡಲಿಲ್ಲ, ತಲೆ ತಗ್ಗಿಸಿದ್ದೆ.

ಅದಕ್ಯಾಕೆ ನಾಚಿಕೆ ಪಡ್ತಿಯಾ, ಮನುಷ್ಯರ ಮಾಂಸ ಬೇಕು ಅಂದಿದ್ರೆ ನಾಚಿಕೆ, ಗಾಬರಿ, ಹೆದರಿಕೆ ಆಗ್ತಾ ಇತ್ತು. ತಿನ್ನೋದು ಅವರವರ ಇಷ್ಟ. ಯಾರ್ಗೆ ಏನು ತಿನ್ಬೇಕು ಅಂತ ಅನಿಸುತ್ತೋ ಆದನ್ನ ಅವರು ತಿನ್ನಬಹುದು. ಹಂಗಂತ

ಇನ್ನೊಬ್ಬರ ನೋವಿಗೆ, ಅಸಹ್ಯಕ್ಕೆ ಅದು ಬಹಿರಂಗವಾಗಿ ಕಾರಣ ಆಗಬಾರದು ಅಷ್ಟೇ. ಬಾ ಇಲ್ಲೇ ಕೂತ್ಕೋ ಅಂದರು.

ನನಗೆ ಅವರ ಮಾತಿನ ಅರ್ಥ ಸರಿಯಾಗಿ ಅರ್ಥ ಆಗಲಿಲ್ಲ. ಒಂದು ದಿವಾನ್ ಕಾಟ್ ಮುಂದೆ ಟೀಪಾಯಿ ಇರಿಸಿದ್ರು.

ನಿನ್ನ ಊಟದ ಡಬ್ಬಿಲಿ ಏನು ತಂದಿದ್ದೀಯಾ ಚಿತ್ರಾನ್ನ ಸಾ.

ಸರಿ ಅದನ್ನ ಇಲ್ಲಿ ಕೊಡು, ನನ್ನ ಹೆಂಡ್ತಿ ತಿಂತಾಳೆ. ಚಿತ್ರಾನ್ನ ಮತ್ತೆ ಒಗ್ಗರಣೆ ಹಾಕಿದ ಮೊಸರನ್ನ ಅಂದ್ರೆ ಬಾಳ ಇಷ್ಟ ಅಂತ ನನ್ನ ಊಟದ ಡಬ್ಬಿ ತೆಗೆದುಕೊಂಡರು. ಒಂದು ಚಿಕ್ಕ ಪಾತ್ರೆ ಮತ್ತು ಒಂದು ಮಗ್ ನೀರು ತಂದು ಇಲ್ಲೇ ಕೈ ತೊಳಕೊ ಅಂದ್ರು. ನಾನು ಹಾಗೆ ಮಾಡಿದೆ. ಅವರು ತಟ್ಟೆ ತಂದು ಇರಿಸಿದರು. ಅವರ ಹೆಂಡತಿ ಬಡಿಸಲು ಶುರು ಮಾಡಿದರು.

ಉಪ್ಪಿನಕಾಯಿ, ಚಟ್ನಿ, ಅನ್ನ ಹಾಕಿದ ನಂತರ ತರಕಾರಿ ಸಾರು ಹಾಕಿದಳು. ಅಪ್ಪ ಮಾಡುತ್ತಿದ್ದ ಅಡುಗೆಗೂ ಇವರು ಮಾಡಿದ ಅಡುಗೆಗೂ ವ್ಯತ್ಯಾಸ ಇತ್ತು. ಮಾಂಸದ ಸಾರು ಇರಲಿ, ಮಾಂಸದ ತುಣಿಕಿನ ದರ್ಶನವೂ ಆಗಲಿಲ್ಲ. ನಾನು ಸಂಕೋಚದಿಂದಲೇ ಊಟ ಮುಗಿಸಿದೆ. ಅಲ್ಲೇ ಕೈ ತೊಳೆದುಕೊಳ್ಳುವಂತೆ ಹೇಳಿದರು.

ಈಗ ಹೇಳು ಯಾರು ನಿಂಗೆ ನಾವು ದಿನಾ ದನದ ಮಾಂಸ ತಿಂತೀವಿ ಅಂತ ಹೇಳಿದ್ದು ಅಂದ್ರು. ನಾನು ಮಾತನಾಡಲಿಲ್ಲ.

ಯಾರೇ ಹೇಳಿರ್ಲಿ. ಅವರು ಹೇಳಿದ್ದರಲ್ಲಿ ನಾನು ತಪ್ಪು ಹುಡುಕೋದಿಲ್ಲ, ಆದ್ರೆ ನಾವು ಮನೇಲಿ ಮಾಂಸಾಹಾರ ಮಾಡದೇ ಆರೇಳು ವರ್ಷ ಆಯ್ತು. ನಾನು ತಿನ್ನೋದಿಲ್ಲ. ಇವಳಿಗೂ ಆಗೋದಿಲ್ಲ. ನನ್ನ ಮಗಳಂತೂ ಚಿಕ್ಕಂದಿನಿಂದಲೂ ಮಾಂಸಾಹಾರ ತಿಂದೋಳಲ್ಲ. ಅವಳಿಗೆ ಮೊಟ್ಟೆ ಕೂಡ ಇಷ್ಟ ಇಲ್ಲ,

ನಾನು ಚಿಕ್ಕಂದಿನಲ್ಲಿ ದನದ ಮಾಂಸ ತಿಂದಿದ್ದೆ. ಆಗ ವಾರಕ್ಕೆ ಎರಡು ದಿನ ಮೂರು ದಿನ ಇದೇ ಮಾಂಸ ಮಾಡ್ತಾ ಇದ್ದರು. ನಮ್ಮಪ್ಪನಿಗೆ ನಾವು ಎಂಟು ಜನ ಮಕ್ಕಳು ಖರ್ಚು ತುಂಬ ಇತ್ತು. ಅಪ್ಪ ಗಾರೆ ಕೆಲಸ ಮಾಡ್ತಾ ಇದ್ದರು. ಎಲ್ಲರನ್ನೂ ಸಾಕಬೇಕಾದರೆ ಅವರಿಗೆ ತುಂಬಾ ಕಷ್ಟ ಆಗ್ತಾ ಇತ್ತು. ದರಿದ್ರ ಇದ್ದಾಗ ಹಸಿವು ಜಾಸ್ತಿ ಅಂತಾರಲ್ಲ, ಹಾಗೆ ನಮಗೆ ಆಗ ಎರಡೆರಡು ಹೊಟ್ಟೆ ಇತ್ತು. ನಾನು ಓದಿದ್ದು ಎಸ್ಎಸ್ಎಲ್‌ಸಿ ಮಾತ್ರ. ಯಾರ್ದೋ ಕೈಕಾಲು ಹಿಡಿದು ಈ ಬ್ಯಾಂಕಿಗೆ ಸೇರಿದೆ. ನಮ್ಮ ಕಥೆ ಇರ್ಲಿ ನಿಂಗೆ ಮಾಂಸ ಅದರಲ್ಲೂ ದನದ ಮಾಂಸ ತಿನ್ನಬೇಕು ಅನ್ನೋ ಆಸೆ ಯಾಕೆ ಬಂತು ಅಂತ ಕೇಳಿದ್ರು. ಅವರ ಕನ್ನಡ ಶುದ್ಧವಾಗಿತ್ತು. ನಿಜ ಹೇಳ್ಬೇಕು ಅಂದ್ರೆ ನಮ್ಮ ಕನ್ನಡಕ್ಕಿಂತ ಅವರ ಕನ್ನಡ ಶುದ್ಧವಾಗಿತ್ತು.

ನಾನು ನನ್ನ ಓಟದ ಕತೆ ಹೇಳಿದೆ. ರಾಯಚೂರಿನ ಆ ಮುಸ್ಲಿಂ ಹುಡುಗ ದಿನಾ ದನದ ಮಾಂಸ ತಿಂದು ನನಗಿಂತ ಶಕ್ತಿಯುತನಾಗಿ ಯಾವಾಗ್ಲೂ ನನ್ನ ಸೋಲಿಸುವ ಕಥೆ ಹೇಳಿದೆ. ಅರ್ಧ ಸಂಕೋಚ, ಅರ್ಧ ನಾಚಿಕೆಯಿಂದ ನನ್ನ ಬಾಯಿಂದ ಪದಗಳು ಹೊರಗಡೆ ಬರಲು ಬಹಳ ಕಷ್ಟ ಪಡುತ್ತಿದ್ದವು. ನನ್ನ ಮಾತು ಕೇಳಿ ಅವರು ಮತ್ತು ಅವರ ಹೆಂಡತಿ ಇಬ್ಬರೂ ನಕ್ಕರು. ಭಾರ್ಗವ್; ಒಂದು ಸಲ ಹಿಂದಕ್ಕೆ ಹೋಗು. ನೀನು ಜಿಲ್ಲಾ ಮಟ್ಟದಲ್ಲಿ ಡಿವಿಜನ್ ಮಟ್ಟದಲ್ಲಿ ಯಾವಾಗ ಫಸ್ಟ್ ಬರ್ತಿಯಲ್ವ, ಆಗ ನೀನು ಮುಸಲ್ಮಾನ ಹುಡುಗರನ್ನ ಹಿಂದೆ ಹಾಕಿದ್ದಿಯೋ ಇಲ್ವೋ.

ಅಲ್ಲಿಯತನಕ ನಾನು ಇದರ ಬಗ್ಗೆ ಯೋಚನೆನೇ ಮಾಡಿರಲಿಲ್ಲ. ನನ್ನ ಜೊತೆ ಯಾರಾದರೂ ಮುಸಲ್ಮಾನ ಹುಡುಗರು ಓಡಿದ್ದಾರೋ ಇಲ್ವೋ ಅಂತ ಯೋಚಿಸಿದೆ. ನಾನು ಯಾರ ಹೆಸರೂ ಕೇಳಿರಲಿಲ್ಲ. ಹೀಗಾಗಿ ಅವರು ಹಿಂದು, ಮುಸಲ್ಮಾನ, ಕ್ರಿಶ್ಚಿಯನ್ ಜನಾಂಗದವರೋ ಅಂತ ನನಗೆ ಗೊತ್ತಿರಲೇ ಇಲ್ಲ,

ನಾನು ಯಾರ ಜಾತಿ, ಧರ್ಮನೂ ಈ ತನಕ ಕೇಳಿಲ್ಲ ಅಂದೆ.

ಮತ್ತೆ ರಾಯಚೂರಿನ ಹುಡುಗನ ಧರ್ಮ ಮಾತ್ರ ಯಾಕೆ ಕೇಳ್ದೆ.

ಅಯ್ಯೋ ಅದನ್ನ ನಾನು ಕೇಳಿದ್ದಲ್ಲ, ದೇವ್ರಾಜ ಮೇಷ್ಟ್ರೇ ಹೇಳಿದ್ದು, ಅದು ನನ್ನ ತಲೇಲಿ ಇತ್ತು. ಅವನು ದನ ತಿಂತಾನೆ, ನಾನೂ ದನ ತಿಂದ್ರೆ ಅವನ ಮಟ್ಟಕ್ಕೆ ಬರಬಹುದು ಅಂತ ಹೇಳಿದೆ.

ಈಗ ನಿಮ್ಮ ಕಾಲೇಜಿನಲ್ಲಿ ನೀನೇ ಫಸ್ಟು ಜಿಲ್ಲೆಗೂ ನೀನೇ ಫಸ್ಟು. ನಿಮ್ಮನೇಲಿ ನಿಮ್ಮಪ್ಪ ಏನು ಮಾಡ್ತಾರೆ ಅದನ್ನ ತಿಂದ್ರೆ ನಾವೂ ಫಸ್ಟ್ ಬರಬಹುದು ಅಂತ ನಿನ್ನ ಜೊತೆ ಓಡಿ ಸೆಕೆಂಡ್ ಬಂದವನು ದಿನಾ ಚಿತ್ರಾನ್ನ, ಮೊಸರನ್ನ, ಪೊಂಗಲ್ ತಿಂದ್ರೆ ಅವನು ಫಸ್ಟ್ ಬರ್ತಾನ!

ನಂಗೆ ನಗು ಬಂತು. ಸಿಹಿ ಪೊಂಗಲ್ ತಿಂದ್ರೆ ಯಾರು ಫಸ್ಟ್ ಬರ್ತಾರೆ. ಯಾರೂ ಬರೋದಿಲ್ಲ. ನಾನು ದಿನಾ ಮೊಟ್ಟೆ, ವಾರಕ್ಕೆ ಎರಡು ದಿನ ದೇವ್ರಾಜ ಮೇಷ್ಟ್ರ ಮನೆಯ ಮಾಂಸ ತಿಂತೀನಿ ಅಂದೆ.

ಅವೆಲ್ಲ ಸುಳ್ಳಪ್ಪ, ನೀನು ತಿನ್ನೋ ಆಹಾರ ಸಮತೋಲನ ಆಗಿರಬೇಕು. ದಿನಾ ಮಾಂಸ ತಿನ್ನೋನು ಆಟದಲ್ಲಿ ಯಾವಾಗಲೂ ಗೆಲ್ತಾನೆ ಅಂತ ಏನಿಲ್ಲ. ಆಡೋದಿಕ್ಕೆ, ಓಡೋದಿಕ್ಕೆ ಒಂದು ಟೆಕ್ನಿಕ್ ಅಂತ ಇರುತ್ತೆ. ಅದು ಇರಬೇಕು. ಜೊತೆಗೆ ಒಬ್ಬ ಕೋಚ್ ಇರಬೇಕು. ನಿಂಗೆ ಕೋಚ್ ಇದ್ದಾರ.

ದೇವ್ರಾಜ ಮೇಷ್ಟ್ರು ಇದ್ದಾರೆ

ಅವರು ಸಾಲದು, ಪ್ರತಿ ಆಟಕ್ಕೆ ಒಬ್ಬ ಕೋಚ್ ಇರ್ತಾನೆ ಅವನು ಅದರಲ್ಲಿ ನಿಪುಣ ಆಗಿರ್ತಾನೆ. ನಿಮ್ಮ ಮೇಷ್ಟ್ರಿಗೆ ಎಲ್ಲಾ ಆಟದ ನಿಯಮಗಳು, ಅವುಗಳನ್ನು ಆಡುವ ಬಗ್ಗೆ ತಿಳುವಳಿಕೆ ಜ್ಞಾನ ಇರಬಹುದು. ಆದರೆ ಅವರಿಗೆ

ಯಾವುದರಲ್ಲಿಯೂ ವಿಶೇಷ ಪರಿಣಿತಿ ಇಲ್ಲ. ನೀನು ಈ ಸಲ ದಸರಾದಲ್ಲಿ ಹೆಂಗೂ ರಜೆ ಇರುತ್ತಲ್ಲ, ಆಗ ಯಾರಾದರೂ ಒಬ್ಬ ಕೋಚ್ ಅನ್ನು ಭೇಟಿ ಮಾಡು. ಅವರು ನಿನಗೆ ಹೆಚ್ಚು ಸಹಕಾರಿ ಆಗಬಹುದು. ದೇವ್ರಾಜ್ ಮೇಷ್ಟರಿಗೆ ನಿನ್ನ ಬಗ್ಗೆ ಪ್ರೀತಿ ಇರಬಹುದು. ಆದರೆ ಅಷ್ಟೇ ಸಾಲೋದಿಲ್ಲ ಅಂದರು.

ಅವರ ಮನೆಯಿಂದ ಹೊರಡುವಾಗ ನನ್ನ ಊಟದ ಡಬ್ಬಿ ಕೊಟ್ಟರು. ಅದು ಭಾರವಾಗಿತ್ತು. ಅದನ್ನು ತೆಗೆದು ನೋಡಿದೆ. ಅದರಲ್ಲಿ ಒಣಖರ್ಜೂರ, ದ್ರಾಕ್ಷಿ, ಗೋಡಂಬಿ ತುಂಬಿದ್ದವು. ಅದನ್ನ ಕೈಯಲ್ಲಿ ಹಿಡಕೊಂಡು ಸಬೀರಾ ಬಾನು ತಾಯಿ ಕಡೆ ನೋಡಿದೆ.

ಇದನ್ನೇ ದಿನಾ ಸ್ವಲ್ಪ ಸ್ವಲ್ಪ ದನದ ಮಾಂಸ ಅಂತ ತಿನ್ನು, ತಾಕತ್ತು ಬರಬಹುದು. ಬೇಕಾದರೆ ನಾಳೆ ಬರಬೇಕಾದರೆ ನಿಮ್ಮನೆಯಿಂದ ಒಗ್ಗರಣೆ ಹಾಕಿದ ಮೊಸರನ್ನ ತಕೊಂಡು ಬಾ ನಾನು ತಿಂತೀನಿ ಅಂತ ನಕ್ಕರು. ಸಬೀರಾ ಬಾನು ತಮಾಷೆಯಾಗಿ ಮಾತನಾಡುವುದನ್ನು ಅವರ ಅಮ್ಮನಿಂದ ಕಲಿತಿರಬಹುದು, ನಾನು ನಕ್ಕೆ.

ಅವರು ಪುನಃ ನನ್ನನ್ನು ಕಾಲೇಜಿನ ತನಕ ಕರೆತಂದು ಬಿಟ್ಟು ಬ್ಯಾಂಕಿಗೆ ಹೋದರು. ಚೆನ್ನಾಗಿ ಓದು, ಚೆನ್ನಾಗಿ ಆಡು, ಬರ್ಲಾ, ನಿಂಗೆ ಅಲ್ಲಾ ಒಳ್ಳೇದು ಮಾಡಲಿ ಅಂತ ತಲೆ ಮೇಲೆ ಕೈ ಇರಿಸಿ ಹೇಳಿದರು.

ಸಬೀರಾ ಬಾನು ಅವರ ತಂದೆಯನ್ನು ನೋಡಿ ಓಡಿ ಬರುತ್ತಿದ್ದಳು. ಅದನ್ನು ಗಮನಿಸದ ಅವರಪ್ಪ ಮುಂದೆ ಸಾಗಿದರು. ನನ್ನ ಹತ್ತಿರ ಬಂದ ಸಬೀರಾ ಬಾನು ನಕ್ಕಳು.

ಸಿಕ್ತಾ ದನೀನ ಮಾಂಸ. ಪೂರಾ ತಿಂದ್ಯೋ ಅಥ್ವ ನಂಗೂ ಸಾಯಂಕಾಲಕ್ಕೆ ಇಟ್ಟಿದಿಯೋ! ಹೋಗೆ, ನಿಮ್ಮಪ್ಪ ನಿಮ್ಮಮ್ಮ ತರಕಾರಿ ಊಟ ಹಾಕಿದ್ರು. ನಿಮ್ಮಮ್ಮ ಈ ಡಬ್ಬಿ ತುಂಬಾ ಖರ್ಜೂರ, ದ್ರಾಕ್ಷಿ, ಗೋಡಂಬಿ ಇನ್ನು ಎಂತೆಂತದೋ ಕೊಟ್ಟಿದ್ದಾರೆ.

ನಾನು ಮನೇಲಿ ಗಲಾಟೆ ಮಾಡ್ದೆ. ಅವನಿಗೆ ದನದ ಮಾಂಸ ಮಾಡ್ಲೇಬೇಕು ಅಂತ ಹಟ ಹಿಡಿದೆ. ಸಣ್ಣದಾಗಿ ಜಗಳಾನೂ ಆಯ್ತು. ಅದಕ್ಕೆ ಬೆಳಿಗ್ಗೆ ಕಾಲೇಜಿಗೆ ಬರೋದು ಲೇಟ್ ಆಯ್ತು. ನಿನ್ನಿಂದ ನಾನು ಕಾಲೇಜಿಗೆ ಬರೋಕೆ ಲೇಟ್ ಆಯ್ತು.

ಸಾರಿ ಕಣೆ ತಪ್ಪಾಯ್ತು. ಇನ್ಮೇಲೆ ನಿಂಗೆ ತೊಂದ್ರೆ ಕೊಡೋದಿಲ್ಲ. ನಿಮ್ಮಪ್ಪ ಹೇಳಿದ್ದು ನಿಜ. ನಾವು ತಿನ್ನೋ ಆಹಾರಕ್ಕೂ ನಾವು ಮಾಡೋ ಕೆಲಸಕ್ಕೂ ತುಂಬಾ ಸಂಬಂಧ ಇರೋದಿಲ್ಲ, ಊಟ ಅವರವರ ಇಷ್ಟ, ನೀವು ಸಾಬ್ರು ಅಂತ ಯಾವಾಗಲೂ ದನದ ಮಾಂಸ ತಿನ್ನೋದು ಅಂತ ಅಂದ್ಕೊಳೋದು, ನಾನು ಬ್ರಾಹ್ಮಣ, ಯಾವಾಗಲೂ ಮೊಸರನ್ನ ತಿನ್ನಬೇಕು ಅಂತ ಅಂದ್ಕೊಳ್ಳೋದು

ತಪ್ಪು ನೋಡು ನಿಮ್ಮಮ್ಮನಿಗೆ ನಾಳೆ ಒಗ್ಗರಣೆ ಮೊಸರನ್ನ ಬೇಕಂತೆ. ಅದನ್ನ ತರ್ತೀನಿ, ಬೆಳಿಗ್ಗನೇ ನಿಮ್ಮನೆಗೆ ಬಂದು ಕೊಡ್ತೀನಿ ಅಂದೆ.

ನಿಮ್ಮ ದೇವಸ್ಥಾನದಲ್ಲಿ ಪಂಚಾಮೃತ ಅಂತ ಮಾಡ್ತಾರಲ್ಲ ಅದು ಅಮ್ಮನಿಗೆ ತುಂಬಾ ಇಷ್ಟ, ಅವರು ಪುತ್ತೂರಲ್ಲಿ ಇದ್ದಾಗ ಅವರ ಪಕ್ಕದ ಮನೆಯಲ್ಲಿ ಪೂಜೆ ಮಾಡೋರು ಇದ್ದರಂತೆ. ಅವರು ಆಗಾಗ ದೊಡ್ಡ ಗ್ಲಾಸಲ್ಲಿ ಈ ಪಂಚಾಮೃತ ಕೊಡ್ತಾ ಇದ್ದರಂತೆ. ಅಮ್ಮ ಈಗ್ಲೂ ಅದನ್ನ ನೆನಸಿಕೊಳ್ತಾ ಇರ್ತಾಳೆ.

ಯಾರಿಗೆ ಯಾವುದು ಅಪರೂಪಕ್ಕೆ ಸಿಕ್ತದೋ ಅದರ ಬಗ್ಗೆ ತುಂಬಾ ಪ್ರೀತಿ ಇರ್ತದೆ. ನಂಗೆ ದನದ ಮಾಂಸ ನಿಮ್ಮಮ್ಮನಿಗೆ ಪಂಚಾಮೃತ, ಮೊಸರನ್ನ. ಇದೊಂಥರಾ ಚೆನ್ನಾಗಿದೆ ಅಂತ ನಾನು ನಕ್ಕೆ, ಸಬೀರಾ ಕೂಡ ನಕ್ಕಳು.

ಅಂದಿನಿಂದ ಯಾಕೋ ಏನೋ ಮಾಂಸಾಹಾರದ ಬಗ್ಗೆ ಆಸಕ್ತಿ ಕಡಿಮೆಯಾಯಿತು. 'ಅಪ್ಪ ಇನ್ಮೇಲೆ ಮೊಟ್ಟೆ ಬೇಡ' ಅಂದೆ. ದೇವ್ರಾಜ ಮೇಷ್ಟ್ರ ಮನೆಯ ಮಾಂಸದ ಸಾರು, ಬಿರಿಯಾನಿಯೂ ಬೇಡ ಅನಿಸಿತು. ಕ್ರಮೇಣ ಅದನ್ನ ಬಿಟ್ಟೆ. ವಾರಕ್ಕೆ ಒಂದಿನ ಸಬೀರಾ ಮನೆಗೆ ಸಿಹಿಪೊಂಗಲ್, ಮೊಸರನ್ನ ನಮ್ಮನೆಯಿಂದ ಹೋಗುತ್ತಿತ್ತು. ಅವಳು ಆಗಾಗ್ಗೆ ಪರೋಟ ಕೊಡುತ್ತಿದ್ದಳು. ಅವಳ ತಾಯಿಯನ್ನು ನಾನು ಅಮ್ಮ ಅಂತಲೇ ಕರೀತಿದ್ದೆ. ಅವರೂ ಅಷ್ಟೇ ನನ್ನ 'ಮಗಾ' ಅಂತ್ಲೇ ಕರಿತಿದ್ರು.

ದಾವಣಗೆರೆಯಲ್ಲಿ ಒಂದು ಕ್ರೀಡಾಕೂಟ ನಡೆಯಿತು. ನಾನು ದೇವ್ರಾಜ ಮೇಷ್ಟ್ರ ಅಲ್ಲಿಗೆ ಹೋದೆವು. ಯಥಾಪ್ರಕಾರ ಅಬ್ದುಲ್ ಸಮ್ಮದ್ ಬಂದಿದ್ದ. ಈ ಸಲ ಅವನಿಗೆ ಸಿಕ್ಕ ಕೋಣೆ ನನ್ನ ಕೋಣೆಯ ಪಕ್ಕದಲ್ಲೇ ಇತ್ತು. ನಮಗೆ ರೂಮು ಕೊಡುತ್ತಾರೆ ಅಂದ್ರೆ ಅಲ್ಲಿ ಎಲ್ಲ ವ್ಯವಸ್ಥೆಗಳು ಇರುತ್ತವೆ ಅಂತಲ್ಲ, ಯಾವುದೋ ಒಂದು ಶಾಲೆಯಲ್ಲಿ ಒಂದು ಕೋಣೆಯನ್ನು ಒಂದೇ ಜಿಲ್ಲೆಯ ಹತ್ತಾರು ಹುಡುಗರಿಗೆ ಬಿಟ್ಟು ಕೊಡುತ್ತಿದ್ದರು. ನೆಲಕ್ಕೆ ಒಂದು ಹಾಸುಗಂಬಳಿ ಹಾಕಿರುತ್ತಿದ್ದರು ಅನ್ನುವುದನ್ನು ಬಿಟ್ಟರೆ ಉಳಿದ ಯಾವುದೇ ವ್ಯವಸ್ಥೆ ಇರುತ್ತಿರಲಿಲ್ಲ.

ನೀರು ಸಿಕ್ಕಿದವರಿಗೆ ಸಿಕ್ಕಿತು, ಇಲ್ಲದವರಿಗೆ ಇಲ್ಲ. ರಾತ್ರಿ ಸೊಳ್ಳೆಗಳ ಕಾಟ, ಐನೂರು ಹುಡುಗರಿದ್ದರೆ ಒಂದೋ ಎರಡೋ ಕಕ್ಕಸು ಇರುತ್ತಿದ್ದವು. ಸ್ನಾನಕ್ಕೆ ಬಿಸಿನೀರು ಇರುತ್ತಿರಲೇ ಇಲ್ಲ. ಹೇಗೋ ಅಲ್ಲಿ ಇರುತ್ತಿದ್ದೆವು. ನಮಗೆ ಸಿಗುತ್ತಿದ್ದ ಮೆಡಲ್ ಕಷ್ಟಗಳನ್ನು ಮರೆಸುತ್ತಿತ್ತು. ಕೆಲವರು ಸಿಕ್ಕ ಸಿಕ್ಕಲ್ಲಿ ಕಕ್ಕಸು ಮಾಡಿ ಇಡೀ ವಾತಾವರಣವೇ ಹಾಳಾಗಿದ್ದು ಇದೆ. ಬಸ್ಸಿನಲ್ಲಿ, ರೈಲಿನಲ್ಲಿ, ಸೀಟು ಸಿಕ್ಕಿದರೆ ಸಿಕ್ಕಿತು, ಇಲ್ಲದಿದ್ದರೆ ಇಲ್ಲ. ಕ್ರೀಡಾಕೂಟ ಅಂದರೆ ಅದು ಒಂದು ವಾರದ ನಿದ್ರೆ ಮತ್ತು ಮನೆಯ ಸವಲತ್ತುಗಳನ್ನು ಬಲಿ ಕೊಟ್ಟಂತೆಯೇ ಆಗುತ್ತಿತ್ತು ಅಬ್ದುಲ್ ಸಮದ್ನನ್ನು ಈ ಸಲ ನಾನಾಗಿಯೇ ಮಾತನಾಡಿಸಿದೆ.

ಅವನು ನನ್ನ ಹಾಗೆ ಪಿಯುಸಿ ವಿದ್ಯಾರ್ಥಿ, ಅವನು ಕಲಾ ವಿಭಾಗದವನು. ನಾನು ವಿಜ್ಞಾನ ವಿಭಾಗದವನು. ಅವನು ರಾಯಚೂರಿನ ಒಂದು ಮಠದ ಹಾಸ್ಟೇಲ್ನಲ್ಲಿ ಇದ್ದುಕೊಂಡು ಓದುತ್ತಿದ್ದ.

ನಮ್ಮಪ್ಪ ನಾನು ಮೂರನೇ ಕ್ಲಾಸ್ನಲ್ಲಿ ಇದ್ದಾಗ ಕದ್ದೋದ. ಎಲ್ಲಿಗೆ ಹೋದ ಅನ್ನೋದು ಗೊತ್ತಾಗಲೇ ಇಲ್ಲ. ಮನೆಯಲ್ಲಿ ನಾನು ನನ್ನ ಅಮ್ಮ, ಇಬ್ಬರು ತಂಗಿಯರು. ಅಮ್ಮ ಅಲ್ಲಿ ಇಲ್ಲಿ ಕೆಲಸ ಮಾಡ್ತಾಳೆ. ನನ್ನ ಒಂದು ವರ್ಷ ಸ್ಕೂಲ್ ಬಿಡಿಸಿ ಹೋಟೆಲ್ನಲ್ಲಿ ಸಪ್ಲೆಯರ್ ಕೆಲಸಕ್ಕೆ ಹಾಕಿದ್ರು. ನಾನು ರಾತ್ರಿ ಕೆಲ್ಸ ಮುಗ್ಸಿ ಹೋಗುವಾಗ ಹೋಟೆಲ್ನಲ್ಲಿ ಉಳಿದ ಅನ್ನ, ಸಾಂಬಾರ್, ಇಡ್ಲಿ, ವಡೆ ಇವೆಲ್ಲಾ ಮನೆಗೆ ತಗೊಂಡು ಹೋಗ್ತಾ ಇದ್ದೆ. ನಾನು ಬರೋತಂಕ ನನ್ನ ತಂಗೀರು ಕಾಯ್ತಾ ಇದ್ದರು. ಕೆಲವು ಸಲ ಅದನ್ನೇ ಬೆಳಿಗ್ಗೆ ತಿಂತಾ ಇದ್ದರು.

ಒಂದಿನ ಯಾಕೋ ಲೇಬರ್ ಇನ್ಸ್‌ಪೆಕ್ಟರ್ ಬಂದ್ರು. ಅವರು ನನ್ನ ಇಲ್ಲಿಂದ ಕೆಲ್ಸ ಬಿಡಿಸಿ ರಾಯಚೂರಿನ ಮಲ್ಲಿಕಾರ್ಜುನ ಸ್ವಾಮಿಗಳ ಮಠದ ಸ್ಕೂಲ್ಗೆ ಸೇರಿಸಿದ್ರು. ಸ್ವಾಮೀಜಿಗೆ ಹೇಳಿ ಹಾಸ್ಟೆಲ್‌ನಲ್ಲಿ ಸೀಟು ಕೊಡಿಸಿದರು. ಅವರು ಅವತ್ತು ಬರದೇ ಇದ್ರೆ ನಾನು ಅದೇ ಹೋಟೆಲ್ ಅಥವಾ ಬೇರೆ ಯಾವುದಾದರೂ ಕೆಲ್ಸ ಮಾಡ್ತಾ ಇವತ್ತಿಗೂ ಇರ್ತಾ ಇದ್ದೆ. ಅವರು ಬಂದಿದ್ದು ನನ್ನ ಪಾಲಿಗೆ ದೇವ್ರು ಬಂದಂಗೆ ಆಯ್ತು,

ಮಠದಲ್ಲಿ ಏನೇನು ಊಟ ಕೊಡ್ತಾರೆ

ಬೆಳಿಗ್ಗೆ ಆರು ಗಂಟೆಗೆ ಟೀ ಕೊಡ್ತಾರೆ. ಎಂಟು ಗಂಟೆಗೆ ಉಪ್ಪಿಟ್ಟು, ಚಿತ್ರಾನ್ನ, ಕೆಲವು ದಿವ್ಸ ಬಕರಿ

ಬಕರಿ ಅಂದ್ರೆ?

ಜೋಳದ ರೊಟ್ಟಿ,

ಮಧ್ಯಾಹ್ನ ಅನ್ನ, ಸಾರು ಮಜ್ಜಿಗೆ, ಸಾಯಂಕಾಲ ಕಾಫಿ, ರಾತ್ರಿ ಏಳೂವರೆಗೆ ಪುನಃ ಬಕರಿ ಅನ್ನ ಸಾರು ಮಜ್ಜಿಗೆ ಕೆಲವು ದಿವಸ ಪಾಯಸ ಇದೆ. ಕೆಲವು ದಿವ್ಸ ಯಾರಾದರೂ ಭಕ್ತರು ಸಿಹಿತಿಂಡಿ ಕೊಡ್ತಾರೆ.

ಮತ್ತೆ ಮಾಂಸದ ಊಟ.

ಮಠದಲ್ಲಿ ಅದೆಲ್ಲಿ ಸಿಕ್ತದೆ. ಬೇಸಿಗೇಲಿ ಊರಿಗೆ ಹೋದಾಗ ಅಮ್ಮಿ ಒಂದು ಅಥವಾ ಎರಡು ದಿನ ಮಾಂಸದ ಅಡುಗೆ ಮಾಡ್ತಾಳೆ. ಬೇಸಿಗೇಲಿ ಊರಿಗೆ ಹೋದಾಗ ನಾನೂ ಕೆಲ್ಸಕ್ಕೆ ಹೋಗ್ತಿನಿ. ಅದ್ರಲ್ಲಿ ಸ್ವಲ್ಪ ಅಮ್ಮಿಗೆ ಕೊಡ್ತೀನಿ. ನಂಗೆ ಪ್ಯಾಂಟು, ಅಂಗಿ ಬೇಕಲ್ಲ ಉಳಿದ ಹಣ ಅದಕ್ಕೆ ಆಗುತ್ತೆ.

ನನ್ನ ಮಾಂಸಾಹಾರಿ ಚಟದ ಆಸೆ ಸಂಪೂರ್ಣವಾಗಿ ಅಬ್ದುಲ್ ಸಮದ್ನನ್ನು ಭೇಟಿಯಾದ ಮೇಲೆ ಹೋಯಿತು.

5

'ಇನ್ಮುಂದೆ ನೀನು ಓಡೋದು ಬೇಡ, ಬೇಕಾದ್ರೆ ಕಾಲೇಜಿಗೆ ಹೋಗು, ಬೇಡದಿದ್ರೆ ಅದನ್ನು ಬಿಡು' ಅಂತ ಅಪ್ಪ ತುಂಬಾ ಗಂಭೀರವಾಗಿ ಹೇಳಿದರು.

'ಅಪ್ಪ ನನಗೂ ಒಂದು ತಾಯತ ಬರೆದುಕೊಡಿ. ಅದನ್ನು ಹಾಕ್ಕೊಂಡು ಓಡಿ ನಾನು ಫಸ್ಟ್ ಬರ್ಬೇಕು ಅಂತ ಇದ್ದೀನಿ' ಅಂತ ಮೆಲ್ಲನೆ ಹೇಳಿದಾಗ ಅಪ್ಪ ಕೆರಳಿ ಕೆಂಡವಾದರು.

ನಿನ್ನ ತಾಕತ್ತಿನ ಮೇಲೆ ನಂಬಿಕೆ ಇದ್ರೆ ಓಡು. ಇಲ್ದೆ ಇದ್ರೆ ಬಿಟ್ಟು ಬಿಡು. ನಿನ್ನ ಕೈಲಿ ಆಗದ ಕೆಲಸಕ್ಕೆ ದೇವ್ರನ್ನ ಯಾಕೆ ಕರಿತಿಯಾ ಇವತ್ತು ಓಡೋದ್ರಲ್ಲಿ ಫಸ್ಟ್ ಬರ್ಬೇಕು ತಾಯತ ಕೊಡಿ ಅಂತಿಯಾ ನಾಳೆ ಪರೀಕ್ಷೆ ಪಾಸಾಗಬೇಕು ತಾಯತ ಕೊಡಿ ಅಂತಿಯಾ ದೇವ್ರು, ಅಮ್ಮ, ಯಾವತ್ತೂ ಹೇಡಿಗಳ ಪರ ಇರೋದಿಲ್ಲ. ಕೈಲಾಗದವರು ಅಸಹಾಯಕರು ಇಂತಹವರ ಪರ ಇರ್ತಾಳೆಯೇ ಹೊರತು, ನಿನ್ನಂಗೆ ಹೇಡಿತನ ಇರೋರ ಪರವಾಗಿ ದೇವ್ರು ಇರೋದಿಲ್ಲ. ನನ್ನ ನೀನು ಏನು ಅಂತ ಅಂದುಕೊಂಡಿದ್ದೀಯಾ ಎಂದು ಆರ್ಭಟ ಶುರು ಮಾಡಿದ ಅಪ್ಪ ಅರ್ಧ ಗಂಟೆಯಾದರೂ ಮಾತು ನಿಲ್ಲಿಸಲಿಲ್ಲ.

ಅಳು ಬರಲಾರಂಭಿಸಿತು. ತಡೆದುಕೊಳ್ಳುವ ಪ್ರಯತ್ನ ಮಾಡಿದೇನಾದರೂ ತಡೆಯಲು ಆಗಲಿಲ್ಲ. ಮೆಲ್ಲನೆ ತೋಡಿನ ಕಡೆ ಹೊರಟೆ, ತೋಡಿನ ಪಕ್ಕದಲ್ಲೇ ಬಟ್ಟೆ ಒಗೆಯಲು ಒಂದೆರಡು ದಪ್ಪ ಕಲ್ಲು ಹಾಕಿದ್ದಾರೆ. ಅದರ ಮೇಲೆ ಕುಳಿತು ಚೆನ್ನಾಗಿ ಅತ್ತೆ. ಅತ್ತ ಮೇಲೆ ಸ್ವಲ್ಪ ಸಮಾಧಾನ ಅನಿಸಿತು. ಮುಖ ತೊಳೆದುಕೊಂಡು ಮನೆಗೆ ಬಂದೆ.

ಅಷ್ಟು ಹೊತ್ತಿಗೆ ಅಪ್ಪನೂ ಶಾಂತವಾಗಿದ್ದರು. ಪುನಃ ಅವರು ನನಗೆ ಏನೂ ಹೇಳಲಿಲ್ಲ. ಮಧ್ಯಾಹ್ನ ಊಟದ ಸಮಯದಲ್ಲಿ ಭಾರ್ಗವ ಊಟಕ್ಕೆ ಬಾ' ಅಂತ

ಕರೆದರು. ಹಸಿವಿಲ್ಲ ಅಂದರೆ ಅವರಿಗೆ ಪುನಃ ಕೋಪ ಬರುವ ಸಾಧ್ಯತೆ ಇದ್ದ ಕಾರಣ ಮರು ಮಾತನಾಡದೆ ಕುಳಿತು ಊಟ ಮಾಡಿದೆ. ಅಷ್ಟರಲ್ಲಿ ಅಂಜಿ ಬಂದ ಬರುವಾಗ ಅವನ ಜೊತೆಯಲ್ಲಿ ಅವರ ಕಡೆಯ ಇಬ್ಬರು ವಯಸ್ಕ ಮಹಿಳೆಯರನ್ನು ಕರೆತಂದಿದ್ದ.

ಏನೋ ಅಂಜಿ ಬಂದಿದ್ದಿಯಾ

ಶಾಸ್ತ್ರಿಗಳೇ ಇವರು ನಮ್ಮ ಅತ್ತಿಗೆ ಅವರು ಅತ್ತಿಗೆಯ ಚಿಕ್ಕಮ್ಮನ ಮಗಳು ಸುಳ್ಯದ ಕಡೆಯಿಂದ ಬಂದಿದ್ದಾರೆ. ನಾನೇ ಇವರನ್ನು ಇಲ್ಲಿಗೆ ಬರಹೇಳಿದ್ದೆ.

ಸರಿ ಏನ್ ವಿಷ್ಯ ಹೇಳು

ಏನೂ ಇಲ್ಲ ಅಯ್ಯ. ಇವರ ಮಗ ಎರಡು ತಿಂಗಳಿಂದ ಕಾಣ್ತಾ ಇಲ್ಲ. ಅವನು ಎಲ್ಲವನೆ ಬದುಕಿದ್ದಾನೋ ಸತ್ತಿದ್ದಾನೋ ಗೊತ್ತಿಲ್ಲ. ಅವನ ಬಗ್ಗೆ ತಿಳ್ಕೊಬೇಕಾಗಿತ್ತು. ಅವನು ಏನ್ ಕೆಲ್ಸ ಮಾಡ್ತಾ ಇದ್ದ. ಅವನ ಸಹವಾಸ ಎಂತದಿತ್ತು.

ಅವನು ಸುಳ್ಯದಲ್ಲೇ ಆಟೋರಿಕ್ಷಾ ಓಡಿಸ್ತಾ ಇದ್ದ. ಹುಡುಗ ಆಗಾಗ್ಗೆ ಕುಡಿತಾ ಇದ್ದ ಅನ್ನೋದು ಬಿಟ್ರೆ ಒಳ್ಳೆಯವನೆಯಾ,

ಹುಡುಗಿ ಗಿಡುಗಿ ಷೋಕಿ ಅಂತ ಏನಾದ್ರೂ ಇತ್ತೇ. ಹೌದು ಅಯ್ಯ ಅಲ್ಲೇ ಗುತ್ತಿಗಾರು ಅನ್ನೋ ಊರಲ್ಲಿ ಒಂದು ಹುಡುಗಿನ ಇವನು ಲವ್ ಅಂತಾ ಮಾಡ್ತಾ ಇದ್ನಂತೆ, ಆ ಹುಡುಗಿ ಅಲ್ಲೇ ಇದ್ದಾಳೆ ಇವನು ಮಾತ್ರ ಕಾಣ್ತಾ ಇಲ್ಲ. ಅವಳ್ನ ಕೇಳಿದ್ರೆ ಅವಳು ನಂಗೇನೂ ಗೊತ್ತಿಲ್ಲ ಅಂತಾಳೆ, ಅವಳು ಕಾಲೇಜಿಗೂ ಬರ್ತಾವಳೆ, ಅಪ್ಪ ಒಂದೆರಡು ನಿಮಿಷ ಕಣ್ಣು ಮುಚ್ಚಿ ಕುಳಿತರು. ತಮ್ಮಷ್ಟಕ್ಕೆ ತಾವೇ ಏನೋ ಮಾತಾಡಿಕೊಂಡರು. ಮೇಲಕ್ಕೆ ಐದಾರು ಸಲ ನೋಡಿದರು.

ಅವನ ಹೆಸರು ಏನಂದೆ? ತನಿಯಪ್ಪ ಅಂತ ಅಯ್ಯ

ಬರ್ತಾನೆ ಬಿಡು ಇನ್ನೊಂದೆರಡು ತಿಂಗಳಲ್ಲಿ ಬತ್ತಾನೆ. ಅವನು ಮಂಗಳೂರೋ, ಉಡುಪಿಲೋ ಇದ್ದಾನೆ ಬರ್ತಾನೆ ಬಿಡು. ತಾಯತ ಏನಾರ ಕೊಡ್ತೀರಾ ಅಯ್ಯ

ಅದನ್ನು ಯಾರ್ಗೆ ಕಟ್ಟಿಯಾ. ನೀವು ಯಾರ್ಗೆ ಕಟ್ಟು ಅಂತಿರೋ ಅವರಿಗೆ ಕಟ್ತಿನಿ.

'ಕಟ್ಟಬೇಕಾಗಿದ್ದು ನಿನ್ನ ಮಗನಿಗೆ, ಅವನ ಕುತ್ತಿಗೆಗೆ ಹಾಕಬೇಕಾದ ತಾಯತ ನಿನ್ನ ಕುತ್ತಿಗೆಗೆ ಹಾಕಿ ಏನ್ ಲಾಭ. ಒಂದು ಕೆಲಸ ಮಾಡು, ವಿಭೂತಿ ಮಂತ್ರಿಸಿ ಕೊಡ್ತೀನಿ. ಅದನ್ನು ದಿನ ಬೆಳಿಗ್ಗೆ ಮುಖ ತೊಳೆದ ಮೇಲೆ, ಹಣೆಗೆ ಇಟ್ಕೋ' ಅಂತ ಹೇಳಿ ಒಳಗಡೆಗೆ ಹೋಗಿ ಸ್ವಲ್ಪ ವಿಭೂತಿನ ಮಂತ್ರಿಸಿ ಒಂದು ಪೇಪರ್ ಚೂರಿಗೆ ಹಾಕಿ ಮಡಿಸಿಕೊಟ್ಟರು.

ಬಂದ ಇಬ್ಬರೂ ಹೆಂಗಸರೂ ಅಪ್ಪನ ಕಾಲಿಗೆ ಬೀಳುವವರಂತೆ ನೆಲಮುಟ್ಟಿ ನಮಸ್ಕಾರ ಮಾಡಿದರು. ಒಬ್ಬಾಕೆ ನೂರು ರೂಪಾಯಿ ತೆಗೆದು ಕಾಣಿಕೆಯ ರೂಪದಲ್ಲಿ ನೆಲದ ಮೇಲೆ ಇಟ್ಟಳು.

ಈ ದುಡ್ಡು ನಂಗೆ ಬೇಡ ಕೈಯಲ್ಲಿ ಮುಟ್ತಿನಿ, ಮುಟ್ಟಿದ್ದೀನಿ. ಅಂದ್ರೆ ನಂಗೆ ಸೇರಿತು ಅಂತ್ಲೇ ಅರ್ಥ. ಏನೂ ಹೆದರ್‌ಬೇಡಿ, ಹುಡುಗ ವಾಪಾಸು ಬರ್ತಾನೆ ಬಂದಮೇಲೆ ಆ ಹುಡುಗಿ ತಂಟೆಗೆ ಅವನು ಹೋಗ್ದೇ ಇದ್ರೆ ಒಳ್ಳೇದು, ಅವನು ಬಂದ ತಕ್ಷಣ ಒಂದು ಹುಡುಗೀನ ನೋಡಿ ಮದ್ವೆ ಮಾಡಿ ಇನ್ ಹೊರಡಿ ಅಂದರು. ಭಾರ್ಗವ ಅಲ್ಲಿರೋ ಎಲೆ ಅಡಿಕೆ ತಂದು ಅಂಜಿಗೆ ಕೊಡು ಅಂದರು. ನಾನು ತಂದುಕೊಟ್ಟೆ.

'ಅಂಜಿ ಬರೋ ಶನಿವಾರ, ಭಾನುವಾರ ಇಲ್ಲೇ ಕೆಲಸಕ್ಕೆ ಬಾ ಒಬ್ಬನೇ ಬಾ ನಿನ್ನೆಂಡ್ತಿಯೇನೂ ಬೇಡ' ಅಂದರು.

ಆಗಲಿ ಅಯ್ಯ ಅಂತ ಅಂಜಿಯೂ ಎಲೆಯಡಿಕೆ ತಗೊಂಡು ಹೊರಟ ಅವನು ಕಣ್ಮರೆಯಾಗುತ್ತಿದ್ದ ಹಾಗೆ. ಒಂದು ಜೀಪು ಬಂತು. ಅದರಲ್ಲಿ ಆರು ಜನ ಇದ್ದರು. ಎಲ್ಲರೂ ಬಿಳಿಯ ಅಂಗಿ ಮತ್ತು ಪಂಚೆ ಉಟ್ಟಿದ್ದರು. ಅದರಲ್ಲಿ ಮೂವರ ತಲೆ ಬೋಳಾಗಿತ್ತು. ಅವರೆಲ್ಲಾ ಜೀಪಿನಿಂದ ಇಳಿದು, ಮನೆಯ ಜಗುಲಿಗೆ ಬರುವುದೋ ಬೇಡವೋ ಅಂತ ಗೊತ್ತಾಗದೇ ನಿಂತಿದ್ದರು. ಬನ್ನಿ ಒಳಗಡೆ ಇಲ್ಲೇ ಜಗಲಿಗೆ ಬನ್ನಿ, ಮನೇಲಿ ಸಾವಿನ ಸೂತಕ ಇದೆ. ಒಳಗಡೆಗೆ ಬರುವುದೋ ಬೇಡವೋ, ಬನ್ನಿ, ಬನ್ನಿ ಹುಟ್ಟಿಗಿಂತ ಸಾವು ಶ್ರೇಷ್ಠ, ಹಾಗೆ ಸತ್ತವರ ಕರ್ಮಾಂತರ ಮಾಡುವುದು ಇನ್ನೂ ಶ್ರೇಷ್ಠ. ಈ ಸೂತಕ ಪಾತಕ ಎಲ್ಲ ಸುಳ್ಳು. ಹಿಂದೆ ರೋಗಿಗಳು ಸತ್ತಾಗ ಅವರ ಮೈ ಮೇಲೆ ಇದ್ದ ಕಾಯಿಲೆ, ರೋಗ ಬೇರೆಯವರಿಗೆ ಬರದೇ ಇರಲಿ ಅಂತ ಈ ಸೂತಕ ಪಾತಕ ಅಂತೆಲ್ಲ ಮಾಡಿದ್ದು, ಆ ಸೂಕ್ಷ್ಮಗಳು ಅರ್ಥವಾಗದವರು ಅದಕ್ಕೆ ಸೂತಕ ಅಂತ ಹೆಸರಿಟ್ರು. ಪರವಾಗಿಲ್ಲ ಬನ್ನಿ.

ಯಾರು ಸತ್ತಿದ್ದು.

ಸತ್ತವರು ನಮ್ಮ ಅಪ್ಪ ಅವರ ಬಗ್ಗೆ ತಿಳ್ಕೊಬೇಕಾಗಿತ್ತು.

ಹೆಂಗೆ ಸತ್ರು.

ಯಾರೋ ಮಾಟ ಮಾಡಿಸಿರಬಹುದು ಅಂತ ಸಂಶಯ ನಮಗೆ ಅಪ್ಪನ ವ್ಯವಹಾರ ಏನಿತ್ತು.

ಅವರು ಅಂಗಡಿ ಇಟ್ಟಿದ್ದರು. ಸ್ವಲ್ಪ ಜಮೀನು ಇತ್ತು. ಬಡ್ಡಿ ವ್ಯವಹಾರ ಇತ್ತು.

ಲಕ್ಷಾಂತರ ರೂಪಾಯಿ ವ್ಯವಹಾರ?

ಹಾಗೇನಿಲ್ಲ ಇಪ್ಪತ್ತು ಲಕ್ಷ ರೂಪಾಯಿ ಬಡ್ಡಿಗೆ ಬಿಟ್ಟಿದ್ದರು. ಮೂರು ತಿಂಗಳಿಂದ ಮಂಕಾಗಿದ್ದರು. ಯಾರ ಜೊತೆನೂ ಮಾತು ಆಡ್ತಾ ಇದ್ದಿಲ್ಲ.

ಸುಮ್ಮನೆ ಆಕಾಶ ನೋಡ್ತಾ ಕುಳಿತಿರುತ್ತಿದ್ದರು. ನಾವು ಮೂರು ಜನಾನೂ ಬೇರೆ ಬೇರೆ ವ್ಯವಹಾರದಲ್ಲಿ ಇದ್ದೀವಿ.

ನೀವೂ ಬಡ್ಡಿ ವ್ಯವಹಾರ ಮಾಡ್ತಾ ಇದ್ದೀರ

ಇಲ್ಲ ಸ್ವಾಮಿ ಇವನು ತಾಲ್ಲೂಕು ಆಫೀಸಲ್ಲಿ ಕೆಲಸದಲ್ಲಿ ಇದ್ದಾನೆ. ಅವನು ಚಿಕ್ಕ ತಮ್ಮ ಮಿಲಿಟರಿಯಲ್ಲಿ ಇದ್ದಾನೆ. ನಾನು ಪಿರಿಯಾಪಟ್ಟಣದಲ್ಲಿ ಕಬ್ಬಿಣದ ಅಂಗಡಿ ಇಟ್ಟುಕೊಂಡಿದ್ದೀನಿ. ಯಾರಿಗೂ ಬಡ್ಡಿ ವ್ಯವಹಾರ ಇಲ್ಲ.

ನಿಮ್ಮಪ್ಪನ ಹೆಸರೇನು?

ಚನ್ನರಾಜಪ್ಪ ಎನ್.ಬಿ. ಅಂತ ಸ್ವಾಮಿ ವಯಸ್ಸು

ಒಂದು ಅರವತ್ತೈದು ಆಗಿರಬಹುದು.

ಅಪ್ಪ ಪುನಃ ಕಣ್ಣು ಮುಚ್ಚಿ ಕುಳಿತರು. ತಾಯಿ ಭಗವತಿ, ಚಾಮುಂಡೇಶ್ವರಿ ಅಂತ ಸ್ವಲ್ಪ ಜೋರಾಗಿ ಕರೆದು ಪುನಃ ಮೌನಧಾರಣೆ ಮಾಡಿದರು. ಅವರು ಐದಾರು ನಿಮಿಷ ಆ ರೀತಿ ಕುಳಿತಿದ್ದರು. ಪ್ರತಿ ನಿಮಿಷಕ್ಕೆ ಅವರ ಮುಖದ ಭಾವ ಬದಲಾಗುತ್ತಿತ್ತು. ಒಂದು ಕ್ಷಣ ಸಿಟ್ಟು ಒಂದು ಕ್ಷಣ ನೋವು ಮತ್ತೊಂದು ಕ್ಷಣ. ಆಶ್ಚರ್ಯ ಹೀಗೆ ಹಲವು ಭಾವನೆಗಳು ಅವರ ಕಣ್ಣು ಮುಚ್ಚಿದ ಮುಖದ ಮೇಲೆ ಹರಿದುಹೋದವು.

ಇದು ಮಾಟ ಮಾಡಿಸಿದ್ದು ಅಲ್ಲ, ಬಡ ಜನರ ಶಾಪ ನಿಮ್ಮಪ್ಪನನ್ನು ಸಾಯಿಸಿದೆ. ಇದು ಇಡೀ ಕುಟುಂಬದ ಮೇಲೂ ಪ್ರಭಾವ ಬೀರಿದೆ. ಇಡೀ ಮನೆಗೆ ಕೇಡು ಬರುವ ಸಾಧ್ಯತೆ ಇದೆ, ಸರಿಯಾಗಿ ಹೇಳಬೇಕು ಅಂದ್ರೆ ಯಾವಳೋ ಮುಂಡೆಯ ಶಾಪ ನಿಮ್ಮನೆಗೆ ತಗುಲಿದೆ. ಅವಳು ಶಾಪ ಹಾಕಿ ಹಿಡಿ ಮಣ್ಣು ಮನೆಯ ಮೇಲೆ ಎರಚಿ ನಿಮ್ಮ ವಂಶ ನಾಶವಾಗಲಿ ಅಂತ ಶಾಪ ಹಾಕಿ ಮನೆಯ ಮುಂದೆ ಎದೆ ಬಡಿದುಕೊಂಡು ಅತ್ತಿದ್ದಾಳೆ. ಹೌದೋ ಅಲ್ವೋ

ನಮಗೆ ಗೊತ್ತಿಲ್ಲ. ಸ್ವಾಮೀ ನಾವ್ಯಾರೂ ಈಗ ಮನೆಯಲ್ಲಿ ಇಲ್ಲ. ನಾವೆಲ್ಲ ನಮ್ಮ ನಮ್ಮ ಕೆಲಸ, ವ್ಯವಹಾರ ಅಂತ ಊರಿಂದ ಹೊರಗಡೆನೆ ಇದ್ದೀವಿ. ನಮ್ಗೆ ಇಲ್ಲೇನು ನಡಿತಿದೆ ಅಂತ ಗೊತ್ತಿಲ್ಲ.

ನಿಮ್ಮ ತಾಯಿ?

ಅವರು ಪಾಪ, ಅಪ್ಪನ ಜೊತೆಗೇ ಇದ್ದರು. ಅವರು ಮೂಗ ಬಸವಿ ಹಾಗೆ. ಅವರಾಗೋ ಹೊತ್ತಿಗೆ ಅಪ್ಪನ ಜೊತೆ ಇದ್ದರು. ಅಪ್ಪ ಯಾರ ಮಾತೂ ಕೇಳ್ತಾ ಇಲ್ಲ. ಈಗ ಅಮ್ಮನ್ನ ನಮ್ಮ ಜೊತೇಲೇ ಕರಕೊಂಡು ಹೋಗಬೇಕು ಅಂತ ಇದ್ದೀನಿ.

ಸರಿ ಅಷ್ಟು ಮಾಡಿ, ತಾಯಿ ಶಾಪ ಒಳ್ಳೆಯದಲ್ಲ. ಅಮ್ಮನ ಒಂದೇ ಒಂದು ಕಣ್ಣೀರ ಹನಿ ಮನೆಯನ್ನು ನಾಶ ಮಾಡಿಬಿಡ್ತದೆ.

ಸ್ವಾಮಿ, ನಾವು ಈಗ ಏನು ಮಾಡ್ಬೇಕು ಅಂತಿರಿ.

ಅದು ನಿಮ್ಮ ಇಷ್ಟಕ್ಕೆ ಬಿಟ್ಟಿದ್ದು,

ಅಲ್ಲ ನೀವು ತೋರಿಸಿದ ಹಾದೀಲಿ ನಾವು ನಡಿತಿವಿ.

ಯಾವಾಗ ನಿಮ್ಮಪ್ಪನ ತಿಥಿ

ಬರೋ ಬುಧವಾರ

ಅದಾದ ಅಮಾವಾಸ್ಯೆಯ ದಿನ ಬನ್ನಿ. ಯಾರ್ಗೂ ಆಪತ್ತು ಬರದೇ ಇರೋ ಹಾಗೆ ಎಲ್ಲರ ಮನೆಗಳಿಗೂ ಒಂದೊಂದು ಕುಡಿಕೆ ಮಂತ್ರಿಸಿ ಕೊಡ್ತೀನಿ. ನೀವು ಗಂಡಸರು ಸೊಂಟಕ್ಕೆ ಒಂದೊಂದು ತಾಯತ ಹಾಕ್ಕೊಬೇಕಾಗುತ್ತೆ. ಅನಂತರ ಎಲ್ಲರ ಮನೆಯಲ್ಲೂ ಚಾಮುಂಡಿ ಬೆಟ್ಟದಲ್ಲಿ ಚಾಮುಂಡಿ ಆರಾಧನೆ ನಡೆಯೋ ದಿವ್ಸ ಅಮ್ಮನ ಪೂಜೆಯನ್ನು ಮನೇಲೇ ಮಾಡಿ, ಪೂಜೆ ಆಗೋ ತನಕ ಯಾರೂ ನೀರೂ ಕುಡಿಯೋ ಹಂಗಿಲ್ಲ. ಚಿಕ್ಕ ಮಕ್ಕಳು ಕಾಯಿಲಸ್ಥರನ್ನು ಬಿಟ್ಟು, ಆಮೇಲೆ ಯಾವುದಾದರೂ ಶಾಲೆ, ಅನಾಥಾಶ್ರಮ ಅಥವಾ ದೇವಸ್ಥಾನಕ್ಕೆ ಸೇವೆ ಮಾಡಿ, ನಿಮ್ಮಪ್ಪನ ಸಂಪಾದನೆಯಲ್ಲಿ ಕನಿಷ್ಠ ಹತ್ತನೇ ಒಂದು ಭಾಗ ಆದ್ರೂ ದಾನ ಮಾಡ್ಬೇಕು, ಇಷ್ಟು ಮಾಡಿದ್ರೆ, ಎಲ್ಲರ ಮನೆಗೂ ಒಳ್ಳೆಯದಾಗುತ್ತೆ. ಚೆನ್ನಾಗಿ ಯೋಚ್ನೆ ಮಾಡಿ ಅನಂತರ ನಂಗೆ ತಿಳಿಸಿ, ಫೋನ್ ನಂಬರ್ ಬೇಕಾದ್ರೆ ಬರ್ಕ್ಕೊಳ್ಳಿ,

ನಮ್ಮ ಹತ್ರ ಫೋನ್ ನಂಬರ್ ಇದೆ. ನೀವು ಹೇಳಿದ ಹಾಗೆ ಮಾಡ್ತೀವಿ. ಈ ಶಾಪ ನಮ್ಮ ಮಕ್ಕಳಿಗೆ ನಮಗೆ ತಟ್ಟಬಾರದು ಹಾಗೆ ಮಾಡಿಕೊಡಿ. ನೀವು ಎಷ್ಟು ಹಣ ಕೇಳಿದ್ರೂ ಕೊಡ್ತೀವಿ. ಹನ್ನೆರಡು ಸಾವಿರ ಆಗುತ್ತೆ ನನ್ನ ಚಾರ್ಜು.

ಹನ್ನೆರಡಲ್ಲ, ಇಪ್ಪತ್ತಾಗಲಿ, ನಾವು ಅಮಾವಾಸ್ಯೆಗೆ ಬರ್ತಿವಿ, ನಮಸ್ಕಾರ ಅಂತ ಹೇಳಿ ಹೊರಟರು. ಪುನಃ ಅವರಲ್ಲಿ ಒಬ್ಬ ಬಂದು ಅಡ್ವಾನ್ಸ್ ಏನಾದ್ರೂ ಬೇಕಾ ಅಂತಾ ಕೇಳಿದ.

ಏನೂ ಬೇಡ. ಅವತ್ತು ಬಂದಾಗ ಕೊಟ್ರೆ ಸಾಕು.

ಆಯ್ತು ಸ್ವಾಮಿ, ನಿಮ್ಮ ಕೃಪೆ ನಮ್ಮ ಮೇಲೆ ಇರಲಿ ಅಂತ ಅವನು ಕೂಡ ಹೋದ. ಇಷ್ಟೆಲ್ಲ ಶಕ್ತಿ ಇರೋ ಅಪ್ಪ ನಾನು ತಾಯತ ಕೇಳಿದಾಗ ಸಿಟ್ಟು ಮಾಡಿಕೊಂಡಿದ್ದು ನನಗೆ ಬೇಸರ ಮತ್ತು ಆಶ್ಚರ್ಯ ಎರಡನ್ನೂ ತರಿಸಿತು. ಅಪ್ಪನಿಗೆ ಸಿಟ್ಟು ಬಲುಬೇಗ ಬರುತ್ತದೆ. ಅಂತ ಗೊತ್ತಿತ್ತು. ಹೀಗಾಗಿ ನಾನು ತುಂಬಾ ಚಿಕ್ಕವನಿದ್ದಾಗಲಿಂದ್ಲೂ ಅವರ ಹತ್ರ ಮಾತು ತುಂಬಾ ಕಡಿಮೇನೆ ಆಡ್ತಾ ಇದ್ದೆ. ಇವತ್ತು ನಾನು ಕೇಳಬಾರದ್ದನ್ನು ಕೇಳಿರಲಿಲ್ಲ. ಎಲ್ಲ ಜನಸಾಮಾನ್ಯರು ಕೇಳುವಂತೆ ನಾನು ಕೂಡ ಒಂದು ತಾಯತ ಕೊಡಿ ಅಂತ ಕೇಳಿದ್ದೆ. ಅಷ್ಟಕ್ಕೆ ಅವರು ಇಷ್ಟು ಸಿಟ್ಟು ಮಾಡ್ಕೊಳೊ ಅಗತ್ಯ ಇರ್ಲಿಲ್ಲ. ಇನ್ಮುಂದೆ ಇವರ ಹತ್ರ ಏನೂ ಕೇಳಬಾರದು ಅಂತ

ಅನ್ಕೊಂಡು ಸುಮ್ಮನಾದೆ. ಶನಿವಾರದ ದಿನ ಕನಿಷ್ಠ ಐವತ್ತು ಜನ ಆದ್ರೂ ಇವರ ಹತ್ರ ಬರ್ತಾರೆ. ಉಳಿದ ದಿನಗಳಲ್ಲಿ ಐದೋ ಆರೋ ಜನ ಬರ್ತಾರೆ.

ಅವತ್ತು ಭಾನುವಾರ ಆದ ಕಾರಣ ನಾನೂ ಮನೇಲೆ ಇದ್ದೆ. ಸಾಯಂಕಾಲ ಒಂದಷ್ಟು ಹುಡುಗರು ಶಾಲೆ ಮೈದಾನದಲ್ಲಿ ಆಟ ಆಡೋರು, ನಾನು ಬೆಳಿಗ್ಗೆ ಆರು ಗಂಟೆಯಿಂದ ಎಂಟು ಗಂಟೆಯ ತನಕ ಶಾಲೆಯ ಸುತ್ತಲೂ ಒಂದಷ್ಟು ಸುತ್ತು ಓಡುತ್ತಿದ್ದೆ. ಅಷ್ಟು ಬಿಟ್ರೆ, ಬಟ್ಟೆ ಒಗೆಯೋದು. ಇಸ್ತ್ರೀ ಮಾಡೋದರ ಜೊತೆಗೆ ಒಂದಷ್ಟು ಪುಸ್ತಕ ಮಗುಚಿ ಹಾಕ್ತಾ ಇದ್ದೆ. ಪರೀಕ್ಷೆಗೆ ಎಷ್ಟು ಬೇಕೋ ಅಷ್ಟು ಮಾತ್ರ ಓದ್ತಾ ಇದ್ದೆ. ಹೆಚ್ಚಿನ ಓದು ಏನೂ ಇರಲಿಲ್ಲ. ಪೇಪರ್ ಓದೋದು ಕಥೆ, ಪುಸ್ತಕ ಓದೋದು ಇವೆಲ್ಲ ಇರಲೇ ಇಲ್ಲ.

ಸಾಯಂಕಾಲ ನಾಲ್ಕೂವರೆ ಗಂಟೆಯ ಸಮಯದಲ್ಲಿ ಅಂದಾಜು ಐವತ್ತು ಐವತ್ತೆರಡು ಪ್ರಾಯದ ಒಬ್ಬರು ಮನೆಗೆ ಬಂದರು. ಕಪ್ಪಗಿದ್ದರೂ ಲಕ್ಷಣವಾಗಿದ್ದರು. ಸ್ವಲ್ಪ ಬೋಳುತಲೆ, ಅವರ ಮುಖ ನೋಡಿದರೆ ಅದು ಬಿಸಿಲಿನಲ್ಲಿ ಕೆಲಸ ಮಾಡೋ ಜನ ಅಲ್ಲ ಅಂತಾನೇ ಅನಿಸ್ತಾ ಇತ್ತು. ಅವರು ನಿಧಾನವಾಗಿ ನಡೆದು ಬಂದರು. ನಾನು ಪ್ಯಾಂಟಿಗೆ ಇಸ್ತ್ರೀ ಮಾಡ್ತಾ ಇದ್ದೆ. ಅಪ್ಪ ಒಳಗಡೆ ಏನೋ ಕೆಲಸ ಮಾಡ್ತಾ ಇದ್ದರು.

ಅಂಗಳಕ್ಕೆ ಬಂದ ಅವರು ಮನೆಯ ಸುತ್ತಮುತ್ತ ನೋಡಿದರು. ಕಾಫಿ ತೋಟದ ಕಡೆಗೆ ಕಣ್ಣು ಹಾಯಿಸಿದರು. ಮರೂರಲ್ಲಿ ತುಂಬಾ ಚೆನ್ನಾಗಿ ಇಟ್ಟುಕೊಂಡ ಮನೆ ನಮ್ಮದಾಗಿತ್ತು. ಈ ಮಾತನ್ನು ಅಂಜಿ ಸಾವಿರ ಸಲ ಹೇಳಿರಬಹುದು. ಅದೇ ಮಾತು ಇವರ ಮುಖದಲ್ಲಿ ಕಾಣಿಸಿತು. ನಾನು ಯಾರು ಬೇಕು ಅನ್ನುವಂತೆ ಅವರ ಕಡೆಗೆ ನೋಡಿದೆ.

ಶಾಸ್ತ್ರಿಗಳು ಇದ್ದಾರೇನಪ್ಪ ನೀನೇನಾಗಬೇಕು ಅವ್ರಿಗೆ.

ಇದ್ದಾರೆ, ನಾನು ಅವರ ಮಗ

ಏನು ಹೆಸರು

ಭಾರ್ಗವ ಅಂತ. ನೀವು

ಏನಿಲ್ಲ. ನಾನು ಅವರ ಹಳೆಯ ಪರಿಚಯಸ್ಥ. ಸ್ವಲ್ಪ ಅವರ್ನ ಕರಿತಿಯಾ ಬನ್ನಿ ಇಲ್ಲೇ ಜಗಲಿಯಲ್ಲಿ ಕೂರಿ, ಅಪ್ಪನ್ನ ಕರಿತೀನಿ.

ಬರ್ಲಿ ಬರ್ಲಿ ಅವರು ನಿಧಾನವಾಗೇ ಬರ್ಲಿ, ನಾನು ತೋಟದ ಕಡೆ ನೋಡ್ತಾ ಇರ್ತೀನಿ. ತುಂಬಾ ಚೆನ್ನಾಗಿದೆ ತೋಟ, ಅದ್ಯಾವ ಮರ ಅಂತ ಬೆರಳು ಮಾಡಿ ತೋರಿಸಿದರು.

ಅದು ಹೆಬ್ಬೇವು.

ಓಹೋ ಬೇವಿನಲ್ಲಿ ಹೆಬ್ಬೇವು ಅಂತ ಬೇರೆ ಇದ್ಯಾ ಅಷ್ಟರಲ್ಲಿ ಅಪ್ಪ ಬಂದ್ರು, ಯಾರು ಅನ್ನುವಂತೆ ಇವರ ಕಡೆ ನೋಡಿದರು. ನಮಸ್ಕಾರ ಶಾಸ್ತ್ರಿಗಳೇ ನಾನು ಯಾರ ಅಂತ ಗೊತ್ತಾಯ್ತು

ಅಪ್ಪ ಇಲ್ಲ ಅನ್ನುವಂತೆ ತಲೆಯಾಡಿಸಿದರು. 'ಗೊತ್ತಾಗಲಿಲ್ಲ' ನೀವು ಯಾರು ಅಂತ.

ಪತ್ತೆ ಮಾಡಿ ನೋಡೋಣ.

ಅಪ್ಪನಿಗೆ ತಟ್ಟನೆ ಸಿಟ್ಟು ಬಂತು. ಅದು ಅವರ ಮುಖದಲ್ಲಿ ವ್ಯಕ್ತವಾಯಿತು. ನಾನು ಈಗ ಬೈಗುಳದ ಸುರಿಮಳೆ ಆಗ್ತದೆ. ಅಂದುಕೊಂಡು ಮಾನಸಿಕವಾಗಿ ಸಿದ್ಧನಾದೆ. ಬಂದಿದ್ದವರು ಮೆಲ್ಲನೆ ಹಾಡು ಹೇಳಲಾರಂಭಿಸಿದರು.

'ಹಾರುವಯ್ಯ ಹಾರಿಬಿದ್ದ ಜನಿವಾರ ಕಿತ್ತೋಯ್ತು, ತಪ್ಪಲೆ ತಕ್ಕೊಂಡು, ಅಪ್ಪನಿಗೆ ಥಟ್ಟನೆ ಯಾವುದೋ ಹಳೆಯ ನೆನಪು ಬಂತು. ಸಿಟ್ಟಿನ ಅವರ ಮುಖ ನಗುಮುಖವಾಯಿತು. ಅಪ್ಪನೂ ರಾಗವಾಗಿ ರಾಜ, ಗೊಣ್ಣೆರಾಜ, ಗೊಣ್ಣೆ ನಾಗ' ಅಂದ್ರು.

ಎಲಾ ಬಡ್ಡಿ ಮಗನೆ ಇಷ್ಟು ದಿನ ಎಲ್ಲಿ ಸತ್ತಿದ್ಯೋ, ಬಾ. ಬಾ. ಒಳಗಡೆ ಬಾ ಎಷ್ಟು ವರ್ಷ ಆಯ್ತು ಮಾರಾಯ ನಿನ್ನ ಮುಖ ನೋಡಿ. ಈಗ್ಲೂ ಹಂಗೆ ಗೊಣ್ಣೆ ಬರ್ತದೋ ಅಥವಾ ನಿಂತು ಹೋಗದೋ ಅನ್ನುತ್ತಾ ಧಾವಿಸಿ ಬಂದು ಅವನ ಕೈ ಬಿಗಿಯಾಗಿ ಹಿಡಿದರು.

ಹಾರುವ ಅಂತೂ ಕೊನೆಗೂ ಗುರುತು ಹಿಡಿದ್ಯಲ್ಲ, ಆಯ್ತು ಕಣೋ ಹೆಚ್ಚು ಕಡಿಮೆ ನಲವತ್ತು ನಲವತ್ತೆರಡು ವರ್ಷ ಆಯ್ತು. ನಾನು ಏಳನೇ ಕ್ಲಾಸ್ ಪಾಸಾಗಿ ಊರು ಬಿಟ್ಟೆ. ಮಾವನ ಮನೆ ಹೊಳೆ ನರಸೀಪುರಕ್ಕೆ ಹೋದೆ. ಅಲ್ಲಿಂದ ಹಾಸನ ಅಲ್ಲಿಂದ ಬೆಂಗಳೂರು. ಮಧ್ಯದಲ್ಲಿ ಒಂದೆರಡು ಸಲ ಬಂದಿದ್ದೆ. ಹತ್ತನೇ ಕ್ಲಾಸು ಪಾಸಾದಾಗ ಬಂದಿದ್ದೆ. ನೀನು ಏನು ಮಾಡ್ತಾ ಇದ್ದೀಯಾ ಅಂತ್ಲೂ ಕೇಳಿದೆ. ನೀನು ಯಾವುದೋ ದೇವಸ್ಥಾನದಲ್ಲಿ ಇದ್ದಿಯಾ ಅಂದ್ರು. ಆಮೇಲೆ ಪಿ.ಯು.ಸಿ. ಆದಾಗ್ಲೂ ಬಂದಿದ್ದೆ ಆದ್ರೂ ನೀನು ಅಲ್ಲೇ ಇದ್ದಿಯಾ ಅಂದ್ರು. ಆಮೇಲೆ ನಾನು ಈ ಕಡೆ ಬರ್ಲೆ ಇಲ್ಲ. ಹೊಲ ದೊಡ್ಡಪ್ಪ ಮಾಡೋರು. ಅಪ್ಪ ಹೊಳೆನರಸೀಪುರದಲ್ಲಿ ಕಂಟ್ರಾಕ್ಟ್ ಮಾಡ್ತಾ ಇದ್ರು, ನಮಗೆ ಈ ದುಡ್ಡು ಬೇಕಾಗೇ ಇದ್ದಿಲ್ಲ. ಹಿಂಗಾಗಿ ನಾವು ಈ ಕಡೆ ಬರ್ಲೆ ಇಲ್ಲ. ಈಗ ದೊಡ್ಡಪ್ಪನ ಮಗನೇ ನಮ್ಮ ಜಮೀನು ನೋಡ್ತಾ ಇದ್ದಾನೆ. ನಾನು ನಿನ್ನೆ ಬೆಳಿಗ್ಗೆ ಬಂದೆ. ಅವನು ನಿನ್ನ ಕತೆ ಎಲ್ಲಾ ಹೇಳಿದ. ಬಡ್ಡಿ ಮಗ ಕುಂಟ ನನ್ನ ಗುರುತು ಹಿಡಿತಾನ ಅಂತ ನೋಡಣ ಅಂತ ಬಂದೆ.

ಅಪ್ಪ ಮತ್ತು ನಾಗರಾಜ ಆಲಿಯಾಸ್ ಗೊಣ್ಣೆನಾಗರಾಜ ಇಬ್ಬರೂ ಹುಡುಗರಾದರು. ಅವರ ಶಾಲೆಯ ದಿನಗಳಿಗೆ ಹೋದರು. ಅಪ್ಪ ನಡೆಯಲು ಕಷ್ಟ

ಪಡ್ತಾ ಇದ್ದ ದಿನಗಳನ್ನು ನೆನಪಿಸಿಕೊಂಡರು. ಹಳೆಯದನ್ನು ನೆನಪಿಸಿಕೊಂಡು ನಕ್ಕರು. ಯಾರ್‍ಯಾರು ಎಲ್ಲೆಲ್ಲಿ ಇದ್ದಾರೆ ಅನ್ನುವುದನ್ನು ವಿಚಾರಿಸಿದರು. ಅಪ್ಪನಿಗೆ ಯಾರ ಸಂಪರ್ಕವೂ ಇರಲಿಲ್ಲ.

ಉಪ್ಪಿಟ್ಟು ಮಾಡ್ತೀನಿ ಕೂತ್ಕೋ ಅಂತ ಅಪ್ಪ ಅವರನ್ನು ಒಳಗಡೆಗೆ ಕರೆದುಕೊಂಡು ಹೋದರು. ಹಳೆಯ ಗೆಳೆಯ ಬಂದ ಸಂಭ್ರಮದಲ್ಲಿ ಅಪ್ಪನಿಗೆ ನನ್ನ ಇರುವಿಕೆ ಮರೆತುಹೋಗಿತ್ತು. ಅಪ್ಪನ್ನ ಇಷ್ಟು ಸಂಭ್ರಮದಲ್ಲಿ ನಾನೆಂದೂ ಕಂಡಿರಲಿಲ್ಲ. ನಂಗೂ ಅಪ್ಪನ ಈ ಹೊಸ ಅವತಾರ ಖುಷಿ ತಂತು,

ಉಪ್ಪಿಟ್ಟು ಮಾಡಿ ಒಂದು ತಟ್ಟೆಗೆ ಹಾಕಿ ತಿನ್ನಾ ಅಂದರು. ಅವರು ನೀನು ಅಂದರು. ಅಪ್ಪ ನಾನು ದಿನಕ್ಕೆ ಎರಡು ಹೊತ್ತು ಮಾತ್ರ ಅಂದರು. ಹಂಗಾರೆ ನಂಗೂ ಬೇಡ ಅಂತ ಅವರಂದರು. ಹಂಗಾ ತಡಿ ಅಂತ ಅಪ್ಪ ಬಂದು ತಟ್ಟೆಗೆ ತಾವೂ ಉಪ್ಪಿಟ್ಟು ಹಾಕಿಕೊಂಡರು. ನಂಗೂ ಒಂದು ತಟ್ಟೆ ಕೊಟ್ಟರು. ಬಾಲ್ಯದ ಗೆಳೆಯನಿಗಾಗಿ ಅಪ್ಪ ತಮ್ಮ ಒಂದು ನಿಯಮವನ್ನು ಇಂದು ಮುರಿದುಹಾಕಿದರು.

ಯಾವ ಕಾರಣಕ್ಕೂ ತಮ್ಮ ನೀತಿ ನಿಯಮ, ಪದ್ಧತಿಗಳನ್ನು ಮುರಿಯದ ಅಪ್ಪ ಇಂದು ತಮ್ಮ ಬಾಲ್ಯದ ಗೆಳೆಯನಿಗಾಗಿ ಉಪ್ಪಿಟ್ಟು ತಿಂದರು. ಕಾಫಿ ಕುಡಿದರು. ಆಗಾಗ್ಗೆ ನಕ್ಕರು. ಕೇಕೇ ಹಾಕಿದರು. ಬಾಲ್ಯದ ನೆನಪುಗಳು ಎಂತಹವರನ್ನು ಚಿಕ್ಕವರನ್ನಾಗಿ ಮಾಡುತ್ತವೆ.

ನೀನು ಒಳ್ಳೆಯ ಮಂತ್ರವಾದಿಯಂತೆ. ಯಾರೋ ಕೇರಳದವರು ನಿನ್ನ ಗುರುಗಳಂತೆ, ಒಬ್ಬ ಇನ್ಸ್‌ಪೆಕ್ಟರ್‌ಗೆ ನೀನು ಎಲ್ಲರ ಎದುರಿಗೆ ರಕ್ತಕಾರಿ ಸಾಯ್ತಿಯಾ ಅಂದೆಯಂತೆ ನೀನು ಹಂಗಂದ ಒಂದೇ ಒಂದು ವಾರದಲ್ಲಿ ಅವನು ರಕ್ತಕಾರಿ ಸತ್ತನಂತೆ. ಆವತ್ತಿಂದ ಊರ ಜನ, ಸುಂಟಿಕೊಪ್ಪದ ಹೋಬಳಿಯ ಜನರಿಗೆ ನೀನು ಅಂದ್ರೆ ಭಯ ಅಂತೆ. ಇವೆಲ್ಲಾ ಎಲ್ಲಿ ಕಲ್ತಿಯೋ ಮಾರಾಯ. ನನ್ನ ತಮ್ಮ ಇಲ್ಲಿಗೆ ಬರುವಾಗ ಅಣ್ಣಯ್ಯ ಶಾಸ್ತ್ರಿಗಳ ತಾವ ಹುಷಾರು. ಅವರಿಗೆ ಸಿಟ್ಟು ಬರೋ ಹಂಗೆ ಮಾಡ್ಬೇಡಾ, ಅಂತ ಹೇಳಿ ಕಳಿಸಿದ.

ನಾನು ಇಲ್ಲಿಗೆ ಬರುವಾಗ ಸ್ವಲ್ಪ ಭಯದಲ್ಲಿ ಬಂದೆ. ಈ ಶಾಪ ಗೀಪ, ಮಂತ್ರ, ತಂತ್ರ ಇದ್ರಲ್ಲಿ ನಂಗೆ ನಂಬಿಕೆ ಇಲ್ಲ. ಆದರೆ ಕುಂಟ ಬಡ್ಡಿ ಮಗ, ನಿನ್ನ ನಂಬೋ ಹಂಗಿಲ್ಲ. ಹಾರುವಯ್ಯ ಹಾರಿಬಿದ್ದ ಹಾಡು ಹೇಳಿದಾಗ ನೀನು ನನ್ನ ಗುರುತು ಹಿಡಿದೇ ಹೋಗಿದ್ರೆ ನಾನು ತಪ್ಪಾಯ್ತು ಅಂತ ಹೇಳಿ ಇಲ್ಲಿಂದ ಜಾಗ ಖಾಲಿ ಮಾಡ್ತಾ ಇದ್ದೆ. ಇವೆಲ್ಲಾ ಹೆಂಗೆ ಕಲ್ತೆ.

ಅದೆಲ್ಲಾ ಯಾಕೆ ಈಗ.

ಅಲ್ಲ ಮಾರಾಯ ನಮ್ಮ ಜೊತೆ ಸ್ಕೂಲಲ್ಲಿ ಓದಿದೋರು ಒಬ್ಬನೇ ಒಬ್ಬ ಲಾಯರ್ ಆಗಿದ್ದಾನೆ. ನಾನು ವಿಧಾನಸೌಧದಲ್ಲಿ ಸೆಕ್ಷನ್ ಹೆಡ್ ಆಗಿದ್ದೀನಿ.

ಇನ್ನೊಬ್ಬ ರಾಮಯ್ಯ ಅಂತ ಇದ್ದನಲ್ಲ. ಎಸ್.ಸಿ. ಅವನು ಈಗ ಸರ್ಕಲ್ ಇನ್ಸ್‌ಪೆಕ್ಟರ್ ಆಗಿ ಬೈಲ್‌ಹೊಂಗಲದಲ್ಲಿ ಇದ್ದಾನೆ. ಹಿಂಗೆ ಯಾರ್‍ಯಾರು ಏನೇನು ಆಗಿದ್ದಾರೆ ಅಂತ ನೋಡ್ತಾ ಬಂದ್ರೆ ನೀನು ಮಂತ್ರವಾದಿ, ಭಾರೀ ಜ್ಯೋತಿಷ್ಯ ಹೇಳೋ ಗುರೂಜಿ ಆಗಿದ್ದೀಯಾ. ಇದು ಹೆಂಗೆ ಕಲೆ ಅಂತ ಕುತೂಹಲ ಅಷ್ಟೇ. ನಿಂಗೆ ಬೇಡ ಅಂದ್ರೆ ಬೇಡ ಬಿಡು.

ಒಂದಿನ ನಾನು ಸುಂಟಿಕೊಪ್ಪದ ಸಂತೆಗೆ ಹೋಗಿದ್ದೆ. ಕಾಲು ಕುಂಟುತ್ತಾ ಹೋಗೋದು ನಂಗೆ ಆಗ ಅಭ್ಯಾಸ ಆಗಿಹೋಗಿತ್ತು. ವಿಪರೀತ ಜನ ಬಸ್ ಹತ್ತಲು ಪರದಾಡ್ತ ಇದ್ರು. ಯಾವನೋ ಒಬ್ಬ ಯಾವುದೋ ಒಂದು ಹೆಂಗ್ಸಿನ ಕುತ್ತಿಗೆಲಿ ಇದ್ದ ಚಿನ್ನದ ಸರನ ಕದ್ದು ಬಿಟ್ಟಿದ್ದ. ಅವಳು ತಕ್ಷಣ ಜೋರಾಗಿ ಕಿರುಚಿದಳು. ಬಸ್ನ ಡೋರ್ ಹಾಕಿತ್ತಾ, ಡ್ರೈವರ್ ಏನ್ ಮಾಡಿದ ಅಂದ್ರೆ ಸೀದಾ ಬಸ್ನ ತಗೊಂಡು ಹೋಗಿ ಪೊಲೀಸ್ ಸ್ಟೇಷನ್ ಮುಂದೆ ನಿಲ್ಸಿ. ಯಾರೂ ಡೋರ್ ತೆಗಿಬೇಡಿ ಅಂತ ಹೇಳಿದವನು ಠಾಣೆಯೊಳಗೆ ಹೋದ. ತಕ್ಷಣ ಸಬ್ ಇನ್ಸ್‌ಪೆಕ್ಟರ್ ಹೊರಗಡೆ ಬಂದ. ಬಸ್ಸಲ್ಲಿ ಜನ ಅಂದ್ರೆ ಜನ. ಒಬ್ಬರ ಮೇಲೆ ಒಬ್ಬರು ಅಂತರಲ್ಲ ಹಂಗೆ ಡ್ರೈವರ್ ಕಡೆ ಒಬ್ಬ ಪೊಲೀಸ್, ಬಸ್ಸಿನಿಂದ ಇಳಿಯುವ ಜಾಗದಲ್ಲಿ ಒಬ್ಬ ಪೊಲೀಸ್ ನಿತ್ಕಂಡು ಚೆಕ್ಕಿಂಗ್ ಮಾಡಿ ಜನರನ್ನು ಬಿಡ್ತಾ ಇದ್ದರು. ಸಬ್ ಇನ್ಸ್‌ಪೆಕ್ಟರ್ ಅಲ್ಲೇ ನಿಂತಿದ್ದ. ನನ್ನ ಸರದಿ ಬಂದಾಗ ಪೊಲೀಸ್ 'ಶಾಸ್ತ್ರಿಗಳೇ, ನೀವು ಈ ಕಡೆ ಬನ್ನಿ' ಅಂದ. ನನ್ನ ಅವನು ಚೆಕಿಂಗ್ ಮಾಡ್ತಿಲ್ಲ. ಏಯ್ ಆ ಕುಂಟನ ಯಾಕೆ ಹಂಗೆ ಬಿಟ್ಟೆ ಅವನ ಜೇಬು ಬ್ಯಾಗು ಚೆಕ್ ಮಾಡು ಕುಂಟರಿಗೆ ನಾನಾ ಚೇಷ್ಟೆ ಇರ್ತದೆ ಅಂದ.

ಅಷ್ಟು ಜನರ ಎದುರಿಗೆ ಅವನು ನನಗೆ ಅವಮಾನ ಮಾಡಿದ್ನಲ್ಲ. ನಂಗೆ ತಡೆಯಲಾರದಷ್ಟು ಸಿಟ್ಟು ಬಂತು. ನಿಂಗೆ ಗೊತ್ತಲ್ಲ ನಂಗೆ ಆಗಲಿಂದಲೂ ಸಿಟ್ಟು ಜಾಸ್ತಿ.

ಬೋಳಿಮಗನೆ, ನಾಲ್ಗೆ ಹಿಡಿದು ಮಾತಾಡು ಅಂದೆ.

ಯಾವನ್ಗೆ ಬೋಳಿಮಗ ಅಂತಿಯಾ ಲೋ ಕುಂಟ ನನ್ಮಗನೇ ಅಂತ ಅವನು ಕೈಯಲ್ಲಿದ್ದ ದೊಣ್ಣೆಯಿಂದ ನನಗೆ ಒಂದ್ ಸರಿಯಾಗಿ ಬಿಟ್ಟ. ನಾನು ಆಯತಪ್ಪಿ ಬಿದ್ದೆ.

ಸಾರ್, ಸಾರ್ ಅವರು ಶಾಸ್ತ್ರಿಗಳು ಒಳ್ಳೇ ಜನ ಸಾರ್ ಎಂದು ಪೊಲೀಸ್ ಹೇಳ್ತಾನೇ ಇದ್ದ. ಅವನ ಮಾತನ್ನ ಇವನು ಕೇಳಿಸಿಕೊಳ್ಳಲೇ ಇಲ್ಲ. ಎಲ್ಲರ ಮುಂದೆ ನಾನು ಅವನಿಗೆ ಬೋಳಿಮಗನೇ ಅಂದಿದ್ದು ಅವನ ಸಿಟ್ಟನ್ನ ಜಾಸ್ತಿ ಮಾಡಿರಬಹುದು. ಹಂಗಂತ ಅವನು ಎಲ್ಲರ

ಮುಂದೆ ಕುಂಟ ಅಂತ ನನ್ನ ಕರೆದಿದ್ದು ಸರಿಯಾ?

ನಾನು ಕೃಷ್ಣಶಾಸ್ತ್ರಿ, ದೇವಿ ಚಾಮುಂಡೇಶ್ವರಿಯ ಭಕ್ತ. ಎಷ್ಟೋ ವರ್ಷಗಳಿಂದ ಅಮ್ಮನ ಸೇವೆ ಮಾಡ್ಕೊಂಡು ಬಂದಿದ್ದೀನಿ. ನಾನು ಪೂಜೆ ಮಾಡಿದ್ದು ಸತ್ಯವಾಗಿದ್ರೆ, ನಾನು ನಿಷ್ಠೆಯಿಂದ ಇರೋದು ನಿಜವಾಗಿದ್ರೆ, ಅಮ್ಮನ ಕೃಪೆ ನನ್ನ ಮೇಲೆ ಇರೋದು ಸತ್ಯವೇ ಆಗಿದ್ರೆ. ಇನ್ನು ಹದಿನೈದು ದಿನದಲ್ಲಿ ನೀನು ರಕ್ತಕಾರಿ ಸಾಯ್ತಿಯಾ ಅಂತ ಶಾಪ ಹಾಕಿದೆ. ಅರ್ಧ ಫರ್ಲಾಂಗ್ ದೂರ ಇರುವ ಜನರಿಗೂ ಕೇಳುವಂತೆ ಜೋರಾಗಿ ಶಪಿಸಿದೆ.

ಅಲ್ಲಿದ್ದ ಜನ ಮೌನವಾಗಿ ಬಿಟ್ಟರು. ಪೊಲೀಸರು ಗರಬಡಿದವರಂತೆ ನಿಂತಿದ್ದರು. ಆ ಸಬ್‌ಇನ್‌ಸ್ಪೆಕ್ಟರ್ ಕೂಡ ಅವಕ್ಕಾಗಿ ನಿಂತುಬಿಟ್ಟ. ಅವನು ಹುಡುಗ ಏನಲ್ಲ. ನಲವತ್ತೈದು ವರ್ಷ ಆಗಿರಬಹುದು. ಪ್ರಮೋಷನ್ ಸಿಕ್ಕಿ ಸಬ್‌ಇನ್ಸ್‌ಪೆಕ್ಟರ್ ಆಗಿದ್ದ ಅಂತ ಕಾಣ್ತದೆ ಆ ನನ್ಮಗನನ್ನು ಒಳಗಡೆ ಹಾಕಿ, ಆದ್ಯಾವಳು ಅಮ್ಮ ಬರ್ತಾಳೋ ನಾನೂ ನೋಡ್ತೀನಿ ಅಂತ ಅವನು ಗರ್ಜಿಸಿದ. ಅಲ್ಲಿದ್ದ ಪೊಲೀಸರು, ಜನರು, ಅವನಿಗೆ ಸಮಾಧಾನ ಹೇಳಿದರು. ನನ್ನ ಒಳಗಡೆಯೇನೂ ಹಾಕಲಿಲ್ಲ. ಅಲ್ಲಿ ಸೇರಿದ್ದ ಜನ ಚದುರಿದರು. ಬಸ್ಸು ಹೊರಟಿತು ನಾನು ಮನೆಗೆ ಬಂದೆ.

ಇದಾದ ಒಂದೇ ಒಂದು ವಾರದಲ್ಲಿ ಅವನು ರಕ್ತಕಾರಿ ಕೊಂಡು ಸ್ಟೇಷನ್ನಲ್ಲಿ ಸತ್ತೋದ. ಅಲ್ಲಿಂದ ಪೊಲೀಸರು ಬಂದು ಈ ವಿಷಯ ಹೇಳಿದರು. ಯಾವುದೋ ಪೇಪರಲ್ಲಿ ಈ ಸುದ್ದಿ ಬಂತಂತೆ. 'ಶಾಸ್ತ್ರಿ ಹಾಕಿದ ಶಾಪ, ಪೊಲೀಸಪ್ಪನ ಸಾವು' ಅಂತ ಅಲ್ಲಿಂದ ಮುಂದಕ್ಕೆ ನೋಡು, ಜನ, ನನ್ನ ಕಂಡ್ರೆ ಭಯ ಪಡ್ತಾರೆ. ಅವರ ಕೆಲಸ ಆಗಬೇಕಾದ್ರೆ ನನ್ನ ಹತ್ರ ಬರ್ತಾರೆ.

ನೀನು ಶಾಪ ಹಾಕಿದ್ದಕ್ಕೆ ಸತ್ತೋದ ಅಂತಿಯಾ

ನಾನು ಶಾಪ ಹಾಕಿದ್ದು ನಿಜ ಅವನು ಸತ್ತೋಗಿದ್ದು ನಿಜ. ನೀನು ನಂಬಿದ್ರೆ ಎಷ್ಟು ಬಿಟ್ರೆ ಎಷ್ಟು.

ಹಂಗ ಮಾರಾಯ ಇದು ಕಾಕತಾಳೀಯ ಅಂತರಲ್ಲ. ಹಂಗೆ ಆಗಿರಬಹುದಲ್ಲ. ಅವನಿಗೆ ಇದ್ದಕ್ಕಿದ್ದ ಹಾಗೆ ಬಿ.ಪಿ.ಏರಿರಬಹುದು. ಅಲ್ಲೇ ಕುಸಿದು ಸತ್ತು ಬಿದ್ದಿದ್ದಾನೆ. ಹಾರ್ಟ್ಗೆ ಸಿವಿಯರ್ ಆಗಿ ಅಟ್ಯಾಕ್ ಆಗಿರಬಹುದು.

ಇಲ್ಲ ಅಂದೋರ್‍ಯಾರು? ನಾನೇನು ನಾನು ಶಾಪ ಹಾಕಿದ್ದಕ್ಕೆ ಅವನು ಸತ್ತೋದ ಅಂತ ಡಂಗುರ ಹಾಕ್ಕೊಂಡು ಹೋಗ್ತಾ ಇದ್ನ. ಆ ಸುದ್ದಿ ನಾನು ಯಾವತ್ತೂ ಮಾತಾಡಿಲ್ಲ. ಇವತ್ತು ನೀನು ಕೇಳ್ದೆ ಅಂತ ಹೇಳ್ತಾ ಇದ್ದೀನಿ.

ಆಮೇಲೆ?

ಆಮೇಲೇನು, ಆ ಸ್ಟೇಷನ್ಗೆ ಹೊಸಬ ಬಂದ. ಅವನು ಚಾರ್ಜ್ ತಕೊಳೋ ಮೊದಲು ಇಲ್ಲಿ ಬಂದ. ನನ್ನ ಕಾಲಿಗೆ ಬಿದ್ದ. ನೀವು ಬಂದು

ಪೂಜೆ ಮಾಡೋತನಕ ನಾನು ಆ ಕುರ್ಚಿಯಲ್ಲಿ ಕೂರೋದೇ ಇಲ್ಲ ಅಂದ, ಸುಂಟಿಕೊಪ್ಪದಿಂದ ಜೀಪು ಕಳಿಸಿದ್ದ. ನಾನು ಹೋಗಿ ಸ್ಟೇಷನ್ಗೆ ಪ್ರೋಕ್ಷಣೆ ಮಾಡಿಬಂದೆ. ದಕ್ಷಿಣೆ ಅಂತ ಅವನು ಇನ್ನೂರು ಕೊಟ್ಟ. ಅಲ್ಲಿ ಏಳೂ ಎಂಟೋ ಜನ ಪೊಲೀಸ್' ಇದ್ರು ಅವರೆಲ್ಲಾ ನೂರು ನೂರು, ದಕ್ಷಿಣೆ ಹಾಕಿದ್ರು ನಾನು ಮನೆಗೆ ಅದೇ ಜೀಪಲ್ಲಿ ಬಂದೆ.

ಇದಾದ ಮೇಲೆ ಸರ್ಕಾರಿ ನೌಕರರು ಇಲ್ಲಿ ಬರೋಕೆ ಶುರು ಮಾಡಿದ್ರು, ಯಾವ್ದೇ ಆಫೀಸಿಗೆ ಹೋಗು ಅಲ್ಲಿ ಒಬ್ಬನ್ನ ಕಂಡ್ರೆ ಒಬ್ಬನಿಗೆ ಆಗೋದಿಲ್ಲ. ಅವನ ಕಾಲು ಇವನು ಇವನ ಕಾಲು ಅವನು ಎಳಿತಾನೆ ಇರ್ತಾರೆ. ತಹಸೀಲ್ದಾರ್ ಆಫೀಸಲ್ಲಿ ಯಾವುದೋ ಒಂದು ಫೈಲ್ ಕಣ್ಮರೆಯಾಗಿತ್ತು. ಅದನ್ನು ಹೈಕೋರ್ಟಿಗೆ ತಲುಪಿಸಬೇಕಾಗಿತ್ತು. ಇಲ್ದೇ ಹೋದ್ರೆ ತಹಸೀಲ್ದಾರ್ ಜೈಲಿಗೆ ಹೋಗಬೇಕಾಗಿತ್ತಂತೆ. ಹುಡುಕಿ ಹುಡುಕಿ ಸಾಕಾಗಿ ಕೊನೆಗೆ ನನ್ನ ಹತ್ರ ತಹಸೀಲ್ದಾರ್‌ರೇ ಬಂದ್ರು.

ಶಾಸ್ತ್ರಿಗಳೇ ಒಂದು ಕಡತ ಕಣ್ಮರೆಯಾಗಿದೆ. ಎಷ್ಟು ಹುಡುಕಾಡಿದರೂ ಸಿಕ್ತಾ ಇಲ್ಲ. ನನ್ನ ಆಫೀಸನವರೇ ಯಾರೋ ಕಣ್ಮರೆ ಮಾಡಿದ್ದಾರೆ. ಅದು ಸಿಗ್ದೆ ಹೋದ್ರೆ ನಾನು ಜೈಲಿಗೆ ಹೋಗಬೇಕಾಗಬಹುದು. ನಾಡಿದ್ದು ಅದನ್ನು ಬೆಂಗಳೂರಿಗೆ ತಗೊಂಡು ಹೋಗಲೇಬೇಕು.

ಏನ್ ಮಾಡೋದು ಅಂತಾನೆ ಅರ್ಥ ಆಗ್ತಾ ಇಲ್ಲ. ಕೊನೆಗೆ ನಿಮ್ಮ ಹತ್ರ ಬಂದಿದ್ದೀನಿ. ಏನಾದರೂ ಸಹಾಯ ಮಾಡಬಹುದಾ ಅಂದ್ರು. ಅವರ ಜೊತೆ ಇನ್ನೂ ಮೂರು ಜನ ಇದ್ರು. ನಾನು ಅಮ್ಮನ ಪ್ರಾರ್ಥನೆ ಮಾಡಿದೆ. ನೋಡಿ ತಹಸೀಲ್ದಾರ್ ಸಾಹೇಬರೆ ಯಾವನೋ ಆ ಕಡತ ಕದ್ದಿದ್ದಾನೋ ಅಥವಾ ಅವಿಸಿ ಇಟ್ಟಿದ್ದಾನೋ ಅವನಿಗೆ ನಾಳೆ ಸಾಯಂಕಾಲದ ತನಕ ಅಮ್ಮ ಟೈಂ ಕೊಟ್ಟಿದ್ದಾಳೆ, ಅವನೇನಾದ್ರೂ ನಾಳೆ ಸಂಜೆ ಒಳಗಡೆ ಫೈಲ್ ವಾಪಾಸು ಮಾಡ್ಗದೆ ಇದ್ರೆ ಅವನ ಕತೆ ಮುಗಿದೇ ಹೋಗುತ್ತೆ. ಯೋಚ್ನೆ ಮಾಡಬೇಡಿ ಹೋಗಿ ಅಂದೆ. ಅವರು ಕೈ ಮುಗಿದು ಮುಂದಿನ ವಾರದಲ್ಲಿ ಬರ್ತಿನಿ ಅಂತ ಹೇಳಿಹೋದರು.

ಕಡತ ಸಿಕ್ತ.

ಸಿಗದೇ ಮತ್ತೆ ಸಾಯಂಕಾಲ ಆ ಕಡತ ಕಸದ ಬುಟ್ಟಿಯಲ್ಲಿ ಇತ್ತಂತೆ. ಅಮ್ಮನ ಭಯದಿಂದ ಯಾವನೋ ಫೈಲ್ ಕದ್ದವನು ಅದನ್ನು ತಂದು ವಾಪಾಸು ಇಟ್ಟಿದ್ದ. ತಹಸೀಲ್ದಾರ್ ಬಂದು ನನಗೆ ನಮಸ್ಕಾರ ಮಾಡಿ ಶಾಲು ಹೊದಿಸಿ ಫಲ ತಾಂಬೂಲ ಕೊಟ್ರು. ಒಂದು ಸಾವಿರ ರೂಪಾಯಿನ ಅವರು ಕವರ್ನಲ್ಲಿ ಇಟ್ಟಿದ್ದರು.

ಇದ್ರಲ್ಲೇ ತುಂಬಾ ಸಂಪಾದನೆ ಇದೆ.

ನಾನು ಈ ಕೆಲಸನ ದುಡ್ಡಿನ ಸಲುವಾಗಿ ಮಾಡ್ತಾ ಇಲ್ಲ. ನಾನು ಬಾಯಿಬಿಟ್ಟು ದುಡ್ಡು ಕೇಳೋದು ಅಪರೂಪ. ಬಡವರ ಹತ್ರ, ಪಾಪದವರ ಹತ್ರ ದುಡ್ಡು ಮುಟ್ಟಕ್ಕಿಲ್ಲ. ಇನ್ನು ಕೆಲವರು ಅವರಾಗಿಯೇ ಕೊಟ್ರೆ ಅವರು ಕೊಟ್ಟಷ್ಟು ತಗೋತಿನಿ. ಇನ್ನು ಕೆಲವರು ಪಾಪಿ ಬಡ್ಡಿ ಮಕ್ಕಳು ನಿಜವಾಗಿ ಪಶ್ಚಾತ್ತಾಪ ಪಟ್ಟವರ ಹತ್ರ ಅವರು ಶ್ರೀಮಂತರಾಗಿದ್ದರೆ ಸರಿಯಾಗಿ ವಸೂಲಿ ಮಾಡ್ತೀನಿ, ನಾನು ಯಾವ ನನ್ಮಗನನ್ನು ಬಾ ನನ್ನ ಹತ್ರ ಅಂತ ಕರೆದೋನಲ್ಲ. ಆ ಜಯರಾಮಗೌಡನ್ನ ಬಿಟ್ಟು, ಗೊತ್ತಲ್ಲ ನಿಂಗೆ ಜಯರಾಮೇಗೌಡ ನಮ್ಮ ಎಂ.ಎಲ್.ಎ. ಅಯ್ಯೋ ಅವರು ಗೊತ್ತಿಲ್ಲದೆ ಏನು ಅವರಿಗೆ ನೀನು ಏನೋ ಮಂತ್ರಿಸಿ ಕೊಟ್ಯಂತೆ ಅದೂ ಅಲ್ಪಸ್ವಲ್ಪ ನಿನ್ನೆ ಗೊತ್ತಾಯ್ತು.

ರಾಜ್ಯ, ದೇಶ ಎಕ್ಕುಟ್ಟಿ ಹೋಗಿದೆ. ಹೇಳೋರು, ಕೇಳೋರು ಯಾರು ಇಲ್ಲದಂತ ಸ್ಥಿತಿ ಬಂದಿದೆ. ಒಂದ್ಸಲ ಗೆದ್ದ ಮೇಲೆ ಗೆದ್ದವರನ್ನ ಹಿಡಿಯೋಕೆ ಆಗಾಕಿಲ್ಲ. ಇವರು ಆಡಿದ್ದೆ ಆಟ. ಮಾಡಿದ್ದೇ ಕಾನೂನು ಯಾವ ರಾಜ್ಯಕ್ಕೂ ಇಂತ ಗತಿ ಬರಬಾರದು. ಜನರ ಗೋಳು ಕೇಳೋರೇ ಇಲ್ಲ, ಜಯರಾಮೇಗೌಡನಂತವರಿಗೆ ರಾಜಕೀಯ ಬೇಡ ಅಂತ ಅನ್ನಿಸಲು ಶುರುವಾಗಿತ್ತು. ನಾನು ಅವನ್ನ ಮನಗೆ ಕರೆಸಿ ಒಂದು ಕಾಯಿ ಮಂತ್ರಿಸಿ ಕರಿದಾರ ಮಂತ್ರಿಸಿ ಕೊಟ್ಟೆ, ಅವನು ಗೆದ್ದ, ದೇಶ ಚೆನ್ನಾಗಿ ಆಳು ಅಂತ ಅವನಿಗೆ ಹೇಳಿದ್ದೀನಿ. ಅವನು ಒಬ್ಬನ್ನ ಮಾತ್ರ ನಾನೇ ಬಾ

ಅಂತ ಹೇಳಿ ಹೇಳಿ ಕರೆಸಿಕೊಂಡೆ.

ಈಗ ಅವರು ನಿನ್ನ ಜೊತೆ ಹೆಂಗವರೆ?

ಸುಮಾರು ಸಲ ಫೋನ್ ಮಾಡಿದ್ರು. ಮನೆಗೆ ಬನ್ನಿ ಅಂದ್ರು. ನಿಮ್ಮ ಸೇವೆ ಮಾಡಾಕೆ ಅವಕಾಶ ಕೊಡಿ ಅಂದ್ರು. ನಾನು ಹೋಗಲಿಲ್ಲ. ಮುಂದೆಯೂ ಹೋಗೋದಿಲ್ಲ. ಅವರ ಕೆಲ್ಸ ಅವರಿಗೆ ನನ್ನ ಕೆಲ್ಸ ನಂಗೆ ಈ ಸರ್ಕಾರನೂ ಸರಿ ಇಲ್ವಂತೆ ಹಂಗಂತ ಜನ ಮಾತಾಡ್ತಾರೆ. ಇವನು ಜಯರಾಮೇಗೌಡ ಇದ್ದುದ್ರಲ್ಲಿ ಯೋಗ್ಯ. ಅವನು ನನ್ನ ಮನೆ ಬಾಗಿಲಿಗೆ ಬರಬಾರದು. ನಾನು ಅವನ ಮನೆ ಬಾಗಿಲಿಗೆ ಹೋಗೋದಿಲ್ಲ. ಹಂಗಂತ ಪ್ರಮಾಣ ಮನಸ್ಸಲ್ಲೇ ಮಾಡಿದೀನಿ.

ಈ ಮಾತು ಕೇಳಿ ನಾಗರಾಜ ಅವರ ಮುಖ ತುಸು ಬಾಡಿತು. ಅದನ್ನು ತೋರಿಸಿಕೊಳ್ಳಬಾರದು ಅಂತ ಅವರು ಪ್ರಯತ್ನಿಸಿದರಾದರೂ ಅದರಲ್ಲಿ ಅವರು ಯಶಸ್ವಿಯಾಗಲಿಲ್ಲ, ಅವರು ಹೀಗೆ ಸುಮ್ಮನೆ ಅಪ್ಪನನ್ನು ನೋಡಿಕೊಂಡು ಹೋಗಲು ಬಂದವರಲ್ಲ. ಅವರಿಗೆ ಜಯರಾಮೇಗೌಡರಿಂದ ಯಾವುದೋ ಕೆಲಸ ಆಗಬೇಕಾಗಿದೆ. ಹೀಗಾಗಿ ಅಪ್ಪನ ಮುಖಾಂತರ ಆ ಕೆಲಸ ಸಾಧಿಸಲು ಬಂದಿದ್ದಾರೆ ಅಂತ ನನಗೆ ಅನಿಸಿತು.

ಶಾಸ್ತ್ರಿ, ನಂಗೆ ನಿನ್ನಿಂದ ಒಂದು ಉಪಕಾರ ಆಗಬೇಕಾಗಿದೆ.

ನನ್ನಿಂದಾನ! ನನ್ನ ಕೈಯಲ್ಲಿ ಏನಾಗುತ್ತೆ ನಾಗ,

ನೀನು ಅದು ಮಾಡ್ತೀನಿ ಅಂದ್ರೆ ಹೇಳೀನಿ. ನಿನ್ನ ನಂಬಿಕೊಂಡೇ ನಾನು ಇಲ್ಲಿಗೆ ಬಂದಿದ್ದೀನಿ. ಇಲ್ಲ ಅನ್ನಬೇಡ ಶಾಸ್ತ್ರಿ.

ಯಾವತ್ತೂ ಇಲ್ಲದೋನು ಇವತ್ತು ಬಂದಿದ್ದೀಯಾ, ಅದ್ರಲ್ಲೂ ನನ್ನ ಲಂಗೋಟಿ ಸ್ನೇಹಿತ ನೀನು, ಮೊದ್ಲೇ ಹೇಳಿ ಬಿಡ್ತೀನಿ. ನನ್ನ ಹತ್ರ ತುಂಬಾ ದುಡ್ಡಿಲ್ಲ. ನಂಗೆ ಎಷ್ಟು ಬೇಕೋ ಅಷ್ಟು ಮಾತ್ರ ಇದೆ. ದುಡ್ಡು ಬಿಟ್ಟು ಬೇರೆ ಏನಾದ್ರೂ ಕೇಳು. ನನ್ನ ಕೈಲಿ ಆಗೋ ಹಾಗಿದ್ರೆ ಮಾಡ್ತೀನಿ. ನನ್ನ ಕೆಲಸಕ್ಕೆ ಸಂಬಂಧಪಟ್ಟ ಹಂಗೆ ನಾನೊಂದು ತೊಂದ್ರೆಗೆ ಸಿಕ್ಕಿಕೊಂಡಿದ್ದೀನಿ. ಯಾವ ಕೆಲ್ಸ ಏನ್ ತೊಂದ್ರೆ

ಅದು ಇಡೀ ದಿವಸ ಹೇಳಿದ್ರೂ ನಿಂಗೆ ಅರ್ಥ ಆಗೋದಿಲ್ಲ ಶಾಸ್ತ್ರಿ. ಇದರಲ್ಲಿ ನನ್ನದೇ ಸಣ್ಣ ತಪ್ಪಿದೆ. ತನಿಖೆ ಆದ್ರೆ, ನಾನೂ ಸಿಕ್ಕಿ ಬೀಳ್ತೀನಿ. ಸಸ್ಪೆಂಡ್ ಆಗಬಹುದು. ಮರ್ಯಾದೆನೂ ಹೋಗ್ತದೆ. ಇಲ್ಲಿ ತಂಕ ಮಾರ್ಯಾದೆಲಿ ಇದ್ದೆ. ಹೇಲು ತಿನ್ನೋ ಕೆಲ್ಸ ಮಾಡಿಬಿಟ್ಟಿದ್ದೀನಿ. ಮಾಡಿದ್ದು ಚಿಕ್ಕ ತಪ್ಪೇ ಆದ್ರೂ ಅದರ ಪರಿಣಾಮ ಮಾತ್ರ ದೊಡ್ಡದು

ನಂಗೆ ಅರ್ಥ ಆಗದೇ ಇರೋ ಸಮಸ್ಯೆ ಅಂತಿಯಾ, ಅರ್ಥನೇ ಆಗದ ಮೇಲೆ ಅದನ್ನು ಪರಿಹರಿಸೋದು ಹೆಂಗೆ ನಾಗ,

'ನೀನು ಅದರ ಬಗ್ಗೆ ತಲೆಕೆಡಿಸಿಕೋಬೇಡ. ಜಯರಾಮೇಗೌಡರಿಗೆ ಇವನು ನಮ್ಮವನು ನನ್ನ ಹತ್ತಿರದ ಗೆಳೆಯ. ಏನೋ ತೊಂದರೆಗೆ ಸಿಕ್ಕಿದ್ದಾನೆ. ಸ್ವಲ್ಪ ಸಹಾಯ ಮಾಡಿ ಅಂತ ಅವರಿಗೆ ಹೇಳಿದ್ರೆ ಸಾಕು. ನಾನು ಅವರಿಗೆ ಸಮಸ್ಯೆ ಬಿಡಿಸಿ ಹೇಳಿ. ಈ ತಾಪತ್ರಯದಿಂದ ಮುಕ್ತ ಆಗತಿನಿ. ಇದೊಂದು ಉಪಕಾರ ಮಾಡು ಮಾರಾಯ ಈ ಜನ್ಮದಲ್ಲಿ ನಿನ್ನ ಮರೆಯಾಕ್ಕಿಲ್ಲ, ಬೇಕಾದ್ರೆ ನಿನ್ನ ಕಾಲು ಹಿಡಿತಿನಿ ಅಂತ' ನಾಗರಾಜು ಉದ್ವೇಗಕ್ಕೆ ಒಳಗಾದರು. ಅಪ್ಪ ಯಥಾ ಪ್ರಕಾರ ಕಣ್ಣುಮುಚ್ಚಿ ಚಿಂತೆ ಮಾಡಿದರು. ಐದಾರು ನಿಮಿಷ ಮಾತನಾಡಲಿಲ್ಲ. ಸಣ್ಣದಾಗಿ ಏನೋ ಗೊಣ ಗೊಣ ಅಂದರು. ಅನಂತರ ನಿಧಾನವಾಗಿ ಮುಚ್ಚಿದ ಕಣ್ಣು, ತೆರೆದು, 'ನಾಗ, ನೀನು ನಿಜವಾಗಿ ಪಶ್ಚಾತ್ತಾಪ ಪಡ್ತ ಇದ್ದೀಯಾ ಅಂತ ನಿಂಗೆ ಸಹಾಯ ಮಾಡ್ತೀನಿ ಆದ್ರೆ ನಾನು ಅಲ್ಲಿಗೆ ಬರೋದಿಲ್ಲ. ಒಂದು ಫೋನ್ ಮಾಡಿ ಬೇಕಾದ್ರೆ ಹೇಳ್ತೀನಿ. ಅವನು ನನ್ನ ಮಾತು ಕೇಳ್ತಾನೆ ಅಂತ ಗ್ಯಾರಂಟಿ ಇಲ್ಲ. ನನ್ನ ಕೆಲಸ ನಾನು ಮಾಡ್ತೀನಿ ಅಂದ್ರು.

ನನ್ನ ಎದುರಿಗೆ ಮಾಡು. ಹಂಗಾದ್ರೆ ನಂಗೆ ಸ್ವಲ್ಪ ಧೈರ್ಯ.

ಆಯ್ತು ಮಾರಾಯ. ಎಷ್ಟೊಂದು ಹೆದರಿದ್ದೀಯಾ, ಇಷ್ಟು ಹೆದರೋನು ಯಾಕಪ್ಪ ತಪ್ಪು ಮಾಡಬೇಕು?

ಹೇಳಿದ್ನಲ್ಲ. ಹೇಲು ತಿನ್ನೋ ಕೆಲ್ಸ ಮಾಡಿದ್ದೀನಿ ಅಂತ. ಇನ್ನು ಜನ್ಮದಲ್ಲಿ ಇಂತಹ ತಪ್ಪು ಮಾಡೋದಿಲ್ಲ.

ಅಪ್ಪ ಜಯರಾಮಗೌಡರಿಗೆ ಮನೆಯಿಂದ ಫೋನ್ ಮಾಡಿದರು. ಅವರು ಮನೆಯಲ್ಲಿ ಇರಲಿಲ್ಲ. ಹೊರಗಡೆ ಹೋಗಿದ್ದಾರೆ ಎಂಬ ಉತ್ತರ ಬಂತು.

ಅವರು ಮನೇಲಿ ಇಲ್ವಂತೆ ನಾಗ.

ಅವರ ಮೊಬೈಲ್ ನಂಬರ್ ನನ್ನ ಹತ್ರ ಇದೆ.

ನಂಗೆ ಮೊಬೈಲ್ಗೆ ಫೋನ್ ಮಾಡಾಕೆ ಬರೋದಿಲ್ಲ. ನನ್ನ ಮೊಬೈಲ್ ಇಂದ ಮಾಡು ಅನ್ನುತ್ತಾ ಅವರು ಯಾವುದೋ ನಂಬರ್ ಒತ್ತಿ ಅಪ್ಪನಿಗೆ ಕೊಟ್ರು.

ಜಯರಾಮೇಗೌಡ್ರೇ ನಾನು ಕೃಷ್ಣಶಾಸ್ತ್ರಿ.

ನಮಸ್ಕಾರ ಶಾಸ್ತ್ರಿಗಳೇ, ಹೇಳಿ ಚೆನ್ನಾಗಿದ್ದೀರಾ.

ನಾನು ಚೆನ್ನಾಗಿದ್ದೀನಿ. ಈಗ ಯಾಕೆ ಫೋನ್ ಮಾಡ್ದೆ ಅಂದ್ರೆ ನನ್ನ ಲಂಗೋಟಿ ಗೆಳೆಯ ನಾಗರಾಜ ಅಂತ ಒಬ್ಬ ಇದ್ದಾನೆ. ಅವನು ವಿಧಾನಸೌಧದಲ್ಲಿ ಇದ್ದಾನಂತೆ. ಅವನಿಗೆ ಯಾವುದೋ ಕೆಲ್ಸ ನಿಮ್ಮಿಂದ ಆಗ್ಬೇಕಾಗಿದೆ. ನಂಗೆ ಭಾಳ ಬೇಕಾದೋನು ಅವನು. ಇಲ್ಲಿ ನಮ್ಮೂರಲ್ಲೇ ಅವನು ನನ್ನ ಜೊತೆ ಓದ್ತಾ ಇದ್ದ. ಅವನ್ನ ನಿಮ್ಮ ಹತ್ರ ಕಳಿಸ್ತಾ ಇದ್ದೀನಿ. ನನ್ನ ಕೆಲಸ ಅಂತ ಅವನ ಕೆಲ್ಸ ಮಾಡ್ಬೇಕು ಗೌಡ್ರೆ.

ಆಯ್ತು ಬಿಡಿ. ಗುರುಗಳೇ, ನೀವು ಹೇಳಿದ ಮೇಲೆ ಇಲ್ಲ ಅನ್ನೋ ವಿಚಾರನೇ ಇಲ್ಲ. ಅವರನ್ನ ನನ್ನ ಹತ್ರ ನಾಳೆ ಬೇಡ ನಾಡಿದ್ದು ಕಳಿಸಿ, ಅವರ ಕೆಲ್ಸ ಮುಗಿಸಿ ಈ ನಂಬರಿಗೇ ಫೋನ್ ಮಾಡ್ತೀನಿ. ಇದು ನಿಮ್ಮ ಮೊಬೈಲಾ

ಅಲ್ಲ ಅಲ್ಲ ಇದು ನಾಗರಾಜಂದು ನೀವು ನಮ್ಮನೆಗೆ ಫೋನ್ ಮಾಡಿದ್ರೆ ಸಾಕು. ಮನೆ ನಂಬರ್ ನಿಮ್ಮ ಹತ್ರ ಇದೆ ತಾನೆ.

ಇದ್ಯಾಕೆ ಶಾಸ್ತ್ರಿಗಳೆ, ಹೀಗೆ ಕೇಳ್ತೀರಿ. ನಿಮ್ಮ ಫೋನ್ ನಂಬರ್ ಇಲ್ಲ ಅಂದ್ರೆ ಇನ್ನಾರ ಫೋನ್ ನಂಬರ್ ಇರೋಕೆ ಸಾಧ್ಯ. ನಾನು ನಾಡಿದ್ದು ರಾತ್ರಿ ಎಂಟು ಗಂಟೆ ಹೊತ್ತಿಗೆ ನಿಮಗೆ ವಿಷಯ ತಿಳಿಸ್ತೀನಿ. ನಮಸ್ಕಾರ ಅಂತ ಅವರು ಮಾತು ಮುಗಿಸಿದರು. ಆಯ್ತು ನಿನ್ನ ಕೆಲ್ಸ ಅನ್ನುವಂತೆ ಅಪ್ಪ ನಾಗರಾಜ್ ಕಡೆ ನೋಡಿದರು.

ಶಾಸ್ತ್ರಿ ನಿನ್ನ ಉಪಕಾರ ಈ ಜನ್ಮದಲ್ಲಿ ಮರೆಯೋದಿಲ್ಲ. ನೀನು ತಪ್ಪು ತಿಳ್ಕೊಬೇಡ. ನನ್ನ ಕಡೆಯಿಂದ ಇದು ಕಿರುಕಾಣಿಕೆ ಅಂತ ಸಾವಿರ ರೂಪಾಯಿ ಕೆಲವು ನೋಟುಗಳನ್ನು ಜೇಬಿಂದ ತೆಗೆದರು.

ಬಡ್ಡಿ ಮಗನೆ ಒದಿತಿನಿ, ಮಾರ್ಯಾದೇಲಿ ಅದನ್ನು ಜೇಬಿಗೆ ಹಾಕು, ನಾನು ದಲ್ಲಾಳಿ ಅಂತ ಅಂದ್ಕೊಂಡಿದ್ದಿಯಾ.

ಹಂಗಲ್ಲ ಶಾಸ್ತ್ರಿ.

ಹಂಗೂ ಅಲ್ಲ, ಹಿಂಗೂ ಅಲ್ಲ, ಮಾರ್ಯಾದೇಲಿ ಅದನ್ನು ಜೇಬಿಗೆ ಹಾಕು. ನೀನಾಡೋದು ನೋಡಿದ್ರೆ ಯಾವುದೋ ಕೊಲೆ ಮಾಡಿದೋನ ಹಂಗೆ ಕಾಣ್ತಿಯಾ ಆಯ್ತಪ್ಪ ತಪ್ಪಾಯ್ತು, ನಾನು ಬರ್‍ಲಾ. ಆಗ್ಲೇ ಏಳು ಗಂಟೆಯಾಯ್ತು ಬಂತು ಅಂತ ಅವರು ಕೈಗಡಿಯಾರದ ಕಡೆಗೆ ನೋಡಿದರು.

ಭಾರ್ಗವ ಇವನ್ನ ಮನೆ ತಂಕ ಬಿಟ್ಟು ಬಾ ದಾರೀಲಿ ಹೆದರಿಬಿಟ್ಟಾನು. ನಾನು ಲಗುಬಗೆಯಿಂದ ಎದ್ದೆ. ಅವರ ಜೊತೆಯಲ್ಲೇ ಹೆಜ್ಜೆ ಹಾಕಿದೆ. ಅವರು ನನ್ನ ಕಾಲೇಜು. ಇತ್ಯಾದಿಯೆಲ್ಲಾ ದಾರಿಯಲ್ಲಿ ವಿಚಾರಿಸಿಕೊಂಡರು. ಅವರ ಮನೆ ಸ್ವಲ್ಪ ದೂರದಲ್ಲಿ ಇರುವಾಗಲೇ 'ಆಯ್ತಪ್ಪ, ನೀನು ಹೋಗು ನಾನು ಮನೆ ಸೇರ್ತಿನಿ, ಅಂದವರು ಪುನಃ ಜೇಬಿಗೆ ಕೈ ಹಾಕಿ ಅಷ್ಟು ಹಣ ತೆಗೆದು, ನನಗೆ ಕೊಡಲು ಬಂದರು. ನಾನು ಬೇಡ ಅಂದೆ.'

ಇರ್‍ಲಿ ಇಟ್ಕೋ ನಿಮ್ಮಪ್ಪಂಗೆ ನಾನು ಹೇಳೋದಿಲ್ಲ. ಇದು ನನ್ನ ಗೆಳೆಯನ ಮಗನಿಗೆ ನಾನು ಕೊಡ್ತಾ ಇರೋ ಕಾಣಿಕೆ, ಕಂಪ್ಯೂಟರ್ ಗಿಂಪ್ಯೂಟರ್ ತಗೋಳೋವಾಗ ಇದು ಸಹಾಯಕ್ಕೆ ಬರ್ತದೆ. ನಿಮ್ಮಪ್ಪನಿಗೆ ನೀನೂ ಹೇಳಬೇಡ. ಸೈನ್ಸ್ ಸ್ಟೂಡೆಂಟ್ ಅಂತಿಯಾ ಒಂದು ಕಂಪ್ಯೂಟರ್ ಇರಬೇಕಪ್ಪ ಅಂತ ನಾನು ಕೊಸರಾಡಿದರೂ ಬಿಡದೆ ಜೇಬಿಗೆ ತುರುಕಿದರು. ದಾರಿಯಲ್ಲಿ ಆ ಹಣ ಎಣಿಸಿದೆ ಹತ್ತು ಸಾವಿರ ರೂಪಾಯಿ ಇತ್ತು.

ಇದನ್ನು ಅಪ್ಪನ ಕಣ್ಣಿಗೆ ಕಾಣದ ಹಾಗೆ ಇಡಬೇಕಾಗಿತ್ತು. ಹಣ ತೆಗೆದುಕೊಂಡ ವಿಷಯ ಗೊತ್ತಾದರೆ ಅಪ್ಪ ಚರ್ಮ ಸುಲಿತಾರೆ, ಕಂಪ್ಯೂಟರ್ ಬೇಕು ಅಂದ್ರೆ ಅದನ್ನು ಅಪ್ಪನೇ ಕೊಡಿಸ್ತಾರೆ. ಈ ಹಣ ಏನು ಮಾಡೋದು. ಹೇಗೆ ಅಪ್ಪನಿಗೆ ಕಾಣದ ಹಾಗೆ ಅವಿತಿಡುವುದು ಅನ್ನುವುದೇ ಸಮಸ್ಯೆಯಾಗಿ ಕಾಡಿತು. ಇಷ್ಟು ಹಣ ನನ್ನ ಜೇಬಿನಲ್ಲಿ ಯಾವತ್ತೂ ಇರಲಿಲ್ಲವಾದ್ದರಿಂದ ಸಣ್ಣದಾಗಿ ಮೈ ನಡುಗಿತು.

ಅಪ್ಪ ಮನಸ್ಸು ಮಾಡಿದರೆ ಎಷ್ಟು ಹಣ ಮಾಡಬಹುದು. ಒಂದೇ ಒಂದು ತಿಂಗಳಲ್ಲಿ ಲಕ್ಷಾಂತರ ರೂಪಾಯಿ ಸಂಪಾದನೆ ಮಾಡಬಹುದು. ಆದರೆ ಅಪ್ಪನಿಗೆ ಹಣ ಮುಖ್ಯವೇ ಅಲ್ಲ. ಅಪ್ಪ ಒಳ್ಳೆಯ ಮನುಷ್ಯನೋ ಕೆಟ್ಟ ಮನುಷ್ಯನೋ ಅರ್ಥವಾಗುತ್ತಿಲ್ಲ. ಅಪ್ಪ ನಿಜಕ್ಕೂ ಒಬ್ಬ ನಿಗೂಢ ವ್ಯಕ್ತಿ ಅಂತ ಅನಿಸಿತು.

ಮಂಗಳವಾರ ರಾತ್ರಿ ಎಂಟೂವರೆ ಗಂಟೆಗೆ ಫೋನ್ ಬಂತು. ಮಾಡಿದವರು ಜಯರಾಮೇಗೌಡರು ಅತ್ತ ಕಡೆಯಿಂದ ಅವರು ಮಾತನಾಡುತ್ತಿದ್ದರೆ, ಇತ್ತ ಅಪ್ಪ ರುದ್ರನ ಅವತಾರ ತಾಳುತ್ತಿದ್ದರು. ಸಿಟ್ಟಿನಿಂದ ಕಂಪಿಸುತ್ತಿದ್ದರು. ಜಯರಾಮೇಗೌಡರು ನಾಲ್ಕು ನಿಮಿಷ ಮಾತನಾಡಿ ಫೋನ್ ಇರಿಸಿದರು.

ಬೋಳಿಮಗ ಇನ್ನೊಂದು ಸಲ ಅವನು ಬರ್ಲಿ, ಹುಟ್ಲಿಲ್ಲ ಅಂತ ಅನ್ನಿಸಿಬಿಡ್ತೀನಿ ಇವನ ಆಫೀಸಲ್ಲಿ ಯಾವುದೋ ಹೆಂಗಸನ್ನ ಇವನು ಕೆಣಕಿದ್ದಾನೆ. ಅವಳು ಇವನ ಮೇಲೆ ಮೇಲಧಿಕಾರಿಗೆ ಕಂಪ್ಲೇಂಟ್ ಮಾಡಿದ್ದಾಳೆ. ಇದು ತನಿಖೆಯಾಗಿ ಇವನು ತಪ್ಪಿತಸ್ಥ ಅಂತ ರುಜುವಾತಾಗಿದೆ. ಇವನ್ನ ಸಸ್ಪೆಂಡ್ ಮಾಡಿ ಕ್ರಿಮಿನಲ್ ಕೇಸು ಹಾಕೋ ಹೊತ್ತಿಗೆ ಈ ಅಯೋಗ್ಯ ನನ್ನ ಹತ್ರ ಬಂದು ನನ್ನ ದಾರಿ ತಪ್ಪಿಸಿದ್ದಾನೆ. ನಾನು ಹೇಳ್ದೆ ಅಂತ ಜಯರಾಮೇಗೌಡ್ರು, ಮಂತ್ರಿಗಳ ಹತ್ತಿರ ಇವನ ಪರವಾಗಿ ಮಾತಾಡಿದರಂತೆ. ನಂಗೆ ನಾಚಿಕೆ ಆಗಿ ಹೋಯ್ತು ಶಾಸ್ತ್ರಿಗಳೇ, ಇಂತಹ ಅಪಾಪೋಲಿ ಪರ ನೀವು ಮಾತಾಡಬಾರದಿತ್ತು. ಇನ್ಮುಂದೆ ಇಂತ ಕೇಸು ನನ್ನ ಹತ್ರ ದಯವಿಟ್ಟು ತರ್‌ಬೇಡಿ ಅಂದ್ರು. ಇವನಿಂದ ನನ್ನ ಗೌರವ ಮಣ್ಣು ಪಾಲಾಯ್ತು. ಇವನು ಉದ್ಧಾರವಾಗಲ್ಲ, ನಾಶವಾಗ್ತಾನೆ. ಈ ಅಪಾಪೋಲಿಯಿಂದ ನಾನೂ ಇಂತವನೇ ಇರ್ಬೋದು ಅಂತ ಜಯರಾಮೇಗೌಡ ಅಂದ್ಕೋಬಹುದು. ಎಂತ ಬೇವರ್ಸಿಯ ಮಾತಿಗೆ ಬಲಿಯಾಗಿಬಿಟ್ಟೆ. ಅಂತ ಅಪ್ಪ, ನನ್ನ ಕಡೆ ನೋಡುತ್ತಾ ತಮಗೆ ತಾವೇ ಗಟ್ಟಿಯಾಗಿ ಹೇಳಿಕೊಳ್ಳುತ್ತಿದ್ದರು. ನಾನು ಇದಕ್ಕೂ ನನಗೂ ಸಂಬಂಧ ಇಲ್ಲ ಅನ್ನುವಂತೆ ಮೌನಿಯಾದೆ.

6

ದ್ವಿತೀಯ ಪಿ.ಯು.ಸಿ.ಯಲ್ಲಿ ನಡೆದ ರಾಜ್ಯಮಟ್ಟದ ಕ್ರೀಡಾಕೂಟದಲ್ಲಿ ಯಥಾಪ್ರಕಾರ ನಾನು ಸೆಕೆಂಡ್ ಅಬ್ದುಲ್ ಸಮದ್ ಫಸ್ಟ್ ಬಂದಿದ್ದೆವು. ಇವನನ್ನು ಈ ಜನ್ಮದಲ್ಲಿ ಸೋಲಿಸಲಾಗುವುದಿಲ್ಲ ಅನ್ನುವ ತೀರ್ಮಾನಕ್ಕೆ ನಾನು ಬಂದಿದ್ದೆ.. ರಾಷ್ಟ್ರೀಯ ಕ್ರೀಡಾಕೂಟ ಹಿಮಾಚಲಪ್ರದೇಶದ 'ಧರ್ಮಶಾಲ'ದಲ್ಲಿ ನಡೆಯುವುದಿತ್ತು. ಅಷ್ಟು ದೂರ ಹೋಗಲು ಅಬ್ದುಲ್ ಸಮದ್‌ನಲ್ಲಿ ಬೇಕಾದ ವ್ಯವಸ್ಥೆ ಇರಲಿಲ್ಲ. ಆದರೂ ಅವನ ಮಠದವರು ಅವನಿಗೆ ಬೇಕಾದ ವ್ಯವಸ್ಥೆ ಮಾಡಿ ಕಳುಹಿಸಿಕೊಟ್ಟರು. ನಮ್ಮ ಕಾಲೇಜಿನಲ್ಲಿ ತುಂಬಾ ಹಣ ಇರಲಿಲ್ಲ. ಅಪ್ಪ ಯಾವನ ಹಂಗೂ ಬೇಡ. ನಿನ್ನ ದುಡ್ಡಲ್ಲಿ ನೀನು ಹೋಗು ಅಂತ ಐದು ಸಾವಿರ ಕೈಗೆ ಕೊಟ್ಟರು.

ಸುಂಟಿಕೊಪ್ಪದಿಂದ ನಾನು ರಾಯಚೂರಿನಿಂದ ಸಮದ್ ಮತ್ತು ಅವನ ಶಿಕ್ಷಕರು ಅಲ್ಲದೆ ಇನ್ನೂ ಸುಮಾರು ವಿದ್ಯಾರ್ಥಿಗಳು ಬೇರೆ ಬೇರೆ ಓಟದಲ್ಲಿ ಭಾಗವಹಿಸುವವರು ಬೆಂಗಳೂರಿನ ರೈಲ್ವೆ ನಿಲ್ದಾಣದಲ್ಲಿ ಸೇರಿದ್ದೆವು. ಸಂಜೆ 6:20ಕ್ಕೆ ಟ್ರೈನ್ ಇಲ್ಲಿಂದ ಹೊರಡುವುದಿತ್ತು. ಕರ್ನಾಟಕ ಬಿಟ್ಟು ಹೊರಗಡೆ ಹೋಗುತ್ತಿರುವುದು ಮೊದಲನೇ ಸಲವಾದ್ದರಿಂದ ನಾನು ತುಂಬಾ ಖುಷಿಯಲ್ಲಿದ್ದೆ. ಬೆಂಗಳೂರಿನ ತನಕ ನನ್ನ ಬಿಡಲು ದೇವ್ರಾಜ್ ಮೇಸ್ಟ್ರು ಬಂದಿದ್ದರು. ಕೆಲವರಿಗೆ ಸೀಟು ಸಿಕ್ಕಿರಲಿಲ್ಲ. ಅಂತಹವರು ಆರೇಳು ಜನ ಇದ್ದರು. ಅವರನ್ನೆಲ್ಲಾ ನಮ್ಮ ಜೊತೆಯಲ್ಲೇ ಇಟ್ಟುಕೊಳ್ಳಬೇಕು. ರಾತ್ರಿ ಮಲಗುವಾಗ ಸ್ವಲ್ಪ ಹೊಂದಾಣಿಕೆ ಮಾಡಿಕೊಳ್ಳಿ ಅಂತ ಉಪದೇಶ ಮಾಡಿದರು, ನಾವು ದೆಹಲಿ, ದೆಹಲಿಯಿಂದ ಚಂಡಿಗಢ, ಚಂಡಿಗಢದಿಂದ ಧರ್ಮಶಾಲಾ ತಲುಪಿದೆವು. ಇದು ಭಾರತ ಅಲ್ಲ ಟಿಬೆಟ್ ಅನ್ನುವಷ್ಟರಮಟ್ಟಿಗೆ ಅಲ್ಲಿ ಟಿಬೆಟಿಯನ್ ಜನರಿದ್ದರು. ಅವರ ಧರ್ಮಗುರು ಇರುವ ಜಾಗವೂ ಇದೆ ಅಂತೆ. ಅವರನ್ನೆಲ್ಲಾ

ಚೈನಾದವರು ದೇಶ ಬಿಟ್ಟು ಓಡಿಸಿದ್ದಾರಂತೆ.

ಧರ್ಮಶಾಲಾದ ರಸ್ತೆಗಳು ತುಂಬಾ ಕಿರಿದಾಗಿದ್ದವು. ಅಲ್ಲಿ ಮಾರುತಿವ್ಯಾನ್‌ನಲ್ಲಿ ಮಾತ್ರ ಸಂಚಾರ ಮಾಡಬಹುದು. ನಾವು ಪ್ರಯಾಣ ಮಾಡಿದ ಬಸ್ಸು ಊರಿನ ಹೊರಗಡೆಯೇ ನಿಂತಿತ್ತು. ಅಲ್ಲಿಂದ ಇಳಿದು ಟ್ಯಾಕ್ಸಿ ಮಾಡಿಕೊಂಡು ನಾವು ತಂಗಬೇಕಾಗಿದ್ದ ಸ್ಥಳ ತಲುಪಿದೆವು. ತುಂಬಾ ಚಳಿ ಇರುವ ಜಾಗ. ನಾವು ತಂದಿದ್ದ ಸ್ವೆಟರ್, ಮಫ್ಲರ್ ಯಾವ ಉಪಯೋಗಕ್ಕೂ ಬರುತ್ತಿರಲಿಲ್ಲ. ಚಳಿಯಲ್ಲಿ ನಾವೆಲ್ಲ ಗಡಗಡ ನಡುಗುತ್ತಲೇ ಇದ್ದೆವು.

ರೈಲಿನಲ್ಲಿ ಬರುವಾಗಲೇ ನಮ್ಮಲ್ಲಿ ಕೆಲವರಿಗೆ ಭೇದಿ ಕಾಣಿಸಿಕೊಂಡಿತು. ಅಬ್ದುಲ್ ಸಮದ್‌ಗಂತೂ ಭೇದಿ ವಿಪರೀತವಾಯಿತು. ಅವನು ಚಂಡೀಗಢ ತಲುಪುವಾಗ ಹಣ್ಣಾಗಿ ಹೋಗಿದ್ದ. ಅವನನ್ನು ಒಂದು ಕ್ಲಿನಿಕ್‌ನಲ್ಲಿ ತೋರಿಸಿ ಇಂಜೆಕ್ಷನ್ ಕೊಡಿಸಿ ಧರ್ಮಶಾಲಾಗೆ ಕರೆದುಕೊಂಡು ಹೋದೆವು. ಸಾಸಿವೆ ಎಣ್ಣೆಯಲ್ಲಿ ಬೇಯಿಸಿದ ಪದಾರ್ಥ ತಿಂದರೆ ಕೆಲವರಿಗೆ ಭೇದಿಯಾಗುತ್ತದೆ. ಹಾಗೆಯೇ ಸಮದ್‌ಗೂ ಆಗಿದೆ. ಒಂದು ವಾರದ ವಿಶ್ರಾಂತಿಯ ನಂತರ ಎಲ್ಲವೂ ಸರಿಯಾಗುತ್ತದೆ ಎಂದು ಡಾಕ್ಟರ್ ಹೇಳಿದರು.

ಧರ್ಮಶಾಲಾದಲ್ಲಿ ಸಮದ್‌ಗೆ ಜ್ವರ ಬಂತು. ಭೇದಿಯಾಗಿ ಸುಸ್ತಾಗಿದ್ದ ಸಮದ್‌ಗೆ ಜ್ವರ ಕೂಡ ಬಂದ ಕಾರಣದಿಂದ ಅವನು ಓಡುವ ಸ್ಥಿತಿಯಲ್ಲಿ ಇರಲೇ ಇಲ್ಲ. ಅವನ ಬಗ್ಗೆ ನನಗೆ ಇದ್ದ ಸಣ್ಣ ಪ್ರಮಾಣದ ಅಸೂಯೆ ಕೂಡ ಹಾರಿಹೋಯಿತು. ಓಡಲಾರದ ಸ್ಥಿತಿಯಲ್ಲಿದ್ದ ಅವನು ಅಳುತ್ತಿದ್ದ. ಪಿ.ಯು.ಸಿ.ಯ ನಂತರ ಪೊಲೀಸ್ ಆಗಬೇಕು ಅನ್ನುವುದು ಅವನ ಆಸೆ. ಪೊಲೀಸ್ ಆಗಿ ಮನೆಯವರನ್ನು ಕಾಪಾಡುವುದು ಸಂಸಾರದ ಜವಾಬ್ದಾರಿ ಹೊರುವುದು ಅವನ ಆಸೆಯಾಗಿತ್ತು. ರಾಷ್ಟ್ರೀಯ ಮಟ್ಟದ ಓಟದಲ್ಲಿ ಪಾಲ್ಗೊಂಡು ಒಂದು ಸ್ಥಾನ ಗಳಿಸಿದ್ದರೆ ಪೊಲೀಸ್ ನೌಕರಿ ಸುಲಭದಲ್ಲಿ ಸಿಕ್ಕುತ್ತಿತ್ತು. ಈಗ ಅಂತಹ ಅವಕಾಶ ತಪ್ಪಿಹೋಯಿತು. ಇದರಿಂದಾಗಿ ಅವನು ತುಂಬಾ ನೊಂದುಕೊಂಡಿದ್ದ. ಓಟ ಅನ್ನುವುದು ಅವನಿಗೆ ಕೇವಲ ಒಂದು ಕ್ರೀಡೆಯಾಗಿರಲಿಲ್ಲ. ಅದು ಅನ್ನ ತಂದು ಕೊಡುವ ದೇವರೇ ಆಗಿತ್ತು ಅವನ ಪಾಲಿಗೆ.

ನನಗೂ ಎರಡು ಸಲ ಭೇದಿಯಾಗಿತ್ತಾದರೂ ಅದು ನನ್ನ ಆರೋಗ್ಯದ ಮೇಲೆ ಹಾನಿಯೇನೂ ಮಾಡಲಿಲ್ಲ. ಅವನ ಸ್ಥಿತಿ ಕಂಡು ನನಗೆ ಬೇಸರವಾಯಿತು. ನಿನ್ನ ಹತ್ತಿರ ಇರುವ ಇತರ ಪ್ರಮಾಣ ಪತ್ರಗಳೇ ಸಾಕು, ಅವುಗಳಿಂದಲೇ ನೀನು ಪೊಲೀಸ್ ಆಗಬಹುದು ಎಂದು ಧೈರ್ಯ ತುಂಬಿದೆವು. ಅವನು ಯಾರ ಮಾತೂ ನಂಬುವ ಸ್ಥಿತಿಯಲ್ಲಿ ಇರಲಿಲ್ಲ. ಅವನ ಪಾಲಿಗೆ ಧರ್ಮಶಾಲಾ ಪ್ರವಾಸ ನರಕವಾಗಿತ್ತು. ಕನಸುಗಳನ್ನು ಕೊಂದ ರಾಕ್ಷಸನಾಗಿತ್ತು.

ಸಾವಿರದ ಐದುನೂರು ಮೀಟರ್ ಓಟದ ಸ್ಪರ್ಧೆಯಲ್ಲಿ ನನಗೆ ಮೂರನೇ ಸ್ಥಾನ ಬಂತು. ಅವತ್ತು ನಾನು ಹೇಗೆ ಓಡಿದೆ ಅನ್ನುವುದು ನನಗೆ ಗೊತ್ತಿಲ್ಲ.

ಸಮದ್ ಮೈದಾನದಲ್ಲಿ ಇಲ್ಲದೇ ಇರುವುದೇ ನನಗೆ ಒಂದು ರೀತಿಯ ಆತ್ಮವಿಶ್ವಾಸ ತಂದಿತ್ತು. ಅವನೊಬ್ಬ ಇಲ್ಲದಿದ್ದರೆ ಉಳಿದ ಯಾರನ್ನೂ ಬೇಕಾದರೂ ನಾನು ಸೋಲಿಸುತ್ತೇನೆ ಎಂಬ ಆತ್ಮ ವಿಶ್ವಾಸ ನನಗಿತ್ತು. ಒಂದು ವೇಳೆ ಅವನು ಸ್ಪರ್ಧಿಸಿದ್ದರೆ ನಾನು ನಾಲ್ಕನೇ ಸ್ಥಾನದಲ್ಲಿ ಇರುತ್ತಿದ್ದೆ ಅಂತ ಕಾಣ್ತದೆ ಅಥವಾ ಅವನು ಮೊದಲನೇ ಸ್ಥಾನದಲ್ಲಿ ಇದ್ದು ನಾನು ತೃತೀಯ ಸ್ಥಾನದಲ್ಲಿ ಇರುತ್ತಿದ್ದೆನೋ ಏನೋ? ಅಂತೂ ಜೀವನದಲ್ಲಿ ಒಂದು ಸಾಧನೆ ಮಾಡಿದ ತೃಪ್ತಿ ನನಗಿತ್ತು. ಅವತ್ತು ಹೇಗೆ ಓಡಿದೆ ಅನ್ನುವುದು ನನ್ನ ಮಟ್ಟಿಗೆ ಒಂದು ನಿಗೂಢ.

ಟ್ರಾಕ್‌ನಲ್ಲಿ ನಿಂತಿದ್ದು, ಗುರಿ ಮುಟ್ಟಿದ್ದು ನನ್ನ ಕೊರಳಿಗೆ ತೃತೀಯ ಸ್ಥಾನದ ಪದಕ ಹಾರೈಕೆಗೆ ಪ್ರಮಾಣ ಪತ್ರ ನೀಡಿದ್ದು ಇವೆಲ್ಲಾ ಕನಸಿನಂತೆ ಭಾಸವಾಗುತ್ತಿದ್ದವು. ತೃತೀಯ ಸ್ಥಾನ ಅಂದರೆ ಅದು ಕಡಿಮೆ ಸಾಧನೆಯೇನಲ್ಲ. ರಾಷ್ಟ್ರಮಟ್ಟದಲ್ಲಿ ತೃತೀಯ ಸ್ಥಾನ. ನಾನು ಪ್ರಮಾಣಪತ್ರ ಸ್ವೀಕರಿಸಿ ಬಂದಾಗ ನಮ್ಮ ಇಡೀ ತಂಡ ಸಂಭ್ರಮದಿಂದ ಕುಣಿದು ಕೇಕೆ ಹಾಕಿತ್ತು, ಸಮದ್ ನನ್ನ ಕೈ ಕುಲುಕಿದ ಅವನ ಕಣ್ಣಲ್ಲಿ ನೀರಿತ್ತು. ಅದು ಅವನಿಗೆ ಸ್ಪರ್ಧಿಸಲು ಆಗದೇ ಇದ್ದುದ್ದಕ್ಕೋ ಅಥವಾ ನನಗೆ ತೃತೀಯ ಸ್ಥಾನ ಲಭ್ಯವಾಗಿದ್ದಕ್ಕೋ ಅರ್ಥವಾಗಲಿಲ್ಲ. ನನಗೆ ಕೊಟ್ಟ ಪದಕವನ್ನು ಅವನು ಕೈಯಲ್ಲಿ ಹಿಡಿದು ಮೆಲ್ಲನೆ ಸವರಿದೆ.

'ಇನ್ನೊಂದು ಅವಕಾಶ ನಿನಗೆ ಸಿಗ್ತದೆ' ಅಂತ ಅವನಿಗೆ ಧೈರ್ಯ ಹೇಳುವುದು ಸಾಧ್ಯವೇ ಇರಲಿಲ್ಲ. ಆ ಮಾತು ಬೇಕಾದರೆ ನನಗೆ ಹೇಳಬಹುದಿತ್ತು. ಅವನ ಶಿಕ್ಷಣ ಪಿ.ಯು.ಸಿ.ಗೆ ಮುಕ್ತಾಯವಾಗುವುದು ಖಚಿತವಾಗಿತ್ತು. ಅವನ ಸ್ಥಿತಿ ನೋಡಿ ಅವನಿಗೆ ಬಂದ ಭೇದಿ, ಜ್ವರ, ನನಗೆ ಬರಬೇಕಾಗಿತ್ತು ಅಂತ ಒಂದು ಕ್ಷಣ ಅನಿಸಿದ್ದು ಹೌದು.

ಅಪ್ಪನ ತಾಯತ ಇಲ್ಲದೇ ನಾನು ಗೆದ್ದೆ ಅನ್ನುವ ಅಹಂ ನನಗೆ ಆ ಕ್ಷಣದಲ್ಲಿ ಬಂತು. ಒಂದು ವೇಳೆ ಅಪ್ಪನ ತಾಯಿತವೂ ನನಗೆ ಇದ್ದಿದ್ದರೆ ನಾನು ತೃತೀಯ ಇರಲಿ, ಪ್ರಥಮ ಸ್ಥಾನಕ್ಕೆ ಬರುತ್ತಿದ್ದೇನೋ ಏನೋ ಅಪ್ಪ ಒಂದು ತಾಯತ ಕೊಟ್ಟು ನೋಡಬಹುದಿತ್ತು. ಒಂದು ವೇಳೆ ಅಪ್ಪ ತಾಯತ ಕೊಟ್ಟು ಸಮದ್ ಆರೋಗ್ಯವಾಗಿ ಇದ್ದು! ಆಗ ಇತ್ಯಾದಿ ಯೋಚನೆಗಳು ಬಂದವು. ಅವನೂ ಓಡಿದ್ದರೆ, ಟ್ರಾಕ್ ರೆಕಾರ್ಡ್ ತರಿಸಿ ನೋಡಿದೆವು. ನಾನು ದಾಖಲೆ ವೇಗದಲ್ಲಿ ಓಡಿದ್ದೆ. ಸಮದ್‌ನ ದಾಖಲೆಯನ್ನೂ ಮುರಿದಿದ್ದ. ಇನ್ನು ಮುಂದೆ ಯಾವತ್ತೇ ಆಗಲಿ, ಯಾವುದೆ ಕ್ಷಣದಲ್ಲಿ ಆಗಲಿ ಸಮದ್‌ನನ್ನು ಸೋಲಿಸಬಲ್ಲೆ ಅನ್ನುವ ಆತ್ಮವಿಶ್ವಾಸ ಮೂಡಿತು. ವಾಪಾಸು ಬರುವಾಗ ಅವನು ಅವನ ಬದುಕಿನ ಬಗ್ಗೆ ಯೋಚಿಸ್ತಾ ಇದ್ದ ನಾನು ನನ್ನ ಮೈದಾನದ ಬದುಕಿನ ಬಗ್ಗೆ ಯೋಚ್ನೆ ಮಾಡ್ತಾ

ಇದ್ದೆ. ರಾಯಚೂರಿನಲ್ಲಿ ಟ್ರೈನಿಂದ ಇಳಿದ ಸಮದ್ ಇನ್ಮುಂದೆ ನಾನೂ, ನೀನು ಭೇಟಿಯಾಗೋದು ಸಂಶಯ ಅಂದ. ನಾನು ಹಾಗೇನಿಲ್ಲ ಅಂದೆ. ಅವನು ಕೈಬೀಸಿ ತೆರಳಿದ ಇಷ್ಟೆಲ್ಲಾ ಆಗುವಾಗ ಬೆಳಗಿನ ಜಾವ ಮೂರೂವರೆ ನಾಲ್ಕು ಗಂಟೆ ಇರಬೇಕು.

ಪದಕ ಕೊರಳಲ್ಲಿ ನೇತಾಕಿಕೊಂಡು ಮನೆ ತಲುಪಿದೆ. ಅಪ್ಪನಿಗೆ ಅದನ್ನು ತೋರಿಸಿ ನಮಸ್ಕಾರ ಮಾಡಿದೆ. ಅಮ್ಮನ ಫೋಟೋಕ್ಕೆ ನಮಸ್ಕಾರ ಮಾಡು ಅಂದ್ರು. ಈ ಸುದ್ದೀನ ಏನಾದರೂ ಮಾಡಿ ಅವನಿಗೆ ತಿಳಿಸ್ಬೇಕು. ನನ್ನ ಮಗ ಅಂದ್ರೆ ಯಾರು ಅಂತ ಅವನಿಗೆ ಗೊತ್ತಾಗಬೇಕು ಅಂದರು. ಅವನು ಅಂದರೆ ಯಾರು ಅಂತ ನನಗೆ ಗೊತ್ತಾಯಿತು. ಅದು ನನ್ನ ದೊಡ್ಡಪ್ಪ ನಾನು ಮನೆ ತಲುಪುವಾಗ ಸಂಜೆ ಆರೂವರೆಯಾಗಿತ್ತು. ಅಪ್ಪ ನಾನು ಗೆದ್ದ ಖುಷಿಗೆ ಹಾಲಿನ ಕೀರು ಮಾಡಿದ್ದರು. ಮೊಸರನ್ನ (ಒಗ್ಗರಣೆ) ಮಾಡಪ್ಪ ಎಂದು ಹೇಳಿದ್ದೆ. ಎರಡನ್ನು ಸರಿಯಾಗಿ ತಿಂದು ಮಲಗಿದೆ. ಸುಸ್ತಾಗಿದ್ದ ಕಾರಣದಿಂದ ನಿದ್ರೆ ಬರಬೇಕಾಗಿತ್ತು ಬರಲಿಲ್ಲ. ನನ್ನ ನಿದ್ರೆಯನ್ನು ಸಮದ್ ಓಡಿಸಿದ್ದ. ಅವನ ಬಗ್ಗೆಯೇ ಯೋಚನೆ ಮಾಡುತ್ತಾ, ಮಾಡುತ್ತಾ, ನಿದ್ರೆ ಅನ್ನುವುದೊಂದು ಬಂದಾಗ ರಾತ್ರಿ ಎರಡು ಗಂಟೆ ಕಳೆದಿತ್ತು.

ಒಂದ್‌ವೇಳೆ ಸಮದ್ ಕೂಡ ಓಟದ ಸ್ಪರ್ಧೆಯಲ್ಲಿ ಇದ್ದಿದ್ದರೆ ನನ್ನ ಕತೆ ಏನಾಗುತ್ತಿತ್ತು ಅನ್ನುವ ಪ್ರಶ್ನೆಗೆ ನನ್ನಲ್ಲಿ ಸರಿಯಾದ ಉತ್ತರ ಸಿಗಲಿಲ್ಲ. ಒಂದೇ ಒಂದ್‌ಸಲ ಅವನನ್ನು ಸೋಲಿಸಲೇಬೇಕು. ಅದು ಅವನು ನಾನೂ ಇಬ್ಬರೇ ಓಡುವುದಾದರೂ ಸರಿ. ಕಾಲೇಜಿಗೆ ಸುಮಾರು ಹತ್ತು ದಿನ ರಜೆ ಹಾಕಿದ್ದು ನೆನಪಿಗೆ ಬಂತು. ಅಷ್ಟು ದಿನದ ನೋಟ್ಸ್ ಕಾಫಿ ಮಾಡಬೇಕಾಗಿತ್ತು.

ಮರುದಿನ ಕಾಲೇಜಿನಲ್ಲಿ ನನಗೆ ಭರ್ಜರಿ ಸ್ವಾಗತ ದೊರೆಯಿತು. ಗೇಟಿನ ಮುಂದೆ ಇದ್ದ ದೇವ್ರಾಜ ಮೇಷ್ಟ್ರು ಹಾಗೂ ಇತರ ಎಲ್ಲಾ ಮಕ್ಕಳು ನನಗೆ ಚಪ್ಪಾಳೆ ತಟ್ಟಿ, ಸ್ವಾಗತ ಕೋರಿದರು. ಇಬ್ಬರು ಹುಡುಗಿಯರು ನನಗೆ ಆರತಿ ಎತ್ತಿ, ನಿವಾಳಿಸಿ ಹಾಕಿದರು. ಅಲ್ಲಿಂದ ನನ್ನನ್ನು ಪ್ರಿನ್ಸಿಪಾಲರ ಛೇಂಬರಿನ ತನಕ ಕರೆದುಕೊಂಡುಹೋದರು. ಟ್ವಿಂಕಲ್ ಟ್ವಿಂಕಲ್ ಲಿಟಲ್ ಸ್ಟಾರ್, ಭಾರ್ಗವ ನಮ್ಮ ಸೂಪರ್ ಸ್ಟಾರ್ ಎಂದು ಗಟ್ಟಿಯಾಗಿ ಹೇಳುತ್ತಾ ಅವರು ಮುಂದೆ ಸಾಗುತ್ತಿದ್ದರೆ ನನಗೆ ನಾಚಿಕೆಯಾಯಿತು.

ಪ್ರಿನ್ಸಿಪಾಲರು ಛೇಂಬರ್ ಬಿಟ್ಟು ಹೊರಗಡೆ ಬಂದರು. ನನ್ನ ಕೈ ಕುಲುಕಿದರು. ನಾನು ಬಗ್ಗಿ ಅವರಿಗೆ ನಮಸ್ಕಾರ ಮಾಡಿದೆ. ಐ ಯಾಮ್ ಪ್ರೌಡ್ ಆಫ್ ಯೂ ಮೈ ಬಾಯ್ ಅಂದರು. ಛೇಂಬರಿನಲ್ಲಿ ಅವರು ಕುಳಿತುಕೊಳ್ಳುವಂತೆ ಹೇಳಿದರೂ ನಾನು ಕುಳಿತುಕೊಳ್ಳಲಿಲ್ಲ. ನನ್ನ ಕೊರಳಲ್ಲಿ

ಇದ್ದ ಪದಕ ತೆಗೆದು ಅವರ ಟೇಬಲಿನ ಮೇಲೆ ಇಟ್ಟೆ ಬ್ಯಾಗಿನಿಂದ ಪ್ರಮಾಣಪತ್ರ ತೆಗೆದು ಇರಿಸಿದೆ.

ಭಾರ್ಗವ ಇಲ್ಲಿಯತನಕ ಈ ಕಾಲೇಜಿನಲ್ಲಿ ಯಾರೂ ಇಂತಹ ಸಾಧನೆ ಮಾಡಿರಲಿಲ್ಲ. ರಾಜ್ಯಮಟ್ಟದಲ್ಲಿ ಒಂದಿಬ್ಬರು ಯಶಸ್ವಿಯಾಗಿದ್ರು. ನೀನು ರಾಷ್ಟ್ರಮಟ್ಟದಲ್ಲಿ ಪ್ರಶಸ್ತಿ ತಂದಿದ್ದಿಯಾ, ಗುಡ್ ನಾಳೆ ಕಾಲೇಜಿನಲ್ಲಿ ನಿನಗೆ ಸಾರ್ವಜನಿಕ ಸನ್ಮಾನ ಇದೆ. ಊರಿಡೀ ನಿನ್ನ ಮೆರವಣಿಗೆ ಮಾಡ್ಬೇಕು ಅಂತ ಕಾಲೇಜು ಅಭಿವೃದ್ಧಿ ಸಮಿತಿಯವರು ನಿರ್ಧಾರ ಮಾಡಿದ್ದಾರೆ. ನಾಳೆ ನಿಮ್ಮ ತಂದೆಯವರನ್ನು ಬರಲಿಕ್ಕೆ ಹೇಳು. ನೌ ಯು ಮೇ ಗೋ ಅಂದರು.

ಕ್ಲಾಸಿನಲ್ಲಿ ಹುಡುಗರು ಸ್ವಲ್ಪ ಮುಖ ಗಂಟುಹಾಕಿಕೊಂಡಿದ್ದರು. ಹುಡುಗಿಯರಿಗೆ ಮಾತ್ರ ತುಂಬಾ ಖುಷಿಯಾಗಿತ್ತು. ಸಬೀರಾ ಬಾನುಗಂತೂ ಸ್ವರ್ಗಕ್ಕೆ ಮೂರೇ ಗೇಣು ಅನ್ನುವಂತೆ ಇದ್ದಳು. ಎಲ್ಲಾ ಹುಡುಗಿಯರು ನನ್ನ ಕೈ ಕುಲುಕಿ ಅಭಿನಂದನೆಸಲ್ಲಿಸುವಾಗ ಹುಡುಗರ ಮುಖ ನೋಡಬೇಕಾಗಿತ್ತು. ನನ್ನ ಹೀರೊಗಿರಿ ಅವರಲ್ಲಿ ಅಸೂಯೆ ಮನೆ ಮಾಡುವಂತೆ ಮಾಡಿತ್ತು.

ಮಧ್ಯಾಹ್ನದ ವೇಳೆಯಲ್ಲಿ ಸಬೀರಾ ಬಾನುವಿನ ಅಪ್ಪ ಕಾಲೇಜಿಗೆ ಬಂದ್ರು ಅವರ ಕೈಯಲ್ಲಿ ಸಿಹಿತಿಂಡಿಯ ಪೊಟ್ಟಣ ಇತ್ತು. ಇದ್ರಲ್ಲಿ ಲಾಡು ಇದೆ. ಇಡೀ ಕಾಲೇಜಿಗೆ ಆಗುವಷ್ಟು ಇಲ್ಲ. ನಿಮ್ಮ ಕ್ಲಾಸಿಗೆ ಆಗುವಷ್ಟು ಇದೆ. ಎಲ್ಲರಿಗೂ ಕೊಡು ಎಂದು ಹೇಳಿ, ಎಲ್ಲಿ ಬಾಯಿ ಆ ಅನ್ನು ಅಂದು, ನನಗೆ ಬಾಯಿಗೆ ಲಾಡು ತುರುಕಿ, ಇನ್ನು ಮುಂದೆಯೂ ನಿನಗೆ ಒಳ್ಳೆಯದಾಗಲಿ ಬಿಡುವು ಇದ್ದಾಗ ಮನೆಗೆ ಬಾ, ಅಂತ ಹೇಳಿ ಹೋದರು.

ಕಾಲೇಜಿನ ಇತರ ಉಪನ್ಯಾಸಕರು, ವಿದ್ಯಾರ್ಥಿಗಳು, ಅಭಿನಂದಿಸಿದರು. ಅದರಲ್ಲಿಯೂ ಹುಡುಗಿಯರಿಗೆ ನನ್ನ ಕೈ ಕುಲುಕಿ ಅಭಿನಂದಿಸುವ ಆಸೆ, ಒಬ್ಬಳಂತೂ ಅವಳ ತಲೆಯಲ್ಲಿ ಇದ್ದ ಗುಲಾಬಿ ಹೂವು ತೆಗೆದು ನನ್ನ ಕೈಗೆ ಕೊಟ್ಟು ಅಭಿನಂದಿಸಿದಳು. ನಮಗೆ ಯಾವಾಗ ಸ್ವೀಟ್ ಕೊಡ್ತಿಯಾ ಎಂದು ಎಲ್ಲರೂ ಕೇಳಿದರು. ಆಗ ಇದಕ್ಕಿದ್ದ ಹಾಗೆ ಅಪ್ಪನ ಚಡ್ಡಿ ಗೆಳೆಯ ನಾಗರಾಜ್ ಕೊಟ್ಟಿದ್ದ ಹಣ ಜ್ಞಾಪಕಕ್ಕೆ ಬಂತು.

ಮನೆಗೆ ಬಂದಾಗ ಅಪ್ಪನಿಗೆ 'ನಾಳೆ ನನಗೆ ಕಾಲೇಜಿನಲ್ಲಿ ಸನ್ಮಾನ ಇದೆ. ಊರಿಡೀ ನನ್ನ ಮೆರವಣಿಗೆ ಮಾಡ್ತಾರೆ. ನೀವೂ ಬರಬೇಕಂತೆ ಪ್ರಿನ್ಸಿಪಾಲರು ಹೇಳಿದ್ರು' ಅಂದೆ. ಅಪ್ಪ ಏನೂ ಮಾತನಾಡಲಿಲ್ಲ, ನಾನೇ.. 'ನಾಳೆ ಬಾ ಅಪ್ಪ' ಅಂದೆ. ಅಪ್ಪ ಆಗಲಿ ಅಂತ ತಲೆಯಾಡಿಸಿದರು.

'ಕಾಲೇಜಲ್ಲಿ ಎಲ್ರೂ ಸ್ವೀಟ್ ಕೇಳ್ತಾ ಇದ್ದಾರೆ. ಲೆಕ್ಚರರ್ ಕೂಡ ಕೇಳಿದ್ರು' ಅಂದೆ.

ಕಾಲೇಜಲ್ಲಿ ಎಷ್ಟು ಜನ ಇದ್ದೀರಿ.

ಹತ್ರ ಹತ್ರ ಇನ್ನೂರಾ ಅರವತ್ತು ಎಲ್ಲಾ ಸೇರಿ.

ಹುಂ ಆಯ್ತು. ರಾಮಸ್ವೀಟ್ ಸ್ಟಾಲ್‌ನಲ್ಲಿ ನಿಂಗೇನು ಬೇಕೋ, ಅದನ್ನ ತಗೊಂಡು ಎಲ್ಲರಿಗೂ ಕೊಡು ಎಂದು ಹೇಳುತ್ತಾ, ಬೀರು ಬಾಗಿಲು ತೆಗೆದು ಒಂದು ಸಾವಿರ ರೂಪಾಯಿ ಕೊಟ್ರು. ನಿಂಗೆ ಟೂರ್ ಹೋಗೋಕೆ ದುಡ್ಡು ಕೊಟ್ಟಿದ್ನಲ್ಲ ಅದರಲ್ಲಿ ಎಷ್ಟು ಉಳಿದಿದೆ ಅಂತ ವಿಚಾರಿಸಿದರು. ನಾನು ಅದರಲ್ಲಿ ಮೂರೂ ಕಾಲು ಸಾವಿರ ಉಳಿದಿದೆ ಎಂದು ಹೇಳಿ ಬ್ಯಾಗಿನಿಂದ ದುಡ್ಡು ತೆಗೆದು ಕೊಟ್ಟೆ. ಅದನ್ನು ತೆಗೆದು ಬೀರುವಿನಲ್ಲಿ ಇಟ್ಟರು.

ಯಾವತ್ತೂ ಎಷ್ಟೇ ಖರ್ಚು ಆಗ್ಲಿ, ಲೆಕ್ಕ ಅಂತ ಇರಬೇಕು. ಯಾವುದಕ್ಕೆ ಬೇಕು ಅದಕ್ಕೆ ಮಾತ್ರ ಖರ್ಚು ಮಾಡ್ಬೇಕು. ಯಾರ ಮುಂದೆಯೂ ಕೈ ಚಾಚಬಾರದು. ಒಂದು ಹೊತ್ತು ಉಪವಾಸ ಇದ್ರೂ ಪರವಾಗಿಲ್ಲ. ದೇಹಿ ಅಂತ ಕೈ ಚಾಚಬಾರದು. ಬದುಕಲ್ಲಿ ಒಂದು ಶಿಸ್ತು ಇರ್ಬೇಕು ತಲೆ ತಗ್ಗಿಸೋ ಕೆಲ್ಸ ಮಾಡಬಾರದು.

ಆಯ್ತು ಅನ್ನುವಂತೆ ತಲೆಯಾಡಿಸಿದೆ.

ಮಾರನೇ ದಿನ ಕಾಲೇಜಿಗೆ ಹೋಗುವಾಗ ಯೂನಿಫಾರಂ ಬದಲಿಗೆ ಬೇರೆ ಬಟ್ಟೆ ಹಾಕಿಕೊಂಡು ಹೋಗಬೇಕು ಅಂತ ಅನಿಸಿತು. ಮೆರವಣಿಗೆ ಹೋಗುವಾಗ ಬೇರೆ ಬಟ್ಟೆ, ಇದ್ರೆ ಚಂದ ಯೂನಿಫಾರಂನಲ್ಲಿ ಹೋದ್ರೆ ಎಲ್ಲರೂ ಒಂದೇ ತರ ಕಾಣ್ತೀವಿ ಅಂತ ಅನಿಸಿತಾದರೂ, ಬೇಡ ಅಂತಲೇ ತೀರ್ಮಾನಿಸಿದೆ, ಅಪ್ಪ ಕಾಲೇಜಿಗೆ ಬನ್ನಿ. ಬೆಳಿಗ್ಗೆ ಹನ್ನೊಂದೂವರೆಗೆ ಮೀಟಿಂಗ್ ಇದೆ. ನಾನು ಸ್ವಲ್ಪ ಬೇಗ ಹೋಗಿರ್ತಿನಿ ಅಂತ ಹೇಳಿ ಹೊರಟೆ, ಬೆಳಿಗ್ಗೆ ಎಂಟೂಕಾಲು ಗಂಟೆಗೆ ಮನೆ ಬಿಡುತ್ತಿದ್ದ ನಾನು ಇವತ್ತು ಏಳೂವರೆಗೆ ಹೊರಟೆ. ಅಪ್ಪ ಯಾವಾಗ್ಲೂ ಬೆಳಿಗ್ಗೆ ಏಳು ಗಂಟೆಗೆಲ್ಲಾ ತಿಂಡಿ ರೆಡಿ ಮಾಡಿ ಇಡ್ತಾ ಇದ್ರು.

ರಾಮಸ್ವೀಟ್ ಸ್ಟಾಲ್‌ಗೆ ಹೋಗಿ, 260 ಸ್ವೀಟ್ಸ್ ಬೇಕು ಅಂದೆ. ಆನಂತರ ಇಲ್ಲ ಇಲ್ಲ ಮುನ್ನೂರು ಲಾಡು ಬೇಕು ಅಂದೆ. ಅವರು ಅಷ್ಟು ಇಲ್ಲ. ನಿನ್ನೆನೇ ಹೇಳಬೇಕಾಗಿತ್ತು. ಬೇಕೇ ಬೇಕು ಅಂದ್ರೆ ಎಲ್ಲಾ ಅಂಗಡಿಗಳಿಂದ ತರಿಸಿ ಜೊತೆ ಮಾಡಬೇಕು. ನಾನು ಆಗ್ಲಿ ಅಂತ ಅವರಿಗೆ ಅಡ್ವಾನ್ಸ್ ಕೊಟ್ಟು, ಅರ್ಧ ಕೆ.ಜಿ. ಜಹಾಂಗೀರ್ ಕಾಲು ಕೆ.ಜಿ. ಚಕ್ಕುಲಿ ಮುರುಕು ತಗೊಂಡು ಸಬೀರಾ ಬಾನು ಮನೆಗೆ ಹೋದೆ. ನನ್ನ ನೋಡಿ ಸಬೀರಾ ಬಾನು ಕುಣಿದು ಕುಪ್ಪಳಿಸಿದಳು. ಅವಳ ಅಮ್ಮನ ಕೈಯಲ್ಲಿ ಸಿಹಿ ಕಾರ ಕೊಟ್ಟೆ. ಅವರ ತಲೆಯ ಮೇಲೆ ಕೈ ಇರಿಸಿ ಒಳ್ಳೆಯದಾಗಲಿ. ಬೆಳಿಗ್ಗೆ ತಿಂಡಿ ತಿಂದಿದ್ದಿಯಾ ಅಥವಾ ದನದ ಮಾಂಸ ಹುಡುಕ್ತಾ ಇದ್ದೀಯಾ ಎಂದು ರೇಗಿಸಿದರು. ನಾನು ಬೇಡ. ನನ್ನ ತಿಂಡಿ ಆಗಿದೆ ಅಂದೆ. ಹಾಗಾದರೆ ಟೀ ಆದ್ರೂ ಕುಡಿ ಎಂದು ಟೀ ತಂದುಕೊಟ್ಟರು.

ಭಾರ್ಗವ ನಮ್ಮ ಸಬೀರಾಗೆ ಮದ್ವೆ ಗೊತ್ತಾಗಿದೆ. ಪರೀಕ್ಷೆ ಮುಗಿದ ನಂತರ ಜೂನ್ ಅಥವಾ ಜುಲೈನಲ್ಲಿ ಅವಳ ಮದುವೆ ಮಾಡ್ತೀವಿ. ಹುಡುಗ ದುಬೈನಲ್ಲಿ ಇದ್ದಾನೆ ಅಂದ್ರು, ಯಾಕಮ್ಮ ಅವಳು ಚಿಕ್ಕ ಹುಡುಗಿ ತುಂಬಾ ಚೆನ್ನಾಗಿ ಓದ್ತಾಳೆ. ಅವಳನ್ನು ಡಾಕ್ಟರ್ ಅಥವಾ ಇಂಜಿನಿಯರ್ ಮಾಡಿಸಬಹುದು. ಅಂತದ್ರಲ್ಲಿ ನೀವು ಮದ್ವೆ ಗೊತ್ತಾಗಿದೆ ಅಂತ ಹೇಳ್ತಾ ಇದ್ದೀರಿ ಅವಳು ಓದ್ಲಿ ಬಿಡಿ.

ಹೌದಪ್ಪ ನಂಗೂ ಗೊತ್ತಿದೆ ಅವಳು ಓದೋದ್ರಲ್ಲಿ ಚುರುಕಾಗಿದ್ದಾಳೆ ಅಂತ. ನಾನೂ ಸೈತ ಆಗ ಓದೋದ್ರಲ್ಲಿ ಚುರುಕಾಗಿದ್ದೆ. ಕ್ಲಾಸಿಗೆ ನಾನೇ ಫಸ್ಟ್, ನಂಗೆ ಆದಾಗ ಎಸ್.ಎಸ್.ಎಲ್.ಸಿ. ಪರೀಕ್ಷೆ ರಿಸಲ್ಟ್ ಬರ್ತಿದ್ದ ಹಾಗೆ ಮದ್ವೆ ಮಾಡಿದ್ರು. ಇವಳಿಗೆ ಪಿ.ಯು.ಸಿ. ಆದ ನಂತರ ಮದ್ವೆ. ಇವಳ ಮಗಳಿಗೆ ಡಿಗ್ರಿ ಆದ ಮೇಲೆ ಮದುವೆ ಅಂತ ನಕ್ಕರು.

ನನ್ನ ಮುಖ ಸಪ್ಪಗಾಯಿತು. ಸಬೀರಾ ಬಾನುವಿನ ಮದುವೆಯನ್ನು ಒಳಮನಸ್ಸು ಸಹಿಸಲಿಲ್ಲ. ಅವಳು ಚೆನ್ನಾಗಿ ಓದಿ ಡಾಕ್ಟರ್ ಆಗಬೇಕು. ಇಂಜಿನಿಯರ್ ಆಗ್ಬೇಕು ಅಂತ ನಾನೇನೂ ಕನಸು ಕಂಡವನಲ್ಲ, ಆದ್ರೂ ಅವಳಿಗೆ ಮದ್ವೆ ಅಂದಾಗ ಮನಸ್ಸಿಗೆ ಬೇಸರ ಆಯಿತು. ಯಾರನ್ನೋ ಕಳೆದುಕೊಂಡಂತೆ ಅನಿಸಿತು. ಏನು ಮಾತನಾಡಬೇಕು ಅಂತ ಗೊತ್ತಾಗದೆ ಮೌನ ವಹಿಸಿದೆ ಟೀ ಕುಡಿದು ಬರ್ತೀನಮ್ಮ ಅಂತ ಹೇಳಿ ಹೊರಟೆ, ಅಬ್ದುಲ್ ಗಫಾರ್ ಮನೆಯಲ್ಲಿ ಇರಲಿಲ್ಲ.

ಬರ್ತಿಯೇನೆ ಕಾಲೇಜಿಗೆ ಡಬ್ಬಲ್ ಹೊಡಿತಿನ.

ಹೋಗೋ ನಾನು ಓಡ್ಕೊಂಡು ಬರ್ತಿನಿ. ನಂಗೂ ಓಡೋಕೆ ಬರುತ್ತೆ.

ನಿಂಗೆ ಮದ್ವೆಯಂತೆ!

ಹೌದು ಕಣೋ ಕ್ಲಾಸಲ್ಲಿ ಯಾರ್ಗೂ ಹೇಳ್ಬೇಡ, ಆಮೇಲೆ ಎಲ್ಲಾರು ತಮಾಷೆ ಮಾಡ್ತಾರೆ ಎಂದು ಮುಖ ಸಪ್ಪಗೆ ಮಾಡಿಕೊಂಡಳು.

ನಂಗೆ ಇಷ್ಟ ಇಲ್ಲ ಅಂತ ಹೇಳೇ.

ನಮ್ಮಲ್ಲಿ ದೊಡ್ಡವರಿಗೆ ಎದುರುತ್ತರ ಕೊಡೋ ಹಾಗೆ ಇಲ್ಲ. ಭಾರ್ಗವ ಪ್ಲೀಸ್ ಕಣೋ ಯಾರ್ಗೂ ಹೇಳ್ಬೇಡ ಅಂದಳು.

ನಾನು ಆಗ್ಲಿ ಬಿಡೇ, ಯಾರ್ಗೂ ಹೇಳೋದಿಲ್ಲ ಅಂತ ಸೈಕಲ್ ಏರಿದೆ. ಪ್ರೇಯರ್ ನಂತರ ಕಾಲೇಜಿನ ಮಕ್ಕಳು ಮೆರವಣಿಗೆ ಹೊರಟರು. ಆಡಳಿತ ಮಂಡಳಿಯ ಒಬ್ಬ ಸದಸ್ಯರು ತಮ್ಮ ಜೀಪು ತಂದಿದ್ದರು. ಅದನ್ನು ತೆರೆದ ಜೀಪಿನಂತೆ ಮಾಡಲಾಗಿತ್ತು. ಅದಕ್ಕೆ ಸ್ವಲ್ಪ ಹೂವು ಸುತ್ತಿದ್ದರು. ನಾನು, ಪ್ರಿನ್ಸಿಪಾಲರು ದೇವ್ರಾಜ ಸರ್ ಮತ್ತು ಆಡಳಿತ ಮಂಡಲಿಯ ಅಧ್ಯಕ್ಷರು ಜೀಪು ಏರಿದೆವು. ಅಧ್ಯಕ್ಷರು, ನನ್ನ ಬೆನ್ನು ತಟ್ಟಿ, ತಬ್ಬಿಕೊಂಡರು. ಅದೇ ಮೊದಲ ಬಾರಿಗೆ ಜೀವನದಲ್ಲಿ ನನ್ನನ್ನು ಯಾರೋ ಒಬ್ಬರು ತಬ್ಬಿಕೊಂಡಿದ್ದು, ಇದು

ಹೊಸ ಅನುಭವ ಅವರ ಹೊಟ್ಟೆ ನನಗೆ ತಾಕಿದ್ದಾಗ ಸಣ್ಣದಾಗಿ ನಗು ಮತ್ತು ಮುಜುಗರ ಎರಡೂ ಆಯಿತು. ದೇವ್ರಾಜ ಮೇಷ್ಟ್ರ ಸಂತೋಷ ಮೇರೆ ಮೀರಿತ್ತು. ಅವರು ಅಧ್ಯಕ್ಷರೊಂದಿಗೆ ನನ್ನ ಸಲುವಾಗಿ ತಾವು ಪಟ್ಟ ಕಷ್ಟವನ್ನು ವಿವರಿಸುವ ಪ್ರಯತ್ನ ಮಾಡಿದರು. ಅಧ್ಯಕ್ಷರು ಅದನ್ನು ಕೇಳಿಸಿಕೊಳ್ಳುವ ಸ್ಥಿತಿಯಲ್ಲಿ ಇರಲಿಲ್ಲ. ಒಂದು ಹೂವಿನ ಹಾರವನ್ನು ನನ್ನ ಕುತ್ತಿಗೆಗೆ ಹಾಕಲಾಗಿತ್ತು.

ಕಾಲೇಜಿನ ಬ್ಯಾಂಡ್‌ಸೆಟ್ ಅನ್ನು ಬಾರಿಸುವ ಹುಡುಗರು ಮುಂದೆ, ಅವರ ಹಿಂದೆ ಉಳಿದ ಮಕ್ಕಳು ಅನಂತರ ನಮ್ಮ ಜೀಪು, ನಮ್ಮ ಜೀಪಿನ ಹಿಂದೆ ಕೆಲವು ಉಪನ್ಯಾಸಕರು ಹಾಗೂ ಇತರೆ ಏಳೆಂಟು ಜನ ಇದ್ದರು. ನಮ್ಮ ಮೆರವಣಿಗೆ ಹೊರಟಿತು. ರಸ್ತೆಯಲ್ಲಿ ಅಲ್ಲಲ್ಲಿ ಗುಂಡಿಗಳು ಇದ್ದ ಕಾರಣ ಜೀಪು ಗುಂಡಿಗೆ ಇಳಿದಾಗ ಮುಗ್ಗರಿಸಿದಂತೆ ಆಗುತ್ತಿತ್ತು. ನಾವು ನಿಂತಿದ್ದವರು ಹಿಂದೆ ಮುಂದೆ ಜೋಲಾಡುತ್ತಿದ್ದೆವು. ಎಂಟತ್ತು ಸಲ ಹೀಗೆ ಆದಾಗ ಪ್ರಿನ್ಸಿಪಾಲರಿಗೆ ಸುಸ್ತಾಗಿ ಹೋಯಿತು. ಅವರಿಗೆ ಬೆನ್ನು ನೋವು ಬಂದಿರಬಹುದು. ಅಧ್ಯಕ್ಷರೆ, ಈ ರಸ್ತೆಯಲ್ಲಿ ಈ ಜೀಪಿನಲ್ಲಿ ಮೆರವಣಿಗೆ ಹೋಗುತ್ತಿರುವುದಕ್ಕೆ ನಮಗೂ ಪ್ರಶಸ್ತಿ ಕೊಡಬೇಕು ಅಂದರು. ಅಧ್ಯಕ್ಷರು ಹೌದು, ಹೌದು ಅನ್ನುತ್ತಾ ನಕ್ಕರು.

ನಾನು ನಾಚಿಕೆಯಿಂದ ತಲೆ ತಗ್ಗಿಸಿಕೊಂಡು ನಿಂತಿದ್ದೆ. ಕೆಲವರು ರಸ್ತೆಯಲ್ಲಿ ಹೋಗುತ್ತಿದ್ದವರು. ಬಸ್ಸಿನಲ್ಲಿ ಕುಳಿತಿದ್ದವರು, ನನ್ನ ಕಡೆ ನೋಡಿ ಕೈ ಬೀಸಿದರು. ನಾನು ಸುಮ್ಮನಿದ್ದೆ. ಏಯ್ ಹುಡುಗಿ ತರ ಆಡಬೇಡ. ಎದೆಯುಬ್ಬಿಸಿ ನಿಂತುಕೋ. ಯಾರ‍್ಯಾರು ಕೈ ಬೀಸ್ತಾರೋ ಅವರಿಗೆ ನೀನೂ ಕೈ ಬೀಸೋ ಎಂದು ದೇವ್ರಾಜ್ ಮೇಷ್ಟ್ರು ಗದರಿಸುವ ಧ್ವನಿಯಲ್ಲಿ ಹೇಳಿದರು. ನಾನು ಅವರು ಹೇಳಿದಂತೆಯೇ ಮಾಡಿದೆ. ಇದ್ದಕ್ಕಿದ್ದ ಹಾಗೆ ಸಮದ್ ನನಪಿಗೆ ಬಂದ. ಅವನು ಒಂದು ವೇಳೆ ಓಟಕ್ಕೆ ನಿಂತಿದ್ದರೆ ನಾನು ಇವತ್ತಿನ ಈ ಮೆರವಣಿಗೆಯಲ್ಲಿ ಇರ್ತಾನೆ ಇರಲಿಲ್ಲ ಅಂತ ಆಗಲೂ ನನಗೆ ಅನಿಸಿತು.

ರಾಮ ಸ್ವೀಟ್ ಸ್ಟಾಲ್‌ನ ಹತ್ತಿರ ಬಂದಾಗ ಅಂಗಡಿಯವನು ಜೀಪು ನಿಲ್ಲಿಸಿ ಸಿಹಿ ತಿಂಡಿಯ ರಟ್ಟಿನ ಡಬ್ಬವನ್ನು ಜೀಪಿನಲ್ಲಿ ಇರಿಸಿದ. ಒಂದ್ನೂರು ಜಿಲೇಬಿಯನ್ನು ತಂದು, ನನಗೆ, ಪ್ರಿನ್ಸಿಪಾಲರಿಗೆ, ದೇವ್ರಾಜ ಸರ್‌ಗೆ, ಅಧ್ಯಕ್ಷರಿಗೆ, ಜೀಪಿನ ಡ್ರೈವರ್‌ಗೆ ತಿನ್ನಿಸಿದ. ನನ್ನ ಬೆನ್ನು ತಟ್ಟಿ, ಉಳಿದ ಚಿಲ್ಲರೆ ಹಣವನ್ನು ಜೇಬಿಗೆ ತುರುಕಿದ.

ಒಂದು ಗಂಟೆಯ ಮೆರವಣಿಗೆ ಮುಗಿದ ನಂತರ ಎಲ್ಲರೂ ಕಾಲೇಜಿಗೆ ಬಂದೆವು. ಆಗ ಕಾಲೇಜಿನ ಗೇಟಿನ ಮುಂದೆ ಅಪ್ಪ ನಿಂತಿದ್ದು ಕಂಡಿತು. ಅಪ್ಪನನ್ನು ಕಂಡ ಪ್ರಿನ್ಸಿಪಾಲರು ಶಾಸ್ತ್ರಿಗಳು, ನೀವು ಬೇಗನೆ ಬಂದಿದ್ರೆ ನೀವೂ ಜೀಪಿನಲ್ಲಿ ಮೆರವಣಿಗೆ ಬರಬಹುದಿತ್ತು ಅಂದರು. ಈ ಹುಡುಗ ನಮ್ಮ ಶಾಸ್ತ್ರಿಗಳ ಮಗನಾ ಎಂದು ಅಧ್ಯಕ್ಷರು ಆಶ್ಚರ್ಯ ವ್ಯಕ್ತಪಡಿಸಿದರು. ಪುನಃ ಬೆನ್ನು ತಟ್ಟಿದರು.

ಮುಂದಿನ ಹತ್ತು ನಿಮಿಷದಲ್ಲಿ ಸಭೆ ಆರಂಭವಾಯಿತು. ಪ್ರಿನ್ಸಿಪಾಲರು ಅಧ್ಯಕ್ಷತೆ ವಹಿಸಿದ್ದರು. ಏಳೆಂಟು ಜನರಿಗೆ ಅತಿಥಿ ಸ್ಥಾನ ನೀಡಲಾಗಿತ್ತು. ಅಪ್ಪನನ್ನು ಬಲವಂತದಿಂದ ಕರೆದು ಅತಿಥಿಗಳ ಜಾಗದಲ್ಲಿ ಕೂರಿಸಿದರು. ಒಲ್ಲದ ಮನಸ್ಸಿನಿಂದ ಅಪ್ಪ ಆ ಜಾಗದಲ್ಲಿ ಕುಳಿತರು. ಎದುರಿಗೆ ಉಪನ್ಯಾಸಕರ ಸಾಲಿನಲ್ಲಿ ನಾನು ಕುಳಿತಿದ್ದೆ. ಬೇಡ ಅಂದರೂ ಅಪ್ಪನ ಕಡೆ ಆಗಾಗ್ಗೆ ನೋಡುತ್ತಿದ್ದೆ. ಅಪ್ಪ, ಅವತ್ತು ತುಂಬಾ ಭಾವುಕರಾಗಿದ್ದರು. ಯಾವ ಕ್ಷಣದಲ್ಲಿ ಬೇಕಾದರೂ ಅವರು ಅಳಬಹುದು ಅಂತ ಅನಿಸಿತು. ಅಮ್ಮ ಇದ್ದಿದ್ದರೆ ಎಂದು ಅಮ್ಮನನ್ನು ನೆನಪಿಸಿಕೊಂಡೆ.

ದೇವ್ರಾಜ ಮೇಷ್ಟ್ರು ಅಂದಿನ ಸಭೆಯ ಉದ್ದೇಶ ತಿಳಿಸಿದರು. ಕಾಲೇಜಿನ ಅಭಿವೃದ್ಧಿ ಸಮಿತಿಯ ಅಧ್ಯಕ್ಷರು ಮಾತನಾಡಿದರು. ಇತರ ಇಬ್ಬರು ಸದಸ್ಯರು ಮಾತನಾಡಿದರು. ಅಧ್ಯಕ್ಷರು, ನನ್ನನ್ನು ಸಿಕ್ಕಾಬಟ್ಟೆ ಹೊಗಳಿದರು. ಈ ಭಾರ್ಗವ ನಮ್ಮ ಶಾಸ್ತ್ರಿಗಳ ಮಗ. ಇದ್ದರೆ ಇಂತಹ ಮಕ್ಕಳು ಇರಬೇಕು ಅಂತ ಅವರು ಹೇಳಿದಾಗ ಅಪ್ಪ ಕಣ್ಣೀರು ಒರೆಸಿಕೊಂಡರು.

ಅಲ್ಲಿಯತನಕ ನಾನು ಅಪ್ಪನ ಸಿಟ್ಟು, ಒರಟುತನ, ಮತ್ತು ಉಡಾಫೆಯನ್ನು ಮಾತ್ರ ಕಂಡಿದ್ದೆ. ಅಪ್ಪ ಅಂದರೆ ಕಲ್ಲು ಹೃದಯದ ಮನುಷ್ಯ ಅಂದುಕೊಂಡಿದ್ದೆ. ಅಂತಹ ಅಪ್ಪನೂ ಕರಗಿಹೋಗಿದ್ದು ಕಂಡು ನನಗೆ ಆಶ್ಚರ್ಯವಾಯಿತು. ಅವರ ಕಂಗಳಲ್ಲಿ ನೀರು ಕಂಡು ನನಗೂ ಅಳು ಬರುವಂತಾಯಿತು.

'ಈಗ ಭಾರ್ಗವನ ತಂದೆ ಶಾಸ್ತ್ರಿಗಳು ಮಾತಾಡಬೇಕು ಅಂತ ಕೇಳಿಕೊಳ್ತಾ ಇದ್ದೀನಿ' ಎಂದು ದೇವ್ರಾಜ ಮೇಸ್ಟ್ರು ಹೇಳಿದರು.

ಅಪ್ಪ ಇಲ್ಲ ನಾನು ಮಾತನಾಡುವುದಿಲ್ಲ. ನಂಗೆ ಭಾಷಣ ಮಾಡೋಕೆ ಬರೋದಿಲ್ಲ ಅಂದರೂ ಪ್ರಿನ್ಸಿಪಾಲರು, ಅಧ್ಯಕ್ಷರು ಬಿಡಲಿಲ್ಲ. ನಿಮಗೆ ಏನು ಹೇಳ್ಬೇಕು ಅಂತ ಅನಿಸುತ್ತೋ ಅದನ್ನು ಇವತ್ತು ನೀವು ಹೇಳಲೇಬೇಕು. ಎರಡೇ ಎರಡು ಮಾತು ಆದ್ರೂ ಸರಿ. ನೀವು ಮಾತಾಡ್ಲೇಬೇಕು ಶಾಸ್ತ್ರಿಗಳೆ ಎಂದು ಪ್ರಿನ್ಸಿಪಾಲರು ಅಧಿಕಾರಯುತವಾಗಿ ಹೇಳಿದರು.

ನಾನು ಹುಟ್ಟಿನಿಂದ ಕುಂಟ, ಬಾಲ್ಯದಲ್ಲಿ ನಂಗೆ ನಡೆದಾಡೋಕು ಕಷ್ಟ ಆಗ್ತಾ ಇತ್ತು. ನನ್ನ ಅಣ್ಣ ಸೈಕಲ್ ಮೇಲೆ ನನ್ನ ಸ್ಕೂಲಿಗೆ ಕರಕೊಂಡು ಹೋಗ್ತಾ ಇದ್ದ. ಅವನು ಊರು ಬಿಟ್ಟು ಬೇರೆ ಊರಿಗೆ ಓದಲು ಹೋದಾಗ ಅನಿವಾರ್ಯವಾಗಿ ನಾನು ಶಿಕ್ಷಣ ಮುಗಿಸಬೇಕಾಗಿ ಬಂತು. ನಾನು ಏಳನೇ ತರಗತಿ ಪಾಸಾಗಿ ಎಂಟನೇ ತರಗತಿಗೆ ಹೋಗಲೇ ಇಲ್ಲ.

ಯಾರಾದರೂ ಹುಡುಗರು, ಹುಡುಗಿಯರು ಆಟ ಆಡೋದನ್ನು ನೋಡ್ತಾ ಇದ್ರೆ ಅವಾಗ ನಂಗೆ ಕಣ್ಣೀರು ಬರ್ತಾ ಇತ್ತು, ಆಡೋದಿಕ್ಕೆ ಬೇಡ, ನಡೆದಾಡದಕ್ಕೂ ನನ್ನ ಕಾಲಿಗೆ ಶಕ್ತಿ ಇಲ್ವಲ್ಲ ದೇವ್ರೇ ಅಂತ ಅಳ್ತಾ ಇದ್ದೆ.

ಇವನು ಹುಟ್ಟಿದಾಗ ನಾನು ಗಂಡೋ ಹೆಣ್ಣೋ ಅಂತ ಕೇಳಲಿಲ್ಲ. ಬದಲಿಗೆ ಮಗುವಿನ ಕಾಲು ಸರಿ ಇದ್ಯಾ ಅಂತ ಕೇಳಿದ್ದೆ. ಎಲ್ಲಿ ನನ್ನ ಮಗು ನನ್ನ ಹಾಗೆ ಕಾಲು ಊನವಾಗಿ ಹುಟ್ಟಿಬಿಡುತ್ತೋ ಅನ್ನುವ ಭಯ ನಂಗೆ ಇತ್ತು. ದೇವರು ದೊಡ್ಡವನು. ಅಮ್ಮನ ಕೃಪೆಯಿಂದ ಆರೋಗ್ಯವಂತ ಮಗುವೇ ಜನ್ಮ ತಾಳಿತ್ತು.

ಇವತ್ತು ನನ್ಮಗ ಭಾರ್ಗವ, ಯಾರನ್ನ ಜನ ಕುಂಟ ಶಾಸ್ತ್ರಿ ಅಂತ ಕರಿತಾರೋ ಅಂತಹವನ ಮಗ ಭಾರ್ಗವ, ದೇಶ ಮಟ್ಟದಲ್ಲಿ ಓಡೋದ್ರಲ್ಲಿ ಮೂರನೇ ಸ್ಥಾನ ಪಡೆದಿದ್ದಾನೆ. ನಂಗೆ ಕಾಲು ಸರಿ ಇಲ್ಲ ಅನ್ನುವ ಕೊರಗನ್ನು ಇಲ್ಲವಾಗಿಸಿದ್ದಾನೆ.

ಕೆಲವು ತಿಂಗಳ ಹಿಂದೆ ಪ್ರಿನ್ಸಿಪಾಲರು ನನ್ನನ್ನ ಕರೆಸಿ ನಿಮ್ಮಗ ಓಡಬೇಕೋ, ಓದಬೇಕೋ ಅನ್ನೋದನ್ನು ನೀವೇ ನಿರ್ಧಾರ ಮಾಡಿ ಅಂತ ಹೇಳಿದ್ರು. ನಾನು ಆಗ ನನ್ಮಗ ಓಡಲಿ ಅಂತ್ಲೇ ಹೇಳಿದ್ದೆ. ಯಾಕೆಂದ್ರೆ ಜೀವನದಲ್ಲಿ ನಾನು ಹತ್ತು ಮೀಟರ್ ಕೂಡ ಓಡಿದವನಲ್ಲ, ನನ್ನ ಕಾಲು ಸರಿ ಇದ್ದಿದ್ರೆ ನನ್ಮಗ ಓದಲಿ ಅಂತ ಹೇಳ್ತಾ ಇದ್ನೋ ಏನೋ

ಇವತ್ತು ಈ ಕಾಲೇಜಲ್ಲಿ ನನ್ಮಗನಿಗೆ ಸನ್ಮಾನ ಆಗಿದೆ. ಇದು ಅವನಿಗೆ ಸಿಕ್ಕ ಸನ್ಮಾನ ಅಲ್ಲ. ನಮ್ಮ ಇಡೀ ಮನೆತನಕ್ಕೆ ಸಿಕ್ಕ ಸನ್ಮಾನ ಅಂತ ನಾನು ನಂಬ್ತೀನಿ. ನಮ್ಮ ವಂಶದಲ್ಲಿ ಯಾರ್ಗೂ ಇಂತಹ ಸನ್ಮಾನ ನಾನು ಕಂಡ ಹಾಗೆ ಆಗಿಲ್ಲ, ಅದ್ರಿಂದ ಭಾರ್ಗವ ನಮ್ಮ ವಂಶಕ್ಕೆ ಒಂದು ಗೌರವ ತಂದು ಕೊಟ್ಟ ಅಂತ ನಾನು ನಂಬಿದ್ದೀನಿ. ಈ ಕಾಲೇಜಿಗೆ ಪ್ರಿನ್ಸಿಪಾಲರಿಗೆ ದೇವ್ರಾಜ ಮಾಸ್ಟರಿಗೆ ಇಲ್ಲಿನ ಸಮಿತಿ ಅಧ್ಯಕ್ಷರಿಗೆ ಸದಸ್ಯರಿಗೆ ಪಾಠ ಹೇಳೋ ಎಲ್ಲಾ ಶಿಕ್ಷಕರಿಗೆ ನಾನು, ನನ್ಮಗ ಕೃತಜ್ಞರಾಗಿರುತ್ತೇವೆ. ನನಗೆ ಬುದ್ಧಿ ಬಂದ ಮೇಲೆ ನಾನು ಕಣ್ಣೀರು ಸುರಿಸಿದ್ದು ಬಹಳ ಕಡಿಮೆ. ಇವತ್ತು ನನ್ನ ಕಣ್ಣಲ್ಲಿ ಆನಂದಬಾಷ್ಪ ಬಂತು. ಇದಕ್ಕೆ ನೀವು ಕಾರಣ ಅಂತ ಪ್ರಿನ್ಸಿಪಾಲರು ಉಪನ್ಯಾಸಕರ ಕಡೆ ಕೈ ತೋರಿಸುತ್ತಾ, ಎಲ್ಲರಿಗೂ ನಮಸ್ಕಾರ ಅಂತ ಹೇಳಿ ಅಪ್ಪ ಕುಳಿತರು. ಪ್ರಿನ್ಸಿಪಾಲರು ಎದ್ದು ನಿಂತು ಚಪ್ಪಾಳೆ ತಟ್ಟಿದರು. ಉಳಿದವರು ಅವರನ್ನು ಅನುಕರಿಸಿದರು. ಎರಡು ನಿಮಿಷ ಕೇವಲ ಚಪ್ಪಾಳೆಯ ಸದ್ದು ಮಾತ್ರ ಕೇಳ್ತಾ ಇತ್ತು.

ಇದಾದ ನಂತರ ನನಗೆ ಸನ್ಮಾನ ಮಾಡಿದರು. ನಾನು ತಂದಿದ್ದ ಪದಕ ನನ್ನ ಕೊರಳಿಗೆ ಹಾಕಿದರು. ಕೈಗೆ ಪ್ರಮಾಣ ಪತ್ರ ಕೊಟ್ಟರು. ಒಂದು ಹಾರ ಹಾಕಿದರು. ಶಾಲು ಹೊದಿಸಿದ್ದರು. ಕೈಗೆ ಹಣ್ಣಿನ ಒಂದು ಬುಟ್ಟಿ ಕೊಟ್ಟರು. ಆಡಳಿತ ಮಂಡಳಿಯ ಅಧ್ಯಕ್ಷರು ಐದು ನೂರು ರೂಪಾಯಿಯ ಬಹುಮಾನದ ಘೋಷಣೆ ಮಾಡಿದರು. ಸನ್ಮಾನದ ಕೆಲಸ ಮುಗಿದ ನಂತರ ಒಂದು ಫೋಟೋ

ತೆಗೆದರು. ಅಪ್ಪ ಎಲ್ಲರ ಕಾಲಿಗೆ ನಮಸ್ಕಾರ ಮಾಡು ಅಂದರು. ನಾನು ಎಲ್ಲರ ಕಾಲಿಗೆ ಬಿದ್ದು ನಮಸ್ಕಾರ ಮಾಡಿದೆ. ಯಾವುದೋ ಲೋಕದಲ್ಲಿ ಇದ್ದೀನಿ ಅನ್ನುವಂತೆ ನನಗೆ ಅನಿಸುತ್ತಿತ್ತು.

ಪ್ರಿನ್ಸಿಪಾಲರು ಅಧ್ಯಕ್ಷ ಭಾಷಣ ಮಾಡಿದರು. ಅಪ್ಪ ಮತ್ತು ಅವರ ನಡುವೆ ನಡೆದಿದ್ದ ಮಾತುಕತೆಯನ್ನು ಪುನಃ ನೆನಪಿಸಿಕೊಂಡರು. ಮಕ್ಕಳಲ್ಲಿ ಇರುವ ಪ್ರತಿಭೆಯನ್ನು ಗುರುತಿಸಿ ಬೆನ್ನು ತಟ್ಟಬೇಕಾದದ್ದು ಪೋಷಕರ ಕರ್ತವ್ಯವೂ ಹೌದು ಅದನ್ನು ಶಾಸ್ತ್ರಿಗಳು ಚೆನ್ನಾಗಿ ಮಾಡಿದ್ದಾರೆ. ಇತರ ಪೋಷಕರು ಇವರನ್ನು ಅನುಕರಿಸಬೇಕು ಅಂದರು.

ಕಾಲೇಜಿನ ವತಿಯಿಂದ ಸಿಹಿ ಹಂಚಲಾಯಿತು. ನಾನು ತಂದಿದ್ದ ಸಿಹಿಯನ್ನು ಹಂಚಿಸಿದೆ. ಸಂಭ್ರಮ, ಸಡಗರ ಮುಗಿಯುವಾಗ ಮಧ್ಯಾಹ್ನ ಆಗಿಹೋಗಿತ್ತು. ಅಪ್ಪ ಪ್ರಿನ್ಸಿಪಾಲರ ಅಪ್ಪಣೆ ಪಡೆದು ಮನೆಗೆ ಹೋದರು.

ಭಾರ್ಗವ, ಪರೀಕ್ಷೆ ಇನ್ನು ನಾಲ್ಕು ತಿಂಗಳು ಮಾತ್ರ ಇದೆ. ಈ ವರ್ಷದ ಮಟ್ಟಿಗೆ ಇನ್ಮೇಲೆ ನೀನು ಓಡೋದು ಬೇಡ. ಪರೀಕ್ಷೆಗೆ ಸ್ವಲ್ಪ ಅಭ್ಯಾಸ ಮಾಡು. ಕಾಲೇಜಿಗೆ ನೀನು ಸುಮಾರು ದಿನ ರಜೆ ಹಾಕಿದ್ದೀಯಾ ಪಿ.ಯು.ಸಿ. ಜೀವನದಲ್ಲಿ ಒಂದು ಮುಖ್ಯವಾದ ಘಟ್ಟ, ಸ್ವಲ್ಪ ಓದಿನ ಕಡೆ ಗಮನ ಕೊಡು ಮುಂದಿನ ವರ್ಷದಿಂದ ನೀನು ಬೇಕಾದ್ದು ಮಾಡು. ಹೇಗೋ ಒಂದು ಘಟ್ಟವನ್ನು ನೀನು ತಲುಪಿ ಆಗಿದೆ. ಅಂದರು ಪ್ರಿನ್ಸಿಪಾಲರು.

ಸಂಜೆ ನಾನು ಮನೆಗೆ ಬಂದಾಗ ಅಂಜಿ, ಅವನ ಹೆಂಡತಿ, ಅವರ ಮನೆಗೆ ಬಂದಿದ್ದ ಯಾರೋ ಒಬ್ಬರು ಮನೆಯಲ್ಲಿ ಇದ್ದರು. ಅವರಿಗೆಲ್ಲ ಅಪ್ಪ ಕೇಸರಿಬಾತ್ ಮಾಡಿ ತಿನ್ನಿಸಿದ್ದರು. ನನ್ನ ಕೈಗೆ ಕೇಸರಿಬಾತಿನ ಪ್ಲೇಟ್ ಕೊಟ್ಟ, ಅಪ್ಪ, 'ನಾಳೆ ಕಾಲೇಜಿಗೆ ಹೋದಾಗ ಸ್ಟುಡಿಯೋಕ್ಕೆ ಹೋಗಿ ಎರಡು ಫೋಟೋ ನಮಗೂ ಬೇಕು ಅಂತ ಹೇಳು' ಅಂದ್ರು.

'ನಾನು ಎರಡು ಯಾಕಪ್ಪ, ನಮ್ಮನೆಗೆ ಒಂದೇ ಸಾಕು' ಅಂದ. ಇನ್ನೊಂದು ಫೋಟೋನ ಅವನಿಗೆ ಕಳಿಸ್ಬೇಕು' ಅಂದ್ರು.

'ಯಾಕಪ್ಪ ಅವರಿಗೆ ಕಳಿಸ್ಬೇಕು. ನಮ್ಗೂ ಅವರ್ಗೂ ಏನೂ ಸಂಬಂಧ ಉಳಿದಿಲ್ಲ ಅಲ್ವ'

'ಹೌದೌದು ಸಂಬಂಧ ಇಲ್ದೇ ಇರ್ಬೋದು. ಆದ್ರೆ ಅವನಿಗೆ ನನ್ನ ಮಗ ಎಂತವನು ಅಂತ ಗೊತ್ತಾಗಲಿ. ಅವನು ನಿನ್ನ ಬೈದು ಮನೆ ಒಳಗಡೆನೂ ಸೇರಿಸದೆ ಇದ್ದೋನಲ್ವಾ' ಅಂದರು.

ನಾನು ಹಿಂದೆ ಸಗಣಿಯನ್ನು ದೊಡ್ಡಪ್ಪನಿಗೆ ಎರಚಿದ್ದು ಅಪ್ಪನಿಗೆ ಗೊತ್ತಾಗಿತ್ತು. ಅವರು ಅದನ್ನು ಬಾಯಿ ಬಿಟ್ಟು ನನಗೆ ಹೇಳಿರಲಿಲ್ಲ. ನಾನು ಅಪ್ಪನಿಗೆ ಈ ವಿಷಯ ಗೊತ್ತಿಲ್ಲ ಅಂತ ಮಾಡಿದ್ದೆ. ಆದ್ರೆ ಅಪ್ಪನಿಗೆ ಈ

ಸಂಗತಿ ಮಾರನೇ ದಿನವೇ ತಿಳಿದಿದೆ. ಅವರು ನನ್ನ ಹತ್ರ ಈ ವಿಷಯ ಹೇಳಿರಲಿಲ್ಲ ಅಷ್ಟೇ,

'ನಂಗೂ ಅವನಿಗೂ ಆಗ್ತಾ ಇಲ್ಲ ಅನ್ನೋದು ಸತ್ಯ. ಆದ್ರೆ ನೀನೇನು ಮಾಡಿದ್ದೆ ಅವನಿಗೆ ನಿನ್ನ ಹತ್ರ ಮಾತಾಡೋಕೆ ಅವನಿಗೆ ಇಷ್ಟ ಇಲ್ದೇ ಹೋದ್ರೆ, ಕತ್ತೆ ಬಾಲ, ಆದ್ರೆ ಬಾಯಿಗೆ ಬಂದ ಹಾಗೆ ಬೈಯೋ ಅಧಿಕಾರ ಅವನಿಗೆ ಏನಿತ್ತು. ಕಾಲೇಜಲ್ಲಿ ಮೇಸ್ಟ್ರು ಅನ್ನೋ ಕಾರಣಕ್ಕೆ ಅವನಿಗೆ ಅಷ್ಟು ಅಹಂಕಾರ ಇರ್‍ಬೋದು. ನೀನು ಕೆಲಸಕ್ಕೆ ಬಾರದೋನು ಅಂತ ಅವನು ಅಂದುಕೊಂಡಿದ್ದಾನೆ. ನೀನು ಯಾವ ಮಟ್ಟಕ್ಕೆ ಏರಿದ್ದಿಯಾ ಅಂತ ಅವನಿಗೆ ಗೊತ್ತಾಗಬೇಕು.'

ಅವರ ಅಡ್ರೆಸ್ ಯಾರ ಹತ್ರ ಇದೆ.

ಶಂಕರಯ್ಯನ ಹತ್ರ ಇರ್‍ಬೋದು. ಅವನ ಹತ್ರ ಇಲ್ದೇ ಹೋದ್ರೆ ಒಂದು ಫೋಟೋನ ಮನೆ ಒಳಗಡೆ ಹಾಕಿ ಬಾ, ಅವನು ತಿಥಿ ಪಥಿ ಅಂತ ಬಂದಾಗಾದ್ರೂ ಅವನಿಗೆ ವಿಷ್ಯ ಗೊತ್ತಾಗಲಿ. ಶಂಕರಯ್ಯ ಹೇಳ್ದೇ ಇರ್‍ತಾನ. ಅವನು ಒಂದಕ್ಕೆ ಎರಡು ಸೇರಿಸಿ ಹೇಳ್ತಾನೆ.

ಅಪ್ಪ ಈ ಜನ್ಮದ ಉದ್ದಕ್ಕೂ ದೊಡ್ಡಪ್ಪನನ್ನು ದ್ವೇಷಿಸುತ್ತಾರೆ. ಅವರನ್ನು ಕ್ಷಮಿಸುವುದೂ ಇಲ್ಲ ಮರೆಯುವುದೂ ಇಲ್ಲ, ಆಗಿದ್ದು ಆಗಿಹೋಗಿದೆ. ಅವರ ಬದುಕು ಅವರಿಗೆ ನಮ್ಮ ಬದುಕು ನಮಗೆ ಅಂತ ಸುಮ್ಮನಿರುವುದನ್ನು ಬಿಟ್ಟು ಅಪ್ಪನಿಗೆ ಇಂತಹ ಕೆಟ್ಟ ಹಠ ಯಾಕೆ ಅಪ್ಪನೇ ಹೇಳುವಂತೆ ಅಮ್ಮ ತಪ್ಪು ಮಾಡಿದವರನ್ನು ಶಿಕ್ಷಿಸುತ್ತಾಳೆ. ಇವರ್‍ಯಾಕೆ ಅವರ ಹಿಂದೆ ಬೀಳಬೇಕು ಅಂದುಕೊಂಡು ಸುಮ್ಮನಾದೆ.

ನನ್ನ ನೋಟ್ಸ್‌ಗಳನ್ನು ಬೇರೆಯವರ ನೋಟ್ಸ್ ನೋಡಿ ಸರಿ ಮಾಡಬೇಕಾಗಿತ್ತು. ಈ ವಿಷಯಗಳು ಕ್ಲಾಸಿಗೆ ಹೋಗದಿದ್ದರೆ ಅರ್ಥವಾಗುವುದಿಲ್ಲ. ಹೋದರೂ ಕೆಲವು ಸಲ ಅರ್ಥವಾಗುವುದಿಲ್ಲ ಸಬೀರಾ ಬಾನುವಿನ ನೋಟ್ಸ್ ಕೇಳಿದೆ.

'ಭಾರ್ಗವ ಎಲ್ಲಿ ನಿನ್ನ ತಾಯತ ತೋರಿಸು' ಅಂದ್ಲು.

ಯಾವ ತಾಯಿತನೇ ನನ್ನ ಹತ್ರ ಯಾವ್ದೂ ಇಲ್ಲ.

ನೀನು ಸುಳ್ಳು ಹೇಳ್ಬೇಡ. ಆದ್ರಲ್ಲೂ ನನ್ನತ್ರ ಸುಳ್ಳು ಹೇಳಬಾರದು.

ದೇವರಾಣೆಗೂ ಇಲ್ಲ ಕಣೆ. ಯಾವ ತಾಯತ.

ಅದೇ ನಿಮ್ಮಪ್ಪ ನಿನಗೆ ಮಂತ್ರಿಸಿ ಕಟ್ಟಿದ್ದು.

ನಂಗೆ ಅರ್ಥ ಆಗ್ತಾ ಇಲ್ಲ, ನಮ್ಮಪ್ಪ ಯಾವಾಗ್ಲೂ ನಂಗೆ ತಾಯತ ಕಟ್ಟಿಲ್ಲ. ಮತ್ತೆ ಎಲ್ರೂ ಇಲ್ಲಿ ನೀನು ಓಡೋದ್ರಲ್ಲಿ ಗೆದ್ದಿದ್ದು ನಿನ್ನ ಶಕ್ತಿಯಿಂದ ಅಲ್ಲವಂತೆ. ನಿಮ್ಮಪ್ಪ ಮಾಟ, ಮಂತ್ರ, ಮಾಡಿ ನಿನ್ನ ಎದುರಾಳಿ ಸೋಲೋ ಹಂಗೆ ಮಾಡಿ ನಿನ್ನ ಗೆಲ್ಲಿಸಿದ್ದಾರೆ ಅಂತ ಇದ್ದಾರೆ.

ಯಾವನೇ ಹಾಗೆ ಅಂದೋನು

ಅವನು, ಇವನು, ಅವಳು ಇವಳು ಅಂತ ಅಲ್ಲ. ಇಡೀ ಕಾಲೇಜಿಗೆ ಕಾಲೇಜೇ ಹಂಗೆ ಮಾತಾಡ್ತ ಇದೆ. ಅದ್ಯಾವನೋ ರಾಯಚೂರಿನವರಿಗೆ ಬೇಧಿ ಆಗೋ ಹಂಗೆ ಮಾಡಿ ಅವನು ಓಡ್ಲೇಬಾರದು ಅನ್ನೋ ಹಂಗೆ ನಿಮ್ಮಪ್ಪ ಮಾಡಿದ್ರಂತೆ. ಇಲ್ದೇ ಇದ್ರೆ ಅವನು ಮೂರನೇ ಸ್ಥಾನಕ್ಕೆ ಬಂದು ನೀನು ನಾಲ್ಕನೇಯವನೋ ಆರನೇಯವನೋ ಆಗ್ತಾ ಇದ್ದೆಯಂತೆ.

ನನಗೆ ಕಣ್ಣು ಮಂಜಾದಂತಾಯಿತು. ತಲೆ ತಿರುಗಿತು. ನನ್ನ ಸಾಧನೆ ಮಣ್ಣುಪಾಲಾಯಿತಲ್ಲ ಅಂತ ಬೇಸರವೂ ಆಯಿತು. ಸಿಟ್ಟು ಬಂದು ಮೈ, ಸಣ್ಣದಾಗಿ ಕಂಪಿಸಿತು. ನಿಂತುಕೊಳ್ಳಲು ಶಕ್ತಿ ಇಲ್ಲ ಅಂತ ಅನಿಸಿತು. ಮುಂದೆ ಇದ್ದ ಬೆಂಚಿನ ಮೇಲೆ ಮೆಲ್ಲನೆ ಕುಳಿತುಕೊಂಡೆ. ಅಳು ಬರುವುದೊಂದು ಬಾಕಿ ಕಷ್ಟಪಟ್ಟು ಉಸಿರು ಬಿಗಿ ಹಿಡಿದೆ. ನನ್ನ ಮೇಲೆ ನನಗೆ ನಿಯಂತ್ರಣ ತಪ್ಪುತ್ತಿದೆ ಅನ್ನುವುದು ಸ್ಪಷ್ಟವಾಯಿತು. ಮಾತುಗಳು ಹೊರಡಲಿಲ್ಲ. ಒಂದೆರಡು ಕ್ಷಣ ಸುಮ್ಮನೆ ಕುಳಿತಿದ್ದು ಅನಂತರ ಅಲ್ಲಿಂದ ಎದ್ದು ಹೊರಡುವ ಪ್ರಯತ್ನ ಮಾಡಿದೆ.

ಬೇಸರ ಮಾಡ್ಕೊಬೇಡ. ನಾನು ಇದನ್ನೆಲ್ಲಾ ನಂಬಲಿಲ್ಲ. ಓಡೋದಿಕ್ಕೆ ನೀನು ಎಷ್ಟು ಕಷ್ಟಪಡ್ತಾ ಇದ್ದೀಯಾ ಅಂತ ನನಗೆ ಗೊತ್ತು. ದಿವ್ಸ ನೀನು ಓಡಿ ಓಡಿ ಪ್ರಾಕ್ಟಿಸ್ ಮಾಡಿದ್ದು ನಂಗೆ ಗೊತ್ತಿಲ್ವ, ಅವನ್ನ ಸೋಲಿಸೋಕೇ ಅಂತ ನೀನು ದನದ ಮಾಂಸ ತಿನ್ನೋಕೂ ರೆಡಿಯಾಗಿದ್ದೆ. ಆದ್ರೆ ಒಬ್ರಲ್ಲ, ಇಬ್ಬರಲ್ಲ, ಎಲ್ರೂ ಹಿಂಗೆ ಮಾತಾಡ್ತ ಇದ್ರಲ್ಲ ಅಂತ ನಾನು ನಿನ್ನ ಕೇಳಿದೆ. ಬೇಸರ ಮಾಡ್ಕೊಬೇಡ ಅಂದಳು.

ನಾನು ಅವಳಿಗೆ ಯಾವ ಉತ್ತರವನ್ನು ಹೇಳಲಿಲ್ಲ. ಇಂತಹ ಒಂದು ಗಾಳಿಸುದ್ದಿಯನ್ನು ಹರಡಿದ್ದು ಯಾರು? ಅವರ್ಯಾಕೆ ಹಿಂಗೆ ಮಾಡಿದರು. ಅವರಿಗೆ ನಾನೇನು ಅನ್ಯಾಯ ಮಾಡಿದ್ದೆ. ಅಬ್ದುಲ್ ಸಮದ್‌ಗೆ ಭೇದಿಯಾಗಿದ್ದು ಸಾಸಿವೆ ಎಣ್ಣೆಯಿಂದ ಆನಂತರ ಜ್ವರ ಬಂದಿದ್ದು ಅಲ್ಲಿನ ವಾತಾವರಣದಿಂದ, ಅದ್ಕೂ ನನಗೂ ಏನು ಸಂಬಂಧ. ನಾನು ಅಪ್ಪನ್ನ ತಾಯತ ಕೇಳಿದ್ದು ನಿಜ. ಅವರು ತಾಯತ ಕಟ್ಕೊಂಡು ಓಡೋದಾದ್ರೆ ನೀನು ಓಡ್ಲೇ ಬೇಡ ಅಂತ ಹೇಳಿಬಿಟ್ಟರಲ್ಲ, ಅಬ್ದುಲ್ ಸಮದ್ ಅಂತ ಒಬ್ಬ ಹುಡುಗ ಇದ್ದಾನೆ. ಅವನು ನನಗಿಂತ ಚೆನ್ನಾಗಿ ಓಡ್ತಾನೆ ಅಂತ ಅಪ್ಪನಿಗೆ ಗೊತ್ತೇ ಇಲ್ಲ. ಇವೆಲ್ಲಕ್ಕೂ ಮಿಗಿಲಾಗಿ ನಾನು ಪಟ್ಟ ಶ್ರಮಕ್ಕೆ ಏನು ಬೆಲೆ ಬಂತು. ಅಪ್ಪ ತಾಯತ ಕಟ್ಟಿದ ಮಗ ಗೆದ್ದ ಅಂತ ಆದ್ರೆ ನನ್ನ ಶ್ರಮ ನೆಗೆದುಬಿದ್ದು ಹೋಯ್ತು.

ತಾಯತ ಕಟ್ಟಿ ಗೆಲ್ಲೋದಾದ್ರೆ, ಮೂರನೇ ಪ್ಲೇಸು ಯಾಕೆ, ಫಸ್ಟ್ ಬರೋ ಹಂಗೆ ಅಪ್ಪ ಮಾಡಬಹುದಿತ್ತಲ್ಲ. ಸಮದ್‌ಗೆ ಮಾತ್ರ ಭೇದಿ ಯಾಕೆ. ಅಲ್ಲಿ ಇದ್ದೋರಿಗೆಲ್ಲಾ ಭೇದಿ, ವಾಂತಿ, ಆಗೋ ಹಂಗೆ ಮಾಡಬಹುದಿತ್ತು. ಇದನ್ನೆಲ್ಲಾ

ಯಾರಿಗೆ ಹೇಳ್ಲಿ. ಹೇಳಿದ್ರೂ ಅದನ್ನ ನಂಬೋರು ಯಾರು, ಎಲ್ಲರಿಗೂ ಇದೇ ಸತ್ಯ ಅಂತ ಅನಿಸಕ್ಕೆ ಶುರುವಾಗಿರಬಹುದು. ಇವೆಲ್ಲಾ ಆ ಕ್ಷಣದಲ್ಲಿ ತಲೆಗೆ ಬಂದು ನಾನು ಎಲ್ಲದರಲ್ಲಿಯೂ ಉತ್ಸಾಹ ಕಳಕೊಂಡೆ. ಇನ್ಮುಂದೆ ಈ ಓಡೋ ವಿಷಯಾನೇ ಬೇಡ, ಇನ್ನು ಪರೀಕ್ಷೆ ಅದ್ರಲ್ಲಿ ನಂಗೆ ಒಳ್ಳೆ ಮಾರ್ಕು ಬಂದ್ರೆ ಅವಾಗ ಜನ ಅಪ್ಪನ ತಾಯತನೇ ನನ್ನ ಪರೀಕ್ಷೆ ಪಾಸು ಮಾಡಿತ್ತು ಅಂತಾರೆ. ಇವನು ಅಲ್ಲಿ ಇಲ್ಲಿ ಓಡ್ತಾ ಇದ್ದ ಪರೀಕ್ಷೆಗೆ ಎಲ್ಲಿ ಓದಿದ್ದಾನೆ, ಶಾಸ್ತ್ರಿಗಳು ತಾಯತ ಕಟ್ಟಿದರು. ಅದರ ಮಹಿಮೆಯಿಂದ ಇವನು ಪಾಸಾದ ಅಂತಾರೆ. ಅಂದರೆ ಕಷ್ಟಪಟ್ಟು ಓದಿ ತಾನೆ ಏನು ಪ್ರಯೋಜನ. ಹೀಗೆ ಹಲವು ವಿಚಾರಗಳು ಮನದಲ್ಲಿ ಏಕಕಾಲದಲ್ಲಿ ಮನೆ ಮಾಡಿ ತಲೆ ಕೆಟ್ಟು ಹೋಯಿತು. ತಲೆ ಚಚ್ಚಿಕೊಳ್ಳಬೇಕು ಅಂತ ಅನಿಸಿತು.

ಈ ವಿಷಯ ಯಾರ ಮುಂದಾದರೂ ಹೇಳ್ಬೇಕು ಅಂತ ಆಯಿತಾದರೂ ಎಲ್ಲರೂ ಇದೇ ಇರಬಹುದು ಅಂದುಕೊಂಡಿದ್ದಾರೆ. ಯಾರ ಹತ್ರ ಏನು ಹೇಳಿ ಪ್ರಯೋಜನ ಇದೆ. ಯಾವನ ಹತ್ರನೂ ಹೇಳೋದು ಬೇಡ. ಸುಮ್ನೆ ನನ್ನ ಪಾಡಿಗೆ ನಾನು ಇದ್ದು ಬಿಡಬೇಕು ಅಂತ ತೀರ್ಮಾನ ಮಾಡಿದೆ. ಅಳು ಬಂದೇ ಬಿಟ್ಟಿತು. ಒಂದು ಮೂಲೆಯಲ್ಲಿ ಮೂತ್ರ ಮಾಡುವವನಂತೆ ಹೋಗಿ ಚೆನ್ನಾಗಿ ಅತ್ತೆ, ಯಾರ್ಗೂ ಗೊತ್ತಾಗಬಾರದು ಅಂತ ಮುಖ ತೊಳೆದು ಕ್ಲಾಸಿಗೆ ಬಂದೆ.

ಸಬೀರಾ ಬಾನು ಎರಡು ನೋಟ್ ಪುಸ್ತಕಗಳನ್ನು ತಂದುಕೊಟ್ಟಳು. ನಂಗೆ ನಾಳೆ ಬೇಡ, ಸೋಮವಾರ ವಾಪಸು ಕೊಡು. ಭಾನುವಾರ ಮನೆಯಲ್ಲೇ ಕಾಪಿ ಮಾಡ್ಕೊಬಹುದು. ನಂದೇನು ತಪ್ಪಿಲ್ಲಪ್ಪ, ಎಲ್ರೂ ಹೇಳ್ತಾ ಇದ್ರಲ್ಲ ಅಂತ ನಾನು ಕೇಳಿದೆ ಅಷ್ಟೆ, ಸಾರಿ ಅಂದಳು, ಅವತ್ತಿಡೀ ಪಾಠ ಕೇಳುವ ಸ್ಥಿತಿಯಲ್ಲಿ ನಾನು ಇರಲಿಲ್ಲ. ಕಾಲೇಜು ಬಿಟ್ಟ ತಕ್ಷಣ ಮನೆಗೆ ಬಂದೆ. ಅಪ್ಪನಿಗೆ ವಿಷಯ ಹೇಳ್ಬೇಕು ಅಂತ ಅನಿಸಿತಾದರೂ ಹೇಳಿದ್ರೆ ಅವರು ಅದಕ್ಕೆ ಬೈಗುಳದ ಸುರಿಮಳೆಯನ್ನೇ ಉತ್ತರ ಅಂತ ಹೇಳ್ತಾರೆ. ಯಾರಿಗೂ ಹೇಳದೇ ಇರುವುದೇ ರಾಜಮಾರ್ಗ ಅಂತ ಸುಮ್ಮನಾದೆ. ನಾನು ಸುಮ್ಮನಾದರೂ ಮನಸ್ಸು ಸುಮ್ಮನಿರಬೇಕಲ್ಲ.

ತೋಡಿನ ಹತ್ತಿರ ಹೋಗಿ ಅರ್ಧ ಗಂಟೆ ಸುಮ್ಮನೆ ಕುಳಿತಿದ್ದೆ. ಅಮ್ಮ ಇಲ್ಲೇ ತಾನೇ ಸತ್ತುಹೋಗಿದ್ದು, ಅವಳ ಆತ್ಮ ಇಲ್ಲೇ ಇರಬಹುದು. ಅವಳಿಗಾದರೂ ನಿಜ ಸಂಗತಿ ಗೊತ್ತಿರುತ್ತೆ. ನೋಡಮ್ಮ ಜನ ಹೆಂಗೆಂಗೆ ಮಾತಾಡ್ತಾರೆ. ನಾನು ಎಷ್ಟು ಕಷ್ಟಪಟ್ಟರು ಬಾಯಿಮುಚ್ಚಿಸುವುದು ಹೆಂಗಮ್ಮ ನೀನೇ ದಾರಿ ತೋರಿಸು ಅಂದೆ. ನಾನು ಅಮ್ಮ ಅಂದಿದ್ದು ಗೌರಮ್ಮನಿಗೆ ಅಪ್ಪ ಅಮ್ಮ ಅನ್ನೋದು ಚೌಡೇಶ್ವರಿಗೆ, ಚಾಮುಂಡೇಶ್ವರಿಗೆ, ಹೀಗೆ ಏನೇನೋ ಯೋಚನೆ ಮಾಡುತ್ತಾ ನನಗೆ ನಾನೇ ಮಾತಾಡಿಕೊಂಡು ವಾಪಸ್ಸು ಬಂದೆ.

'ಯಾಕೋ ಒಂಥರಾ ಇದ್ದಿಯಲ್ಲೋ ಭಾರ್ಗವ?' ಅಂದ್ರು ಅಪ್ಪ.

'ಏನೂ ಇಲ್ಲ ಅಪ್ಪ'

'ಸುಳ್ಳು ಹೇಳ್ಬೇಡ ನಿನ್ನ ಮುಖ ಸಪ್ಪೆ ಆಗಿದೆ.'

'ನಿಜವಾಗ್ಲೂ ಏನೂ ಇಲ್ಲ. ಒಂಥರಾ ಜ್ವರ ಬಂದಿದೆ ಅಂತ ಕಾಣ್ತದೆ.'

'ಮೊದ್ಲೇ ಹೇಳಬಾರದ, ಕಷಾಯ ಮಾಡ್ತೀನಿ ತಾಳು.'

'ಏನೂ ಬೇಡ ಬಿಡಪ್ಪ.'

'ಕೆಲವು ಸಲ ಪಿತ್ತ ಜಾಸ್ತಿಯಾದಾಗ ಹಿಂಗೆ ಆಗ್ತದೆ. ಕಷಾಯ ಮಾಡಿಕೊಡ್ತೀನಿ, ಕುಡಿದು ಮಲಗು. ಉಪವಾಸ ಇದ್ರೆ ಇನ್ನೂ ಒಳ್ಳೇದು. ನಿಮ್ಮಮ್ಮಂಗೆ ಹಿಂಗೇ ಆಗ್ತಾ ಇತ್ತು. ಅವಾಗೆಲ್ಲಾ ನಾನು ಕಷಾಯ ಮಾಡಿಕೊಡ್ತಾ ಇದ್ದೆ. ಜೀರಿಗೆ ಕಷಾಯ ಒಳ್ಳೆಯದು. ಮಾಡ್ತಿನಿ ತಡಿ' ಅಂದ್ರು.

ನಾನು ಮಾತನಾಡಲಿಲ್ಲ, ಅವರು ಕಷಾಯ ಮಾಡಿಕೊಟ್ಟರು. ನಾನು ಕುಡಿದು ಅಪ್ಪ ಊಟ ಬೇಡ ಮಲಗ್ತಿನಿ ಅಂತ ಮಲಗುವ ನಾಟಕ ಮಾಡಿದೆ. ನಿದ್ರೆ ಅನ್ನುವುದು ಅವತ್ತು ಹತ್ತಿರಕ್ಕೆ ಬರಲಿಲ್ಲ.

ಬೆಳಿಗ್ಗೆ ಎದ್ದು ಅಪ್ಪನ ವಸ್ತುಗಳನ್ನು ಇಡುವ ಜಾಗ ಹುಡುಕಾಡಿದೆ. ಒಂದಷ್ಟು ಮಣ್ಣಿನ ಪುಟ್ಟ ಕುಡಿಕೆಗಳು, ತಾಮ್ರದ ಹಾಳೆ, ಖಾಲಿ ತಾಯತ, ಕಪ್ಪುದಾರ ಎಲ್ಲವೂ ಸಿಕ್ಕವು. ಅದರಲ್ಲಿ ಒಂದು ತಾಮ್ರದ ಹಾಳೆ ತೆಗೆದು ಇಟ್ಟುಕೊಂಡೆ. ಒಂದು ತಾಯತ, ಕಪ್ಪುದಾರ ತೆಗೆದುಕೊಂಡೆ. ತಾಮ್ರದ ಹಾಳೆಗೆ ಒಂದು ಮೊಳೆಯಲ್ಲಿ ಅಬ್ದುಲ್ ಸಮದ್ಗೆ ಭೇದಿ ಬರಲಿ ಅಂತ ಬರೆದೆ. ಅದನ್ನು ಸುತ್ತಿ ತಾಯಿತದ ಒಳಗಡೆ ಹಾಕಿ ಮುಚ್ಚಳದಿಂದ ಮುಚ್ಚಿದೆ. ಅದಕ್ಕೆ ಕಪ್ಪು ದಾರ ಪೋಣಿಸಿ ಇಟ್ಟುಕೊಂಡೆ. ಕುತ್ತಿಗೆಯಲ್ಲಿ ಅದು ಎದ್ದು ಕಾಣುವಂತೆ ಇರ್ಬೇಕು. ಹಾಗೆ ಇಟ್ಟುಕೊಂಡು ನೋಡಿದೆ. ಅದನ್ನ ತೆಗೆದು ಜೇಬಿನಲ್ಲಿ ಹಾಕಿಕೊಂಡೆ.

ಸ್ನಾನ ಮಾಡಿ ತಿಂಡಿ ತಿಂದು ಸೈಕಲ್ ಹತ್ತಿದೆ. ಕಾಲೇಜು ಸ್ವಲ್ಪ ದೂರ ಇದೆ ಅನ್ನುವಾಗ ತಾಯತ ಕಟ್ಟಿದ್ದ ಆ ಕಪ್ಪು ದಾರವನ್ನು ಕುತ್ತಿಗೆಗೆ ಎದ್ದು ಕಾಣುವಂತೆ ಕಟ್ಟಿಕೊಂಡೆ. ಎರಡು ಸಲ ಎಳೆದು ನೋಡಿದೆ. ಅದು ಬಿಚ್ಚಿಕೊಳ್ಳಲಿಲ್ಲ. ಈಗ ಸರಿಯಾಯಿತು ಅಂದುಕೊಂಡು ಪುನಃ ಸೈಕಲ್ ಹತ್ತಿ ಕಾಲೇಜಿಗೆ ಬಂದೆ.

ಒಂದು ಕಡೆಯಿಂದ ಸಿಕ್ಕಿದವರ ಹತ್ತಿರ ನಿಂತು ಮಾತನಾಡಿದೆ. ಅವರು ನನ್ನ ತಾಯಿತ ಗಮನಿಸಿದ್ದಾರೆ ಅನ್ನುವುದನ್ನು ಖಾತ್ರಿ ಮಾಡಿಕೊಂಡೆ. ಉಪನ್ಯಾಸಕರ ಹತ್ತಿರ ಯಾವುದೋ ಪ್ರಶ್ನೆಗೆ ಉತ್ತರ ಕೇಳುವವನ ಹಾಗೆ ಹೋದೆ. ಪ್ರಿನ್ಸಿಪಾಲರ ಹತ್ತಿರವೂ ನೆಪಮಾಡಿಕೊಂಡು ಹೋದೆ. ಅವರೆಲ್ಲಾ ನನ್ನ ಕುತ್ತಿಗೆಯಲ್ಲಿ ತಾಯತ ಇರುವುದನ್ನು ಗಮನಿಸಿದ್ದಾರೆ ಅನ್ನುವುದನ್ನು ಖಾತ್ರಿ ಮಾಡಿಕೊಂಡೆ.

ಸಬೀರಾ ಬಾನು ಸಿಕ್ಕಳು. ಅವಳು ತಾಯತ ನೋಡಿ ಮುಖ ಅರಳಿಸಿದಳು. ನಿನ್ನೆಯ ದಿನ ನಾನು ಸಿಟ್ಟು ಮಾಡಿಕೊಂಡು ಹೋಗಿದ್ದು, ಇವತ್ತು ಬೇಕಂತಲೇ

ತಾಯತ ಹಾಕಿಕೊಂಡು ಬಂದಿದ್ದು ಅವಳಿಗೆ ಅರ್ಥವಾಗಿತ್ತು.

ನೋಡೇ ಇಲ್ಲಿದೆ ತಾಯತ.

ನಾನು ಆಗ್ಲೆ ನೋಡಿದೆ, ಚೆನ್ನಾಗಿದೆ ಅಂದ್ಲು.

ನಿನ್ನೆತನಕ ಇದನ್ನು ಸೊಂಟಕ್ಕೆ ಸಿಕ್ಕಿಸಿಕೊಂಡಿದ್ದೆ, ಇವತ್ತು ಬೇಕು ಅಂತ್ಲೇ ಕುತ್ತಿಗೆಗೆ ಕಟ್ಟಿಕೊಂಡಿದ್ದೀನಿ. ಯಾರಿಗೆ ಸಂಶಯ ಇದೆಯೋ ಅವರೆಲ್ಲಾ ನೋಡ್ಲಿ ಅಂತ ಕುತ್ತಿಗೆಗೆ ಕಟ್ಟಿಕೊಂಡಿದ್ದೀನಿ.

ಭಾರ್ಗವ ಇದೆಲ್ಲಾ ಸುಳ್ಳು ಅಂತ ನಂಗೆ ಗೊತ್ತು ಅಂದ್ಲು.

ನಿಂಗೆ ಗೊತ್ತಿರ್ಬೋದು ಆದ್ರೆ ಯಾವ ನನ್ಮಗ ಈ ಕಥೆ ಹುಟ್ಟುಹಾಕಿದ್ನೋ ಅವನಿಗೂ ಅರ್ಥ ಆಗಲಿ ಅಂತ ಇವತ್ತು ಕೈಗೆ ಸಿಕ್ಕ ಒಂದು ತಾಯತ ಕಟ್ಟಿಕೊಂಡು ಬಂದಿದ್ದೀನಿ. ಹೌದು, ನಮ್ಮಪ್ಪ ಕಟ್ಟಿದ ತಾಯಿತದಿಂದ್ಲೇ ನಾನು ಗೆದ್ದಿದ್ದು, ಅದಕ್ಕೆ ಏನೀಗ, ಯಾವನಿಗೆ ಬೇಕೋ ಅವನೂ ಬಂದು ನಮ್ಮಪ್ಪನ ಹತ್ರ ತಾಯತ ಕಟ್ಟಿಸಿಕೊಳ್ಳಲಿ. ಬೇಡ ಅಂದೋರು ಯಾರು? ಅಂದೆ.

ಹುಂ ಇದೂ ಒಂಥರಾ ಐಡಿಯಾ ಚೆನ್ನಾಗಿದೆ. ಆದ್ರೆ ಇಂಥಾ ಕತೆನಾ ಶತ್ರುಗಳೇ ಹುಟ್ಟುಹಾಕ್ತಾರೆ ಅಂತ ಏನೂ ಇಲ್ಲ. ನಮ್ಗೆ ಬೇಕಾದೋರೇ ಹೊಟ್ಟೆಕಿಚ್ಚು ತಡಿಲಾರದೆ ಹುಟ್ಟುಹಾಕ್ತಾರೆ. ಅವರ ಕೈಲಿ ಏನೂ ಆಗೋದಿಲ್ಲ. ಯಾರಾದರೂ ಏನಾದರೂ ಮಾಡಿದರೆ ಅವರು ಸಹಿಸೋದು ಇಲ್ಲ. ಇಂತ ಜನ ಎಲ್ಲಾ ಕಡೆ ಇರ್ತಾರೆ. ಅಂತೋರಿಗೆ ಹೆದರಬಾರದು. ಅವರ ಪಾಡಿಗೆ ಅವರನ್ನು ಬಿಟ್ಟು ಬಿಡು. ಈ ತಾಯತ ನಿನ್ನ ಕುತ್ತಿಗೆಲಿ ಅಸಹ್ಯವಾಗಿ ಕಾಣ್ತದೆ. ಅದನ್ನ ಮೊದ್ಲು ತೆಗೆದು ಬಿಸಾಕು ಮಾರಾಯ ಅಂದ್ಲು.

ಸಬೀರಾ ಬಾನು ಹೇಳಿದ್ದು ಸರಿಯಾಗೇ ಇತ್ತು. ಯಾವನೋ ಏನೋ ಅಂದ ಅಂತ ನಾನು ಸುಮ್ಮ ಸುಮ್ಮನೆ ತಲೆ ಕೆಡಿಸಿಕೊಂಡಿದ್ದೆ. ಸತ್ಯ ಏನು ಅಂತ ನಂಗೆ ಗೊತ್ತಿತ್ತು. ನಾನು ಓಡಿದ್ದು ಸತ್ಯ, ಗೆದ್ದಿದ್ದು ಸತ್ಯ. ಅಬ್ದುಲ್ ಸಮದ್‌ಗೆಭೇದಿ ಆಗಿದ್ದೂ ಸತ್ಯ. ಇದೆಲ್ಲಾ ನಮ್ಮ ಅಪ್ಪನಿಂದ್ಲೇ ಆಗಿದ್ದು ಅಂತ ಆದ್ರೆ ಆಗ್ಲಿ ಬಿಡು. ಅಪ್ಪನ ಶಕ್ತಿ ಎಂತದ್ದು ಅಂತ ಹೆದರ್ಬೇಕು ಹೆದರ್ಲಿ, ಅದ್ರಿಂದ ನಂಗೆ ಆಗೋ ನಷ್ಟ ಆದ್ರೂ ಏನು.

ಕಾಲೇಜಿಂದ ವಾಪಸು ಬರುವಾಗ ಅದನ್ನು ಕೀಳುವ ಪ್ರಯತ್ನ ಮಾಡಿದೆ. ಸಲೀಸಾಗಿ ಬರಲಿಲ್ಲ. ಹೊಸದಾರ ಗಟ್ಟಿಯಾಗೇ ಇತ್ತು. ಮನೆಯ ಹತ್ರ ಬಂದು ಬಲವಾಗಿ ಎಳೆದೆ. ಕುತ್ತಿಗೆ ನೋವಾಯಿತು. ಬಿಡಲಿಲ್ಲ, ಗಟ್ಟಿಯಾಗಿ ಎಳೆದೆ ಕಿತ್ತು ಬಂತು. ಆಮೇಲೆ ತೋಡಿಗೆ ಬಿಸಾಡಿದರೆ ಆಯಿತು ಅಂತ ಅಂದುಕೊಂಡೆ. ಪುನಃ ಅಬ್ದುಲ್ ಸಮದ್ ನೆನಪಿಗೆ ಬಂದ.

7

ನಾನು ಮಹದೇವಸ್ವಾಮಿ ಅಂತ ಚಿತ್ರದುರ್ಗದವನು. ಈಗ ಬೆಂಗಳೂರಿನಲ್ಲಿದ್ದೀನಿ. ಜಯರಾಮೆಗೌಡ್ರು, ನಿಮ್ಮ ಬಗ್ಗೆ ತುಂಬಾ ಹೇಳಿದ್ರು. ಯಾವಾಗಲೂ ಮನೇಲಿ ಇರ್ತೀರಿ. ಹೊರಗಡೆ ಹೋಗೋದು ತುಂಬಾ ಅಪರೂಪ ಅಂತ. ಅವರೇ ನಿಮ್ಮ ಅಡ್ರೆಸ್ ಮತ್ತು ಫೋನ್ ನಂಬರ್ ಕೊಟ್ಟಿದ್ರು, ಯಾವುದೋ ಪುಸ್ತಕದಲ್ಲಿ ನಿಮ್ಮ ಅಡ್ರೆಸ್, ಫೋನ್ ನಂಬರ್ ಬರೆದಿದ್ದೆ. ಅದು ತುರ್ತಿಗೆ ಕೈಗೆ ಸಿಗಲಿಲ್ಲ. ಹಿಂಗಾಗಿ ನಿಮಗೆ ಫೋನ್ ಮಾಡಿ ಬರೋಕೆ ಆಗಲಿಲ್ಲ. ತೊಂದರೆ ಕೊಡ್ತಾ ಇದ್ದೀನಿ. ದಯವಿಟ್ಟು ತಪ್ಪು ತಿಳಿಬಾರದು. ದೊಡ್ಡವರನ್ನು ನೋಡ್ಬೇಕಾದ್ರೆ ಬರಿಗೈಲಿ ಬರಬಾರದು ಅಂತ ಸ್ವಲ್ಪ ಹಣ್ಣು ತಂದಿದ್ದೀನಿ ಅಂದ ಮಹದೇವಸ್ವಾಮಿ, ಹಣ್ಣಿನ ಬುಟ್ಟಿಯನ್ನು ಅಪ್ಪನ ಕೈಗೆ ಕೊಟ್ಟರು. ಅವರು ಬಂದಾಗ ಸಾಯಂಕಾಲ ಆರೂವರೆ ಕಳೆದಿತ್ತು. ಅವರ ಕಾರು ನೋಡಿದರೆ ಆಸಾಮಿ ಭಾರೀ ಹಣವಂತ ಅಂತ ಸುಲಭದಲ್ಲಿ ಹೇಳಬಹುದಿತ್ತು.

ಹೇಳಿ ಏನ್ ವಿಷ್ಯ, ದೂರದಿಂದ ಬಂದಿದ್ದಿರಾ ಕಾಫಿಗೀಫಿ ಕುಡಿತೀರಾ ಹೌದು, ಬಾಯಾರಿಕೆ ಆಗ್ತಾ ಇದೆ. ನಾನು ಶುಗರ್‌ಲೆಸ್ ಸರಿ ಸರಿ, ನಿಮ್ಮ ಡ್ರೈವರ್‌ನ ಕರೀರಿ. ಅವರೂ ಕಾಫಿ ಕುಡೀಲಿ.

ಇಲ್ಲ, ಇಲ್ಲ ಅವನು ಹೋಟೆಲ್‌ನಲ್ಲಿ ಇದ್ದಾನೆ. ಸ್ವಲ್ಪ ಗುಟ್ಟಿನ ಕೆಲಸ ಅದ್ಕೆ ನಾನು ಒಬ್ನೇ ಬಂದೆ. ಕಾಫಿ ಇಲ್ದೇ ಹೋದ್ರೆ ಸ್ವಲ್ಪ ಬಿಸಿನೀರು ಆದ್ರೂ ಸಾಕು.

ಅಯ್ಯೋ, ಒಳ್ಳೇ ಕಾಫಿನೇ ಕೊಡ್ತೀನಿ ತಡೀರಿ ಎಂದು ಒಳಗಡೆ ಹೋದ ಅಪ್ಪ ಎರಡೇ ಎರಡು ನಿಮಿಷದಲ್ಲಿ ಕಾಫಿ ಮಾಡಿ ತಂದ್ರು.

ಈಗ ಹೇಳಿ ಏನು ಬಂದಿದ್ದು.

ಸ್ವಲ್ಪ ಗುಟ್ಟಿನ ಸಂಗತಿ. ನನ್ನ ಮತ್ತು ನಿಮ್ಮ ನಡುವೆ ಮಾತ್ರ ಇರ್ಬೇಕು. ಅನ್ನುತ್ತಾ ನನ್ನ ಕಡೆ ನೋಡಿದರು. ನಾನು ಜಾಗ ಖಾಲಿ ಮಾಡಲು ಅನುವಾದೆ.

ಇರ್ಲಿ ಬಿಡಿ, ಅವನು ನನ್ನ ಮಗ.

ನಾನು ತುಂಬಾ ಬಡತನದಿಂದ ಮೇಲೆ ಬಂದೋನು. ಕಷ್ಟಪಟ್ಟು ಡಿಗ್ರಿ ಮಾಡಿದೆ. ಆಮೇಲೆ ಕೆಎಎಸ್ ಪರೀಕ್ಷೆ ಕಟ್ಟಿದೆ. ನಮ್ಮ ಮಾವ ಶಿವಾನಂದಯ್ಯ ಅಂತ. ಹಿಂದೆ ಮಂತ್ರಿಯಾಗಿದ್ದೋರು. ನಾನು ಓದಿದ್ದು, ಅಧಿಕಾರಿಯಾಗಿದ್ದು ಎಲ್ಲಾ ಅವರ ಕೃಪೆಯಿಂದನೆ. ಇವತ್ತಿಗೂ ಅವ್ರು ನನಗೆ ಸಾಹೇಬ್ರು ಅವರ ಋಣ ನನ್ನ ಮೇಲೆ ಜನ್ಮ ಜನ್ಮಾಂತರಕ್ಕೂ ತೀರಿಸದಷ್ಟಿದೆ. ನನ್ನ ಹೆಂಡ್ತಿ ಅವರ ಮಗಳು ಮದ್ವೆಗೆ ಮುಂಚೆ ನಾನು ಅವರನ್ನ ಮೇಡಂ ಅಂತ ಕರಿತಾ ಇದ್ದೆ. ಅವರ ತಾಯಿ ನಂಗೆ ಅಮ್ಮಾವರು. ಇವತ್ತಿಗೂ ಅದೇ ಗೌರವ ಭಯ ನಂಗೆ ಎಲ್ಲರ ಬಗ್ಗೆ ಇದೆ. ನಮ್ಮ ಮದ್ವೆ ಆಗಿ ಹತ್ತು ವರ್ಷ ಕಳೀತು. ಇನ್ನೂ ಮಕ್ಕಳಾಗಲಿಲ್ಲ. ನಂಗೆ ಈಗ ಅದೇ ಚಿಂತೆ. ಅವರು ಅಪ್ಪ ಅಮ್ಮನಿಗೆ ಒಬ್ಬರೇ ಮಗಳು. ಅವರ ಸಂತಾನ ಇಲ್ಲಿಗೆ ನಿಂತು ಹೋಗಿ ಬಿಡುತ್ತೆ ಅಂತ ಅವರಿಗೆ ಚಿಂತೆ ಶುರುವಾಗಿದೆ. ನಂಗೂ ಅದೇ ಚಿಂತೆ.

ಸರಿ ಸರಿ ಯಾರಾದರೂ ಡಾಕ್ಟರಿಗೆ ತೋರಿಸಬೇಕಾಗಿತ್ತು.

ಬೆಂಗಳೂರಲ್ಲಿ ಇರೋ ನಾಲ್ಕು ಜನ ಒಳ್ಳೆಯ ಡಾಕ್ಟರ್‌ಗಳಿಗೆ ತೋರಿಸಿದ್ವಿ, ನಂಗೂ ಏನೂ ಸಮಸ್ಯೆ ಇಲ್ಲ. ಅವ್ರಿಗೂ ಏನೂ ಸಮಸ್ಯೆಯಿಲ್ಲ. ಆದ್ರೂ ಮಕ್ಕಳಾಗ್ತಾ ಇಲ್ಲ.

ನಿಮಗೆ ಈಗ ಎಷ್ಟು ವರ್ಷ ಮೂವತ್ತೆಂಟು ಶಾಸ್ತ್ರಿಗಳೇ ನಿಮ್ಮನೆಯವರಿಗೆ?

ಮೂವತ್ತೆರಡು.

ಯಾವುದಾದ್ರೂ ದೇವಸ್ಥಾನಕ್ಕೆ ಹರಕೆ ಮಾಡ್ಕೊಬೇಕಾಗಿತ್ತು

ಆದೂ ಆಗಿದೆ. ಸುತ್ತದೇ ಇರೋ ದೇವಸ್ಥಾನ ಇಲ್ಲ. ಕಾಶಿಯಿಂದ ಹಿಡಿದು ಕನ್ಯಾಕುಮಾರಿ ತನಕ ನಾನೂ ಇವರು ಅಮ್ಮಾವರು ಎಲ್ರೂ ಹೋಗಿದ್ವಿ.

ನಿಮ್ಮನೆಯವರನ್ನು ಅವರು ಇವರು ಅಂತ ಯಾಕೆ ಕರೀತಿರಿ.

ಚಿಕ್ಕಂದಿನಿಂದ ಮೇಡಂ ಅಂತ ಕರೆದು ಅಭ್ಯಾಸ ಆಗಿಹೋಗಿದೆ. ಏಕವಚನದಲ್ಲಿ ಅವರನ್ನ ಬಾ ಹೋಗು ಅಂತ ಅನ್ನೋಕೆ ತುಂಬಾ ಕಷ್ಟ ಆಗುತ್ತೆ. ಆಗೋದೇ ಇಲ್ಲ, ನೀವು ಎಲ್ಲಿದ್ದೀರಿ? ಕೆಲಸಕ್ಕೆ ಸೇರಿದಾಗಿನಿಂದ ನಾನು ಬೆಂಗಳೂರಿನಲ್ಲೇ ಇದ್ದೀನಿ. ಒಂದ್ಸಲ ವರ್ಗ ಆಗಿತ್ತು. ಸಾಹೇಬ್ರೇ ಕ್ಯಾನ್ಸಲ್ ಮಾಡಿಸಿದ್ರು. ಅವರು ನಾವೂ ಎಲ್ಲರೂ ಒಂದೇ ಮನೆಯಲ್ಲಿ ಇದ್ದೀವಿ. ಅವರ್ಗೆ ಮಗಳು ಅಂದ್ರೆ ಪ್ರಾಣ, ಅಮ್ಮಾವರಂತೂ ಒಂದು ಗಂಟೆ ಅವರನ್ನ ಬಿಟ್ಟು, ಇರೋದಿಲ್ಲ.

ನಿಮ್ಮದು ವಿಚಿತ್ರವಾದ ಕೇಸು ಅಂತ ಅಪ್ಪ ನಕ್ಕರು.

ನೀವು ನಗ್ತಿರಿ ಶಾಸ್ತ್ರಿಗಳೇ, ಆದ್ರೆ ನಂಗೆ ಪ್ರಾಣ ಸಂಕಟ, ಇತ್ತೀಚೆಗೆ ಕೆಲಸ ಮಾಡೋದಿಕ್ಕೆ ನನ್ನ ಕೈಯಲ್ಲಿ ಆಗ್ತಾ ಇಲ್ಲ. ಈಗ ನಾನು ಬೆಂಗಳೂರು

ಗ್ರಾಮಾಂತರ ಜಿಲ್ಲೆಗೆ ಎಡಿಸಿ ಆಗಿದ್ದೀನಿ. ನನ್ನ ಮಗಳಿಗೆ ಹೀಗೆ ಆಯ್ತಲ್ಲ ಅಂತ ಅಮ್ಮಾವರು ದಿನಾ ಕಣ್ಣೀರು ಹಾಕ್ತಾರೆ. ಇವರಂತೂ ಹರಕೆ ಹೊತ್ತು ಉಪವಾಸ ಮಾಡಿ ಸಣ್ಣಗಾಗಿ ಹೋಗಿದ್ದಾರೆ. ಇದಕ್ಕೆ ನೀವೇ ಪರಿಹಾರ ಹೇಳ್ಬೇಕು, ಜಯರಾಮೇಗೌಡ್ರು ನಿಮ್ಮ ಬಗ್ಗೆ ನಂಗೆ ಬಾಳ ಹೇಳಿದ್ದಾರೆ. ವಿಷ್ಯ ಗುಟ್ಟಾಗಿರ್ಲಿ ಅಂತ ನಾನು ಡ್ರೈವರ್‌ನ ಹೋಟೆಲ್ನಗೆ ಬಿಟ್ಟು ಬಂದೆ. ಅಪ್ಪ ಮಾತನಾಡಲಿಲ್ಲ. ಕಣ್ಣು ಮುಚ್ಚಿದರು. ಹತ್ತು ನಿಮಿಷಗಳ ತನಕ ಅವರು ಕಣ್ಣು ತೆರೆಯಲೇ ಇಲ್ಲ. ನಡು ನಡುವೆ ದೀರ್ಘವಾಗಿ ಉಸಿರು ಬಿಡುತ್ತಿದ್ದರು. ಅವರ ದೇಹದ ಉಸಿರಾಟ ಏರಿಳಿತಗಳು ಮಾಮೂಲಿಗಿಂತ ವಿಪರೀತವಾಗಿ ಜಾಸ್ತಿಯಾಗಿದ್ದವು. ಕಣ್ಣು ಬಿಟ್ಟ ಅಪ್ಪ 'ಆಯ್ತು. ನಿಮ್ಮ ಹೆಸರೇನು ಅಂದ್ರಿ' ಎಂದು ಹೇಳಿದರು.

'ಮಹದೇವಸ್ವಾಮಿ ಎನ್.ಆರ್.'

'ನಿಮ್ಮನೆಯವರ ಹೆಸರು?'

'ಕಾತ್ಯಾಯಿನಿ ಬಿ.ಎಸ್.'

ಇವತ್ತಿಗೆ ಎಂಟನೇ ದಿನ ಹುಣ್ಣಿಮೆ. ಆವತ್ತು ನೀವಿಬ್ಬರೂ ಬರಬೇಕು. ಬರುವಾಗ ನಿಮ್ಮ ಕಾರಿನ ಡ್ರೈವರ್ ಇರಲಿ. ನಿಮ್ಮತ್ತೆ ಮಾವ ಮಾತ್ರ ಬೇಡ. ನಾನು ಒಂದು ಪುಟ್ಟ ಹೋಮ ಮಾಡ್ತೀನಿ. ಅದರ ಬೂದಿ ಕೊಡ್ತೀನಿ. ಆದ್ರೆ ನೀವು ನಿಮ್ಮನೆಯವರು ಎರಡು ತಿಂಗಳು ಬೆಳಿಗ್ಗೆ ಒಂದು ಚಿಟಿಕೆ, ರಾತ್ರಿ ಮಲಗುವ ಮುನ್ನ ಒಂದು ಚಿಟಿಕೆ ತಿನ್ನಬೇಕು.

'ಆಗ಼್ಿ, ಆಗ್ಲಿ.'

ಹೋಮ ನಡೆದ ಮೇಲೆ ಒಂದು ತಿಂಗಳು ಬಿಟ್ಟು ಕನಿಷ್ಟ ಎರಡು ತಿಂಗಳು ನೀವು ಹೊರದೇಶಕ್ಕೆ ಅಥವಾ ಹೊರರಾಜ್ಯಕ್ಕೆ ಹೋಗಬೇಕು. ನೇಪಾಳಕ್ಕೆ ಹೋದ್ರೆ ಬಾಳ ಒಳ್ಳೇದು. ಹೋಗೋವಾಗ ಅತ್ತೆ ಮಾವ ಇರಬಾರದು. ನಿಮಗೂ ಅವರಿಗೂ ಸರಿಹೋಗೋದಿಲ್ಲ. ಅಲ್ಲಿಂದ ಬಂದಮೇಲೆ ಐದು ತಿಂಗಳು ಬಿಟ್ಟು ನೀವು ಮಾತ್ರ ಬನ್ನಿ. ನಿಮ್ಮನೆಯವರು ಆಗ ಬೇಡ, ನೀವು ಬೇಕಾದ್ರೆ ಅವಾಗ ಅತ್ತೆ, ಮಾವನ್ನ ಕರ್ಕೊಂಡು ಬನ್ನಿ.

'ಆಗ್ಲಿ, ಆಗ್ಲಿ.'

ಈಗ ಒಂದು ದಾರ ಮಂತ್ರಿಸಿ ಕೊಡ್ತೀನಿ. ಅದ್ನ ಸೊಂಟಕ್ಕೆ ಕಟ್ಟಿಕೊಳ್ಳಿ, ಯಾವ ಕಾರಣಕ್ಕೂ ದಾರ ಬಿಚ್ಚಬಾರದು ಎಂದು ಹೇಳಿದವರು ಒಳಗಡೆ ಹೋಗಿ ಒಂದು ಕಪ್ಪನೆಯ, ಉದ್ದದ ದಾರ ತಂದರು. ಅದನ್ನ ಕೈಯಲ್ಲಿ ಹಿಡಕೊಂಡು ಮೆಲುಧ್ವನಿಯಲ್ಲಿ ಅದೇನೋ ಮಂತ್ರ ಹೇಳಿದರು. ಎರಡು ನಿಮಿಷ ಕಣ್ಣಮುಚ್ಚಿ ಧ್ಯಾನ ಮಾಡಿದರು. ನಂತರ ಅದನ್ನು ಮಹದೇವಸ್ವಾಮಿಗೆ ಕೊಟ್ಟರು. ಭಕ್ತಿಭಯದಿಂದ ಅದನ್ನು ಕೈ ಜೋಡಿಸಿ ಪಡೆದ ಅವರು ಅಪ್ಪನ ಎದುರಿನಲ್ಲೇ ಸೊಂಟಕ್ಕೆ ಕಟ್ಟಿಕೊಂಡರು.

ಶಾಸ್ತ್ರಿಗಳೇ, ಹೋಮಕ್ಕೆ ಎಷ್ಟು ಹಣ ಬೇಕಾಗ್ತದೆ ಅಂತ ಹೇಳಿದ್ರೆ ಈಗ್ಲೇ ನಾನು ಅದನ್ನ ಕೊಟ್ಟು ಹೋಗ್ತಿನಿ.

ಕೊಡಿಸ್ವಾಮಿ, ನಿಮ್ಮ ಇಷ್ಟ ಬಂದಷ್ಟು ಕೊಡಿ.

ಇಪ್ಪತ್ತೈದು ಸಾವಿರ ಸಾಕಾ?

ಬೇಕಾದಷ್ಟು ಆಯ್ತು, ಕೊಡಿ.

ಅವರು ಲಗುಬಗೆಯಿಂದ ನಡೆದು ಕಾರಿನ ತನಕ ಹೋಗಿ ಅಲ್ಲಿ ಸೂಟ್ಕೇಸ್‌ನಲ್ಲಿ ಇರಿಸಿದ್ದ ಹಣದಲ್ಲಿ ಇಪ್ಪತ್ತೈದು ಸಾವಿರ ತಂದರು. ಅಪ್ಪನ ಕೈಗೆ ಕೊಟ್ಟರು. ಅದರಲ್ಲಿ ಐದು ಸಾವಿರ ಇಟ್ಟುಕೊಂಡ ಅಪ್ಪ ಇಪ್ಪತ್ತು ಸಾವಿರವನ್ನು ಅವರ ಕೈಗೇ ವಾಪಸ್ಸು ಕೊಟ್ಟರು.

ಮಹದೇವಸ್ವಾಮಿ ಇಷ್ಟು ಹಣ ಈಗ ಸಾಕು. ಇನ್ನಾರು ಅಥವಾ ಏಳು ತಿಂಗಳಿಗೆ ನೀವು ಬರ್‍ತಿರಲ್ಲ ಆಗ ಉಳಿಕೆ ಹಣ ಕೊಡಿ. ಅಮ್ಮನ ದಯೆ ನಿಮ್ಮ ಮೇಲಿದೆ. ಖಂಡಿತ ಮಕ್ಕಳಾಗುತ್ತೆ. ಹೆದರಬೇಡಿ ಅಂದರು. ಮಹದೇವಸ್ವಾಮಿ ಅಪ್ಪನ ಕಾಲಿಗೆ ನಮಸ್ಕಾರ ಮಾಡಿ ಹೊರಟರು.

ಮನುಷ್ಯ ಒಳ್ಳೆಯವನು. ಆದರೆ ಪುಕ್ಕಲ ರಣಹೇಡಿ ಅನ್ನುತ್ತಾ ದುಡ್ಡು ತೆಗೆದುಕೊಂಡು ಬೀರುವಿನಲ್ಲಿಟ್ಟರು. ನನ್ನ ಕಡೆ ನೋಡಿ ಗಟ್ಟಿಯಾಗಿ ನಕ್ಕರು.

ನಾನು 'ಯಾಕಪ್ಪ ನಗ್ತಾ ಇದ್ದೀರಿ' ಅಂದೆ.

ಅದೆಲ್ಲಾ ನಿಂಗೆ ಅರ್ಥ ಆಗೋದಿಲ್ಲ. ನಿನ್ನ ಈ ವಯಸ್ಸಿನಲ್ಲಿ ನಂಗೆ ಅರ್ಥ ಆಗ್ತಾ ಇತ್ತು ಅಂದ್ರು.

ಹುಣ್ಣಿಮೆಯ ಹಿಂದಿನ ದಿನ ಮಹದೇವಸ್ವಾಮಿ ಫೋನ್ ಮಾಡಿ ಎಷ್ಟು ಹೊತ್ತಿಗೆ ಬರ್ಬೇಕು ಅಂತ ವಿಚಾರಿಸಿದರು. ಅಪ್ಪ ಬೆಳಿಗ್ಗೆ ಆರೂವರೆಗೆಲ್ಲಾ ಮನೆಗೆ ಬಂಧ್ಬಿಡಿ ಅಂದ್ರು, ನಾಳೆ ಅಪ್ಪ ಏನ್ ಮಾಡಬಹುದು ಅನ್ನುವ ಕುತೂಹಲ ನಂಗೂ ಶುರುವಾಯಿತು.

ಹೇಳಿದಂತೆ ಆರೂವರೆ ಗಂಟೆಗೆ ಅವರು ಗಂಡ ಹೆಂಡತಿ ಬಂದರು. ಮಹದೇವಸ್ವಾಮಿಯನ್ನು ನಾನು ನೋಡಿದ್ದೆನಾದ ಕಾರಣ ಈ ಕಾತ್ಯಾಯಿನಿಯನ್ನು ಗಮನಿಸಿದೆ. ದುಡ್ಡಿನ ಮದ, ಅಧಿಕಾರದ ಮದ ಹೀಗೆ ಎಷ್ಟು ಮದಗಳು ಇರಬಹುದೋ ಅವೆಲ್ಲಾ ಮದಗಳು ಈ ಅಮ್ಮನಲ್ಲಿ ಸೇರಿಕೊಂಡಿದ್ದವು. ಇವುಗಳ ಜೊತೆಗೆ ಚಿಕ್ಕದೊಂದು ಚಿಂತೆಯೂ ಅವರ ಮುಖದಲ್ಲಿ ಎದ್ದು ಕಾಣುತ್ತಿತ್ತು. ಅವರ ಮುಂದೆ ಮಹದೇವಸ್ವಾಮಿ ಮನೆಯ ಆಳಿನಂತೆ ಕಾಣುತ್ತಿದ್ದರು. ಅವರು ಗಂಡ ಹೆಂಡತಿಯಂತೆ ಕಾಣಲಿಲ್ಲ. ಬದಲಿಗೆ ಯಜಮಾನತಿ ಮತ್ತು ಸೇವಕನಂತೆ ನನಗೆ ಕಂಡುಬಂದರು. ಅಪ್ಪನೂ ಕಾತ್ಯಾಯಿನಿಯನ್ನು ಅಧ್ಯಯನ ಮಾಡುವವರಂತೆ ನೋಡುತ್ತಿದ್ದರು. ಅವರು ಬಂದ ತಕ್ಷಣ ಅವರಿಗೆ ಕಾಫಿ ಕೊಟ್ಟರು.

ಇಬ್ಬರೂ ಸ್ನಾನ ಮಾಡಿ ಬನ್ನಿ, ಅಮ್ಮ ನೀವು ತಣ್ಣೀರಲ್ಲಿ, ಮಹದೇವಸ್ವಾಮಿ ನೀವು ಬೇಕಾದ್ರೆ ಬಿಸಿ ನೀರಲ್ಲಿ ಸ್ನಾನ ಮಾಡಿ.

ಅಯ್ಯೋ ನಂಗೆ ತಣ್ಣೀರು ಅಭ್ಯಾಸ ಇಲ್ಲ. ಕಾತ್ಯಾಯಿನಿ ಅಂದ್ರು.

ಅಭ್ಯಾಸ ಇಲ್ದೇ ಇದ್ರೆ ಅಭ್ಯಾಸ ಮಾಡ್ಕೋಬೇಕು ತಾಯಿ ಅಂದ್ರು ಅಪ್ಪ ಗದರಿಸುವ ಧ್ವನಿಯಲ್ಲಿ. ನಾವು ಬರುವಾಗ ಸ್ನಾನ ಮಾಡಿಯೇ ಬಂದಿದ್ದೀವಿ ಅಂದ್ರು ಮಹದೇವಸ್ವಾಮಿ, ಪರವಾಗಿಲ್ಲ ಈಗ ನಾನು ಹೇಳಿದ ಹಾಗೆ ಕೇಳಿ,

ಇಬ್ಬರೂ ಸ್ನಾನ ಮಾಡಿ ಬಂದರು. ಚಳಿಗೆ ಕಾತ್ಯಾಯಿನಿ ಗಡಗಡ ನಡುಗುತ್ತಿದ್ದರು. ಅಷ್ಟರಲ್ಲಿ ಅಪ್ಪ ಹೋಮದ ಕುಂಡಕ್ಕೆ ಅಗ್ನಿ ಸ್ಪರ್ಶ ಮಾಡಿದ್ದರು. ಯಜ್ಞಶಾಲೆಯಲ್ಲಿ ನಾಲ್ಕಾರು ತಿಂಗಳ ನಂತರ ಹೊಗೆ ಕಂಡಿತು.

ನೋಡಮ್ಮ ಈಗ ನೀನು ಬಗ್ಗಿ ಮಹದೇವಸ್ವಾಮಿಯವರ ಕಾಲಿಗೆ ಬಿದ್ದು, ಅವರ ಆಶೀರ್ವಾದ ಪಡೆದು ಮಂಡಿಯೂರಿ ನಿಂತುಕೊ ಅಂದ್ರು ಅಪ್ಪ

ಕಾತ್ಯಾಯಿನಿ ಹಾಗೆಯೇ ಮಾಡಿದಳು. ಮಹದೇವಸ್ವಾಮಿಯ ಮುಂದೆ ಮಂಡಿಯೂರಿ ಕುಳಿತರು. ಈಗ ಎರಡು ಕೈಯನ್ನು ಬೊಗಸೆಯಂತೆ ಮಾಡಮ್ಮ ಅಂದ್ರು ಅಪ್ಪ. ಅವರು ಹಾಗೆಯೇ ಮಾಡಿದರು.

ನಾನು ಕಾತ್ಯಾಯಿನಿ, ಅಗ್ನಿ ಸಾಕ್ಷಿಯಾಗಿ ನಿಮ್ಮ ಕೈಹಿಡಿದ ಧರ್ಮಪತ್ನಿ, ಬದುಕಿನ ಎಲ್ಲಾ ಹಂತಗಳಲ್ಲೂ ನಿಮ್ಮನ್ನೇ ಹಿಂಬಾಲಿಸಿ ಬರುವವಳು, ಪುತ್ರ ಭಿಕ್ಷೆಯನ್ನು ಬೇಡುತ್ತಾ ಇದ್ದೀನಿ. ದಯವಿಟ್ಟು ಕರುಣಿಸಿ ಅಂತ ಹೇಳಮ್ಮ ಅಂದ್ರು ಅಪ್ಪ, ಕಾತ್ಯಾಯಿನಿ ಹಾಗೆಯೇ ಮಾಡಿದರು.

ನಂತರ ಅಪ್ಪ ಒಂದು ಹೋಮ ಮಾಡಿದರು. ಗಣಪತಿ ಹೋಮಕ್ಕೂ ಈ ಹೋಮಕ್ಕೂ ನನಗೆ ವ್ಯತ್ಯಾಸ ಕಾಣಲಿಲ್ಲ. ಹೋಮ ಮುಗಿಯಿತು. ಅದರ ಭಸ್ಮ ತಣಿಯಲಿ ಅದನ್ನು ಪೇಪರಲ್ಲಿ ಕಟ್ಟಿಕೊಡ್ತೀನಿ. ಈಗ ಬನ್ನಿ ತಿಂಡಿ ತಿನ್ನಿ ಎಂದು ಅಪ್ಪ ಅವರನ್ನು ತಿಂಡಿಗೆ ಕರೆದರು. ಅವತ್ತು ಅಪ್ಪ ಸಿಹಿ ಮತ್ತು ಕಾರ ಪೊಂಗಲ್ ಮಾಡಿದ್ರು. ಅವರು ತಿನ್ನುತ್ತಾ ಇರುವಾಗ ಅಪ್ಪ ಕಾತ್ಯಾಯಿನಿಯನ್ನು ಮಾತಿಗೆ ಎಳೆದರು.

ನಿಮ್ಮಪ್ಪ ಈಗ ಏನ್ಮಾಡ್ತಾ ಇದ್ದಾರೆ?

ಏನೂ ಇಲ್ಲ ಶಾಸ್ತ್ರಿಗಳೆ.

ಅಪ್ಪನಿಗೆ ಈಗ ಎಪ್ಪತ್ತರ ಹತ್ರ ವಯಸ್ಸಾಗಿರಬೇಕಲ್ಲ.

ಹೌದು.

ರಾಜಕಾರಣ ಇನ್ನು ಸ್ವಲ್ಪ ಕಷ್ಟ. ಅವರದೊಂದು ಭೂಮಿ ಹಗರಣ ಇತ್ತಲ್ಲ ಅದು ಎಲ್ಲಿಗೆ ಬಂತು. ನಾನು ಟಿವಿಯಲ್ಲಿ ನೋಡಿದ್ದೆ.

ತನಿಖೆಯಾಗ್ತಾ ಇದೆ.

ಮಹದೇವಸ್ವಾಮಿ ತಾನೇ ತನಿಖೆ ಮಾಡ್ತಾ ಇರೋದು. ಇವರು ಮನಸ್ಸು ಮಾಡಿ ಸರಿಯಾಗಿ ವರದಿ ಮಾಡಿದ್ರೆ ನಿಮ್ಮಪ್ಪಂಗೆ ತುಂಬಾ ಕಷ್ಟ ಆಗ್ಬೋದು ಅಲ್ವ, ಏನ್ರಿ ಮಹದೇವಸ್ವಾಮಿ ಮಾವನ್ನ ಬೇಕಾದ್ರೆ ಜೈಲಿಗೆ ಕಳಿಸ್ಬೋದು ಅಲ್ವೆ.

ಮಹದೇವಸ್ವಾಮಿಗೆ ಕಾತ್ಯಾಯಿನಿಗೆ ತಿನ್ನುವುದು ಸ್ವಲ್ಪ ಕಷ್ಟವಾಗತೊಡಗಿತು. ಅಪ್ಪ ಯಾಕೆ ಹೀಗೆ ಮಾತಾಡ್ತಾ ಇದ್ದಾರೆ ಅನ್ನುವುದು ನನಗೆ ಅರ್ಥವಾಗಲಿಲ್ಲ. ನಾನು ಕಾಲೇಜಿಗೆ ಸಿದ್ಧನಾಗುತ್ತಿದ್ದೆನಾದರೂ ಕಿವಿ ಮಾತ್ರ ಇವರ ಕಡೆಗೇ ಇತ್ತು. ಹಾಗೇನಿಲ್ಲ, ಶಾಸ್ತ್ರಿಗಳೇ ಇದರಲ್ಲಿ ಸಾಹೇಬ್ರದ್ದು ಯಾವ ತಪ್ಪೂ ಇಲ್ಲ.

ನಾನು ತಮಾಷೆಗೆ ಹೇಳಿದೆ, ನೋಡಮ್ಮ ಇವತ್ತು ನಿಮ್ಮ ಮನೆಯವರು ತುಂಬಾ ದೊಡ್ಡ ಅಧಿಕಾರದಲ್ಲಿ ಇದ್ದಾರೆ. ಅವರು ಮನಸ್ಸು ಮಾಡಿದ್ರೆ ಒಂದಲ್ಲ ಒಂದು ರೀತಿಲಿ ನಿಮ್ಮಪ್ಪನಿಗೆ ತೊಂದ್ರೆ ಕೊಡಬಹುದು. ರಾಜಕಾರಣದ ಅಧಿಕಾರ ಶಾಶ್ವತ ಅಲ್ಲ, ಯಾವ ಅಧಿಕಾರವೂ ಶಾಶ್ವತ ಅಲ್ಲ, ಅಧಿಕಾರದ ಗರ್ವ ಯಾರಿಗೂ ತಲೆಗೆ ಹತ್ತಬಾರದು, ಇದರಿಂದ ಯಾರೂ ಉದ್ಧಾರವಾಗೋದಿಲ್ಲ ಎಂದು ಅಪ್ಪ ಪರೋಕ್ಷವಾಗಿ ಕಾತ್ಯಾಯಿನಿಯಲ್ಲಿ ಇದ್ದ ಅಧಿಕಾರದ ದರ್ಪವನ್ನು ಇಳಿಸಲಾರಂಭಿದ್ದರು.

ಯಾವತ್ತೂ ಗಂಡ ಹೆಂಡತಿಯನ್ನು ಹೋಗಿ, ಬನ್ನಿ ಅಂತ ಕರೆಯಬಾರದು. ಹೋಗಿ ಬನ್ನಿ ಅಂತ ಕರೆಸಿಕೊಳ್ಳುವ ಅಧಿಕಾರ ಇದ್ದದ್ದು ಶಾರದಾದೇವಿಯವರಿಗೆ ಮಾತ್ರ. ಹೋಗಿ ಬನ್ನಿ ಅಂತ ಕರೆದ್ರೆ ಹೆಂಡತಿಗೆ ಒಳ್ಳೆಯದಾಗೋದಿಲ್ಲ. ಏನು ಮಹದೇವಸ್ವಾಮಿ, ಇನ್ಮುಂದೆ ನೀವು ನಿಮ್ಮನೆಯವರನ್ನು ಹೋಗಿ ಬನ್ನಿ ಅಂತ ಕರಿಬೇಡಿ ಅದ್ರಿಂದ ಇವರಿಗೆ ಒಳ್ಳೆಯದಾಗೋದಿಲ್ಲ. ಮಹದೇವಸ್ವಾಮಿ ಆಗಲಿ ಎನ್ನುವಂತೆ ತಲೆಯಾಡಿಸಿದರು. ಅಷ್ಟರಲ್ಲಿ ಅವರ ತಿಂಡಿ ಕಾಫಿ ಮುಗಿದಿತ್ತು. ಮಂದಲಿಗೆಯ ಮೇಲೆ ಕುಳಿತು ತಿನ್ನಲು ಕಾತ್ಯಾಯಿನಿ ತುಂಬಾ ಕಷ್ಟ ಪಡ್ತಾ ಇದ್ದರು. ಹೋಮ ಕುಂಡದಿಂದ ಭಸ್ಮ ತೆಗೆದು ಅದನ್ನು ಎರಡು ಭಾಗಮಾಡಿ ಪ್ರತ್ಯೇಕವಾಗಿ ಅದನ್ನು ಪೇಪರಿನಲ್ಲಿ ಹಾಕಿ ಮಡಸಿ ಇಬ್ಬರಿಗೂ ಒಂದೊಂದು ಕೊಟ್ಟು. ಹೋಗಿ ಬನ್ನಿ ಒಳ್ಳೆಯದಾಗುತ್ತೆ. ಅಮ್ಮ ಕಣ್ಣು ತೆರೆದಿದ್ದಾಳೆ ಅಂದ್ರು ಅಪ್ಪ.

ಇಬ್ಬರೂ ಅಪ್ಪನಿಗೆ ನಮಸ್ಕಾರ ಮಾಡಿದರು. ಕಾತ್ಯಾಯಿನಿಗೆ ಅಪ್ಪ ನೋಡಮ್ಮ, ಗಂಡ ಚೆನ್ನಾಗಿದ್ದರೆ ಅವನಿಗೆ ಗೌರವ ಮರ್ಯಾದೆ ಸಿಕ್ಕರೆ ಎಲ್ಲವೂ ಸರಿಯಾಗುತ್ತೆ. ಯಾವ ಗಂಡನಿಗೆ ಇಂತಹ ಅರ್ಹತೆ ಇದ್ದರೂ ಗೌರವ ಸಿಗೋದಿಲ್ವೋ ಅವರು ಇದ್ರೂ ಒಂದೇ ಸತ್ರೂ ಒಂದೇ. ಹೆಂಡತಿಗೆ ಗಂಡ, ಗಂಡನಿಗೆ ಹೆಂಡತಿ ಇಬ್ಬರೂ ಪರಸ್ಪರ ಗೌರವ ಕೊಡಬೇಕು.

ಮಹದೇವಸ್ವಾಮಿ, ನೀವಿಬ್ಬರೂ ನೇಪಾಳಕ್ಕೆ ಹೋಗಿ ಬನ್ನಿ. ಪಶುಪತಿನಾಥನ ಕೃಪೆ ನಿಮ್ಮ ಮೇಲೆ ಇರಲಿ, ಗಂಡುಮಗುವಾದ್ರೆ ಅವನಿಗೆ ಪಶುಪತಿ ಅಂತಲೇ

ನಾಮಕರಣ ಮಾಡಿ, ಹೆಣ್ಣಾದರೆ ಗಾಯತ್ರಿ ಅಂತ ಹೆಸರಿಡಿ, ಒಳ್ಳೆಯದಾಗ್ಲಿ. ಇನ್ನು ಹೊರಡಿ ಅಂದ್ರು.

ಇಬ್ಬರ ಮುಖದಲ್ಲಿಯೂ ಒಂದು ಸಂತಸದ ಕಳೆ ಬಂತು. ಇಬ್ಬರೂ ವಯಸ್ಸಿನಲ್ಲಿ ಹತ್ತು ವರ್ಷ ಕಡಿಮೆಯಾದವರಂತೆ ಕಂಡುಬಂದರು. ಕಾತ್ಯಾಯಿನಿಯ ಮುಖದಲ್ಲಿ ಇದ್ದ ದರ್ಪ ಈಗ ಮಹದೇವಸ್ವಾಮಿಗೆ ವರ್ಗವಾದಂತೆ ಕಂಡುಬಂತು. ಬೆಳಿಗ್ಗೆ ಎಂಟೂವರೆಗೆ ಇವೆಲ್ಲಾ ಮುಗಿದಿದ್ದವು.

ಸ್ವಲ್ಪ ಅಹಂಕಾರದ ಹೆಣ್ಣು ಅವಳು. ಅವಳ ಅಹಂಕಾರ ಇಳಿಸಿ ಕಳಿಸಿದ್ದೀನಿ. ಅವಳ ಗಂಡನಿಗೆ ಅವಳ ಅಪ್ಪನಿಗಿಂತ ಜಾಸ್ತಿ ಅಧಿಕಾರ ಇದೆ ಅನ್ನೋದನ್ನ ಅವಳಿಗೆ ಅರ್ಥವಾಗೋ ಹಾಗೆ ಹೇಳಿದ್ದೀನಿ. ಇವನು ಹೆಂಡತಿಗೆ ಮಾತ್ರ ಅಲ್ಲ ಇಡೀ ಮನೆಗೆ ಗುಲಾಮ ಆಗಿದ್ದ. ಉಪಕಾರ ಮಾಡಿದೋರ ಕುರಿತು ಕೃತಜ್ಞತೆ ಇರಬೇಕೇ ಹೊರತು ಅವರ ಗುಲಾಮ ಆಗಬಾರದು. ಇವತ್ತು ನಾನು ಮಾಡಿದ್ದ ಕೆಲಸ ಯಶಸ್ವಿಯಾದರೆ ಅವರು ನೇಪಾಳಕ್ಕೂ ಹೋಗಬೇಕಾಗಿಲ್ಲ, ಪಾತಾಳಕ್ಕೂ ಹೋಗಬೇಕಾಗಿಲ್ಲ ಅಂದ್ರು. ಈ ಮಾತನ್ನು ಅವರು ನನಗೆ ಹೇಳಿದರೋ ಅಥವಾ ಅವರಿಗೆ ಅವರೇ ಹೇಳಿಕೊಂಡರೋ ಅರ್ಥವಾಗಲಿಲ್ಲ.

ಯುದ್ಧದಲ್ಲಿ ಎರಡು ರೀತಿ ಇರುತ್ತೆ. ಒಂದು ದೈವಿಕ ಯುದ್ಧ, ಇನ್ನೊಂದು ಮಾನಸಿಕ ಯುದ್ಧ, ಇವತ್ತು ಅಪ್ಪ ಮಾನಸಿಕ ಯುದ್ಧ ಶುರುಮಾಡಿದ್ದಾರೆ. ಅವಳು ಸೋಲಲು ಆರಂಭಿಸಿದ್ದಾಳೆ. ಇವನಿಗೆ ಗೆಲ್ಲುವುದು ಹೇಗೆ ಎಂದು ಉಪದೇಶ ಮಾಡಿದ್ದಾರೆ. ಇನ್ನು ಮುಂದಿನ ಯುದ್ಧ ಅವರಿಗೆ ಬಿಟ್ಟಿದ್ದು, ಅಪ್ಪನ ಕೆಲಸ ಅಪ್ಪ ಮಾಡಿದ್ದಾರೆ ಅನ್ನುವುದು ನಂಗೆ ಅರ್ಥವಾಯಿತು. ಮಂತ್ರವಾದ, ಹೋಮ, ಹವನ, ಅಂತ ಕರೆಯುವುದು ಇದಕ್ಕೇನಾ ಎಂಬ ಪ್ರಶ್ನೆಯೂ ನನ್ನಲ್ಲಿ ಹುಟ್ಟಿತು. ಅಮ್ಮನ ಕೃಪೆ ಅಂದರೆ ಇದೇನಾ ಎಂದು ಹಲವು ಪ್ರಶ್ನೆಗಳನ್ನು ನನಗೆ ನಾನೇ ಹಾಕಿಕೊಂಡೆ. ಅಪ್ಪನ ಬಗ್ಗೆ ನನಗೆ ಸ್ವಲ್ಪ ಜಾಸ್ತಿ ಗೌರವ ಮತ್ತು ಕುತೂಹಲ ಎರಡೂ ಹುಟ್ಟಿದವು.

ಒಂದು ವೇಳೆ ಅಪ್ಪ ನನಗೆ ತಾಯತ ಮಂತ್ರಿಸಿ ಕೊಟ್ಟಿದ್ದರೆ ನಾನು ಓಡೋದ್ರಲ್ಲಿ ಫಸ್ಟ್ ಬರ್ತಾ ಇದ್ದೆನೋ ಏನೋ, ಅಥವಾ ಈಗ ಬಂದ ಹಾಗೆ ಮೂರನೆಯವನಾಗಿ ಬಂದಿದ್ರು ಅದರ ಯಶಸ್ಸು ಅಪ್ಪನಿಗೆ ಹೋಗ್ತಾ ಇತ್ತು. ಅವರು ತಾಯತ ಕೊಡದೇ ಇದ್ದದ್ದೇ ಒಳ್ಳೆಯದಾಯಿತು. ಮನುಷ್ಯ ಯಾವತ್ತೂ ಅವರ ತಾಕತ್ತಿನ ಮೇಲೆ ನಂಬಿಕೆ ಇಡೋದನ್ನ ಕಲಿಬೇಕು. ನಾನು ಸಂಪಾದನೆ ಮಾಡಿದ್ದು ಕೊಡೋ ಖುಷಿ ಇನ್ನೊಬ್ಬರ ಸಂಪಾದನೆ ಕೊಡೋದಿಲ್ಲ. ಯಾರ ಸಹಾಯ ಇಲ್ಲದೇನೇ ಮನುಷ್ಯ ಬೆಳೀಬೇಕು, ಬದುಕಬೇಕು.

ಅಂದುಕೊಳ್ಳುತ್ತಾ ಕಾಲೇಜಿಗೆ ಸೈಕಲ್ ಹತ್ತಿದೆ. ಕಾಲೇಜಿನಲ್ಲಿ ಓಟದ ಅಭ್ಯಾಸ ನಿಲ್ಲಿಸಿ ಓದುವ ಪ್ರಯತ್ನ ಮಾಡಿದೆ. ಅಲ್ಲಿ, ಇಲ್ಲಿ ಕ್ರೀಡಾಕೂಟ

ಅಂತ ಹೋಗುತ್ತಿದ್ದ ಕಾರಣ ಅಲ್ಲಲ್ಲಿ ಕೆಲವು ಅಧ್ಯಾಯಗಳು ಕೈ ಕೊಡುವಂತೆ ಕಾಣುತ್ತಿದ್ದವು. ಅವುಗಳನ್ನು ಬಾಯಿಪಾಠ ಮಾಡುವುದಷ್ಟೇ ಕೆಲಸವಾಗಿತ್ತು. ಉಪನ್ಯಾಸಕರು ಸಹಕಾರ ನೀಡಿದರು. ಸರ್ಕಾರಿ ಕಾಲೇಜಾದರೂ ಸ್ಪೆಷಲ್ ಕ್ಲಾಸ್ ತೆಗೆದುಕೊಳ್ಳುತ್ತಿದ್ದರು. ಬೆಳಿಗ್ಗೆ ಮತ್ತು ಸಂಜೆ ಈ ವಿಶೇಷ ತರಗತಿಗಳು ಇರುತ್ತಿದ್ದವು. ಅವುಗಳಿಗೆ ತಪ್ಪದೇ ಹೋದೆ. ಪರೀಕ್ಷೆಯನ್ನು ಎದುರಿಸುವ ಆತ್ಮವಿಶ್ವಾಸ ನಿಧಾನವಾಗಿ ಬರಲಾರಂಭಿಸಿತು. ಮನೆಯಲ್ಲಿಯೂ ನನಗೆ ಕೆಲಸ ಅನ್ನೋದು ಇಲ್ದೇ ಇದ್ದ ಕಾರಣದಿಂದ ನನ್ನ ಪಾಡಿಗೆ ನಾನು ಓದಿಕೊಂಡೆ.

ಅಂತಿಮ ಪರೀಕ್ಷೆಯಾದ ನಂತರ ಗಂಡು ಹುಡುಗರೆಲ್ಲಾ ಸೇರಿ ಪಾರ್ಟಿ ಮಾಡುವುದೆಂದು ತೀರ್ಮಾನ ಮಾಡಿದರು. ಅವತ್ತು ಎಲ್ಲರೂ ಆ ಪಾರ್ಟಿಗೆ ಹಾಜರಾಗಬೇಕು ಮತ್ತು ಎಷ್ಟು ಖರ್ಚು ಬೀಳುತ್ತದೆಯೋ ಅದನ್ನು ಎಲ್ಲರೂ ಭರಿಸಬೇಕು ಅಂತ ತೀರ್ಮಾನವಾಯಿತು. ಅವತ್ತು ರಾತ್ರಿ ಕಡ್ಡಾಯವಾಗಿ ಎಲ್ಲರೂ ಸೇರುವುದು ಮತ್ತು ಬೆಳಿಗ್ಗೆಯ ತನಕ ಪಾರ್ಟಿ ಮಾಡುವುದೆಂದು ತೀರ್ಮಾನವಾಗಿತ್ತು. ಜಾಗ ಎಲ್ಲಿ ಅನ್ನುವುದು ತೀರ್ಮಾನವಾಗಿರಲಿಲ್ಲ. ಕೊನೆಗೆ ಮೈಸೂರಿನಿಂದ ದಿನನಿತ್ಯ ಕಾಲೇಜಿಗೆ ಹೋಗಿ ಬಂದು ಮಾಡುತ್ತಿದ್ದ ಇಂಗ್ಲೀಷ್ ಮೇಷ್ಟ್ರು ಜಯಪ್ರಕಾಶ್ ಅವರು ಯಾವುದಕ್ಕೂ ಇರಲಿ ಎಂದು ಬಾಡಿಗೆಗೆ ಹಿಡಿದಿದ್ದ ಒಂದು ಪುಟ್ಟ ಮನೆಯಲ್ಲಿ ಪಾರ್ಟಿ ಮಾಡುವುದೆಂದು ನಿರ್ಧರಿಸಿದೆವು. ಜಯಪ್ರಕಾಶ್ ಅವರು ಒಪ್ಪಿಕೊಂಡರು. ಕೆಲವು ಸಲ ಅವರಿಗೆ ಮೈಸೂರಿಗೆ ತೆರಳಲು ಬಸ್ ಸಿಗುತ್ತಿರಲಿಲ್ಲ. ಹೀಗಾಗಿ ಅವರು ಒಂದು ಪುಟ್ಟ ಮನೆಯನ್ನು ಬಾಡಿಗೆಗೆ ಹಿಡಿದಿದ್ದರು.

ಶನಿವಾರ ಬೆಳಿಗ್ಗೆ ಪರೀಕ್ಷೆ ಮುಗಿಯಿತು. ಕೆಮಿಸ್ಟ್ರಿ ಪರೀಕ್ಷೆ, ಕೆಲವರಿಗೆ ಸುಲಭ ಇತ್ತು. ಇನ್ನು ಕೆಲವರು ಸಪ್ಲಿಮೆಂಟರಿಯೇ ಗತಿ ಎಂದು ನಿಶ್ಚಯಿಸಿಕೊಂಡರು. ಯಾರು ಪರೀಕ್ಷೆ ಚೆನ್ನಾಗಿ ಮಾಡಿದ್ದಾರೋ ಅವರು ಖುಷಿಗಾಗಿ, ಯಾರು ಪರೀಕ್ಷೆ ಚೆನ್ನಾಗಿ ಮಾಡಲಿಲ್ಲವೋ ಅವರು ಬೇಸರ ಕಳೆಯುವುದಕ್ಕಾಗಿ ಪಾರ್ಟಿ ಮಾಡೋಣ ಅಂತ ಪರಸ್ಪರ ತಮಾಷೆ ಮಾಡಿಕೊಂಡೆವು. ಈ ಪಾರ್ಟಿಯನ್ನು ಕಲ್ಪಿಸಿಕೊಂಡು ಕಾರ್ಯರೂಪಕ್ಕೆ ತಂದವನು ಸುರೇಂದ್ರನಾಯಕ್, ಶನಿವಾರ ಮಧ್ಯಾಹ್ನದ ಮೇಲೆ ನಾವು ಅಲ್ಲಿದ್ದ ವಿಡಿಯೋ ಪಾರ್ಲರ್‌ಗೆ ಹೋಗಿ ಇಂಗ್ಲೀಷ್ ಸಿನಿಮಾ ನೋಡಿದೆವು. ಅಲ್ಲಿ ತುಂಬಾ ಜನರೇನೂ ಇರಲಿಲ್ಲ. ನಾವು ಆರು ಜನ ಇತರರು ಐದು ಜನ ಇಷ್ಟು ಕಡಿಮೆ ಜನರಿಗಾಗಿ ಅವನು ವಿಡಿಯೋ ಪಾರ್ಲರ್ ನಡೆಸಿದರೆ ಅವನು ಬದುಕುವುದಾದರೂ ಹೇಗೆ ಯೋಚಿಸಿದೆ ಅರ್ಥವಾಗಲಿಲ್ಲ. ಸಿನಿಮಾ ಮುಗಿದ ನಂತರ ಸುರೇಂದ್ರ ವಿಡಿಯೋ ಪಾರ್ಲರ್‌ನವರ ಹತ್ತಿರ ಏನೋ ಮಾತನಾಡಿದ. ಅವನು ಆರಂಭದಲ್ಲಿ ಒಪ್ಪಲಿಲ್ಲವಾದರೂ ಅನಂತರ ಆಗಲಿ ಎಂದ.

ಒಂದು ಟಿ.ವಿ., ಡಿ.ವಿ.ಡಿ, ಮೂರು ಸಿ.ಡಿ.ಗಳನ್ನು ತೆಗೆದುಕೊಂಡು ಒಂದು ಆಟೋಗೆ ಹಾಕಿ ಒಬ್ಬನನ್ನು ಮನೆಗೆ ಕಳುಹಿಸಿದ ಸುರೇಂದ್ರ. ಎರಡು ಬಾಟಲಿ ವಿಸ್ಕಿ ಹಾಗೂ ಹತ್ತು ಬಾಟಲಿ ಬಿಯರ್ ಅನ್ನು ಖರೀದಿ ಮಾಡಿ ಅದನ್ನು ಇನ್ನೊಬ್ಬನ ಕೈಯಲ್ಲಿ ಮನೆಗೆ ತೆಗೆದುಕೊಂಡು ಹೋಗು ಅಂದ, ಬೇಕರಿಗೆ ಹೋಗಿ ಚಿಪ್ಸ್, ಕಡ್ಲೆಕಾಯಿಬೀಜ, ಚಕ್ಕುಲಿ, ಇತ್ಯಾದಿಗಳನ್ನು ಖರೀದಿ ಮಾಡಿದ. ಅಲ್ಲಿಂದ ಮುಂದೆ ಹೋಗಿ ರಾತ್ರಿ ಒಂಬತ್ತು ಗಂಟೆಗೆ ಇಪ್ಪತ್ತು ಪರೋಟ. ಅದಕ್ಕೆ ಬೇಕಾದ ಮಾಂಸದ ಸಾರು ಎಂಟು ಪ್ಲೇಟ್ ಮಟನ್ ಮಸಾಲ ಅಥವಾ ಚಿಲ್ಲಿ ಇವುಗಳಿಗೆಲ್ಲಾ ಆರ್ಡರ್ ಮಾಡಿ ನಾವೇ ಬಂದು ತೆಗೆದುಕೊಂಡು ಹೋಗುತ್ತೇವೆ ಎಂದು ಹೇಳಿ ಅಡ್ವಾನ್ಸ್ ಕೊಟ್ಟ, ಕಿಂಗ್ ಸಿಗರೇಟ್ ನಾಲ್ಕು ಪ್ಯಾಕ್ ತೆಗೆದುಕೊಂಡು ನಾವೆಲ್ಲ ಸುಮಾರು ಆರೂವರೆಯ ಹೊತ್ತಿಗೆ ಜಯಪ್ರಕಾಶ್ ಅವರ ಮನೆ ತಲುಪಿದೆವು.

ಜಯಪ್ರಕಾಶ್ ಇದ್ದದ್ದು ಒಂದು ಔಟ್ ಹೌಸ್ನಲ್ಲಿ ಅದರ ಮಾಲೀಕರ ಮನೆಯೂ ಖಾಲಿಯಿತ್ತು. ಅವರು ಬೆಂಗಳೂರಿನಲ್ಲಿ ಇದ್ದರು. ತಿಂಗಳಿಗೆ ಒಮ್ಮೆ ಅಥವಾ ಎರಡು ತಿಂಗಳಿಗೆ ಒಮ್ಮೆ ಈ ಮನೆಗೆ ಬಂದು ಎರಡು ದಿನ ಇದ್ದು ತೋಟ ನೋಡಿಕೊಂಡು ಹೋಗುತ್ತಿದ್ದರು. ಹೀಗಾಗಿ ಆ ಮನೆಯೂ ಖಾಲಿ ಇತ್ತು. ಅಕ್ಕಪಕ್ಕ ಸ್ವಲ್ಪ ದೂರದಲ್ಲಿ ಮನೆಗಳು ಇದ್ದವಾದರೂ ಇಲ್ಲಿ ನಡೆಯುವ ಯಾವ ವ್ಯವಹಾರಗಳು ಹೊರಗಿನ ಪ್ರಪಂಚಕ್ಕೆ ತಿಳಿಯುತ್ತಿರಲಿಲ್ಲ.

ಅಲ್ಲಿಯತನಕ ನನಗೆ ಪಾರ್ಟಿ ಅಂದರೇನು ಅನ್ನುವುದು ಗೊತ್ತಿರಲಿಲ್ಲ. ಅದರಲ್ಲಿಯೂ ನಮ್ಮ ವಯಸ್ಸಿನ ಹುಡುಗರು ಹೀಗೆಲ್ಲಾ ಮಾಡಬಹುದು ಅನ್ನುವ ಕಲ್ಪನೆಯೂ ಇರಲಿಲ್ಲ. ನಮ್ಮ ತರಗತಿಯಲ್ಲಿ ಸುರೇಂದ್ರ ಮತ್ತು ಚಿಟ್ಟಿಯಪ್ಪ ಆಗಾಗ್ಗೆ ಕುಡಿಯುತ್ತಾರೆ ಅನ್ನುವುದು ಗೊತ್ತಿತ್ತು. ಹಬ್ಬದ ದಿನಗಳಲ್ಲಿ ಅವರು ಮನೆಯಲ್ಲಿಯೇ ಸ್ವಲ್ಪ ಸ್ವಲ್ಪ ಕುಡಿಯುತ್ತಾರೆ ಅನ್ನುವುದನ್ನು ಅವರೇ ಹೇಳಿದ್ದರು. ನಮ್ಮ ಆರು ಜನರಲ್ಲಿ ನನ್ನ ಮತ್ತು ಜಯಂತ್‌ಶೆಟ್ಟಿಯನ್ನು ಬಿಟ್ಟರೆ ಉಳಿದವರು ತಾವು ಆಗಾಗ್ಗೆ ಸಿಗರೇಟು ಸೇದುತ್ತೇವೆ ಎಂದು ಹೇಳಿಕೊಂಡಿದ್ದರು. ಮಾಂಸಹಾರ ನನಗೇನೂ ಹೊಸತಾಗಿರಲಿಲ್ಲ.

'ಇವತ್ತು ಎಲ್ಲರೂ ಕುಡಿಬೇಕು. ಸಿಗರೇಟ್ ಸೇದಬೇಕು. ಮಜಾ ಮಾಡ್ಬೇಕು. ಇದು ಎಲ್ಲರಿಗೂ ಕಡ್ಡಾಯ' ಅಂದ ಸುರೇಂದ್ರ,

ಅಲ್ಲ ಮಾರಾಯ ಇದಕ್ಕೆಲ್ಲಾ ದುಡ್ಡು ಎಲ್ಲಿಂದ ತಂದೆ. ನಮ್ಮ ಹತ್ರ ನೀನು ದುಡ್ಡ ಇಸ್ಕೊಂಡಿಲ್ಲ ಅಂತ ನಾನು ಕೇಳಿದೆ. ಈಗ ಎಲ್ಲರ ಹತ್ರ ವಸೂಲಿ ಮಾಡ್ತೀನಿ. ಒಬ್ಬನಿಗೆ ಇನ್ನೂರಾ ಐವತ್ತು ರೂಪಾಯಿ ಆಗಬಹುದು.

ಆದ್ರರಿ ನಾನು ದುಡ್ಡು ತಂದಿದ್ದೀನಿ. ನಿನ್ನ ಹತ್ರ ಹಣ ಇಷ್ಟೊಂದು ಎಲ್ಲಿಂದ ಬಂತು. ನಮ್ಮಪ್ಪ, ನಿಮ್ಮಪ್ಪನ ತರ ಪೂಜಾರಿ ಅಲ್ಲ, ಅವರು ಎಸ್ಟೇಟ್ ಓನರ್

ಅಂದ ಸುರೇಂದ್ರ, ಅಪ್ಪನ ಸುದ್ದಿಗೆ ಬಂದ್ರೆ ಸುಮ್ನೆ ಇರಲ್ಲ. ನಾನು ಹೋಗ್ತಿನಿ ಅಂತ ಎದ್ದೆ. ಇನ್ನೂ ಪಾರ್ಟಿನೇ ಶುರುವಾಗಿಲ್ಲ. ಆಗ್ಲೆ ಜಗಳ ಶುರುವಾಯ್ತು ಚಿಟ್ಟೆಯಪ್ಪ ಹೇಳಿದ.

ಭಾರ್ಗವ ಕುಡಿಯದೇನೆ ಟೈಟ್ ಆಗಿದ್ದಾನೆ ಅಂದ ಜಯಂತ್.

ಸಾರಿ ಸಾರಿ, ದುಡ್ಡು ನಮ್ಮಪ್ಪನ ಹತ್ರದಿಂದ ತಂದೆ. ನೀವೆಲ್ಲಾ ಕೊಟ್ಟ ಮೇಲೆ ಅದನ್ನ ವಾಪಸು ಅಪ್ಪನಿಗೆ ಕೊಟ್ಟು ಬಿಡ್ತೀನಿ. ಸರಿನಾ ಅಂದ ಸುರೇಂದ್ರ.

ಆಯ್ತು ನನ್ನ ಪಾಲಿನ ಮೊತ್ತ ತಗೋ ನಾನು ಕುಡಿಯೋದಿಲ್ಲ ಅಂದೆ.

ಹಾಗಾದ್ರ ಈ ಪಾರ್ಟಿನೇ ಬೇಡ. ಕ್ಯಾನ್ಸಲ್ ಅಂದ ಇನ್ನೊಬ್ಬ.

ನೀನು ಬರೀ ಬಿಯರ್ ಮಾತ್ರ ಕುಡಿ. ನಾವೆಲ್ಲ ಈಗ ದೊಡ್ಡವರು ಗೊತ್ತಾ ನಮ್ಮ ಕ್ಲಾಸಿನ ನೀನಾ ಇದ್ದಾಳಲ್ಲ ಅವಳೇ ಎರಡು ಬಿಯರ್ ಕುಡಿತಾಳಂತೆ. ಅವಳೇ ನನಗೆ ಹೇಳಿದ್ದು.

ಇವತ್ತೊಂದು ದಿವ್ಸ ಕುಡಿ, ದಿನಾ ಕುಡಿ ಅಂತ ನಾವೇನು ಹೇಳ್ತಾ ಇದ್ದಿವಾ, ಪ್ಲಾಸ್ಟಿಕ್ ಗ್ಲಾಸುಗಳಿಗೆ ವಿಸ್ಕಿ ಹಾಕಿ, ಅದಕ್ಕೆ ಬಿಯರ್ ಹಾಕಿ ತುಂಬಿಸಿದರು. ನಾನು ಕಷ್ಟ ಪಟ್ಟು ಕುಡಿದೆ. ಎದೆಯಲ್ಲಿ ಉರಿ ಉರಿ ನಾಲಿಗೆ ಸುಟ್ಟು ಹೋದಂತೆ ಆಯಿತು. ಮುಖ ಕಿವುಚಿದೆ. ಅದನ್ನು ಹೇಗೆ ಕುಡಿಯಬೇಕು ಅನ್ನುವುದು ಗೊತ್ತಿಲ್ಲದ ಕಾರಣ ಗಟಗಟ ಕುಡಿದು ಗ್ಲಾಸ್ ಖಾಲಿ ಮಾಡಿದೆ.

ಅರೇ ಇಷ್ಟು ಬೇಗ ಕುಡಿಬಾರದು ಒಂದೊಂದೇ ಸಿಪ್ ಕುಡಿಬೇಕು. ಇಲ್ಲಿ ಸ್ವಲ್ಪ ಚಿಪ್ಸ್ ತಿನ್ನು, ಅಂತ ಕೊಟ್ಟರು. ತಿಂದೆ. ಇನ್ನೊಂದು ರೌಂಡ್ ನಿಧಾನವಾಗಿ ಕುಡಿದೆ.

ಸುರೇಂದ್ರ ಸಿಗರೇಟ್ ಪ್ಯಾಕ್ ತೆಗೆದು ಅದರಲ್ಲಿ ಒಂದು ಸಿಗರೇಟ್ ಹೊರತೆಗೆದು ಅದರ ಅರ್ಧದ ತನಕ ಇದ್ದ ಹೊಗೆಸೊಪ್ಪು ತೆಗೆದು ಅದರ ಭಾಗದಲ್ಲಿ ಬೇರೆ ಯಾವುದೋ ಪುಡಿ ತುಂಬಿದ ಅವನೆರಡು ಧಮ್ ಹೊಡೆದು ಪಕ್ಕದವನ ಕೈಗೆ ಕೊಟ್ಟ ಅವನು ನನ್ನ ಕೈಗೆ ಕೊಟ್ಟ. ನಾನೂ ಎರಡು ಧಮ್ ಹೊಡೆದೆ. ಹೀಗೆ ನಾಲ್ಕಾರು ಸಿಗರೇಟು ಖಾಲಿಯಾದವು. ವಿಸ್ಕಿ, ಬಿಯರ್ ಬಾಟಲಿಗಳೂ ನಿಧಾನವಾಗಿ ಖಾಲಿಯಾಗಲಾರಂಭಿಸಿದವು. ನಾನು ಯಾವುದೋ ಮಾಯಾಲೋಕದಲ್ಲಿ ವಿಹರಿಸುತ್ತಿದ್ದೇನೆ ಅಂತ ಅನಿಸಿತು.

ಭಾರ್ಗವನಿಗೆ ಇವತ್ತು ಫಸ್ಟೇನೂ ಅಲ್ಲ. ಅವನಿಗೆ ಹಿಂದಿನಿಂದ ಕುಡಿಯೋದು ಭಂಗಿ ಹೊಡೆಯೋ ಚಟ ಇದೆ. ನೋಡು ಹೆಚ್ಚು ಕಡಿಮೆ ಒಂದು ಕ್ವಾರ್ಟರ್ ಹಾಕಿದ್ದಾನೆ. ಎರಡು ಧಂ ಹೊಡೆದಿದ್ದಾನೆ. ಅಲ್ಲಾಡದೇ ಇದ್ದಾನೆ ಅಂದ್ರೆ ಮಗನಿಗೆ ಮೊದ್ಲೇ ಅಭ್ಯಾಸ ಇತ್ತು. ಕಳ್ಳ ನಮ್ಮ ಮುಂದೆ ನಾಟ್ಕ ಆಡ್ತಾ ಇದ್ದ ಅಂತ ಯಾರೋ ಅಂದ. ನಾನು ನನ್ನದೇ ಗುಂಗಿನಲ್ಲಿ ಇದ್ದೆ.

ಆಕಾಶಭೂಮಿ ಎರಡೂ ಒಂದೇ ಆಗಿರುವಂತೆ ಅನಿಸುತ್ತಿತ್ತು. ನನ್ನ ತೂಕ ಕೂಡ ಕಡಿಮೆಯಾದಂತೆ, ಇಡೀ ಮೈ ಹಗುರವಾದಂತಾಗಿ ನಾನು ನಗಲು ಶುರು ಮಾಡಿದೆ.

ಏಯ್ ಸಿನಿಮಾ ಹಾಕು ಅಂತ ಒಬ್ಬ ಅಂದ.

ಸುರೇಂದ್ರ ಟಿವಿ ಆನ್ ಮಾಡಿದ. ಯಾವುದೊ ಒಂದು ಇಂಗ್ಲೀಷ್ ಸಿನಿಮಾ ಎರಡೇ ಎರಡು ನಿಮಿಷದಲ್ಲಿ ಅದು ಬ್ಲೂಫಿಲಂ ಅನ್ನುವುದು ಅರ್ಥವಾಯಿತು. ಗಂಡಸು ಹೆಂಗಸು ಇಬ್ಬರೂ ಬೆತ್ತಲಾಗಿದ್ದಾರೆ. ಕಾಮಕೇಳಿಯಲ್ಲಿ ತೊಡಗಿದ್ದಾರೆ. ಅದನ್ನು ನೋಡಿ ನನ್ನ ಮೈ ಬಿಸಿಯಾಯಿತು. ಅಲ್ಲಿದ್ದ ಪ್ರತಿಯೊಬ್ಬರೂ ಬಿಸಿ ಉಸಿರು ಬಿಡುತ್ತಿದ್ದಾರೆ. ಕುಡಿಯುವುದನ್ನು ಮರೆತು ತದೇಕಚಿತ್ತದಿಂದ ಅದರ ಕಡೆಗೆ ನೋಡುತ್ತಿದ್ದಾರೆ. ನನ್ನ ಮೈಯಲ್ಲಿ ಲಘು ಕಂಪನ ಆರಂಭವಾಯಿತು. ಉದ್ರೇಕ ಜಾಸ್ತಿಯಾಯಿತು. ಮತ್ತೂ ಜಾಸ್ತಿಯಾಯಿತು. ಎಂಟತ್ತು ನಿಮಿಷದಲ್ಲಿ ನಾನು ತಣ್ಣಗಾದೆ. ಆಮೇಲೂ ಆ ಸಿನಿಮಾ ನೋಡಬೇಕು ಅಂತ ಅನಿಸಲಿಲ್ಲ. ಬಟ್ಟೆ ಬದಲಾಯಿಸಬೇಕು. ಆದರೆ ಬೇರೆ ಬಟ್ಟೆ ಎಲ್ಲಿದೆ? ಅಸಹ್ಯ ಅನಿಸಲಾರಂಭಿಸಿತು.

ಯಾರು ಕಡಿಮೆ ಟೈಟ್ ಆಗಿದ್ದೀರೋ ಅವರು ಹೋಗಿ ಊಟ ತಕೊಂಡು ಬನ್ನಿ ಅಂತ ಸುರೇಂದ್ರ ಹೇಳಿದ.

ನೀನು ಹೋಗು. ನೀನು ಹೋಗು ಅಂತ ಜಗಳ ಆರಂಭವಾಯಿತು. ಜಯಂತ್ ಚಿಟ್ಟಿಯಪ್ಪನಿಗೂ ಸಣ್ಣ ಪ್ರಮಾಣದ ಹೊಡೆದಾಟವೇ ನಡೆಯಿತು. ತೂರಾಡುತ್ತಲೇ ಇಬ್ಬರೂ ಹೊಡೆದಾಟಕ್ಕೆ ನಿಂತರು. ಅವರನ್ನು ಬಿಡಿಸಲು ಹೋದ ಸುರೇಂದ್ರನನ್ನು ತಳ್ಳಿದರು. ಅವನು ಹೋಗಿ ಕುರ್ಚಿಗೆ ಢಿಕ್ಕಿ ಹೊಡೆದ, ಕುರ್ಚಿ ಹೋಗಿ ಟಿ.ವಿ.ಗೆ ಬಡಿಯಿತು. ಟಿ.ವಿ.ಯ ಗ್ಲಾಸ್ ಪಟಾರ್ ಅಂತು ಸಣ್ಣದಾಗಿ ಹೊಗೆ ಬಂತು ಟಿ.ವಿ.ಯಿಂದ, ತಕ್ಷಣ ಜಯಂತ್ ಹೋಗಿ ಕನೆಕ್ಷನ್ ತೆಗೆದ.

ಯಾರು ಏನು ಮಾತನಾಡುತ್ತಿದ್ದಾರೆ ಅನ್ನುವುದು ಯಾರಿಗೂ ಅರ್ಥವಾಗುತ್ತಿಲ್ಲ. ಏಯ್ ಕಾಕ ಹೋಟೆಲ್‌ನಿಂದ ಊಟ ತಗೊಂಡು ಬಾ. ಇಲ್ದೇ ಇದ್ರೆ ಕಾಲು ಮುರಿತೀನಿ ಅಂತ ಒಬ್ಬ ರೇಗಿದ. ಅವನ್ನ ಕತ್ತರಿಸಿ ಹಾಕಿ ಬಿಡ್ತೀನಿ ಅಂತ ಇನ್ನೊಬ್ಬ ಅಂದ ಟಿ.ವಿ. ಹೋಯ್ತು ಇನ್ನೊಂದು ಟಿ.ವಿ. ಬರ್ಲಿ ಅಂತ ಸುರೇಂದ್ರ ಹೇಳ್ತಾ ಇದ್ದ.

ನನಗೆ ನಿಲ್ಲಲು ಆಗುತ್ತಿರಲಿಲ್ಲ. ತಲೆ ತಿರುಗುತ್ತಿರುವಂತೆ ಭಾಸವಾಯಿತು. ಕಣ್ಣಿಗೆ ಕತ್ತಲೆ ಆವರಿಸಿತು. ವಾಂತಿ ಮಾಡಬೇಕು ಅಂತ ಅನಿಸಿ, ಬಚ್ಚಲಮನೆಯ ಕಡೆ ಹೋಗಲು ಎದ್ದೆ. ನಿಂತುಕೊಳ್ಳಲು ಆಗಲಿಲ್ಲ. ಯಾರೋ ನನ್ನನ್ನು ಎತ್ತಿ ಎಸೆಯುವ ಪ್ರಯತ್ನ ಮಾಡ್ತಾ ಇದ್ದಾರೆ ಯಾರವನು ಎಂದು ಹಿಂದೆ ತಿರುಗಿ

ನೋಡುವ ಪ್ರಯತ್ನ ಮಾಡಿದೆ. ಅಲ್ಲಿಯೇ ಕುಸಿದೆ. ವಾಂತಿಯು ಆಯಿತು. ಮೂತ್ರವೂ ಹೊರಗೆ ಬಂತು.

ಎಚ್ಚರವಾದಾಗ ನಾನು ಬಚ್ಚಲಮನೆಯ ಬಾಗಿಲಿನ ಪಕ್ಕ ಬಿದ್ದಿದ್ದು ಗೊತ್ತಾಯಿತು. ವಿಪರೀತ ತಲೆನೋವು, ಸುತ್ತಲೂ ಅಸಹ್ಯಕರ ವಾಸನೆ. ಮೆಲ್ಲನೆ ಎದ್ದು ಕುಳಿತೆ. ಉಳಿದ ಐದು ಜನರು ಅಲ್ಲಲ್ಲೇ ಬಿದ್ದಿದ್ದರು. ಇನ್ನಿಬ್ಬರೂ ವಾಂತಿ ಮಾಡಿಕೊಂಡಿದ್ದರು. ಇಡೀ ಕೋಣೆ ವಾಸನೆಯಿಂದ ತುಂಬಿತ್ತು. ಟಿ.ವಿ. ಒಡೆದುಹೋಗಿತ್ತು. ನೆಲದ ಮೇಲೆ ಇಟ್ಟಿದ್ದ ಟಿ.ವಿ.ಗೆ ಕುರ್ಚಿ ತಗುಲಿ ಅದರ ಗ್ಲಾಸ್ ಒಡೆದು, ಅದು ನೋಡುವುದಕ್ಕೆ ವಿಚಿತ್ರವಾಗಿ ಕಾಣುತ್ತಿತ್ತು. ಏಳಲು ಪ್ರಯತ್ನಿಸಿದರೆ ಆಗುತ್ತಲೇ ಇಲ್ಲ. ಮೆಲ್ಲನೆ ಗೋಡೆ ಹಿಡಿದುಕೊಂಡು ಎದ್ದು ನಿಂತೆ. ಬೆಳಿಗ್ಗೆ ಐದೂವರೆ ಆಗಿರಬಹುದು. ಲೈಟ್ ಕೂಡ ಉರಿಯುತ್ತಿತ್ತು.

ಒಬ್ಬೊಬ್ಬರನ್ನಾಗಿ ಎಬ್ಬಿಸಿದೆ. ಸುರೇಂದ್ರನನ್ನ ಎಬ್ಬಿಸಬೇಕಾದರೆ ಸಾಕು ಸಾಕಾಯಿತು. ರಾತ್ರಿ ಯಾರೂ ಊಟ ಮಾಡಿಲ್ಲ. ಊಟ ಮಾಡುವುದಿರಲಿ, ಊಟ ತರಲೂ ಯಾರೂ ಹೋಗಿರಲಿಲ್ಲ. ಅಳತೆ ಮೀರಿ ಕುಡಿದು, ಭಂಗಿ ಸೇದಿದ ಕಾರಣದಿಂದ ಎಲ್ಲರೂ ಎಲ್ಲೆಂದರಲ್ಲಿ ಬಿದ್ದಿದ್ದೆವು. ಒಂದು ಅದ್ಭುತವಾದ ಪಾರ್ಟಿ ನಮಗೆ ಗೊತ್ತಾಗದಂತೆ ಆಗಿಹೋಗಿತ್ತು!

ಇಡೀ ಮನೆಯನ್ನು ಕ್ಲೀನ್ ಮಾಡಬೇಕಾಗಿತ್ತು. ಯಾರಿಗೂ ಮನೆ ಕೆಲಸ ಮಾಡಿ ಅಭ್ಯಾಸ ಇರಲಿಲ್ಲ. ಈಗ ಅನಿವಾರ್ಯವಾಗಿ ಕೆಲಸ ಮಾಡಿದೆವು. ಬಕೆಟ್ನಲ್ಲಿ ನೀರು ತಂದು ಮನೆಯನ್ನು ತೊಳೆದೆವು, ಯಾರ ಬಟ್ಟೆ ಕಡಿಮೆ ಗಲೀಜಾಗಿದೆ ಅವರು ಹೋಗಿ ಏನಾದರೂ ತಿನ್ನಲು ತರುವುದೆಂದು ಪರಸ್ಪರರ ಬಟ್ಟೆಗಳ ಕಡೆ ಗಮನ ಹರಿಸಿದರೆ ಎಲ್ಲರ ಬಟ್ಟೆಗಳ ಮೇಲೂ ವಾಂತಿ ಮತ್ತು ಮೂತ್ರದ ಗುರುತು ಮತ್ತು ವಾಸನೆ ಇತ್ತು. ನಾನು ನನ್ನ ಬಟ್ಟೆಗಳನ್ನು ಒಗೆದು ಜಯಪ್ರಕಾಶ್ ಅವರ ಲುಂಗಿ ಮತ್ತು ಬನಿಯನ್ ಹಾಕಿಕೊಂಡು ಅದೇ ಕಾಕಾ ಹೋಟೆಲಿಗೆ ಹೋದೆ.

ರಾತ್ರಿ ಯಾಕೆ ಬಂದು ಊಟ ತಕ್ಕೊಂಡು ಹೋಗಲಿಲ್ಲ. ಅಂತ ಕಾಕಾ ವಿಚಾರಿಸಿದ. ಅವನಿಗೆ ಪೂರ್ಣವಾಗಿ ಹಣ ಕೊಟ್ಟ ಕಾರಣದಿಂದ ಅವನಿಗೇನೂ ಸಿಟ್ಟು ಬಂದಿರುವ ಹಾಗೆ ಕಾಣಲಿಲ್ಲ. ರಾತ್ರಿ ಮಾಡಿದ್ದು ವೇಸ್ಟ್ ಈಗ ಅದನ್ನು ನಾಯಿಗೆ ಹಾಕ್ಬೇಕು ಅಷ್ಟೇ ಅಂದ. ನಾನು ಏನು ಮಾತನಾಡಲಿಲ್ಲ. ಅದನ್ನು ಈಗ ಏನ್ ಮಾಡ್ತಿ ತಗೊಂಡು ಹೋಗ್ತಿಯಾ ಅಂತ್ಲೂ ಕೇಳಿದ. ನಾನು ತಿಪ್ಪೆಗೆ ಬಿಸಾಕಿ ಅಂದೆ.

ಫ್ಲಾಸ್ಕ್ ಇದ್ದರೆ ಆರು ಕಪ್ ಕಾಫಿ ಬೇಕು ಅಂದೆ.

ಕಾಫಿ ಇಲ್ಲ, ಚಾ ಇದೆ. ಕೊಡ್ಲಾ ಅಂದ ನಾನು ಆಯ್ತು ಅಂದೆ.

ಮರೀದೇ ಫ್ಲಾಸ್ಕ್ ವಾಪಾಸು ತರಬೇಕು ಅಂತ ಅವನು ಎಚ್ಚರಿಸಿದ. ನಾನು ಬನಿಯನ್ನಲ್ಲೇ ಬಂದಿದ್ದೀನಿ. ದುಡ್ಡು ತಂದಿಲ್ಲ ಅಂದೆ. ಪರವಾಗಿಲ್ಲ. ಫ್ಲಾಸ್ಕ್ ದುಡ್ಡು ಆಮೇಲೆ ಕೊಡು ಅನ್ನುವಷ್ಟರ ಮಟ್ಟಿಗೆ ಹೋಟೆಲ್‌ನವನು ಸೌಜನ್ಯ ತೋರಿಸಿದ.

ಹಸಿವು ಕೆರಳ್ತಾ ಇತ್ತು. ಅಲ್ಲೇ ಎರಡು ಬನ್ ತಿಂದು ಟೀ ಕುಡಿದೆ. ಸೈಕಲ್ ಹ್ಯಾಂಡಲ್‌ಗೆ ಫ್ಲಾಸ್ಕ್ ಸಿಕ್ಕಿಸಿ ಸೈಕಲ್ ಹೊಡೆದೆ, ಸ್ವಲ್ಪ ವೇಗವಾಗಿಯೇ ಹೊಡೆದೆ ಯಾರಾದರೂ ನೋಡಿದರೆ ಎಂಬ ಭಯವೂ ಇತ್ತು.

ಜಯಪ್ರಕಾಶ್ ಮನೆ ತಲುಪಿ ಒಳ ಹೊಕ್ಕಾಗ ಎಲ್ಲರ ಮುಖದಲ್ಲಿಯೂ ಪ್ರೇತ ಕಳೆ ತಾಂಡವ ನೃತ್ಯ ಆಡ್ತಾ ಇತ್ತು. ಒಂದು ರೀತಿಯ ಭಯ ಮತ್ತು ನಾಚಿಕೆ ಅಲ್ಲಿ ಮನೆ ಮಾಡಿತ್ತು. ಯಾಕಾದ್ರೂ ಈ ದರಿದ್ರ ಪಾರ್ಟಿ ಮಾಡಿದೆವು ಎಂಬ ಭಾವ ಎಲ್ಲರಲ್ಲಿಯೂ ಮನೆ ಮಾಡಿತ್ತು. ಯಾರ ಬಾಯಿಂದಲೂ ಮಾತುಗಳು ಹೊರಡುತ್ತಿರಲಿಲ್ಲ. ಅಪರಾಧಿಗಳಂತೆ ಎಲ್ಲರೂ ಕತ್ತು ಬಗ್ಗಿಸಿ ಏನೋ ಯೋಚನೆ ಮಾಡುತ್ತಿದ್ದರು. ಎಲ್ಲರೂ ಅವರವರ ಪ್ಯಾಂಟ್ ಮತ್ತು ಅಂಗಿಗಳನ್ನು ಒಗೆದಿದ್ದ ಕಾರಣ, ಐದು ಜನರೂ ಅಂಡರ್‌ವೇರ್‌ನಲ್ಲಿದ್ದರು. ವಿಸ್ಕಿ ಮತ್ತು ಬಿಯರ್ ಬಾಟಲಿಗಳನ್ನು ಒಂದು ಪ್ಲಾಸ್ಟಿಕ್ ಕವರ್‌ಗೆ ಹಾಕಿದ್ದರು. ಮನೆ ತನ್ನ ಹಿಂದಿನ ಸ್ಥಿತಿಗೆ ಬಂದಿತ್ತಾದರೂ ಚುಂಗು ವಾಸನೆ ಪೂರ್ಣವಾಗಿ ಹೋಗಿರಲಿಲ್ಲ. ಇಷ್ಟೆಲ್ಲಾ ಆಗುವಾಗ ಎಂಟು ಗಂಟೆ ಆಗಿಹೋಗಿತ್ತು.

ಟಿ.ವಿ.ಗೆ ಏನು ಮಾಡೋದು. ಅದಕ್ಕೆ ದುಡ್ಡು ಎಲ್ಲಿಂದ ತರೋದು? ಸುರೇಂದ್ರನ ಪ್ರಶ್ನೆ. ಹಿಂದಿನ ದಿನದ ಪಾರ್ಟಿಯ ಹಣವನ್ನು ಯಾರೂ ಕೊಟ್ಟಿರಲಿಲ್ಲ. ಅದೇ ಸುಮಾರಾಗಿ ಸಾವಿರದ ಐದುನೂರು ದಾಟಿತ್ತು. ಅದನ್ನು ಎಲ್ಲರೂ ಹಾಕಿದರೆ ಅದು ಸುರೇಂದ್ರನ ಲೆಕ್ಕಕ್ಕೆ ಹೋಗ್ತಾ ಇತ್ತು. ಟಿ.ವಿ.ಯವನು ಬೇರೆ ಟಿ.ವಿ. ತಂದುಕೊಡಿ ಅಂದರೆ ಮುಂದೆ? ಇದು ಎಲ್ಲರ ಪಾಲಿನ ಪ್ರಶ್ನೆಯಾಗಿತ್ತು.

ಅವನು ಏನಾರ ಮಾಡ್ಲಿ, ನಮ್ಮ ಹತ್ರ ಇರೋದು ಇಷ್ಟೇ. ಅಂತ ಅವನಿಗೆ ಸಾವಿರದ ಐನೂರು ರೂಪಾಯಿ ಕೊಡೋದು. ಪಾರ್ಟಿ ಮಾಡಿದ ಹಣವನ್ನು ಎಲ್ಲರೂ ಅವರವರ ಮನೆಯಿಂದ ತಂದು ಸುರೇಂದ್ರನಿಗೆ ಇವತ್ತು ತಪ್ಪಿದರೆ ನಾಳೆ ಕೊಡೋದು ಅಂತ ಜಯಂತ್ ಅಂದ.

ಇಲ್ಲ ಇಲ್ಲ ನಾನು ಅಪ್ಪನಿಗೆ ಇವತ್ತೆ ಹಣ ಕೊಡ್ಬೇಕು. ಇಲ್ದೇ ಹೋದ್ರೆ ಅವರು ನನ್ನ ಮನೆಗೆ ಸೇರಿಸಲ್ಲ ಅಂದ ಸುರೇಂದ್ರ.

ಅವನು ಸುಳ್ಳು ಹೇಳ್ತಾ ಇದ್ದಾನೆ ಅನ್ನುವುದು ಅಲ್ಲಿ ಇದ್ದವರಿಗೆಲ್ಲಾ ಗೊತ್ತು. ಆದರೆ ಯಾರೂ ಮಾತನಾಡುವ ಸ್ಥಿತಿಯಲ್ಲಿ ಇರಲಿಲ್ಲ.

ನೀನು ತಾನೇ ಕುರ್ಚಿ ಅದರ ಮೇಲೆ ಬೀಳಿಸಿದ್ದು ನೀನೇ ಅದರ ಖರ್ಚು ಕೊಡು ಅಂತ ಚಿಟ್ಟಿಯಪ್ಪ ಹೇಳಿದ.

ನೀವಿಬ್ಬರೂ ಜಗಳ ಮಾಡ್ತಾ ಇದ್ರಿ. ನಾನು ಬಿಡಿಸಕ್ಕೆ ಅಂತ ಬಂದೆ. ನೀವು ತಾನೇ ನನ್ನ ತಳ್ಳಿದ್ದು ಅಂತ ಸುರೇಂದ್ರ ಸಿಟ್ಟಿನಿಂದ ಹೇಳಿದ. ಅವರಿಬ್ಬರ ನಡುವೆ ಮಾತಿಗೆ ಮಾತು ಬೆಳೆದು ಪುನಃ ಕೈ ಕೈ ಮಿಲಾಯಿಸುವ ಹಂತ ತಲುಪಿತು.

ಸ್ವಲ್ಪ ಪುಕ್ಕಲ ಸ್ವಭಾವದ ಹುಡುಗ ಶ್ಯಾಮ್‌ಸುಂದರ ಅಳಲು ಶುರು ಮಾಡಿದ 'ನಮ್ಮ ಅಪ್ಪನಿಗೆ ವಿಷಯ ಗೊತ್ತಾದರೆ ಮನೆಗೆ ಸೇರಿಸೋದೇ ಇಲ್ಲ. ನಾನು ಪಾರ್ಟಿ, ಗೀರ್ಟಿ ಬೇಡ ಅಂದೆ. ಆದ್ರೆ ಸುರೇಂದ್ರ ನನ್ನ ಮಾತು ಕೇಳಿಲ್ಲ. ನೀನು ಸ್ವಲ್ಪ ಕೊಡು ಬಾಕಿದು ನಾನು ಕೊಡ್ತೀನಿ ಅಂದ ನನ್ನ ಹತ್ರ ಇರೋದು ನೂರು ರೂಪಾಯಿ ಮಾತ್ರ!

ಅಲ್ಲಿನ ವಾತಾವರಣ ಇನ್ನಷ್ಟು ಕುಲಗೆಟ್ಟು ಹೋಯಿತು. ಎಲ್ಲರಿಗೂ ಮನೆಗೆ ಹೋಗುವ ಅವಸರ, ಆದರೆ ಹೋಗುವುದು ಹೇಗೆ ಎಂಬ ಚಿಂತೆ, ಮರ್ಯಾದೆಯ ಪ್ರಶ್ನೆ ಈಗ ಹುಟ್ಟಿತು.

ಈಗ ಟಿ.ವಿ ಅಂಗಡಿಯವನಿಗೆ ದುಡ್ಡು ಕೊಡದೇ ಇದ್ರೆ, ಅವನು ಗಲಾಟೆ ಮಾಡ್ತಾನೆ. ಅವನು ಪೊಲೀಸ್‌ಗೆ ಕಂಪ್ಲೆಂಟ್ ಕೂಡ ಕೊಡಬೋದು. ಆಗ ನಾವು ಆರು ಜನರೂ ಸ್ಟೇಷನ್‌ಗೆ ಹೋಗಬೇಕು ಪೊಲೀಸನವರು ನಮ್ಮ ಅಪ್ಪಂದಿರನ್ನು ಸ್ಟೇಷನ್‌ಗೆ ಕರಿತಾರೆ. ಈ ಕಡೆ ಪೊಲೀಸ್‌ನವರ ಕೈಯಿಂದನೂ ಏಟು ಆ ಕಡೆ ಮನೆಯವರ ಕೈಲೂ ಏಟು. ಮರ್ಯಾದೆ ಹರಾಜು. ಹುಡುಗೀರು ನಮ್ಮ ಬಗ್ಗೆ ಏನಂತಾರೆ. ಊರಲ್ಲಿ ತಲೆ ಎತ್ಕೊಂಡು ತಿರುಗೋದು ಹೇಗೆ. ಇವೆಲ್ಲಾ ಚಿಂತೆಗಳು ಮೂಡಿದ್ದು ಜಯಂತ್‌ನ ತಲೆಯಲ್ಲಿ.

ಅವನು ಮುಂದೆ ಆಗುವುದನ್ನು ವಿವರಿಸಿದಾಗ ಅಲ್ಲಿ ಇದ್ದವರೆಲ್ಲಾ ಬೆಚ್ಚಿಬಿದ್ದರು. ನನಗಂತೂ ಪ್ರಾಣವೇ ಹೋದಂತೆ ಆಯಿತು. ಇವರೆಲ್ಲರಿಗಿಂತ ನಾನು ಹೆಚ್ಚಾಗಿ ಪ್ರಸಿದ್ಧನಾಗಿದ್ದೋನು. ಹಿಂಗಾಗಿ ನನ್ನ ಮರ್ಯಾದೆಯೇ ಜಾಸ್ತಿ ಹರಾಜು ಆಗ್ತಾ ಇದ್ದದ್ದು. ಶ್ಯಾಮ್ ಸುಂದರ ಇನ್ನಷ್ಟು ಗಟ್ಟಿಯಾಗಿ ಅಳಲು ಶುರು ಮಾಡಿದ.

ಅವನು ನಮಗೆ ಬ್ಲೂ ಫಿಲಂ ಕೊಟ್ಟಿದ್ದಾನೆ. ಈ ವಿಷಯ ಪೊಲೀಸರಿಗೆ ಗೊತ್ತಾದ್ರೆ ಅವನ ಮೇಲೂ ಕೇಸು ಆಗ್ತದೆ. ನಮ್ಮ ಮರ್ಯಾದೆ ಹೋಗಬಹುದು. ಆದ್ರೆ ಅವನಿಗೆ ಜೈಲು ಆಯ್ತದೆ. ಅವನ್ಗೂ ನಮ್ಮ ಹಂಗೆ ಭಯ ಇರ್ತದೆ ಗೊತ್ತಾ. ಅವನಿಷ್ಟ ಬಂದ ಹಾಗೆ ಅವನಿಗೆ ಕುಣಿಯೋಕೆ ಆಗೋದಿಲ್ಲ. ಅಂತ ಚಿಟ್ಟಿಯಪ್ಪ ಹೇಳಿದ.

ಕುಡಿದಿದ್ದೀವಿ. ಸಿಗರೇಟು ಸೇದಿದ್ದೀವಿ, ಭಂಗಿ ಹೊಡೆದಿದ್ದೀವಿ ಅನ್ನೋದೇ ದೊಡ್ಡ ಅವಮಾನದ ಸಂಗತಿ. ಇದರ ಜೊತೆಗೆ ಬ್ಲೂ ಸಿನಿಮಾ ಬೇರೆ ನೋಡಿದ್ದೀವಿ ಅಂತ ಗೊತ್ತಾದ್ರೆ ದೇವ್ರೇ ಗತಿ. ಚಪ್ಪಲಿ ತಗೊಂಡು ನಮ್ಮಪ್ಪನೆ ಹೊಡಿತಾರೆ. ಹಿಂಗೆಲ್ಲಾ ಆಗಿದೆ ಅಂತ ಪೇಪರಲ್ಲೂ ಬರ್ಬ್ಬೋದು. ಆವಾಗ ಕತೆ ಏನು ಮಾರಾಯ ಅಂತ ನಾನು ಕೇಳಿದೆ.

ನಮ್ಮ ಕತೆ ಪೇಪರಲ್ಲೂ ಬರಬಹುದು ಎಂಬ ಮಾತು ಉಳಿದ ಐದು ಜನರಲ್ಲಿ ಚಳಿಜ್ವರ ಹುಟ್ಟು ಹಾಕಿತು. ಎಲ್ಲರ ಮುಖ ಕಪ್ಪುಗಟ್ಟಿತು. ಇದಕ್ಕೆಲ್ಲಾ ಸುರೇಂದ್ರನೇ ಕಾರಣ ಅಂತ ಶ್ಯಾಮಸುಂದರ ಹೇಳೇಬಿಟ್ಟ.

ನಾನು ಆತ್ಮಹತ್ಯೆ ಮಾಡ್ಕೊತಿನಿ, ಸೀದಾ ಮನೆಗೆ ಹೋಗಿ ನೇಣು ಹಾಕೋತಿನಿ, ನಾನು ಪಾರ್ಟಿ ಮಾಡಣ ಅಂದ್ರೆ. ನೀವೆಲ್ಲಾ ಬೇಡ ಅನ್ನಬೇಕಾಗಿತ್ತು. ಇವನು ಶ್ಯಾಮ ನಂಗೆ ಬರೋಕೆ ಆಸೆ ಆದ್ರೆ ನನ್ನ ಹತ್ರ ಅಷ್ಟು ದುಡ್ಡು ಇಲ್ಲ ಅಂದ, ಹಂಗಾರೆ ನೂರು ರೂಪಾಯಿ ಈಗ ಕೊಡು ಉಳಿದದ್ದು ಆಮೇಲೆ ಕೊಡು ಅಂದೆ. ಬ್ಲೂ ಫಿಲಂ ನೋಡೋಣ ಅಂತ ಹೇಳಿದವನೇ ಇವನು. ನಂಗೆ ಆ ಐಡಿಯಾನೇ ಇರಲಿಲ್ಲ ಅಂತ ಸುರೇಂದ್ರ, ಜವಾಬು ಕೊಟ್ಟ.

ಎಲ್ಲರನ್ನು ಹಸಿವು ಮತ್ತು ಸುಸ್ತು ಹುಚ್ಚರನ್ನಾಗಿ ಮಾಡಿತ್ತು. ಇಲ್ಲಿಂದ ಓಡಿ ಅಂತ ಯಾರಾದರೂ ಹೇಳಿದ್ರೆ ಬರೀ ಚಡ್ಡಿಯಲ್ಲೇ ಓಡೋದಿಕ್ಕೆ ಎಲ್ಲರೂ ಸಿದ್ಧರಾಗಿದ್ದೆವು. ಯಾರಿಗೂ ಮುಂದಿನ ದಾರಿ ಕಾಣಿಸಲಿಲ್ಲ. ಬಟ್ಟೆ ಶುದ್ಧ ಮಾಡುವ ರಭಸದಲ್ಲಿ ಜಯಂತ್, ಚಿಟ್ಟಿಯಪ್ಪ, ತಮ್ಮ ಜೇಬಿನಲ್ಲಿದ್ದ ದುಡ್ಡು ಸಮೇತ ತೆಗೆದಿರಲಿಲ್ಲ. ಹಣದ ವಿಷಯವೇ ಪ್ರಧಾನವಾದಾಗ ಅವರಿಬ್ಬರೂ ತಮ್ಮ ಪ್ಯಾಂಟಿನ ಜೇಬಿನಲ್ಲಿದ್ದ ಹಣ ತೆಗೆದು ಅದನ್ನು ಒಣ ಹಾಕಿದರು.

ನನಗೆ ನಾಗರಾಜ್ ಅವರು ಕೊಟ್ಟಿದ್ದ ದುಡ್ಡು ನೆನಪಿಗೆ ಬಂತು. ಆ ಹಣ ನನಗೆ ಮರೆತುಹೋಗಿತ್ತು. ಆ ದುಡ್ಡು ನೆನಪಿಗೆ ಬಂದದ್ದೆ ತಡ ನನ್ನ ಮೈಯಲ್ಲಿ ವಿದ್ಯುತ್ ಸಂಚಾರವಾದಂತೆ ಆಯಿತು. ಇದಕ್ಕಿದ್ದ ಹಾಗೆ ಇಳಿದುಹೋಗಿದ್ದ ಆತ್ಮವಿಶ್ವಾಸವೂ ಮರಳಿ ಬಂತು, ಆತ್ಮವಿಶ್ವಾಸದ ಜೊತೆಗೆ ಮುಖದಲ್ಲಿ ಕಿರುನಗೆಯೂ ಬಂತು.

ಆಗಿದ್ದು ಆಗಿಹೋಗಿದೆ. ನನ್ನ ಹತ್ರ ಮನೆಯಲ್ಲಿ ಮೂರು ಸಾವಿರ ರೂಪಾಯಿ ಇದೆ. ಅದನ್ನು ನಾನು ಸಾಲ ಅಂತ ಬೇಕಾದ್ರೆ ಕೊಡ್ತೀನಿ. ನೀವು ನಿಧಾನವಾಗಿ ಅಂದ್ರೆ ಕಾಲೇಜು ಪುನಃ ಶುರುವಾಗುತ್ತಲ್ಲ ಅವಾಗ ವಾಪಾಸು ಕೊಡಿ. ಆ ಹಣ ತಂದು ಟಿ.ವಿ. ಅಂಗಡಿಯವನ ಹತ್ರ ಹೋಗಿ ಅವನ ಕೈಗೆ ಕೊಟ್ಟು ನೋಡಪ್ಪ ನಮ್ಮ ಹತ್ರ ಇರೋದೇ ಇಷ್ಟು. ನೀನು ಏನೂ ಬೇಕಾದ್ರೂ ಮಾಡು, ಪೊಲೀಸರಿಗೆ ಬೇಕಾದ್ರೂ ಕೊಡು ಅಥವಾ

ಹಿಡ್ಕೊಂಡು ಹೊಡೆಯೋದಿದ್ದರೂ ಸರಿ ಅಂತ ಅನ್ನಿ ಅವನ್ಗೂ ನಮ್ಮ ಹಂಗೆ ಭಯ ಇರ್ತದೆ. ಆದ್ರೆ ನನ್ನ ದುಡ್ಡ ಮಾತ್ರ ಕಾಲೇಜು ಶುರುವಾಗೋ ಹೊತ್ತಿಗೆ ಬೇಕು ಅಂದೆ.

ಈ ಐಡಿಯಾ ಅಲ್ಲಿ ಇದ್ದವರಿಗೆಲ್ಲಾ ಒಪ್ಪಿಗೆಯಾಯಿತು. ಶ್ಯಾಂಸುಂದರನಂತೂ ಕುಣಿದು ಕುಪ್ಪಳಿಸಿದ. ಅಣ್ಣ ನಿನ್ನ ದಮ್ಮಯ್ಯ ಅಂತಿನಿ. ಈ ಜನ್ಮದಲ್ಲಿ ನಿನ್ನ ಋಣ ಮರೆಯೋದಿಲ್ಲ. ಇದೊಂದು ಸಲ ಉಪಕಾರ ಮಾಡು, ನಾನು ಸಾಯೋತನಕ ನಿನ್ನ ಹೆಸರು ಹೇಳ್ತಿನಿ ಅಂದ. ಉಳಿದವರ ಮುಖದಲ್ಲಿ ಅಪಾಯದಿಂದ ತಪ್ಪಿಸಿಕೊಂಡವರ ಮುಖದಲ್ಲಿ ಎದ್ದು ಕಾಣುವ ರಕ್ಷತಾ ಭಾವ ಕಾಣಲಾರಂಭಿಸಿತು.

ದೇವ್ರಾಣೆಗೂ ನಾವು ನಿನ್ನ ದುಡ್ಡು ವಾಪಾಸು ಕೊಡ್ತೀವಿ ಅಂತ ಅವರೆಲ್ಲಾ ಆಣೆ ಪ್ರಮಾಣ ಮಾಡಿದ ಮೇಲೆ ನಾನು ಅರ್ಧ ಒಣಗಿದ್ದ, ಅಂಗಿ ಪ್ಯಾಂಟು ಧರಿಸಿದೆ. ವಾಂತಿಯ ವಾಸನೆ ಅದರಿಂದ ಇನ್ನೂ ಬರುತ್ತಿತ್ತು. ನನ್ನ ಜೊತೆಗೆ ಜಯಂತ್ ಬಾಡಿಗೆ ಸೈಕಲ್‌ನಲ್ಲಿ ಬರುವುದೆಂದು ತೀರ್ಮಾನ ಆಯಿತು. ಅವನು ಬರುವ ತನಕ ಯಾರೂ ಆ ಜಾಗದಿಂದ ಅಲುಗಾಡಬಾರದು ಎಂದು ನಾನು ಆಜ್ಞೆ ಮಾಡಿದೆ. ಈ ಟೀಮ್‌ನಲ್ಲಿ ನನ್ನ ಮಾತು ಯಾವತ್ತೂ ನಡಿತಾ ಇರಲಿಲ್ಲ. ನಾನು ಹೇಳಿದ್ದನ್ನು ಇವರೆಲ್ಲಾ ಬೇಕು ಅಂತ ವಿರೋಧ ಮಾಡ್ತಾ ಇದ್ದರು. ಇವತ್ತು ನನ್ನ ಕೈಯಲ್ಲಿದ್ದ ದುಡ್ಡು ಎಲ್ಲರೂ ನನ್ನ ಮಾತು ಕೇಳುವಂತೆ ಮಾಡಿತು.

ಮನೆಗೆ ಹೋದ ಮೇಲೆ ಮನಸ್ಸು ಬದಲಾಯಿಸಬೇಡ ಅಂತ ಶ್ಯಾಂಸುಂದರ ಹೇಳಿಯೇಬಿಟ್ಟ, ಬೇವರ್ಸಿ. ಸುಮ್ನೆ ಇರು ಎಂದು ಯಾವಾಗ್ಲೂ ಇದೇ ಬುದ್ಧಿ, ಇವನೇ ಭಾರ್ಗವ ನೀನು ಗೆದ್ದಾಗ, ಅದು ನೀನು ಓಡಿ ಗೆದ್ದಿದ್ದು ಅಲ್ಲ. ನಿಮ್ಮಪ್ಪ ಕೊಟ್ಟ ತಾಯತದಿಂದ ಗೆದ್ದಿದ್ದು ಅಂತ ಹುಡುಗೀರ ಹತ್ರ ಹೇಳ್ತಾ ಇದ್ದವನು ಅಂತ ಜಯಂತ್ ಬಾಯಿಬಿಟ್ಟ.

ಅಸಲಿ ಕಳ್ಳ ಈಗ ಸಿಕ್ಕಿಬಿದ್ದಿದ್ದ ನಮ್ಮ ಕ್ಲಾಸಿನಲ್ಲಿ ನನ್ನ ಹತ್ರ ಸ್ವಲ್ಪ ಜಾಸ್ತಿ ಸಲುಗೆಯಿಂದ ಇದ್ದವನು ಇವನೇ. ಯಾವಾಗಲಾದರೂ ಸಿಗರೇಟಿಗೆ ಅಂತ ದುಡ್ಡು ಇಸ್ಕೋತಾ ಇದ್ದವನೂ ಇವನೆ. ಹುಡುಗಿಯರಿಗೆ ನೀನು ಅಂದ್ರೆ ತುಂಬಾ ಇಷ್ಟ. ಅಂತ ನನ್ನ ರೈಲು ಹತ್ತಿಸ್ತಾ ಇದ್ದವನೂ ಇವನೆ ನಿಮ್ಮನೆ ತಿಂಡಿ ಚೆನ್ನಾಗಿರುತ್ತೆ ಅಂತ ಮಧ್ಯಾಹ್ನದ ತಿಂಡಿನಾ ಇತರರಿಗಿಂತ ಜಾಸ್ತಿ ಕೇಳ್ತಾ ಇದ್ದವನು ಇವನೆ ಆ ಕ್ಷಣದಲ್ಲಿ ಅವನ ತಿಕದ ಮೇಲೆ ನಾಲ್ಕು ಒದೆಯಬೇಕು ಅಂತ ಅನಿಸಿತು. ಬೇವರ್ಸಿ ನನ್ಮಗ ನನ್ನ ಹತ್ರಾನೇ ತಿಂದು ನನ್ನ ಮೇಲೆ ಊರಿಡೀ ಚಾಡಿ ಹೇಳಿದ್ದಾನೆ. ಕನಿಷ್ಠ ಪಕ್ಷ ಕ್ಯಾಕರಿಸಿ ಮುಖಕ್ಕೆ ಉಗಿಯಬೇಕು ಅಂತಾನೂ ಅನಿಸಿತು. ನನ್ನ ಮೇಲೆ ನಾನೇ ನಿಯಂತ್ರಣ ತಂದುಕೊಂಡೆ.

ಅವನು ತಪ್ಪಾಯಿತು ಕ್ಷಮಿಸಿಬಿಡು ಅನ್ನುವಂತೆ ನನ್ನ ಕಡೆ ನೋಡಿದ. ಅವನ ಮುಖ ನೋಡುವುದೇ ಒಂದು ಅಸಹ್ಯದ ಕೆಲಸ ಅನಿಸಿತು.

ನಡಿ ಹೋಗನಾ ಅಂತ ಜಯಂತ್‌ನನ್ನು ಕರೆದೆ ಅವನು ನನ್ನ ಹಿಂಬಾಲಿಸಿದ ಸೈಕಲ್ ಶಾಪ್ ತನಕ ನನ್ನ ಸೈಕಲ್‌ನಲ್ಲಿ ಡಬ್ಬಲ್ ಹೋಗಿ ಅಲ್ಲಿಂದ ಅವನು ಬಾಡಿಗೆಗೆ ಸೈಕಲ್ ಪಡೆದು ನನ್ನ ಜೊತೆ ಬಂದ. ನನಗೆ ಮಾತು ಬೇಕಾಗಿರಲಿಲ್ಲ. ಜಯಂತನೂ ಮಾತನಾಡಲಿಲ್ಲ. ಇಬ್ಬರೂ ಸೈಕಲ್ ತುಳಿಯುತ್ತಾ ಮನೆ ತಲುಪಿದೆವು, ಮನೆ ತಲುಪಿದಾಗ ಮಧ್ಯಾಹ್ನ ಒಂದು ಗಂಟೆಯಾಗಿತ್ತು.

ಇವನು ರಸ್ತೆಯಲ್ಲೇ ಸೈಕಲ್ ನಿಲ್ಲಿಸಿಕೊಂಡು ನಿಂತ. ನಾನು ಒಳಗಡೆ ಹೋದೆ. ಅಪ್ಪ ಯಾರ ಜೊತೆಯೋ ಮಾತನಾಡುತ್ತಿದ್ದರು.

ಇವನು ನನ್ನ ಮಗ ಭಾರ್ಗವ, ರನ್ನಿಂಗ್ ರೇಸ್ನಲ್ಲಿ ದೇಶಕ್ಕೆ ಮೂರನೇ ಸ್ಥಾನ ಪಡೆದ. ಇವನ ಕಾಲೇಜಲ್ಲಿ ಇವನಿಗೆ ಸನ್ಮಾನ ಮಾಡಿದ್ರು. ನಿನ್ನೆ ತಾನೇ ಪಿ.ಯು.ಸಿ. ಪರೀಕ್ಷೆ ಬರೆದು ಮುಗಿಸಿದ. ಹುಡುಗರೆಲ್ಲಾ ರಾತ್ರಿ ಪಾರ್ಟಿ ಮಾಡಿದ್ದಾರೆ ಅಂತ ಪರಿಚಯ ಮಾಡಿಸಿದರು. ನಾನು ಬಂದಿದ್ದವರಿಗೆ ನಮಸ್ಕಾರ ಮಾಡುವಂತೆ ಕತ್ತು ಬಗ್ಗಿಸಿ, ಕಿರುನಗೆ ಬೀರಿ ಮನೆ ಒಳಗಡೆ ಹೋದೆ. ಆ ಹತ್ತು ಸಾವಿರದಲ್ಲಿ ಮೂರು ಸಾವಿರ ತೆಗೆದು ಒಂದು ಪುಸ್ತಕದಲ್ಲಿ ಹಾಕಿ ಪುಸ್ತಕ ಸಮೇತ ಹೊರಬಂದೆ. ನಾನು ಹೊರಟಿದ್ದು ಕಂಡು ಅಪ್ಪ ಕೇಳಿದರು.

ಪುನಃ ಎಲ್ಲಿಗೆ?

ಇಲ್ಲೇ ಹೊರಗಡೆ ನನ್ನ ಫ್ರೆಂಡ್ ಇದ್ದಾನೆ. ಅವನಿಗೆ ಪುಸ್ತಕ ಬೇಕಂತೆ ಅಂದೆ. 'ನೋಡಿ ಈಗಿನ ಕಾಲದ ಹುಡುಗರು, ಅವರಷ್ಟಕ್ಕೆ ಅವರು ಓದೋದು ಬರಿಯೋದು ಮಾಡ್ತಾರೆ ನಮ್ಮ ಕಾಲದಲ್ಲಿ ಹೊಡೆದು ಬಡಿದೂ ಓದಿಸಬೇಕಿತ್ತು. ಇವರೆಲ್ಲಾ ಈಗ್ಲೆ ಸಿ.ಇ.ಟಿ.ಗೆ ತಯಾರಿ ಮಾಡ್ತಾ ಇದ್ದಾರೆ' ಅಂತ ಬಂದಿದ್ದವರು ಅಪ್ಪನಿಗೆ ಹೇಳಿದರು.

8

ಮೇ ತಿಂಗಳ ಎರಡನೇ ವಾರ ಗುಡುಗು, ಸಿಡಿಲಿನ ಆರ್ಭಟ ಆರಂಭವಾಯಿತು. ಒಂದು ಒಳ್ಳೆಯ ಮಳೆ ಬಂದ ದಿನ. ರಾತ್ರಿ ಅಂದಾಜು ಒಂಬತ್ತೂವರೆ ಗಂಟೆ ಇರಬಹುದು. ಅಪರೂಪಕ್ಕೆ ಮನೆಯ ಫೋನ್ ಸದ್ದು ಮಾಡಿತು. ಮನೆಗೆ ರಾತ್ರಿ 8ರ ನಂತರ ಫೋನ್ ಮಾಡಬೇಡಿ ಅಂತ ಅಪ್ಪ ಅವರ ಹತ್ತಿರ ಬರುತ್ತಿದ್ದ ಎಲ್ಲರಿಗೂ ಹೇಳಿರುತ್ತಿದ್ದ ಕಾರಣ ಯಾರೂ ಫೋನ್ ಮಾಡುವ ಸಾಹಸ ಮಾಡುತ್ತಿರಲಿಲ್ಲ. ಹೀಗೆ ಪರಿಚಿತರಾದವರು ಇತರರಿಗೆ ಅಪ್ಪನ ಫೋನ್ ನಂಬರ್ ಕೊಡುವಾಗ ರಾತ್ರಿ ಎಂಟು ಗಂಟೆಯ ಮೇಲೆ ಫೋನ್ ಮಾಡಬೇಡಿ ಎಂದು ಹೇಳಿಯೇ ಫೋನ್ ನಂಬರ್ ಕೊಡುತ್ತಿದ್ದರು.

'ಯಾರಿರಬಹುದು' ಅಂತ ತಲೆ ಕೆರೆದುಕೊಳ್ಳುತ್ತಾ ಫೋನ್ ತೆಗೆದುಕೊಂಡೆ. ಅತ್ತ ಕಡೆಯ ಧ್ವನಿ ಕೇಳಿಸಿತು. ಶಾಸ್ತ್ರಿಗಳು ಇದ್ದಾರೇನಪ್ಪ?

ತಾವು ಯಾರು?

ನಾನು ಶಿವಾನಂದಯ್ಯ ಅಂತ ಮಾಜಿ ಮಂತ್ರಿ, ಮಹದೇವಸ್ವಾಮಿಯ ಮಾವ.

ಅಪ್ಪ ಮಲಗಿದ್ದಾರೆ.

ಒಂದ್ಸಲ ಎಬ್ಬಿಸಪ್ಪ, ನಂಗೆ ಗೊತ್ತು ಶಾಸ್ತ್ರಿಗಳಿಗೆ ಎಂಟು ಗಂಟೆ ನಂತರ ಫೋನ್ ಮಾಡಬಾರದು ಅಂತ ಆದರೆ ಸಂತೋಷ ತಡೆಯೋಕೆ ಆಗ್ತಾ ಇಲ್ಲ. ಈ ವಿಷಯ ಎಲ್ಲರಿಗಿಂತ ಮೊದಲು ಶಾಸ್ತ್ರಿಗಳಿಗೆ ಹೇಳಲೇಬೇಕು. ನಿಮ್ಮ ಅಲ್ಲಿ ರಾತ್ರಿ ಇರ್ಬೋದು. ಆದ್ರೆ ಬೆಂಗಳೂರಲ್ಲಿ ಇನ್ನೂ ಸಾಯಂಕಾಲ. ಒಂದು ನಿಮಿಷ ಬಿಟ್ಟು ಪುನಃ ಮಾಡಿ ಅಂತ ಫೋನ್ ಇರಿಸಿದೆ.

ಅಪ್ಪನಿಗೆ ನಿದ್ರೆ ದೇವರು ಕೊಟ್ಟ ವರ. ಅವರು ಹಾಸಿಗೆ ಮೇಲೆ ಮಲಗಿದ್ರು ಅಂದ್ರೆ ಸಾಕು, ಗೊರಕೆ ಬಂದುಬಿಡುತ್ತಿತ್ತು. ಅವರನ್ನು ಈ ಕಡೆಯಿಂದ ಆ ಕಡೆಗೆ

ಎತ್ತಿ ಇಟ್ರೂ ಗೊತ್ತಾಗ್ತಾ ಇರಲಿಲ್ಲ. ಅಂತಹ ನಿದ್ರೆ, ಬೆಳಿಗ್ಗೆ ನಾಲ್ಕು, ನಾಲ್ಕೂವರೆ ಗಂಟೆಗಲ್ಲಾ ಅವರು ಎದ್ದು ಬಿಡುತ್ತಿದ್ದರು. ರಾತ್ರಿ ಎಂಟು ಎಂಟೂವರೆಗೆಲ್ಲಾ ಅವರಿಗೆ ಎಲ್ಲಿಲ್ಲದ ನಿದ್ರೆ ಬಂದುಬಿಡ್ತಾ ಇತ್ತು.

ಅಪ್ಪ ಅಪ್ಪ ಅಂತ ಅವರನ್ನು ಎಬ್ಬಿಸುವ ಪ್ರಯತ್ನ ಮಾಡಿದೆ. ಏಳೆಂಟು ಸಲ ಅಲ್ಲಾಡಿಸಿದ ಮೇಲೆ ಅಪ್ಪ, ಏನೋ ಇದು ಇಷ್ಟು ಹೊತ್ತಲ್ಲಿ ಅಂತ ಗೊಣಗುತ್ತಾ ಎದ್ದರು.

ಮಹದೇವಸ್ವಾಮಿಯವರ ಮಾವ, ಶಿವಾನಂದಯ್ಯ ಅಂತ ಫೋನ್ ಮಾಡಿದ್ದಾರೆ. ಬೆಳಿಗ್ಗೆ ಮಾಡಿ ಅಂದೆ. ಇಲ್ಲ ಇಲ್ಲ ಈಗ್ಲೆ ಅವರಿಗೆ ಸುದ್ದಿ ಹೇಳ್ಬೇಕು ಎಬ್ಬಿಸು ಅಂದ್ರು.

ಅದೇನು ಸುದ್ದಿ ಹೇಳಿ ನಾಳೆ ಬೆಳಿಗ್ಗೆ ನಾನು ಅವರಿಗೆ ಹೇಳ್ತಿನಿ ಅಂತ ಹೇಳೋದು ಬಿಟ್ಟು ಯಾಕೆ ನನ್ನ ಎಬ್ಬಿಸಿದೆ. ಅಂತ ಗೊಣಗುತ್ತಾ ಫೋನ್ ತೆಗೆದುಕೊಳ್ಳಲು ಹೋದರು. ಇಲ್ಲ ಇಲ್ಲ ಫೋನ್ ಇಟ್ಟು ಬಿಟ್ಟಿದ್ದೀನಿ. ಆವರೇ ಪುನಃ ಫೋನ್ ಮಾಡ್ತಾರೆ.

ಸರಿ ಸರಿ ಹಾಳಾದೋರು ನನಗೆ ನೆಮ್ಮದಿಯಲ್ಲಿ ನಿದ್ದೆ ಮಾಡೋದಕ್ಕೂ ಬಿಡೋದಿಲ್ಲ. ಎಂದು ಅವರು ಹೇಳುವಷ್ಟರಲ್ಲಿ ಫೋನ್ ಪುನಃ ಸದ್ದು ಮಾಡಿತು.

ಹಲೋ ಯಾರು?

ನಮಸ್ಕಾರ ಶಾಸ್ತ್ರಿಗಳೇ.

ನಮಸ್ಕಾರ ಹೇಳಿ, ಏನು ವಿಷಯ.

ಒಂದು ಸಿಹಿಸುದ್ದಿ ಮೊದಲು ನಿಮಗೆ ಹೇಳೋಣ ಅಂತ. ನನ್ನ ಮಗಳು ಕಾತ್ಯಾಯಿನಿ ಮೂರು ತಿಂಗಳ ಗರ್ಭಿಣಿ. ಈಗ ತಾನೇ ಡಾಕ್ಟರ್ ಹತ್ತಿರದಿಂದ ಬಂದ್ವಿ, ಈ ಸುದ್ದಿ ಮೊದಲು ನಿಮಗೆ ಹೇಳಬೇಕು ಅಂತಾ ಫೋನ್ ಮಾಡಿದೆ.

ಒಳ್ಳೆಯದು ಅಮ್ಮ ಕಣ್ಣು ತೆರೆದಳು. ಒಳ್ಳೆದಾಗಲಿ.

ನಮ್ಮ ಪಾಲಿಗೆ ನೀವೇ ದೇವರು. ನಾನೂ ನನ್ನ ಹೆಂಡ್ತಿ ಇಬ್ಬರೂ ನಿಮ್ಮ ದರ್ಶನ ಮಾಡಿ ಆಶೀರ್ವಾದ ಪಡೆಯೋಣ ಅಂತ ಅದ್ಕೊಂಡಿದ್ದೀವಿ. ತಾವು ಯಾವಾಗ ಬನ್ನಿ ಅಂತಿರೋ ಆವಾಗ ನಾವು ಬರ್ತಿವಿ ತಮ್ಮ ಅಪ್ಪಣೆಯಾಗಬೇಕು.

ಬನ್ನಿ ಬನ್ನಿ ಯಾವಾಗ ಬೇಕಾದ್ರೂ ಬನ್ನಿ, ನಿಮ್ಮ ಮಗಳು ಅಳಿಯನಿಗೆ ನನ್ನ ಶುಭಾಶಯ ತಿಳಿಸಿ, ನಮಸ್ಕಾರ ಅಂತ ಫೋನ್ ಇಟ್ಟರು.

ಇಲ್ಲಿ ಬಂದಿದ್ದನಲ್ಲ ಅವನ ಹೆಸರೇನು ಮಹದೇವಸ್ವಾಮಿ ಕೊನೆಗೂ ತಾನು ಗಂಡಸು ಅನ್ನೋದನ್ನು ತೋರಿಸಿಬಿಟ್ಟ. ಪಾಪದ ಪ್ರಾಣಿ, ಮಾವ, ಅತ್ತೆ, ಹೆಂಡ್ತಿ ಅಂದ್ರೆ ಹೆದ್ರಿ ಸಾಯ್ತಾ ಇದ್ದ. ಈಗ ಅವನು ಸರಿಯಾದ, ಅವನ ಸಂಸಾರವೂ ಸರಿ ಆಯ್ತು. ಎಲ್ಲಾ ಸರಿ ಆಯ್ತು. ನನ್ನ ನಿದ್ರೆ ಮಾತ್ರ ಇವತ್ತಿನ

ಮಟ್ಟಿಗೆ ಹೋಯ್ತು. ಇನ್ನು ನಾಳೆ ಬೆಳಿಗ್ಗೆ ಮಹದೇವಸ್ವಾಮಿ, ಫೋನ್ ಮಾಡೇ ಮಾಡ್ತಾನೆ ಅನ್ನುತ್ತಾ ಹಾಸಿಗೆಯ ಕಡೆಗೆ ಹೋದರು.

ಬೆಳಿಗ್ಗೆ ಏಳು ಗಂಟೆಯ ಹೊತ್ತಿನಲ್ಲಿ ಫೋನ್ ಸದ್ದು ಮಾಡಿದಾಗ ಅಪ್ಪ ತಾನೇ ಎತ್ತಿಕೊಂಡರು.

ನಮಸ್ಕಾರ, ಮಹದೇವಸ್ವಾಮಿಗಳೆ.

ಅಯ್ಯೋ ಶಾಸ್ತ್ರಿಗಳೇ, ನಮಸ್ಕಾರ ನಾನು ಅಂತ ಹೇಗೆ ಗೊತ್ತಾಯ್ತು.

ನಿನ್ನ ರಾತ್ರಿ ನಿಮ್ಮ ಮಾವನವರು ಫೋನ್ ಮಾಡಿದ್ರು. ಹೀಗಾಗಿ ಇದು ನೀವೇ ಇರಬಹುದು. ಅಂತ ಅಂದಾಜು ಮಾಡಿದೆ.

ನಿಮ್ಮ ಕೃಪೆಯಿಂದ ನನ್ನ ಸಂಸಾರ ಸರಿಯಾಯ್ತು.

ಎಲ್ಲಾ ಅಮ್ಮನ ಕೃಪೆ.

ನಾನೇ ಬಂದು ನಿಮ್ಮನ್ನು ಕಾಣ್ತೀನಿ, ಯಾವುದೋ ಒಂದು ಮೀಟಿಂಗ್ ಸಲುವಾಗಿ ನಾನು ದೆಹಲಿಗೆ ಬಂದಿದ್ದೀನಿ. ನಾಳೆ ಸಂಜೆ ಇಲ್ಲಿಂದ ಹೊರಡ್ತೀನಿ. ಇನ್ನು ಮೂರು ನಾಲ್ಕು ದಿವ್ಸದಲ್ಲಿ ಬಂದು ತಮ್ಮನ್ನು ಭೇಟಿ ಮಾಡ್ತೀನಿ.

ಬೇಸಿಗೆಯ ರಜೆ ಕಳೆಯುವುದು ತುಂಬಾ ಕಷ್ಟವಾಗುತ್ತಿತ್ತು. ಬೆಳಿಗ್ಗೆ ಎದ್ದು ಒಂದಷ್ಟು ದೂರ ಓಡುತ್ತಿದ್ದೆ ಅನ್ನುವುದನ್ನು ಬಿಟ್ಟರೆ ಉಳಿದಂತೆ ನನಗೆ ಯಾವುದೇ ಕೆಲಸ ಇರಲಿಲ್ಲ.

ಮನೆಯಲ್ಲಿ ಕುಳಿತು ಕುಳಿತು ಬೇಸರವಾಗತೊಡಗಿತ್ತು. ಸುಂಟಿಕೊಪ್ಪಕ್ಕೆ ಹೋದರೆ ಈ ನನ್ನ ಗೆಳೆಯರ ಬಳಗದವರು ಕೈಗೆ ಸಿಗುತ್ತಿರಲಿಲ್ಲ. ಅವರಿಗೆ ನಾನು ಸಾಲ ವಾಪಾಸು ಕೇಳುತ್ತೇನೆ ಎಂಬ ಭಯ. ಅವರಿಗೆ ಆ ಹಣ ಕೊಡುವ ಮನಸ್ಸು ಇರಲಿಲ್ಲ. ಅವರ ಹತ್ತಿರ ಹಣವೂ ಇರಲಿಲ್ಲ. ನಾನು ಹಣ ಕೊಡುವಾಗಲೇ ಈ ಹಣ ವಾಪಾಸು ಬರುವುದಿಲ್ಲ ಅಂತ ಗೊತ್ತಿದ್ದೇ ಕೊಟ್ಟಿದ್ದೆ. ಆದರೂ ಅವರು ಸಿಕ್ಕಾಗ ಹಣ ಕೇಳಿದರೆ ಅವರ ಮೇಲೆ ಒಂದು ಬಗೆಯ ಅಧಿಪತ್ಯ ಸಾಧಿಸಿದಂತಾಗುತ್ತದೆ ಅನ್ನುವ ಕಾರಣದಿಂದ ಅವರು ಯಾವಾಗ ಸಿಕ್ಕರೂ ಹಣ ಕೇಳುವುದೆಂದು ನಿಶ್ಚಯ ಮಾಡಿದ್ದೆ. ಅದರಲ್ಲಿಯೂ ಶ್ಯಾಂಸುಂದರ ಕಂಡರೆ ಎಲ್ಲರ ಎದುರಿನಲ್ಲಿಯೇ ಹಣ ಕೇಳಬೇಕು. ಆಗಾಗ್ಗೆ ಅವನಿಗೆ ಅವಮಾನ ಮಾಡಬೇಕು ಅನ್ನುವುದು ನನ್ನ ಆಸೆ ಕೂಡ ಆಗಿತ್ತು. ಒಂದು ಸಲ ವಿಸ್ಕಿಯ ರುಚಿ ನೋಡಿದ್ದೆ. ಆರಂಭದ ಪ್ರಯತ್ನದಲ್ಲಿಯೇ ವಾಂತಿಯಾದ ಕಾರಣ ಅದರ ಮೇಲೆ ಆಸೆ ಹುಟ್ಟಲಿಲ್ಲ. ಭಂಗಿಯನ್ನು ಇನ್ನೊಮ್ಮೆ ಸೇದುವ ಆಸೆಯಾದರೂ ಅದು ಎಲ್ಲಿ ಸಿಗುತ್ತದೆ ಅನ್ನುವುದು ತಿಳಿಯಲಿಲ್ಲವಾದ್ದರಿಂದ ಅದರ ಆಸೆಯನ್ನೂ ಬಿಟ್ಟೆ. ಸಿಗರೇಟು ಮಾತ್ರ ಅನಾಯಾಸವಾಗಿ ಸಿಗುತ್ತಿದ್ದ ಕಾರಣದಿಂದ ದಿನಕ್ಕೆ ನಾಲ್ಕೈದು ಸಿಗರೇಟು ಸೇದಲು ಶುರು ಮಾಡಿದೆ. ಹದಿನೈದು ದಿನದಲ್ಲಿ ಅದರ ಮೇಲಿದ್ದ

ವ್ಯಾಮೋಹವೂ ಕಡಿಮೆಯಾಯಿತು. ಉಳಿದದ್ದು ಬ್ಲೂ ಫಿಲಂ ನೋಡುವ ಆಸೆ ಮಾತ್ರ. ಅದನ್ನು ಎಲ್ಲಿ ತೋರಿಸುತ್ತಾರೆ ಅನ್ನುವುದು ತಿಳಿದಿತ್ತಾದರೂ ಅವರು ರಾತ್ರಿ ಒಂಬತ್ತು ಗಂಟೆಯ ನಂತರ ಮಾತ್ರ ಅದನ್ನು ತೋರಿಸುವ ಕಾರಣದಿಂದ ನನಗೆ ಅದನ್ನು ನೋಡುವ ಅವಕಾಶವೂ ಸಿಗಲಿಲ್ಲ.

ಆ ಸಿನಿಮಾ ನೆನಪಿಸಿಕೊಂಡರೆ ಸಾಕು ಮೈ ಬಿಸಿಯಾಗಿ ಬಿಡುತ್ತಿತ್ತು.

ಬೇರೆ ಯಾವುದಾದರೂ ಊರಿಗೆ ಹೋಗೋಣ ಅಂದರೆ ನಮಗೆ ಬಂದು ಬಳಗ ಅಂತ ಯಾರೂ ಇರಲಿಲ್ಲ. ಅಪ್ಪನ ಕಡೆಯವರ ಮನೆಗೆ ಹೋಗುವಂತಿಲ್ಲ. ಅಮ್ಮನ ಮನೆಯ ಕಡೆಯವರು ಯಾರು ಅನ್ನುವುದು ಗೊತ್ತೇ ಇಲ್ಲ. ಒಂದು ವೇಳೆ ಅಪ್ಪ ಸತ್ತುಹೋದರೆ ನಾನು ಅನಾಥ, ನಾನು ಸತ್ತು ಹೋದರೆ ಅಪ್ಪ ಅನಾಥ. ಇಂತಹ ಒಂದು ಅನಾಥ ಪ್ರಜ್ಞೆ ನನ್ನನ್ನು ಬಹಳ ದಿನ ಕಾಡಿತು. ರಾತ್ರಿಯಲ್ಲಿ ಮಲಗಿದ್ದರೆ ಅವರು ಉಸಿರಾಡುತ್ತಿದ್ದಾರೋ ಇಲ್ಲವೋ ಅನ್ನುವುದನ್ನು ಹತ್ತಿರದಿಂದ ಕಂಡು ಖಚಿತಪಡಿಸಿಕೊಳ್ಳುತ್ತಿದ್ದೆ.

ಶಿವಾನಂದಯ್ಯ ಒಂದಿನ ಬೆಳಿಗ್ಗೆ ಬಂದರು. ಅವರ ಕಾರು ಬಹಳ ದೊಡ್ಡ ಕಾರು ಅಂತಹ ಕಾರನ್ನು ನಾನು ನೋಡಿರಲೇ ಇಲ್ಲ. ಅಷ್ಟು ದೊಡ್ಡ ಕಾರು. ಅವರು ಕಾರಿನಿಂದ ಇಳಿದು ಬರುವಾಗ ಅವರ ಹಿಂದೆಯೇ ಬಂದ ಡ್ರೈವರ್ ಒಂದಷ್ಟು ವಸ್ತುಗಳನ್ನು ಹಿಡಿದುಕೊಂಡು ಬಂದ. ಅವನ ಕೈಲಿ ನಾಲ್ಕು ಸಣ್ಣ ಸಣ್ಣ ಬ್ಯಾಗುಗಳಿದ್ದವು.

ಅವರಿಗೆ ವಯಸ್ಸು ಎಪ್ಪತ್ತು ದಾಟಿತ್ತು. ನಡೆಯುವಾಗ ನಿಧಾನವಾಗಿ ನಡೆಯುತ್ತಿದ್ದರು. ತಲೆಯಲ್ಲಿ ಒಂದೇ ಒಂದು ಕೂದಲು ಇರಲಿಲ್ಲ. ಸಣ್ಣದಾಗಿ ಹೊಟ್ಟೆ ಇತ್ತು. ಯೌವ್ವನದ ದಿನಗಳಲ್ಲಿ ತುಂಬಾ ಲಕ್ಷಣವಾಗಿದ್ದರು ಅಂತ ಕಾಣ್ತದೆ. ಬಿಳಿಪಂಚೆ, ಬಿಳಿ ಅಂಗಿ ಧರಿಸಿದ್ದರು ಸ್ವಲ್ಪ ಆಭರಣ ಪ್ರಿಯರೂ ಇರಬಹುದು. ಬೆರಳುಗಾತ್ರದ ಸರ ಅವರ ಕೊರಳಲ್ಲಿ ಎದ್ದು ಕಾಣುತ್ತಿತ್ತು. ಕೈಯಲ್ಲಿ ಒಂದು ಬ್ರೇಸ್ಲೆಟ್, ಅದೂ ಕೂಡ ಬೆರಳಿನ ಗಾತ್ರವೇ ಇತ್ತು. ಮೂರು ಬೆರಳುಗಳಿಗೆ ಉಂಗುರ ಧರಿಸಿದ್ದರು. ಒಂದು ಕೈಯಲ್ಲಿ ಮೊಬೈಲ್ ಫೋನ್ ಇತ್ತು. ಒಟ್ಟಿನಲ್ಲಿ ಸಿರಿವಂತಿಕೆ ಅವರ ಎಲ್ಲಾ ಅಂಗಗಳಲ್ಲಿಯೂ ಎದ್ದು ಕಾಣುತ್ತಿತ್ತು.

ಅಪ್ಪನ ಹತ್ತಿರ ಬಂದ ಅವರಿಗೆ ಅಪ್ಪನ ಕಾಲಿಗೆ ಬೀಳಬೇಕೋ ಬೇಡವೋ ಎಂಬ ಚಿಂತೆ ಕಾಡಿದ್ದು ಹೌದು ವಯಸ್ಸಿನಲ್ಲಿ ಅವರು ಅಪ್ಪನಿಗಿಂತ ಹದಿನೈದು ಇಪ್ಪತ್ತು ವರ್ಷ ಹಿರಿಯರು ಆದರೂ ಬಗ್ಗಿದಂತೆ ಮಾಡಿ ನಮಸ್ಕಾರ ಶಾಸ್ತ್ರಿಗಳೇ ಅಂದರು.

ಅವರ ಡ್ರೈವರ್ ಬ್ಯಾಗುಗಳನ್ನು ಇರಿಸಿಹೋದ. ಇವೆಲ್ಲವನ್ನು ತಾವು ಒಪ್ಪಿಸಿಕೊಳ್ಳಬೇಕು. ಇದು ನಮ್ಮ ಸಂತೋಷದ, ಪ್ರೀತಿಯ ಕಾಣಿಕೆ ಇಲ್ಲ

ಅನ್ನಬಾರದು ಅಂತ ಅಧಿಕಾರಯುತವಾಗಿಯೇ ಹೇಳಿದರು. ಇವುಗಳನ್ನು ಒಳಗಡೆ ತೆಗೆದುಕೊಂಡು ಹೋಗು ಅನ್ನುವಂತೆ ಅಪ್ಪ ನನ್ನ ಕಡೆ ನೋಡಿದರು. ನಾನು ಆ ಬ್ಯಾಗುಗಳನ್ನು ಒಳಗಡೆ ಸಾಗಿಸಿದೆ. ಅದರಲ್ಲಿ ಏನಿದೆ ಅಂತ ನೋಡುವ ಆಸೆಯಾಯಿತಾದರೂ ಅದು ಸಭ್ಯತೆಯ ಲಕ್ಷಣವಲ್ಲ ಅಂತ ಸುಮ್ಮನಾದೆ.

ಸ್ವಲ್ಪ ಕಾಫಿ ಕುಡೀರಿ ಅಂದ್ರು ಅಪ್ಪ.

ಬರೀ ಕಾಫಿ ಅಲ್ಲ ಶಾಸ್ತ್ರಿಗಳೇ, ಮಧ್ಯಾಹ್ನದ ಊಟಕ್ಕೂ ನಾನು ಇಲ್ಲೇ ಇದ್ದೀನಿ. ನೀವು ತುಂಬಾ ಚೆನ್ನಾಗಿ ಅಡುಗೆ ಮಾಡ್ತೀರಿ ಅಂತ ನನ್ನ ಮಗಳು ಹೇಳ್ತಾ ಇದ್ದಳು ಅಂದ್ರು ಅವರು. ಶಾಸ್ತ್ರಿಗಳೇ ನಮ್ಮ ಮನೆಯಲ್ಲಿ ನಗುವಿನ ವಾತಾವರಣ ಪುನಃ ಬರುವಂತೆ ನೀವು ಮಾಡಿದ್ದೀರಿ. ನಿಮ್ಮ ಉಪಕಾರ ನಾವು ಈ ಜನ್ಮದಲ್ಲಿ ಮರೆಯುವ ಹಾಗೆ ಇಲ್ಲ. ನಮ್ಮ ವಂಶ ಇಲ್ಲಿಗೇ ಮುಕ್ತಾಯ ಆಯ್ತಲ್ಲ ಅಂತಾ ನಾನು ಕೊರಗ್ತಾ ಇದ್ದೆ. ಬದುಕೇ ಬೇಡ ಅಂತ ಅನಿಸಿಬಿಟ್ಟಿತ್ತು. ನಮ್ಮ ಆಸ್ತಿ ಪಾಸ್ತಿ ಬಂಗಲೆ, ಹಣ ಚಿನ್ನ ಎಲ್ಲಾ ಕಂಡೋರ ಪಾಲಾಗುತ್ತಲ್ಲ ಅಂತ ಹಗಲು ರಾತ್ರಿ ನಿದ್ರೆ ಬಿಟ್ಟು ನಾನು ನನ್ನ ಹೆಂಡ್ತಿ ಕೊರಗ್ತಾ ಇದ್ವಿ, ನಮ್ಮ ಎಲ್ಲಾ ಚಿಂತೆಗಳನ್ನು ನೀವು ಕಿತ್ತು ಬಿಸಾಕಿ ನಮಗೆ ಹೊಸ ಬದುಕು ಕರುಣಿಸಿದ್ರಿ.

ನಾವು ಎಲ್ಲೆಲ್ಲಿಗೆ ಹೋಗಿಲ್ಲ. ನಾವು ಸುತ್ತದೇ ಇರೋ ದೇವಸ್ಥಾನ ಇಲ್ಲ. ತೋರಿಸ್ದೆ ಇರೋ ವೈದ್ಯ ಇಲ್ಲ. ಎಲ್ಲಿ ಹೋದ್ರೂ ಏನೂ ಸಮಸ್ಯೆ ಇಲ್ಲ. ಕೆಲವರಿಗೆ ನಿಧಾನವಾಗಿ ಆಗುತ್ತೆ ಬಿಡಿ ಅಂತ ಇದ್ರೆ ಹೊರತು ನಿಮ್ಮಷ್ಟು ಕರೆಕ್ಟ್ ಆಗಿ ಯಾರೂ ಹೇಳಿರಲಿಲ್ಲ. ಮಾರ್ಗದರ್ಶನ ಮಾಡಿರಲಿಲ್ಲ.

ನಿಮ್ಮ ಅಳಿಯ ತುಂಬಾ ಒಳ್ಳೆಯ ಮನುಷ್ಯ ಇದು ಹಳೇ ಸಂಬಂಧನಾ?

ಅಯ್ಯೋ ಅದು ದೊಡ್ಡ ಕತೆ ಬಿಡಿ. ನನ್ನ ಮಗಳು ಕಾತ್ಯಾಯಿನಿ ಓದಿನಲ್ಲಿ ತುಂಬಾ ದಡ್ಡಿ ಅವಳು ಎಸ್.ಎಸ್.ಎಲ್.ಸಿ. ಕೂಡ ಪಾಸಾಗಿಲ್ಲ. ಇವಳಿಗೆ ಗಂಡು ಹುಡುಕಿ, ಹುಡುಕಿ ಸಾಕಾಗಿತ್ತು. ಕನಿಷ್ಠ ಪಕ್ಷ ಬಿ.ಎ. ಆದ್ರೂ ಓದಿರಬೇಕು ಅಂತ ಸುಮಾರು ಜನ ನಿರಾಕರಿಸಿದರು. ನಾನು ಮಂತ್ರಿ ಅಂತ ಕೂಡ ಅವರು ಮುಲಾಜು ತೋರಿಸಲಿಲ್ಲ.

ಮಹದೇವಸ್ವಾಮಿ, ಚಿತ್ರದುರ್ಗದ ಕಡೆಯವನು. ಬಿ.ಕಾಂ. ಪಾಸಾಗಿದ್ದ. ಒಂದು ಕೆಲಸ ಕೊಡ್ಸಿ ಅಂತ ಬಂದ, ನಾನು ಬರೋ ವಾರ ಬಾ ನೋಡೋಣ ಅಂತ ಹೇಳಿದೆ, ಅವನು ಬಂದ ಈ ತಿಂಗಳು ಆಗೋದಿಲ್ಲ ಮುಂದಿನ ತಿಂಗಳು ಬಾ ಅಂದೆ ಅವನು ಬಂದ.

ನೋಡಪ್ಪ ನಿನ್ನ ಹೆಸರೇನು ಅಂತ ಆವಾಗ ನಾನು ಕೇಳಿದೆ. ಅವನು ಅವನ ಹೆಸರು, ಕುಲಗೋತ್ರ ಎಲ್ಲಾ ಹೇಳಿದ. ನಮ್ಮ ಜನಾನೆ. ಅಪ್ಪ, ಅಮ್ಮ ಬಡವರು, ಮನೇಲಿ ತಂಗಿ ತಮ್ಮ ಅವರ ವಿದ್ಯಾಭ್ಯಾಸ ಮದುವೆ ಹೀಗೆ

ಎಲ್ಲಾರೀತಿ ಜವಾಬ್ದಾರಿ ಅವನ ತಲೆ ಮೇಲಿತ್ತು. ಮನೇಲಿ ಅವನೇ ಹಿರಿಯ ಮಗ.

ಸ್ವಲ್ಪ ದಿನ ನಮ್ಮನೇಲಿ ಇರು ಅಂದೆ ಇದ್ದ. ಆಗಾಗ್ಗೆ ಅವನ ಮನೆಗೆ ಕೊಡು ಅಂತ ಹಣ ಕೊಡ್ತಾ ಇದ್ದೆ. ಹುಡುಗ ಒಳ್ಳೆಯವನು ಕೈ ಬಾಯಿ ಶುದ್ಧ, ಹೇಳಿದ ಕೆಲ್ಸ ಚಾಚೂತಪ್ಪದೆ ಮಾಡೋನು, ಎಲ್ಲರಿಗೂ ಮರ್ಯಾದೆ ಕೊಡೋನು. ಇವನಿಗೆ ಒಂದು ದಾರಿ ತೋರಿಸ್ಬೇಕು ಅಂತ ಅನ್ನಿಸ್ತು.

ಕೆ.ಎ.ಎಸ್. ಪರೀಕ್ಷೆ ಕಟ್ಟು ಅಂದೆ. ಅವನು ಪರೀಕ್ಷೆಗೆ ಕುಳಿತ. ಪಾಸು ಆದ. ನನ್ನ ಮಗಳ ಮದ್ವೆಯಾಗ್ತಿಯಾ ಅಂತ ಕೇಳಿದೆ. ಇವನೂ ಎಲ್ಲಿ ಆಗೋದಿಲ್ಲ ಅಂತ ಹೇಳಿಬಿಡ್ತಾನೋ ಅನ್ನೋ ಭಯ ಕೂಡ ನಂಗೆ ಇತ್ತು. ಇವನು ಕತ್ತು ಬಗ್ಗಿಸಿಕೊಂಡು ನೀವು ಹೆಂಗೆ ಹೇಳ್ತೀರಿ ಹಂಗೆ ಅಂದ.

ಇವನು ರೆಡಿ ಅಂದ್ರೆ ನನ್ನ ಮಗಳು ಇವನು ನಂಗೆ ಬೇಡ ಅಂದುಬಿಟ್ಟಳು. ಅವಳನ್ನು ಒಪ್ಪಿಸೋಕೆ ಕಲಿತ ಬುದ್ಧಿ ಎಲ್ಲಾ ಖರ್ಚಾಯಿತು. ಕೊನೆಗೂ ಇವಳು ಒಪ್ಪಿದಳು.

ಊರಲ್ಲಿ ಇವರ ಅಪ್ಪ ಅಮ್ಮನಿಗೊಂದು ಮನೆ ಕಟ್ಟಿಸಿಕೊಟ್ಟೆ, ಅವನ ತಂಗಿ ಮದ್ವೆ ತಮ್ಮನಿಗೆ ಅಲ್ಲೇ ಡಿ.ಸಿ.ಸಿ. ಬ್ಯಾಂಕ್ ಒಂದರಲ್ಲಿ ಕೆಲ್ಸ ಅಂತ ಕೊಡಿಸಿದೆ. ಅವನ ಎಲ್ಲಾ ಜವಾಬ್ದಾರೀನ ನಾನೇ ನಿಭಾಯಿಸಿದೆ.

ಅಪ್ಪ ನಡುವೆ ಬಾಯಿ ಹಾಕಿದರು. ಮಹದೇವಸ್ವಾಮಿ ಪರೀಕ್ಷೆ ಅವನೇ ಪಾಸಾದ್ನೋ ಅಥವಾ ನೀವೇ ಪಾಸು ಮಾಡಿಸಿದ್ರಾ?

ಶಿವಾನಂದಯ್ಯ ಜೋರಾಗಿ ಗಹಗಹಿಸಿ ನಕ್ಕರು. ಇದನ್ನ ಬಿಡಿಸಿ ಹೇಳ್ಬೇಕಾ ಶಾಸ್ತ್ರಿಗಳೇ, ಇಂತದೆಲ್ಲಾ ಅರ್ಥ ಮಾಡಿಕೋ ಬೇಕು. ಎಲ್ಲಾ ಸರಿಯಾಯ್ತು ಅನ್ನುವಾಗ ಈ ಸಮಸ್ಯೆ ಶುರುವಾಯ್ತು. ಅದನ್ನು ನೀವು ಬಗೆಹರಿಸಿದಿರಿ ಅಂತ ಪುನಃ ನಕ್ಕರು.

ಇವೆಲ್ಲವನ್ನೂ ಕೇಳಿಸಿಕೊಂಡ ನನಗೆ ಮಹದೇವಸ್ವಾಮಿಯ ಮನಸ್ಥಿತಿ ಅರ್ಥವಾಯಿತು. ಪಾಪ ಆ ಮನುಷ್ಯ ಋಣದ ಭಾರದಿಂದ ಕುಗ್ಗಿಹೋಗಿದ್ದಾರೆ. ಹೀಗಾಗಿ ಅಂತಹ ದೊಡ್ಡ ಅಧಿಕಾರದಲ್ಲಿ ಇದ್ದರೂ ಮಾವನ ಮನೆ ಮತ್ತು ಮನೆಯವರು ಅಂದ್ರೆ ವಿಪರೀತ ಭಯ ಪಡ್ತಾನೆ. ಅಷ್ಟು ಲಕ್ಷಣವಾಗಿರುವ ಮಹದೇವಸ್ವಾಮಿ, ಅತ್ಯಂತ ಸಾಮಾನ್ಯರೂಪದ ಈ ಕಾತ್ಯಾಯಿನಿಯನ್ನು ಮದ್ವೆಯಾದದ್ದು ಯಾಕೆ ಅನ್ನುವ ನನ್ನ ಹಳೆಯ ಪ್ರಶ್ನೆಗೆ ಅಂತು ಉತ್ತರ ಸಿಕ್ಕಿತು.

ವಿಶೇಷ ಅತಿಥಿಗಾಗಿ ಅಪ್ಪ ಅಂದು ಊಟ ಸಿದ್ಧ ಮಾಡಿದರು. ವಿಶೇಷ ಅನ್ನುವಂತಹ ವಸ್ತು ಅಲ್ಲಿ ಇದ್ದದ್ದು ಹಾಲಿನ ಕೀರು ಮಾತ್ರ. ಅಪ್ಪನ ಕೈ ಅಡುಗೆ ತುಂಬಾ ರುಚಿಯಾಗಿರುವುದರಿಂದ ಅಪ್ಪ ಕೇವಲ ಅನ್ನ, ಸಾರು, ಮಾತ್ರವೇ

ಮಾಡಿದರೂ ಚಪ್ಪರಿಸಿಕೊಂಡು ತಿನ್ನಬಹುದು. ಶಿವಾನಂದಯ್ಯ ಎಂತಹ ರುಚಿ, ಎಂತಹ ರುಚಿ ಅನ್ನುತ್ತಾ ಊಟ ಮಾಡಿದರು. ಡ್ರೈವರ್ ಮುಖದಲ್ಲಿಯೂ ಅಡುಗೆ ರುಚಿಯಾಗಿದೆ ಅನ್ನುವುದು ವ್ಯಕ್ತವಾಗುತ್ತಿತ್ತು.

ಊಟದ ನಂತರ ಅವರು ತಾವು ಬಂದಿರುವ ಇನ್ನೊಂದು ಕಾರಣ ತಿಳಿಸಲು ಪೀಠಿಕೆ ಹಾಕಲಾರಂಭಿಸಿದರು, ತಮ್ಮ ಮೂವತ್ತೈದು ವರ್ಷದ ರಾಜಕಾರಣ, ತಾವು ಬೆಳೆದು ಬಂದ ಬಗೆ ಹಾಗೂ ಎರಡೂವರೆ ವರ್ಷದ ಹಿಂದೆ ತಾವು ಚುನಾವಣೆಯಲ್ಲಿ ಸೋತಿದ್ದು ಅಲ್ಲಿಂದ ತಮ್ಮ ಗ್ರಹಚಾರಗಳು ಇಳಿಮುಖ ಹಾದಿಯಲ್ಲಿ ಸಾಗುತ್ತಿರುವುದು ಇದನ್ನೆಲ್ಲಾ ವಿವರಿಸಿದರು. ತಮ್ಮ ಮುಂದಿನ ರಾಜಕಾರಣದ ಭವಿಷ್ಯ ಉತ್ತಮವಾಗುವಂತೆ ಏನಾದರೂ ಮಾಡಲು ಸಾಧ್ಯವೇ ಎಂದು ಅವರು ಅಪ್ಪನನ್ನು ವಿಚಾರಿಸಿದರು.

ಅಪ್ಪ ತಮ್ಮ ಮಾಮೂಲಿನಂತೆ ಕಣ್ಣು ಮುಚ್ಚಿದರು. ತಮಗೆ ತಾವೇ ಮೆಲುಧ್ವನಿಯಲ್ಲಿ ಮಾತನಾಡಿಕೊಂಡರು. ಅಮ್ಮ ಇದು ಇಷ್ಟೇನಾ ಅಂದರು. ನಡು ನಡುವೆ ಕಿರುನಗೆ ಅವರ ಮುಖದಲ್ಲಿ ಎದ್ದು ಕಾಣುತ್ತಿತ್ತು. ಹದಿನೈದು ಇಪ್ಪತ್ತು ನಿಮಿಷಗಳ ತನಕ ಅವರು ಮಾತನಾಡಲಿಲ್ಲ. ಅವರ ಮುಖದ ಮೇಲಿನ ಭಾವನೆಗಳು ಮಾತ್ರ ತೀವ್ರ ರೀತಿಯಲ್ಲಿ ಬದಲಾಗುತ್ತಿದ್ದವು.

ಶಿವಾನಂದಯ್ಯನವರೆ ನನಗೆ ಸುತ್ತಿ ಬಳಸಿ ಮಾತನಾಡಿ ಅಭ್ಯಾಸ ಇಲ್ಲ. ನನಗೆ ಕಂಡು ಬಂದಿದ್ದನ್ನು ನೇರವಾಗಿ ಮುಖಕ್ಕೆ ಹೊಡೆದಂತೆ ಹೇಳಿಬಿಡ್ತೀನಿ. ನೀವು ಬೇಸರ ಮಾಡಿಕೊಂಡರೂ ಪರವಾಗಿಲ್ಲ. ಇನ್ಮುಂದೆ ನೀವು ರಾಜಕೀಯ ಕ್ಷೇತ್ರದಲ್ಲಿ ಇರುವುದೇ ಬೇಡ. ಅಲ್ಲಿ ನಿಮಗೆ ಇನ್ನು ಭವಿಷ್ಯ ಇಲ್ಲ. ನಿಮ್ಮ ರಾಜಕೀಯ ಬದುಕು ಮುಗಿಯಿತು ಅಂತ ನೀವು ಸುಮ್ಮನಿರೋದೇ ಮೇಲು.

ಏನಾದ್ರೂ ಪರಿಹಾರ ಇರ್ಬೋದಲ್ಲ ಶಾಸ್ತ್ರಿಗಳೇ, ನೀವು ಮನಸ್ಸು ಮಾಡಿದರೆ ಆಗದೆ ಇರೋ ಕೆಲ್ಸ ಯಾವುದಿದೆ?

ನಾನಲ್ಲ. ಹರಿ ಹರ ಬ್ರಹ್ಮ ಬಂದರೂ ನಿಮ್ಮ ರಾಜಕೀಯ ಭವಿಷ್ಯ ನಿರ್ಮಾಣ ಮಾಡೋದಿಕ್ಕೆ ಆಗೋದಿಲ್ಲ. ನೀವು ಅದನ್ನು ಮರೆತುಬಿಡೋದೇ ವಾಸಿ.

ಶಿವಾನಂದಯ್ಯನವರ ಮುಖದಲ್ಲಿ ಕಪ್ಪು ಛಾಯೆ ಆವರಿಸಿತು. ಅವರ ಮುಖಕ್ಕೆ ಹೊಡೆದಂತೆ ಅಪ್ಪ ಮಾತನಾಡಿಬಿಟ್ಟಿದ್ದರು. ಇದೇ ಮಾತನ್ನು ಸ್ವಲ್ಪ ಬೇರೆ ರೀತಿಯಲ್ಲಿ ಹೇಳಬಹುದಿತ್ತು. ನಯ, ವಿನಯ ಅನ್ನೋದನ್ನು ಅಪ್ಪ ಕಲಿಲೇ ಇಲ್ಲ. ನನಗೆ ಅಪ್ಪನ ನಡೆ, ಮಾತುಕತೆಯ ಬಗ್ಗೆ ಬೇಸರ ಬಂತು, ಸ್ವಲ್ಪ ಹೊತ್ತು ಅಲ್ಲಿ ಮೌನ ಆವರಿಸಿತ್ತು. ಕೊನೆಗೆ ಶಿವಾನಂದಯ್ಯನವರೇ ಮಾತು ಆರಂಭಿಸಿದರು. ಇಲ್ಲಿಯತನಕ ನಿಷ್ಠೂರವಾಗಿ ನನ್ನ ಮುಂದೆ ಯಾರೂ ಮಾತಾಡಿರಲಿಲ್ಲ. ಆ ಯಾಗ ಈ ಹೋಮ ಮಾಡಿ ನೋಡಿ ಅಂತ

ಹೇಳೋರು ಇದ್ರೆ ಹೊರತು, ಸಾಕು ಇನ್ನು ಮೇಲೆ ಏನೂ ಬೇಡ ಅಂತ ನೇರವಾಗಿ ಹೇಳಿದವರು ನೀವು ಮಾತ್ರ. ನಾನಿನ್ನು ಹೊರಡ್ತೀನಿ.

ನಾನು ಹಿಂಗಂದೆ ಅಂತ ಬೇಸರ ಮಾಡ್ಕೊಬೇಡಿ. ನನಗೆ ಅನಿಸಿದ್ದು ನಾನು ಹೇಳ್ದೆ ಇದನ್ನೂ ಮೀರಿ ಯಾರಾದರೂ ನಿಮಗೆ ದಾರಿ ತೋರಿಸಿದ್ರೆ ನೀವು ಆ ದಾರೀಲಿ ಹೋಗಬಹುದು. ನಿಮ್ಮನ್ನು ತಡೆಯೋಕೆ ನಾನು ಯಾರು?

ಇಲ್ಲ ಇಲ್ಲ ನೀವು ಹೇಳಿದ್ದು ವಿಚಾರ ಮಾಡ್ತೀನಿ. ಮಹದೇವಸ್ವಾಮಿ, ಮುಂದಿನ ವಾರ ಬರ್ತಾನೆ. ಅವನ ಜೊತೆ ನನ್ನ ಹೆಂಡತಿಯೂ ಬರ್ತಾಳೆ, ನನ್ಮಗಳು ಬರೋ ಹಾಗಿಲ್ಲ. ತಾವು ತಪ್ಪು ತಿಳಿಬಾರದು.

ಮಹದೇವಸ್ವಾಮಿಯವರಿಗೆ ಬಿಡುವು ಇದ್ರೆ ಮಾತ್ರ ಬರಲಿ, ಅವರ ಕೆಲ್ಸ ಬಿಟ್ಟು ನನ್ನ ನೋಡೋ ಸಲುವಾಗೇ ಬರೋದು ಬೇಡ. ಅಮ್ಮನ ದಯೆಯಿಂದ ಆ ಮನುಷ್ಯ ಇನ್ನೂ ಎತ್ತರಕ್ಕೆ ಬೆಳಿತಾರೆ. ನಿಮ್ಮ ಮನೆಯವರು ಸಹ ಸುಮ್ನೆ ಯಾಕೆ ಬರ್ಬೇಕು. ಮಗಳ ಜೊತೆಗೆ ಅವರು ಇರ್ಲಿ. ಅಪರೂಪಕ್ಕೆ ಮಗು ನಿಮ್ಮನೆಗೆ ಬರ್ತಾ ಇದೆ. ಹೋಗಿ ಬನ್ನಿ ನಮಸ್ಕಾರ ಅಂದ್ರು ಅಪ್ಪ.

ಅವರ ಕಾರು ಹೊರಟ ಶಬ್ದವಾಗುತ್ತಿದ್ದ ಹಾಗೆ ಅಪ್ಪ ತಮಗೆ ತಾವೇ ಹೇಳಿಕೊಂಡರು. ವಯಸ್ಸು ಎಪ್ಪತ್ತಾಗಿದೆ. ಯಾವ ದೇಶ ಇವರು ಉದ್ಧಾರ ಮಾಡೋಕಾಗ್ತದೆ. ತೆಪ್ಪಗೆ ಮನೇಲಿ ಇರೋದುಬಿಟ್ಟು ಈ ರಾಜಕೀಯದ ಹುಚ್ಚು, ದರಿದ್ರದ ಹುಚ್ಚು.

9

ಅಂಜಿ ಒಂದ್ನಾಕ್ ಹಸ ಸಾಕನ ಅಂತ ಮಾಡಿದಿನಿ ಏನಂತಿಯಾ ಅಂದ್ರು ಅಪ್ಪ ಅಂಜಿ ಮನೆ ಕಸ ಹೊಡೆಯಲು ಬಂದಿದ್ದ.

ಯಾರು ನೋಡ್ಕೊತಾರೆ ಶಾಸ್ತ್ರಿಗಳೆ?

ಇನ್ನಾರು ನೀನೇಯಾ ಹೆಂಗೂ ಒಣಹುಲ್ಲು ನಮ್ಮನೇಲೇ ಇದೆ. ಬೇಲಿ ಬದಿಲಿ ಹಸಿರು ಹುಲ್ಲು ಹಾಕಿದ್ರೆ ಆಯ್ತು. ಈಗ ಇರೋ ಹಸಿನ ಹಾಲು ಕೆಲವು ಸಲ ನಮಗೇ ಸಾಲೋದಿಲ್ಲ. ಹೋಗೋರು ಬರೋರು ಇದ್ದೇ ಇದ್ದಾರೆ. ಕೆಲವು ಸಲ ಹಾಲು ಇಲ್ದೆ ಮುಜುಗರ ಆಯ್ತದೆ.

ಎಲ್ಲಾ ಸರಿ ಅಯ್ಯ, ನಾನು ನನ್ನ ಹೆಂಡ್ತಿ ಇಬ್ಬರಿಗೂ ಬಿಡುವು ಇಲ್ಲ, ಸಂತೆ ರಜದ ದಿನ ಬಂದು ಇಲ್ಲಿ ಕಸ ಹೊಡಿತೀನಿ. ವರ್ಷದಲ್ಲಿ ನಿಮ್ಮನೆ ಕೆಲ್ಸ ಇಪ್ಪತ್ತು ಇಪ್ಪತ್ತೈದು ದಿನ ಇದ್ರೆ ಹೆಚ್ಚು ನಾನು ಅಲ್ಲಿ ಇಲ್ಲಿ ಬಡ್ಡಿಗೆ ಸಾಲ ಮಾಡಿದ್ದೀನಿ. ಅವರ ಮನೆ ಕೆಲ್ಸಾನೇ ತುಂಬಾ ಇರ್ತದೆ. ಇನ್ನೊಂದೆರಡು ವರ್ಷ ಹೋಗ್ಲಿ ಬಿಡಿ.

ಹಂಗೆಲ್ಲಾ ಆಗಾಕಿಲ್ಲ. ಇನ್ನೊಂದು ತಿಂಗಳಲ್ಲಿ ಹಸುಗಳು ಇಲ್ಲಿ ಇರ್ಬೇಕು. ನಿನ್ನ ಕೈಲಿ ಆಗದೇ ಇದ್ರೆ ಬೇರೆ ಜನ ನೀನೇ ನೋಡು. ಹಸುಗಳನ್ನು ನೋಡ್ಕೊಂಡು ಇಲ್ಲೇ ಇರೋ ಜನ ಆದ್ರೆ ಒಳ್ಳೆಯದು ಹೆಂಗೂ ಕೊಟ್ಟಿಗೆ ಪಕ್ಕ ಒಂದು ರೂಮು ಖಾಲಿ ಬಿದ್ದದೆ. ಅಲ್ಲಿಗೊಂದು ಬಚ್ಚಲು ಬೇಕೇ ಬೇಕು ಅಂದ್ರೆ ಒಂದು ಕಕ್ಕಸನ್ನು ಕಟ್ಟಿದ್ರೆ ಆಯ್ತು. ನಿಮ್ಮ ಜನ ಹೆಂಗೂ ಹೊರಗಡೆನೇ ಇಷ್ಟ ಪಡೋರು ತಾನೆ.

ಏ ಸುಮ್ನಿರಿ ಅಯ್ಯ ತಿಕ ತೋರಿಸ್ಕೊಂಡು ಬಯಲಲ್ಲಿ ಕೂರಾಕೆ ಯಾರ್ಗೆ ಇಷ್ಟ ಆಯ್ತದೆ. ಗತಿ ಇಲ್ಲ ಅಂತ ಹೊರಗಡೆ ಹೋಯ್ತಿವಿ ಅಷ್ಟೆಯ. ನೀವು ಪರವಾಗಿಲ್ಲ. ನಮ್ಮ ಜನ ಎಲ್ಲಾ ತಿಕ ತೋರಿಸೋ ಜನ ಅಂತ ಸಲೀಸಾಗಿ ಹೇಳ್ತಾ ಇದ್ದೀರಿ.

ಓ ಮಾತಿಗೆ ಹಂಗಂದೆ ಅದ್ಕೆ ಮನಸ್ಸಿಗೆ ಬಂದಂಗೆ ಮಾತಾಡಬೇಡ. ನಂಗೆ ಒಬ್ಬ ಬೇಕು. ಹಸ, ಗಿಸ ನೋಡ್ಕಂಡು ಇಲ್ಲೇ ಇರಬೇಕು. ಆಗಾಗ್ಗೆ ತೋಟದಲ್ಲಿ ಸಣ್ಣ ಪುಟ್ಟ ಕೆಲಸಾನೂ ಮಾಡ್ಬೇಕು ವರ್ಷದ ಸಂಬಳ ಅಂದ್ರೆ ವರ್ಷಕ್ಕೆ ವಾರಕ್ಕೆ ಅಂದ್ರೆ ವಾರಕ್ಕೆ, ತಿಂಗಳಿಗೆ ಅಂದ್ರೆ ತಿಂಗಳಿಗೆ ಸಂಬ್ಳ.

ತಕ್ಷಣ ಅಂತ ಜನ ಅಂದ್ರೆ ಗಂಡಸರು ಸಿಗಾಕಿಲ್ಲ. ನನ್ನ ಹೆಂಡ್ತಿ ಕಡೆ ಒಬ್ಬಳು ಇದ್ದಾಳೆ. ಅವಳಿಗೆ ಒಂದು ಮೂವತ್ತು ಮೂವತ್ತೈದು ವರ್ಷ ಇರ್ರೋದು. ಅವಳ ಗಂಡ ಕದ್ದೋಗಿ ಏಳೆಂಟು ವರ್ಷ ಆಯ್ತು. ಇವಳು ಕೂಡಿಕೆ ನೀಡಿಕೆ ಅಂತೇನೂ ಮಾಡಿಕೊಂಡಿಲ್ಲ. ಒಬ್ಬಳೇ ಅವಳೇ, ಕೆಲಸಗಾತಿ ಆದ್ರೆ ಸರಿಯಿಲ್ಲ ಆಯ್ತದ, ಹಂಗಂದ್ರೇನೋ ದಿನಾ ಕುಡಿತಾಳೆ, ಬುದ್ಧಿನೂ ಸ್ವಲ್ಪ ಹಂಗಂಗೆಯ ಸ್ವಲ್ಪ ದಾರಿ ತಪ್ಪಿದ ಹೆಂಗ್ಸು, ಇಲ್ಲಿಗೆ ಬಂದ್ಮೇಲೆ ಸರಿಯಾದ್ರೂ ಆಗ್ಬೋದು. ನೀವು ಕರೆಸು ಅಂದ್ರೆ ಕರಿಸ್ತೀನಿ. ಆದ್ರೆ ಕೆಲ್ಸ ಮಾತ್ರ ಯಾವ ಗಂಡಾಳಿಗೂ ಕಡಿಮೆ ಇಲ್ಲ. ಕೆಲಸಕ್ಕೆ ನಿಂತ್ರೆ ರಾಕ್ಷಸಿ, ಒಂದ್ಸಲ ಅವಳು ಬರ್ಲಿ ನೋಡೋಣ, ಯಾವಾಗ ಕರಿಸ್ತಿಯಾ, ಅಲ್ಲೇ ಹೋಗಿ ಕರಕೊಂಡು ಬರ್ಬೇಕು. ನೀವು ಹೂಂ ಅಂದ್ರೆ ನನ್ನೆಂಡ್ತಿನ ಕಳಿಸ್ತೀನಿ. ಅವಳು ಬೇಕಾದ್ರೆ ಶನಿವಾರ ಹೋಗಿ ಭಾನುವಾರ ಬರ್ತಾಳೆ.

ಸರಿ ಅಷ್ಟು ಮಾಡು ಅಲ್ಲಿಗೆ ಹೋಗಿ ಬರೋ ಛಾರ್ಜು ಕೊಡ್ತೀನಿ ತಡಿ ಅಂತ ಒಳಗಡೆಗೆ ಹೋಗಿ ದುಡ್ಡು ತಂದುಕೊಟ್ಟರು.

ಅಪ್ಪನ ಹಸು ಸಾಕುವ ಐಡಿಯಾ ನನಗೆ ಸರಿ ಕಾಣಲಿಲ್ಲ. ಒಂದು ಹಸುವನ್ನು ಕಷ್ಟದಲ್ಲಿ ಸಾಕ್ತಾ ಇದ್ವಿ, ಅದರ ಹಾಲು ಕರೆಯೋದಕ್ಕೆ ಅಪ್ಪ ಇನ್ನಿಲ್ಲದ ಕಷ್ಟ ಪಡ್ತಾ ಇದ್ದರು. ಅದನ್ನು ಮಾರಿದರೆ ಒಳ್ಳೇದು ಅಂತ ನಾನಿದ್ರೆ ಇವರು ನಾಕು ಹಸು ಸಾಕೋಕೆ ಹೊರಟಿದ್ದಾರೆ.

ಅಪ್ಪ ಅವಳು ಒಂದಿನ ಕದ್ದು ಹೋದ್ಲು ಅಥವಾ ಜ್ವರ ಬಂದು ಮಲಗಿದ್ಲು ಅಂತ ಇಟ್ಕೋ ಆವಾಗ ಗತಿಯೇನು? ನಾಕು ಹಸು ಸಾಕೋದು ತಮಾಷೆ ಕೆಲಸ ಅಲ್ಲ ಅಪ್ಪ, ಅದಕ್ಕೆ ತುಂಬಾ ನಿಗಾ ಇಡಬೇಕಾಗುತ್ತೆ. ಸ್ವಲ್ಪ ಹೆಚ್ಚು ಕಡಿಮೆಯಾದ್ರೆ ಡಾಕ್ಟರ್ ಕರಿಬೇಕು. ಇವೆಲ್ಲಾ ಇಲ್ಲದ ತೊಂದರೆ, ತಲೆ ಮೇಲೆ ಹಾಕಿಕೊಳ್ಳೋ ಕೆಲಸ, ಬೇಡಪ್ಪ ಅಂದೆ.

ಸೀಮೆಹಸು ತರೋರು ಯಾರು? ನಾನು ತರೋದು ನಾಡ ಹಸುಗಳು. ನಮ್ಮನೆಗೆ ಹಾಲು ಆಗಿ ಸ್ವಲ್ಪ ಮಾರಿದ್ರೂ ಸಾಕು. ಅವುಗಳ ಸಗಣಿ ತೋಟಕ್ಕೆ ಗದ್ದೆಗೆ ಆಯ್ತದೆ. ಆ ಹಸುಗಳಿಗೆ ಸ್ವಲ್ಪ ಚೆನ್ನಾಗಿ ಉಪಚಾರ ಮಾಡಿದ್ರೆ. ಒಂದಾಳಿನ ಕೂಲಿಯಷ್ಟು ಹಾಲನ್ನು ಅವೇ ಕೊಡ್ತಾವೆ. ಗೊಬ್ಬರ ಕಾಫಿ ಗಿಡಕ್ಕೆ, ಉಂಡೆ ಮಣಸಿಗೆ, ಗದ್ದಗೆ ಆಗ್ತದೆ. ಅವಳು ಒಂದಿನ ಬರಲೇ ಇಲ್ಲ ಅಂತ ಇಟ್ಕೋ, ಅವತ್ತು ಅಂಜಿನ ಕರೆಯೋದು. ಯಾರೂ ಇಲ್ಲ ಅಂದ್ರೆ ನೀನೇ

ಹಸಿನ ಹಾಲು ಕರಿಬೋದು. ಅದನ್ನು ಕಲ್ತ್‌ಕೊಂಡ್ರೆ ಆಯ್ತು, ಅದೇನು ಬ್ರಹ್ಮ ವಿದ್ಯೆನ ಎರಡು ದಿನ ಹಾಲು ಕರದ್ರೆ ಅದೇ ಅಭ್ಯಾಸ ಆಯ್ತದೆ ಅಂತ ಅಪ್ಪ ಬಾಯಿ ಮುಚ್ಚಿಸಿದ್ರು.

ನಾನು ಮೆಲ್ಲನೆ ಅಂಜಿ ಮನೆಯ ಕಡೆ ಹೊರಟೆ. ಅವನು ಮನೆಗೆ ತಲುಪಿ, ಹತ್ತು ನಿಮಿಷ ಆಗಿದ್ದಿರಬಹುದು. ಅವನ ಹಿಂದೆಯೇ ನಾನು ಅವನ ಮನೆಗೆ ಹೋಗಿದ್ದು ಕಂಡು ಅವನಿಗೆ ಆಶ್ಚರ್ಯವಾಯಿತು.

ಯಾಕಯ್ಯ ಬಂದ್ರಿ, ನಾನು ನಿಮ್ಮನೇಲೇ ಇಷ್ಟು ಹೊತ್ತು ಇದ್ನಲ್ಲ.

ಅದ್ಕೆ ಬಂದೆ ನೀನು ಬಂದಿದ್ದೆ ತಪ್ಪು.

ಯಾಕೆ ಚಿಕ್ಕ ಅಯ್ಯ ನಾನೇನು ಮಾಡ್ದೆ.

ನಾನು ಹಸುಗಳು ನಮ್ಮನೆಗೆ ಬೇಡ, ಬೇಡ ಅಂದ್ರೂ ಅಪ್ಪ ಕೇಳ್ತಾ ಇಲ್ಲ. ಅವು ಬಂದ್ರೆ ಇಲ್ಲದ ತೊಂದರೆ ಎಲ್ಲವನ್ನೂ ಅವರಿಗೆ ವಿವರಿಸಿ, ನೀನು ಬೇಕಾದ್ರ ಊರಿಗೆ ಹೋಗಿ ಬಾ ಅಲ್ಲಿ ಕೆಲಸದವರು ಯಾರೂ ಸಿಗಲಿಲ್ಲ ಅಂತ ಹೇಳು ಅಂದೆ.

ಚಿಕ್ಕಯ್ಯ ಶಾಸ್ತ್ರಿಗಳಿಗೆ ಸುಳ್ಳು ಹೇಳೋದಾ? ಅದು ನನ್ನ ಕೈಲಿ ಆಗಾಕಿಲ್ಲ. ಬೇಕಾದ್ರೆ ಚಿಕ್ಕಯ್ಯ ಹಸು ಬೇಡ ಅಂತಾರೆ ಅಂತ ಬೇಕಾದ್ರೆ ಈಗ್ಲೆ ಬಂದು ಹೇಳ್ತೀನಿ. ಅವರತ್ರ ಸುಳ್ಳು ಹೇಳಿದ್ರೆ...

ಅಯ್ಯಪ್ಪ ಬೇಡ, ದೇವ್ರಗೆ ಸಿಟ್ಟು ಬಂದ್ರೂ ತಡ್ಕೊಬಹುದು. ಅಯ್ಯನಿಗೆ ಸಿಟ್ಟು ಬಂದರೆ ಮುಗ್ದೇಹೋಯಿತು. ಒಂದೇ ಒಂದು ಶಾಪ ನನ್ಮನೆ ನಿರ್ನಾಮ ಆಯ್ತದೆ. ಬೇಕಾರೆ ಈಗ್ಲೆ ಬಂದು ಚಿಕ್ಕ ಅಯ್ಯ ಬೇಡ ಅಂತಾರೆ ಅಂತ ಹೇಳ್ತೀನಿ ಅಂದ.

ಸರಿ ಬೇಡ ಬಿಡಪ್ಪ ಆಗಿದ್ದು ಆಗಲಿ ಅಂತ ಮನೆಗೆ ಬಂದೆ ಎಲ್ಲಿಗೆ ಹೋಗಿದ್ದೆ. ಹೇಳದೇ ಕೇಳದೇ. ಊಟದ ಹೊತ್ತಲ್ಲಿ ಅಂತ ಅಪ್ಪ ಕೇಳಿದರು. ಉತ್ತರದ ನಿರೀಕ್ಷೆಯೇನೂ ಅವರಿಗೆ ಇರಲಿಲ್ಲ. ನಾನು ಉತ್ತರಿಸಲೂ ಇಲ್ಲ.

ಮನುಷ್ಯನಿಗೆ ವಯಸ್ಸು ಆಗ್ತಾ ಆಗ್ತಾ ಆಸೆ ಜಾಸ್ತಿಯಾಗುತ್ತೆ. ಹಣದ ಮೋಹ, ಅಧಿಕಾರದ ಮೋಹ, ಮಕ್ಕಳ ಮೇಲಣ ಮೋಹ ಅವರನ್ನು ಕುರುಡರನ್ನಾಗಿ ಮಾಡುತ್ತೆ. ಅಪ್ಪನಿಗೆ ದನಗಳ ಮೇಲೆ ಮೋಹ ಬಂದಿದೆ. ಇಷ್ಟು ವರ್ಷ ಇಲ್ಲದ್ದು ಈಗ ಯಾಕೆ ಬೇಕು. ಯಾರೂ ಇಲ್ದೇ ಇದ್ರೆ ನೀನೇ ಹಾಲು ಕರಿ ಅಂತಾರಲ್ಲ. ಆಮೇಲೆ ಇಲ್ಲೇ ಹಸು ನೋಡ್ಕೊಂಡು ಇರು, ಸುಮ್ನೆ ಕಾಲೇಜು ಯಾಕೆ ಅಂತಾರೋ ಏನೋ ಅಂತಲೂ ಅಂದುಕೊಂಡು ಸುಮ್ಮನಾದೆ.

ಅಂಜಿ ಶನಿವಾರ ಹೋಗಿ ಭಾನುವಾರ ಬಂದ. ಆವತ್ತು ಸಂಜೆ ಅವಳನ್ನೂ ಕರಕೊಂಡು ಬಂದ. ಅಯ್ಯ ಅಯ್ಯ ಅಂತ ಕರೆದ. ಅವನ ಧ್ವನಿ ಕೇಳಿ, ಯಾವ

ಹೆಂಗಸನ್ನ ಕರ್ಕೊಂಡು ಬಂದಿದ್ದಾನೆ ಅಂತ ನೋಡುವ ಕುತೂಹಲದಿಂದ ನಾನು ಹೊರಗಡೆ ಬಂದೆ. ಅಪ್ಪನೂ ಬಂದರು.

ಇವಳು ಯಾರು ಅಂತ ಗೊತ್ತಾಯ್ತ ಅಯ್ಯ. ಇವಳು ಆಟೋರಿಕ್ಷಾ ಡ್ರೈವರ್ ಇದ್ದಾನಲ್ಲ. ಅದೇ ನೀವು ಅವನು ವಾಪಾಸು ಮನೆಗೆ ಬತ್ತಾನೆ ಯೋಚ್ನೆ ಮಾಡಬೇಡ ಅಂದ್ದಿದ್ರಲ್ಲ ಅವನ ಹಿರಿ ಅಕ್ಕ.

ಅವನು ಬಂದಿದ್ದು ನೀನು ನನಗೆ ಹೇಳೇ ಇಲ್ಲವಲ್ಲ ಅಂತ ನಾನು ಬಾಯಿ ಹಾಕಿದೆ. ಅವನು ಬಂದ ಸುದ್ದೀನ ನಾನು ಅವನು ಬಂದಾಗೇ ಹೇಳಿದ್ದೆ ನೀವು ಅವತ್ತು ಇರ್ಲಿಲ್ಲ. ಅವನು ಬಂದೂ ಅಯ್ತು ಅವನಿಗೆ ಮದ್ವೆನೂ ಆಯ್ತು. ಇವಳು ಅವನ ಹಿರಿಯ ಅಕ್ಕ ಹೆಸರು ಮಲ್ಲಿಗೆ' ಅಂತ ಮನೇಲಿ ನಾವು ಮಲ್ಲಿ ಮಲ್ಲಿ ಅಂತ ಕರಿತೀವಿ.

ಅಂಜಿ ಇವಳಿಗೆ ಎಲ್ಲಾ ವಿಷಯ ಹೇಳಿದ್ದಿಯಾ ತಾನೆ? ನಾನೊಂದು ಸಲ ಹೇಳಿದ್ದೀನಿ. ಬೇಕಾರೆ ನೀವೂ ಒಂದ್ಸಲ ಹೇಳಿಬಿಡಿ. ದಿನಕ್ಕೆ ಮೂರು ಹೊತ್ತು ಊಟ ಹಾಕ್ತಾರೆ. ಇರೋಕೆ ಜಾಗ ಕೊಡ್ತಾರೆ. ಸಂಬಳ ಸ್ವಲ್ಪ ಕಡಿಮೆ ಯಾಕೆ ಅಂದ್ರೆ ಊಟ ಹಾಕ್ತರಲ್ಲ ಅದಕ್ಕೆ ಅಂತ ಹೇಳಿದ್ದೀನಿ. ಇಲ್ಲಿ ಕುಡಿಯೋ ಹಂಗಿಲ್ಲ ಅಂತ್ಲೂ ಹೇಳಿದ್ದೀನಿ. ಮಾಂಸ, ಗಿಂಸ ತಿನ್ನಬೇಕು ಅಂದ್ರೆ ವಾರಕ್ಕೆ ಒಂದಿನ ನಮ್ಮನೆಗೆ ಬಂದ್ಬಿಡು ಅಂತಾನೂ ಹೇಳಿದ್ದೀನಿ ಅಂತ ಅಂಜಿ ವರದಿ ಒಪ್ಪಿಸಿದ. ಎಲೆಯಡಿಕೆ ದನ ತಿಂದಂಗೆ ತಿಂತಾಳೆ, ಅದು ಹೆಂಗೂ ನಿಮ್ಮನೇಲಿ ರಾಶಿ ರಾಶಿ ಸಿಗ್ತದಲ್ಲ ಅಂತಲೂ ಸೇರಿಸಿದ.

ನಾನು ಊರಲ್ಲಿ ಆರು ಸಾವಿರ ರೂಪಾಯಿ ಸಾಲ ಮಾಡಿದ್ದೀನಿ. ಅದನ್ನು ಅವ್ರಿಗೆ ವಾಪಾಸು ಕೊಡ್ದೆ ಇಲ್ಲಿಗೆ ಬಂದ್ರೆ ಅವರು ಗಲಾಟೆ ಮಾಡ್ತಾರೆ. ಅವರು ಇಲ್ಲಿಗೆ ಬಂದ್ರೂ ಬರ್ಬೋದು ನೀವು ಅಷ್ಟು ದುಡ್ಡು ಕೊಟ್ರೆ ನಾನು ಇಲ್ಲಿಗೆ ಬರ್ತೀನಿ ಅಂದ್ಲು ಮಲ್ಲಿಗೆ, ಅವಳ ಧ್ವನಿಯಲ್ಲಿ ಗಂಡಸಿನ ಗಡಸುತನ ಇತ್ತು.

ಅವಳನ್ನು ಸರಿಯಾಗಿ ಗಮನಿಸಿದೆ. ಗಟ್ಟಿಯಾದ ಆಳ್ತನ. ಕೆಂಪಗಿದ್ದ ಕಣ್ಣುಗಳು, ಎಲೆಯಡಿಕೆ ತಿಂದೂ ತಿಂದೂ ಕೆಂಪಾಗಿದ್ದ ಹಲ್ಲುಗಳು, ಉಬ್ಬಿ ನಿಂತಿದ್ದ ಎದೆ, ಯಾಕೋ ನನ್ನ ಮೈ ಬಿಸಿಯಾಗಲಾರಂಭಿಸಿತು. ನಾನು ದೃಷ್ಟಿ ಹೊರಳಿಸಿದೆ. ಅಪ್ಪನ ಕಡೆ ನೋಡಿದೆ. ಅವರು ಯಾವುದೋ ಲೆಕ್ಕಾಚಾರದಲ್ಲಿ ಇದ್ದಂತೆ ಕಂಡ್ರು.

ಆರು ಸಾವಿರ ಅಂಜಿಯ ಗ್ಯಾರಂಟಿಯ ಮೇಲೆ ಕೊಡ್ಬೋದು. ಪ್ರತಿವಾರದ ಸಂಬಳದಲ್ಲಿ ಅರ್ಧ ದುಡ್ಡು ವಾಪಾಸು ಮಾಡ್ಬೇಕು. ಈಗ ಇಲ್ಲಿ ಹೆಣ್ಣಾಳಿಗೆ ದಿನಕ್ಕೆ ಎಷ್ಟು ಕೂಲಿ ಅಂಜಿ ಅಂತ ಅಂಜಿಯನ್ನು ಕೇಳಿದ್ರು.

ನೂರು ರೂಪಾಯಿ.

ನೂರು ರೂಪಾಯಿಯಲ್ಲಿ ದಿನಕ್ಕೆ ಊಟದ ಖರ್ಚು ಅಂತ ಹತ್ತು ರೂಪಾಯಿ ತೆಗಿ. ಅಲ್ಲಿಗೆ ತೊಂಬತ್ತು ರೂಪಾಯಿ. ವಾರಕ್ಕೆ ಐನೂರಾ ಅರವತ್ತು. ಐನೂರಾ ಅರವತ್ತರಲ್ಲಿ ಇನ್ನೂರಾ ಅರವತ್ತು ಅವಳಿಗೆ ಇನ್ನು ಮುನ್ನೂರು ರೂಪಾಯಿ, ನನ್ನ ಸಾಲಕ್ಕೆ ವಜಾ ಅಲ್ಲಿಗೆ ಇಪ್ಪತ್ತು ವಾರಕ್ಕೆ ಇವಳ ಸಾಲ ಎಲ್ಲಾ ಮುಗಿತದೆ ಅಲ್ಲಿ ತಂಕ ಅವಳು ಬೇರೆ ಕಡೆ ಕೆಲಸಕ್ಕೆ ಹೋಗಬಾರದು. ಇಲ್ಲೇ ಕೊಟ್ಟಿಗೆ ಪಕ್ಕ ಇರೋ ರೂಮಲ್ಲಿ ಅವಳು ಇರ್‍ಲಿ. ಅದಕ್ಕೇನು ಬಾಡಿಗೆ ಬೇಡ, ಬಚ್ಚಲು, ಕಕ್ಕಸ್ಸು ಅಂತ ತಕ್ಷಣಕ್ಕೆ ಇಲ್ಲ. ಬೇಕಾರೆ ಅವಳು ಅಂಜಿ ಮನೆಯಲ್ಲೇ ಇರ್‍ಲಿ.

ಬೇಡ ಅಯ್ಯ, ನಾನು ಇಲ್ಲೇ ಇರ್‍ತೀನಿ. ತೆಂಗಿನ ಸೋಗೇಲಿ ಒಂದು ಬಚ್ಚಲು ಅಂತ ಮಾಡ್ಕೊತೀನಿ. ಕಕ್ಕಸ್ಸು ಆಮೇಲೆ ಯೋಚ್ನೆ ಮಾಡನ, ಮಳೆಗಾಲದಲ್ಲಿ ಹೊರಗಡೆ ಸ್ವಲ್ಪ ಕಷ್ಟ ಅಂದ್ಲು ಮಲ್ಲಿಗೆ.

ಹಂಗಾರೆ ನೀನು ಯಾವತ್ತಿಂದ ಬತ್ತಿಯಾ, ನೀನು ಬಂದ ಮ್ಯಾಲೆ ಹಸ ತರೋದು, ಅಲ್ಲಿ ಊರಲ್ಲಿ ಒಂದು ಜನತಾ ಮನೇಲಿ ಇದ್ದೀನಿ. ಅದ್ನ ಯಾರಿಗಾದರೂ ಬಾಡಿಗೆಗೆ ಕೊಡ್ಬೇಕು. ನನ್ನ ತಮ್ಮಂಗೆ ಹೇಳಿದ್ರೆ ಅವನೇ ಅದ್ನ ನೋಡ್ಕೋತಾನೆ, ಸಾಲ ತೀರಿಸೋದು, ಬಟ್ಟೆ ಬರೆ ತರೋದು ಅಷ್ಟೇಯ, ಬೇಕಾದ್ರೆ ನಾಳೆ ಹೋಗಿ ಎರಡು ದಿನ ಬಿಟ್ಟೇ ಬಾ. ಈಗ ಮನೇಲಿ ದುಡ್ಡಿಲ್ಲ, ನಾಳೆ ಮಧ್ಯಾಹ್ನ ಬಾ ದುಡ್ಡು ಕೊಡ್ತೀನಿ, ನೀನು ನಾಡಿದ್ದು ಊರಿಗೆ ಹೋಗಿ ಎರಡು ದಿನ ಬಿಟ್ಟೇ ಬಾ. ಈಗೇನು ಕಾಫಿ, ಗೀಫಿ ಬೇಕೇನೋ ಅಂಜಿ.

ಕಾಫಿನೂ ಬೇಕು. ಎಲೆಯಡಿಕೆನೂ ಬೇಕು. ಇವಳು ಬಂದವಳೆ ಸ್ವಲ್ಪ ಖರ್ಚಿಗೂ ಬೇಕು ಅಂತ ಅಂಜಿ ಹಲ್ಲು ಗಿಂಜಿದ.

ಮೊದ್ಲು ಕಾಫಿ ಕುಡಿ, ಆಮೇಲೆ ಖರ್ಚಿಂದು, ನಿಂಗೆ ದುಡ್ಡು ಕೊಟ್ರೆ ಅದು ವಾಪಾಸು ಬರೋದಿಲ್ಲ ಬಿಡು ಅಂತ ಅಪ್ಪ ಒಳಗಡೆಗೆ ಹೋದರು.

ಚಿಕ್ಕ ಅಯ್ಯನಿಗೆ ಹಸು ಸಾಕೋದು ಇಷ್ಟ ಇಲ್ಲ. ಅವರು ಬೇಡ ಅಂದ್ರೂ ದೊಡ್ಡ ಅಯ್ಯ ಕೇಳ್ತಾ ಇಲ್ಲ. ಇವರು ಓಡೋದ್ರಲ್ಲಿ ದೇಶಕ್ಕೆ ಮೊದಲು ಗೊತ್ತಾ ಅಂತ ಅಂಜಿ ನನ್ನ ಕಡೆ ತೋರಿಸಿ ಅವಳಿಗೆ ಪರಿಚಯಿಸಿದ. ಅವಳು ಪರಿಚಯದ ನಗೆ ಬೀರಿದಳು. ಅದೊಂದು ರೀತಿಯ ಮಾದಕ ನಗು. ನಾನು ಉತ್ತೇಜಿತನಾದೆ. ಅದು ಅವಳಿಗೆ ಗೊತ್ತಾಗದಂತೆ ನಟಿಸಿದೆ. ಅವಳಿಗೆ ಇವೆಲ್ಲಾ ತಕ್ಷಣ ಅರ್ಥವಾಗುತ್ತದೆ ಅಂತ ಕಾಣ್ತದೆ. ಅವಳು ಅಂಜಿಗೆ ಕಾಣದಂತೆ ತುಟಿಯನ್ನು ಕಚ್ಚಿಕೊಂಡಳು. ನಾನು ಒಲ್ಲದ ಮನಸ್ಸಿನಿಂದ ಒಳಗಡೆ ಹೋದೆ. ಅತ್ತ ಕಡೆಯಿಂದ ಅಪ್ಪ ತಟ್ಟೆಯಲ್ಲಿ ಎರಡು ಗ್ಲಾಸ್ ಕಾಫಿ, ಅಂಜಿಗೆ ಕೊಡಲು ಹಣ ತಂದರು.

ಅಪ್ಪ ಯಾವ ಬ್ಯಾಂಕಿನಲ್ಲೂ ಹಣ ಇಟ್ಟವರಲ್ಲ, ಯಾರ ಹತ್ತಿರವೂ ಹಣದ ವ್ಯವಹಾರ ಇಟ್ಟುಕೊಂಡವರು ಅಲ್ಲ, ಯಾರಾದರೂ ಸಾವಿರ ರೂಪಾಯಿ ಮೇಲೆ ಹಣ ಕೇಳಿದರೆ ನಾಳೆ ಸಂಜೆ ಬಾ ಈಗ ದುಡ್ಡು ಇಲ್ಲ ಅಂತಾ ಇದ್ದರು. ಅವರ ಗೋದ್ರೇಜ್ ಬೀರೇ ಅವರ ಬ್ಯಾಂಕ್, ನಾಳೆ ಕೊಡುವ ಹಣ ಇವತ್ತು ಕೊಟ್ಟರೆ ಏನಾಗುತ್ತೆ ಅಂತ ಕೇಳಿಯೇ ಬಿಟ್ಟೆ. ಮನೇಲಿ ದುಡ್ಡಿದೆ ಅಂತ ಹೊರಗಿನ ಜನರಿಗೆ ಗೊತ್ತಾಗಬಾರದು. ಅವರೇನು ಬಂದು ನಾಳೆ ನಾನು ಎಲ್ಲಿ ಹೋಗಿ ದುಡ್ಡು ತರ್ತೀನಿ ಅಂತ ನನ್ನ ಹಿಂದೆ ಬರ್ತಾರ ಬರೋದಿಲ್ಲವಲ್ಲ ಎಲ್ಲಿಂದಲೋ ತಂದು ಕೊಡ್ತಾರೆ ಅಂತ ಅನ್ಕೋತಾರೆ. ಜೇಬಲ್ಲಿ ಹಣ ಇರ್ಲಿ ಅಥವಾ ಇಲ್ದೇ ಹೋಗ್ಲಿ ಮನುಷ್ಯ ಯಾವಾಗ್ಲೂ ಒಂದೇ ರೀತಿ ಇರ್ಬೇಕು. ನಾವು ಉಪವಾಸ ಇದ್ದರೂ, ಮೃಷ್ಟಾನ್ನ ತಿಂದರೂ ಹೊರಗಿನ ಜಗತ್ತಿಗೆ ಗೊತ್ತಾಗಬಾರದು ಮನುಷ್ಯ ಹಂಗೆ ಬದುಕ್ಬೇಕು. ಇಲ್ಲಿದೆ ನೋಡು ನನ್ನ ಬ್ಯಾಂಕು ಅಂತ ಜನಿವಾರಕ್ಕೆ ಕಟ್ಟಿಕೊಂಡಿದ್ದ ಕೀ ತೋರಿಸಿದ್ರು.

ಅಪ್ಪ, ನೀವು ನನಗೆ ಜನಿವಾರನೇ ಹಾಕಿಲ್ಲ ಯಾಕೆ ಅಂದೆ.

ಸಡಿಲವಾಗಿದ್ದ ಅವರ ಮುಖ ಬಿಗುವಾಯಿತು. ಈ ಪ್ರಶ್ನೆ ಕೇಳಿದವನು ನೀನೇನಾ ಅನ್ನುವಂತೆ ನನ್ನ ಕಡೆ ನೋಡಿದ್ರು.

ಜನಿವಾರ ನಿಜವಾಗ್ಲೂ ಹಾಕೋಬೇಕಾ ಅಂತ ಕೇಳಿದರು.

ನೀವು ಹಾಕ್ಕೋ ಅಂದ್ರೆ ಹಾಕೋತಿನಿ, ಬೇಡ ಅಂದ್ರೆ ಬೇಡ ಬಿಡಿ. ನಿಮ್ಮಿಷ್ಟ ಅಂದೆ.

ಇಷ್ಟು ದಿನ ಇದರ ಬಗ್ಗೆ ಯೋಚ್ನೆ ಮಾಡಿಲ್ಲ. ಈಗ ನೀನು ಯೋಚ್ನೆ ಮಾಡೋ ಹಂಗೆ ಮಾಡಿದೆ, ಎಲ್ಲದಕ್ಕೂ ಕಾಲ ಅಂತ ಒಂದಿರುತ್ತೆ. ಅಂದು ಅವರು ಮಾತು ಮುಗಿಸಿದರು.

ಮಾರನೇ ದಿನ ನಾಲ್ಕು ಗಂಟೆಯ ಹೊತ್ತಿಗೆ ನಾನು ಸೈಕಲ್ ಹತ್ತಿ ಹೊರಟಿದ್ದೆ. ಎಲ್ಲಿಗೆ ಅಂತ ಗೊತ್ತಿಲ್ಲ. ಮನೆಯಲ್ಲಿ ಕುಳಿತು, ಕುಳಿತು ಬೇಸರ ಆಗ್ತಾ ಇತ್ತು. ಸುಮ್ಮನೆ ಮನಸ್ಸು ಬಂದ ಕಡೆ ಒಂದರ್ಧ ಗಂಟೆ ಸೈಕಲ್ ಹೊಡೆಯುವುದು ಅಂತ ಹೊರಟಿದ್ದೆ. ಎದುರಿನಲ್ಲಿ ಮಲ್ಲಿಗೆಯೂ ಅಂಜಿಯೂ ಬರುತ್ತಾ ಇದ್ದದ್ದು ಕಂಡಿತು. ಅವಳ ಕಂಡ್ರೆ ಒಂಥರಾ ಆಗುತ್ತಿದ್ದ ಕಾರಣ ನಾನು ಅಲ್ಲಿ ಇರುವುದು ಬೇಡ ಎಂದು ಸೈಕಲ್ ಏರಿದೆ.

ಚಿಕ್ಕಯ್ಯ ದೂರ ಹೊರಟ್ರಿ ಅಂದ ಅಂಜಿ.

ಚಿಕ್ಕಯ್ಯನಿಗೆ ಬೇಸರ ಆಗೋದಿಲ್ವ, ಅದಕ್ಕೆ ಒಂದು ರೌಂಡ್ ಹೋಗಿ ಬರ್ತಾರೆ ಅಂತ ನನ್ನ ಪರವಾಗಿ ಮಲ್ಲಿಗೆ ಉತ್ತರ ಕೊಟ್ಟಳು. ನಾನು ಹೌದು ಅನ್ನುವಂತೆ ತಲೆಯಾಡಿಸಿ ಮುಂದೆ ಸಾಗಿದೆ. ಒಂದೆರಡು ಕಿ.ಮೀ. ಸೈಕಲ್

ತುಳಿದು ಮನೆಗೆ ಬಂದೆ. ನಾಳೆ ಸುಂಟಿಕೊಪ್ಪಕ್ಕೆ ಹೋಗಿ ಆರು ಜಿಂಕ್ ಶೀಟ್ ತಕ್ಕೊಂಡು ಬಾ ಅಂದ್ರು ಅಪ್ಪ ಯಾಕಪ್ಪ ಅದು ಅಂದೆ ಅವಳು ಬರ್ತ್ತಾಳೆ, ಹೆಂಗಸರ ಮೈ ನೋಡಬಾರದು ಅದರಲ್ಲೂ ಬರೀ ಮೈ ನೋಡಬಾರದು. ಅವಳೇನೋ ತೆಂಗಿನ ಗರಿಲಿ ಬಚ್ಚಲು ಮಾಡ್ಕೊತೀನಿ ಅಂತಾಳೆ, ಅದು ಒಳ್ಳೇದಲ್ಲ. ಜಿಂಕ್‌ಶೀಟ್ ಹಾಕಿ ಒಂದು ಬಚ್ಚಲ ಮನೆ ಕಟ್ಟೋದೇ ವಾಸಿ, ಇವತ್ತಲ್ಲ ನಾಳೆ, ಇವಳಿಗಲ್ಲ ಬೇರೆಯವರಿಗೆ ಒಂದು ಬಚ್ಚಲು ಮನೆ ಬೇಕೇ ಬೇಕಲ್ಲ ಅಂದ್ರು.

ಮತ್ತೆ ಕಕ್ಕಸ್ಸು.

ನಮ್ಮನೆ ಕಕ್ಕಸ್ಸಿಗೆ ಏನಾಗಿದೆ ರೋಗ, ಅದರಲ್ಲಿ ಅವಳೂ ಹೋಗ್ತಾಳೆ, ಹೆಂಗೂ ಅದು ಮನೆ ಒಳಗಡೆ ಇಲ್ಲ. ಹೊರಗಡೆ ತಾನೇ ಇರೋದು ರಾತ್ರಿ ಹೊತ್ತು ಬೇಕಾದ್ರೂ ಅವಳು ಅದನ್ನು ಉಪಯೋಗಿಸಬಹುದು. ಮನೆ ಒಳಗಡೆ ಇದ್ದಿದ್ರೇ. ರಾತ್ರಿ ಅವಳಿಗೆ ಅವಸರ ಆದ್ರೆ ಏನ್ ಮಾಡೋದಪ್ಪ ಅಂತ ಯೋಚ್ನೆ ಮಾಡಬೇಕಿತ್ತು. ಈಗ ಹಂಗೇನಿಲ್ಲ. ಮಲ್ಲಿಗೆ ಇನ್ಮೇಲೆ ಮನೆಯ ಕಸ ಕೂಡ ಗುಡಿಸ್ತಾಳೆ, ದೇವರ ಕೋಣೆ, ಅಡುಗೆ ಮನೆ ಬಿಟ್ರೆ ಬೇರೆ ಎಲ್ಲಾ ಕಡೆ ಅವಳು ಓಡಾಡೊದರಿಂದ ಅವಳು ನಮ್ಮನೆಯ ಕಕ್ಕಸ್ಸು ಉಪಯೋಗಿಸುವುದು ತಪ್ಪು ಅಂತ ನನಗೇನು ಅನಿಸಲಿಲ್ಲ. ಅಪ್ಪ, ಅವಳು ನಮ್ಮನೆ ಬಚ್ಚಲು ಮನೆಯಲ್ಲೇ ಸ್ನಾನ ಮಾಡ್ಲಿ ಬಿಡಿ.

ತಲೆಹರಟೆ ಅದು ಬೇರೆ ಇದು ಬೇರೆ. ಅವಳಿಗೆ ಅವಳದ್ದೇ ಒಂದು ಮನೆ ಅಂತ ಇರ್ಬೇಕು. ಆಗ್ಲೆ ಅವರಿಗೂ ನಮಗೂ ಮರ್ಯಾದೆ. ನೀನು ಇತ್ತೀಚೆಗೆ ನನ್ನ ಹತ್ರ ತುಂಬಾ ಮಾತಾಡ್ತ ಇದ್ದೀಯಾ. ಯಾವತ್ತೂ ಅಪ್ಪನ ಹತ್ರ ಮಕ್ಕಳು ತುಂಬಾ ಮಾತು ಆಡಬಾರದು ಅಪ್ಪ, ಅಪ್ಪನಂಗೆ ಇರ್ಬೇಕು. ಮಗ ಮಗನಂಗೆ ಇರ್ಬೇಕು ಅಂತ ಸಿಡುಕಿದರು.

ನನಗೆ ಸನ್ಮಾನ ಆದ ದಿನದಿಂದ ನಾನು ಅಪ್ಪನ ಹತ್ತಿರ ಸ್ವಲ್ಪ ಸಲುಗೆಯಿಂದ ಇರಲು ಶುರು ಮಾಡಿದ್ದೆ. ಮೊದ್ಲು ಅಪ್ಪ ಅಂದ್ರೆ ಭಯ ಇತ್ತು. ಯಾವಾಗ ಅಪ್ಪ ನನ್ನ ಸನ್ಮಾನದ ದಿನ ಭಾಷಣ ಮಾಡಿದ್ರೋ ಅವತ್ತಿಂದ ಅಪ್ಪ ಅಂದ್ರೆ ಭಯ ಕಡಿಮೆಯಾಗಿತ್ತು. ಕೆಲವು ಪ್ರಶ್ನೆಗಳನ್ನು ಅಪ್ಪನಿಗೆ ಹಾಕ್ಬೇಕು ಅಂತ ಅನಿಸಿದರೂ ಅವರಿಗೆ ಎಲ್ಲಿ ಸಿಟ್ಟು ಬರ್ತದೋ ಅಂತ ಸುಮ್ಮನೆ ಇರ್ತಾ ಇದ್ದೆ. ಇವತ್ತು ಅಪ್ಪ, ಅಪ್ಪನ ಹಾಗೆ ಮಗ ಮಗನ ಹಾಗೆ ಇರ್ಬೇಕು ಅಂತ ಹೇಳಿದರು. ಇನ್ಮುಂದೆ ಮಾತು ಕಡಿಮೆ ಮಾಡೋದೇ ಒಳ್ಳೆಯದು ಅಂತ ಅನಿಸಿತು. ಸುಂಟಿಕೊಪ್ಪದಿಂದ ಆರು ಜಿಂಕ್ ಶೀಟ್ ತಂದೆ. ಅಪ್ಪ ಅಂಜಿಯನ್ನು ಕರಿ ಅಂದ್ರು ಹೋಗಿ ಕರೆದೆ ಇವತ್ತು ಆಗೋದಿಲ್ಲ ನಾಳೆ ಬರ್ತೀನಿ ಅಂದ ಮಾರನೇ ದಿನ ಸಂಜೆ ಬಂದವನು ಅರ್ಧ ಗಂಟೆಯಲ್ಲಿ ಬಚ್ಚಲು ಮನೆ ರೆಡಿ ಮಾಡಿದ.

ಕೆಳಗಡೆಗೆ ಬಂದು ಹಾಸುಗಲ್ಲು ಹಾಕಿದ್ರೆ ಮುಗೀತು ಅಯ್ಯ ಅವಳ ಬಚ್ಚಲ ಮನೆ ರೆಡಿ ಅಂದ.

ಮಲ್ಲಿಗೆ ಬಂದಳು. ಒಂದು ಟ್ರಂಕ್ ಅಂತದ್ದು ಜೊತೆಯಲ್ಲಿ ತಂದಿದ್ದಳು. ಅವಳಿಗೆ ನಿಗದಿಯಾಗಿದ್ದ ಕೋಣೆಗೆ ಸಾರಣೆ ಆಗಿರಲಿಲ್ಲ. ನೆಲಕ್ಕೂ ಸಾರಣೆ ಆಗಿರಲಿಲ್ಲ. ಇದರ ಮೇಲೆ ಮಲಗೋದು ಕಷ್ಟ ಅಂದಳು. ಐದಾರು ಗೋಣಿಚೀಲ ಇದ್ದರೆ ಕೊಡಿ. ಒಂದು ಚಾಪೆ ಇದ್ದರೆ ಕೊಡಿ. ಒಂದು ಪೊರಕೆ ಇದ್ದರೆ ಕೊಡಿ. ನೀರು ಇಟ್ಕೊಳಕ್ಕೆ ಒಂದು ಬಿಂದಿಗೆ ಕೊಡಿ. ಒಂದು ಗ್ಲಾಸ್ ಕೊಡಿ. ತಲೆಗೆ ಎಣ್ಣೆ ಹಾಕಲು ಒಂದು ಬಾಟ್ಲು ಕೊಬ್ಬರಿ ಎಣ್ಣೆ ಇದ್ರೆ ಕೊಡಿ. ಹಳೆ ರಗ್ ಇದ್ದರೆ ಕೊಡಿ ಅಂತ ಶುರು ಮಾಡಿದಳು.

ಹಂಗಾರೆ ನೀನು ಏನ್ ತಂದಿದ್ದೀಯಾ ಅಪ್ಪ ಕೇಳಿದರು ಟ್ರಂಕ್ ಅಲ್ಲಿ ನನ್ನ ಬಟ್ಟೆ ಮಾತ್ರ ತಂದಿದ್ದೀನಿ ಅಂದ್ಲು.

ನೀನೇನು ತೀರ್ಥಯಾತ್ರೆ ಮಾಡೋಕೆ ಬಂದಿದ್ದೀಯಾ, ಇಲ್ಲ, ಇಲ್ಲಿ ಕೆಲಸಕ್ಕೆ ಬಂದಿದ್ದೀಯೋ ಅಂತ ರೇಗಿದ ಅಪ್ಪ. ಅವಳೇನು ಕೇಳ್ತಾಳೋ ಅದ್ನ ಕೊಡು. ದರಿದ್ರದೋಳು, ಏನೂ ತಂದಿಲ್ಲ. ಕೈಬೀಸ್ಕೊಂಡು ಬಂದಿದ್ದಾಳೆ ಅಂತ ಅಪ್ಪ ಅವಳ ಮೇಲೆ ರೇಗುತ್ತಾ ನನಗೆ ಹೇಳಿದ್ರು.

ಚಿಕ್ಕ ಅಯ್ಯ ಇಲ್ಲಿಗೆ ಕರೆಂಟು ಇಲ್ಲ. ಅಂತ ರಾಗ ತೆಗೆದಳು.

ಕೊಟ್ಟಿಗೆಗೆ ಕರೆಂಟು ಇರಲಿಲ್ಲ. ನಮಗೆ ಅದು ಬೇಕಾಗಿಯೂ ಇರಲಿಲ್ಲ. ಇದ್ದಿದ್ದು ಒಂದು ಹಸು ಮತ್ತು ಕರು. ಸಂಜೆ, ಹಾಲು ಕರೆದು ಹುಲ್ಲು ಹಾಕಿ ಬಂದರೆ ಬೆಳಗಿನ ತನಕ ನಾವು ಅಲ್ಲಿಗೆ ಹೋಗುತ್ತಲೇ ಇರಲಿಲ್ಲ. ಹಸು ಗಬ್ಬವಾಗಿ ಅದು ರಾತ್ರಿ ಕರು ಹಾಕ್ತದೆ ಅಂತ ಅನುಮಾನ ಇದ್ರೆ ಅಂಜಿ ಲಾಟೀನು ಇಟ್ಕೊಂಡು ಈ ಕೋಣೆಯಲ್ಲೇ ಮಲಗ್ತಾ ಇದ್ದ.

ಹೌದು ಇಲ್ಲಿಗೆ ಕರೆಂಟ್ ಇಲ್ಲ. ಲಾಟೀನು ಕೊಡ್ತೀನಿ ಅಂದೆ.

ನಂಗೇ ಕರೆಂಟ್ ಅಭ್ಯಾಸ.

ಇನ್ನು ಮೇಲೆ ಮಳೆಗಾಲ ಶುರು ಆಗ್ತದೆ. ಆಗ ಕರೆಂಟು ಇದ್ರೂ ಒಂದೇ ಇಲ್ದೆ ಹೋದ್ರೂ ಒಂದೇ. ವಾರಗಟ್ಟಲೆ ಕರೆಂಟು ಇರೋದಿಲ್ಲ. ನಮ್ಗೂ ಆಗ ಲಾಟೀನೇ ಗತಿ. ಅಲ್ಲಿಗೆ ಕರೆಂಟ್ ಯಾಕೆ ನೀನೇನು ಓದ್ಬೇಕಾ ಬರಿಬೇಕಾ ಅಂತ ರೇಗುವ ಧ್ವನಿಯಲ್ಲಿ ಕೇಳಿದೆ.

ಇಲ್ಲಿ ಅಯ್ಯನಿಗೂ ಸಿಟ್ಟು, ಚಿಕ್ಕಯ್ಯನಿಗೂ ಸಿಟ್ಟು, ನಂಗೆ ಇದು ಹೊಸ ಜಾಗ, ಹಿಂಗಾಗಿ ಒಂದೆರಡು ದಿನ ಭಯ ಆಯ್ತದೆ, ಕರೆಂಟ್ ಇದ್ರೆ ಅಷ್ಟು ಭಯ ಇರಾಕಿಲ್ಲ ಅದ್ಕೆ ಕೇಳ್ದೆ ಬಿಡಿ, ನಮ್ಮನೇಲಿ ಬಲ್ಬು ಅದೆ. ಕರೆಂಟು ಇಲ್ಲ, ದುಡ್ಡು ಕಟ್ಟಿಲ್ಲ ಅಂತ ಫೀಜು ಕಿತ್ಕೊಂಡು ಹೋಗಿ ಆರೇಳು ವರ್ಷ ಆಯ್ತು ಅಂತ ನಕ್ಕಳು.

ನಾನೂ ನಕ್ಕೆ. ನಾನು ನಕ್ಕಿದ್ದು ಅವಳಿಗೆ ಸ್ವಲ್ಪ ಸಮಾಧಾನ ತಂದಿರಬಹುದು. ದೊಡ್ಡ ಆಯ್ಯನಷ್ಟು ಚಿಕ್ಕ ಅಯ್ಯ ಸಿಡುಕ ಅಲ್ಲ ಅಂತ ಅವಳಿಗೆ ಸಮಾಧಾನ ಆಗಿರಬಹುದು. ಆಯ್ತು ಬಿಡಿ, ಕತ್ತಲಾದ ಮೇಲೆ ಲಾಟೀನು ಕೊಡಿ ಅಂದಳು. ಇಷ್ಟೆಲ್ಲಾ ಆಗುವಾಗ ಸಂಜೆ ಐದು ಗಂಟೆಯಾಗಿತ್ತು. ಅಪ್ಪ ಅವಳಿಗೆ ಕಾಫಿ ಕೊಟ್ಟು ಅವಳು ಕುಡಿದಾದ ನಂತರ ಭಾರ್ಗವ ಇವಳಿಗೆ ನಮ್ಮ ತೋಟ ಗದ್ದೆ ತೋರಿಸ್ಕೊಂಡು ಬಾ ಅಂದ್ರು.

ನಾನು ಅವಳ ಜೊತೆ ಹೊರಟೆ, ಮನೆ ಮನೆಯ ಪಕ್ಕದಲ್ಲೇ ಎರಡು ಎಕರೆ ತೋಟ, ಆದರ ಪಕ್ಕದಲ್ಲಿ ಇದ್ದ ಹಳ್ಳದ ಗದ್ದೆ, ಮನೆಯ ಮುಂದೆ ಇದ್ದ ಮಣ್ಣಿನ ರಸ್ತೆಯಲ್ಲಿ ಒಂದು ಫಾರ್ಲಾಂಗು ನಡೆದರೆ ತೋಡು ಸಿಗುತ್ತಿತ್ತು. ಇವೆಲ್ಲವನ್ನು ಅವಳಿಗೆ ತೋರಿಸಿಕೊಂಡು ಬರುವಾಗ ಅವಳು ಚಿಕ್ಕ ಅಯ್ಯನಿಗೆ ವಯಸ್ಸೆಷ್ಟು ಅಂತ ಕೇಳಿದಳು.

ನಾನು ಹದಿನೆಂಟು ತುಂಬಿ ಹತ್ತೊಂಬತ್ತು ಅಂದೆ.

ದೊಡ್ಡ ಅಯ್ಯನಿಗೆ?

ಅವರಿಗೆ ಐವತ್ತೆರಡೋ ಐವತ್ನಾಕೋ ಇರ್ಬೋದು. ಯಾಕೆ ಅಂದೆ. ಅಲ್ಲ ನಂಗೆ ಈಗ ಮೂವತ್ತಾರು. ಆಂದ್ರೆ ನೀವು ನನಗಿಂತ ಹದಿನೆಂಟು ವರ್ಷ ಚಿಕ್ಕೋರು, ದೊಡ್ಡ ಅಯ್ಯ ನನಗಿಂತ ಹದಿನೆಂಟು ವರ್ಷ ದೊಡ್ಡೋರು, ಬೇಸರ ಮಾಡ್ಕೊಬೇಡಿ, ಅಯ್ಯನಿಗೆ ಬೀಡಿ, ಸಿಗರೇಟು, ಕುಡಿಯೋ ಚಟ ಉಂಟಾ

ಅವೆಲ್ಲಾ ನಿಂಗ್ಯಾಕೆ ನನಗೆ ಯಾವ ಚಟನೂ ಇಲ್ಲ.

ನಂಗೆ ವಾರಕ್ಕೆ ಒಂದಿನ ಆದ್ರೂ ಕುಡಿಲೇಬೇಕು ಅಯ್ಯ, ಇದ್ನ ದೊಡ್ಡ ಅಯ್ಯನ ಹತ್ತಿರ ಹೆಂಗೆ ಹೇಳೋದು. ನಿಜ ಹೇಳಬೇಕು ಅಂದ್ರೆ ನಂಗೆ ದಿನಾ ಕುಡಿಯೋಕೆ ಬೇಕು, ಕುಡಿದೇ ಇದ್ರೆ ನಿದ್ರೆ ಬರೋದಿಲ್ಲ. ಇದನ್ನೆಲ್ಲಾ ದೊಡ್ಡ ಅಯ್ಯನ ಮುಂದೆ ಹೇಳಕೆ ಆಯ್ತದಾ ಅದ್ಕೆ ನಿಮ್ಮನ್ನ ಕೇಳಿದೆ. ನೀವು ಪ್ಯಾಟೆಗೆ ಹೋದಾಗ ತಂದುಕೊಡಿ. ನಾನು ದಿನಾ ಸ್ವಲ್ಪ ಹಾಕೋತಿನಿ, ದೊಡ್ಡ ಅಯ್ಯನಿಗೆ ಇದನ್ನ ಹೇಳಿದ್ರೆ ಅವರು ನೀನು ಕೆಲಸಕ್ಕೆ ಬರೋದೇ ಬೇಡ ಅಂತಾರೆ. ನಂಗೆ ಅರ್ಜೆಂಟಾಗಿ ಸಾಲನೂ ತೀರಿಸಬೇಕಿತ್ತು. ಬಡ್ಡಿ ಕಟ್ಟಿ, ಕಟ್ಟಿ, ಸುಸ್ತಾಗಿದೆ, ನಂಗೆ ಬರೀ ಆರು ಸಾವಿರ ಮಾತ್ರ ಸಾಲ ಅಲ್ಲ. ಇನ್ನು ಇಪ್ಪತ್ತು ಸಾವಿರ ಸಾಲ ಇದೆ. ಇನ್ಮೇಲೆ ಇಪ್ಪತ್ತು ಸಾವಿರಕ್ಕೆ ಬಡ್ಡಿ ಕಟ್ಟಿದ್ರೆ ಆಯ್ತು.

ಬಡ್ಡಿ ಎಷ್ಟು?

ನೂರು ರೂಪಾಯಿಗೆ ತಿಂಗಳಿಗೆ ಐದು ರೂಪಾಯಿ.

ಅಂದ್ರೆ ಇಪ್ಪತ್ ಸಾವಿರಕ್ಕೆ ತಿಂಗಳಿಗೆ ಒಂದು ಸಾವಿರ. ಅಂದ್ರೆ ಒಂದು ವರ್ಷಕ್ಕೆ ಹನ್ನೆರಡು ಸಾವ್ರ. ಇಷ್ಟೊಂದು ಸಾಲ ಯಾಕೆ ಮಾಡಿದೆ.

ಮನೇಲಿ ಏನೋ ತಾಪತ್ರಯ ಇತ್ತು.

ಅರ್ಧಗಂಟೆಯ ತನಕ ಇವಳಿಗೆ ತೋಟ, ಗದ್ದೆ, ತೋಡು ಎಲ್ಲಾ ತೋರಿಸ್ಕೊಂಡು ಬಂದೆ. ಇವಳ ಬಗ್ಗೆ ನನಗೆ ಸಹಾನುಭೂತಿಯೂ ಉಂಟಾಗಲಾರಂಭಿಸಿತ್ತು. ತೋಟದಿಂದ ಬಂದ ಅವಳು ಸೀದಾ ಅವಳ ಕೋಣೆಗೆ ಹೋದಳು.

ಸಂಜೆ ಆರೂವರೆಯ ಸುಮಾರಿಗೆ ಲಾಟೀನು ಹತ್ತಿಸಿಕೊಂಡು ಅವಳಿಗೆ ಕೊಡಲು ಅವಳ ಕೋಣೆಗೆ ಹೋದೆ. ಬಾಗಿಲು ಹಾಕಿರಲಿಲ್ಲ. ಓರೆಯಾಗಿತ್ತು. ಅದನ್ನು ಮೆಲ್ಲನೆ ತಳ್ಳಿ ಒಳಗಡೆ ಹೋದೆ. ಆ ಕೋಣೆಗೆ ಕಿಟಕಿಗಳೇ ಇರಲಿಲ್ಲ. ಸೆಕೆ ತುಂಬಾ ಇತ್ತು. ಅವಳು ಮಲಗಿದ್ದಳು. ಸೆಖೆಯಾದ ಕಾರಣದಿಂದಲೋ ಏನೋ, ಸೆರಗು ತೆಗೆದು ಮಲಗಿದ್ದಳು. ಅವಳ ಉಬ್ಬಿದ ಎದೆ ನೋಡಿ ನಾನು ಪಟ್ಟನೆ ಕೆರಳಿದೆ. ಅವಳನ್ನು ದಿಟ್ಟಿಸಿ ನೋಡಿದೆ. ಇನ್ನಷ್ಟು ಕೆರಳಿದೆ. ಆಕಸ್ಮಿಕವಾಗಿ ಕೆಮ್ಮು ಬಂತು. ಅವಳು ಕಣ್ಣು ಬಿಟ್ಟು ನನ್ನ ನೋಡಿದಳು.

'ಲಾಟೀನು' ಅಂದೆ ಮುಂದೆ ಮಾತು ಹೊರಡಲಿಲ್ಲ.

ಅವಳು ಎದ್ದು ನಿಲ್ಲುವ ಪ್ರಯತ್ನ ಮಾಡುವಾಗ ಎದೆಯ ಸೀಳುಗಳನ್ನು ಕಂಡು ನನ್ನ ಕಾಮನೆಗಳು ಇನ್ನಷ್ಟು ಕೆರಳಿದವು. ಅವಳು ಲಾಟೀನು ತೆಗೆದುಕೊಳ್ಳಲು ಹತ್ತಿರ ಬಂದಳು. ನಾನು ಅದನ್ನು ನೆಲದ ಮೇಲಿಟ್ಟು ಅಲ್ಲಿಂದ ಹೊರಡಬಹುದಿತ್ತು. ಆದರೆ ಗರಬಡಿದವನಂತೆ ನಿಂತೇ ಇದ್ದೆ. ಅವಳು ತೀರಾ ಹತ್ತಿರ ಬಂದಾಗ ನನ್ನಲ್ಲಿ ಸಣ್ಣ ಪ್ರಮಾಣದ ಕಂಪನ ಉಂಟಾಯಿತು. ನನ್ನ ಬಯಕೆಗಳನ್ನು ಅರಿಯಲಾರದಷ್ಟು ಮುಗ್ಧ ಹೆಂಗಸು ಅವಳಲ್ಲ. ಅವಳ ಕಂಗಳಲ್ಲಿಯೂ ಹಸಿವು ಕಾಣಿಸಿಕೊಂಡಿತು.

ಚಿಕ್ಕ ಅಯ್ಯ ನೀವು ನನಗಿಂತ ತುಂಬಾ ಚಿಕ್ಕೋರು, ಹಿಂಗೆ ನನ್ನ ನೋಡಬೇಡಿ ಅಂದಳು.

ನಾನು ಮಾತನಾಡಲಿಲ್ಲ ನಿಂತೇ ಇದ್ದೆ.

ನಾನು ಇವತ್ತು ಬಂದಿದ್ದೀನಿ. ಬೇಕಾದ್ರೆ ಇನ್ನೂ ನಾಲ್ಕು ದಿನ ಕಳೀಲಿ ನೀವೂ ಯೋಚ್ನೆ ಮಾಡಿ.

ನಾನು ಮಾತನಾಡಲಿಲ್ಲ ಕಲ್ಲಿನ ಹಾಗೆ ನಿಂತಿದ್ದೆ.

ಅವಳು ಲಾಟೀನು ನನ್ನ ಕೈಯಿಂದ ಕಿತ್ತು ನೆಲದ ಮೇಲೆ ಇಟ್ಟಳು. ಒಂದು ಸಲ ನನ್ನನ್ನು ಬಲವಾಗಿ ತಬ್ಬಿ ಅಮುಕಿ ಅಷ್ಟೇ ವೇಗವಾಗಿ ದೂರ ಸರಿದಳು.

ಇವತ್ತಿಗೆ ಸಾಕು ಹೋಗಿ ಅನ್ನುತ್ತಾ ನನ್ನನ್ನು ಬಾಗಿಲಿನ ಕಡೆಗೆ ನೂಕಿದಳು. ಬಾಗಿಲಿನಿಂದ ಹೊರಗೆ ನನ್ನನ್ನು ತಳ್ಳಿ, ಬಾಗಿಲು ಹಾಕಿಕೊಂಡಳು. ನಾನು ಯಂತ್ರ ಮಾನವನಂತೆ ಮನೆಗೆ ಬಂದೆ.

ಮಲ್ಲಿಗೂ ಊಟಕ್ಕೆ ಬಾ ಅಂತ ಅಪ್ಪ ಕರೆದರು. ಅವಳು ಬಂದು ನನಗೆ ಒಂದು ತಟ್ಟೆಗೆ ಹಾಕಿ ಕೊಡಿ ನಾನು ರೂಮಲ್ಲೇ ತಿಂತೀನಿ ಅಂದ್ಲು, ನಿನಗೆ ಎಷ್ಟು ಬೇಕು ಅಂತ ಗೊತ್ತಾಗೋದು ಹೆಂಗ ಅಂತ ಅಪ್ಪ ಕೇಳಿದರು. ಸ್ವಲ್ಪ ಜಾಸ್ತಿನೇ ಹಾಕಿ ನನ್ನ ಹೊಟ್ಟೆ ದೊಡ್ಡದು ಅಂತ ತಟ್ಟೆಗೆ ಹಾಕಿಸಿಕೊಂಡು ಹೋಗುವಾಗ ಅಪ್ಪ ಈ ತಟ್ಟೆ ಇನ್ಮೇಲೆ ನಿನ್ನ ಹತ್ರಾನೇ ಇರ್ಲಿ, ಯಾವುದಕ್ಕೆ ನಾಚಿಕೆ ಪಟ್ಟುಕೊಂಡ್ರು, ಹಸಿವಿನ ವಿಚಾರದಲ್ಲಿ ನಾಚಿಕೆ ಇರಬಾರ್ದು. ನಿಂಗೆ ಎಷ್ಟು ಬೇಕೋ ಅಷ್ಟು ಕೇಳು. ಇಲ್ಲಿ ಸಂಜೆ ಏಳೂವರೆ ಎಂಟು ಗಂಟೆಗೆಲ್ಲಾ ಊಟ ಮುಗಿದುಹೋಗಿರುತ್ತೆ. ಅಂದ್ರು.

ಅವಳ್ಯಾಕೋ ಸಪ್ಪಗಿದ್ದಾಳೆ. ಹೊಸ ಜಾಗ ಅಂತ ಇರ್ಬೇಕು. ನೀನು ಮಲಗಿಕೊಳ್ಳೋ ಮುಂಚೆ ಅವಳನ್ನು ಒಂದ್ಸಲ ಮಾತಾಡ್ಸಿ ಏನಾರ ಬೇಕಾ ಅಂತ ಕೇಳಿ ನೋಡು. ಈ ರಜೆಯಲ್ಲಿ ನೀನು ಟಿ.ವಿ. ನೋಡೋದು ಜಾಸ್ತಿಯಾಗಿದೆ. ಇದೇ ಚಟ ಆದ್ರೆ ಒಳ್ಳೇದಲ್ಲ. ಚಟ ಯಾವುದೇ ಆಗಲೀ ಅಂಕಿ ಮೀರಿದರೆ ಆಪತ್ತು, ಬಾ... ಬಾ... ನೀನೂ ಊಟ ಮಾಡು ಅಂತ ಕರೆದರು. ನಾನು ಊಟದ ಶಾಸ್ತ್ರ ಮುಗಿಸಿದೆ.

ತಮ್ಮ ಊಟ ಮುಗಿಸಿದ ಅಪ್ಪ, ಮಲ್ಲಿಗೆ ಅಂತ ಕೂಗಿದರು. ಅವಳು ಅಲ್ಲಿಂದಲೇ ಅಯ್ಯ ಅಂತ ಹೇಳಿದಳು. ಎಲೆಯಡಿಕೆ ಬೇಕಾದ್ರೆ ಬಾ ಅಂದ್ರು. ಅವಳು ಬಂದು ಎಲೆಯಡಿಕೆ ತೆಗೆದುಕೊಂಡು ಹೋಗುವಾಗ ನಿಂಗೆ ಏನಾದ್ರೂ ಬೇಕಾದ್ರೆ ಚಿಕ್ಕ ಅಯ್ಯನ ಕೇಳು. ನಾನು ಮಲಗಿದರೆ ಕುಂಭಕರ್ಣ ಅಂದ್ರು.

ಆಗ್ಲಿ ಅಯ್ಯ ಅನ್ನುತ್ತಾ ಅವಳು ಹೊರಟಳು.

ಒಂದ್ಸಲ ನೀನು ಮಲಗೋ ಮುಂಚೆ ಅವಳನ್ನು ಮಾತಾಡ್ಸಿ ಬಾ ಹೊಸ ಜಾಗ ಅಂತ ಅಪ್ಪ ನನಗೆ ಹೇಳಿದ್ದು ಅವಳಿಗೂ ಕೇಳಿಸಿತು. ಅಪ್ಪನ ಗಂಟಲು ದೊಡ್ಡದು. ಅಪ್ಪ ದೂರದರ್ಶನದ ವಾರ್ತೆ ಬಿಟ್ಟರೆ ಬೇರೆ ವಾರ್ತೆ ನೋಡುತ್ತಿರಲಿಲ್ಲ. ಹೀಗಾಗಿ ಅವರು ಸಂಜೆ 7ರಿಂದ 7:20ರ ತನಕ ಮಾತ್ರ ಟಿ.ವಿ. ನೋಡುತ್ತಿದ್ದರು. ನಾನು ಒಂಬತ್ತು ಅಥವಾ ಅದಕ್ಕಿಂತ ಅರ್ಧಗಂಟೆ ಹೆಚ್ಚು ಟಿ.ವಿ. ನೋಡ್ತಾ ಇದ್ದೆ. ನಂಗೂ ಬೇಗ ನಿದ್ರೆ ಬರ್ತಿತ್ತು. ಅವತ್ತು ಉದ್ದೇಶಪೂರ್ವಕವಾಗಿ ಹತ್ತು ಗಂಟೆಯ ತನಕ ಟಿ.ವಿ. ನೋಡಿದೆ. ಅಪ್ಪನ ಗೊರಕೆಯ ಸದ್ದು ಇವತ್ತು ಯಾಕೋ ಜಾಸ್ತಿಯಾಗಿದೆ ಅಂತ ಅನಿಸಿತು. ಒಂದು ಸಲ ಅಲುಗಾಡಿಸಿ ನೋಡಲೇ ಅಂದುಕೊಂಡೆನಾದರೂ ಅವರು ಎಚ್ಚರವಾಗಿಬಿಟ್ಟರೆ.... ಎಂದು ಸುಮ್ಮನಾದೆ.

ಬಾಗಿಲು ಮುಚ್ಚಿತ್ತು. ಆದರೆ ಬೋಲ್ಟ್ ಹಾಕಿರಲಿಲ್ಲ. ನಾನು ಮೆಲ್ಲನೆ ತಳ್ಳಿದೆ. ಅದು ಕಿರ್ ಅನ್ನುವ ಸದ್ದಿನೊಂದಿಗೆ ತೆರೆದುಕೊಂಡಿತು. ಅವಳು ಲಾಟೀನ್ ಬೆಳಕನ್ನು ಸಣ್ಣದಾಗಿ ಮಾಡಿದ್ದಳು. ನಾನು 'ಮಲ್ಲಿ' ಅಂದೆ. ನನಗೆ

ಅರಿವಿಲ್ಲದಂತೆ ಮಲ್ಲಿಗೆ ಮಲ್ಲಿ ಆಗಿದ್ದಳು. ಅವಳು ನರಳುವ ಧ್ವನಿಯಲ್ಲಿ 'ಏನು' ಅಂದಳು. 'ಏನಾರ ಬೇಕಿತ್ತಾ' ಅಂದೆ 'ಏನೂ ಬೇಡ' ಅಂದಳು. ಹಂಗಾರೆ ನಾನು ಹೋಗ್ಲ ಅಂದೆ. 'ನಿಮ್ಮಿಷ್ಟ' ಅಂದಳು. ನಾನು ಸುಮ್ಮನೆ ನಿಂತುಕೊಂಡೆ.

ದೊಡ್ಡ ಅಯ್ಯ ಅಂದಳು.

ಅವರು ಮಲಗಿದ್ದಾರೆ ಅಂದೆ.

ಅವರು ಎದ್ದು ಬಂದ್ರೆ.

ಅವರು ಇನ್ನು ಬೆಳಿಗ್ಗೆ ನಾಲ್ಕೂವರೆ ತನಕ ಏಳೋದಿಲ್ಲ.

ನಿಮ್ಗೆ ಇವತ್ತೇ ಆಗಬೇಕಾ?

ನಾನು ಮಾತನಾಡಲಿಲ್ಲ. ಒಂದೆರಡು ನಿಮಿಷದ ನಂತರ ಅವಳು ಬಾ ಅನ್ನುವಂತೆ ಕೈ ಸನ್ನೆ ಮಾಡಿ ಕರೆದಳು. ನಾನು ಹತ್ತಿರ ಹೋದೆ. ನನಗೆ ಅವಳು ಕುಡಿದಿರುವುದು ಸ್ಪಷ್ಟವಾಗಿ ಗೊತ್ತಾಯಿತು. ಈ ವಾಸನೆ ನನಗೆ ಪರಿಚಿತ ವಾಸನೆ.

ಅರೆ ಎಲ್ಲಿ ಸಿಗ್ತು. ಇದು ಅಂದೆ.

ನಾನು ಬರೋವಾಗ ತಂದಿದ್ದೆ. ಇನ್ನೊಂದು ಐದಾರು ದಿವಸಕ್ಕೆ ಆಗುವಷ್ಟು ಇದೆ. ಅನ್ನುತ್ತಾ ನನ್ನ ಕೈ ಹಿಡಿದು ಎಳೆದುಕೊಂಡಳು. ಲಂಗ ಬಿಟ್ಟು ಅವಳ ಮೈಮೇಲೆ ಬೇರೆ ಉಡುಪು ಇರಲಿಲ್ಲ. ನನ್ನ ಮೈ ಕಾದ ಕಬ್ಬಿಣದಂತೆ ಆಯಿತು.

ಚಿಕ್ಕ ಅಯ್ಯ ನೀವು ನನಗಿಂತ ತುಂಬಾ ಚಿಕ್ಕವರು. ದೊಡ್ಡ ಅಯ್ಯನಿಗೆ ಗೊತ್ತಾದ್ರೆ ಅವರು ನನ್ನ ಸುಮ್ನೆ ಬಿಡೋದಿಲ್ಲ. ಇವತ್ತು ಮೊದಲನೇ ದಿನ. ಇವತ್ತೇ ಇಷ್ಟು ಮಾಡಿದ್ಯೇನೆ, ಮುಂಡೆ ಅಂತ ಶಾಪ ಗೀಪ ಹಾಕ್ತಾರೆ. ಅವರು ಅಂದ್ರೆ ನಂಗೆ ತುಂಬಾ ಭಯ ಅಂದಳು. ನಾನು ಮಾತನಾಡಲಿಲ್ಲ.

ನನ್ನ ಪರದಾಟ ಕಂಡು ಇದು ಮೊದಲನೇ ಸಲನಾ ಅಂತ ಕೇಳಿದ್ಲು ನಾನು ಹೂಂ ಅಂದೆ. ಅದಕ್ಕೆ ಮತ್ತೆ ಹೀಗೆ ಆಡ್ತಾ ಇದ್ದೀರಿ. ಅನ್ನುತ್ತಾ ನನ್ನ ಪಂಚೆಗೆ ಕೈ ಹಾಕಿದಳು. ನನಗೆ ಅವಳು ಆಟವಾಡುವುದನ್ನು ಹೇಳಿಕೊಟ್ಟಳು. ನಾನು ಒಳ್ಳೆಯ ಕ್ರೀಡಾ ಪಟುವಿನಂತೆ ಆಡಿದೆ. ಸುಮಾರು ಹದಿನೈದು ನಿಮಿಷಗಳಲ್ಲಿ ನನ್ನ ಮೈ ಕಾವು ಇಳಿಯಿತು.

ಅಬ್ಬಾ ಸಾಯಿಸಿ ಬಿಡ್ತೀರಿ. ಇನ್ಮೇಲೆ ನೀವು ಬೇಡ ಅಂದ್ರೆ ನಾನು ಬಿಡೋದಿಲ್ಲ. ಅನ್ನುತ್ತಾ ನನ್ನ ಬೆನ್ನು ತಟ್ಟಿ ಕಳುಹಿಸಿದಳು. ಬದುಕಿನಲ್ಲಿ ಮೊದಲ ಸಲ ಲೈಂಗಿಕ ಸುಖ ಸಿಕ್ಕಿತು. ಮನೆಗೆ ಬಂದೆ ಅಪ್ಪನ ಗೊರಕೆಯ ಸದ್ದಿನಲ್ಲಿ ಯಾವುದೇ ಬದಲಾವಣೆ ಆಗಿರಲಿಲ್ಲ.

ತಪ್ಪು ಮಾಡಿಬಿಟ್ಟೆ ಅಂತಾನೂ ಅನಿಸಲಾರಂಭಿಸಿತು. ನನಗೆ ಇದು ಬೇಕಾಗಿತ್ತಾ ಅಂತಲೂ ನನ್ನನ್ನು ನಾನು ಪ್ರಶ್ನೆ ಮಾಡಿಕೊಂಡೆ. ನಾನು ಮಾಡಿದ್ದು ಸರಿ ಅಂತಲೂ ಅನಿಸಲಿಲ್ಲ. ತಪ್ಪು ಅಂತಲೂ ಅನಿಸಲಿಲ್ಲ. ಅವಳ ಮತ್ತು ನನ್ನ ವಯಸ್ಸಿನ ಪ್ರಶ್ನೆ ಕೂಡ ಕಾಡಲಿಲ್ಲ. ಅವಳ ಜಾತಿ ನನ್ನ ಜಾತಿ

ಈ ಪ್ರಶ್ನೆಗಳು ಕೂಡ ಕಾಡಲಿಲ್ಲ. ದಾಹ ಉಂಟಾಗಿತ್ತು. ದಾಹ ತೀರಿಸಿಕೊಂಡೆ. ನಾನೇನು ಅವಳನ್ನು ಬಲವಂತ ಮಾಡಲಿಲ್ಲ ಅಥವಾ ಅವಳೂ ನನ್ನನ್ನು ಬಾ ಎಂದು ಕರೆಯಲಿಲ್ಲ. ಸಮಸ್ಯೆಯಾಗುವುದು ಸಿಕ್ಕಿಬಿದ್ದಾಗ ಆ ವಿಷಯದಲ್ಲಿ ಎಚ್ಚರದಿಂದ ಇರಬೇಕು. ಅವಳು ಗರ್ಭಿಣಿಯಾಗಿ ಬಿಟ್ಟರೆ ಎಂಬ ಭಯ ಆ ನಿಮಿಷದಲ್ಲಿ ತೀವ್ರವಾಗಿ ಕಾಡಿತು. ನಿಜವಾಗಿ ನಾನು ಸುಸ್ತಾಗಿದ್ದೆ. ಮೂರು ಸಾವಿರ ಮೀಟರ್ ಒಂದೇ ಸಮನೆ ಓಡಿದರೆ ಎಷ್ಟು ಸುಸ್ತಾಗಬಹುದಿತ್ತೋ ಅಷ್ಟು ಸುಸ್ತಾಗಿತ್ತು. ದೇಹ ಹಗುರವಾಗಿತ್ತು. ಸೊಗಸಾದ ನಿದ್ರೆ ಬಂತು.

ಬೆಳಿಗ್ಗೆ ಎದ್ದು ಕಾಫಿ ಕುಡಿಯುವಾಗ ಮಲ್ಲಿಗೆ ಮನೆಯ ಕೆಲಸ ಮುಗಿಸಿದ್ದಳು. ಪಾತ್ರೆ ಬೇಕಾರ ತೊಳೆದುಕೊಡ್ತೀನಿ ಅಯ್ಯ ಅಂದಳು. ನಾನು ಆಗ್ಲಿ ಅಂದೆ. ಪಾತ್ರೆನೂ ಅವಳೇ ತೊಳೆದಳು. ಹಸುವಿನ ಹಾಲನ್ನು ಅವಳೇ ಕರೆದಳು. ಒಂದೇ ಒಂದು ಗಂಟೇಲಿ ನಾನು ಕುಂಟಿಕೊಂಡು ಮಾಡ್ತಾ ಇದ್ದ ಕೆಲಸವನ್ನೆಲ್ಲಾ ಮಾಡಿ ಮುಗಿಸಿದ್ದಾಳೆ. ಕೆಲಸದಲ್ಲಿ ಇವಳು ನಿಜವಾಗ್ಲೂ ರಾಕ್ಷಸಿ ಅಂದ್ರು ಅಪ್ಪ, ಕಾಲಿಗೆ ಶೂ ಹಾಕಿ ನಾನು ಓಡಲು ಮನೆಯಿಂದ ಹೊರಗಡೆ ಬಂದಾಗ ಬೆಳಿಗ್ಗೆ ಆರು ಗಂಟೆಯಾಗಿರಬಹುದು. ಇವಳು ಎದುರಿಗೆ ಬಂದ್ಲು.

ಚಿಕ್ಕ ಅಯ್ಯ ರಾತ್ರಿ ನಿದ್ರೆ ಬಂತಾ ಅಂದಳು. ನಾನು ಮಾತನಾಡಲಿಲ್ಲ.

ಇಡೀ ರಾತ್ರಿ ನಂಗೆ ಮೈಯೆಲ್ಲಾ ನೋವು, ಹಿಂಡಿ ಹಿಪ್ಪೆ ಮಾಡಿದ್ರಿ ಅಂದಳು.

ನಾನು ರಸ್ತೆಗೆ ಇಳಿದು ಓಡಲಾರಂಭಿಸಿದೆ. ದೇಹ ಬಹಳ ಹಗುರ ಅಂತ ಭಾಸವಾಗುತ್ತಿತ್ತು. ಎಂದಿಗಿಂತ ಇವತ್ತು ಜಾಸ್ತಿ ಓಡಿದೆ. ದೇಹ ದಣಿಯಲಿಲ್ಲ.

ಎರಡನೇ ದಿನವೂ ರಾತ್ರಿ ಹತ್ತು ಗಂಟೆಗೆ ಅವಳ ಕೋಣೆಯ ಕದ ತಟ್ಟಿದೆ. ಇವತ್ತು ಅವಳು ಕದ ಹಾಕಿಕೊಂಡಿದ್ದಳು. ಮಲ್ಲಿ, ಮಲ್ಲಿ ಅಂತ ಕೂಗಿದ ಮೇಲೆ, ಹೂಂ ಅನ್ನುತ್ತಾ ಬಂದು ಬಾಗಿಲು ತೆರೆದಳು. ನಾನು ಹಿಂದಿನಿಂದ ಅವಳನ್ನು ಅಪ್ಪಿಕೊಂಡು ಅವಳ ಗೋಣಿಚೀಲದ ಹಾಸಿಗೆಯ ಕಡೆ ಸಾಗಿದೆ.

ದಿವ್ನಾ! ಬೇಡ ಚಿಕ್ಕ ಅಯ್ಯ ಇದು ಒಳ್ಳೇದಲ್ಲ. ಮಲ್ಲಿ, ಒಂದು ಪ್ರಶ್ನೆ ನೀನು ಬಸರಿಯಾಗಿಬಿಟ್ಟರೆ?

ಅವಳು ನಕ್ಕಳು. ಒಂದು ನಿಮಿಷ ಯಾವುದೋ ಚಿಂತೆ ಅವಳನ್ನು ಆವರಿಸಿತು. ಯಾವುದೇ ಪ್ರತಿಕ್ರಿಯೆ ನೀಡದೆ ಸುಮ್ಮನಿದ್ದಳು. ಆನಂತರ ನಿಟ್ಟುಸಿರು ಬಿಟ್ಟು ಅಂತದ್ದೇನೂ ಆಗೋದಿಲ್ಲ ಬಿಡಿ. ಅಂದಳು.

ಯಾಕೆ ಆಪರೇಷನ್ ಆಗಿದ್ಯಾ ಅಂದೆ ಹೌದು ಅನ್ನುವಂತೆ ತಲೆಯಾಡಿಸಿದಳು.

ಇವತ್ತು ಅವಳು ಹೊಸಬಗೆಯ ಆಟ ಹೇಳಿಕೊಟ್ಟಳು. ನಿನ್ನೆಯದಕ್ಕಿಂತ ಇದು ಭಿನ್ನವಾಗಿತ್ತು. ಆಡಲು ಹೆಚ್ಚು ಸಂತೋಷವಾಗುತ್ತಿತ್ತು. ಮನದಣಿಯೇ,

ದೇಹ ದಣಿಯೇ ಆಡಿದೆ. ನನಗಿಂತ ಅವಳು ಬೇಗ ಸುಸ್ತಾದಳು. 'ಸಾಕು ಅಯ್ಯ, ಇನ್ನು ಬೇಡ ನನ್ನ ಕೈಲಿ ಆಗಕಿಲ್ಲ' ಅಂದಳು.

ಇಲ್ಲ, ಇನ್ನು ಬೇಕು ಅನ್ನುತ್ತಾ ನಾನು ಮುಂದುವರಿದೆ. ಬೇಡ ಬೇಡ ನನ್ನ ಸಾಯಿಸಬೇಡ ಅಂತ ನನ್ನನ್ನು ಏಕವಚನದಲ್ಲಿ ಕರೆದು ಕಿವಿ ಕಚ್ಚಿದಳು.

ಎದ್ದು ಬರುವಾಗ ನಾನು ನಾಳೆ ಬೇರೆ ತರಾನ ಅಂತ ಕೇಳಿದೆ.

ಒಂದ್ವಾರ ಈ ಕಡೆ ಬರ್ಲೇ ಬೇಡಿ. ಬಂದ್ರೆ ದೊಡ್ಡ ಅಯ್ಯನಿಗೆ ಹೇಳ್ತೀನಿ ಅನ್ನುತ್ತಾ ಬೆನ್ನಿನ ಮೇಲೆ ಒಂದು ಹೊಡೆದು ಬಾಗಿಲಿನ ತನಕ ನನ್ನ ಬಿಟ್ಟು ಬಾಗಿಲು ಹಾಕಿಕೊಂಡಳು. ಈ ರೀತಿ ಒಂದು ವಾರ ಕಳೆಯಿತು. ಅವಳು ನಾಳಿಂದ ಬರಬೇಡಿ ಅನ್ನೋದು ನಾನು ದಿನನಿತ್ಯ ಹೋಗೋದು ನಡೆಯುತ್ತಾ ಬಂತು.

ಪಿ.ಯು.ಸಿ. ಫಲಿತಾಂಶ ಬಂತು. ನಾನು ದ್ವಿತೀಯ ದರ್ಜೆಯಲ್ಲಿ ಪಾಸಾಗಿದ್ದೆ ನಮ್ಮ ಕ್ಲಾಸಿನ ಹುಡುಗರ ಪೈಕಿ ನನ್ನ ಬಿಟ್ಟರೆ ಶ್ಯಾಂಸುಂದರ ತೃತೀಯ ದರ್ಜೆಯಲ್ಲಿ ಪಾಸಾಗಿದ್ದ ಉಳಿದ ನಾಲ್ಕು ಮಂದಿಯೂ ಫೇಲಾಗಿದ್ದರು. ಹುಡುಗಿಯರ ಪೈಕಿ ಹನ್ನೆರಡು ಜನ ಪಾಸ್ ಆಗಿದ್ದರು. ಸಬೀರಾ ಬಾನು ತರಗತಿಗೆ ಮೊದಲ ಸ್ಥಾನ ಪಡೆದಿದ್ದಳು. ಅವಳಿಗೆ ಹೈ ಫಸ್ಟ್ ಕ್ಲಾಸ್ ಸಿಕ್ಕಿತ್ತು. ನಾನು ಎಂಟು ಅಂಕಗಳಿಂದ ಫಸ್ಟ್ ಕ್ಲಾಸ್ ಕಳೆದುಕೊಂಡಿದ್ದೆ.

ಅಪ್ಪನಿಗೆ ನನ್ನ ಪರೀಕ್ಷೆಯ ಫಲಿತಾಂಶದಿಂದ ಆಶ್ಚರ್ಯವೇನೂ ಆಗಲಿಲ್ಲ. ಪ್ರಿನ್ಸಿಪಾಲರು ಹೇಳಿದಂತೆಯೇ ಆಯಿತು. ನೋಡು ಆಟ, ಓಟ ಅಂತ ಹೋಗ್ದೆ ಇದ್ದಿದ್ರೆ ನೀನೂ ಹೈ ಫಸ್ಟ್ ಕ್ಲಾಸಿನಲ್ಲಿ ಪಾಸಾಗ್ತಾ ಇದ್ದೆ, ಈ ಹೈ ಫಸ್ಟ್ ಕ್ಲಾಸ್ ಅಂದ್ರೇನು ಅಂತ ಕೇಳಿದರು. ನಾನು ವಿವರಿಸಿದೆ.

ಹಂಗಾರೆ ನಿಮ್ಮ ಕ್ಲಾಸಲ್ಲಿ ಆ ಸಾಬರ ಹುಡುಗಿ ಬಿಟ್ರೆ, ಉಳಿದವರೆಲ್ಲಾದಂಡ ಅಂತ ಆಯ್ತು.

ಅವರು ಪಾಠದಲ್ಲೂ ಇಲ್ಲ. ಆಟದಲ್ಲೂ ಇಲ್ಲ ಅಂತ ಆಯ್ತು, ಇವತ್ತು ರಾತ್ರಿ ಕೀರು ಮಾಡ್ತೀನಿ ಅಂದ್ರು ಅಪ್ಪ, ಅವರಿಗೆ ಸಿಹಿ ಮಾಡುವುದು ಅಂದರೆ ಕೀರು ಮಾಡುವುದು. ನನಗಂತೂ ಅವರ ಕೀರು ಅಂದ್ರೆ ತುಂಬಾ ಇಷ್ಟ.

ಕಾಲೇಜಿನಿಂದ ಬರುವಾಗ ಮಲ್ಲಿಗೆಗಾಗಿ ಒಂದು ದೊಡ್ಡ ಬಾಟಲ್ ರಮ್ ತಂದಿದ್ದೆ. ಅದನ್ನು ಮನೆಗೆ ಬರುವ ದಾರಿಯಲ್ಲಿ ಅವಿಸಿಟ್ಟಿದ್ದೆ, ಉದ್ದನೆಯ ಬಾಟಲ್ನ ತರುವಾಗ ಅಪ್ಪನಿಗೆ ಗೊತ್ತಾದರೆ ಕತೆಯೇ ಬೇರೆಯಾಗುತ್ತಿತ್ತು. ಸಂಜೆ ಅಪ್ಪ ಒಳಗಡೆಗೆ ಹೋದಾಗ ಮೆಲ್ಲನೆ ತಂದು ಅವಳ ರೂಮಿನ ಮುಂದೆ ಇಟ್ಟು ಸುಮ್ಮನಾದೆ.

ಅವತ್ತು ಎಂದಿನಂತೆ ಊಟ ತೆಗೆದುಕೊಂಡು ಮಲ್ಲಿಗೆ ಹೋದ ನಂತರ ಅಪ್ಪ ನನ್ನ ಮುಂದೇನು ಮಾಡ್ತೀಯಾ? ಅಂತ ಕೇಳಿದರು. ನಾನು ಇನ್ನೂ

ಮಾರ್ಕ್ಸ್ ಕಾರ್ಡ್ ಬಂದಿಲ್ಲ. ಅದು ಬಂದ ನಂತರ ಪ್ರಿನ್ಸಿಪಾಲರ ಹತ್ತಿರ ಮಾತಾಡ್ತೀನಿ. ನಂಗೆ ಇಂತದೆ ಓದಬೇಕು ಅಂತ ನಿಖರವಾಗಿ ಗೊತ್ತಿಲ್ಲ. ಇಲ್ಲಿಯತನಕ ಪಡೆದ ಅಂಕಗಳೆಲ್ಲಾ ಬಾಯಿಪಾಠ ಮಾಡಿ ಬಂದವು. ನಂಗೆ ಓಡೋದು ಬಿಟ್ಟು ಉಳಿದ ಸಂಗತಿ ಅಷ್ಟೇನೂ ಗೊತ್ತಿಲ್ಲ ಅಂದೆ.

ಮನುಷ್ಯ ನಿನ್ನ ಹಾಗೆ ಪ್ರಾಮಾಣಿಕನಾಗಿರಬೇಕು. ಯಾವುದು ಗೊತ್ತೋ ಅದನ್ನು ಗೊತ್ತು ಅಂತ ಯಾವುದು ಗೊತ್ತಿಲ್ಲವೋ ಅದನ್ನು ಗೊತ್ತಿಲ್ಲ ಅಂತ ಪ್ರಾಮಾಣಿಕವಾಗಿ ಹೇಳ್ಬೇಕು. ಪ್ರಿನ್ಸಿಪಾಲರ ಹತ್ರ ಹೋಗುವಾಗ ಬಾ ಅಂದ್ರೆ ನಾನೂ ಬತ್ತೀನಿ ಅಂತ ಹೇಳಿ ನನಗೆ ಊಟ ಬಡಿಸಿದರು. ತಾವೂ ಊಟ ಮಾಡಿ ನಿದ್ರೆಗೆ ಜಾರಿದರು. ಒಂದು ವೇಳೆ ನಾನು ಫೇಲಾಗಿದ್ದರೂ ಅವರು ಇದೇ ರೀತಿ ನಿದ್ರೆ ಮಾಡ್ತಾ ಇದ್ರೋ ಏನೋ.

ನಾಲ್ಕು ಸಲ ಕದ ತಟ್ಟಿದರೂ ಅವಳು ಬಾಗಿಲು ತೆರೆಯಲಿಲ್ಲ. ಸ್ವಲ್ಪ ಗಟ್ಟಿಯಾಗಿಯೇ ಮಲ್ಲಿ ಎಂದು ಕೂಗಿದೆ. ಅನಂತರ ಬಂದು ಬಾಗಿಲು ತೆರೆದಳು. ಮುನಿಸು ಇರುವವರ ರೀತಿ ಹೋಗಿ ಮಲಗಿದಳು. ಯಾಕೆ, ಏನಾಯ್ತು ಅಂದೆ. ಏನೂ ಇಲ್ಲ ಅಂತ ಹುಸಿ ಮುನಿಸು ತೋರಿಸಿದಳು. ನಾನು ತಂದಿದ್ದ ಬಾಟಲ್ ಅವಳಿಗೆ ಕೊಟ್ಟೆ, ಅಯ್ಯೋ ಇದ್ನ ನಾನು ಕುಡಿಯೋದಿಲ್ಲ. ಕಡಿಮೆ ರೇಟ್‌ನದ್ದು ಇರುತ್ತೆ. ಅದನ್ನು ಚೀಪರ್ ಅಂತಾರೆ, ಅದ್ನ ನಾನು ಕುಡಿಯೋದು ಅಂದ್ಲು, ಇರ್ಲಿ ಬಿಡು ಇದ್ಕೆ ನೀನೇನು ನನಗೆ ದುಡ್ಡು ಕೊಡಬೇಕಾಗಿಲ್ಲ ಅಂತ ಹೇಳಿದೆ. ಇವತ್ತು ನಾನು ಪರೀಕ್ಷೆ ಪಾಸಾಗಿದ್ದೀನಿ. ಅದ್ಕೆ ನಿಂಗೆ ಅಂತ ತಂದೆ. ಬೇಕಾದ್ರೆ ಯಾವಾಗ್ಲೂ ಇದೇ ತರ್ತೀನಿ, ಅರ್ಧ ದುಡ್ಡು ನಿಂದು, ಅರ್ಧ ದುಡ್ಡು ನಂದು ಅಂದೆ. ಅವಳು ನಕ್ಕು ನನ್ನನ್ನು ಗಟ್ಟಿಯಾಗಿ ಹಿಡಿದಳು. ಅವಳು ಹಿಡಿದು ಅಪ್ಪಿಕೊಂಡರೆ ಮೈ ಮೂಳೆಯೆಲ್ಲಾ ಲಟಿ ಲಟಿ ಅಂತ ಅನ್ನಬೇಕು. ಅವಳ ಹಿಡಿತ ಅಷ್ಟು ಬಲವಾಗಿರ್ತದೆ, ನನ್ನ ಹತ್ರ ಇದ್ದಿದ್ದು ಮೊನ್ನೇನೇ ಮುಗಿದುಹೋಯ್ತು. ಅದ್ಕೆ ಬೇಸರ ಬಂದಿತ್ತು. ಅಂದಳು.

ಪಾಸಾದ ಖುಷಿಯಲ್ಲಿ ನಾನಿದ್ದೆ. ಅವಳಿಗೆ ಬೇಕಾಗಿದ್ದು ಅವಳಿಗೆ ತಂದುಕೊಟ್ಟಿದ್ದೆ. ಆವತ್ತು ಅವಳು ವಿಶೇಷವಾಗಿ ನನಗೆ ಸಹಕಾರ ನೀಡಿದಳು. ಕಿವಿಯನ್ನು ಮಾಮೂಲಿಗಿಂತ ಸ್ವಲ್ಪ ಜೋರಾಗಿಯೇ ಕಚ್ಚಿದಳು. ಇವತ್ತು ನಾನು ಎದ್ದು ಹೊರಟರೂ ಬಿಡಲು ಅವಳು ತಯಾರಿರಲಿಲ್ಲ.

ಮಾರ್ಕ್ಸ್ ಕಾರ್ಡ್ ತರಲು ಕಾಲೇಜಿಗೆ ಹೋದೆ. ನನ್ನ ಕಂಡು ಶ್ಯಾಂಸುಂದರ್ ಬೇರೆ ಕಡೆ ಮುಖ ಮಾಡಿ ಜಾಗ ಖಾಲಿ ಮಾಡುವ ಪ್ರಯತ್ನ ಮಾಡಿದ ನಾನು ಬಿಡಲಿಲ್ಲ. ಮಗನೆ ನನ್ನ ದುಡ್ಡು ಕೊಡು ಅಂದೆ. ನಿನ್ನ ದಮ್ಮಯ್ಯ ಅಂತೀನಿ ಬರೋ ವಾರ ದೇವರ ಆಣೆಗೂ ಕೊಡ್ತೀನಿ. ಇವತ್ತು ನನ್ನ ಹತ್ರ ಇಲ್ಲ ಅಂದ. ಬೇರೆಯವರು ಎಲ್ಲಿ ಅಂತ ವಿಚಾರಿಸಿದೆ. ಎಲ್ಲರೂ ಫೇಲಾಗಿ

ಮನೇಲೇ ಇದ್ದಾರೆ ಸುರೇಂದ್ರನ್ನ ಬಿಟ್ಟು ಉಳಿದವರ್‍ಯಾರೂ ಮನೆಯಿಂದ ಹೊರಗಡೆ ಬರ್‍ತಾ ಇಲ್ಲ ಅಂದ.

ಸಬೀರಾ ಬಾನುವಿನ ಮನೆಗೆ ಹೋದೆ. ಅವರಮ್ಮ ಇದ್ದರು. ನಾನು ಪಾಸಾದ ವಿಚಾರ ಅವರಿಗೆ ಹೇಳಿ, ಸಬೀರಾ ಬಾನು ಹೈ ಫಸ್ಟ್ ಕ್ಲಾಸ್ ಬಂದಿದ್ದಕ್ಕೆ ನನಗೆ ನಿಜವಾಗ್ಲೂ ಖುಷಿಯಾಗಿದೆ. ಅವಳ ಹತ್ತಿರ ಸ್ವೀಟ್ ಕೇಳೋಣ ಅಂತ ಬಂದೆ ಅಂದೆ. ಅವರು ಚಹ ತಂದುಕೊಟ್ಟು ನೀನು ಸ್ವೀಟ್ ಕೇಳಬೇಕಾದ್ರೆ ಮಂಗಳೂರಿಗೆ ಹೋಗ್ಬೇಕು ಅಂದ್ರು. ನನಗೆ ಅರ್ಥವಾಗಲಿಲ್ಲ.

ಅವಳಿಗೆ ಕಳೆದ ತಿಂಗಳೇ ಮದ್ವೆಯಾಯ್ತು. ನಿನಗೆ ಹೇಳೋಣ ಅಂದ್ರೆ ನಿಮ್ಮನೆ ಎಲ್ಲಿದೆ ಅಂತಾನೇ ಗೊತ್ತಿಲ್ಲ. ಹೇಳಿದ್ರೂ ನೀನು ಮಂಗಳೂರಿನ ತನಕ ಬರೋದಿಲ್ಲ ಅಂತ ಹೇಳಲಿಲ್ಲ. ನಿಜ ಹೇಳ್ಬೇಕು ಅಂದ್ರೆ ನಮ್ಮ ನೆಂಟರು ಇಷ್ಟರನ್ನು ಬಿಟ್ಟು ಯಾರಿಗೂ ಹೇಳಲಿಲ್ಲ ಅಂದ್ರು. ಆ ಕ್ಷಣದಲ್ಲಿ ನನಗೆ ನಿರಾಸೆಯಾಯಿತು. ಅವಳ ಮದ್ವೆ ಅಂತ ಗೊತ್ತಿತ್ತು ಯಾರೂ ಹೇಳದೇ ಇಷ್ಟು ಬೇಗ ಮಾಡ್ತಾರೆ ಅಂತ ಗೊತ್ತಿರಲಿಲ್ಲ. ಚಹ ಕುಡಿದು ಬರ್‍ತೀನಮ್ಮ ಅಂದೆ, ಆಗಾಗ ಬಾರಪ್ಪ ಅವಳಿಗೂ ನೀನು ಬಂದಿದ್ದೆ ಅಂತ ಹೇಳ್ತಿನಿ ಅಂದರು. ನಾನು ಆಯ್ತು ಅಂತ ಅವರ ಮನೆಯಿಂದ ಹೊರಟೆ.

ಯಾರು ಹೈ ಫಸ್ಟ್ ಕ್ಲಾಸ್ ಬಂದಿದ್ದಾರೋ ಅವರು ಮುಂದೆ ಓದುವುದಿಲ್ಲ ಯಾರು ಫೇಲಾಗಿದ್ದಾರೋ ಅವರ ಮನೆಯವರು ತಮ್ಮ ಮಕ್ಕಳನ್ನು ಓದಿಸಲು ತುದಿಗಾಲಲ್ಲಿ ನಿಂತಿದ್ದಾರೆ. ಸುರೇಂದ್ರನ ಅಪ್ಪ ಅವನಿಗೆ ಲಕ್ಷಗಟ್ಟಲೆ ಡೊನೇಷನ್ ಕೊಟ್ಟು ಮಗನನ್ನು ಇಂಜಿನಿಯರ್ ಮಾಡಲು ಸಿದ್ಧರಿದ್ದರು. ಹಾಗಂತ ಸುರೇಂದ್ರನೇ ಹೇಳಿದ್ದ.

ಪ್ರಿನ್ಸಿಪಾಲರನ್ನು ಭೇಟಿಯಾಗಿದ್ದೆ. ನಿನ್ನ ಅಂಕಗಳಿಗೆ ನಿಜವಾಗಿ ಹೇಳ್ಬೇಕು ಅಂದ್ರೆ ಬಿಎಸ್ಸಿಯೇ ಸರಿ. ಸಿ.ಇ.ಟಿ. ಹಾಳು ಮೂಳು ಪರೀಕ್ಷೆ ತಗೊಂಡು ಇನ್ನಷ್ಟು ಗೋಳು ಹತ್ತೋದಕ್ಕಿಂತ ಮಡಿಕೇರಿಯಲ್ಲಿ ಬಿ.ಎಸ್ಸಿ, ಮಾಡು. ಇವಾಗ ಪ್ಯೂರ್ ಸೈನ್ಸ್ ಓದೋರೇ ಕಡಿಮೆ ಎಂ.ಎಸ್ಸಿ ಆದ ಮೇಲೆ ಮುಂದೇನು ಅಂತ ಯೋಚ್ನೆ ಮಾಡ್ಬೋದು ಅಂದರು. ಎಲ್ಲಿ ನಿನ್ನ ಮಾರ್ಕ್ಸ್ ಬರ್‍ಕೊಂಡಿದ್ದಿಯಲ್ಲಾ ಅದನ್ನು ಕೊಡು ಅಂದ್ರು ನನಗೆ ಬಂದಿದ್ದ ಅಂಕಗಳ ಮೇಲೆ ಒಂದು ಸಲ ಕಣ್ಣು ಹಾಯಿಸಿದರು. ನೀನು ಬಿಎಸ್ಸಿಯಲ್ಲಿ ಬಯೋಟೆಕ್ನಾಲಜಿ, ಮೈಕ್ರೋ ಬಯಾಲಜಿ ಹಾಗೂ ಬಯೋಕೆಮಿಸ್ಟ್ರಿ ತಗೋ ಇದರ ಮೇಲೆ ನಿನ್ನ ಇಷ್ಟ ಅಂದ್ರು.

ನಾನು ಮಡಿಕೇರಿಯ ಖಾಸಗಿ ಕಾಲೇಜಿನಲ್ಲಿ ಈ ವಿಭಾಗಕ್ಕೆ ಸೇರಿಕೊಂಡೆ. ನಮ್ಮ ಕ್ಲಾಸಿನಲ್ಲಿ ಇದ್ದವರು ಹದಿನೆಂಟು ಜನ ಮಾತ್ರ. ನಮ್ಮ ಕಾಲೇಜಿನಿಂದ ನಾನೊಬ್ಬನೇ ಇಲ್ಲಿ ಸೇರಿಕೊಂಡವನು. ಸೈನ್ಸ್ ಕಷ್ಟ ಅಂತ ಶ್ಯಾಂಸುಂದರ

ಬಿ.ಕಾಂ.ಗೆ ಸೇರಿಕೊಂಡ, ಉಳಿದ ಹುಡುಗಿಯರಲ್ಲಿ ಒಂದಿಬ್ಬರು ಡಿ.ಇಡಿ ಸೇರಿದರು. ಪಂಕಜಾಕ್ಷಿ ಅನ್ನುವವಳು ಐದು ವರ್ಷದ ಲಾ ಕೋರ್ಸ್‌ಗೆ ಸೇರಿದಳು ಅನ್ನುವ ಸುದ್ದಿ ಸಿಕ್ಕಿತು.

ಮಲ್ಲಿಗೆ ಬಂದ ನಂತರ ತಕ್ಷಣಕ್ಕೇನೂ ಅಪ್ಪ ಹಸು ತರಲಿಲ್ಲ. ಒಂದು ತಿಂಗಳ ನಂತರ ಅವರು ಎರಡು ಹಸುಗಳನ್ನು ತಂದರು. ಇದಕ್ಕೆ ನಾನೇನು ದುಡ್ಡು ಕೊಟ್ಟಿಲ್ಲ. ಇವು ದಾನದ ರೂಪದಲ್ಲಿ ಬಂದವು. ಒಂದು ಲೀಟರ್ ಹಾಲು ಕೊಟ್ರೂ ಅದೇ ಲಾಭ, ಮಲ್ಲಿಗೆ ಸಂಬಳ ಇವುಗಳ ಹಾಲಲ್ಲಿ ಬಂದ್ರೆ ಸಾಕು. ಸಗಣಿ ತೋಟಕ್ಕೆ ಆಗುತ್ತೆ. ಕರುಗಳು ದೊಡ್ಡವಾದ ಮೇಲೆ ಮಾರಿದ್ರೆ ಅದ್ರ ಹಣನೇ ಲಾಭ ಅಂತ ನನ್ನ ಮುಂದೆ ಲೆಕ್ಕ ಹಾಕಿ ಹೇಳಿದರು. ಈ ಹಸುಗಳಿಗೆ ವಿಶೇಷವಾದ ಗಮನ ಹರಿಸಬೇಕಾದ ಅಗತ್ಯವೇನೂ ಇರಲಿಲ್ಲ. ಕೊಟ್ಟಿಗೆ ಖಾಲಿ ಇತ್ತು. ಯಾರೋ ಹಸು ಕೊಟ್ಟರು. ಅದರಲ್ಲಿ ಬರುವ ಹಾಲಿನಲ್ಲಿ ಯಾರಿಗೋ ಸಂಬಳ ಸಿಕ್ಕಿತು. ಹೀಗೆ ಸಂಬಳಕ್ಕೆ ಬಂದವಳಿಂದ ನನಗೂ ಲಾಭ ಆಯಿತು ಎಂದು ನಾನು ಲೆಕ್ಕ ಹಾಕಿದೆ.

ಇವುಗಳ ನಡುವೆ ಒಂದಿನ ಅಂಜಿ ಬಂದಿದ್ದ. ಅಂದೆ ನಿನ್ನ ನಿಜವಾದ ಹೆಸರೇನು ಅಂತ ಕೇಳಿದೆ ಅವನು ಆಂಜನೇಯಲು ಅಂತ. ಆಂಜನೇಯಲು ಹೋಗಿ ಅಂಜಿ ಆದೆ. ನೀವು ಭಾರ್ಗವ ಹೋಗಿ ಭಾರ್ಗಿ ಅಂತ ಆಗೀರಲ್ಲ ಹಾಗೆ ಅಂದ ಮಲ್ಲಿಗೆ ನಿಮ್ಮ ಕತೆ ನನಗೆ ಹೇಳಿದಳು ಅಂತಲೂ ಹೇಳಿದ.

ನನ್ನ ಮುಖ ಕಪ್ಪಿಟ್ಟಿತು. ಅವಳು ಯಾವ ಕತೆ ಹೇಳಿದ್ದಾಳೆ. ನನ್ನ ಅವಳ ಸಂಬಂಧದ ಸಂಗತಿಯನ್ನು ಹೇಳಿಬಿಟ್ಟಿದ್ದಾಳಾ. ಒಂದೊಂದು ದಿನ ಮಧ್ಯಾಹ್ನ ಅವರ ಮನೆಗೆ ಊಟಕ್ಕೆ ಹೋಗಿಬಿಡುತ್ತಿದ್ದಳು. ವಾರದ ಸಂತೆ ಭಾನುವಾರವಾದ ಕಾರಣ ಭಾನುವಾರ ಈ ಜನರಿಗೆ ಮೋಜು ಮಸ್ತಿನ ದಿನ. ಒಂದು ದಿನ ಕುಡಿದ ಜ್ಞಾನದಲ್ಲಿ ನಮ್ಮ ಸಂಗತಿ ಏನಾದರೂ ಬಾಯಿಬಿಟ್ಟಿದ್ದಾಳಾ ಅಂತ ಭಯವೂ ಆಯಿತು. ಅವನು ಈ ಮಾತು ಆಡುವಾಗ ಅಪ್ಪನೂ ಅಲ್ಲಿಯೇ ಕುಳಿತಿದ್ದರು.

ಏನಂತೆ ನಮ್ಮನೆ ಕತೆ? ಅಂತ ಅಪ್ಪ ಕೇಳಿಯೇಬಿಟ್ಟರು.

ನನ್ನ ಹೃದಯ ಬಾಯಿಗೆ ಬಂತು. ಇವನು ಈಗ ಹಾಕುವ ಬಾಂಬ್ ಯಾರ ತಲೆಯ ಮೇಲೆ ಬೀಳ್ತದೋ, ಇನ್ನಾರ ತಲೆಯ ಮೇಲೆ ಇದು ಬೀಳಬೇಕು. ಬಿದ್ರೆ ಅದು ನನ್ನ ತಲೆ ಮೇಲೆ. ನಾನು ಮಾತು ಬಾರದವನಾದೆ. ಕಾಲುಗಳು ನಡುಗಲಾರಂಭಿಸಿದವು. ಜಗಲಿಯ ಕಟ್ಟೆಯ ಮೇಲೆ ನಾನು ಕುಳಿತಿದ್ದ ಕಾರಣ ಕಾಲುಗಳ ನಡುಕ ಯಾರ ಗಮನಕ್ಕೂ ಬರಲಿಲ್ಲ.

'ದೊಡ್ಡ ಅಯ್ಯನಿಗೆ ಸಿಟ್ಟು ಜಾಸ್ತಿ. ಚಿಕ್ಕ ಅಯ್ಯ ಮಾತೇ ಆಡೋದಿಲ್ಲ. ಅಡುಗೆ ಮಾಡಿದ್ರೆ ದೊಡ್ಡ ಅಯ್ಯನ ತರ ಮಾಡ್ಬೇಕು. ಅವರು ಹಾಕೋ

ಉಪ್ಪಿನಕಾಯಿ ರುಚಿ, ಯಾವ ಮಾಂಸದಲ್ಲೂ ಇರಲ್ಲ ಅಂದ್ಲು. ನಿಂತು ಹೋಗುವುದರಲ್ಲಿದ್ದ ನನ್ನ ಹೃದಯ ಬಡಿತ ಯಥಾಸ್ಥಿತಿಗೆ ಬಂತು.

ಅಂಜಿ ಕೆಲಸಗಾರ ಹೆಂಗಸು ಅವಳು. ಯಾವ ಕೆಲ್ಸನೂ ಹೇಳಬೇಕಾಗಿಲ್ಲ. ನಾನು ನಾಲ್ಕೂವರೆಗೆ ಏಳ್ತಿನಿ. ಅವಳು ಐದು ಗಂಟೆಗೆ ಬರ್ತ್ತಾಳೆ, ಒಂದು ಕಪ್ ಕಾಫಿ ಕೊಡ್ತೀನಿ ಅಲ್ಲಿಂದ ಚಕ ಚಕ ಅಂತ ಕೆಲ್ಸ ಮುಗಿಸ್ತಾಳೆ, ಸಂಜೆ ಐದು ಗಂಟೆ ತಂಕ ಒಂದಲ್ಲ ಒಂದು ಕೆಲ್ಸ ಮಾಡ್ತಾ ಇರ್ತಾಳೆ, ಕ್ಲೀನಾಗೂ ಇದ್ದಾಳೆ. ಇಲ್ಲಿರೋ ಹೂವಿನ ಗಿಡಗಳನ್ನೆಲ್ಲಾ ಅವಳೇ ನೆಟ್ಟಿದ್ದಾಳೆ, ನನ್ನ ಹತ್ರ ಅವಳಿಗೆ ಮಾತು ಕಮ್ಮಿ, ಭಾರ್ಗವನ ಹತ್ರ ಅಂತೂ ಮಾತುಕತೆ ಏನಿಲ್ಲ ಅಂದರು ಅಪ್ಪ.

ಅವಳ ಬಗ್ಗೆಯೇ ಮಾತನಾಡುತ್ತಿರುವಾಗ ಮಲ್ಲಿಗೆ ಆ ಕಡೆಯಿಂದ ಮೂರು ಹಸುಗಳನ್ನು ಹೊಡೆದುಕೊಂಡು ಬಂದಳು. ಅವುಗಳ ಹಿಂದೆ ಎರಡು ಕರುಗಳು ಇನ್ನೊಂದು ಹಸು ಗರ್ಭ ಧರಿಸಿತ್ತು. ಅಂಜಿಯ ಕಡೆ ನೋಡಿ ಅವಳು ನಗೆ ಬೀರಿದಳು. ಕೊಟ್ಟಿಗೆಯಲ್ಲಿ ಹಸುಗಳನ್ನು ಕಟ್ಟಿ ಹಾಕಿ, ತನ್ನ ಕೋಣೆಗೆ ಹೋಗಿ, ತೋಟದ ಉಡುಪು ತಗೆದು ಬಂದಳು. ತೋಟಕ್ಕೆ ಹೋಗುವಾಗ ರವಿಕೆಯ ಮೇಲೆ ಉದ್ದ ತೋಳಿನ ಅಂಗಿ ಹಾಕ್ತಾಳೆ. ತಲೆಗೆ ರುಮಾಲಿನಂತೆ ಬಟ್ಟೆ ಕಟ್ಟಿರ್ತಾಳೆ. ಕಾಲಿಗೆ ಚಪ್ಪಲಿ ಅಥವಾ ಪ್ಲಾಸ್ಟಿಕ್ ಷೂ ಹಾಕ್ತಾಳೆ. ಸೊಳ್ಳೆ, ತಕ್ಷಣಕ್ಕೆ ಬರುವ ಮಳೆ ಅಥವಾ ಬಿಸಿಲು ಇವುಗಳಿಂದ ರಕ್ಷಣೆಗಾಗಿ ಇಂತಹ ಉಡುಪು ಹಾಕ್ತಾಳೆ ಒಂದು ಪ್ಲಾಸ್ಟಿಕ್ ಗೊರಗವೂ ಸದಾಕಾಲ ಜೊತೆಯಲ್ಲಿ ಇರ್ತದೆ. ಬರುವಾಗ ಕೈಯಲ್ಲಿ ಗ್ಲಾಸು ಹಿಡಿದುಕೊಂಡೇ ಬಂದಳು.

ಅವಳ ಕೈಯಲ್ಲಿ ಗ್ಲಾಸ್ ಕಂಡ ಅಪ್ಪ, ಕಾಫಿ ಮಾಡಲು ಒಳಗಡೆ ಹೋದರು. ಏನಣ್ಣ ಬಂದೆ ಅಂತ ಮಲ್ಲಿಗೆ ಅಂಜಿಯನ್ನು ಕೇಳಿದಳು. ನೀನು ಬರೋಕ್ಕಿಂತ ಮುಂಚೆ ನಾನು ಆಗಾಗ ಬತ್ತಾ ಇದ್ದೆ. ಏನಾದ್ರೂ ಸಣ್ಣಪುಟ್ಟ ಕೆಲಸ ಇರೋದು. ಮೇಲು ಖರ್ಚಿಗೆ ದುಡ್ಡು, ಎಲೆಯಡಿಕೆ, ಊಟ, ಎಲ್ಲಾ ಸಿಗೋದು ನೀನು ಬಂದ್ ಮೇಲೆ ಅಂಜಿ ಸತ್ತಿದ್ದಿಯಾ ಬದುಕಿದ್ದಿಯಾ ಅಂತ ಅಯ್ಯ ಕೇಳೋದನ್ನೇ ಬಿಟ್ರು ನಾನು ಭಂಡ ನನ್ಮಗ, ಅಯ್ಯನ ಮಾತಾಡಿಸಿಕೊಂಡು ಹೋಗನ ಅಂತ ಬಂದೆ. ಅಂದ. ಮಲ್ಲಿಗೆ ನಕ್ಕಳು ಇವನೂ ನಕ್ಕ, ಕಾಫಿ ಕುಡಿದಾದ ನಂತರ ಅಂಜಿ ಅಯ್ಯ ಸ್ವಲ್ಪ ದುಡ್ಡು ಬೇಕಿತ್ತು ಅಂದ

ನಿಂಗೆ ದುಡ್ಡು ಕೊಟ್ರೆ ಅದು ಹೊಳೆಗೆ ಹಾಕಿದಂಗೆ, ವಾಪಾಸು ಬರೋದಿಲ್ಲ. ಇಲ್ಲ ಅಯ್ಯ, ಈ ಸಲ ವಾಪಾಸು ಕೊಡ್ತೀನಿ. ಇವಳು ಸಂಘಕ್ಕೆ ದುಡ್ಡು ಕಟ್ಟಬೇಕು. ಇಲ್ದೇ ಹೋದ್ರೆ ಎಲ್ರೂ ಮನೆ ಮುಂದೆ ಜಮಾಯಿಸಿಬಿಡ್ತಾರೆ. ಮರ್ಯಾದೆ ಹರಾಜು ಆಯ್ತದೆ. ಅದೇ ಸಂಘದ ದುಡ್ಡಾದ್ರೆ ಮರ್ಯಾದೆ ಹೋಯ್ತದೆ. ನನ್ನ ದುಡ್ಡು ಆದ್ರೆ ಹೋಗೋದಿಲ್ಲ. ಇನ್ನೇಲೆ ನಾನೂ ಮನೆ ಮುಂದೆ ಸತ್ಯಾಗ್ರಹ

ಹೊಡ್ತೀನಿ. ನೀನು ನಂಗೆ ಎಷ್ಟು ಕೊಡಬೇಕು ಅಂತ ಲೆಕ್ಕ ಇಟ್ಟಿದ್ದೀಯೋ ಇಲ್ವೋ ನನ್ನ ಲೆಕ್ಕದಲ್ಲಿ ನಾಲ್ಕೂವರೆ ಸಾವಿರ ಗೊತ್ತಾ.

ನಾಲ್ಕೂವರೆ ಅಲ್ಲ ಅಯ್ಯ, ಈಗ ನೀವು ಕೊಡೋ ಐನೂರು ಸೇರಿದರೆ ಐದು ಸಾವಿರ ಭರ್ತಿ ಅಂತ ಅಂಜಿ ಪೆಚ್ಚು ನಗೆ ಬೀರಿದ.

ಇದಕ್ಕೇನೂ ಕಡಿಮೆ ಇಲ್ಲ. ಇನ್ಮೇಲೆ ನಾನೂ ನನ್ನ ಸಾಲಕ್ಕೆ ಬಡ್ಡಿ ಹಾಕ್ತೀನಿ. ನಿಮ್ಮ ಸಂಘದಲ್ಲಿ ಎಷ್ಟು ಬಡ್ಡಿ ಹಾಕ್ತಾರೋ ಅಷ್ಟೇ ಬಡ್ಡಿ ನಂಗೂ ಕೊಡು. ಪುಗಸಟ್ಟೆ ವ್ಯವಹಾರ ಅಂದ್ರೆ ನಂಗೂ ಇರಲಿ ನನ್ನ ಮಗನಿಗೂ ಇರಲಿ ಅನ್ನೋ ಬಡ್ಡಿಮಗ ನೀನು ಅನ್ನುತ್ತಾ ಅಪ್ಪ ಒಳಗಡೆಗೆ ಹೋಗಿ ಐನೂರು ತಂದುಕೊಟ್ಟರು. ಬತ್ತೀನಯ್ಯ, ಬರ್ತೀನಿ ಮಲ್ಲಿ ಅಂತ ಹೇಳಿ ಎಲೆಯಡಿಕೆ ಪಡೆದು ಅಂಜಿ ಹೊರಟ.

ಅಂಜಿ ಕುಡಿದ ಕಾಫಿ ಗ್ಲಾಸ್ ತೊಳೆದ ಮಲ್ಲಿ ತನ್ನ ಗ್ಲಾಸ್‌ನ್ನು ಕೈಯಲ್ಲಿ ಹಿಡಿದು ತನ್ನ ಕೋಣೆಗೆ ಹೋದಳು. ಅವಳು ಹೋಗುವುದನ್ನೇ ನೋಡ್ತಾ ಇದ್ದ ಅಪ್ಪ 'ಇವಳ ಬದುಕಲ್ಲಿ ಏನೋ ಆಗಬಾರದ್ದು ಆಗಿಹೋಗಿದೆ. ಅದನ್ನು ಯಾರ ಹತ್ತಿರನೂ ಇವಳು ಹೇಳಿಕೊಂಡಿಲ್ಲ ಅಥವಾ ಇದು ಪರಿಹಾರ ಕಾಣದ ಸಮಸ್ಯೆ ಆಗಿರ್ಬೋದು. ಇವಳ ಮುಖ ನೋಡಿದ್ರೆ ನಂಗೆ ಹಂಗೆ ಅನ್ನಿಸ್ತದೆ. ಎಲ್ಲರ ಮನೆ ದೋಸೆನೂ ತೂತೇ, ಆದ್ರೆ ಇವಳದ್ದು ಮಾತ್ರ. ಅದಕ್ಕಿಂತ ದೊಡ್ಡ ಕತೆ. ಏನು ಅಂತ ಕೇಳಣಾ ಅಂತ ಅನ್ನಿಸ್ತದೆ. ಆದರೆ ಇವಳಿಗೆ ಪುನಃ ಯಾಕೆ ಬೇಜಾರು ಮಾಡೋದು ಅಂತ ಸುಮ್ನೆ ಇದ್ದೀನಿ. ಇವಳಿಗೆ ನೀನು ಬೈಯ್ಯೋದು ಗದರಿಸೋದು ಮಾಡ್ಬೇಡ. ಅವಳೂ ನಮ್ಮ ಹಂಗೆ ಮನುಷ್ಯಳು' ಅಂದ್ರು. ನಾನು ಪ್ರತಿಕ್ರಿಯೆ ನೀಡಲಿಲ್ಲ. ಪ್ರತಿನಿತ್ಯ ರಾತ್ರಿ ನಾವು ಸೇರುತ್ತಾ ಇದ್ದದ್ದು ಹೌದು. ಒಂದು ಸಲ ಮಾತ್ರ ನಾಕು ದಿನ ಬರ್ಬೇಡಿ ಅಂತ ಹೇಳಿದ್ದಳು. ಅಪ್ಪ ಎಷ್ಟೇ ಗೊರಕೆ ಹೊಡೆದರೂ ಅವರು ಎದ್ದು ಬಿಟ್ಟರೆ ಎಂಬ ಭಯ ಇಬ್ಬರಿಗೂ ಇದ್ದೇ ಇತ್ತು. ಹೀಗಾಗಿ ನಾವು ಗಂಟೆಗಟ್ಟಲೆ ಜೊತೆಯಲ್ಲಿ ಇರುತ್ತಿರಲಿಲ್ಲ. ಹದಿನೈದು ಅಥವಾ ಇಪ್ಪತ್ತು ನಿಮಿಷ ಮಾತ್ರ ಜೊತೆಯಲ್ಲಿ ಇದ್ದರೆ ಅದೇ ಹೆಚ್ಚು ಅಲ್ಲಿಯೂ ನಮ್ಮ ನಡುವೆ ಮಾತುಗಳ ವಿನಿಮಯ ತುಂಬಾ ಕಡಿಮೆ ಪ್ರಮಾಣದಲ್ಲಿ ಇರುತ್ತಿತ್ತು. ಒಂದೊಂದು ದಿನ ಅವಳು ತೀರಾ ಯಾಂತ್ರಿಕವಾಗಿ, ಮನಸ್ಸಿಲ್ಲದಿದ್ದರೂ ನನಗೆ ಸಹಕಾರ ನೀಡುತ್ತಿದ್ದಾಳೆ ಅಂತ ಅನಿಸುತ್ತಿತ್ತು.

ನನಗೆ ಅವಳ ದೇಹದ ಮೇಲೆ ವ್ಯಾಮೋಹ ಇತ್ತೇ ಹೊರತು, ಅವಳನ್ನು ನಾನು ಪ್ರೀತಿಸುತ್ತಿರಲಿಲ್ಲ. ಅದಕ್ಕೆ ಪ್ರತಿಯಾಗಿ ಅವಳಿಗೆ ರಮ್ ತಂದುಕೊಡುತ್ತಿದ್ದೆ. ವಾರಕ್ಕೆ ಒಂದು ಬಾಟಲ್ ರಮ್ ಅವಳಿಗೆ ಅಂದರೆ ತಿಂಗಳಿಗೆ ನನಗೂ ಅವಳ ಸಲುವಾಗಿಯೇ ನಾನೂರು ರೂಪಾಯಿ ಖರ್ಚು ಬೀಳುತ್ತಿತ್ತು. ನಾಗರಾಜ್

ಅವರು ಕೊಟ್ಟಿದ್ದ ಹಣ ರಮ್‌ಗಾಗಿ ನಿಧಾನವಾಗಿ ಖರ್ಚಾಗುತ್ತಿತ್ತು. ಹಗಲು ಹೊತ್ತಿನಲ್ಲಿ ಮಾತನಾಡಲು ಧೈರ್ಯವೇ ಬರುತ್ತಿರಲಿಲ್ಲ. ಅವಳಿಗೂ ಮಾತು ಬೇಡವಾಗಿತ್ತು. ನಮ್ಮ ಸಂಬಂಧ ಹೊರ ಜಗತ್ತಿಗೆ ತಿಳಿಯದಂತೆ ಇಬ್ಬರೂ ಬಹಳ ಎಚ್ಚರಿಕೆ ವಹಿಸಿದ್ದೆವು.

ಅಪ್ಪನ ಪ್ರಕಾರ ಅವಳ ಬದುಕಿನ ಕತೆ ತುಂಬಾ ನೋವಿನಿಂದ ಕೂಡಿದೆ. ಅವಳ ಮುಖ ನೋಡಿದರೆ ನನಗೇನೂ ಅನಿಸುತ್ತಿರಲಿಲ್ಲ. ಅವಳ ಪಾಡಿಗೆ ಅವಳು ಇದ್ದಾಳೆ. ನನ್ನಂತೆಯೇ ಅವಳಿಗೂ ವಿಪರೀತವಾದ ಕಾಮ ಇದೆ. ಅದನ್ನು ನನ್ನ ಹಾಗೆಯೇ ತಣಿಸಲು ಅವಳು ಕೂಡ ಹಾದಿ ಕಂಡುಕೊಂಡಿದ್ದಾಳೆ. ಒಂದು ಸಲ ಕಾಮತೃಪ್ತಿ ಸಿಕ್ಕರೆ, ಮರುದಿನದ ತನಕ ಅದರ ಬಗ್ಗೆ ಆಸಕ್ತಿ ಇರುವುದಿಲ್ಲ. ಪುನಃ ಅದೇ ಸಮಯದಲ್ಲಿ ಕಾಮದ ವಾಂಛೆ ಕೆರಳುತ್ತದೆ. ಆ ತಕ್ಷಣ ಅದನ್ನು ತಣಿಸದಿದ್ದರೆ ಮನಸ್ಸು ಹುಚ್ಚು ಕುದುರೆಯಂತೆ ಆಗುತ್ತದೆ. ಇಷ್ಟು ಬಿಟ್ಟರೆ ಅವಳಲ್ಲಿ ಹುದುಗಿರಬಹುದಾದ ನೋವಿನ ಯಾವ ಅಂಶಗಳನ್ನು ಕಂಡಿಲ್ಲ. ಒಂದು ಕಾಲದಲ್ಲಿ ವಿಪರೀತ ಕುಡಿಯುತ್ತಿದ್ದವಳು ಈಗ ದಿನದಲ್ಲಿ ಅರ್ಧ ಕ್ವಾಟರ್‌ಗೆ ಬಂದಿದ್ದಾಳೆ. ಹಂತ ಹಂತವಾಗಿ ಬಿಟ್ಟರೂ ಬಿಡಬಹುದು.

ನಿಜವಾಗಿ ಅವಳಲ್ಲಿ ಒಂದು ನೋವಿನ ಕತೆ ಇದೆಯಾ ಅದು ಇದೆ ಅಂತ ಅಪ್ಪನಿಗೆ ಗೊತ್ತಾಗಿದ್ದು ಹೇಗೆ. ಅಪ್ಪನ ಮಾಂತ್ರಿಕ ಶಕ್ತಿಯಿಂದಾಗಿ ಅವಳ ಬಗ್ಗೆ ಅಪ್ಪನಿಗೆ ಹೆಚ್ಚಿನ ಸಂಗತಿ ಗೊತ್ತಾಗಿದೆಯಾ, ಗೊತ್ತಾಗಿದ್ದರೆ ಪೂರ್ಣ ವಿವರವನ್ನೇಕೆ ಅವರು ಹೇಳಲಿಲ್ಲ. ಅವಳನ್ನೇ ಕೇಳ್ಬೇಕು ಅಂತ ಯಾಕೆ ಹೇಳ್ತಾರೆ. ಇವೆಲ್ಲಾ ನನ್ನ ತಲೆಯಲ್ಲಿ ಹಾದುಹೋದವು.

ಅಂದು ಅವಳ ಹತ್ತಿರ ನಾನು ಹೋಗಲಿಲ್ಲ. ಮಾರನೇ ದಿನವೂ ಹೋಗದಿರುವ ತೀರ್ಮಾನ ಮಾಡಿದೆ. ನನ್ನ ಪಾಡಿಗೆ ನಾನು ಮಲಗಿದ್ದೆ. ರಾತ್ರಿ ಹತ್ತರ ಸಮಯ ಅಯ್ಯ ಎಂಬ ಧ್ವನಿ ಕೇಳಿತು. ಯಾವತ್ತೂ ಬರದವಳು ಇವತ್ಯಾಕೆ ಬಂದಳು ಅಂತ ಲೈಟ್ ಹಾಕಿ ಬಾಗಿಲು ತೆರೆದೆ..

ಅಯ್ಯ.... ಅಂದಳು ಮೆಲುಧ್ವನಿಯಲ್ಲಿ ಮಲಗಿದ್ದಾರೆ ಅಂದೆ.

ಮತ್ತೆ ಯಾಕೆ ಬಂದಿಲ್ಲ, ಬರಕಿಲ್ವ ಅಂದ್ಲು.

ನೀನು ಹೋಗಿರು ನಾನು ಬರ್ತೀನಿ ಅಂತ ಅವಳನ್ನು ಸಾಗಹಾಕಿದೆ.

ಅಪ್ಪ ಮಲಗುವ ಜಾಗಕ್ಕೆ ಹೋಗಿ ನೋಡಿದೆ. ಅಪ್ಪ ಯಥಾಪ್ರಕಾರ ಗೊರಕೆ ಹೊಡೆಯುತ್ತಿದ್ದರು. ತಕ್ಷಣಕ್ಕೆ ಅವರು ಏಳುವುದಿಲ್ಲವಾದ್ದರಿಂದ ಮುಂದಿನ ಬಾಗಿಲ ಕದ ತೆಗೆದು ಅವಳ ಕೋಣೆಯತ್ತ ಸಾಗಿದೆ.

ಯಾಕೆ ನಿನ್ನೆ ಬರ್ಲಿಲ್ಲ ಅಂದ್ಲು.

ನಾನು ಮಾತನಾಡಲಿಲ್ಲ.

ಇವತ್ತೂ ನಾನು ಕರಿದೇ ಇದ್ರೆ ನೀವು ಬರ್ತಾ ಇರ್ಲಿಲ್ಲ ಅಲ್ವ, ಅಂದ್ಲು.

ನಾನು ಮಾತನಾಡಲಿಲ್ಲ. ಎರಡೇ ಎರಡು ತಿಂಗಳಿಗೆ ನಾನು ಬೇಜಾರು ಬಂದೋದೆನೆ. ನನ್ನ ಸಹವಾಸ ಸಾಕಾಯ್ತಾ ಅಂದ್ಲು.

ಆಗಲೂ ನಾನು ಮಾತಾಡಲಿಲ್ಲ.

ಒಳ್ಳೆ ಮೂಗ ಬಸವನ ಸಹವಾಸ ಆಯ್ತು ಅಂತ ಕೈ ಹಿಡಿದು ಎಳೆದುಕೊಂಡಳು. ನಾನು ಸಿದ್ಧನಾಗಿ ಆಟ ಆರಂಭಿಸಿದೆ.

ಇವತ್ತು ಇಡೀ ದಿನ ಇಲ್ಲೇ ಇದ್ದು ಬಿಡಿ ಅಂದ್ಲು.

ಬೇಡ ಬೇಡ ಅಪ್ಪನಿಗೆ ಗೊತ್ತಾಯ್ತದೆ ಅಂದೆ.

ಸರಿ ಬಿಡಿ ಅನ್ನುತ್ತಾ ಅವಳು ಉತ್ತೇಜನ ನೀಡಲಾರಂಭಿಸಿದಳು. ನಂಗೆ ಚಾಣ ಜಾಸ್ತಿ, ನೀವು ತಪ್ಪು ತಿಳಿಬೇಡಿ ಅಂದ್ಲು.

ಚಾಣ ಅಂದ್ರೆ?

ಚಾಣ ಅಂದ್ರೆ ಕಾಮ ಅಂತ, ನಂಗೆ ಯಾವಾಗ್ಲೂ ಬೇಕು ಅಂದ್ಲು. ಅವತ್ತು ಅಲ್ಲಿಂದ ಎದ್ದು ಬರುವಾಗ ರಾತ್ರಿ ಹನ್ನೊಂದೂವರೆಯಾಗಿತ್ತು. ನಾನು ಬಾಗಿಲು ತೆರದು ಒಳಗಡೆ ಕಾಲಿಡುವುದಕ್ಕೂ ಗಂಟೆ ಢಣ್ ಅನ್ನುವುದಕ್ಕೂ ತಾಳೆಯಾಯಿತು. ಇವಳಲ್ಲಿ ಯಾವ ನೋವಿನ ಕತೆ ಇರಲು ಸಾಧ್ಯ. ಇವಳ ಪ್ರತಿ ಅಂಗವೂ ಕಾಮದಾಹದಿಂದ ಕೂಡಿದೆ ಅಂತ ಅಂದುಕೊಂಡೆ.

ಒಂದು ಕಂಪ್ಯೂಟರ್ ಮನೆಗೆ ತಂದೆ. ಒಂದು ಮೊಬೈಲ್ ತಂದೆ, ಅಪ್ಪನಿಗೆ ಕಂಪ್ಯೂಟರ್ ಉಪಯೋಗಗಳನ್ನು ವಿವರಿಸಿದೆ. ಇದ್ರಲ್ಲಿ ಏನೂ ಬೇಕಾದ್ರೂ ಮಾಡಬಹುದು ಅನ್ನುವುದನ್ನು ಅವರಿಗೆ ಮನದಟ್ಟು ಮಾಡಿಕೊಡುವ ಪ್ರಯತ್ನ ಮಾಡಿದೆ. ಅವರಿಗೆ ಅರ್ಥವಾದಂತೆ ಕಾಣಲಿಲ್ಲ. ಇದರಲ್ಲಿ ಜಾತಕನೂ ಬರೆದುಕೊಡಬಹುದು ಅಂದೆ. ಆಗ ಅವರಿಗೆ ಸ್ವಲ್ಪ ಕುತೂಹಲ ಬಂತು. ವಿವರಿಸು ಅಂದ್ರು ವಿವರಣೆ ನೀಡಿದೆ.

ಪರವಾಗಿಲ್ಲ ಇದು ಸರಿಯಾದದ್ದೇ. ಇದರಲ್ಲಿ ಏನುಂಟು ಏನಿಲ್ಲ. ಆದ್ರೆ ಇದಕ್ಕೆ ಮನುಷ್ಯನೇ ಎಲ್ಲಾ ತುಂಬಾ ಬೇಕು. ನಾಕು, ನಾಕು ಆರು ಅಂತ ಇದಕ್ಕೆ ತುಂಬಿದರೆ ಆಗ ಇದು ಏನ್ ಮಾಡುತ್ತೇ ಅಂದರು. ನನಗೆ ಉತ್ತರ ಗೊತ್ತಿರಲಿಲ್ಲ. ನಕ್ಕು ಸುಮ್ಮನಾದೆ. ಮೊಬೈಲ್ ಬೇಕಾಗಿತ್ತಾ ಅಂತ ನನ್ನ ಕಡೆ ನೋಡಿದ್ರು.

ನಾನು ಕಾಲೇಜಲ್ಲಿ ಇದ್ದೀನಿ. ತಕ್ಷಣ ನನ್ನ ಕರೀಬೇಕು ಅಂತ ಆಯ್ತು. ಆವಾಗ ನನ್ನ ಕರಿಬೋದು ನಾನು ಓದೋಕೆ ಅಂತ ಎಲ್ಲಿಗೋ ಹೋಗಿದ್ದೆ ಅಂತ ಇಟ್ಕೊಳಿ ತಕ್ಷಣ ನನ್ನ ಜೊತೆ ಮಾತಾಡಬೋದು. ಸುಂಟಿಕೊಪ್ಪದಿಂದ ಏನಾರ ತರಬೇಕಾಗಿತ್ತು. ಬೆಳಿಗ್ಗೆ ನಂಗೆ ಹೇಳೋಕೆ ನಿಮಗೆ ಮರೆತುಹೋಗಿತ್ತು. ಇದು ಇದ್ರೆ ಅವೆಲ್ಲಾ ಸುಲಭ ಅಂದೆ.

ಬೆಳಿಗ್ಗೆ ಬೇಗ ಏಳ್ಬೇಕು ಅಂದ್ರೆ ಇದರಲ್ಲೇ ಅಲರಾಮ ಇದೆ ಅಂತಾನೂ ಹೇಳಿದೆ.

ಇರ್ಲಿ ಬಿಡು ತಂದಾಗಿದೆ. ತಂದ ಮೇಲೆ ಏನಾರ ಉಪಯೋಗಕ್ಕೆ ಬಂದೇ ಬರ್ತದೆ. ಯಾಕೋ ಹೆಂಡ್ತಿ ಥರ ಇದನ್ನು ಜೊತೇಲಿ ಇಟ್ಕೊಂಡು ಇರೋದು ನಂಗೆ ಸರಿ ಕಾಣಲಿಲ್ಲ ಅಂದ್ರು ನಾನು ಮೌನಧಾರಣೆ ಮಾಡಿದೆ.

ಸೈಕಲ್ ಹಳೇದಾಗಿದ್ರೆ ಬೇರೆ ಸೈಕಲ್ ತಗೋ ಅಂದ್ರು.

ಬೇಡ ಬಿಡಿ ಬರೋ ವರ್ಷ ಬೈಕ್ ತಂದ್ರೆ ಆಯ್ತು.

ಬೈಕ್ ನಿನ್ನ ಸಂಪಾದನೆಯಲ್ಲಿ ತಗೋ, ನನ್ನ ದುಡ್ಡಲ್ಲಿ ಸೈಕಲ್ ಮಾತ್ರ ಅಂದ್ರು. ದಿನಾ ಎರಡು ಎರಡು ನಾಲ್ಕು ಕಿ.ಮೀ. ತಾನೇ, ಈ ಬೈಸಿಕಲ್ ಸಾಕು. ಇದರಲ್ಲೇನು ಸೈಕಲ್ ರೇಸ್‌ಗೆ ಹೋಗ್ತಾ ಇಲ್ಲವಲ್ಲ ಅಂದೆ. ಈ ಸಲ ಅವರು ಮಾತನಾಡಲಿಲ್ಲ.

ಕರುಂಬಯ್ಯ ಅಂತ ಈ ಕಾಲೇಜಿನ ಪಿ.ಡಿ. (Physical Director) ಅವರನ್ನು ಭೇಟಿಯಾದೆ.

'ನನಗೆ ಓಡುವುದರಲ್ಲಿ ಆಸಕ್ತಿ ಇದೆ' ಅಂದೆ. ಓಡು ಬೇಡ ಅಂದೋರ್‍ಯಾರು? ಅಂದ್ರು.

ಸರ್ ನನಗೆ ಪಿ.ಯು.ಸಿ.ಯಲ್ಲಿ ಇದ್ದಾಗ ನ್ಯಾಷನಲ್ ಗೇಮ್ಸ್ ನಲ್ಲಿ ಥರ್ಡ್ ಪ್ಲೇಸ್ ಸಿಕ್ಕಿದೆ ಅಂದೆ.

ಐ.ಸಿ.ಐ.ಸಿ. ಎಷ್ಟು ದೂರ ಓಡ್ತೀಯಾ ಸಾವಿರದ ಐದು ನೂರು ಮೀಟರ್ ಸಾ.

ನಿಮ್ಮನೆಯಿಂದ ಕಾಲೇಜಿಗೆ ಓಡ್ತಾ ಬರ್ತಿಯಾ ಅಥವಾ ಬಸ್ಸಲ್ಲಿ ಬರ್ತಿಯೋ ಅಂದ್ರು. ನನಗೆ ಅವರ ವ್ಯಂಗ್ಯ ಅರ್ಥವಾಗಿತ್ತು. ನಾನು ಇವರ ಹತ್ತಿರ ಬರಲೇಬಾರದಿತ್ತು. ಇವನೋ ಪಕ್ಕಾ ತಲೆಹರಟೆ ಅಂದುಕೊಂಡೆ.

ಕತ್ತೆ ಬಡವ, ಇಷ್ಟು ದಿನ ಆದ್ರೂ ಯಾಕೆ ಬರ್‍ಲಿಲ್ಲ. ನಾನು ಇವತ್ತು ಬರ್ತಿಯಾ ನಾಳೆ ಬರ್ತಿಯಾ ಅಂತ ಕಾಯ್ತಾ ಇದ್ರೆ. ಇವತ್ತು ಬಂದಿದ್ದೀಯಾ, ನಿನ್ನ ಬಗ್ಗೆ ನನಗೆ ಗೊತ್ತಿತ್ತು. ನೀನೇ ಬರ್‍ಲಿ ಅಂತ ಸುಮ್ಮನಿದ್ದೆ ಮನುಷ್ಯರಿಗೆ ಅಹಂಕಾರ ಇರಬಾರದು ಅಂದ್ರು. ಯಾವತ್ತೂ ಶಿಷ್ಯ ಗುರುವಿನ ಹತ್ರ ಅವರಾಗೆ ಬರಬೇಕು ಗುರುಶಿಷ್ಯನನ್ನು ಹುಡುಕಬಾರದು. ನಾಳೆಯಿಂದ ದಿನಾ ಬಂದು ನೀನು ನನ್ನ ಕಾಣಬೇಕು ಪ್ರಾಕ್ಟಿಸ್ ಮಾಡ್ತಾ ಇದ್ದೀಯೋ ಅಥವಾ ನಿಲ್ಸಿ ಬಿಟ್ಟಿದ್ದಿಯೋ.

ಇಲ್ಲ ಸಾರ್ ದಿವ್ಸ ಓಡ್ತಾ ಇದ್ದೀನಿ.

ನಿನ್ನ ರೆಕಾರ್ಡ್ ಟೈಂ ಎಷ್ಟು ಅಂತ ವಿಚಾರಿಸಿದರು. ನಾನು ವಿವರಣೆ ನೀಡಿದೆ. ಇವತ್ತು ನೀನಾಗೇ ಬಂದು ನನ್ನ ಕೈಲಿ ಸಿಕ್ಕಿಕೊಂಡಿದ್ದೀಯಾ, ಇನ್ನು

ನಿನ್ನ ಸುಮ್ಮನೆ ಬಿಡೋದಿಲ್ಲ. ನಂಗೆ ಸ್ವಲ್ಪ ವಯಸ್ಸಾಗಿದೆ. ಆದ್ರೂ ಪರವಾಗಿಲ್ಲ. ನಮ್ಮ ಕಾಲೇಜಿಗೆ ಮುಂದಿನ ಮೂರು ವರ್ಷನೂ ಮೆಡಲ್ ಬೇಕು. ಹಾಗೆ ಮಾಡೋಣ. ಅಂದ್ರು ನಾನು ಆಗಲಿ ಸರ್, ಥ್ಯಾಂಕ್ಯೂ ಸರ್ ಎಂದು ಹೇಳಿ ಅವರ ಕ್ಯಾಬಿನ್‌ನಿಂದ ಹೊರಬಂದೆ.

ಮಾರನೇ ದಿನ ಮೈದಾನದಲ್ಲಿ ಅವರು ನನ್ನನ್ನು ಓಡಲು ಹೇಳಿದರು. ಓಡುವ ಮೊದಲು ನಾನು ಇರಬೇಕಾದ ಭಂಗಿಯನ್ನು ಸ್ವಲ್ಪ ಸರಿಪಡಿಸಿದರು. ಕೊನೆಯ ನಿಮಿಷದಲ್ಲಿ ಅನುಸರಿಸಬೇಕಾದ ತಂತ್ರ ಹೇಳಿಕೊಟ್ಟರು. ಬರೀ ಓಡಿದರೆ ಸಾಲದು ದೇಹಕ್ಕೆ ಇತರ ವ್ಯಾಯಾಮದ ಅಗತ್ಯ ಕೂಡ ಇದೆ. ವಾರಕ್ಕೆ ಒಂದು ದಿನವಾದ್ರೂ ಬರಿಗಾಲಿನಲ್ಲಿ ಓಡು ಅನ್ನುವ ಸಲಹೆಯನ್ನು ಕೊಟ್ಟರು.

ಸಿಗರೇಟು ಬೀಡಿ ಸೇದುವ ಚಟ ಇದ್ದರೆ ಅದನ್ನು ಈ ಕ್ಷಣದಲ್ಲೇ ಬಿಟ್ಟು ಬಿಡು, ಬ್ರಾಂದಿ, ಏನೂ ಒಳ್ಳೆಯದೇನಲ್ಲ. ಮನೇಲಿ ಎಲ್ಲರೂ ಕುಡಿತಿದ್ದರೆ ನೀನೂ ಒಂಚೂರು ಕುಡಿದರೆ ತಪ್ಪೇನಿಲ್ಲ. ಆದ್ರೆ ದಿನ ಹಾಕುವ ಚಟ ಇರಬಾರದು. ಹುಡುಗೀರ ಸಹವಾಸ ಇದ್ಯಾ ಅಂದರು. ನಾನು ಮಾತನಾಡದೆ ತಲೆತಗ್ಗಿಸಿ ನಿಂತಿದ್ದೆ.

ಅದಕ್ಕೂ ಇದಕ್ಕೂ ಸಂಬಂಧ ಇದೆ ಅಂತಾರೆ. ಇಲ್ಲ ಅಂತಾರೆ ಯಾವುದು ನಿಜ ಯಾವುದು ಸುಳ್ಳು ಅಂತಾನೇ ಅರ್ಥ ಆಗೋದಿಲ್ಲ. ನೀನು ಒಳ್ಳೆ ಹುಡುಗನ ಹಾಗೆ ಕಾಣ್ತೀಯಾ. ಆದ್ರೂ ನನ್ನ ಶಂಖ ನಾನು ಊದಲೇಬೇಕಲ್ಲ, ಈ ಚಟನೂ ನಿಯಂತ್ರಣದಲ್ಲಿ ಇರಲಿ, ಸೊಂಟ, ಗಿಂಟ, ನೋವು ಬಂದರೆ ಓಡೋದು ಹೇಗೆ? ತಮಾಷೆಗೆ ಅಂದೆ. ನಾನು ಮಾತಾಡೋದೇ ಹೀಗೆ, ತುಂಬಾ ಪ್ರೀತಿಯಿಂದ ಬಾಯಿಗೆ ಬಂದ ಹಾಗೆ ಬೈತೀನಿ, ಸಿಟ್ಟು ಬಂದ್ರೆ ಹೊಡಿತೀನಿ. ಯಾವುದಕ್ಕೂ ತಪ್ಪು ತಿಳ್ಕೊಬಾರದು. ಇದಲ್ಲದೆ ಬೇರೆ ಯಾವ ಆಟ ಆಡ್ತಿಯಾ, ಕ್ರಿಕೆಟ್, ಹಾಕಿ, ವಾಲಿಬಾಲ್ ಅಂದ್ರು, ನಾನು ಕ್ರಿಕೆಟ್ ಆಡ್ತಾ ಇದ್ದೆ ಈಗ ಬಿಟ್ಟು ಬಿಟ್ಟಿದ್ದೀನಿ ಅಂದೆ. ಎಲ್ಲಾ ದೋಣಿಗೂ ಕಾಲು ಹಾಕಿ ಬೀಳೋಬದ್ಲು ಮುಳುಗಲಿ ತೇಲಲಿ ಒಂದೇ ದೋಣಿಯಲ್ಲಿ ಇರೋದು ಒಳ್ಳೆಯದು ಅಂದ್ರು.

ನಿಮ್ಮಪ್ಪ ಏನ್ ಮಾಡ್ತಾರೆ.

ಪೂಜೆ ಮಾಡ್ತಾರೆ, ಸ್ವಲ್ಪ ಜಮೀನು ಇದೆ ಓಹೋ, ನೀನು ಭಟ್ಟ, ನಂ ಭಾಷೇಲಿ ಪಟ್ಟ ಅಂದ್ರು ನಾನು ಸುಮ್ಮನೆ ನಿಂತಿದ್ದೆ ಹಂದಿಮಾಂಸ ತಿಂದಿದ್ದೀಯಾ?

ಇಲ್ಲ ಸಾರ್, ಕೋಳಿ, ಕುರಿ ತಿಂದಿದ್ದೀನಿ.

ಓಹೋ ನೀನು ಮಾಂಸ ತಿನ್ನುವ ಪಟ್ಟ

ಮೊದ್ಲು ತಿಂತಿದ್ದೆ ಬಿಟ್ಟು ಎಂಟು ತಿಂಗಳಾಯ್ತು. ಅಯ್ಯೋ ತಿನ್ಬೇಕು ಅನಿಸಿದ್ರೆ ತಿನ್ನು ಬೇಡ ಅಂದರೆ ಬೇಡ ಅದರಲ್ಲಿ ಏನಿದೆ?

ಗೋಪಾಲರಾಮ ಮರಾರೆ. ದಿವ್ಯ ಹೆಗ್ಡೆ ಪ್ರೇಂಕುಮಾರ್, ಶಶಿಧರ್ ಉಡುಪ, ಅಜ್ಜ ಮಾಡ ಕೆ. ಉತ್ತಪ್ಪ, ಇವರೆಲ್ಲಾ ನಮ್ಮ ಉಪನ್ಯಾಸಕರು. ನಿಮಗೆ ಸಂಶಯ ಇದ್ದರೆ ಕ್ಲಾಸಲ್ಲೇ ಪರಿಹಾರ ಕಂಡುಕೊಳ್ಳಿ, ನಾಳೆ ಮಾಡಿದರೆ ಆಯ್ತು ಅನ್ನಬೇಡಿ. ಆ ನಾಳೆ ಬರೋದೇ ಇಲ್ಲ. ಇವತ್ತು ನಿಮಗೆ ಅರ್ಥವಾಗದೇ ಇದ್ದದ್ದು ನೀವು ಸುಮ್ಮನಿದ್ದರೆ ಜೀವನದಲ್ಲಿ ಯಾವತ್ತೂ ಅರ್ಥ ಆಗೋದಿಲ್ಲ. ಬದುಕಿನ ಹಾಗೆ ಇದೂ ಕೂಡ ನಿಗೂಢವಾಗಬಹುದು ಅಂತ ಆಗಾಗ್ಗೆ ಹೇಳ್ತಾನೇ ಇದ್ರು. ನಮ್ಮಲ್ಲಿ ಕೆಲವರು ಅದನ್ನು ಗಂಭೀರವಾಗಿ ತೆಗೆದುಕೊಂಡ್ರೆ ಕೆಲವರು ಕೇಳಿಸಿಕೊಳ್ಳಲೇ ಇಲ್ಲ. ಪರೀಕ್ಷೆ ದೃಷ್ಟಿಯಿಂದ ಏನು ಬೇಕೋ ಅದನ್ನು ಮಾತ್ರ ಮಾಡುವವರ ಪೈಕಿ ನಾನೂ ಒಬ್ಬನಾಗಿದ್ದೆ.

ಕಾಲೇಜಿನಲ್ಲಿ ಓಟದ ಪ್ರಾಕ್ಟಿಸ್ ನಾನು ಮಾಡ್ತಾ ಇರಲಿಲ್ಲ. ಅದು ಬೆಳಿಗ್ಗೆ ಮತ್ತು ಸಂಜೆ ಮಾಡುವ ಚಟುವಟಿಕೆ ಆಗಿತ್ತು. ಕ್ಲಾಸಿನಲ್ಲಿ ನನ್ನ ಗೆಳೆಯನಾದವನು ವರುಣ್, ಅವನು ಮಡಿಕೇರಿಯಿಂದಲೇ ಬರುತ್ತಿದ್ದ. ಹುಡುಗಿಯರಲ್ಲಿ ನನಗೆ ಇಷ್ಟವಾದವಳು. ರಂಜಿತಾ ಅಯ್ಯಪ್ಪ, ಉಳಿದವರು ಹಾಯ್ ಬಾಯ್ ಮಟ್ಟಿಗೆ ಸೀಮಿತವಾದರು. ಕಾಲೇಜು ಶುರುವಾದ ಎರಡು ತಿಂಗಳಿನಲ್ಲಿ ಇಷ್ಟೆಲ್ಲಾ ಆಯಿತು. ಮಡಿಕೇರಿಯ ಮಳೆಯಲ್ಲಿ ಓಡುವ ಅಭ್ಯಾಸ ಸಾಧ್ಯವೇ ಇರಲಿಲ್ಲ. ತರಗತಿಯಲ್ಲಿ ಒಂದು ನಿಮಿಷವನ್ನೂ ನಾನು ದಂಡ ಮಾಡುತ್ತಿರಲಿಲ್ಲ.

ಡಯಾಲಿಸಿಸ್ ಮೇಥಡ್‌ನಿಂದ ಪ್ರೋಟೀನ್ನು ಪ್ರತ್ಯೇಕ ಮಾಡುವುದು. ಮೊಟ್ಟೆಯಲ್ಲಿ ಇರುವ ಕೊಲೆಸ್ಟ್ರಾಲನ್ನು ಅಂದಾಜಿಸುವುದು. ಕಾರ್ಬೋಹೈಡ್ರೇಟ್ ಡಿ.ಎನ್.ಎ. ಮಾದರಿಯಲ್ಲಿ ಅಂದಾಜಿಸುವುದು ಇಂತಹ ಹತ್ತು ಹಲವು ಪ್ರಾಯೋಗಿಕ ಚಟುವಟಿಕೆಗಳು ನಿಜಕ್ಕೂ ಆಸಕ್ತಿ ಕೆರಳಿಸುವಂತೆ ಇದ್ದವು. ಪ್ರಯೋಗ ಶಾಲೆಯಲ್ಲಿ ಇರುವುದೇ ಒಂದು ಸಂತಸಕಾರಕ ವಿಷಯವಾಗಿತ್ತು. ಈ ಪ್ರಯೋಗಶಾಲೆಯನ್ನು ನಾನೂ ರಂಜಿತಾ ಅಯ್ಯಪ್ಪ ತುಂಬಾ ಇಷ್ಟಪಡುತ್ತಿದ್ದೆವು,

ಅವತ್ತು ಭಾನುವಾರ, ಭಾನುವಾರದಂದು ನಾನು ವಿಶೇಷವಾಗಿ ಹೆಚ್ಚು ಪ್ರಾಕ್ಟಿಸ್ ಮಾಡುತ್ತಿದ್ದೆ. ಪ್ರಾಕ್ಟಿಸ್ ಮುಗಿಸಿ ಮನೆಗೆ ಬಂದಾಗ, ಏಳೆಂಟು ಜನ ಜಗುಲಿಯ ಮೇಲೆ ಕುಳಿತಿದ್ದರು. ನಾನು ನನ್ನಷ್ಟಕ್ಕೆ ಒಳಗಡೆ ಹೋದೆ. ಸ್ನಾನ ಮಾಡಿ ತಿಂಡಿ ತಿಂದು ಹೊರಗಡೆ ಬಂದೆ ಆಗಲೂ ಈ ಜನ ಕುಳಿತಿದ್ದರು. 'ಅಪ್ಪ ಎಲ್ಲಿ' ಎಂದು ಅವರನ್ನೇ ಕೇಳಿದೆ. ಅವರು ಕಾರಿನಲ್ಲಿ ಸುಂಟಿಕೊಪ್ಪಕ್ಕೆ ಹೋಗಿದ್ದಾರೆ ಈಗ ಬರ್ತಾರೆ ಅಂದ್ರು.

ಅಪ್ಪ ಯಾಕೆ ಹೋದ್ರು, ನಿಮಗೆ ಏನಾದ್ರೂ ಗೊತ್ತಾ. ಇಲ್ಲಿ ಮಲ್ಲಿಗೆ ಅಂತ ಒಬ್ಬರು ಇರ್ತಾರೆ ಅವರೂ ಇಲ್ಲ.

ಯಾರೋ ಅಂಜಿ ಅಂತ ಅವರ್ಗೆ ಹುಷಾರು ಇಲ್ಲ. ಅವರ ಮನೆಯವರು ಅಳ್ತಾ ಬಂದಿದ್ರು. ಅವರನ್ನ ತಕ್ಷಣ ಆಸ್ಪತ್ರೆಗೆ ಕರ್ಕೊಂಡು ಹೋಗ್ಬೇಕು ಅಂದ್ರು. ನಾವು ಮಾರುತಿ ವ್ಯಾನಲ್ಲಿ ಬಂದಿದ್ವಿ, ಶಾಸ್ತ್ರ ಕೇಳೋಣ ಅಂತ ಸ್ವಲ್ಪ ಆಸ್ಪತ್ರೆಗೆ ಬಿಡಿ ಅಂತ ಕೇಳಿದ್ರು. ಆಯಮ್ಮ ಇವರು ಅಂಜಿ ಅನ್ನೋರ ಹೆಂಡತಿ ಎಲ್ಲಾ ಕಾರು ಹತ್ತಿ ಅವರ ಮನೆಗೆ ಹೋಗಿ ಅಂಜಿ ಅನ್ನೋರನ್ನು ಕರ್ಕೊಂಡು ಆಸ್ಪತ್ರೆಗೆ ಹೋಗಿದ್ದಾರೆ. ಅವರೆಲ್ಲಾ ಹೋಗಿ ಒಂದು ಗಂಟೆ ಆಯ್ತು, ನನ್ಮಗ ಬರ್ತಾನೆ ಅವನಿಗೆ ವಿಷಯ ಹೇಳಿ ಅಂದ್ರು. ನೀವು ಅವರ ಮಗ ತಾನೆ? ಅಂದ್ರು. ನಾನೂ ಹೌದು ಅಂತ ತಲೆಯಾಡಿಸಿದೆ. ಟೇಬಲ್ ಮೇಲಿದ್ದ ಮೊಬೈಲ್ ತೆಗೆದು ನೋಡಿದೆ. ಒಂದೇ ಒಂದು ಮಿಸ್ಡ್ ಕಾಲ್ ಇತ್ತು. ಅದರಲ್ಲಿ ಮನೆ ಅಂತ ಇತ್ತು. ಅಪ್ಪ ಫೋನ್ ಮಾಡಿದ್ದಾರೆ. ಅದು ಮನೆಯಲ್ಲಿಯೆ ಇದೆ. ಹೀಗಾಗಿ ಅವರೇ ಆಸ್ಪತ್ರೆಗೆ ಹೊರಟುಹೋಗಿದ್ದಾರೆ.

ಸ್ವಲ್ಪ ಹೊತ್ತಿನಲ್ಲಿ ಕಾರು ಬಂತು. ಅಪ್ಪ ಮತ್ತು ಕಾರಿನ ಡ್ರೈವರ್ ಮಾತ್ರ ಇಳಿದ್ರು. ಉಳಿದವರು ಆಸ್ಪತ್ರೆಯಲ್ಲೇ ಇದ್ದಾರೆ. ಅಪ್ಪ ಮನೆಯೊಳಗೆ ಬಂದು, ಜಯರಾಮೇಗೌಡರಿಗೆ ಫೋನ್ ಮಾಡು ಅಂದ್ರು, ನಾನು ನಂಬರ್ ಒತ್ತಿಕೊಟ್ಟೆ.

ಜಯರಾಮೇಗೌಡ್ರೆ ನನ್ನ ಹತ್ತಿರದವರೊಬ್ಬರನ್ನು ಮೈಸೂರು ಕೆ.ಆರ್. ಆಸ್ಪತ್ರೆಗೆ ಸೇರಿಸಬೇಕಾಗಿದೆ. ಎಲ್ಲಾ ವ್ಯವಸ್ಥೆ ನೀವೇ ಮಾಡಿ ಅಲ್ಲಿನ ಡಾಕ್ಟರ್‌ಗೆ ನೀವೇ ಹೇಳಿರಿ. ನಾನೂ ಬರ್ತಾ ಇದ್ದೀನಿ ಅಂತ ಅವನಿಗೆ ಏನಾಗಿದೆ ಅಂತ ಗೊತ್ತಿಲ್ಲ. ಡಾಕ್ಟರ್ ಅದೇನೋ ಹೇಳಿದ್ರು. ಒಂದು ಚೀಟಿ ಕೊಟ್ಟಿದ್ದಾರೆ. ನಾನೇ ಹೋಗ್ತಾ ಇದ್ದೀನಿ ದಯವಿಟ್ಟು ವ್ಯವಸ್ಥೆ ಮಾಡಿ ಅಂದರು.

ಕ್ಷಮಿಸಿ ಇವತ್ತು ನಾನು ಏನೂ ಹೇಳೋ ಸ್ಥಿತಿಯಲ್ಲಿ ಇಲ್ಲ. ನೀವು ಕಾರು ಕೊಟ್ಟು ಉಪಕಾರ ಮಾಡಿದ್ದೀರಿ ಅದನ್ನು ನಾನು ಮರೆಯೋ ಹಂಗಿಲ್ಲ. ನೀವು ಮುಂದಿನ ಭಾನುವಾರ ಬನ್ನಿ ಅಥವಾ ಬುಧವಾರ ಬೇಕಾದ್ರು ಬನ್ನಿ ನಿಮ್ಮ ಯಾವ ಕೆಲ್ಸ ಇದ್ರೂ ಅದನ್ನು ನನ್ನ ಕೆಲಸ ಅಂತ ಮಾಡ್ತೀನಿ. ಇವತ್ತು ಏನೂ ಆಗೋಲ್ಲ ಅಂದ್ರು. ಬಂದಿದ್ದವರು ನಮ್ಗೆ ತುರ್ತು ಇದೆ. ನಾವು ಬುಧವಾರ ಬರ್ತಿವಿ ಅಂತ ಹೇಳಿಹೋದರು.

ಅಪ್ಪ ನೀವು ಏಕೆ ನಾನೇ ಹೋಗಿ ಬರ್ತಿನಿ ಬಿಡಿ ಅಂದೆ.

ಇಲ್ಲ... ಇಲ್ಲ... ಇದು ಅಂಜಿ ವಿಷಯ ನಾನೇ ಹೋಗ್ತಿನಿ, ಅಲ್ಲೇ ಇರ್ಬೇಕಾದ್ರೆ ನಾನು ನಾಳೆ ಬರ್ತೀನಿ. ರಾತ್ರಿ ಊಟದ ವ್ಯವಸ್ಥೆ ನೀನೇ ಮಾಡಿಕೋ, ಮಲ್ಲಿಗೆ, ಅಲ್ಲಿಗೆ ಬರಲ್ಲ ಇಲ್ಲೇ ಇರ್ತಾಳೆ.

ಅಂಜಿ ಅವನ ಹೆಂಡತಿ, ನಾನೂ ಅಲ್ಲಿಗೆ ಹೋಗ್ತಿನಿ. ಮನೆ ಕಡೆ ಜೋಪಾನ ಯಾರೇ ಬಂದ್ರೂ ಬುಧವಾರ ಬನ್ನಿ ಅಥವಾ ಭಾನುವಾರ ಬನ್ನಿ ಅಂತ ಹೇಳು ಅಂತ ಬೀರುವಿನ ಹತ್ತಿರ ಹೋಗಿ ಒಂದಷ್ಟು ಹಣ ತೆಗೆದುಕೊಂಡರು. ಒಂದು

ಬಟ್ಟೆ ಬ್ಯಾಗಿಗೆ ಎರಡು ಪಂಚೆ, ಒಂದು ಟವಲ್, ಅಂಗಿ ಹಾಕಿಕೊಂಡರು. ಅಪ್ಪ ಸೋಪಿನಲ್ಲಿ ಸ್ನಾನ ಮಾಡ್ತಾ ಇರಲಿಲ್ಲ. ಅವರು ಸೀಗೆಕಾಯಿಯಲ್ಲಿ ಸ್ನಾನ ಮಾಡೋರು, ಬಟ್ಟೆ ಒಗೆಯೋದಕ್ಕೆ ಅಂಟುವಾಳ ಕಾಯಿ ಉಪಯೋಗಿಸ್ತಾ ಇದ್ರು, ಇದ್ದಿಲೇ ಅವರ ಹಲ್ಲುಪುಡಿ,

ಸುಂಟಿಕೊಪ್ಪದ ಅಂಬಾಸಿಡರ್ ಕಾರೊಂದು ಬಂತು. ಅದರಿಂದ ಮಲ್ಲಿಗೆ ಇಳಿದಳು. ಅಪ್ಪ ಅದೇ ಕಾರಿನಲ್ಲಿ ಕುಳಿತು ಮನೆ ಕಡೆ ಜೋಪಾನ ಮಲ್ಲಿಗೆ ಅಂಜಿ ಮನೆ ಕಡೆ ಒಂದ್ಸಲ ಹೋಗಿ ಬಾ ಅಂತ ಹೇಳಿ ಹೊರಟರು. ಅಪ್ಪ ಬೇಕಾದ್ರೆ ನನ್ನ ಮೊಬೈಲ್‌ನನ್ನೂ ತಗೊಂಡು ಹೋಗಿ ಅಂದೆ ಅವರು ಅದನ್ನು ಕೇಳಿಸಿಕೊಳ್ಳಲೇ ಇಲ್ಲ.

ಅಂಜಿಯ ಸಲುವಾಗಿ ಅಪ್ಪ ಮನೆಯಿಂದ ಹೊರಗಡೆ ಹೋಗಿದ್ರೂ, ಮೈಸೂರಿನ ತನಕವೂ ಹೋಗಲು ಸಿದ್ಧರಾಗಿ ಹೋಗಿದ್ದು ನನಗೆ ಆಶ್ಚರ್ಯ ಉಂಟು ಮಾಡಿತು. ಒಂದಿಷ್ಟು ದುಡ್ಡು ಕೊಟ್ಟು ಆದಾಗ ಆದರೆ ವಾಪಾಸು ಕೊಡು ಅಂತ ಹೇಳಬಹುದಾಗಿತ್ತು. ಅಷ್ಟು ಮಾಡಿದ್ರೆ ಸಾಕಿತ್ತು. ಅವನ ವಿಷಯದಲ್ಲಿ ಇಷ್ಟೊಂದು ಅಕ್ಕರೆ ತೋರಿಸಬೇಕಾದ ಅಗತ್ಯ ಏನಿತ್ತು. ಅವನನ್ನು ಆಸ್ಪತ್ರೆಗೆ ಕಳಿಸಿ, ಜಯರಾಮೇಗೌಡರಿಗೆ ಒಂದು ಫೋನ್ ಮಾಡಿದ್ದರೆ ಸಾಕಿತ್ತು. ಅಪ್ಪನೇ ಯಾಕೆ ಹೋದರು. ಬಹಳ ಚಿಕ್ಕಂದಿನಲ್ಲಿ ಮೈಸೂರಿಗೆ ಹೋಗಿದ್ದು ಬಿಟ್ರೆ, ಅವರಿಗೆ ಮೈಸೂರು ಗೊತ್ತೇ ಇಲ್ಲ. ಅವರು ಮೈಸೂರಿಗೆ ಹೋಗಿ ನಲವತ್ತೈದು ಐವತ್ತು ವರ್ಷ ಆಗಿರಬಹುದು.

ವ್ಯಾನಲ್ಲಿ ದೊಡ್ಡ ಅಯ್ಯ ಅಂಜಿಯನ್ನು ತೊಡೆಯ ಮೇಲೆ ಮಲಗಿಸಿಕೊಂಡಿದ್ದರು. ನಾನಿದ್ದೀನಿ ಹೆದ್ರಬೇಡ ನಿನ್ನ ಉಳಿಸಿಕೊಳ್ಳೋ ಜವಾಬ್ದಾರಿ ನಂದು. ಅಮ್ಮ ಎಲ್ಲಾ ಸರಿ ಮಾಡ್ತಾಳೆ, ನಿನ್ನ ಗ್ರಹಚಾರ ಚೆನ್ನಾಗಿಲ್ಲ. ನಾನೆಲ್ಲ ಸರಿ ಮಾಡ್ತೀನಿ ಅಂತ ಹೇಳಿದ್ರು ಎಂದು ಮಲ್ಲಿಗೆ ಹೇಳಿದಾಗ ನನ್ನ ಆಶ್ಚರ್ಯ ಇಮ್ಮಡಿಯಾಯಿತು. ಅಪ್ಪನ ತೊಡೆ ಮೇಲೆ ಅಂಜಿ ಮಲಗಿದ್ನಾ ಹೌದಾ ಅಂತ ಎರಡೆರಡು ಸಲ ಕೇಳಿ ಹೌದು ಅನ್ನುವುದನ್ನು ಖಚಿತಪಡಿಸಿಕೊಂಡೆ.

ಮಲ್ಲಿಗೆ ಅಂಜಿಯ ಮನೆಗೆ ಹೋಗಿಬಂದಳು. ಆ ಮಕ್ಕಳು ತಾವು ಪಕ್ಕದ ಮನೆಯಲ್ಲಿಯೇ ಊಟ ಮಾಡಿ ಅವರ ಮನೆಯಲ್ಲಿ ಇರ್ತೀವಿ ಅಂದ್ರು. ಬಲವಂತ ಮಾಡಿದ್ರೂ ಬರಲಿಲ್ಲ. ನಾನೇನು ಮಾಡ್ಲಿ. ಬಂದೆ ಅನ್ನುತ್ತಾ ದನಗಳನ್ನು ಹೊಡೆದುಕೊಂಡು ತೋಟದ ಕಡೆ ಹೋದಳು. ಅವಳಿಗೆ ತಿಂಡಿಯ ಬುತ್ತಿ ಕೊಟ್ಟೆ, ಬೆಳಿಗ್ಗೆ ಅವಳೇನೂ ತಿಂದಿರಲಿಲ್ಲ. ಬೆಳಿಗ್ಗೆ ಅವಳು ಹೋದರೆ ಸಂಜೆ ಐದರ ತನಕ ಜಪ್ಪಯ್ಯ ಅಂದ್ರು ಬರ್ತಾ ಇರಲಿಲ್ಲ. ಬೆಳಿಗ್ಗೆಯ ತಿಂಡಿ ಮಧ್ಯಾಹ್ನಕ್ಕೆ ಆಗ್ತಾ ಇತ್ತು. ಒಂದು ವೇಳೆ ಅಪ್ಪ ಬಂದರೆ ಪರವಾಗಿಲ್ಲ.

ಅವರು ಬರದೇ ಇದ್ರೆ ರಾತ್ರಿಗೆ ಏನ್ಮಾಡೋದು ಅಂತ ಯೋಚಿಸಿದೆ. ಈಗಿನ್ನೂ ಹತ್ತೂವರೆ ರಾತ್ರಿಯ ಚಿಂತೆ ಈಗ ಯಾಕೆ ಅಂತ ಸುಮ್ಮನಾದೆ.

ಮಧ್ಯಾಹ್ನ ಮೂರರ ಸಮಯದಲ್ಲಿ ಅಪ್ಪ ಫೋನ್ ಮಾಡಿ ನಾನು ಇವತ್ತು ಬರೋದಿಲ್ಲ ನಾಳೆ ಸಂಜೆ ಹೊತ್ತಿಗೆ ಬರ್ತೀನಿ. ಇವತ್ತು ಏನೂ ಹೇಳಕೆ ಆಗೋದಿಲ್ಲ. ನಾಳೆ ಬೆಳಿಗ್ಗೆ ಹೇಳ್ತಿನಿ ಅಂತ ಡಾಕ್ಟ್ರು ಹೇಳಿದ್ದಾರೆ. ಅವನನ್ನ ಸ್ಪೆಷಲ್ ವಾರ್ಡ್ ಹಾಕೋಕೆ ಹೇಳಿದ್ದೀನಿ. ನಾನು ಎಲ್ಲಾದ್ರೂ ಉಳಿತೀನಿ. ರಾತ್ರಿಗೆ ಅವಲಕ್ಕಿ ಕಲಸಿಕೊಂಡು ತಿನ್ನು ಮಲ್ಲಿಗೆಗೂ ಅದನ್ನೇ ಹಾಕು ಅಂದ್ರು.

ಅಪ್ಪ ಅಂಜಿಗೆ ಏನಾಗಿದೆ ಅಂದೆ.

ಕುಡಿದು ಕುಡಿದು ಅದೇನೋ ಕೆಟ್ಟುಹೋಗಿದೆ ಅಂದ್ರು. ಇಂಗ್ಲೀಷ್ನಲ್ಲಿ ಏನೇನೋ ಹೇಳ್ತಾರೆ. ನಾನು ಹೌದು ಹೌದು ಅಂತಾ ಇದ್ದೀನಿ. ಯಾವುದಕ್ಕೂ ನಾಳೆ ಬರ್ತಿನಲ್ಲ. ಆವಾಗ ಡಾಕ್ಟರ್ ಕೊಟ್ಟ ಚೀಟಿ ತರ್ತೀನಿ. ನಿಂಗೆ ಅದೆಲ್ಲಾ ಅರ್ಥ ಆಗ್ಬೋದು, ಈಗ ಫೋನ್ ಇಡ್ತೀನಿ. ಇದು ಡಾಕ್ಟರ್ ಫೋನು ಅಂತ ಹೇಳಿ 'ಡಾಕ್ಟ್ರೆ ತಗೊಳ್ಳಿ' ಅಂತ ಅವರು ಡಾಕ್ಟರ್ ಕೈಗೆ ಫೋನ್ ಕೊಟ್ಟರು. ತಕ್ಷಣ ಸ್ವಿಚ್ ಆಫ್ ಆಯಿತು.

ಅಪ್ಪ ಬರೋದಿಲ್ಲ. ನಂಗೆ ಅಡುಗೆ ಗೊತ್ತಿಲ್ಲ. ಅವಲಕ್ಕಿಗೆ ಕಾಯಿ ತುರಿದು ಸ್ವಲ್ಪ ಏಲಕ್ಕಿ ಹಾಕಿ ಸಕ್ಕರೆ ಹಾಕಿ ತಿನ್ನ ಬಹುದು. ಆದ್ರೆ ಅದನ್ನು ಮಲ್ಲಿಗೆಗೆ ಕೊಡುವುದು ಹೇಗೆ. ನಂಗೆ ಸಿಹಿ ಜಾಸ್ತಿ ಸೇರಕ್ಕಿಲ್ಲ ಅಂತ ಅವಳೇ ಒಂದೆರಡು ಸಲ ಅಪ್ಪನ ಹತ್ರ ಹೇಳಿದ್ದಳು. ಅವತ್ತಿಂದ ಅವಳಿಗೆ ಅಪ್ಪ ಸಿಹಿಪೊಂಗಲ್, ಕೀರು ಜಾಸ್ತಿ ಕೊಡ್ತಾ ಇರಲಿಲ್ಲ.

ಸುಂಟಿಕೊಪ್ಪಕ್ಕೆ ಹೋಗಿ ಅವಳಿಗೆ ನಾಲ್ಕು ಪರೋಟ ತಂದು ಕೊಟ್ಟರೆ ಹೇಗೆ ಎಂಬ ವಿಚಾರ ಬಂತು. ಹೇಗೂ ರಾತ್ರಿ ಅಪ್ಪನೂ ಇಲ್ಲ. ಮನೆಯಲ್ಲಿ ನಾನು ಅವಳು ಇಬ್ಬರೇ. ಈ ಯೋಚನೆಯೇ ನನ್ನಲ್ಲಿ ಹುರುಪು ತಂದಿತು. ಮನೆಗೆ ಬೀಗ ಹಾಕಿ ಸೈಕಲ್ ಏರಿದೆ. ಸುಂಟಿಕೊಪ್ಪಕ್ಕೆ ಹೋಗಿ ಒಂದು ಅರ್ಧ ಬಾಟಲ್ ರಮ್, ನಾಲ್ಕು ಪರೋಟ, ಚಿಕನ್ ಮಸಾಲ, ಎಲ್ಲಾ ತಂದೆ ನಾನು ಸುಂಟಿಕೊಪ್ಪದಿಂದ ಬರುವಾಗಲೂ ಇವಳು ತೋಟದಿಂದ ಬಂದಿರಲಿಲ್ಲ. ಯಾವಾಗಲೂ ಐದೂವರೆಗೆಲ್ಲಾ ಬರುತ್ತಿದ್ದವಳು ಅವತ್ತು ಆರು ಗಂಟೆಗೆ ಬಂದಳು.

ಅಂಜಿ ಅಣ್ಣನ ಸಂಗತಿ ಏನಾರ ಗೊತ್ತಾಯ್ತು ಚಿಕ್ಕ ಅಯ್ಯ. ದೊಡ್ಡ ಅಯ್ಯ ಬರ್ತ್ತಾರ?

ಇಲ್ಲ ಅಪ್ಪ ಬರೋದಿಲ್ಲ ಅಂಜಿ, ಕಥೆ ನಾಳೆ ಗೊತ್ತಾಗುತ್ತೆ.

ಹಂಗಾರೆ ರಾತ್ರಿ ನಿಮಗೆ ಉಪವಾಸ ಊಟಕ್ಕೆ ಏನು ಮಾಡ್ತೀರಿ. ನಿಮಗೆ ಅಡುಗೆ ಗೊತ್ತಿಲ್ವಲ್ಲ.

ಹೌದು ನಂಗೆ ಗೊತ್ತಿಲ್ಲ. ನಾನು ಅವಲಕ್ಕಿ ತಿಂತೀನಿ. ನಿಂಗೂ ಆದೇ ಸಾಕಾ ಸಾಕು ಬಿಡಿ ಏನ್ ಮಾಡೋಕೆ ಆಯ್ತದೆ. ನಂಗೆ ಅಡುಗೆ ಮಾಡೋಕೆ ಗೊತ್ತದೆ. ಸ್ಟವ್, ಪಾತ್ರೆ ಅಡುಗೆ ಸಾಮಾನು ಏನೂ ಇಲ್ವಲ್ಲ, ಅಂಜಿ ಮನೆಗೆ ಹೋಗಿ ಅವರಿಗೂ ಮಾಡಿಕೊಟ್ಟು ನಾನೂ ಅಲ್ಲೇ ತಿಂದು ಬರ್ತೀನಿ, ಹೋಗ್ಲ ಅಂತ ಹೊರಡಲು ಅನುವಾದಳು.

ಏಯ್ ಬೇಡ ಬೇಡ ನಾನು ನಿಂಗೆ ಅಂತ ಪರೋಟ ಚಿಕನ್ ಮಸಾಲ, ಎಲ್ಲಾ ಸುಂಟಿಕೊಪ್ಪದಿಂದ ತಂದಿದ್ದೀನಿ, ಅರ್ಧ ಬಾಟಲಿ ರಮ್ ಸಮೇತ ತಂದಿದ್ದೀನಿ.

ನನ್ನ ಹತ್ರ ರಮ್ಮು ಇನ್ನೂ ಐತೆ.

ಅದು ನಾಳೆಗೆ ಇವತ್ತು ವಿಶೇಷ. ನೀನು ಫುಲ್ ಕುಡಿಬೇಕು.

ಯಾಕೆ ಚಿಕ್ಕ ಅಯ್ಯ, ಅಂಜಿ ಅಣ್ಣನಿಗೆ ಹುಷಾರು ಇಲ್ಲ ಅಂತ್ಲ. ನೀವು ಪರವಾಗಿಲ್ಲ.

ನಾನೆಲ್ಲಿ ಹಂಗಂದೆ. ಇವತ್ತು ಅಪ್ಪನೂ ಇಲ್ಲ. ನಾನೂ ನೀನೂ ಇಬ್ಬರೆ.

ಸದಾಶಿವನಿಗೆ ಅದೇ ಜ್ಞಾನ ಅಂತಾರಲ್ಲ ಹಂಗೆ.

ನಾನು ಬೇಡ ಅಂತ ಮನೇಲಿ ಇದ್ರೆ ನೀನೇ ಬಂದು ಬಾಗಿಲು ತಟ್ಟಿ ಬರೋದಿಲ್ವ ಅಂತಿಯಾ, ಇವತ್ತು ನಾನು ಹಂಗಂದ್ರ ನೀನು ಹೇಳ್ತೀಯಾ.

ಸರಿ ಬಿಡಿ ತಮಾಷೆಗೆ ಅಂದೆ. ನಾನು ಅಂಜಿಯಣ್ಣನ ಮನೆ ತಂಕ ಹೋಗಿ ಬಂದು ಬಿಡ್ತೀನಿ ಅಂತ ಹೇಳಿಹೋದಳು. ಏಳೂವರೆಯ ಹೊತ್ತಿಗೆ ಬಂದಳು. ಆ ಹುಡುಗರನ್ನ ಪುನಃ ಕರೆದೆ ಅವು ಅಲ್ಲೇ ಇರ್ತೀವಿ ಅಂದ್ರು, ನಾನು ವಾಪಾಸು ಬಂದೆ ಅಂದಳು.

ಮಲ್ಲಿ ಇಲ್ಲೇ ಒಳಗಡೆ ಬಂದು ಬಿಡು ರಾತ್ರಿ ಇಲ್ಲೇ ಇದ್ದುಬಿಡು. ಅಯ್ಯಪ್ಪ ಅದು ದೇವಸ್ಥಾನ, ಅಲ್ಲಿ ಇವೆಲ್ಲಾ ಬೇಡವೇ ಬೇಡ ಅಂದ್ಲು ಸರಿ ತಕೋ ಅಂತ ಅವಳಿಗೆ ನಾನು ತಂದಿದ್ದ ವಸ್ತುಗಳನ್ನು ಕೊಟ್ಟೆ. ನೀವು ಯಾವತ್ತೂ ಮಾಂಸ ತಿಂದಿಲ್ಲ, ಸುಮಾರು ಸರಿ ತಿಂದಿದ್ದೀನಿ. ಅಪ್ಪ ಮೊಟ್ಟೇನಾ, ಮನೇಲೇ ಬೇಯಿಸಿಕೊಡ್ತಾ ಇದ್ದರು.

ಹಂಗಾರೆ ಇದ್ನೂ ಒಂಚೂರು ತಿನ್ನಿ ಎಂದು ಚಿಕನ್ ಮಸಾಲದ ಒಂದು ತುಂಡನ್ನು ಬಾಯಿಗೆ ಹಾಕಿದಳು. ನಾನು ಬೇಡ ಬೇಡ ಈಗ ತಿನ್ನೋದನ್ನು ನಿಲ್ಲಿಸಿದ್ದೀನಿ ಅಂತ ಅವಳು ಬಾಯಿಗೆ ಹಾಕಿದ ಚೂರನ್ನು ಸ್ವಲ್ಪ ಮಾತ್ರ ಕಡಿದೆ. ಉಳಿದ ಚೂರನ್ನು ಅವಳು ಬಾಯಿಗೆ ಹಾಕಿಕೊಂಡಳು.

ನೀವು ಅವಲಕ್ಕಿ ತಿಂದು ಬನ್ನಿ. ಅಷ್ಟರಲ್ಲಿ ನಾನು ಪರೋಟ ತಿಂದಿರ್ತೀನಿ ಅನ್ನುತ್ತಾ ಅವಳು ಅವಳ ಕೋಣೆಗೆ ಹೋದಳು. ನಾನು ಅವಲಕ್ಕಿ ಹದಮಾಡಿ

ತಿಂದು ಹಾಲು ಕುಡಿದು ಬಾಗಿಲಿಗೆ ಚಿಲಕ ಹಾಕಿ ಅವಳು ಇರುವಲ್ಲಿಗೆ ಹೋದೆ. ಇವತ್ತು ಯಾರ ಭಯವೂ ಇಲ್ಲ, ಅಂಜಿಕೆಯೂ ಇಲ್ಲ.

ಮಳೆ ಬರಲು ಆರಂಭವಾಯಿತು. ಅವಳು ಆಗಲೇ ಆರ್ಧ ಬಾಟಲಿಯನ್ನು ಮುಕ್ಕಾಲು ಮುಗಿಸಿದ್ದಳು. ಬಾ... ಬಾ... ಅಂತ ಕರೆದು ನನ್ನನ್ನು ಪಕ್ಕಕ್ಕೆ ಕೂರಿಸಿಕೊಂಡಳು, ಸ್ವಲ್ಪ ಜಾಸ್ತಿ, ಕುಡಿದಿದ್ದರಿಂದ ಅವಳ ಮುಖದಲ್ಲಿ ಎಣ್ಣೆಯಂಶ ಜಿನುಗಲಾರಂಭಿಸಿತ್ತು. ಮಳೆ ಬರ್ತಾ ಇದ್ದರೂ ಇವಳ ಕೋಣೆಯಲ್ಲಿ ವಿಪರೀತ ಸೆಕೆ ಇತ್ತು. ಅವಳು ಉಟ್ಟಿದ್ದ ಬಟ್ಟೆ ಕಳಚಲಾರಂಭಿಸಿದಳು. ಅವಳ ಬೆತ್ತಲೆ ಮೈಯನ್ನು ನಾನು ನೋಡಿರಲೇ ಇಲ್ಲ. ಎದೆಯ ಭಾಗದಲ್ಲಿ ಅಲ್ಲಲ್ಲಿ ಸುಟ್ಟ ಕಲೆಗಳಿದ್ದವು. ಹೊಟ್ಟೆಯ ಮೇಲೆ ಗಾಯದ ಗುರುತುಗಳು ಇದ್ದವು, ಬೆನ್ನಿನಲ್ಲಿಯೂ ಇದೇ ಕತೆ, ಕೆಲವು ಕಲೆಗಳಂತೂ ಚಾಕಿನಿಂದ ಗೀರಿದ ಗಾಯದ ಕಲೆಗಳಂತೆ ಇದ್ದವು.

ಏನಿದು ಮಲ್ಲಿ ಇಷ್ಟೊಂದು ಕಲೆಗಳು. ಯಾರು ಮಾಡಿದ್ದು ಅಂದೆ.

ಯಾವನೋ ಬೋಳಿಮಗ ಮಾಡಿದ್ದು ಅದೆಲ್ಲಾ ಈಗ್ಯಾಕೆ ನೀನು ಬಾ ಇವತ್ತು ಇಲ್ಲೇ ಇರು. ನಿಂಗೆ ನನ್ನ ಅರ್ಧ ವಯಸ್ಸಾದರೂ ನಿನ್ನಂಗೆ ನನ್ನ ಯಾರೂ ಪ್ರೀತಿಸಲಿಲ್ಲ ಅಂತ ಎಳೆದುಕೊಂಡಳು. ನನ್ನಲ್ಲಿನ ಕಾಮುಕ ಇಳಿದುಹೋಗಿದ್ದ. ಆದರೆ ಇವಳು ಬಿಡಲಿಲ್ಲ. ನುರಿತ ಆಟಗಾತಿ. ನನ್ನ ಮಟ್ಟಿಗೆ ಮಾಟಗಾತಿಯೂ ಹೌದು. ಅವತ್ತು ಇನ್ನಿಲ್ಲದ ಸುಖ ನೀಡಿದಳು. ಇಡೀ ರಾತ್ರಿ ಸುಖಿಸಿದೆವು, ಬೆವರು ಹರಿಯಿತು. ಇಬ್ಬರ ನರಳುವಿಕೆಯೂ ಹೆಚ್ಚಾಗಿತ್ತು. ಅವಳ ಗಾಯಗಳ ನೆನಪು ನನ್ನಿಂದ ದೂರವಾಗಿತ್ತು. ಬೆಳಕು ಹರಿದಾಗ ಇಬ್ಬರೂ ಬೆತ್ತಲಾಗಿದ್ದೆವು. ಆ ಬೆಳಗಿನ ಜಾವದಲ್ಲಿಯೂ ಸುಖಿಸಿದೆವು.

10

ಅಪ್ಪ ಬಂದರು. ನಾಲ್ಕಾರು ದಿನಗಳ ನಂತರ ಅಂಜಿಯೂ ಬಂದ. ಇನ್ಮುಂದೆ ಕುಡಿಯೋದಾದರೆ ಆಸ್ಪತ್ರೆಗೆ ಬರುವುದೇ ಬೇಡ ಸೀದಾ ಸ್ಮಶಾನಕ್ಕೆ ಕರೆದುಕೊಂಡು ಹೋಗಿ ಅಂತ ಡಾಕ್ಟರ್ ಹೇಳಿದರಂತೆ. ಈ ವಿಷಯಾನ ಅಂಜಿಯೇ ಅಪ್ಪನ ಹತ್ತಿರ ಹೇಳಿದರಂತೆ. ಅವನ ಸಲುವಾಗಿ ಅಪ್ಪ ಸುಮಾರು ಹನ್ನೆರಡು ಸಾವಿರ ರೂಪಾಯಿ ಖರ್ಚು ಮಾಡಿದ್ದರು. ಈ ಋಣ ತೀರಿಸುವುದು ಹೇಗೆ ಅಯ್ಯ ಅಂತ ಅವನು ಅಳುತ್ತಾ ನಿಂತಾಗ ಆ ಹಣ ವಾಪಾಸು ಕೊಡಬೇಕಾದ ಅಗತ್ಯ ಇಲ್ಲ. ಆದರೆ ಅವನು ಸಾಲದ ರೂಪದಲ್ಲಿ ಪಡೆದ ಐದು ಸಾವಿರ ರೂಪಾಯಿ ಮಾತ್ರ ಮರೆಯದೆ ಹಿಂತಿರುಗಿಸಬೇಕು ಅಂತ ಅಪ್ಪ ತಾಕೀತು ಮಾಡಿದರು.

ಅವನ ಸಲುವಾಗಿ ಅಪ್ಪ ವಿಪರೀತ ಕಾಳಜಿ ತೋರಿದ್ದು ಮಾತ್ರವಲ್ಲದೆ ಅವನ ಸಲುವಾಗಿ ಆದ ಆಸ್ಪತ್ರೆಯ ಖರ್ಚನ್ನು ಅಪ್ಪನೇ ನೋಡಿಕೊಂಡಿದ್ದು ನನಗೆ ಸರಿಕಾಣಲಿಲ್ಲ, ಅಪ್ಪ, ನಾನು ಮೋಟಾರ್ ಬೈಕ್ ಕೇಳಿದರೆ ನಿನ್ನ ಸಂಪಾದನೆಯಲ್ಲಿ ತಗೋ ಅಂದ್ರಿ, ಅಂಜಿಗೆ ಮಾತ್ರ ಪುಗಸಟ್ಟೆ, ಹನ್ನೆರಡು ಸಾವಿರ ಖರ್ಚು ಮಾಡಿದ್ರಿ, ಇದೇ ದುಡ್ಡಿಗೆ ಇನ್ನೊಂದೈದು ಸಾವಿರ ಹಾಕಿದ್ರೆ ಒಂದು ಸೆಕೆಂಡ್ ಹ್ಯಾಂಡ್ ಬೈಕ್ ಬರ್‍ತಾ ಇತ್ತು ಅಂದುಬಿಟ್ಟೆ.

ದುರುಗುಟ್ಟಿಕೊಂಡು ಅಪ್ಪ ಮೇಲಿನಿಂದ ಕೆಳಗಿನ ತನಕ ನನ್ನ ನೋಡಿದರು. 'ಅಂಜಿನಾ ಅವನ ಹೆಂಡತಿನಾ ನೀನು ಏನು ಅಂತ ಮಾಡಿದ್ದಿಯಾ, ಅವರು ಈ ಮನೆ ಸಲುವಾಗಿ ಕಷ್ಟಪಟ್ಟಿದ್ದಾರೆ. ಅವರಂತ ಪ್ರಾಮಾಣಿಕರು ನನಗೆ ಈ ಜನ್ಮದಲ್ಲಿ ಸಿಗೋದಿಲ್ಲ. ಅವನಿಗೆ ಕುಡಿತದ ಚಟ ಇರ್ಬೋದು. ಆದರೆ ಅವನು ಪ್ರಾಮಾಣಿಕತನ ಮಾತ್ರ ಬಿಟ್ಟಿಲ್ಲ.'

ಅವನು ಕೆಲಸಕ್ಕೆ ಬಂದಾಗಿನಿಂದ ನಾನು ಸುಮಾರು ಸಲ ಅವನ್ನ ಟೆಸ್ಟ್ ಮಾಡಿದ್ದೀನಿ. ಅವನು ಕೆಲಸಕ್ಕೆ ಬಂದ ಎರಡನೇ ದಿನ ಅವನು ಕಸ

ಗುಡಿಸುವಾಗ ಬೇಕು ಅಂತ ಒಂದು ಮೂಲೇಲಿ ಐವತ್ತು ರೂಪಾಯಿ ಹಾಕಿದ್ದೆ. ಅವನು ಅದ್ನ ತೆಗೆದು ಜೇಬಿಗೆ ಹಾಕೋತಾನೆ ಅಂತ ಕಾದು ನೋಡಿದೆ. ಅವನು ಆ ದುಡ್ಡು ತೆಗೆದು ಕಿಟಕಿ ಪಕ್ಕ ಇಟ್ಟು ತನ್ನ ಪಾಡಿಗೆ ತಾನು ಕಸ ಗುಡಿಸಿದ. ದುಡ್ಡು ಕೈಯಲ್ಲಿ ಹಿಡಕೊಂಡು ಯಾರಾದರೂ ನೋಡ್ತಾ ಇದ್ದಾರ ಅಂತ ಕೂಡ ಅವನು ನೋಡ್ಲಿಲ್ಲ.

ಇನ್ನೊಂದಿನ ಬೇಕು ಅಂತ ಗಾಡ್ರೇಜ್ ಬೀರುವಿನ ಬಾಗಿಲು ಅರ್ಧ ತೆಗೆದು ಬಿಟ್ಟಿದ್ದೆ. ಅವನ ಪಾಡಿಗೆ ಅವನು ಕಸ ಹೊಡೆದನೆ ಹೊರತು, ಬೀರು ಒಳಗಡೆ ಏನಿದೆ ಅಂತ ತಮಾಷೆಗೂ ಇಣುಕಲಿಲ್ಲ. ಅವನ ಪಾಡಿಗೆ ಅವನು ಕಸ ಹೊಡೆದುಹೋದ. ಚಿನ್ನದ ಉಂಗುರ ಅಲ್ಲೇ ಕೆಳಗಡೆ ಬೀಳಿಸಿದ್ದೆ. ಅದನ್ನು ತಗೆದು ಅಯ್ಯ ಇದು ಬಿದ್ದಿತ್ತು ಅಂತ ಕೊಟ್ಟನೆ ಹೊರತು ಅದು ಚಿನ್ನದ್ದ ಅಂತ ಕೂಡ ಕೇಳಲಿಲ್ಲ.

ಉಂಡೆ ಮೆಣಸು ಅವನ ಕೈಯಲ್ಲೇ ಅಂಗಡಿಗೆ ಮಾರಾಟಕ್ಕೆ ಕಳಿಸಿದೆ. ಬೇರೆ ಯಾರಾದ್ರೂ ಆಗಿದ್ರೆ ಎರಡೋ ಮೂರೋ ಕೆ.ಜಿ. ಕಡಿಮೆ ಲೆಕ್ಕ ಹೇಳ್ತಾ ಇದ್ದರು. ಇವನು ಇನ್ನೂರು ಗ್ರಾಂ ಲೆಕ್ಕಾನೂ ಬರೆಸಿಕೊಂಡು ಬಂದಿದ್ದ. ಅವತ್ತು ಇವನ ಕೈಯಲ್ಲಿ ಬರೀ ಬಸ್ ಛಾರ್ಜ್ ಮಾತ್ರ ಕೊಟ್ಟಿದ್ದೆ. ಇವನ ಹತ್ರಾನೂ ಬೇರೆ ದುಡ್ಡು ಇದ್ದಿಲ್ಲ ಅಂತೆ, ಸಂಜೆ ತನಕ ಉಪವಾಸನೇ ಇದ್ದ. ಉಂಡೆ ಮೆಣಸಿನ ದುಡ್ಡಲ್ಲೇ ಊಟ ಮಾಡಬಹುದಿತ್ತಲ್ಲ ಅಂದೆ. ಅದಕ್ಕೆ ಅವನು ಏನಂದ ಗೊತ್ತಾ. ಅಯ್ಯ ಅದು ನನ್ನ ನೆನಪಿಗೆ ಬರ್ಲಿಲ್ಲ ಅಂದ. ಅವನ ಪ್ರಾಮಾಣಿಕತೆ ಇದ್ಯಲ್ಲಾ ಅದು ಬೆಳೆಸಿಕೊಂಡು ಬಂದಿದ್ದಲ್ಲ. ಪ್ರಾಮಾಣಿಕತೆ ಅವನಿಗೆ ಹುಟ್ಟಿಂದ್ಲೆ ಬಂದಿದೆ. ಅವನ ಹೆಂಡತಿಯೂ ಅಷ್ಟೇ, ಎಲೆಯಡಿಕೆ ಮನೆಯಲ್ಲಿ ರಾಶಿ ರಾಶಿ ಬಿದ್ದಿರುತ್ತಲ್ಲ. ಬೇಕು ಅಂದಾಗ ತೆಗೆದು ಬಾಯಿಗೆ ಹಾಕೋಬಹುದು ಆದ್ರೆ ಅವಳು ಕೇಳಿ ತಗೋತಾಳೆ ಹೊರತು ತಾನಾಗಿಯೇ ತಕ್ಕೋಳೋದಿಲ್ಲ.

ಮನುಷ್ಯ ಬದಲಾವಣೆ ಆಗಬಹುದು ಅಂತ ಇವನ್ನ ನಾನು ಆಗಾಗ್ಗೆ ಟೆಸ್ಟ್ ಮಾಡಿದೀನಿ. ಯಾವತ್ತೂ ಅಂಜಿ ಪ್ರಾಮಾಣಿಕತೆಯನ್ನು ಬಿಡಲಿಲ್ಲ. ಅವನು ಕುಡಿಬೋದು ಬೇಕಾದ್ರೆ ಸಾಲ ಮಾಡ್ತಾನೆ, ಅವನು ಕಾಫಿ, ಉಂಡೆ ಮೆಣಸು ಸಣ್ಣದಾಗಿ ಕದ್ರೆ ಯಾರಿಗೆ ತಾನೆ ಗೊತ್ತಾಗುತ್ತೆ. ಒಂದೇ ಒಂದು ಕಾಳು ಕದ್ದೋನಲ್ಲ. ಇವನಂತವರು ಅಪರೂಪ. ಅವನು ಕೀಳು ಜಾತಿನೇ ಇರ್ಬೋದು ಆದ್ರೆ ಅವನು ಗುಣದಲ್ಲಿ ದೊಡ್ಡ ಜಾತಿಯವನು.

ನಿನ್ನ ಮೋಟಾರ್ ಬೈಕ್ ಇವತ್ತಲ್ಲ ನಾಳೆ ತಗೋಬೋದು. ಆದರೆ ಅಂಜಿ ಒಂದ್ಸಲ ಹೋದ್ರೆ ಎಲ್ಲಿಂದ ತರೋದು. ಒಂದು ವೇಳೆ ನಾನು ಸತ್ತು ಹೋದ್ರೆ ನಿಂಗೆ ಅಂಜಿನೇ ಆಸರೆಯಾಗಿ ಇರ್ತಾನೆ. ದೊಡ್ಡ ಅಯ್ಯ ಹೋದ್ರೂ ಅಂತ

ಚಿಕ್ಕ ಅಯ್ಯನ ಅವನು ಕೈ ಬಿಡೋದಿಲ್ಲ. ಅವನು ನನ್ನ ಮರಿಬೋದು ಅನ್ನೋ ಕಾರಣಕ್ಕೆ ಅವನ್ನ ನನ್ನ ಸಾಲದ ಋಣದಲ್ಲಿ ಇಟ್ಟುಕೊಂಡಿದ್ದೀನಿ. ಅವನು ನನ್ನ ಮರಿಬೋದು ಅನ್ನೋ ಭಯ ನಂಗಿದೆ. ಅವನಿಗಿಲ್ಲ. ಅವನು ನನ್ನ ಪೂರ್ಣ ನಂಬಿದ್ದಾನೆ. ನಾನೇ ಅವನ್ನ ನಂಬಲ್ಲ ಅಂಜಿ ಬರ್ದೇ ಹೋಗಬಹುದು ಅನ್ನೋ ಭಯ ನಂಗೆ ನನ್ನ ಕಾರಣದಿಂದ ಬಂದಿದ್ದಲ್ಲ. ಅದು ನಿನ್ನ ಕಾರಣದಿಂದ ಬಂದಿದ್ದು ಅಂದ್ರು.

ಅಂಜಿಯ ಮೇಲೆ ಅಪ್ಪ ಎಷ್ಟು ಅವಲಂಬಿತರಾಗಿದ್ದಾರೆ ಅನ್ನುವುದು ಆಗ ನನ್ನ ತಿಳುವಳಿಕೆಗೆ ದಕ್ಕಿತು. ನಮ್ಮ ಮನೆಯಲ್ಲಿ ವಸ್ತುಗಳು ಎಲ್ಲಿ ಅಂದರೆ ಅಲ್ಲಿ ಬಿದ್ದಿರುತ್ತಿದ್ದವು, ದಾನದ ರೂಪದಲ್ಲಿ ಬಂದ ಬೆಳ್ಳಿ ಗ್ಲಾಸುಗಳು, ಸಣ್ಣ ಸಣ್ಣ ತಟ್ಟೆಗಳು ಎಲ್ಲೆಂದರಲ್ಲಿ ಬಿದ್ದಿರುತ್ತಿದ್ದವು. ಅಪ್ಪನಿಗೆ ಲೆಕ್ಕ ಬರೆಯುವ ಹವ್ಯಾಸವೂ ಇರಲಿಲ್ಲ. ಯಾರಾದರೂ ದುಡ್ಡು ಕೊಟ್ಟರೆ ಅದನ್ನು ಹಾಗೆ ತೆಗೆದು ಬೀರುವಿಗೆ ಹಾಕುತ್ತಿದ್ದರು. ಧನಲಕ್ಷ್ಮಿ ಬರುವಾಗ ಮತ್ತು ಹೋಗುವಾಗ ಲೆಕ್ಕ ಹಾಕಬಾರದು. ಅವಳಿಗೆ ಬರಬೇಕು ಅನಿಸಿದರೆ ಬರುತ್ತಾಳೆ ಹೋಗಬೇಕು ಅನಿಸಿದರೆ ಹೋಗ್ತಾಳೆ. ಅದಕ್ಕೆ ಲೆಕ್ಕ ಹಾಕುತ್ತಾ ಕೂರಬಾರದು' ಅಂತ ಅಪ್ಪ ಎಷ್ಟೋ ಸಲ ಬೇರೆಯವರಿಗೆ ಹೇಳಿದ್ದನ್ನು ನಾನು ಕೇಳಿಸಿಕೊಂಡಿದ್ದೆ.

ಅಮ್ಮ ಸತ್ತ ನಂತರ ಅಪ್ಪ ಅಂಜಿಯನ್ನು ಬಲವಾಗಿ ನಂಬಿದ್ದರು. ಸಿಟ್ಟು ಬಂದಾಗ ಬಾಯಿಗೆ ಬಂದಂತೆ ಬೈತಾ ಇದ್ದರು. ಅವನು ಹೇಳಿದ ಕೆಲಸ ಮಾಡಿಕೊಡುತ್ತಿದ್ದರು. ಅಯ್ಯನಿಗೆ ನಾನು ಬಲಗೈ ಭಂಟ ಅನ್ನುವುದೇ ಅಂಜಿಗಿದ್ದ ದೊಡ್ಡಸ್ತಿಕೆ. ಹಾಗಂತ ಅವನು ತನ್ನ ಮಿತಿಯನ್ನು ಎಂದೂ ದಾಟಿದವನಲ್ಲ.

ಈ ಸಲ ನಾನು ರಾಜ್ಯ ಮಟ್ಟದಲ್ಲಿ ಪ್ರಥಮ ಸ್ಥಾನ ಪಡೆದೆ. ಅಬ್ದುಲ್ ಸಮದ್ ಪೊಲೀಸ್ ಆಗಿದ್ದ. ಹಾಗಂತ ಅವನೇ ಕಾಗದ ಬರೆದಿದ್ದ. ಅನಂತರ ಅವನಿಗೆ ನನ್ನ ಮೊಬೈಲ್ ನಂಬರ್ ಕೊಟ್ಟಿದ್ದೆ. ಆಗಾಗ್ಗೆ ಅವನು ಫೋನ್ ಮಾಡ್ತಾ ಇದ್ದ. ಒಂದಾರು ತಿಂಗಳು ಅವನ ನನ್ನ ನಡುವೆ ಸಂಪರ್ಕ ಇತ್ತು. ನಿಧಾನವಾಗಿ ಅದು ಕಣ್ಮರೆಯಾಯಿತು.

ಸುರೇಂದ್ರನಾಯಕ್ ಇತ್ತೀಚಿನ ದಿನಗಳಲ್ಲಿ ಭಂಗಿಯ ಚಟಕ್ಕೆ ಬಿದ್ದು ಬದುಕನ್ನು ಹಾಳು ಮಾಡಿಕೊಂಡಿದ್ದಾನೆ. ಜೊತೆಗೆ ಇತರ ಮಾದಕ ವಸ್ತುಗಳ ವ್ಯಸನಿಯು ಆಗಿಬಿಟ್ಟಿದ್ದಾನೆ. ಬಸ್ ಸ್ಟ್ಯಾಂಡಿನಲ್ಲಿ ಒಂದೆರಡು ಸಲ ನನಗೆ ಸಿಕ್ಕಿದ್ದ. ಇಪ್ಪತ್ತು ರೂಪಾಯಿ, ಐವತ್ತು ರೂಪಾಯಿ ಕೊಡು ಬ್ರದರ್ ಪ್ಲೀಸ್ ಅಂತಾನೆ ನಾನು ಒಂದೆರಡು ಸಲ ಕೊಟ್ಟೆ, ಈಗ ಅವನು ದೂರದಿಂದ ಬರುತ್ತಿರುವುದು ಕಂಡರೆ ನಾನು ಅವನ ಕಣ್ಣಿಗೆ ಕಾಣದಂತೆ ಮರೆಯಾಗುತ್ತೇನೆ.

ಹೊಸ ಗೆಳೆಯರು ಸಿಕ್ಕಿದ ನಂತರ ಹಳೆಯ ಗೆಳೆಯರು ನೆನಪಿನಂಗಳದಿಂದ ತಾವಾಗಿಯೇ ದೂರ ಸರಿಯುತ್ತಾರೆ. ಪ್ರಾಥಮಿಕ ಶಾಲೆಯ

ಎರಡನೇ ತರಗತಿಯಲ್ಲಿ ನನ್ನ ಜೊತೆ ಓದಿದವರ ಹೆಸರು ನೆನಪಿಸಿಕೊಳ್ಳುವ ಪ್ರಯತ್ನ ಮಾಡಿದರೆ ಹೆಸರುಗಳ ಸಂಖ್ಯೆ ಆರು ಅಥವಾ ಏಳು ಉಳಿದವರೆಲ್ಲ ಮರೆತುಹೋದರು.

ಜಯರಾಮೇಗೌಡರು ಮನೆಗೆ ಬಂದಿದ್ದರು. ಅವರು ಬಂದರೆ ಬೆಳಿಗ್ಗೆ ಆರೂವರೆ ಏಳು ಗಂಟೆಗೆ ಬಂದುಬಿಡ್ತಾರೆ. ಶಾಸ್ತ್ರಿಗಳು ಇದ್ದಾರೇನಪ್ಪ ಅವರು ದೂರದಿಂದಲೇ ಕೇಳುತ್ತಾ ಬರುತ್ತಾರೆ. ಅದು ಅವರ ಶೈಲಿ.

ನಮಸ್ಕಾರ ಶಾಸ್ತ್ರಿಗಳೇ.

ಹೋ ಬನ್ನಿ ಬನ್ನಿ ಏನು ವಿಶೇಷ.

ಇವತ್ತು ನಿಮ್ಮನೆಯಲ್ಲೇ ತಿಂಡಿ ತಿಂದು ಹೋಗೋಣ ಅಂತ ಬಂದೆ. ಕತೆ ಹೇಳ್ಬೇಡಿ, ತಿಂಡಿ ಅಂತೂ ಕೊಟ್ಟೇ ಕೊಡ್ತೀನಿ, ಬಂದ ಸಮಾಚಾರನೂ ಹೇಳಿ ನೀವು ಕಾರಣ ಇಲ್ಲದೆ ದೇವರನ್ನು ಕೂಡ ಭೇಟಿಯಾಗೋರಲ್ಲ ಅಂದ್ರು ಅಪ್ಪ, ಕಳೆದ ವಾರ ನಮ್ಮ ಮಂತ್ರಿ ಶ್ರೀಕಂಠಯ್ಯ ನನ್ನ ಅವರ ಮನೆಗೆ ಕರೆಸಿಕೊಂಡಿದ್ರು.

ಆಯ್ತು ನೀವು ಹೋದ್ರಿ.

ಸೀದಾ ವಿಷಯಕ್ಕೆ ಬಂದು ಬಿಡ್ತೀನಿ, ಅವರ ಸ್ಥಿತಿ ಚೆನ್ನಾಗಿಲ್ಲ. ಯಾವಾಗ ಬೇಕಾದ್ರೂ ಅವರನ್ನು ಮಂತ್ರಿ ಪದವಿಯಿಂದ ತೆಗಿಬಹುದು. ಮನುಷ್ಯ ಒಳ್ಳೆಯವನೇ, ಆದ್ರೆ ಕೈ ಚೆನ್ನಾಗಿಲ್ಲ. ನಾಲ್ಕಾರು ಹಗರಣದಲ್ಲಿ ಅವರು ಸಿಕ್ಕಿಕೊಂಡಿದ್ದಾರೆ. ಅವರ ಹಿಂದೆ ನಾನು ಮತ್ತೆ ಚನ್ನರಾಯಪಟ್ಟಣದ ಶಾಸಕರನ್ನು ಬಿಟ್ಟರೆ ಬೇರೆ ಯಾರೂ ಇಲ್ಲ. ಅವರ್ನ ತೆಗೆದರೆ ನನಗೆ ಇರೋ ಲಿಂಕ್ ತಪ್ಪಿಹೋಯ್ತದೆ. ನಾನು ಮೊದಲನೇ ಸಲ ಶಾಸಕ ಆಗಿದ್ದೀನಿ. ಹಿಂಗಾಗಿ ನಂಗೆ ಮಂತ್ರಿ ಪದವಿ ಸಿಗೋದಿಲ್ಲ. ಅವರನ್ನ ಬಿಟ್ರೆ ನಂಗೂ ಬೇರೆ ಗತಿ ಇಲ್ಲ. ಮುಖ್ಯಮಂತ್ರಿನ ಪ್ರತಿಸಲ ಭೇಟಿ ಮಾಡಿ ಸಣ್ಣಪುಟ್ಟ ಕೆಲಸ ಹೇಳೋದು ಅಂದ್ರೆ ನಂಗೂ ಕಷ್ಟ.

ಅವರಿಗೆ ನಿಮ್ಮ ಬಗ್ಗೆ ಗೊತ್ತಿದೆ. ನೀವು ಏನಾದರೂ ಮಾಡಿ ಅವರು ಅಧಿಕಾರದಲ್ಲಿ ಉಳಿಯೋ ಹಾಗೆ ಮಾಡಿದರೆ ಅವರು ನಿಮಗೆ ಋಣಿಯಾಗಿ ಇರ್ತಾರೆ. ಅವರ ಸ್ವಂತ ಮನೆಯಲ್ಲಿ ಹೋಮ ಅಥವಾ ನೀವು ಏನು ಮಾಡಬೇಕು ಅಂತಿರೋ ಅದನ್ನು ಮಾಡೋಕೆ ಅವರು ರೆಡಿಯಾಗಿದ್ದಾರೆ. ಅವರೇ ನಿಮಗೆ ಫೋನ್ ಮಾಡ್ಬೇಕು ಅಂತ ಇದ್ರು ನಾನು ನಿಮಗೆ ತುಂಬಾ ಹತ್ರ ಅಂತ ಅವರಿಗೆ ಗೊತ್ತಾಗಿದೆ. ಹೀಗಾಗಿ ನನ್ನ ಬೆನ್ನು ಹತ್ತಿದ್ದಾರೆ. ಒಂದ್ಸಲ ಅವರ ಮನೆಗೆ ಬಂದು ಅವರ ಸಮಸ್ಯೆಗೆ ಪರಿಹಾರ ಕಂಡುಹಿಡಿಬೇಕಲ್ಲ ಅಂದ್ರು.

ಅಪ್ಪ ಮೌನಧಾರಣೆ ಮಾಡಿ ಕಣ್ಣು ಮುಚ್ಚಿದರು. ಕಾಲು ಗಂಟೆ ತಪಸ್ಸಿನ ಭಂಗಿಯಲ್ಲಿ ಕುಳಿತಿದ್ದರು. ಉಸಿರು ಹಿಡಿದು ಅವರು ಈ ಸಲ ಕುಳಿತಿದ್ದು

ವಿಶೇಷ, ತುಂಬಾ ನಿಧಾನವಾಗಿ ಅವರು ಉಸಿರಾಡುತ್ತಿದ್ದರು. ಯಾವುದೇ ಭಾವನೆಗಳು ಅವರ ಮುಖದಲ್ಲಿ ಕಂಡುಬರಲಿಲ್ಲ. ಕೊನೆ ಕೊನೆಗೆ ತಿರಸ್ಕಾರದ ಸಣ್ಣ ನಗೆ ನಕ್ಕು ಅಪ್ಪ ಕಣ್ಣು ಬಿಟ್ಟರು.

ಆ ಮನುಷ್ಯ ಇನ್ನೆರಡು ತಿಂಗಳಲ್ಲಿ ಅಧಿಕಾರ ಕಳೆದುಕೊಳ್ತಾನೆ. ಅವನು ಜೈಲಿಗೆ ಹೋದ್ರೂ ಆಶ್ಚರ್ಯ ಇಲ್ಲ, ಇವನಿಗೆ ಯಾವುದರಿಂದಲೂ ಲಾಭ ಇಲ್ಲ. ಅಧಿಕಾರ ಹಾನಿ, ಮಾನಹಾನಿ, ಕೊನೆಗೆ ಜೀವಹಾನಿಯೂ ಆಗಬಹುದು. ಮೂರನೆಯದ್ದು ಗ್ಯಾರಂಟಿ ಹೇಳಲಾರೆ. ಆದ್ರೆ ಮೊದಲ ಎರಡಂತೂ ಹಾನಿ ಆಗೇ ಆಗುತ್ತೆ. ಯಾರ ಕೈಯಿಂದಲೂ ಅದನ್ನು ತಪ್ಪಿಸೋಕೆ ಆಗೋದಿಲ್ಲ. ಇವನ ಪರವಾಗಿ ಯೋಚನೆ ಮಾಡೋದೇ ತಪ್ಪು

ಇವೆರಡರ ಭಯ ಅವರಿಗೂ ಇದೆ. ಅದೆ ಏನಾರ ಮಾಡಬಹುದಾ. ನಿಮ್ಮ ಮಾಯ, ಮಂತ್ರ, ತಂತ್ರ, ಪೂಜೆ, ಪುನಸ್ಕಾರ ಇತ್ಯಾದಿಗಳಲ್ಲಿ ಏನಾರ ಪರಿಹಾರ ಇರಬಹುದಾ ನೀವು ಮನಸ್ಸು ಮಾಡಿದರೆ ಒಂದು ಉಪಾಯ ಹೇಳಬಹುದು. ದಯವಿಟ್ಟು ನನ್ನ ಸಲುವಾಗಿಯಾದರೂ ನೀವು ಏನಾದ್ರೂ ಉಪಾಯ ಮಾಡಬೇಕು. ಎಲ್ಲದಕ್ಕೂ ಒಂದು ಪರಿಹಾರ ಅಂತ ಇದ್ದೇ ಇರುತ್ತಲ್ಲ. ನಿಮ್ಮ ಶಾಸ್ತ್ರದಲ್ಲಿ ಅಂದ್ರು ಗೌಡರು.

ಇವನು ತಾನಾಗಿಯೇ ರಾಜೀನಾಮೆ ಕೊಟ್ರೆ ಸ್ವಲ್ಪವಾದರೂ ಮರ್ಯಾದೆ ಉಳಿಯುತ್ತೆ. ಇಲ್ದೆ ಹೋದ್ರೆ ಅದು ಕೂಡ ಇರೋದಿಲ್ಲ. ಈ ವಿಚಾರದಲ್ಲಿ ಯಾವ ಮಂತ್ರವಾದಿಯೂ, ಯಾವ ಪಂಡಿತನೂ ಏನೂ ಮಾಡೋ ಹಂಗಿಲ್ಲ. ಇದು ಸ್ವಯಂಕೃತಾ ಅಪರಾಧ ಇದಕ್ಕೆ ಕ್ಷಮೆ ಇಲ್ಲ. ಪಾಪದ ಮನುಷ್ಯ ಆಗಿದ್ರೆ, ಅವನಿಗೆ ಸಹಾಯ ಮಾಡಬಹುದು ಆಗ ಅಮ್ಮನೂ ಹಾರೈಸ್ತಾಳೆ. ಇವರೆಲ್ಲಾ ಮಹಿಷಾಸುರನಂತವರು, ಇವರಿಗೆ ಸಂಹಾರವೇ ಮದ್ದು ಅಂದರು ಅಪ್ಪ.

ನೀವು ಒಂದೇ ಒಂದು ಸಲ ಅವರ ಮನೆಗೆ ಬನ್ನಿ, ನಿಮ್ಮನ್ನು ಕರೆದುಕೊಂಡೇ ಬರಬೇಕು ಅಂತ ಹೇಳಿದ್ದಾರೆ. ಅಲ್ಲಿಗೆ ಬಂದು ನೀವು ಇದೆ ಮಾತು ಬೇಕಾದ್ರೆ ಹೇಳಿ, ನನ್ನ ಜವಾಬ್ದಾರಿನ ನಾನು ಪೂರ್ಣ ಮಾಡೋಣ ಅಂತಾದ್ರೂ ಬನ್ನಿ ಶಾಸ್ತ್ರಿಗಳೆ ಅಂದ್ರು ಗೌಡರು.

ಅಂತಹವರ ಮನಗೆ ಇರ್ಲಿ, ಅವನು ನನ್ನ ಮನೆ ಬಾಗಿಲಿಗೆ ಬಂದ್ರೂ ಅವನ್ನ ಒಳಗಡೆ ಸೇರಿಸೋದಿಲ್ಲ. ನಿಮ್ಗೆ ಗೊತ್ತೇ ಇದೆ. ನಾನು ಸಾಮಾನ್ಯವಾಗಿ ಮನೆ ಬಿಟ್ಟು ಹೋಗೋದಿಲ್ಲ.

ಒಳ್ಳೆಯದು ಅಥವಾ ಕೆಟ್ಟದ್ದು ಯಾವುದೇ ಇದ್ರೂ ಅದು ಇಲ್ಲಿಯೇ ಅಮ್ಮನ ಸ್ಥಾನದಲ್ಲೇ ಆಗಬೇಕು. ಇನ್ನು ಒಂದೇ ಒಂದು ವರ್ಷ ತಡೀರಿ ಅಮ್ಮನ ಕೃಪೆ ನಿಮ್ಮ ಮೇಲೆ ಇನ್ನೂ ಜಾಸ್ತಿಯಾಗುತ್ತೆ. ಪ್ರತಿ ಮಂಗಳವಾರ ಅಮ್ಮನ ಹೆಸರಲ್ಲಿ ಅರ್ಧ ದಿನದ ಉಪವಾಸ ಮಾಡಿ ನೀರು ಸೈತಾ ಕುಡಿಬೇಡಿ.

ನೂರಾ ಎಂಟು ಸಲ ಜಪ ಮಾಡಿ ಜಪಮಾಲೆ ಇಲ್ದೆ ಇದ್ರೆ ನಾನೇ ಕೊಡ್ತೀನಿ. ನಿಮ್ಮ ವಿಷಯ ಬೇಕಾದ್ರೆ ಹೇಳಿ. ಅವನ ವಿಷಯ ಬೇಡವೇ ಬೇಡ. ಅಮ್ಮ ಬೇಡ ಅಂದ್ಲು. ಇನ್ನೂ ಅವನ ಮನೆಗೆ ಹೋಗಿ ಏನೂ ಲಾಭ ಇಲ್ಲ.

ನಾನು ಬೆಳಿಗ್ಗೆಯಿಂದ ಉಪವಾಸ ಇರ್ಬೇಕಾ ಅಥವಾ ರಾತ್ರಿ ಹೊತ್ತು ಉಪವಾಸ ಇದ್ರೆ ಸಾಕಾ ಅದು ನಿಮ್ಮ ಇಷ್ಟ. ಹೆಂಗಾದ್ರೂ ಸರಿ ಈ ಜಪಮಣಿ ಎಲ್ಲಿ ಸಿಕ್ತದೆ.

ನಾನೇ ಕೊಡ್ತೀನಿ ಬಿಡಿ ಅಂದ್ರು ಅಪ್ಪ, ಜಯರಾಮೇಗೌಡರು ನಿಜವಾಗಿಯೂ ಸಂತೋಷದಿಂದಲೇ ಹೋದರು. ತಿಂಡಿ ತಿಂದೇ ಹೋದರು. ಅಂಜಿಗೆ ಎರಡು ತಿಂಗಳು ಕೆಲಸ ಮಾಡಬಾರದು. ಅವನಿಗೆ ವಿಶ್ರಾಂತಿಯ ಅಗತ್ಯ ಇದೆ ಅಂತ ಡಾಕ್ಟರ್ ಹೇಳಿದ್ದ ಕಾರಣ ಅವನು ಕೆಲಸಕ್ಕೆ ಹೋಗುತ್ತಿರಲಿಲ್ಲ. ಕಡ್ಡಾಯವಾಗಿ ಕುಡಿಯುವುದನ್ನು ಅವನು ಬಿಟ್ಟಿದ್ದ. ಅವನ ಮುಖದಲ್ಲಿ ಆರೋಗ್ಯದ ಕಳೆ ಮರಳಿ ಬರುತ್ತಿತ್ತು ದಿನಾ ಸಂಜೆ ನಾಕು ಗಂಟೆಗೆ ಬಂದು ಅಪ್ಪನ ಮುಂದೆ ಕೂರ್ತಾ ಇದ್ದ. ಕೆಲವು ಸಲ ಕಾಲೇಜು ಬೇಗ ಬಿಟ್ಟರೆ ನಾನೂ ಕೂಡ ನಾಲ್ಕೂವರೆಗೆಲ್ಲ ಮನೆಗೆ ಬಂದಿರುತ್ತಿದ್ದೆ. ಕಂಪ್ಯೂಟರ್ ಗೆಳೆತನ ನನ್ನನ್ನು ಕೋಣೆಯಲ್ಲಿಯೇ ಇರುವಂತೆ ಮಾಡುತ್ತಿತ್ತು.

ಒಂದಿನ ನಾನು ಕಂಪ್ಯೂಟರ್ ಮುಂದೆ ಕುಳಿತಿದ್ದೆ. ಅಂಜಿ ಇದ್ದ ಮಲ್ಲಿಗೆಯೂ ಕೆಲಸ ಮುಗಿಸಿ ಬಂದಳು. ಮಾತುಕತೆ ಎಲ್ಲೆಲ್ಲಿಗೋ ಹೋಗಿ ಮಲ್ಲಿಗೆಯ ವಿಷಯಕ್ಕೆ ಬಂತು.

ಮಲ್ಲಿಗೆ ನಿನ್ನ ಗಂಡ ಎಲ್ಲಿದ್ದಾನೆ ಅಂದ್ರು ಅಪ್ಪ.

ಗೊತ್ತಿಲ್ಲ ಬಿಡಿ ಅಂದ್ಲು ಮಲ್ಲಿಗೆ.

ಗೊತ್ತಿಲ್ಲ ಅಂತ ಹೇಳಬೇಡ. ನಿನ್ನ ಕಂಡ್ರೆ ಏನೋ ವಿಷಯ ಇದೆ ಅಂತ ನನಗೆ ಯಾವಾಗ್ಲೂ ಅನಿಸುತ್ತೆ ಹೇಳ್ಬೋದು ಅನ್ನೋ ಹಂಗಿದ್ರೆ ಹೇಳು.

ಚಿಕ್ಕ ಅಯ್ಯ ಎಲ್ಲವರೆ?

ಅವನು ಒಳಗಡೆ ಇದ್ದಾನೆ ಕರಿಬೇಕಾ.

ಬೇಡ ಈ ಕತೆ ಅವರ ಕಿವಿಗೆ ಬೀಳಬಾರದು ಅಷ್ಟೆಯಾ.

ಅವರ ಮಾತುಕತೆಯೆಲ್ಲಾ ನನ್ನ ಕಿವಿಗೆ ಬೀಳುತ್ತಿತ್ತು. ಚಿಕ್ಕ ಅಯ್ಯನ ಕಿವಿಗೆ ಬೀಳಬಾರದು ಅಂದದ್ದು ಕೇಳಿ ನನ್ನ ಕಿವಿ ನೆಟ್ಟಗಾಯಿತು. ಅವಳ ಎದೆಯ ಮೇಲೆ ಬೆನ್ನಿನ ಮೇಲೆ ಇರುವ ಗುರುತುಗಳು ನೆನಪಿಗೆ ಬಂದವು.

ನಂಗೆ ಮದ್ವೆ ಆದಾಗ ಇನ್ನೂ ಹದಿನಾರು ವರ್ಷ. ಚೆನ್ನಯ್ಯ ಅಂತ ನನ್ನ ಗಂಡನ ಹೆಸರು. ಅವನು ತುಂಬಾ ಒಳ್ಳೆ ಮನುಷ್ಯ. ಗೋರೂರಿನ ಕಡೆಯವನು. ಅವನಿಗೆ ಅವಾಗ ಇಪ್ಪತ್ತೆರಡು ಇರಬೋದು. ಅವನು ನಮ್ಮೂರ ಹತ್ರ ನಡಿತಿದ್ದ ಚಾನಲ್ ಕೆಲಸಕ್ಕೆ ಅಂತ ಬಂದಿದ್ದ. ಅದೇ ಕಂಟ್ರಾಟ್‌ದಾರನ

ಹತ್ರ ನಾನೂ ಕೆಲ್ಸಕ್ಕೆ ಹೋಯ್ತಾ ಇದ್ದೆ. ಅವನೂ ನಮ್ಮ ಜನಾನೇ ಲವ್ವು ಗಿವ್ವು ಏನೂ ಇಲ್ಲ. ನನ್ನ ಜೊತೆ ನಮ್ಮಪ್ಪಾನೂ ಬರೋರು. ಅವನಿಗೆ ಹೆಣ್ಣು ನೋಡ್ತಾ ಇದ್ದಾರೆ ಅಂತ ಗೊತ್ತಾದಾಗ, ಅಪ್ಪನೇ ನನ್ನ ಮಗಳೇ ಅವಳೆ, ಅವಳ್ನೇ ಮದ್ವೆ ಆಗೋದಾದ್ರೆ ಆಗು ಅಂದ್ರು ಅವನು ಹುಂ ಅಂದ. ಅವರ ಅಪ್ಪ ಅಮ್ಮ ಬಂದ್ರು. ನನ್ನ ನೋಡಿದ್ರು, ಮದ್ವೆ ಆಯ್ತು.

ಅವನ ಊರಿಗೆ ನಾವು ಹೋದ್ದೋ, ಚಪ್ಪರದಳ್ಳಿ ಅಂತ ಆ ಊರು ಅಲ್ಲೇ ಅತ್ತೆ ಮಾವ ನಾನು, ಇವನು, ಇವನ ತಂಗಿ, ತಮ್ಮ ಎಲ್ಲಾ ಇದ್ವು. ಆಮೇಕೆ ಒಂದು ಜನತಾ ಮನೆ ಅಂತ ಸಿಕ್ತು. ಅಲ್ಲಿಗೆ ನಾವು ಹೋದ್ದೋ, ಅಲ್ಲೇ ಹಿರಿಯೋನು ವೆಂಕಟೇಶ ಅಂತ ಹುಟ್ಟಿದ ಮಗ ಬೇರೆ ಅವನೆ ಅನ್ನು.

ಅವನೆ ಅಲ್ಲ ಇದ್ದ ಅಯ್ಯ.

ವೆಂಕಟೇಶ ಆದ ಮೇಲೆ ಎರಡು ವರ್ಷಕ್ಕೆ ಮಗಳು ಯಶೋಧ ಹುಟ್ಟಿದ್ಲು, ಆ ಊರಲ್ಲಿ ಕೆಲಸ ಸಿಗ್ತಾ ಇದ್ದಿಲ್ಲ. ಇವನಿಗೆ ಜಮೀನು, ಹಮೀನು ಅಂತ ಏನೂ ಇಲ್ಲ. ಒಂದೆಕರೆ ಹೊಲ ಇತ್ತು. ಅದ್ರಲ್ಲಿ ಮಳೆ ಬಂದ್ರೆ ರಾಗಿ, ಅವರೆ, ಇಂತದ್ದು ಬೆಳೆಬೋದಿತ್ತು. ಮಳೆ ಇಲ್ಲ ಅಂದ್ರೆ ಏನೂ ಇಲ್ಲ, ಅವನ ಮನೇಲೇ ತುಂಬಾ ಜನ ಇದ್ರೂಂತ ನಾವು ಆ ಜಮೀನಿನ ತಂಟೆಗೆ ಹೋಗಲಿಲ್ಲ. ನಾವು ಆ ಜನತಾ ಮನೆಯನ್ನು ಇವನ ತಮ್ಮನಿಗೆ ಅಂತ ಬಿಟ್ಟು, ಕೊಡಗಿಗೆ ಬಂದ್ವಿ. ಗೋಣಿಕೊಪ್ಪದ ಹತ್ರ ಭದ್ರಗೋಳ ಅಂತ ಐತಲ್ಲ ಅಲ್ಲಿಗೆ ಕಾಫಿ ತೋಟದ ಕೆಲಸಕ್ಕೆ ಅಂತ ಬಂದ್ವಿ, ಅದು ಬೆಂಗಾಡು. ಇದು ಬರೀ ಮಳೆ ಬರೋ ಜಾಗ. ಅಲ್ಲಿ ಕೆಲ್ಸ ಇಲ್ಲ. ಇಲ್ಲಿ ತುಂಬಾ ಕೆಲ್ಸ. ಇಲ್ಲೇ ಇದ್ದು ಬಿಡೋವ ಅಂತ ನಾಣಯ್ಯ ಅಂತ ಸಾವ್ಕಾರ ಮನೆಯ ಲೈನ್ ಮನೆಗೆ ಸೇರಿದ್ದೋ ಇವನು ಸಂಬಳದಲ್ಲಿ ಅರ್ಧ ಭಾಗ ಕೊಡೋದು ಇನ್ನರ್ಧ ಭಾಗ ಕುಡಿಯೋಕೆ ಹೋಗೋದು ನನ್ನ ಸಂಬಳ ಇವನ ಸಂಬಳದಲ್ಲಿ ಮನೆ ಹೆಂಗೋ ನಡೆಯೋದು ಹೆಚ್ಚು ಕಡಿಮೆಯಾದ್ರೆ ಸಾವ್ಕಾರು ಸಾಲ ಅಂತ ಕೊಡೋರು. ವಾರದ ಸಂಬಳದಲ್ಲಿ ಅದನ್ನು ಕಂತು ಕಂತಾಗಿ ಹಿಡಿದುಕೊಳ್ಳೋರು. ಹೆಂಗೋ ಸಂಸಾರ ನಡಿತಾ ಇತ್ತು. ಎರಡು ಮಕ್ಳು ಸಾಕು ಅಂತ ನಾನು ಗೋಣಿಕೊಪ್ಪದಲ್ಲಿ ಆಪರೇಷನ್ ಮಾಡಿಸಿಕೊಂಡೆ.

ಗೌರಿ-ಗಣೇಶ ಹಬ್ಬಕ್ಕೆ ಅಂತ ಚಪ್ಪರದಳ್ಳಿಗೆ ವರ್ಷ ವರ್ಷ ಆ ಟೈಂ ಅಲ್ಲಿ ಮತ್ತೆ ಯುಗಾದಿ ಟೈಂ ಅಲ್ಲಿ ಊರಿಗೇ ಹೋಗೋವು. ಅವಾಗ ಇವನು ಮೂರನೇ ಕ್ಲಾಸು. ಅವಳು ಒಂದನೇ ಕ್ಲಾಸು ಅಜ್ಜಿ ಮನೆ ಅಂದ್ರೆ ಇವ್ರು ನಮಗಿಂತ ಜೋರಾಗಿ ಊರಿಗೆ ಹೊಂಟು ನಿಂತಿರೋರು. ನನ್ಮಗ ವೆಂಕಟೇಶ್ ಚೆನ್ನಾಗಿ ಓದೋನು. ಅವನಿಗೆ ಪೊಲೀಸು ಅಂದ್ರೆ ಪ್ರಾಣ ಅವ್ವ ನಾನು ಪೊಲೀಸ್ ಆಯ್ತಿನಿ ಅಂತ ಯಾವಾಗ್ಲೂ ಹೇಳೋನು. ಲೈನ್‌ಮನೇಲಿ

ಯಾವಾಗ್ಲೂ ಹುಡುಗರು ಕಳ್ಳ ಪೊಲೀಸ್ ಆಡೋರು, ಆಟದಲ್ಲೂ ಇವನು ಯಾವಾಗ್ಲೂ ಪೊಲೀಸೇ ಆಗ್ಬೇಕು, ಕಳ್ಳ ಆಗು ಅಂದ್ರೆ, ಮುಖ ಊದಿಸಿಕೊಂಡು ಮನೆಗೇ ಬಂದ್ ಬಿಡೋನು. ಮಗಳು ಇವನಷ್ಟು ಚುರುಕಿದ್ದಿಲ್ಲ. ಆದ್ರೂ ಪರವಾಗಿಲ್ಲ. ಸಂತೇಲಿ ಕಳ್ಳೆಪುರಿ ತಂದು ಕೊಟ್ರೆ ಸಾಕು. ಇವಳು ಟೀಚರಮ್ಮ ಆಟ ಆಡೋಳು, ಅವಳ ಕ್ಲಾಸಲ್ಲಿ ಅವರ ಟೀಚರು ಹೆಂಗೆ ಆಡ್ತಾರೋ ಹಂಗೆ ಇವಳು ಮನೇಲಿ ಆಡೋಳು. ಇವಳ ಅಪ್ಪಗಂತೂ ಮಗಳು ಅಂದ್ರೆ ಪ್ರಾಣ. ದಿನಾ ಕುಡಿದು ಬಂದ್ರೂ ಮಗಳಿಗೆ ಏನಾರ ತಿನ್ನಾಕೆ ತರೋನು. ಮಗನ ಮೇಲೆ ಪ್ರೀತಿ ಇದ್ದಿಲ್ಲ ಅಂತಲ್ಲ. ಆದ್ರೆ ಮಗಳು ಅಂದ್ರೆ ಪಂಚಪ್ರಾಣ, ಚಕ್ಕುಲಿ, ವಡೆ, ಬೋಂಡ, ಪೆಪ್ಸಿ, ಬಿಸ್ಕೆಟು ಹಿಂಗೆ ಏನಾರ ತರೋನು, ಮೊದ್ಲು ಮಗಳಿಗೆ ಆಮೇಲೆ ಮಗನಿಗೆ,

ಒಂದೊಂದು ಸಲ ಇವಳು ಎಲ್ಲಾ ತಾನೇ ತಿಂದು ಬಿಡೋಳು. ಇವನು ಹೊ ಅಂತ ಅಳಕೆ ಶುರು ಮಾಡೋನು. ಆಗ ಇವನ್ನ ಸಮಾಧಾನ ಮಾಡ್ಬೇಕಾದ್ರೆ ಸಾಕು ಸಾಕಾಗಿ ಹೋಗೋದು. ಅವನು ಮೊದ್ಲೇ ಕುಡಿದು ಬಂದಿರೋನು, ಸಿಟ್ಟು ಬಂದ್ರೆ ದನಕ್ಕೆ ಬಡಿದಂಗೆ ಬಡಿದುಬಿಡೋನು. ಇವಳಿಂದ ಮಗನಿಗೆ ಏಟು ಬಿತ್ತಲ್ಲ ಅಂತ ನಾನು ಇವಳಿಗೆ ನಾಲ್ಕು ಬಡಿತಿದ್ದೆ. ಇವಳು ಹೋ ಅಂತ ಶುರು ಮಾಡೋಳು. ಇವಳಿಗೆ ಯಾಕೆ ಹೊಡ್ದೆ ಮುಂಡೆ ಅಂತ ಅವನು ನಂಗೆ ನಾಲ್ಕು ಬಡಿಯೋನು. ಇವನು ಹೊಡೆದ ಅಂತ ನಾನು ಉಪಾಸ ಮಲಗ್ತಾ ಇದ್ದೆ. ಹಿಂಗೆ ಒಂಥರಾ ಒಡ್ಡು ಪ್ರೀತಿಲಿ ನಮ್ಮ ಸಂಸಾರ ನಡೀತಾ ಇತ್ತು.

ಹಬ್ಬಕೆ ಅಂತ ಹೋಗಿದ್ವಾ ಇವು ಕೆರೆ ತಾವ ಹೋಗದೆ, ಯಾರ್ಗೂ ಗೊತ್ತಿಲ್ಲ. ವೆಂಕಟೇಶನಿಗೆ ನೀರು ಅಂದ್ರೆ ಪ್ರಾಣ. ಅವನು ಚೆಡ್ಡಿ ಬಿಚ್ಚಾಕಿ ಈಜಕೆ ಅಂತ ಇಳಿದ ಅಣ್ಣ ಇಳಿದವನೆ ಅಂತ ಅವಳೂ ಈಜಕೆ ಇಳಿದ್ಲು, ಮೇಲೆ ಬರ್ಲಿಲ್ಲ ಅಯ್ಯ ಅವ್ರ ಎರಡು ಹೆಣ ನಮ್ಮನೇಲಿ ಬಿದ್ದು ಹೋಯ್ತು ನನ್ನ ಬದುಕು ಮೂರಾಬಟ್ಟೆ ಆಗೋಯ್ತು. ಸಂಜೆಗಂಟ ಮಕ್ಕಳು ಕಾಣ್ತಾ ಇಲ್ಲವಲ್ಲ ಅಂತ ಹುಡುಕಾಡಿದ್ವಿ, ಇವನು ಸಿಟ್ಟು ಬಂದು ಹಬ್ಬ ಅಂತಾನೂ ನೋಡ್ದೆ ನಂಗೆ, ಇವನ ತಂಗಿಗೆ ದನಕ್ಕೆ ಬಡಿದಂಗೆ ಬಡಿದ. ಮಾರನೇ ದಿನ ಹೆಣ ಕಂಡಾಗಲೆ ಏನು ಆಗದೆ ಅಂತ ಗೊತ್ತಾಯ್ತು. ಇವನು ನನಗಿಂತ ಜೋರಾಗಿ ಎದೆ ಬಡ್ಕೊಂಡು ಅತ್ತ

ಅವ್ವ ನಾನು ನಂಗೆ ಎಷ್ಟು ನೋವಾಗದ ಅಂತ ಇವನಿಗೆ ಏನ್ ಗೊತ್ತು. ನಾನು ಗರಬಡಿದವಳಂಗೆ ಆಗೋದೆ. ನನ್ನ ಕಣ್ಣಲ್ಲಿ ನೀರೂ ಬರ್ತಾ ಇಲ್ಲ. ಮಾತೂ ಬರ್ತಾ ಇತ್ತಿಲ್ಲ. ವಾರಗಂಟ ನಾನು ಅದೇ ಸ್ಥಿತೀಲಿ ಇದ್ದೆ. ಇವನು ದಿನಾ ಕುಡಿದು ಬರೋನು. ನನ್ನ ಬಾಯಿಗೆ ಬಂದಂಗೆ ಬೈಯೋನು. ಇವನ ತಂಗಿನೂ ಬೈಯೋನು ತಿರುಗಿಸಿ ಏನಾರ ಹೇಳಿದ್ರೆ, ಮುಂಡೇರಾ ಅಂತ ಸಿಕ್ಕ

ಸಿಕ್ಕ ಜಾಗಕ್ಕೆ ಒದಿಯೋನು. ಊರಲ್ಲೇ ಒಂದು ತಿಂಗಳು ಇದ್ದೋ ದಿನಾ ಬೈಗಳ, ಹೊಡೆತ, ಚಪ್ಪರದಳ್ಳಿಯಿಂದ ನಾವು ಭದ್ರಗೋಳಕ್ಕೆ ಬಂದೋ.

ಇಲ್ಲಿಗೆ ಬಂದಮೇಲೆ ಅವನ ಗಲಾಟೆ ವಿಪರೀತ ಜಾಸ್ತಿ ಆಯ್ತು. ಬೆಳ್ಗಿ ಬೆಳಿಗ್ಗೇನೆ ಕುಡಿಯಾಕೆ ಶುರು ಮಾಡಿ. ಕೆಲಸಕ್ಕೆ ಹೋದರೆ ಹೋದ ಇಲ್ದೆ ಹೋದ್ರೆ ಇಲ್ಲ. ಅಕ್ಕ ಪಕ್ಕದ ಮನೆಯವರು ಇವನು ತುಂಬಾ ಗಲಾಟೆ ಮಾಡ್ತಾನೆ ಅಂತ ಸಾಹುಕಾರರಿಗೆ ಚಾಡಿ ಹೇಳಿದ್ರು. ಅವರೂ ನೋಡಗಂಟ ನೋಡಿದರು. ಅಮ್ಯಾಕೆ ಜಾಗ ಖಾಲಿ ಮಾಡು ಅಂದ್ರು, ಇವನು ಅವತ್ತು ಇನ್ಮುಂದೆ ಸರಿಯಾಗಿ ಇರ್ತೀನಿ ಅಂದ. ಎರಡೇ ದಿನ ಮೂರನೇ ದಿನಕ್ಕೆ, ಮಾಮೂಲಿನಂಗೆ ಆಡೋನು. ಹಂಗಿದ್ದ ಮನೆ ಹೆಂಗೆ ಆಗೋಯ್ತು, ನಾನು ಆಪರೇಷನ್ ಮಾಡಿಸ್ದೆ ಹೋಗಿದ್ರೆ ಇನ್ನೆರಡು ಮಕ್ಕಳು ಆಗ್ತಾ ಇದ್ವು ಅಯ್ಯ ಆದ್ರೆ ಏನ್ಮಾಡೋದು ಆಪರೇಷನ್ ಆಗಿ ಹೋಗಿತ್ತು. ಏನಾರ ಮಾಡಕೆ ಆಯ್ತದಾ ಅಂತ ಗೋಣಿಕೊಪ್ಪದ ಡಾಕ್ಟ್ರನ್ನ ಕೇಳಿದ್ವಿ ಅವರು ಏನೂ ಮಾಡೋ ಹಂಗಿಲ್ಲ ಅಂದ್ರು. ಇವನಿಗೆ ಮಕ್ಕಳು ಅಂದ್ರೆ ಪ್ರಾಣ, ಕುಡಿದು ಬಂದ ಹೊತ್ತಲ್ಲಿ ಲೈನ್ ಮನೇಲಿರೋ ಬೇರೆ ಮಕ್ಕಳನ್ನು ಎತ್ತಿಕೊಳಕೇ ಅಂತ ಹೋಗೋನು, ಅವು ಇವನ ಕಂಡು ಕಿಟಾರ್' ಅಂತ ಕಿರುಚಿಕೊಳ್ತಾ ಇದ್ದವು. ಆ ಮಕ್ಳ ಮನೆಯೋರ ಹತ್ರ ಜಗಳ ಶುರು ಆಗೋದು. ಗಲಾಟೆ ಇಲ್ದೇ ಇರೋ ದಿನಾನೇ ಇಲ್ಲ ಅಯ್ಯ ನಂಗೂ ಸಾಕು ಸಾಕಾಗಿ ಹೋಯ್ತು, ಬದುಕದೆ ಬೇಡ ಅಂತ ಒಂದ್ಸಲ ವಿಷ ಕುಡಿದೆ. ಸಾಯ್ಲೇ ಇಲ್ಲ. ಆಸ್ಪತ್ರೆಗೆ ಹಾಕಿದ್ರು ಬದಿಕೊಂಡೆ.

ಎರಡು ದಿನ ಆಸ್ಪತ್ರೇಲಿ ಇದ್ದು ಬಂದೆ. ಇವನು ಆಸ್ಪತ್ರೆಗೂ ಬಂದಿದ್ದಿಲ್ಲ. ಮನೇಲೂ ಇತ್ತಿಲ್ಲ. ಕದ್ದು ಹೋಗಿದ್ದ ಸಾವ್ಕಾರ ಕಾರಣದಿಂದ ಕೇಸು ಗಿಸು ಅಂತ ಆಗಿಲ್ಲ. ಇವನು ಮನೆಗೆ ಹೋಗಿದ್ದಾನೆ ಅನ್ಕಂಡು ಚಪ್ಪರದಳ್ಳಿಗೆ ಬಂದೆ ಇವನು ಅಲ್ಲಿಗೂ ಬಂದಿದ್ದಿಲ್ಲ. ಅಲ್ಲಿಂದ ಸೀದಾ ಅಪ್ಪನ ಮನೆಗೆ ಬಂದೆ.

ಅಪ್ಪನ ಮನೇಲಿ ಒಂದೆರೆಡು ತಿಂಗ್ಳು ಇದ್ದೆ.. ಮನೇಲಿ ಕಿರಿಕಿರಿ ಶುರು ಆಯ್ತು ಪ್ರಪಂಚದಲ್ಲಿ ನನ್ನ ಗಂಡ ಮಾತ್ರ ಕದ್ದು ಹೋಗವನೆ ಅಂತ ಮಾತಾಡ್ತಾ ಇದ್ರು. ನನ್ನಿಂದಾಗಿ ಉಳಿದವರ ಮದ್ವೆ ಆಗಾಕಿಲ್ಲ ಅಂತ ಅಪ್ಪನೂ ಶುರು ಮಾಡ್ದ. ಕೊಟ್ಟ ಹೆಣ್ಣು ಕುಲಕ್ಕೆ ಹೊರಗೆ ಅಂದ. ಆ ಮನೆ ಬಿಡದೆ ಬೇರೆ ಗತಿ ಇಲ್ಲ. ಮನೆ ಬಿಟ್ಟೆ. ಅಲ್ಲಿಂದ ಸೀದಾ ಅಂಜಿ ಅಣ್ಣನ ಊರಿಗೆ ಬಂದೆ. ನಾನು ಬರುವಾಗ ಅಂಜಿ ಅಣ್ಣ ಊರು ಬಿಟ್ಟು ಇಲ್ಲಿಗೆ ಬಂದಿದ್ದ.

ಅಲ್ಲಿ ಇಲ್ಲಿ ದಿನಾ ಕೂಲಿ ಕೆಲಸಕ್ಕೆ ಹೋಗ್ತಾ ಇದ್ದೆ. ಗಂಡ ಇಲ್ಲದ ಹೆಂಗಸು ಅಂತ ಜನ ನನ್ನ ಮೇಲೆ ಕಣ್ಣು ಹಾಕಿದರು. ದಾರಿಲಿ ಹೋಗೋರು ಬರೋರು ಎಲ್ಲಾ ಕೆಕ್ಕರಿಸಿ ನೋಡೋರು, ಇದ್ಯಾಕೋ ಸರಿ ಇಲ್ಲ ಅಂತ ಆಯ್ತು ಒಂದು ವರ್ಷ ಆದ್ರೂ ಈ ಗಂಡ ಅನಿಸ್ಕೊಂಡ ಪ್ರಾಣಿ ಬರ್ಲೇ ಇಲ್ಲ. ನಾನು ಒಬ್ಬರ

ಮನೇಲಿ ಅದೇ ಚಿಕ್ಕನೆ ಅದರಲ್ಲೇ ಬಂದು ಗೂಡಂಗೆ ಇದ್ದ ಕಡೆ ಬಾಡಿಗೆಗೆ ಇದ್ದೆ. ಆ ಮನೆಯವನು ಮುದುಕ ಅವನೂ ನನ್ನ ಮೇಲೆ ಕಣ್ಣು ಹಾಕಿದ. ಒಂಟಿ ಹೆಂಗಸ್ನ ಈ ಜನ ಮರ್ಯಾದೇಲಿ ಬದುಕಾಕೆ ಬಿಡಲ್ಲ ಅಯ್ಯ.

ಇದ್ಯಾಕೋ ಸರಿಹೋಯ್ತು ಇಲ್ಲ. ಅಂತ ಯಾರನ್ನಾದ್ರೂ ಕೂಡಿಕೆ ಅಂತ ಮಾಡಿಕೊಳನಾ ಅಂತ ಇದ್ದೆ. ನನ್ನ ಮೇಲೆ ಇಲ್ಲಸಲ್ಲದ ಆರೋಪ, ಕತೆ ಎಲ್ಲಾ ಇದ್ವು ಇನ್ನು ಅವು ಅಂತಿಂಥ ಕತೆ ಅಲ್ಲ, ಹೇಳಿದ್ರೆ ನೀವು ರಾತ್ರಿ ಊಟ ಮಾಡಲ್ಲ ಬಿಡಿ. ಜೊತೆಗೆ ಆಗ ನಂಗೆ ವಯಸ್ಸೆಷ್ಟು ಅಯ್ಯ, ಇಪ್ಪತ್ತೈದು ಆಗಿರ್ಬೋದು. ನನ್ನ ದೇಹಕ್ಕೂ ಬಯಕೆ ಆಸೆ ಅಂತ ಇರ್ತದಲ್ಲ ಕೂಡಿಕೆ ಮಾಡಿಕೊಳಕೆ ಅಂತ ಒಂಜನ ನಾನು ಹುಡುಕ್ತಾ ಇದ್ದೆ. ಬೆಂಕಿಲಿ ಇದ್ದೋಳ, ಬಾಣಲೆಗೆ ಹಾಕಿದಂಗೆ ಶೇಷ ಅನ್ನೋನು ಸಿಕ್ಕ. ಅವನಿಗೆ ಒಂದು ನಲವತ್ತು ವರ್ಷ ಆಗಿರ್ಬೋದು. ಅವನು ಮೇಸ್ತ್ರಿ ಕೆಲಸ ಮಾಡ್ತಾ ಇದ್ದ.

ಮಾರಮ್ಮನಿಗೆ ಗಂಡಿಲ್ಲ. ತಲೆಪಟರಾಯಂಗೆ ಹೆಣ್ಣಿಲ್ಲ ಅಂತಾರಲ್ಲ ಹಂಗೆ ಅವನು ನಂಗೆ, ನಾನು ಅವನಿಗೆ ತಗಲಿ ಹಾಕ್ಕೊಂಡು. ಅವನ ಹೆಂಡ್ತಿನೂ ನನ್ನ ಗಂಡನಂಗೆ ಓಡಿಹೋಗಿದ್ದಳಂತೆ. ಅವನೂ ಜನತಾ ಮನೇಲಿ ಇದ್ದ. ಅದೇ ಮನೆಗೆ ನಾನೂ ಹೋದೆ. ಅವರದು ಬೇರೆ ಜಾತಿ, ಈ ಕೊರಮರು ಅಂತಾರಲ್ಲ, ಆ ಜಾತಿಯಂತೆ, ಗಂಡನ್ನ ಓಡಿಸಿದ್ಲು ಈಗ ಜಾತಿ ಬೇರೆ ಕೆಡಸ್ತಾ ಅವಳೆ ಅಂತ ಅದಕ್ಕೂ ಅನ್ನಬಾರದ್ದು ಅಂದ್ರು. ಈ ಪ್ರಪಂಚದಲ್ಲಿ ಸುಮ್ನೆ ಇದ್ರೂ ಕಷ್ಟ ಏನಾರ ಮಾಡಿದ್ರೂ ಕಷ್ಟ, ಹುಲಿಬಾಯಿಗೆ ಬೇಕಾರೆ ಸಿಗಬೋದು ಆದರೆ ಈ ಜನರ ಬಾಯಿಗೆ ಸಿಕ್ಕಿದ್ರೆ ಮುಗ್ದೇ ಹೋಯ್ತು.

ಇವನ ಬಂಡವಾಳ ಮೊದಲನೇ ರಾತ್ರಿನೆ ಹೊರಗಡೆ ಬಂತು. ಇವನು ಗಂಡ್ಸ್ ಅಲ್ಲ. ಗಡ್ಡ, ಮೀಸೆ ಅಂತ ಇತ್ತು ಅಷ್ಟೇಯಾ, ಅಯ್ಯೋ ದೇವರೆ ಇದೆಂತಹ ಶಿಕ್ಷೆ ಕೊಟ್ಟೆ ಅಂದೆ. ದೇವರು ಕೇಳ್ತಾನ. ನಮ್ಮಂತಹ ಜನರ ಮಾತು ಯಾವ ದೇವ್ರು ತಾನೇ ಕೇಳ್ತಾನೆ. ದೇವರಿಗೆ ದಮ್ಮಯ್ಯ ಅಂದ್ರೆ ಇವನೇನು ಗಂಡಸಾಗಿ ಬಿಡ್ತಾ ಇದ್ನ ಇಲ್ವಲ್ಲ. ಹೆಂಗೋ ಸತ್ತೋಗ್ಲಿ ಮನೇಲಿ ಹೊರಗಿನ ಜನಕ್ಕೆ ಕಾಣೋ ಹಂಗೆ ಒಬ್ಬ ಗಂಡಸು ಅವನಲ್ಲ ಅಂತ ನಾನು ಸುಮ್ಮನಿದ್ದೆ.

ಇವನು ಬರೀ ದಂಡ ಆಗಿದ್ರೆ ಪರವಾಗಿಲ್ಲಯ್ಯ ಇವನಿಗೆ ತೆವಲು ಜಾಸ್ತಿ, ರಾತ್ರಿ ಬರೋನು ಕುಡಿಯೋಕೆ ತರೋನು, ನಂಗೂ ತಂದ, ನಾ ಬೇಡ ಅಂದ್ರೂ ಬಿಡಲಿಲ್ಲ, ಕುಡಿ ಕುಡಿ ಅಂತ ಕುಡಿಸಿದ. ಕುಡಿದಾದ ಮೇಲೆ ಬೆತ್ತಲೆಯಾಗಿ ಡ್ಯಾನ್ಸ್ ಮಾಡು ಅಂದ. ನಾನು ಆಗದಿಲ್ಲ ಅಂದ್ರೆ ಬಿಡದೆ ಹೊಡೆದ ನನ್ನ ಬಟ್ಟೆ ಬಿಚ್ಚಾಕಿ ಬೆತ್ತಲೆ ಮಾಡಿದ. ಬಡೀಲಿ ನನ್ನ ಎದೆ ಮೇಲೆ ಸುಟ್ಟ, ಬಹಳ ಅಸಹ್ಯದ ಮನುಷ್ಯ ಅಯ್ಯ, ಅವನು ಬಹಳ ಅಸಹ್ಯದ ಪ್ರಾಣಿ, ನೆನೆಸಿಕೊಂಡ್ರೆ ವಾಂತಿ ಬಂದಂಗೆ ಆಯ್ತದೆ ಊಟನೇ ಸೇರಕ್ಕಿಲ್ಲ.

ನೀನು ಸುಮ್ಮನ್ಯಾಕೆ ಇದ್ದೆ. ಕತ್ತರಿಸಿ ಹಾಕ್ಬೇಗಿತ್ತು. ಆ ಬೋಳಿಮಗನ್ನ ಅಂದ್ರು ಅಪ್ಪ. ಅದೇ ನಾನೂ ಮಾಡಿದೆ. ಆದ್ರೆ ಅದನ್ನು ಮಾಡಾಕೆ ಒಂದೂವರೆ ವರ್ಷ ತಗೊಂಡೆ, ಅವನು ಹದಿನೈದು ದಿನಕ್ಕೆ ಒಂದ್ಸಲ ಹಿಂಗೆ ಮಾಡೋನು. ಅಮಾವಾಸ್ಯೆಗೆ, ಹುಣ್ಣಿಮೆಗೆ ಅಂತರಲ್ಲ ಹಂಗೆ ಬಾಕಿ ದಿವಸ ಸುಮ್ನೆ ಇರೋನು. ಇವನಿಗೆ ದೆವ್ವ ಹಿಡಿದಿರಬೋದು ಅಂತ ನಾನೂ ಸುಮ್ಮನಿದ್ದೆ. ಅವನು ಕುಡಿಯಕೆ ಮನೆಗೆ ತಂದ ಅಂದ್ರೆ ಭಯ ಆಗೋದು.

ಒಂದಾರು ತಿಂಗಳು ಹಿಂಗೆ ಇದ್ದೆ. ಇಷ್ಟರಲ್ಲಿ ಬಡವರಿಗೆ ಸೈಟು ಮನೆ ಕೊಡ್ತಾರೆ ಅಂತ ಆಯ್ತು. ಒಂದು ಅಪ್ಲಿಕೇಶನ್ ಇವನೇ ನನ್ನ ಕೈಲಿ ಹಾಕಿಸ್ದ. ಜಾಗ ಸಿಕ್ತು. ಇವನ ಮನೆಯಿಂದ ಸ್ವಲ್ಪ ದೂರದಲ್ಲೇ ಆ ಜಾಗ ಇತ್ತು. ಅಲ್ಲಿ ಕಳ್ಳಿ, ಹಾಳೂ ಮೂಳು ಬೆಳೆದಿತ್ತು. ಅದನ್ನೆಲ್ಲಾ ನಾನೇ ಕಡಿದು ಸರಿ ಮಾಡ್ದೆ ನನ್ನ ಹೆಸರಲ್ಲಿ ಅಲ್ಲಿ ಮನೇನೂ ಆಯ್ತು. ಈ ಜನತಾ ಮನೆ ಅಂತಾರಲ್ಲ ಅಂತದು. ಇವನೇ ಅದ ಕಟ್ಟಿದ ಮನೆ ಆಯ್ತಲ್ಲ, ಪುನಃ ಇಲ್ಯಾಕೆ ಮನೆ ಅಂತ ಅನಿಸಿದ್ರೂ ನಂಗ್ಯಾಕೆ ಅಂತ ಸುಮ್ಮನಾದೆ.

ಈ ಮನೆಗೆ ನಾವು ಬಂದೋ ಆ ಮನೇನ ಇವನು ಮಾರಿದ. ಅದರಲ್ಲಿ ಇವನ ಮೋಜು ಮಜಾ ನಡೀತು. ತುಂಬಾ ಇಸ್ಪೀಟು ಆಡೋನು, ಆಟದಲ್ಲಿ ಎಲ್ಲಾ ಕಳೆದ, ಮನೆಗೆ ಬಂದು ನಂಗೆ ಹೊಡೆದ. ಇವತ್ತಿಗಿಂತ ಅವತ್ತು ನಾನು ಇನ್ನೂ ಗಟ್ಟಿಯಾಗಿದ್ದೆ. ಒಂದೇ ಒಂದು ತಿರುಗಿಸಿ ಹೊಡೆದ್ರೆ ಇವನು ಸತ್ತೆ ಹೋಗ್ತಾ ಇದ್ದ. ನಾನು ಗಂಡಸಿಗೆ ಹೆಂಗ್ಸು ಯಾವತ್ತೂ ಹೊಡಿಬಾರದು ಅಂತ ಸುಮ್ಮನಿದ್ದೆ.

ಮನೆ ಮಾರಿದ ದುಡ್ಡೆಲ್ಲಾ ಮುಗೀತು. ಇದ್ದ ಮೇಸ್ತ್ರಿ ಕೆಲ್ಸನೂ ಹೋಯ್ತು. ಮನೇಲಿ ತಿನ್ನೋಕೆ ಏನೂ ಇಲ್ಲ. ಇಷ್ಟೆಲ್ಲಾ ಆದ್ರೂ ಇವನು ನನ್ನ ಅಲ್ಲಿ ಗಂಟ ಕೆಲಸಕ್ಕೆ ಕಳಿಸಿದ್ದಿಲ್ಲ. ಅದೊಂದು ವಿಷಯದಲ್ಲಿ ಇವನು ಗಂಡಸೇ ಆಗಿದ್ದ. ಮನೇಲಿ ದೆವ್ವ ಹಿಡಿದವನಂಗೆ ಇರೋನು. ನಾನು ಎಷ್ಟು ದಿನ ಅಂತ ಉಪವಾಸ ಇರ್ಲಿ, ಕೆಲಸಕ್ಕೆ ಹೋಗೋಕೆ ಅಂತ ಶುರು ಮಾಡಿದೆ. ನಾನು ತರೋದು ಇವನು ತಿನ್ನೋದು ಹಂಗೆ ಸ್ವಲ್ಪ ದಿನ ನಡೀತು.

ಇವತ್ತು ಊಟಕ್ಕೆ ಬಿಟ್ಟಾಗ ಯಾರ ಜೊತೆ ಮಲಗಿದ್ದೆ ಅಂತ ಕೇಳಕೆ ಶುರು ಮಾಡಿದ. ನಾನು ಇವನ ಯಾವ ಪ್ರಶ್ನೆಗೂ ಉತ್ತರ ಕೊಡ್ತಾ ಇರ್ಲಿಲ್ಲ. ಮಾತಾಡೆ ಮುಂಡೆ ಅಂತ ಹೊಡೆಯೋಕೆ ಬರೋನು ದುರುಗುಟ್ಟಿ ನೋಡಿದ್ರೆ ಸಾಕು ಕೊತ್ತಿಮರಿಯಂಗೆ ಸುಮ್ನೆ ಇರೋನು.

ಒಂದಿನ ಅವತ್ತು ವಾರದ ಕೂಲಿ ಸಿಕ್ಕಿತ್ತು. ನಾನು ಸ್ನಾನಕ್ಕೆ ಅಂತ ಹೋಗಿದ್ದೆ. ಅಲ್ಲಿ ಗಂಟ ಇವನು ಮನೇಲಿ ಕಳ್ಳತನ ಅಂತ ಮಾಡಿದ್ದಿಲ್ಲ. ನನ್ನ ವಾರದ ಇಡೀ ಸಂಪಾದನೆ ತಗೊಂಡು ಮಧ್ಯಾಹ್ನ ಹೋದ. ಮಾರನೇ ದಿನ

ರಾತ್ರಿಗೆ ಬಂದ. ಅವನ ಕೈಯಲ್ಲಿ ಸುಮಾರು ದುಡ್ಡು ಇತ್ತು. ಇಸ್ಪೀಟ್ ಆಡಿ ಬಂದಿರಬೇಕು. ಬರುವಾಗ್ಲೆ ಕೈಲಿ ಬಾಟಲಿ ಇತ್ತು. ಇವತ್ತು ಪುನಃ ಹಿಂದಿನಂಗೆ ಆಡ್ತಾನೆ ಅಂತ ನಂಗೆ ಗೊತ್ತಾಯ್ತು.

ಕುಡಿ ಅಂದ, ಕುಡಿದೆ ಬಟ್ಟೆ ಬಿಚ್ಚು ಅಂದ ನಾನು ಮಾತಾಡದೇ ಬಿಚ್ಚಿದೆ. ಈ ಸಲ ಅವನು ಚಾಕು ತಗೊಂಡು ಐದಾರು ಗಾಯ ಮಾಡಿದ ಅಯ್ಯ, ನಂಗೆ ನೋವು ತಡೆಯಕೆ ಆಗಲೇ ಇಲ್ಲ. ಜೋರಾಗಿ ಕಿರುಚಿದೆ. ಅವು ಸಣ್ಣ ಸಣ್ಣ ಗಾಯನೇ ಇರ್ಬೋದು. ಆದ್ರೆ ನೋವು ತಡೆಯೋರು ಯಾರು, ಎಲ್ಲಿತ್ತೋ ಬರಬಾರದ ಸಿಟ್ಟು ಬಂತು. ಅದೇ ಚಾಕು ಹಿಡ್ಕೊಂಡು ನಾನು ಸಿಕ್ಕ ಸಿಕ್ಕಲ್ಲಿಗೆ ಗಾಯ ಮಾಡಿದೆ. ಪುಣ್ಯಕ್ಕೆ ಅವನಿಗೆ ಅದ್ರಿಂದ ತಿವಿಲಿಲ್ಲ. ಗಟ್ಟಿಯಾಗಿ ತಿವಿದಿದ್ರೆ ಅವತ್ತೇ ಅವನು ಸತ್ತುಹೋಗಿರೋನು.

ಅಯ್ಯಪ್ಪ, ಅಯ್ಯಪ್ಪ ಸಾಯಿಸ್ತಾಳೆ ಬನ್ನಿ ಅಂತ ಅವನು ಜೋರಾಗಿ ಬಡಕೊಂಡ. ಇವನ ಕಿರುಚಾಟ ಕೇಳಿ ಜನ ಬರೋದ್ರಲ್ಲಿ ನಾನು ಸೀರೆ ಸುತ್ಕೊಂಡೆ, ಮನೆ ಬಾಗಿಲು ತೆರದೆ ರಾತ್ರಿ ಒಂಬತ್ತು ಗಂಟೆ ಇರ್ಬೋದು ಆವಾಗ ಮನೆಯಿಂದ ಆ ನನ್ಮಗ ಕಿರುಚ್ತಾ ಓಡೋದವನು ಅಲ್ಲಿಂದ ಇಲ್ಲಿ ಗಂಟ ಅಂದ್ರೆ ನಾನು ಇಲ್ಲಿಗೆ ಬರೋಗಂಟ ಪಾಪಾಸು ಬರ್ಲೇ ಇಲ್ಲ.

ಜನ ಬಾಯಿಗೆ ಬಂದ ಹಾಗೆ ನನಗೆ ಬೈದರು. ಸ್ವಲ್ಪ ದಿನ ಬಹಿಷ್ಕಾರಾನೂ ಹಾಕಿದ್ರು. ನಾನು ಭಂಡ ಬಿದ್ದಿದ್ದೆ, ದಿನಾ ಕುಡಿಯೋಕೆ ಶುರು ಮಾಡಿದೆ. ಎಲ್ಲಿ ತಂಕ ಅಂದ್ರೆ ಒಂದೊಂದು ದಿನ ಫುಲ್ ಬಾಟಲಿ ಹಾಕಿದ್ದೂ ಐತೆ. ದೊಡ್ಡ ಬಾಟಲಿ ಅಂದ್ರೆ ಅಯ್ಯ ಇಷ್ಟು ಉದ್ದ ಇದೆ ಅಂತ ಮಲ್ಲಿಗೆ ಮೊಣಕೈ ತೋರಿಸಿದಳು.

ಕದ್ದೋದೋನು ಹೋದ ಅಂದ್ರೆ ಅವನು ಸರ್ಕಾರ ಕೊಟ್ಟಿತ್ತಲ್ಲ. ಹಕ್ಕುಪತ್ರ, ಅದನ್ನು ಒಬ್ಬ ಲಬ್ಬೆಸಾಬಿಗೆ ಅಡ ಇಟ್ಟು ಹತ್ತು ಸಾವಿರ ರೂಪಾಯಿ ಸಾಲ ಮಾಡಿ ಹೋದ. ಇವನು ಕದ್ದೋದ ಹದಿನೈದು ದಿನದ ಮೇಲೆ ಅವನು ಹಿಂಗೆ ಮಾಡವನೆ ಅಂತ ಗೊತ್ತಾಯ್ತು. ತಿಂಗಳಿಗೆ ನೂರು ರೂಪಾಯಿಗೆ ಐದು ರೂಪಾಯಿ ಬಡ್ಡಿ ಅಂದ್ರೆ ವರ್ಷಕ್ಕೆ ನೂರು ರೂಪಾಯಿಗೆ ಅರವತ್ತು ರೂಪಾಯಿ ಬಡ್ಡಿನೇ ಕಟ್ಟಬೇಕು, ಬಡ್ಡಿ ಕೊಡಲಿಲ್ಲ ಅಂದ್ರೆ ಬಡ್ಡಿನೂ ಅಸಲಿಗೆ ಸೇರಿಸ್ತಾನೆ. ಇವತ್ತಿಗೂ ನಂಗೆ ಆ ಸಾಲ ಅಂತ ಇಪ್ಪತ್ತು ಸಾವಿರ ಇದೆ.

ಅಲ್ಲಿ ಕೆಲಸ ಸಿಗ್ತಾ ಇತ್ತು. ಅಯ್ಯ. ಆದ್ರೆ ಮನಸ್ಸಿಗೆ ಶಾಂತಿ ಇತ್ತಿಲ್ಲ. ಕಣ್ಣು ಮುಚ್ಚಿದರೆ ಮಕ್ಕಳು ಗಂಡ, ಕೊನೆಗೆ ಈ ಬಡ್ಡಿ ಮಗ ನನಪಿಗೆ ಬರೋನು. ನಿದ್ರೆ ಬರ್ತಾ ಇರ್ಲಿಲ್ಲ. ಮರಿಯಕೆ ಅಂತ ನಾನೂ ಕುಡಿತಿದ್ದೆ. ಆದರ ಮಂಪರು ಇಳಿದ ತಕ್ಷಣ ಪುನಃ ಅವರದ್ದೇ ನೆನಪು ಬರ್ತಾ ಇತ್ತು.

ನನ್ನ ಮಗ ವೆಂಕಟೇಶ ಬದುಕಿದ್ರೆ, ಚಿಕ್ಕ ಅಯ್ಯನಷ್ಟೇ ಅವನಿಗೂ ವಯಸ್ಸು ಇರ್ತಾ ಇತ್ತು. ಬದುಕಿದ್ರೆ ಮಗಳಿಗೆ ಈಗ ನಾನು ನನ್ನ ಗಂಡ ಇಬ್ರೂ ಸೇರಿ ಗಂಡು ನೋಡ್ತಾ ಇರಬೇಕಾಗಿತ್ತು. ಹಣೆಬರಹ ಯಾರು ಬದಲಾಯಿಸ್ತಾರೆ ಹೇಳಿ. ನನ್ನಂತಹ ಬದುಕು ನನ್ನ ಶತ್ರುಗೂ ಬೇಡ. ಈ ತರ ಬದುಕೋದಕ್ಕಿಂತ ಸಾಯೋದೇ ಮೇಲು ಅಯ್ಯ ಅಂದಳು ಮಲ್ಲಿಗೆ

ಇರ್ಲಿ ಬಿಡು. ಎಲ್ಲಾ ಆಗಿಹೋಗಿದೆ ಈಗ ಅತ್ತರೇನು ಪ್ರಯೋಜನ. ಅಮ್ಮ ಯಾರ್ಯಾರಿಗೆ ಯಾವ್ಯಾವ ಕಷ್ಟ ಕೊಡ್ತಾಳೆ ಅವಳಿಗೆ ಗೊತ್ತು ಇರು ಇನ್ನು ಸ್ವಲ್ಪ ಕಾಫಿ ಕುಡಿಯುವಂತೆ ಎಂದು ಹೇಳಿ ಅಪ್ಪ ಎದ್ದರು. ಅವಳ ಮೈ ಮೇಲಿನ ಗುರುತುಗಳು ನನ್ನ ನೆನಪಿಗೆ ಬಂದವು.

ಅಂಜಿ ಅಣ್ಣನನ್ನು ಅವನ ಮನೆ ತಂಕ ಬಿಟ್ಟು ಬರ್ತಿನಿ. ಅವನು ದಾರೀಲಿ ಬಿದ್ದು ಗಿದ್ದು ಹೋದ್ರೆ ಕಷ್ಟ ಅಯ್ಯ ಎಂದು ಹೇಳಿ ಮಲ್ಲಿಗೆ ಅಂಜಿಯನ್ನು ಅವನ ಮನೆಗೆ ಬಿಟ್ಟು ಬರಲು ಹೋದಳು. ಅವಳು ಆ ಕಡೆ ಹೋದ ಮೇಲೆ ಅನ್ನಕ್ಕೆ ಇಡಲು ಅಪ್ಪ ಹೊರಟರು.

ಭಾರ್ಗವ ಅವಳ ಕತೆ ಕೇಳಿದ್ಯಾ.

ಇಲವಲ್ಲ ಏನು ಕತೆ ಅವಳದ್ದು ಅಂದೆ.

ನಾನು ಅವತ್ತೆ ಹೇಳಿತ್ತಿಲ್ವ, ಅವಳ ಮುಖ ನೋಡಿದ್ರೆ ಯಾವುದೋ ಚಿಂತೆ ಅವಳನ್ನು ಹುರಿದು ತಿಂತಾ ಇದೆ ಅಂತ, ಪಾಪ ಅವಳ ಕತೆ ಕೇಳಿದರೆ ಕಣ್ಣಲ್ಲಿ ನೀರು ಬರ್ತದೆ. ಅವಳ ಮುಂದೆ ನನ್ನ ಕಷ್ಟ ಏನೂ ಇಲ್ಲ. ನಮ್ಮದೆಲ್ಲಾ ಕಷ್ಟವೇ ಅಲ್ಲ. ಈ ಸುತ್ತಲ್ಲಿ ಯಾರ್ಗೂ ನಂಗೆ ಗೊತ್ತಿರೋ ಹಂಗೆ ಇವಳಿಗೆ ಬಂದಿರೋ ಕಷ್ಟ ಬಂದಿಲ್ಲ. ಪಾಪ ಬಡಪಾಯಿ ಹೆಂಗಸು ಅನ್ನುತ್ತಾ ಹೋದರು.

ನಾನು ಅವಳು ಆಡಿದ ಪ್ರತಿಪದವನ್ನು ಕೇಳಿಸಿಕೊಂಡಿದ್ದೆ. ಅವಳ ಮಗ ಬದುಕಿದ್ರೆ ನನ್ನ ಜೊತೆಯವನು ಅನ್ನುವ ಪದ ಆ ಕ್ಷಣದಲ್ಲಿ ನನ್ನನ್ನು ಕೆಣಕಿತು. ಅಂದ್ರೆ ನಾನು ನನ್ನ ತಾಯಿಯ ವಯಸ್ಸಿನ ಹೆಂಗಸಿನ ಜೊತೆ ಸಂಬಂಧ ಇರಿಸಿಕೊಂಡಿದ್ದೇನೆ. ಎಂತಹ ಆಯೋಗ್ಯ, ನಾನು ಎಂದು ಒಂದು ಕ್ಷಣ ನನಗೆ ನಾನೇ ಶಪಿಸಿಕೊಂಡೆ.

ನಾನು ಹುಡುಗ ಚಿಕ್ಕವನು. ಅವಳ ಸಮಕ್ಕೆ ನನಗೆ ತಿಳುವಳಿಕೆ ಇಲ್ಲ. ನಾನು ಓದಿರಬಹುದು. ಆದರೆ ಅವಳಿಗೆ ವಯಸ್ಸಿನ ಕಾರಣದಿಂದಲಾದರೂ ತಿಳುವಳಿಕೆ ಅಂತ ಇರ್ತದೆ. ಬೇಡಪ್ಪ, ಬೇಡ ನಮಗೂ ನಿಮಗೂ ಯಾವುದೇ ಸಂಬಂಧ ಇರಬಾರದು ಅಂತ ಸ್ಪಷ್ಟವಾಗಿ ಹೇಳಬಹುದಿತ್ತು ಅಥವಾ ಅಪ್ಪನಿಗೆ ಹೇಳ್ತೀನಿ ಅಂತ ಹೆದರಿಸಿದ್ರೂ ಸಾಕಿತ್ತು. ನಾನು ಅವಳ ಕಡೆ ತಿರುಗಿಯೂ ನೋಡ್ತಾ ಇರಲಿಲ್ಲ.

ಮನೆಗೆ ಬಂದ ಮೊದಲನೇ ದಿನವೇ ನನಗೂ ಅವಳಿಗೂ ಸಂಬಂಧ ಶುರುವಾಗಿತ್ತು. ಅವಳ ರಜೆಯ ದಿನಗಳನ್ನು ಬಿಟ್ಟು ಉಳಿದಂತೆ ಪ್ರತಿದಿನ ನನ್ನ ಅವಳ ಸಂಗಮ ಆಗುತ್ತಲೇ ಇದೆ. ಅವಳ ಮೇಲಿನ ದಾಹ ಜಾಸ್ತಿಯಾಗುತ್ತಿದೆಯೇ ಹೊರತು ಕಡಿಮೆಯಾಗಿಲ್ಲ. ಪ್ರಜ್ಞೆ ನನಗಲ್ಲ ಅವಳಿಗೆ ಇರಬೇಕಾಗಿತ್ತು. ಜೀವನದಲ್ಲಿ ಏನೆಲ್ಲಾ ಕಂಡಿದ್ದಾಳೆ, ಒಬ್ಬ ಹುಡುಗನನ್ನು ಅದರಲ್ಲಿಯೂ ಅವಳ ಮಗನ ವಯಸ್ಸಿನ ಹುಡುಗನನ್ನು ಬುದ್ಧಿವಾದ ಹೇಳಿಯೇ ನಿಯಂತ್ರಿಸಬಹುದಾಗಿತ್ತು. ನಾನು ಅವಳ ಮೇಲೆ ಯಾವತ್ತೂ ಬಲತ್ಕಾರ ಮಾಡಲಿಲ್ಲ. ಅವಳ ಸಹಕಾರದಿಂದಲೇ ಎಲ್ಲವೂ ಆಗಿದ್ದು, ಇಡೀ ಹಗರಣದಲ್ಲಿ ನನ್ನ ಪಾತ್ರ ಅವಳ ಪಾತ್ರ ಯಾರದ್ದು ಸರಿ ಯಾರದ್ದು ತಪ್ಪು ಎಂದು ವಿಮರ್ಶೆ ಮಾಡುವ ಪ್ರಯತ್ನ ಮಾಡಿದೆ. ಸಾಕಷ್ಟು ಮಂಥನದ ನಂತರ ನನ್ನದು ಸ್ವಲ್ಪ ತಪ್ಪು ಅವಳದ್ದು ಪೂರ್ಣ ತಪ್ಪು ಎಂಬ ತೀರ್ಮಾನಕ್ಕೆ ಬಂದೆ.

ಇನ್ಮೇಲೆ ಯಾವುದೇ ಕಾರಣಕ್ಕೂ ಅವಳ ಕೋಣೆಗೆ ಹೋಗಬಾರದು. ತಪ್ಪು ಮಾಡಿದ್ದು ಆಗಿದೆ. ಅದಕ್ಕೆ ತಕ್ಕ ಪ್ರಾಯಶ್ಚಿತ್ತ, ಮಾಡಿಕೋ ಬೇಕು ಅಂತ ಅನಿಸಿತು. ಆದರೆ ಪ್ರಾಯಶ್ಚಿತ ಯಾವ ರೀತಿಯದ್ದು ಎಷ್ಟರ ಪ್ರಮಾಣದ್ದು ಅನ್ನುವುದು ಅರ್ಥವಾಗಲಿಲ್ಲ. ಮಂಕು ಕವಿದವನಂತೆ ಬಹಳ ಹೊತ್ತಿನ ತನಕ ಕುಳಿತೇ ಇದ್ದೆ.

ಅಯ್ಯ ತಟ್ಟೆ ತಂದಿದ್ದೀನಿ ಎಂದು ಅವಳು ಗಟ್ಟಿಯಾಗಿ ಹೇಳುವ ತನಕವೂ ನಾನು ಕುಳಿತೇ ಇದ್ದೆ. ಅವಳ ತಟ್ಟೆಗೆ ಅನ್ನ, ಸಾರು, ಗ್ಲಾಸಿಗೆ ಮಜ್ಜಿಗೆ ಹಾಕಿದೆ. ಅಪ್ಪ ಮಲ್ಲಿಗೆ ಕಳೆದುಹೋದ ವಿಷಯದ ಬಗ್ಗೆ ಯೋಚ್ನೆ ಮಾಡಬೇಡ, ಸತ್ತ ಕುದುರೆಗೆ ಎಷ್ಟು ಒದ್ದರೂ ಅದು ಓಡೋದಿಲ್ಲ. ಬದಲಿಗೆ ನಮ್ಮ ಕಾಲಿಗೆ ನೋವು ಆಯ್ತದೆ ಅಂದ್ರು.

ಇಲ್ಲ ಅಯ್ಯ. ನಾನು ಚಿಂತೆ ಮಾಡೋದು ಬಿಟ್ಟು ಎಷ್ಟೋ ವರ್ಷ ಆಯ್ತು, ಬಂದಿದ್ದು ಬರಲಿ. ಆಗಿದ್ದು ಆಗಲಿ, ಗಟ್ಟಿಯಾಗಿ ಇರೋ ತಂಕ ಬೇರೆಯವರ ಮುಂದೆ ಕೈ ಚಾಚದೇ ಬದುಕೋದನ್ನು ಕಲಿತಿದ್ದೀನಿ. ಈಗ ನಿಮ್ಮನೇಲಿ ನೆಮ್ಮದಿಯಾಗಿ ಇದ್ದೀನಿ, ಸಾಯೋ ತಂಕನೂ ಇಲ್ಲೇ ಇರ್ಲಪ್ಪ ಅಂತ ಆ ದೇವರತ್ರ ಕೇಳ್ಕೊತೀನಿ. ನಿಜ ಹೇಳ್ಬೇಕು ಅಂದ್ರೆ ಅಯ್ಯ, ನಂಗೆ ಈ ದೇವರು ದಿಂಡರಲ್ಲಿ ನಂಬಿಕೆನೇ ಉಳಿದಿಲ್ಲ ಅನ್ನುತ್ತಾ ಹೊರಟಳು.

ಬಾ ಊಟ ಮಾಡಿಬಿಡು. ಇವತ್ತು ಸುದ್ದಿ ನೋಡೋಕೆ ಆಗಲಿಲ್ಲ. ಅವಳ ಕತೆ ಕೇಳ್ತಾ ಕೇಳ್ತಾ ಸಮಯ ಹೋಗಿದ್ದೇ ಗೊತ್ತಾಗಲಿಲ್ಲ. ಅನ್ನುತ್ತಾ ಅಪ್ಪ ನನಗಾಗಿ ಎಲೆ ಹಾಕಿದರು. ಅವರು ಏನೇನು ಬಡಿಸಿದರು. ನಾನೇನೂ ತಿಂದೆ ಅನ್ನುವುದು ನನಗೆ ಗೊತ್ತಾಗಲೇ ಇಲ್ಲ.

ನೀನು ಮಲಗೋಕೆ ಮುಂಚೆ ಅವಳನ್ನು ಒಂದ್ಸಲ ಮಾತಾಡಿಸು. ಅವಳ ಮನಸ್ಸು ಇವತ್ತು ಸರಿ ಇಲ್ಲದೆ ಇರಬಹುದು ಅಂದ್ರು ಅಪ್ಪ.

ಅವರ ಬಾಯಿಂದ ಈ ಮಾತು ಬಂದು ಕೆಲವು ತಿಂಗಳುಗಳು ಕಳೆದಿದ್ದವು. ಊಟದ ನಂತರ ನನ್ನ ಪಾಡಿಗೆ ನಾನು ಕಂಪ್ಯೂಟರ್ ಮುಂದೆ ಕುಳಿತಿದ್ದೆ. ಅಪ್ಪನ ಗೊರಕೆ ಶುರುವಾಯಿತು. ರಾತ್ರಿ ಹತ್ತು ಗಂಟೆ ಕಳೆಯಿತು.

ಅವಳು ಕಿಟಕಿಯ ಹತ್ತಿರ ಬಂದು ಚಿಕ್ಕ ಅಯ್ಯ ಅಂದಳು.

ನಾನು ಮಾತಾಡಲಿಲ್ಲ ಅವಳು ಪುನಃ ಚಿಕ್ಕ ಅಯ್ಯ ಎಂದು ಸ್ವಲ್ಪ ಗಟ್ಟಿಯಾಗಿ ಕರೆದಳು.

ನಾನು ಬರೋದಿಲ್ಲ. ಇನ್ಮುಂದೆ ಬರೋದೇ ಇಲ್ಲ ಅಂದೆ.

ಇವತ್ತೊಂದಿನ ಬನ್ನಿ, ನಾಳೆ ನಿಮ್ಮಿಷ್ಟ.

ಇಲ್ಲ ನಾನು ಬರೋದಿಲ್ಲ.

ಹಂಗಾರೆ ನಾನು ದೊಡ್ಡ ಅಯ್ಯನನ್ನು ಎಬ್ಬಿಸ್ತೀನಿ.

ಇವಳು ಹಾಗೆ ಮಾಡಿದರೂ ಮಾಡಿದಳೆ ಅಂದುಕೊಂಡು ಒಲ್ಲದ ಮನಸ್ಸಿನಿಂದ ಮನೆಯ ಹೊರಗಡೆ ಬಂದೆ. ನಾನು ಬರುತ್ತಿರುವುದನ್ನು ಖಾತ್ರಿ ಮಾಡಿಕೊಂಡ ಅವಳು ಕೋಣೆ ಸೇರಿದಳು. ನಾನು ಮನೆಯ ಬಾಗಿಲು ಹಾಕಿ ಒಂದರ್ಥದಲ್ಲಿ ಅವಳನ್ನು ಹಿಂಬಾಲಿಸಿದೆ.

ನಿಮಗೆ ನನ್ನ ಮೇಲೆ ಸಿಟ್ಟು, ಬಂದಂಗೆ ಅದೆ ಅಂದಳು.

ನಾನು ಮಾತನಾಡಲಿಲ್ಲ.

ಇಲ್ಲಿ ಯಾವನೋ ಬೇರೆಯವನು ಬಂದು ಮಲಗಿದರೆ ನಿಮಗೆ ಒಪ್ಪಿಗೆನಾ ಯಾವನ್ ಯಾಕೆ ಬರ್ತಾನೆ.

ನಾನೇ ಕರ್ಕೊಂಡು ಬಂದೆ ಅಂತಾನೇ ಇಟ್ಕಳಿ.

ಮನೆ ಬಿಟ್ಟು ಓಡಿಸ್ತೀನಿ.

ನೀವು ಸುಮ್ನೆ ಇರ್ತೀರಾ ಮದ್ವೆ ಆಗೋತನಕ ಹೆಂಗೂ ರುಚಿ ನೋಡಿದ್ದೀರಾ.

ನಾನು ಮಾತನಾಡಲಿಲ್ಲ,

ನಿಮಗಿರೋ ಚಾಣ, ನೋಡಿದ್ರೆ ಅದು ಕಡಿಮೆ ಆಗೋ ಹಂಗೆ ಕಾಣಕ್ಕಿಲ್ಲ, ನಾನು ಬೇಡ ಅಂದ್ರೆ ನೀವು ಬೇರೆ ಹೆಂಗಸು ಹುಡ್ಕೋತೀರಿ. ನಿಮ್ಮ ಕತೆ ನಂಗೆ ಗೊತ್ತು.

ನಾವು ಮಾಡ್ತಾ ಇರೋದು ತಪ್ಪು. ತಪ್ಪು ಇವತ್ತಿಂದಲ್ಲ, ಬಹಳ ಹಳೆಯದು.

ಆದ್ರೂ ತಪ್ಪು ತಪ್ಪೇ. ಇರ್ಲೋದು, ಹೊಸ ತಪ್ಪು ಮಾಡೋದಕ್ಕಿಂತ ಹಳೆ ತಪ್ಪೇ ಮುಂದುವರಿಸೋದು ಒಳ್ಳೆಯದು. ಈ ಮೈ ಮೇಲೆ ನಿಮಗೆ ಗೊತ್ತಿದ್ದೂ ಗೊತ್ತಿಲ್ವೇನೋ ಅಧಿಕಾರ ಕೊಟ್ಟಿದ್ದೀನಿ. ಏನು ಬೇಕಾದ್ರೂ ಮಾಡಿ, ನಲವತ್ತು

ವಯಸ್ಸಿನವನು ಹದಿನೆಂಟು ವಯಸ್ಸಿನ ಹುಡುಗಿ ಜೊತೆ ಮಲಗ್ಬಹುದಾದರೆ ನಾನು ನಿಮ್ಮ ಜೊತೆ ಮಲಗಿದರೆ ತಪ್ಪೇನದೆ. ಗಂಡಸಿಗೊಂದು ಲೆಕ್ಕ ಹೆಂಗಸಿಗೆ ಒಂದು ಲೆಕ್ಕಾನ ಹೇಳಿ ಚಿಕ್ಕ ಅಯ್ಯ.

ನಾನು ಮಾತನಾಡಲಿಲ್ಲ.

ಅವಳು ನನ್ನ ಕೈ ಹಿಡಿದು ಎಳೆದುಕೊಂಡಳು. ಎಂದಿನಂತೆ ನಾನು ಉದ್ರೇಕಕ್ಕೆ ಗುರಿಯಾಗಲಿಲ್ಲ. ಸುಮ್ಮನಿದ್ದೆ. ಅವಳು ಕೆಣಕುತ್ತಾ ಹೋದಳು. ಅವಳ ಚೇಷ್ಟೆ ಜಾಸ್ತಿಯಾಗುತ್ತಾ ಹೋದ ಹಾಗೆ ನಾನು ವಿಚಲಿತನಾಗುತ್ತಾ ಹೋದೆ. ಅವಳು ಗೆದ್ದಳು ನಾನು ಸೋತುಹೋದೆ.

ಅಲ್ಲಿಂದ ಬರುವಾಗ ನಿಮಗೆ ಇದು ಬೇಕೇ ಬೇಕು. ಇದು ಇಲ್ಲದಿದ್ದರೆ ನೀವು ಓದೋದನ್ನೇ ಬಿಟ್ಟು ಬಿಡ್ತೀರಿ. ಅಂತ ಬೆನ್ನು ತಟ್ಟಿದಳು. ನಾನು ಯಂತ್ರ ಮಾನವನಂತೆ ಮನೆಗೆ ಬಂದೆ.

ಈ ಸಂಗತಿ ಅನಂತರ ಒಂದು ವಾರ ನನ್ನ ಮನದಲ್ಲಿ ಮಂಥನವಾಯಿತು. ಯಾವುದು ಸರಿ ಯಾವುದು ತಪ್ಪು ಅನ್ನುವುದು ಗೊತ್ತಾಗದೇ ಒದ್ದಾಡಿದೆ. ನಮ್ಮ ಸಂಬಂಧಕ್ಕೆ ಯಾವ ಅರ್ಥ ಇದೆ. ಇದ್ದರೆ ಅದನ್ನು ಸಮಾಜಕ್ಕೆ ಹೇಳುವುದು ಹೇಗೆ? ಅವಳನ್ನು ಮದುವೆಯಾದರೆ ಹೇಗೆ? ಅವಳನ್ನು ಮದುವೆಯಾಗುವುದು ಹೇಗೆ? ಮಕ್ಕಳೇ ಆಗದ ನನ್ನ ಎರಡು ಪಟ್ಟು ವಯಸ್ಸಿನ ಹೆಂಗಸನ್ನು ಮದುವೆಯಾದರೆ ಸಿಗುವ ಲಾಭವಾದರೂ ಏನು? ಮಕ್ಕಳ ಸಲುವಾಗಿ ಮದುವೆಯಾಗುವುದಾದರೆ ಅವಳ ನನ್ನ ನಡುವೆ ಇರುವ ಇಂದಿನ ಸಂಬಂಧಕ್ಕೆ ಇರುವ ಬೆಲೆಯಾದರೂ ಏನು, ಕಾಮದ ಹೊರತಾಗಿ ಬೇರೆ ಸಂಬಂಧ ಇಲ್ಲ ಅಂತಾದರೆ ಕಾಮಿಸಲು ಇವಳೇ ಏಕೆ ಬೇಕು. ಅವಳಿಗೆ ನಾನೇ ಏಕೆ ಬೇಕು. ಇದನ್ನೆಲ್ಲಾ ಯಾರಾದರೂ ದೊಡ್ಡವರ ಹತ್ತಿರ ಹೇಳಬೇಕು. ಹೇಳಿದರೆ ಅವರೇನು ಹೇಳಬಹುದು. ಇಂತಹುದೆ ಹಲವು ಬಗೆಯ ಯೋಚನೆಗಳು ಹಾದು ಹೋದವು.

ಅವಳನ್ನು ನಾನು ಉಪಯೋಗಿಸಿಕೊಳ್ಳುತ್ತಿರುವ ಹಾಗೆ ಅವಳೂ ನನ್ನನ್ನು ಉಪಯೋಗಿಸಿಕೊಳ್ಳುತ್ತಿದ್ದಾಳೆ. ಇದು ಇಬ್ಬರಿಗೂ ಗೊತ್ತಿದೆ. ಮೂರನೆಯ ವ್ಯಕ್ತಿಗೆ ಗೊತ್ತಾಗದಂತೆ ಇದು ನಡೆದರೆ ಯಾರಿಗೆ ತಾನೆ ಇದರಿಂದ ನಷ್ಟವಾಗುತ್ತದೆ. ಯಾರಿಗೂ ಗೊತ್ತಾಗಿಲ್ಲ ಅಂತ ಆದ್ರೂನೂ ನಾವು ಮಾಡ್ತಾ ಇರೋದು ಸರಿಯಾ, ಯಾವುದಕ್ಕೂ ಉತ್ತರ ಸಿಗಲಿಲ್ಲ.

ಮರುದಿನ ಬೆಳಿಗ್ಗೆ ಕಾಲೇಜಿಗೆ ಹೋದೆ. ಯಾರೋ ಗೋಡೆಯ ಮೇಲೆ 'ಮುದುಕ ಅರಸ್ ಹುಡುಗಿ ಸುನಂದ ಜಯ್' ಅನ್ನುವ ವಾಕ್ಯವನ್ನು ಸಿಕ್ಕ ಸಿಕ್ಕ ಕಡೆಯೆಲ್ಲಾ ಬರೆದಿದ್ದರು. ಅರಸ್ ಅರ್ಥಶಾಸ್ತ್ರದ ಉಪನ್ಯಾಸಕರು, ಯಾರೀ ಸುನಂದ ಅಂತ ವಿಚಾರಿಸಿದೆ. ಅವಳು ಅಂತಿಮ ಬಿ.ಎ. ಹುಡುಗಿ ಅಂತ

ಗೊತ್ತಾಯಿತು. ಇವರಿಬ್ಬರ ನಡುವೆ ಸಂಬಂಧ ಇತ್ತೋ ಇಲ್ಲವೋ ಯಾರಿಗೂ ಗೊತ್ತಿಲ್ಲ. ಇದು ಉಪನ್ಯಾಸಕರ ನಡುವಣದ ಶೀತಲ ಯುದ್ಧವೋ ಅಥವಾ ಹುಡುಗರ ಕಪಿಚೇಷ್ಟೆಯ ಹೊಸ ರೂಪವೋ ಗೊತ್ತಾಗಲಿಲ್ಲ. ಅವತ್ತು ಸುನಂದ ಬಂದಿಲ್ಲ ಅಂದ್ರು, ಅರಸ್ ಅವರಿಗೆ ನಲವತ್ತೆರಡು ಅಥವಾ ನಲವತ್ತೈದು ವರ್ಷ ವಯಸ್ಸಾಗಿರಬಹುದು. ಅವರು ಗೋಡೆ ಬರಹ ನೋಡಿ ಪೊಲೀಸರಿಗೆ ದೂರು ಕೊಡಲು ಸಿದ್ಧರಾಗಿ ಹೋಗುತ್ತಿದ್ದಾಗ ಪ್ರಿನ್ಸಿಪಾಲರು ಅವರನ್ನು ತಡೆದರು ಮತ್ತು ಗೋಡೆಬರಹದ ಮೇಲೆ ಸುಣ್ಣ ಬಳಿಯಲು ವ್ಯವಸ್ಥೆ ಮಾಡಿದ್ದರು, ಸುಣ್ಣ ಬಳಿದಿದ್ದರೂ ಬರಹ ಎದ್ದು ಕಾಣುತ್ತಿತ್ತು. ಸಿ.ಸಿ ಟಿವಿ ಹಾಕಿ ಅಂತ ಆಡಳಿತ ಮಂಡಳಿಗೆ ಹೇಳಿ ಹೇಳಿ ಸಾಕಾಯ್ತು ಅವರು ಸಿ.ಸಿ. ಟಿವಿ ಹಾಕಿದ್ರೆ ಯಾವ ನನ್ಮಗ ಬರೆದ ಅಂತ ಯಾವ ನನ್ಮಗ ಬರೆಸಿದ ಅಂತ ಗೊತ್ತಾಗ್ತ ಇತ್ತು. ಅಂತ ಕೆಲವರು ಮಾತನಾಡಿಕೊಂಡರು.

ಮಧ್ಯಾಹ್ನದ ವೇಳೆಗೆ ಸುನಂದ ವಿಷ ಕುಡಿದಿದ್ದಾಳೆ. ಅವಳನ್ನು ಆಸ್ಪತ್ರೆಗೆ ಸಾಗಿಸಲಾಗಿದೆ ಅನ್ನುವ ಸುದ್ದಿ ಹರಡಿತು. ತಂಡೋಪತಂಡವಾಗಿ ಮಕ್ಕಳು ಆಸ್ಪತ್ರೆಯ ಕಡೆಗೆ ಹೊರಟರು. ಕೆಲವರು ಕಾಲೇಜಿನಲ್ಲಿಯೇ ಪ್ರಿನ್ಸಿಪಾಲರ ವಿರುದ್ಧ ಧಿಕ್ಕಾರ ಕೂಗಿದರು. ಅರಸ್ ಅನ್ನು ತೊಲಗಿಸಿ ಎಂದು ಕೆಲವರು ಬೊಬ್ಬೆ ಹಾಕುತ್ತಿದ್ದರು. ಪರಿಸ್ಥಿತಿ ಹದ್ದು ಮೀರಿ ಹೋಗಬಹುದೆಂದು ಪ್ರಿನ್ಸಿಪಾಲರು ಮಧ್ಯಾಹ್ನದ ಮೇಲೆ ಹಾಗೂ ಮರುದಿನ ಕಾಲೇಜಿಗೆ ರಜೆ ಘೋಷಣೆ ಮಾಡಿದರು. ನಾನು ಕೂಡ ಆಸ್ಪತ್ರೆಗೆ ಹೋದೆ. ಅಲ್ಲಿ ಸುನಂದ ಇರಲೇ ಇಲ್ಲ. ಅವಳು ವಿಷ ಕುಡಿದಿರಲೇ ಇಲ್ಲ. ಯಾರೋ ಕಿಡಿಗೇಡಿಗಳು ಇಂತಹ ಸುದ್ದಿ ಹಬ್ಬಿಸಿದ್ದರು.

ಮನೆಗೆ ಬರುವಾಗ ನಾನು ಮಲ್ಲಿಗೆ ಮತ್ತು ನನ್ನ ಹೆಸರು ಊರಿನ ಮನೆಗಳ ಮುಂದೆ ಶಾಲೆಯ ಕಾಂಪೌಂಡಿನ ಮುಂದೆ ಬರೆದಿರುವಂತೆ ಕಲ್ಪಿಸಿಕೊಂಡೆ. ಶಾಸ್ತ್ರಿಯ ಮಗನಿಗೆ ಧಿಕ್ಕಾರ, ಕುಂಟಶಾಸ್ತ್ರಿಗೂ ಧಿಕ್ಕಾರ ಎಂದು ಊರ ಜನ ಗಟ್ಟಿಯಾಗಿ ಹೇಳುತ್ತಾ ಮೆರವಣಿಗೆಯಲ್ಲಿ ಸಾಗುತ್ತಿರುವ ದೃಶ್ಯವೂ ಕಲ್ಪನೆಗೆ ಬಂತು. ಇಂತಹ ಸ್ಥಿತಿ ನಿರ್ಮಾಣವಾದರೆ ಯಾರು ಆತ್ಮಹತ್ಯೆಗೆ ಪ್ರಯತ್ನಿಸಬಹುದು. ನಾನಾ ಅಥವಾ ಮಲ್ಲಿಗೆಯ ಅಥವಾ ಅಪ್ಪನ ಎಂದು ಯೋಚಿಸಿದೆ. ಯಾಕೋ ಅಪ್ಪನೇ ಆತ್ಮಹತ್ಯೆ ಮಾಡಿಕೊಳ್ಳುತ್ತಾರೆ. ಅಂತ ಅನಿಸಿತು. ಅಪ್ಪ ಮನೆಯಲ್ಲಿ ನೇಣು ಬಿಗಿದುಕೊಂಡಿರುವ ದೃಶ್ಯ ಕಲ್ಪಿಸಿಕೊಂಡೆ. ಯಾಕೋ ಅಳು ಬರುವಂತೆ ಆಯಿತು. ಅಕ್ಕಪಕ್ಕ ಬಸ್ಸಿನಲ್ಲಿ ಜನ ಇದ್ದ ಕಾರಣದಿಂದ ಬರುತ್ತಿದ್ದ ಅಳುವನ್ನು ನಿಯಂತ್ರಿಸಿದೆ.

ಇನ್ಮೇಲೆ ಈ ಸಹವಾಸವೇ ಬೇಡ. ಹಸುಗಳನ್ನು ಯಾರಿಗಾದರೂ ಮಾರಿದರೆ ಆಗ ಇವಳಿಗೆ ನಮ್ಮನೆಯಲ್ಲಿ ಇರುವ ಅಗತ್ಯವೇ ಇರುವುದಿಲ್ಲ. ಇವಳ

ಊರಿಗೆ ಇವಳನ್ನು ಬಲವಂತವಾಗಿ ಯಾರಿಗೂ ಗೊತ್ತಾಗದಂತೆ ಕಳಿಸಿಬಿಟ್ಟರೆ ಅಲ್ಲಿಗೆ ಸಮಸ್ಯೆಯೇ ಬಗೆಹರಿಯುತ್ತದೆ. ಇವಳಿದ್ದರೆ ತಾನೆ ಕಷ್ಟ ಇವಳನ್ನು ತೋಡಿಗೆ ತಳ್ಳಿ ಸಾಯಿಸಿ ಬಿಟ್ಟರೆ ಯಾರಿಗೂ ಗೊತ್ತಾಗುವುದಿಲ್ಲ ಅಥವಾ ಇವಳಿಗೆ ತಂದುಕೊಡುವ ರಮ್‌ನಲ್ಲಿ ವಿಷ ಹಾಕಿದರೆ ಸದ್ದಿಲ್ಲದೆ ಸಾಯುತ್ತಾಳೆ. ಇವಳ ಪರಿಚಯಸ್ಥರು ಅಂತ ಇರುವವನು ಅಂಜಿ ಮಾತ್ರ ಅವನು ಇವಳು ಸ್ವಾಭಾವಿಕವಾಗಿಯೇ ಸತ್ತಿದ್ದಾಳೆ ಅಂತ ಅಂದುಕೊಂಡು ಸುಮ್ಮನಾಗುತ್ತಾನೆ. ನಾನು ಮುಚ್ಕೊಂಡು ತೆಪ್ಪಗಿದ್ದರೆ ಇಂತಹ ಪ್ರಸಂಗವೇ ಬರುತ್ತಿರಲಿಲ್ಲ. ತೆವಲಿಗೆ ಹೋಗಿ ಸಿಕ್ಕಿಕೊಂಡೆ ಇವಳ ಕೈಯಿಂದ ಬಿಡುಗಡೆಯಾಗುವ ರೀತಿ ಬೇರೆ ಯಾವುದಿದೆ ಅಂತಲೂ ಯೋಚಿಸಿದೆ.

ಮನೆ ತಲುಪಿದಾಗ ಅಂಜಿ ಬಂದು ಕುಳಿತಿದ್ದ ಇವತ್ತು ಅವನ ಹೆಂಡತಿಯೂ ಬಂದಿದ್ದಳು ಅವಳ ಒಬ್ಬ ಮಗನನ್ನು ಕರೆದು ತಂದಿದ್ದಳು ಅವನು ಎಂಟನೇ ಕ್ಲಾಸಿನಲ್ಲಿ ಓದ್ತಾ ಇದ್ದಾನೆ. ಇತ್ತೀಚೆಗೆ ಶಾಲೆಗೆ ಹೋಗುತ್ತಿಲ್ಲವಂತೆ ಶಾಲೆಗೆ ಹೋಗ್ತಿನಿ ಅಂತ ಎಲ್ಲೆಲ್ಲೋ ಹೋಗಿ ಸ್ಕೂಲ್ ಬಿಡುವ ಸಮಯಕ್ಕೆ ಸರಿಯಾಗಿ ಮನೆಗೆ ಬರ್ತಾನಂತೆ, ದೊಡ್ಡ ಅಯ್ಯನಿಗೆ ಹೇಳಿ ಇವನಿಗೊಂದು ತಾಯತ ಕಟ್ಟಿಸಬೇಕಾಗಿದೆ ಅಂತ ಅಂಜಿ ಹೇಳಿದ.

ಅಂಜಿ ನಿಜ ಹೇಳು. ನೀನು ಸ್ಕೂಲಿಗೆ ಸರಿಯಾಗಿ ಹೋಗ್ತಾ ಇದ್ದೆಯಾ ಇಲ್ಲವಲ್ಲ ಅವನೂ ನಿನ್ನ ಹಂಗೆ ಶಾಲೆ ಅಂದ್ರೆ ಮಾರುದ್ದ ದೂರ. ಅಪ್ಪನಂಗೆ ಮಗ, ಇಂತಹ ಗುಣಗಳು ಅಪ್ಪನಿಂದ ಮಗನಿಗೆ ಬಂದಿರ್ತದೆ. ಅಂತ ಅಪ್ಪ ತಮಾಷೆ ಮಾಡ್ತಾ ಇದ್ದರು. ಅಂಜಿ ನಿಜ ಅಯ್ಯ ನಿಜ ಅಂತ ತಲೆಯಾಡಿಸುತ್ತಾ ಇದ್ದ. ಅವನ ಹೆಂಡತಿಯೂ ಅರೆಮನಸ್ಸಿನಿಂದ ನಕ್ಕಳು.

ಅಪ್ಪನಿಂದ ಕೆಲವು ಗುಣಗಳು ಮಗನಿಗೆ ಬರುವುದು ನಿಜ ಅಂತ ಆದ್ರೆ, ನನ್ನ ಈ ಗುಣ ಅಪ್ಪನಿಂದ ಏನಾದರೂ ಬಂದಿರಬಹುದೆ ಅಂತ ಯೋಚಿಸುತ್ತಾ ನಾನು ಒಳಗಡೆ ಹೋದೆ.

11

ಪರೀಕ್ಷೆ ಮುಗಿದು ದ್ವಿತೀಯ ವರ್ಷಕ್ಕೆ ಕಾಲಿಟ್ಟಿದ್ದೆ. ಫಲಿತಾಂಶ ಬಂದಿರಲಿಲ್ಲವಾದರೂ ಯಾರಾದರೂ ಕೇಳಿದ್ರೆ ಸಕೆಂಡ್ ಇಯರ್ ಬಿ.ಎಸ್ಸಿ ಅನ್ನುತ್ತಿದ್ದೆ. ಅಂಜಿ ಗುಣಮುಖನಾಗಿದ್ದ ಇದರ ನಡುವೆ ಹೆಣ್ಣು ಮಗುವನ್ನು ಎತ್ತಿಕೊಂಡು ಮಹದೇವಸ್ವಾಮಿ, ಅವರ ಹೆಂಡತಿ ಮತ್ತು ಅವರ ಅತ್ತೆ ಬಂದಿದ್ದರು. ಮಗುವನ್ನು ಅಪ್ಪನಿಗೆ ತೋರಿಸಿ ಅವರ ಆಶೀರ್ವಾದ ಪಡೆದು ಹೋಗುವುದು ಉದ್ದೇಶವಾಗಿತ್ತು. ಮಹದೇವಸ್ವಾಮಿಗೆ ತುಸು ಹೊಟ್ಟೆಯೂ ಬಂದಿತ್ತು. ಅಧಿಕಾರಿಯೊಬ್ಬರಲ್ಲಿ ಇರಬೇಕಾದ ಗತ್ತು ಗರ್ವ ಅವರ ಮುಖದಲ್ಲಿ ಎದ್ದು ಕಾಣುತ್ತಿತ್ತು. ಅವರಿಗೆಲ್ಲಾ ಅಪ್ಪ ಕಾಫಿ ಮಾಡಿಕೊಟ್ಟರು.

ಶಾಸ್ತ್ರಿಗಳೆ ನಿಮಗೆ ಏನು ಬೇಕು ಹೇಳಿ.

ಹಾಗಂದ್ರೆ?

ಏನಿಲ್ಲ ನಿಮಗೆ ಏನಾದರೂ ಕಾಣಿಕೆ ಕೊಡಬೇಕು ಅಂತ ಮನಸ್ಸಾಗಿದೆ.

ನನ್ನ ಫೀಜು ನೀವು ಅವತ್ತೇ ಕೊಟ್ಟಿದ್ದೀರಲ್ಲ.

ಅದು ಬೇರೆ. ಇದು ಬೇರೆ. ನನ್ನ ಬದುಕಿಗೆ ಒಂದು ಹೊಸ ದಾರಿ ತೋರಿಸಿದ್ದೀರಿ. ಅದಕ್ಕಾಗಿ ನಿಮಗೊಂದು ಚಿಕ್ಕ ಕಾಣಿಕೆ ಕೊಡಬೇಕು ಅಂತ ಇದ್ದೀನಿ.

ನಂಗೆ ಬದುಕಲ್ಲಿ ಯಾವ ಆಸೇನೂ ಇಲ್ಲ. ಒಂದು ಸಲ ಕಾಶಿಗೆ ಹೋಗಿ ಅಲ್ಲಿ ಅಪ್ಪ ಅಮ್ಮನಿಗೆ, ಇವಳಿಗೆ ಒಂದು ಪಿಂಡ ಹಾಕಿ ತೀರ್ಥಯಾತ್ರೆ ಮಾಡ್ಬೇಕು ಅನ್ನೋದನ್ನು ಬಿಟ್ಟರೆ ಬೇರೆ ಯಾವ ಆಸೆಯೂ ಉಳಿದಿಲ್ಲ.

ಸರಿ ಹಾಗಾದ್ರೆ ನೀವು ದಿನಾಂಕ ಹೇಳಿ, ನಾನು ಪ್ರವಾಸಕ್ಕೆ ವ್ಯವಸ್ಥೆ ಮಾಡ್ತೀನಿ.

ಇಲ್ಲ ಇಲ್ಲ ಮಹದೇವಸ್ವಾಮಿಗಳೆ. ಆದು ಇವಾಗಲ್ಲ. ಇವನ ಓದು ಮುಗಿಬೇಕು. ಇವನ ಕಾಲ ಮೇಲೆ ಇವನು ನಿಲ್ಲಬೇಕು. ಇವನಿಗೊಂದು ಮದ್ವೆ

ಅಂತ ಮಾಡಿ ಆಮೇಲೆ ಕಾಶಿಯಾತ್ರೆ, ಕಾಶಿಯಾತ್ರೆ ಮಾಡುವಾಗ ಯಾವ ಜವಾಬ್ದಾರಿಯೂ ಇರಬಾರದು.

ಹಾಗಾದ್ರೆ ಅದು ಇನ್ನೂ ಐದಾರು ವರ್ಷಗಳ ಮಾತು. ಯಾವಾಗ ಬೇಕಾದ್ರೂ ಹೊರಡಿ, ಹೊರಡೋಕು ಮುಂಚೆ ಒಂದೇ ಒಂದು ಫೋನ್ ಮಾಡಿ ಉಳಿದ ಜವಾಬ್ದಾರಿ ನನಗೆ ಬಿಡಿ.

ಅದು ಇನ್ನೊಬ್ಬರ ದುಡ್ಡಲ್ಲಿ ಮಾಡೋ ಕೆಲಸ ಅಲ್ಲ, ನಿಮ್ಮ ದುಡ್ಡಲ್ಲಿ ನಾನು ಕಾಶಿಗೆ ಹೋದ್ರೆ ಅದರ ಪುಣ್ಯದ ಫಲ ನಿಮಗೆ ಸಿಗುತ್ತೆ. ನಾನು ನನ್ನದೇ ಹಣದಲ್ಲಿ ಹೋಗ್ಬೇಕು ಆಗ ಮಾತ್ರ ಪುಣ್ಯ ಲಭ್ಯ ಆಗ್ತದೆ.

ಸರಿಬಿಡಿ ನಿಮಗೆ ಯಾವಾಗ ಬೇಕಾದ್ರೂ ನಾನು ಸಹಾಯ ಅಲ್ಲ, ಸೇವೆ ಮಾಡೋಕೆ ಸಿದ್ಧ. ಸರಿ ನಿಮ್ಮ ಮಾವ ಹೇಗಿದ್ದಾರೆ?

ಇತ್ತೀಚೆಗೆ ಅವರ ಆರೋಗ್ಯ ಸರಿ ಇಲ್ಲ. ರಾಜಕಾರಣದಿಂದ ದೂರ ಇದ್ದಾರೆ. ಮನೆಯಲ್ಲೇ ಇದ್ದಾರೆ. ಬೆಳಿಗ್ಗೆ ಸಂಜೆ ವಾಕಿಂಗ್, ಬಿಡುವಿನ ವೇಳೆಯಲ್ಲಿ ಇವಳ ಜೊತೆ ಆಟ ಆಡ್ತಾರೆ. ಅವರಿಗೆ ಬಿ.ಪಿ.ಶುಗರ್ ಎರಡೂ ಇದೆ.

ಊಟ ಮಾಡಿ ಹೋಗಿ ಅಂದರೂ ಅವರು ಇಲ್ಲ ನಾನು ಹೊರಡ್ತೀನಿ ಅಂತ ನಮಸ್ಕಾರ ಮಾಡಿ ಹೊರಟರು. ಅವರು ಹೋದ ನಂತರ ನಾನು ಅಪ್ಪನನ್ನು ಕೇಳಿದೆ. ಅಪ್ಪ ನಿಜವಾಗ್ಲೂ ಪೂಜೆ ಮಂತ್ರ ತಂತ್ರದಿಂದ ಮನುಷ್ಯನಿಗೆ ಮಕ್ಕಳಾಗುತ್ತ.

ನೀನೇ ನೋಡಿದ್ಯಲ್ಲ. ಇವರಿಗೆ ಆಗಿದೆ. ಬಹಳ ಜನರಿಗೆ ಆಗಿದೆ. ಯಾಕೆ ನಿನ್ನ ಕಡೆಯಲ್ಲಿ ಮಕ್ಕಳು ಬೇಕು ಅನ್ನೋ ಜನ ಯಾರಾದ್ರೂ ಇದ್ದಾರ? ಇಲ್ಲ. ನಾನು ವಿಜ್ಞಾನದ ವಿದ್ಯಾರ್ಥಿ, ವಿಜ್ಞಾನ ಇದನ್ನೆಲ್ಲಾ ನಂಬೋದಿಲ್ಲ. ಅದಕ್ಕೆ ಕೇಳಿದೆ.

ಯಾರು ನಂಬ್ತಾರೋ ಅವರಿಗೆ ಆಗುತ್ತೆ. ಯಾರು ನಂಬೋದಿಲ್ಲವೋ ಅವರಿಗೆ ಆಗೋದಿಲ್ಲ. ನೀವು ನಂಬಿದ್ರೆ, ಬಿಟ್ರೆ, ಯಾರಿಗೂ ನಷ್ಟ, ಲಾಭ ಇಲ್ಲ. ನೀನು ನಾನು ಹುಟ್ಟೋಕೆ ಮುಂಚೆನೇ ದೇವರು ಇದ್ದ ನಾನೂ ನೀನು ಹೋದ ಮೇಲೂ ಇರ್ತಾನೆ. ದೇವರ ಮೇಲಣ ನಂಬಿಕೆ ಹೆಚ್ಚಿನ ಸಲ ನಮ್ಮಲ್ಲಿ ನಮ್ಮ ಬಗ್ಗೆಯೇ ನಂಬಿಕೆ ಬರೋ ಹಂಗೆ ಮಾಡ್ತಿದೆ. ಅದರಿಂದ ಲಾಭ ಆಗುತ್ತೆ. ಹೊರತು ದೇವ್ರು ಬಂದು ನೀನು ಕೇಳಿದ್ದನ್ನು ಕೊಡೋದಿಲ್ಲ.

ನಿಂಗೆ ಮುಂದಿನ ತಿಂಗಳು ಜನಿವಾರ, ಹಾಕೋದು ಅಂತ ತೀರ್ಮಾನ ಮಾಡಿದ್ದೀನಿ. ಆಮೇಲೆ ನೀನು ಹೆಚ್ಚು ನಿಯತ್ತಿನಲ್ಲಿ ಇರಬೇಕು. ನಿನ್ನ ಕೆಲವು ಹವ್ಯಾಸಗಳನ್ನು ಬಿಡಬೇಕಾಗುತ್ತೆ ಅದನ್ನು ಬಿಡೋಕಾಗೋದಿಲ್ಲ. ಅಂದ್ರೆ ಜನಿವಾರ ಹಾಕೋದಿಲ್ಲ ಅಂದ್ರು.

ನನಗೆ ಅವರು ಯಾವ ಚಟದ ಬಗ್ಗೆ ಹೇಳ್ತಾ ಇದ್ದಾರೆ ಅನ್ನುವುದು ಅರ್ಥವಾಗಲಿಲ್ಲ. ಅವರ ಮುಖ ನೋಡಿದೆ. ಅಲ್ಲಿ ಏನೂ ಕಾಣಲಿಲ್ಲ.

ಅಯ್ಯ ನೀವು ಹೇಳಿದ ಕೆಲ್ಸ ಆಗಿದೆ. ನಿಂಗರಾಜ ಅಂತ ಒಬ್ಬ ಇದ್ದಾನೆ. ಅವನಿಗೆ ನಲವತ್ತೈದು ವರ್ಷ ಆಗಿರ್‍ಬೋದು. ಫಾರೆಸ್ಟ್ ಆಫೀಸಲ್ಲಿ ಆಟೆಂಡರ್ ಆಗಿದ್ದಾನೆ. ಅವನ ಹೆಂಡತಿ ಸತ್ತು ಎರಡು ವರ್ಷ ಆಗಿದೆ. ಪಿ.ಯು.ಸಿ. ಓದ್ತೋ ಒಬ್ಬ ಮಗಳಿದ್ದಾಳೆ. ಅವಳನ್ನ ಸ್ವಂತ ಮಗಳಂಗೆ ನೋಡ್ಕಂಡು ಮನೆ ಜವಾಬ್ದಾರಿನ ಹೊರೋ ಒಂದು ಹೆಂಗಸು ಬೇಕು ಅಂತ ಹೇಳ್ತಾ ಇದ್ದ, ಇವಳಿಗೂ ಅವನಿಗೂ ಜೋಡಿ ಸರಿಯಾಗುತ್ತೆ. ನಾನು ನಿಮ್ಮ ಹೆಸರು ಹೇಳಿ ಅವನ್ನ ಒಪ್ಪಿಸಿದ್ದೀನಿ. ಆದ್ರೂ ನಿಮ್ಮ ಹತ್ರ ಒಂದ್ಸಲ ಮಾತಾಡಬೇಕು ಅಂದ ಅಂಜಿ.

ಯಾವೂರ ಆಫೀಸು?

ಇಲ್ಲೇ ಸುಂಟಿಕೊಪ್ಪದಲ್ಲೇ ಅಯ್ಯ, ನಮ್ಮೂರ ಕಡೆಯವನೆ. ಅವನ್ನ ಅಲ್ಲಿಗೆ ವರ್ಗ ಮಾಡಿಸಿದರೆ ಇನ್ನೂ ಒಳ್ಳೆಯದೇ ಅಂದ.

ಯಾವುದಕ್ಕೂ ಅವನ್ನ ನಾಳೆ ಬರಕೆ ಹೇಳು

ಆಯ್ತು ಅಯ್ಯ, ನಾಳೆ ಸಂಜೆ ಕರ್‍ಕೊಂಡು ಬತ್ತೀನಿ.

ಅವನು ಮಾತ್ರ ಬಂದ್ರೆ ಸಾಲದು, ಅವನ ಮಗಳೂ ಬರ್‍ಲಿ ಎಲ್ಲರ ಮುಂದೇನೆ ವಿಷ್ಯ ಹೇಳ್ಬೇಕು.

ಆಗ್ಲಿ ಅಯ್ಯ ನಾನು ಬತ್ತಿನಿ ಅಂತ ಅಂಜಿ ಹೊರಟುಹೋದ ಯಾರನ್ನು ಕರ್‍ಕೊಂಡು ಬರೋದಕ್ಕೆ ಅಂತ ಕೇಳಿದೆ.

ನಾಳೆ ನೀನೂ ಇಲ್ಲೇ ಇರು. ನಮ್ಮ ಮಲ್ಲಿಗೆಗೆ ಒಂದು ಗಂಡು ನೋಡಿದ್ದೀನಿ. ಅವನು ಇವಳೂ ಹೂಂ ಅಂದ್ರೆ ಅಲ್ಲಿಗೆ ಇವಳ ಬಾಳಿಗೆ ಒಂದು ಆಶ್ರಯ ಅಂತ ಆಯ್ತು ಅಂದರು, ಇವರು ಮಲ್ಲಿಗೆ ಮದುವೆ ಮಾಡುವ ಪ್ರಯತ್ನದಲ್ಲಿ ಇದ್ದಾರೆ. ಅಪ್ಪ ವಿಚಿತ್ರ ಪ್ರಾಣಿ ಅನಿಸಿತು. ಅವಳಿಗೆ ಮದ್ವೆ ಆದರೆಷ್ಟು, ಬಿಟ್ಟರೆಷ್ಟು ಇವರ್‍ಯಾಕೆ ಇಂತಹ ವಿಷಯಗಳ ಬಗ್ಗೆ ತಲೆ ಕೆಡಿಸಿಕೊಳ್ತಾರೆ. ಅವಳು ಮದ್ವೆ ಆಗಿ ಹೋದ್ರೆ ನನ್ನ ಗತಿ, ಹಸುಗಳ ಗತಿ, ತೋಟದ ಕೆ ಲಸದ ಗತಿ.

ಅಪ್ಪ, ಹಸುಗಳು ಅಂದೆ.

ಈಗ ಹಸುಗಳು ಮುಖ್ಯ ಅಲ್ಲ, ಮನುಷ್ಯರು ಅವರ ಯೋಗಕ್ಷೇಮ ಮುಖ್ಯ, ಹಸುಗಳನ್ನು ಯಾರಿಗಾದರೂ ಕೊಟ್ಟರೆ ಆಯ್ತು. ದಿವಸಕ್ಕೆ ಒಂದು ಲೀಟರ್ ಹಾಲು ಕೊಡು ಇವತ್ತಿಂದ ಹಸು ಕರು ನಿಂದೆಯಾ ಅಂದ್ರೆ ಎಷ್ಟು ಜನ ಸಾಕಾಕೇ ರೆಡಿ ಇಲ್ಲ. ಒಂದು ಮನೆ ಉಳಿಬೇಕಾದರೆ ಇಂತದೆಲ್ಲಾ ಮಾಡಬೇಕಾಯ್ತದೆ. ಇಷ್ಟಕ್ಕೆ ನಾವು ಹಸುಗಳಿಗೆ ದುಡ್ಡೇನು ಕೊಟ್ಟಿಲ್ಲ. ತೋಟದ ಕೆಲಸಕ್ಕೆ ಬೇರೆ ಯಾರಾದ್ರೂ ಗಂಡಸರು ಸಿಕ್ಕೇ ಸಿಕ್ತಾರೆ. ಅಂದ್ರು.

ಎರಡು ದಿನ ಬಿಟ್ಟು ಅಂಜಿ ನಿಂಗರಾಜ ಅವನ ಮಗಳು ಬಂದರು. ಅಪ್ಪನಿಗೆ ನಮಸ್ಕಾರ ಮಾಡಿ ಕುಳಿತರು. ಅವರಿಗೆ ಕಾಫಿ ಕೊಟ್ಟ ನಂತರ ಅಪ್ಪ ಮಾತು ಆರಂಭಿಸಿದರು.

ಬಾ ಮಗೂ ಇಲ್ಲಿ ನಿನ್ನ ಹೆಸರೇನು.

ಸುಜಾತ ಅಂತ ಫಸ್ಟ್ ಪಿ.ಯು.ಸಿ.

ಮನೇಲಿ ಅಡ್ಗೆ ಮಾಡೋರು ಯಾರು?

ಅಮ್ಮ ಸತ್ತ ಮೇಲೆ ಅಪ್ಪ, ಒಂದೊಂದು ದಿನ ನಾನು ಮಾಡ್ತೀನಿ.

ಅಪ್ಪ ಚೆನ್ನಾಗಿ ಮಾಡ್ತಾರಾ.

ಇಲ್ಲ ಅವರಿಗೆ ಮಾಡೋಕೆ ಬರೋದಿಲ್ಲ, ನಂಗೂ ಸರಿಯಾಗಿ ಬರೋದಿಲ್ಲ.

ನೀನು ಎಲ್ಲಿ ತಂಕ ಓದ್ಬೇಕು ಅಂತ ಇದ್ದಿಯಾ.

ಎಂ.ಎ. ಮಾಡಿ ಕಾಲೇಜಲ್ಲಿ ಲೆಕ್ಚರರ್ ಆಗ್ಬೇಕು ಅಂತ ಆಸೆ,

ಮನೇಲಿ ಅಡ್ಗೇನೂ ಮಾಡಿ ಕಾಲೇಜಿಗೆ ಹೋಗೋದು ಕಷ್ಟ ಅಲ್ವ. ನೀನು ತುಂಬಾ ಓದ್ಬೇಕು ಅಂತ ಇದ್ದಿಯಾ, ಅಜ್ಜಿ, ಅತ್ತೆ ಯಾರೂ ಇಲ್ಲ.

ಅಜ್ಜಿ ಇಲ್ಲ. ಅತ್ತೆ ಇದ್ದಾರೆ ಆದರೆ ಅವರು ಇಲ್ಲಿಗೆ ಬರೋಹಂಗಿಲ್ಲ. ಚಿಕ್ಕಮ್ಮ, ದೊಡ್ಡಮ್ಮ ಎಲ್ಲಾ ಇದ್ದಾರೆ. ಅವರ್‍ಯಾರೂ ಇಲ್ಲಿಗೆ ಬರೋ ಹಂಗಿಲ್ಲ. ಅವರ ಮನೇಲಿ ಅವರು ಇರ್ತಾರೆ.

ನೀನೇ ಹೋಗಿ ಅವರ ಮನೇಲಿ ಇರು.

ನಂಗೆ ಅಪ್ಪನ್ನ ಬಿಟ್ಟು ಇರೋಕೆ ಆಗಲ್ಲ. ನಮ್ಮನೆ ಬಿಟ್ಟು ನಾನು ಬೇರೆ ಕಡೆ ಇರೋದಿಲ್ಲ. ಹಾಗಾದ್ರೆ ಒಂದು ಕೆಲಸ ಮಾಡೋಣ ಒಂದು ಚಿಕ್ಕಮ್ಮ ತಂದ್ರೆ. ಆ ಹುಡುಗಿ ಮಾತನಾಡಲಿಲ್ಲ. ಒಳ್ಳೆ ಚಿಕ್ಕಮ್ಮ, ನಿನ್ನ ಚೆನ್ನಾಗಿ ನೋಡ್ಕೊತಾಳೆ, ಅಡುಗೆ ಮಾಡ್ತಾಳೆ ಬಟ್ಟೆ ಒಗಿತಾಳೆ, ಯಾವತ್ತಿಗೂ ನಿಂಗೆ ಜೋರು ಮಾಡೋದಿಲ್ಲ ಆಗಬಹುದಾ.

ಸುಜಾತ ಅರೆಮನಸ್ಸಿನಿಂದ ಆಗಬಹುದು ಅನ್ನುವಂತೆ ತಲೆಯಾಡಿಸಿದಳು. ಯಾವ್ಳೋಳೋ ಬಂದು ಬಿಟ್ರೆ ಅನ್ನುವ ಭಯ ಪಾಪ ಅವಳಿಗೆ ಇರಬಹುದು.

'ಮಲ್ಲಿಗೇನ ಕರಿ' ಅಂದ್ರು ಅಪ್ಪ. ಅಂಜಿ ಅವಳನ್ನು ಕರೆತರಲು ಹೋದ ಅವನು ಹೋದ ನಂತರ ಅಪ್ಪ ಪುನಃ ಶುರು ಮಾಡಿದರು,

ನೋಡು ನಿಂಗರಾಜ, ನಮ್ಮನೇಲಿ ಮಲ್ಲಿಗೆ ಅಂತ ಒಬ್ಬಳು ಇದ್ದಾಳೆ. ಬದುಕಿನಲ್ಲಿ ತುಂಬಾ ಕಷ್ಟಪಟ್ಟ ಹೆಂಗಸು, ಎರಡು ಮಕ್ಕಳಿದ್ದರು. ಅವರು ಸತ್ತು ಹೋದರು. ಹೋಗ್ಲಿ ಗಂಡ ಅಂದರೆ ಅವನು ಮಕ್ಕಳು ಇಲ್ಲ ಅನ್ನೋತಲೆ ಬಿಸಿಯಲ್ಲಿ ಊರು ಬಿಟ್ಟು ಹೋದ. ಇಲ್ಲಿ ತಂಕ ಬಂದಿಲ್ಲ. ಅವನು ಬರೋ ಲಕ್ಷಣನೂ ಇಲ್ಲ. ಎಲ್ಲರೂ ಸೇರಿ ಅವಳಿಗೆ ಕೂಡಿಕೆ

ಅಂತ ಮಾಡಿದ್ರು ಅದು ಕೂಡ ಬರ್ಕತ್ತಾಗಲಿಲ್ಲ. ಹಿಂಗಾಗಿ ಅವಳಿಗೆ ನಾನು ಆಶ್ರಯ ಕೊಟ್ಟಿದ್ದೇನೆ. ಒಳ್ಳೆ ಹೆಂಗಸು ನಾನು ಶಾಸ್ತ್ರಿ ಈ ವಿಷಯದಲ್ಲಿ ಗ್ಯಾರಂಟಿ ಕೊಡ್ತೀನಿ. ನಿಂಗೂ ನಾಳೆ ವಯಸ್ಸಾಗುತ್ತೆ. ಮಗಳು ಮದ್ವೆ ಅಂತ ಆಗಿ ಹೋದ್ರೆ ಆಮೇಲೆ ನೀನು ಒಬ್ಬಂಟಿ. ಮಗಳು ಬದಲಿಗೆ ಮಗ ಇದ್ದಿದ್ರೆ ಪರವಾಗಿದ್ದಿಲ್ಲ. ಕನಿಷ್ಠ ಪಕ್ಷ ಎರಡು ಹೊತ್ತು ಅನ್ನ ಮಾಡಿ ಹಾಕ್ತಾರೆ ಅಂತ ಅನ್ನ ಬಹುದಿತ್ತು.

ಇನ್ನು ಆ ಮಲ್ಲಿಗೆ ಅವಳು ಇಲ್ಲಿ ಎಷ್ಟು ದಿನ ಅಂತ ಇರ್ತಾಳೆ. ಅವಳಿಗೂ ವಯಸ್ಸಾದ ಮೇಲೆ ಗತಿಯಾರು. ನಮ್ಮ ಅಂಜಿಗೆ ನೀನೇ ಅವಳಿಗೊಂದು ಗಂಡು ನೋಡು ಅಂತ ಹೇಳಿದ್ದೆ. ಇಷ್ಟು ಹತ್ತಿರದಲ್ಲೇ ಗಂಡು ಸಿಕ್ತದೆ ಅಂತ ನಂಗೂ ಗೊತ್ತಿಲ್ಲ. ಅವಳೀಗ ಬರ್ತಾಳೆ, ಅವಳನ್ನು ಒಂದ್ಸಲ ನೋಡು ಚೆನ್ನಾಗಿದ್ದಾಳೆ, ನೀನು ಹೂಂ ಅಂದ್ರೆ ಆಮೇಲೆ ಅವಳ ಹತ್ರಾನೂ ಮಾತಾಡ್ತೀನಿ. ಅವಳೂ ಹೂಂ ಅಂದ್ರೆ, ಮದುವೆ ಶಾಸ್ತ್ರ ಅಂತ ಇಲ್ಲೇ ಮಾಡಿಬಿಡಾವ ಯಾವುದಕ್ಕೂ ನೀನು ಒಂದ್ಸಲ ಅವಳನ್ನು ನೋಡು.

ಅಪ್ಪ ಹೇಳಿದ್ದಕ್ಕೆಲ್ಲಾ ನಿಂಗರಾಜ ಹೌದು. ಅಂತ ತಲೆಯಾಡಿಸಿದ 'ಅಯ್ಯ ನಂಗೆ ಮದ್ವೆ ಬೇಕು ಅಂತೇನೂ ಇಲ್ಲ. ಈ ಕೈ ಬಾಯಿ ಮಸಿ ಮಾಡ್ಕೊಳಕೆ ನನ್ನ ಕೈಲಿ ಆಗೋದಿಲ್ಲ. ಈ ನನ್ಮಗಳು ಓದೋದ್ರಲ್ಲಿ ಚುರುಕಾಗವಳೆ, ಅಡುಗೆ ಮನೇಲಿ ಈ ಕಂದ ಒದ್ದಾಡೋದನ್ನ ನನ್ನ ಕೈಲಿ ನೋಡಕೆ ಆಗಲ್ಲ. ದೇವರ ದಯೆಯಿಂದ ಸಂಬಳ ಬತ್ತಾ ಅದೆ. ಮೇಲು ಸಂಪಾದನೆನೂ ಚೆನ್ನಾಗದೆ. ದಿವಸಕ್ಕೆ ಅರವತ್ತು ನೂರು ರೂಪಾಯಿ ಸಿಕ್ತದೆ. ದೇವರು ನಂಗೆ ದುಡ್ಡು ಕೊಟ್ಟ. ಸಂಸಾರದ ನೆಮ್ಮದೀನ ಮಾತ್ರ ಕಿತ್ಕೊಂಡು ಬಿಟ್ಟ' ಅಂದ.

ಅಂಜಿ ಮಲ್ಲಿಗೇನಾ ಕರೆದುಕೊಂಡು ಬಂದ. ಅವಳು ಏನೋ ಇರ್ಬೋದು ಅಂತ ಸ್ವಲ್ಪ ಅವಸರದಲ್ಲೇ ಬಂದಳು. ಇಲ್ಲಾರೋ ಇಬ್ಬರು ಅಪರಿಚಿತರು ಇರುವುದನ್ನು ಕಂಡು ಅವಳಿಗೆ ಕಸಿವಿಸಿಯಾಯಿತು. ನಾನು ಮಲ್ಲಿಗೆ ಬರುವ ತನಕ ನಿರಾಳವಾಗಿ ಇದ್ದವನು ಅವಳು ಬಂದ ನಂತರ ಅಲ್ಲಿ ಕೂರಲಾರದೇ ಚಡಪಡಿಸಿದೆ. ಮೆಲ್ಲನೆ ಹೋಗಿ ಕಂಪ್ಯೂಟರ್ ಮುಂದೆ ಕುಳಿತೆ. ಕಿವಿ ಮಾತ್ರ ಇಲ್ಲೇ ಇತ್ತು.

ಮಲ್ಲಿಗೆ ಬಾ ಕೂತುಕೊ ಇವನು ನಿಂಗರಾಜ ಅಂತ, ಸುಂಟಿಕೊಪ್ಪದಲ್ಲಿ ಫಾರೆಸ್ಟ್ ಆಫೀಸಿನಲ್ಲಿ ಜವಾನ, ಸರ್ಕಾರಿ ಕೆಲಸ ಕೈ ತುಂಬಾ ಸಂಪಾದನೆ ಇದೆ. ಈ ಮಗು ಅವನ ಮಗಳು. ಫಸ್ಟ್ ಪಿ.ಯು.ಸಿ. ಓದ್ತಾ ಇದ್ದಾಳೆ. ಈ ಹುಡುಗೀಗೆ ಒಬ್ಬ ಚಿಕ್ಕಮ್ಮ ಬೇಕು ಅಂತ ನಿನ್ನ ಬರಹೇಳಿದೆ ಅಂದ್ರು, ಅನಿರೀಕ್ಷಿತವಾಗಿ ಇಂತಹ ಒಂದು ಪ್ರಸ್ತಾಪ ಎದುರು ಬಂದದ್ದು ಮಲ್ಲಿಗೆಗೆ ಮುಜುಗರ ತಂದಿರಬಹುದು. ಅವಳು ಸ್ವಲ್ಪ ಮುದುಡಿ ಕುಳಿತಳು.

ನೋಡು ಮಲ್ಲಿಗೆ ಇವತ್ತು ನೀನು ನನ್ನ ಮನೆಯಲ್ಲಿ ಇದ್ದಿಯಾ ನಾಳೆ ಬೇರೆಯವರ ಮನೇಲಿ ತಾಕತ್ತು ಇರೋ ಗಂಟ ದುಡಿದು ತಿನ್ನಬಹುದು. ನಾಳೆ ನೀನು ಕೈಯೋ ಕಾಲೋ ಮುರ್ಕಂಡೆ ಅಂತ ಇಟ್ಟುಕೋ ಪುಗಸಟ್ಟೆ ಅನ್ನ ನಾನು ಎಷ್ಟು ದಿನ ಹಾಕ್ಬೋದು. ಒಂದು ವಾರ, ಒಂದು ತಿಂಗಳು ಆಮೇಲೆ ಜಾಗ ಖಾಲಿ ಮಾಡು ಅಂತಿನಿ, ಹೌದು ತಾನೆ, ವಯಸ್ಸಾದ ಮೇಲೆ ನಿನ್ನ ಕೆಲಸ ಯಾರು ಮಾಡ್ತಾರೆ. ಯಾರು ಅನ್ನ ಹಾಕ್ತಾರೆ. ಅಣ್ಣ, ತಮ್ಮ, ಅಕ್ಕ, ತಂಗಿ ಇವರೆಲ್ಲಾ ಒಳ್ಳೆಯವರಾದರೂ ಸಣ್ಣಪುಟ್ಟ ಸಹಾಯ ಮಾಡ್ಬೋದು ಅಷ್ಟೇ. ಹಿಂಗಾಗಿ ನಿಂಗೆ ಒಂದು ಮದ್ವೆ ಮಾಡಿ ಹೊಸ ಸಂಸಾರ ಶುರು ಮಾಡಿಸನ ಅಂತ ಕರೆದೆ ನೀನು ಏನಂತೀಯಾ.

ಅಯ್ಯ ನನ್ನ ಕಥೆ ಪೂರಾ ನಿಮಗೆ ಗೊತ್ತು. ನಾನು ಬದುಕಲ್ಲಿ ಈಗ ಸ್ವಲ್ಪ ನೆಮ್ಮದೀಲಿ ಇದ್ದೀನಿ. ಇಲ್ಲಿ ಗಂಟ ಹತ್ತು ಹನ್ನೆರಡು ವರ್ಷ ನರಕ ಚೆನ್ನಾಗಿ ಕಂಡಿದ್ದೀನಿ. ಬದುಕೆ ಸಾಕು ಅನ್ನೋ ಹಂಗೆ ಆಗೋಗಿದೆ. ಈಗ ಪುನಃ ಮದುವೆಯಾಗಿ ಪುನಃ ಇನ್ನೊಂದು ನರಕ ನೋಡು ಅಂತಿರಾ, ನಿಮ್ಗೆ ಇಷ್ಟ ಇಲ್ಲ ಅಂತ ಅಂದ್ರೆ ಹೇಳಿ, ನಾನು ಈಗಲೇ ಗಂಟು ಮೂಟೆ ಕಟ್ಕೊಂಡು ಹೋಯ್ತಿನಿ. ಈಗ ಆಗಿರೋ ಗಾಯದ ಕಲೆಗಳೇ ಸಾಕು ಬೇರೆ ಗಾಯಕ್ಕೆ ನನ್ನ ತಾವ ಜಾಗನೇ ಇಲ್ಲ. ಬೇಕಾದ್ರೆ ನೋಡಿ ಅನ್ನುತ್ತಾ ಮೊಣಕಾಲ ಮೇಲೆ ಆಗಿದ್ದ ಸುಟ್ಟಗಾಯದ ಕಲೆಗಳನ್ನು ತೋರಿಸಿಯೇ ಬಿಟ್ಟಳು. ಇಬ್ಬರು ಅಪರಿಚಿತರು ಇರುವುದನ್ನು ಅವಳು ಲೆಕ್ಕಿಸಲಿಲ್ಲ.

ಆ ಗಾಯದ ಕಲೆಗಳನ್ನು ನೋಡಿ ಆ ಹುಡುಗಿಗೆ ಅಳು ಬಂತು. ಅವಳು ಅಳುತ್ತಾ ಬಂದು ಮಲ್ಲಿಗೆಯ ಪಕ್ಕ ಕುಳಿತುಕೊಂಡಳು. ಅಳು ನಿಲ್ಲಿಸಿದ ಮಲ್ಲಿಗೆ ಆ ಹುಡುಗಿಯನ್ನು ಹಿಡಿದುಕೊಂಡಳು. ಹೆದರಬೇಡ ಮಗ ಆ ರಾಕ್ಷಸ ಈಗ ಇಲ್ಲ ಅಂದಳು.

ತಕ್ಷಣ ಅಪ್ಪ ಹೇಳಿದರು ಮಲ್ಲಿಗೆ ಇವತ್ತಿಂದ ಇವಳೇ ನಿನ್ನ ಮಗಳು 'ನಿನ್ನ ಅವಸ್ಥೆ ಕಂಡು ಆ ಮಗುಗೆ ಕರುಳು ಚುರ್ ಅಂತು. ಅವಳಿಗೆ ನೀನು ಧೈರ್ಯ ಬೇರೆ ತುಂಬಿದೆ. ಇದಕ್ಕಿಂತ ಅಮ್ಮ, ಮಗಳ ಸಂಬಂಧ ಬೇಕಾ, ನೀವಿಬ್ಬರೂ ಜೊತೆಯಲ್ಲಿ ಇದ್ರೆ ನೆಮ್ಮದಿಲಿ ಇರ್ತೀರಿ. ನಿಂಗರಾಜ ನಿನ್ನ ಮಗಳು ಅವಳ ಅಮ್ಮನ್ನ ಹುಡುಕಿಕೊಂಡಿದ್ದಾಳೆ. ಇನ್ನು ನೀನು ಹೂಂ ಅಂದ್ರೂ ಅಷ್ಟೇಯ ಬೇಡ ಅಂದ್ರು ಅಷ್ಟೇಯ. ಅಂತ ನಕ್ಕರು.'

ಅಯ್ಯ ಅಂತ ನಿಂಗರಾಜ ಶುರು ಮಾಡಿದ. ನಂಗೆ ಒಪ್ಪಿಗೆ ಆಗದೆ ಅಯ್ಯ, ಆದ್ರೇ ಒಂದೇ. ಒಂದು ಕಂಡೀಷನ್, ನನ್ನ ಮಗಳ ಓದಿಗೆ ಯಾವುದೇ ತೊಂದ್ರೆ ಆಗಬಾರದು. ಅವಳ ಪಾಡಿಗೆ ಅವಳು ಓದೋ ಹಂಗೆ ಇರ್ಬೇಕು ಅವಳ ಕೈಲಿ ಮನೆ ಕೆಲಸ ಮಾಡಿಸಬಾರ್ದು ಅಷ್ಟೇಯಾ. ನೋಡು ನಿಂಗ ಮನೆ

ಅಂದ ಮೇಲೆ ಸಣ್ಣ ಪುಟ್ಟ ಕೆಲಸ ಇದ್ದೇ ಇರ್ತದೆ. ಆದೂ ಮಾಡಿಸಬಾರ್ದು ಅಂದ್ರೆ ಹೆಂಗೆ ಯಾವತ್ತೂ ಹೆಣ್ಣು ಮಕ್ಕಳಿಗೆ ಅವರು ಎಷ್ಟೇ ಓದಲಿ ಮನೆ ಕೆಲಸ ಚೆನ್ನಾಗಿ ಗೊತ್ತಿರ್ಬೇಕು. ಹಂಗಂತ ಗಂಡಸರಿಗೆ ಗೊತ್ತಿರಬಾರದು ಅಂತಲ್ಲ. ನನ್ನೇ ನೋಡು ನಂಗೆ ಅಡುಗೆ ಚೆನ್ನಾಗಿ ಬರೋದ್ರಿಂದ ನನ್ಮಗನಿಗೆ ಅಮ್ಮನ ನೆನಪು ಅಷ್ಟಾಗಿ ಬಂದಿಲ್ಲ. ಇವತ್ತೂ ಅವನ ಬಟ್ಟೆ ನಾನೇ ಒಗೆಯೋದು, ಇಲ್ಲಿ ತಂಕ ಮಲ್ಲಿಗೆ ಇದ್ದಳು. ಇನ್ನೇಲೆ ಅವನೇ ಬಟ್ಟೆ ಬರೆ ಎಲ್ಲಾ ನೋಡ್ಕೋಬೇಕು. ದೇಶ ಆಳ್ತೀನಿ ಅಂತ ಅಡುಗೆ ಕೆಲ್ಸ ಮರತ್ರೆ ಅದ್ರಿಂದ ನಷ್ಟ ಆಗೋದು ಆಗೇ ಆಯ್ತದೆ ಅಂದ್ರು.

ಏನಪ್ಪ ಎಲ್ಲರಿಗೂ ಒಪ್ಪಿಗೆನಾ ಅಂದ್ರು ನಿಂಗರಾಜು, ಸುಜಾತ ತಲೆಯಾಡಿಸಿ ಹೂಂ ಅಂದ್ಲು, ಮಲ್ಲಿಗೆ ತಲೆ ಕೆಳಗೆ ಹಾಕಿ ಆಗಬಹುದು ಅನ್ನುವಂತೆ ತಲೆಯಾಡಿಸಿದಳು. ಅಂಜಿ ಇವರೆಲ್ಲಾ ಒಪ್ಪಿಕೊಂಡ ಮೇಲೆ ನಂದೇನದೆ ಅಂದ.

ಅಯ್ಯ ನಮ್ಮನ್ನ ಹೆಂಗಾರ ಮಾಡಿ ನಮ್ಮೂರ ಹತ್ರಕ್ಕೆ ಹಾಕಿಸಿಬಿಟ್ರೆ ಅಲ್ಲಿಗೆ ನನ್ನ ಎಲ್ಲಾ ಪ್ರಾಬ್ಲಂ ಸರಿಹೋಯ್ತದೆ. ಅಲ್ಲಿ ನನಗೆ ಸ್ವಲ್ಪ ಜಾಗ ಐತೆ ಅದು ಖಾಲಿ ಬಿದ್ದದೆ ಅದ್ನೂ ಒಂಚೂರು ನೀವು ಸರಿ ಮಾಡಿದ್ರೆ ನಾನೂ ನನ್ಮಗಳೂ ಸಾಯೋಗಂಟ ನಿಮ್ನ ನೆನಪಿಸಿಕೊಳ್ತೀವಿ ಅಂದ ನಿಂಗರಾಜ ಏಯ್ ಅದನ್ನ ನೀನು ಹೇಳ್ದೇ ಇದ್ರೂ ಅಯ್ಯ ಮಾಡ್ತಾರೆ ಬಿಡು ಎಂದು ಅಂಜಿ ಹೇಳಿದ.

ಒಳಗಡೆ ಹೋದ ಅಪ್ಪ ಎಲ್ಲರಿಗೂ ಸಕ್ಕರೆ, ಬಾಳೆಹಣ್ಣು ತಂದುಕೊಟ್ಟರು. ನಿನ್ನ ಹತ್ರ ಇರಲಿ ಮಗು ಅಂತ ಸುಜಾತಳ ಕೈಗೆ ಇನ್ನೂರು ರೂಪಾಯಿ ಕೊಟ್ರು. ಅಂಜಿ ಅಯ್ಯ ಮದುವೆ ಯಾವಾಗ ಅಂದ, ಒಳ್ಳೇ ಕೆಲಸ ಯಾವಾಗ ಮಾಡಿದ್ರೂ ಆಯ್ತದೆ. ಯಾರಿಗಾದರೂ ಹೇಳೋದು ಇದ್ರೆ ಹೇಳಿ ಕಳಿಸಿ, ಯಾವುದಾದರೂ ದೇವಸ್ಥಾನದ ಮುಂದೆ ತಾಳಿ ಕಟ್ಟಿಸಿ ಎಲ್ಲೂ ಬೇಡ ಅಂದ್ರೆ, ಮನೆಯಲ್ಲೇ ಮಾಡೋಣ ಅಂದ್ರು ಅಪ್ಪ,

ಆ ಹುಡುಗಿ ಮೆಲ್ಲನೆ ಮಲ್ಲಿಗೆಯ ಕೋಣೆಯತ್ತ ಮಲ್ಲಿಗೆಯನ್ನು ಕರಕೊಂಡು ಹೋದಳು. ಮಲ್ಲಿಗೆಯ ರಟ್ಟೆಯನ್ನು ಅವರು ಬಲವಾಗಿ ಹಿಡಿದಿದ್ದಳು. ಸಾಮಾನ್ಯವಾಗಿ ಮಕ್ಕಳು ಚಿಕ್ಕಮ್ಮನ್ನ ಒಪ್ಪಿಕೊಳ್ಳುವುದು ತುಂಬಾ ಕಷ್ಟ, ನಾನು ಮೆಲ್ಲನೆ ಹೊರಗಡೆ ಬಂದೆ. ನಿಂಗರಾಜನ ಮುಖದಲ್ಲಿ ವರನ ಕಳೆ ಇತ್ತು. ಪ್ರಾಯಶಃ ಮಲ್ಲಿಗೆ, ಸುಜಾತನ ಮುಖದಲ್ಲೂ ಕಳೆ ಬಂದಿರಬಹುದು. ಅಪ್ಪನ ಮುಖದಲ್ಲಿಯೂ ಒಂದು ನೆಮ್ಮದಿಯ ಕಳೆ ಇತ್ತು. ಕಳಾಹೀನವಾಗಿದ್ದ ಮುಖ ನನ್ನದು ಮಾತ್ರ.

ಏನಾದರೊಂದು ಘಟನೆಯಾದ ನಂತರ ಅಥವಾ ಯಾರಾದರೂ ಬಂದು ಹೋದ ನಂತರ ಅದರ ಬಗ್ಗೆ ತಮ್ಮ ಅಭಿಪ್ರಾಯವನ್ನು ತಮಗೆ ತಾವೇ ಮಾತಾಡಿಕೊಳ್ಳುವಂತೆ ನನಗೆ ಹೇಳುವುದು ಅಪ್ಪನ ಪದ್ಧತಿ. ಅಂದು

ಮಾತ್ರ ಅಪ್ಪ ಯಾವ ಅಭಿಪ್ರಾಯವನ್ನು ಹೇಳಲಿಲ್ಲ. ಏನೋ ಕಳೆದುಕೊಂಡ ಭಾವ ನನ್ನನ್ನು ಕಾಡಿದ್ದು ಹೌದು. ಇದಕ್ಕೆ ಹೇಗೆ ಪ್ರತಿಕ್ರಿಯಿಸಬೇಕು ಅನ್ನುವುದೇ ನನಗೆ ಗೊತ್ತಾಗಲಿಲ್ಲ.

ಅವತ್ತು ರಾತ್ರಿ ನಾನು ಮಲ್ಲಿಗೆಯ ಕೋಣೆಗೆ ಹೋಗಲಿಲ್ಲ. ಅವಳು ಬಂದು ನನ್ನ ಕರೆಯಲೂ ಇಲ್ಲ. ಮಾರನೇ ದಿನವೂ ನಾನು ಹೋಗಲಿಲ್ಲ. ಅವಳು ಬಂದು ನನ್ನ ಕರೆಯಲಿಲ್ಲ. ಒಂದೇ ಒಂದು ವಾರದಲ್ಲಿ ಮರೂರಿನ ದೇವಸ್ಥಾನದ ಮುಂದೆ ನಿಂಗರಾಜ ಮಲ್ಲಿಗೆಯ ಮದುವೆಯೂ ಆಯಿತು. ಮದುಮಗಳಿಗೆ ಸೀರೆ, ರವಿಕೆ ಇತ್ಯಾದಿ ತರಲು ಅಪ್ಪನೇ ಹಣ ಕೊಟ್ಟಿದ್ದರು, ಅಂದಾಜು ಅಪ್ಪನಿಗೂ ನಾಲ್ಕೈದು ಸಾವಿರ ಖರ್ಚಾಗಿರಬೇಕು, ಗಂಡ ಹೆಂಡತಿ ಮಗಳು ಬಂದು ಅಪ್ಪನಿಗೆ ನಮಸ್ಕಾರ ಮಾಡಿ ಆಶೀರ್ವಾದ ಕೋರಿದರು. ಅಪ್ಪ ಎಂದಿನಂತೆ ಅಮ್ಮ ಎಲ್ಲರಿಗೂ ಒಳ್ಳೆಯದನ್ನು ಮಾಡಲಿ ಅಂದರು.

ಮಾರನೇ ದಿನ ಬಂದು ಅಂಜಿ. ಹಸುಗಳನ್ನು, ಕರುಗಳ ಸಮೇತ ಹೊಡೆದುಕೊಂಡು ಹೋದ. 'ನಾನು ಹಸು ಸಾಕ್ತೀನಿ ಆಯ್ಯ, ಹಸುಗೆ ಹುಲ್ಲು, ನಿಮ್ಮದು, ಬರುವ ಸಂಪಾದನೆಯಲ್ಲಿ ಅರ್ಧ ನಿಮಗೆ ಅರ್ಧ ನನಗೆ ನಿಮ್ಗೆ ಬೆಳಿಗ್ಗೆ ಸಾಯಂಕಾಲ ಎರಡು ಲೀಟರ್ ಹಾಲು ಕೊಡ್ತೀನಿ' ಅಂದನಂತೆ, ಅಪ್ಪ ಆಯ್ತು ಕೆಲಸಕ್ಕೆ ಒಂದು ಗಂಡಾಳು ನೋಡು ಅಂದರು. ಈ ಗಂಡಾಳು ಶಬ್ದ ಮಾತ್ರ ನನಗೆ ಅಪ್ಪ ಬೇಕಂತಲೇ ಒತ್ತಿ ಹೇಳುತ್ತಿದ್ದಾರೆ ಅಂತ ಅನಿಸಿತು.

ಈ ಮದುವೆಯಾದ ಒಂದು ವಾರದ ನಂತರ ಅಪ್ಪ 'ಭಾರ್ಗವ ಹುಟ್ಟಿನಿಂದ ಯಾವನೂ ಬ್ರಾಹ್ಮಣ ಆಗೋದಿಲ್ಲ. ಆದು ಆಗೋದು ಕರ್ಮದಿಂದ ಜನಿವಾರ ಹಾಕಿಕೊಂಡವರೆಲ್ಲಾ ಬ್ರಾಹ್ಮಣರಲ್ಲ ಯಾವನಿಗೆ ಬ್ರಹ್ಮಜ್ಞಾನ ಇರುತ್ತೋ ಅವನೇ ಬ್ರಾಹ್ಮಣ, ಅವನು ಜನಿವಾರ ಹಾಕಿಕೊಳ್ಳದೇ ಇದ್ದರೂ ಬ್ರಾಹ್ಮಣ, ಜನಿವಾರ ಅನ್ನೋದು ಕೇವಲ ಮೂರು ಹಸಿದಾರ ಅಲ್ಲ, ಅದಕ್ಕೆ ಅದರದ್ದೇ ಆದ ಶಕ್ತಿ ಇದೆ. ಪಾವಿತ್ರ್ಯತೆ ಇದೆ. ಸುಮ್ಮನೆ ಬೀಗದೆಸಳು ಹಾಕಿಕೊಳ್ಳಾಕೆ ಜನಿವಾರ ಅಲ್ಲ ಅಥವಾ ಬೆನ್ನು ಕಡಿತಾ ಇದ್ರೆ ಉಜ್ಜಿಕೊಳ್ಳೋಕು ಜನಿವಾರ ಅಲ್ಲ. ಭೂಮಿ ಮೇಲೆ ಇರೋರೆಲ್ಲಾ ಚೆನ್ನಾಗಿರಬೇಕು. ಸರ್ವೇ ಜನ ಸುಖಿನೋ ಭವಂತು ಅನ್ನೋದನ್ನು ನಿಜವಾದ ಅರ್ಥದಲ್ಲಿ ಪಾಲಿಸೋನೇ ಬ್ರಾಹ್ಮಣ.'

ಬೆಳಿಗ್ಗೆ ಸಾಯಂಕಾಲ ಸಂಧ್ಯಾವಂದನೆ ಮಾಡಿ. ಮಾಡಬಾರದ್ದೆಲ್ಲ ಮಾಡಿದರೆ ಅವನು ಬ್ರಾಹ್ಮಣ ಆಗೋದಿಲ್ಲ, ದಿನ ಅಂದರೆ ಎರಡು ಸಲ ಹುಟ್ಟೋದು ಅಂತ. ನಾಳೆ ಒಂದು ಪುಸ್ತಕ ಕೊಡ್ತೀನಿ ಅದ್ನ ಓದು ಆಮೇಲೆ ಜನಿವಾರ ಹಾಕ್ಕೋಬೇಕು ಅಂತ ಅನಿಸಿದ್ರೆ. ನಾನೇ ನಿಂಗೆ ಹಾಕ್ತಿನಿ. ಇಷ್ಟು

ತಿಳ್ಕೋ ಬ್ರಾಹ್ಮಣ ಅಂತ ಅಂದಮಾತ್ರಕ್ಕೆ ಯಾವನೂ ಶ್ರೇಷ್ಠ ಆಗೋದಿಲ್ಲ. ಶ್ರೇಷ್ಠ ಆದವನಿಗೆ ಯಾವ ಜಾತಿನೂ ಇರೋದಿಲ್ಲ. ಅಂದ್ರು.

ನಾನು ತಕ್ಷಣ ಉತ್ತರಿಸಿದೆ. ನಂಗೆ ಜನಿವಾರ ಬೇಡ ಬಿಡಪ್ಪ

ನಿನ್ನಿಷ್ಟ ಇನ್ಮೇಲೆ ಯಾವತ್ತೂ ಜನಿವಾರದ ಸುದ್ದಿ ಎತ್ಬೇಡ. ಇನ್ನೂ ಒಂದು ನೆನಪು ಇಟ್ಕೊ ಯಾವನೂ ನಿನ್ನ ಆಪತ್ತಿನ ಕಾಲಕ್ಕೆ ಆಯ್ತನೆ ಅವನೇ ನಿಜವಾದ ನೆಂಟ. ಅವನೇ ನಿನ್ನ ಬಂಧು ಜಾತಿಯಿಂದ ರಕ್ತ ಸಂಬಂಧ ಇರ್ಬೋದೆ ವಿನಾ ನಿಜವಾದ ಸಂಬಂಧ ಇರೋದಿಲ್ಲ. ಈ ಸಂಬಂಧಗಳೂ ಅಷ್ಟೇ ಆಗಾಗ್ಗೆ ಬದಲಾಯ್ತವೆ. ನಿನ್ನೆ ಇದ್ದ ಸಂಬಂಧ ಇವತ್ತು ಇರಕ್ಕಿಲ್ಲ. ಇವತ್ತು ಇದ್ದಿದ್ದು ನಾಳೆ ಇರೋದಿಲ್ಲ. ಸಾಯೋ ಸಮಯದಲ್ಲಿ ಮಗನೇ ಬಾಯಿಗೆ ನೀರು ಬಿಡಬೇಕು ಅಂತ ಏನೂ ಇಲ್ಲ. ಯಾವನು ಪಕ್ಕದಲ್ಲಿ ಇದ್ದಾನೋ ಅವನೇ ಬಿಡ್ತಾನೆ. ಹಂಗಂತ ನೀರು ಬಿಟ್ಟವನು ಮಗ ಆಗೋದಿಲ್ಲ.

ನಾನು ಸತ್ತ ಮೇಲೆ ನನ್ನ ತಿಥಿ ಗಿಥಿ ಅಂತ ಏನೂ ಮಾಡೋದು ಬೇಡ. ನನ್ನ ಹೆಣ ಸುಟ್ಟ ನಂತರ ಬೂದಿನ ಹೊಳೆ, ಕೆರೆಗೋ ಬಿಡು, ಅಲ್ಲಿಗೆ ಮುಗೀತು, ಯಾವನ್ಗೋ ಅನ್ನ ಹಾಕೋ ಚಟ ಬೇಡ. ಯಾವನು ನಿಜವಾಗಿ ಹಸಿದಿರುತ್ತಾನೋ ಅವನಿಗೆ ಊಟ ಹಾಕು ಸಾಕು, ಅದ್ಕೆ. ಇಂತದೇ ತಿಥಿ ಅಂತ ಏನೂ ಇರೋದಿಲ್ಲ, ಅಂದ್ರು.

ಯಾಕಪ್ಪ ಇವತ್ತು ಏನೇನೋ ಮಾತಾಡ್ತ ಇದ್ದೀರಿ ಅಂದೆ.

ಇಂತ ಮಾತನ್ನ ಯಾವತ್ತಾದರೊಂದು ದಿವ್ಸ ಹೇಳ್ಲೇಬೇಕು. ಇಷ್ಟು ದಿನ ನೀನು ಚಿಕ್ಕವನಾಗಿದ್ದೆ ಅದ್ಕೆ ಏನೂ ಹೇಳ್ತಾ ಇಲ್ಲ. ನೀನು ಈಗ ಚಿಕ್ಕ ಮಗು ಅಲ್ಲ, ನಾವು ಬರೋದು ಯಾರ್ಗೂ ಗೊತ್ತಿರೋದಿಲ್ಲ. ನಾವು ಹೋಗುವಾಗ ನಾಲ್ಕು ಜನರಿಗೆ ಗೊತ್ತಿರಬೇಕು. ಮನುಷ್ಯ ಹಂಗೆ ಬದುಕಬೇಕು. ಯಾವನ ಹಣೇಲಿ ಹೆಂಗೆ ಬರೆದಿರತ್ತೋ ಹಂಗೆ ಆಯ್ತದೆ ಅಂತಾರೆ. ಅದು ಸುಳ್ಳು. ನಮ್ಮ ಹಣೆಬರಹ ನಾವೇ ಬರೆಯೋರು. ಕೆಲವರು ಅದ್ರಲ್ಲಿ ಗೆದ್ರೆ, ಕೆಲವರು ಸೋಲ್ತಾರೆ. ಗೆದ್ದವರನ್ನು ಜನ ನೆನಪಲ್ಲಿ ಇಟ್ಕೋತಾರೆ, ಸೋತವನು ಬದುಕಿದ್ದಾಗಲೇ ಸತ್ತು ಹೋಗಿರ್ತಾನೆ ಅಂದ್ರು.

ಅಪ್ಪ ನಂಗೆ ಭಯ ಆಗ್ತಾ ಇದೆ. ದಮ್ಮಯ್ಯ ಅಂತೀನಿ ಸುಮ್ನೆ ಇರಿ ಅಂದೆ. ಈ ಭೂಮಿ ಮೇಲೆ ಏನೇನು ನಡಿತಿದೆ ಅದ್ಕೆ ಭಯಾನೇ ಕಾರಣ, ಸಾಯೋ ಭಯ, ಅಧಿಕಾರ ಕಳಕೊಳೋ ಭಯ, ಹೆಂಡತಿ ಮಕ್ಕಳನ್ನು ಕಳಕೊಳೋ ಭಯ ಆಸ್ತಿ ಪಾಸ್ತಿ ನಾಶ ಆಗೋ ಭಯ. ಈ ಭಯದ ಜೊತೇಲೆ ಮನುಷ್ಯ ಹುಟ್ತಾನೆ ಅದರ ಜೊತೆಲೇ ಸಾಯ್ತಾನೆ. ಈಗ ನಿಂಗೆ ಯಾವ ಭಯ ಆಗ್ತಾ ಇದೆ ಅಂದ್ರು.

ನಾನು ಮಾತನಾಡಲಿಲ್ಲ. ಸುಮ್ಮನಿದ್ದೆ.

ಅಪ್ಪ ಯಾಕೋ ಇವತ್ತು ಒಂಥರಾ ಮಾತಾಡ್ತ ಇದ್ದಾನೆ. ಇವನಿಗೆ ಹುಚ್ಚುಗಿಚ್ಚು ಹಿಡಿದಿರಬಹುದು ಅಂತ ನಿಂಗೆ ಭಯ ಆಗಿರ್ಬೋದು ಅಥವ ಇಂತದೆಲ್ಲಾ ಹೇಳಿ ಇವನು ಇವತ್ತು ರಾತ್ರಿ ಸತ್ತು ಹೋಗಬಹುದಾ ಅನ್ನೋ ಭಯಾನೂ ನಿಂಗೆ ಆಗ್ತಾ ಇರ್ಬೋದು ಇವೆಲ್ಲಾ ಇವತ್ತಲ್ಲ. ನಾಳೆ ಆಗೋವಂತದ್ದೇ, ನಾಳೆ ನಾನೇ ಸಾಯ್ಬೋದು ಆಗ ನೀನು ಅಳ್ತಿಯಾ ಒಂದು ವೇಳೆ ನೀನು ಸತ್ತರೆ ನಂಗೂ ಅಳು ಬರುತ್ತೆ. ಹಂಗಂತ ಬದುಕು ನಿಂತೋಗದಿಲ್ಲ. ಅದು ಮುಂದಕ್ಕೆ ಹೋಗ್ತಾನೇ ಇರ್ತದೆ. ಶಾಸ್ತ್ರಿ ಸತ್ತೋದ ಅಂತಾನೋ ಅಪ್ಪ ಅವನ ಮಗ ಭಾರ್ಗವ ಸತ್ತೋದ ಅಂತ್ಲೋ, ಈ ಭೂಮಿ ನಿಂತೋಗದಿಲ್ಲ. ಅದು ಅದರ ಪಾಡಿಗೆ ನಡಿತಾನೆ ಇರ್ತದೆ. ಅಂದಮೇಲೆ ನಾನು ನೀನೂ ಇದ್ದರೂ ಒಂದೇ ಇಲ್ದೇ ಹೋದ್ರೂ ಒಂದೆ. ಅಂತ ಇಂದಿರಾಗಾಂಧಿ ಸತ್ತೋದಾಗ್ಲೂ ಸೂರ್ಯ ಪೂರ್ವದಲ್ಲೇ ಹುಟ್ಟಿದ್ದ ಪಶ್ಚಿಮದಲ್ಲೇ ಮುಳುಗಿದ ಅವತ್ತೂ ಕೂಡ ಭೂಮಿ ಮೇಲೆ ಏನೂ ವ್ಯತ್ಯಾಸ ಆಗಲಿಲ್ಲ. ವ್ಯತ್ಯಾಸ ಆಗಿದ್ದು ಕೆಲವರ ಹೃದಯದಲ್ಲಿ ಮಾತ್ರ ಅಂತ ಹೃದಯಗಳ ಸಂಪಾದನೆ ಮಾಡ್ಬೋದೇ ವಿನಾ ನಾನು ದುಡ್ಡು ಸಂಪಾದನೆ ಮಾಡ್ದೆ ಅಂತ ಬೀಗೋದರಲ್ಲಿ ಯಾವುದೇ ಅರ್ಥ ಇಲ್ಲ ಅಂದರು. ನಾನು ಮೆಲ್ಲನೆ ಜಾಗ ಖಾಲಿ ಮಾಡಿದೆ. ಹೃದಯವೂ ಖಾಲಿ ಖಾಲಿ ಆಗಿತ್ತು.

12

ಕರುಂಬಯ್ಯ ಅವರಿಗೆ ಕಾಫಿ ತೋಟ ಇತ್ತು. ಅವರ ಹೆಂಡತಿಯೂ ಪ್ರೌಢಶಾಲೆಯೊಂದರಲ್ಲಿ ಶಿಕ್ಷಕಿಯಾಗಿದ್ದರು. ಅವರ ಮಗಳು, ಮಗ ಇಬ್ಬರೂ ಇಂಜಿನಿಯರಿಂಗ್ ಓದುತ್ತಿದ್ದರು. ಸಿರಿವಂತ ಕುಟುಂಬದಲ್ಲಿ ಜನಿಸಿದ್ದ ಅವರು ಕೆಲಸ ಮಾಡಬೇಕಾದ ತುರ್ತೇನೂ ಇರಲಿಲ್ಲ. ಅವರಿಗೆ ಏನಾದರೂ ಮಾಡ್ತ ಇರಬೇಕು ಎಂಬ ಚಪಲ. ಮಡಿಕೇರಿಯಲ್ಲಿ ಮಳೆಗಾಲದಲ್ಲಿ ನಾಲ್ಕು ತಿಂಗಳೂ ಯಾವ ಆಟವನ್ನೂ ಆಡುವಂತೆ ಇರಲಿಲ್ಲ. ಇಂತಹ ಸಮಯದಲ್ಲಿ ಅವರು ಶಿಷ್ಯರ ಬಳಗವನ್ನು ರಜೆಯ ದಿನದಲ್ಲಿ ಅಂದರೆ ಭಾನುವಾರಗಳಂದು ಮಳೆ ಇರದ ಪ್ರದೇಶಗಳಿಗೆ ಕರೆದುಕೊಂಡು ಹೋಗುತ್ತಿದ್ದರು. ಅವರ ಶಿಷ್ಯರ ಬಳಗ ತುಂಬಾ ದೊಡ್ಡದೇನೂ ಇರಲಿಲ್ಲ. ಐದಾರು ಮಕ್ಕಳಿಗೆ ಅದು ಸೀಮಿತವಾಗಿತ್ತು.

ಯಾವುದಾದರೊಂದು ಹಳ್ಳಿಗೆ ಹೋಗುವುದು. ಆ ಹಳ್ಳಿಯ ಪುರಾಣ ಇತಿಹಾಸ, ಭೌಗೋಳಿಕ ಅಂಶಗಳನ್ನು ಪರಿಚಯ ಮಾಡಿಕೊಳ್ಳುವುದು. ಅಲ್ಲಿನ ವಿಶೇಷ ವ್ಯಕ್ತಿಗಳು ಯಾರಾದರೂ ಇದ್ದರೆ ಅವರನ್ನು ಭೇಟಿ ಮಾಡಿ ಅವರೊಂದಿಗೆ ಕೆಲವು ವಿಷಯಗಳನ್ನು ಚರ್ಚೆ ಮಾಡುವುದು, ಇಂತಹ ಚಟುವಟಿಕೆಯಲ್ಲಿ ಅವರು ನಿರತರಾಗುತ್ತಿದ್ದರು. ಆಸಕ್ತ ಶಿಷ್ಯರು ಅವರೊಂದಿಗೆ ಹೋಗಬಹುದಿತ್ತು. ಬೆಳಿಗ್ಗೆ ಹೊರಟರೆ ಸಂಜೆ ನಾಲ್ಕು ಗಂಟೆಯ ವೇಳೆಗೆ ವಾಪಾಸು ಮನೆಯಲ್ಲಿ ಇರಬೇಕು. ಅಂತಹ ಜಾಗ ಹುಡುಕುತ್ತಿದ್ದರು. ಅವರ ಕಾರಿನಲ್ಲಿ ಹೋಗಿ ವಾಪಾಸು ಬರಬಹುದಾದ ಕಾರಣ ಐದು ಹುಡುಗರು ಯಾವಾಗಲೂ ಅವರೊಂದಿಗೆ ಇರುತ್ತಿದ್ದರು. ಈ ಗುಂಪಿಗೆ ನಾನೂ ಸೇರಿಕೊಂಡೆ.

ಒಂದಿನ ಕಲ್ಲೂರು ಅನ್ನುವ ಊರಿಗೆ ಹೋಗಿದ್ದೆವು. ಅಲ್ಲಿ ಕಲ್ಲುಗಳೇ ಇರಲಿಲ್ಲ, ಹಾಗಾದರೆ ಈ ಊರಿಗೆ ಕಲ್ಲೂರು ಅಂತ ಯಾಕೆ ಹೆಸರು ಬಂತು

ಅನ್ನುವ ಪ್ರಶ್ನೆ ಇಟ್ಟುಕೊಂಡು ಹುಡುಕಾಟ ಆರಂಭಿಸಿ ದಾರಿಯಲ್ಲಿ ಸಿಕ್ಕ ಸಿಕ್ಕವರನ್ನು ಮಾತನಾಡಿಸಿದೆವು. 'ಕನ್ನೂರು' ಹೋಗಿ ಕಲ್ಲೂರು ಆಗಿರಬಹುದು. 'ಕಳ್ಳು' ಅಂದರೆ ಹೆಂಡ ಅನ್ನುವ ಅರ್ಥ ಇದೆ. ಹಿಂದೆ ಈ ಊರಿನಲ್ಲಿ ತುಂಬಾ ಈಚಲು ಮರಗಳಿದ್ದು ಹೆಂಡ ತೆಗೆಯುವ ಜನರೂ ಇದ್ದು, ಈಚಲ ಮರದ ಹೆಂಡದಿಂದ ಈ ಊರು ಕಳ್ಳೂರು ಅಂತ ಆಗಿದ್ದು ಕೊನೆಗೆ ಕಲ್ಲೂರು ಆಯಿತು ಎಂದು ಕೆಲವರು ಹೇಳಿದರೆ ಇಲ್ಲಿನ ಜನರಲ್ಲಿ ಬಹುತೇಕರು ಕಳ್ಳರೇ ಆಗಿದ್ದು ಅವರಿಂದಾಗಿ ಕಳ್ಳರ ಊರು ಕಳ್ಳೂರು ಇದ್ದದ್ದು ಕೊನೆ, ಕೊನೆಗೆ ಕಲ್ಲೂರು ಆಗಿರಬಹುದು ಅಂತಲೂ ವಾದಿಸಿದರು. ಒಬ್ಬ ಮಾತ್ರ ನಮ್ಮ ಈ ವಾದ ಕೇಳಿ, ನನಗೆ ಸಾರಾಯಿ ಚಟ ಇದೆ, ಹೀಗಾಗಿ ನಾನು 'ಕಳ್ಳಲೂರು' ಅಂತ ನಂಬ್ತೀನಿ. ನಿಮಗೆ ಕಳ್ಳತನದ ಚಟ ಇರಬೇಕು. ಹೀಗಾಗಿ ನಿಮ್ಮ ದೃಷ್ಟಿಯಲ್ಲಿ ಇದು ಕಳ್ಳರ ಊರು ಆಗಿರಬಹುದು ಅಂತ ತಮಾಷೆ ಮಾಡಿದ.

ತಿಂಗಳಿಗೆ ಒಂದೆರಡು ದಿನವಾದರೂ ನಾನು ಕರುಂಬಯ್ಯನವರೊಂದಿಗೆ ಹೋಗುತ್ತಿದ್ದೆ ಕೊನೆ ಕೊನೆಗೆ ನನಗೂ ಇದು ಒಂದು ಚಟವಾಯಿತು. ಯಾವುದೇ ಊರಿಗೆ ಹೋದರೂ ಅಥವಾ ಆ ಊರಿನವರು ಸಿಕ್ಕರೂ ಅವರ ಊರಿಗೆ ಆ ಹೆಸರು ಯಾಕೆ ಬಂತು. ಅಲ್ಲಿನ ಇತಿಹಾಸ ಏನು ಪುರಾಣ ಏನು ಎಂದು ಪ್ರಶ್ನಿಸಲು ಶುರು ಮಾಡಿದೆ. ಅಲ್ಲಿನ ಬೆಳೆ ಪ್ರಕೃತಿ ಸೌಂದರ್ಯ ನೀರಾವರಿ ವ್ಯವಸ್ಥೆಯ ಬಗ್ಗೆ ತಿಳಿದುಕೊಳ್ಳುವುದು ಒಂದು ಚಟವೇ ಆಗಿಹೋಯಿತು.

ಮರಗಳ ಊರು ಮರೂರು ಅಥವಾ ಮರೆಯಲ್ಲಿ ಇದ್ದ ಊರು ಮರೂರು, ಮುದ್ದು ರಾಜನ ಕೇರಿ ಮಡಿಕೇರಿ ಅಥವಾ ಮಧುವಿನ ಕೇರಿ ಮಡಿಕೇರಿ, ಲವನ ಊರು ಲಾಹೋರ್. ಹೀಗೆ ಯಾವುದೇ ಊರಿನ ಹೆಸರು ಕಿವಿಗೆ ಬಿದ್ದರೂ ಅದರ ಅರ್ಥ ಹುಡುಕುವುದು ಚಟವಾಯಿತು. ಇಂತಹ ಹವ್ಯಾಸ ಕರುಂಬಯ್ಯ ಸರ್‌ಗೆ ಯಾಕೆ ಬಂತೋ ಗೊತ್ತಿಲ್ಲ. ಅವರು ನಮಗೂ ಇಂತಹ ಹವ್ಯಾಸ ಅಂಟಿಸಿದರು.

ದ್ವಿತೀಯ ಬಿ.ಎಸ್ಸಿ.ಯಲ್ಲಿ ಆರಂಭವಾದ ಈ ಹವ್ಯಾಸ ಬಹಳ ದಿನಗಳ ತನಕ ಇತ್ತು. ಇವುಗಳ ಜೊತೆಗೆ ನಾನು ಓಡುವ ಸಲುವಾಗಿ ಬೇರೆ ಬೇರೆ ಊರುಗಳಿಗೆ ಹೋಗುತ್ತಿದ್ದೆ. ಶಿವಮೊಗ್ಗ, ಚಿತ್ರದುರ್ಗ, ಕೋಲಾರ, ಕೇರಳದ ತಿರುವನಂತಪುರ, ಸಿಕಂದರಾಬಾದ್, ಭುವನೇಶ್ವರ ಹೀಗೆ ಹಲವು ಕಡೆ ಓಡಾಡಿದ ಕಾರಣ ಅಲ್ಲಿನ ಜನರನ್ನು ಕಂಡು ಸುಮ್ಮನೆ ಪ್ರಶ್ನೆಗಳನ್ನು ಹಾಕುತ್ತಿದ್ದೆ. ಕೆಲವು ಕಡೆ ಉತ್ತರ ಸಿಗುತ್ತಿತ್ತು. ಬಹುತೇಕ ಕಡೆ ಹಿಂದಿನಿಂದಲೂ ಹೀಗೇ ಕರೆಯುತ್ತಾರೆ. ಯಾಕೆ ಅಂತ ಗೊತ್ತಿಲ್ಲ ಅನ್ನುವ ಉತ್ತರ ಸಿಗುತ್ತಿತ್ತು. ಯಾವ ಊರಿಗೆ ಹೋದರು. ಶ್ರೀರಾಮ ನಮ್ಮ ಊರಿಗೆ ಬಂದಿದ್ದ ಅನ್ನುತ್ತಿದ್ದರು. ಇದು ಅವನೇ ಪ್ರತಿಷ್ಠಾಪನೆ ಮಾಡಿದ ಈಶ್ವರ ಲಿಂಗ ಅನ್ನುವ ಉತ್ತರ

ಸಿಗುತ್ತಾ ಇತ್ತು. ಸೀತೆಯನ್ನು ಹುಡುಕುತ್ತಾ ರಾಮ ಭಾರತದ ಪ್ರತಿಹಳ್ಳಿಗೂ ಹೋಗಿರಬಹುದೇನೋ ಅನ್ನುವ ನಂಬಿಕೆಯೂ ನನ್ನಲ್ಲಿ ಬಲವಾಗಿತ್ತು.

ಪಠ್ಯ ಪುಸ್ತಕಗಳನ್ನು ಬಿಟ್ಟು, ಉಳಿದ ಪುಸ್ತಕಗಳನ್ನು ಓದುವ ಹವ್ಯಾಸವೇ ನನಗೆ ಇರಲಿಲ್ಲವಾದ್ದರಿಂದ ನಾನೊಂದು ರೀತಿಯಲ್ಲಿ ಅರೆ ತಿಳುವಳಿಕೆ ಇರುವ ಮನುಷ್ಯನಾಗಿದ್ದೆ. ಕರುಂಬಯ್ಯನವರ ಸಹವಾಸದಿಂದ ಸಣ್ಣ ಮಟ್ಟದ ಬದಲಾವಣೆ ಆಗಿತ್ತು. ಕನಿಷ್ಟ ಪತ್ರಿಕೆ ಓದುವ ಮಟ್ಟಕ್ಕೆ ನಾನು ಬೆಳೆದಿದ್ದೆ. ವಿಚಿತ್ರ ಅಂದರೆ ನಮ್ಮ ಕಾಲೇಜಿನಲ್ಲಿ ಬಹಳಷ್ಟು ಹುಡುಗ ಹುಡುಗಿಯರಿಗೆ ಈ ಚಟವೂ ಇರಲಿಲ್ಲ.

ಮನೆಯಲ್ಲಿ ಎಲ್ಲವೂ ಯಾಂತ್ರಿಕವಾಗಿ ನಡೆಯುತ್ತಿತ್ತು. ಹೆಚ್ಚು ಕಡಿಮೆ ಮಲ್ಲಿಗೆ ನನ್ನ ನೆನಪಿನಂಗಳದಿಂದ ದೂರ ಸರಿದಿದ್ದಳು. ಅವಳಿದ್ದ ಕೋಣೆ ಖಾಲಿಯಾಗಿಯೇ ಉಳಿದಿತ್ತು. ಬಚ್ಚಲು ಮನೆಯನ್ನು ಅಂಜಿ ಕಿತ್ತುಹಾಕಿದ್ದ. ಅಪ್ಪನ ಬಟ್ಟೆಗಳನ್ನು ಇಸ್ತ್ರಿ ಮಾಡಿಕೊಡುತ್ತಿದ್ದೆ. ಅಪ್ಪನ ಹತ್ತಿರ ಆರೇ ಆರು ಅಂಗಿಗಳು ಇದ್ದವು. ಪಂಚೆಗಳ ಸಂಖ್ಯೆ ಮಾತ್ರ ವಿಪರೀತವಾಗಿತ್ತು. ಅವೆಲ್ಲಾ ದಾನದ ರೂಪದಲ್ಲಿ ಬಂದವು. ಅವುಗಳನ್ನು ಅಪ್ಪ ಮನಸ್ಸು ಬಂದಾಗ ಅವರಿವರಿಗೆ ಕೊಟ್ಟು ಬಿಡುತ್ತಿದ್ದರು. ಅಂಜಿ ಅವನ ಹೆಂಡತಿ ಅಗತ್ಯ ಇದ್ದಾಗ ಕೆಲಸಕ್ಕೆ ಬರುತ್ತಿದ್ದರು. ತುಂಬಾ ಜನ ಬೇಕಾದಾಗ ಅಂಜಿಯ ಮಗನೂ ಬರುತ್ತಿದ್ದ. ಅಂತೂ ಇಂತೂ ಬಿ.ಎಸ್ಸಿ ಮುಗಿಯಿತು ಫಲಿತಾಂಶವೂ ಬಂತು ನಾನು ಪ್ರಥಮ ದರ್ಜೆಯಲ್ಲಿ ಪಾಸಾಗಿದ್ದೆ.

ನಾನು ಬೆಳೆಯುತ್ತಿದ್ದ ಹಾಗೆ ಅಪ್ಪ ಕುಗ್ಗಿ ಹೋಗುತ್ತಿರುವುದು ನನ್ನ ಗಮನಕ್ಕೆ ಬರುತ್ತಿತ್ತು. ಇವರನ್ನು ಹುಡುಕಿಕೊಂಡು ಬರುವ ಜನರ ಸಂಖ್ಯೆ ಮಾತ್ರ ಸಿಕ್ಕಾಬಟ್ಟೆ ಬೆಳೆದಿತ್ತು. ಜನರ ಸಂಖ್ಯೆ ಜಾಸ್ತಿಯಾಗುತ್ತಿದ್ದ ಹಾಗೆಯೇ ಇವರಿಗೆ ಸಿಟ್ಟೂ ಕೂಡ ಜಾಸ್ತಿಯಾಗುತ್ತಿತ್ತು. ನಾನು ಕಂಡ ಹಾಗೆ ಅಪ್ಪನಲ್ಲಿ ಯಾವುದೇ ರೀತಿಯ ದೈವಿಕ ಶಕ್ತಿ ಇರಲಿಲ್ಲ. ಆದರೆ ಜನರು ಹೇಳುವ ಮಾತುಗಳನ್ನು ತುಂಬಾ ಚೆನ್ನಾಗಿ ತಾಳ್ಮೆಯಿಂದ ಕೇಳಿಸಿಕೊಳ್ಳುತ್ತಿದ್ದರು. ಬಹಳಷ್ಟು ಜನರು ತಮ್ಮ ಸಮಸ್ಯೆಗಳನ್ನು ಹೇಳಿಕೊಳ್ಳುತ್ತಾ ಅದಕ್ಕೆ ತಾವೇ ಪರಿಹಾರವನ್ನು ಹೇಳಿಕೊಂಡಿರುತ್ತಿದ್ದರು. ಆ ಪರಿಹಾರವನ್ನು ಅಪ್ಪ ಎಳೆ ಎಳೆಯಾಗಿ ಬಿಡಿಸಿ ಅವರಿಗೆ ವಾಪಾಸು ಹೇಳುತ್ತಿದ್ದರು. ಹೆಚ್ಚಿನ ಸಲ ಈ ಪರಿಹಾರವೇ ಸರಿಯಾದ ಔಷಧವಾಗಿರುತ್ತಿತ್ತು. ಇದರ ಜೊತೆಗೆ ಅಪ್ಪ ಕೊಡುತ್ತಿದ್ದ ತಾಯತ, ಭಸ್ಮ ಇವೆಲ್ಲ ಅವರಿಗೆ ಒಂದು ಬಗೆಯ ಮಾನಸಿಕ ನೆಮ್ಮದಿಯನ್ನು ತಂದುಕೊಡುತ್ತಿದ್ದವು. 'ಮನೋವಿಜ್ಞಾನ' ಓದದೇ ಬರೆಯದೆ ಅಪ್ಪನಿಗೆ ಸಿದ್ಧಿಸಿತ್ತು.

ಯಾರು ತಮ್ಮನ್ನು ತಾವು ಅಶಕ್ತರು ಅಂತ ಭಾವಿಸಿರುತ್ತಿದ್ದರೋ ಅಂತಹವರಿಗೆ ಅಪ್ಪ ಧೈರ್ಯ ತುಂಬುತ್ತಿದ್ದರು. ಅವರ ಮೇಲೆ ಅವರಿಗೆ ವಿಶ್ವಾಸ

ಬರುವಂತೆ ಮಾಡುತ್ತಿದ್ದರು. ಯಾರು ಅಹಂಕಾರ, ದರ್ಪ ತೋರಿಸುತ್ತಾರೋ ಅಂತಹವರ ಅಹಂಕಾರಕ್ಕೆ ಅಪ್ಪ ಕೊಡಲಿ ಏಟು ಹಾಕಿಯೇ ಹಾಕುತ್ತಿದ್ದರು. ಅಶಿಕ್ಷಿತ ಜನರು ಬಂದರೆ ನನಗೆ ಆಶ್ಚರ್ಯವಾಗುತ್ತಿರಲಿಲ್ಲ. ಈ ಅಧಿಕಾರಿಗಳು ರಾಜಕಾರಣಿಗಳು ಬರುವುದನ್ನು ನೋಡಿದರೆ ಆಶ್ಚರ್ಯದ ಜೊತೆಗೆ ಅಸಹ್ಯವೂ ಆಗುತ್ತಿತ್ತು. ವರ್ಗಾವಣೆಗೆ ಮಂತ್ರಶಕ್ತಿಯ ಮೊರೆಹೋಗುವ ಹಿರಿಯ ಪೊಲೀಸ್ ಅಧಿಕಾರಿಗಳನ್ನು ಕಂಡಾಗ ನಗು ಅವರ ತಿಳುವಳಿಕೆಯ ಬಗ್ಗೆ ಮರುಕ ಎರಡೂ ಹುಟ್ಟುತ್ತಿತ್ತು. ಇವರಿಗೆ ಐ.ಪಿ.ಎಸ್., ಐ.ಎ.ಎಸ್. ಕೊಟ್ಟಿದ್ದು ಯಾರು ಅನ್ನುವ ಪ್ರಶ್ನೆಯೂ ಏಳುತ್ತಿತ್ತು. ರಾಜ್ಯದ, ದೇಶದ ಅಧಿಕಾರದ ಚುಕ್ಕಾಣಿ ಹಿಡಿದ ಇವರು ಯಾವ ಅಧಿಕಾರವೂ ಇಲ್ಲದ ಯಾವ ಪ್ರಭಾವವೂ ಇಲ್ಲದ ಅಪ್ಪನ ಕಾಲಿಗೆ ಬೀಳುವುದನ್ನು ಕಂಡು ನನಗೆ ನಗು ಬರುತ್ತಿತ್ತು.

ಅಪ್ಪ ಯಾವಾಗಲೂ ಒಂದು ಮಿತಿಯೊಳಗೆ ವ್ಯವಹರಿಸುತ್ತಾರೆ. ತಮಗಿರುವ ಪರಿಚಯವನ್ನು ಅವರು ದುರುಪಯೋಗ ಇರಲಿ ಉಪಯೋಗಿಸಿಕೊಂಡಿದ್ದೂ ಬಲು ಕಡಿಮೆ. ಎಲ್ಲಾ ವಿಷಯದಲ್ಲೂ ಅವರು ಅನಾಸಕ್ತರು. ಅವರಿಗೆ ಆಸೆಗಳೇ ಇಲ್ಲ ಅನ್ನುವಷ್ಟರ ಮಟ್ಟಿಗೆ ಅವರು ಇದ್ದಾರೆ. ಬಲವಂತವಾಗಿ ಹಣ ಕೊಡಲು ಬಂದಾಗಲೂ ಅಪ್ಪ ನಿರಾಕರಿಸುತ್ತಾ ಇದ್ದುದ್ದನ್ನು ನಾನೇ ಸಾಕಷ್ಟು ಸಲ ಕಂಡಿದ್ದೇನೆ. ಆ ಎಲ್ಲಾ ಹಣ ಸೇರಿಸಿದ್ದರೆ ಒಂದು ಭವ್ಯ ಬಂಗಲೆ ಕಟ್ಟಬಹುದಿತ್ತು. ಕಾರಿನಲ್ಲಿ ಓಡಾಡಬಹುದಿತ್ತು. ಕನಿಷ್ಠ ಪಕ್ಷ ಇಪ್ಪತ್ತೈದು ಎಕರೆ ಕಾಫಿ ತೋಟ ಖರೀದಿಸಬಹುದಿತ್ತು. ಇಷ್ಟೆಲ್ಲಾ ಸಂಪಾದನೆ ಮಾಡಲು ಅಪ್ಪ ಬಾಯಿ ಬಿಟ್ಟು ಹಣ ಕೇಳಬೇಕಾಗಿರಲಿಲ್ಲ. ಕೊಡುವವರು ಕೊಟ್ಟಾಗ ನಿರಾಕರಿಸದೆ ಸುಮ್ಮನಿದ್ದರೆ ಸಾಕಿತ್ತು. ಇವೆಲ್ಲದರಿಂದ ಅಪ್ಪ ಯಾಕೆ ದೂರವಾಗಲಿಲ್ಲ. ಒಂದು ರೀತಿಯಲ್ಲಿ ಇದು ವಂಚನೆಯೂ ಹೌದು, ಜನರ ನೋವು, ಕಷ್ಟಗಳಿಗೆ ಅಸ್ತಿತ್ವದಲ್ಲಿಯೇ ಇಲ್ಲದ ಮಂತ್ರ ಶಕ್ತಿಯ ಸಹಾಯದಿಂದ ಪರಿಹಾರ ಕಂಡು ಹಿಡಿಯುವ ನಾಟಕವೇ ಒಂದು ರೀತಿಯ ವಂಚನೆ. ಈ ವಂಚನೆಯನ್ನು ಕಳೆದ ಎರಡು ಕಾಲು ದಶಕದಿಂದ ಅಪ್ಪ ಮಾಡುತ್ತಲೇ ಬಂದಿದ್ದಾರೆ. ಇದರಿಂದ ಸಾಕಷ್ಟು ಜನರಿಗೆ ಉಪಯೋಗ ಆಗಿರುವುದು ನಿಜ ಅಂತ ಮೇಲು ನೋಟಕ್ಕೆ ಅನಿಸಿದರೂ ಇದಕ್ಕೆ ಕಾರಣ ಮಂತ್ರ ಶಕ್ತಿಯಲ್ಲ. ಈ ವಿಷಯದಲ್ಲಿ ಇವರು ಹಣ ಸುಲಿಗೆ ಮಾಡದೇ ಇರಬಹುದು. ಆದರೂ ವಂಚನೆ ವಂಚನೆಯೇ ಹೌದು,

ಜನರು ತಾವಾಗಿಯೇ ಬರುತ್ತಾರೆ ಅನ್ನುವ ಕಾರಣದಿಂದ ಅವರಿಗೆ ವಂಚನೆ ಮಾಡಬಹುದೆ? ಅವರಾಗಿಯೇ ಟೋಪಿ ಹಾಕಿ ಅಂದರೆ ಇವರು ಹಾಕಿ ಬಿಡುವುದೇ? ಇಂತಹ ಕೆಲಸ ಮಾಡಲು ಇವರ ಆತ್ಮಸಾಕ್ಷಿ ಹೇಗೆ ಒಪ್ಪಿಗೆ ನೀಡಿತು. ಇವು ಮಾಡದಿದ್ದರೆ ನನ್ನನ್ನು ಈ ಮಟ್ಟಕ್ಕೆ ತರಲು ಆಗುತ್ತಿರಲಿಲ್ಲ

ಅಥವಾ ಇದು ಜನರನ್ನು ತನ್ನತ್ತ ಯಾವಾಗಲೂ ಸೆಳೆಯುವ ಹುಚ್ಚಿನ ರೋಗ ಅಪ್ಪನಿಗೆ ಇದೆಯೇ ಇತ್ಯಾದಿ ಪ್ರಶ್ನೆಗಳು ಕಾಡಲಾರಂಭಿಸಿದವು. ಇವಕ್ಕೆಲ್ಲಾ ಹೌದು ಅಂದರೆ ಹೌದು, ಇಲ್ಲ ಅಂದರೆ ಇಲ್ಲ ಅನ್ನುವ ಉತ್ತರ ಸಿಗುತ್ತಿದ್ದ ಕಾರಣ, ಅಪ್ಪನದ್ದು ವಿಚಿತ್ರ ಮನಃಸ್ಥಿತಿಯ ಬದುಕು ಅಂದುಕೊಂಡು ಸುಮ್ಮನಾದೆ.

ಅಪ್ಪ ತಮ್ಮ ಬಳಿ ಬಂದ ಎಲ್ಲಾ ಕೇಸುಗಳನ್ನು ಹೌದು ಇದೇ ಸರಿಯಾದ ಪದ ತೆಗೆದುಕೊಳ್ತಾ ಇರಲಿಲ್ಲ. ಅದರಲ್ಲಿ ಆಯ್ಕೆ ಮಾಡಿಕೊಳ್ಳುತ್ತಿದ್ದರು. ಯಾರ ಸ್ವಯಂಕೃತಾಪರಾಧದಿಂದ ಸಮಸ್ಯೆ ಉಂಟಾಗಿದ್ದರೆ ಅಂತಹವರಿಗೆ ಮುಖ, ಮುಸುಡಿ ನೋಡದೇ ಬೈದು ಅಟ್ಟಿಬಿಡುತ್ತಿದ್ದರು. ಹೀಗಾಗಿ ಇವರಿಗೆ ಖಡಕ್ಕು ಮನುಷ್ಯ ಅನ್ನುವ ಹೆಸರು ಲಭ್ಯವಾಗಿತ್ತು. ಅದೇ ಇವರನ್ನು ಈ ಮಟ್ಟಕ್ಕೆ ತಂದು ನಿಲ್ಲಿಸಿತ್ತು. ಜನರ ಬಲಹೀನತೆ ಇವರಿಗೆ ಬಲುಬೇಗ ಅರ್ಥವಾಗುತ್ತಿತ್ತು. ಅವರು ಬೆರಳು ತೋರಿಸಿದರೆ ಇವರು ಅವರ ಉಳಿದ ವ್ಯಕ್ತಿತ್ವವನ್ನೇ ಹೇಳಿಬಿಡುತ್ತಿದ್ದರು. ಬಡವರನ್ನು ಕಂಡರೆ ಮಾತ್ರ ಇನ್ನಿಲ್ಲದ ಪ್ರೀತಿ ಇತ್ತು. ಮತ್ತು ಅದಕ್ಕೆ ಇವರು ಸಹಾಯ ಮಾಡುತ್ತಾ ಇದ್ದದ್ದಕ್ಕೆ ಒಂದು ಮಿತಿಯೂ ಇತ್ತು. ಇವೆಲ್ಲಾ ಒಟ್ಟಿಗೆ ಸೇರಿ ಅಥವಾ ಬಿಡಿ ಬಿಡಿಯಾಗಿ ಕಂಡು ಇವರ ವ್ಯಕ್ತಿತ್ವವೇ ನನಗೆ ಸರಿಯಾಗಿ ಅರ್ಥವಾಗಿರಲಿಲ್ಲ ಅಥವಾ ಅರ್ಥ ಮಾಡಿಕೊಳ್ಳುವುದರಲ್ಲಿ ನಾನು ಹೀನಾಯವಾಗಿ ಸೋತಿದ್ದೆ.. ಇವೆಲ್ಲದರ ಜೊತೆಗೆ ನನಗೆ ಅಪ್ಪ ಅಂದರೆ ಇನ್ನಿಲ್ಲದ ಪ್ರೀತಿ ಮತ್ತು ಗೌರವ ಎರಡೂ ಇದ್ದವು.

ಯಾವ ಕೊರತೆಯೂ ಇಲ್ಲದಂತೆ ಅವರು ನನ್ನನ್ನು ಸಾಕಿದ್ದರು. ನನ್ನ ಇಷ್ಟದಲ್ಲಿಯೇ ಅವರ ಇಷ್ಟವೂ ಅಡಗಿತ್ತು. ಯಾವುದಕ್ಕೂ ಅವರು ನನಗೆ ಅಡ್ಡಗಾಲು ಹಾಕಿದವರಲ್ಲ. ಹಾಗಂತ ಹುಚ್ಚು ಪ್ರೀತಿಯನ್ನು ತೋರಿದವರಲ್ಲ. ಮಗ ಒಳ್ಳೆಯ ಹೆಸರು ಸಂಪಾದನೆ ಮಾಡಬೇಕು ಅನ್ನುವ ಕನಸು ಅವರಿಗೆ ಇತ್ತು. ನಾನು ಪ್ರತಿಸಲ ಮನೆಗೆ ಪದಕ, ಪ್ರಶಸ್ತಿ ತಂದಾಗ ಚಿಕ್ಕ ಮಗುವಿನಂತೆ ಅವರು ಸಂಭ್ರಮ ವ್ಯಕ್ತ ಪಡಿಸುತ್ತಿದ್ದರು. ಎಲ್ಲದಕ್ಕಿಂತ ಮಿಗಿಲಾಗಿ ನನಗೆ ನನ್ನದೇ ಆದ ವ್ಯಕ್ತಿತ್ವವನ್ನು ರೂಪಿಸಿಕೊಳ್ಳಲು ತುದಿಗಾಲಿನಲ್ಲಿ ನಿಂತು ಸಹಾಯ ಹಸ್ತ ನೀಡಿದ್ದರು.

ಇಂತಹ ಅಪ್ಪನನ್ನು ಬಿಟ್ಟು ಬೇರೆ ಬದುಕನ್ನು ನಾನು ಕಲ್ಪಿಸಿಕೊಳ್ಳಲು ಆಗಲೇ ಇಲ್ಲ. ನನ್ನ ತೃಪ್ತಿಯಲ್ಲಿ ಅವರು ತೃಪ್ತಿ ಕಂಡಿದ್ದಾರೆ. ಇನ್ಮುಂದೆ ಅವರ ತೃಪ್ತಿಯೇ ನನ್ನ ತೃಪ್ತಿ ಆಗಬೇಕು. ಯಾವ ಕಾರಣಕ್ಕೂ ಅವರ ಮನಸ್ಸು ನೋಯಿಸಬಾರದು ಅಂತ ನಿಶ್ಚಯ ಮಾಡಿದೆ. ನನ್ನ ಮತ್ತು ಮಲ್ಲಿಗೆಯ ವಿಷಯ ಅವರ ಗಮನಕ್ಕೆ ಬರದೇ ಹೋಗಿದ್ದು ನನಗೆ ಸಮಾಧಾನ ನೀಡಿದ

ಸಂಗತಿಯಾಗಿತ್ತು. ಒಂದು ವೇಳೆ ನಮ್ಮ ಸಂಬಂಧ ಬಹಿರಂಗವಾಗಿದ್ದರೆ, ಅಪ್ಪ ಎಷ್ಟು ನೋವು ಅನುಭವಿಸುತ್ತಿದ್ದರು. ಅವರ ಮುಂದೆ ನಾನು ಎಂತಹ ಕುಬ್ಜನಾಗಿ ಬಿಡುತ್ತಿದ್ದೆ. ದೇವರೇ ಈ ವಿಷಯದಲ್ಲಿ ನನ್ನನ್ನು ಕಾಪಾಡಿದ. ಇಂತಹ ಸಂಗತಿಗಳು ಆಗಾಗ್ಗೆ ನನ್ನ ನೆನಪಿಗೆ ಬರುತ್ತಿದ್ದವು. ಮನೆಯಲ್ಲಿ ಹನ್ನೆರಡು ಪದಕಗಳು ಇದ್ದವು. ಕಳೆದ ಐದು ವರ್ಷಗಳ ಸಂಪಾದನೆ ಇದು. ಸಣ್ಣಪುಟ್ಟ ಪದಕಗಳ ಲೆಕ್ಕವನ್ನು ನಾನು ಇಟ್ಟಿರಲೇ ಇಲ್ಲ. ಎಲ್ಲವೂ ಸೇರಿದರೆ ಅವುಗಳ ಸಂಖ್ಯೆ ನಲವತ್ತು ದಾಟಬಹುದು. ಎಂ.ಎಸ್ಸಿಗೆ ಸೇರಿದ ನಂತರ ನನಗೆ ಯಾಕೋ ಓಡುವುದು ಸಾಕು ಅನಿಸಿತು. ಅಪ್ಪನಿಗೆ ಹೇಳಿದೆ ಅವರು ನಿನ್ನಿಷ್ಟ ಅಂದರು. ಬೆಳಿಗ್ಗೆ ಎದ್ದು ವ್ಯಾಯಾಮದ ಸಲುವಾಗಿ ಓಡುತ್ತಿದ್ದೇನಾದರೂ ಓಟವನ್ನು ಗಂಭೀರವಾಗಿ ತೆಗೆದುಕೊಳ್ಳುವುದನ್ನು ಬಿಟ್ಟೆ. ಓದಿನ ಕಡೆ ಗಮನ ಹರಿಸಿದೆ. ನಾನು ಓದುವುದು ಜಾಸ್ತಿಯಾಗುತ್ತಾ ಇದ್ದ ಹಾಗೆ ಅಪ್ಪನ ಮೌನವೂ ಜಾಸ್ತಿಯಾಯಿತು.

'ಅಯ್ಯ ನಮ್ಮ ತೋಟದ ಪಕ್ಕ ಸಿದ್ದಲಿಂಗಪ್ಪ ಅವರು ಜಮೀನು ಮಾರ್ತಾರಂತೆ. ನಾಲ್ಕು ಎಕರೆ ಇದೆ. ಅದನ್ನು ಖರೀದಿ ಮಾಡಿ ತೋಟ ಮಾಡಿದ್ರೆ ಒಳ್ಳೇದು. ಬೇರೆಯವರು ಖರೀದಿ ಮಾಡೋದಕ್ಕಿಂತ ಮೊದ್ಲು ನೀವು ಅವರ ಹತ್ತಿರ ಮಾತಾಡಿ' ಅಂದ ಅಂಜಿ. ಇರೋ ಜಮೀನೇ ನಂಗೆ ಸಾಕು.

ಇವನು ಓದಿದ ಮೇಲೆ ಇಲ್ಲಿ ಇರ್ತಾನೋ ಇಲ್ಲವೋ ಯಾರಿಗೆ ಗೊತ್ತು. ಇವನು ಇಲ್ಲೇ ಇರೋದಾದ್ರೆ ಬೇರೆ ಮಾತು ಈಗಿನ ಕಾಲದ ಹುಡುಗರು, ಮೈಸೂರು, ಬೆಂಗಳೂರು, ದೆಹಲಿ ಅಂತ ಹಾರಿಹೋಗ್ತಾರೆ. ನಂಗೆ ಇರೋ ತೋಟನೇ ಸಾಕು. ಅಯ್ಯ ನಿಮ್ಮ ವಿದ್ಯೆನ ಚಿಕ್ಕ ಅಯ್ಯನಿಗೂ ಕಲಿಸಿ ಅಯ್ಯ ಅವರೂ ಕಲ್ತರೆ ಇಲ್ಲೇ ಇರ್ತಾರೆ. ಆವಾಗ ಯಾವ ತೊಂದ್ರೆ ತಾಪತ್ರಯ ಇರಕಿಲ್ಲ,

ಇದು ಒಂದು ವಿದ್ಯೆನಾ ಯಾವ ಕಾರಣಕ್ಕೂ ನಾನು ಇವನಿಗೆ ಕಲಿಸಲ್ಲ ನನ್ನ ವಂಶದಲ್ಲಿ ಈ ವೃತ್ತಿ ಮುಂದುವರಿಬಾರದು. ಇದು ನನ್ನ ತಲೆಗೇ ಕೊನೆಯಾಗಬೇಕು. ಕೊನೆಯಾಗುತ್ತೆ. ಮನುಷ್ಯನಿಗೆ ಬದುಕು ಸಾಗಿಸೋಕೆ ಇದೇ ವಿದ್ಯೆ ಆಗಬೇಕು ಅಂತ ಏನೂ ಇಲ್ಲ. ನಾನು ಓದಿದ್ದು ಏಳನೇ ಕ್ಲಾಸ್ ಮಾತ್ರ, ಹಿಂಗಾಗಿ ಇದ್ನ ಕಲ್ತೆ. ಅವನು ಹನ್ನೆರಡು ಐದು ಹದಿನೇಳು ವರ್ಷ ಓದಿದ್ದಾನೆ. ಅಂದ್ರೆ ನನಗಿಂತ ಹತ್ತು ಕ್ಲಾಸು ಜಾಸ್ತಿ ಓದಿದ್ದಾನೆ. ಅವನಿಗ್ಯಾಕೆ ಈ ವಿದ್ಯೆ ಅವನೇನಾದರೂ ಇದನ್ನು ಕಲಿತೀನಿ ಅಂದ್ರೆ ಮಗ ಅಂತ ನೋಡ್ದೆ, ಮುಖದ ಮೇಲೆ ಹೊಡಿತೀನಿ ಅಂದ್ರು.

ಅಪ್ಪ ಅಂಜಿಯ ಮಾತುಕತೆಯ ನಡುವೆ ಸಾಮಾನ್ಯವಾಗಿ ನಾನು ಮೌನಸಾಕ್ಷಿ. ಈ ಸಲವೂ ಅದನ್ನೇ ಮುಂದುವರಿಸಿದೆ. ಒಂದು ದಿನ ಸಂಜೆ

ಸುಂಟಿಕೊಪ್ಪದಲ್ಲಿ ಬಸ್ಸಿನಿಂದ ಇಳಿದು ಸೈಕಲ್‌ನಲ್ಲಿ ಮನೆಗೆ ಬರುವಾಗ ದಾರಿಯಲ್ಲಿ ಒಂದು ಕರಿ ನಾಯಿ ಕಾಲು ಮುರಿದುಕೊಂಡು ಬಿದ್ದಿತ್ತು. ಇಂತದ್ದು ಸುಮಾರು ನೋಡಿದ್ದೇನಾದರೂ ಅವತ್ತು ಮಾತ್ರ ಆಯ್ಯೋ ಪಾಪ ಅಂತ ಅನಿಸಿತು, ಆ ನಾಯಿಮರಿಯನ್ನು ಜೋಪಾನವಾಗಿ ಮನೆಗೆ ತಂದೆ. ಪುಣ್ಯಕ್ಕೆ ಕಾಲಿಗೆ ತುಂಬಾ ಪೆಟ್ಟಾಗಿರಲಿಲ್ಲ. ಯಾರೋ ಒಂದು ಸಣ್ಣ ದೊಣ್ಣೆಯಲ್ಲಿ ಅದಕ್ಕೆ ಹೊಡೆದಿರಬಹುದು. ಅದಕ್ಕೆ ಹಾಲು ಕುಡಿಸಿ ಉಪಚಾರ ಮಾಡಿದೆ. ಮನೆಯಲ್ಲಿ ಇದ್ದ ತಿಂಡಿಯನ್ನು ಸ್ವಲ್ಪ ಹಾಕಿದೆ. ಎರಡು ಗೋಣಿಚೀಲ ಹಾಕಿ ಅದನ್ನು ನೆರಳಿನಲ್ಲಿ ಮಲಗಿಸಿದೆ.

ಮನೇಲಿ ಇದೊಂದು ಬಾಕಿಯಾಗಿತ್ತು. ಇದರ ಅಪ್ಪ ಅಮ್ಮನನ್ನು ಹುಡುಕಿ ತಂದುಬಿಡು ಇದರ ಹೊಸ ಸಂಸಾರ ಶುರುವಾಗಲಿ ಎಂದು ಅಪ್ಪ ತಮಾಷೆ ಮಾಡಿದರು. ಕಾಲು ಸರಿಯಾದ ನಂತರ, ಅದಕ್ಕೆ ಶಕ್ತಿ ಬಂದ ನಂತರ ಬೇಕಾದ ಕಡೆಗೆ ಅದು ಹೋಗಲಿ ಎಂದು ಅದನ್ನು ದಾರದಿಂದ ಕಟ್ಟಿ ಹಾಕಲಿಲ್ಲ. ರಾತ್ರಿಯೆಲ್ಲಾ ಅದು ಕೊಯ್ ಕೊಯ್ ಅನ್ನುತ್ತಾ ಅಲ್ಲಿಯೇ ಇತ್ತು. ಬೆಳಿಗ್ಗೆ ಅದಕ್ಕೆ ಅಪ್ಪ ರಾತ್ರಿ ಉಳಿದಿದ್ದ ಅನ್ನ ಸ್ವಲ್ಪ ಹಾಲು ಹಾಕಿದರು. ಅದು ಬಾಲ ಅಲ್ಲಾಡಿಸಿ ಕೃತಜ್ಞತೆ ಸಲ್ಲಿಸಿತು ಮತ್ತು ನಮ್ಮಲ್ಲಿಯೇ ಉಳಿಯಿತು.

ಮನೆಯ ಜಗುಲಿಯ ಮುಂದೆ ಸದಾ ಇರುತ್ತಿದ್ದ ಅದು, ನಾನು ಸೈಕಲ್ ಏರಿ ಹೊರಟರೆ ಸ್ವಲ್ಪ ದೂರ ಹಿಂಬಾಲಿಸಿ ಬರುತ್ತಿತ್ತು. ವಾಪಾಸು ಬರುವಾಗ ಮನೆ ಸ್ವಲ್ಪ ದೂರ ಇರುವಾಗಲೇ ಬೆಲ್ ಮಾಡುತ್ತಿದ್ದೆ. ಕ್ಷಣಾರ್ಧದಲ್ಲಿ ಅದು ಬಂದು ಸೈಕಲ್ ಹಿಂದೆ ಓಡಿಬರುತ್ತಿತ್ತು. ನಾನು ಸೈಕಲ್ ನಿಂದ ಇಳಿದ ತಕ್ಷಣ ಎರಡು ಕಾಲು ಮೇಲೆ ಎತ್ತಿ ನನ್ನ ಸೊಂಟ ಹಿಡಿಯುವ ಪ್ರಯತ್ನ ಮಾಡುತ್ತಿತ್ತು, ಸರಿಬಿಡು ಸಾಕು ಅಂದರೆ ಕೆಳಗೆ ಕಾಲು ಹಾಕಿ ಪುನಃ ಜಗುಲಿಯ ಮುಂದೆ ಹೋಗಿ ಕೂರುತ್ತಿತ್ತು. ಅಪ್ಪ ಇದಕ್ಕೆ ಕರಿಯ ಅಂತ ಹೆಸರಿಟ್ಟರು. ಬೆಳಿಗ್ಗೆ ಹೊತ್ತು ತಿಂಡಿ ಅಪ್ಪ ಹಾಕಿದರೆ ರಾತ್ರಿಯ ಊಟ ನಾನು ಹಾಕುತ್ತಿದ್ದೆ.

ನಾನು ಮನೆಯಿಂದ ಹೊರಗಡೆ ಹೊರಟರೆ ಅದು ನನ್ನ ಹಿಂದೆಯೇ ಬರುತ್ತೆ. ಒಂಥರಾ ಬೆಂಗಾವಲು ಮನೆಯ ಹತ್ರ ಯಾರದ್ದೇ ಹಸು ಅಥವಾ ಇತರ ಪ್ರಾಣಿ ಬರುವ ಹಾಗಿಲ್ಲ. ಜನರು ಬಂದರೆ ಗಟ್ಟಿಯಾಗಿ ಬೊಗಳುತ್ತೆ. ಏಯ್ ಕರಿಯ ಬಿಡೋ ಅನ್ನುವ ತನಕ ಅವರನ್ನು ಬಿಡೋದಿಲ್ಲ. ಅಂಜಿನೂ ಅಷ್ಟೇ ನಾನು ಒಳಗಡೆ ಬಿಡು ಅನ್ನುವ ತನಕ ಬಿಡೋದಿಲ್ಲ. ನಮ್ಮನೆಗೆ ಒಬ್ಬ ಪೊಲೀಸ್ ಬಂದ ಹಾಗಾಯ್ತು ಅಂತ ಅಪ್ಪ ಅದರ ಬಗ್ಗೆ ಹೆಮ್ಮೆಯಿಂದ ಹೇಳುತ್ತಿದ್ದರು. ನಾನು ಆಗಾಗ್ಗೆ ಅದನ್ನು ಮುಟ್ಟುತ್ತಿದ್ದೆ. ಅಪ್ಪ ಮಾತ್ರ ತಮಾಷೆಗೂ ಅದನ್ನು ಮುಟ್ಟಲಿಲ್ಲ. ಒಂದು ಬೆಲ್ಟ್ ತಂದು ಹಾಕಿದೆ. ಯಾವತ್ತೂ ಅದನ್ನು

ಕಟ್ಟಿಹಾಕಲಿಲ್ಲ. ಬೆಳಿಗ್ಗೆ ನಾನು ಓಡುವಾಗ ಅದು ನನ್ನ ಹಿಂದೆಯೇ ಕೆಲವು ಸಲ ನನಗಿಂತ ಮುಂದೆ ಓಡುತ್ತಿತ್ತು. ಮುಂದೆ ಓಡಿ ನಿಂತು ಬಿಡುತ್ತಿತ್ತು. ಪುನಃ ನನ್ನ ಹಿಂದೆ ಓಡಿ ಬರುತ್ತಿತ್ತು.

ಯಾವ ಮನುಷ್ಯನೇ ಆಗಲಿ ಒಂದೊಂದು ಸಲ ಕೃತಘ್ನನಾಗಿ ಬಿಡುತ್ತಾನೆ. ಆದರೆ ನಾಯಿ ಹಾಗಲ್ಲ ಅದು ಯಾವತ್ತೂ ತನ್ನ ಮಾಲೀಕನಿಗೆ ನಿಯತ್ತು ತೋರಿಸುತ್ತಲೇ ಇರ್ತದೆ. ನಿಷ್ಠೆ ಅಂದ್ರೆ ನಾಯಿ ನಿಷ್ಠೆ ಅಂತ ಅಪ್ಪ ಅಂಜಿಗೆ ಒಂದು ಸಾಯಂಕಾಲ ಉಪದೇಶ ಮಾಡುತ್ತಿದ್ದರು. ಅಂಜಿ ಹೌದು, ಅಯ್ಯ ನಮ್ಮನೆಲೂ ಒಂದು ನಾಯಿ ಅದೆ. ಅದೂ ಹಿಂಗೆಯಾ ಅಂತ ಅಂಜಿ ಅಪ್ಪನ ಮಾತಿಗೆ ಒಗ್ಗರಣೆ ಹಾಕ್ತಾ ಇದ್ದ.

ಅಯ್ಯ ನಂಗ್ಯಾಕೋ ನಾನು ತುಂಬಾ ದಿನ ಬದುಕೋದಿಲ್ಲ, ಅಂತ ಅನಿಸಕೆ ಶುರುವಾಗಿದೆ.

ಯಾಕೆ ಪುನಃ ಕುಡಿಯೋದಕ್ಕೆ ಶುರು ಮಾಡಿದಿಯಾ?

ಹುಂ ಆಯ್ಯ ಅದು ಇಲ್ದೇ ಹೋದ್ರೆ ಆಗೋದೇ ಇಲ್ಲ.

ಅವತ್ತೇ ಡಾಕ್ಟ್ರು ಹೇಳಿದ್ರಲ್ಲ, ಕುಡಿಬೇಡ ಕುಡಿದ್ರೆ ಸತ್ತೇ ಹೋಯ್ತಿಯಾ ಅಂತ. ಹೌದಯ್ಯ ಮೂರು ವರ್ಷ ಬಿಟ್ಟಿದ್ದೆ. ಕಳೆದ ತಿಂಗಳು ಮದುವೆ ಅಂತ ಊರಿಗೆ ಹೋಗಿದ್ನಾ ನೆಂಟರು ಒಂದಿನ ಕುಡಿದರೆ ಏನೂ ಆಗಾಕಿಲ್ಲ. ಕುಡಿ ಕುಡಿ ಅಂತ ಹಿಂಸೆ ಮಾಡಿದರು. ಅವರ ಹಿಂಸೆ ತಡಿಲಾರದೆ ಕುಡಿದುಬಿಟ್ಟೆ, ಅವತ್ತಿಂದ ಪುನಃ ಆರಂಭ ಆಗಿ ಹೋಗದೆ ಏನು ಮಾಡಬೇಕು ಅಂತ ಗೊತ್ತಾಗ್ತ ಇಲ್ಲ ಅಯ್ಯ ಅಂದ.

ನಾಳೆ, ನಾಡಿದ್ದು, ಇಲ್ಲಿಗೆ ಬರುವಾಗ ನಿನ್ನ ಹೆಂಡ್ತಿ, ಮಕ್ಕಳನ್ನು ಕರ್‍ಕೊಂಡು ಬಾ.

ಯಾಕಯ್ಯ.

ಹೇಳಿದಂಗೆ ಕೇಳು ತಲೆ ಹರಟೆ ಮಾಡಬೇಡ ಅಂದ್ರು ಅಪ್ಪ.

ಇವನು ಆಗಲಿ ಅಯ್ಯ ಅಂತ ಎದ್ದು ಹೋದ.

ಬಡ್ಡಿ ಮಗನಿಗೆ ಸತ್ರೂ ಬುದ್ದಿ ಬರೋದಿಲ್ಲ. ಸಾಯ್ತಿನಿ ಅಂತ ಗೊತ್ತಿದ್ರೂ ಕುಡಿಯೋ ಚಟ ಬಿಡ್ತಾ ಇಲ್ಲ. ಇಂತವರಿಗೆ ಸರಿಯಾಗೇ ಮಾಡ್ಬೇಕು ಅನ್ನುತ್ತಾ ಅಪ್ಪ ಮೇಲಕ್ಕೆ ಎದ್ದರು.

ಎರಡು ದಿನ ಬಿಟ್ಟು ಅವನು ಹೆಂಡತಿ ಮಕ್ಕಳನ್ನು ಕರ್‍ಕೊಂಡು ಬಂದ. ಆಗಷ್ಟೇ ನಾನು ಕಾಲೇಜಿನಿಂದ ಬಂದಿದ್ದೆ. ಅಂಜಿಯನ್ನು ಬಿಟ್ಟ ನಾಯಿ ಅವನ ಮಕ್ಕಳನ್ನು ಒಳಗಡೆ ಬಿಡದಂತೆ ತಡೆಯಿತು. ಅಂಜಿ ಕರಿಯ, ಸುಮ್ಮನಿರು ಅಂದ್ರೂ ಅದು ಕೇಳಲಿಲ್ಲ. ಅಂಜಿಯ ಚಿಕ್ಕ ಮಗ ಹೆದರಿದಂತೆ ಕಂಡಿತು. ಜನರನ್ನು ನಾಯಿ ಈ ರೀತಿ ಹೆದರಿಸ್ತಾ ಇದ್ರೆ ಅದನ್ನು ನೋಡಲು ನಾಯಿಯ

ಯಜಮಾನನಿಗೆ ಒಂದು ರೀತಿಯ ಸಂತೋಷ ಆಗುತ್ತೆ. ನಾಯಿಗೆ ಅನ್ನ ಹಾಕಿದ್ದಕ್ಕೆ.

ಸಾರ್ಥಕ ಅಂತ ಅನ್ನಿಸ್ತದೆ. ಮುಖದಲ್ಲಿ ಒಂದು ಕಿರುನಗೆ ತುಂಬಕೊಂಡ ನಾನು ಏಯ್ ಕರಿಯ ಬಿಡು ಅವನ್ನ ಅಂದೆ. ಕರಿಯ ತಕ್ಷಣ ನನ್ನ ಹತ್ತಿರ ಓಡಿ ಬಂತು.

ಅಪ್ಪ ಅಂಜಿ ಅವನ ಹೆಂಡತಿ ಮಕ್ಕಳು ಎಲ್ಲಾ ಬಂದಿದ್ದಾರೆ ಅಂದೆ. ಅಲ್ಲೇ ಕೂತಿರಲಿ ಬರ್ತ್ತಿನಿ, ಎಲ್ಲಾ ಬಂದಿದ್ದಾರ ಹೌದಪ್ಪ, ನಾಲ್ಕೂ ಜನಾನೂ ಇದ್ದಾರೆ ಅಂದೆ.

ಒಂದ್ಯೆದು ನಿಮಿಷ ಬಿಟ್ಟು ಅಪ್ಪ ಹೊರಬಂದರು. ಅವರ ಕೈಯಲ್ಲಿ ಒಂದು ತಾಮ್ರದ ಚಂಬು ಇತ್ತು. ಅದರಲ್ಲಿ ನೀರು ತುಂಬಿ ತಂದಿದ್ದರು. ಮುಖದಲ್ಲಿ ಸ್ವಲ್ಪ ಸಿಟ್ಟು ಇತ್ತು. ನೋಡು ಅಂಜಿ ಇದು ಮಂತ್ರಿಸಿದ ನೀರು. ಇದನ್ನು ನೀನು, ನಿನ್ನ ಹೆಂಡತಿ ಮತ್ತು ಮಕ್ಕಳು ಎಲ್ರೂ ಕುಡಿಬೇಕು. ಒಂದೇ ಒಂದು ಚೂರು ನೆಲಕ್ಕೆ ಬೀಳಬಾರದು ಎತ್ತಿ ಕುಡಿದ್ರೆ ನೀರು ಚಲ್ತದೆ ಅಂತ ಆದ್ರೆ ಬೇಕಾದ್ರೆ ಕಚ್ಚೆ ಕುಡೀರಿ ಅಂದ್ರು,

ಅಂಜಿ ಚೆಂಬು ತೆಗೆದುಕೊಳ್ಳಲು ಮುಂದೆ ಬಂದ. ಆಗ ಅಪ್ಪಸ್ವಲ್ಪ ತಡಿ ಇನ್ನೊಂದು ವಿಷಯ ಹೇಳಬೇಕು. ಅದನ್ನು ಹೇಳ್ತೀನಿ. ಆಮೇಲೆ ಬೇಕು ಅನಿಸಿದ್ರೆ ಕುಡಿ, ಬೇಡ ಅಂದ್ರೆ ಬೇಡ ಅಂದ್ರು ಅವನು ತುಸು ಹಿಂದೆ ಸರಿದ.

ಇದು ಮಂತ್ರಿಸಿದ ನೀರು. ಇದನ್ನು ಕುಡಿದ ಮೇಲೂ ನೀನು ಸಾರಾಯಿ ಕುಡಿದ್ರೆ, ನೀನು ಮಾತ್ರ ಅಲ್ಲ, ನಿನ್ನ ಇಡೀ ಸಂಸಾರ ನಾಶ ಆಯ್ತದೆ, ನಾಶ ಅಂದ್ರೆ ನಾಶ, ಯಾರೂ ಉಳಿಯೋದಿಲ್ಲ. ಏನ್ ಮಾಡ್ತಿಯಾ ಕುಡಿತಿಯಾ ಅರ್ಥ ಇಲ್ವ ಅಂದ್ರು.

ಅಂಜಿ ಗರಬಡಿದವನಂತೆ ನಿಂತು ಬಿಟ್ಟ. ಅವನ ಹೆಂಡತಿ ಮಕ್ಕಳಿಗೂ ಹೆಚ್ಚು ಕಡಿಮೆ ಗರಬಡಿದಂತೆ ಆಗಿತ್ತು. ಯಾರೂ ಮಾತನಾಡಲಿಲ್ಲ. ಮಿಸುಕಾಡಲೂ ಇಲ್ಲ. ಎಲ್ಲರೂ ಅಪ್ಪನನ್ನೇ ನೋಡುತ್ತಾ ನಿಂತುಬಿಟ್ಟರು. ಅಪ್ಪನ ಈ ಹೊಸ ಅವತಾರ ನನಗೂ ಭಯ ಹುಟ್ಟಿಸಿತು. ಇದೇನು ಕತೆ ಅಂತ ನಾನೂ ಕಣ್ಣು ಬಾಯಿ ಬಿಟ್ಟು ನೋಡಿದೆ. ಅಪ್ಪನಿಗೆ ಸಿಟ್ಟು ಬಂದಂತೆ ಇತ್ತು. ಅವರು ಲಘುವಾಗಿ ಕಂಪಿಸುತ್ತಿದ್ದರು. ಅವರ ಕೈಯಿಂದ ಚೆಂಬು ಬಿದ್ದು ಹೋಗುವ ಸಾಧ್ಯತೆಯೂ ಇತ್ತು. ಕಂಪನ ಸ್ವಲ್ಪ ಜಾಸ್ತಿಯಾದರೆ ಅಪ್ಪನೂ ಆಯತಪ್ಪಿ ಬೀಳಬಹುದು ಅಂತಲೂ ಅನಿಸಿತು. ಮೆಲ್ಲನೆ ಹಿಂದಿನಿಂದ ಹೋಗಿ ಅಪ್ಪನ ಪಕ್ಕದಲ್ಲಿ ನಿಂತೆ. ಒಂದು ವೇಳೆ ಅವರು ಬಿದ್ದುಬಿಟ್ಟರೆ ಆಗ ಅವರನ್ನು ಬೀಳದಂತೆ ತಡೆಯಬಹುದು ಎಂಬ ಆಸೆಯೂ ಇತ್ತು.

ಆಯ್ಯ ಇನ್ಮುಂದೆ ನನ್ನ ಮಕ್ಕಳಾಣೆ ನಾನು ಕುಡಿಯೋದಿಲ್ಲ. ಕುಡಿದ್ರೆ ನಿಮ್ಮ ಚಪ್ಪಲಿ ತಗೊಂಡು ಮುಖದ ಮೇಲೆ ಹೊಡಿರಿ. ಈ ಶಾಪದ ನೀರು ಮಾತ್ರ ಕುಡಿಸಬೇಡಿ, ನಾನು ಮಾಡೋ ತಪ್ಪಿಗೆ ಇವರಿಗೆಲ್ಲಾ ಯಾಕೆ ಶಿಕ್ಷೆ ಅಂತ ಅಳಲು ಶುರು ಮಾಡಿದ. ಅಪ್ಪನ ಕಾಲಿಗೂ ಬಿದ್ದ. ಅವನು ಕಾಲಿಗೆ ಬಿದ್ದದ್ದನ್ನು ಕಂಡು ಅವನ ಹೆಂಡತಿ ಮಕ್ಕಳೂ ಅಪ್ಪನ ಕಾಲಿಗೆ ಬಿದ್ದರು. ಹಾಗಾದ್ರೆ ಒಂದು ಕೆಲ್ಸ ಮಾಡ್ತೀನಿ ತಡಿ ಅಂತ ತಾನೇ ಗಟ ಗಟ ಅಂತ ಚೆಂಬಿನಲ್ಲಿದ್ದ ನೀರು ಕುಡಿದರು. ನೋಡು ಅಂಜಿ. ಇದು ಮಂತ್ರಿಸಿದ ನೀರು ಇದನ್ನು ದಂಡ ಮಾಡಬಾರದು. ಹಿಂಗಾಗಿ ನಾನೇ ಕುಡಿದೆ. ಇನ್ಮೇಲೆ ನೀನು ಕುಡಿದ್ರೆ ನಾನೂ ನಾಶವಾಗ್ತಿನಿ. ಅಂದ್ರೆ ನಿನಗಿಂತ ಮೊದಲು ನಾನೇ ಸತ್ತು ಹೋಗ್ತಿನಿ. ಬಾಟಲಿ ಕೈಗೆ ತಗೊಳ್ಳೋ ಮುಂಚೆ ಇನ್ಮೇಲೆ ಒಂದು ಸಲ ನೀನು ನನ್ನ ಬಗ್ಗೆ ಯೋಚನೆ ಮಾಡು. ಹಂಗೆ ಹೇಳಿದವರೇ ಉಳಿದಿದ್ದ ಅಲ್ಪಸ್ವಲ್ಪ ನೀರನ್ನು ಕೈಯಲ್ಲಿ ಹಿಡಿದು ಆ ನಾಲ್ಕೂ ಜನರ ಮೇಲೆ ಪ್ರೋಕ್ಷಣೆ ಮಾಡುವವರಂತೆ ಎರಚಿ ತಾವು ಒಳಗಡೆಗೆ ಹೋದರು.

ಅಪ್ಪ ಹೊರಗಡೆ ಬರಬಹುದು ಅಂತ ಇವರು ಅರ್ಧಗಂಟೆ ಕಾದರು. ಅಪ್ಪ ಹೊರಗಡೆ ಬರಲಿಲ್ಲ. ನಾನು ಅಪ್ಪ ಬರೋದಿಲ್ಲ ನೀವು ಮನೆಗೆ ಹೋಗಿ ಅಂದೆ. ಚಿಕ್ಕ ಅಯ್ಯ ದೊಡ್ಡ ಆಯ್ಯನಿಗೆ ಹೇಳಿಬಿಡಿ. ಇನ್ಮುಂದೆ ನಾನು ತಪ್ಪು ಮಾಡೋದಿಲ್ಲ ಅಂತ ಹೇಳಿದ ಅಂಜಿ ಮನೆಯ ಕಡೆ ಹೊರಟ. ಅವನ ಮಕ್ಕಳು ಏನು ನಡೆಯುತ್ತಿದೆ ಅನ್ನುವುದು ಅರ್ಥವಾಗದೆ ಅಪ್ಪನನ್ನು ಹಿಂಬಾಲಿಸಿದರು.

ಎಂ.ಎಸ್ಸಿ.ಗಿಂತ ಬಿ.ಎಸ್ಸಿ.ನೇ ಕಷ್ಟ ಅಂತ ಕೆಲವು ಸಲ ಅನಿಸುತ್ತಿತ್ತು. ನಮ್ಮ ತರಗತಿಯಲ್ಲಿ ಮೂವತ್ತು ಜನರಿದ್ದೆವು, ಬೇರೆ ಬೇರೆ ಕಾಲೇಜುಗಳಿಂದ ಹೊಸ ಹೊಸ ಹುಡುಗರು, ಹುಡುಗಿಯರು ಬಂದಿದ್ದರು. ನಾನು ಮಡಿಕೇರಿಗೆ ಹಳಬ, ನನ್ನ ಕಾಲೇಜಿಂದ ನಾನು ಮಾತ್ರ ಇಲ್ಲಿಗೆ ಸೇರಿದ್ದೆ. ಹೊಸ ಪರಿಸರ, ಹೊಸಗೆಳೆಯರು, ಗೆಳತಿಯರು ಹೊಸ ಅನುಭವ ಆಗುತ್ತಲೇ ಇತ್ತು. ಎಂ.ಎಸ್ಸಿ. ಇತ್ತೀಚೆಗೆ ಇಲ್ಲಿ ಆರಂಭವಾಗಿದ್ದ ಕಾರಣ ಎಲ್ಲಾ ಸವಲತ್ತುಗಳು ಇಲ್ಲಿ ಸಿಗುವುದು ಸ್ವಲ್ಪ ಕಷ್ಟವಾದರೂ ಬೇರೆ ಊರಿಗೆ ಹೋಗುವುದಕ್ಕಿಂತ ಇಲ್ಲೇ ಇರುವುದು ನನಗೆ ಹಿತ ಅನಿಸಿತು.

ನಾನು ಏಕೆ ಎಂ.ಎಸ್ಸಿ, ಮಾಡುತ್ತಿದ್ದೇನೆ ಅನ್ನುವುದೇ ನನಗೆ ಸರಿಯಾಗಿ ಅರ್ಥವಾಗಿರಲಿಲ್ಲ. ಪಿ.ಯು.ಸಿ.ಯಲ್ಲಿ ಪ್ರಿನ್ಸಿಪಾಲರು ಕಲಾ ವಿಭಾಗ ತಗೋ ಅಂದಿದ್ದರೆ ಈಗ ನಾನು ಎಂ.ಎ. ಮಾಡುತ್ತಿದ್ದೆ. ಒಂದು ವೇಳೆ ಅವರು ಕಾಮರ್ಸ್ ತಗೋ ಅಂದಿದ್ದರೆ ನಾನು ಈಗ ಎಂ.ಕಾಂ. ಮಾಡುತ್ತಿದ್ದೆ. ಅಂದ್ರೆ ಇವತ್ತು ನಾನು ಏನಾಗಿದ್ದೇನೋ ಅದಕ್ಕೆ ನಾನು ಕಾರಣಕರ್ತ ಅಲ್ಲ. ಅದಕ್ಕೆ

ಪ್ರಿನ್ಸಿಪಾಲರು ಕಾರಣ ಅಪ್ಪ ಒಂದು ವೇಳೆ ಇವನು ಓಡುವುದು ಬೇಡ ಓದಲಿ ಅಂದಿದ್ದರೆ ನಾನು ಈಗ ಇಂಜಿನಿಯರಿಂಗ್ ಅಥವಾ ದಂತವೈದ್ಯ ಏನೋ ಆಗುವ ಹಂತದಲ್ಲಿ ಇರುತ್ತಿದ್ದೆ.

ನಮ್ಮ ಬದುಕನ್ನು ಯಾರೋ ನಮಗೆ ಅರ್ಥವಾಗದೇ ಇರುವ ಸಮಯದಲ್ಲಿಯೇ ರೂಪಿಸಿ ಬಿಡುತ್ತಾರೆ. ಅವರು ಯಾವತ್ತೋ ಹಾಕಿದ ಅಡಿಪಾಯದ ಮೇಲೆ ನಾವು ಮನೆ ಕಟ್ಟುತ್ತೇವೆ. ಅನಂತರ ಈ ಸಾಧನೆ ನಮ್ಮ ಸ್ವಂತ ಸಾಧನೆ ಅಂತ ಬೀಗುತ್ತೇವೆ. ಹಾಗೂ ಒಂದು ವೇಳೆ ಸುರೇಂದ್ರನ ಹಾಗೆ ಫೇಲಾಗಿದ್ದರೆ ಆಗ ನನ್ನ ಬದುಕಿನ ದಿಕ್ಕು ಇನ್ನೊಂದು ರೀತಿಲಿ ಇರುತ್ತಿತ್ತು. ಕುಡಿಯುವ, ಭಂಗಿ ಸೇದುವ ಚಟ ಬೆಳೆಸಿಕೊಂಡಿದ್ದರೆ ನಾನೂ ಕೂಡ ಕಂಡ ಕಂಡವರ ಮುಂದೆ ಇಪ್ಪತ್ತು ರೂಪಾಯಿ ಕೊಡಿ. ಐವತ್ತು ರೂಪಾಯಿ ಕೊಡಿ ಅನ್ನುತ್ತಾ ಅಂಗಲಾಚುತ್ತಿದ್ದೆ ಅಥವಾ ಫೇಲಾದ ನಂತರ ನನ್ನ ಕಸುಬೇ ಕಲಿ ಅಂತ ಅಪ್ಪ ಹೇಳಿದ್ದರೆ, ಇವತ್ತು ನಾನು ಮರಿ ಶಾಸ್ತ್ರಿಯಾಗಿರುತ್ತಿದ್ದೆ. ಅಪ್ಪ ಮನೆಯಲ್ಲಿ ಕಷ್ಟ ಓದಿಸಲು ಆಗುವುದಿಲ್ಲ ಅಂತ ಹೇಳಿದ್ದರೆ ಅಬ್ದುಲ್ ಸಮದ್ ತರ ನಾನೂ ಪೊಲೀಸ್ ಆಗಿರುತ್ತಿದ್ದೆ. ನನ್ನ ಬದುಕಿಗೆ ಎಷ್ಟೆಲ್ಲಾ ಸಾಧ್ಯತೆಗಳಿದ್ದವು. ನನ್ನ ಪರಿಶ್ರಮದಷ್ಟೇ ನನ್ನ ಬದುಕಿನಲ್ಲಿ ಅಪ್ಪನ ಪರಿಶ್ರಮವೂ ಇದೆ.

ನನ್ನ ಬದುಕು ಹಾದಿ ತಪ್ಪುವ ಸಾಧ್ಯತೆಗಳಿದ್ದವು. ನಾನು ಭಂಗಿ ಸೇದಿದ್ದೆ. ಸಿಗರೇಟು ಸೇದಿದ್ದೆ. ಕುಡಿಯುವುದನ್ನು ಕಲಿತಿದ್ದ. ಇವೆಲ್ಲಕ್ಕಿಂತ ಮಿಗಿಲಾಗಿ ನನಗೆ ಹೆಂಗಸಿನ ಚಟ ಅಂಟಿಕೊಂಡಿತ್ತು. ಅಪ್ಪನಿಗೆ ಕಾಣದಂತೆ ನಾನು ಏನೆಲ್ಲಾ ಮಾಡಿದೆ. ಯಾವುದರಲ್ಲಿಯೂ ಸಿಕ್ಕಿಬೀಳಲಿಲ್ಲ. ಪುಣ್ಯಕ್ಕೆ ಯಾವ ಕೆಟ್ಟ ಅಭ್ಯಾಸವೂ ನನಗೆ ಅಂಟಿಕೊಳ್ಳಲಿಲ್ಲ. ದೇವರು ದೊಡ್ಡವನು ನನ್ನ ಕಾಪಾಡಿದ ಎಂದು ದೇವರಿಗೆ ಮನದಲ್ಲಿಯೇ ವಂದಿಸಿದೆ.

ಮಲ್ಲಿಗೆ ಮತ್ತು ಅವಳ ಮಗಳು ಯಾವುದೋ ಅಂಗಡಿಯ ಮುಂದೆ ನಿಂತಿದ್ದನ್ನು ನಾನು ಒಂದು ದಿವಸ ಕಂಡೆ. ಮಲ್ಲಿಗೆ ನನ್ನ ಕಡೆ ನೋಡಿರಲಿಲ್ಲ. ಅವಳ ಮಗಳು ಸುಜಾತ ನನ್ನ ಗಮನಿಸಿದಳು. ಪರಿಚಯದ ನಗೆ ಬೀರಿದಳು. ನಾನು ನಿಂತಿದ್ದ ಜಾಗದಿಂದ ಕೈ ಬೀಸಿದೆ. ಅವಳು ಅದನ್ನು ಸ್ವೀಕಾರ ಮಾಡಿದಳು. ನಂತರ ಮಲ್ಲಿಗೆಯ ಬೆನ್ನು ತಟ್ಟಿ ನನ್ನ ಕಡೆ ತೋರಿಸಿದಳು. ಮಲ್ಲಿಗೆ ಅವಳ ಮಗಳ ಕೈ ಹಿಡಿದುಕೊಂಡೇ ನನ್ನ ಹತ್ತಿರ ಬಂದಳು. ನನಗೆ ಕಸಿವಿಸಿಯಾಯಿತು.

ನಮಸ್ಕಾರ ಚಿಕ್ಕ ಅಯ್ಯ ಚೆನ್ನಾಗಿದ್ದೀರಾ ದೊಡ್ಡ ಅಯ್ಯ ಹೆಂಗಿದ್ದಾರೆ ಹಂ. ಚೆನ್ನಾಗಿದ್ದೀನಿ ನೀನು ಚೆಂದನಾ,

ನೋಡ್ತಾ ಇದ್ದೀರಲ್ಲ, ದೊಡ್ಡ ಅಯ್ಯನ ದಯೆ, ಗಂಡ ಈ ಮಗಳು ನನ್ನ ಚೆನ್ನಾಗಿ ನೋಡ್ಕೊತಾರೆ. ಯಾವುದೇ ಚಿಂತೆ ಇಲ್ಲ.

ಇವಳೇನು ಮಾಡ್ತಾಳೆ.

ನಾನು ಸಕೆಂಡ್ ಇಯರ್ ಡಿ.ಎಡ್. ಮಾಡ್ತಾ ಇದ್ದೀನಿ. ಕೂಡಿಗೇಲಿ.

ಆಮೇಲೆ ಏನ್ ಮಾಡ್ತಿಯೊ, ಈಗ ಅದ್ಕೆ ಕೆಲಸ ಸಿಗೋದು ಕಷ್ಟ.

ಇನ್ನೇನು ಮಾಡೋದು, ಬಿ.ಎ.ಗೆ ಸೇರೋದು ಅಷ್ಟೇ. ನಾನು ಡಿ.ಎಡ್ ಬೇಡ ಅಂದೆ ಅಪ್ಪ ಕೇಳಲಿಲ್ಲ. ಅಮ್ಮನ ಹತ್ರಾನೂ ಹೇಳಿದ್ದೆ. ಪ್ರಯೋಜನ ಆಗಲಿಲ್ಲ. ಅಂದ್ಲು.

ಅಂಜಿ ಅಣ್ಣ ಸಂತೆಗೆ ಬಂದಾಗಲೆಲ್ಲಾ ಮನೆಗೆ ಬರ್ತಾನೆ, ಅಲ್ಲಿ ಕತೆ ಎಲ್ಲಾ ಹೇಳ್ತಾ ಇರ್ತಾನೆ.

ಅಯ್ಯನ ನೋಡಕೆ ಬರಬೇಕು. ಅಂದ್ರೆ ನಂಗೆ ಆಯ್ತಾನೇ ಇಲ್ಲ ಅಂದ್ಲು ಮಲ್ಲಿಗೆ ಪರವಾಗಿಲ್ಲ ಬಿಡು. ನೀನು ಚೆಂದಾಗಿದ್ದೀಯಲ್ಲ ಅಷ್ಟೇ ಸಾಕು.

ಚಿಕ್ಕ ಅಯ್ಯ ಹಳೇದಲ್ಲಾ ಮರೆತುಬಿಡಿ. ಹಿಂದಕ್ಕೆ ಯೋಚ್ನೆ ಮಾಡೋದ್ರಿಂದ ಏನೂ ಆಗೋದಿಲ್ಲ.

ಯಾವ ವಿಷಯ ಹೇಳ್ತಾ ಇದ್ದೀಯಾ ನೀನು ಅಂದೆ.

ಸುಮ್ನೆ ಮಾತಿಗೆ ಹಾಗಂದೆ ನಾವೂ ಬರ್ತಿವಿ. ಅವ್ರು ಮನೆಗೆ ಇವತ್ತು ಬೇಗ ಬರ್ತಾರೆ. ಮನೆ ಕೀ ನಮ್ಮ ಹತ್ರಾನೇ ಇದೆ. ಅಂತ ಮಲ್ಲಿಗೆ ಹೊರಟಳು. ಮಗಳು ಸುಜಾತ ಅವಳನ್ನು ಹಿಂಬಾಲಿಸಿದಳು. ಅವರಿಬ್ಬರ ಮುಖದ ಮೇಲೆ ಇದ್ದ ಸಂತೃಪ್ತ ಭಾವವೇ ಅವರು ಚೆನ್ನಾಗಿದ್ದಾರೆ ಅನ್ನುವುದನ್ನು ಸಾರಿ ಸಾರಿ ಹೇಳುತ್ತಿತ್ತು.

ಮಲ್ಲಿಗೆ ಮತ್ತು ನನ್ನ ಪ್ರಥಮ ಭೇಟಿಯ ದಿನ ಅವಳು ನನ್ನನ್ನು ಯಾಕೆ ಕೆಣಕಿದಳು. ಅನ್ನುವ ಪ್ರಶ್ನೆ ಬಹಳ ದಿನ ನನ್ನನ್ನು ಕಾಡಿದ್ದು ನಿಜ. ಅವಳು ಅವತ್ತು ಹಾಗೆ ವರ್ತಿಸದಿದ್ದರೆ ನಾನು ಅವಳ ಹತ್ತಿರವೂ ಸುಳಿಯುತ್ತಿರಲಿಲ್ಲ. ಇದಕ್ಕೆ ಉತ್ತರ ಅವಳೇ ಹೇಳಬೇಕಾಗಿತ್ತು. ಆದರೆ ಕೇಳುವ ಅವಕಾಶವೇ ಸಿಗಲಿಲ್ಲ. ಅವಳು ಉತ್ತರ ಹೇಳದಿದ್ದರೂ ಪರವಾಗಿಲ್ಲ. ನಮ್ಮ ಪ್ರಕರಣ ಸುಖಾಂತ್ಯ ಕಂಡಿತಲ್ಲ ಅಷ್ಟೇ ಸಾಕು ನನಗೆ ಅಂದುಕೊಂಡು ನಿಟ್ಟುಸಿರು ಬಿಟ್ಟೆ.

ಈ ಕಾಮ ಅನ್ನುವುದು ಕೂಡ ಒಂದು ರೀತಿಯ ಚಟವೇ. ಅದು ನಮ್ಮ ನಿಯಂತ್ರಣದಲ್ಲಿ ಇಲ್ಲದೆ ಅದರ ನಿಯಂತ್ರಣಕ್ಕೆ ನಾವು ಸಿಕ್ಕಿಕೊಂಡರೆ ಅದು ನಮ್ಮನ್ನು ಮುಗಿಸಿಬಿಡುತ್ತದೆ. ಸಿಗರೇಟು ವಿಸ್ಕಿಯ ಚಟ ನನ್ನ ಮೈಗೆ ಅಂಟಲಿಲ್ಲ. ಆದರೆ ಈ ಹೆಂಗಸಿನ ಚಟ ಮಾತ್ರ ಚನ್ನಾಗಿಯೇ ಅಂಟಿಕೊಂಡು ಬಿಟ್ಟಿತ್ತು. ಇದು ನನ್ನ ದುರ್ಬಲತೆ ಇರಬಹುದೆ ಎಂಬ ಪ್ರಶ್ನೆಯನ್ನು ನನಗೆ ನಾನು ಹಾಕಿಕೊಂಡೆ ಉತ್ತರ ಅಸ್ಪಷ್ಟವಾಗಿತ್ತು.

ಎಂ.ಎಸ್ಸಿ. ಮುಗಿದ ನಂತರ ಮುಂದೇನು? ನಾನು ಓದಿರುವ ಓದಿಗೆ ಎಲ್ಲಾದರೂ ಒಳ್ಳೆಯ ಉದ್ಯೋಗ ಸಿಗುತ್ತದೆ. ಆದರೆ ಊರು ಬಿಡಬೇಕು.

ಊರು ಬಿಡದೆ ನಾನೂ ಊರಿನಲ್ಲಿ ಇದ್ದರೆ ಓದಿದ್ದು ದಂಡ, ನಾನು ಊರು ಬಿಟ್ಟರೂ ಅಪ್ಪ ಬಿಡುವುದಿಲ್ಲ. ನಾನು ಮೈಸೂರು, ಬೆಂಗಳೂರು, ದೆಹಲಿ, ಹೈದರಾಬಾದ್ ಅಥವಾ ವಿದೇಶದಲ್ಲಿ ನೌಕರಿ ಅಂತ ಹೋಗಬಹುದು ಆಗ ಅಪ್ಪ ಒಂಟಿಯಾಗುತ್ತಾರೆ. ಅಪ್ಪನನ್ನು ಬಿಟ್ಟು ಹೋಗುವುದು ಎಷ್ಟು ಸರಿ, ಒಂಟಿಯಾಗಿ ಇರುವ ಅವರನ್ನು ಯಾರು ನೋಡಿಕೊಳ್ಳುತ್ತಾರೆ. ಈ ಒಂಟಿತನದ ಭಯ ಅಪ್ಪನನ್ನು ಕಾಡಿರಬಹುದು. ಅದಕ್ಕಾಗಿಯೇ ಅವರು ಅಂಜಿಯನ್ನು ಅಷ್ಟರಮಟ್ಟಿಗೆ ಹಚ್ಚಿಕೊಂಡಿದ್ದಾರೆ.

ಒಂದು ಒಳ್ಳೆಯ ಉದ್ಯೋಗ ಸಂಪಾದಿಸುವುದು ಮತ್ತು ಅಪ್ಪನನ್ನು ಚೆನ್ನಾಗಿ ನೋಡಿಕೊಳ್ಳುವುದು ಮಾತ್ರ ನನ್ನ ಧ್ಯೇಯವಾಗಿತ್ತು. ಒಳ್ಳೆಯ ಉದ್ಯೋಗ ಸಿಗಬೇಕಾದರೆ ಒಳ್ಳೆಯ ಅಂಕ ಗಳಿಸಬೇಕು. ಅಂಕ ಗಳಿಸಬೇಕಾದರೆ ಚೆನ್ನಾಗಿ ಓದಬೇಕು. ನಾನು ಚೆನ್ನಾಗಿ ಓದಲಾರಂಭಿಸಿದೆ. ಇತರ ಯಾವುದೇ ವಿಚಾರಗಳು ತಲೆಯಲ್ಲಿ ಸುಳಿಯದಂತೆ ಜಾಗೃತ ವಹಿಸಿದೆ.

ಜಯರಾಮೇಗೌಡರಿಗೆ ಯಾವುದೋ ಒಂದು ನಿಗಮದ ಅಧ್ಯಕ್ಷ ಸ್ಥಾನ ದೊರಕಿತ್ತು. ಇದು ಕೂಡ ಅಪ್ಪನ ಕಾರಣದಿಂದಲೇ ಆಗಿದ್ದು ಅಂತ ಅವರು ಬಲವಾಗಿ ನಂಬಿದರು. ಅಪ್ಪನಿಗೆ ಕೃತಜ್ಞತೆ ಹೇಳುವ ಸಲುವಾಗಿ ಅವರು ಬಂದಿದ್ದರು. ಅದೂ ಇದೂ ಮಾತನಾಡಿದ ನಂತರ ನನ್ನ ವಿಚಾರವು ಬಂತು.

ಭಾರ್ಗವ ಎಂ.ಎಸ್ಸಿ ಆದ ಮೇಲೆ ಏನು?

ಯೋಚನೆ ಮಾಡಿಲ್ವ.

ನೀವು ಐ.ಎ.ಎಸ್ ಅಥವಾ ಕೆ.ಎ.ಎಸ್. ಮಾಡಿ ಕೆ.ಎ.ಎಸ್. ಆದ್ರೆ ನಾನು ಸಹಾಯ ಮಾಡಬಹುದು. ಅಲ್ಲಿ ಇರೋರೆಲ್ಲಾ ನಮ್ಗೆ ಬೇಕಾದವರು.

ಅಂದ್ರೆ ಯೋಗ್ಯತೆ ಇಲ್ದೇ ಇದ್ರೂ ಪರವಾಗಿಲ್ಲ ಅಂತಿರಾ ಅಪ್ಪನ ಪ್ರಶ್ನೆ.

ಹಾಗಲ್ಲ ನಮಗೆ ಬೇಕಾದವರಿಗೆ ಸಹಾಯ ಮಾಡಬಹುದು.

ಅಂದ್ರೆ ನೀವು ಕಳಿಸಿದ್ದರಲ್ಲ. ಮಹದೇವಸ್ವಾಮಿ ಅವನ ತರಾನ.

ಹೆಚ್ಚು ಕಡಿಮೆ ಹಾಗೇ ಅಂತ ಇಟ್ಕೊಳ್ಳಿ.

ಜಯರಾಮೇಗೌಡ್ರೆ ಅಂತದ್ದು ಬೇಡವೇ ಬೇಡ, ಅವನಿಗೆ ನಾನು ಗಂಡಸು ಅನ್ನೋದೇ ಮರೆತುಹೋಗಿತ್ತು. ಎಷ್ಟರಮಟ್ಟಿಗೆ ಭಯ ಬಿದ್ದಿದ್ದ ಅಂದ್ರೆ ಹೆಣ್ಣನ್ನ ಮುಟ್ಟೋಕು ಅವನು ಹೆದರಿಕೊಳ್ತಾ ಇದ್ದ. ಅವನಲ್ಲಿ ಪುನಃ ಗಂಡಸುತನ ತುಂಬಬೇಕಾದ್ರೆ ನಂಗೆ ಸಾಕು, ಸಾಕಾಗಿ ಹೋಯ್ತು. ನನ್ನ ಮಗನನ್ನು ಅವನ ತರ ಮಾಡಬೇಕು ಅಂತಾ ಇದ್ದೀರಾ, ಅಂತ ಅಪ್ಪ ರಾಗ ಎಳೆದರು. ಶಾಸ್ತ್ರಿಗಳೇ, ನೀವ್ರೋ ನಿಮ್ಮ ಪ್ರಶ್ನೆಗಳೋ ಒಂದ್ವೇಳೆ ಹಾಗೆ ಆಯ್ತು ಅಂತಾನೇ ಇಟ್ಕೊಳ್ಳಿ. ಎಲ್ಲಾ ಸರಿ ಮಾಡಕೆ ನೀವು ಇದ್ದೇ ಇದ್ದೀರಿ ಅಂತ ಜಯರಾಮೇಗೌಡರು ನಕ್ಕರು.

ನಾನು ಕೆ.ಎ.ಎಸ್. ಪರೀಕ್ಷೆಯ ಬಗ್ಗೆ ಯೋಚನೆ ಮಾಡತೊಡಗಿದೆ. ಎಂ.ಎಸ್ಸಿ, ಮುಗಿಯಲು ಇನ್ನೂ ಆರು ತಿಂಗಳಿದೆ. ಅನಂತರ ಅದರ ಬಗ್ಗೆ ಯೋಚ್ನೆ ಮಾಡೋಣ ಅಂತ ತೀರ್ಮಾನ ಮಾಡಿದೆ.

ಅವತ್ತು ಭಾನುವಾರ, ಎಂದಿನಂತೆ ಓಡಲುಹೋಗಿದ್ದೆ. ಕರಿಯನೂ ನನ್ನ ಹಿಂದೆ ಬಂದಿದ್ದ. ಓಡಿ ಓಡಿ ಇಬ್ಬರಿಗೂ ಸುಸ್ತಾಗಿತ್ತು. ಮನೆಯ ಹತ್ತಿರ ಬಂದಾಗ ಒಂದು ಮಾರುತಿ ವ್ಯಾನ್ ನಿಂತಿತ್ತು. ನಮ್ಮ ಮನೆಗೆ ಕಾರು, ವ್ಯಾನು, ಜೀಪು, ಮಿನಿ ಬಸ್ಸು ಬರುವುದು ಅಪರೂಪವೇನೂ ಅಲ್ಲ, ಹೀಗಾಗಿ ನಾನು ತಲೆಕೆಡಿಸಿಕೊಳ್ಳಲಿಲ್ಲ. ಮನೆಯ ಜಗುಲಿಯ ಮೇಲೂ ಯಾರು ಕಾಣದಿದ್ದಾಗ ಯಾರು ಬಂದಿದ್ದಾರೆ ಅನ್ನುವ ಕುತೂಹಲ ಮೂಡಿತು. ಆದೇ ಕುತೂಹಲದಲ್ಲಿ ಒಳಗಡೆ ಹೋದೆ. ಒಬ್ಬ ಹೆಂಗಸು ನನ್ನ ಕಡೆ ಬೆನ್ನು ಹಾಕಿ ಕುಳಿತಿದ್ದರು. ಅಪ್ಪ ಬಾಗಿಲಿನ ಕಡೆ ಮುಖ ಹಾಕಿ ಕುಳಿತಿದ್ದರು. ನನ್ನ ಕಂಡ ಕೂಡಲೇ ಅಪ್ಪ ಇವನೇ ನನ್ನ ಮಗ ಭಾರ್ಗವ ಅಂದ್ರು. ಆ ಮಹಿಳೆ ತಿರುಗಿ ನೋಡಿದರು. ನನ್ನ ಮುಖದಲ್ಲಿ ಮಿಂಚಿನ ಸಂಚಾರವಾಯಿತು. ದೊಡ್ಡಮ್ಮ' ಅಂದೆ.

ಅರೇ ನಿಂಗೆ ಹೇಗೆ ಗೊತ್ತು ಅಂದ್ರು ಅಪ್ಪ, ಅದೇ ಅಪ್ಪ ಸಗಣಿ ಪ್ರಕರಣ ಅಂದೆ.

ಸರಿ ಸರಿ ಬಾ ಇಲ್ಲೇ ಕೂತ್ಕೋ ಅಂದ್ರು ಅಪ್ಪ.

ಇಲ್ಲೇ ಬಾಪ್ಪ ನನ್ನ ಜೊತೆ ಕೂತ್ಕೋ ಆವತ್ತೇ ನಾನು ನಿನ್ನ ಒಳಕ್ಕೆ ಕರಿಯೋಣ ಅಂತಿದ್ದೆ. ಆದ್ರೆ ನಿಮ್ಮಪ್ಪನಿಗೂ ನಿಮ್ಮ ದೊಡ್ಡಪ್ಪನಿಗೂ ಎಣ್ಣೆ ಸೀಗೆಕಾಯಿ, ಒಬ್ಬರ ಮುಖ ಕಂಡ್ರೆ ಒಬ್ಬರಿಗೇ ಆಗೋದಿಲ್ಲ. ಇವರಿಬ್ರ ಮಧ್ಯದಲ್ಲಿ ನಾನು ಹೆಂಗಸು. ಮಾತಾಡೋ ಹಾಗೆ ಇಲ್ಲ. ಸುಮ್ಮನೆ ಇರೋ ಹಾಗೂ ಇಲ್ಲ. ನಿನ್ನ ತಾತ ಅಜ್ಜಿಗೂ ನಿಮ್ಮ ಬಗ್ಗೆ ಆಸೆ ಇತ್ತು. ಆದ್ರೆ ಇವರಿಬ್ಬರ ಮಧ್ಯೆ ಅವರದ್ದೂ ನಂದೇ ಕಥೆ ಯಾರಿಗೆ ಹೇಳೋದು ಯಾರಿಗೆ ಬಿಡೋದು. ಈ ಯುದ್ಧ, ಮಾಡೋ ಜನರಿಗೆ ಗೊತ್ತಿರೋದಿಲ್ಲ. ಯುದ್ಧ ನೋಡುವವರ ಸಂಕಟ, ಯಾರಿಗೆ ಏಟು ಬಿದ್ರೂ ಅದು ನಮಗೇ ಬಿದ್ದ ಗಾಯ ಆಗಿರುತ್ತೆ. ಅಯ್ಯೋ ಹೋಗ್ಲಿ ಬಿಡಿ ದೊಡ್ಡಮ್ಮ ಚೆನ್ನಾಗಿದ್ದೀರಿ ತಾನೆ ಅಂದೆ.

ಚೆನ್ನಾಗಿದ್ದೀವಿ ಅಂತ ಅಂದುಕೊಂಡ್ರೆ ಚೆನ್ನಾಗಿದ್ದೀವಿ. ಇಲ್ಲ ಅಂತ ಅನ್ಕೊಂಡ್ರೆ ಇಲ್ಲ. ನನ್ನ ಮಗನಿಗೆ ಪಿರಿಯಾಪಟ್ಟಣದ ಕೆನರಾಬ್ಯಾಂಕಲ್ಲಿ ಕೆಲಸ ಸಿಕ್ಕಿದೆ. ಅವನು ಆಫೀಸರ್ ಆಗಿದ್ದಾನೆ. ಇಲ್ಲಿಗೆ ವರ್ಗ ಆಗಿ ಮೂರು ತಿಂಗಳು ಆಯ್ತು. ಮದುವೆನೂ ಆಗಿದೆ. ಅವನ ಹೆಂಡತಿ ಬೆಂಗಳೂರಲ್ಲೇ ಇದ್ದಾಳೆ. ಅವಳೀಗ ಗರ್ಭಿಣಿ ಇಲ್ಲಿಗೆ ಬರೋ ಹಾಗಿಲ್ಲ. ಇವನಿಗೆ ಹೋಟೆಲ್ ಊಟ ಆಗೋದಿಲ್ಲ. ಆದ್ಕೆ ನಾನೂ ಈಗ ಇಲ್ಲೇ ಇದ್ದೀನಿ. ದೇವಸ್ಥಾನಕ್ಕೆ, ಮನೆಗೆ

ಹೋಗಿ ಬರ್ತೀನಿ ಅಂದೆ. ಅವನು ಟ್ಯಾಕ್ಸಿ ಮಾಡಿ ಕಳಿಸಿದ. ಅವನ ಕಾರು ಬೆಂಗಳೂರಲ್ಲೇ ಇದೆ.

ನಾನು ದೇವಸ್ಥಾನಕ್ಕೆ ಅಂತ ಬರಲಿಲ್ಲ ಮನೆ ಹೇಗಿದೆ ಅಂತ ನೋಡೋಕೂ ಬರಲಿಲ್ಲ. ನಿಮ್ಮ ಅಪ್ಪನ ನೋಡಬೇಕು ಅಂತಾ ಬಹಳ ದಿನದಿಂದ ಅನಿಸ್ತಾ ಇತ್ತು. ಅದ್ಕೆ ಬಂದೆ. ಅವನನ್ನೂ ಕರಿಬಹುದಿತ್ತು. ಆದ್ರೆ ಅವನು ಅಪ್ಪನ ಹಾಗೇನೆ. ಹಿಂಗಾಗಿ ಅವನಿಗೆ ಸುಳ್ಳು ಹೇಳಿ ನಾನು ಬಂದೆ.

ನೀನು ಹೇಗಿದ್ದಿಯಾ ಮಗು, ನೀನು ಚಿಕ್ಕವನಿದ್ದಾಗ ಒಂದೇ ಒಂದು ಸಾರಿಯಾದ್ರೂ ನಿನ್ನ ನನ್ನ ಮಡಿಲಲ್ಲಿ ಹಾಕ್ಕೊಬೇಕು ಅಂತ ಆಸೆ ಇತ್ತು. ಇದು ಎಷ್ಟು ಚಿಕ್ಕ ಆಸೆ ನೋಡು. ಆದ್ರೆ ಅದೂ ಕೂಡ ನೆರವೇರಲಿಲ್ಲ. ಬದುಕೇ ಹೀಗಪ್ಪ ಕೆಲವು ಸಲ ಚಿಕ್ಕ ಚಿಕ್ಕ ಆಸೆನೂ ನೆರವೇರೋದಿಲ್ಲ. ಅನ್ನುತ್ತಾ ನನ್ನ ತಲೆ ಸವರಿದರು.

ನನಗೆ ಅಳು ತಡೆಯಲಾಗಲಿಲ್ಲ. ದೊಡ್ಡಮ್ಮ ಅಂತ ಜೋರಾಗಿ ಅತ್ತು ಬಿಟ್ಟೆ, ಅವಳ ಮಡಿಲಲ್ಲಿ ಮುಖ ಇರಿಸಿ ಅಳುತ್ತಲೇ ಇದ್ದೆ. ಅವರ ಕೈ ನನ್ನ ತಲೆಯನ್ನು ಸವರುತ್ತಿತ್ತು. ನಾನು ಅಳು ನಿಲ್ಲಿಸುವ ತನಕ ಅವರು ತಲೆ ಸವರುತ್ತಲೇ ಇದ್ದರು. ಅಳು ನಿಲ್ಲಿಸಿ ಅವರ ಮುಖ ನೋಡಿದೆ. ಅವರ ಕಂಗಳಲ್ಲೂ ನೀರು ಬರುತ್ತಿತ್ತು. ಅವರು ತಮ್ಮ ಸೀರೆಯ ಸೆರಗಿನಿಂದ ನನ್ನ ಮುಖ ಒರೆಸಿದರು. ಅದೇ ಸೆರಗಿನಲ್ಲಿ ತಮ್ಮ ಕಣ್ಣೀರನ್ನು ಒರೆಸಿಕೊಂಡರು. ಅಪ್ಪನ ಕಡೆ ನೋಡಿದೆ. ಅಪ್ಪನ ಕಣ್ಣಲ್ಲೂ ನೀರಿತ್ತು.

ಅತ್ತಿಗೆ ಇಲ್ಲೇ ಊಟ ಮಾಡಿ, ನಾನು ಅಡುಗೆ ಮಾಡ್ತೀನಿ ಅಂದ್ರು ಅಪ್ಪ,

ಬೇಡ ಬೇಡ ನಾನು ಮಾಡ್ತಿನಿ. ನೀವಿಬ್ಬರೂ ಇವತ್ತು ನನ್ನ ಕೈಯ ರುಚಿ ನೋಡಿ ಅಂದ್ರು ದೊಡ್ಡಮ್ಮ, ಅಪ್ಪ ಅವತ್ತು ಹುಡುಗನ ಹಾಗೆ ಕಂಡರು. ಇಪ್ಪತ್ತು ವರ್ಷ ಚಿಕ್ಕವರಾದ ಹಾಗೆ ಕಂಡರು. ಅತ್ತಿಗೆ ಬಂದ ಸಂಭ್ರಮದಲ್ಲಿ ಅಪ್ಪ ತಮ್ಮನ್ನು ತಾವು ಮರೆತರು ಮನೆಗೆ ಬಂದ ಜನರನ್ನು ವಾಪಾಸು ಕಳಿಸಿದರು. ಅತ್ತಿಗೆ ಬಾವ ಮೈದುನರ ಸಂಭ್ರಮ ಮೇರೆ ಮೀರಿತ್ತು. ಕೆಲವು ಸಲ ಇಬ್ಬರೂ ನಾನು ಅಲ್ಲಿ ಇಲ್ಲವೇನೋ ಅನ್ನುವಂತೆ ವರ್ತಿಸಿದರು. ಅಪ್ಪನ ಮುಖದಲ್ಲಿ ಸಂತೋಷ ಎದ್ದು ಕಾಣುತ್ತಿತ್ತು. ಅಪ್ಪನ ಈ ಸಂತೋಷ ಸದಾಕಾಲ ಹೀಗೆ ಇರುವಂತಿದ್ದರೆ ಎಷ್ಟು ಚೆಂದ ಅನಿಸಿದ್ದು ಹೌದಾದರೂ ಇದು ತಾತ್ಕಾಲಿಕ, ಕೇವಲ ತಾತ್ಕಾಲಿಕ ಅನ್ನುವುದು ನನಗೆ ಮನದಟ್ಟಾಗಿತ್ತು.

ದೊಡ್ಡಮ್ಮ ಅಕ್ಕ ಹೇಗಿದ್ದಾಳೆ ಅಂದೆ.

ಅವಳು ಇಂಗ್ಲೆಂಡಿನಲ್ಲಿ ಇದ್ದಾಳೆ. ಇಂಜಿನಿಯರಿಂಗ್ ಆದ್ಮೇಲೆ ಪಂಜಾಬ್‌ನವನ್ನ ಮದ್ವೆಯಾದ್ಲು. ಅವತ್ತು ಇವರು ಕೂಗಾಡಿದ್ದೇ ಕೂಗಾಡಿದ್ದು, ಚಿಕ್ಕಪ್ಪನ ರಕ್ತ ಕುಡ್ಕೊಂಡು ಬಂದಿದ್ದಾಳೆ. ಇವಳು ನನ್ನ ಮಗಳೇ ಅಲ್ಲ.

ಸತ್ತೂ ಅವಳ ಮುಖ ನೋಡೋದೇ ಇಲ್ಲ ಅಂತ ಊರಿಡೀ ಕೇಳೋ ಹಾಗೆ ಕಿರುಚಾಡಿದ್ರು.

ಆಮೇಲೆ?

ಆಮೇಲೆ ಏನು ಅವಳು ನೀನು ಯಾವೂರ ದಾಸಯ್ಯ ಅಂತ ಕೂಡ ಇವರ ಕಡೆ ತಿರುಗಿ ನೋಡಲಿಲ್ಲ. ಮದುವೆಗೆ ಬರೋ ಹಾಗಿದ್ರೆ ಬನ್ನಿ ಇಲ್ದೆ ಹೋದ್ರೆ ಅಂತ ಹೇಳಿ ಹೋದಳು.

ಅವನ ಹೆಸರು ಧರ್ಮೇಂದ್ರಸಿಂಗ್ ಅಂತ ಜಾಟ್ ಸಿಖ್, ಅವರಪ್ಪ ಪಂಜಾಬಿನಲ್ಲಿ ದೊಡ್ಡ ಪೊಲೀಸ್ ಆಫೀಸರ್ ಅಂತೆ. ಅವರೂ ಮನೆಗೆ ಬಂದಿದ್ರು ಈಗಿನ ಕಾಲದ ಮಕ್ಕಳ ಮೇಲೆ ಒತ್ತಡ ಹೇರಬಾರದು ಅಂದ್ರು, ಅವತ್ತು ಅವರು ಬಂದಾಗ ನಮ್ಮನೆ ಮುಂದೆ ಪೊಲೀಸ್ ಕಾವಲಿತ್ತು. ಅಷ್ಟು ದೊಡ್ಡ ಪೊಲೀಸ್ ಆಫೀಸರ್ ಅವರು. ಅವರು ಬಂದಾಗ ನಮ್ಮ ಬೀದಿ ಜನ ಎಲ್ಲ ಯಾರೋ ಮಂತ್ರಿ ಬಂದಿದ್ದಾರೆ ಅಂತ ನಮ್ಮನೆ ಕಡೇನೆ ನೋಡ್ತಾ ಇದ್ದರು. ಇವರು ಅವರು ಹೇಳಿದ್ದಕ್ಕೆಲ್ಲಾ ಎಸ್ ಸಾರ್ ಎಸ್ ಸಾರ್ ಅನ್ನೋದನ್ನು ಬಿಟ್ಟರೆ ಬೇರೆ ಏನೂ ಹೇಳಿಲ್ಲ. ಮದ್ವೆ ಸಿಂಪಲ್ ಆಗಿ ಆಯ್ತು. ಬೆಂಗಳೂರಲ್ಲೇ ಆಯ್ತು. ಒಂದಿಪ್ಪತ್ತೈದು ಜನ ಮಾತ್ರ ಸೇರಿದ್ರು, ಆಮೇಲೆ ಅಮೃತಸರದಲ್ಲಿ ಆರತಕ್ಷತೆ ಇಟ್ಟುಕೊಂಡಿದ್ರು. ನಾನು ಹೋಗಿದ್ದೆ. ಇವರು ಅವನೂ ಬರಲಿಲ್ಲ. ಬರ್ದೆ ಇದ್ರೆ ಬಿಡಿ ಅಂತ ನಾನು ಹೋದೆ. ನನ್ನ ಕರ್ಕೊಂಡು ಹೋಗೋಕೆ ಅಂತ ಒಬ್ಬ ಬಂದಿದ್ದ.

ಬೆಂಗಳೂರಿಂದ ದೆಹಲಿ ತನಕ ವಿಮಾನದಲ್ಲಿ ಹೋದೆ. ಅವತ್ತೆ ಮೊದ್ಲು ಅವತ್ತೇ ಲಾಸ್ಟು ಆಮೇಲೆ ವಿಮಾನ ಹತ್ತೋ ಭಾಗ್ಯ ಬರ್ಲೇ ಇಲ್ಲ. ಹದಿನೈದು ದಿನ ನಾನು ಅಲ್ಲೇ ಇದ್ದೆ. ನನ್ನ ತುಂಬಾ ಚೆನ್ನಾಗಿ ನೋಡಿಕೊಂಡರು. ರಾಜಾತಿಥ್ಯ ಅಂತಾರಲ್ಲ ಹಾಗೆ. ಆಮೇಲೆ ಅವರು ಇಂಗ್ಲೆಂಡಿಗೆ ಹೋದರು. ಇವೆಲ್ಲಾ ಆಗಿ ಮೂರು ವರ್ಷ ಆಯ್ತು. ಅವಳೀಗ ಗರ್ಭಿಣಿ ಬಾ ಅಂತ ಕರಿತಾ ಇದ್ದಾಳೆ. ಮುಂದಿನ ತಿಂಗಳು ರಿಟೈರ್ ಆಗುತ್ತೆ. ನಾನು ಬರ್ತಿನಿ ತಡಿ ಅಂತ ಇವರು ಹೇಳ್ತಾ ಇದ್ದಾರೆ. ಅದ್ಕೆ ಪಾಸ್ಪೋರ್ಟ್ ವೀಸಾ ಅಂತ ಏನೇನೋ ಬೇಕಂತಲ್ಲ, ಅದ್ಕೆ ಸ್ವಲ್ಪ ತಡ ಆಗಿದೆ ಅಂದ್ರು.

ನಾನು ಕುಂಬಾರ ಹೆಂಗಸನ್ನ ಮದ್ವೆಯಾದೆ ಅಂತ ಅವನು ಏನೆಲ್ಲಾ ಮಾಡಿದ ಅಂತ ಅಪ್ಪ ಶುರು ಮಾಡಿದರು. ಸಾಕು ಅಪ್ಪ ನೀವು ಪುನಃ ಹಿಂದಕ್ಕೆ ಹೋಗ್ಬೇಡಿ ಅಂತ ಗದರಿದೆ. ಜೀವನದಲ್ಲಿ ಮೊದಲನೇ ಸಲ ನಾನು ಅಪ್ಪನ ಮೇಲೆ ರೇಗಿದೆ. ಆಯ್ಯೋ ಹಳೆ ಕತೆ ಯಾಕೆ ಬಿಡಿ ಅಂತ ದೊಡ್ಡಮ್ಮನೂ ಹೇಳಿದರು. ಅಪ್ಪ ಸುಮ್ಮನಾದರು.

ದೊಡ್ಡಮ್ಮನೇ ಅಡುಗೆ ಮಾಡಿ ಬಡಿಸಿದರು. ನನಗೆ ನೆನಪಿರುವ ಹಾಗೆ ಈ ಮನೆಯಲ್ಲಿ ಹೆಂಗಸರು ಅಡುಗೆ ಮಾಡಿದ್ದು ಇವತ್ತೇ ಅತ್ತಿಗೆ ನಿಮ್ಮ ತಿಳಿಸಾರಿನ ಮುಂದೆ ಯಾವ ಸಾರೂ ಇಲ್ಲ ಅಂತ ಅಪ್ಪ ಬಾಯಿ ಚಪ್ಪರಿಸಿಕೊಂಡು ಊಟ ಮಾಡಿದರು. ಅಪ್ಪ ತಮ್ಮ ನಿಯಮವನ್ನು ಎರಡನೇ ಸಲ ಮುರಿದಿದ್ದರು. ನಮ್ಮ ಊಟದ ನಂತರ ದೊಡ್ಡಮ್ಮನಿಗೆ ನಾನು ಊಟ ಬಡಿಸಿದೆ. ಇಂತಹ ಖುಷಿ ನನಗೆ ಸಿಕ್ಕ ಉದಾಹರಣೆ ತುಂಬಾ ಅಪರೂಪ.

ನಾನಿನ್ನು ಬತ್ತೀನಿ ಅಂತ ದೊಡ್ಡಮ್ಮ ಹೊರಟರು. ಅತ್ತಿಗೆ ಸ್ವಲ್ಪ ತಡೀರಿ ಅಂತ ಅಪ್ಪ ಬೀರು ಬಾಗಿಲು ತೆಗೆದು ಒಂದು ಬೆಳ್ಳಿಯ ಚೆಂಬು ತೆಗೆದು ಅತ್ತಿಗೆ ಇದು ನಿಮ್ಮ ಮಗಳಿಗೆ ನನ್ನ ಉಡುಗೊರೆ ಅಂತ ಕೊಡಿ. ಅವಳ ಹೆಸರೇನು ಅಂದರು.

ವಿಭಾವರಿ ಅಂತ.

ವಿಭಾವರಿಗೆ ಅವಳ ಚಿಕ್ಕಪ್ಪ ಕೊಟ್ಟ ಅಂತಾನೇ ಕೊಡಿ. ಇದು ನಿಮ್ಮ ಹತ್ರ ಇರ್ಲಿ ಅನ್ನುತ್ತಾ ಸಾವಿರ ರೂಪಾಯಿಯ ಒಂದು ಸಣ್ಣ ಕಟ್ಟನ್ನು ಅವರ ಕೈಗೆ ಕೊಟ್ಟರು. ಅಪ್ಪ ಬೀರು ತೆರೆದಾಗ ನಾನೂ ನೋಡಿದೆ. ಒಂದಷ್ಟು ಹಣದ ರಾಶಿಯೇ ಅಲ್ಲಿ ಬಿದ್ದಿತ್ತು. ಅಪ್ಪ ಅವನ್ನೆಲ್ಲಾ ಜೋಡಿಸಿ ಇಟ್ಟಿರಲಿಲ್ಲ. ಕೈಗೆ ಸಿಕ್ಕ ಹಣವನ್ನು ಹಾಗೆಯೇ ಬೀರುವಿಗೆ ಹಾಕಿ ಬಿಡುತ್ತಿದ್ದರು.

ದುಡ್ಡು ಹೀಗೆ ಯದ್ವಾತದ್ವಾ ಬಿಸಾಡಬಾರದು. ಇದನ್ನೆಲ್ಲಾ ಜೋಡಿಸಿಡಿ. ನಿಮ್ಮ ಹತ್ರ ಇಷ್ಟು ದುಡ್ಡಿದೆ ಅಂತ ಗೊತ್ತಾದ್ರೆ, ನನ್ಮಗ ಬ್ಯಾಂಕಿನಲ್ಲಿ ಠೇವಣಿ ಇಡಿ ಅಂತ ಬರ್ತಾನೆ. ಇಷ್ಟು ದುಡ್ಡು ನಾನು ನೋಡೇ ಇಲ್ಲ ಅಂತ ದೊಡ್ಡಮ್ಮ ಹೇಳಿದರು. ನಮ್ಮ ಮನೆಯಲ್ಲಿ ಅಷ್ಟು ದುಡ್ಡಿದೆ ಅಂತ ಅಲ್ಲಿಯ ತನಕ ನನಗೂ ಗೊತ್ತಿರಲಿಲ್ಲ.

ಅವತ್ತಿಡೀ ಅಪ್ಪ ಮೌನವಾಗಿದ್ದರು. ಪ್ರಾಯಶಃ ಹಳೆಯದ್ದೆಲ್ಲಾ ನೆನಪಿಗೆ ಬಂದಿರಬಹುದು ಅಪ್ಪ ಅಮ್ಮನ ಕಡೆಯೇ ಒಬ್ಬ ವ್ಯಕ್ತಿಯ ಜೊತೆಗೆ ನಾನು ಮಾತಾಡಿದ್ದು ಇವತ್ತೇ ಮೊದಲಾದ ಕಾರಣದಿಂದ ನಾನು ಕೂಡ ಸಂತೋಷಪಟ್ಟೆ.

ಒಂದೂವರೆ ತಿಂಗಳಿನ ನಂತರ ದೊಡ್ಡಮ್ಮ ಮನೆಗೆ ಫೋನ್ ಮಾಡಿ ನಾಳೆ ನಾನು ಇಂಗ್ಲೆಂಡಿಗೆ ಹೋಗ್ತಾ ಇದ್ದೀನಿ. ಇವರೂ ಬರ್ತಾ ಇದ್ದಾರೆ. ಮೂರು ತಿಂಗಳು ಅಲ್ಲಿಯೇ ಇರ್ತೀವಿ ಅಂದ್ರಂತೆ ಅಂತ ಅಪ್ಪ ಹೇಳಿದರು. ನನಗೆ ಮರುದಿನ ಪರೀಕ್ಷೆ ಆರಂಭವಾಗುವುದಿತ್ತಾದ ಕಾರಣ ನಾನು ಈ ಸಂಗತಿಯ ಕುರಿತಂತೆ ಅಪ್ಪನ ಜೊತೆ ಹೆಚ್ಚೇನೂ ಮಾತನಾಡಲಿಲ್ಲ. ಹೌದಾ ಅಂತ ಸುಮ್ಮನಾದೆ.

ಪರೀಕ್ಷೆಗಳು ಆರಂಭವಾದವು. ಚೆನ್ನಾಗಿಯೇ ಮಾಡುತ್ತಿದ್ದೆ. ಕೊನೆಯ ದಿನದ ಪರೀಕ್ಷೆ ಬೆಳಿಗ್ಗೆ ಎದ್ದು ಸಿದ್ಧನಾಗಿ ಅಪ್ಪ ಇವತ್ತು ಕೊನೆಯ ಪರೀಕ್ಷೆ ಅಂದೆ.

ಹೌದಾ ಹಾಗಾದ್ರೆ ನನ್ನ ಜವಾಬ್ದಾರಿ ಇವತ್ತಿಗೆ ಮುಗೀತು ಅಂದ್ರು. ಹೌದಪ್ಪ, ಇನ್ನೇಲೆ ಎಲ್ಲಾ ಜವಾಬ್ದಾರಿ ನಂದೆ ಅಂದೆ.

ಪರೀಕ್ಷೆ ಚೆನ್ನಾಗಿ ಮಾಡು, ಅಮ್ಮ ಯಾವಾಗಲೂ ನಿನ್ನ ಬೆನ್ನ ಹಿಂದೆ ಇದ್ದಾಳೆ. ಈ ಪರೀಕ್ಷೆಗಿಂತ ಬದುಕಿನ ಪರೀಕ್ಷೆ ದೊಡ್ಡದು. ಅದರಲ್ಲಿ ಪಾಸಾಗಬೇಕು. ನಂಗೆ ಒಂದು ಪೆನ್ನು ಬೇಕಾಗಿತ್ತಲ್ಲ ಅಂದ್ರು.

ಯಾಕಪ್ಪ ನೀವು ಯಾವತ್ತೂ ಏನೂ ಬರೆದಿಲ್ಲ. ಲೆಕ್ಕ ಸಮೇತ ನೀವು ಬರಿಯೋದಿಲ್ಲ. ಹೌದು, ಇವತ್ತು ಲೆಕ್ಕ ಬರೀಬೇಕು ಅಂತ ಅನ್ನಿಸ್ತಾ ಇದೆ.

ಅಲ್ಲೇ ಟೇಬಲ್ ಮೇಲೆ ಐದಾರು ಪೆನ್ನು ಇವೆ ಯಾವುದು ಬೇಕಾದ್ರೂ ತಗೊಳ್ಳಿ. ಕಂಪ್ಯೂಟರ್ ಹತ್ರ ಪೇಪರೂ ಇದೆ. ಬೇಕಾದ್ರೆ ಅದನ್ನು ತಕ್ಕೊಳ್ಳಿ, ನಾನು ಬರ್ತೀನಿ ಅಂದೆ. ಅಲ್ಲಿಂದ ಹೊರಟ ನಾನು ಹತ್ತು ಹೆಜ್ಜೆ ಹೋಗಿರಬಹುದು. ಅಪ್ಪ ಪುನಃ ನನ್ನ ಕರೆದರು.

ಭಾರ್ಗವ ಬಾ ಇಲ್ಲಿ.

ಏನಪ್ಪ ಅಂತ ಹತ್ತಿರ ಹೋದೆ.

ಅವರು ನನ್ನ ತಲೆಯ ಮೇಲೆ ಕೈ ಇರಿಸಿ ಹೋಗಿ ಬಾ ಒಳ್ಳೆಯದಾಗಲಿ, ಯಾವುದಕ್ಕೆ ಹೆದರಬಾರದು. ಹೇಡಿತನ ಗಂಡಸರ ಲಕ್ಷಣವಲ್ಲ, ಇವತ್ತಿಂದ ನಿನ್ನದು ಹೊಸ ಬದುಕು ಹೊಸ ಮನುಷ್ಯ ಆಗ್ತಾ ಇದ್ದಿಯಾ ಎಂದು ಹೇಳಿದರು. ನಾನು ಏನು ಹೇಳಬೇಕು ಅಂತ ಗೊತ್ತಾಗದೆ ಬಗ್ಗಿ ಅವರ ಕಾಲಿಗೆ ನಮಸ್ಕಾರ ಮಾಡಿದೆ.

ಅಮ್ಮ ಇವತ್ತಿಂದ ಇವನು ನಿನ್ಮಗ ನೀನೇ ಕಾಪಾಡಬೇಕು ಎಂದು ಆಕಾಶಕ್ಕೆ ಕೈ ಮುಗಿದರು. ಅಪ್ಪ ಇವತ್ಯಾಕೆ ಒಂಥರಾ ಆಡ್ತಾ ಇದ್ದಾರೆ. ಪರೀಕ್ಷೆ ಮುಗಿತಾ ಇದೆಯಲ್ಲ ಇಷ್ಟು ದಿನದ ಶ್ರಮ ಮುಕ್ತಾಯದ ಹಂತಕ್ಕೆ ಬಂತಲ್ಲ ಅಂತ ಇವರು ಉದ್ವೇಗಕ್ಕೆ ಗುರಿಯಾಗಿದ್ದಾರೆ ಅಂತ ಅಂದುಕೊಂಡು ನಾನು ಸೈಕಲ್ ಹತ್ತಿದೆ. ಕರಿಯ ಕಾಣಲಿಲ್ಲ. ಬೆಲ್ ಮಾಡಿದೆ. ಆದರೂ ಅವನು ಬರಲಿಲ್ಲ. ಬಡ್ಡಿ ಮಗ ಎಲ್ಲಿಗೆ ಹೋದ ಅನ್ನುತ್ತಾ ನಾನು ಸೈಕಲ್ ತುಳಿದೆ.

ಅವತ್ತು ಹೊಟ್ಟೆಯಲ್ಲಿ ಒಂದು ರೀತಿಯ ತಳಮಳ, ಕಳವಳ ಏನೋ ಆಗಬಾರದ್ದು ಆಗಲಿದೆ ಅಂತ ಅನಿಸಲಿಕ್ಕೆ ಶುರುವಾಯಿತು. ಇಂತಹ ಅನುಭವ ನನಗೆ ಯಾವಾಗಲೂ ಆಗಿರಲಿಲ್ಲ. ಹೆದರಿಕೆಯೂ ಆರಂಭವಾಯಿತು. ಕೊನೆಯ ಪರೀಕ್ಷೆ ತುಂಬಾ ಕಷ್ಟ ಇರಬಹುದು ಅಂತಲೂ ಅನಿಸಿತು. ವಾಂತಿ

ಮಾಡಬೇಕು ಅಂತ ಅನಿಸಿತಾದರೂ ವಾಂತಿ ಬರಲಿಲ್ಲ. ಒಂದು ಕ್ಷಣ ಪರೀಕ್ಷೆಗೆ ಹೋಗುವುದೆ ಬೇಡ ಅಂತಲೂ ಅನಿಸಿತು. ಹೋಗದೇ ಇದ್ದರೆ ಒಂದು ವರ್ಷ ದಂಡವಾಗುತ್ತದಲ್ಲ, ಆಗಿದ್ದು ಆಗಲಿ ಅಂತ ಹೊರಟೆ. ಎಡಗಣ್ಣು ಅದುರಿತು. ಅಪಶಕುನ ಅಂತ ಅಂದುಕೊಂಡೆ. ಯಾಕೋ ಇವತ್ತು ದಿನ ಎಂದಿನಂತೆ ಇಲ್ಲ ಅನಿಸಿತು.

ಪರೀಕ್ಷೆಯಲ್ಲಿ ನಾನು ಅಂದುಕೊಂಡ ಹಾಗೇನೂ ಇರಲಿಲ್ಲ. ಕಳೆದ ವರ್ಷದ ಪತ್ರಿಕೆಗೆ ಹೋಲಿಸಿದರೆ ಈ ಸಲ ಸುಲಭವಾಗಿತ್ತು. ನನಗೆ ಮಾತ್ರವಲ್ಲ ಎಲ್ಲರಿಗೂ ಅದು ಸುಲಭವಾಗಿತ್ತು. ಸುತ್ತಲೂ ಒಂದು ಸಲ ಕಣ್ಣು ಹಾಯಿಸಿದೆ. ಎಲ್ಲರ ಮುಖದಲ್ಲೂ ಪತ್ರಿಕೆ ಸುಲಭವಾಗಿದೆ ಅನ್ನುವ ಸಂತಸ ಕಾಣುತ್ತಿತ್ತು. ಕತ್ತು ಬಗ್ಗಿಸಿ ಬರೆಯಲಾರಂಭಿಸಿದೆ.

ಒಂದೊಂದೇ ಪ್ರಶ್ನೆಗೆ ಉತ್ತರ ಬರೆಯುತ್ತಿದ್ದ ಹಾಗೆ ಎದೆ ಹಗುರವಾಗಬೇಕಿತ್ತು. ಆದರೆ ಇವತ್ತು ಹಾಗೆ ಆಗುತ್ತಿಲ್ಲ. ಯಾಂತ್ರಿಕವಾಗಿ ಉತ್ತರ ಬರೆದೆ. ಪ್ರತಿ ಹಾಳೆಯಲ್ಲೂ ಅಪ್ಪ ಕಾಣಿಸುತ್ತಿದ್ದರು. ಆನಂತರ ಪ್ರತಿ ಅಕ್ಷರದಲ್ಲೂ ಅಪ್ಪ ಕಾಣಲಾರಂಭಿಸಿದರು. ಅವರು ಎಲ್ಲಿಯೋ ಹೋಗಲು ತಯಾರಾಗಿದ್ದಾರೆ. ಬೀಗದ ಕೈಯನ್ನು ನನ್ನ ಕೈಲಿ ಕೊಟ್ಟು ಜೋಪಾನ ಅನ್ನುತ್ತಿದ್ದಾರೆ ಅನಿಸಿತು. ಯಾಕೆ ಹೀಗಾಗುತ್ತಿದೆ ಅನ್ನುವುದು ಅರ್ಥವಾಗದೇ ಪರದಾಡಿದೆ. ಉತ್ತರ ಸರಿಯಾಗಿದೆಯೋ ಇಲ್ಲವೋ ಅನ್ನುವುದನ್ನು ಖಾತ್ರಿ ಮಾಡಿಕೊಂಡೆ. ಉತ್ತರ ಸರಿಯಾಗಿಯೇ ಇತ್ತು.

ಜೋಪಾನ ಅಂತ ಹೇಳಿ ಹೊರಟರು. ಅವರನ್ನು ಕರಿಯನೂ ಹಿಂಬಾಲಿಸಿದ. ಸ್ವಲ್ಪ ದೂರ ಹೋದ ಕರಿಯ ವಾಪಾಸು ಬಂದ. ಹೇಳದೆ ಕೇಳದೆ, ಅಪ್ಪ ಹೊರಟಿದ್ದು ಎಲ್ಲಿಗೆ ಎಂದು ಅರ್ಥವಾಗದ ನಾನು ಅಪ್ಪ ಅಂತ ಕೂಗಿದೆ ಅವರು ಹಿಂತಿರುಗಿ ನೋಡದೆ ಹೊರಟರು. ಎಲ್ಲಿಗೆ ಹೋದರು ಅಂತ ಗೊತ್ತಾಗದೆ ಕಲ್ಲಿನಂತೆ ನಿಂತಿದ್ದೆ. ಅಂತಿಮ ಪರೀಕ್ಷೆಯ ಅಂತಿಮ ಪ್ರಶ್ನೆಗೆ ನಾನು ಸರಿಯಾಗಿಯೇ ಉತ್ತರ ಬರೆದಿದ್ದೆ.

13

ಸುಂಟಿಕೊಪ್ಪದಲ್ಲಿ ಇಳಿದು ಸೈಕಲ್ ಹತ್ತಿದೆ, ಸೈಕಲ್ ಪಂಚರ್ ಆಗಿತ್ತು. ಏಳು ವರ್ಷದ್ದು ಹಳೆಯ ಸೈಕಲ್, ಇವತ್ತಿಗೆ ಇದಕ್ಕೂ ಕೊನೆಯ ದಿನ. ಹೀಗಾಗಿ ನನ್ನ ಆಟ ಆಡಿಸ್ತಾ ಇದೆ. ತಡಿ ಮನೆ ತಲುಪಿದ ಮೇಲೆ ನಿನ್ನ ಮೂಲೆಗೆ ಹಾಕ್ತಿನಿ. ನನ್ನ ಜೊತೆನೇ ಆಟ ಆಡ್ತಿಯಾ ಅಂತ ಅದಕ್ಕೆ ಗದರಿದೆ. ಯಾಕೋ ಇವತ್ತು ಬೆಳಿಗ್ಗೆಯಿಂದ ಎಲ್ಲದ್ದಕ್ಕೂ ಕೊನೆ ಅಂತ ಅನಿಸ್ತಾ ಇದೆಯಲ್ಲಾ. ಇದ್ದಕ್ಕಿದ್ದ ಹಾಗೆ ಗಟ್ಟಿಯಾಗಿ ಅಳಬೇಕು ಅಂತಾನೂ ಆಯ್ತು. ಸುಮ್ಮ ಸುಮ್ಮನೆ ಅಳು ಬರ್‍ತಾ ಇತ್ತು, ಯಾಕೆ ಹೀಗೆ ಆಗ್ತಾ ಇದೆ. ಅಂದುಕೊಳ್ಳುತ್ತಾ ಪಂಚರ್ ಹಾಕಿಸಿಕೊಂಡು ಸೈಕಲ್ ಹತ್ತಿದೆ. ಸಾಯಂಕಾಲ ನಾಲ್ಕು ಗಂಟೆಯ ಹೊತ್ತಿಗೆ ಮನೆ ಸೇರಿದೆ.

ಅಂಜಿ ಮತ್ತು ಅವನ ಹೆಂಡತಿ ಇಬ್ಬರೂ ಮನೆಯ ಒಳಗಡೆ ಹೋಗಲು ಆಗದೇ ಹೊರಗಡೆ ನಿಂತಿದ್ದಾರೆ. ಕರಿಯ ರುದ್ರಾವತಾರ ತಾಳಿದ್ದಾನೆ. ಅವನ ಬೊಗಳುವಿಕೆಯ ಶಬ್ದ ಒಂದೆರಡು ಫಾರ್ಲಂಗ್ ದೂರದ ತನಕವೂ ಕೇಳುತ್ತಿದೆ. ಇವರಿಬ್ಬರೂ ಒಳಗಡೆ ಹೋಗಲು ಶತಪ್ರಯತ್ನ ಮಾಡಿದ್ದಾರೆ. ಕರಿಯ ಒಳಗಡೆ ಬಿಡುತ್ತಿಲ್ಲ. ಅಪ್ಪ ಎಲ್ಲಿ? ಅಂತ ಕೇಳಿದೆ.

'ನಾನು ಸುಮಾರು ಸಲ ಕೂಗಿದೆ. ಚಿಕ್ಕ ಅಯ್ಯ, ದೊಡ್ಡಯ್ಯನ ಸದ್ದೇ ಇಲ್ಲ. ಇವನು ಕರಿಯ ಒಳಗೆ ಬಿಡ್ತಾ ಇಲ್ಲ, ಇಲ್ಲಿಂದ ಒಂದೇ ಒಂದು ಹೆಜ್ಜೆ ಮುಂದಕ್ಕೆ ಹಾಕಲು ಬಿಟ್ಟಿಲ್ಲ. ನಂಗೂ ಯಾಕೋ ಭಯ ಆಯ್ತು. ಮನೆಗೆ ಹೋಗಿ ಇವಳನ್ನು ಕರ್‍ಕೊಂಡು ಬಂದೆ ಸಿಟ್ಟು ಬಂದು ದೊಣ್ಣೆ ತಗೊಂಡೆ. ಆದರೆ ಕರಿಯ ಕಚ್ಚೋದಿಕ್ಕೆ ಬಂದ ನಾನು ಮೂರು ಗಂಟೆಗೆ ಬಂದೆ. ಆವಾಗಿಂದ ಇಲ್ಲಿಯೇ ನಿಂತಿದ್ದೀನಿ' ಅಂದ.

ಕರಿಯ ನನ್ನ ಸೈಕಲ್ ಶಬ್ದ ಕೇಳಿ ಬಂದ ಪುನಃ ಅದೇ ವೇಗದಲ್ಲಿ ಮನೆಯ ಕಡೆ ಸಾಗಿದ. ಯಾವತ್ತೂ ಇಲ್ಲದಷ್ಟು ಇವತ್ತು ಅವನು ಪರದಾಡುತ್ತಿದ್ದಾನೆ.

ಅಪ್ಪ ಅಪ್ಪ ಅಂತ ಕೂಗುತ್ತಲೇ ಮನೆಗೆ ಬಂದೆ. ನನ್ನ ಹಿಂದೆ ಅಂಜಿ ಮತ್ತು ಅವನ ಹೆಂಡತಿ ಬಂದರು.

ಜಗುಲಿಯ ಮೇಲಿದ್ದ ದಿವಾನ್ ಕಾಟ್ನಲ್ಲಿ ಅಪ್ಪ ಮಲಗಿದ್ದಾರೆ. ಬಿಳಿ ಪಂಚೆಯನ್ನು ಹೊದ್ದು ಕೊಂಡು ಅಂಗಾತ ಮಲಗಿದ್ದಾರೆ. ಮುಖ ಪ್ರಶಾಂತವಾಗಿದೆ. ಹಿಂದೆಂದೂ ಕಾಣದಷ್ಟು ಅವರ ಮುಖದ ಮೇಲೆ ಕಳೆ ಇದೆ. ಯಾವತ್ತೂ ಅಪ್ಪ ಮಧ್ಯಾಹ್ನ ಮಲಗಿದವರಲ್ಲ.

ಅಪ್ಪ, ಅಪ್ಪ ಅನ್ನುತ್ತಾ ಹತ್ತಿರ ಹೋಗಿ ಅವರನ್ನು ಮುಟ್ಟಿ ಎಬ್ಬಿಸುವ ಪ್ರಯತ್ನ ಮಾಡಿದೆ. ಅಪ್ಪ ಏಳಲಿಲ್ಲ. ಏಳುವ ಲಕ್ಷಣವೂ ಇಲ್ಲ. ದೇಹ ತಣ್ಣಗಾಗತೊಡಗಿತ್ತು. ಅಪ್ಪ ಸತ್ತು ಹೋಗಿದ್ದರು. ಒಂದು ಕ್ಷಣ ಮೈ ನಡುಗಿತು. ಕಣ್ಣು ಕತ್ತಲೆಯಾಯಿತು. ತಲೆ ತಿರುಗಿತು. ಆಕಾಶಭೂಮಿ ಒಂದಾಗುತ್ತಿದೆ ಎಂದು ಅನಿಸಲಾರಂಭಿಸಿತು. ನಾನು ಕುಸಿದುಬಿದ್ದೆ.

ಎರಡೇ ಎರಡು ನಿಮಿಷದಲ್ಲಿ ಕಣ್ಣು ಬಿಟ್ಟೆ. ಅಂಜಿ ನನ್ನ ಮುಖಕ್ಕೆ ನೀರು ಸಿಂಪಡಿಸುತ್ತಿದ್ದ. ಅವನ ಕೈ ಕೂಡ ನಡುಗುತ್ತಿತ್ತು. ಅವನ ಹೆಂಡತಿಯೂ ನಡುಗುತ್ತಿದ್ದಳು. ಅಯ್ಯೋ ಅಯ್ಯ ಅನ್ನುತ್ತಾ ಅವಳು ಅಳಲು ಶುರು ಮಾಡಿದಳು.

'ದೊಡ್ಡ ಅಯ್ಯ ಹೋಗಿಬಿಟ್ರ, ನಮ್ಮನ್ನೆಲ್ಲಾ ಬಿಟ್ಟು ಹೋಗಿಬಿಟ್ರ, ನೀವಿಲ್ಲದೆ ನಮಗ್ಯಾರು ದಿಕ್ಕು, ಅಯ್ಯೋ ದೇವರೇ' ಅಂತ ಅಂಜಿಯೂ ಶುರು ಮಾಡಿದ.

ನಾನು ಈ ಲೋಕದಲ್ಲಿ ಇರಲಿಲ್ಲ. ಗರಬಡಿದವನ ಹಾಗೆ ಕುಳಿತಿದ್ದೆ. ಸುತ್ತಮುತ್ತ ಏನು ನಡೆಯುತ್ತಿದೆ ಅನ್ನುವುದೇ ಅರ್ಥವಾಗುತ್ತಿರಲಿಲ್ಲ. ಎಲ್ಲವೂ ಶೂನ್ಯವಾದಂತೆ ಅನಿಸುತ್ತಿತ್ತು. ಮೈಯಲ್ಲಿ ಇದ್ದ ಶಕ್ತಿಯೆಲ್ಲಾ ಹುದುಗಿ ಹೋದಂತಾಗಿತ್ತು. ನಿಲ್ಲಲೂ ಶಕ್ತಿ ಉಳಿದಿರಲಿಲ್ಲ. ಪುನಃ ಒಂದು ಸಲ ಅಪ್ಪನನ್ನು ಮುಟ್ಟಿ, ಅಪ್ಪ ಏಳಿ ಅಂದೆ. ನನ್ನ ಪಕ್ಕ ಇದ್ದ ಕರಿಯ ನನ್ನ ಕಾಲು ನೆಕ್ಕುತ್ತಿದ್ದ. ಅವನ ಆರ್ಭಟ ಕಡಿಮೆಯಾಯಿತು. ದಾರಿಯಲ್ಲಿ ಬರುವಾಗ ವಿನಾಕಾರಣ ಅಳಬೇಕು ಅಂತ ಅನಿಸುತ್ತಿತ್ತು. ಆದರೆ ಈಗ ಕಣ್ಣೀರು ಬರಲೇ ಇಲ್ಲ. ಪ್ರಾಯಶಃ ಅನಾಥ ಪ್ರಜ್ಞೆ ಅಂದರೆ ಇದೇ ಇರಬಹುದು. ಒಂದೇ ಒಂದು ಹೊಡೆತಕ್ಕೆ ಪ್ರಪಂಚ ನನ್ನ ಪಾಲಿಗೆ ಶೂನ್ಯವಾಗಿತ್ತು. ಎಲ್ಲವೂ ಮುಗಿದುಹೋಗಿತ್ತು. ಪಕ್ಕದಲ್ಲಿದ್ದ ಅಂಜಿ ಮತ್ತವನ ಹೆಂಡತಿ ಏನು ಮಾಡ್ತಾ ಇದ್ದಾರೆ ಅಂತ ಕೂಡ ನನಗೆ ಗೊತ್ತಾಗಲಿಲ್ಲ. ಅರ್ಧಗಂಟೆ ಇದೇ ಸ್ಥಿತಿಯಲ್ಲಿ ಇದ್ದೆ.

ಮೆಲ್ಲನೆ ಪಂಚೆ ಸರಿಸಿದೆ. ಅಪ್ಪ ಎದೆ ಮೇಲೆ ಕೈ ಇಟ್ಟುಕೊಂಡು ಮಲಗಿದ್ದಾರೆ. ಸಾಮಾನ್ಯವಾಗಿ ಅವರು ಅಂಗಿ ಹಾಕಿಯೇ ಇರುತ್ತಿದ್ದರು. ಆದರೆ ಇವತ್ತು ಮಾತ್ರ ಬರಿಮೈಯಲ್ಲಿ ಇದ್ದರು. ಜನಿವಾರ ಎದ್ದು ಕಾಣುತ್ತಿತ್ತು. ಪಂಚೆಯನ್ನು ಹಾಕಿಕೊಂಡಿದ್ದರು. ಇಡೀ ಮೈಯನ್ನೇ ಗಮನಿಸಿದೆ.

ಒದ್ದಾಡಿದ ಯಾವುದೇ ಕುರುಹು ಇರಲಿಲ್ಲ. ಯಾವಾಗ ಅವರ ಪ್ರಾಣ ಪಕ್ಷಿ ಹಾರಿಹೋಯಿತು ಅನ್ನುವುದನ್ನು ಹೇಳಲು ಯಾರೂ ಇರಲಿಲ್ಲ. ಇದ್ದವನು ಕರಿಯ ಮಾತ್ರ. ಅವನು ಯಾವ ಕಾರಣಕ್ಕೂ ಮಾತನಾಡುವುದಿಲ್ಲ.

ಅಯ್ಯ ಊರಲ್ಲಿ ಸುದ್ದಿ ಹೇಳಿ ಬಂದು ಬಿಡ್ತೀನಿ ಅಂದ ಅಂಜಿ ನಾನು ಏನೂ ಹೇಳಲಿಲ್ಲ.

ನೀನು ಇಲ್ಲೇ ಇರು. ಯಾರಾದರೂ ಒಂದಿಬ್ಬರಿಗೆ ಸುದ್ದಿ ಹೇಳಿ ಬಂದು ಬಿಡ್ತೀನಿ ಅಂತ ಅಂಜಿ ಅವನ ಹೆಂಡತಿಗೆ ಹೇಳಿ ಹೊರಟುಹೋದ. ಇವಳು ಅಳುತ್ತಾ ಕುಂತಿದ್ದಳು. ಅವಳು ಗಟ್ಟಿಯಾಗಿ ಅಳಲು ಆರಂಭಿಸಿದಾಗ ನಾನು 'ಸಾಕು ಸುಮ್ನಿರು' ಅಂದೆ. ಅವಳು ಮುಸಿ ಮುಸಿ ಅಂತ ಅಳುತ್ತಲೇ ಇದ್ದಳು.

ಜನ ಒಬ್ಬೊಬ್ಬರಾಗಿ ಬರಲು ಆರಂಭಿಸಿದರು. ನಮ್ಮ ಮನೆ ಊರಿಂದ ತುಂಬಾನೇ ಹೊರಗಡೆ ಇತ್ತು. ಹೀಗಾಗಿ ಜನ ಬರುವುದು ಸ್ವಲ್ಪ ತಡವಾಯಿತು. ನಮ್ಮ ಜನ ಅಂದರೆ ಅಪ್ಪನ ಜಾತಿಯ ಜನರು ಯಾರಾದರೂ ಬರಬಹುದು ಅಂತ ನೋಡಿದೆ. ಯಾರೂ ಬರಲಿಲ್ಲ. ಇದ್ದಿದ್ದೇ ಐದಾರು ಮನೆಗಳಾದರು. ಅವರು ಯಾವತ್ತೂ ನಮ್ಮ ಮನೆಗೆ ಬಂದವರಲ್ಲ. ಇವತ್ತೂ ಬರಲಿಲ್ಲ. ಇಷ್ಟೆಲ್ಲಾ ಆಗುವಾಗ ಸಂಜೆ ಆರು ಗಂಟೆ ಕಳೆದಿತ್ತು. ಆದರೂ ಜನ ಬರುತ್ತಲೇ ಇದ್ದರು.

ಯಾರೋ ಒಬ್ಬ ಮನೆಯ ಮುಂದೆ ನಾಲ್ಕು ಸೌದೆ ಕೊರಡು ಇಟ್ಟು ಬೆಂಕಿ ಹಾಕಿದ.

ಒಂದಷ್ಟು ಜನ ಗಂಧದ ಕಡ್ಡಿ ಹಿಡಿದುಕೊಂಡು ಬಂದಿದ್ದರು. ಅದನ್ನು ಹತ್ತಿಸಿದ್ದರು. ಅಂಜಿ ಒಂದು ಪಾತ್ರೆಗೆ ಒಂದಿಷ್ಟು ಅಕ್ಕಿ ಹಾಕಿ ತಂದ ಅದರಲ್ಲಿ ಗಂಧದ ಕಡ್ಡಿ ಸಿಕ್ಕಿಸಿದ್ದರು. ವಿಪರೀತ ಜನ ಬರುತ್ತಿರುವುದನ್ನು ಕಂಡು ಕರಿಯ ಒಂದು ಮೂಲೆಯಲ್ಲಿ ಹೋಗಿ ಕುಳಿತುಬಿಟ್ಟ, ಅಷ್ಟರಲ್ಲಿ ಮಲ್ಲಿಗೆಯ ಗಂಡ ನಿಂಗರಾಜನೂ ಬಂದ.

'ಒಪ್ಪ ಮಾಡೋದು ನಾಳೆನೇ ಇವತ್ತು ಏನೂ ಆಗಲ್ಲ' ಅಂತ ಬಂದವರು ಹೇಳಿಹೋದರು. ಹೆಂಗೆ ಸತ್ತ ಅನ್ನುವುದಕ್ಕೆ ಉತ್ತರ ಹೇಳುವ ಜವಾಬ್ದಾರಿಯನ್ನು ಅಂಜಿ ಹೊತ್ತುಕೊಂಡ, ಬ್ರಾಹ್ಮಣರ ಮನೆಯಲ್ಲಿ ದಲಿತನದ್ದೇ ಕಾರುಬಾರು ಅಂತ ಕೆಲವರಿಗೆ ಮುಜುಗರವೂ ಆಯಿತು. 'ಒಂದ್ಸಲ ಜಾತಿ ಕೆಟ್ಟರೆ ಮುಗಿದೇ ಹೋಯಿತು. ಹೇಳೋರು ಕೇಳೋರು ಯಾರೂ ಇರೋದಿಲ್ಲ. ದೇವ್ರೇಗತಿ' ಅಂತಲೂ ಕೆಲವರು ಅಂದರು. ಮಾತುಗಳು ನನ್ನ ಕಿವಿಗೆ ಬೀಳುತ್ತಲೇ ಇದ್ದವಾದರೂ ನಾನು ಮಾತನಾಡುವ ಸ್ಥಿತಿಯಲ್ಲಿ ಇರಲಿಲ್ಲ.

ರಾತ್ರಿ ಎಂಟು ಗಂಟೆಯ ವೇಳೆಗೆ ಮನೆಯಲ್ಲಿ ಇದ್ದವರು. ನಾನು ಅಂಜಿ ಅವನ ಹೆಂಡತಿ ಮತ್ತು ನಿಂಗರಾಜ ಹಾಗೂ ಕರಿಯ ಮಾತ್ರ, ಉಳಿದವರೆಲ್ಲಾ ನಾಳೆ ಬರುವುದಾಗಿ ಹೇಳಿಹೋದರು. ಶಾಸ್ತ್ರಕ್ಕೆ ಯಾರಾದರೂ ಬ್ರಾಹ್ಮಣರಿಗೆ

ಹೇಳ್ಬೇಕು ಅಂತ ನನಗೆ ಒಬ್ಬರು ಸೂಚನೆಯನ್ನು ನೀಡಿದರು. ಬೇರೆ ಊರಲ್ಲಿ ಇರೋ ಜನಕ್ಕೆ ಸುದ್ದಿ ಹೇಳ್ಬೇಕು ಅಂತ ಇದ್ರೆ ಫೋನ್ ನಂಬರ್ ಕೊಡಿ ಅಂದರು. ನಾನು ಇಲ್ಲ ಅನ್ನುವಂತೆ ತಲೆಯಾಡಿಸಿದೆ.

ರಾತ್ರಿ ಹತ್ತರ ಸಮಯದಲ್ಲಿ ಜಯರಾಮೇಗೌಡ್ರು ಫೋನ್ ಮಾಡಿದ್ದರು. ಅವರಿಗೆ ಅಪ್ಪ ತೀರಿಕೊಂಡ ಸುದ್ದಿ ತಲುಪಿತ್ತು, ನಾಳೆ ಬೆಳಿಗ್ಗೆ ಆರೂವರೆ ಏಳು ಗಂಟೆಯ ವೇಳೆಗೆ ತಾವು ಬರುವುದಾಗಿ ಹೇಳಿದ ಅವರು ಹೆದರಬೇಡ ನಾನು ಇದ್ದೀನಿ ಅಂದ್ರು. ಆಗಲೂ ನಾನು ಏನೂ ಮಾತನಾಡಲಿಲ್ಲ.

ಅಯ್ಯ ಏನಾರ ಸ್ವಲ್ಪ ತಿನ್ನಿ ಅಥವಾ ಕಾಫಿ ಗೀಪಿ ಅಂತ ಕುಡಿರೀ ಅಂದ ಅಂಜಿ.

ಮಧ್ಯಾಹ್ನದಿಂದಲೂ ನಾನು ಏನೂ ತಿಂದಿಲ್ಲ ಅನ್ನುವುದು ಆಗ ನನ್ನ ಗಮನಕ್ಕೆ ಬಂತು. ಹೊಟ್ಟೆಯಲ್ಲಿ ಹಸಿವೆಯೇನೂ ಇರಲಿಲ್ಲ. ಹಸಿವು ಇಂಗಿ ಹೋಗಿತ್ತು. ಸ್ವಲ್ಪ ನೀರು ಕುಡಿದರೆ ಸಾಕು ಅಂತ ಅನಿಸುತ್ತಿತ್ತು. ನೀರಾದರೂ ಕುಡಿಯೋಣ ಅಂತ ಅಡುಗೆ ಮನೆಗೆ ಹೋದೆ. ನೀರು ಕುಡಿದಾದ ನಂತರ ಸುಮ್ಮನೆ ಅನ್ನ ಮತ್ತು ಸಾಂಬಾರಿನ ಪಾತ್ರೆ ತೆಗೆದು ನೋಡಿದೆ.

ಹಾಗೆಯೇ ಅಲ್ಲಿ ಇನ್ನೊಂದು ಪಾತ್ರೆಯೂ ಇತ್ತು. ಅದನ್ನು ತೆಗೆದು ನೋಡಿದೆ. ಅಪ್ಪ ಅನ್ನ ಸಾರು ಮತ್ತು ಅವರ ಪ್ರೀತಿಯ ಕೀರು ಮಾಡಿ ಇಟ್ಟಿದ್ದರು. ನಾಲ್ಕು ಗಂಟೆಯಿಂದ ತಡೆದಿದ್ದ ದುಃಖ ಒಮ್ಮೆಲೆ ಬಿಕ್ಕಳಿಸಿಕೊಂಡು ಹೊರಗೆ ಬಂತು. ಬಿಕ್ಕಳಿಸಿ ಬಿಕ್ಕಳಿಸಿ ಜೋರಾಗಿ ಅತ್ತೆ, ಮಗ ಪರೀಕ್ಷೆ ಮುಗಿಸಿದ ಸಂತೋಷಕ್ಕೆ ಅಪ್ಪ ಹಾಲಿನ ಕೀರು ಮಾಡಿದ್ದರು! ಪಾತ್ರೆಗಳ ಮೇಲೆ ತಟ್ಟೆಗಳನ್ನು ಇಟ್ಟು ನಾನು ಹೊರಗಡೆ ಬಂದೆ.

ನಂಗೆ ಹಸಿವಿಲ್ಲ. ಅನ್ನ, ಸಾರು ಇದೆ ಊಟ ಮಾಡೋರು ಮಾಡಿ ಅಂದೆ.

ನಮಗೆ ಬೇಡ ಆಯ್ಯ ಕರಿಯನಿಗೆ ಹಾಕನ ಅಂದ ಅಂಜಿ.

ನಾನು ಅನ್ನ ಸಾರಿನ ಪಾತ್ರೆ ಮತ್ತು ನೀರಿನ ಪಾತ್ರೆಯನ್ನೂ ತಂದು ಹೊರಗಡೆ ಇಟ್ಟೆ. ಅಂಜಿ ಅದನ್ನು ತೆಗೆದು ಕರಿಯನಿಗೆ ಹಾಕಿದ.

ಅಯ್ಯ ಕರಿಯಾನೂ ತಿಂತಾ ಇಲ್ಲ. ಅಂದ ನಾನು ಹೋಗ್ಲಿಬಿಡು ಅಂದೆ ಕರಿಯ ಬಂದು ನನ್ನ ಪಕ್ಕದಲ್ಲಿಯೇ ಕುಳಿತ. ಅವನ ತಲೆಯ ಮೇಲೆ ನನ್ನ ಕೈ ಇತ್ತು. ಮಾತಿಗೆ ಅಲ್ಲಿ ಜಾಗನೇ ಇರಲಿಲ್ಲ ಮಾತು ಯಾರಿಗೂ ಬೇಕಾಗಿರಲಿಲ್ಲ.

'ಅಯ್ಯ, ದೊಡ್ಡ ಅಯ್ಯನ ಎಲ್ಲಿ ಸುಡೋದು? ನಿಂಗರಾಜನ ಪ್ರಶ್ನೆ.'

ಅಲ್ಲಿಯತನಕ ನಾನು ಇದರ ಬಗ್ಗೆ ಯೋಚನೆ ಮಾಡಿರಲಿಲ್ಲ. ನಾಳೆ ಬೆಳಿಗ್ಗೆಯಿಂದ ಅಂತಿಮ ಸಂಸ್ಕಾರದ ಕೆಲಸ ಆರಂಭವಾಗಬೇಕು. ಇದನ್ನು ಹೇಗೆ ಮಾಡುವುದು ಅನ್ನುವುದು ನನಗೆ ಗೊತ್ತಿಲ್ಲ. ಗೊತ್ತಿರುವವರು ಇಲ್ಲಿಗೆ ಬರುತ್ತಿಲ್ಲ. ಅವರು ನಾಳೆಯೂ ಬರುವುದಿಲ್ಲ. ಬಂದರೆ ಪರವಾಗಿಲ್ಲ,

ಬರದಿದ್ದರೆ! ಹೆಣ ಹೊರುವವರು ಯಾರು? ದೊಡ್ಡಮ್ಮ ದೇಶದಲ್ಲಿಯೇ ಇಲ್ಲ. ಇದ್ದಿದ್ದರೂ ದೊಡ್ಡಪ್ಪ ಅವರನ್ನು ಇಲ್ಲಿಗೆ ಬರೋದಿಕ್ಕೆ ಬಿಡ್ತಾ ಇದ್ದರೋ ಇಲ್ಲವೋ? ಮನೆಯ ಸ್ವಲ್ಪ ದೂರದಲ್ಲಿ ಹರಿಯುತ್ತಿರುವ ತೋಡಿನ ಪಕ್ಕದವಲ್ಲಿಯೇ ಸಾಮಾನ್ಯವಾಗಿ ಬ್ರಾಹ್ಮಣರನ್ನು ಸುಡುತ್ತಿದ್ದರು. ಚಿತಾಭಸ್ಮವನ್ನು ಕೆಲವರು ಈ ತೋಡಿನಲ್ಲಿಯೇ ವಿಸರ್ಜನೆ ಮಾಡಿದರೆ, ಇನ್ನೂ ಕೆಲವರು ಅದನ್ನು ತೆಗೆದುಕೊಂಡು, ಕಾವೇರಿ ನದಿಗೆ ಹೋಗುತ್ತಿದ್ದರು. ಕಾವೇರಿ ನದಿಯ ತೀರ ಇಲ್ಲಿಂದ ಹದಿನೈದು ಮೈಲುದೂರ, ಯಾವುದಕ್ಕೂ ನಾಳೆ ಒಬ್ಬ ಬ್ರಾಹ್ಮಣ ಬೇಕೇ ಬೇಕು. ಅಪ್ಪ ಜಾತಿ ಜನರ ಸಂಪರ್ಕ ಕಳೆದುಕೊಂಡು ಹೆಚ್ಚು ಕಡಿಮೆ ಇಪ್ಪತ್ತೆರಡು ವರ್ಷ ಆಗಿತ್ತು. ಹೀಗೆ ಸಂಬಂಧ ಕಡಿದುಕೊಳ್ಳುವಲ್ಲಿ ಅಪ್ಪನ ತಪ್ಪು ಸ್ವಲ್ಪಮಟ್ಟಿಗೆ ಇತ್ತು. ಈಗ ಇದನ್ನೆಲ್ಲಾ ಯಾರ ಮುಂದೆ ಹೇಳುವುದು? ಅಂತಿಮ ಸಂಸ್ಕಾರ ಹೇಗೆ ಮಾಡುವುದು. ನಾನು ಜನಿವಾರ ಹಾಕಿಕೊಳ್ಳಲೇ ಇಲ್ಲ. ಅಪ್ಪ ಬ್ರಾಹ್ಮಣ ತಾಯಿ ಕುಂಬಾರರಾದ ಕಾರಣ ನಾನು ಬ್ರಾಹ್ಮಣ ಅಂತ ನನಗೆ ನಾನೇ ಅಂದುಕೊಂಡಿರಲಿಲ್ಲ. ಜಾತಿ ನನಗೆ ಇಲ್ಲಿಯತನಕ ಮುಖ್ಯವಾಗಿ ಕಾಣಲೇ ಇಲ್ಲ. ನನಗೆ ನಾನು ಬ್ರಾಹ್ಮಣ ಅಂತ ಅನಿಸದೆ ಇರಬಹುದು ಆದರೆ ಶಾಲೆಯ, ಕಾಲೇಜಿನ ದಾಖಲಾತಿಗಳಲ್ಲಿ ನಾನು ಬ್ರಾಹ್ಮಣ ಅಂತಲೇ ಇದ್ದೆ.

'ಯಾವನಿಗೆ ಬ್ರಹ್ಮ ಜ್ಞಾನ ಇದೆಯೋ ಅವನು ಬ್ರಾಹ್ಮಣ, ಹುಟ್ಟಿನಿಂದ ಯಾರೂ ಬ್ರಾಹ್ಮಣರಾಗುವುದಿಲ್ಲ. ಕರ್ಮದಿಂದಲೇ ಮನುಷ್ಯ ಬ್ರಾಹ್ಮಣ ಆಗ್ತಾನೆ.' ಈ ಮಾತನ್ನು ಅಪ್ಪ ಹೇಳಿದ್ದು ಜ್ಞಾಪಕಕ್ಕೆ ಬಂತು, ಯಾರು ಬರ್ಲಿ ಬಿಡಲಿ, ಅಪ್ಪನ ಅಂತಿಮ ಸಂಸ್ಕಾರ ಹೇಗೆ ಆಗಬೇಕು ಅಂತ ಇದೆಯೋ ಹಂಗೆ ಆಗುತ್ತೆ.

ಮನೆಯಲ್ಲಿ ಹೆಣ ಇದ್ದರೆ ಪ್ರತಿ ನಿಮಿಷವೂ ಗಂಟೆಯಂತೆ ಅನಿಸುತ್ತದೆ. ಹೆಣ ಇರುವ ಮನೆಯಲ್ಲಿ ಜಾಸ್ತಿ ಜನರಿದ್ದರೆ ಪರವಾಗಿಲ್ಲ ಕಡಿಮೆ ಜನರಿದ್ದರಂತೂ ಪ್ರತಿ ನಿಮಿಷ ವರ್ಷದಂತೆ ಭಾಸವಾಗುತ್ತದೆ.

'ದೊಡ್ಡ ಅಯ್ಯ ನಮಗೆಲ್ಲಾ ದೇವರಂಗೆ ಇದ್ರು. ಸ್ವಂತ ಜಾತಿಯವರನ್ನು ಕಂಡರೆ ಇವರಿಗೂ ಆಗುತ್ತಿರಲಿಲ್ಲ. ಅವರಿಗೂ ಆಗ್ತಾ ಇರ್ಲಿಲ್ಲ. ನಾವು ಇವರ ಹೆಣ ಮುಟ್ಟಂಗಿಲ್ಲ, ಅವರು ಇವರ ಹೆಣ ಹೊರೋದಿಲ್ಲ. ಅವರು ಇಲ್ಗೇ ತಲೇನೇ ಹಾಕೋದಿಲ್ಲ. ಬೇಕಾದರೆ ನೋಡು' ಅಂಜಿ ತನ್ನ ಭಯವನ್ನು ನಿಂಗರಾಜನ ಮುಂದೆ ಹೇಳಿದ. ನಿಂಗರಾಜ ಹೌದು ಅಂತ ತಲೆಯಾಡಿಸಿದನೆ ಹೊರತು ಅವನಿಗೆ ಯಾವ ಉತ್ತರವೂ ಗೊತ್ತಿರಲಿಲ್ಲ.

ನಾನು ಅಪ್ಪನನ್ನೇ ನೋಡುತ್ತಾ ಕುಳಿತಿದ್ದೆ. ಕಣ್ಣು ಭಾರವಾಗುತ್ತಿತ್ತು. ಉಸಿರು ಹಿಡಿದಂತೆ ಭಾಸವಾಗುತ್ತಿತ್ತು. ತೂಕಡಿಕೆಯೂ ಬರುತ್ತಿತ್ತು. ಪರೀಕ್ಷೆ

ಬರೆಯುವಾಗ ನನಗೆ ಆಗುತ್ತಿದ್ದ ಅನುಭವಗಳು ನೆನಪಿಗೆ ಬಂದವು. ಅಂದಾಜು ಹನ್ನೆರಡೂವರೆ. ಒಂದು ಗಂಟೆಯ ವೇಳೆಯಲ್ಲಿ ಅಪ್ಪ ಇಹಲೋಕ ತ್ಯಜಿಸಿರಬಹುದು ಅಂತ ಲೆಕ್ಕ ಹಾಕಿದೆ.

ನನಗೆ ಜ್ಯೂನಿಯರ್ ಕಾಲೇಜಿನಲ್ಲಿ ಸನ್ಮಾನ ನಡೆದಾಗ ಅಪ್ಪ ಮಾಡಿದ ಭಾಷಣ ನನಪಿಗೆ ಬಂತು. 'ನಾನು ಕುಂಟ, ಆದರೆ ನನ್ಮಗ ಓಡೋದರಲ್ಲಿ ದೇಶಕ್ಕೆ ಮೂರನೇ ಬಂದ' ಅನ್ನುವ ಅವರ ವಾಕ್ಯ ನೆನಪಿಗೆ ಬಂದು ಪುನಃ ಬಿಕ್ಕಳಿಸಿ ಅತ್ತೆ. ನಾನು ಅಳುವುದನ್ನು ಕಂಡು ಅವಳೂ ಅತ್ತಳು. ಅಳಬೇಡ ಸುಮ್ಮನಿರು ಅನ್ನುವಂತೆ ಕರಿಯ ತನ್ನ ಬಾಲದಿಂದ ನನಗೆ ತಟ್ಟಿ ಸಮಾಧಾನ ಹೇಳಿದ.

'ಹಾಗಾದ್ರೆ ಇವತ್ತಿಗೆ ನನ್ನ ಜವಾಬ್ದಾರಿ ಮುಗೀತು ಅನ್ನು, ಇನ್ಮೇಲೆ ಎಲ್ಲಾ ಜವಾಬ್ದಾರಿನೂ ನಿಂದೇನೆ!' ಅಂತ ಬೆಳಿಗ್ಗೆ ನಾನು ಕಾಲೇಜಿಗೆ ಹೋಗುವಾಗ ಹೇಳಿದ ಮಾತೂ ಜ್ಞಾಪಕಕ್ಕೆ ಬಂತು. ಈ ಮಾತನ್ನು ಅಪ್ಪ ಸುಮ್ಮನೆ ಮಾತಿನ ಸಲುವಾಗಿ ಹೇಳಿರಲಿಲ್ಲ. ಅವರಿಗೆ ತಾವು ಸಾಯುವುದು ಗೊತ್ತಿತ್ತು. ಅವರು ಇಚ್ಛಾಮರಣಿ, ಆ ಕಾರಣದಿಂದಲೇ ಸೈಕಲ್ ಹತ್ತಿದ್ದ ನನ್ನ ಪುನಃ ಕರೆದು ಮಾತನಾಡಿಸಿದ್ರು. ಅಪ್ಪ ಬದುಕಿದ್ದಾಗ ತನ್ನ ಇಷ್ಟಕ್ಕೆ ತಕ್ಕ ಹಾಗೆ ಬದುಕಿದ್ರು ಸಾವು ಕೂಡ ತಮ್ಮ ಇಷ್ಟಕ್ಕೆ ತಂದು ಕೊಂಡ್ರು. ಅಪ್ಪ ಅಪ್ಪನೇ ಇವರಿಗೆ ಇವರೇ ಸಾಟಿ.

ಬೆಳಿಗ್ಗೆ ಆರು ಗಂಟೆಯ ವೇಳೆಗೆ ಜಯರಾಮೇಗೌಡ್ರು ಬಂದ್ರು. ಅವರು ಬರುವಾಗ ತಮ್ಮ ಜೊತೆಯಲ್ಲಿ ಒಬ್ಬ ಪುರೋಹಿತರನ್ನು ಕರೆದು ತಂದಿದ್ರು. ಇತರೇ ನಾಲ್ಕು ಜನರೂ ಇದ್ದರು. ಅವರ ಹಿಂದೆಯೇ ಅರಣ್ಯ ಇಲಾಖೆಯ ಒಂದು ಜೀಪು ಕೂಡ ಬಂತು. ಒಂದು ಉದ್ದನೆಯ ಹಾರ ಅವರೇ ಕೈಯಲ್ಲಿ ಹಿಡಿದು ಬಂದರು. ಅವರ ಹಿಂದೆ ಬಂದ ಒಬ್ಬನ ಕೈಯಲ್ಲಿ ಒಂದು ಬುಟ್ಟಿ ಹೂವು ಇತ್ತು. ಅಪ್ಪನ ಶವದ ಮುಂದೆ ಒಂದು ಕ್ಷಣ ನಿಂತು ಪ್ರಾರ್ಥನೆ ಮಾಡಿದರು. ಅನಂತರ ಮೆಲ್ಲನೆ ಹೂವಿನ ಹಾರವನ್ನು ಹಾಕಿದರು. ಆ ಬುಟ್ಟಿಯಲ್ಲಿದ್ದ ಬಿಡಿ ಹೂಗಳನ್ನು ಅಪ್ಪನ ಮೈ ಮೇಲೆ ಬುಟ್ಟಿ ಹೊತ್ತು ತಂದಿದ್ದವನು ಹಾಕಿದ. ನಂಗೆ ಅಳು ತಡೆಯಲಾಗಲಿಲ್ಲ. ಅವರು ನನ್ನ ಹೆಗಲ ಮೇಲೆ ಕೈ ಹಾಕಿದ ತಕ್ಷಣ ಅತ್ತು ಬಿಟ್ಟೆ.

'ಅಳ್ಬೇಡ ಸುಮ್ಮನಿರು. ನಾನಿನ್ನು ಹೆಚ್ಚು ದಿನ ಇರೋದಿಲ್ಲ ಗೌಡ್ರೇ ಅವನು ಚಿಕ್ಕ ಹುಡುಗ ಅವನು ಅವನಾಗಿಯೇ ಕೇಳಿದ್ರೆ ಮಾತ್ರ ಅವನಿಗೆ ಸಹಾಯ ಮಾಡಿ ಅಂತ ಅವರು ನನಗೆ ನಾಲ್ಕು ತಿಂಗಳ ಹಿಂದೆಯೇ ಹೇಳಿದ್ರು, ನಾನು ಸುಮ್ನಿರಿ ಶಾಸ್ತ್ರಿಗಳೆ, ನೀವು ಇನ್ನು ಇಪ್ಪತ್ತು ವರ್ಷ ಬದುಕಬೇಕು ಅಂತ ಹೇಳಿದ್ದೆ. ಅವರು ಭೀಷ್ಮನ ತರ, ತಮಗೆ ಸಾಕು ಅನಿಸಿದಾಗ ದೇಹ ತ್ಯಾಗ

ಮಾಡಿದ್ದಾರೆ. ಅವರು ಸತ್ತಿದ್ದಾರೆ ಅಂತ ಹೊಗಳ್ತಾ ಇಲ್ಲ. ನಿಮ್ಮಪ್ಪ ನಿಜವಾಗ್ಲೂ ದೊಡ್ಡ ಮನುಷ್ಯ' ಅಂದ್ರು.

'ಈ ಸುದ್ದಿ ಬಂದಾಗ ನಾನು ಬೆಂಗಳೂರಲ್ಲಿ ಇದ್ದೆ. ಬೆಳಗಿನ ಜಾವಕ್ಕೆ ಇಲ್ಲಿ ಇರ್ಬೇಕು ಅಂತ ರಾತ್ರಿ ಹನ್ನೆರಡು ಗಂಟೆಗೆ ಹೊರಟೆ. ಕೇರಳಾಪುರದಿಂದ ಇವರನ್ನ ಕರ್ಕೊಂಡು ಬಂದಿದ್ದೀನಿ. ಇವರು ನಮ್ಮನೆ ಪುರೋಹಿತರು. ನಿಮ್ಮಪ್ಪ ನನಗೆ ರಾಜಗುರು ಇದ್ದ ಹಾಗೆ' ಅವರು ಮಾತನಾಡುತ್ತಿರುವಾಗಲೇ ಅರಣ್ಯ ಇಲಾಖೆಯ ವ್ಯಕ್ತಿ ಬಂದ.

'ಸರ್ ಇಲ್ಲಿಗೆ ಬೆಳಿಗ್ಗೆ ಐದು ಗಂಟೆಗೆ ಬನ್ನಿ ಅಂತ ಹೇಳಿದ್ರಿ' ಅಂದ.

'ಹೌದ್ರಿ ಸುಂಟಿಕೊಪ್ಪದ ಡಿಪೋದಲ್ಲಿ ಒಣಸೌದೆ ಇಲ್ದೇ ಹೋದ್ರೆ ಯಾವುದಾದರೂ ಸಾಮಿಲ್ಲಿಂದ ಆದ್ರೂ ಸರಿ, ಒಂದು ಟ್ರ್ಯಾಕ್ಟರ್ ಸೌದೆ ತನ್ನಿ. ಹಾಗೆಯೇ ಸೀಜ್ ಮಾಡಿದ ಗಂಧ ಇದ್ರೆ ನಾಲ್ಕು ತುಂಡು ಹಿಡ್ಕೊಂಡು ಬನ್ನಿ, ಭಾರ್ಗವ ಎಲ್ಲಿ ಅಂತ್ಯ ಸಂಸ್ಕಾರ ಮಾಡೋದು ಅಂತ ನನ್ನ ಕೇಳಿದ್ರು. ನಾನು ನಮ್ಮ ಗದ್ದೆಯಲ್ಲಿ ಮಾಡೋಣ ಅಂದೆ. ಅಲ್ಲಿಯತನಕವೂ ನಾನು ಜಾಗ ನಿಗದಿ ಮಾಡಿರಲಿಲ್ಲ.

ಅರಣ್ಯ ಇಲಾಖೆಯವರು ಹೊರಡಲು ಸಿದ್ಧರಾದ್ರು ಅವರನ್ನು ಪುನಃ ಕರೆದ ಗೌಡರು. 'ತಕ್ಷಣ ನಾಲ್ಕು ಗಳು ಬೇಕಲ್ಲ' ಅಂದ್ರು.

'ಇನ್ನೊಂದು ಗಂಟೆಯಲ್ಲಿ ಎಲ್ಲಾ ತರ್ತೀವಿ ಸಾರ್' ಅಂತ ಹೇಳಿ ಆ ನೌಕರ ಹೊರಟುಹೋದನು. ಅವನು ಹೋದ ನಂತರ ಪುರೋಹಿತರ ಕಡೆ ತಿರುಗಿದ ಗೌಡರು 'ಶಾಸ್ತ್ರಿಗಳೇ ಇನ್ನು ನಿಮ್ಮ ಕೆಲಸ ಆರಂಭ ಮಾಡಿ, ಬೇಕಾದ ಸಾಮಾನಾ ತಂದಿದ್ದೀರಿ ತಾನೆ' ಅಂದ್ರು.

'ನಾನು ಎಲ್ಲಾ ಮಾಡ್ತೀನಿ. ನೀವು ಚಿಂತೆ ಮಾಡಬೇಡಿ' ಅಂತ ಶಾಸ್ತ್ರಿಗಳು ನನ್ನ ಕಡೇ ತಿರುಗಿ 'ನಿನ್ನ ಹೆಸರೇನಪ್ಪ ಯಾವ ಗೋತ್ರ' ಇತ್ಯಾದಿ ಎಲ್ಲಾ ಕೇಳಿದರು. ನಾನು ನನಗೆ ಗೊತ್ತಿರುವ ಉತ್ತರ ಹೇಳಿದೆ. 'ಸರಿ, ಸರಿ ಬಿಳಿ ಪಂಚೆ ಉಟ್ಕೋ, ಏನಯ್ಯ ನಿಂಗೆ ಇನ್ನು ಜನಿವಾರ ಹಾಕಿಲ್ವ?' ಅಂತಲೂ ಅವರು ವ್ಯಂಗ್ಯವಾಗಿ ಹೇಳಿದರು.

'ಎಲ್ಲಾದರೂ ಸರಿ ಸ್ವಲ್ಪ ಕಾಫಿ ತಗೊಂಡು ಬಾ. ಈ ಊರಲ್ಲಿ ಹೋಟ್ಲು ಇಲ್ದೇ ಹೋದ್ರೆ ದಶರಥ ಅಂತ ಇದ್ದಾರೆ. ಅವರ ಮನಗೆ ಹೋಗಿ ಒಂದತ್ತು ಕಾಫಿ ಬೇಕಂತೆ, ಫ್ಲಾಸ್ಕಲ್ಲಿ ಹಾಕಿ ಕೊಡಬೇಕಂತೆ ಅಂತ ನನ್ನ ಹೆಸರು ಹೇಳು' ಎಂದು ಡ್ರೈವರ್‌ನನ್ನು ಅಟ್ಟಿದ್ದರು ಜಯರಾಮಗೌಡ್ರು. ದಶರಥ ನಮ್ಮೂರ ಗ್ರಾಮ ಪಂಚಾಯ್ತಿಯ ಸದಸ್ಯ.

ನಿಮ್ಮಪ್ಪ ರಾಜಕೀಯವಾಗಿ ನನಗೆ ಮರು ಜನ್ಮ ಕೊಟ್ಟೋರು. ಅವರಾಗಿಯೇ ನನ್ನ ಇಲ್ಲಿಗೆ ಕರೆಸಿ, ಉಪದೇಶ ಮಾಡಿದ್ರು ನಂಗೆ ಈ ಜ್ಯೋತಿಷ್ಯ. ಮಂತ್ರ,

ತಂತ್ರ ಇದರಲ್ಲಿ ವಿಶ್ವಾಸ ಇದ್ದಿಲ್ಲ. ಚುನಾವಣೇಲಿ ಸೋತೂ ಸೋತೂ ಸುಣ್ಣ ಆಗಿದ್ದೆ. ತಲೆ ತುಂಬಾ ಸಾಲ ಇತ್ತು. ಟಿಕೆಟ್ ಸಿಕ್ತದೋ ಇಲ್ವೋ ಅನ್ನೋ ಭಯ ಇತ್ತು. ಸಿಕ್ಕಿದ್ರು ಗೆಲ್ತೀನಿ ಅನ್ನೋ ವಿಶ್ವಾಸನೂ ಇದ್ದಿಲ್ಲ. ನಿಮ್ಮಪ್ಪನೇ ಆ ಸಮಯದಲ್ಲಿ ನನ್ನ ಕೈ ಹಿಡಿದೋರು. ಇವರ ಋಣ ನನ್ನ ಮೈ ತುಂಬಾ ಇದೆ. ನೀನು ನಿಂಗೆ ಯಾರೂ ಇಲ್ಲ ಅಂತ ಅನ್ಕೋಬೇಡ ನಾನು ಇದ್ದೀನಿ. ಇವತ್ತಿನಿಂದ ನೀನು ನಮ್ಮವನು ನಿಮ್ಮಪ್ಪನ ಜಾಗ ತುಂಬೋಕ್ಕಾಗಲ್ಲ. ಆದ್ರೆ ಸಹಾಯ ಬೇಕು ಅಂದಾಗಲೆಲ್ಲಾ ಸಹಾಯ ಮಾಡ್ತೀನಿ.'

ನಿಮ್ಮಪ್ಪಂದು ಎಲ್ಲಾ ಸರಿ ಆದರೆ ಈ ಜಾತಿ ದ್ವೇಷ ಮಾತ್ರ ನಂಗೆ ಸರಿ ಕಾಣ್ತಾ ಇದ್ದಿಲ್ಲ. ನಾನೂ ಒಂದೆರಡು ಸಲ ಅವರಿಗೆ ಸೂಚ್ಯವಾಗಿ ಹೇಳಿದ್ದೆ. ಹೋಗ್ಲಿ ಬಿಡು ಆಗಿದ್ದು ಆಗೋಯ್ತು ಆದ್ರೆ ನಾನು ಬರುವಾಗ ನಮ್ಮನೆ ಪುರೋಹಿತರನ್ನೇ ಕರ್ಕೊಂಡು ಬಂದೆ' ಅಂದ್ರು, ಅಷ್ಟರಲ್ಲಿ ಕಾಫಿ ಬಂತು, ಕುಡಿ ಕುಡಿ ಅಂತ ಬಲವಂತವಾಗಿ ಕುಡಿಸಿದರು.

ಶಾಸ್ತ್ರಿಗಳ ಶವಸಂಸ್ಕಾರಕ್ಕೆ ಎಂ.ಎಲ್.ಎ. ಬಂದಿದ್ದಾರೆ ಅನ್ನುವ ಸುದ್ದಿ ಹರಡಲು ತುಂಬಾ ಸಮಯ ಬೇಕಾಗಿರಲಿಲ್ಲ. ಜನ ಬರಲಾರಂಭಿಸಿದರು. ರಾತ್ರಿ ಇದ್ದದ್ದು ನಾವು ನಾಲ್ಕೇ ಜನ. ಈಗ ಊರಿಗೇ ಊರೇ ಸೇರಿಬಿಟ್ಟಿದೆ. ನಾನು ಬರುವುದಿಲ್ಲ ಅಂತ ಅಂದುಕೊಂಡಿದ್ದ ಜನರೂ ಬಂದಿದ್ದರು. ಇವರು ಅಪ್ಪನ ಸಲುವಾಗಿ ಬಂದವರಲ್ಲ, ಜಯರಾಮೇಗೌಡ್ರ ಸಲುವಾಗಿ ಬಂದವರು. ಅಪ್ಪನ ಶವ ನೋಡಿದ ಶಾಸ್ತ್ರ ಮಾಡಿ, ಜಯರಾಮೇಗೌಡ್ರನ್ನು ಮಾತನಾಡಿಸಿ ಹೊರಟುಹೋದರು. ತಮಾಷೆಗೂ ಅವರು ನನ್ನ ಹತ್ತಿರ ಮಾತನಾಡಲಿಲ್ಲ. ಹೀಗೆ ಬಂದವರು ಹದಿನೈದು ಜನ ಇರಬಹುದಷ್ಟೆ.

ಪುರೋಹಿತರು ಮಾಡಬೇಕಾದ ಶಾಸ್ತ್ರ ಎಲ್ಲಾ ಮಾಡಿದರು. ನನ್ನ ಕೆಲಸ ಇಲ್ಲಿಗೆ ಮುಗಿದಿದೆ. ಶವ ಹೊರುವವರು ಯಾರು? ಅಂದ್ರು.

ಇನ್ಯಾರು ನಾನೊಬ್ಬ, ಇದ್ದೀನಿ ಉಳಿದದ್ದು ಇಲ್ಲಿಯವರೇ ಹೊರುತ್ತಾರೆ ಅಂದೆ 'ಅಯ್ಯ ನಾನು' ಅಂತ ಅಂಜಿ ಮುಂದೆ ಬಂದ. ಅನಂತರ ಏನೋ ತಪ್ಪು ಮಾಡಿದವನಂತೆ ಹಿಂದೆ ಸರಿದ. ನಾನು ತಕ್ಷಣ ಅಂಜಿ ನೀನೂ ಬಾ ಅಂದೆ ನಿಂಗರಾಜನೂ ಮುಂದೆ ಬಂದ, ಊರವರೂ ಮುಂದೆ ಬಂದರು. ದಶರಥ ಹೆಗಲು ಕೊಟ್ಟರು. ಜಯರಾಮೇಗೌಡ್ರು ನಾಲ್ಕು ಹೆಜ್ಜೆ ಹಾಕಿ ಬೇರೆಯವರಿಗೆ ಬಿಟ್ಟುಕೊಟ್ಟರು. ನಾನು ಮುಂದೆ ಕೈಯಲ್ಲಿ ಬೆಂಕಿ ಹಾಕಿದ ಮಡಿಕೆ ಹಿಡಿದು ಸಾಗಿದೆ.

ಗದ್ದೆಯಲ್ಲಿ ಸೌದೆ ಜೋಡಿಸಿದ್ದರು. ಜಯರಾಮೇಗೌಡ್ರು, ನಾಲ್ಕು ಗಂಧದ ಕೊರಡಿಗೆ ಹೇಳಿದ್ರೆ ಇಲ್ಲಿ ಇಪ್ಪತ್ತು ಕೊರಡುಗಳು ಇದ್ದವು. ಸ್ವಲ್ಪ ತುಪ್ಪ, ಸೀಮೆಎಣ್ಣೆ ಎಲ್ಲವೂ ಇದ್ದವು. ನನ್ನ ತಲೆಬೋಳಿಸಿದ ನಂತರ ಯಾರೋ

ಇಬ್ಬರು ನಾಲ್ಕು ಕೊಡ ನೀರು ತಲೆಯ ಮೇಲೆ ಸುರಿದರು. ಹನ್ನೊಂದು ಗಂಟೆ, ಮೇ ತಿಂಗಳಿನ ಬಿಸಿಲು. ಆದರೂ ಚಳಿ ತಡೆಯಲಾರದೇ ನಾನು ನಡುಗಿದೆ. ತೂತು ಮಡಕೆಯನ್ನು ಹೆಗಲ ಮೇಲೆ ಇಟ್ಟು ಹಿಮ್ಮುಖವಾಗಿ ಪ್ರದಕ್ಷಿಣೆ ಮಾಡಿದೆ. ಕೊನೆಯ ಸಲ ಅಪ್ಪನ ಕೆನ್ನೆ ಮುಟ್ಟು ಅಂದರು. ಮೆಲ್ಲನ ಮುಟ್ಟಿದೆ.

ಅಗ್ನಿಸ್ಪರ್ಶ ಮಾಡಿದೆ. ಯಾವ ಜೀವ ಬಾಲ್ಯದಲ್ಲಿ ನನ್ನನ್ನು ಎದೆಯ ಮೇಲೆ ಮಲಗಿಸಿಕೊಂಡು ಆಟವಾಡಿಸಿತ್ತೋ, ಆ ದೇಹಕ್ಕೆ ಆ ಎದೆಗೆ ನಾನು ಅಗ್ನಿಸ್ಪರ್ಶ ಮಾಡಿದೆ. ಯಾರೋ ಚಿತಯ ಮೇಲೆ ತುಪ್ಪ ಸುರಿದರು. ಚಿತೆಯ ನಾಲ್ಕು ಬದಿಗಳಿಗೆ ಸೀಮೆಎಣ್ಣೆ ಸುರಿದರು. ಚಿತೆ ಜೋರಾಗಿ ಉರಿಯಿತು. ನಾನು ನೋಡುತ್ತಲೇ ನಿಂತಿದ್ದೆ. ಅದರ ಕಾವು ಏರಿದ ಹಾಗೆ ಜನರು ದೂರ ಸರಿದರು. ನಾನೂ ಕೂಡ ಸ್ವಲ್ಪ ದೂರ ಸರಿಯುತ್ತಾ ಹೋಗುತ್ತಿದ್ದೆ.

ಜಯರಾಮೇಗೌಡ್ರು ನನ್ನ ಪಕ್ಕ ನಿಂತಿದ್ದರು. ಅಲ್ಲಿಗೆ ಬಂದ ಪುರೋಹಿತರು, 'ಇವತ್ತು ನನ್ನ ಕೆಲಸ ಮುಗಿಯಿತು. ಇನ್ನು ಚಿತಾಭಸ್ಮ ನಾಳೆ ಅಲ್ಲಿ ನಾಡಿದ್ದು ವಿಸರ್ಜನೆ ಮಾಡಬೇಕು. ತಿಥಿ ಎಲ್ಲಿ ಅಂಥ ಹೇಳಿದರೆ ಮುಂದಿನ ಕೆಲಸ ಹೇಗೆ ಅಂತ ಹೇಳಬಹುದು. ನಾನು ಬೇರೆ ಜನರಿಗೆ ಹೇಳಬೇಕು. ಶ್ರೀರಂಗಪಟ್ಟಣ, ಗೋಕರ್ಣ ಹೀಗೆ ಅಲ್ಲಿ ಬೇಕಾದರೂ ಮಾಡಬಹುದು. ಇಂತಹ ಕಾರ್ಯ ಮನೆಯಲ್ಲೇ ನಡೆಯೋದು ಒಳ್ಳೆಯದು. ಬ್ರಾಹ್ಮಣರು ಈಗ ಸಿಗೋದೂ ತುಂಬಾ ಕಷ್ಟ. ಇವತ್ತೇ ಹೇಳಬೇಕು, ನಿಮ್ಮ ಹೆಸರು ಹೇಳಿ, ಅವರ ಮುಂದಾಳುತನ ಅಂದ್ರೆ ಬರ್ತಾರೆ. ಇಲ್ಲ ಅಂದ್ರೆ ಈ ಸ್ಥಿತಿಯಲ್ಲಿ ತುಂಬಾ ಕಷ್ಟ' ಅಂದರು. ಗೌಡರ ಕಿವಿಯಲ್ಲಿ ನನಗೂ ಕೇಳಿಸುವಂತೆ.

ಜಯರಾಮೇಗೌಡ್ರು ನನ್ನ ಕಡೆ ನೋಡಿದರು.

'ಅಪ್ಪ, ತಿಥಿ ಅಂತ ಮಾಡೋದೇ ಬೇಡ ಅಂತ ನನ್ನ ಹತ್ರ ಒಂದ್ಸಲ ಹೇಳಿದ್ದರು. ಚಿತಾಭಸ್ಮನ ತೋಡಿನಲ್ಲಿಯೇ ವಿಸರ್ಜನೆ ಮಾಡು ಸಾಕು. ಇಷ್ಟು ಬಿಟ್ಟು ಬೇರೆ ಏನೂ ಮಾಡಬಾರದು ಅಂತ ಹೇಳಿದ್ರು ಈಗ ತೋಡಲ್ಲಿ ನೀರು ತುಂಬಾ ಕಡಿಮೆಯಾಗಿದೆ. ಭಸ್ಮ ವಿಸರ್ಜನೆ ಕಾವೇರೀಲಿ ಮಾಡ್ಬೇಕು ಅದಕ್ಕೆ ಕಣಿವೆಗೆ ಹೋಗ್ಬೇಕು ಅಂದೆ.

'ಅದನ್ನೆಲ್ಲಾ ಆಮೇಲೆ ಯೋಚನೆ ಮಾಡೋಣ. ಇಲ್ಲಿ ಇನ್ನು ನಿಲ್ಲೋದು ಬೇಡ. ಇಲ್ಲೇ ನಿಂತಿದ್ರೆ ವೈರಾಗ್ಯ ಬಂದು ಬಿಡುತ್ತೆ. ಸರಿ ಮನೆಗೆ ಹೋಗಿ' ಅಂದರು. ನಾನು ಇನ್ನು ಸ್ವಲ್ಪ ಹೊತ್ತು ಇರ್ತೀನಿ ಅಂದೆ.

'ಅಯ್ಯಾ ನಾನು ಇರ್ತೀನಿ ನೀವು ಮನೆಗೆ ಹೋಗಿ' ಅಂದ ಅಂಜಿ

'ನಡಿ, ನಡಿ ಮನೆಗೆ' ಅಂತ ಕೈ ಹಿಡಿದು ಜಯರಾಮೇಗೌಡ್ರು ಹೊರಡಿಸಿದರೂ ನಾವೆಲ್ಲಾ ಬರುವಾಗ ಹಿಂತಿರುಗಿ ನೋಡಿದೆ. ಚಿತೆ ಜೋರಾಗಿ ಉರಿಯುತ್ತಿತ್ತು. ಅಲ್ಲಿ ನಿಂತಿದ್ದ ಅಂಜಿಯ ಪಕ್ಕ ಕರಿಯನೂ ಇದ್ದ.

ಮನೆಗೆ ಬಂದೆವು. ಮನೆಯನ್ನು ಶುದ್ಧ ಮಾಡುವ ಕೆಲಸವನ್ನು ದಶರಥ ಅವರ ಹೆಂಡತಿ ಅಂಜಿಯ ಹೆಂಡತಿ ಮತ್ತು ಮಲ್ಲಿಗೆ ಮಾಡ್ತಾ ಇದ್ದರು. ಈ ಜನ ಸಂದಣಿಯಲ್ಲಿ ಮಲ್ಲಿಗೆ ಬಂದಿದ್ದನ್ನು ನಾನು ಗಮನಿಸಿಯೇ ಇರಲಿಲ್ಲ. ದಶರಥ ಅವರ ಹೆಂಡತಿಯ ಜೊತೆ ಇನ್ನೂ ನಾಲ್ವರು ಹೆಂಗಸರಿದ್ದರು. ಬಟ್ಟೆ, ಪಾತ್ರೆ ನೆಲ ಎಲ್ಲವನ್ನು ಶುದ್ಧ ಮಾಡುವ ಕೆಲಸ ಆರಂಭವಾಗಿತ್ತು. ಮುಕ್ತಾಯ ಹಂತಕ್ಕೂ ಬಂದಿತ್ತು. ಪುಟ್ಟ ಮನೆ ಬಟ್ಟೆಗಳ ಸಂಖ್ಯೆಯೂ ಕಡಿಮೆ. ಅಡುಗೆ ಪಾತ್ರೆಗಳ ಸಂಖ್ಯೆಯಂತೂ ನಮ್ಮನೆಯಲ್ಲಿ ತುಂಬಾ ಕಡಿಮೆ ಇತ್ತು. ಆಮೇಲೆ ಫೋನ್ ಮಾಡ್ತಿನಪ್ಪ ಅಂದ ಗೌಡ್ರು ಹೊರಟರು. ಅವರ ಜೊತೆಯಲ್ಲೇ ಬಂದಿದ್ದ ಪುರೋಹಿತರೂ ಹೊರಟರು.

'ಜೋಯಿಸರ ಮನೆಯಿಂದ ಊಟ ಕಳಿಸಿದ್ದಾರೆ ಊಟ ಮಾಡಿ' ಅಂದರು ದಶರಥ ಅವರ ಹೆಂಡತಿ. 'ನನಗೆ ಹಸಿವಿಲ್ಲ ಬೇಡ ಅಂದೆ' ನಿನ್ನೆಯಿಂದ ಏನೂ ತಿಂದಿಲ್ಲ ನೀವು, ಸ್ವಲ್ಪ ಊಟ ಮಾಡುವ ಶಾಸ್ತ್ರ ಮಾಡಿ. ಇಂತ ಟೈಂ ಅಲ್ಲಿ ಯಾರ್ಗೂ ಅನ್ನ ಸೇರೋದಿಲ್ಲ. ನಿಮ್ಮ ಉಪಚಾರ ಮಾಡೋರೂ ಇಲ್ಲಿ ಇಲ್ಲ. ನಿಮ್ಮ ಯೋಗಕ್ಷೇಮ ನೀವೇ ನೋಡ್ಕೊಬೇಕು ಅಂತೇಳಿದ ಅವರು ತಮ್ಮ ಕೆಲಸದಲ್ಲಿ ಮಗ್ನರಾದರು.

ಊಟ ಮಾಡಿದ ಶಾಸ್ತ್ರ ಮಾಡಿದೆ. ರಾತ್ರಿಯಿಡೀ ನಿದ್ರೆ ಇರಲಿಲ್ಲ. ವಿಪರೀತ ಸುಸ್ತು ದಣಿವು ದೇಹವನ್ನು ಕಾಡುತ್ತಿತ್ತು. ಕಣ್ಣು ಎಳೆಯುತಿತ್ತು. ಸ್ವಲ್ಪ ಹೊತ್ತು ಮಲಗಿದರೆ ಸರಿ ಹೋಗಬಹುದು ಅಂತ ಒಂದು ಚಾಪೇನ ಜಗುಲಿಯಲ್ಲಿ ಹಾಸಿ ಒಂದು ದಿಂಬು ತಲೆಗೆ ಹಾಕಿಕೊಂಡು ಕಣ್ಣು ಮುಚ್ಚಿದೆ.

ಅರೆಜೊಂಪಿನ ಸ್ಥಿತಿ, ಆಗಾಗ್ಗೆ ಬೆಚ್ಚಿ ಬೀಳುತ್ತಿದ್ದೆ. ಏನೇನೋ ಕನವರಿಕೆ. ಅಪ್ಪ ಜವಾಬ್ದಾರಿ ನಂಗೆ ಬೇಡ ಅದು ನಿಮ್ಮದೇ ಅಂತ ನಾನು ಅಪ್ಪನಿಗೆ ಹೇಳುತ್ತಿದ್ದಹಾಗೆ ಕನಸು. ಭಾರ್ಗವ ಊಟಕ್ಕೆ ಬಾ ಅಂತ ಅಪ್ಪ ಕರೆದ ಹಾಗೆ ಕಣ್ಣು ಬಿಟ್ಟೆ, ಮನೆಯಲ್ಲಿ ಅಂಜಿಯ ಹೆಂಡತಿ ಬಿಟ್ಟು ಯಾರೂ ಇರಲಿಲ್ಲ. ಮಲ್ಲಿಗೆಯೂ ಹೊರಟುಹೋಗಿದ್ದಳು. ದಶರಥ ಅವರ ಹೆಂಡತಿ ಮಾತ್ರ ಇದ್ದರು. ನನ್ನನ್ನು ನೋಡಿ, ಸ್ವಲ್ಪ ಕಾಫಿ ಮಾಡಿ ಕೊಡ್ಲಾ, ನಾವು ಮಾಡಿದರೆ ನೀವು ಕುಡಿತೀರಾ ತಾನೆ ಅಂದರು. ನಾನು ಆಗಬಹುದು ಅನ್ನುವಂತೆ ತಲೆಯಾಡಿಸಿದೆ.

'ಶಾಸ್ತ್ರಿಗಳು ಇದ್ದಾಗ ನಾನು ಆರೇಳು ಸಲ ಇಲ್ಲಿಗೆ ಬಂದಿದ್ದೀನಿ ಗೊತ್ತಾ' ಅಂದರು.

'ಹೌದು ನಾನು ನೋಡಿದ್ದೀನಿ ಆದ್ರೆ ಮಾತು ಆಡಿಲ್ಲ. ನಿಮ್ಮ ಹೆಸರೇ ಗೊತ್ತಿಲ್ಲ' ಅಂದೆ.

'ಶಾಸ್ತ್ರಿಗಳು ನನ್ನನ್ನು ದಶರಥನ ಹೆಂಡತಿ ಅಂತಲೇ ಕರೀತಾ ಇದ್ರು. ನನ್ನ ಹೆಸರು ಅನುರಾಧ ಅಂತ' ನನ್ನ ತಮ್ಮನಿಗೆ ಹುಷಾರು ಇಲ್ದೇ ಇದ್ದಾಗ ನಾನು ಆಗಾಗ್ಗೆ ಇಲ್ಲಿಗೆ ಬರ್ತಾ ಇದ್ದೆ.

'ಈಗ ನಿಮ್ಮ ತಮ್ಮ ಹೇಗಿದ್ದಾರೆ?' ಅಂದೆ.

'ಅವನು ಬದುಕಿಲ್ಲ. ಶಾಸ್ತ್ರಿಗಳು ಅವನು ಬದುಕೋದಿಲ್ಲ ಅಂತ ಹೇಳಿದ್ರು. ಹಂಗೇ ಆಗೋಯ್ತು' ಏನು ಆಗಿತ್ತು ಅಂತ ಗೊತ್ತಿಲ್ಲ. ಒಳ್ಳೆ ಡಾಕ್ಟರಿಗೆ ತೋರಿಸೋಕೆ ಅಪ್ಪನ ಹತ್ರ ದುಡ್ಡು ಎಲ್ಲಿತ್ತು? ಅಲ್ಲೇ ಯಾರೋ ಡಾಕ್ಟರಿಗೆ ತೋರಿಸ್ತಾ ಇದ್ರು. ಅದು ಬರಕತ್ತಾಗಲಿಲ್ಲ. ಶಾಸ್ತ್ರಿಗಳ ಹತ್ರ ಅವನ ವಿಚಾರ ಹೇಳಿದೆ ತುಂಬಾ ತಡ ಆಗಿದೆ ಅವನು ಉಳಿಯೋದಿಲ್ಲ ಅಂದ್ರು, ಹಂಗೇ ಆಗೋಯ್ತು ಅನ್ನುತ್ತಾ ಅವರು ಕಾಫಿ ತಂದಿರಿಸಿದರು.

'ರಾತ್ರಿಗೆ ಜೋಯಿಸರ ಮನೆಯಿಂದ ಊಟ ಬಂದ್ರೆ ಪರವಾಗಿಲ್ಲ. ನಾನು ಪಾತ್ರೆನ ಅವರ ಮನೆಗೆ ಕೊಟ್ಟು ಹೋಯ್ತಿನಿ ಅವರು ಆಗೋದಿಲ್ಲ ಅಂದ್ರೆ ನಮ್ಮನೆಯಿಂದಾನೆ ಊಟ ಕಳಿಸಲಾ? ತಿಂತೀರಾ ತಾನೆ? ಅಂದ್ರು.

ನಾನು ಆಗಬಹುದು ಅಂತ ತಲೆಯಾಡಿಸಿದೆ. ಅವರು ಹೊರಟು ಹೋದರು. ಅವರು ಮನೆಯಿಂದ ಹೋದ ಸ್ವಲ್ಪ ಹೊತ್ತಿನಲ್ಲಿ ಅಂಜಿಯ ಹೆಂಡತಿಯೂ ಹೋದಳು. ಅಂಜಿ 'ಇಲ್ಲೇ ಇರಲಿ ನಾನು ಅವನಿಗೆ ಊಟ ಕಳಿಸ್ತೀನಿ' ಅಂದ್ಲು, ನಾನು ತಲೆಯಾಡಿಸಿದೆ.

ಆರು ಗಂಟೆಯ ಸಮಯಕ್ಕೆ ಅಂಜಿ ಬಂದ. ಕರಿಯ ಕಾಣಲಿಲ್ಲ. ಅಂಜಿ ಕರಿಯ ಎಲ್ಲಿ ಅಂತ ವಿಚಾರಿಸಿದೆ. 'ಅವನು ಅಲ್ಲೇ ಇದ್ದ ಬಾ ಅಂದ್ರೆ ಬರಲಿಲ್ಲ. ಅವನ ಸಹವಾಸ ಗೊತ್ತಿಲ್ಲ. ಆದ್ಕೆ ನಾನು ಸುಮ್ನೆ ಬಂದೆ' ಅಂದ. ಅವತ್ತು ರಾತ್ರಿಯೂ ಕರಿಯ ಮನೆಗೆ ಬರಲಿಲ್ಲ.

ಜೋಯಿಸರ ಮನೆಯ ಅನ್ನ ಸಾರನ್ನು ದಶರಥ ತಂದು ಕೊಟ್ಟು ಹೋದರು 'ನಾಳೆಯಿಂದ ಜೋಯಿಸರು ಊರಲ್ಲಿ ಇರೋದಿಲ್ವಂತೆ. ಊಟಕ್ಕೆ ಬೇರೆ ಕಡೆ ವ್ಯವಸ್ಥೆ ಮಾಡ್ಕೊಬೇಕಂತೆ. ಪಾತ್ರೆನ ಐದಾರು ದಿನ ಬಿಟ್ಟು ಕಳಿಸ್ಬೇಕಂತೆ' ಅಂತ ದಶರಥ ಹೇಳಿಯೇ ಹೋದರು. ಅಂಜಿಯ ಹೆಂಡತಿ ಊಟ ತಂದಿದ್ದಳು. ಅವಳು ಕರಿಯನಿಗೂ ಊಟ ತಂದಿದ್ದಳು.

ನಾನು ಅಂಜಿ ಮನೆಯಲ್ಲಿ, ಕರಿಯ ಅಪ್ಪನ ಚಿತೆಯ ಹತ್ತಿರ. ಬರಬೇಕೋ ಬೇಡವೋ ಅನ್ನುವಂತೆ ನಿದ್ರೆ ಬಂತು. ಅಂಜಿ ಅಪ್ಪನ ಕತೆ ಹೇಳ್ತಾ ಇದ್ದ. ನಾನು ಕೇಳಿಸಿ ಕೊಳ್ತಾ ಇದ್ದಿನೋ ಇಲ್ಲವೋ ಅನ್ನುವ ಚಿಂತೆ ಕೂಡ ಅವನಿಗೆ ಇದ್ದಂತೆ ಕಾಣಲಿಲ್ಲ.

ಬೆಳಿಗ್ಗೆ ಎದ್ದು ಅವನು, ನಾನೂ ಹಲ್ಲು ಕೂಡ ಉಜ್ಜದೆ ಚಿತೆಯ ಹತ್ತಿರ ಹೋದೆವು. ಕೆಲವು ಸೌದೆಯ ಕುಂಟೆಗಳು ಬೆಂಕಿಯಿಂದ ಹೊರಗಡೆ

ಬಂದಿದ್ದವು. ಇಡೀ ದೇಹ ಭಸ್ಮವಾಗಿದೆ. ಅಂತ ಅನಿಸುತ್ತಿತ್ತು. ಆದರೂ ಯಾವುದಕ್ಕೂ ಇರಲಿ ಅಂತ ಹೊರಗಡೆ ಬಂದಿದ್ದ ಅರ್ಧ ಸುಟ್ಟ ಕುಂಟೆಗಳನ್ನು ಪುನಃ ಬೆಂಕಿಗೆ ಹಾಕಿದೆವು. ನಾಲ್ಕು ದಿಕ್ಕಿಗೆ ನೆಟ್ಟಿದ್ದ ಆಲದ ಮರದ ಕಂಭಗಳಲ್ಲಿ ಒಂದು ಮಾತ್ರ ಹಾಗೆಯೇ ನಿಂತಿತ್ತು. ಅದನ್ನು ಮುರಿದು ಅಂಜಿ ಬೆಂಕಿಗೆ ಹಾಕಿದ. ಕರಿಯ ಕಾಣಲಿಲ್ಲ, ಅದಕ್ಕಾಗಿ ಹುಡುಕಾಡಿದೆವು. 'ಕರಿಯಾ, ಕರಿಯಾ' ಅಂತ ಜೋರಾಗಿ ಕರೆದೆ. ಅದು ಒಂದು ಗುತ್ತಿಯ ಸಂದಿಯಿಂದ ಹೊರಗೆ ಬಂತು ಪಾಪ ಇಡೀ ರಾತ್ರಿ ಅದು ಅಲ್ಲಿಯೇ ಇತ್ತು ಅಂತ ಕಾಣ್ತದೆ. ಹಸಿವಾಗಿರಬೇಕು ಆಹಾರ ಹುಡುಕುತ್ತಾ ಅಲ್ಲಿಗೆ ಹೋಗಿರಬಹುದು ಅಂತ ನಾವು ಅಂದುಕೊಂಡೆವು. ಆದರೆ ನಮ್ಮ ಊಹೆ ತಪ್ಪಾಗಿತ್ತು. ಆದರ ಹಿಂಬದಿಯ ಕಾಲಿಗೆ ಕೆಂಡ ಬಿದ್ದು ಸುಟ್ಟಗಾಯವಾಗಿತ್ತು. ರಾತ್ರಿ ಅದು ಚಿತೆಯ ಪಕ್ಕದಲ್ಲೇ ಮಲಗಿತ್ತು. ಅದರ ಕಾಲಿನ ಮೇಲೆ ಸೌದೆ ಕುಂಟೆ ಬಿದ್ದಿದೆ ಅಂತ ಅಂದಾಜು ಮಾಡಿದೆವು. ನೋವು ತಡೆಯಲಾರದೆ ಅದು ಗುತ್ತಿಯ ಒಳಗಡೆ ಸೇರಿಕೊಂಡಿದೆ. ರಾತ್ರಿಯಿಡೀ ಅದು ನೋವಿನಿಂದ ನರಳಿರಬಹುದು.

ಹೆಣ ಸುಡುವ ವಾಸನೆಗೆ ಕೆಲವು ಸಲ ನಾಯಿಗಳು ಬರುತ್ತವೆ. ಬೆಂಕಿ ಆರಿದೆ ಅಂತ ಅವಕ್ಕೆ ಅನಿಸಿದರೆ ಅವು ಮೂಳೆಗಳು ಉಳಿದಿದ್ದರೆ ಅದನ್ನು ಎಳೆದು ತಿನ್ನುತ್ತವೆ. ಇವನು ಆ ಕೆಲಸ ಮಾಡಿರಬಹುದು ಅನ್ನುವ ಶಂಕೆ ಅಂಜಿಗೆ ಬಂತು. ಸರಿಯಾಗಿ ನೋಡು ದೇಹದ ಬೂದಿಗೆ ಸಣ್ಣದಾಗಿಯೂ ಕೆರೆದ ಗುರುತು ಇಲ್ಲ ಅಂತ ಅಂಜಿಗೆ ದಬಾಯಿಸಿದೆ.

ಮನೆಗೆ ಬಂದು ಕೈ ಕಾಲು ಮುಖ ತೊಳೆದು, ಅಂಜಿಗೆ, ನನಗೆ ಕಾಫಿ ಮಾಡಿದೆ. ಹಾಲು ಇರಲಿಲ್ಲ. ಕರಿ ಕಾಫಿಯನ್ನೇ ಇಬ್ಬರೂ ಕುಡಿದೆವು 'ಅಯ್ಯ ನಾನು ಮನೆಗೆ ಹೋಗಿದ್ದು ಬರ್ತೀನಿ' ಅಂತ ಅಂಜಿ ಹೋದ. ಅಪ್ಪ ಇರುವಾಗ ಅಂಜಿ ನನ್ನನ್ನು ಚಿಕ್ಕ ಅಯ್ಯ ಅಂತಿದ್ದ. ಅವನು ಮೊನ್ನೆಯಿಂದ ನನ್ನ ಅಯ್ಯ ಅಂತ ಕರೆಯುತ್ತಿರುವುದು ನೆನಪಿಗೆ ಬಂತು.

ಅವಲಕ್ಕಿಗೆ, ಕಾಯಿತುರಿ, ಸಕ್ಕರೆ ಹಾಕಿ ತಿನ್ನುವ ಏಕಮಾತ್ರ ತಿಂಡಿ ನನಗೆ ತಿಳಿದಿತ್ತು. ಅದನ್ನೇ ಮಾಡೋಣ ಅಂದುಕೊಂಡೆ, ಬೇಡ ಅಪ್ಪ ಸತ್ತು ಎರಡು ದಿನವೂ ಆಗಿಲ್ಲ, ಆಗಲೇ ಸಿಹಿ ತಿನ್ನೋದಾ ಅಂತ ಅನಿಸಿತು. ಕಾಫಿಗೆ ಸಕ್ಕರೆ ಹಾಕಿರಲಿಲ್ಲವೆ. ಇದಕ್ಕೆ ಹಾಕಿದ್ರೆ ಏನಾಗುತ್ತೆ? ಅಂತ ಒಂದಷ್ಟು ಸಕ್ಕರೆ ಹಾಕಿದೆ. ಕಾಯಿತುರಿ ಹಾಕಲಿಲ್ಲ. ಹಾಗೆಯೇ ಸ್ವಲ್ಪ ತಿಂದೆ. ಹೊಟ್ಟೆ ಹಸಿಯುತ್ತಿದ್ದರೂ ತಿನ್ನಲು ಆಗಲಿಲ್ಲ. ಅದನ್ನೇ ಕರಿಯನಿಗೆ ಹಾಕಿದೆ. ನಿನ್ನೆ ರಾತ್ರಿ ಅಂಜಿಯ ಹೆಂಡತಿ ತಂದಿದ್ದ ಊಟವನ್ನು ಅಂಜಿ ಕಲ್ಲಿನ ಮೇಲೆ ಹಾಕಿದ್ದ. ಕರಿಯ ತಿಂದನೋ ಇಲ್ಲವೋ ನೋಡಲು ಅಲ್ಲಿ ನಿಲ್ಲಲಿಲ್ಲ. ಇವುಗಳ ನಡುವೆ ಸ್ನಾನ

ಮಾಡಿಲ್ಲದಿರುವುದು ನೆನಪಿಗೆ ಬಂತು. ಬಚ್ಚಲು ಒಲೆಗೆ ಬೆಂಕಿ ಹಾಕಿರಲೇ ಇಲ್ಲ. ಇವತ್ತು ಸ್ನಾನವೂ ಬೇಡ ಅಂತ ಸುಮ್ಮನಾದೆ.

ಜಯರಾಮೇಗೌಡರಿಗೆ ಫೋನ್ ಮಾಡಿ ಮುಂದೇನು ಅನ್ನುವುದಕ್ಕೆ ಅವರ ಸಲಹೆ ಕೇಳಬೇಕು ಅಂತ ಅವರ ನಂಬರಿಗಾಗಿ ಹುಡುಕಾಡಿದೆ. ಅಪ್ಪನ ಹತ್ತಿರ ಕೆಲವು ನಂಬರುಗಳು ಇದ್ದವು. ಅವರು ಅದನ್ನು ಎಲ್ಲಿ ಇಟ್ಟಿರಬಹುದು ಅಂತ ಹುಡುಕಾಡತೊಡಗಿದೆ. ಯಾಕೋ ಕಂಗಳು ಕಂಪ್ಯೂಟರ್ ಕಡೆಗೆ ಹೋದವು. ಹತ್ತಿರ ಹೋದೆ. ಅಪ್ಪ ಪೆನ್ನು ಕೇಳಿದ್ದು ನೆನಪಿಗೆ ಬಂತು. ಅವರು ಗೋಡೆ ಬೀರುವಿನಿಂದ ಪೆನ್ನು ತೆಗೆದು ಅದನ್ನು ಕಂಪ್ಯೂಟರ್ ಟೇಬಲಿನ ಮೇಲೆ ಇರಿಸಿದ್ದರು.

ಆರೇಳು ಪುಟಗಳಲ್ಲಿ ಅಪ್ಪ ಏನೋ ಬರೆದಿದ್ದಾರೆ. ಅವರು ಬರೆಯುವುದನ್ನು ಬಿಟ್ಟು ನಲವತ್ತೈದು ವರ್ಷವಾಗಿರಬಹುದು. ಅಕ್ಷರಗಳು ಕೋಳಿ ಕಾಲಿನಂತೆ ಇದ್ದವು. ಏನು ಬರೆದಿದ್ದಾರೆ ಅನ್ನುವ ಸಹಜ ಕುತೂಹಲ ನನಗೆ ಜಾಸ್ತಿಯಾಯಿತು. ಗೌಡರ ನಂಬರ್ ಹುಡುಕುವುದನ್ನೇ ನಿಲ್ಲಿಸಿ ಈ ಕಂಪ್ಯೂಟರ್ ಹಾಳೆಗಳನ್ನು ಕೈಗೆ ತೆಗೆದುಕೊಂಡು ಓದಲು ಕುಳಿತೆ.

ಚಿರಂಜೀವಿಗೆ.

'ನಾನು ಸ್ಕೂಲಿನಲ್ಲಿ ಇದ್ದಾಗ ಬರೆದಿದ್ದನ್ನು ಬಿಟ್ಟರೆ ಆಮೇಲೆ ಬರೆದಿದ್ದು ತುಂಬಾ ಕಡಿಮೆ. ಒಂದಷ್ಟು ಜಾತಕ ಗುರುತು ಹಾಕಿದ್ದು ಹೌದಾದರೂ ಹೀಗೆ ಕಾಗದ ಅಂತ ಬರೀಲೇ ಇಲ್ಲ. ಈ ಕಾರಣದಿಂದಾಗಿ ಈ ಪತ್ರದಲ್ಲಿ ಅಕ್ಷರ ದೋಷಗಳು ಇರಬಹುದು. ಅದನ್ನೇ ಸರಿ ಪಡಿಸಿಕೊಂಡು ಓದುವುದು. ನಾನು ಸಾಯುವ ಮೊದಲು ಈ ಸತ್ಯಗಳನ್ನು ಯಾರಿಗಾದರೂ ಹೇಳಿ ಸಾಯಬೇಕು ಅಂತ ಅಂದುಕೊಂಡೆ. ಅಂತಹ ನಂಬಿಕಸ್ಥರು ಯಾರೂ ಸಿಗಲಿಲ್ಲ. ನೀನು ತುಂಬಾ ಚಿಕ್ಕವನು ಅನ್ನುವ ಕಾರಣದಿಂದ ಇಷ್ಟು ದಿನ ತಡೆದೆ. ಇತ್ತೀಚೆಗೆ ನಿನ್ನ ಮೇಲೆಯೂ ನನಗೆ ನಂಬಿಕೆ ಉಳಿಯಲಿಲ್ಲ. ಯಾರಿಗಾದರೂ ಹೇಳುವ ಬದಲು ನಿನಗೇ ವಿಷಯ ಹೇಳಿ ಬಿಡುವ ತೀರ್ಮಾನ ಮಾಡಿ ಈ ಪತ್ರ ಬರೆಯುತ್ತಿದ್ದೇನೆ. ಹೀಗೆ ಮಾಡುವುದರಿಂದ ನನಗೆ ಆತ್ಮತೃಪ್ತಿಯೂ ಸಿಗುತ್ತದೆ. ನನಗೆ ಬಾಲ್ಯದಿಂದಲೂ ದೇವರ ಮೇಲೆ ನಂಬಿಕೆ ಇರಲಿಲ್ಲ. ನಾನು ಅಂಗವಿಕಲನಾಗಿ ಹುಟ್ಟಿದ್ದೇ ಇದಕ್ಕೆ ಕಾರಣ ನಾನು ಯಾವ ತಪ್ಪು ಮಾಡದಿದ್ದರೂ ಅಂಗವಿಕಲನಾಗಿ ಹುಟ್ಟಿದೆ. ದೇವರ ಕಾರಣದಿಂದ ನಿನ್ನ ಕಾಲು ಹೀಗಾಗಿದೆ ಅಂತ ಅಮ್ಮ ಹೇಳುತ್ತಿದ್ದಳು. ಹೀಗಾಗಿ ನನಗೆ ಆ ದೇವರ ಮೇಲೆ ದ್ವೇಷ ಇತ್ತು. ನಾನು ಒಂದು ರೀತಿಯಲ್ಲಿ ನಾಸ್ತಿಕನಾಗಿಯೇ ಬೆಳೆದೆ. ಅಪ್ಪ ಅಮ್ಮನ ಭಯದಿಂದ ದೇವರ ಫೋಟೋದ ಮುಂದೆ ಕೈ ಮುಗಿಯುತ್ತಾ ನಿಂತಿರುತ್ತಿದ್ದೇನಾದರೂ ದೇವರಿಗೆ ಮನಸ್ಸಿನಲ್ಲಿಯೇ ಶಾಪ ಹಾಕುತ್ತಿದ್ದೆ.

ನನ್ನ ಅಣ್ಣನಿಗೆ ಯಾವಾಗಲೂ ನನ್ನ ಮೇಲೆ ದ್ವೇಷ ಇತ್ತು. ಎಲ್ಲರಿಗಿಂತ ಮೊದಲು ನನ್ನನ್ನು ಕುಂಟ ಅಂತ ಕರೆದದ್ದು ಅವನ ಇತರ ಹುಡುಗರಿಗೆ ನನ್ನನ್ನು ಕುಂಟ ಅಂತ ಕರಿಯಿರಿ ಅಂತ ಹೇಳಿಕೊಡುತ್ತಿದ್ದವನೂ ಅವನೇ, ಮನೆಯಲ್ಲಿ ಅಮ್ಮ, ಅಪ್ಪನಿಗೆ ನನ್ನ ಕಂಡ್ರೆ ತುಂಬಾ ಪ್ರೀತಿ ಇತ್ತು. ಅವರು ನನ್ನ ಕಡೆಗೆ ಹೆಚ್ಚು ಪ್ರೀತಿ ತೋರಿಸುತ್ತಾರೆ ಅಂತ ಅವನಿಗೆ ನನ್ನ ಮೇಲೆ ಸಿಟ್ಟು.

ನನಗೆ ದೇವರ ಮೇಲೆ ನಂಬಿಕೆ ಇಲ್ಲದಿದ್ದರೂ, ಮರಿ ಪೂಜಾರಿಯ ಕೆಲಸ ಮಾಡಬೇಕಾಗಿ ಬಂತು. ಆಗ ಅನಿವಾರ್ಯವಾಗಿ ಒಂದಿಷ್ಟು, ಮಂತ್ರಗಳನ್ನು ಕಲಿತಿದ್ದು ಹೌದು. ದೇವರನ್ನೇ ಧಿಕ್ಕರಿಸಿ ನಿಂತವನಿಗೆ ಬೇರೆ ಯಾವುದಾದರೂ ಏನು ಭಯ, ಹಿರಿಯ ಪುರೋಹಿತರು ದೇವಸ್ಥಾನದಲ್ಲಿ ಇಲ್ಲದೇ ಇದ್ದಾಗ ನಾವು ಬೇಕಂತಲೇ ದೇವರ ವಿಗ್ರಹಗಳನ್ನು ತೊಳೆಯುತ್ತಿರಲಿಲ್ಲ. ಸ್ನಾನ ಮಾಡದೇ ಪೂಜೆ ಮಾಡಿದ ಶಾಸ್ತ್ರ ಮಾಡುತ್ತಿದ್ದೆ. ಉದ್ದೇಶ ಪೂರ್ವಕವಾಗಿ ಅಪ್ರದಕ್ಷಿಣೆ ಹಾಕುತ್ತಿದ್ದೆ. ದೇವರ ವಿಗ್ರಹಗಳಲ್ಲಿ ನನಗೆ ಕಟ್ಟು ಹಾಗೂ ಲೋಹಗಳು ಕಾಣುತ್ತಿದ್ದವೆ ಹೊರತು, ಅವುಗಳಲ್ಲಿ ನನಗೆ ದೇವರು ಕಾಣಲೇ ಇಲ್ಲ.'

ಅಣ್ಣನಿಗೆ ನಾನು ಬೆಂಗಳೂರಿಗೆ ಬರುವುದು ಬೇಡವಾಗಿತ್ತು. ಅವನು ಮನಸ್ಸು ಮಾಡಿದ್ದರೆ ಒಬ್ಬ ಜವಾನನ ಕೆಲಸವನ್ನಾದರೂ ಕೊಡಿಸಬಹುದಾಗಿತ್ತು. ಕೆಲಸ ಕೊಡಿಸಿದರೆ ನಾನು ಅವನ ಜೊತೆಯಲ್ಲೇ ಇರುತ್ತೇನೆ. ಅವನ ಯೋಗ್ಯತೆ ಎಲ್ಲಿ ನನ್ನ ಯೋಗ್ಯತೆ ಎಲ್ಲಿ, ನನ್ನನ್ನು ತಮ್ಮ ಎಂದು ಕರೆಯುವುದಕ್ಕೆ ಅವನಿಗೆ ನಾಚಿಕೆ, ಅವನು ಓದಲು ಅಪ್ಪ ಜಮೀನು ಮಾರಿದರು. ಆದರೆ ಅವನಿಗೆ ಸೈಟು, ಮನೆ, ಕಟ್ಟಿಸಲು ಜಮೀನು ಮಾರಬೇಕಾದ ಅವಶ್ಯಕತೆ ಇರಲಿಲ್ಲ. ಅವನ ಸಂಪಾದನೆ ಚೆನ್ನಾಗಿತ್ತು. ಅಲ್ಲದೆ ಅತ್ತಿಗೆಯ ಮನೆಯವರು ಅವನಿಗೆ ಚೆನ್ನಾಗಿಯೇ ಸಹಾಯ ಮಾಡಿದ್ದರು.

ಉಳಿದಿದ್ದ ಆಸ್ತಿಯನ್ನು ಎಲ್ಲಿ ಅಪ್ಪ ನನ್ನ ಹೆಸರಿಗೆ ಬರೆದುಬಿಡುತ್ತಾರೋ ಅಂತ ಅವನು ಜಮೀನು ಮಾರಿಸಿ ಆ ದುಡ್ಡಿನಲ್ಲಿ ಮನೆ ಕಟ್ಟಿಕೊಂಡ. ಅಮ್ಮನ ಹತ್ತಿರ ಇದ್ದ ಒಡವೆಗಳನ್ನು ಅವನು ಇಟ್ಟುಕೊಂಡ. ನಮ್ಮದು ಅವಿಭಕ್ತ ಕುಟುಂಬ, ಯಾವತ್ತು ಬೇಕಾದರೂ ಬೆಂಗಳೂರಿನ ಮನೆಯಲ್ಲಿ ನಾನು ಪಾಲು ಕೇಳಬಹುದು ಅಂತ ಅಪ್ಪ ಅಮ್ಮನನ್ನು ನನ್ನಿಂದ ದೂರವೇ ಇಟ್ಟ, ನಾನು ಮದುವೆಯಾಗುವುದೂ ಅವನಿಗೆ ಇಷ್ಟವಿರಲಿಲ್ಲ. ನಾನು ಅವಿವಾಹಿತನಾಗಿಯೇ ಸತ್ತರೆ ಎಲ್ಲಾ ಆಸ್ತಿ ಪಾಸ್ತಿ ತನಗೆ ಸಿಗುತ್ತದೆ ಅನ್ನುವುದು ಅವನ ಲೆಕ್ಕಾಚಾರ, ಅವನು ಮೇಲು ನೋಟಕ್ಕೆ ಬೇರೆ ರೀತಿ ಕಾಣುತ್ತಿದ್ದನಾದರೂ ಒಳಗಿನಿಂದ ಒಳಗೆ ಅವನು ಪರಮ ಸ್ವಾರ್ಥಿ ಮತ್ತು ನೀಚನಾಗಿದ್ದ.

ಯಾವಾಗ ನಾನು ಬೇರೆ ಜಾತಿಯ ಹುಡುಗಿಯನ್ನು ಮದುವೆಯಾದೇನೊ ಅವತ್ತಿಂದ ಅವನು ಉದ್ದೇಶಪೂರ್ವಕವಾಗಿ ಅಪ್ಪ ಅಮ್ಮನನ್ನು ನನ್ನಿಂದ

ಸಂಪೂರ್ಣ ದೂರ ಮಾಡಿದ. ಉಳಿದ ಜಮೀನನ್ನು ಅವನು ನನ್ನ ಹೆಸರಿಗೆ ಮಾಡಿದ್ದು ಜನರು ಅವನ ಬಗ್ಗೆ ಒಳ್ಳೆಯ ಅಭಿಪ್ರಾಯ ಹೊಂದಲಿ ಎಂದೇ ವಿನಾ ಅವನಿಗೆ ನನ್ನ ಮೇಲೆ ಪ್ರೀತಿ ಇರಲೇ ಇಲ್ಲ. ನಮ್ಮ ಜಾತಿಯ ಕೆಲವರನ್ನು ಅವನೇ ನನ್ನ ಮೇಲೆ ಎತ್ತಿ ಕಟ್ಟಿದ್ದ. ನನಗೆ ಒಂದು ರೀತಿಯಲ್ಲಿ ಬಹಿಷ್ಕಾರ ಹಾಕಿಸಿದ. ಸಿಡುಕು ಬುದ್ಧಿಯ ನಾನು ಇಡೀ ಜಾತಿಯನ್ನು ಧಿಕ್ಕರಿಸಿ ನಿಂತೆ. ಇವುಗಳ ನಡುವೆ ನನ್ನ ಅತ್ತಿಗೆ ಒಳ್ಳೆಯ ಹೆಂಗಸು. ನಾನು ಬೆಂಗಳೂರಿಗೆ ಬರಲಿ ಎಂದು ಅವರು ಹೇಳಿದಾಗ ಅವನು ನನ್ನ ಮುಂದೆಯೇ ಅವರ ಮೇಲೆ ವಿಪರೀತ ರೇಗಾಡಿದ. ಒಂದೆರಡು ಏಟು ಹೊಡೆದಿದ್ದೂ ಇದೆ.

ಸಾಮಾನ್ಯವಾಗಿ ಮೈದುನ ಮನೆಯಲ್ಲಿ ಇರುವುದು ಅತ್ತಿಗೆಯಾದವಳಿಗೆ ಇಷ್ಟ ಇರೋದಿಲ್ಲ. ಆದರೆ ಇಲ್ಲಿ ಅಣ್ಣನಿಗೆ ತಮ್ಮ ಇರುವುದು ಇಷ್ಟವಿರಲಿಲ್ಲ. ಅಣ್ಣ ಹೇಸಿಗೆಯ ಮೇಲೆ ಐದು ಪೈಸೆ ಹಾಕಿದರೂ ಅದನ್ನು ಬಾಯಿಂದಲೇ ತೆಗೆಯುವಂತಹ ಮನುಷ್ಯ. ಯಾವ ಕಾರಣಕ್ಕೂ ನಾನು ಇವನನ್ನು ಕ್ಷಮಿಸುವುದಿಲ್ಲ. ಸ್ವಲ್ಪ ಆಸ್ತಿಗಾಗಿ ಇವನು ನನಗೆ ವಿಷ ಹಾಕಿ ಕೊಲ್ಲಲೂ ಹಿಂಜರಿಯುತ್ತಿರಲಿಲ್ಲ ಅನ್ನುವುದು ನನ್ನ ನಂಬಿಕೆ.

ನನಗೆ ತುಂಬಾ ಓಡಾಡಲು ಆಗುವುದಿಲ್ಲ. ಚಿಕ್ಕಂದಿನಲ್ಲಿಯಂತೂ ಇವತ್ತಿಗಿಂತ ಹೆಚ್ಚು ಕಷ್ಟ ಪಡುತ್ತಿದ್ದೆ. ಹೀಗಾಗಿ ಬಹುತೇಕ ಸಮಯ ಕುಳಿತೇ ಇರುತ್ತಿದ್ದೆ. ಅಪ್ಪನ ಜೊತೆಯಲ್ಲಿ ಹಿರಿಯ ಪುರೋಹಿತರ ಜೊತೆಯಲ್ಲಿ ಮಾತನಾಡಲು ಯಾರಾದರೂ ಬಂದರೆ ಅವರು ಹೇಳುವ ಒಂದಕ್ಷರವನ್ನು ಬಿಡದೇ ಕೇಳಿಸಿಕೊಳ್ಳುತ್ತಿದ್ದೆ. ಯಾವ ವ್ಯಕ್ತಿ, ಇನ್ನೊಬ್ಬರ ಮಾತುಗಳನ್ನೇ ಸರಿಯಾಗಿ ಕೇಳಿಸಿಕೊಳ್ಳುತ್ತಾನೋ ಅವನು ಸಮಸ್ಯೆಗೆ ಸರಿಯಾದ ಉತ್ತರವನ್ನು ಹೇಳಬಲ್ಲ ಮತ್ತು ಅವರ ಮನದಲ್ಲಿ ಉಳಿದಿರುವ ವಿಚಾರಗಳನ್ನು ಊಹಿಸಬಲ್ಲ, ಈ ಶಕ್ತಿ ನನಗೆ ಇತ್ತು. ಆ ಶಕ್ತಿ ನನಗೆ ಇತ್ತು ಅನ್ನುವುದಕ್ಕಿಂತ ಹೆಚ್ಚಾಗಿ ಅದು ನನಗೆ ಬಂತು ಅನ್ನುವುದು ಸರಿಯಾದದ್ದು.

ಬಹುತೇಕ ಜನರು ತಮ್ಮ ಸಮಸ್ಯೆಗಳನ್ನು ಹೇಳುವಾಗ ಅದಕ್ಕೆ ಇರುವ ಪರಿಹಾರವನ್ನು ಅವರಿಗೆ ಗೊತ್ತಿಲ್ಲದ ಹಾಗೆ ಹೇಳುತ್ತಾರೆ. ಮತ್ತು ಸಮಸ್ಯೆಯನ್ನು ಬಗೆಹರಿಸಲು ತಾವು ಪಟ್ಟ ಶ್ರಮವನ್ನು ಅಥವಾ ಕ್ರಮವನ್ನು ವಿವರಿಸುತ್ತಾರೆ. ಅವರ ಮಾತುಗಳನ್ನೇ ಸರಿಯಾಗಿ ಕೇಳಿಸಿಕೊಂಡು ವಿಶ್ಲೇಷಣೆ ಮಾಡಿದರೆ ಅವರ ಸಮಸ್ಯೆಗೆ ತಕ್ಕ ಪರಿಹಾರವನ್ನು ತಕ್ಷಣವೇ ಹೇಳಬಹುದು. ನನಗೆ ಕೇಳಿಸಿಕೊಳ್ಳುವ ಮತ್ತು ವಿಶ್ಲೇಷಣೆ ಮಾಡುವ ಶಕ್ತಿ ಇಮ್ಮಡಿಯಾಯಿತು. ಇದರಿಂದ ನನಗೆ ಲಾಭ ಮಾಡಿಕೊಳ್ಳುವುದು ಗೊತ್ತಿರಲಿಲ್ಲ. ಹಾಗೆ ಲಾಭ ಮಾಡಿಕೊಳ್ಳುವ ಆಲೋಚನೆಯೂ ಇರಲಿಲ್ಲ. ಹಿರಿಯ ಪುರೋಹಿತರು ನೀಡುತ್ತಿದ್ದ ವಿಭೂತಿ,

ಕುಂಕುಮ, ದಾರ ಇವುಗಳನ್ನು ನಾನು ಕಂಡಿದ್ದೆ. ಅವರು ಕೆಲವು ಸಲ ಮನೆ ಒಲೆಯ ಬೂದಿಯನ್ನು ಕೊಟ್ಟು ಹಣ ಸಂಪಾದನೆ ಮಾಡುತ್ತಿದ್ದರು. ಜನರ ನಂಬಿಕೆಯೋ ಅಥವಾ ಬೇರೆ ಯಾವ ಕಾರಣದಿಂದಲೋ ಏನೋ ಕಾಯಿಲೆ ಚಿಕ್ಕಪುಟ್ಟದ್ದು ವಾಸಿಯಾಗುತ್ತಿತ್ತು. ಕುಂಕುಮ ಮತ್ತು ದಾರ ಇದರ ಕಥೆಯೂ ಇಷ್ಟೇ ಆಗಿತ್ತು. ಸಂತೆಯಿಂದ ಒಂದಷ್ಟು ಕರಿದಾರ ತಂದು ಅದಕ್ಕೆ ಮಂತ್ರಿಸಿದ ನಾಟಕ ಮಾಡಿ ಅವರು ಕೊಡುತ್ತಿದ್ದರು. ಇವರಲ್ಲಿಗೆ ಬರುತ್ತಿದ್ದ ಜನರಿಗೆ ಈ ವಿಷಯ ಹೇಳಿ ಇವರ ನಾಟಕ ಬಯಲು ಮಾಡೋಣ ಅಂತ ಅಂದುಕೊಂಡೆ. ಕುಂಟ ಹುಡುಗನ ಮಾತು ಯಾರು ಕೇಳುತ್ತಾರೆ. ಕುಂಟನ ಎಂಟು ಚೇಷ್ಟೆಗಳಲ್ಲಿ ಇದೂ ಒಂದು ಅಂತ ಅವರು ಗೇಲಿ ಮಾಡುತ್ತಾರೆ ಅಂತ ಸುಮ್ಮನಾದೆ.

ನನಗೆ ಗಾಯತ್ರಿ ಮಂತ್ರ ಒಂದೆರಡು ಅಷ್ಟೋತ್ತರ, ಗಣಹತಿ ಹೋಮ ಮಾಡುವುದನ್ನು ಬಿಟ್ಟರೆ ಬೇರೇನೂ ಗೊತ್ತಿಲ್ಲ. ಇದಕ್ಕಿಂತ ಹೆಚ್ಚು ಕಲಿಸುವವರೂ ಇರಲಿಲ್ಲ. ನನಗೆ ಬೇಡವಾಗಿದ್ದರೂ ಅನಿವಾರ್ಯವಾಗಿ ಇದನ್ನು ಕಲಿಯಲೇ ಬೇಕಾಯಿತು. ಮಂತ್ರಶಕ್ತಿ, ತಂತ್ರಶಕ್ತಿ, ವಾಮಾಚಾರ ಇತ್ಯಾದಿ ಯಾವುದೂ ಇಲ್ಲ ಅಂತ ನನಗೆ ಅನುಮಾನ ಇತ್ತು. ದೇವರನ್ನು ನಂಬದವನು ದೆವ್ವವನ್ನು ನಂಬುತ್ತಾನೆಯೆ?

ಗೌರಮ್ಮನನ್ನು ಮದುವೆಯಾದ ನಂತರ ನಾನು ಉದ್ದೇಶಪೂರ್ವಕವಾಗಿಯೇ ಜಮೀನು ವಶಪಡಿಸಿಕೊಂಡೆ. ಬೇಕಂತಲೇ ಅಲ್ಲಿ ಮನೆ ಮಾಡಿ ನಿಂತೆ. ಜೀವನ ಸಾಗಿಸಲು ಈ ಹೊಲ ಸ್ವಲ್ಪವಾದರೂ ಆದಾಯ ತಂದು ಕೊಡುತ್ತಿತ್ತು. ನಾನು ನಮ್ಮ ಅಪ್ಪನ ಮನೆಯಲ್ಲಿ ನಿಂತಿದ್ದರೆ ಅಣ್ಣ ಈ ಜಮೀನು ನನಗಿರಲಿ ಅನ್ನುತ್ತಿದ್ದ. ಕುಂಬಾರರ ಹೆಂಗಸನ್ನೇ ಮದುವೆಯಾದ ಕಾರಣದಿಂದ ಯಾವುದೇ ದೇವಸ್ಥಾನ ಪೂಜೆ ಇತ್ಯಾದಿ ನನಗೆ ಸಿಗುತ್ತಿರಲಿಲ್ಲ. ಅಕ್ಕಪಕ್ಕದ ನಮ್ಮ ಜಾತಿಯ ಜನರ ನಡುವೆ ಬದುಕುವುದು ಕಷ್ಟವಾಗುತ್ತಿತ್ತು. ಜನರ ನಡುವೆ ಇದ್ದು ಬಹಿಷ್ಕಾರದ ಬಿಸಿ ಅನುಭವಿಸುವುದಕ್ಕಿಂತ ಜನರಿಂದ ದೂರ ಇದ್ದು ಬಿಡುವುದೇ ಒಳ್ಳೆಯದು ಅಂತ ಬೇಕಂತಲೇ ಊರಿಂದ ಹೊರಗಡೆ ಬಂದೆ.

ಹೊಲದಲ್ಲಿ ಸಿಗುತ್ತಿದ್ದ ಗೇಣಿಯಿಂದ ಬದುಕು ಸಾಗಿಸುವುದು ಕಷ್ಟವಾಗುತ್ತಿತ್ತು. ಹೆಚ್ಚಿನ ಆದಾಯ ಬರುವ ದಾರಿಯನ್ನು ಕಂಡು ಹಿಡಿಯಬೇಕಾಗಿತ್ತು. ಹೇಳಿ, ಕೇಳಿ ನಾನು ಕುಂಟ, ದೈಹಿಕ ಶ್ರಮದ ಯಾವ ಕೆಲಸವೂ ನನಗೆ ಆಗುತ್ತಿರಲಿಲ್ಲ. ವ್ಯಾಪಾರ ಇತ್ಯಾದಿ ಮಾಡಲು ನನ್ನ ಹತ್ತಿರ ಸಾಕಷ್ಟು ಬಂಡವಾಳ ಇರಲಿಲ್ಲ. ಏನು ಮಾಡುವುದು ಅಂತ ಯೋಚನೆ ಮಾಡುತ್ತಿದ್ದಾಗ ಕಂಡವನೇ ಈ ಗೋವಿಂದನ್.

ಇವರು ಕೇರಳದವನು ಅನ್ನುವುದು ನಿಜವಾದರೂ ಇವನಿಗೆ ಮಂತ್ರ, ತಂತ್ರ, ಯಾವುದೂ ಗೊತ್ತಿರಲಿಲ್ಲ. ಅವನು ಕಿವುಡ, ಹಾಗಾಗಿ ಯಾರ ಹತ್ತಿರವೂ ಜಾಸ್ತಿ ಮಾತನಾಡುತ್ತಿರಲಿಲ್ಲ. ಅವನ ಬೆಕ್ಕಿನ ಕಣ್ಣು ಮತ್ತು ಗಡ್ಡದ ಕಾರಣದಿಂದ ಜನರನ್ನು ಆಕರ್ಷಣೆ ಮಾಡುತ್ತಿದ್ದ. ಆಕರ್ಷಣೆ ಅನ್ನುವುದಕ್ಕಿಂತ ಭಯ ಹುಟ್ಟಿಸುತ್ತಿದ್ದ. ಹೆಂಡತಿಗೆ ಕತ್ತಿಯಿಂದ ಹೊಡೆದು ಊರಿಂದ ಕದ್ದು ಬಂದಿದ್ದ. ವೈನಾಡಿನ ಪೊಲೀಸರು ಅವನನ್ನು ಹುಡುಕುತ್ತಿದ್ದರು. ಸುಂಟಿಕೊಪ್ಪದಲ್ಲಿ ಭಿಕ್ಷೆ ಬೇಡುತ್ತಿದ್ದ ಅವನನ್ನು ನಾನೇ ಕರೆತಂದೆ.

ಅವನ ಮುಖ ನೋಡಿದವರು ಅವನು ಮಂತ್ರವಾದಿ ಅಂದರೆ ನಂಬುತ್ತಿದ್ದರು. ನಾನು ಉದ್ದೇಶಪೂರ್ವಕವಾಗಿಯೇ ಅವನನ್ನು ಮಂತ್ರವಾದಿಯೆಂದು ಪ್ರಚಾರ ಮಾಡಿದೆ. ಇಂತಹ ಸುದ್ದಿಯನ್ನು ಒಂದಿಬ್ಬರ ಹತ್ತಿರ ಹೇಳಿದರೆ ಅವರೇ ಉಳಿದ ಸಮಸ್ತ ಲೋಕಕ್ಕೂ ಸುದ್ದಿ ಮುಟ್ಟಿಸುತ್ತಾರೆ. ಈ ಕೆಲಸ ಬಹಳ ವೇಗವಾಗಿ ಆಯಿತು.

ಇಂತಹ ಸುದ್ದಿಗಳನ್ನು ಕೆಳವರ್ಗದ ಜನ ಬೇಗ ನಂಬುತ್ತಾರೆ. ಮೇಲ್ವರ್ಗದ ಜನರನ್ನು ತಲುಪಬೇಕಾದರೆ ಸ್ವಲ್ಪ ಸಮಯ ಹಿಡಿಯುತ್ತದೆ. ನನ್ನ ವಿಷಯದಲ್ಲಿಯೂ ಹೀಗೆ ಆಯಿತು. ಸುಂಟಿಕೊಪ್ಪದ ಸಬ್ ಇನ್ಸ್‌ಪೆಕ್ಟರ್ ಸತ್ತಿದ್ದು ನನ್ನ ಶಾಪದಿಂದ ಅಲ್ಲ, ಅವನಿಗೆ ಯಾವುದೋ ಕಾಯಿಲೆ ಇದ್ದಿರಬಹುದು. ಅವನ ಮುಖ ನೋಡಿದರೆ ಹಾಗೆ ಅನಿಸುತ್ತಿತ್ತು ಕೂಡ. ಅದು ಉದ್ದೇಶ ಪೂರಕವಾಗಿ ಹಾಕಿದ ಶಾಪ ಅಲ್ಲ, ಕೈಲಾಗದವನ ಅಸಹಾಯಕತೆ, ಜನರು ಆಮೇಲೆ ನನ್ನ ನೋಡಿ ನಗದೆ ಇರಲಿ ಅನ್ನುವ ಕಾರಣವೂ ಇದರಲ್ಲಿ ಇತ್ತು. ಒಬ್ಬರು ಸತ್ತರೆ ಇನ್ನೊಬ್ಬರಿಗೆ ಲಾಭ ಆಗುತ್ತದೆ ಅನ್ನುತ್ತಾರೆ. ನನ್ನ ವಿಷಯದಲ್ಲಿಯೂ ಅಷ್ಟೆ, ಆ ಸಬ್‌ಇನ್ಸ್‌ಪೆಕ್ಟರ್ ಸತ್ತಿದ್ದು ಒಂದು ರೀತಿಯಲ್ಲಿ ನನ್ನ ಪಾಲಿಗೆ ಹಣದ ಮಳೆಯನ್ನೇ ಸುರಿಸಲಾರಂಭಿಸಿತು. ಹೆಂಡತಿಯಾದವಳು ರೂಪವತಿಯಾಗಿದ್ದು ಗಂಡಸು ನನ್ನ ರೀತಿ ಇದ್ದರೆ ಒಂದು ರೀತಿಯ ಕೀಳರಿಮೆಯಿಂದ ಬಳಲುತ್ತಾನೆ. ನನಗೂ ಹಾಗೆ ಆಯಿತು. ಮನೆಯಲ್ಲಿ ಪೂಜೆಗೆ, ಅದಕ್ಕೆ ಇದಕ್ಕೆ ಅಂತ ಬರುತ್ತಿದ್ದವರು ಇವಳನ್ನು ಕೆಕ್ಕರಿಸಿಕೊಂಡು ನೋಡುವುದು ನನ್ನ ಗಮನಕ್ಕೆ ಆಗಾಗ್ಗೆ ಬರುತ್ತಿತ್ತು. ಬಂದ ಜನರ ಹತ್ತಿರ ಇವಳು ನಗು ನಗುತ್ತಲೇ ವ್ಯವಹರಿಸುತ್ತಿದ್ದಳು. ಇದು ನನ್ನ ಅಸಹನೆಗೆ ಕಾರಣವಾಯಿತು.

ಒಂದು ಸಲವಂತೂ ಇವಳು ಬಗ್ಗಿ ಪಾತ್ರೆ ತೊಳೆಯುತ್ತಿದ್ದಾಗ ಇವಳ ಸೆರಗು ಜಾರಿ ಬಿದ್ದಿತ್ತು. ಇವಳು ತನ್ನ ಪಾಡಿಗೆ ತಾನು ಕೆಲಸ ಮಾಡುತ್ತಿದ್ದಳು. ಮೈಸೂರು ಕಡೆಯಿಂದ ಬಂದಿದ್ದ ಒಬ್ಬಾತ ಇವಳನ್ನು ತಿಂದು ಬಿಡುವ ಹಾಗೆ ನೋಡುತ್ತಿದ್ದ. ಅವತ್ತಿಂದ ಇವಳ ಮೇಲೆ ವಿನಾಕಾರಣ ರೇಗಲಾರಂಭಿಸಿದೆ.

ಅವಳು ಕುಳಿತರೂ ತಪ್ಪು, ನಿಂತರೂ ತಪ್ಪು ಅನ್ನುವಂತೆ ಕೂಗಾಡುತ್ತಿದ್ದೆ. ನನ್ನ ರೇಗಾಡುವಿಕೆಯ ಕಾರಣ ಅವಳಿಗೆ ಗೊತ್ತಾಗಲಿಲ್ಲ. ಅವಳು ಎಂದಿನಂತೆಯೇ ವ್ಯವಹರಿಸುತ್ತಿದ್ದಳು.

ನಾನು ಇಲ್ಲದೇ ಇರುವಾಗ ಇವಳು ಯಾರ ಜೊತೆಗಾದರೂ ಓಡಿಹೋದರೆ ಎಂಬ ಚಿಂತೆಯೂ ನನಗೆ ಬಂದಿತ್ತು. ಅಂದಿನಿಂದ ಹೊರಗೆ ವಾಮಾಚಾರದ ಕೆಲಸಕ್ಕೆ ಹೋಗುವುದನ್ನು ಬಿಟ್ಟು ಬಿಟ್ಟೆ. ವಾಮಾಚಾರ ಅಥವಾ ಹೋಮ, ಹವನ, ಯಾವುದೇ ಇದ್ದರೂ ಅದು ಇಲ್ಲಿಯೇ, ನಾನು ಬೇರೆ ಕಡೆಗೆ ಬರುವುದಿಲ್ಲ ಅಂತ ಹೇಳಿದೆ. ಈ ಜಾಗ ಬಿಟ್ಟು ಹೋಗಬೇಡ ಅಂತ ಅಮ್ಮ ಹೇಳಿದ್ದಾಳೆ ಅಂದೆ. ಜನ ಅಮ್ಮ ಅಂದರೆ ಚೌಡೇಶ್ವರಿ ದುರ್ಗೆ, ಪರಮೇಶ್ವರಿ ಅಂತ ಅಂದುಕೊಂಡರು. ನಾನು ಅಮ್ಮ ಅನ್ನುತ್ತಾ ಇದ್ದದ್ದು ನನ್ನ ಹೆತ್ತ ತಾಯಿಯನ್ನು ಆಗಾಗ್ಗೆ ಅವಳನ್ನು ನೆನಪಿಸಿಕೊಳ್ಳುತ್ತಿದ್ದೆ.

ನಾನು ಜನರಿಗೆ ಮೋಸ ಮಾಡ್ತಾ ಇದ್ದೀನಿ ಅನ್ನುವುದು ನನಗೆ ತಿಳಿದಿತ್ತು. ಬೇರೆ ದಾರಿ ನನಗೆ ಇರಲಿಲ್ಲ. ಮತ್ತೆ ನನಗೆ ತುಂಬಾ ಹಣ ಸಂಪಾದನೆ ಮಾಡುವ ಆಸೆಯೇ ಇರಲಿಲ್ಲ. ಊಟಕ್ಕೆ ಬಟ್ಟೆಗೆ ಮತ್ತು ನಿನ್ನ ಶಿಕ್ಷಣಕ್ಕೆ ಬೇಕಾದಷ್ಟು ಮಾತ್ರ ಸಂಪಾದಿಸಿದರೆ ಸಾಕು ಅನ್ನುವುದು ನನ್ನ ಉದ್ದೇಶ. ಇದಕ್ಕಿಂತ ಹೆಚ್ಚಿನ ಯಾವುದೇ ಆಸೆ ನನಗೆ ಇರಲೇ ಇಲ್ಲ.

ಕೆಲವರ ಮುಖ ನೋಡಿದರೆ ಅವರು ಅಹಂಕಾರಿ ಅಂತ ನನಗೆ ಅನಿಸುತ್ತಿತ್ತು. ಅಂತಹವರ ಮೇಲೆ ರೇಗಾಡಿ ಅವರ ಅಹಂಕಾರ ಮುರಿದು ಬಿಡುತ್ತಿದ್ದೆ. ಜನ ಪಾಪದವನು ಅನಿಸಿದರೆ ಅವನಿಗೆ ನೈತಿಕ ಧೈರ್ಯ ತುಂಬುತ್ತಿದ್ದೆ. ಹೀಗಾಗಿ ನಾನು ತುಂಬಾ ಖಡಕ್ಕು ಮನುಷ್ಯ ಅನ್ನುವ ಹೆಸರು ಬಂದಿತ್ತು. ಬಂದ ವ್ಯಕ್ತಿ ಬಡವ ಆಗಿದ್ದರೆ ಅವರಿಗೆ ಪುಕ್ಕಟೆ, ಶ್ರೀಮಂತರಾದರೆ ನನಗೆ ಎಷ್ಟು ಬೇಕೋ ಅಷ್ಟು ಹಣ ತೆಗೆದುಕೊಳ್ಳುತ್ತಿದ್ದೆ. ಬಲವಂತವಾಗಿ ಕೊಡಲು ಬಂದರೆ ನಾನು ನಿರಾಕರಿಸುತ್ತಿದ್ದೆ. ಒಬ್ಬನಿಗೆ ದುಡ್ಡಿನ ಮೇಲೆ ಆಸೆ ಇಲ್ಲ ಅನ್ನುವುದು ಜನರಿಗೆ ಗೊತ್ತಾದರೆ ಅವರು ಹಬ್ಬಿಗೆ ಹಣ ಕೊಡುತ್ತಾರೆ.

ಒಂದಿನ ಇವಳಿಗೆ ಬೈದು ಬಿಟ್ಟೆ. 'ಯಾರ ಜೊತೆ ಓಡಿಹೋಗಬೇಕು ಅಂತ ಇದ್ದೀಯಾ ಮುಂಡೆ' ಅಂತ ಅಂದುಬಿಟ್ಟೆ. ಇವಳು ತನ್ನಷ್ಟಕ್ಕೆ ತಾನು ಏನೋ ನೆನಪಿಸಿಕೊಂಡು ನಗುತ್ತಿದ್ದಳು. ಇದು ನನಗೆ ಅಸಹನೆ ತಂದಿತು. ಇವಳು ಎರಡು ಬಟ್ಟೆ, ಒಂದು ಬಿಂದಿಗೆ ತೆಗೆದುಕೊಂಡು ಹೋಗಿ, ಅವೆಲ್ಲವನ್ನು ಪಕ್ಕದಲ್ಲಿ ಇಟ್ಟು ತೋಡಿಗೆ ಬಿದ್ದು ಆತ್ಮಹತ್ಯೆ ಮಾಡಿಕೊಂಡಳು. ಕಾಲು ಜಾರಿ ಬಿದ್ದಿದ್ದಾಳೆ ಅಂತ ಜನ ಅಂದುಕೊಂಡರು. ನಾನು ಅದೇ ರೀತಿಯಲ್ಲಿ ಜನರನ್ನು ನಂಬಿಸಿದೆ. ಮಳೆಗಾಲದ ಆ ದಿನಗಳಲ್ಲಿ ತೋಡು ಪುಟ್ಟ ನದಿಯಂತೆ ಹರಿಯುತ್ತಿತ್ತು.

ಇದು ನಾನು ಮಾಡಿದ ಮಹಾಪಾಪ. ಅವಳು ನಿಜವಾಗಿ ಪವಿತ್ರಳು. ಅವಳ ಮೇಲೆ ನಾನು ಅನಗತ್ಯವಾಗಿ ಸಂಶಯ ಪಟ್ಟೆ. ಎಲ್ಲ ಜನರೊಂದಿಗೆ ಬೆರೆಯುವ ಅವಳ ಸ್ವಭಾವವನ್ನೇ ತಪ್ಪಾಗಿ ಅರ್ಥ ಮಾಡಿಕೊಂಡೆ. ನನ್ನ ತಪ್ಪಿಗೆ ಕ್ಷಮೆ ಇಲ್ಲ, ಆಗಲೇ ನಾನು ಆತ್ಮಹತ್ಯೆಯ ನಿರ್ಧಾರ ಮಾಡಿದೆ. ಆದರೆ ನೀನು ತುಂಬಾ ಚಿಕ್ಕವನಾಗಿದ್ದ ಕಾರಣ, ನಿನಗೊಂದು ಭವಿಷ್ಯ ರೂಪಿಸಬೇಕಾಗಿದ್ದ ಕಾರಣ ನಾನು ಉಳಿದುಕೊಂಡೆ.

ಮಲ್ಲಿಗೆಯನ್ನು ಈ ಮನೆಗೆ ತಂದಿದ್ದು ನನ್ನ ಇನ್ನೊಂದು ತಪ್ಪು. ಅವಳ ಮತ್ತು ನಿನ್ನ ನಡುವಣ ಸಂಬಂಧ ನನ್ನಲ್ಲಿ ಅಸಹ್ಯ ಮತ್ತು ಜಿಗುಪ್ಸೆಯನ್ನು ಹುಟ್ಟಿಸಿತು. ಬೆಳೆದ ಹುಡುಗ ಮನೆಯಲ್ಲಿ ಇರುವಾಗ ಕಾಮವೇ ಮೈ ತುಂಬಿಕೊಂಡಿದ್ದ ಆ ಹೆಂಗಸನ್ನು ನಾನು ಮನೆಗೆ ಕರೆತರಬಾರದಿತ್ತು. ಅವಳನ್ನು ನೋಡಿ ಒಂದು ಕ್ಷಣ ನಾನೇ ಕೆರಳಿದ್ದೆ. ಅಂತಹುದರಲ್ಲಿ ಹುಡುಗ ನೀನು ದಾರಿ ತಪ್ಪಿದ್ದು ನನಗೆ ಆಶ್ಚರ್ಯವನ್ನುಂಟು ಮಾಡಲಿಲ್ಲ. ಬದಲಿಗೆ ನನ್ನ ತಪ್ಪಿಗೆ ನಾನೇ ಮಾನಸಿಕವಾಗಿ ಶಿಕ್ಷೆ, ಅನುಭವಿಸಿದೆ. ಜೀವನದಲ್ಲಿ ಒಂದು ಗುರಿ ಹೊಂದಿದ್ದ ಯುವಕ ನೀನು. ನಿನ್ನಂತಹವರು ಹಾದಿ ತಪ್ಪಬಾರದಿತ್ತು. ಈ ವಿಷಯದಲ್ಲಿ ನೀನೂ ಕ್ಷಮೆಗೆ ಅನರ್ಹ, ಅವಳ ಬದುಕಿನ ದುರಂತ ಕತೆ ಕೇಳಿದ ನಂತರವೂ ನಿನ್ನ ಕಾಮದಾಹ ಇಂಗದೇ ಹೋಗಿದ್ದು ನಿನ್ನ ಬಗ್ಗೆ ನನಗೆ ಅಸಹ್ಯ ಹುಟ್ಟಿಸಿತು. ಅವಳಿಗೆ ಮದುವೆ ಮಾಡಿ ಕಳುಹಿಸದೇ ಇದ್ದರೆ ಇಷ್ಟು ಹೊತ್ತಿಗೆ ಯಾವ ಅನಾಹುತ ಆಗುತ್ತಿತ್ತೋ ಏನೋ?

ದೇವರು ಇದ್ದಾನೋ ಇಲ್ಲವೋ ಅನ್ನುವುದಕ್ಕೆ ಈಗ ನಾನು ನನಗೆ ಗೊತ್ತಿಲ್ಲ ಅಂತ ಉತ್ತರ ಕೊಡುತ್ತೇನೆ. ಮಂತ್ರ, ತಂತ್ರ, ಶಕ್ತಿ ಹೊಂದಿರುವವರು ಇದ್ದಾರೋ ಇಲ್ಲವೋ ಅನ್ನುವುದಕ್ಕೂ ನಾನು ಗೊತ್ತಿಲ್ಲ ಅಂತಲೇ ಹೇಳುತ್ತೇನೆ. ಆದರೆ ನನಗೆ ಅಪ್ಪ ಅಮ್ಮ, ಹೆಂಡತಿ ಇದ್ದದ್ದು ಹೌದು, ಆ ಮೂವರಿಗೂ ದೇವರಲ್ಲಿ ಸಂಪ್ರದಾಯದಲ್ಲಿ ವಿಶ್ವಾಸ ಇದ್ದದ್ದು ಹೌದು. ಈ ಮೂರು ಜನರಿಗೆ ಕಾಶಿಯಲ್ಲಿ ತಿಥಿ ಮಾಡಿ ಅನಂತರ ಒಂದು ತೀರ್ಥಯಾತ್ರೆ ಮಾಡಬೇಕು ಅನ್ನುವ ಆಸೆ ನನಗೆ ಇತ್ತು. ಆದರೆ ಅದು ನನ್ನಿಂದ ಆಗದ ಮಾತು. ನೀನು ಆ ಕೆಲಸ ಮಾಡಿದರೆ ನನ್ನ ಆತ್ಮಕ್ಕೆ ತೃಪ್ತಿ ಸಿಗುತ್ತದೆ. ನನಗೆ ಈ ತಿಥಿ ಕರ್ಮಾಂತರದಲ್ಲಿ ನಂಬಿಕೆ ಇಲ್ಲ. ಅವರಿಗೆ ವಿಶ್ವಾಸ ಇತ್ತು. ನಾವು ನಮ್ಮ ನಂಬಿಕೆಗಳಿಗೆ ಬದ್ಧರಾಗಿರುವ ಹಾಗೆ ಉಳಿದವರ ನಂಬಿಕೆಗಳಿಗೂ ಗೌರವ ನೀಡಬೇಕಾಗುತ್ತದೆ.

ಕಳೆದ ಕೆಲವು ದಿನಗಳಿಂದ ಹೃದಯದ ನೋವು ತೀವ್ರವಾಗಿ ಕಾಡ್ತಾ ಇದೆ. ನಾನು ಯಾವಾಗ ಬೇಕಾದರೂ ಸಾಯಬಹುದು. ಕೆಲವು ಸಂಗತಿಗಳನ್ನು

ನಾನು ನಿನಗೆ ಹೇಳಲೇಬೇಕಾಗಿತ್ತು. ಆದರೆ ನೇರವಾಗಿ ಹೇಳಲು ಸ್ವಲ್ಪ ಸಂಕೋಚವಾದ ಕಾರಣದಿಂದ ಈ ಕಾಗದ ನನ್ನ ಜೀವನದ ಮೊದಲ ಮತ್ತು ಅಂತಿಮ ಪತ್ರ ಬರೆಯುತ್ತಿದ್ದೇನೆ.

ನಿನ್ನ ತಪ್ಪನ್ನು ನಾನು ಕ್ಷಮಿಸಿದ್ದೇನೆ. ನಾನು ಮಾಡಿದ ತಪ್ಪುಗಳನ್ನು ನೀನು ಕ್ಷಮಿಸಬಹುದಾದರೆ ಕ್ಷಮಿಸು. ಇದನ್ನು ಹೊರಜಗತ್ತಿಗೆ ಹೇಳುವುದು. ಹೇಳದೇ ಇರುವುದು ನಿನಗೆ ಬಿಟ್ಟ ವಿಚಾರ.

ಇಂತಿ ನಿನ್ನ...

ಇಷ್ಟು ಬರೆಯುವಷ್ಟರಲ್ಲಿ ಅಪ್ಪನ ಪ್ರಾಣ ಹಾರಿಹೋಗಿದೆ ಅವರು ಸಹಿ ಕೂಡ ಮಾಡಿಲ್ಲ. ಇದನ್ನು ಓದಿದ ನಂತರ ನನ್ನ ತಲೆ ತಿರುಗಲಾರಂಭಿಸಿತು. ಅದರಲ್ಲಿಯೂ ಅಮ್ಮನ ವಿಚಾರ ಮತ್ತು ನನ್ನ ಹಾಗೂ ಮಲ್ಲಿಗೆಯ ನಡುವಣದ ಸಂಬಂಧಗಳ ವಿಚಾರ ಅಪ್ಪನಿಗೆ ತಿಳಿದಿದ್ದು, ತಲೆಗೆ ಯಾರೋ ಬಲವಾಗಿ ಹೊಡೆದ ಹಾಗಾಯಿತು. ಕಳೆದ ನಾಲ್ಕು ದಿನಗಳಿಂದ ಸರಿಯಾಗಿ ಊಟ ಮತ್ತು ನಿದ್ರೆ ಇಲ್ಲದ ಕಾರಣದಿಂದ ದೈಹಿಕವಾಗಿ ನಾನು ಬಳಲಿದ್ದೂ ಇದಕ್ಕೆ ಕಾರಣವಾಗಿರಬಹುದು. ಆಘಾತಗಳನ್ನು ಸಹಿಸಿಕೊಳ್ಳುವ ಶಕ್ತಿಯನ್ನು ನಾನು ಕಳೆದುಕೊಂಡಿದ್ದೆ.

ದಿಗಂತ ನೋಡುವುದಷ್ಟೇ ಮಧ್ಯಾಹ್ನದ ತನಕ ನನಗೆ ಕೆಲಸವಾಗಿತ್ತು. ಪ್ರಶ್ನೆಗಳ ಮೇಲೆ ಪ್ರಶ್ನೆಗಳು ಏಳುತ್ತಿದ್ದವು. ಯಾವುದಕ್ಕೂ ಸರಿಯಾದ ಉತ್ತರ ಸಿಗುತ್ತಿರಲಿಲ್ಲ. ಇಡೀ ಬದುಕೇ ಅಸ್ತವ್ಯಸ್ತವಾಗಿದೆ. ಇದನ್ನು ಸರಿ ಮಾಡಲು ಆಗುವುದೇ ಇಲ್ಲ. ಸರಿ ಮಾಡುವುದಾದರೆ ಪುನಃ ಅಪ್ಪನ ಬಾಲ್ಯಕ್ಕೆ ಹೋಗಬೇಕು. ಅಲ್ಲಿಂದ ಸರಿಪಡಿಸುತ್ತಾ ಬರಬೇಕು ಅಥವಾ ನಾನು ಆತ್ಮಹತ್ಯೆ ಮಾಡಿಕೊಂಡು ಎಲ್ಲಾ ತಪ್ಪುಗಳಿಗೆ ಅಂತಿಮ ನಮನ ಹೇಳಬೇಕು.

ಇಷ್ಟೆಲ್ಲಾ ಆಗುವಾಗ ಫೋನ್ ಸದ್ದು ಮಾಡಿತು. ಜಯರಾಮೇಗೌಡ್ರು ಆ ಕಡೆಯಲ್ಲಿ 'ಭಾರ್ಗವ ಏನು ತೀರ್ಮಾನ ಮಾಡಿದ್ದೀಯಾ?'

'ಕಾಶಿಗೆ ಹೋಗೋದು ಅಂತ' ಅಂದೆ.

'ಹೌದಾ, ಇಲ್ಲೇ ಶ್ರೀರಂಗಪಟ್ಟಣ ಗೋಕರ್ಣ ಇದೆಯಲ್ಲಪ್ಪ.'

'ಅಪ್ಪನ ಆಸೆ ಆದ್ರೆ ಅಪ್ಪನ ತಿಥಿಗಲ್ಲ, ತಾಯಿ ಅಜ್ಜ ಅಜ್ಜಿಯ ತಿಥಿ.'

'ಸರಿ ಹಾಗಾದ್ರೆ, ಒಂದು ಕೆಲ್ಸ ಮಾಡು ಅಪ್ಪನ ಚಿತಾಭಸ್ಮವನ್ನು ಅಲ್ಲೇ ವಿಸರ್ಜನೆ ಮಾಡು.

ಉಳಿದದ್ದು ಆ ತೋಪಿನಲ್ಲೇ ಹಾಕಿಬಿಡು.'

'ನೀವು ಹೇಳಿದ್ದೇ ಸರಿ' ಅಂದೆ.

'ನಾನು ಟ್ರೈನ್ ಟಿಕೆಟ್ ಗೆ ವ್ಯವಸ್ಥೆ ಮಾಡ್ತೀನಿ. ಬೆಂಗಳೂರಿಂದ ಕಾಶೀ ಆಮೇಲೆ' ಅಂದ್ರು.

'ಈಗ ಕಾಶಿ ತನಕ ಮಾಡಿ, ಆಮೇಲೆ ತೀರ್ಥ ಯಾತ್ರೆ' ಅಂದೆ. 'ಯಾಕೋ ತುಂಬಾನೇ ಬೇಸರ ಆಗಿದೆ. ಗೊತ್ತು ಗುರಿ ಇಲ್ಲದೆ ಸುಮ್ಮನೆ ಸ್ವಲ್ಪ ದಿನ ಸುತ್ತಾಡಿ ಬರ್ತೀನಿ ದೇಶಾಂತರ ಹೋಗಿ ಬಿಡೋಣ ಅಂತ ಅನ್ನಿಸ್ತಾ ಇದೆ' ಅಂದೆ.

'ಹೌದಪ್ಪ ಹೌದು, ಆಗಾಗ್ಗೆ ಹಂಗೆ ಅನ್ನಿಸ್ತಾ ಇರುತ್ತೆ. ಕೆಲವು ಸಲ ಆತ್ಮಹತ್ಯೆ ಮಾಡಿಕೊಳ್ಳೋಣ ಅಂತಾನೂ ಅನ್ನಿಸುತ್ತೆ. ಆದರೆ ಹಾಗೆ ಮಾಡೋದಿಕ್ಕೆ ಆಗೋದಿಲ್ಲ. ಕೆಲವು ಸಲ ನೋವು, ಕೆಲವು ಸಲ ನಲಿವು. ಇದಕ್ಕೆ ಜೀವನ ಅನ್ನೋದು. ಇದರ ನಡುವೆ ಕೆಲವರು ಶಾಸ್ತ್ರಿಗಳ ತರ ಇಚ್ಛಾಮರಣಿಗಳೂ ಇದ್ದಾರೆ' ಅಂದ್ರು.

ನಾನು ಉತ್ತರಿಸಲಿಲ್ಲ.

'ಭಾರ್ಗವ ಹಣ, ಗಿಣ ಏನಾದ್ರೂ ಬೇಕಾದ್ರೆ ಕೇಳು, ಯಾವ ಕಾರಣಕ್ಕೂ ಸಂಕೋಚ ಮಾಡ್ಕೊಬೇಡ.'

'ಇಲ್ಲ, ಮನೇಲೇ ಸುಮಾರು ದುಡ್ಡಿದೆ. ಅದೇ ಜಾಸ್ತಿಯಾಗುತ್ತೆ.'

'ಸರಿಯಪ್ಪ ಟಿಕೆಟ್ ವ್ಯವಸ್ಥೆ ನಾನು ಮಾಡ್ತೀನಿ ಬಿಡು' ಅಂದು ಅವರು ಫೋನ್ ಇಟ್ಟರು. ಹೊರಗಡೆ ಬಂದು ಸುಮ್ಮನೆ ಒಂದು ಸುತ್ತು ನೋಡಿದೆ. ಎಲ್ಲವೂ ಭಣ ಭಣ ಕರಿಯನೂ ಕಾಣುತ್ತಿಲ್ಲ.

14

ಅಪ್ಪನ ಗಾಡ್ರೇಜ್ ಬೀರು ತೆರೆದು ಅಲ್ಲಿದ್ದ ಹಣವನ್ನೆಲ್ಲಾ ಗುಡ್ಡೆ ಹಾಕಿದೆ. ಅಪ್ಪನಿಗೆ ಬೀಗ ಹಾಕುವ ಅಭ್ಯಾಸವೇ ಇರಲಿಲ್ಲ. ಸುಮ್ಮನೆ ಕೀಯನ್ನು ಅವರ ಜನಿವಾರದಲ್ಲಿ ಇಟ್ಟುಕೊಂಡಿರುತ್ತಿದ್ದರು. ಜೊತೆಗೆ ಅಗ್ನಿಸ್ಪರ್ಶ ಮಾಡುವಾಗ ಜನಿವಾರ ಕತ್ತರಿಸಿ ಅದರ ಕೀಯನ್ನು ನನ್ನ ಕೈಗೆ ಕೊಟ್ಟಿದ್ದರು. ನಾನು ಅದನ್ನು ಅಂಜಿಯ ಕೈಗೆ ಕೊಟ್ಟಿದ್ದೆ.

ಸಾವಿರ ರೂ. ಐದುನೂರು, ನೂರು, ಐವತ್ತು, ಇಪ್ಪತ್ತು, ಹತ್ತು, ಐದು ರೂಪಾಯಿ ಹೀಗೆ ಎಲ್ಲಾ ರೀತಿಯ ನೋಟುಗಳು ಮತ್ತು ಚಿಲ್ಲರೆ ಹಣ ಅಲ್ಲಿತ್ತು. ಹಸಿವು ಆಗುತ್ತಿದ್ದರೂ ಇಷ್ಟೊಂದು ಹಣ ನೋಡಿ ಹಸಿವು ಹೊರಟುಹೋಯಿತು, ಎಲ್ಲಾ ನೋಟುಗಳನ್ನು ವಿಂಗಡಿಸಿ ಎಣಿಸಿದೆ. ನಾಲ್ಕು ಲಕ್ಷದ ಅರವತ್ತು ಸಾವಿರದ ಎಂಟು ನೂರಾ ತೊಂಬತ್ತೈದು ರೂಪಾಯಿ ಅಲ್ಲಿತ್ತು. ಸಾವಿರ ರೂಪಾಯಿ ನೋಟುಗಳೇ ಮುನ್ನೂರಾ ಇಪ್ಪತ್ತು ಇದ್ದವು. ಎಣಿಸಲು ಎರಡು ಗಂಟೆ ಬೇಕಾಯಿತು. ಅದನ್ನೆಲ್ಲಾ ಸರಿಯಾಗಿ ಜೋಡಿಸಿದೆ. ಇಷ್ಟು ಹಣ ಮನೆಯಲ್ಲಿ ಇದ್ದರೂ ಅಪ್ಪ, ಏನೂ ಇಲ್ಲ ಅನ್ನುವಂತೆ ಬೀಗ ಹಾಕುತ್ತಲೇ ಇರಲಿಲ್ಲ. ಬೆಳ್ಳಿಯ ಸಾಮಾನುಗಳು ಅಲ್ಲಿದ್ದವು, ಕೆಲವು ನೋಟುಗಳು ಚಲಾವಣೆಯಲ್ಲಿ ಇರಲು ಅಯೋಗ್ಯವಾಗಿದ್ದವು. ಇಷ್ಟು ಹಣ ಮನೆಯಲ್ಲಿ ಇರುವುದು ಎಷ್ಟು ಸರಿ. ಯಾವುದಾದರೂ ಬ್ಯಾಂಕಿನಲ್ಲಿ ಹಾಕಿ ಬಿಡಬೇಕು ಅಂತ ಅಂದುಕೊಂಡೆ. ಬೆಳ್ಳಿಯ ಪಾತ್ರೆಗಳ ಮೌಲ್ಯ ಅಂದಾಜು ಮಾಡಲು ನನಗೆ ಯಾವುದೇ ತಿಳುವಳಿಕೆ ಇರಲಿಲ್ಲ ಎಲ್ಲವನ್ನು ಶಿಸ್ತಿನಿಂದ ಜೋಡಿಸಿ ಬೀಗ ಹಾಕಲು ಕೀ ಹುಡುಕಾಡಿದೆ ಅದು ಸಿಗಲಿಲ್ಲ. ತಕ್ಷಣ ಅವನ್ನೆಲ್ಲಾ ನನ್ನ ಬೀರುವಿಗೆ ವರ್ಗಾಯಿಸಿ ಬೀಗ ಹಾಕಿದೆ.

ಮರುದಿನ ಬೆಳಿಗ್ಗೆ ನಾನು ಅಂಜಿ ಚಿತೆಯ ಜಾಗಕ್ಕೆ ಹೋದೆವು. ನಾನು ತಾಮ್ರದ ಒಂದು ದೊಡ್ಡ ಚೆಂಬು ತೆಗೆದುಕೊಂಡು ಹೋಗಿದ್ದೆ. ಅದಕ್ಕೆ

ಅಪ್ಪನ ದೇಹದ ಭಸ್ಮ ಅಂತ ನಾವು ಅಂದುಕೊಂಡಿದ್ದನ್ನೇ ತುಂಬಿದೆ. ಸಣ್ಣ ಸಣ್ಣ ಗಾತ್ರದ ಒಂದೆರಡು ಮೂಳೆಗಳ ಅವಶೇಷಗಳು ಸಿಕ್ಕವು, ಅದನ್ನು ಚೊಂಬಿನಲ್ಲಿ ಇರಿಸಿಕೊಂಡೆ. ಉಳಿದ ಬೂದಿ ಮತ್ತು ಇತರ ಎಲ್ಲವನ್ನು ತೋಡಿಗೆ ಸುರಿದುಬಂದೆವು. ತೋಡು ಸಣ್ಣದಾಗಿ ಹರಿಯುತ್ತಿತ್ತು. ಈ ನೀರು ಅದಕ್ಕೆ ಸೇರಿಕೊಂಡು ಬಗ್ಗಡದಂತೆ ಆಯಿತು. ಮನೆಗೆ ಬಂದು ನಾನು ಸ್ನಾನ ಮಾಡಿದೆ. ಅಂಜಿ ಅಲ್ಲಿಯೇ ಕುಳಿತಿದ್ದ ಅವನು ತುಂಬಾ ಮಂಕಾಗಿದ್ದ.

'ಅಂಜಿ ಇನ್ನು ಹದಿನೈದು ದಿನದಲ್ಲಿ ನಾನು ಕಾಶಿಗೆ ಹೋಗ್ತಾ ಇದ್ದೀನಿ. ಒಂದಷ್ಟು ಕೆಲಸ ಇದೆ' ಅಂದೆ. ಅವನು ಅಲ್ಲಿಂದ ಎದ್ದು ಬಂದು ನನ್ನ ಕಾಲನ್ನು ಗಟ್ಟಿಯಾಗಿ ಹಿಡಿದುಕೊಂಡು ಅಳಲು ಶುರು ಮಾಡಿದ. 'ನಾನು ತಪ್ಪು ಮಾಡಿಬಿಟ್ಟೆ, ಅಯ್ಯ. ನಿಮ್ಮ ಚಪ್ಪಲಿ ತಗೊಂಡು ಹೊಡೀರಿ. ಬೇಕಾರ ಕತ್ತಿ ತಗೊಂಡು ಕತ್ತರಿಸಿ ಹಾಕಿ ಪಾಪಿ ನಾನು, ನನಗೆ ಬದುಕೊ ಯೋಗ್ಯತೇನೇ ಇಲ್ಲ ಅಯ್ಯ' ಅನ್ನುತ್ತಾ ನೆಲಕ್ಕೆ ತನ್ನ ಹಣೆಯನ್ನು ಬಡಿದುಕೊಂಡ. ನನಗೆ ಗಾಬರಿ ಮತ್ತು ಆಶ್ಚರ್ಯ ಎರಡೂ ಆಯಿತು. ಅವನು ದಿಢೀರನೇ ಬಂದು ಕಾಲು ಹಿಡಿದುಕೊಂಡಿದ್ದು ಭಯವನ್ನು ತರಿಸಿತು. 'ಥೂ...ಥೂ... ಎದ್ದೇಳು, ಇದೇನಿದು ಹೇಸಿಗೆ, ಅಂತದ್ದು ಏನಾಯ್ತು ಎದ್ದೇಳು' ಅಂದೆ.

'ನೀವು ಕ್ಷಮಿಸಿದ್ದೀನಿ ಅಂದ್ರೆ ಮಾತ್ರ ಹೇಳ್ತಿನಿ' ಅಂದ.

'ಕ್ಷಮಿಸಿದ್ದೀನಿ, ಎದ್ದೇಳು ಅಂತದ್ದು ಏನು ಮಾಡಿದೆ.'

'ನಾನು ವಾರದ ಹಿಂದೆ ಕುಡಿದು ಬಿಟ್ಟಿದ್ದೆ ಅಯ್ಯ, ದೊಡ್ಡ ತಪ್ಪು ಮಾಡಿಬಿಟ್ಟೆ.'

'ಅದಕ್ಕೆ ಏನೀಗ ನಿಂಗೆ ಕುಡಿಯೋದೇನು ಹೊಸದಲ್ಲವಲ್ಲ.'

'ಅಯ್ಯ, ಒಂದಿನ ದೊಡ್ಡ ಅಯ್ಯ ನೀರು ಮಂತ್ರಿಸಿ ತಂದಿದ್ರು. ಇದನ್ನು ನೀವು ಮನೆಯವರೆಲ್ಲಾ ಕುಡೀರಿ. ಇನ್ಮೇಲೆ, ನೀನು ಸಾರಾಯಿ ಕುಡಿದ್ರೆ ನೀನು ಮಾತ್ರ ಅಲ್ಲ, ನಿನ್ನ ಮನೆಯವರೆಲ್ಲಾ ಸಾಯ್ತಿರಿ ಅಂದ್ರು. ನಾವು ಆ ನೀರು ಕುಡಿಲೇ ಇಲ್ಲ. ಅವರೇ ಅದನ್ನು ಕುಡಿದು ಇದು ಮಂತ್ರಿಸಿದ ನೀರು ದಂಡ ಆಗಬಾರದು. ಇನ್ಮೇಲೆ ನೀನು ಕುಡಿದ್ರೆ ನಾನೇ ಸಾಯ್ತಿನಿ ಅಂತ ಹೇಳಿದ್ರು' ಅಂದ.

ನನಗೆ ಆ ಘಟನೆ ಜ್ಞಾಪಕಕ್ಕೆ ಬಂತು. ತಕ್ಷಣ ನಗುವೂ ಬಂತು. ನಕ್ಕರೆ ಇವನ ಮುಂದೆ ಬಂಡವಾಳ ಬಯಲಾಗುತ್ತೆ ಅಂತ ಉಕ್ಕಿ ಬರುತ್ತಿದ್ದ ನಗುವನ್ನು ತಡೆಹಿಡಿದು ಮುಖ ಗಂಟಿಕ್ಕಿಕೊಂಡೆ. ಹಾಗೆಯೇ ಇವನ ನಂಬಿಕೆಯ ಬಗ್ಗೆ, ಆಶ್ಚರ್ಯವೂ ಆಯಿತು. ಅಪ್ಪ ಸತ್ತಿದ್ದಕ್ಕೆ ತಾನು ಕುಡಿದಿದ್ದೇ ಕಾರಣ ಅಂತ ಅಂದುಕೊಂಡಿದ್ದಾನೆ. ಅದನ್ನು ತೆಡೆದುಕೊಳ್ಳಲು ಅವನಿಗೆ ಆಗುತ್ತಿಲ್ಲ. ಯಾವುದೋ ತಪ್ಪು ಮಾಡಿರುವ ಪಾಪಪ್ರಜ್ಞೆ ಅವನನ್ನು ಕಾಡುತ್ತಿದೆ. ಭಯ

ಅವನನ್ನು ಆವರಿಸಿದೆ. ಮುಂದೆ ಯಾವುದೋ ಆಗಬಾರದ ಅನಾಹುತ ಆಗಲಿದೆ ಎಂದು ಅವನು ಹೆದರಿದ್ದಾನೆ.

'ಸರಿ ಬಿಡು ಆಗಿದ್ದು ಆಗಿಹೋಯಿತು' ಅಂದೆ.

'ಹಂಗಂದ್ರ ಹೆಂಗಯ್ಯ' ಅಂದ.

ನಾನು ಕಾಶಿಯಿಂದ ವಾಪಸು ಬರುವ ತನಕ ಮನೆಯ ಕಡೆ ಗಮನ ಇರಲಿ, ನೀನು ಅಥವಾ ನಿನ್ನ ಹೆಂಡತಿ ಇಬ್ಬರಲ್ಲಿ ಒಬ್ಬರು ಇಲ್ಲೇ ಇರಬೇಕು. ಸಂಬಳ ಕೊಡ್ತೀನಿ. ಇದೇ ನಿನಗೆ ಶಿಕ್ಷೆ ಅಂದೆ. ಅಂಜಿಯನ್ನು ಸಮಾಧಾನ ಪಡಿಸಬೇಕಾದರೆ ನನಗೆ ಸಾಕು ಸಾಕಾಯ್ತು. ಅವನು ತನ್ನ ನಂಬಿಕೆಯಿಂದ ಹೊರ ಬರಲು ಸಿದ್ಧನಿರಲಿಲ್ಲ. ಕೊನೆಗೆ ಅವನ ಪರವಾಗಿ ಕಾಶಿಯಲ್ಲಿ ನಾನು ವಿಶೇಷ ಪೂಜೆ ಮಾಡಿಸುವುದಾಗಿ ಹೇಳಿದೆ. ಅನಂತರ ಅವನು ಒಪ್ಪಿಕೊಂಡ. ನಾನು ಕಾಶಿಯಿಂದ ಬರಲು ತಿಂಗಳು ಬೇಕಾಗಬಹುದು. ಅಲ್ಲಿಯತನಕ ಮನೆ, ತೋಟ, ಕರಿಯನ ಜವಾಬ್ದಾರಿಯನ್ನು ಹೊರಲು ಸಿದ್ಧನಾದ. ಆ ಪೂಜೆಯ ದುಡ್ಡನ್ನು ತಾನೇ ಕೊಡುವುದಾಗಿಯೂ, ಅದನ್ನು ತಕ್ಷಣ ನನಗೆ ಸಾಲದ ರೂಪದಲ್ಲಿ ಕೊಡಬೇಕಾಗಿಯೂ ಅವನು ಕೇಳಿಕೊಂಡ. ಒಂದ್ಸಲ ಅವನು ಹೋದ್ರೆ ಸಾಕು ಅಂತ ನನಗೆ ಅನಿಸಲಾರಂಭಿಸಿತ್ತು. ಅವನನ್ನು ಮೆಲ್ಲನೆ ಸಾಗಹಾಕಿದೆ. ಇವನಿಗಿಂತ ಜಾಸ್ತಿ ಕಿರಿಕಿರಿ ಮಾಡಿದ್ದು ಕಳೆದ ನಾಲ್ಕು ದಿನಗಳಿಂದ ಬರುತ್ತಿದ್ದ ಫೋನ್ ಕರೆಗಳು ಪ್ರತಿಯೊಬ್ಬರಿಗೂ ಅಪ್ಪನ ಸಾವಿನ ಸುದ್ದಿ ಮತ್ತು ವಿತರಣೆ ಕೊಟ್ಟು, ಕೊಟ್ಟು ಸಾಕಾಗಿ ಹೋಗಿತ್ತು. ಅಪ್ಪ ನಿಮಗೆ ವಿದ್ಯೆ ಕಲಿಸಿಲ್ವಾ, ಕಲಿಸಿದ್ರೇ ನೀವೇ ಮಾಡಿ ಅನ್ನುವ ಜನರೂ ಇದ್ದರು.

ಜಯರಾಮೇಗೌಡರ ಕೃಪೆಯಿಂದ ಟ್ರೈನಿನಲ್ಲಿ ಸೀಟು ಸಿಕ್ಕಿತು. ನಾನು ಬೆಂಗಳೂರಿಗೆ ಹೋಗಿ ಅಲ್ಲಿಂದ ರಾತ್ರಿ ಬಸ್ಸಿನಲ್ಲಿ ಚೆನ್ನೈಗೆ ಹೋಗಿ, ಅಲ್ಲಿ ಬೆಳಿಗ್ಗೆ ಏಳೂವರೆಗೆ ಗಯಾ ಎಕ್ಸ್ ಪ್ರೆಸ್ ಟ್ರೈನ್ ಹಿಡಿದೆ. ಮೂರು ಪ್ಯಾಂಟು ಆರು ಟೀ ಶರ್ಟ್ ಒಳ ಉಡುಪುಗಳು ಮತ್ತು ಅಪ್ಪನ ಚಿತಾಭಸ್ಮ ಇದ್ದ ತಾಮ್ರದ ಚೊಂಬು ಇವಿಷ್ಟೇ ನನ್ನ ಲಗೇಜು, ಯಾವುದಕ್ಕೂ ಇರಲಿ ಎಂದು ಇಪ್ಪತ್ತು ಸಾವಿರ ಇಟ್ಟುಕೊಂಡಿದ್ದೆ. ಎಲ್ಲದಕ್ಕಿಂತ ಮಿಗಿಲಾಗಿ ಜಯರಾಮೇಗೌಡರ ಫೋನ್ ನಂಬರ್ ಇಟ್ಟುಕೊಂಡೆ. ಬೇಕಂತಲೇ ಮೊಬೈಲನ್ನು ಮನೆಯಲ್ಲಿ ಇರಿಸಿದ್ದೆ. ಹಾಗಂತ ನನಗೆ ಫೋನ್ ಮಾಡಲು ತುಂಬಾ ಜನರ ಬಳಗವೇನೂ ಇರಲಿಲ್ಲ.

ಕನ್ನಡ ಅರ್ಧ ಇಂಗ್ಲೀಷ್ ಒಂಚೂರು ಹಿಂದಿ ಬಿಟ್ಟರೆ ನನಗೆ ಬೇರೆ ಭಾಷೆಗಳ ಜ್ಞಾನ ಇರಲೇ ಇಲ್ಲ. ವ್ಯವಹಾರಕ್ಕೆ ಬೇಕಾದಷ್ಟು ಇಂಗ್ಲೀಷ್, ಕೆಲವು ಸಲ ಅದು ಕೂಡ ಕೈಕೊಟ್ಟು ಬಿಡುತ್ತಿತ್ತು. ಹೊರಗಡೆ ಹೋದಾಗ ಇನ್ಮೇಲೆ ಚೆನ್ನಾಗಿ ಇಂಗ್ಲೀಷ್, ಹಿಂದಿ ಕಲಿಯಬೇಕು ಅಂತ ಅಂದುಕೊಳ್ಳುವುದು. ಊರು

ತಲುಪಿದ ನಂತರ ಅದನ್ನೆಲ್ಲಾ ಮರೆತುಬಿಡುವುದು ನನ್ನ ಬದುಕಿನಲ್ಲಿ ಸಾಕಷ್ಟು ಸಲ ಆಗಿತ್ತು.

ನಾನು ಇದ್ದ ಭರ್ತಿನಲ್ಲಿ ಸಿಂಧಿ ಜನರ ಒಂದು ಗುಂಪು ತೀರ್ಥಯಾತ್ರೆಗೆ ಹೊರಟಿತ್ತು. ಸುಮಾರು ಮೂವತ್ತು ಜನರ ತಂಡ ಅದು. ಅವರು ಚೆನ್ನೈನವರೇ, ಟ್ರೈನ್ ಹೊರಟ ಹತ್ತು ನಿಮಿಷದಲ್ಲಿ ಅವರು ತಮ್ಮ ತಿನಿಸುಗಳನ್ನು ಹೊರಗೆ ತೆಗೆಯಲು ಆರಂಭಿಸಿದರು. ಮನುಷ್ಯರು ಇಷ್ಟು ಬಗೆಬಗೆಯ ಆಹಾರ ಪದಾರ್ಥಗಳನ್ನು ಏಕಕಾಲದಲ್ಲಿ ತಿನ್ನುತ್ತಾರೆ ಅಂತ ನನಗೆ ಅರ್ಥವಾಗಿದ್ದು ಇಲ್ಲಿಯೇ, ಅದರಲ್ಲಿಯೂ ಬೆಳಿಗ್ಗೆ ಬೆಳಿಗ್ಗೆ ಜಿಲೇಬಿ ತಿನ್ನುತ್ತಾರೆ. ಅಂತ ಯಾರಾದರೂ ಸುಮ್ಮನೆ ಹೇಳಿದ್ದರೆ ನಾನು ನಂಬುತ್ತಲೇ ಇರಲಿಲ್ಲ. ರಾತ್ರಿ ಪ್ರಯಾಣದ ಕಾರಣದಿಂದ ನನ್ನಲ್ಲಿ ಹಸಿವು ಕೆರಳಿ ನಿಂತಿತ್ತು. ಅವರು ತಿನ್ನುತ್ತಿದ್ದರೆ ನನ್ನ ಬಾಯಲ್ಲಿ ನೀರು. ಆ ಜನರು ತಿನ್ನುವ ಶೈಲಿಯೂ ಚೆಂದ, ಪ್ರತಿಯೊಂದು ಪದಾರ್ಥವನ್ನು ಅವರು ಆಸ್ವಾದಿಸುತ್ತಾರೆ. ನನ್ನ ಹಾಗೆ ಗಬಗಬ ತಿನ್ನುವುದಿಲ್ಲ.

ಮನೆಯಲ್ಲಿ ಅಪ್ಪ ಮಾಡ್ತಾ ಇದ್ದದ್ದು, ಉಪ್ಪಿಟ್ಟು, ಚಿತ್ರಾನ್ನ, ಸಿಹಿಪೊಂಗಲ್, ಕಾರಪೊಂಗಲ್, ಒಗ್ಗರಣೆ ಹಾಕಿದ ಮೊಸರನ್ನ, ಅನ್ನ ಸಾಂಬಾರ್, ಅನ್ನ ತಿಳಿಸಾರು, ಮೊಸರು, ಮಜ್ಜಿಗೆ, ಉಪ್ಪಿನ ಕಾಯಿ ಆಗಾಗ್ಗೆ ಹಾಲಿನ ಕೀರು, ನಾನು ಮನುಷ್ಯರು ಇಷ್ಟು ಮಾತ್ರ ತಿನ್ನುತ್ತಾರೆ ಅಂತ ಚಿಕ್ಕಂದಿನಲ್ಲಿ ಅಂದುಕೊಂಡಿದ್ದೆ. ಪರೋಟ, ಚಪಾತಿ, ಮಾಂಸ, ಇವೆಲ್ಲಾ ಅರ್ಥವಾಗಿದ್ದು ಆಮೇಲೆ, ಆದರೆ ಇವರು ಎಷ್ಟೊಂದು ಬಗೆಯ ಆಹಾರ ತಿನ್ನುತ್ತಾರೆ. ಅದರ ಹೆಸರೇನು. ಯಾವುದರಲ್ಲಿ ಮಾಡುತ್ತಾರೆ. ಅದು ಸಸ್ಯಹಾರವೋ ಮಾಂಸಹಾರವೋ ಅದು ಸಿಹಿ ತಿನಿಸೋ ಅಥವಾ ಕಾರವೋ, ಯಾವುದೂ ಅರ್ಥವಾಗುತ್ತಿರಲಿಲ್ಲ. ನಾನು ತಿಂಡಿ ತಿನ್ನುವುದಕ್ಕೆ ಆರರಿಂದ ಏಳು ನಿಮಿಷ. ಊಟ ಮುಗಿಸುವುದಕ್ಕೆ ಎಂಟರಿಂದ ಹತ್ತು ನಿಮಿಷ ತೆಗೆದುಕೊಳ್ಳುತ್ತಿದ್ದೆ. ಇವರು ಮುಕ್ಕಾಲು ಗಂಟೆಯಾದರೂ ತಿನ್ನುತ್ತಲೇ ಇದ್ದರು. ಇವರಿಗೆ ತಿನ್ನುವುದನ್ನು ಬಿಟ್ಟು ಬೇರೆ ಕೆಲಸವೇ ಇಲ್ಲ ಅನ್ನುವಂತೆ ನಿಧಾನವಾಗಿ ನಿರಾಳವಾಗಿ ಸುತ್ತಲೂ ಬೇರೆ ಜನ ಇದ್ದಾರೆ ಅನ್ನುವ ಪರಿವೆಯೂ ಇಲ್ಲದೇ ತಿನ್ನುತ್ತಿದ್ದರು.

ಬೇಡ ಬೇಡ ಅಂದರೂ ನನ್ನ ಗಮನ ಅವರ ಕಡೆಗೆ ಹೋಗುತ್ತಾ ಇದ್ದುದ್ದನ್ನು ಒಬ್ಬ ಹಿರಿಯರು ಗಮನಿಸಿದರು ಅಂತ ಕಾಣ್ತದ 'ತಿಂತಿರಾ' ಅಂತ ಕೇಳಿದರು.

ನಾನು ಬೇಡ ಅಂದೆ.

ಪರವಾಗಿಲ್ಲ ತಗೊಳ್ಳಿ ಅಂತ ಒಂದು ಜಿಲೇಬಿ ಕೊಟ್ಟರು. ಸುಂಟಿಕೊಪ್ಪದ ಸ್ವೀಟ್ ಸ್ಟಾಲ್‌ನಲ್ಲಿ ನಾನು ಕೆಲವು ಸಲ ಜಿಲೇಬಿ ತಿಂದಿದ್ದೆ, ಈ ಜಿಲೇಬಿಯ

ಮುಂದೆ ಆ ಜಿಲೇಬಿ ಅದು ಜಿಲೇಬಿಯೇ ಅಲ್ಲ ಅಂತ ಅನಿಸಿತು. ನಾನು ಚಪ್ಪರಿಸುವುದನ್ನು ಕಂಡು ಅವರು ಇನ್ನೊಂದು ಜಿಲೇಬಿ ಕೊಟ್ಟರು. ಈಗ ನಾನು ಬೇಡ ಅನ್ನಲಿಲ್ಲ ತಿಂದೆ.

ಇದಾದ ನಂತರ ಅವರು ಆಗಾಗ ನನ್ನ ಕಡೆ ನೋಡಿ ಕಿರುನಗೆ ಬೀರುತ್ತಿದ್ದರು. ನಾನು ಹೆಚ್ಚು ಹೆಚ್ಚಾಗಿ ಅವರ ನಗೆಯನ್ನು ವಾಪಾಸು ಮಾಡುತ್ತಿದ್ದೆ. ಅವರು ತಮಿಳು ಅಂದರು. ನಾನು ಇಲ್ಲ ಅಂದೆ. ಮಲೆಯಾಳಂ ಅಂದರು ನಾನು ಇಲ್ಲ ಅನ್ನುವಂತೆ ತಲೆಯಾಡಿಸಿ ಕನ್ನಡ ಅಂದೆ. ಅವರು ತಮಗೆ ಆ ಭಾಷೆ ಬರುವುದಿಲ್ಲ ಅನ್ನುವಂತೆ ತಲೆಯಾಡಿಸಿ ಹಿಂದಿ ಅಂದರು. ನಾನು ಒಂಚೂರು ಅನ್ನುವಂತೆ ಬೆರಳು ತೋರಿಸಿದೆ. ಕೊನೆಗೆ ಇಂಗ್ಲೀಷ್ ಅಂದಾಗ ಗೊತ್ತಿದೆ ಅನ್ನುವಂತೆ ತಲೆಯಾಡಿಸಿದೆ. ಅವರು ಆ ಭಾಷೆ ನನಗೆ ಬರುವುದಿಲ್ಲ ಅನ್ನುವಂತೆ ಮುಖ ಸಪ್ಪಗೆ ಮಾಡಿದರು.

ಅಲ್ಲಿಂದ ಪುನಃ ಅವರು ನಾನು ಆಗಾಗ್ಗೆ ನಗೆಯನ್ನು ಪರಸ್ಪರ ವಿನಿಮಯ ಮಾಡಿಕೊಂಡೆವು. ಅವರು ಕುಳಿತಲ್ಲಿಯೇ ತೂಕಡಿಸಿದರು. ನಾನೂ ತೂಕಡಿಸಿದೆ. ಸ್ವಲ್ಪ ಎಚ್ಚರವಾದಾಗ ಟೀಯವನು ಬಂದ ಅವರು ಟೀ ಬೇಕಾ ಅನ್ನುವಂತೆ ನನ್ನ ಕಡೆ ನೋಡಿದರು. ನಾನು ಕುಡಿಯೋಣ ಅನ್ನುವಂತೆ ತಲೆ ಹಾಕಿದೆ. ಅವರು ಅಕ್ಕಪಕ್ಕದ ತಮ್ಮ ಸಂಗಡಿಗರನ್ನು ವಿಚಾರಿಸಿದರು. ಇನ್ನೊಬ್ಬ ಎದ್ದು ಪಕ್ಕದ ಭರ್ತಿನಲ್ಲಿದ್ದವರನ್ನು ಟೀ ಬೇಕಾ ಅಂತ ಕೇಳಿದ. ಅವರೆಲ್ಲಾ ಆಯಿತು ಅಂದರು. ಇನ್ನು ಕೆಲವು ಹೆಂಗಸರು ಬೇಡ ಅಂದರು. ಕೊನೆಗೆ ಇಪ್ಪತ್ತು ಟೀಗೆ ಆರ್ಡರ್ ಮಾಡಿದರು. ಅವರು ಹತ್ತೊಂಬತ್ತು ನಾನು ಇಪ್ಪತ್ತನೆಯವನು. ಚಹ ಕುಡಿದಾದ ಮೇಲೆ ನಾನು ನನ್ನ ಪಾಲಿನ ಹಣ ಕೊಡಲು ಹೋದೆ. ಅವರು ಬೇಡ ಬೇಡ ಅನ್ನುವಂತೆ ಕೈ ಆಡಿಸಿದರು. ಇದಾದ ನಂತರ ಡಬ್ಬಿ ತೆಗೆದು ಎಲೆಯಡಿಕೆ ಹಾಕಿಕೊಂಡರು.

ಅಲ್ಲಿಯತನಕ ನಾನು ನಮ್ಮ ಹೆಂಗಸರು ಸೊಂಟಕ್ಕೆ ಸಿಕ್ಕಿಸಿಕೊಂಡಿರುತ್ತಿದ್ದ ಎಲೆ ಅಡಿಕೆ ಚೀಲ ಮಾತ್ರ ನೋಡಿದ್ದೆ. ಅದರಲ್ಲಿ ಎಲೆ ಅಡಿಕೆ ಸುಣ್ಣದ ಡಬ್ಬಿ, ಕಾಚು, ಹೊಗೆಪುಡಿ ಇರುತ್ತಿತ್ತು. ಇವರ ಡಬ್ಬಿಯಲ್ಲಿ ಅರ್ಧ ಪ್ರಪಂಚವೇ ಇದೆ. ಎಲೆ ತೆಗೆದು ಅದನ್ನು ತೊಡೆಗೆ ಒರೆಸಿ, ತುದಿ ಚಿವುಟಿ, ಅದಕ್ಕೆ ಸುಣ್ಣವನ್ನು ಹದವಾಗಿ ಮೆತ್ತಿ ವಾಸನಾಯುಕ್ತ ಮಸಾಲೆಗಳನ್ನು ಚೂರು, ಚೂರೇ ಸೇರಿಸಿ, ಎಲೆಯನ್ನು ಮಡಿಸಿ ಬಾಯಿ ತೆಗೆದು ಅದನ್ನು ಹಾಕಿಕೊಂಡು ಜಗಿಯುತ್ತಾ ಕಣ್ಣು ಮುಚ್ಚುತ್ತಾರೆ. ನಿಧಾನವಾಗಿ ಜಗಿಯುತ್ತಾ ಆಸ್ವಾದಿಸುತ್ತಾರೆ. ಅವರು ಏನು ತಿಂದರೂ ನನಗೆ ಬಾಯಲ್ಲಿ ನೀರು ಬರುತ್ತಿತ್ತು. ಅಪರೂಪಕ್ಕೆ ಅಲ್ಲ. ಪ್ರತಿದಿನ ಇವರು ಇಂತದ್ದನ್ನು ತಿನ್ನುತ್ತಾರೆ. ತಾವು ತಂದಿದ್ದನ್ನು ಮಾತ್ರವಲ್ಲ, ರೈಲಿನಲ್ಲಿ ಬರುವ ಹಣ್ಣು, ಕಡ್ಲೆಕಾಯಿ, ಬೇಲ್ಪುರಿ,

ಚಕ್ಕುಲಿ ಎಲ್ಲವನ್ನೂ ತಿನ್ನುತ್ತಾರೆ. ನನಗೆ ಅವತ್ತಿಡೀ ಇವರು ತಿನ್ನುವುದನ್ನು ನೋಡುವುದೇ ಆಯಿತು.

ಆಂಧ್ರಪ್ರದೇಶದ ವಿಜಯವಾಡಕ್ಕಾಗಿ ನಮ್ಮ ಟ್ರೈನ್ ಹೋಗುತ್ತಿತ್ತು. ಕೃಷ್ಣಾನದಿಯ ಎರಡೂ ದಂಡೆಯ ಮೇಲೆ ಇರುವ ಊರದು. ಸ್ವಲ್ಪ ಹೊತ್ತು ಟ್ರೈನ್ ಅಲ್ಲಿ ನಿಂತಿತ್ತು. ಸುಮಾರು ಐವತ್ತರ ಒಬ್ಬ ವ್ಯಕ್ತಿ ನಮ್ಮ ಡಬ್ಬಿಗೆ ಹತ್ತಿದರು. ಕುಳಿತುಕೊಳ್ಳಲು ಸ್ಥಳಕ್ಕಾಗಿ ಅವರು ಹುಡುಕಾಡುತ್ತಿದ್ದರು.

'ಇದು ರಿಸರ್ವ್ ಆದ ಡಬ್ಬಿ, ನೀವು ಮುಂದೆ ಹೋಗಿ' ಅಂದರು. ನಮ್ಮ ಡಬ್ಬಿಯಲ್ಲಿದ್ದ ಹಿರಿಯರು. ನಾನು ನನ್ನ ಜಾಗದಲ್ಲಿ ಮಲಗಿಕೊಂಡಿದ್ದೆ. ಎರಡೇ ಎರಡು ಸೀಟುಗಳಿರುವ ಕಡೆ ಮೇಲಿನ ಜಾಗ ನನ್ನದು. ಅಲ್ಲಿಂದಲೇ ಇಣುಕಿದೆ.

ಆಗಷ್ಟೇ ಹತ್ತಿದ ವ್ಯಕ್ತಿ ತೆಲುಗಿನಲ್ಲಿ ಏನೋ ಹೇಳಿದರು. ಅವರ ಮಾತಿನಲ್ಲಿಯೇ ಅವರು ಸ್ವಲ್ಪ ಜಾಗ ಕೊಡಿ ಎಂದು ಕೇಳುತ್ತಿದ್ದಾರೆ ಅನ್ನುವುದು ಖಚಿತವಾಗಿತ್ತು.

ಇಲ್ಲಿ ಕೂರುವುದೇ ಬೇಡ ನಮಗೆ ತೊಂದರೆ ಆಗುತ್ತದೆ ಅನ್ನುವುದು ನಮ್ಮ ಹಿರಿಯರ ವಾದ. ಅವರು ತೆಲುಗಿನಲ್ಲಿ ಇವರು ಹಿಂದಿಯಲ್ಲಿ, ಒಟ್ಟಿನಲ್ಲಿ ಇದು ಸೀಟಿಗಾಗಿ ನಡೆಯುತ್ತಿರುವ ಜಗಳ, ಜೋರು ಜೋರಾಗಿ ನಡೆಯುತ್ತಿದ್ದ ಮಾತುಗಳು, ಕೊನೆಗೆ ತೆಲುಗಿನ ಆ ವ್ಯಕ್ತಿ ಇಂಗ್ಲೀಷ್‌ಗೆ ಶರಣುಹೋದರು. 'ನನ್ನ ಮಗನಿಗೆ ನಿನ್ನೆಯಷ್ಟೇ ಆಕ್ಸಿಡೆಂಟ್ ಆಗಿದೆ' ಅವನು ವಾರಾಣಾಸಿಯಲ್ಲಿ ದ್ವಿತೀಯ ವರ್ಷದ 'ಲಾ' ಓದುತ್ತಿದ್ದಾನೆ. ಹೀಗಾಗಿ ತುರ್ತಾಗಿ ನನಗೆ ಹೋಗಬೇಕಾಗಿ ಬಂತು. ದಯವಿಟ್ಟು ಸಹಕರಿಸಿ. ನನಗೆ ಹೃದಯದ ಕಾಯಿಲೆ ಇದೆ ಅಂದರು. ಅವರ ಮಾತುಗಳನ್ನು ಕೇಳಿ ಆ ತಂಡದಲ್ಲಿ ಇದ್ದ ಹುಡುಗ ಹಿರಿಯರ ಕಿವಿಯಲ್ಲಿ ಏನೋ ಹೇಳಿದ ಅನಂತರ ಅವರು ಸುಮ್ಮನಾದರು. ನಮಗೆ ತೊಂದರೆಯಾಗಬಾರದು ಅನ್ನುವ ಮಾತನ್ನು ಸೇರಿಸಿದರು.

ವಿಜಯವಾಡದ ಆ ವ್ಯಕ್ತಿ ತುಂಬಾ ಸಣ್ಣಗಿದ್ದರು. ಗಿಡ್ಡನೆಯ ಆಳು ಕೂಡ ಹೌದು. ಅವರ ಉಡುಪು ನೋಡಿದರೆ ಯಾವುದೋ ಸರ್ಕಾರಿ ನೌಕರಿಯಲ್ಲಿ ಇರುವಂತೆ ಅನಿಸುತ್ತಿತ್ತು. ನನಗೆ ಇವರ ಬಗ್ಗೆ ಅನುಕಂಪ ಹುಟ್ಟಿತು. ನಾನು ಮೇಲಿನಿಂದ ಕೆಳಗೆ ಕತ್ತು ಹಾಕಿ,

'ನೀವು ಬೇಕಾದರೆ ಮೇಲೆ ಬನ್ನಿ ಅಂದೆ' ಇಂಗ್ಲೀಷಿನಲ್ಲಿ 'ಬೇಡ ನಿಮಗೆ ತೊಂದರೆಯಾಗುತ್ತದೆ' ಅಂದರು.

'ನೀವು ಕೆಳಗೆ ಇರುವ ನನ್ನ ಸೀಟಿನಲ್ಲಿ ಕುಳಿತುಕೊಳ್ಳಿ' ಅಂದೆ.

ಅವರು 'ಥ್ಯಾಂಕ್ಯೂ' ಎಂದು ನನ್ನ ಸೀಟಿನಲ್ಲಿ ಕುಳಿತರು. ನಾನು ಕೆಳಗೆ ಇಳಿದು, ನನ್ನ ಎದುರಿಗೆ ಕುಳಿತಿದ್ದವರನ್ನು ಒಪ್ಪಿಸಿ ಅವರನ್ನು ಮೇಲಕ್ಕೆ

ಕಳುಹಿಸಿದೆ. ಅನಂತರ ಈ ಹಿರಿಯರಿಗೆ ಇಲ್ಲಿ ನೀವು ಆರಾಮಾಗಿ ಇರಿ. ಇಬ್ಬರೂ ಒಂದೇ ಸೀಟಿನಲ್ಲಿ ಮಲಗೋಣ, ನೀವು ಆ ಕಡೆಗೆ ಮುಖ ಮಾಡಿ, ನಾನು ಈ ಕಡೆಗೆ ಮುಖ ಮಾಡ್ತೀನಿ, ಇವತ್ತೊಂದು ದಿನದ ಸಮಸ್ಯೆ ತಾನೆ?' ಅಂದೆ. ಅವರು ಸ್ಥಳದ ಸಮಸ್ಯೆ ಬಗೆಹರಿಸಿದ್ದರಿಂದ ಸ್ವಲ್ಪ ನಿರಾಳವಾಗಿದ್ದಾರೆ ಅಂತ ಅನಿಸಿತು. ತಮಗೆ ಸೀಟು ಸಿಕ್ಕಿದೆ ಅಂತ ಅವರು ಮನೆಗೆ ಫೋನ್ ಮಾಡಿ ಹೇಳಿದರು.

'ಉಪಕಾರ ಆಯ್ತಪ್ಪ, ನಿಮ್ಮ ಹೆಸರೇನು?'

'ನಾನು ಭಾರ್ಗವ' ಅಂದೆ.

'ಎಲ್ಲಿಗೆ?'

'ಕಾಶಿಗೆ ಹೋಗ್ಬೇಕು.'

ನಾನು, ನಾನು ಹೋಗುತ್ತಿರುವ ಉದ್ದೇಶ ಅವರಿಗೆ ವಿವರಿಸಿದೆ. ಈ ಸಂಬಂಧದಲ್ಲಿ ಅವರಿಂದ ಏನಾದರೂ ಮಾಹಿತಿ ಸಿಗಬಹುದೆ? ಅಂತಲೂ ಕೇಳಿದೆ.

'ನಾನು ಈಗ ಎರಡನೇ ಸಲ ಹೋಗ್ತಾ ಇದ್ದೀನಿ. ನನ್ನ ಮಗ ಅಲ್ಲಿಯೇ ಇರೋದ್ರಿಂದ ಅವನಿಗೆ ಮಾಹಿತಿ ಇರುತ್ತೆ. ಆದ್ರೆ ಅವನು ಕಾಲು ಮುರಿದುಕೊಂಡು ಆಸ್ಪತ್ರೆ ಸೇರಿದ್ದಾನೆ. ಹೀಗಾಗಿ ಅವನಿಂದ ಉಪಯೋಗ ಆಗಲ್ಲ' ಅಂದ್ರು.

ಅವರ ಹೆಸರು ನಾರಾಯಣರಾವು, ಅವರು ಆಂಧ್ರಪ್ರದೇಶದ ರಸ್ತೆ ಸಾರಿಗೆ ಸಂಸ್ಥೆಯಲ್ಲಿ ಉದ್ಯೋಗಿ ಮಗ ದ್ವಿತೀಯ ವರ್ಷದ ಕಾನೂನು ಓದ್ತಾ ಇದ್ದಾನೆ. ಬನಾರಾಸ್ ಹಿಂದೂ ವಿಶ್ವವಿದ್ಯಾಲಯದಲ್ಲಿ ಓದುವುದೆಂದರೆ ಅದು ಹೆಮ್ಮೆ, ಹೀಗಾಗಿ ಅವನನ್ನು ಅಲ್ಲಿಗೆ ಸೇರಿಸಿದ್ದಾರೆ. ಭಾರತದ ಪ್ರತಿಷ್ಠಿತ ಕಾಲೇಜುಗಳ ಪೈಕಿ ಅದು ನಾಲ್ಕನೇ ಸ್ಥಾನದಲ್ಲಿ ಇದೆಯಂತೆ. ಹೀಗಾಗಿ ಅವನನ್ನು ಇಲ್ಲಿ ಸೇರಿಸಿದ್ದಾರೆ. ಪೋಲಿ ಹುಡುಗರ ಸಹವಾಸಕ್ಕೆ ಬಿದ್ದು ಹಾಳಾಗಿ ಬಿಟ್ಟ. ಕುಡಿದು ಅವನು ಮತ್ತು ಅವನ ಗೆಳೆಯ ಇಬ್ಬರೂ ಬೈಕ್‌ನಿಂದ ಬಿದ್ದಿದ್ದಾರೆ. ಕಾಲು ಮುರಿದು ಹೋಗಿದೆ. ಇನ್ನೊಬ್ಬನ ತಲೆಗೆ ತುಂಬಾ ಪೆಟ್ಟಾಗಿ ಅವನ ಸ್ಥಿತಿ ಚಿಂತಾಜನಕವಾಗಿದೆ. ಮಗನನ್ನು ನೋಡಲು ಅಪ್ಪ ಹೋಗ್ತಾ ಇದ್ದಾರೆ.

'ಬಹಳ ಕಷ್ಟದಿಂದ ಅವನನ್ನು ಅಲ್ಲಿ ಓದಿಸ್ತಾ ಇದ್ದೀನಿ. ಮನೆಯಲ್ಲಿ ಇಬ್ಬರು ಹೆಣ್ಣು ಮಕ್ಕಳಿದ್ದಾರೆ. ಅವರೂ ಓದುತ್ತಿದ್ದಾರೆ. ನಾನು ಹೃದಯರೋಗಿ, ಮೇಲು ಸಂಪಾದನೆ ಇಲ್ಲದ ವೃತ್ತಿಯಲ್ಲಿ ಇದ್ದೀನಿ. ಬರುವ ಸಂಬಳದಲ್ಲಿಯೇ ಎಲ್ಲವೂ ಆಗಬೇಕು. ಸ್ವಲ್ಪ ಹೆಚ್ಚು ಕಡಿಮೆಯಾದರೂ ಸಾಲದ ಹೊರೆ ಜಾಸ್ತಿಯಾಗುತ್ತದೆ. ಉಳಿತಾಯ ಏನೇನೂ ಇಲ್ಲ. ಇಂತಹ ಸ್ಥಿತಿಯಲ್ಲೂ ಅವನನ್ನು ಇಲ್ಲಿ ಓದಿಸ್ತಾ

ಇದ್ದೀನಿ. ಇವನು ನೋಡಿದ್ರೆ ಹೀಗೆ ಆಗಿಬಿಟ್ಟಿದ್ದಾನೆ. ಇಂತಹ ಮಕ್ಕಳಿದ್ದರೆ ಬೇರೆ ನರಕವೇ ಬೇಡ' ಅಂದರು.

'ನೋಡು ನೀನು ಅಪ್ಪನ ಚಿತಾಭಸ್ಮ ಬಿಡೋಕೆ ಅಂತ ಕಾಶಿಗೆ ಹೋಗ್ತಾ ಇದ್ದೀಯಾ. ಸ್ವಲ್ಪ ಹೆಚ್ಚು ಕಡಿಮೆಯಾಗಿದ್ರೆ ಅವನ ಹೆಣ ತರೋಕೆ ನಾನು ಹೋಗಬೇಕಾಗಿತ್ತು. ಸಾಕಪ್ಪ ಸಾಕು ಈ ಕೆಲಸ ಈ ಸಂಸಾರ ಎಲ್ಲವೂ ಸಾಕು' ಅಂದರು.

ಇವೆಲ್ಲಾ ಮಾತುಕತೆ ನಡೆಯುತ್ತಿರುವಾಗ ಊಟ ಬಂತು. ನಾನು ಎರಡು ಸಸ್ಯಾಹಾರ ಊಟದ ಡಬ್ಬಿ ಖರೀದಿ ಮಾಡಿ ಅವರಿಗೊಂದು ಕೊಟ್ಟೆ, ಅವರು ದುಡ್ಡು ಕೊಡಲು ಬಂದರು ನಾನು ನಿರಾಕರಿಸಿದೆ. ಊಟ ಮಾಡಿ ಅವರು ಮಾತ್ರೆಗಳನ್ನು ನುಂಗಿದರು.

'ನಾನು ಈ ಮಾತ್ರೆಗಳ ಆಧಾರದ ಮೇಲೆ ಬದುಕಿದ್ದೀನಿ. ಡಾಕ್ಟರ್ ಟೆನ್ಷನ್ ಮಾಡ್ಕೊಬೇಡಿ ಅಂತಾರೆ. ನಾನು ಮಾಡೋ ಕೆಲಸದಲ್ಲಂತೂ ತುಂಬಾ ಟೆನ್ಷನ್, ಜೊತೆಗೆ ಇವನ ಚಿಂತೆ. ಹೆಣ್ಣು ಮಕ್ಕಳ ಮದುವೆಯ ಚಿಂತೆ. ನಾನು ಸತ್ತು ಹೋದ್ರೆ ಇವ್ರ ಗತಿಯೇನು ಅನ್ನುವ ಚಿಂತೆಯಲ್ಲೇ ದಿನ ಕಳೀತಾ ಇದ್ದೀನಿ. ಬಿ.ಹೆಚ್.ಯು.ಗೆ ಸೇರುವ ತನಕ ಅವನು ಕುಡಿಯೋದಿರಲಿ, ಹೋಟೆಲ್‌ಗೆ ಸಮೇತ ಹೋದವನಲ್ಲ. ಅಲ್ಲಿಗೆ ಸೇರಿಸಿದೆ ನೋಡಿ ಅಲ್ಲಿಂದ ಅವನು ಹಾಳಾದ. ಈಗ ಅವನನ್ನು ವಾಪಸು ಕರ್ಕೊಂಡು ಹೋಗುವ ಸ್ಥಿತಿಯಲ್ಲೂ ನಾನಿಲ್ಲ' ಅಂದರು ನಾರಾಯಣರಾವು.

ಅವರ ಇಂಗ್ಲೀಷ್ ಚೆನ್ನಾಗಿತ್ತು. ನನ್ನ ಇಂಗ್ಲೀಷ್ ಅವರಿಗೆ ಅರ್ಥವಾಗುತ್ತಾ ಇತ್ತು. ನಾನು ಮಲಗುವಾಗ ಒಂದು ಬೆಡ್‌ಶೀಟ್ ಆದರೂ ತರಬೇಕಾಗಿತ್ತು ಅಂತ ಅನಿಸಿತು. ಟವಲ್ ಅನ್ನೇ ಮುಖದ ಮೇಲೆ ಹಾಕಿಕೊಂಡು ಮಲಗುವ ಪ್ರಯತ್ನ ಮಾಡಿದೆ. ಸ್ವಲ್ಪ ಕಾಲು ಅಲುಗಾಡಿಸಿದರೂ ಅದು ನಾರಾಯಣರಾವು ಅವರ ತಲೆಗೆ ಬಡಿಯುತ್ತಿತ್ತು. ಅವರದ್ದೂ ಇದೇ ಸ್ಥಿತಿ. ಲೈಟ್‌ಗಳೆಲ್ಲಾ ಆಫ್ ಆಗಿದ್ದವು. ಫ್ಯಾನ್‌ಗಳು ತಿರುಗುತ್ತಿದ್ದವು. ಮಲಗಿದ್ದ ಕೆಲವರ ಗೊರಕೆ, ತಿನ್ನಬಾರದ್ದು ತಿಂದು ವಿಪರೀತ ಹೂಸು ಬಿಡುತ್ತಿದ್ದ ಶಬ್ದ, ರೈಲಿನ ಧಡಕ್ ಧಡಕ್ ಪಕ್ಕದಲ್ಲಿ ಇನ್ನೊಂದು ರೈಲು ಹಾದುಹೋದಾಗ ಆಗುತ್ತಿದ್ದ ಎಚ್ಚರ ಮತ್ತು ಭಯ ಇವುಗಳಿಂದ ರಾತ್ರಿ ನಿದ್ರೆ ಬರಲಿಲ್ಲ.

ಮೊಘಲ್ ಸರಾಯಿ ತಲುಪಿದಾಗ ರಾತ್ರಿ ಹನ್ನೆರಡು ಗಂಟೆ, ನಮ್ಮ ರೈಲು ಬರೋಬ್ಬರಿ ಆರು ಗಂಟೆ ತಡವಾಗಿ ತಲುಪಿತ್ತು. ಈ ಅಪರಾತ್ರಿಯಲ್ಲಿ ಹೋಗುವುದಾದರೂ ಎಲ್ಲಿಗೆ. ಇಲ್ಲಿಂದ ಕಾಶಿಗೆ ಹೋಗಬೇಕಾಗಿತ್ತು. ಕಾಶಿ ಅನ್ನುವುದಕ್ಕಿಂತ ವಾರಾಣಾಸಿ ಅಂದ್ರೆ ಅದೇ ಸೂಕ್ತ. ನಾರಾಯಣರಾವು ತಾವು ಆಸ್ಪತ್ರೆಗೆ ಹೋಗುವುದಾಗಿ ಹೇಳಿದರು. ನಾನು ಅಲ್ಲಿಯೇ ಇದ್ದ

ಒಬ್ಬ ಪೊಲೀಸನನ್ನು ಕೇಳಿದೆ. ಅವನಿಗೆ ಇಂಗ್ಲೀಷ್ ಬರುತ್ತಿರಲಿಲ್ಲ. ನನ್ನನ್ನು ಕರೆದುಕೊಂಡು ಅವನು ಸಬ್ ಇನ್ಸ್‌ಪೆಕ್ಟರ್ ಹತ್ತಿರ ಹೋದ. ಅವರಿಗೂ ಇಂಗ್ಲೀಷ್ ಬರುತ್ತಿರಲಿಲ್ಲವಾದರೂ ಪೊಲೀಸನಿಗಿಂತ ಪರವಾಗಿರಲಿಲ್ಲ.

ನಾನು ಬೆಂಗಳೂರು ಅಂದಿದ್ದು ಎಂ.ಎಸ್ಸಿ. ಅಂದಿದ್ದು, ವಾರಾಣಸಿ ಅಂದಿದ್ದು ಅಲ್ಲಿಂದ ಪುರೋಹಿತ ಅಂದಿದ್ದು ಅವನಿಗೆ ಅರ್ಥವಾಗಿರಬಹುದು. ನನಗೆ ಒಬ್ಬರು ಪುರೋಹಿತರ ಮನೆ ಬೇಕಾಗಿದೆ ಅನ್ನುವುದು ಅವರಿಗೆ ಅರ್ಥವಾಗಿತ್ತು.

ಯೂ... ಹಿಯರ್, ಮಾರ್ನಿಂಗ್ ಗೋ. ಬಸ್ ಕಮಿಂಗ್, ಆಟೋ, ಟ್ಯಾಕ್ಸಿ ವೆರಿ ಹೈ ಚಾರ್ಜ್ ಅಂದರು, ಎಂ.ಎಸ್ಸಿ, ಗುಡ್ ಇಂಗ್ಲೀಷ್ ಗುಡ್ ಅಂದರು. ನನ್ನ ಇಂಗ್ಲೀಷ್ ಅನ್ನು ಗುಡ್ ಅಂತ ಕರೆದ ಪ್ರಥಮ ವ್ಯಕ್ತಿ ಈ ಸಬ್ ಇನ್ಸ್‌ಪೆಕ್ಟರ್ ಗೋ ಟೆಕ್ ಟಿ ಅಂಡ್ ಕಮ್ ಬ್ಯಾಕ್ ಅನ್ನುತ್ತಾ ಹೊರಗಡೆ ಕೈ ತೋರಿಸಿದರು.

ರೈಲ್ವೆ ನಿಲ್ದಾಣದಲ್ಲಿ ಮುಂದೆ ಒಂದು ದೊಡ್ಡ ಮರ ಇತ್ತು. ಕತ್ತಲೆಯಲ್ಲಿ ಯಾವ ಮರ ಅಂತ ಗೊತ್ತಾಗಲಿಲ್ಲ. ಅದರ ಮುಂದೆಯೇ ಎರಡು ಟೀ ಅಂಗಡಿಗಳು ಇದ್ದವು. ಬೇಕಾದ ತಿಂಡಿಗಳೂ ಅಲ್ಲಿ ಸಿಗುತ್ತಿದ್ದವು. ನಾನು ಹೋಗಿ ಚಹ ಕುಡಿದೆ. ಯಾಕೋ ಒಂದು ಸಿಗರೇಟ್ ಸೇದಬೇಕು ಅಂತ ಅನಿಸಿತು. ಚಹದ ಅಂಗಡಿಯ ಪಕ್ಕದಲ್ಲಿಯೇ ಇದ್ದ ಪಾನ್ವಾಲನ ಕೈಯಿಂದ ಸಿಗರೇಟು ಪಡೆದು ಸೇದಿದೆ. ಜೀವನದಲ್ಲಿ ಪ್ರಥಮ ಬಾರಿಗೆ ನಾನು ಒಂಟಿಯಾಗಿ ಮನೆಯಿಂದ ತುಂಬಾ ದೂರ ಬಂದಿದ್ದೆ. ಆ ಪ್ರಮಾಣದ ಸೊಳ್ಳೆಗಳನ್ನು ನಾನು ನೋಡಿರಲೇ ಇಲ್ಲ. ಅವು ಹಿಂದೆ ಮುಂದೆ ನೋಡದೆ ಕಡಿಯಲಾರಂಭಿಸಿದವು. ಯಾವುದೋ ಗಬ್ಬು ವಾಸನೆ ಹೊಡೆಯುತ್ತಿತ್ತು. ಅಲ್ಲಿಂದ ಸೀದಾ ಸ್ಟೇಷನ್‌ಗೆ ಬಂದೆ. ಒಂದು ವಿಷಯ ಅರ್ಥವಾಗಿತ್ತು.

ಇಲ್ಲಿನ ಪೊಲೀಸರು ಸಹಕಾರ ನೀಡುತ್ತಾರೆ. ಸ್ಟೇಷಸ್‌ನಲ್ಲಿ ತೂಕಡಿಸುತ್ತಾ ರಾತ್ರಿ ಕಳೆದೆ. ಬೆಳಿಗ್ಗೆ ಸಬ್ ಇನ್ಸ್‌ಪೆಕ್ಟರ್‌ಗೆ ಧನ್ಯವಾದ ಹೇಳಿ ಹೊರಟಾಗ ಐದೂವರೆ ಗಂಟೆ, ಕ್ಯಾಂಟ್, ಲಂಕಾ ಅಂತ ಖಾಸಗಿ ವಾಹನಗಳವರು ಕೂಗುತ್ತಿದ್ದರು. ವಾರಾಣಸಿ ಕಾಶಿ ಅನ್ನುವ ಪದವೇ ಅವರ ಬಾಯಿಂದ ಬರುತ್ತಿರಲಿಲ್ಲ. ನಾನು ಒಬ್ಬನಿಗೆ ವಾರಾಣಸಿ ಅಂದೆ. ಅವನು ಸೀದಾ ನನ್ನನ್ನು ಅದೇ ವಾಹನಕ್ಕೆ ದಬ್ಬಿದ. ಹಿಂದಿನ ಸೀಟು ಖಾಲಿ ಇತ್ತು. ಹೋಗಿ ಕುಳಿತೆ. ಕ್ಲೀನರ್ ಕಂ ಕಂಡಕ್ಟರ್‌ನಂತಹವನು ಬಂದು ಎಲ್ಲಿಗೆ ಅನ್ನುವಂತೆ ನೋಡಿದ. ನಾನು ವಾರಾಣಸಿ ಅಂದೆ. ಕ್ಯಾಂಟ್ ಯಾ ಲಂಕಾ ಅಂದ ನಾನು ಆಗಿದ್ದು ಆಗಲಿ ಅಂತ ಕ್ಯಾಂಟ್ ಅಂದೆ. ಗಾಡಿ ಹೊರಟಿತು. ಮುಕ್ಕಾಲು ಗಂಟೆಯ

ಪ್ರಯಾಣದ ನಂತರ ಕ್ಯಾಂಟ್ ಕ್ಯಾಂಟ್ ಅಂದಾಗ ನಾನು ಇಳಿದೆ. ನಾನು ವಾರಾಣಸಿಗೆ ಬಂದಿದ್ದೆ. ಅಲ್ಲಿನ ದಂಡು ಪ್ರದೇಶದಲ್ಲಿ ನಾನಿದ್ದೆ. ಕಂಟೋನ್ಮೆಂಟ್ ಇವರ ಬಾಯಲ್ಲಿ ಕ್ಯಾಂಟ್ ಆಗಿತ್ತು, ಇಲ್ಲಿಂದ ಹನುಮಾನ್ ಘಾಟ್, ರಾಮಶಾಸ್ತ್ರಿಯನ್ನು ನಾನು ಹುಡುಕಬೇಕಾಗಿತ್ತು. ಜಯರಾಮೇಗೌಡರು ರೈಲ್ವೆ ಟಿಕೆಟ್ ಕೊಡುವಾಗ ಕಾಶಿಯ ಈ ಅಡ್ರೆಸ್ ಕೊಟ್ಟಿದ್ದರು. ಹಾಗೆಯೇ ದೆಹಲಿಯಿಂದ ಬೆಂಗಳೂರಿಗೆ ಇಪ್ಪತ್ತು ದಿನಗಳ ಅಂತರಕ್ಕೆ ಟಿಕೆಟ್ ಕೂಡ ಬುಕ್ ಮಾಡಿಸಿದ್ದರು. ಇದು ಯಾವುದಕ್ಕೂ ಇರಲಿ ಅಂತ ಹೇಳಿದ್ದರು. ನಿನ್ನ ಇಷ್ಟ ಬಂದ ಹಾಗೆ ಬರಲು ಆಗುವುದಿಲ್ಲ. ಒಂದು ವೇಳೆ ಬೇಗನೇ ಬಂದರೆ ಕ್ಯಾನ್ಸಲ್ ಇಲ್ಲೇ ಮಾಡಿಸಿದರಾಯಿತು ಲೇಟಾದ್ರೆ ನೀನು ಎಲ್ಲಿ ಇರ್ತಿಯೋ ಅಲ್ಲೇ ಕ್ಯಾನ್ಸಲ್ ಮಾಡಿಸು. ಗೊತ್ತಾಗದೇ ಹೋದ್ರೆ ಸುಮ್ಮನಿದ್ದು ಬಿಡು ದುಡ್ಡು ಹೋದರೆ ಹೋಗಲಿ ಅಂದಿದ್ದರು. ಜೂನ್ ತಿಂಗಳ ಮೊದಲ ವಾರದಲ್ಲಿ ನಾನು ಕಾಶಿಯಲ್ಲಿದ್ದೆ.

ಒಂದು ಸೈಕಲ್ ರಿಕ್ಷಾ ಹತ್ತಿ, ಹನುಮಾನ್ ಘಾಟ್ ಅಂದೆ ಅವನು ತುಂಬಾ ದೂರ ಅನ್ನುವಂತೆ ಏನೋ ಹೇಳಿದ. ನಾನು ಜಲ್ದಿ ಚಲೋ ಅಂದೆ. ಅವನು ಹೊರಟ. ಉಫ್ ಅಂದ್ರೆ ಬಿದ್ದು ಹೋಗುವವನ ಹಾಗೆ ಅವನಿದ್ದ. ಅವನ ಹಿಂದಿ ವಿಚಿತ್ರವಾಗಿತ್ತು. ಅದು ಭೋಜ್‌ಪುರಿ ಭಾಷೆ ಅಂತ ಆಮೇಲೆ ನನಗೆ ರಾಮಶಾಸ್ತ್ರಿ ಹೇಳಿದರು.

ಅವನು ಸೈಕಲ್ ಹೊಡೆಯುತ್ತಲೇ ಇದ್ದ. ಅರ್ಧ ಗಂಟೆಯಾದರೂ ಒಂದೇ ಸಮನೇ ಸೈಕಲ್ ತುಳಿಯುತ್ತಿದ್ದ. ಆಗಾಗ್ಗೆ ಬಾಯಲ್ಲಿ ಇದ್ದ ಜರ್ದಾ ಥೂ ಅಂತ ಉಗಿಯುತ್ತಲೇ ಇದ್ದ. ತನ್ನಷ್ಟಕ್ಕೆ ತಾನು ಹಾಡು ಗುನುಗುತ್ತಲೇ ಇದ್ದ. ಚಿಕ್ಕ ಚಿಕ್ಕ ಗಲ್ಲಿಗಳನ್ನು ದಾಟಿ ಅಂತೂ ದನಗಳ ಸಗಣಿ ಗಂಜಲದ ವಾಸನೆ ತುಂಬಿ ತುಳುಕುತ್ತಿದ್ದ ಒಂದು ಜಾಗಕ್ಕೆ ಬಂದು ಇಳಿ ಅಂದ. ಅರವತ್ತು ರೂಪಾಯಿ ಕೇಳಿದ ಅವನು ಸೈಕಲ್ ಹೊಡೆಯುವಾಗ ಪಡುತ್ತಿದ್ದ ಯಾತನೇ ಕಂಡು ನನಗೆ ಬೇಸರವಾಗಿತ್ತು. ಅರವತ್ತು ರೂಪಾಯಿ ಜಾಸ್ತಿ ನನಗೆ ಟೋಪಿ ಹಾಕುತ್ತಿದ್ದಾನೆ. ಅನ್ನುವುದು ಗೊತ್ತಿತ್ತು ನಾನು ಎಪ್ಪತ್ತು ರೂಪಾಯಿ ಕೊಟ್ಟೆ. ಅವನು ನನ್ನ ಮುಖ ನೋಡಿದ. ನಾನು ಇಟ್ಟುಕೋ ಅನ್ನುವಂತೆ ಸನ್ನೆ ಮಾಡಿದೆ. ಅವನು ಕಿರುನಗೆ ಬೀರಿ ಮುಂದಕ್ಕೆ ಹೋದ.

ಚಿಕ್ಕ ಚಿಕ್ಕ ಗಲೀಜು ಗಲ್ಲಿಗಳ ಊರಿಗೆ 'ಕಾಶಿ', 'ವಾರಾಣಸಿ' ಅನ್ನುತ್ತಾರೆ ಅಂದುಕೊಂಡೆ. ಈ ಗಲೀಜು ಕೊಂಪೆಗೆ ಹನುಮಾನ್ ಘಾಟ್ ಅನ್ನುತ್ತಾರೆ ಅಂದುಕೊಂಡು, ಎಲ್ಲಿಂದ ರಾಮಶಾಸ್ತ್ರಿಯನ್ನು ಹುಡುಕುವುದು? ಯಾರನ್ನು ಕೇಳುವುದು? ಎಂದು ಯೋಚಿಸುತ್ತಾ ನಾಲ್ಕಾರು ಮಾರು ದೂರ ಅರ್ಧ ಗಲ್ಲಿಯಲ್ಲಿ ಸಾಗಿದೆ. ಅಲ್ಲೊಂದು ಚಹ ಅಂಗಡಿ ಇತ್ತು. ಅಲ್ಲಿ ಚಹ ಕುಡಿದೆ.

ಇರಲಿ ಅಂತ ಒಂದು ಸಿಗರೇಟನ್ನು ಅವನಿಂದ ಪಡೆದೆ. ಅಲ್ಲಿ ನಾನು ಹದಿನೈದು ನಿಮಿಷ ನಿಂತಿರಬಹುದು. 'ರಾಮ್ ನಾಮ್ ಸತ್ಯ ಹೈ! ರಾಮ್ ನಾಮ್ ಸತ್ಯ ಹೈ' ಅನ್ನುತ್ತಾ ಎರಡು ಶವಗಳ ಮೆರವಣಿಗೆ ಸಾಗಿದ್ದನ್ನು ಕಂಡೆ. ಶವದ ಮುಂದೆ ಹಿಂದೆ ಇದ್ದ ಜನರಲ್ಲಿ ಬಹುತೇಕರು ಕುಡಿದಿದ್ದರು. ಬೆಳಿಗ್ಗೆ ಹತ್ತು ಗಂಟೆಯ ವೇಳೆಗೇ ಇವರು ಎಣ್ಣೆ ಹೊಡೆದಿದ್ದಾರೆ ಪರವಾಗಿಲ್ಲ ಅಂದುಕೊಂಡೆ. ಸ್ಮಶಾನಕ್ಕೆ ಹೆಣ ಸಾಗಿಸುವ ದಾರಿಯು ಇದಾಗಿರಬಹುದು ಅಂತಲೂ ಅನಿಸಿತು. ರಾಮಶಾಸ್ತ್ರಿಯವರ ಮನೆ ಎಲ್ಲಿದೆ! ಎಂದು ಅಂಗಡಿಯವನನ್ನು ವಿಚಾರಿಸಿದೆ. ಅವನು ಹತ್ತಿರದಲ್ಲಿಯೇ ಹಸುಗಳ ಮೈ ಉಜ್ಜುತ್ತಾ ನಿಂತಿದ್ದ ವ್ಯಕ್ತಿಯ ಕಡೆ ಬೆರಳು ಮಾಡಿ ತೋರಿಸಿದ.

ಅವನ ಹತ್ತಿರ ಹೋಗಿ ರಾಮಶಾಸ್ತ್ರಿಯವರ ಮನೆ ಅಂದೆ. ಅವನು 'ಪಂಡಿತ್ ರಾಮಶಾಸ್ತ್ರಿ ದಾಡಿವಾಲ' ಅನ್ನುತ್ತಾ ಉದ್ದನೆಯ ಗಡ್ಡವನ್ನು ನೀವಿದಂತೆ ಮಾಡಿದ. ನಾನು ಹೌದು ಅನ್ನುವಂತೆ ಸನ್ನೆ ಮಾಡಿದೆ. ಅವನು 'ಹರಿಕಿಶಿನ್' ಅಂತ ಜೋರಾಗಿ ಕೂಗಿದ. ಒಳಗಡೆಯಿಂದ ಒಬ್ಬ ಚಿಕ್ಕ ಹುಡುಗ ಓಡಿಬಂದ. 'ಪಂಡಿತ್ ರಾಮಶಾಸ್ತ್ರಿಕ ಘರ್ ಇಸೇ ದಿಖಾನ' ಅಂತ ಹೇಳಿ, ಆ ಹುಡುಗ ಬನ್ನಿ ಅನ್ನುವಂತೆ ನನಗೆ ಸನ್ನೆ ಮಾಡಿ ಬಸ್ ಬಿಟ್ಟುಕೊಂಡು ಓಡಿದ. ನಾನು ಅವನನ್ನು ವೇಗವಾಗಿ ನಡೆಯುತ್ತಾ ಹಿಂಬಾಲಿಸಿದೆ. ಆ ಗಲ್ಲಿಯಲ್ಲಿ ಎರಡು ಸಣ್ಣ ಸಣ್ಣ ತಿರುವುಗಳು ಇದ್ದವು. ಅವುಗಳನ್ನು ಹಾದು ಒಂದು ಹಳೆಯ ಮನೆ ಮುಂದೆ ನಿಂತ ಆ ಹುಡುಗ ಇದೇ ಮನೆ ಅನ್ನುವಂತೆ ತೋರಿಸಿ, ಬಸ್ ಬಿಟ್ಟುಕೊಂಡು ಅವನ ಮನೆಯ ಕಡೆಗೆ ಓಡಿದ. ನಾನು ರಾಮಶಾಸ್ತ್ರಿಯವರ ಮನೆಯ ಮುಂದೆ ಇದ್ದೆ.

ರಾಮಶಾಸ್ತ್ರಿ ಚನ್ನಪಟ್ಟಣದ ಕಡೆಯವರು ಅವರಿಗೆ ಕನ್ನಡ ಚೆನ್ನಾಗಿ ಬರುತ್ತಿತ್ತು. ಅವರ ಕಛೇರಿಯಲ್ಲಿ ಕುಳಿತು ನಾನು ಬಂದಿರುವ ಉದ್ದೇಶ ಅವರಿಗೆ ವಿವರಿಸಿದೆ. 'ಇವತ್ತೇ ಆಗ್ಬೇಕೋ ಅಥವಾ ನಾಳೆಯೋ' ಅಂದ್ರು.

ನಾನು 'ನೀವು ಹೇಳಿದ ಹಾಗೆ' ಅಂದೆ.

ಸರಿ, ಸರಿ ಈಗಲೇ ಮುಗಿಸಿಬಿಡಿ. ಹೋಗಿ ಸ್ನಾನ ಮಾಡಿ ಬನ್ನಿ ಅಂದರು. ಅವರ ಸೇವಕನನ್ನು ಕರೆದು ಅವನನ್ನು ಹೊಳೆಗೆ ಕರೆದುಕೊಂಡು ಹೋಗು ಅಂದರು.

ನಾನು ಬಂದಿದ್ದ ಗಲ್ಲಿ ಗಿಂತ ಕಿರಿದಾದ ಗಲ್ಲಿಯಲ್ಲಿ ಅವನು ನನ್ನನ್ನು ಕರೆದುಕೊಂಡು ಹೋದ ಮೂರೂವರೆ ನಾಲ್ಕು ಅಡಿಗಳ ಅಗಲ ಇರುವ ಗಲ್ಲಿ, ಆ ಗಲ್ಲಿಯಲ್ಲೇ ಒಂದರ ಹಿಂದೆ ಒಂದರಂತೆ ಮೋಟಾರ್ ಬೈಕುಗಳು ಹೋಗುತ್ತಾ, ಬರುತ್ತಾ ಇರುತ್ತವೆ. ಇವುಗಳ ನಡುವೆ ಜನರು, ದನಗಳು, ನಾಯಿಗಳು, ಅಲ್ಲಲ್ಲಿ ಭಿಕ್ಷೆಗೆ ಕುಳಿತ ಭಿಕ್ಷುಕರು, ಸ್ವಲ್ಪ ಜಾಗ ಖಾಲಿ ಇದ್ದರೆ ಅಲ್ಲಿ

ಕಸದ ರಾಶಿ. ಅಂತೂ ಗಂಗಾನದಿಯ ತಟಕ್ಕೆ ಅವನು ನನ್ನನ್ನು ಕರೆದುಕೊಂಡು ಹೋಗಿಬಿಟ್ಟ.

ಒಂದಷ್ಟು ದೋಣಿಗಳು ಅಲ್ಲಿದ್ದವು. ಒಂದಷ್ಟು ಜನರು ಅಲ್ಲಿ ಸ್ನಾನ ಮಾಡುತ್ತಿದ್ದರು. ಪಿಂಡ ಬಿಡುವವರು ಬಿಡುತ್ತಿದ್ದರು. ಮೆಟ್ಟಿಲುಗಳ ಮೇಲೆ ಭಿಕ್ಷುಕರದ್ದೇ ದರ್ಬಾರು. ಗಂಗಾ ನದಿಯ ನೀರು ಕಪ್ಪು ಬಣ್ಣದಿಂದ ಕೂಡಿತ್ತು. ಎಂತದ್ದೋ ಅಪರಿಚಿತ ವಾಸನೆ, ಹೊಟ್ಟೆ ತೊಳೆಸಿದಂತೆ ಆಗುತ್ತಿತ್ತು. ಅವನು ಒಂದು ಕಡೆ ಬ್ಯಾಗ್ ಇರಿಸಿ ಸ್ನಾನ ಮಾಡು ಅಂದ.

ನಾನು ಬ್ಯಾಗ್ನಿಂದ ಟವಲ್, ಪಂಚೆ, ತೆಗೆದೆ. ಹಲ್ಲು ಉಜ್ಜುವ ಶಾಸ್ತ್ರ ಮಾಡಿ ಬ್ರಷ್ ತೆಗೆದು ಬ್ಯಾಗಿಗೆ ಹಾಕುವಾಗ ಅಪ್ಪನ ಚಿತಾಭಸ್ಮ ಇದ್ದ ಚೆಂಬು ಕಾಣಿಸಿತ್ತು. ಇದನ್ನು ಯಾವಾಗ ಹಾಕಬೇಕು ಅಂತ ಶಾಸ್ತ್ರಿಗಳನ್ನು ಕೇಳಬೇಕಾಗಿತ್ತು ಅಂದುಕೊಂಡೆ. ನಾನು ಚೆಂಬು ಕೈಯಲ್ಲಿ ಹಿಡಿದಿದ್ದನ್ನು ಕಂಡು ಅವನು ಅದನ್ನು ನದಿಗೆ ಬಿಡು ಅಂದ 'ಅಪ್ಪ ನನ್ನನ್ನು ಕ್ಷಮಿಸು ಅಂತ ಹೇಳಿ ಅದನ್ನು ನದಿಗೆ ಬಿಟ್ಟೆ, ಅನಂತರ ಆ ಚೊಂಬನ್ನು ನದಿಗೆ ಎಸೆದುಬಿಟ್ಟೆ, ಅಲ್ಲಿಗೆ ಅಪ್ಪನ ಚಿತಾಭಸ್ಮದ ವಿಸರ್ಜನೆ ಆಗಿಹೋಯಿತು.

ಗಂಗಾನದಿ ಹೀಗಿರುತ್ತದೆ ಅನ್ನುವ ಕಲ್ಪನೆಯೂ ನನಗಿರಲಿಲ್ಲ. ಬಹಳ ಕಷ್ಟಪಟ್ಟು ಸ್ನಾನ ಮಾಡಿದೆ. ಯಾವುದೋ ಪುಟ್ಟ ಮಗುವೊಂದು ಪಕ್ಕದಲ್ಲಿಯೇ ಕಕ್ಕ ಮಾಡಿತ್ತು. ಅದರ ಅಪ್ಪ ಅದರ ಕುಂಡಿಯನ್ನು ಅಲ್ಲಿಯೇ ತೊಳೆದ ಕಾಲಿನಿಂದ ಮಗು ಮಾಡಿದ ಕಕ್ಕವನ್ನು ನದಿಗೆ ತಳ್ಳಿದ. ಅದರ ಪಕ್ಕದಲ್ಲಿಯೇ ನನ್ನ ಸ್ನಾನ. ನನ್ನ ಪಕ್ಕದಲ್ಲಿ ಇದ್ದವನು ಪಿಂಡ ಬಿಡುತ್ತಿದ್ದ.

ಇದು ಕಾಶಿ, ಇಲ್ಲಿ ಅಪರಕರ್ಮವನ್ನು ಯಾವ ಹೊತ್ತಿನಲ್ಲಿ, ಯಾವ ದಿನದಲ್ಲಿ ಬೇಕಾದರೂ ಮಾಡಬಹುದು. ಅಂತಹ ಯಾವುದೇ ಕಟ್ಟುನಿಟ್ಟು ಇಲ್ಲಿ ಅನ್ವಯವಾಗುವುದಿಲ್ಲ ಅನ್ನುತ್ತಾ ರಾಮಶಾಸ್ತ್ರಿಗಳ ಶಿಷ್ಯ ನನಗೆ ವಾರಾಣಸಿಯ ಸ್ಥಳ ಪುರಾಣ ಹೇಳಿದ. ಅನಂತರ 'ನೀನು ಯಾವ ಜಾತಿ?' ಅಂದ.

'ನಾನು ಬ್ರಾಹ್ಮಣ' ಅಂದೆ.

'ಜನಿವಾರ.'

ಹಾಕಿಲ್ಲ ಅಂತ ಹೇಳಬೇಕು. ಆದರೆ ನಾನು ಸುಮ್ಮನಿರಲಾರದೆ 'ಅದು ಇತ್ತೀಚೆಗೆ ಕಿತ್ತುಹೋಯಿತು' ಅಂತ ಸುಳ್ಳು ಹೇಳಿದೆ. ಅವನು ನನ್ನ ಮುಖವನ್ನು ದುರುಗುಟ್ಟಿ ನೋಡಿ ಹೊಸ ಜನಿವಾರ ತಂದು ಕೊಟ್ಟ. ಅದನ್ನು ಹಾಕಿಕೊಳ್ಳಲು ನನಗೆ ಬರುವುದಿಲ್ಲ ಅಂದೆ. ಅದನ್ನು ಹೇಗೆ ಧರಿಸಬೇಕು ಅಂತ ತೋರಿಸಿಕೊಟ್ಟ. ಆಚಮನ ಮಾಡು ಅಂದ. ನಾನು ಗೊತ್ತಿಲ್ಲ ಅಂದೆ. ನಾನು ನಿಜವಾಗಿಯೂ ಬ್ರಾಹ್ಮಣನ ಅಂತ ಕೇಳಿದ. ನಾನು ನನ್ನ ಗೋತ್ರ ಹೇಳಿ,

ನನ್ನಪ್ಪನೂ ಪುರೋಹಿತ ಅಂದೆ. ಮತ್ತೆ ನಿನಗೆ ಯಾವುದೂ ಗೊತ್ತಿಲ್ಲ ಅಂದ. ನಾನು ಬಾಯಿ ಮುಚ್ಚಿಕೊಂಡಿದ್ದರೆ ಆಗುತ್ತಿತ್ತು. ಸುಮ್ಮನಿರಲಾರದೇ ನನಗೆ ಇದರಲ್ಲಿ ನಂಬಿಕೆ ಇಲ್ಲ ಅಂದುಬಿಟ್ಟೆ,

'ಮತ್ಯಾಕೆ ಇಲ್ಲಿಗೆ ಬಂದೆ. ಎದ್ದು ಹೋಗು?' ಅಂತ ಅವನು ಅಲ್ಲಿಂದ ಎದ್ದು ರಾಮಶಾಸ್ತ್ರಿಗಳ ಹತ್ತಿರ ಹೋಗಿ ನನ್ನ ಮೇಲೆ ಪುಕಾರು ಹೇಳಿದ. ಅವರು ಅಲ್ಲಿಂದ ಬಂದರು. ಮೇಲಿನಿಂದ ಕೆಳಗಿನ ತನಕ ನೋಡಿದರು.

'ನೀವು ಈ ಕಾಲದ ಹುಡುಗರೇ ಹೀಗೆ. ನಿಮಗೆ ಜಾತಿ ಬೇಕು. ಆದರೆ ಸಂಪ್ರದಾಯಗಳು ಬೇಡ, ಎಂ.ಎಸ್ಸಿ, ಓದಿದ್ದೀನಿ ಅಂತಿಯಾ ಸ್ವಲ್ಪ ತಾಳ್ಮೆ ಇರಬೇಕು. ಈಗ ನೋಡು ಇವನು ಎದ್ದು ಬಿಟ್ಟಿದ್ದಾನೆ. ಅಪರಕರ್ಮ ಮಾಡಲು ಬಂದ ಬ್ರಾಹ್ಮಣ ಅರ್ಧದಲ್ಲಿ ಎದ್ದರೆ ಅದು ಒಳ್ಳೆಯದಲ್ಲ' ಅಂದರು, ಆ ಸಾಲಿನಲ್ಲಿ ನನ್ನಂತೆಯೇ ಬಂದಿದ್ದ ಐದು ಜನರು ಅವರ ಕೆಲಸ ಬಿಟ್ಟು ನನ್ನ ಕಡೆ ನೋಡಲು ಆರಂಭಿಸಿದರು. ಇತರ ಮರಿ ಪುರೋಹಿತರೂ ಕೂಡ ನನ್ನ ಕಡೆ ನೋಡುತ್ತಿದ್ದರು. ರಾಮಶಾಸ್ತ್ರಿಗಳು ಆ ಮರಿಶಾಸ್ತ್ರಿಯನ್ನು ಪುನಃ ಕರೆದು 'ಇವನ ಪರವಾಗಿ ನೀವೇ ಮಾಡು ಇವನು ಸುಮ್ಮನೆ ಕುಳಿತಿರಲಿ' ಅಂದರು. ಅವನು ಆಗಬಹುದು ಅಂದ. ನಾನು ಸುಮ್ಮನೆ ಕುಳಿತೆ. ಪಿಂಡ ಬಿಡುವುದಾದರೆ ಒಬ್ಬರ ಹೆಸರಿನಲ್ಲಿ ಬಿಡಬಹುದು ಅಥವಾ ಮೂವತ್ತೆರಡು ಪಿಂಡಗಳನ್ನು ಬಿಡಬೇಕು. ಮೂರು ಜನರ ಹೆಸರಿನಲ್ಲಿ ಪಿಂಡ ಪ್ರಧಾನ ಮಾಡುವಂತೆ ಇಲ್ಲ. ಬಿಸಿ ಅನ್ನ, ತುಪ್ಪ, ಕರಿ ಎಳ್ಳು, ಇನ್ನೆರಡು ವಸ್ತುಗಳನ್ನು ತಂದು ನನ್ನ ಮುಂದೆ ಇರಿಸಿ. ಇವನ್ನು ಚೆನ್ನಾಗಿ ಕಲಸಿ ಉಂಡೆ ಮಾಡು ಅಂದ. ಕೈ ಸುಡುತ್ತಿತ್ತು. ಆದರೂ ಅದನ್ನು ಉಂಡೆಗಳನ್ನಾಗಿ ಮಾಡಿದೆ. ದರ್ಭೆಯ ಮೇಲೆ ಇಡುತ್ತಾ ಹೋದೆ. ಅಪ್ಪ, ತಾತ, ಮುತ್ತಜ್ಜನ ಹೆಸರು ಗೊತ್ತಿಲ್ಲ, ಅಮ್ಮ, ಅಜ್ಜ, ಮುತ್ತಜ್ಜಿಯ ಹೆಸರು ಗೊತ್ತಿಲ್ಲ ಅಂದೆ. ಅದಕ್ಕೆ ಅವನೇನೋ ಹೇಳಿದ ನಾನು ಕೇಳಿಸಿಕೊಳ್ಳಲಿಲ್ಲ. ಯಾರು ಇಲ್ಲದಿದ್ದರೆ ಗತಿಸಿಹೋದ ನಿಮ್ಮ ಗೆಳೆಯರಿಗೂ ಪಿಂಡ ಹಾಕಬಹುದು ಅಂದ. ನನಗೆ ಆ ಜಾಗದಿಂದ ಒಂದು ಸಲ ಎದ್ದರೆ ಸಾಕು ಅನಿಸುತ್ತಿತ್ತು.

'ಇದನ್ನೆಲ್ಲಾ ತೆಗೆದುಕೊಂಡು ಹೋಗಿ ಹೊಳೆಗೆ ಬಿಟ್ಟು ಪುನಃ ಸ್ನಾನ ಮಾಡಿ ಬೇರೆ ಬಟ್ಟೆ ಹಾಕಿಕೊಳ್ಳಿ. ದೋಣಿಯಲ್ಲಿ ನಿಮ್ಮನ್ನು ನಿಮ್ಮ ಜೊತೆ ಬಂದಿದ್ದವನು ಕರೆದುಕೊಂಡು ದೇವಸ್ಥಾನಕ್ಕೆ ಹೋಗುತ್ತಾನೆ. ವಿಶ್ವನಾಥನ ದರ್ಶನಕ್ಕೂ ಅವನು ವ್ಯವಸ್ಥೆ ಮಾಡುತ್ತಾನೆ. ಅನ್ನಪೂರ್ಣೇಶ್ವರಿಯ ದರ್ಶನಕ್ಕೂ ಇವನು ವ್ಯವಸ್ಥೆ ಮಾಡುತ್ತಾನೆ. ನಿಮ್ಮ ಬ್ಯಾಗ್ ಅನ್ನು ಅವನೇ ಹಿಡಿದು ಕೊಳ್ಳುತ್ತಾನೆ' ಅಂದರು. ಶಾಸ್ತ್ರಿಗಳು ಇಲ್ಲಿಗೆ ನೀನು ವಾಪಾಸು ಬರುವ ಅಗತ್ಯ ಇಲ್ಲ ಅನ್ನುವಂತೆ ಇತ್ತು ಅವರ ಮಾತಿನ ವರಸೆ.

ನಾನು ಸ್ನಾನಕ್ಕೆ ಹೋಗುವ ಮೊದಲೇ ಅವರು ಹೇಳಿದಷ್ಟು ಹಣ ಕೊಟ್ಟಿದ್ದೆ. 'ಇಬ್ಬರು ಬ್ರಾಹ್ಮಣರಿಗೆ ಊಟ ಹಾಕಿಸಿದರೆ ಒಳ್ಳೆಯದು, ಅದಕ್ಕೆ ನೂರು ರೂಪಾಯಿ ಆಗುತ್ತದೆ. ಐದು ಜನರಿಗೆ ಆದರೆ ಇನ್ನೂ ಇನ್ನೂರಾಐವತ್ತು ರೂಪಾಯಿ. ಆಗುತ್ತದೆ' ಅಂದಿದ್ದರು. ನಾನು ಇಬ್ಬರಿಗೆ ಹಾಕಿಸಿ ಅಂತ ನೂರು ರೂಪಾಯಿ ಕೊಟ್ಟಿದ್ದೆ. ದೋಣಿಯವನ ವ್ಯವಹಾರವನ್ನು ಅವರು ಹೇಳಿದ್ದರು. ನಾನೂ ಅದಕ್ಕೂ ಆಗಲಿ ಅಂದಿದ್ದೆ.

ಪಿಂಡವನ್ನು ನದಿಯಲ್ಲಿ ಬಿಟ್ಟು ಪುನಃ ಸ್ನಾನ ಮಾಡಿ ದೋಣಿ ಹತ್ತಿದೆ. ದಾರಿಯಲ್ಲಿ ಒಂದಷ್ಟು ಹೆಣಗಳು ಉರಿಯುತ್ತಿರುವ ದೃಶ್ಯ ಕಾಣಿಸಿತು. ತಟ್ಟನೆ ಅಪ್ಪನ ಜ್ಞಾಪಕ ಬಂತು. ಕಣ್ಣು ತೇವವಾಯಿತು. ಅಪ್ಪ ಬೇಡ ಅಂದಿದ್ದರೂ ನಾನು ಅವರ ಹೆಸರಿನಲ್ಲಿ ಪಿಂಡ ಬಿಟ್ಟಿದ್ದೆ. ಒಂದು ಅರ್ಧ ಸುಟ್ಟ ದೇಹ ಒಂದು ದೋಣಿಗೆ ಬಡಿಯಬೇಕು ಅನ್ನುವಷ್ಟರಲ್ಲಿ ದೋಣಿಯವನು ಹುಟ್ಟಿನಿಂದ ಅದನ್ನು ತಳ್ಳಿದ. ಅನಂತರ ಹೆಣ ಸುಡುತ್ತಿದ್ದ ಗುಂಪಿಗೆ ಏನೋ ಗಟ್ಟಿಯಾಗಿ ಕೂಗಿ ಹೇಳಿದ. ಅನಂತರ ಕ್ಯಾಕರಿಸಿ ಥೂ ಅಂತ ಉಗಿದು ಮುಂದೆ ಸಾಗಿದ. ನನಗೆ ಗಂಟಲು ಒಣಗಿಹೋಗಿತ್ತು.

ಗಂಗಾನದಿಯ ವಿಶಾಲತೆಯ ಅರ್ಥವಾಗುವ ರೀತಿಯಲ್ಲಿ ಇನ್ನೊಂದು ದಡ ಆ ಕಡೆ ಕಾಣುತ್ತಿತ್ತು. ನದಿ ಈಗ ಕಾಲು ಭಾಗದಷ್ಟು ಹರಿವು ಹೊಂದಿರಬಹುದು. ನದಿಯ ತೀರದ ಮರಳು ಮಾತ್ರ ಕಪ್ಪಾಗಿತ್ತು. ಅಲ್ಲೊಂದು ಇಲ್ಲೊಂದು ಕೊಕ್ಕರೆಯಂತಹ ಕರಿ ಹಕ್ಕಿಗಳ ಹಾರಾಟ ಆಕಾಶದಲ್ಲಿ ನಡೆದಿತ್ತು. ದೋಣಿಯವನು ಬೀಡಿ ತೆಗೆದು ಹತ್ತಿಸಿದ ನಾನು ಅವನ ಮುಖವನ್ನು ದಿಟ್ಟಿಸಿ ನೋಡಿದೆ. ದಿನಕ್ಕೆ ನನ್ನಂತಹ ಎಷ್ಟು ಪಿಂಡ ಪ್ರದಾನ ಮಾಡುವವರನ್ನು ಇವನು ದೋಣಿಯಲ್ಲಿ ಸಾಗಿಸಬಹುದೆಂದು ಲೆಕ್ಕ ಹಾಕಿದೆ. ಲೆಕ್ಕ ಹೇಗೆ ಸಿಗಬೇಕು. ನಾವು ನದಿಯ ಆಚೆ ಕಡೆ ದಡಕ್ಕೆ ಹೋಗಲಿಲ್ಲ. ಬದಲಿಗೆ ಅದೇ ದಂಡೆಯ ಇನ್ನೊಂದು ಭಾಗಕ್ಕೆ ಬಂದಿದ್ದೆವು. ಅವನು ಇಳಿದು ನನ್ನ ಬ್ಯಾಗ್ ಹಿಡಿದು ಮುಂದೆ ಸಾಗಿದ. ನಾಲ್ಕಾರು ದೋಣಿಗಳನ್ನು ಮಂಗನಂತೆ ನೆಗೆಯುತ್ತಾ ಸಾಗಿದ. ನಾನು ಮೆಲ್ಲಗೆ ಅವನನ್ನು ಹಿಂಬಾಲಿಸಿದೆ. ಬೇಗ ಬೇಗ ಬಾ ಎಂದು ಅವನು ಅವಸರಿಸಿದ. ನಾವು ಬಂದಿದ್ದ ದೋಣಿಯನ್ನು ಇನ್ನೊಬ್ಬ ಚಿಕ್ಕ ಹುಡುಗ ಕಟ್ಟಿ, ಹಾಕಿದ, ಪ್ರಾಯಶಃ ಬೆಳಿಗ್ಗೆಯಿಂದ ಸಂಜೆಯತನಕ ಈ ಹುಡುಗನಿಗೆ ಇದೇ ಕೆಲಸ ಇರಬಹುದು.

ಚಹ ಕುಡಿತೀಯಾ ಅಂತ ಅವನು ಕೇಳಿದ. ನಾನು ಹೌದು ಅನ್ನುವಂತೆ ಸನ್ನೆ ಮಾಡಿದೆ. ಪುನಃ ಗಲ್ಲಿಗಳ ಲೋಕ ಆರಂಭವಾಯಿತು. ಒಂದು ಅಂಗಡಿಯಲ್ಲಿ ಇಬ್ಬರೂ ಕುಳಿತೆವು. ಅವನು ಬ್ರೆಡ್ ಜಾಮ್ ತಿಂದ. ನಿನಗೆ ಅನ್ನುವಂತೆ ನೋಡಿದ. ನಾನು ಚಹ ಮಾತ್ರ ಕುಡಿದೆ. ಹಣ ನಾನು ಕೊಟ್ಟ

ನಂತರ ಒಂದು ಹೂವಿನಂಗಡಿಯ ಮುಂದೆ ನಿಲ್ಲಿಸಿದ. ನಿನ್ನ ಚಪ್ಪಲಿ ಇಲ್ಲಿ ಬಿಡು ಅಂದ. ನಾನು ಬಿಟ್ಟೆ ಅಲ್ಲಿಯೇ ಹೂವಿನ ಬುಟ್ಟಿ, ಖರೀದಿ ಮಾಡಿದ. ನಂತರ ಆ ಅಂಗಡಿಯಲ್ಲೇ ಇದ್ದ ಒಬ್ಬ ವ್ಯಕ್ತಿಗೆ ನನ್ನನ್ನು ತೋರಿಸಿ ಏನೋ ಹೇಳಿದ. ಅವನು ನನ್ನ ಹಿಂದೆ ಬಾ ಅನ್ನುತ್ತಾ ಹೊರಟ. ನಾನು ಅಂಗಡಿಯಲ್ಲೇ ನನ್ನ ಬ್ಯಾಗ್ ಇರಿಸಿ ಅವನ ಹಿಂದೆ ಸಾಗಿದೆ.

ಜನವೋ ಜನ. ಒಬ್ಬರಿಗೆ ಢಿಕ್ಕಿ ಹೊಡೆದುಕೊಂಡೇ ಇನ್ನೊಬ್ಬರು ಸಾಗಬೇಕು. ಹಲವು ಬಗೆಯ ಭಜನೆಗಳು, ಜನರ ರಾಶಿ, ಇವುಗಳ ನಡುವೆ ಅವನ ಹಿಂದೆ ಹೋಗುವುದು ಕಷ್ಟವಾಯಿತು. ಪೊಲೀಸರ ಕಾವಲು. ಇವನು ಹೋ ಅಂದು ಮತ್ತೇನೋ ಹೇಳುತ್ತಾ ಮುಂದೆ ಸಾಗುತ್ತಿದ್ದ. ಆಗಾಗ್ಗೆ ನಾನು ಅವನ ಹಿಂದೆ ಇದ್ದಿನೋ ಇಲ್ಲವೋ ಅನ್ನುವುದನ್ನು ಖಾತ್ರಿ ಮಾಡಿಕೊಳ್ಳುತ್ತಿದ್ದ. ನಾನು ಕೈಯಲ್ಲಿ ಹೂವಿನ ಹಣ್ಣಿನ ಬುಟ್ಟಿ ಇರುವುದರಿಂದ ದೇವರ ದರ್ಶನಕ್ಕೆ ಹೋಗುತ್ತಿದ್ದೇನೆ ಎಂದು ಅರ್ಥ ಮಾಡಿಕೊಂಡಿದ್ದೆ. ಜನರ ಸರತಿಯ ಸಾಲು ಅದು ಮುಗಿಯುವುದೇ ಇಲ್ಲವೇನೋ ಅನ್ನುವಂತೆ ಇತ್ತು. ಅಲ್ಲಲ್ಲಿ ಪೊಲೀಸರಿಗೆ ಏನೋ ಹೇಳಿ ನನ್ನನ್ನು ಒಳಗಡೆ ಎಳೆದುಕೊಳ್ಳುತ್ತಿದ್ದ. ಪೊಲೀಸರು ಗೊಣಗಾಡುತ್ತಲೇ ಅವನಿಗೆ ಸಹಕರಿಸುತ್ತಿದ್ದರು. ಒಂದು ಕಡೆ ನನ್ನನ್ನು ಮೈ ಮುಟ್ಟಿ ಪರೀಕ್ಷೆಯೂ ಮಾಡಿದರು. ನನ್ನನ್ನು ಒಳಗಡೆ ಬಿಟ್ಟರು ಅನ್ನುವುದಕ್ಕಿಂತ ಒಳಗಡೆಗೆ ತಳ್ಳಿದರು ಅಂತ ಹೇಳುವುದೇ ಸರಿ.

'ಇದೇ ನೋಡು ವಿಶ್ವನಾಥ' ಅಂದ. ಈಶ್ವರಲಿಂಗ, ಅದು ಏನೆಂದು ಅರ್ಥವಾಗುವ ಹೊತ್ತಿಗೆ ನನ್ನ ಕೈಯಲ್ಲಿದ್ದ ಬುಟ್ಟಿಯನ್ನು ಅವನು ಕಿತ್ತುಕೊಂಡು ಅಲ್ಲಿದ್ದ ಅರ್ಚಕರಿಗೆ ಕೊಟ್ಟ. ಒಂದೇ ಒಂದು ನಿಮಿಷದಲ್ಲಿ ನನ್ನನ್ನು ಎಳೆದುಕೊಂಡು ಮುಂದೆ ಹೋದ, ಕುಂಕುಮ ತೆಗೆದು ನನ್ನ ಹಣೆಗೆ ಇಟ್ಟ. ಇದೇ ಸ್ಥಿತಿಯಲ್ಲಿ ಇನ್ನೊಂದು ಜಾಗಕ್ಕೆ ನನ್ನ ಕರೆದುಕೊಂಡು ಹೋದ. 'ಇದು ಅನ್ನಪೂರ್ಣೇಶ್ವರಿ' ಅಂದ. ಇಲ್ಲಿ ಅಲ್ಲಿಯಷ್ಟು ಜನ ಸಂದಣಿ ಇರಲಿಲ್ಲ. ನಾನು ಅಲ್ಲಿ ನಿಂತಿದ್ದವನ ತಟ್ಟೆಗೆ ಇಪ್ಪತ್ತು ರೂಪಾಯಿ ಹಾಕಿದೆ. ಅವನು ತೀರ್ಥ. ಕುಂಕುಮ ಕೊಟ್ಟ ಅಲ್ಲಿಂದ ಪುನಃ ನನ್ನ ಕೈ ಹಿಡಿದು ಅವನು ಮುಂದೆ ಸಾಗಿದ. ಇನ್ನೊಂದು ಕಡೆಗೆ ಅವನು ನನ್ನನ್ನು ಕರೆದುಕೊಂಡು ಹೋಗುತ್ತಾನೆ ಅಂತ ನಾನು ಕೈಯಲ್ಲಿ ಬುಟ್ಟಿ ಹಿಡಿದು ವೇಗವಾಗಿ ಸಾಗಿದೆ. ನಾಲ್ಕೆ ನಾಲ್ಕು ನಿಮಿಷದಲ್ಲಿ ನಾವು ನನ್ನ ಬ್ಯಾಗ್ ಇರಿಸಿದ್ದ ಅಂಗಡಿಯ ಮುಂದೆ ಇದ್ದೆವು, ವಿಶ್ವನಾಥ ಮತ್ತು ಅನ್ನಪೂರ್ಣೇಶ್ವರಿಯ ದರ್ಶನ ಆಗಿಹೋಗಿತ್ತು!

ಇಲ್ಲಿಗೆ ನಾನು ಬಂದ ಕಾರ್ಯ ಮುಗಿದಿತ್ತು. ತಾತ, ಅಜ್ಜಿ, ಅಮ್ಮ, ಅಪ್ಪ ಇವರಿಗೆ ಪಿಂಡ ಪ್ರಧಾನ ಮಾಡಿಯಾಗಿತ್ತು. ವಿಶ್ವನಾಥ ಮತ್ತು ಅನ್ನಪೂರ್ಣೇಶ್ವರಿಯ ದರ್ಶನವೂ ಆಗಿಹೋಗಿತ್ತು. ನನ್ನನ್ನು ಎಳೆದುಕೊಂಡು

ಹೋಗಿದ್ದ 'ಪಾಂಡನಿಗೆ ನೂರು ರೂಪಾಯಿ ಕೊಟ್ಟೆ, ಸಾಲದು ಅಂದ. ಪುನಃ ಐವತ್ತು ಕೊಟ್ಟೆ, ಹೂವಿನ ಅಂಗಡಿಯವನ ಕೈಗೆ ಬುಟ್ಟಿ, ಅದರ ದುಡ್ಡು ಕೊಟ್ಟು, ಕುಂಕುಮ ಮತ್ತು ಸ್ವಲ್ಪ ಹೂವನ್ನು ಬ್ಯಾಗಿಗೆ ಹಾಕಿ, ಚಪ್ಪಲಿ ಹಾಕಿಕೊಂಡೆ. ದೋಣಿಯವನಿಗೆ ಅವನ ದುಡ್ಡು ಕೊಟ್ಟೆ. ಅವನು ಪುನಃ ಮುಖ ನೋಡಿದ. ಅವನಿಗೆ ಐವತ್ತು ರೂಪಾಯಿ ಜಾಸ್ತಿ ಕೊಟ್ಟೆ. 'ಇಲ್ಲೇ ಇರ್ತಿಯಾ ಅಥವಾ ಅಲ್ಲಿಗೆ ವಾಪಾಸು ಬರ್ತಿಯಾ' ಅಂದ. ನಾನು 'ಬರ್ತೀನಿ' ಅಂದೆ, ಇಷ್ಟು ಹೊತ್ತಿಗೆ ನನಗೆ ಭಾಷೆ ಇಲ್ಲದೆ ಮಾತನಾಡುವ ಕಲೆ ಸಿದ್ಧಿಸಿತ್ತು. ಇದೇ ಸ್ಥಿತಿಯಲ್ಲಿ ಯಾವ ದೇಶಕ್ಕೆ ಬೇಕಾದರೂ ಹೋಗಿ ಬರಬಹುದು' ಎಂಬ ಧೈರ್ಯವೂ ಬಂತು. ನಾನು ಪಿಂಡ ಬಿಟ್ಟ ಜಾಗಕ್ಕೆ ದೋಣಿ ಬಂತು. ನಾನು ದೋಣಿಯಿಂದ ಇಳಿದು ಅವನ ಕೈ ಕುಲುಕಿದೆ. ಬೇರೆ ಗಿರಾಕಿಯನ್ನು ಕರೆತರಲು ಅವನು ಶಾಸ್ತ್ರಿಗಳ ಮನೆಗೆ ಹೋದ. ಅವನ ಹಿಂದೆಯೇ ನಾನು ಸಾಗಿದೆ. ಅವನು ಶಾಸ್ತ್ರಿಗಳ ಮನೆಗೆ ಹೋದ ನಾನು ನನ್ನ ದಾರಿ ಹಿಡಿದೆ.

ಆಯಾಸ ತನ್ನ ಇರುವಿಕೆಯನ್ನು ತೋರಿಸತೊಡಗಿತು. ಕಣ್ಣು ನನಗೆ ನಿದ್ರೆ ಬೇಕೇಬೇಕು ಎಂಬ ಬೇಡಿಕೆ ಇರಿಸಿತ್ತು. ಹೊಟ್ಟೆಯೂ ಹಸಿದಿತ್ತು. ಹತ್ತಿರದಲ್ಲಿ ಎಲ್ಲೂ ಒಳ್ಳೆಯ ಹೋಟೆಲ್ ಕಾಣಲಿಲ್ಲ. ನಾನು ಪುನಃ ಅದೇ ಟೀ ಅಂಗಡಿಯ ಮುಂದೆ ನಿಂತೆ. ಅಲ್ಲಿಯೇ ಟೀ ಕುಡಿದೆ. ಮಲಗಲು ಒಂದು ಜಾಗ ಬೇಕಾಗಿತ್ತು. ಪುನಃ ಶಾಸ್ತ್ರಿಗಳ ಮನೆಗೆ ವಾಪಾಸು ಹೋದೆ. ಅಷ್ಟರಲ್ಲಿ ಊಟದ ಸಮಯ ಆಗಿತ್ತು. ಕಿರಿಶಾಸ್ತ್ರಿ ಸಿಕ್ಕಿದ್ದ. ಅವನ ಹತ್ತಿರ ನನ್ನ ಸಮಸ್ಯೆ ಹೇಳಿದೆ. ಅವನು ನಕ್ಕ. 'ನೀನು ಯಾವುದೇ ಪ್ಲಾನ್ ಮಾಡಿಕೊಳ್ಳದೇ ಬಂದಿದ್ದೀಯಾ?' ಅಂದ. ನಾನು 'ಹೌದು' ಅಂದೆ. ಒಂದು ನಿಮಿಷ ಬಂದೆ ಅಂದ. ನೀನು ಹೊರಗಡೆ ನಿಂತಿರು ಅಂತ ಹೇಳಿ ಒಳಗಡೆ ಹೋಗಿ ಪ್ಯಾಂಟ್ ಶರ್ಟ್ ಹಾಕಿಕೊಂಡು ಬಂದ.

ಬಾ ನನ್ನ ಜೊತೆ ಅಂದ ನಾನು ಅವನ ಸಂಗಡ ಹೋದೆ. ದಾರಿಯಲ್ಲಿ ಅವನು ಬಿ.ಹೆಚ್.ಯು.ನಲ್ಲಿ ದ್ವಿತೀಯ ಬಿ.ಕಾಂ. ಮಾಡ್ತಾ ಇರೋದು ಗೊತ್ತಾಯಿತು. ನಾನು ಬಿಡುವಿನ ದಿನ ಇಲ್ಲಿ ಕೆಲಸ ಮಾಡ್ತೀನಿ ಉಳಿದ ಸಮಯದಲ್ಲಿ ಕಾಲೇಜು' ಅಂದ. ಅಪ್ಪ ಅಮ್ಮ ಇಲ್ಲದ ಅವನನ್ನು ಶಾಸ್ತ್ರಿಗಳು ಇಲ್ಲಿಗೆ ಕರೆತಂದಿದ್ದರು. 'ನನ್ನಂತೆ ಇಲ್ಲಿ ಆರೇಳು ಜನ ಇದ್ದೀವಿ. ಶಾಸ್ತ್ರಿ ಇಲ್ಲಿ ಚೆನ್ನಾಗಿ ಕೆಲಸ ಮಾಡಿಸ್ತಾರೆ. ಕೆಲವು ಸಲ ಹಿಂಸೆ ಆಗುತ್ತೆ. ಅದರ ಸಿಟ್ಟನ್ನ ಬಂದ ಜನಗಳ ಮೇಲೆ ತೋರಿಸ್ತೀವಿ' ಅಂದ. 'ಇವನು ಎಲ್ಲರಿಗೂ ಸ್ವರ್ಗ ತೋರಿಸ್ತಾನೆ. ಇವನು ಸತ್ರೆ ಮಾತ್ರ ಸೀದಾ ನರಕಕ್ಕೆ ಹೋಗ್ತಾನೆ. ಇನ್ನೆರಡು ವರ್ಷ ಕಳೆದರೆ ಮುಗೀತು. ಆಮೇಲೆ ಎಲ್ಲಾದರೂ ಕೆಲ್ಸ ಹುಡುಕೋದು. ನಾನು ಸೀದಾ ಮೈಸೂರಿಗೆ ಬಂದು ಬಿಡ್ತೀನಿ' ಅಂತಲೂ ಹೇಳಿದ. 'ಯಾವೂರು?

ಅಂತ ಕೇಳಿದೆ. 'ಶ್ರೀರಂಗಪಟ್ಟಣದ ಹತ್ತಿರ ಒಂದು ಹಳ್ಳಿ' ಅಂದ. ನಾವು ಮಾತನಾಡುತ್ತಾ ಕರ್ನಾಟಕ ಭವನಕ್ಕೆ ಬಂದುಬಿಟ್ಟಿದ್ದೆವು.

'ಇಲ್ಲಿ ರೂಂ ಅಂತ ಇಲ್ಲ, ಎಲ್ಲಾ ಬುಕ್ ಆಗಿದ್ದಾವೆ. ಇಲ್ಲಿನ ಮ್ಯಾನೇಜರ್ ನಂಗೆ ದೋಸ್ತ್ ನೀನು ಅವನ ರೂಮಿನಲ್ಲೇ ಇರಬಹುದು. ಆದ್ರೆ ಬಾಡಿಗೆ ಮಾತ್ರ ಕೊಡ್ಬೇಕು. ರಾತ್ರಿಗೆ ಅವನ ರೂಂ ಅಲ್ಲೇ ಊಟ ಮಾಡು. ಅದಕ್ಕೂ ದುಡ್ಡು ಕೊಡಬೇಕು' ಅಂದ. ನಾನು ಆಗಲಿ ಅಂದೆ. ಸುತ್ತಲೂ ನೋಡಿದೆ. ಗಬ್ಬು ಗಬ್ಬು, ಸರ್ಕಾರದ ಭವನವೂ ಈ ಸ್ಥಿತಿಯಲ್ಲಿ ಇದೆಯಲ್ಲಾ ಅಂದುಕೊಂಡೆ. ಒಂದ್ಸಲ ಮಲಗಿದರೆ ಸಾಕು ಅಂತ ಆಗಿತ್ತು. ಆ ಮ್ಯಾನೇಜರ್ ಬಂದು ಅವನ ರೂಮ್ ತೋರಿಸಿದ. ಒಂದು ಚಾಪೆ ತಂದು ಹಾಸಿದ. ನಾನು ಮಲಗಿದೆ. ಎಚ್ಚರವಾದಾಗ ಸಂಜೆ ಏಳು ಗಂಟೆ. ಎಂಟು ಗಂಟೆಗೆ ಅವನು ಅನ್ನ ಸಾರು ಹಾಕಿದ ಬಂದು ಮಲಗಿದೆ. ಬೆಳಿಗ್ಗೆ ಏಳು ಗಂಟೆಗೆ ಎದ್ದೆ. ನಿನ್ನೆ ದಿನ ಕಕ್ಕಸ್ಸೇ ಮಾಡಿಲ್ಲ ಅನ್ನುವುದು ನೆನಪಿಗೆ ಬಂತು. ಒಳಗಿನ ಒತ್ತಡ ಜಾಸ್ತಿಯಾಗಿತ್ತು. ಖಾಲಿ ಮಾಡಿದೆ. ಆ ಮ್ಯಾನೇಜರ್ ಪಾಪ ಒಳ್ಳೆಯವನು ನನಗೆ ಒಂದಿಷ್ಟು ಸಹಾಯ ಮಾಡಿದ. 'ಇವರು ಇಲ್ಲಿಂದ ಅಲಹಾಬಾದ್ ಮತ್ತು ಸಾರನಾಥಕ್ಕೆ ಹೋಗ್ತಾ ಇದ್ದಾರೆ. ಇವರು ಆರೇ ಜನ ಇರೋದು. ಇವರೂ ಕರ್ನಾಟಕದವರೇ. ಇವರ ಜೊತೆ ಬೇಕಾದ್ರೆ ಹೋಗಿ ಬಾ. ಅವರು ಗಾಡಿ ಮಾಡಿದ್ದಾರೆ. ಅದರಲ್ಲಿ ಎಂಟು ಜನ ಕೂರಬಹುದು' ಅಂದ. ನಾನು ಆಗಲಿ ಅಂದೆ. ಅವತ್ತು ಅವರ ಜೊತೆ ಸಾರನಾಥಕ್ಕೆ ಮತ್ತು ಅಲಹಾಬಾದ್ ಹೋಗಿಬಂದೆ. ಈ ಗುಂಪು ಚಿಕ್ಕಬಳ್ಳಾಪುರದ್ದು. ಎಲ್ಲರೂ ಮೂವತ್ತು ಮೂವತ್ತೈದು ವಯಸ್ಸಿನವರು. ಪ್ರವಾಸಿಗರು ಬೆಳಿಗ್ಗೆ ಐದು ಗಂಟೆಗೆ ಬಿಟ್ಟವರು ರಾತ್ರಿ ಹತ್ತು ಗಂಟೆಗೆ ವಾಪಾಸು ಬಂದೆವು. ನನ್ನ ಪಾಲಿನ ಹಣ ಕೊಟ್ಟು ನಾನು ಅವರಿಗೆ ಧನ್ಯವಾದ ಹೇಳಿದೆ. ಸಾರಾನಾಥ ತುಂಬಾ ಚೆನ್ನಾಗಿದೆ. ಭಾರದ್ವಾಜ ಋಷಿಯ ಆಶ್ರಮದಲ್ಲಿ ಕಳ್ಳರ ಮತ್ತು ಕಪಿಗಳ ಕಾಟ, ತ್ರಿವೇಣಿ ಸಂಗಮ ಚೆನ್ನಾಗಿದೆ. ಇನ್ಮುಂದೆ ಯಾವುದೇ ಪ್ಲಾನ್ ಇಲ್ಲದೆ ಎಲ್ಲಿಗೂ ಹೋಗಬಾರದು. ಅಂತ ಅಲಹಾಬಾದಿನಲ್ಲಿ ಪ್ರತಿಜ್ಞೆ ಮಾಡಿದೆ.

ಹೊಸ ಹೊಸ ಅನುಭವಗಳಿಗೆ ತೆರೆದುಕೊಳ್ಳಬೇಕಾದರೆ ಹೀಗೆಯೇ ಬದುಕಬೇಕು. ಎಲ್ಲದಕ್ಕೂ ಮನುಷ್ಯ ಸಿದ್ಧನಾಗಿರಬೇಕು. ದೇಶಾಂತರ ಹೋಗ್ತೀನಿ ಅಂತ ಬಂದಿದ್ದೀನಿ. ಹೆಂಗೂ ವಾಪಾಸು ಹೋಗೋದಿಕ್ಕೆ ಇನ್ನೂ ಹದಿನೈದು ದಿನ ಇದೆ. ಅಷ್ಟರತನಕ ಸಿಕ್ಕ ಸಿಕ್ಕಲ್ಲಿ ಅಲೆಯೋದು. ಅನುಭವಗಳು ಪಾಠ ಕಲಿಸುತ್ತವೆ ಅಂತ ಅಂದುಕೊಂಡೆ. ಇಲ್ಲೇನೋ ಕನ್ನಡ ಬಲ್ಲವರು ಸಿಕ್ಕಿದರು. ಇವರು ಸಿಗದಿದ್ದರೆ? ಇವರು ಸಿಗದೇ ಇದ್ರೆ ಏನಂತೆ. ಬೇರೆ ಯಾರಾದ್ರೂ ಸಿಕ್ಕೇ ಸಿಕ್ತಾರೆ. ಅಂದುಕೊಳ್ಳುತ್ತಿದ್ದಾಗ ಅಂಜಿಯ ನೆನಪು ಬಂತು, ಪಬ್ಲಿಕ್ ಬೂತ್ನಿಂದ

ಮನೆಗೆ ಫೋನ್ ಮಾಡಿದೆ. ಅಂಜಿ ಫೋನ್ ಎತ್ತಿಕೊಂಡ ಹಲೋ, ದೊಡ್ಡ ಅಯ್ಯ ತೀರಿಹೋಗವರೆ, ಅವರು ತೀರಿಹೋಗಿ, ಇಪ್ಪತ್ತು ದಿನ ಆಯ್ತು. ಚಿಕ್ಕ ಅಯ್ಯ ಕಾಶಿಗೆ ಹೋಗವರೆ ಅವರು ಬರೋದು ಇನ್ನೂ ಒಂದು ತಿಂಗಳಾಯ್ತದೆ. ಆಮೇಲೆ ನೀವು ಫೋನ್ ಮಾಡಿ ಅಂತ ಫೋನ್ ಇಟ್ಟೇಬಿಟ್ಟ. ಈಗ ನಾನು ಮನಸಾರೆ ನಕ್ಕೆ. ಆ ಕಡೆಯಿಂದ ಫೋನ್ ಮಾಡಿದವರು ಯಾರು ಎಂಬ ವಿಚಾರಣೆಯನ್ನು ಮಾಡದೆ ಅಂಜಿ ಗಿಳಿಪಾಠ ಒಪ್ಪಿಸಿ ಫೋನ್ ಇರಿಸಿದ್ದ,

15

ಹರಿದ್ವಾರಕ್ಕೆ ತಲುಪುವಷ್ಟರಲ್ಲಿ ನನಗೆ ನನ್ನ ಮೇಲೆ ನಂಬಿಕೆ ಹೋಗಿತ್ತು. ಯಾವುದೇ ತಯಾರಿ ಮಾಡದೇ ಹೊರಟಿದ್ದು ದೊಡ್ಡ ತಪ್ಪು ಅಂತ ಅನಿಸುತ್ತಿತ್ತು. ಇಷ್ಟು ಜನ ಸಂದಣಿಯ ಜಾಗಗಳನ್ನು ನಾನು ಕಂಡಿರಲೇ ಇಲ್ಲ. ಭಾಷೆಯಂತೂ ದೊಡ್ಡ ತೊಂದರೆಯೇ ಆಗಿಹೋಗಿತ್ತು. ಮೂಕಭಾಷೆಯಲ್ಲಿ ಮಾತನಾಡಿ ಮಾತನಾಡಿ ಸಾಕಾಗಿಹೋಗಿತ್ತು. ಒಂದು ರೀತಿಯ ಅನಾಥ ಪ್ರಜ್ಞೆ ಕಾಡುತ್ತಿತ್ತು. ಸೀದಾ ಮನೆಗೆ ಹಿಂತಿರುಗಿ ಬಿಡೋಣ ಅಂತ ಅಂದುಕೊಂಡರೆ ಅದು ಸಾಧ್ಯವೇ ಇರಲಿಲ್ಲ. ಸರಿಯಾಗಿ ನಿದ್ರೆ ಇಲ್ಲ. ಊಟ ಇಲ್ಲ, ಸ್ನಾನ ಮಾಡಿದರೆ ಮಾಡಿದೆ ಇಲ್ಲದಿದ್ದರೆ ಇಲ್ಲ. ದಿನಾಂಕ ಯಾವುದು, ವಾರ ಯಾವುದು ಏನೂ ತಿಳಿಯುತ್ತಿರಲಿಲ್ಲ. ದೇಶಾಂತರ ಹೋಗಿಬಿಡುವುದು ಇಷ್ಟು ಕಷ್ಟದ ಕೆಲಸ ಅಂತ ಗೊತ್ತಿರಲೇ ಇಲ್ಲ. ದೆಹಲಿಯಿಂದ ವಾಪಾಸು ಬೆಂಗಳೂರಿಗೆ ಹೋಗಲು ಇನ್ನೂ ಹತ್ತು ದಿನ ಇತ್ತು. ತಂದಿದ್ದ ನಾಲ್ಕು ಜೊತೆ ಬಟ್ಟೆಗಳು ಗಬ್ಬೆದ್ದು ಹೋಗಿದ್ದವು. ಮೈಯಲ್ಲಿ ವಾಸನೆ ಬರ್‍ತಾ ಇದೆಯಾ ಅಂತ ನೋಡಿಕೊಂಡೆ. ಪುಣ್ಯಕ್ಕೆ ವಾಸನೆ ಇರಲಿಲ್ಲ ಅಥವಾ ಅದು ನನಗೆ ಗೊತ್ತಾಗಲಿಲ್ಲ. ಹರಿದ್ವಾರದಲ್ಲಿ ಆಗಿದ್ದು ಆಗಲಿ ಅಂತ ಬಟ್ಟೆಗಳನ್ನು ಒಗೆದು ಹಾಕಿದೆ. ಅಲ್ಲಿ ನನ್ನಂತೆಯೇ ಸುಮಾರು ಜನ ಶುಚಿತ್ವದಲ್ಲಿ ತೊಡಗಿದ್ದರು. ಅವೆಲ್ಲವನ್ನು ಒಣಹಾಕಿ ಕುಳಿತೆ. ಕಾಶಿಯಲ್ಲಿ ನೀರು ಸದಾ ಗಲೀಜಾಗಿರುತ್ತದೆ. ಹರಿದ್ವಾರದಲ್ಲಿ ನೀರು ಚೆನ್ನಾಗಿರುತ್ತದೆ. ಸ್ನಾನ ಮಾಡಲು ಅದೇ ಸರಿಯಾದ ಜಾಗ ಅಂತ ಕರ್ನಾಟಕ ಭವನದ ಮ್ಯಾನೇಜರ್ ಹೇಳಿದ್ದ, ಆದರೆ ಇಲ್ಲಿಯೂ ನೀರು ಕೆಂಪು ಕೆಂಪು ಕೆಸರಿನಿಂದ ಕೂಡಿತ್ತು. ಯಾಕೆ ಹೀಗೆ ಎಂದು ಯಾರನ್ನಾದರೂ ಕೇಳಬೇಕು ಅನ್ನಿಸಿತಾದರೂ ಯಾರನ್ನು ಕೇಳುವುದು ಸುಮ್ಮನಿದ್ದೆ ರೈಲು ನಿಲ್ದಾಣಗಳು ಎಷ್ಟೋ ಶತಮಾನದಿಂದ ನನಗೆ ಪರಿಚಿತ ಜಾಗ ಅನಿಸತೊಡಗಿತ್ತು. ಹೊರಗಡೆ ಹೋದರೆ ಕಕ್ಕಸ್ಸು ಎಲ್ಲಕ್ಕಿಂತ ಮುಖ್ಯವಾಗಿ ಬೇಕಾಗುತ್ತದೆ. ಒಂದೊಂದು

ಜಾಗದ ಕಕ್ಕಸು ಮನೆ ಒಂದೊಂದು ರೀತಿಯ ವಾಸನೆ, ಈ ವಾಸನೆಯಲ್ಲಿ ಕೂರುವುದೇ ಕಷ್ಟ. ಕೆಲವೆಡೆ ನೀರೇ ಹಾಕಿರುವುದಿಲ್ಲ. ಇನ್ನು ಕೆಲವು ಕಡೆ ನಲ್ಲಿ ಇರುತ್ತದೆ. ಪಕ್ಕದಲ್ಲಿ ಚೆಂಬು ಇರುವುದಿಲ್ಲ. ಜೋರಾಗಿ ಬರುವ ನಲ್ಲಿಗೇ ಅಂಡು ಕೊಟ್ಟು ತೊಳೆದುಕೊಳ್ಳುವ ಕಲೆ ಸಿದ್ಧಿಸಬೇಕಾದರೆ, ಇನ್ನೊಬ್ಬರ ಕಕ್ಕಸ್ಸಿನ ಮೇಲೆ ಕಕ್ಕಸ್ಸು ಮಾಡಬೇಕಾದರೆ ಎಷ್ಟು ಕಷ್ಟ ಅನ್ನುವುದು ಚೆನ್ನಾಗಿ ಅನುಭವಕ್ಕೆ ಬಂತು. ನಾನು ಮಾಡಿದ ಕಕ್ಕಸ್ಸಿನ ಮೇಲೆಯೇ ಇನ್ನೊಬ್ಬ ಬಂದು ಕಕ್ಕಸ್ಸು ಮಾಡಬೇಕಾದರೆ ಅವನೆಷ್ಟು ಹಿಂಸೆ ಪಡಬಹುದು ಅನ್ನುವುದನ್ನು ಕಲ್ಪಿಸಿಕೊಂಡು ನಗುವೂ ಬಂತು.

ಕಡಿಮೆ ದರ್ಜೆಯ ಹೋಟೆಲುಗಳನ್ನು ಹುಡುಕುವುದು ಇನ್ನೊಂದು ಕಲೆ. ಒಂದು ಮಂಚ ಅದಕ್ಕೆ ತಗುಲಿಕೊಂಡಂತೆ ಒಂದು ಮೇಜು. ಮೇಜಿನ ಮೇಲೆ ಒಂದು ನೀರಿನ ಪಾತ್ರೆ. ಆದರ ಪಕ್ಕದ ಗೋಡೆಯಲ್ಲಿ ಒಂದು ಸಣ್ಣ ಕಿಟಕಿ. ಮೇಲೆ ತಿರುಗುವುದನ್ನು ಮರೆತ ಫ್ಯಾನ್. ಹನ್ನೆರಡು ಗಂಟೆಗೆ ಮೂನ್ನೂರು ರೂಪಾಯಿ ಬೇಕಾದರೆ ಇರು ಬೇಡವಾದರೆ ಜಾಗ ಖಾಲಿ ಮಾಡು ಎಂಬ ಅಹಂನ ಹೋಟೆಲಿನ ಮಾಲೀಕ ಕೆಲವು ಕಡೆ ಅದನ್ನು ಕ್ಲೀನ್ ಕೂಡ ಮಾಡಿರುವುದಿಲ್ಲ. ಯಾವುದೋ ಜಮಾನದಲ್ಲಿ ಬೆಡ್ ಶೀಟ್ ಒಗೆದಿರುತ್ತಾರೆ. ತಲೆದಿಂಬಂತೂ ವಾಂತಿ ತರಿಸುವ ಹಾಗೆ ಇರುತ್ತದೆ. ಬೆಡ್‌ಶೀಟಿನ ಮೇಲೆ ಕಲೆಗಳು ಅದರಿಂದ ಬರುವ ಜುಂಗುವಾಸನೆ. ನಿನ್ನೆ ರಾತ್ರಿ ಅಥವಾ ನಾನು ಬರುವುದಕ್ಕಿಂತ ಅರ್ಧಗಂಟೆ ಮುಂಚೆ ಯಾವನೋ ಇಲ್ಲಿ ಮೈಥುನ ನಡೆಸಿಹೋಗಿದ್ದಾನೆ. ಅವನು ಸುಖಿಸಿದ ಮಂಚದ ಮೇಲೆ ನಾನು ಮಲಗಿದ್ದೇನೆ. ಕೋಣೆಯ ಮೂಲೆಯಲ್ಲಿ ಅದಕ್ಕೆ ಸಾಕ್ಷಿಯಾಗಿ ಕಾಂಡೋಮ್ ಬಿದ್ದಿದೆ. ಇಂತಹ ಯಾತ್ರೆಯನ್ನು ನಾನು ತೀರ್ಥಯಾತ್ರೆ ಅಂತ ಊರಿಗೆ ಹೋದ ಮೇಲೆ ಕರೆಯಬೇಕಾಗುತ್ತದೆ.

ನಾನು ಕಾಶಿ ಕಾಶಿಯಿಂದ ಅಲಹಾಬಾದ್ ಅಲ್ಲಿಂದ ಕಾನ್ಪುರ, ಕಾನ್ಪುರದಿಂದ ದೆಹಲಿ, ದೆಹಲಿಯಿಂದ ಕುರುಕ್ಷೇತ್ರ, ಕುರುಕ್ಷೇತ್ರದಿಂದ ವಾಪಾಸು ದೆಹಲಿ, ಅಲ್ಲಿಂದ ಆಗ್ರಾ ಹೀಗೆ ಹುಚ್ಚು ಹುಚ್ಚಾಗಿ ತಿರುಗಿದ್ದೆ. ಒಂದು ಊರಿಗೆ ಹೋಗುವುದು, ಅಲ್ಲಿ ಸುತ್ತಾಡಿ ಮುಗಿಯಿತು ಅನ್ನಿಸಿದರೆ ಸಿಕ್ಕಿದ ಟ್ರೈನ್ ಹತ್ತುವುದು ಅಥವಾ ಬಸ್ ಹಿಡಿಯುವುದು, ಕಂಡಕಂಡಲ್ಲಿ ಊಟ, ಹೀಗೆ ವಿಚಿತ್ರವಾಗಿ ಹದಿನೈದು ದಿನ ಕಳೆದುಬಿಟ್ಟಿದ್ದೇನೆ. ದೆಹಲಿಯಿಂದ ರಾತ್ರಿ ಬಸ್ಸಿನಲ್ಲಿ ಕುಳಿತು ಬೆಳಿಗ್ಗೆ ಹರಿದ್ವಾರಕ್ಕೆ ತಲುಪಿದ್ದೆ. ವಿಪರೀತ ಸುಸ್ತಾಗಿರುತ್ತಿದ್ದ ಕಾರಣದಿಂದ ಬಸ್ಸಿನಲ್ಲಿ ಕುಳಿತ ತಕ್ಷಣ ನಿದ್ರೆ ಬಂದುಬಿಡುತ್ತಿತ್ತು. ಕಳೆದ ಹದಿನೈದು ದಿನದಿಂದ ಕನ್ನಡಿಯನ್ನೇ ನೋಡಿರಲಿಲ್ಲ. ಬೋಳಿಸಿದ್ದ ತಲೆಯಾದ ಕಾರಣ ಅಸಹ್ಯವಾಗಿ ತಲೆಕೂದಲು ಬೆಳೆದಿರಲಿಲ್ಲ. ನನ್ನದು ಹೋತದ ಗಡ್ಡವಾದ ಕಾರಣದಿಂದ ಗಡ್ಡ

ಮಾತ್ರ ಸ್ವಲ್ಪ ಜಾಸ್ತಿಯೇ ಬೆಳೆದಿತ್ತು. ಚಹ ಕುಡಿದರೆ ಮೀಸೆಯ ಕೂದಲುಗಳು ಚಹವನ್ನೇ ಸೋಕಿದಂತೆ ಮಾಡುತ್ತಿದ್ದವು.

ಒಣಗಿದ ಬಟ್ಟೆಗಳನ್ನು ಮಡಿಸಿ ಬ್ಯಾಗಿಗೆ ತುಂಬಿ ಹೊರಟೆ, ಎಲ್ಲಿಗೆ ಹೊರಟೆ, ಯಾಕೆ ಹೊರಟೆ ಅನ್ನುವ ಪ್ರಶ್ನೆಗಳು ನನ್ನ ಮುಂದೆ ಇರುತ್ತಿರಲಿಲ್ಲ. ತುಂಬಾ ಜನ ಸಂದಣಿ ಇರುವ ಊರು ಇದು. ಪ್ರವಾಸಿಗರ ಒಂದು ತಂಡ ಹೋಗುತ್ತಿದ್ದರೆ ಅವರ ಹಿಂದೆ ಹೋಗುವುದು. ಇಂತಹ ತಂಡಗಳಿಗೆ ಗೈಡ್ ಮಾಡಲು ಸಾಮಾನ್ಯವಾಗಿ ಒಬ್ಬ ವ್ಯಕ್ತಿ ಇದ್ದೇ ಇರುತ್ತಾನೆ. ಅವನು ಇಂಗ್ಲೀಷ್ ಮಿಶ್ರಿತ ಹಿಂದಿಯಲ್ಲಿ ಆಯಾ ಸ್ಥಳದ ಪುರಾಣ, ಇತಿಹಾಸ, ಹೇಳುತ್ತಾನೆ. ಸ್ವಲ್ಪದೂರದಲ್ಲಿ ನಿಂತುಕೊಂಡು ಅವನು ಹೇಳುವ ಮಾತುಗಳನ್ನು ಕೇಳಿಸಿಕೊಳ್ಳುವುದು ಮಾಡುತ್ತಿದ್ದೆ. ಗಂಗಾನದಿಯ ನೀರು ಉತ್ತರ ಖಂಡದಲ್ಲಿ ಬೀಳುತ್ತಿರುವ ಮಳೆಯಿಂದಾಗಿ ಕೆಂಪಾಗಿದೆ ಅಂತ. ಅವನು ಹೇಳುತ್ತಾ ಇದ್ದುದನ್ನು ನಾನು ಕೇಳಿಸಿಕೊಂಡೆ.

ಧರ್ಮಶಾಲೆಗಳಲ್ಲಿ ಪ್ರವಾಸಿಗರಿಗೆ ತುಂಬಾ ಕಡಿಮೆ ಹಣದಲ್ಲಿ ಮಲಗಲು ಅವಕಾಶ ಸಿಗುತ್ತದೆ. ಇಪ್ಪತ್ತೈದು ರೂಪಾಯಿ ಕೊಟ್ಟರೆ ಒಂದು ಚಾಪೆ ಕೊಡುತ್ತಾನೆ. ಒಂದು ಜಾಗ ತೋರಿಸುತ್ತಾನೆ. ಕೆಲವು ಕಡೆ ಹಗ್ಗದ ಮಂಚಗಳು ಇರುತ್ತವೆ. ಸಾಮೂಹಿಕ ಸ್ನಾನದ ಮನೆ. ಸಾಮೂಹಿಕ ಕಕ್ಕಸ್ಸುಗಳು ಇರುತ್ತವೆ. ಕಡಿಮೆ ದರ್ಜೆಯ ಹೋಟೆಲುಗಳಿಗಿಂತ ಇವು ವಾಸಿ ಕಾನ್ಪುರ ಮತ್ತು ಕುರುಕ್ಷೇತ್ರದಲ್ಲಿ ಇಂತಹ ಧರ್ಮಶಾಲೆಗಳು ನನಗೆ ಸಿಕ್ಕಿದ್ದವು. ಕುರುಕ್ಷೇತ್ರದ ಧರ್ಮಶಾಲೆಯು ಯಾವಾಗ ಬೇಕಾದರೂ ಮೈಮೇಲೆ ಬೀಳುವ ಸ್ಥಿತಿಯಲ್ಲಿ ಇತ್ತು. ರೈಲಿನಲ್ಲಿ ತೋರಿಸಲು ಬೇಕಾಗುತ್ತದೆ ಅನ್ನುವ ಕಾರಣದಿಂದ ಕೇಂದ್ರ ಸರ್ಕಾರ ನೀಡುವ ಮತದಾರರ ಭಾವಚಿತ್ರ ಇರುವ ಪರಿಚಯ ಪತ್ರ ತಂದಿದ್ದೆ. ಹೀಗಾಗಿ ನಾನು ಸತ್ತರೆ ಊರಿಗೆ ಈ ಸುದ್ದಿ ಹೇಗಾದರೂ ತಲುಪುತ್ತದೆ ಅನ್ನುವ ಭಂಡ ಧೈರ್ಯವೂ ಬಂದುಬಿಟ್ಟಿತು.

ಹರಿದ್ವಾರದಿಂದ ಋಷಿಕೇಶಕ್ಕೆ ಇಪ್ಪತ್ನಾಲ್ಕು ಕಿ.ಮೀ. ದೂರದ ಪ್ರಯಾಣ, ಗುಡ್ಡು ಗಾಡು ಪ್ರದೇಶ ನಿಧಾನವಾಗಿ ಆರಂಭವಾಗುವ ಜಾಗ ಈ ಬಸ್ಸುಗಳ ವೇಗ ಕಂಡರೆ ಜೀವ ಭಯ ಉಂಟಾಗುತ್ತಿತ್ತು. ನದಿಯ ಪಕ್ಕದಲ್ಲೇ ರಸ್ತೆ, ಋಷಿಕೇಶಕ್ಕೆ ತಲುಪಿದಾಗ ಯಾಕೋ ಏನೋ ಮನಸ್ಸಿಗೆ ನೆಮ್ಮದಿಯಾಯಿತು. ಬಸ್‌ನಿಂದ ಇಳಿದಾಗ ಇಲ್ಲಿನ ಆದಿವಾಸಿಗಳು ಇರಬಹುದು. ನಮ್ಮಲ್ಲಿನ ಲವಂಗದಂತಹ ವಸ್ತುಗಳನ್ನು ಮಾರುತ್ತಿದ್ದರು. ಇದು ಕಾಡಿನಿಂದ ತಂದಿದ್ದು ಅದ್ಭುತವಾಗಿರುತ್ತದೆ ಅಂತ ಬಣ್ಣಿಸುತ್ತಿದ್ದರು. ಹೊರಗಿನ ಜನರನ್ನು ಇವರು ತಕ್ಷಣ ಪತ್ತೆ ಮಾಡುತ್ತಾರೆ. ರುದ್ರಾಕ್ಷಿಗಳ ಮಾರಾಟದ ಭರಾಟೆಯೂ ಇಲ್ಲಿ ಜೋರು.

ಗಂಗಾನದಿಯ ಈ ತುದಿಯಿಂದ ಆ ತುದಿಗೆ ಜೀಪು ಓಡಾಡಬಹುದಾದಷ್ಟು ದೊಡ್ಡದಾಗಿ ತೂಗು ಸೇತುವೆ ಇವೆ. ಈ ಸೇತುವೆಯನ್ನು ದಾಟಿ ಆ ಕಡೆಗೆ ಹೋಗಿ ಅಲ್ಲಿ ನದಿಗೆ ಇಳಿದು ಮುಖ ತೊಳೆದುಕೊಂಡೆ. ನಿಜವಾಗಿ ತಣ್ಣೀರು ಅಂತ ಕರೆಯಬೇಕಾದದ್ದು ಈ ನೀರನ್ನು ಅಂತ ಅನಿಸಿತು. ಅಷ್ಟು ತಣ್ಣಗಿದೆ. ಅಲ್ಲಿ ಇಲ್ಲಿ ಸ್ವಲ್ಪ ಓಡಾಡಿದೆ. ಸಾಧು ಸಂತರ ಜಾಗ ಪ್ರಪಂಚದ ಗೊಡವೆಯೇ ಇಲ್ಲದ ಜನ ಕೆಲವರಂತೂ ಹೆದರಿಕೆ ಹುಟ್ಟಿಸುವಂತಿದ್ದರು. ಸಣ್ಣ ಸಣ್ಣ ಗಲ್ಲಿಗಳಿರುವ ಪುಟ್ಟ ಊರು. ಯಾಕೋ ಸುಂಟಿಕೊಪ್ಪ ನೆನಪಿಗೆ ಬಂತು, ತಣ್ಣನೆಯ ಗಾಳಿ ಅಂತ ಬೀಸಿದ್ದು ಇಲ್ಲೇ ಕಪಿಗಳ ಕಾಟವೂ ಇಲ್ಲಿ ಜಾಸ್ತಿ, ಲಕ್ಷ್ಮಣಬೊಲಾ, ರಾಮಬೊಲಾ ಇಲ್ಲಿದೆ. ಲಕ್ಷ್ಮಣನಿಗೆ ಸಂಬಂಧಪಟ್ಟ ಒಂದು ಕತೆಯನ್ನು ಗೈಡ್ ಹೇಳ್ತಾ ಇದ್ದ. ನನ್ನಷ್ಟಕ್ಕೇ ನಾನು ಮುಂದುವರಿದೆ. ಇನ್ನೊಂದು ಸಣ್ಣ ಪೇಟೆಯಂತಹ ಜಾಗ ಇದೆ. ಅಲ್ಲಿನ ಚಹದಂಗಡಿಯಲ್ಲಿ ಕುಳಿತು, ಚಹ ಕುಡಿದೆ. ಒಂದು ಸಿಗರೇಟು ಸೇದಬೇಕು ಅಂತ ಅನಿಸಿತು. ಇದೇ ಚಹದಂಗಡಿಯಲ್ಲಿ ವಿಶ್ವಾಸ್ ಮತ್ತು ಶ್ವೇತಾ ಸಿಕ್ಕರು. ಇಬ್ಬರೂ ಬೆಂಗಳೂರಿನವರು. ವಿಶ್ವಾಸ್ ಗೆ ಮೂವತ್ತು ಪ್ರಾಯ ಇರಬಹುದು. ಶ್ವೇತಾ ಇಪ್ಪತ್ತೈದು ಇಪ್ಪತ್ತಾರರ ಹುಡುಗಿ.

'ಆ ಟ್ರಾವಲ್ ಏಜೆಂಟ್ ಕೊಟ್ಟಿದ್ದ ಟ್ರಿಪ್ ಶೀಟ್ ತೆಗೆ ಅಂತ ವಿಶ್ವಾಸ್ ಶ್ವೇತಾಗೆ ಹೇಳಿದ್ದು ನನ್ನ ಕಿವಿ ಬಿತ್ತು. ಕನ್ನಡದ ಸ್ವರ ಕೇಳಿ ಒಂದು ರೀತಿಯ ಧನ್ಯತೆಯ ಭಾವ ನನ್ನಲ್ಲಿ ಬಂದುಬಿಟ್ಟಿತ್ತು.

ನೀವು ಕನ್ನಡದವರಾ ಅಂದೆ.

ಹೌದು ನಂದು ಬೆಂಗಳೂರು. ಇವಳು ಹಾಸನ, ನೀವು ಅಂದ ವಿಶ್ವಾಸ್ ನಾನು ಭಾರ್ಗವ, ಮಡಿಕೇರಿ ಹತ್ತಿರ ಒಂದು ಹಳ್ಳಿ ಅಂದೆ.

ಒಬ್ಬರೇ ಬಂದಿದ್ದೀರಾ ಅಥವಾ ನಿಮ್ದು ನಮ್ದೇ ಕತೆಯಾ ಅಂದ ವಿಶ್ವಾಸ್, ನಾನು ಅರ್ಥವಾಗದವನಂತೆ ಅವನ ಮುಖ ನೋಡಿದೆ.

ನಾವು ಬೆಂಗಳೂರಿಂದ ಒಂದು ಟ್ರಾವಲ್ ಏಜೆನ್ಸಿನ ಮುಖಾಂತರ ಬಂದ್ವಿ, ಅವರು ಕೇಳಿದಷ್ಟು ಹಣಾನೂ ಕೊಟ್ವಿ, ನಮ್ಮ ಜೊತೆ ಇದ್ದವರದ್ದು ನಮ್ಮ ಮೇಲೆ ಕಂಪ್ಲೆಂಟು, ನಾವು ತುಂಬಾ ತಡ ಅಂತ ಎಲ್ಲರೂ ಗೊಣಗ್ತಾ ಇದ್ದರು. ಅಯೋಧ್ಯೆ, ಗಯಾ, ಇಲ್ಲೆಲ್ಲಾ ಸಣ್ಣ ಪುಟ್ಟ ಜಗಳನೇ ಆಯ್ತು. ನಿಮ್ಮಿಂದಾಗಿ ನಮಗೆ ತಡ ಆಗುತ್ತೆ ಅಂತ ಜಗಳ, ಅವರೆಲ್ಲಾ ಮ್ಯಾನೇಜರ್ ಹತ್ರ ಕಂಪ್ಲೆಂಟ್ ಮಾಡಿದ್ರು. ದೆಹಲಿ ತಲುಪಿದ ಮೇಲೆ ಸಣ್ಣಪುಟ್ಟ ಜಗಳ ಇದ್ದಿದ್ದು ಹೊಡೆದಾಡುವ ಹಂತಕ್ಕೆ ಬಂದು ಬಿಡ್ತು. ನಿಮ್ಮಿಂದ ನಮಗೆಲ್ಲಾ ತೊಂದರೆ, ನೆಮ್ಮದಿ ಹಾಳು. ನಾವು ಬರಬಾರದಿತ್ತು. ಯಾವ ಜಾಗನೂ ಸರಿಯಾಗಿ ನೋಡೋಕೆ ಆಗೋದಿಲ್ಲ. ನೀವು ಗುಂಪಲ್ಲಿ ಇರೋದಿಲ್ಲ ಎಲ್ಲೆಲ್ಲಿಗೋ ಹೋಗ್ತಿರಿ. ನಿಮ್ಮನ್ನು ಹುಡುಕೋದೇ ಆಗುತ್ತೆ. ಹಿಂಗೆ, ಏನೇನೋ

ಕಂಪ್ಲೇಂಟು. ನಮಗೂ ಸಿಟ್ಟು ಬಂತು. ಹರಿದ್ವಾರದಲ್ಲಿ ಇಳಿದ ಮೇಲೆ ನಾವು ಇನ್ನು ಬೇರೆ ಹೋಗ್ತಿವಿ, ನೀವೂ ಬೇಡ. ನಿಮ್ಮ ಸಹವಾಸನೂ ಬೇಡ ಅಂದ್ವಿ, ಅವನು ಬರೆದುಕೊಡಿ ಅಂದು ನಾವು ಬರೆದುಕೊಟ್ವಿ. ಅವರ ಪಾಡಿಗೆ ಅವರು ಹೋದರು. ನಮ್ಮ ಪಾಡಿಗೆ ನಾವು ಇಷ್ಟ ಬಂದ ಹಾಗೆ ತಿರುಗ್ತಾ ಇದ್ದೀವಿ ಅಂದ ವಿಶ್ವಾಸ್. ನಿಮ್ಮ ಕತೆ ಏನು ಅಂದ, ನಾನು ನನ್ನ ಕತೆ ಹೇಳಿದೆ. ಒಬ್ಬನೇ ಬಂದು ಯಾವ್ಯಾವ ಸ್ಥಿತಿ ಅನುಭವಿಸಿದ್ದೀನಿ ಅನ್ನುವುದನ್ನು ವಿವರಿಸಿದೆ.

ಸರಿಬಿಡ್ರಿ ನೀವು ಒಬ್ಬರೇ ಇದ್ರಿ ನಾವೀಗ ಮೂರು ಜನ ಆಗಿದ್ದೀವಿ. ದೆಹಲಿ ತನಕ ಒಟ್ಟಿಗೆ ಇರೋಣ. ನಾವು ಅಲ್ಲಿಂದ ವಿಮಾನ ಹತ್ತುತ್ತೀವಿ. ನೀವು ಟ್ರೈನ್‌ನಲ್ಲಿ ಬನ್ನಿ, ದಾರೀಲಿ ನಮಗೂ ನಿಮಗೂ ಸರಿ ಬರದೆ ಇದ್ದರೆ ನಿಮ್ಮ ದಾರಿ ನಿಮಗೆ ನಮ್ಮ ದಾರಿ ನಮಗೆ ಆಗ್ಬೋದಾ ಅಂದ ವಿಶ್ವಾಸ್ ತಾನು ಹೇಳಿದ್ದು ಶ್ವೇತಾಳಿಗೆ ಒಪ್ಪಿಗೆ ಇದೆಯಾ ಅನ್ನುವಂತೆ ಅವಳ ಕಡೆ ನೋಡಿದ.

ನೀವಿಬ್ಬರೂ ಗಂಡ ಹೆಂಡ್ತೀರಾ ಅಂತ ಕೇಳಿದೆ.

ಇಲ್ಲ ಇಲ್ಲ. ಇನ್ನು ತೀರ್ಮಾನ ಮಾಡಿಲ್ಲ. ಸದ್ಯಕ್ಕೆ ಒಂದೇ ಮನೆಯಲ್ಲಿ ಇದ್ದೀವಿ, ಎಲ್ರೂ ಮದ್ವೇ ಆದ ಮೇಲೆ ತೀರ್ಥಯಾತ್ರೆ ಮಾಡ್ತಾರೆ. ಆದರೆ ನಾವು ಮದುವೆಗೆ ಮೊದ್ಲೇ ತೀರ್ಥಯಾತ್ರೆ ಮಾಡೋಣ ಅಂತ ಹೊರಟಿದ್ದೀವಿ. ವೀಕ್ ಎಂಡ್ ಎರಡು ದಿನ ಹೋಗಿದ್ದೇ ಊರಿಗೆ ಹೋಗಿ ಹೋಗಿ ನಮ್ಗೂ ಬೇಸರ ಬಂದಿತ್ತು. ನಿಮ್ಮ ಮಡಿಕೇರಿಗೆ ಎರಡು ತಿಂಗಳಿಗೆ ಒಂದ್ಸಲ ಬರ್ತಾ ಇದ್ವಿ, ಬೇಸರ ಬಂದಿದೆ. ಹೀಗಾಗಿ ಸ್ವಲ್ಪ ದೂರ ಹೋಗೋಣ ಅಂತ ಬಂದ್ವಿ, ಇಲ್ಲಿ ಬರೀ ಜಗಳ, ಜಗಳ ಮಾಡೋಕೆ ಇಲ್ಲಿ ತಂಕ ಬರಬೇಕಾಗಿತ್ತಾ ಅಂತ ಅನ್ನಿಸ್ತಾ ಇದೆ ಅಂದ್ಲು ಶ್ವೇತಾ.

ಇವರಿಬ್ಬರೂ ಟೆಕ್ಕಿಗಳು, ಹೆಚ್ಚು ಕಡಿಮೆ ಇಬ್ಬರಿಗೂ ಒಂದೇ ಸಂಬಳ ಅರವತ್ತು ಸಾವಿರ ತಿಂಗಳಿಗೆ ಇದೆ. ಬೇಸರ ಬಂದಿದೆ. ಜಗತ್ತು ನೋಡೋಕೆ ಬಂದಿದ್ದಾರೆ ಅಂದುಕೊಂಡೆ, ಶ್ವೇತಾ ಚಹ ಕುಡಿದು ಸಿಗರೇಟ್ ಹತ್ತಿಸಿದಳು. 'ಬೆಂಗಳೂರಲ್ಲಿ ಕದ್ದು ಕದ್ದು ಸೇದಬೇಕಾಗಿತ್ತು. ಇಲ್ಲಿ ಅಂತ ಸಮಸ್ಯೆ ಇಲ್ಲ. ಇಲ್ಲಿ ನಾನು ಯಾರಿಗೂ ಗೊತ್ತಿಲ್ಲ' ಅಂದ್ಲು.

ಇವತ್ತು ಇಲ್ಲೇ ಇರೋಣ, ನಾಳೆ, ಗೌರಿಕುಂಡ್‌ಗೆ ಹೋಗೋಣ, ಈ ಜಾಗ ತುಂಬಾ ಚೆನ್ನಾಗಿದೆ ಅಂದ ವಿಶ್ವಾಸ್, ಅದೇ ಚಹದಂಗಡಿಯವನನ್ನು ಇಲ್ಲಿ ಯಾವುದಾದರೂ ಒಳ್ಳೆಯ ಹೋಟೆಲ್ ಸಿಕ್ತದೆಯಾ ಅಂತ ವಿಚಾರಿಸಿದ. ಅವನು ತುಂಬಾ ಚೆನ್ನಾಗಿ ಹಿಂದಿ ಮಾತಾಡ್ತಾನೆ. ಇಲ್ಲಿಂದ ಮುಂದಕ್ಕೆ ಭಾಷೆಯ ಸಮಸ್ಯೆ ಕಾಡುವುದಿಲ್ಲ. ಇಷ್ಟರತನಕ ಕಾಡಿದ ಅನಾಥ ಪ್ರಜ್ಞೆಯೂ ಕಾಡುವುದಿಲ್ಲ. ಮನೆಯನ್ನು ನೆಮ್ಮದಿಯಿಂದ ತಲುಪಬಹುದು ಅಂದುಕೊಂಡೆ. ಒಂದು ನಿರಾಳತೆಯ ದೀರ್ಘಶ್ವಾಸ ಹೊರಬಂತು.

ನನ್ನ ಹತ್ರ ತುಂಬಾ ದುಡ್ಡೇನೂ ಇಲ್ಲ. ಒಳ್ಳೆ ಒಳ್ಳೆ ಹೋಟೆಲ್ ಅಂದ್ರೆ ಕಷ್ಟ ಆಗುತ್ತೆ ಅಂದೆ. ಡಬ್ಬಲ್ ರೂಮ್ ಹೋಟೆಲ್ಗೆ ಎರಡು ಸಾವಿರ ಅಂತ ಹಿಡ್ಕೊಂಡ್ರೆ, ನೀವು ನಾನೂರು ರೂಪಾಯಿ ಕೊಡಿ ಸಾಕು. ಉಳಿದದ್ದು ನಾವಿಬ್ಬರೂ ಹಾಕ್ತೀವಿ. ಈಗ ತಾನೆ, ಎಂ.ಎಸ್ಸಿ. ಮುಗಿಸಿದ್ದೀನಿ ಅಂತ ಹೇಳಿದ್ರಿ ನಿಮ್ಮ ಹತ್ರ ತುಂಬಾ ದುಡ್ಡು ಇರೋಕೆ ಹೇಗೆ ಸಾಧ್ಯ. ಹಾಗೇನಾದ್ರೂ ದುಡ್ಡು ಬೇಕಾದ್ರೆ ನಾನೇ ಸಾಲ ಅಂತ ಕೊಟ್ಟಿರ್ತೀನಿ. ಊರಿಗೆ ಹೋದ ಮೇಲೆ ಕಳಿಸಿ ಸಾಕು. ಈಗ ಅದರ ಬಗ್ಗೆ ಎಲ್ಲಾ ಚಿಂತೆ ಬೇಡ, ಎಲ್ಲಿ ಸ್ವಲ್ಪ ನಗಿ ಅಂದ್ಲು ಶ್ವೇತಾ

ನಂಗೂ ಒಬ್ಬೇ ಇವಳ ಜೊತೆ ಇರೋದಿಕ್ಕೆ ಭಯ ಆಗ್ತಾ ಇತ್ತು. ಇದು ಹೊಸ ಊರು ಜನ ಕೆಕ್ಕರಿಸಿಕೊಂಡು ನೋಡ್ತಾರೆ. ಇವಳ ಬಟ್ಟೆಯೂ ಸ್ವಲ್ಪ ಹಾಗೇ ಇದೆ, ಹೊಸ ಜಾಗ ಅಂದ್ಮೇಲೆ ಸಣ್ಣ ಭಯ ಇದ್ದೇ ಇರುತ್ತೆ. ಈಗ ನೀವೂ ಜೊತೇಲಿ ಇದ್ದೀರಿ. ಅಂದ್ಮೇಲೆ ಸ್ವಲ್ಪ ಧೈರ್ಯ ಜಾಸ್ತಿ ಆಗಿದೆ.

ನನ್ನ ಬಟ್ಟೆ ಬಗ್ಗೆ ಕಾಮೆಂಟ್ ಮಾಡಿದ್ರೆ ಜಾಡಿಸಿ ಒದಿತೀನಿ ನೋಡು ಅಂದ್ಲು ಶ್ವೇತಾ, ಈಗ ಒದೆ ತಿನ್ನೋಕೆ ಇಬ್ಬರಿದ್ದೀವಿ ಬಿಡು ಅಂದ ವಿಶ್ವಾಸ್. ನೀವು ಗಂಡಸ್ರೇ ಇಷ್ಟು ನನ್ನ ಇಷ್ಟ ಬಂದ ಬಟ್ಟೆ ನಾನು ಹಾಕೋತೀನಿ. ಅದರಲ್ಲಿ ತಪ್ಪೇನಿದೆ. ನೋಡೋಕೆ ಆಗ್ದೇ ಇದ್ರೆ ಕಣ್ಣು ಮುಚ್ಚಿಕೊಳ್ಳಿ, ನೀವು ಮಾತ್ರ ಇಷ್ಟ ಬಂದ ಡ್ರೆಸ್ ಹಾಕ್ಕೋಬಹುದು ನಾನು ಹಾಕ್ಕಂಡ್ರೆ ತಪ್ಪಾ ಅಂತ ಸಣ್ಣದಾಗಿ ಹುಸಿ ಮುನಿಸು ತೋರಿದಳು ಶ್ವೇತಾ

'ಉತ್ತರಖಂಡ' ಪರಿವಹನದ ಬಸ್ಸಿನಲ್ಲಿ ಕುಳಿತಾಗ ಬೆಳಿಗ್ಗೆ ಏಳು ಗಂಟೆ 'ಆರ್ಡಿನರಿ ಬಸ್ ಲೆಕ್ಷುರಿ ಬಸ್ ಇದ್ದಿದ್ರೆ ಚೆನ್ನಾಗಿತ್ತು' ಅಂತ ಗೊಣಗುತ್ತಲೇ ಬಂದು ಕುಳಿತ ಶ್ವೇತಾ, ಅಬ್ಬಾ, ರಾತ್ರಿ ನಿದ್ರೆ ಬಂತು ಎದ್ದೇಳಿ, ಎದ್ದೇಳಿ, ಹೊರಡಿ ನಿಮ್ಮಿಂದ ತಡ ಆಗ್ತಾ ಇದೆ ಅಂತ ಗೊಣಗುವವರು ಇಲ್ಲ. ಸದ್ಯ ಪೀಡೆಗಳ ಕಾಟದಿಂದ ಬಚಾವು ಆದೆವು ಅನ್ನುತ್ತಾ ತನ್ನ ಭಾರೀ ಬ್ಯಾಗ್ ತೆಗೆದು ಬಸ್ಸಿನಲ್ಲಿ ಇರಿಸಿದಳು ಅಲ್ಲಿಂದ ನಮ್ಮ ಪ್ರಯಾಣ ಗೌರಿಕುಂಡ್‌ಗೆ ಆರಂಭವಾಯಿತು.

ಬೆಟ್ಟ ಕೊರೆದು ಮಾಡಿದ ರಸ್ತೆ, ಅಲ್ಲಲ್ಲಿ ಗುಂಡಿ ಬಿದ್ದಿದ್ದು ತೇಪೆ ಹಾಕಿದ್ದಾರೆ. ಕೆಳಗಡೆ ಬಗ್ಗೆ ನೋಡಿದರೆ ಪ್ರಪಾತ. ಬಸ್ ಒಂದೇ ಒಂದು ಸಲ ಸಣ್ಣದಾಗಿ ನಡುಗಿದರೂ ನಾವಿಲ್ಲ. ಪ್ರಪಾತನೇ ಗತಿ. ನಾನು ಡ್ರೈವರ್‌ನ ಕಡೆ ನೋಡಿದೆ. ಅವನು ಹುಡುಗ ಏನಲ್ಲ. ನಲವತ್ತು ದಾಟಿದ ಜೀವ, ಹೆಂಡತಿ ಮಕ್ಕಳ ಚಿಂತೆ ಅವನಿಗೆ ಇದೆ. ಹೀಗಾಗಿ ಇತ್ತ ತುಂಬಾ ವೇಗವೂ ಅಲ್ಲ. ಅತ್ತ ತುಂಬಾ ನಿಧಾನವೂ ಅಲ್ಲ ಅನ್ನುವ ರೀತಿಯಲ್ಲಿ ಅವನು ಬಸ್ಸು ಓಡಿಸುತ್ತಿದ್ದ.

ದಾರಿಯುದ್ದಕ್ಕೂ ಅಲ್ಲಲ್ಲಿ ಸಣ್ಣ, ಸಣ್ಣ ಮನೆಗಳು, ಇಡೀ ಪ್ರದೇಶ ಬೆಟ್ಟಗುಡ್ಡಗಳ ಪ್ರದೇಶ, ನೀರು ಹರಿಯುತ್ತಿದ್ದ ಸಣ್ಣ ಝರಿಗಳು, ನಿನ್ನೆ

ಮೊನ್ನೆಯಷ್ಟೇ ಮಳೆ ಬಿದ್ದ ಕುರುಹು, ಎತ್ತರದ ಮರಗಳು, ಇವು ನಮ್ಮ ಕಡೆ ಇರುವಂತಹ ಮರಗಳಲ್ಲ. ಸ್ವಾಭಾವಿಕವಾಗಿ ಬೆಳೆದಿರುವಂತೆ ಕಾಣುತ್ತಿಲ್ಲ. ನೆಟ್ಟು ಬೆಳೆಸಿದ ಹಾಗಿದೆ. ಬೆಟ್ಟದಲ್ಲಿಯೇ ಕೃಷಿ ಮಾಡುವ ಪ್ರಯತ್ನ ನಡೆಸಿರುವಂತೆಯೂ ಇತ್ತು. ಅದ್ಭುತವಾದ ಪ್ರಕೃತಿ ಸೌಂದರ್ಯ, ರಸ್ತೆಯ ಎಡಬದಿ ನೋಡಿದರೆ ಮಾತ್ರ ಪ್ರಾಣ ಹೋಗುವ ಭಯ. ನದಿ ನೀರು ಮಣ್ಣು ಮಿಶ್ರಿತ ಕೆಂಪಾಗಿತ್ತು. ನಾವು ಬೆಟ್ಟ ಹತ್ತುತ್ತಿದ್ದೇವೆ ಅನ್ನುವುದು ಬಸ್ಸು ಹೋಗುವ ರೀತಿಯಿಂದಲೇ ಅರಿವಾಗುತ್ತಿತ್ತು. ಋಷಿಕೇಶದಿಂದ ಗೌರಿಕುಂಡ್‌ಗೆ ಸುಮಾರು 185 ಕಿ.ಮೀ. ದೂರ ಇದೆ. ನಾವು ಎನ್.ಹೆಚ್. 53ರಲ್ಲಿ ಸಾಗುತ್ತಿದ್ದೆವು, ಈ ರಸ್ತೆಯಲ್ಲಿ ಹೋಗುತ್ತಿರುವಾಗ ನನಗೆ ನಮ್ಮ ಇಂಜಿನಿಯರ್‌ಗಳ ಬಗ್ಗೆ ಹೆಮ್ಮೆ ಅನಿಸಿತು ಎಂಥ ಅದ್ಭುತವಾಗಿ ರಸ್ತೆಗಳನ್ನು ನಿರ್ಮಾಣ ಮಾಡಿದ್ದಾರೆ. ಇವರು ಇಲ್ಲದಿದ್ದರೆ ಈ ಪ್ರದೇಶಗಳಲ್ಲಿ ಜನರು ಹದಿನಾರನೇ ಶತಮಾನದವರಂತೆ ಬದುಕಬೇಕಾಗಿತ್ತು. ಇವರು ಇರುವ ಕಾರಣದಿಂದ ಈ ಪ್ರದೇಶ ಜನ ನೋಡಬಹುದಾದ ಜಾಗವಾಗಿದೆ. ಇಲ್ದೇ ಹೋಗಿದ್ರೆ ಇಲ್ಲಿಗೆ ಸನ್ಯಾಸಿಗಳು ಮಾತ್ರ ಬರಬೇಕಾಗಿತ್ತು. ತಪಸ್ಸು ಮಾಡಲು ಹೇಳಿ ಮಾಡಿಸಿದ ಜಾಗ.

ಇಲ್ಲಿನ ಸ್ಥಳ ಪುರಾಣ ಐತಿಹಾಸಿಕ ಹಿನ್ನೆಲೆ ಯಾವುದೂ ನನಗೆ ಗೊತ್ತಿರಲಿಲ್ಲ. ನಾವು ಚಾರ್‌ದಾಮ್ ಯಾತ್ರೆಗೆ ಹೊರಟಿದ್ದೇವೆ. ಹಿಮಾಲಯದ ಮಡಿಲಲ್ಲಿ ಇರುವ ಬದರಿನಾಥ, ಕೇದಾರನಾಥ, ಗಂಗೋತ್ರಿ, ಯಮುನೋತ್ರಿ, ನೋಡಲು ಹೊರಟಿದ್ದೇವೆ. ಬಹಳ ಎತ್ತರದ ಜಾಗಗಳು ಇವು. ನಾವು ಚೀನಾದ ಗಡಿಯ ಹತ್ತಿರ ಹೋಗುತ್ತಿದ್ದೇವೆ. ಇಲ್ಲಿ ವರ್ಷಕ್ಕೆ ಆರು ತಿಂಗಳು ಮಾತ್ರ ಪ್ರವೇಶ. ಉಳಿದಂತೆ ಇನ್ನಾರು ತಿಂಗಳು ಹಿಮದಿಂದ ಈ ಜಾಗ ಮುಚ್ಚಿಹೋಗಿರುತ್ತದೆ. ಆ ಸಮಯದಲ್ಲಿ ಇಲ್ಲಿ ತುಂಬಾ, ತುಂಬಾ ಕಡಿಮೆ ಸಂಖ್ಯೆಯಲ್ಲಿ ಜನ ಇರುತ್ತಾರೆ. ಇದಕ್ಕಿಂತ ಹೆಚ್ಚು ವಿವರಗಳು ನನಗೆ ತಿಳಿದಿರಲಿಲ್ಲ. ಈ ವಿವರಗಳನ್ನು ನನಗೆ ವಿಶ್ವಾಸ್ ನೀಡಿದ್ದು.

ತಲೆಸುತ್ತು ಬಂದ ಹಾಗೆ ಆಗುತ್ತಿದೆ ಎಂದು ಶ್ವೇತಾ ಹೇಳಿದ್ಲು. ಅವಳು ಬ್ಯಾಗಿನಿಂದ ಒಂದು ಪ್ಲಾಸ್ಟಿಕ್ ಕವರ್ ತೆಗೆದು ಅದನ್ನು ತೆರೆದು ಬಾಯಿಗೆ ಇಟ್ಟುಕೊಂಡಳು. ಎರಡು ಸಲ ವಾಂತಿ ಮಾಡಿ ಆ ಪ್ಲಾಸ್ಟಿಕ್ ಕವರ್ ತೆಗೆದು ಹೊರಗೆ ಎಸೆದಳು. ಅವಳು ವಾಂತಿ ಮಾಡಿಕೊಳ್ತಾ ಇದ್ದಿದ್ದನ್ನು ಕಂಡು ನನಗೂ ವಾಕರಿಕೆ ಬಂತು. ನಾನು ದೃಷ್ಟಿ ಬದಲಾಯಿಸಿದೆ. ಅವಳು ಆಯಾಸದಿಂದ ಕಣ್ಣು ಮುಚ್ಚಿ ವಿಶ್ವಾಸನ ಹೆಗಲ ಮೇಲೆ ತಲೆ ಇಟ್ಟಳು. ಸಂಜೆಯ ಸುಮಾರಿಗೆ ನಾವು ಗೌರಿಕುಂಡ್ ತಲುಪಿದೆವು.

ಗೌರಿಕುಂಡ್ ತುಂಬಾ ಅದ್ಭುತವಾದ ಊರು, ಕತ್ತು ಎತ್ತಿ ನೋಡಿದರೆ ಗಗನವನ್ನು ಚುಂಬಿಸುವಂತೆ ಬೆಟ್ಟಗಳಿವೆ. ಹಿಮ ಅಲ್ಲಲ್ಲಿ ಇದ್ದು ಆ ಜಾಗ

ಪೂರ್ಣ ಬೆಳ್ಳಗೆ ಕಾಣುತ್ತದೆ. ನಾನು ನನ್ನ ಜೀವನದಲ್ಲಿ ಹಿಮ ನೋಡಿದ್ದು ಇಲ್ಲ. ನಮ್ಮಲ್ಲಿ ಮಂಜು ಇಲ್ಲಿ ಹಿಮ ನಾವು ಇಳಿಯುತ್ತಿದ್ದ ಹಾಗೆ ಒಂದಷ್ಟು ಜನ ನಮ್ಮನ್ನು ಮುತ್ತಿಕೊಂಡರು. ಅವರ ಕೈಯಿಂದ ಪಾರಾಗುವುದೇ ದೊಡ್ಡ ಸಾಹಸ. ನದಿಯ ಇಕ್ಕೆಲಗಳಲ್ಲಿ ಈ ಊರು ನಿಂತಿದೆ. ನದಿಯ ಪಕ್ಕ ಪಕ್ಕ ತುಂಬಾ ಪಕ್ಕ, ಅದು ನದಿ ಇದು ಮನೆ ಅನ್ನುವಂತಿದೆ. ನದಿಯ ಪಕ್ಕದ ಹೋಟೆಲ್‌ನಲ್ಲಿ ರೂಮು ಸಿಕ್ಕರೆ ಹುಡುಕು ಅಂದಳು ಶ್ವೇತಾ, ಅವಳಿಗೆ ನೀರು ತುಂಬಾ ಇಷ್ಟವಂತೆ.

ಇಲ್ಲಿರುವಷ್ಟು ಕುದುರೆಗಳನ್ನು ನಾನು ಬೇರೆಲ್ಲಿಯೂ ನೋಡಲಿಲ್ಲ, ಸಾವಿರಾರು ಕುದುರೆಗಳಿವೆ. ಕುದುರೆ ಅಂದರೆ ರೇಸಿನ ಕುದುರೆಗಳ ಹಾಗೆ ದೊಡ್ಡ ಕುದುರೆಗಳಲ್ಲ. ಇವು ಚಿಕ್ಕ ಕುದುರೆಗಳು ಕೆಲವು ಕುದುರೆಗಳಂತೂ ಕತ್ತೆಗಳ ಹಾಗೆ ಕಾಣುತ್ತಿದ್ದವು. ನಾನಂತೂ ಇವು ಕುದುರೆಗಳೋ ಕತ್ತೆಗಳೋ ಅರ್ಥವಾಗದೆ ಅವುಗಳನ್ನು ನೋಡುತ್ತಾ ನಿಂತುಬಿಟ್ಟೆ. ಪ್ರಕೃತಿ ಸೌಂದರ್ಯ ಸವಿಯುವ ಸ್ಥಿತಿಯಲ್ಲಿ ನಾವು ಇರಲೇ ಇಲ್ಲ. ಅವಳಿಗೆ ವಾಂತಿಯಿಂದಾಗಿ ಸುಸ್ತು ಎತ್ತರ ಪ್ರದೇಶಗಳು ಅಂದರೆ ನನಗೆ ವಿಚಿತ್ರ ಭಯ. ನಾವು ಇಳಿಯುವುದಕ್ಕೆ ಅರ್ಧ ಗಂಟೆ ಮೊದಲು ಮಳೆ ಬಂದು ನಿಂತ ಹಾಗಿತ್ತು. ಸಣ್ಣ ಸಣ್ಣ ಅಂಗಡಿಗಳು, ಒಂದಕ್ಕೆ ಒಂದು ಅಂಟಿಕೊಂಡಿದ್ದವು. ಗಜಿಬಿಜಿ ಜಾಗ, ಒಂದೆಡೆ ಟ್ಯಾಕ್ಸಿ ಸ್ಟ್ಯಾಂಡ್, ಪುಟ್ಟದಾದ ಬಸ್ ನಿಲ್ದಾಣ, ಚಹದಂಗಡಿಗಳು ಕುದುರೆ ಕೌಂಟರ್‌ಗಳು, ತಣ್ಣನೆಯ ಗಾಳಿ, ಸೂರ್ಯ ಬಲುಬೇಗ ಮುಸುಕಾಗುತ್ತಾನೋ ಎಂಬಂತೆ ಚಲಿಸುವ ಮೋಡಗಳು, ಕತ್ತು ನೋಯುವ ಹಾಗೆ ತಲೆಯೆತ್ತಿ ನೋಡಿದರೆ ಕಾಣುವ ಬೆಟ್ಟಗಳ ಸಾಲು, ಹಸಿರು, ಬಿಳಿ ಮಿಶ್ರಿತ ಜಾಗ, ಆ ಪರ್ವತಗಳ ನಡುವೆ ಸೂರ್ಯ ಮೆಲ್ಲನೆ ಮರೆಯಾಗಿ ಬಿಡುತ್ತಾನೆ ಅನ್ನುವಷ್ಟರಲ್ಲಿ ವಿಶ್ವಾಸ್ ಬಂದ.

ಸಾರಿ ಶ್ವೇತಾ ನದಿಯ ಪಕ್ಕದ ಯಾವುದೇ ಹೋಟೆಲಿನಲ್ಲಿ ರೂಮು ಇಲ್ಲ.

ಸರಿಯಾಗಿ ಹುಡುಕಬೇಕಾಗಿತ್ತು.

ಹುಡುಕ್ತಾ ಹುಡುಕ್ತಾ ಬೆಳಿಗ್ಗೆ ಆಗಬಹುದು. ನಾನು ಸಾಕಷ್ಟು ವಿಚಾರಿಸಿದೆ. ಕೊನೆಗೆ ಅನ್ನಪೂರ್ಣ ಅನ್ನೋ ಹೋಟೆಲಿನ ಪಕ್ಕ ಇರೋ ಕೇದಾರನಾಥ ಹೋಟೆಲಿನಲ್ಲಿ ರೂಮು ಸಿಕ್ಕಿದೆ. ಅದೂ ಕಷ್ಟದಲ್ಲಿ, ನಾವು ನಾಡಿದ್ದು ಬೆಳಿಗ್ಗೆ ಆರು ಗಂಟೆಗೆ ಖಾಲಿ ಮಾಡಬೇಕು ಅನ್ನೋ ಕಂಡಿಷನ್ ಮೇಲೆ ಅವನು ರೂಮು ಕೊಡೋಕೆ ಒಪ್ಪಿಕೊಂಡ, ಅದೂ ಕೂಡ ಬುಕ್ ಆಗಿದೆ. ರೂಮು ಅಷ್ಟೇನೂ ಚೆನ್ನಾಗಿಲ್ಲ. ಎರಡನೇ ಫ್ಲೋರ್‌ನಲ್ಲಿ ರೂಮು ಸಿಕ್ಕಿದೆ ಅಲ್ಲಿ ಊಟದ ವ್ಯವಸ್ಥೆ ಇಲ್ಲ. ನಾವು ಹೊರಗಡೆಯೇ ತಿನ್ಬೇಕು, ಇಂಥ ಹಿಂಸೆಯ ಬದ್ಲು ನಾವು ಆ ಟ್ರಾವಲ್ ಏಜೆನ್ಸಿಯ ಜೊತೇಲೇ ಇದ್ದಿದ್ರೆ ಚೆನ್ನಾಗಿತ್ತು.

ಕನಿಷ್ಠ ಪಕ್ಷ ಅವನಿಗೆ ಬೈದಾದರೂ ಬೈ ಬಹುದಿತ್ತು. ಈಗ ಈ ಪ್ರಾಬ್ಲಮ್ ಯಾಕೋ ಈ ಟ್ರಿಪ್ಪೆ ಸರಿಯಾಗಲಿಲ್ಲ. ಒಂದಲ್ಲ ಒಂದು ತೊಂದರೆ, ಬೇಡ, ಇವರ ಸಹವಾಸವೇ ಬೇಡ. ನಾವು ಬೇರೆ ಹೋಗೋಣ ಅಂತ ಅಂದೋಳೂ ನೀನೇ. ನಾನೇನೋ ಆ ಕ್ಷಣದ ಸಿಟ್ಟಿಗೆ ಅಂದೆ. ನಾನು ಹಾಗಂದಿದ್ದೇ ತಡ, ಜಗಳ ಶುರು ಮಾಡಿದ್ದು ನೀನು ತಾನೆ.

ಇವರಿಬ್ಬರನ್ನು ಹೀಗೆಯೇ ಬಿಟ್ಟರೆ ಇವರಿಬ್ಬರೂ ಪುನಃ ಜಗಳವಾಡುತ್ತಾರೆ. ಆಮೇಲೆ ಇವರು ಸರಿಯಾಗಬೇಕಾದ್ರೆ, ಎರಡು ದಿನ ಹಿಡಿಯುತ್ತೆ. ಅಂತ ನಾನು ಇಬ್ಬರನ್ನು ಸಮಾಧಾನ ಮಾಡಿದೆ. ಇಲ್ಲೇ ಈಗಲೇ ಏನಾದರೂ ತಿಂದು ರೂಮಿಗೆ ಹೋಗೋಣ. ಆಮೇಲೆ ಅಲ್ಲಿ ಕುಳಿತು ಚರ್ಚೆ ಮಾಡೋಣ ಅಂತ ಹೇಳಿ, ಶ್ವೇತಾಳ ಬ್ಯಾಗ್ ಹಿಡಿದು ಹೊರಟೆ

ಅಲ್ಲೇ ಒಂದು ಊಟದ ಮನೆಯಲ್ಲಿ ರೊಟ್ಟಿ, ತಿಂದು ಒಂದಷ್ಟು ಬಿಸ್ಕೆಟು ಪ್ಯಾಕ್‌ಗಳು ಮತ್ತು ನೀರಿನ ಬಾಟಲಿಯನ್ನು ಖರೀದಿಸಿ ಹೊರಟೆವು. ಕೇದಾರನಾಥ ಲಾಡ್ಜಿನಲ್ಲಿ ಅವರಿಬ್ಬರಿಗೆ ವ್ಯವಸ್ಥೆ ಚೆನ್ನಾಗಿರಲಿಲ್ಲ. ಆದರೆ ನನಗೆ ತುಂಬಾ ಇಷ್ಟವಾಯಿತು. ರೂಮಿಗೆ ಹೋಗಿ ಮುಖ ತೊಳೆದು ಟಿವಿ ಹಾಕಿದೆವು. ಕನ್ನಡ ಚಾನಲ್ ಯಾವುದಾದರೂ ಬರಬಹುದು ಅಂತ ಹುಡುಕಿದೆ ಸಿಗಲಿಲ್ಲ.

ನಾಳೆ ಬೆಳಿಗ್ಗೆ 4ಗಂಟೆಗೆ ಏಳಬೇಕು. ಇಲ್ಲಿಂದ ಕೇದಾರನಾಥ ಹದಿನಾಲ್ಕು ಕಿ.ಮೀ. ಪ್ರಯಾಣ ಅಲ್ಲಿಗೆ ಯಾವುದೇ ವೆಹಿಕಲ್ ಹೋಗಲ್ಲ. ಕುದುರೆಗಳ ಮೇಲೆ ಹೋಗಬೇಕು ಅಥವಾ ಡೋಲಿಯಲ್ಲಿ ಹೋಗಬೇಕು.

ಡೋಲಿ ಅಂದ್ರೆ ನನ್ನ ಪ್ರಶ್ನೆ.

ನಮ್ಮಲ್ಲಿ ಈ ಮಠದ ಸ್ವಾಮೀಜಿಗಳು ಪಲ್ಲಕ್ಕಿಯಲ್ಲಿ ಬರ್ತಾರಲ್ಲ. ಅಂತದ್ದು, ಆದ್ರೆ ಅಷ್ಟು ಚೆನ್ನಾಗಿರಲ್ಲ. ಇಬ್ಬರು ಅಥವಾ ನಾಲ್ಕು ಜನ ಅದನ್ನು ಹೊತ್ತುಕೊಂಡು ಹೋಗ್ತಾರೆ ನಾವು ಅದರಲ್ಲಿ ಕೂತುಕೊಳ್ಳೋದು ಅಷ್ಟೆ.

ನಾವು ಮೂರು ಜನಾನೂ ಅದರಲ್ಲಿ ಕೂರ್ಬೋದಾ.

ನಾವು ಮೂರಲ್ಲ, ಇಡೀ ಊರನ್ನೇ ಅವರು ಕೂರಿಸ್ಕೊಂಡು ಹೋಗ್ತಾರೆ. ಅವರು ಹೊರೋದು ಒಬ್ಬರನ್ನೇ ಅದೂ ಬೇಡ ಅಂತ ಆದ್ರೆ, ಇಲ್ಲಿ ಜಗಜಟ್ಟಿಗಳು ಇದ್ದಾರೆ. ಅವರು ಕೂಸುಮರಿ ಮಾಡ್ಕೊಂಡು ಹದಿನಾಲ್ಕು ಕಿ.ಮೀ. ನಡಿತಾರೆ ಅಂತ ವಿಶ್ವಾಸ್ ತಾನು ಕಲೆ ಹಾಕಿದ ಮಾಹಿತಿಗಳನ್ನು ಹೇಳಲಾರಂಭಿಸಿದ.

ಈ ಡೋಲಿ ಹೊರುವವರು ಮನುಷ್ಯನ ತೂಕದ ಮೇಲೆ ಚಾರ್ಜ್ ಮಾಡ್ತಾರೆ ಅನ್ನುವ ವಿಚಾರ ಬಂದಾಗ ವಿಶ್ವಾಸ್ ಶ್ವೇತಾಳನ್ನು ರೇಗಿಸಿದ. ಎಪ್ಪತ್ತು ಕೆ.ಜಿ.ಗೆ ಇವರದ್ದು ಒಂದು ರೀತಿ ಚಾರ್ಜ್ ಐದು ಸಾವಿರದ ಐನೂರು ರೂಪಾಯಿ, ಎಂಬತ್ತರಿಂದ ತೊಂಬತ್ತರ ತನಕ ಸ್ವಲ್ಪ ಜಾಸ್ತಿಯಾಗುತ್ತೆ. ನಾಲ್ಕು ಕಿ.ಮೀ. ದೂರಕ್ಕೆ ಇವರು ಹೊರೋದು ಅಲ್ಲಿಂದ ಬೇರೆಯವರು ಹೊರ್ತಾರೆ.

ಇದೊಂದು ರೀತಿ ಹೆಣ ಹೊರೋ ಲೆಕ್ಕಾಚಾರ. ಶ್ವೇತಾ ಎಪ್ಪತ್ತೈದು ಕೆ.ಜಿ. ಇದ್ದಿಯಾ ನೀನು ಅಂದರೆ ನಿನ್ನ ಹೀಗೆ ಹೊರೋಕೆ ಅವರು ಸುಮಾರು ಐದು ಸಾವಿರದ ಐನೂರು ರೂಪಾಯಿ ತಗೋತಾರೆ.

ಯಾವನು ಹೇಳಿದ್ದು ನಾನು ಎಪ್ಪತ್ತೈದು ಅಂತ. ನಾನು ಅರವತ್ತು ಇದ್ದರೆ ಹೆಚ್ಚು ಎಪ್ಪತ್ತೈದು ಕೆ.ಜಿ. ಇರೋನು ನೀನು, ಬೇಡ ಬೇಡ ಅಂದ್ರೂ ಸಿಕ್ಕಿದೆಲ್ಲಾ ತಿಂತಿಯಾ, ಹಂದಿ ತರ ಊದಿರೋನು ನೀನು ನಾನಲ್ಲ ಅಂದ್ಲು, ಇವಳಿಗೆ ಸಿಟ್ಟು ಬಲುಬೇಗ ಬರ್ತದೆ.

ಕುದುರೆ ಮೇಲೆ ಹೋದ್ರೆ, ಸಾವಿರದ ಒಂಬೈನೂರು ರೂಪಾಯಿ. ಆದಕ್ಕೆ ಅಡ್ವಾನ್ಸ್ ಬುಕ್ಕಿಂಗ್ ಮಾಡ್ಬೇಕು. ಒಂದು ಗುರುತಿನ ಚೀಟಿ ಕೊಡ್ತಾರಂತೆ. ಕುದುರೆಯವರು ನಾಲ್ಕು ಸಾವಿರದ ಆರು ನೂರು ಜನ ಇದ್ದಾರಂತೆ. ಯಾರು ಕುದುರೆ ಮೇಲೆ ಹೋಗ್ತಿರಿ ಹೇಳಿ, ಯಾರಿಗೆ ಡೋಲಿ ಬೇಕು ಹೇಳಿ ಅಂದ ವಿಶ್ವಾಸ್

ನಾನು ನಡೆದುಕೊಂಡೇ ಬರ್ತೀನಿ ಅಂದೆ.

ದುಡ್ಡಿನ ಮುಖ ನೋಡಬೇಡಪ್ಪ, ನಾನು ಕೊಟ್ಟಿರ್ತೀನಿ, ನೀನು ಆಮೇಲೆ ಕೊಡುವಂತೆ.

ಇಲ್ಲ ಇಲ್ಲ ನಾನು ನಡಿತೀನಿ. ನಂಗೆ ನಡೆದು ಅಭ್ಯಾಸ ಇದೆ.

ನಾವೂ ನಡಿತೀವಿ ಇಲ್ಲ ಅಂತಲ್ಲ. ಈ ಕಡೆಯಿಂದ ಹದಿನಾಲ್ಕು, ಆ ಕಡೆಯಿಂದ ಹದಿನಾಲ್ಕು ಒಟ್ಟು ಇಪ್ಪತ್ತೆಂಟು ನೀನು ಇಲ್ಲಿಂದ ಅಲ್ಲಿ ತಂಕ ನಡಕೊಂಡು ಹೋದೆ ಅಂತ ಇಟ್ಕೋ ವಾಪಾಸು ಬರುವಾಗ ಆಗೋದಿಲ್ಲ ಅಂದ್ರೆ ನಿಂಗೆ ಅಲ್ಲಿ ಕುದುರೆ ಸಿಗೋದಿಲ್ಲ ಅಂದ ವಿಶ್ವಾಸ್

ನಾನು ನಡೆದು ಬರುವುದೆಂದು ಅವರಿಬ್ಬರೂ ಕುದುರೆ ಮೇಲೆ ಹೋಗುವುದೆಂದೂ ತೀರ್ಮಾನವಾಯಿತು. ಕುದುರೆಯವನಿಗೆ ಅಡ್ವಾನ್ಸ್ ಮಾಡಲು ಹೊಟೇಲಿನವನಿಗೆ ಹೇಳಿ ಅವನ ಕೈಯಲ್ಲೇ ಹಣ ಕೊಟ್ಟು ಬಂದೆವು.

ಡಬಲ್ ಕಾಟಿನ ಆ ರೂಮಿಗೆ ಒಂದು ಹಾಸಿಗೆ ತರಿಸಿದೆವು. ಒಂದು ಮಂಚದಲ್ಲಿ ಶ್ವೇತಾ ಮಲಗಿದಳು. ಮಂಚದ ಮೇಲಿದ್ದ ಹಾಸಿಗೆಯನ್ನು ಕೆಳಗೆ ಹಾಕಿ ನನ್ನ ಜೊತೆಯಲ್ಲಿ ವಿಶ್ವಾಸ್ ಮಲಗಿದ. ರಾತ್ರಿಯ ನೀರವತೆಯಲ್ಲಿ ನೀರು ಹರಿಯುವ ಶಬ್ದ ಚೆನ್ನಾಗಿ ಕೇಳುತ್ತಿತ್ತು. ಪಕ್ಕದಲ್ಲಿಯೇ ನದಿ ಹರಿಯುತ್ತಿದೆಯೇನೋ ಅನ್ನುವಷ್ಟರಮಟ್ಟಿಗೆ ಆ ಶಬ್ದ ಜೋರಾಗಿ ಕೇಳಿಬಂತು.

ಮಾರನೇ ದಿನ ಬೆಳಿಗ್ಗೆ ಚಮೇಲಿ ಎಂಬ ಕುದುರೆಯ ಮೇಲೆ ಶ್ವೇತಾ, ಪಂಕಜ್ ಅನ್ನುವ ಕುದುರೆಯ ಮೇಲೆ ವಿಶ್ವಾಸ್ ಮತ್ತು ಅವರೊಂದಿಗೆ ನಾನು ಮತ್ತು ಕುದುರೆಯವನು ಹೊರಟೆವು. ಐದೂವರೆ ಗಂಟೆಗೆ ಆರಂಭವಾದ ನಮ್ಮ ಪ್ರಯಾಣ, ಆರಂಭದಲ್ಲಿ ಖುಷಿ ತಂದಿತಾದರೂ ಅನಂತರ ನಡೆಯುವುದು

ನನಗೆ ಹಿಂಸೆ ಅನಿಸಿತು, ಕುದುರೆಯ ಮೇಲೆ ಕೂರುವುದು ಅವರಿಗೂ ಹಿಂಸೆ ಅನಿಸಿತು. ಕಲ್ಲು ಹಾಸಿನ ಹಾದಿ, ಕುದುರೆ ಮುಗ್ಗರಿಸಿದ ಹಾಗೆ ಅದರ ಮೇಲೆ ಕುಳಿತವನೂ ಮುಗ್ಗರಿಸುತ್ತಾನೆ. ಶ್ವೇತಾಳಿಗಂತೂ ಸುಸ್ತಾಗಿತ್ತು. ಏರುಮುಖದ ಪ್ರಯಾಣ, ನಾವು ತುಂಬಾ ಬೆಳಿಗ್ಗೆಯೇ ಹೊರಟ ಕಾರಣ ಎದುರಿನಿಂದ ಬರುವ ಕುದುರೆಗಳ ಸಂಖ್ಯೆ ತುಂಬಾ ತುಂಬಾ ಕಡಿಮೆ ಇತ್ತು.

ದಾರಿಯಲ್ಲಿ ಕುದುರೆ ಜವಾಬ್ದಾರಿ ಹೊತ್ತ ಹುಡುಗನ ಜೊತೆ ವಿಶ್ವಾಸ್‌ನ ಮಾತುಕತೆ ನಡೆದೇ ಇತ್ತು.

ಸಾಹೇಬ ನೀವ್ಯಾವೂರು?

ನಾನು ಬೆಂಗಳೂರು, ನೀನು?

ಈ ಹುಡುಗ ಯಾವುದೋ ಊರು ಹೇಳಿದ.

ನೀವೇನು ಮಾಡ್ತೀರಿ?

ನಾನು ಇಂಜಿನಿಯರ್, ನಿಂದೂ ಇದೇ ಕೆಲ್ಸಾನ

ಇಲ್ಲ ಸಾಹೇಬ್ ನಾನು ಬಿ.ಎ. ಓದ್ತಾ ಇದ್ದೀನಿ. ಈಗ ರಜೆ ಇದೆ ನೋಡಿ ಸ್ವಲ್ಪ ಇಲ್ಲಿ ಕೆಲಸ ಮಾಡ್ತೀನಿ.

ಎಷ್ಟು ಸಂಬಳ ಕೊಡುತಾರೆ?

ಇಲ್ಲ ಸಾಹೇಬ್, ಈ ಕುದುರೆ ನಮ್ಮ ಮಾವನದ್ದು ಅವರ ಹತ್ರ ಇಪ್ಪತ್ತೆರಡು ಕುದ್ರೆ ಇದೆ. ನಾನು ರಜೇಲಿ ಬಂದು ಕೆಲ್ಸ ಮಾಡಿದ್ದಕ್ಕೆ ಅವರು ಕಾಲೇಜಿನ ಫೀ, ಬಟ್ಟೆ, ಪುಸ್ತಕ, ಹೀಗೆ ಎಲ್ಲಾ ನೋಡ್ಕೋತಾರೆ. ಗೌರಿಕುಂಡ್‌ನಿಂದ ಒಂದು ಕಿ.ಮೀ ಮೇಲಕ್ಕೆ ಆ ದಾರಿಯಲ್ಲಿ ನಡೆದರೆ ಅಲ್ಲಿ ಮಾವನ ಕುದುರೆ ಲಾಯ ಇದೆ ಅಲ್ಲಿ ಇದ್ದೀವಿ. ಏಳು ಕಿ.ಮೀ. ದೂರ ಬಂದ ನಂತರ ಕುದುರೆಗಳಿಗೆ ಅಲ್ಪಕಾಲದ ವಿಶ್ರಾಂತಿ ಕೊಡ್ತಾರೆ. ದಾರಿಯಲ್ಲಿ ಅಲ್ಲಲ್ಲಿ ಚಹದಂಗಡಿಗಳು ಇವೆ. ಉಸಿರಾಟದ ತೊಂದರೆ ಇದ್ದವರಿಗೆ ನಮ್ಮಲ್ಲಿ ಬೇಗಾನ್ ಸ್ಪ್ರೇ ಇದೆಯಲ್ಲ, ಅಂತಹ ಡಬ್ಬಿಯಲ್ಲಿ ಆಕ್ಸಿಜನ್ ಕೂಡ ಕೊಡ್ತಾರೆ. ಅದರ ಉಪಯೋಗ ಮಾಡದೇ ಇದ್ರೆ ಅದಕ್ಕೆ ಸ್ವಲ್ಪ ಹಣ ಹಿಡಕೊಂಡು ಬಾಕಿ ಹಣ ವಾಪಾಸು ಮಾಡ್ತಾರೆ. ನಾವು ಅಲ್ಲಿ ಚಹ ಕುಡಿದೆವು. ನಾನು ಒಂದೆರಡು ಬನ್ ಕೂಡ ತಿಂದೆ. ಏಳು ಕಿ.ಮೀ. ನಡೆದ ಕಾರಣದಿಂದ ಕಾಲು ನೋವು ಬರುತ್ತಿತ್ತು. ಇಪ್ಪತ್ತು ರೂಪಾಯಿಗೆ ಒಂದು ಪ್ಲಾಸ್ಟಿಕ್ ಕವರ್ ಕೊಡ್ತಾರೆ. ಹಿಮ ಅಥವಾ ತುಂತುರು ಮಳೆಯಿಂದ ಇದು ರಕ್ಷಣೆ ಕೊಡ್ತದೆ. ಹೋಟೆಲಿನವನು ಹೇಳಿದ್ದರಿಂದ ನಾವು ಬೆಚ್ಚನೆಯ ಉಡುಪುಗಳನ್ನು ತೆಗೆದುಕೊಂಡಿದ್ದೆವು. ಆ ಉಡುಪುಗಳನ್ನು ಹೋಟೆಲಿನಲ್ಲಿಯೇ ಮಾರುತ್ತಾರೆ. ದಾರಿಯಲ್ಲಿ ಒಂದು ಸಲ ಸ್ವಲ್ಪ ಬಲವಾದ ಹಿಮಗಾಳಿ ಬೀಸಿತು. ನಮಗೆ ನಡುಕ ಬರಲು ಅಷ್ಟೇ ಸಾಕಾಗಿತ್ತು. ಬೆಚ್ಚನೆ ಉಡುಪುಗಳ ಒಳಗಡೆಯೇ ನಾನು ನಡುಗಿಹೋದೆ. ದಾರಿಯುದ್ದಕ್ಕೂ ಅಲ್ಲಲ್ಲಿ ಜನ ಬೆಂಕಿ ಹಾಕಿಕೊಂಡು

ಕಾಯಿಸುತ್ತಾ ಕುಳಿತಿದ್ದರು. ಎಲ್ಲಿ ಬೆಂಕಿ ಕಾಣುತ್ತದೆಯೋ ಅಲ್ಲಿ ಓಡಿಹೋಗಿ ಬೆಂಕಿ ಕಾಯಿಸುವುದು. ಅಲ್ಲಿಂದ ಓಡಿಹೋಗಿ ಪುನಃ ವಿಶ್ವಾಸ್ ಕುದುರೆ ಇದ್ದ ಜಾಗ ಸೇರುವುದು ಮಾಡುತ್ತಿದ್ದೆ. ಒಂಬತ್ತು ಗಂಟೆಯ ವೇಳೆಗೆ ಸ್ವಲ್ಪ ಬಿಸಿಲು ಬಂತು. ನಾವು ನಮ್ಮ ಜಾಗ ತಲುಪಿದಾಗ ಒಂಬತ್ತೂ ಕಾಲು ಗಂಟೆಯಾಗಿತ್ತು. ಜನಸಂದಣಿ ಇರಲೇ ಇಲ್ಲ. ದೇವರ ದರ್ಶನ ಚೆನ್ನಾಗಿಯೇ ಆಯಿತು. ನನಗೆ ಬೆನ್ನು ನೋವು ಬಂದಿದೆ ಎಂದು ಶ್ವೇತಾ ಹೇಳ್ತಾ ಇದ್ದು, ಕೇದಾರನಾಥನಲ್ಲಿ ನಾಲ್ಕು ಕಡೆ ಪೂಜೆ ಮಾಡಿಸಿದೆವು. ನಾನು ಸುಮ್ಮನೆ ಕೈ ಮುಗಿದೆ. ಕೇದಾರನಾಥ ಇರುವುದು ಸಮುದ್ರ ಮಟ್ಟದಿಂದ 11,755 ಆಡಿ ಎತ್ತರದಲ್ಲಿ ಚೋರಾಬಾರಿ ಎಂಬ ನೀರ್ಗಲ್ಲಿನ ಸಮೀಪದಲ್ಲಿರುವ ದುರ್ಗಮ ಮತ್ತು ನಿರ್ಜನ ಕ್ಷೇತ್ರ ಇದು. ಪರ್ವತಗಳ ನಡುವೆ ಇರುವ ಚೋರಾಬಾರಿ, ಮಂದಾಕಿನಿ ನದಿಯ ಉಗಮಸ್ಥಾನ. ಇಲ್ಲಿ ಕೇದಾರ ಪರ್ವತ ಇದ್ದು ಅದರ ಎತ್ತರ 22,769 ಅಡಿ, ಕೇದಾರ ಗುಂಬಜದ್ದು 22411 ಅಡಿ, ಯಾರೋ ಒಬ್ಬರನ್ನು ವಿಶ್ವಾಸ್ ಮಾತಿಗೆ ಎಳೆದಿದ್ದ. ನಾನು ಸುಮ್ಮನೆ ಆ ಕಡೆ ಈ ಕಡೆ ನೋಡುತ್ತಿದ್ದೆ.

ಇಲ್ಲಿ ಅಗಸ್ತ್ಯಮುನಿಯ ಆಶ್ರಮ, ವನಾಸುರ, ಜ್ವಾಲಾಮುಖಿ ದೇವಿ, ಚಂಡಿಕಾದೇವಿ, ತ್ರಿಜುಗಿ ನಾರಾಯಣ, ಹಂಸಕುಂಡ, ಭಾರೋನಾಥ್, ನವದುರ್ಗಾ ಮಂದಿರ ಶಂಕರಾಚಾರ್ಯರ ಸಮಾಧಿ ಗೇರ್‌ಕುಂಡ, ಪಂಚಗಂಗಾಸಂಗಮ, ಚಾರ್‌ವಾರಿತಾಲ್ ಇವೆಲ್ಲವೂ ಇವೆ. ಅಂತ ವಿಶ್ವಾಸ ತಾನು ಕೇಳಿದ್ದನ್ನೆಲ್ಲಾ ನಮಗೆ ಹೇಳ್ತಾ ಇದ್ದ. ನಾವು ಶಂಕರಾಚಾರ್ಯರ ಸಮಾಧಿಯನ್ನು ನೋಡಿದೆವು. ಇಲ್ಲಿರುವ ತೀರ್ಥ ಪುರೋಹಿತ ಎಂಬ ಹೆಸರಿನ ಬ್ರಾಹ್ಮಣ ಕುಟುಂಬಗಳು ದೇವಾಲಯ ಮತ್ತು ಪ್ರವಾಸಿಗರು ನೀಡುವ ಹಣದಿಂದಲೇ ಬದುಕು ಸಾಗಿಸಬೇಕಾಗಿದೆಯಂತೆ, ಮಾತು ಚರ್ಚೆ ಮುಗಿಸಿದ ನಂತರ ವಿಶ್ವಾಸ್ ಆ ಪುರೋಹಿತ ಅನ್ನುವ ಒಬ್ಬರಿಗೆ ಇನ್ನೂರು ರೂಪಾಯಿ ಕೊಟ್ಟ, ಶ್ವೇತಾಳಿಗೆ ಇದರಲ್ಲಿ ಆಸಕ್ತಿ ಹೊರಟುಹೋಗಿತ್ತು. ಅವಳಿಗೆ ಬೆನ್ನು ನೋವಿನದ್ದೇ ಚಿಂತೆ. ಅಲ್ಲಿಂದ ವಾಪಾಸು ಹೊರಡುವ ಮುನ್ನ ಯಾಕೋ ಆಕಾಶದ ಕಡೆಗೆ ನೋಡಿದೆ.

ಪ್ರಾಯಶಃ ನಯನ ಮನೋಹರ ಎಂಬ ಪದಕ್ಕೆ ನಿಜವಾದ ಅರ್ಥ ಗೊತ್ತಾಗಿದ್ದು ಆಗಲೇ, ಪ್ರಕೃತಿಯ ಅದ್ಭುತ ಸೃಷ್ಟಿ ಅಲ್ಲಿತ್ತು. ಎತ್ತರ ಬಲು ಎತ್ತರದ ಪರ್ವತಗಳು, ಸುತ್ತಲಿನ ಹಸಿರು, ಹಿಮ ಅಲ್ಲಲ್ಲಿ ಇದ್ದ ಕಾರಣ ಆ ಹಸಿರಿನ ನಡುವೆ ಇದ್ದ ಶ್ವೇತವರ್ಣ, ಎರಡು ಪರ್ವತಗಳ ನಡುವೆ ಇರುವ ಖಾಲಿ ಜಾಗ, ಅಲ್ಲಿಂದ ಕಾಣಸಿಗುವ ನೀಲಿಯ ಆಕಾಶ, ಇವುಗಳ ಮೇಲೆ ಸೂರ್ಯನ ಕಿರಣಗಳ ಲೀಲೆ. ಒಂದು ಕ್ಷಣ ಕಂಡ ಸೌಂದರ್ಯ ಇನ್ನೊಂದು ಕ್ಷಣದಲ್ಲಿ ಇನ್ನೊಂದು ರೂಪ ಪಡೆಯುತ್ತಿತ್ತು. ಎಂ.ಎಸ್ಸಿ

ಮಾಡುವ ಬದಲಿಗೆ ಕನ್ನಡದಲ್ಲಿ ಎಂ.ಎ. ಮಾಡಿದ್ದರೆ ಇನ್ನಷ್ಟು ಅದ್ಭುತವಾಗಿ ಈ ಸೌಂದರ್ಯವನ್ನು ವರ್ಣಿಸಬಹುದಿತ್ತು. ನನಗೆ ಇಂಗ್ಲೀಷ್, ಹಿಂದಿ, ಇರಲಿ ಕನ್ನಡವೂ ಸರಿಯಾಗಿ ಗೊತ್ತಿಲ್ಲ ಅಂತಲೂ ಆ ಕ್ಷಣದಲ್ಲಿ ಅನಿಸಿತು. ಪದಗಳಿಗಾಗಿ ಪರದಾಡಿದೆ. ಸಿಗಲೇ ಇಲ್ಲ. ಕವಿಯೊಬ್ಬ ಇಲ್ಲಿ ಕುಳಿತರೆ ಇದರ ಸೌಂದರ್ಯವನ್ನು ಯಾವ ರೀತಿ ಬಣ್ಣಿಸುತ್ತಿದ್ದ ಅಂದುಕೊಂಡು ಕವಿಗಳ ಹೆಸರುಗಳನ್ನು ನೆನಪಿಸಿಕೊಂಡೆ. ಶಾಲೆಯಲ್ಲಿ ಕಾಲೇಜಿನಲ್ಲಿ ಪಠ್ಯ ಪುಸ್ತಕದಲ್ಲಿ ಓದಿದ್ದ ಕವಿಗಳ ಹೆಸರು ಮಾತ್ರ ನೆನಪಿಗೆ ಬಂತು, ಅವರಲ್ಲಿ ಬಹುತೇಕರು ದಿವಂಗತರಾಗಿದ್ದಾರೆ. ಇತ್ತೀಚಿನ ಕವಿಗಳ ಬಗ್ಗೆ ನನಗೆ ಗೊತ್ತೇ ಇರಲಿಲ್ಲ. ನನ್ನ ಜ್ಞಾನ ಸಿನಿಮಾ ಹಾಡುಗಳಿಂದ ಆಚೆಗೆ ಇರಲೇ ಇಲ್ಲ. ಯಾಕೋ ನನ್ನ ಬಗ್ಗೆ, ನನ್ನ ತಿಳುವಳಿಕೆಯ ಬಗ್ಗೆ ನನಗೇ ನಾಚಿಕೆ ಬರಲಾರಂಭಿಸಿತು. ಈ ಜಾಗದಿಂದ ಹೊರಟು ಇಳಿಯುವ ಸಾಹಸಕ್ಕೆ ನಾವು ಶುರು ಮಾಡಿದಾಗ ಹನ್ನೊಂದು ಗಂಟೆ ಇರಬಹುದು.

ಹತ್ತುವ ಕೆಲಸವೇ ಕಷ್ಟ ಅಂದುಕೊಂಡಿದ್ದ ನಮಗೆ ಇಳಿಯುವುದು ಇನ್ನಷ್ಟು ಕಷ್ಟ ಅನ್ನುವ ಅರಿವು ಆಗಲಾರಂಭಿಸಿತು. ಕುದುರೆಗಳು ಆಗಾಗ್ಗೆ ಮುಗ್ಗರಿಸುತ್ತಿದ್ದವು. ಮೈಯೆಲ್ಲಾ ಕುಲುಕಿ, ಕುಲುಕಿ ಹಿಂಡಿದಂತೆ ಆಗುತ್ತಿತ್ತು. ಶ್ವೇತಾ ಪಡಬಾರದ ಸಂಕಟ ಪಡುತ್ತಿದ್ದಾಳೆ ಅನ್ನುವುದು ಅವಳನ್ನು ನೋಡಿದ ತಕ್ಷಣ ಅರ್ಥವಾಗುತ್ತಿತ್ತು. ನನ್ನ ಕಾಲುಗಳಂತೂ ಇನ್ನು ನಮ್ಮಿಂದ ಸಾಧ್ಯವೇ ಇಲ್ಲ ಎಂದು ಹೇಳಲಾರಂಭಿಸಿದ್ದವು. ಸಣ್ಣಗೆ ನಡುಕವೂ ಆರಂಭವಾಗಿತ್ತು. ನಾನು ತುದಿಗಾಲಿನಲ್ಲಿ ನಡೆಯಲು ಆರಂಭಿಸಿದೆ. ನಮ್ಮ ವಿರುದ್ಧದ ದಿಕ್ಕಿನಿಂದ ಬರುವ ಕುದುರೆಗಳ ಸಂಖ್ಯೆ ಜಾಸ್ತಿಯಾಯಿತು. ಬೆಳಿಗ್ಗೆಯ ಹೊತ್ತಿನ ಬಿರುಸಿನ ನಡಿಗೆ, ನನಗೆ ಸಾಧ್ಯವಾಗಲಿಲ್ಲ. ಕುದುರೆಗಳಿಗೂ ಅದು ಸಾಧ್ಯವಿರಲಿಲ್ಲ. ಕುದುರೆಗಳು, ಕಾಲಾಳುಗಳು, ಪಲ್ಲಕ್ಕಿ ಹೊರುವವರು ಮತ್ತು ಈ ಕೂಸು ಮರಿ ಹೊರುವವರು, ಎಲ್ಲರೂ ಸೇರಿ ಈ ಹಿಂದೆ ನಾನು ಯಾವತ್ತೂ ಕಾಣದ ವಿಚಿತ್ರ ದೃಶ್ಯವೊಂದು ನಿರ್ಮಾಣವಾಗಿತ್ತು.

ದೈಹಿಕವಾಗಿ ಅತ್ಯಂತ ಸಬಲನಾದ ಒಂದು ವ್ಯಕ್ತಿ. ಕೃಶಕಾಯದ ವಯಸ್ಕರೊಬ್ಬರನ್ನು ಕೂಸುಮರಿ ಮಾಡಿಕೊಂಡು ಹೋಗುತ್ತಿದ್ದ ಒಂದು ಜೋಳಿಗೆಯಲ್ಲಿ ಆ ಕೃಶಕಾಯವನ್ನು ಮಗುವಿನಂತೆ, ಒಮ್ಮುಖವಾಗಿ ಕೂರಿಸಲಾಗಿತ್ತು. ಹೊರುವವನ ಬೆನ್ನು, ಕುಳಿತವನ ಬೆನ್ನಿಗೆ ತಾಕುತ್ತಿತ್ತು. ಈ ವೃದ್ಧರಿಗೆ ಸಕ್ಕರೆ ಕಾಯಿಲೆ ಇರಬಹುದು. ಅವರಿಗೆ ಮೂತ್ರಶಂಕೆ ಆರಂಭವಾಗಿದೆ. ಅವರು ಅವರ ಭಾಷೆಯಲ್ಲಿ ನಿಲ್ಲಿಸು ನಾನು ಮೂತ್ರ ಮಾಡಬೇಕು ಅಂತ ಹೇಳ್ತಾ ಇದ್ದಿರಬಹುದು. ಇವನು ಅದನ್ನು ಕೇಳಿಸಿಕೊಂಡಿಲ್ಲ ಅಂತ ಕಾಣ್ತದೆ. ಅವರು ಅಳಲು ಶುರು ಮಾಡಿದರು. ಇವನು ಗಾಬರಿಯಿಂದ ನಿಲ್ಲಿಸಿದ.

ಅವರು ಬೆರಳು ತೋರಿಸಿ ಸನ್ನೆ ಮಾಡಿದರು. ಅವನು ತಕ್ಷಣ ಪಕ್ಕಕ್ಕೆ ಅವರನ್ನು ಕರೆದೊಯ್ದು ಮೂತ್ರ ಮಾಡಿಸಿದ. ನಡುಗುತ್ತಲೇ ಅವರು ಮೂತ್ರ ಮಾಡಿದರು. ಪುನಃ ಅವರನ್ನು ಕೂಸುಮರಿ ಮಾಡಿಕೊಂಡು ಅವನು ಮುಂದಕ್ಕೆ ಸಾಗಿದ. ಅವನ ನಡಿಗೆ ನನ್ನ ಓಟದ ಹಾಗಿತ್ತು. ದಿನಕ್ಕೆ ಒಬ್ಬರು ಇಂತಹವರು ಸಿಕ್ಕರೆ ಐದು ಸಾವಿರ ಅಂದರೆ ತಿಂಗಳಿಗೆ ಒಂದೂವರೆ ಲಕ್ಷ, ವಿಶ್ವಾಸ್ ಮತ್ತು ಶ್ವೇತಾ ಇಬ್ಬರ ಒಟ್ಟು ಸಂಪಾದನೆ ಇವನಷ್ಟು ಇಲ್ಲ. ಅವರು ಹಗಲು ರಾತ್ರಿ ಓದಿ ಸಂಪಾದಿಸುತ್ತಿದ್ದಾರೆ. ಇವನು ಚೆನ್ನಾಗಿ ತಿಂದು ದೃಢಕಾಯನಾಗಿ ಸಂಪಾದನೆ ಮಾಡುತ್ತಿದ್ದಾನೆ. ಸರಿಯಾಗಿ ಆ ವ್ಯಕ್ತಿಯನ್ನು ಗಮನಿಸಿದೆ. ಅವನ ಮೈಯಲ್ಲಿ ಒಂಚೂರು ಬೊಜ್ಜು ಅನ್ನುವಂತದ್ದು ಇರಲೇ ಇಲ್ಲ.

ಗೌರಿಕುಂಡ್ ತಲುಪುವುದು ಇನ್ನು ಅರ್ಧ ಕಿ.ಮೀ. ಇದೆ ಅನ್ನುವಾಗ ಶ್ವೇತಾಳಿಗೆ ಬೆನ್ನು ನೋವು ತಡೆಯಲು ಆಗಲೇ ಇಲ್ಲ, ಕುದುರೆ ನಿಲ್ಲಿಸು ನಾನು ಸ್ವಲ್ಪ ದೂರ ನಡಿತಿನಿ ಅಂದಳು. ಕುದುರೆಯವನು ಬೇಡ, ಮೇಮ್‌ಸಾಬ್, ಇನ್ನೇನು ಬಂದೇ ಬಿಟ್ಟಿತು ಅಂದ. ಇವಳು ಕೇಳಲಿಲ್ಲ. ಇಳಿದೇ ಬಿಟ್ಟಳು. ಇಳಿಯುವ ರಭಸದಲ್ಲಿ ಬಿದ್ದುಬಿಟ್ಟಳು. ಬೀಳುವಾಗ ಮೊಣಕಾಲಿಗೆ ನೋವು ಆಯಿತು ಅಳಲಾರಂಭಿಸಿದಳು. ಅವಳನ್ನು ಪುನಃ ಎತ್ತಿ ಕುದುರೆಯ ಮೇಲೆ ಕೂರಿಸಿದೆವು. ಬೆನ್ನು ನೋವಿನ ಜೊತೆಗೆ ಅವಳಿಗೆ ಈಗ ಮೊಣಕಾಲಿನ ನೋವು ಕೂಡ ಸೇರಿಕೊಂಡಿತು. ಮುಸಿ ಮುಸಿ ಅಳುತ್ತಾ, ಅಯ್ಯೋ ಅಮ್ಮ, ಅನ್ನುತ್ತಾ ಅವಳು ಅವಳ ಜೊತೆ ನಾವು ಗೌರಿಕುಂಡ್ ಸೇರಿದೆವು.

ವಿಶ್ವಾಸನ ಕುದುರೆಯ ಹುಡುಗ ವಿಶ್ವಾಸನ ನಂಬರ್ ತೆಗೆದುಕೊಂಡ. ಅವನ ಅಣ್ಣನಿಗೆ ಬೆಂಗಳೂರಿನಲ್ಲಿ ಯಾವುದಾದರೊಂದು ನೌಕರಿ ಕೊಡಿಸಲು ಸಾಧ್ಯವೇ ಎಂದು ವಿಚಾರಿಸಿದ. ಅವನ ಹೆಸರು ರಾಮಚರಣದಾಸ್, ಅವರ ಅಣ್ಣನ ಹೆಸರು ಇನ್ನೆಂತದೋ ದಾಸ್, ಅವನಿಗೆ ಡ್ರೈವಿಂಗ್ ಕೆಲಸವೂ ಗೊತ್ತಂತೆ. ಇಲ್ಲಿ ಬದುಕುವುದು ಕಷ್ಟ, ಅಲ್ಲಿಯಾದರೂ ಬದುಕಬಹುದೇನೋ ಎಂಬ ದೂರದ ಆಸೆಯಿಂದ ರಾಮಚರಣದಾಸ್ ವಿಶ್ವಾಸನನ್ನು ತುಂಬಾ ಗೌರವದಿಂದ ಕಾಣುತ್ತಿದ್ದ, ವಿಶ್ವಾಸ್ ಕೂಡ ಅವನ ನಂಬರ್ ತೆಗೆದುಕೊಂಡ, ಶ್ವೇತಾಳಿಗೆ ಕುದುರೆಯಿಂದ ಇಳಿಯಲು ಆಗಲೇ ಇಲ್ಲ. ಅವಳ ಬೆನ್ನು ನೋವಿನ ಜೊತೆಗೆ ಮೊಣಕಾಲಿನ ನೋವು ಬಲವಾಗಿ ಸೇರಿಕೊಂಡು ಅವಳನ್ನು ಹಿಂಸಿಸಲಾರಂಭಿಸಿತು. ಡಾಕ್ಟರನ್ನು ಹುಡುಕುವುದು ಅನಿವಾರ್ಯವಾಗಿತ್ತು. ಅದೇ ಕುದುರೆಯ ಮೇಲೆ ಅವಳನ್ನು ಅಲ್ಲಿನ ಒಬ್ಬ ರಣಪಂಡಿತನಂತೆ ಕಂಡು ಬರುತ್ತಿದ್ದ ಪ್ರಾಥಮಿಕ ಆರೋಗ್ಯ ಕೇಂದ್ರದ ಡಾಕ್ಟರ್‌ಗೆ ತೋರಿಸಿದೆವು.

ಮೊಣಕಾಲಿಗೆ ಸ್ವಲ್ಪ ಜಾಸ್ತಿ ನೋವಾಗಿದೆ. ಚಳಿ ತಡೆಯಲಾರದ ಕಾರಣದಿಂದ ಮತ್ತು ಕುದುರೆ ಸವಾರಿಯ ಕಾರಣದಿಂದ ಬೆನ್ನು ನೋವು

ಬಂದಿದೆ. ಗಾಬರಿಯಾಗುವಂತಹದ್ದು ಏನೂ ಇಲ್ಲ, ಇಂಜೆಕ್ಷನ್ ಕೊಡ್ತಾ ಇದ್ದೀನಿ ತಗೊಳ್ಳಿ, ಇವು ಮಾತ್ರೆಗಳು, ಬೆಳಿಗ್ಗೆ, ಮಧ್ಯಾಹ್ನ, ರಾತ್ರಿ ಎರಡೆರಡು. ಕನಿಷ್ಠ ಪಕ್ಷ ಒಂದು ವಾರದ ಕಡ್ಡಾಯ ವಿಶ್ರಾಂತಿಯ ಅಗತ್ಯ ಇದೆ. ಮೂಳೆ ಮುರಿದುಹೋಗಿದ್ರೆ ತಿಂಗಳ ವಿಶ್ರಾಂತಿ ಬೇಕಾಗುತ್ತಿತ್ತು. ಎಕ್ಸರೇ ಅಗತ್ಯ ಇಲ್ಲ. ಒಂದು ವೇಳೆ ಅಗತ್ಯ ಇದ್ದಿದ್ದರೂ ಯಂತ್ರ ಕೆಟ್ಟು ನಿಂತಿದೆ. ಅಂತ ಡಾಕ್ಟರ್ ಹೇಳಿದಾಗ ನೋವಿನಿಂದ ನರಳಿದ್ದು ಶ್ವೇತಾ ಅಲ್ಲ, ವಿಶ್ವಾಸ್ ಮತ್ತು ನಾನು ಒಂದು ವಾರ ಗೌರಿಕುಂಡ್‌ನಲ್ಲಿ ಇರುವುದಾದರೂ ಹೇಗೆ? ಹೋಟೆಲಿನವನು ನಾಳೆ, ಬೆಳಿಗ್ಗೆ ಆರು ಗಂಟೆಗೆ ಖಾಲಿ ಮಾಡಿ ಅಂದಿದ್ದಾನೆ.

ಶ್ವೇತಾಳನ್ನು ಹೋಟೆಲ್‌ಗೆ ಕರೆತಂದು ಸ್ವಾಗತಕಾರನ ಪಕ್ಕದಲ್ಲಿ ಇದ್ದ ಒಂದು ಕುರ್ಚಿಯಲ್ಲಿ ಕೂರಿಸಿದೆವು. ನನ್ನ ಕಾಲುಗಳಂತೂ ಪೂರ್ಣವಾಗಿ ಶಕ್ತಿ ಕಳೆದುಕೊಂಡಿದ್ದವು. ನಾನೂ ಅವಳ ಪಕ್ಕದಲ್ಲಿ ಕುಳಿತೆ. ನೀನು ಇವಳ ಜೊತೆಯಲ್ಲಿಯೇ ಇರು. ನಾನು ಬೇರೆ ಕಡೆ ರೂಮು ಸಿಕ್ತದಾ ಅಂತ ನೋಡಿ ಬರ್ತೀನಿ ಎಂದು ವಿಶ್ವಾಸ್ ಹೇಳಿದ. ನೋಡು ನದಿಯ ಪಕ್ಕದಲ್ಲಿ ರೂಮು ಸಿಕ್ಕರೆ ಒಳ್ಳೆಯದು. ಮೇಲಿನ ಅಂತಸ್ತು ಬೇಡ ಅಂದಳು ಶ್ವೇತಾ.

ರೂಮು ಅಂತ ಒಂದು ಸಿಕ್ಕಿದರೆ ಸಾಕು ಅಂತ ನಾನು ಪರದಾಡ್ತ ಇದ್ರೆ, ಇವಳಿಗೆ ನದಿ ಪಕ್ಕದಲ್ಲೇ ಬೇಕಂತೆ. ಅಲ್ಲೇ ಒಂದು ಟೆಂಪರರಿ ಶೆಡ್ ಹೊಡೆದು ಕೊಡ್ತಾರಾ ಅಂತ ಕೇಳಿ ಬರ್ತೀನಿ ಅಂತ ರೇಗಿದ ವಿಶ್ವಾಸ್ ಅಲ್ಲಿಂದ ಗೊಣಗುತ್ತಲೇ ಹೊರಟ. ಇವಳು ಫೋನ್ ತೆಗೆದು ಅವಳ ಅಮ್ಮನಿಗೆ ಫೋನ್ ಮಾಡಿದಳು. ಅವರಮ್ಮ ನೀವು ಎಲ್ಲೆಲ್ಲಿ ಹೋಗ್ತಿರೋ ಅಲ್ಲೆಲ್ಲಾ ಅಪ್ಪನ ಹೆಸರಲ್ಲಿ ಪೂಜೆ ಮಾಡಿಸು ಅಂದದ್ದು ನನಗೆ ಚೆನ್ನಾಗಿ ಕೇಳಿಸಿತು.

ನಾನು ಕಾಶಿಯಲ್ಲಿ ವಿಶ್ವನಾಥನನ್ನು ಒಂದೂವರೆ ನಿಮಿಷ ಅನ್ನಪೂರ್ಣೇಶ್ವರಿಯನ್ನು ಎರಡು ನಿಮಿಷ, ಹೀಗೆ ಎಲ್ಲೆಲ್ಲಿ ಯಾವ ದೇವರನ್ನು ಎಷ್ಟೆಷ್ಟು ನಿಮಿಷ ನೋಡಿದ್ದೀನಿ ಅಂತ ಲೆಕ್ಕ ಹಾಕಿದೆ. ಎಲ್ಲಿಯೋ ನೆಮ್ಮದಿಯಿಂದ ಕುಳಿತು ಪ್ರಾರ್ಥನೆ ಅಂತ ಮಾಡಿರಲೇ ಇಲ್ಲ, ಎರಡೂ ಕೈ ಜೋಡಿಸಿ ಕೈ ಮುಗಿಯುವುದರೊಳಗೆ ಹಿಂದಿನಿಂದಲೂ, ಪಕ್ಕದಿಂದಲೋ ಯಾರಾದರೊಬ್ಬರು ಢಿಕ್ಕಿ ಹೊಡೆಯುತ್ತಾರೆ. ಹೀಗೆ ಹೊಡೆದವರು ಯಾರು ಅಂತ ತಿರುಗಿ ನೋಡಿ ಪುನಃ ದೇವರ ವಿಗ್ರಹದ ಕಡೆ ನೋಡುವುದರೊಳಗೆ ಒಂದೋ ಅಲ್ಲಿರುವ ಪೊಲೀಸು ಅಥವಾ ದೇವಸ್ಥಾನದ ಸಿಬ್ಬಂದಿ ಆಯಿತು ಹೊರಡಿ ಅನ್ನುವಂತೆ ಭುಜ ಹಿಡಿದು ತಳ್ಳುತ್ತಾರೆ.

ಈ ಅವಸ್ಥೆಗೆ ಯಾಕಾದರೂ ಇಲ್ಲಿಗೆಲ್ಲಾ ಬರಬೇಕಿತ್ತು. ಶಂಕರಾಚಾರ್ಯರ ಸಮಾಧಿಯ ಮುಂದೆ ನಿಂತರೂ ಕಣ್ಣು, ಆ ಕಡೆ ಈ ಕಡೆ ನೋಡುತ್ತಲೇ ಇತ್ತು. ಸ್ವಲ್ಪದೂರದಲ್ಲಿ ನಿಂತಿದ್ದ ಹೆಂಗಸಿನ ಕಂಕುಳಲ್ಲಿ ಇದ್ದ ಒಂದೂವರೆ

ವರ್ಷದ ಮಗುವೊಂದು ರಚ್ಚೆ ಹಿಡಿದು ಅಳುತ್ತಿತ್ತು. ನಾನೂ ಒಳಗೊಂಡಂತೆ ಎಲ್ಲರೂ ಆ ಮಗುವಿನ ಕಡೆಗೆ ನೋಡುತ್ತಿದ್ದೇವೆ ಹೊರತು ಅಲ್ಲಿ ಪ್ರಾರ್ಥನೆಗೆ ಅವಕಾಶವೇ ಇರಲಿಲ್ಲ. ಸುಮ್ಮನೆ ದುಡ್ಡು ದಂಡ ಅಂದುಕೊಂಡೆ. ಕನಿಷ್ಠ ಪಕ್ಷ ದೇವರ ಹೆಸರಿನಲ್ಲಿ ಒಂದಷ್ಟು ಊರುಗಳನ್ನಾದರೂ ನೋಡುವ ಅವಕಾಶ ಸಿಕ್ಕಿತು. ಇಲ್ದೇ ಇದ್ರೆ ಇಲ್ಲಿಗೆ ಬರ್ತಾ ಇದ್ದೆನೋ ಇಲ್ಲವೋ ಯಾರಿಗೆ ಗೊತ್ತು ಅಂದುಕೊಳ್ಳುತ್ತಾ ಇವಳ ಕಡೆ ನೋಡಿದೆ. ಇಂಜೆಕ್ಷನ್ ಪ್ರಭಾವ ಇರ್ಬೇಕು. ಇವಳಿಗೆ ಜೊಂಪು ಹತ್ತಿತ್ತು. ಕುಳಿತ ಜಾಗದಲ್ಲಿಯೇ ತೂಕಡಿಸುತ್ತಿದ್ದಳು.

ಒಂದು ಗಂಟೆಯ ನಂತರ ವಿಶ್ವಾಸ್ ಬಂದ 'ಇಲ್ಲಿ ಎಲ್ಲೂ ರೂಂ ಸಿಕ್ತಾ ಇಲ್ಲ. ಒಂದಕ್ಕೆ ಎರಡು ಪಟ್ಟು ಹಣ ಕೊಡ್ತೀವಿ ಅಂದ್ರು ಸಿಕ್ತಾ ಇಲ್ಲ. ಜನವೋ ಜನ ಎಲ್ಲರೂ ಮೊದಲೇ ಬುಕ್ಕಿಂಗ್ ಮಾಡಿದ್ದಾರೆ. ಧರ್ಮಛತ್ರದಲ್ಲಿ ಒಂದಿನ ಇರಬಹುದು. ಆದ್ರೆ ಅಲ್ಲಿ ಯಾವುದೇ ವ್ಯವಸ್ಥೆ ಇಲ್ಲ. ನಾನು ನೀನೂ ಇಬ್ರೇ ಆಗಿದ್ರೆ ಹೇಗೋ ನಡಿತಾ ಇತ್ತು. ಇವಳು ಬೇರೆ ಇದ್ದಾಳೆ. ಕಾಲು, ಬೆನ್ನು ಸರಿ ಇಲ್ಲ. ವಾಪಾಸು ಋಷಿಕೇಶಕ್ಕೆ ಹೋಗಬಹುದು ಅಂದ್ರೆ ಇವಳು ಜರ್ನಿ ಮಾಡೋ ಹಾಗಿಲ್ಲ, ಏನು ಮಾಡೋದು ಅಂತಾನೇ ಗೊತ್ತಾಗ್ತಾ ಇಲ್ಲ. ಜನ ಬರ್ತಾನೆ ಇದ್ದಾರೆ ನೋಡು ಎಷ್ಟು ಕಾರು, ಜೀಪು, ವ್ಯಾನ್, ಬಸ್ಸುಗಳು ಬಂದಿವೆ. ದೇವರೇ ಗತಿ' ಅಂದ.

ನಾನು 'ಆ ಕುದುರೆ ಹುಡುಗನ್ನ ವಿಚಾರಿಸು. ಅವನಾದ್ರೆ ಇಲ್ಲಿಯವನೇ ಅವನಿಗೆ ಎಲ್ಲಾ ಗೊತ್ತಿರುತ್ತೆ' ಅಂದೆ. ವಿಶ್ವಾಸ್, ರಾಮಚರಣದಾಸ್‌ಗೆ ಫೋನ್ ಮಾಡಿದ. ಇವನು ಫೋನ್ ಮಾಡಿದ ಅರ್ಧಗಂಟೆಯ ನಂತರ ಅವನು ಬಂದ ಅವನು ತನ್ನ ಮಾವನಿಗೆ ಫೋನ್ ಮಾಡಿದ ಮಾವ ಅರ್ಧಗಂಟೆ ಬಿಟ್ಟು, ಫೋನ್ ಮಾಡು ಅಂದ. ಇವನು ಅರ್ಧ ಗಂಟೆಯ ನಂತರ ಪುನಃ ಮಾಡಿದ. ಅನಂತರ ದಾಸ್ ಹೋಟೆಲಿನ ಎದುರಿಗೆ ಇದ್ದ ಸಣ್ಣ ಬೆಟ್ಟದ ಕಡೆಗೆ ತೋರಿಸಿ ಏನೋ ಹೇಳಿದ. ವಿಶ್ವಾಸ್ ಮುಖ ಸಪ್ಪಗಾಯಿತು. ನಾನು ಏನು ಅನ್ನುವಂತೆ ವಿಶ್ವಾಸ್ ಕಡೆ ನೋಡಿದೆ.

ಎದುರಿಗೆ ಇದೆಯಲ್ಲಾ ಆ ಬೆಟ್ಟ. ಅದರಲ್ಲಿ ಇವರ ಮಾವನ ಕುದುರೆ ಲಾಯ ಇದೆಯಂತೆ. ಅದರ ಹಿಂದೆ ಒಂದು ಚಿಕ್ಕ ಮನೆ ಇದ್ದು, ಅಲ್ಲಿ ಒಬ್ಬ ಹೆಂಗಸು ಮಾತ್ರ ಇದ್ದಾರಂತೆ. ಆ ಮನೆಯಲ್ಲಿ ಬೇಕಾದರೆ ಇರಬಹುದಂತೆ. ಊಟ, ತಿಂಡಿ, ಎಲ್ಲಾ ಇಲ್ಲಿಂದಾನೇ ತಗೊಂಡು ಅಲ್ಲಿಗೆ ಹೋಗಬೇಕಂತೆ, ಅವನಿಗೆ ಗೊತ್ತಿರೋದು ಇದೊಂದೇ ಜಾಗವಂತೆ. ಆ ಬೆಟ್ಟಕ್ಕೆ ಗೌರಿಗಾಂವ್ ಅನ್ನುತ್ತಾರಂತೆ. ಬಾಡಿಗೆ ಅಂತ ದಿನ ಎಂಟು ನೂರು ರೂಪಾಯಿ ಕೊಟ್ರೆ ಸಾಕಂತೆ. ಅಲ್ಲಿ ಮನೆಯೊಳಗೆ ಕಕ್ಕಸ್ಸು ಇರೋದೇ ದೊಡ್ಡ ವಿಷಯ ಅಂತ ಹೇಳ್ತಾ ಇದ್ದಾನೆ.

ಮೂರು ದಿನ ಹೇಗೋ ಕಳೆದುಹೋಗುತ್ತೆ ಬಿಡು ಅಂದೆ.

ನಾವೇನೋ ರೆಡಿ ಆದ್ರೆ ಇವಳು ಅಂದ

ತೂಕಡಿಸುತ್ತಿದ್ದ ಇವಳನ್ನು ತಿವಿದು ಎಬ್ಬಿಸಿ ವಿಷಯ ತಿಳಿಸಿದೆವು. ಇವಳು ಆರಂಭದಲ್ಲಿ ಬೇಡವೇ ಬೇಡ. ಆ ಬೆಟ್ಟದಲ್ಲಿ ಹಾವು ಗೀವು ಇರಬಹುದು. ಯಾವುದಾದರೂ ಪ್ರಾಣಿ ಬಂದ್ರೆ ಏನು ಮಾಡೋದು. ನಂಗೆ ಭಯ, ನಾನು ಬರೋದೇ ಇಲ್ಲ ಅಂದಳು.

ಬೇಡ ಅಂದ್ರೆ, ಇಲ್ಲೇ ಸಾಯ್ಬೇಕು ಅಷ್ಟೇ, ನಿನ್ನ ಕುದುರೆಯಿಂದ ನೆಗಿ ಅಂದಿದ್ದವರು ಯಾರು? ನೀನು ಹೀರೋಯಿನ್ ತರ ನೆಗೆದೆ. ನಾನೀಗ ಅನುಭವಿಸ್ತಾ ಇದ್ದೀನಿ. ನಿನ್ನ ನಾನು ಕರ್ಕೊಂಡೇ ಬರಬಾರದಿತ್ತು ಅಂತ ವಿಶ್ವಾಸ್ ರೇಗಿದ.

ಇವರಿಬ್ಬರ ನಡುವೆ ಇಂತಹ ಜಗಳ ಆಗಾಗ್ಗೆ ಆಗುತ್ತಲೇ ಇದ್ದಿದ್ದು ನನಗೆ ಚೆನ್ನಾಗಿ ಅರ್ಥವಾಗಿದ್ದ ಕಾರಣ ನಾನು ಇಬ್ಬರನ್ನೂ ಸಮಾಧಾನ ಮಾಡಿದೆ. ಬೇರೆ ದಾರಿ ಇಲ್ಲವೇ ಇಲ್ಲ. ಅಲ್ಲಿಗೆ ಹೋಗುವುದೇ ಉಳಿದಿರುವ ದಾರಿ ಅಂದೆ. ಒಲ್ಲದ ಮನಸ್ಸಿನಿಂದ ಅವಳು ಒಪ್ಪಿಕೊಂಡಳು. ಈಗ ಇವಳನ್ನು ಹೋಟೆಲಿನ ಮೇಲಿನ ಅಂತಸ್ತಿಗೆ ಹೊರುವುದು. ನಾಳೆ ಬೆಳಿಗ್ಗೆ ಆರು ಗಂಟೆಗೆ ಪುನಃ ಇವಳನ್ನು ಪುನಃ ಕೆಳಗೆ ಹೊತ್ತುಕೊಂಡು ಇಳಿಸುವುದು ತುಂಬಾ ಕಷ್ಟವಾದ್ದರಿಂದ ತಕ್ಷಣವೇ ಅಲ್ಲಿಂದ ಹೊರಡುವುದೇ ಸೂಕ್ತ ಅಂದುಕೊಂಡು ಹತ್ತಿರದಲ್ಲಿ ಇದ್ದ ಡಾಬಾಕ್ಕೆ ಹೋಗಿ ನಾನು ವಿಶ್ವಾಸ್, ರಾಮಚರಣದಾಸ್ ತಿಂದೆವು. ಇವಳಿಗೂ ಸ್ವಲ್ಪ ತೆಗೆದುಕೊಂಡೆವು. ರಾತ್ರಿಗೆ ಇವತ್ತು ಬ್ರೆಡ್ ಬಿಸ್ಕೆಟೇ ಗತಿ. ಒಂದಷ್ಟು ಬ್ರೆಡ್ ಜಾಮ್, ಬಿಸ್ಕೆಟ್ ಕುರ್ಕು ನೀರಿನ ಬಾಟಲ್ ತೆಗೆದುಕೊಂಡು ಹೊರಟೆವು. ಇವಳು ನಡೆಯಲು ಆಗುವುದೇ ಇಲ್ಲ ಅಂದಾಗ ಕುದುರೆಯ ಮೇಲೆ ಇವಳನ್ನೇ ಕೂರಿಸಿ, ಗೌರಿಗಾಂವ್‌ನ ಆ ಕುದುರೆ ಲಾಯದ ಪಕ್ಕದ ಮನೆ ಸೇರಿದವು. ನಾವು ಬೆಟ್ಟವನ್ನು ತುಂಬಾ ಹತ್ತಬೇಕಾಗೇನೂ ಇರಲಿಲ್ಲ. ಒಂದು ಫಾರ್ಲಂಗ್ ಮಾತ್ರ. ಈ ಜಾಗದಲ್ಲಿ ಮರಗಳ ಸಂಖ್ಯೆಯೂ ತುಂಬಾ ಕಡಿಮೆ ಇತ್ತು.

ಒಂದು ಅರ್ಧ ಎಕರೆಯಷ್ಟು ಜಾಗವನ್ನು ಸಮತಟ್ಟು ಮಾಡಿ ಒಂದು ಕುದುರೆಲಾಯ ನಿರ್ಮಾಣ ಮಾಡಲಾಗಿತ್ತು. ಅದಕ್ಕೆ ಹೊಂದಿಕೊಂಡಂತೆ ಚೆನ್ನಾಗಿಯೇ ಕಟ್ಟಿರುವ ಆದರೆ ಅರ್ಧ ನಿರ್ಮಾಣಗೊಂಡ ಮನೆ ಇದಾಗಿತ್ತು. ಒಂದು ಹೋಂ ಸ್ಟೇ ಮಾಡುವ ಸಲುವಾಗಿ ಇದನ್ನು ಕಟ್ಟಿದ್ದು ಹಣ ಇಲ್ಲದ ಕಾರಣ ಅರ್ಧದಲ್ಲಿಯೇ ನಿಲ್ಲಿಸಲಾಗಿತ್ತು. ಅಲ್ಲಿಂದ ಇಣುಕಿ ನೋಡಿದರೆ ಗೌರಿಕುಂಡ್ ಚೆನ್ನಾಗಿ ಕಾಣುತ್ತಿತ್ತು. ನದಿಯಂತೂ ತುಂಬಾ ಚೆನ್ನಾಗಿ ಕಾಣುತ್ತಿತ್ತು. ಒಂದು ಕುರ್ಚಿ ತಂದು ಹಾಕಿ ಅದರಲ್ಲಿ ಶ್ವೇತಾಳನ್ನು ಕೂರಿಸಿ ಎಷ್ಟು ಬೇಕೋ ಅಷ್ಟು ನದಿ ನೋಡು ಅಂತ ವಿಶ್ವಾಸ್ ಹೇಳಿದ. ಏಯ್ ತುಂಬಾ ಚೆನ್ನಾಗಿದೆ

ಕಣೋ. ಎಂಥಾ ಸೀನರಿ, ವಾವ್ಹ್, ಅಂದಳು ಶ್ವೇತಾ, ಆ ಹುಡುಗನಿಗೆ ಒಂದು ನೂರು ರೂಪಾಯಿ ನನ್ನ ಲೆಕ್ಕದಲ್ಲಿ ಕೊಡು ಅಂದಳು.

ಆ ಮನೆಯಲ್ಲಿ ಕರೆಂಟ್ ಇತ್ತು. ಟಿ.ವಿ. ಇತ್ತು. ನಾಲ್ಕು ಹಗ್ಗದ ಮಂಚಗಳು ಇದ್ದವು. ರಾತ್ರಿಯ ಹೊತ್ತು ನಾಲ್ಕಾರು ಹುಡುಗರು ಬಂದು ಇಲ್ಲಿ ಮಲಗುತ್ತಿದ್ದರು. ಅವರಿಗೆ ಬೇರೆ ಕಡೆ ಇರುವಂತೆ ಹೇಳಲಾಗಿತ್ತು. ಈ ಕುದುರೆಯ ಹುಡುಗರಿಗೆ ಅಲ್ಲಲ್ಲಿ ಹಾಸ್ಟೇಲ್‌ನಂತಹ ವ್ಯವಸ್ಥೆ ಇದೆ. ಇವರ ಊಟ ತಿಂಡಿಯೆಲ್ಲಾ ಅಲ್ಲಿಯೇ ಆಗುತ್ತದೆ. ನನ್ನ ಪ್ರವಾಸದಲ್ಲಿ ಇಷ್ಟು ಚೆನ್ನಾಗಿರುವ ಜಾಗ ನನಗೆ ಸಿಕ್ಕಿರಲೇ ಇಲ್ಲ.

ನಲವತ್ತು, ನಲವತ್ತೈದರ ಆ ಒಣಕಲು ದೇಹದ ಹೆಂಗಸು, ಹಗಲು ಹೊತ್ತಿನಲ್ಲಿ ಅರ್ಧ ಕಟ್ಟಿದ ಈ ಮನೆಯ ಜೋಪಾನ ಮಾಡ್ತಾ ಇದ್ದಳು. ಅವಳದ್ದು ಮಾತು ತುಂಬಾ ಕಡಿಮೆ. ಬಿಸ್ಕಟ್ ಕೊಟ್ಟರೆ ತೆಗೆದುಕೊಳ್ಳಲು ಹಿಂದೂ ಮುಂದು ನೋಡಿದಳು. ತುಂಬಾ ಸಂಕೋಚದ ಪ್ರವೃತ್ತಿಯ ಆಕೆ ತುಂಬಾ ಬಡತನದಲ್ಲಿ ಬದುಕುತ್ತಿದ್ದಾಳೆ ಅನ್ನುವುದನ್ನು ಅವಳ ಉಡುಪೆ ಹೇಳುತ್ತಿತ್ತು.

ಹಗಲು ಹೊತ್ತಿನಲ್ಲಿ ನೀವಿಬ್ಬರು ಬೇಕಾದ್ರೆ ಎಲ್ಲಿಗಾದರೂ ಹೋಗಿ ಬನ್ನಿ, ನಾನು ಇಲ್ಲೇ ಇರ್ತೀನಿ. ಹೆಂಗೂ ಒಂದರಡು ಪುಸ್ತಕ ತಂದಿದ್ದೆ ಅದನ್ನು ಓದ್ತಾ ಇರ್ತೀನಿ. ಊಟ, ತಿಂಡಿ, ಎಲ್ಲಾ ಕೆಳಗಿಂದ ತರ್‍ಬೋದು. ನನಗೆ ತರುವಾಗ ಇವಳಿಗೂ ತಕ್ಕೊಂಡು ಬನ್ನಿ, ಪಾಪ. ಇವಳೊಬ್ಬಳೇ ಯಾಕೆ ಅಡುಗೆ ಮಾಡ್ಕೊಬೇಕು ಅಂತ ಶ್ವೇತಾ ಸಲಹೆ ಕೊಟ್ಟಳು. ಸಂಜೆ ಐದು ಗಂಟೆಯ ವೇಳೆ ಮಳೆ ಬರುವಾಗ ಉಂಟಾಗುವ ಧಗೆಯ ಅನುಭವ, ಸೊಳ್ಳೆಗಳು ಎಲ್ಲಿದ್ದವೋ ಏನೋ ಧಾಳಿ ಇಡಲಾರಂಭಿಸಿದವು.

'ಒಂದು ವಾರ ಇಲ್ಲಿ ಇದ್ರೆ, ಈ ಸೊಳ್ಳೆಗಳೇ ನಮ್ಮನ್ನು ಕೊಂದುಬಿಡುತ್ತವೆ. ಯಾವ ಸೀಮೆ ಸೊಳ್ಳೆಗಳಿವು. ಜೀನ್ಸ್ ಪ್ಯಾಂಟನ್ನು ಸೇರಿಸಿಕೊಂಡು ಕಡಿತಿವೆ. ಇಲ್ಲಿ ನೋಡು ಕೈ ಕಾಲು ಹೊಟ್ಟೆ ಎಲ್ಲಾ ಕಡೆ ಕಡಿದಿವೆ' ಅಂದ ವಿಶ್ವಾಸ್ ಮನೆಯ ಒಳಗಡೆ ಹೋದ. ನಾನು ಕುಂಟುತ್ತಾ ಅವನನ್ನು ಹಿಂಬಾಲಿಸಿದೆ. ಆಯಮ್ಮ ಮನೆಯ ಎಲ್ಲಾ ಕಿಟಕಿ ಬಾಗಿಲುಗಳನ್ನು ಹಾಕಿ ಒಂದು ಮಣ್ಣಿನ ಪಾತ್ರೆಯಲ್ಲಿ ಎಂತದ್ದೋ ತಂದು, ಅದಕ್ಕೆ ಚೂರೇ ಚೂರು ಸೀಮೆಎಣ್ಣೆ ಹಾಕಿ ಬೆಂಕಿ ಕಡ್ಡಿ ಗೀರಿದಳು. ಭಗ್ ಅಂತ ಒಂದು ನಿಮಿಷ ಉರಿದ ಅದರಿಂದ ಹೊಗೆ ಬರಲಾರಂಭಿಸಿತು. ಸುಗಂಧ ಭರಿತ ಹೊಗೆ. ಇಡೀ ಮನೆಯನ್ನು ಆಕ್ರಮಿಸಿತು. ಹೊಗೆಯ ಪ್ರಮಾಣ ಹೆಚ್ಚುತ್ತಾ ಹೋದಂತೆ ಸೊಳ್ಳೆಗಳ ಹಾವಳಿ ಕಡಿಮೆಯಾಯಿತು. ಅರ್ಧ ಗಂಟೆಯ ನಂತರ ಅವಳು ಎಲ್ಲಾ ಕಿಟಕಿಗಳನ್ನು ತೆರೆದಳು. ರಾತ್ರಿಯಿಡಿ ಸೊಳ್ಳೆ ಇರಲೇ ಇಲ್ಲ.

ನನ್ನ ಪಾದಗಳ ನೋವು ಜಾಸ್ತಿಯಾಯಿತು. ಯಾರೋ ಸೂಜಿ ತೆಗದುಕೊಂಡು ಚುಚ್ಚುತ್ತಿದ್ದಾರೆ ಅನ್ನುವಷ್ಟರಮಟ್ಟಿಗೆ ಹಿಂಸೆಯಾಗುತ್ತಿತ್ತು. ನನ್ನ ನೋವು ನೋಡಲಾರದೆ ಆ ಹೆಂಗಸು ಸ್ವಲ್ಪ ಉಪ್ಪನ್ನು ಒಲೆಯಲ್ಲಿ ಉರಿದು ಒಂದು ಬಟ್ಟೆಗೆ ಅದನ್ನು ಹಾಕಿಕೊಟ್ಟಳು. ನಾನು ಏನು ಮಾಡಬೇಕು ಅನ್ನುವುದು ಗೊತ್ತಾಗದೇ ಪರದಾಡುತ್ತಿದ್ದಾಗ ಅವಳೇ ಅದನ್ನು ಅಂಗಾಲಿಗೆ ಒತ್ತಿ ತೋರಿಸಿಕೊಟ್ಟಳು. ಒಂದು ಹಿತವಾದ ಅನುಭವವಾಯಿತು. ಒಂದು ಚಿಕ್ಕ ಕುಪ್ಪಿಯಲ್ಲಿ ಇದ್ದ ಎಣ್ಣೆಯನ್ನು ತಂದು ಕೊಟ್ಟು ಅದನ್ನೇ ಸವರಿಕೋ ಅನ್ನುವಂತೆ ಸನ್ನೆ ಮಾಡಿದಳು. ನಾನು ಅವಳು ಹೇಳಿದಂತೆಯೇ ಮಾಡಿದೆ. ನೋವು ಕೊಂಚ ಕಡಿಮೆಯಾಯಿತು. ಶ್ವೇತಾಗೆ ಚೆನ್ನಾಗಿ ನಿದ್ರೆ ಬಂತು. ವಿಶ್ವಾಸ್ ಹೆಂಗಸಿನ ಜೊತೆ ಮಾತಿಗೆ ಆರಂಭಿಸಿದ. ಅವನಿಗೆ ಜನರ ಜೊತೆ ಮಾತನಾಡುವ ಕಲೆ ಸಿದ್ಧಿಸಿದೆ. ಕಲ್ಲನ್ನು ಬೇಕಾದರೂ ಮಾತನಾಡಿಸುತ್ತಾನೆ.

ಇವನು ಏನೇನೋ ಕೇಳುತ್ತಿದ್ದ. ಅವಳು ಉತ್ತರಿಸುತ್ತಿದ್ದಳು. ಇವನ ಹಿಂದಿ ಅರ್ಥವಾಗುತ್ತಿತ್ತು. ರಾಗವಾಗಿ ಮಾತನಾಡುತ್ತಿದ್ದ ಅವಳ ಹಿಂದಿ ಅರ್ಥವಾಗುತ್ತಿರಲಿಲ್ಲ. ಒಂದು ಬಲವಾದ ಗಾಳಿ ಬೀಸಿದ ಹಾಗೆ ಅನಿಸಿತು. ಅದರ ಹಿಂದೆಯೇ ಮಳೆ, ಜೋರಾದ ಮಳೆ, ಮನೆಯ ಮೇಲೆ ಆಲಿಕಲ್ಲುಗಳು ಬೀಳುತ್ತಿದ್ದಾವೆ ಅನ್ನುವಷ್ಟರ ಮಟ್ಟಿಗಿನ ದಪ್ಪ ದಪ್ಪ ಹನಿಗಳು, ಹಂಚಿನ ಮನೆಯಾದ ಕಾರಣ ಮಳೆ ಹನಿಗಳ ಶಬ್ದ ಜೋರಾಗಿಯೇ ಕೇಳಿಸುತ್ತಿತ್ತು. ಇವುಗಳ ನಡುವೆ ನಿದ್ರೆ ಬಂದಿದ್ದೇ ತಿಳಿಯಲಿಲ್ಲ.

ಅಪ್ಪ ಎಲ್ಲಿಗೋ ಹೊರಟಿದ್ದಾರೆ. ಅವರ ಜೊತೆಯಲ್ಲಿಯೇ ಕರಿಯನೂ ಹೊರಟಿದ್ದಾನೆ. ಇವನು ಇಲ್ಲಿಯೇ ಇರಲಿ, ಇವನ್ಯಾಕೆ ಅಲ್ಲಿಗೆ ಎಂದು ಅಪ್ಪ ಹೇಳಿದರೂ ಕರಿಯ ಅವರ ಮಾತು ಕೇಳುತ್ತಿಲ್ಲ. ಅವನು ಅಪ್ಪನಿಗಿಂತ ಮುಂದಾಗಿಯೇ ಹೊರಟ. ಏಯ್ ಬಾ ಇಲ್ಲಿ ನೀನು ಇಲ್ಲಿಯೇ ಇರು ಎಂದು ನಾನು ಹೇಳಿದರೂ ಅವನು ಕೇಳುತ್ತಿಲ್ಲ. ಸಿಟ್ಟು ಬಂದು ಒಂದು ಕಲ್ಲಿನಿಂದ ಅದಕ್ಕೆ ಹೊಡೆದೆ. ಕಲ್ಲೇಟಿನಿಂದ ತಪ್ಪಿಸಿಕೊಂಡ ಅದು ಸೀದಾ ನನ್ನ ಮೇಲೆ ಎರಗಿತು. ನನ್ನ ಕೈಗೆ ಬಲವಾಗಿ ಕಡಿಯಿತು. ಕರಿಯ ನನಗೆ ಕಡಿಯುವುದನ್ನು ಕಂಡು ಅಂಜಿ ಒಂದು ಕೋಲು ತೆಗೆದುಕೊಂಡು ನಾಲ್ಕು ಬಡಿದ. ಕರಿಯನಿಗೆ ಅಂಜಿ ಹೊಡೆಯುವುದನ್ನು ಕಂಡು ಅಪ್ಪ ಅಂಜಿಯ ಮೇಲೆ ಸಿಟ್ಟಾದರು. ಇನ್ಮೇಲೆ ನೀನು ನನ್ನ ಮನೆಗೆ ಬರಲೇಬೇಡ ಅಂದರು. ನಿಮ್ಮಿಂದಾಗಿಯೇ ನಾವು ಅಯ್ಯನ ಕೈಲಿ ಬೈಗುಳ ತಿನ್ನಬೇಕಾಯಿತು ಅಂತ ಅಂಜಿ ನನ್ನ ಮೇಲೆ ರೇಗಿದ. ನಾನು ನೀನ್ಯಾಕೆ ಅವನಿಗೆ ಅಷ್ಟು ಹೊಡೆಯಬೇಕಾಗಿತ್ತು ಅಂತ ರೇಗಿದೆ. ನಿನಗೆ ಉಪಕಾರ ಮಾಡೋಣ ಅಂತ ಬಂದ್ರೆ, ನನ್ನ ಮೇಲೆ ರೇಗ್ತಿಯಾ ಅಂತ ಅಂಜಿ

ನನ್ನ ತಲೆಗೆ ಅದೇ ದೊಣ್ಣೆಯಿಂದ ಹೊಡೆದ. ಅವನು ಹೊಡೆದ ರಭಸಕ್ಕೆ ನಾನು ಪ್ರಜ್ಞೆ ತಪ್ಪಿಬಿದ್ದೆ.

ಅಯ್ಯೋ ಅಂತ ಎದ್ದು ಕುಳಿತರೆ ಯಾವುದೋ ಹೊಸ ಮನೇಲಿ ಇದ್ದೀನಿ. ಒಂದೆರಡು ಕ್ಷಣದಲ್ಲಿ ಇದು ಕನಸು ಅನ್ನುವುದು ತಿಳಿಯಿತು. ಯಾಕೆ ಇಂತಹ ಕನಸು ಬಿತ್ತು. ಊರಲ್ಲಿ ಏನಾದರೂ ಆಗಬಾರದ್ದು ಆಗಿರಬಹುದು. ಅದಕ್ಕೆ ಇಂತಹ ಕನಸು ಬಿದ್ದಿದೆ. ಬೆಳಿಗ್ಗೆ ಆದ ಮೇಲೆ ಫೋನ್ ಮಾಡಿದರಾಯಿತು ಅಂತ ಪುನಃ ಮಲಗಿದೆ. ಯಾಕೋ ನಿದ್ರೆಯೇ ಬರಲಿಲ್ಲ. ಹೊಟ್ಟೆಯಲ್ಲಿ ತಳಮಳ, ಸಂಕಟದ ಅನುಭವ ವಿನಾಕಾರಣ ಅಳಬೇಕು ಅನಿಸಿತು. ಕಾರಣವಿಲ್ಲದೆ ಕಣ್ಣೀರು ಬಂತು. ಒಂದು ನಿಮಿಷ ಅತ್ತು, ಬಾಟಲಿಯಲ್ಲಿ ಇದ್ದ ನೀರು ಕುಡಿದು ಮಲಗಿದೆ.

ಬೆಳಿಗ್ಗೆ ಏಳೂವರೆಯಾದರೂ ಯಾರಿಗೂ ಎಚ್ಚರ ಇರಲಿಲ್ಲ. ಸಾಹೇಬ್ ಸಾಹೇಬ್ ಅಂತ ಆಯಮ್ಮ ರಾನಿದೇವಿ ಎಚ್ಚರಿಸಿದಾಗಲೇ ಮೂವರಿಗೂ ಎಚ್ಚರವಾದದ್ದು, ಯಾರ ಬಳಿಯಲ್ಲಿಯೂ ಪೇಸ್ಟ್, ಬ್ರಷ್, ಸೋಪು ಇರಲಿಲ್ಲ. ಹೊರಡುವ ಗಡಿಬಿಡಿಯಲ್ಲಿ ಆ ಹೋಟೆಲ್‌ನಲ್ಲಿಯೇ ಎಲ್ಲವನ್ನು ಬಿಟ್ಟು ಬಂದಿದ್ದೆವು.

16

ಹಾಲಿಲ್ಲದ ಚಹ ಕುಡಿದು ಬೆಳಗ್ಗಿನ ಉಪಹಾರ ತರಲು ನಾವಿಬ್ಬರೂ ಕೆಳಗೆ ಇಳಿದೆವು. ಇವತ್ತು ಯಾವುದೇ ಕಾರ್ಯಕ್ರಮ ಬೇಡ. ಸುಮ್ಮನೆ ಗೌರಿಕುಂಡದಲ್ಲಿಯೇ ಇದ್ದು ಬಿಡೋಣ, ಈ ರೀತಿ ಸುಮ್ಮನೆ ಇರುವುದೇ ಒಂದು ದೊಡ್ಡ ಅನುಭವ. ಇವತ್ತಿನ ಮಟ್ಟಿಗೆ ಗಡಿಯಾರದ ಗೊಡವೇ ಬೇಡ ಎಂದು ವಿಶ್ವಾಸ್ ಹೇಳಿದಾಗ ನನ್ನ ಮನಸ್ಸು ಅದನ್ನೇ ಯೋಚಿಸುತ್ತಿತ್ತು. ಹೊಸ ಹೊಸ ಅನುಭವಗಳು ಆಗಬೇಕು. ಆಗ ಮಾತ್ರ ಮನುಷ್ಯ ಬೆಳೀತಾನೆ. ಇಲ್ದೇ ಹೋದ್ರೆ ಅವನು ಬೆಳೆಯುವುದೇ ಇಲ್ಲ. ಇವತ್ತು ಸಾಯಂಕಾಲದ ತನಕ ಅವಳು ಅಲ್ಲಿ, ನಾನು, ನೀನು ಬೇರೆ, ಬೇರೆಯಾಗಿಯೇ ತಿರುಗಾಡೋಣ ಅಂತಲೂ ಅವನೇ ಹೇಳಿದ. ನಾನು ಆಗಲಿ ಎಂದೆ. ನಾವು ತಿಂಡಿ ತಿಂದು, ಶ್ವೇತಾ ಮತ್ತು ರಾನಿದೇವಿಗೂ ತಿಂಡಿ ಕಟ್ಟಿಸಿಕೊಂಡೆವು. ಒಂದಿಷ್ಟು ಕುರುಕಲು ತಿಂಡಿಗಳನ್ನು ತೆಗೆದುಕೊಂಡು ಪೇಸ್ಟ್, ಸೋಪು, ಇವೆಲ್ಲದರ ಸಮೇತ ಮೇಲಕ್ಕೆ ಬಂದೆವು. ಅವನು ಬೇರೆ ಕಡೆ ಹೋಗುತ್ತೇನೆ ಅನ್ನುತ್ತಾ ಹೊರಟ.

ನಾನು ಗೌರಿಗಾಂವ್‌ನಲ್ಲಿಯೇ ಒಂದಷ್ಟು ತಿರುಗಿದೆ. ಈ ಮಣ್ಣು ನಮ್ಮ ಕಡೆಯ ಮಣ್ಣಿನ ಹಾಗಿಲ್ಲ. ರಾತ್ರಿಯ ಮಳೆಗೇ ಮತ್ತೆಗಾಗಿ ಹೋಗಿತ್ತು. ಕಾಲಿಟ್ಟರೆ ಸಣ್ಣದಾಗಿ ಹೂತುಕೊಳ್ಳುವ ಅನುಭವ ಆಗುತ್ತಿತ್ತು. ಸಣ್ಣ ಸಣ್ಣ ಕಲ್ಲುಗಳ ಭೂಮಿ, ಗಟ್ಟಿಯಾದ ನೆಲ ಏನಲ್ಲ. ಇಲ್ಲಿಯ ಮನೆಗಳಿಗೆ ನಮ್ಮ ಕಡೆ ಇರುವಂತೆ ಗಟ್ಟಿಯಾದ ಅಡಿಪಾಯವೂ ಇರುವುದಿಲ್ಲ. ಬೆಟ್ಟದ ಮೇಲಿದ್ದ ನೀರು ಹರಿದು ಹರಿದು ಅವೇ ಸಣ್ಣ ಸಣ್ಣ ಕಾಲುವೆಗಳಂತೆ ಇದ್ದವು. ಅಲ್ಲಿ ಕೃಷಿ ಮಾಡುವ ಪ್ರಯತ್ನವೂ ನಡೆದಿದೆ. ಕೃಷಿಗೆ ಯೋಗ್ಯವಲ್ಲದ ಜಾಗದಲ್ಲಿ ಕೃಷಿಗಾಗಿ ಅಲ್ಲಲ್ಲಿ ಬೆಟ್ಟವನ್ನು ಸಮತಟ್ಟು ಮಾಡುವ ಕೆಲಸವೂ ನಡೆದಿದೆ, ಮೇಲಿಂದ ಹರಿದು ಬರುವ ನೀರಿನ ದಿಕ್ಕುಗಳನ್ನು ಬದಲಿಸಲಾಗಿದೆ. ಒಂದು ಕಾಲದಲ್ಲಿ

ದಟ್ಟವಾಗಿದ್ದಿರಬಹುದಾದ ಕಾಡು ಕ್ರಮೇಣ ಬೋಳಾಗುತ್ತಿದೆ. ತುಂಬಾ ವಯಸ್ಸಾದ ಮರಗಳು ಇದೆಯಾ ಅಂತ ಪರೀಕ್ಷೆ ಮಾಡಿದೆ. ನೂರಾರು ವರ್ಷಗಳ ಮರಗಳು ಕಾಣಲಿಲ್ಲ. ಇವೆಲ್ಲಾ ನೆಡುತೋಪಿನಂತೆ ಕಂಡವು. ಕೈಗೆ ಸಿಕ್ಕಿದ ಒಂದು ಬಳ್ಳಿಯನ್ನು ಕಿತ್ತು ಮೂಸಿ ನೋಡಿದೆ. ಆ ಎಲೆ ಮೂಗಿಗೆ ತಾಕಿದ ಕಾರಣದಿಂದಲೇ ಇರಬೇಕು. ಮೂಗಿನ ಮೇಲೆ ತುರಿಕೆ ಶುರುವಾಯಿತು. ಮೂಗನ್ನು ಉಜ್ಜಿ, ಕೆರೆದು ಕೆಂಪಗೆ ಮಾಡಿಕೊಂಡೆ. ಬಲವಾಗಿ ಹೆಜ್ಜೆ ಹಾಕಿದರೆ ಭೂಮಿ ನಾಲ್ಕು ಅಡಿ ಅಂತರದಲ್ಲಿ ಸಣ್ಣದಾಗಿ ನಡುಗುವ ಅನುಭವವೂ ಆಗುತ್ತಿತ್ತು.

ಇದು ಒಂದು ಕಾಲದ ಬೆಟ್ಟ, ಈಗ ನಿಧಾನವಾಗಿ ಮನುಷ್ಯರ ಕೈಗೆ ಸಿಕ್ಕು ಕರಗುತ್ತಿದೆ. ಕಾಲುದಾರಿ ಬೆಟ್ಟದ ತುದಿಯ ತನಕ ಹೋಗಿರಬಹುದು. ಇಲ್ಲಿ ವಾಸ ಮಾಡಲು ತುಂಬಾ ಕಷ್ಟವಾದರೂ ಅನಿವಾರ್ಯವಾಗಿ ಜನ ಸಿಕ್ಕಿದಲ್ಲಿ ಮನೆ ಕಟ್ಟಲು ಆರಂಭಿಸಿದ್ದಾರೆ. ವಿದ್ಯುತ್ ಸಂಪರ್ಕ ಕೊಡುವ ಕೆಲಸವೂ ಅಲ್ಲಿ ನಡೆದಿತ್ತು. ಹೀಗೆಯೇ ಜನ ಬಂದು ಇಲ್ಲಿ ವಾಸ ಮಾಡುತ್ತಿದ್ದರೆ, ಇನ್ನೈದು ವರ್ಷಗಳಲ್ಲಿ ಇಲ್ಲಿ ಮೋಟಾರ್ ವಾಹನ ತಿರುಗಾಡುವ ರಸ್ತೆಗಳಾದರೆ ಅಚ್ಚರಿ ಇಲ್ಲ. ನಿಧಾನವಾಗಿ ಪ್ರಗತಿಯತ್ತ ಈ ಪ್ರದೇಶ ಸಾಗುತ್ತಿದೆ. ಆ ಕಾಲು ದಾರಿಯಲ್ಲೇ ಇನ್ನು ಸ್ವಲ್ಪ ಮೇಲೆ ಹೋದೆ. ಅಲ್ಲಿ ಎರಡು ಒಳ್ಳೆಯ ಮನೆಗಳು. ಅವು ಹೋಂಸ್ಟೇ ಮನೆಗಳು, ಇಂಗ್ಲೀಷ್, ಕನ್ನಡ, ಹಿಂದಿಯಲ್ಲಿ ಅನ್ನಪೂರ್ಣೇಶ್ವರಿ ಹೋಂ ಸ್ಟೇ ಅಂತ ಬೋರ್ಡು ಹಾಕಿತ್ತು. ಪರವಾಗಿಲ್ಲ ಇಲ್ಲಿಯ ತನಕ ಕನ್ನಡ ಬಂದಿದೆ ಅಂದುಕೊಂಡು ಒಳಗಡೆ ಹೋದರೆ ಅಲ್ಲಿ ಕನ್ನಡ ಮಾತನಾಡುವವರು ಕಾಣಲಿಲ್ಲ. ಒಬ್ಬ ಹಿಂದಿ ಮಾತನಾಡುವ ಹುಡುಗ ಸಿಕ್ಕಿದ. ಅವನ ಹತ್ತಿರ ಮಾತನಾಡಿ ಪ್ರಯೋಜನ ಇಲ್ಲ ಅಂತ ಕೆಳಗೆ ಇಳಿಯಲಾರಂಭಿಸಿದೆ.

ಕಾಲು ದಾರಿ ನೇರವಾಗಿ ಮಾತ್ರವಲ್ಲ, ಅಡ್ಡವಾಗಿಯೂ ಇದ್ದವು. ಜನ ಈ ತುದಿಯಲ್ಲೂ ಇದ್ದಾರೆ. ಕೆಳಗಡೆಯಿಂದ ನೀರು, ಆಹಾರ ತರುವುದು ಎಷ್ಟು ಕಷ್ಟದ ಕೆಲಸ. ಮಳೆಗಾಲದಲ್ಲಿ ಮೇಲಿನಿಂದ ಹರಿದು ಬರುವ ಝರಿಯ ನೀರನ್ನೇ ಇವರು ಶೇಖರಿಸಿ ಉಪಯೋಗಿಸುತ್ತಿದ್ದರು. ಅಲ್ಲಲ್ಲಿ ತೆರದ ಬಾವಿಗಳು ಇದ್ದವು. ಝರಿಯ ನೀರಿಗೆ ಪೈಪ್ ಜೋಡಿಸಿ ಸಣ್ಣ ಸಣ್ಣ ಟ್ಯಾಂಕ್‌ಗಳನ್ನೇ ಕಟ್ಟಿ ನೀರು ಶೇಖರಣೆ ಮಾಡುತ್ತಿದ್ದರು. ಇಲ್ಲಿ ಗಂಡಸರ ಸಂಖ್ಯೆ ತುಂಬಾ ಕಡಿಮೆ. ಅವರೆಲ್ಲಾ ಹೊರಗಡೆ ಕೆಲಸಕ್ಕೆ ಹೋಗಿರುವ ಕಾರಣದಿಂದ ಹೆಂಗಸರು ಮಾತ್ರ ಮನೆಯಲ್ಲಿ ಉಳಿದುಕೊಂಡಿರಬಹುದು. ನೇಪಾಳಿಗರೂ ಇಲ್ಲಿ ಇದ್ದಾರೆ ಅಥವಾ ಇವರು ಚೈನಾದವರು ಇರಬಹುದು. ವಿಚಾರಣೆ ಮಾಡೋಣ ಅಂದರೆ ನನಗೆ ಹಿಂದಿ ಬರುವುದಿಲ್ಲ. ಗುಡ್ಡಗಾಡು ಪ್ರದೇಶದಲ್ಲಿ ವಾಸಿಸುವ ಜನರು ಸಾಮಾನ್ಯವಾಗಿ ತೆಳ್ಳಗಿರುತ್ತಾರೆ. ಗುಡ್ಡ ಹತ್ತಿ ಇಳಿದು ಗಟ್ಟಿ ಮುಟ್ಟಾಗಿರುತ್ತಾರೆ.

ಗಂಡಸರಂತೆ ಹೆಂಗಸರೂ ಗಟ್ಟಿಯಾಗಿ ಇರುತ್ತಾರೆ. ಯಾರ ಮೈಯಲ್ಲೂ ಅಸಹ್ಯಕರವಾದ ಬೊಜ್ಜು ಇರುವುದಿಲ್ಲ. ಇಲ್ಲಿನ ಹೆಂಗಸರು ತುಂಬಾ ಸುಂದರಿಯರು ಅನ್ನುವ ವರ್ಗಕ್ಕೆ ಸೇರಿದವರಲ್ಲ. ಆರೋಗ್ಯವಂತರು, ಕಷ್ಟ ಜೀವಿಗಳು, ವರ್ಷದ ಆರು ತಿಂಗಳು ದುಡಿದರೆ ಇನ್ನಾರು ತಿಂಗಳು ಹೇಗೋ ಬದುಕಬಹುದು. ಪ್ರವಾಸೋದ್ಯಮ ಇಲ್ಲದಿದ್ದರೆ ಈ ಜನರನ್ನು ಯಾವ ದೇವರೂ ರಕ್ಷಿಸುತ್ತಿರಲಿಲ್ಲ. ಹೊಸಬರನ್ನು ಕಂಡರೆ ಇಲ್ಲಿನ ನಾಯಿಗಳು ಗುರ್ ಅನ್ನುತ್ತಿಲ್ಲ. ಅದಕ್ಕೆ ದಿನಾ ಹೊಸ ಮುಖ ನೋಡಿ ಅಭ್ಯಾಸವಾಗಿರಬಹುದು. ಅಲ್ಲಲ್ಲಿ ಕುದುರೆಗಳು ಮೇಯುತ್ತಿದ್ದವು. ಇವು ಕುದುರೆಗಳೋ, ಹೇಸರಗತ್ತೆಗಳೊ ಅನ್ನುವುದೂ ನನಗೆ ಸರಿಯಾಗಿ ಅರ್ಥವಾಗಲಿಲ್ಲ. ಇಲ್ಲಿ ಇರುವ ಜನರಲ್ಲಿ ಹಸುಗಳು ಇದ್ದಾವೋ ಇಲ್ಲವೋ ಅನ್ನುವುದು ಗೊತ್ತಾಗದಿದ್ದರೂ, ಬಹುತೇಕ ಜನರ ಬಳಿ ಕುದುರೆ ಅಥವಾ ಹೇಸರಗತ್ತೆ ಇದೆ. ಸ್ವಂತ ಉಪಯೋಗಕ್ಕೆ ಮತ್ತು ಬಾಡಿಗೆಗೆ ಬಿಡುವುದಕ್ಕೆ ಜನರು ಇವುಗಳನ್ನು ಸಾಕುತ್ತಾರೆ.

ಬಿಸಿಲು ಹೆಚ್ಚಿದ ಹಾಗೆ ಈ ಮಣ್ಣಿನ ಗಟ್ಟಿತನವೂ ವಾಪಾಸು ಬಂದು ಬಿಡುತ್ತದೆ. ಬೆಳಿಗ್ಗೆ ಹೂತುಹೋಗುವ ಅನುಭವ ನೀಡುತ್ತಿದ್ದ ಮಣ್ಣು ಈಗ ಗಟ್ಟಿಯಾಗಿತ್ತು. ವೇಗದಲ್ಲಿ ಇಲ್ಲಿನ ಮಣ್ಣು ಬದಲಾಗುವುದನ್ನು ಕಂಡು ಆಶ್ಚರ್ಯವೂ ಆಯಿತು. ಈ ಬೆಟ್ಟ ಬಿಟ್ಟರೆ ಕಣ್ಣು ಹಾಯಿಸಿದರಲ್ಲಿ ಇನ್ನೊಂದು ಬೆಟ್ಟ ಕಾಣುತ್ತಿತ್ತು. ಎರಡು ಬೆಟ್ಟಗಳ ನಡುವೆ ಬೇಸಿಗೆಯಲ್ಲೂ ನೀರು ಹರಿಯುತ್ತಲೇ ಇರಬಹುದು. ಮಳೆಗಾಲದಲ್ಲಿ ರಭಸವಾಗಿ ಹರಿಯುವ ಈ ನೀರಿನ ಝರಿಗಳು ಬೇಸಿಗೆಯಲ್ಲಿ ಸಣ್ಣಗೆ ಹರಿಯಬಹುದು ಅಥವಾ ಒಣಗಿಯೂ ಹೋಗಬಹುದು.

ಮಣ್ಣಿನ ಸವಕಳಿಯ ಕಾರಣದಿಂದ ಅಲ್ಲಲ್ಲಿ ದೊಡ್ಡ ಗಾತ್ರದ ಬಂಡೆಗಳು ಯಾರೋ ತಂದು ಕೂರಿಸಿದಂತೆ ಇದ್ದವು, ಇನ್ನು ಕೆಲವು ಕಡೆ ಗುಡ್ಡವನ್ನು ಸಮತಟ್ಟು ಮಾಡುವಾಗ ಸಿಕ್ಕಿದ ಬಂಡೆಗಳನ್ನು ಒಂದೆಡೆಗೆ ತಳ್ಳಿ ಜೋಡಿಸಿದಂತೆ ಇಟ್ಟಿದ್ದರು. ಅವುಗಳಲ್ಲಿ ಒಂದನ್ನು ಅಲುಗಾಡಿಸಿ ನೋಡಿದೆ ಬಡಪಟ್ಟಿಗೆ ಅವು ಅಲ್ಲಾಡುವಂತೆ ಕಾಣಲಿಲ್ಲ.

ಇವೆಲ್ಲವನ್ನು ನೋಡಿದ ನಂತರ ನನಗೆ ಯಾಕೋ ಕರುಂಬಯ್ಯ ಸರ್ ನೆನಪಿಗೆ ಬಂದರು. ಅವರು ಇದ್ದಿದ್ದರೆ ಇಲ್ಲಿನ ಜನರನ್ನು ಮಾತನಾಡಿಸಿ ಇಲ್ಲಿನ ಪುರಾಣ, ಇತಿಹಾಸ, ಭೂಗೋಳ ಎಲ್ಲವನ್ನು ಅಧ್ಯಯನ ಮಾಡುತ್ತಿದ್ದರು. ಅವರಿಂದ ನಾನು ಸ್ವಲ್ಪ ಕಲಿತಿದ್ದೆ. ಅದು ಈಗ ಉಪಯೋಗಕ್ಕೆ ಬಂತು. ಭಾಷೆಯ ತೊಡಕು ಇಲ್ಲದೇ ಹೋಗಿದ್ದರೆ ಇನ್ನಷ್ಟು ವಿವರ ಪಡೆಯಬಹುದಿತ್ತು. ಈ ವಿಶ್ವಾಸ್ ಎಲ್ಲಿ ಹಿಂದಿ ಕಲಿತ ಅಂತ ಯೋಚಿಸುತ್ತಾ ಕೆಳಗಡೆ ಇಳಿಯಲಾರಂಭಿಸಿದೆ.

ನಾವು ಉಳಿದುಕೊಂಡಿದ್ದ ಮನೆಯನ್ನು ಹಾದು ಕೆಳಗೆ ಇಳಿದು ಗೌರಿಕುಂಡ್‌ನ ಜನ ಜಂಗುಳಿಯ ಪ್ರದೇಶ ತಲುಪಿ ಅಲ್ಲಿನ ಚಹದಂಗಡಿಯೊಂದರಲ್ಲಿ ಕುಳಿತು ಚಹ ಕುಡಿದೆ. ಒಂದು ಸಿಗರೇಟ್ ಹತ್ತಿಸಿದೆ. ಶ್ವೇತಾ ಸಿಗರೇಟು ಸೇದುವುದು ನೆನಪಿಗೆ ಬಂದು ಒಂದು ಪ್ಯಾಕ್ ಸಿಗರೇಟು ಖರೀದಿ ಮಾಡಿದೆ.

ಗೌರಿಕುಂಡ್ ದೊಡ್ಡ ಪಟ್ಟಣವೇನೂ ಅಲ್ಲ. ಆದರೆ ವಿಪರೀತ ಪ್ರವಾಸಿಗರು ಬರುವುದರಿಂದ ಇಲ್ಲಿ ಜನ ಸಂದಣಿ ಜಾಸ್ತಿ. ಇಲ್ಲಿ ಎಲ್ಲವೂ ವ್ಯಾಪಾರವೇ. ಇರುವ ಜಾಗದಲ್ಲಿಯೇ ಬಸ್ಸುಗಳು, ಇತರ ವಾಹನಗಳು, ಅಂಗಡಿ ಹೋಟೆಲ್, ಧರ್ಮಶಾಲೆ, ಆಸ್ಪತ್ರೆ, ಪಶುವೈದ್ಯಕೀಯ ಆಸ್ಪತ್ರೆ, ಎಲ್ಲವೂ ಇಲ್ಲಿದ್ದು, ಎಲ್ಲವನ್ನೂ ಒತ್ತಿ ಒತ್ತಿ ತುಂಬಿದಂತೆ ಇತ್ತು. ಹಿಂದಿ, ತಮಿಳು, ತೆಲಗು, ಪಂಜಾಬಿ, ಗುಜರಾತಿ, ರಾಜಸ್ತಾನಿ, ಬಂಗಾಳಿ ಹೀಗೆ ಹಲವು ಬಗೆಯ ಭಾಷೆಗಳನ್ನು ಇಲ್ಲಿ ಏಕಕಾಲದಲ್ಲಿ ಕೇಳಬಹುದಾಗಿತ್ತು. ಇವರ ಜೊತೆಗೆ ನೇಪಾಳಿಗಳು.

ಜನರು ವಿಮಾನದಲ್ಲಿಯೇ ಬರಲಿ, ಭಾರೀ ಮೌಲ್ಯದ ಕಾರಿನಲ್ಲಿಯೇ ಬರಲಿ ಅಥವಾ ಉತ್ತರಖಂಡದ ಲಡಕಾಸು ಬಸ್ಸಿನಲ್ಲಿಯೇ ಬರಲಿ. ಇಲ್ಲಿಂದ ಮುಂದಕ್ಕೆ ಹದಿನಾಲ್ಕು ಕಿ.ಮೀ. ದೂರ ಕುದುರೆಯಲ್ಲೇ ಹೋಗಬೇಕು. ಅಷ್ಟರಮಟ್ಟಿಗೆ ಕೇದಾರನಾಥ, ತನ್ನ ಭಕ್ತರಲ್ಲಿ ಒಂದು ಬಗೆಯ ಸಮಾನತೆಯನ್ನು ತಂದಿದ್ದಾನೆ. ಅವನ ಮುಂದೆ ಎಲ್ಲರೂ ಒಂದೇ ಅನ್ನುವ ವಿಚಾರ ನೆನಪಿಗೆ ಬಂದು ನನ್ನಷ್ಟಕ್ಕೆ ನಾನು ನಕ್ಕೆ, ಅಪ್ಪನ ದೃಷ್ಟಿಯಲ್ಲಿ ಎಲ್ಲಾ ದೇವರೂ ಒಂದೇ ಅವರು ಯಾವ ದೇವಸ್ಥಾನಕ್ಕೂ ಹೋದವರಲ್ಲ. ಅವರೂ ಸಮಾನತೆಯನ್ನು ಕಾಪಾಡಿದ್ದಾರೆ ಅನ್ನುವ ನೆನಪೂ ಹಿಂದೆ ಹಿಂದೆಯೇ ಬಂತು.

ಸುಮ್ಮನೆ ಒಂದು ಕಡೆ ಗಂಟೆಗಟ್ಟಲೆ ಕುಳಿತು, ಜನರನ್ನು ನೋಡುವುದೇ ಒಂದು ಮೋಜು. ಅವರೆಲ್ಲಾ ತಮ್ಮ ತಮ್ಮ ತಾಪತ್ರಯದಲ್ಲಿ ಮುಳುಗಿರುತ್ತಾರೆ. ಮುದಿಯಾದ ಅಪ್ಪ ಅಮ್ಮನಿಗೆ ಬೈಯ್ಯುತ್ತಿರುವ ಮಗ, ಗಂಡ ಹೆಂಡಿರ ಜಗಳ, ಮಗುವನ್ನು ಬಡಿಯುವ ತಾಯಿ, ಯಾವುದೋ ಹುಡುಗಿಯನ್ನು ಕೆಕ್ಕರಿಸಿ ನೋಡುತ್ತಿರುವ ಹುಡುಗ, ಸುಮ್ಮ ಸುಮ್ಮನೆ ಉಡುಪು ಸರಿ ಮಾಡಿಕೊಳ್ಳುವ ಯುವತಿ, ಕುದುರೆಗೆ ಗಿರಾಕಿ ಹೊಂದಿಸುವ ಏಜೆಂಟ್, ಡಾಬಾಕ್ಕೆ ಬನ್ನಿ ಅಂತ ಕರೆಯುವ ಹುಡುಗ ಕೇದಾರನಾಥನ ಗುಣಗಾನ ಮಾಡುವ ಹಾಡುಗಳ ಅಬ್ಬರ. ಟ್ಯಾಕ್ಸಿಯಿಂದ ಲಗೇಜು ಹೊರುವ ತವಕದಲ್ಲಿ ಇರುವ ಹಮಾಲಿಗಳು, ಬಸ್ಸಿಗೆ ಜನರನ್ನು ತುಂಬುವ ಭರಾಟೆಯಲ್ಲಿರುವ ಬಸ್ಸಿನ ಏಜೆಂಟ್ ಕಂಡಕ್ಟರ್‌ಗಳು ಚಿತ್ರ ವಿಚಿತ್ರ ವೇಷದ ಬಾಬಾಗಳು, ಸನ್ಯಾಸಿಯರು. ಡಾಬಾದ ಪಕ್ಕದಲ್ಲಿಯೇ ಬೀಳಬಹುದಾದ ರೊಟ್ಟಿಯ ತುಣುಕಿಗೆ ಕಾಯುತ್ತಿರುವ ನಾಯಿಗಳು, ಸಣ್ಣ ಗುಂಡಿಯಲ್ಲಿ ಕಾಲು ಹಾಕಿ ಪ್ಯಾಂಟ್ ಕೆಸರು ಮಾಡಿಕೊಂಡ ಹುಡುಗ, ಅವನನ್ನು

ನೋಡಿ ನಗುವ ಹುಡುಗಿ, ಹೀಗೆ ಎಲ್ಲರೂ ಏನಾದರೊಂದು ಮಾಡುತ್ತಲೇ ಇದ್ದರು. ಇವರನ್ನು ಗಂಟೆಗಟ್ಟಲೆ ನೋಡುವ ಕಾಯಕ ನನ್ನದು. ಮಧ್ಯಾಹ್ನ ಮೂರು ಗಂಟೆ ಆಗಿರಬಹುದು. ಮಳೆ ಆರಂಭವಾಯಿತು. ನಿನ್ನೆ ರಾತ್ರಿ ಬಿದ್ದ ಮಳೆಯ ಅಣ್ಣ ಅಥವಾ ಅಪ್ಪನಂತಹ ಮಳೆ, ಮೋಡಗಳು ಎಲ್ಲಿದ್ದವೋ ಹೇಗಿದ್ದವೋ ಮಳೆ ಆರಂಭವಾಗಿಯೇ ಬಿಟ್ಟಿತು. ನಾನು ಎದ್ದು ಒಂದು ಅಂಗಡಿಯಲ್ಲಿ ಆಶ್ರಯ ಪಡೆದೆ. ನನ್ನಂತೆಯೇ ಎಲ್ಲರೂ ಎಲ್ಲೆಲ್ಲಿ ಸಾಧ್ಯವೋ ಅಲ್ಲಲ್ಲಿ ಆಶ್ರಯ ಪಡೆದರು. ಮೋಡಗಳ ಸಾಂದ್ರತೆ ಹೆಚ್ಚಿದ ಹಾಗೆ ಸಂಜೆ ಆರೂವರೆ ಏಳು ಗಂಟೆಯ ನಸುಗತ್ತಲು ಆವರಿಸಿತು. ರಸ್ತೆ ನಿರ್ಜನವಾಯಿತು. ಆಗಷ್ಟೇ ಬಂದಳಿದ ಯಾತ್ರಿಗಳು ಪರದಾಡಿದರು. ಕಾರಿನಿಂದ ಇಳಿಯದೇ ಅರ್ಧಗಂಟೆ ಮುಕ್ಕಾಲು ಗಂಟೆ ಕಾದರು. ಇವರು ಕಾದಿದ್ದೇ ಬಂತು ಮಳೆ ನಿಲ್ಲುವ ಯಾವ ಲಕ್ಷಣಗಳು ಕಾಣಲಿಲ್ಲ.

ಹೀಗೂ ಮಳೆ ಬರುತ್ತದೆ ಎಂಬ ಕಲ್ಪನೆಯೇ ನನಗಿರಲಿಲ್ಲ. ಒನಕೆಯಿಂದ ಹೊಡೆದ ರೀತಿಯಲ್ಲಿ ಮೇಲಿಂದ ಮಳೆ ಬರುತ್ತಲೇ ಇತ್ತು. ಸಮಯ ಕಳೆದಂತೆ ಅದು ಜಾಸ್ತಿಯಾಗುತ್ತಾ ಹೋಯಿತೇ ಹೊರತು ಕಡಿಮೆಯಾಗಲೇ ಇಲ್ಲ. ಸಂಜೆ ಆರರ ತನಕ ನಾನು ಕಾದೆ. ನಿಂತು, ನಿಂತೂ ಕಾಲು ನೋವು ಬರಲು ಆರಂಭಿಸಿತ್ತು. ಒಳಗಡೆ ಹೋಗಲು ಅಂಗಡಿಯವನು ಬಿಡಲಿಲ್ಲ. ಒಳಗೆ ಇದ್ದವರನ್ನು ಅವನು ಹೊರಗೆ ಕಳುಹಿಸುತ್ತಿದ್ದ. ಒಳಗಡೆ ಹೋಗಿ ಅವನಿಂದ ಬೈಗುಳ ಕೇಳುವುದೇಕೆ ಅಂತ ನಾನು ಹೊರಗಡೆ ನಿಂತೇ ಇದ್ದೆ.

ಮಿಂಚು ಸಿಡಿಲು ಎರಡೂ ಒಂದರ ಹಿಂದೆ ಒಂದರಂತೆ ಬರತೊಡಗಿದಾಗ ಭಯ ಆರಂಭವಾಯಿತು. ಯಾವುದೇ ಕ್ಷಣದಲ್ಲಿ ಸಿಡಿಲು ಬಡಿಯಬಹುದು. ನಾನು ಇಲ್ಲಿಯೇ ಸುಟ್ಟು ಕರಕಲಾಗಿ ಹೋಗುತ್ತೇನೆ. ಕನಿಷ್ಠ ಪಕ್ಷ ನನ್ನ ಹೆಣ ಗುರುತಿಸಲು ವಿಶ್ವಾಸ್ ಹಾಗೂ ಶ್ವೇತಾ ಇರುತ್ತಾರೆ. ಈ ವಿಶ್ವಾಸ್ ಎಲ್ಲಿಗೆ ಹೋದ ಅವನು ಮನೆ ತಲುಪಿದ್ದಾನೋ ಇಲ್ಲವೋ ಅಥವಾ ನನ್ನ ಹಾಗೆ ಹೊರಗಡೆ ಸಿಕ್ಕಿಕೊಂಡಿರಬಹುದೇ ಒಂದು ವೇಳೆ ಅವನಿಗೆ ಸಿಡಿಲು ಹೊಡೆದರೆ ಏನು ಮಾಡಬಹುದು. ಅವನನ್ನು ಕಳೆದುಕೊಂಡ ಶ್ವೇತಾಳಿಗೆ ಯಾವ ರೀತಿಯಲ್ಲಿ ಸಮಾಧಾನ ಹೇಳಬಹುದು. ದೇವರೇ ಐದೇ ಐದು ನಿಮಿಷ ಮಳೆ ನಿಲ್ಲಿಸಿಬಿಡು. ನಾನು ಓಡಿಹೋಗಿ ಮನೆ ಸೇರಿಕೊಂಡು ಬಿಡುತ್ತೇನೆ ಎಂದು ಕೇದಾರನಾಥನಿಗೆ ಪ್ರಾರ್ಥನೆ ಸಲ್ಲಿಸಿದೆ. ಆರಂಭದಲ್ಲಿ ಇದ್ದ, ಮಿಂಚು, ಸಿಡಿಲು ನಿಂತುಹೋದವು. ಮಳೆ ಮಾತ್ರ ಧೋ ಅಂತ ಸುರಿಯುತ್ತಲೇ ಇತ್ತು.

ಇದು ನಿಲ್ಲುವ ಮಳೆ ಅಲ್ಲ, ಕತ್ತಲಲ್ಲಿ ಓಡಿ ಹೋಗಿ ಮನೆ ತಲುಪಬಹುದು. ಮನೆಯ ಹಾದಿಯನ್ನು ಚೆನ್ನಾಗಿ ನೆನಪಿಸಿಕೊಂಡೆ. ರಸ್ತೆಯನ್ನು ದಾಟಿ ಆ ಬದಿಗೆ

ಹೋಗಿ ಹದಿನೈದು ಮೀಟರ್ ನಡೆದರೆ ಆ ಕಾಲು ಹಾದಿ ಸಿಗುತ್ತದೆ. ಅಲ್ಲಿಂದ ಒಂದು ಫರ್ಲಾಂಗ್ ಇರಬಹುದು. ನಾನು ಓಡುವ ವೇಗಕ್ಕೆ ಎರಡರಿಂದ ಮೂರು ನಿಮಿಷ ಸಾಕು. ಮಳೆಗೆ ಬಟ್ಟೆ ಒದ್ದೆಯಾಗುವ ಕಾರಣದಿಂದ ಓಡುವ ವೇಗ ಕಡಿಮೆಯಾಗಬಹುದು. ಮಳೆಯೊಂದಿಗೆ ಗಾಳಿಯೂ ಆರಂಭವಾಗಿದೆ ಅಂದರೆ ಓಡುವ ವೇಗ ಇನ್ನಷ್ಟು ಕಡಿಮೆಯಾಗುತ್ತದೆ. ಗಾಳಿ ಬೀಸುವ ವೇಗ ನೋಡಿದರೆ ಒಂದೋ ಮಳೆ ಕಡಿಮೆಯಾಗುತ್ತದೆ. ಇಲ್ಲವೇ ಮಳೆ ಜಾಸ್ತಿಯಾಗುತ್ತದೆ. ಯಾವುದಕ್ಕೂ ಇರಲಿ ಇನ್ನೂ ಹತ್ತು ನಿಮಿಷ ಕಾಯೋಣ ಅಂದುಕೊಂಡೆ.

ಮುಂದಿನ ಐದು ನಿಮಿಷಗಳಲ್ಲಿ ಕರೆಂಟ್ ಕೂಡ ಹೋಯಿತು. ಅಂಗಡಿಯವನು ಜನರೇಟರ್ ಆರಂಭ ಮಾಡಿದ. ನಾನು ಅಂಗಡಿಯ ಬಾಗಿಲು ಹಾಕಬೇಕು. ಹೊರಡಿ ಅಂತ ಭಂಡತನ ತೋರಿ ಅಲ್ಲಿಯೇ ನಿಂತಿದ್ದವರನ್ನು ಅವನು ಹೊರಗೆ ಹಾಕಿದ. ಕೆಲವು ಅಂಗಡಿಗಳ ಜನರೇಟರ್ ಬೆಳಕು ಬಿಟ್ಟರೆ ಉಳಿದಂತೆ ಎಲ್ಲವೂ ಕತ್ತಲು ಕತ್ತಲು.

ಮಳೆಯ ಶಬ್ದ, ಜನರೇಟರ್‌ನ ಶಬ್ದ ಜೊತೆ ಜೊತೆಯಾಗಿ ಕೇಳಿ ಬರಲಾರಂಭಿಸಿತು. ಅಕ್ಕಪಕ್ಕ ನಿಂತಿದ್ದ ಜನರಿಗೆ ಸಂಕಟ ಆರಂಭವಾಯಿತು. ತಮ್ಮ ತಮ್ಮ ಜೊತೆಗಾರರ ಬಂಧು ಬಾಂಧವರ ಪಕ್ಕ ನಿಂತುಕೊಳ್ಳಲು ಎಲ್ಲರೂ ಪರದಾಡಿದರು. ಚಿಕ್ಕ ಮಗುವೊಂದು ಅಳಲು ಶುರು ಮಾಡಿತು. ಅದರ ಅಮ್ಮ ಸಮಾಧಾನ ಮಾಡಲು ಪ್ರಯತ್ನಿಸಿದಳು. ಆ ಮಗುವಿನ ಅಳು ಜಾಸ್ತಿಯಾಯಿತು ಈಗ ಆ ಹೆಂಗಸು ಮಗುವಿಗೆ ಎರಡೇಟು ಕೊಟ್ಟಳು. ವಯಸ್ಕರೊಬ್ಬರು ನಿಲ್ಲಲಾಗುವುದಿಲ್ಲ ನಾನು ಕುಳಿತುಕೊಳ್ಳ ಬೇಕು ಅಂತ ತಾವು ನಿಂತ ಜಾಗದಲ್ಲಿಯೇ ಕುಸಿದಂತೆ ಕುಳಿತರು. ಅವರು ಹಾಗೆ ಕುಳಿತುಕೊಳ್ಳುವಾಗ ಅವರ ಹಿಂದೆ ಇದ್ದವನು ಆಯತಪ್ಪಿದ. ಅವನಿಗೆ ತಾನು ಬಿದ್ದು ಬಿಡುವ ಭಯ ಕಾಡಿತು. ತನ್ನ ಪಕ್ಕದಲ್ಲಿ ಇದ್ದವನನ್ನು ಆಸರೆಗಾಗಿ ಹಿಡಿದುಕೊಂಡ. ಇವನ ಆಯವೂ ತಪ್ಪಿತು. ಅವನು ಅವನ ಪಕ್ಕದಲ್ಲಿ ಇದ್ದ ದಪ್ಪ ಹೆಂಗಸಿನ ಮೇಲೆ ಬಿದ್ದು ಬಿಟ್ಟ, ಅವಳು ಹೋ ಅಂತ ಶುರು ಮಾಡಿದಳು. ಅವಳ ಧ್ವನಿ ಕೇಳಿ ಅವನ ಗಂಡ ಏನೋ ಹೇಳಿದ. ಹೀಗೆ ನಾನು ನಿಂತಿದ್ದ ಜಾಗದಲ್ಲಿ ಏನೇನೋ ನಡೆಯುತ್ತಿತ್ತು. ಹಲವು ಬಗೆಯ ವಾಸನೆಗಳು ಅಲ್ಲಿ ಸೇರಿದವು. ಮಳೆ ಮಾತ್ರ ಕಡಿಮೆಯಾಗಲಿಲ್ಲ. ಅಂಗಡಿಯವನು ಜನರೇಟರ್ ನಿಲ್ಲಿಸಿ ಮೇಣದ ಬತ್ತಿ ಹತ್ತಿಸಿ ಬೀಗ ಹಾಕಿ ಬಂದು ಪ್ಲಾಸ್ಟಿಕ್ ರೈನ್ ಕೋಟ್‌ನಂತಹ ಕವರ್ ತೆಗೆದು ಅದರಲ್ಲಿ ತನ್ನನ್ನು ಅಡಗಿಸಿಕೊಂಡು ಹೊರಟೇಬಿಟ್ಟ,

ನಮ್ಮ ಮುಂದೆ ಇದ್ದ ಕಾರಿನ ಒಳಗಡೆಯ ದೀಪ ಹತ್ತಿಕೊಂಡಿತು. ಮಳೆಯ ತೀವ್ರತೆಯ ಇನ್ನೊಂದು ಅನುಭವವನ್ನು ಅದು ನನಗೆ ನೀಡಿತು.

ಮುಸುಕು, ಮುಸುಕಾದ ದೀಪದ ಬೆಳಕಿನ ಹೊರತು ಆ ಕಾರಿನ ಬಣ್ಣ ಯಾವುದೂ ಅನ್ನುವುದು ಕೂಡ ಕಾಣಿಸದಂತೆ ಮಳೆ ಬೀಳುತ್ತಿತ್ತು. ಕಾರಿನ ಹಿಂಬದಿಯ ಡೋರ್ ತೆರದುಕೊಂಡಿತು. ಅರ್ಧ ನಿಮಿಷದಲ್ಲಿ ಅದು ಪುನಃ ಮುಚ್ಚಿಕೊಂಡಿತು. ಕಾರಿನ ಒಳಗಡೆ ಇದ್ದವರಿಗೆ ಮೂತ್ರ ಶಂಕಿಯಾಗಿರಬಹುದು. ಕಾರಿನ ಡೋರ್ ತೆಗೆದು ಅವರು ಕುಳಿತ ಜಾಗದಿಂದಲೇ ಮೆಲ್ಲನೆ ಮೂತ್ರ ಮಾಡಿದ್ದಾರೆ ಅನ್ನುವುದು ನನ್ನ ಲೆಕ್ಕಾಚಾರ ಅಥವಾ ಒಳಗಡೆಗೆ ಹೊಸ ಗಾಳಿ ಬರಲಿ ಎಂದೂ ಕೂಡ ಬಾಗಿಲನ್ನು ತೆರೆದಿರಬಹುದು. ಮೂತ್ರ ಮಾಡುವ ವಿಚಾರ ಮನಸ್ಸಿಗೆ ಬಂದ ತಕ್ಷಣ ನನಗೂ ತಕ್ಷಣ ಮೂತ್ರ ಮಾಡಬೇಕು ಅಂತ ಅನಿಸಿತು.

ಹೋಟೆಲಿನಲ್ಲಿ ರೂಮು ಸಿಕ್ಕವರು ರೂಮಿನಲ್ಲಿ ಆರಾಮಾಗಿದ್ದಾರೆ. ಕನಿಷ್ಠ ಪಕ್ಷ ಧರ್ಮಛತ್ರದಲ್ಲಿ ಇರುವವರೂ ನಮ್ಮದಿಯಿಂದ ಇದ್ದಾರೆ. ನನಗೆ ಹೋಗಿ ಹೋಗಿ ಆ ಬೆಟ್ಟದಲ್ಲಿ ಮನೆ ಸಿಕ್ಕಿದೆ, ಈ ಮಳೆಯಲ್ಲಿ ಅದೂ ಈ ಕತ್ತಲೆಯಲ್ಲಿ ಅಲ್ಲಿಗೆ ತಲುಪುವುದು ಹೇಗೆ ಕಾಲುದಾರಿಯಲ್ಲಿ ಕುದುರೆಲಾಯ ಮಾತ್ರ ಕಾಣುತ್ತದೆ. ಓಡುವ ಭರದಲ್ಲಿ ಅದನ್ನು ದಾಟಿ ಓಡಿದರೆ ವಾಪಾಸು ಅಲ್ಲಿಗೆ ಬರುವುದರೊಳಗೆ ನನ್ನ ತಿಥಿ ಆಗಿಹೋಗಿರುತ್ತದೆ. ಏನು ಮಾಡುವುದು ಇಲ್ಲಿಯೇ ನಿಲ್ಲುವುದೋ ಅಥವಾ ಓಡುವುದೋ ಅರ್ಥವಾಗಲಿಲ್ಲ. ಮಳೆ ಕಡಿಮೆಯಾಗುವ ಯಾವ ಲಕ್ಷಣಗಳು ಕಾಣಲಿಲ್ಲ. ಇನ್ನು ಕೆಲವು ನಿಮಿಷ ನಿಂತು ನೋಡೋಣ ಅಂದುಕೊಂಡೆ.

ಆಜ್ ಲಗತಾ ಹೈ ಪ್ರಳಯ ಹೋ ಜಾಯೇಗಾ ಅಂದನೊಬ್ಬ 'ಪ್ರಳಯ' ಅನ್ನುವ ಶಬ್ದ ಕೇಳಿದಾಗ ನಾನು ಬೆಚ್ಚಿಬಿದ್ದೆ. ಭಯ ಆರಂಭವಾಯಿತು. ಬಹಳ ಚಿಕ್ಕಂದಿನಿಂದಲೂ ನನಗೆ ನೀರು ಅಂದ್ರೆ ಸ್ವಲ್ಪ ಭಯ, ಅಮ್ಮ ನೀರಿನಲ್ಲಿ ಕೊಚ್ಚಿ ಹೋಗಿದ್ದಳು ಅನ್ನುವ ಅಂಶ ಯಾವಾಗಲೂ ನನಗೆ ನೀರಿನಿಂದ ದೂರ ಇರುವಂತೆ ಮಾಡಿತ್ತು. ತೋಡು, ಕೆರೆ ನದಿಯಿಂದ ನಾನು ಸಾಧಾರಣವಾಗಿ ದೂರವೇ ಇರುತ್ತಿದ್ದೆ. ಕಾಶಿಯಲ್ಲಿ ಸ್ನಾನ, ಮಾಡುವಾಗಲೂ ಭಯದಿಂದಲೇ ಮಾಡಿದ್ದೆ. ಇಂತಹ ನನಗೆ ಯಾರೋ ಹೇಳಿದ ಪ್ರಳಯ ಅನ್ನುವ ಪದ ಸ್ವಲ್ಪ ಭಯಾನಕವಾಗಿಯೇ ಕಂಡಿತು.

ಓಡಲು ತಯಾರಾಗುವುದು ಒಂದು ನಿಮಿಷ ನೋಡೋಣ ಅಂದುಕೊಳ್ಳುವುದು ಪುನಃ ಓಡಲು ತಯಾರಾಗುವುದು ಒಂದು ನಿಮಿಷ ಕಾದು ನೋಡೋಣ ಅಂದುಕೊಳ್ಳುವುದನ್ನೇ ಮಾಡುತ್ತಾ ಅರ್ಧಗಂಟೆ ಕಳೆದೆ. ಮಳೆ ನಿಂತಿತು. ನಿಧಾನವಾಗಿ ನಿಂತಿತು. ಆದರೆ ಸೆಖೆ ಮಾತ್ರ ಕಡಿಮೆಯಾಗಿರಲಿಲ್ಲ. ಸೆಖೆ ಕಡಿಮೆಯಾಗದೆ ಹೋದ್ರೆ ಮಳೆ ಪುನಃ ಬರಲಿದೆ. ಅಂತಾನೇ ಅರ್ಥ. ಮಳೆ ಸಂಪೂರ್ಣವಾಗಿ ನಿಂತಿತು. ಕರೆಂಟ್ ಬಂತು. ಎರಡೇ ಎರಡು ನಿಮಿಷದಲ್ಲಿ

ಮೂರು ಗಂಟೆಯ ಸಮಯದಲ್ಲಿ ಇದ್ದ ಚಟುವಟಿಕೆ ಆರಂಭವಾಯಿತು. ಬೆಳಕಿನಲ್ಲಿ ಗಡಿಯಾರ ನೋಡಿಕೊಂಡೆ ಸಮಯ ಏಳು ನಲವತ್ತು ಎಡೆಬಿಡದೆ ಮಳೆ ನಾಲ್ಕು ಗಂಟೆ ನಲವತ್ತು ನಿಮಿಷ ಬಿದ್ದಿತ್ತು.

ಎರಡು ದೊಡ್ಡ ಬ್ರೆಡ್, ನೀರಿನ ಬಾಟಲಿ, ಖರೀದಿ ಮಾಡಿ ಬಿರುಸಾಗಿ ಹೆಜ್ಜೆ ಹಾಕಿದೆ. ಅಪರಿಚಿತ ಜಾಗ ಆದಷ್ಟು ಬೇಗ ಮನೆ ಸೇರುವ ತವಕ ನಡಿಗೆಯ ವೇಗ ಹೆಚ್ಚಿಸಿದೆ. ಮಳೆ ನಿಂತು ನಾಲ್ಕು ಅಥವಾ ಐದು ನಿಮಿಷ ಆಗಿರಬೇಕಷ್ಟೇ. ಜಡಿ ಮಳೆ ಪುನಃ ಆರಂಭವಾಯಿತು. ನಾನು ಓಡಲು ಕಾಲು ತೆಗೆದೆ. ಜಾರಿದಂತಾಗಿ ಬಿದ್ದೆ.

ತಕ್ಷಣ ಎದ್ದು ಸಾವರಿಸಿಕೊಂಡೆ.. ಕತ್ತಲೆಯಲ್ಲಿ ಕೈಗೆ ಸಿಕ್ಕಿದ್ದು ಬ್ರೆಡ್ ಮಾತ್ರ. ನೀರಿನ ಬಾಟಲ್ ಉರುಳಿ ಹೋಗಿತ್ತು. ಅದನ್ನು ಹುಡುಕಾಡುತ್ತಾ ಸಮಯ ಕಳೆಯುವಂತಿಲ್ಲ. ಜಾರಿ ಬಿದ್ದ ರಭಸಕ್ಕೆ ತುಟಿ ಒಡೆದುಹೋಗಿತ್ತು. ಆ ಜಾಗದಲ್ಲಿ ಸಣ್ಣದಾಗಿ ಉರಿ, ಹಾಕಿಕೊಂಡಿದ್ದ ಚಪ್ಪಲಿಯಲ್ಲಿ ಒಂದು ಕಾಲಿನಲ್ಲಿತ್ತು. ಇನ್ನೊಂದು ಕೆಸರು ನೀರಿನಲ್ಲಿ ಅಡಗಿತ್ತು. ಅದನ್ನು ಹುಡುಕುವುದು ಬೇಡವೇ ಬೇಡ ಅಂತ ಇನ್ನೊಂದು ಚಪ್ಪಲಿಯನ್ನು ಅಲ್ಲಿಯೇ ಬಿಟ್ಟು, ಜಾರದಂತೆ ಜಾಗ್ರತೆಯಿಂದ ಕಾಲು ತೆಗೆಯುತ್ತಾ ಸಾಗಿದೆ. ಕುದುರೆಲಾಯದ ಹಿಂದೆ ಬೆಳಕು ಕಂಡಿತು. ಅಬ್ಬಾ ಬದುಕಿದೆ ಅಂತ ಆ ದಿಕ್ಕಿಗೆ ನಡೆದೆ. ಕುದುರೆಲಾಯದಲ್ಲಿ ಒಂದಷ್ಟು ಜನ ನಿಂತಿದ್ದು ಮಳೆ ಕಡಿಮೆಯಾಗುವುದನ್ನೇ ಕಾಯುತ್ತಿದ್ದರು.

ಸಮತಟ್ಟು ಮಾಡಿದ ಜಾಗವಾದ ಕಾರಣದಿಂದ ನೀರು ಹರಿಯುವುದು ಸ್ವಲ್ಪ ನಿಧಾನವಾಗಿತ್ತು. ಹೀಗಾಗಿ ನೀರಿನಲ್ಲಿಯೇ ಕಾಲೆಳೆಯುತ್ತಾ ಮುಂದೆ ಸಾಗಿ, ಮನೆಯ ಬಾಗಿಲು ಬಡಿದೆ. ವಿಶ್ವಾಸ್ ಬಾಗಿಲು ತಗೆದ.

ಬೇಗ ಬರಬಾರದ. ನಮಗೆಲ್ಲಾ ಭಯ ಆಗಿತ್ತು. ಏನಿದು ತುಟಿ ಊದಿದೆ ರಕ್ತಾನೂ ಬರ್ತಾ ಇದೆ. ಬಿದ್ಯಾ ಅಂದ.

ನಾನು ಹೌದು ಅನ್ನುವಂತೆ ತಲೆಯಾಡಿಸಿ, ನನ್ನ ಬ್ಯಾಗ್ ಇರಿಸಿದ್ದ ಜಾಗಕ್ಕೆ ಹೋಗಿ ಬಟ್ಟೆ ಬಿಚ್ಚಲು ಆರಂಭಿಸಿದೆ. ಒಳಗಡೆಯ ಉಡುಪು ಕೂಡ ಪೂರ್ಣ ಪ್ರಮಾಣದಲ್ಲಿ ಒದ್ದೆಯಾಗಿತ್ತು. ಬಟ್ಟೆ ಬದಲಿಸಿ ಟವಲ್‌ನಲ್ಲಿ ಚೆನ್ನಾಗಿ ತಲೆ ಉಜ್ಜಿಕೊಂಡೆ ಬ್ರೆಡ್ ಪ್ಯಾಕ್ ಮೇಲೆ ಕೆಸರು ಮೆತ್ತಿಕೊಂಡಂತೆ ಆಗಿತ್ತು. ಅದನ್ನು ತೆಗೆದು ಮೂಲೆಗೆ ಎಸೆದೆ. ಚಳಿ ಆರಂಭವಾಯಿತು. ಗಡ ಗಡ ನಡುಗಲಾರಂಭಿಸಿದೆ. ಯಾಕೋ ನಡುಕ ನಿಲ್ಲುತ್ತಲೇ ಇಲ್ಲ. 'ರಾನಿದೇವಿ' ಮಣ್ಣಿನ ಪಾತ್ರೆಯಲ್ಲಿ ಒಂದಷ್ಟು ಇದ್ದಿಲು ತುಂಬಿ ಅದಕ್ಕೆ ಸ್ವಲ್ಪ ಸೀಮೆಎಣ್ಣೆ ಹಾಕಿ ಕಡ್ಡಿ ಗೀರಿದಳು.

ಹೊರಗಡೆ ಮಳೆಯ ಸದ್ದು ಇನ್ನಷ್ಟು ಜಾಸ್ತಿಯಾಯಿತು. ಇದು ರಾತ್ರಿಯಿಡಿ ಬರುವ ಮಳೆ ಹೀಗೆ ಮಳೆ ಸುರಿದರೆ ಗತಿಯನು? ಅಂದೆ.

ಇನ್ನೇನು ನಾಳೆ ಇಡೀ ಇಲ್ಲೇ ಇರೋದು. ಮಳೆ ನಿಂತಾಗ ಹೋಗಿ ಏನಾದರೂ ತರೋದು ತಿನ್ನೋದು ಇನ್ನೂ ಎರಡು ದಿನ ನಾವು ಇಲ್ಲಿಯೇ ಇರ್ಬೇಕು. ಮಳೆ ಬಂದ್ರೂ ಇರ್ಬೇಕು. ಮಳೆ ಬರ್ದೆ ಇದ್ರೂ ಇರ್ಬೇಕು. ನಾನು ಮಧ್ಯಾಹ್ನವೇ ಬಂದೆ. ನಿಂಗೂ ಪರೋಟ ತಂದಿದ್ದೆ ಅದು ಅಲ್ಲಿದೆ ನೋಡು ತಿನ್ನೋದಾದ್ರೆ ತಿನ್ನು ಇಲ್ಲ ಅಂದ್ರೆ ಬ್ರೆಡ್ ಆದರೂ ತಿನ್ನು, ಪರೋಟ ಚಕ್ಕಳದ ಹಾಗೆ ಆಗಿರ್ಬೋದು ಅಂದ ವಿಶ್ವಾಸ್.

ನೀವೇನು ತಿಂದ್ರಿ ಅಂದೆ.

ಕೆಳಗಡೆ ಎಲ್ಲಿ ಹೋಗೋದು ಮಾರಾಯ ಅದಕ್ಕೆ ಬ್ರೆಡ್ ತಿಂದ್ವಿ, ರಾನಿದೇವಿ ನಾನು ರೊಟ್ಟಿ ಮಾಡ್ತೀನಿ ಅಂದ್ರು, ನಾವೇ ಬೇಡ ಅಂದ್ವಿ, ಅವಳು ರೊಟ್ಟಿ ತಿಂದಳು. ನಾವು ಬ್ರೆಡ್ ತಿಂದ್ವಿ, ಬ್ರೆಡ್ ಬೇಕಾದ್ರೂ ತಿನ್ನು ಅಥವಾ ಪರೋಟ ಬೇಕಾದ್ರೂ ತಿನ್ನು ಅಂದ ನಾನು ಬ್ರೆಡ್ ತಿಂದೆ. ಅದಕ್ಕೆ ಕೆಸರು ಮೆತ್ತಿಕೊಂಡುಬಿಟ್ಟಿದೆ. ನೀರಿನ ಬಾಟಲಿಯೂ ಹೋಯ್ತು ಚಪ್ಪಲಿಯೂ ಹೋಯ್ತು.

ಹೋಗ್ಲಿಬಿಡು ನನ್ನ ಚಪ್ಪಲಿನ ಹಾಕ್ಕೋ ನನ್ನ ಹತ್ರ ಹೇಗೂ ಷೂ ಇದೆಯಲ್ಲಾ ಅಂದ. ಮೈಯಲ್ಲಿ ಕಾವು ಬರುವ ತನಕವೂ ಆ ಅಗ್ಗಿಷ್ಟಿಕೆಯಂತಹ ಪಾತ್ರೆಯ ಮುಂದೆಯೇ ಕುಳಿತಿದ್ದು ಪರೋಟ ತಿಂದೆ. ಮೂರು ಪರೋಟದಲ್ಲಿ ಎರಡು ತಿಂದು ಒಂದನ್ನು ಆ ಪ್ಲಾಸ್ಟಿಕ್ ಕವರಿನಲ್ಲಿಯೇ ಇಟ್ಟು ಬೆಳಿಗ್ಗೆ ನಾಯಿಗೆ ಹಾಕೋಣ ಅಂತ ಅಂದುಕೊಂಡೆ.

ಇವತ್ತಿಡೀ ನಾನು ಅರ್ಧ ಪುಸ್ತಕ ಓದಿ ಮುಗಿಸಿದೆ. ನಿನ್ನೆಯಷ್ಟು ಕಾಲು ನೋವು ಇಲ್ಲ. ನಾಳೆ ನಾಡಿದ್ದರಲ್ಲಿ ನಾನು ನಡಿಬಹುದೇನೋ ಪುಸ್ತಕ ಮಾತ್ರ ಫಸ್ಟ್ ಕ್ಲಾಸ್ ಆಗಿದೆ. ಭಾರ್ಗವ ನಾಳೆ ಇವನ ಹಾಗೆ ಲೇಟ್ ಮಾಡ್ಬೇಡ ಭಯ ಆಗುತ್ತೆ. ಅಂದ್ಲು ಶ್ವೇತಾ

ಅವನ ತುಟಿ ನೋಡು ಹನುಮಂತನ ಹಾಗೆ ಆಗಿದ್ದಾನೆ. ಸರಿಯಾಗಿಯೇ ಬಿದ್ದಿರಬೇಕು ಅಂತ ವಿಶ್ವಾಸ್ ಹೇಳಿದಾಗ ತುಟಿ ಮುಟ್ಟಿ ನೋಡಿಕೊಂಡೆ. ಅದು ಉಬ್ಬಿತ್ತು. ಕನ್ನಡಿಯಲ್ಲಿ ಒಂದ್ಸಲ ಮುಖ ನೋಡೋಣ ಅಂತ ಎದ್ದೆ. ಕರೆಂಟ್ ಪುನಃ ಹೋಯಿತು. ಹೊರಗಡೆ ಧಾರಾಕಾರ ಮಳೆ ಈ ಹಂಚುಗಳು ಒಡೆದು ಹೋಗಿ ಒಳಗಡೆ ನೀರು ಬಂದರೆ ಏನು ಗತಿ ಅಂತ ಅನಿಸಿ ಭಯವೂ ಆಯಿತು. ಹೇಗೂ ಮನೆ ತಲುಪಿದೆನಲ್ಲ ಎಂಬ ಸಮಾಧಾನ.

ರಾನಿದೇವಿ ಸೀಮೆಣ್ಣೆ ತುಂಬಿ ಅದರ ಮುಚ್ಚಳಕ್ಕೆ ತೂತು ಕೊರೆದು ಬಟ್ಟೆಯ ತುಂಡನ್ನೇ ದಾರದಂತೆ ಪೋಣಿಸಿದ್ದ ಒಂದು ಬುಡ್ಡಿಯನ್ನು ತಂದು ಅದನ್ನು ಹತ್ತಿಸಿದಳು. ಆದರ ಬೆಳಕಿನಲ್ಲಿ ಒಬ್ಬರ ಮುಖ ಒಬ್ಬರು ನೋಡಿಕೊಂಡೆವು. ಸೀಮೆಎಣ್ಣೆಯ ವಾಸನೆ ಮತ್ತು ಹೊಗೆ ನಿಧಾನವಾಗಿ ಹರಡಲಾರಂಭಿಸಿತು.

ಈ ಮಳೆಗೆ ಕಡ್ಲೆಪುರಿ ಅಥವಾ ಕಾರ ತಿಂಡಿ ಯಾವುದಾದ್ರೂ ಇದ್ರೆ ಎಂತ ಮಜ ಅಂದೆ. ಅಪ್ಪ ತಂದೆ ನಿಂಗೆ ಮಜ, ಈ ರಾನಿದೇವಿ ಹೇಳಿದ ಕತೆ ಕೇಳ್ತಾ ಇದ್ರೆ ನಂಗೆ ನಿದ್ರೆ ಬರೋದಿರಲಿ ಇಲ್ಲಿಂದ ಕ್ಷೇಮವಾಗಿ ದಾಟಿದ್ರೆ ಸಾಕಾಗಿದೆ ಅಂತ ಅನ್ನಿಸ್ತಾ ಇದೆ. ಇಲ್ಲೆಲ್ಲಾ ಬೆಟ್ಟ ಕುಸಿದು ರಸ್ತೇನೆ ಇಲ್ಲದ ಹಾಗೆ ಆಗುತ್ತಂತೆ. ಹಾಗೇನಾದ್ರೂ ಆದ್ರೆ ಮನೆ ತಲುಪೋದು ವಾರಗಟ್ಟಲೆ ಹಿಡಿಯುತ್ತೆ ಅಂತದ್ದೇನೂ ಆಗ್ದೇ ಇರಲಿ ಅಂತ ನಾನು ಪ್ರಾರ್ಥನೆ ಮಾಡ್ತಾ ಇದ್ದರೆ ನಿಂಗೆ ಕಡ್ಲೇಪುರಿ, ಕಾರತಿಂಡಿ ಚಿಂತೆ ಅಂದಳು ಶ್ವೇತಾ,

ಅಂತದ್ದೇನೂ ಆಗೋದಿಲ್ಲ ಬಿಡು. ಇಂತ ಮಳೆ ಮಡಿಕೇರಿಲೂ ಬೀಳುತ್ತೆ. ಅಲ್ಲಿ ಏನೂ ಆಗೋದಿಲ್ಲ. ಮಳೆ ನಿಂತ ಅರ್ಧ ಗಂಟೆಯಲ್ಲಿ ನೀರೇ ಇರೋದಿಲ್ಲ. ಅವಳು ಹೆದರಿಸಿದರೆ ನೀನು ಹೆದರಿ ಬಿಡೋದಾ ಅಂದೆ.

ಹೀಗೆ ಸ್ವಲ್ಪ ಹೊತ್ತು ಮಾತನಾಡಿ ಮಲಗಿದೆವು. ಮಳೆಯ ಅಬ್ಬರ ಅಂದು ಸ್ವಲ್ಪವೂ ಕಡಿಮೆಯಾಗಲಿಲ್ಲ. ಮಳೆಗಾಲದ ಆರಂಭದ ದಿನಗಳವು. ಅದ್ರಲ್ಲೂ ಇದು ಐದನೆಯದ್ದೋ, ಆರನೆಯದ್ದೋ ಇರಬಹುದು. ಅಷ್ಟಕ್ಕೆ ಭೂಮಿ ಕುಸಿಯೋದಾದ್ರೆ ಇದು ಭೂಮಿನೆ ಅಲ್ಲ ಅಂತ ನನಗೆ ನಾನೇ ಧೈರ್ಯ ತಂದುಕೊಂಡು ಮಲಗಿದೆ. ಆ ದೀಪ ಕರೆಂಟು ಬರುವ ತನಕ ಆರಿಸಬಾರದು. ಅಂತ ಹೇಳುವ ಮನಸ್ಸಾದರೂ ಆ ಹೊಗೆ ಮತ್ತು ಸೀಮೆಎಣ್ಣೆ ವಾಸನೆ ಯಾಕೋ ಅಸಹನೀಯ ಅನಿಸಿತು. ದೀಪ ಆರಿಸಿದೆ.

ಒಂದು ಗಂಟೆ ಕಳೆದಿರಬಹುದು. ಮಳೆ ನಿಲ್ಲುವ ಯಾವುದೇ ಲಕ್ಷಣ ಇಲ್ಲ. ಇಂತಹ ಮಳೆ ಆ ಐದಾರು ನಿಮಿಷ ನಿಂತಿದ್ದು ಹೇಗೆ ಅನ್ನುವ ಪ್ರಶ್ನೆ ನನ್ನಲ್ಲಿ ಮೂಡಿತು. ಒಂದು ವೇಳೆ ಆವಾಗ ಮಳೆ ನಿಲ್ದೇ ಇದ್ರೆ, ನಾನು ಈಗಲೂ ಅಲ್ಲಿಯೇ ಓಡುವುದೋ ಬೇಡವೋ ಎಂಬ ಗೊಂದಲದಲ್ಲಿಯೇ ಇರುತ್ತಿದ್ದೆ. ಅಲ್ಲಿಯೇ ನಿಂತಿದ್ರೆ ಚೆನ್ನಾಗಿತ್ತು. ಈ ಮೂತಿ ಹನುಮಂತ ರಾಯನ ಮೂತಿಯಾಗುವುದು ತಪ್ಪುತ್ತಿತ್ತು. ಚಪ್ಪಲಿಯೂ ಉಳಿಯುತ್ತಿತ್ತು ಎಂಬ ಯೋಚನೆಯಲ್ಲಿ ಇದ್ದಾಗ ಸಣ್ಣದಾಗಿ ಭೂಮಿ ಕಂಪಿಸಿದಂತೆ ಆಯಿತು. ನೀರು ಭಾರೀ ರಭಸದಿಂದ ನುಗ್ಗುವ ಶಬ್ದವೂ ಕೇಳಿಸಿತು.

ವಿಶ್ವಾಸ್ ಕೆಳಗಡೆ ಏನೋ ಆಗ್ತಾ ಇದೆ ಅಂದೆ.

ಹೌದು ನನಗೂ ಶಬ್ದ ಕೇಳಿಸ್ತು ನಾವು ಏನು ಮಾಡುವ ಸ್ಥಿತಿಯಲ್ಲೂ ಇಲ್ಲ. ಬೆಳಿಗ್ಗೆ ಎದ್ದು ನೋಡೋಣ. ಈಗ ಸುಮ್ಮನೆ ಮಲಗುವುದೇ ಕೆಲಸ ಅಂದ.

ಬೆಟ್ಟ ಮೇಲಿಂದ ಕುಸಿದ್ರೆ ಏನು ಮಾಡೋದು ಅಂದ.

ಹೌದಾ, ಬೆಟ್ಟ ಮೇಲಿಂದ ಕುಸಿಯುತ್ತಾ ಅನ್ನುತ್ತಾ ಶ್ವೇತಾ ಎದ್ದು ಕುಳಿತು ಟಾರ್ಚ್ ಹಾಕಿದಳು ಟ್ರಾವೆಲಿಂಗ್ ಏಜೆನ್ಸಿಯವರು ಇಂತದೆಲ್ಲಾ ತನ್ನಿ ಎಂದು

ಮೊದಲೇ ಸೂಚಿಸಿರುತ್ತಾರೆ. ಅವರು ಹೇಳಿದ ಹಾಗೆ ವಿಶ್ವಾಸ್, ಶ್ವೇತಾರ ಬಳಿಯಲ್ಲಿ ಒಂದೊಂದು ಟಾರ್ಚ್ ಇತ್ತು.

ಎರಡೇ ಎರಡು ನಿಮಿಷದಲ್ಲಿ ಒಂದಷ್ಟು ಜನರು ಓಡಿ ಓಡಿ ಅನ್ನುತ್ತಾ ಓಡುತ್ತಿರುವ ಶಬ್ದ ಕೇಳಿಸಿತು. ಅದರ ಜೊತೆಯಲ್ಲೇ ಸ್ತ್ರೀಯರ, ಮಕ್ಕಳ ಜೋರಾಗಿ ಅಳುವ ಶಬ್ದವೂ ಕೇಳಿಸಿತು. ಯಾರ್‍ಯಾರೋ ಯಾರ್‍ಯಾರ ಹೆಸರು ಹಿಡಿದು ಕೂಗ್ತಾ ಇದ್ದರು. ಅಪ್ಪ ಎಲ್ಲಿ, ಅಮ್ಮ ಎಲ್ಲಿ ಮುನ್ನ ಎಲ್ಲಿದ್ದಿಯಾ ಹೀಗೆ ಹಲವು ಬಗೆಯ ಧ್ವನಿಗಳು. ಒಟ್ಟಿನಲ್ಲಿ ಕತ್ತಲಿನಲ್ಲಿ ಆಗಬಾರದ್ದೇನೂ ಆಗಿಹೋಗಿದೆ ಅಂತ ಅನಿಸುತ್ತಿತ್ತು. ಹೀಗೆ ಕೂಗಾಡುವ ಕರೆಯುವ ಸಹಾಯಕ್ಕಾಗಿ ಹಂಬಲಿಸುವ ಧ್ವನಿಗಳ ಸಂಖ್ಯೆ ನೂರಾರು ಇರಬಹುದು ಅಂತ ಅನಿಸಿತು. ಚೀತ್ಕಾರ, ಹಾಹಾಕಾರ ಇತ್ಯಾದಿ ಇತ್ಯಾದಿ ಎಲ್ಲವೂ ಜೊತೆಯಲ್ಲಿ ಸೇರಿ ಒಂದು ಭಯಂಕರ ಸನ್ನಿವೇಶ ಈ ಅಪರಾತ್ರಿಯಲ್ಲಿ ಭಾರೀ ಮಳೆಯ ನಡುವೆ ಉಂಟಾಗಿತ್ತು.

ಬಾಗಿಲು ತೆಗಿ ಅಂದ ವಿಶ್ವಾಸ್.

ನಾನು ಬಾಗಿಲು ತೆಗೆದೆ. ಹಲೋ ಅಂದೆ. ನನ್ನ ಹಿಂದೆ ಬಂದ ಶ್ವೇತಾ ಟಾರ್ಚ್ ಬೆಳಕು ಬಿಟ್ಟಳು. ಒಂದಷ್ಟು ಜನರು, ಮಹಿಳೆಯರು ಮಕ್ಕಳು, ಈ ಬೆಳಕಿನತ್ತ ಓಡಿ ಬರುತ್ತಿರುವುದು ಕಾಣಿಸಿತು. ಎಲ್ಲರ ಮುಖದಲ್ಲೂ ಆತಂಕ, ಭಯ, ಮನೆ ಮಾಡಿತ್ತು. ಎಲ್ಲಾದರೂ ಸರಿ ಹೇಗಾದರೂ ಸರಿ ಅವರಿಗೆ ಒಂದು ಆಶ್ರಯ ಬೇಕಾಗಿತ್ತು. ಟಾರ್ಚಿನ ಬೆಳಕಿನಲ್ಲಿಯೇ ಗಮನಿಸಿದೆ. ಕುದುರೆ ಲಾಯದ ತುಂಬಾ ಜನ ಸೇರಿದ್ದಾರೆ. ಓಡುವಾಗ ಕೆಲವರು ಬಿದ್ದಿದ್ದಾರೆ. ಅವರನ್ನು ಎಡವಿ ಇನ್ನೊಂದಷ್ಟು ಜನ ಬಿದ್ದಿದ್ದಾರೆ. ಬಿದ್ದವರಲ್ಲಿ ಕೆಲವರು ಎದ್ದಿಲ್ಲ. ಒಬ್ಬ ಮಹಿಳೆಯಂತೂ ಪುಟ್ಟ ಮಗುವಿನ ಸಮೇತ ಬಿದ್ದಿದ್ದಾಳೆ. ನಾನು ಮಂಕು ಹಿಡಿದವನಂತೆ ನಿಂತುಬಿಟ್ಟೆ.

ಶ್ವೇತಾ ಕೈಯಲ್ಲಿ ಟಾರ್ಚ್ ಹಿಡಿದು ಆ ಮಹಿಳೆಯ ಕಡೆ ಓಡಿದಳು. ನೀರಿನಲ್ಲಿಯೇ ಓಡಬೇಕಾಗಿತ್ತು. ಒಂದೆರಡು ಸಲ ಅವಳು ಮುಗ್ಗರಿಸಿದಂತೆ ಕಂಡಳಾದರೂ ಸಾವರಿಸಿಕೊಂಡು ಆ ಮಗುವಿನ ಹತ್ತಿರ ಹೋದಳು. ಮೊದಲು ಮಗುವನ್ನು ಎತ್ತಿಕೊಂಡಳು. ಆಮೇಲೆ ಇನ್ನೊಂದು ಕೈಯಲ್ಲಿ ಆ ಮಹಿಳೆಯನ್ನು ಎತ್ತುವ ಪ್ರಯತ್ನ ಮಾಡಿದಳು ಅವಳಿಂದ ಆಗಲಿಲ್ಲ. ಈ ಎಳೆದಾಟದಲ್ಲಿ ಅವಳ ಕೈಯಲ್ಲಿದ್ದ ಟಾರ್ಚ್ ಕೂಡ ನೆಲಕ್ಕೆ ಬಿತ್ತು. ನಾನು ಓಡಿದೆ. ಆ ಮಹಿಳೆಯನ್ನು ಎತ್ತುವ ಪ್ರಯತ್ನ ಮಾಡಿದೆ. ಅವಳು ನಿಧಾನವಾಗಿ ಎದ್ದಳು. ಇಷ್ಟರಲ್ಲಿ ರಾನಿದೇವಿ ಸೀಮೆಣ್ಣೆ ಬುಡ್ಡಿಯನ್ನು ಹುಡುಕಿ ಪುನಃ ಹತ್ತಿಸಿದ್ದಳು. ನಾನು ನಿಧಾನವಾಗಿ ಆ ಮಹಿಳೆಯ ಕೈಯನ್ನು ನನ್ನ ಹೆಗಲ ಮೇಲೆ ಇರಿಸಿ, ಇನ್ನೊಂದು ಕೈಯಿಂದ ಅವಳ ಸೊಂಟ ಹಿಡಿದು ನಡೆಸಿಕೊಂಡು ಮನೆಯ ಒಳಗಡೆ ಬಂದೆ. ಮಗು

ಅಳುತ್ತಲೇ ಇತ್ತು. ಆ ಮಗುವಿನ ತಲೆಯ ಮೇಲೆ ಟವಲ್ ಇರಿಸಿ ಚೆನ್ನಾಗಿ ಒರೆಸಿದಳು. ಮನೆಯ ಒಳಗಡೆ ಕನಿಷ್ಠ ಅಂದ್ರೆ, ಅವರತ್ತು ಜನ ಇದ್ದರು. ಯಾರಿಗೆ ಅಂತ ಟವಲ್ ಕೊಡುವುದು 'ರಾನಿದೇವಿ'ಯನ್ನು ಬಿಟ್ಟರೆ ನಮ್ಮ ಉಡುಪುಗಳು ಒದ್ದೆಯಾಗಿದ್ದವು. ಮಳೆ ಮಾತ್ರ ಯಾರ ಮೇಲಣವೊ ಸೇಡನ್ನು ತೀರಿಸಿಕೊಳ್ಳುವಂತೆ ಹೊಡೆಯುತ್ತಲೇ ಇತ್ತು.

ಯಾರೂ ಹೆದರಬೇಡಿ ದೇವರಿದ್ದಾನೆ ಅಂದ ವಿಶ್ವಾಸ್, ಅವನ ಮಾತಿನ ಮೇಲೆ ಅವನಿಗೆ ವಿಶ್ವಾಸ ಇತ್ತೋ ಇಲ್ಲವೋ, ಅಳುವವರು, ಅಳುತ್ತಲೇ ಇದ್ದರು. ದೇವರ ಧ್ಯಾನ ಮಾಡುವವರು ಮಾಡುತ್ತಲೇ ಇದ್ದರು. ನನ್ನ ಮನೆಯವರು ಈಗ ಕಾಣ್ತಾ ಇಲ್ಲ. ಅವರು ಎಲ್ಲಿದ್ದಾರೋ ಏನೋ ಅನ್ನುವ ಆತಂಕ ಬಹುತೇಕ ಅಲ್ಲಿ ಇದ್ದವರಿಗೆಲ್ಲಾ ಇತ್ತು. ಜನರ ಕಿರುಚಾಟ ಶುರುವಾಯಿತು. ಪುನಃ ಹಾಹಾಕಾರ ಎದ್ದಿತು. ಇವುಗಳ ನಡುವೆ ವಿಶ್ವಾಸ್ ದೆವ್ವ ಹಿಡಿದವನಂತೆ ಕಿರುಚಿದ. ಎಲ್ಲರೂ ಬಾಯಿ ಮುಚ್ಚಿ ಅಂದ. ಅವನ ಅಬ್ಬರದ ಧ್ವನಿಗೆ ಎಲ್ಲರ ಧ್ವನಿಯೂ ಅಡಗಿತು. ಎದುರಿಗೆ ಇದ್ದ ಒಬ್ಬಾತನನ್ನು ಇವನು ಕೇಳಿದ.

ನಿನ್ನ ಹೆಸರೇನು?

ರಾಮಚಂದ್ರ ಯಾದವ್.

ನಿನ್ನ ಜೊತೆ ಯಾರ್‍ಯಾರು ಇದ್ದರು?

ನನ್ನ ಪತ್ನಿ ರೂಪಲ್, ಮಗ ನಿಶ್ಚಲ್ ಯಾದವ್.

ಸರಿ ಈಗ ಬಾಯಿ ಮುಚ್ಚು ಎಂದು ಹೇಳಿ ಮನೆಯಿಂದ ಹೊರಗೆ ಬಂದು ಗಟ್ಟಿಯಾಗಿ ರೂಪಲ್, ನಿಶ್ಚಲ್‌ಯಾದವ್ ಎಂದು ಎತ್ತರದ ಧ್ವನಿಯಲ್ಲಿ ಕೂಗಿದ.

ಕುದುರೆಲಾಯದಿಂದ ಓ ಅನ್ನುವ ಕೂಗು ಕೇಳಿಬಂತು.

ನಿಮ್ಮ ಮನೆಯವರು ರಾಮಚಂದ್ರ ಯಾದವ್ ಇಲ್ಲಿದ್ದಾರೆ. ಹೆದರಬೇಡಿ ನೀವು ಅಲ್ಲಿ ಇರಿ ಅಂದ ಕುದುರೆಲಾಯದಲ್ಲಿಯೂ ಮೌನ ಆವರಿಸಿತು. ಅಲ್ಲಿನವರೂ ಇಲ್ಲಿಂದ ಬರುವ ಹೆಸರುಗಳಿಗಾಗಿ ಕಾಯಲಾರಂಭಿಸಿದರು. ಇವೆಲ್ಲವೂ ಕತ್ತಲೆಯಲ್ಲಿ ನಡೆಯುತ್ತಿತ್ತು. ಭಾರೀ ಮಳೆಯ ನಡುವೆ ನಡೆಯುತ್ತಿತ್ತು.

ನಿನ್ನ ಹೆಸರೇನು?

ಚಂದ್ರಹಾಸಗುಪ್ತ.

ನಿನ್ನ ಜೊತೆ ಯಾರ್‍ಯಾರು ಇದ್ದಾರೆ?

ಮೈಥಿಲಿ ಮತ್ತು ನನ್ನ ಅಪ್ಪ ಜಯರಾಂಗುಪ್ತ.

ಈಗ ನಾನು ಹೊರಗಡೆ ನಿಂತುಕೊಂಡು ಮೈಥಿಲಿ, ಜಯರಾಂಗುಪ್ತ ಅಂತ ಕೂಗಿದೆ. ನನಗೆ ಏನು ಮಾಡಬೇಕು ಅನ್ನುವುದು ಅರ್ಥವಾಗಿತ್ತು. ಮೈಥಿಲಿಯ ಧ್ವನಿ ಕೇಳಿಸಿತು. ಜಯರಾಂಗುಪ್ತ ಅವರದ್ದು ಇಲ್ಲ.

ಸರಿ ಬಿಡು, ಅವರು ಬೇರೆ ಎಲ್ಲಿಯಾದರೂ ಇರ್ತಾರೆ.

ಹೀಗೆ ಅರವತ್ತೆರಡು ಮಂದಿಯ ಹೆಸರು ಕೇಳಿ ಕೂಗಿ ಅಲ್ಲಿಂದ ಬರುವ ಪ್ರತಿಕ್ರಿಯೆಗಾಗಿ ಕಾದೆವು. ಅರವತ್ತೆರಡರಲ್ಲಿ ಹನ್ನೊಂದು ಜನರ ಮನೆಯವರು ಇರಲಿಲ್ಲ. ಆ ಲಾಯ ಮತ್ತು ಈ ಮನೆಯಲ್ಲಿ ಇರುವವರ ಸಂಖ್ಯೆ ಇನ್ನೂರ ಹದಿನೈದು ಆಗಿತ್ತು.

ನಾನು ಕೃಷ್ಣಶಾಸ್ತ್ರಿ ಎಂದು ಕೂಗಿದೆ. ಅದಕ್ಕೆ ಆ ಕಡೆಯಿಂದ ಓ ಅನ್ನುವ ಪ್ರತಿಕ್ರಿಯೆಯೂ ಬಂತು. ಅರೇ ಅಪ್ಪ ಅಲ್ಲಿದ್ದಾರೆ. ಅವರಿಗೆ ಕಾಲು ಸರಿ ಇಲ್ಲ. ಓಡುವಾಗ ಬಿದ್ದು ಅವರಿಗೆ ನೋವಾಗಿರಬೇಕು. ಹಾಳು ಮಳೆಯಲ್ಲೇ ಕುಂಟುತ್ತಾ ಬಂದಿದ್ದಾರೆ. ತುಂಬಾ ನೆನೆದಿರುತ್ತಾರೆ. ಶೀತ ಗೀತ ಅಂತ ಶುರುವಾದರೆ ಗತಿಯೇನು, ನಾನು ಎಂತಹ ಕೆಲಸ ಮಾಡಿಬಿಟ್ಟೆ ಅಂದುಕೊಂಡು ಅಪ್ಪ ಅಂತ ಗಟ್ಟಿಯಾಗಿ ಕೂಗಿದೆ. ಅತ್ತ ಕಡೆಯಿಂದ ಈ ಸಲ ಯಾವ ಪ್ರತಿಕ್ರಿಯೆಯೂ ಬರಲಿಲ್ಲ. 'ಏಯ್ ಕನವರಿಸುವುದನ್ನು ಬಿಡು' ಎಂದು ವಿಶ್ವಾಸ್ ಗಟ್ಟಿಯಾಗಿ ಹೇಳಿದಾಗ ನಾನು ವಾಸ್ತವ ಪ್ರಪಂಚಕ್ಕೆ ವಾಪಾಸು ಬಂದೆ. ಮನೆಯಲ್ಲಿ ಇದ್ದ ನಾಲ್ಕು ಮಕ್ಕಳಿಗೆ ಶ್ವೇತಾ ಬಿಸ್ಕೇಟು ಕೊಟ್ಟಳು. ಸಾವಿನ ದವಡೆಯಿಂದ ಪಾರಾಗಿ ಬಂದ ಜನರಲ್ಲಿ ಭಯ ಇದ್ದರೂ ಹಿಂದಿನ ಪ್ರಮಾಣದಲ್ಲಿ ಇರಲಿಲ್ಲ. ಇಲ್ಲಿ ಯಾರೋ ಒಬ್ಬ ನಮ್ಮ ಸಹಾಯಕ್ಕೆ ಇದ್ದಾನೆ ಅನ್ನುವ ಧೈರ್ಯ ಅಲ್ಲಿದ್ದ ಜನರಿಗೆ ಬಂತು. ಮುಳುಗುವವನಿಗೆ ಹುಲ್ಲು ಕಡ್ಡಿಯೇ ಆಸರೆಯಂತೆ ಇದ್ದಾರೆ. ಆ ಕ್ಷಣದಲ್ಲಿ ತಕ್ಕಮಟ್ಟಿಗಿನ ಧೈರ್ಯ ತುಂಬುವಲ್ಲಿ ವಿಶ್ವಾಸ್ ಯಶಸ್ವಿಯಾಗಿದ್ದ. ನನಗೆ ಅವನ ಬಗ್ಗೆ ಹೆಮ್ಮೆ ಅನಿಸಿತು. ಶ್ವೇತಾಳಿಗೆ ಅವಳ ಬೆನ್ನು ನೋವು ಮರೆತುಹೋಗಿತ್ತು. ಪರಸ್ಪರ ಧೈರ್ಯ ಹೇಳಿಕೊಂಡು ಆ ರಾತ್ರಿ ಕಳೆಯಿತು.

ಏನಾಗಿದೆ ಕೆಳಗಡೆ ಅಂತ ವಿಶ್ವಾಸ್ ಕೇಳಿದ. ಜನರಲ್ಲಿ ಗುಜು ಗುಜು ಆರಂಭವಾಯಿತು. ಯಾರಾದರೂ ಒಬ್ಬರು ಮಾತನಾಡಿ ಅಂತ ವಿಶ್ವಾಸ್ ಗಟ್ಟಿಯಾಗಿ ಹೇಳಿದ ನಂತರ ಒಬ್ಬಾತ ನಡುಗುವ ಧ್ವನಿಯಲ್ಲಿ ಶುರು ಮಾಡಿದ.

ನಾವು ಹೋಟೆಲಿನಲ್ಲಿ ಮಲಗಿದ್ದೆವು. ಹೊರಗಡೆ ಜೋರಾಗಿ ಮಳೆ ಬರ್ತಾ ಇತ್ತು. ಬೆಳಿಗ್ಗೆ ಚೆನ್ನಾಗಿ ತಿರುಗಾಡಿದ್ವಿ. ಹೀಗಾಗಿ ತುಂಬಾ ಸುಸ್ತಾಗಿತ್ತು. ಮಲಗಿದ ತಕ್ಷಣ ನಿದ್ರೆ ಬಂತು. ಈಗ್ಗೆ ಎರಡು ಗಂಟೆ ಮುಂಚೆ ಹೋಟೆಲಿವನು ಬಂದು ನೀರು ತುಂಬಾ ನುಗ್ತಾ ಇದೆ. ಇಲ್ಲಿಂದ ಓಡಿ ಅಂದ ನಾವು ಎರಡನೇ ಅಂತಸ್ತಿನಲ್ಲಿ ಇದ್ದು, ಕೆಳಗಡೆ ನೀರು ಮಂಡಿಯ ತನಕ ಬಂದಿತ್ತು. ನಾನು ನನ್ನ ಹೆಂಡ್ತಿ ನನ್ನ ಅತ್ತೆ ಅಲ್ಲಿಂದ ಹೊರಟ್ವಿ, ರಸ್ತೆ ದಾಟಿ ಈ ಗುಡ್ಡದ ಹತ್ತಿರ ಬಂದ್ವಿ, ಭಾರೀ ಶಬ್ದ ಆಯ್ತು. ಇದ್ದಕ್ಕಿದ್ದ ಹಾಗೆ ತುಂಬಾ ನೀರು. ಡ್ಯಾಂ ಹೊಡೆದು ಹೋದಾಗ ಆಗುವ ಶಬ್ದದಂತಹ ಶಬ್ದ, ಎಲ್ಲಾ ಕೊಚ್ಚಿ ಹೋಗಿರಬಹುದು.

ನಮ್ಮ ಲಗ್ಗೇಜು ಎಲ್ಲಾ ಅಲ್ಲೇ ಇದೆ. ಅಲ್ಲಿ ಏನಾಗಿದೆ ಅಂತ ಗೊತ್ತಾಗಬೇಕಾದರೆ ಬೆಳಿಗ್ಗೇನೇ ಆಗ್ಬೇಕು.

ಇವನ ಮಾತಿನ ನಂತರ ಪುನಃ ಗುಜು ಗುಜು ಆರಂಭವಾಯಿತು. ಎಂಟು ಅಥವಾ ಹತ್ತು ಮಂದಿ ಇರಲು ಕಟ್ಟುತ್ತಿರುವ ಹೋಂ ಸ್ಟೇ ಇದು. ಇದರಲ್ಲಿ ನಾವು ಆರುವತ್ತೈದು ಜನ ಆಶ್ರಯ ಪಡೆದಿದ್ದೆವು. ಒಬ್ಬರಿಗೆ ಒತ್ತಿಕೊಂಡಂತೆ ಒಬ್ಬರು ಕುಳಿತಿದ್ದೆವು. ಎಲ್ಲರ ಬಟ್ಟೆಗಳು ಒದ್ದೆಯಾಗಿದ್ದವು. ಉಡುಪು ಬದಲಾಯಿಸುವ ಸ್ಥಿತಿಯಲ್ಲಿ ಬಹಳ ಮಂದಿ ಇರಲಿಲ್ಲ. ಹೆಚ್ಚಿನವರು ಅವರ ಲಗ್ಗೇಜುಗಳನ್ನು ಅವರವರ ಕೋಣೆಯಲ್ಲಿಯೇ ಬಿಟ್ಟು ಬಂದಿದ್ದರು. ಕೈಗೆ ಸಿಕ್ಕಿದ ಒಂದು ಚಿಕ್ಕ ಬ್ಯಾಗ್ ಹಿಡಿದುಕೊಂಡು ಓಡಿ ಬಂದಿದ್ದರು. ತುಂಬಾ ದೂರವೇನೂ ಇವರು ಓಡಿರಲಿಲ್ಲ. ಕತ್ತಲೆಯಲ್ಲಿ ಏನಾಗುತ್ತಿದೆ ಅನ್ನುವುದರ ಅರಿವು ಯಾರಿಗೂ ಆಗಿರಲಿಲ್ಲ. ಅಭದ್ರತೆ ಎಲ್ಲರನ್ನು ಕಾಡತೊಡಗಿತ್ತು.

ಅರ್ಧಕ್ಕೆ ನಿಲ್ಲಿಸಿದ್ದ ಹೋಂ ಸ್ಟೇ ಆದ ಕಾರಣ ನೆಲಕ್ಕೂ ಸಿಮೆಂಟ್ ಹಾಕಿರಲಿಲ್ಲ. ಈ ನೆಲವೂ ಒದ್ದೆಯಾಯಿತು. ಜನರ ಬಟ್ಟೆಗಳ ನೀರು, ಹೊರಗಡೆ ನಿಂತಿರುವ ನೀರು, ಎಲ್ಲೆಲ್ಲೂ ಬರೀ ನೀರೇ ನೀರು. ಒದ್ದೆಯಾದ ನೆಲದಲ್ಲಿ ಕುಳಿತುಕೊಳ್ಳುವುದು. ಅದೂ ಒದ್ದೆ ಬಟ್ಟೆಯಲ್ಲಿ ತುಂಬಾ ಹಿಂಸೆಯ ಕೆಲಸ. ಆದರೆ ಅನಿವಾರ್ಯ, ಕೆಲವರು ಕುಳಿತಲ್ಲಿಯೇ ತೂಕಡಿಸುತ್ತಿದ್ದರು.

ಜನರ ಉಸಿರಾಟದ ವಾಸನೆ, ಬುಡ್ಡಿ ದೀಪದ ಸೀಮೆ ಎಣ್ಣೆ ಮತ್ತು ಹೊಗೆಯ ವಾಸನೆ. ಇವುಗಳ ಜೊತೆ ಬೇರೆ ಬಗೆಯ ವಾಸನೆಯೂ ಈ ಮನೆಯಲ್ಲಿ ಇತ್ತು. ಓಡಿ ಬರುವ ರಭಸದಲ್ಲಿ ಕೆಲವರಿಗೆ ಒಂದು ಎರಡೂ ಆಗಿಹೋಗಿತ್ತು. ಇದರ ವಾಸನೆಯನ್ನು ಆ ಗಡಿಬಿಡಿಯಲ್ಲಿ ಯಾರೂ ಸವಿದಿರಲಿಲ್ಲ. ಪರಿಸ್ಥಿತಿ ತಿಳಿಯಾಗುತ್ತಾ ಬರುತ್ತಿದ್ದ ಹಾಗೆ ಈ ವಾಸನೆ ಎಲ್ಲರನ್ನು ಕಾಡತೊಡಗಿತು, ಅರ್ಧ ನಿಮಿಷ ಕಿಟಕಿ ತೆರೆಯುವುದು ಮುಚ್ಚುವುದು ಮಾಡಲಾರಂಭಿಸಿದೆವು. ಪುಟ್ಟ ಮಕ್ಕಳಿಗೆ ಹಗ್ಗದ ಮಂಚದಲ್ಲಿ ಮಲಗುವ ಅವಕಾಶ ಲಭ್ಯವಾಯಿತು. ಅವರ ತಾಯಂದಿರು, ಮಂಚದ ಅಡಿಯಲ್ಲಿ ಕುಳಿತರು. ಮಕ್ಕಳಿಗೆ ತಲೆ ಉಜ್ಜಲು ಕೊಟ್ಟಿದ್ದ ಟವಲ್ನಲ್ಲಿಯೇ ಇವರು ಕೂಡ ತಲೆ ಒರೆಸಿಕೊಂಡಿದ್ದರಿಂದ ಇವರ ಸ್ಥಿತಿ ಉಳಿದವರಿಗೆ ಹೋಲಿಸಿದರೆ ಉತ್ತಮವಾಗಿತ್ತು. ರಾನಿದೇವಿ ಈ ಮಕ್ಕಳಿಗೆ ಶೀತವಾಗದೇ ಇರಲಿ ಅಂತ ತನ್ನ ಬಳಿ ಇದ್ದ ತೈಲ ತಂದು ಮಕ್ಕಳಿಗೆ ಹಚ್ಚಿದಳು. ಇದರ ವಾಸನೆಯೂ ಹರಡಿತ್ತು.

ಕ್ರಮೇಣ ಚಳಿ, ವಿಪರೀತ ಚಳಿ ಎಲ್ಲರನ್ನೂ ಕಾಡಲು ಆರಂಭಿಸಿತು. ಕೆಲವರ ಹಲ್ಲುಗಳು ಕಟ ಕಟ ಸದ್ದು ಮಾಡುವುದು ಕೇಳಿಸುತ್ತಿತ್ತು. ನನಗೂ ಚಳಿ ತಡೆಯುವುದು ಕಷ್ಟ. ನಾನೂ, ವಿಶ್ವಾಸ್, ಶ್ವೇತಾ ನಮ್ಮ ಬಟ್ಟೆಗಳನ್ನು ಬದಲಾಯಿಸಿದ್ದೆವು, ಅವರಿಗೆ ಹೋಲಿಸಿದರೆ ನಮ್ಮ ಸ್ಥಿತಿ ಉತ್ತಮವಾಗಿತ್ತು.

ಆದರೂ ನನಗೆ ಚಳಿ ತಡೆಯಲಾಗುತ್ತಿಲ್ಲ. ಇನ್ನು ಮಳೆಯಲ್ಲಿ ನೆಂದವರ ಸ್ಥಿತಿ ಹೇಗಾಗಿರಬೇಡ. ಅವರಿಗೆ ಯಾವ ಸಹಾಯವನ್ನು ಮಾಡುವ ಸ್ಥಿತಿಯಲ್ಲಿ ನಾವು ಇರಲಿಲ್ಲ.

ಒಬ್ಬರ ಪರಿಚಯ ಒಬ್ಬರಿಗೆ ಇಲ್ಲ. ಆದರೂ ನಾವೆಲ್ಲ ಒಂದೇ ಸೂರಿನಡಿಯಲ್ಲಿ ಆಶ್ರಯ ಪಡೆದಿದ್ದೆವು. ಬಹಳ ವರ್ಷಗಳ ಪರಿಚಯಸ್ಥರಂತೆ ಒಬ್ಬರಿಗೆ ಒಬ್ಬರು ಅಂಟಿಕೊಂಡು ಕುಳಿತಿದ್ದೆವು. ನಮ್ಮೆಲ್ಲರ ಜಾತಿ ಮತ್ತು ಅಂತಸ್ತುಗಳನ್ನು ಮಳೆರಾಯ ಕೆಲವು ಗಂಟೆಗಳ ತನಕ ಮರೆಯುವಂತೆ ಮಾಡಿದ್ದ.

ಈ ಪ್ರದೇಶದಲ್ಲಿ ಹಂಚಿನ ಮನೆಗಳ ಸಂಖ್ಯೆ ತುಂಬಾ ಕಡಿಮೆ. ಜೆಂಕ್‌ಶೀಟ್ ಹೊದ್ದಿಸಿದ್ದ ಮನೆಗಳ ಸಂಖ್ಯೆಯೇ ಜಾಸ್ತಿ. ಈ ಮನೆಗೆ ಹೊದಿಸಿದ್ದ ಹಂಚುಗಳು ಆ ರಾತ್ರಿಯಲ್ಲಿ ಅಂತಹ ಭೀಕರ ಜಡಿ ಮಳೆಗೆ ಒಡೆದು ಹೋಗದೇ ಇದ್ದದ್ದೇ ಬಲು ದೊಡ್ಡ ಆಶ್ಚರ್ಯ. ಹೊಸ ಹಂಚುಗಳಾದ ಕಾರಣದಿಂದ ಇವು ಜಡಿ ಮಳೆಯ ಹೊಡೆತವನ್ನು ಸಹಿಸಿಕೊಂಡಿದ್ದವು. ಇದು ನೆನಪಿಗೆ ಬಂದ ತಕ್ಷಣ ನಾನು ಪದೇ ಪದೇ ಹಂಚಿನ ಕಡೆಗೆ ನೋಡಲು ಶುರು ಮಾಡಿದೆ.

ಬೆಳಿಗ್ಗೆ ನಾಲ್ಕೂ ಮುಕ್ಕಾಲು ಅಥವಾ ಐದರ ವೇಳೆಗೆ ಮಳೆ ನಿಂತಿತು. ಸರಿಸುಮಾರು ಹದಿನಾಲ್ಕು ಗಂಟೆಗಳ ಮಳೆ ಕೊನೆಗೂ ನಿಂತಿತು. ಮಳೆ ಸಂಪೂರ್ಣವಾಗಿ ನಿಂತಿತು ಅನ್ನುವಷ್ಟರಲ್ಲಿ ಮನೆಯಲ್ಲಿ ಇದ್ದ ಜನರ ಚಡಪಡಿಕೆ ಪುನಃ ಆರಂಭವಾಯಿತು. ಅತ್ತ ಕುದುರೆಲಾಯದಿಂದಲೂ ಕೂಗುವ ಧ್ವನಿಗಳು ಕೇಳಿ ಬರಲಾರಂಭಿಸಿದವು, ಎಲ್ಲರಿಗೂ ತಮ್ಮವರನ್ನು ಕೂಡಿಕೊಳ್ಳುವ ಅವಸರ. ಐದೇ ಐದು ನಿಮಿಷದಲ್ಲಿ ಮನೆ ಖಾಲಿಯಾಯಿತು. ಈ ವಾಸನೆ ಹೋಗಲಿ ಎಂದು ಕಿಟಕಿಗಳನ್ನು ತೆರೆದೆವು.

ಮನೆಯಿಂದ ಹೊರಗಡೆ ಬಂದು ನೋಡಿದರೆ ಅಲ್ಲಲ್ಲಿ ಮರಗಳು ಬಿದ್ದಿವೆ. ವಿದ್ಯುತ್ ತಂತಿಗಳು ತುಂಡಾಗಿವೆ. ಕೆಲವು ಮರಗಳಂತೂ ಒಂದಷ್ಟು ದೂರ ಹಾರಿಬಿದ್ದಂತೆ ಇತ್ತು. ಮನೆಯ ಮುಂದೆ ಕೆಸರುಮಯ, ಕಾಲಿಟ್ಟರೆ ಹೂತುಕೊಳ್ಳುವ ಸ್ಥಿತಿಯಲ್ಲಿ ಇತ್ತು. ಈ ಜಾಗ ಸಮತಟ್ಟು ಮಾಡಿದ್ದ ಕಾರಣದಿಂದ ಮರಗಳು ಇರಲಿಲ್ಲ. ಇದ್ದಿದ್ದರೆ ಮನೆಯ ಮೇಲೂ ಒಂದಷ್ಟು ಮರಗಳು ಬೀಳುವ ಸಂಭವ ಇತ್ತು. ಕುದುರೆಲಾಯದಲ್ಲಿ ನಿಂತಿದ್ದವರು. ನಮ್ಮ ಮನೆಯಲ್ಲಿ ಇದ್ದವರು ಕೆಳಗೆ ಇಳಿಯಲು ಆರಂಭಿಸಿದ್ದರು. ಒಂದಷ್ಟು, ಜೊತೆ ಚಪ್ಪಲಿಗಳು ಅಲ್ಲಿ ಬಿದ್ದಿದ್ದವು, ಕಾಲುದಾರಿ ಕೆಸರುಮಯವಾಗಿತ್ತು.

ಇನ್ನು ಸ್ವಲ್ಪ ಕೆಳಗೆ ಬಗ್ಗಿ ನೋಡಿದರೆ ಅಲ್ಲಿ ಏನೂ ಇಲ್ಲ! ಎದೆ ಒಡೆದುಹೋಯಿತು. ನದಿಯ ಇಕ್ಕೆಲಗಳಲ್ಲಿ ನೂರೈವತ್ತು ಮೀಟರ್ ದೂರದ ತನಕ ಇದ್ದ ಅಂಗಡಿ, ಹೋಟೆಲ್, ಚಹದಂಗಡಿ ಯಾವುದೇ ಸುಸ್ಥಿತಿಯಲ್ಲಿ

ಇಲ್ಲ. ಊರಿಗೆ ಊರೇ ಕೊಚ್ಚಿಹೋಗಿದೆ. ನಾವು ಉಳಿದುಕೊಂಡಿದ್ದ ಹೋಟೆಲ್ ಯಾವುದು, ನಿನ್ನೆ ಸಂಜೆ ನಾನು ನಿಂತಿದ್ದ ಅಂಗಡಿ ಯಾವುದು, ಶ್ವೇತಾಗೆ ಇಂಜೆಕ್ಷನ್ ಕೊಡಿಸಿದ ಪ್ರಾಥಮಿಕ ಆಸ್ಪತ್ರೆ ಯಾವುದು ಅನ್ನುವುದೇ ತಿಳಿಯಲಿಲ್ಲ. ಎಲ್ಲವನ್ನು ಕಲೆಸಿ ಒಂದು ಗುಡ್ಡೆ ಮಾಡಿದಂತೆ ಇತ್ತು. ಎಲ್ಲಕ್ಕಿಂತ ಮಿಗಿಲಾಗಿ ರಸ್ತೆಯೇ ಕಾಣದಂತೆ ಆಗಿತ್ತು. ನನಗೆ ತಲೆತಿರುಗು ಬಂದಂತೆ ಆಗಿ ಬಿದ್ದು ಬಿಟ್ಟೆ.

ಎಲ್ಲಾ ಮುಗಿದಿದೆ ಇನ್ನೇನು ಬಾಕಿ ಉಳಿದಿಲ್ಲ. ಬಾ ಅಂತ ನನಗೆ ಧೈರ್ಯ ತುಂಬಿ ವಿಶ್ವಾಸ್ ಬೆಟ್ಟದ ಕೆಳಗೆ ಇಳಿಸಿದ. ಎದೆಯಲ್ಲಿ ಸಣ್ಣದಾಗಿ ನೋವು ಕೂಡ ಕಾಣಿಸಿಕೊಂಡಿತು. ಶ್ವೇತಾ ನಾನು ಬರುವುದಿಲ್ಲ. ಸದ್ಯ ನಾವು ಬದುಕಿದ್ದೀವಿ ಅನ್ನುವುದೇ ದೊಡ್ಡ ಸಂಗತಿ ಅಂತ ಗಾಬರಿಯ ಧ್ವನಿಯಲ್ಲಿ ಹೇಳಿದಳು ಅವರ ಮನೆಗೆ ಫೋನ್ ಮಾಡಿದಳು.

ಕಾರುಗಳು ಕೆಸರಿನಲ್ಲಿ ಸಂಪೂರ್ಣವಾಗಿ ಹೂತುಹೋಗಿದ್ದವು. ಬಸ್ಸುಗಳ ಕತೆಯು ಇದಕ್ಕಿಂತ ಭಿನ್ನವಾಗೇನೂ ಇರಲಿಲ್ಲ. ಅರ್ಧ ಮುರಿದು ಬಿದ್ದಿದ್ದ ಒಂದು ಮರದ ಮೇಲೆ ಒಬ್ಬ ಸಂನ್ಯಾಸಿಯ ಶವ ನೇತಾಡುತ್ತಿತ್ತು. ಕೆಳಗಡೆ ಧರ್ಮಶಾಲೆಯು ಸಂಪೂರ್ಣವಾಗಿ ನಿರ್ನಾಮವಾಗಿತ್ತು. ನಾವಿದ್ದ ಹೋಟೆಲ್ ನೆಲ ಕಚ್ಚಿತ್ತು. ಅಲ್ಲಿ ಯಾವುದೂ ಗುರುತು ಸಿಗದ ಹಾಗೆ ಆಗಿತ್ತು.

ಕೆಸರಿನಲ್ಲಿ ಕಾಲಿಟ್ಟರೆ ಅದನ್ನು ಅಲ್ಲಿಂದ ಕೀಳುವುದೇ ಕಷ್ಟವಾಗಿತ್ತು. ಒಂದು ಕಾಲು ಎಳೆದರೆ ಇನ್ನೊಂದು ಕಾಲು ಹೂತುಕೊಳ್ಳುತ್ತಿತ್ತು. ಜನರು ಜೀವಂತ ಸಮಾಧಿಯಾಗಿರಬಹುದು. ಒಂದು ಕಾರಿನಲ್ಲಿ ಕುಳಿತಿದ್ದವರು ಕುಳಿತ ಹಾಗೆಯೇ ಪ್ರಾಣ ಕಳೆದುಕೊಂಡಿದ್ದರು. ಅವರ ಕಾರಿನ ಮುಕ್ಕಾಲು ಭಾಗದಷ್ಟು ಕೆಸರು ತುಂಬಿಕೊಂಡಿತ್ತು. ಉಸಿರಾಡಲು ಆಗದೇ ಅವರು ಪ್ರಾಣ ಕಳೆದುಕೊಂಡಿದ್ದರು.

ಅಲ್ಲಿ ಇದ್ದವರೆಲ್ಲಾ ಮಾತು ಕಳೆದುಕೊಂಡಿದ್ದರು. ಒಂದು ರೀತಿಯ ಸ್ಮಶಾನ ಮೌನ ಆವರಿಸಿತ್ತು. ನಾಯಿ, ಕಾಗೆಗಳೂ ಕೂಡ ಕಾಣಲಿಲ್ಲ. ಕುದುರೆ ಕೌಂಟರ್ ಇರುವ ಜಾಗದಲ್ಲಿ ಕುದುರೆಗಳು ಸತ್ತು ಮಲಗಿದ್ದವು. ಈ ಜಾಗದಲ್ಲಿ ಕುದುರೆಯ ಹುಡುಗರ ಹೆಣದ ರಾಶಿಯೇ ಕಂಡಿತು. ಕನಿಷ್ಠ ಪಕ್ಷ ಮೂವತ್ತು ಹೆಣಗಳಾದರೂ ಅಲ್ಲಿ ಇದ್ದಿರಬಹುದು.

ಧಿಡೀರನೇ ನುಗ್ಗಿದ ನೀರು ತನ್ನ ತೆಕ್ಕೆಗೆ ಸಿಕ್ಕವರನ್ನು, ಸಿಕ್ಕಿದ್ದನ್ನು ಎಳೆದುಕೊಂಡು ಹೋಗಿದೆ. ಯಾವ ದಯೆ ಇಲ್ಲದೆ ಅದು ತನ್ನ ಪಾಲಿನ ಕೆಲಸವನ್ನು ಮಾಡಿದೆ. ಈಗ ತನ್ನ ಹಿಂದಿನ ಸ್ಥಿತಿಯತ್ತ ನಿಧಾನವಾಗಿ ತಲುಪಿದೆ. ನನಗೇನೂ ಗೊತ್ತಿಲ್ಲ ಅನ್ನುವಂತೆ ಅದು ತನ್ನ ಪಾಡಿಗೆ ತಾನು ಹರಿಯುತ್ತಲೇ ಇದೆ. ಗೌರಿಕುಂಡ್ ಸಮಾಧಿ ಕುಂಡ್ ಆಗಿ ಪರಿವರ್ತನೆಯಾಗಿಬಿಟ್ಟಿತ್ತು.

ಇಷ್ಟೆಲ್ಲಾ ಆದರೂ ಬದುಕಿ ಉಳಿದ ನಾವು ಯಾವುದೋ ಜನ್ಮದಲ್ಲಿ ಯಾರಿಗೋ ತುಂಬಾ ಉಪಕಾರ ಮಾಡಿದವರೇ ಆಗಿದ್ದೇವೆ ಎಂಬ

ಸಮಾಧಾನದ ನಿಟ್ಟುಸಿರು ಕೂಡ ಹೊರಬಂತು. ಅಲ್ಲಿ ಇದ್ದ ಹೆಣಗಳು ನಮ್ಮವರದ್ದಲ್ಲ. ನಮ್ಮ ಯಾವ ಆಸ್ತಿಪಾಸ್ತಿಗೂ ನಷ್ಟ ಉಂಟಾಗಿರಲಿಲ್ಲ. ಆದರೂ ಎಲ್ಲವನ್ನು ಕಳೆದುಕೊಂಡಾಗ ಆಗುವ ನೋವು ನಮಗೆ ಆಗುತ್ತಿತ್ತು. ಅಲ್ಲಿದ್ದ ಸುಮಾರು ಒಂದು ಗಂಟೆಯ ತನಕ ನಾನೂ ಮತ್ತು ವಿಶ್ವಾಸ್ ಪರಸ್ಪರ ಮಾತೇ ಆಡಲಿಲ್ಲ.

ನನಗೆ ಅಪ್ಪನ ನೆನಪು ಬಂತು. ಅಪ್ಪ ಸತ್ತಾಗ ಅಲ್ಲಿ ಕನಿಷ್ಠ ಪಕ್ಷ ಕರಿಯನಾದರೂ ಇದ್ದ ಇಲ್ಲಿ ಯಾವ ನಾಯಿಯೂ ಇಲ್ಲ. ಅನಾಥ ಶವಗಳು ಕುದುರೆಯ ಮಾಲೀಕ ಅವನ ಕೆಲಸದಾಳಿನ ಪಕ್ಕದಲ್ಲಿಯೇ ಸತ್ತು ಬಿದ್ದಿದ್ದ. ಯಾರದ್ದೊ ಮನೆಯ ಯಜಮಾನ ಇನ್ನಿಲ್ಲ. ಯಾರದ್ದೊ ಪ್ರೀತಿಯ ಅಪ್ಪ, ಅಮ್ಮ, ತಂಗಿ, ಅಕ್ಕ, ಹೆಂಡತಿ ಶವವಾಗಿ ಮಲಗಿದ್ದಾರೆ. ಒಂದೇ ಒಂದು ಸಾವು ಆ ಮನೆಯ ಭವಿಷ್ಯವನ್ನು ಬದಲಾಯಿಸಿಬಿಡುತ್ತದೆ. ಇಲ್ಲಿ ಅಳುವವರೇ ಇಲ್ಲ. ಸತ್ತವರಿಗಿಂತ ಬದುಕಿರುವ ಜನರ ನೋವು ನೋಡಲಾಗುವುದಿಲ್ಲ. ದೇವರ ದರ್ಶನ ಮಾಡಿ ಪುಣ್ಯ ಸಂಪಾದನೆ ಮಾಡಬಂದವರಲ್ಲಿ ಅನೇಕರು ದೇವರನ್ನು ನೋಡಿ ಪ್ರಾಣ ಬಿಟ್ಟಿದ್ದರೆ, ಇನ್ನು ಕೆಲವರು ಇವತ್ತು ದೇವರ ದರ್ಶನಕ್ಕೆ ಹೋಗಬೇಕಾಗಿತ್ತು. ಬೆಳಗಿನ ಜಾವ ನಾಲ್ಕು ಗಂಟೆಯ ವೇಳೆಗೆ ಇಲ್ಲಿ ಚಟುವಟಿಕೆ ಆರಂಭವಾಗುತ್ತದೆ. ಕುದುರೆಗಳ ಖುರಪುಟದ ಧ್ವನಿ ಆಗ ಕೇಳಿಬರುತ್ತದೆ. ಆದರೆ ಇವತ್ತು ಇಲ್ಲಿ ಸ್ಮಶಾನ ಮೌನ. ಅಂತೂ ಒಂದಷ್ಟು ಜನ ಸೇರಿಬಿಟ್ಟರು. ಉರುಳದೇ ಇದ್ದ ಆದರೆ ಖಾಲಿಯಾಗಿರುವ ಹೋಟೆಲ್‌ಗಳ ಶೋಧ ಕಾರ್ಯ ನಡೆಯುತ್ತಿತ್ತು. ನಾನು ಅವರ ಸಂಬಂಧಿಕರು ಹುಡುಕಾಟ ಮಾಡುತ್ತಿದ್ದಾರೆ ಅಂದುಕೊಂಡೆ. ಈ ನೇಪಾಳಿಗರು. ಇತರ ಹೊರಗಿನವರು ಯಾರನ್ನು ಹುಡುಕುತ್ತಿದ್ದಾರೆ ಎಂಬ ಸಣ್ಣ ಕುತೂಹಲದಿಂದ ವಿಶ್ವಾಸ್‌ನನ್ನು ಕರೆದುಕೊಂಡು, ಕೆಸರಿನಲ್ಲಿ ಕಾಲು ಎಳೆಯುತ್ತಾ ಒಂದು ಹೋಟೆಲ್‌ಗೆ ಹೋದೆ, ಅಲ್ಲಿನ ಪ್ರತಿ ಕೋಣೆಯ ಬೀಗ ಒಡೆಯಲಾಗಿತ್ತು. ಅಲ್ಲಿದ್ದ ಬ್ಯಾಗ್‌ಗಳು, ಸೂಟ್ಕೇಸ್‌ಗಳನ್ನು ತೆರೆಯಲಾಗಿತ್ತು ಅಥವಾ ಒಡೆಯಲಾಗಿತ್ತು. ಯಾರೋ ಕಳ್ಳರು ತಮ್ಮ ಕೈಚಳಕ ತೋರಿಸಿಯೇ ಬಿಟ್ಟಿದ್ದರು. ಮನುಷ್ಯ ಇಂತಹ ಹೊತ್ತಿನಲ್ಲೂ ಸಂಪಾದನೆ ಮಾಡುವ ಮಾರ್ಗ ಹುಡುಕುತ್ತಾನೆ ಅನ್ನುವುದು ನನಗೆ ಅರ್ಥವಾಗಿದ್ದು ಇಲ್ಲಿ. ಮಳೆ ನಾಲ್ಕೂವರೆ ಗಂಟೆಗೆ ನಿಂತರೆ ಏಳೂವರೆ ಗಂಟೆಗೆಲ್ಲಾ ದರೋಡೆ ಕೂಡ ನಡೆದುಹೋಗಿತ್ತು.

ನಾವು ಇಲ್ಲಿರುವುದು ಬೇಡ. ಜನರು ನಮ್ಮನ್ನು ಈ ಸಾಲಿನಲ್ಲಿ ಸೇರಿಸಿಬಿಟ್ಟರೆ ಅದು ಇದ್ದಿದ್ದೂ ಕಷ್ಟ. ಈಗ ನಾವು ನಮ್ಮ ಕ್ಷೇಮ ಮಾತ್ರ ನೋಡಿಕೊಂಡರೆ ಸಾಕು. ನಡಿ, ಮನೆಗೆ ಹೋಗೋಣ ಅಂತ ವಿಶ್ವಾಸ್ ಹೇಳಿದ. ನಾನು ಆಗಲಿ ಅನ್ನುವಂತೆ ತಲೆಯಾಡಿಸಿ ಸ್ವಲ್ಪ ಮುಂದಕ್ಕೆ ಕಣ್ಣು ಹಾಯಿಸಿದೆ.

ನಾಲ್ಕು ಮಹಿಳೆಯರ ಶವ ಬೋರಲಾಗಿ ಬಿದ್ದಿದೆ. ಒಬ್ಬಾತ ಆ ಶವಗಳನ್ನು ಅಂಗಾತ ಮಾಡುತ್ತಿದ್ದ ಇನ್ನೊಬ್ಬ ಶವಗಳ ಕಿವಿ, ಮೂಗಿನಿಂದ ಆಭರಣ ತೆಗೆಯುತ್ತಿದ್ದ. ಕೊರಳಿನಲ್ಲಿ ಇದ್ದ ತಾಳಿ, ಸರ, ಇವುಗಳನ್ನು ತೆಗೆದ. ಶವದ ಮೂಗುಗಳನ್ನು ಸಣ್ಣ ಚಾಕುವಿನಿಂದ ಕತ್ತರಿಸಿ ಆ ಮೂಗು ಬೊಟ್ಟುಗಳನ್ನು ತೆಗೆದ. ಅದನ್ನು ಸಮನಾಗಿ ಇಬ್ಬರೂ ಹಂಚಿಕೊಂಡರು. ಅಲ್ಲಿಂದ ಮುಂದೆ ಹೋದರು. ನಾವಿಬ್ಬರೂ ಅಸಹಾಯಕರಾಗಿ ನೋಡಿದೆವು.

ಮನೆ ತಲುಪಿದೆವು. ಅಲ್ಲಿಯತನಕ ಯಾವುದೇ ಮಾತು ಆಡಬೇಕು ಅಂತ ಅನಿಸಿರಲೇ ಇಲ್ಲ. ಬದುಕು ಇಷ್ಟೇ, ಉಸಿರಾಟ ನಿಂತರೆ ಅಲ್ಲಿಗೆ ಮುಗಿಯಿತು.

ನಿನ್ನ ಮನೆಗೂ ಫೋನ್ ಮಾಡಿದ್ದೆ. ನೀನು ಬಂದ ತಕ್ಷಣ ಫೋನ್ ಮಾಡಿಸು ಅಂದಿದ್ದಾರೆ ಅಂದಳು ಶ್ವೇತಾ ವಿಶ್ವಾಸ್‌ಗೆ ಅವನು ತಲೆಯಾಡಿಸಿ ಫೋನ್ ತೆಗೆದು ನಂಬರ್ ಒತ್ತಿದ.

ಆ ಕಡೆಯಿಂದ ಹಲೋ ಅನ್ನುವ ಧ್ವನಿ ಕೇಳಿಸಿತು.

ಇವನು ಬಿಕ್ಕಿ ಬಿಕ್ಕಿ ಅಳಲು ಶುರು ಮಾಡಿದ. ಇವನು ಅಳಲು ಶುರು ಮಾಡಿದ್ದರಿಂದ ಆ ಕಡೆಯವರಿಗೆ ಗಾಬರಿಯಾಗಿರಬೇಕು. ಅವರು ಧ್ವನಿಯೆತ್ತರಿಸಿ ಯಾಕೆ, ಯಾಕೆ ಏನಾಯ್ತು ಅಂದರು. ಶ್ವೇತಾಳಿಗೆ ಏನೂ ಅರ್ಥವಾಗಲಿಲ್ಲ. ನಾನು ಅವನ ಕೈಯಿಂದ ಫೋನ್ ಕಿತ್ತು ಮಾತನಾಡಿದೆ. ಇಲ್ಲಿ ಏನೇನೋ ಆಗಿದೆ ಎಲ್ಲವನ್ನು ಬೇಗ ಬೇಗನೆ ವಿವರಿಸಿ, ನಾವು ಮುಂಜಾನೆ ನೋಡಿದ ದೃಶ್ಯಗಳ ಬಗ್ಗೆಯೂ ಹೇಳಿದೆ. ಇವನು ಸ್ವಲ್ಪ ಅಪ್ಸೆಟ್ ಆಗಿದ್ದಾನೆ. ಸರಿಹೋದ ಮೇಲೆ ಪುನಃ ಫೋನ್ ಮಾಡಿಸ್ತೀನಿ ಬಿಡಿ ಅಂತ ಹೇಳಿ ಕಟ್ ಮಾಡಿದೆ.

ಹತ್ತು ನಿಮಿಷದಲ್ಲಿ ಆ ಕಡೆಯಿಂದ ಪುನಃ ಫೋನ್ ಬಂತು. ಅಷ್ಟರಲ್ಲಿ ಇವನು ಸರಿಯಾಗಿದ್ದ ಈ ಸಲ ಅವರ ತಾಯಿ ಫೋನ್ ಮಾಡಿದ್ದರು.

ಇಲ್ಲಮ್ಮ, ನನ್ನ ಕಣ್ಣ ಎದುರಿಗೇ ಅವರು, ಕಿವಿ ಓಲೆ, ಕತ್ತಿನ ಸರ ಎಲ್ಲಾ ತಗೆದರು. ಮೂಗನ್ನು ಕತ್ತರಿಸಿ ಮೂಗು ಬೊಟ್ಟು ಕಿತ್ತರು. ಆಗ ಯಾಕೋ ನನಗೆ ನಿನ್ನ ಮತ್ತು ಅಕ್ಕನ ನೆನಪು ಬಂತು. ಅದೇ ಗುಂಗಿನಲ್ಲಿ ಇದ್ದಾಗಲೇ ಫೋನ್ ಮಾಡಿದೆ. ಅಪ್ಪನ ಧ್ವನಿ ಕೇಳಿದಾಗ ಅಳು ತಡೆಯಲಾಗಲಿಲ್ಲ. ಅತ್ತು ಬಿಟ್ಟೆ ಅಂದ. ಅವನ ಮಾತು ಕೇಳಿ ನಾನು ಶ್ವೇತಾ ಕಣ್ಣೀರು ಒರೆಸಿಕೊಂಡೆವು. ನಮ್ಮ ಮಾತು ಅರ್ಥವಾಗದ ರಾನಿದೇವಿ ಸುಮ್ಮನಿದ್ದಳು. ಕಪ್ಪು ಚಹ ಬಂತು. ಕುಡಿದೆವು ಅಲ್ಲಿಯ ತನಕ ಮುಂದೆ ಹೊಟ್ಟೆಗೇನು ಮಾಡುವುದು ಅನ್ನುವ ಪ್ರಶ್ನೆ ಎದ್ದಿರಲಿಲ್ಲ.

ಅದ್ಸರಿ ಮುಂದೇನು ಅಂದೆ ಮೆಲ್ಲಗೆ.

ದೇವರೇ ಗತಿ ಅಂದ ವಿಶ್ವಾಸ್ ತಣ್ಣಗೆ.

ಮನೆಯಲ್ಲಿ ಏನೇನು ಇದೆ ಅಂತ ಹುಡುಕಿದೆವು. ಮೂರು ಬ್ರೆಡ್ಡು, ಎರಡು ಪ್ಯಾಕೆಟ್ ಬಿಸ್ಕೆಟ್ ಎರಡು ನೀರಿನ ಬಾಟಲಿ ಬಿಟ್ರೆ ನಮ್ಮ ಬಳಿ ಉಳಿದಿದ್ದು ನಿನ್ನೆ ದಿನ ನಾನು ತಿನ್ನದೇ ಬಿಟ್ಟ ಒಂದು ಪರೋಟ, ಕೆಸರಿನಲ್ಲಿ ಬಿದ್ದಿತ್ತು ಅಂತ ಮೂಲೆಗೆ ಎಸೆದಿದ್ದ ಬ್ರೆಡ್ ಮಾತ್ರ. ಅಡುಗೆ ಮನೆಯಲ್ಲಿ ಒಂದು ಕೆ.ಜಿ.ಯಷ್ಟು ಚಪಾತಿ ಹಿಟ್ಟು ಮತ್ತು ಇತರ ಸಾಮಾನುಗಳು ಒಂದೆರಡು ದಿನಕ್ಕೆ ಆಗುವಷ್ಟು ಮಾತ್ರ ಉಳಿದಿದ್ದವು. ಚಹದ ಪುಡಿ ಇತ್ತು. ಆದರೆ ಸಕ್ಕರೆ ಮುಗಿಯುವ ಹಂತಕ್ಕೆ ಬಂದಿತ್ತು.

ರಾನಿದೇವಿಗೆ ಅಲ್ಲಿಯತನಕ ಏನು ನಡೆದಿದೆ ಅನ್ನುವ ವಿವರ ಸಿಕ್ಕಿರಲಿಲ್ಲ. ಅವಳಿಗೆ ವಿಶ್ವಾಸ್ ಎಲ್ಲವನ್ನು ಬಿಡಿಸಿ ಹೇಳಿದ. ಪೂರ್ಣ ವಿವರ ಶ್ವೇತಾಳಿಗೂ ಗೊತ್ತಿರಲಿಲ್ಲ. ವಿಶ್ವಾಸ್ ಹೇಳುತ್ತಾ ಹೋದಂತೆ ಇವಳು ಅಳಲು ಶುರು ಮಾಡಿದಳು. ಅವಳ ಬೆನ್ನು ನೋವು ಮತ್ತು ಮಂಡಿನೋವು ಪುನಃ ಕಾಣಿಸಿಕೊಂಡಿತು.

ಇಂತಹ ಸಮಯದಲ್ಲಿ ಮಿಲಿಟರಿಯವರು ನಮ್ಮ ಸಹಾಯಕ್ಕೆ ಬರ್ತಾರೆ. ಅವರು ಹೆಲಿಕಾಪ್ಟರ್‌ನಲ್ಲಿ ಆಹಾರ ಪದಾರ್ಥಗಳನ್ನು ತಂದು ಎಸಿತಾರೆ. ಅವರು ಬರುವ ತನಕ ನಾವು ನಮ್ಮಲ್ಲಿ ಇರುವ ಆಹಾರವನ್ನು ಮಿತಿಯಿಂದ ಉಪಯೋಗ ಮಾಡ್ಬೇಕು. ಒಂದೇ ದಿನ ತಿಂದು ಖಾಲಿ ಮಾಡಬಾರದು ಅಂದ.

ಅಷ್ಟರಲ್ಲಿ ಅವನ ಮನೆಯಿಂದ ಪುನಃ ಫೋನ್ ಬಂತು, ಕೇದಾರನಾಥ್‌ನಿಂದ ಹಿಡಿದು ಎಲ್ಲಾ ಕಡೆ ಭಾರೀ ಪ್ರಮಾಣದಲ್ಲಿ ಭೂ ಕುಸಿತ ಆಗಿದೆ. ಇದು ಸರಿಯಾಗಬೇಕಾದ್ರೆ ವಾರಗಟ್ಟಲೆ ಬೇಕಾಗಬಹುದಂತೆ, ಮೇಘ ಸ್ಫೋಟ ಹಾಗೂ ಒಂದು ಹಿಮದ ಕೆರೆಯ ನೀರಿನಿಂದಾಗಿ ಇಂತಹ ಅನಾಹುತ ಆಗಿದೆ ಅಂತ ಟಿ.ವಿ.ಯಲ್ಲಿ ಬರ್ತಾ ಇದೆ. ಬಿಸಿಲು ಬಂದ್ರೆ ಮಿಲಿಟರಿಯವರು ಕಾರ್ಯಾಚರಣೆ ಮಾಡ್ತಾರಂತೆ. ಪುನಃ ಮಳೆ ಆದ್ರೆ ಏನೂ ಮಾಡೋಕಾಗಲ್ಲ ಅಂತ. ಅಂದಾಜು ಸಾವಿರ ಜನ ಸತ್ತು ಹೋಗಿರಬಹುದು. ಐವತ್ತರಿಂದ ಅರವತ್ತು ಸಾವಿರ ಜನ ನಿರಾಶ್ರಿತರಾಗಿದ್ದಾರೆ ಅಂತ ಸುದ್ದಿ ಬರ್ತಾ ಇದೆ. ನೀನು ನಿಜವಾಗಿಯೂ ಹುಷಾರಾಗಿದ್ದೀಯಾ. ತಿನ್ನೋಕೆ ಏನಾದ್ರೂ ಸಿಕ್ತಾ ಇದೆಯಾ, ನಿಮ್ಮ ಬಾವ ದೆಹಲಿಗೆ ಹೊರಟಿದ್ದಾರೆ. ಅಂತ ಆ ಕಡೆಯಿಂದ ಅವನ ತಂದೆ ಒಂದೇ ಸಮನೆ ಹೇಳ್ತಾ ಇದ್ದರು.

ಅಪ್ಪ ಏನು ಆಗಬೇಕಾಗಿತ್ತೋ ಅದು ಆಗಿಹೋಗಿದೆ. ಶ್ವೇತಾಳ ಮೊಣಕಾಲು ನೋವಿನಿಂದಾಗಿ ನಾನೂ ಬದುಕಿದ್ದೀನಿ. ನಮ್ಮ ಜೊತೆ ಭಾರ್ಗವ ಅಂತ ಒಬ್ಬ ಇದ್ದಾನೆ. ಇಲ್ಲೇ ಸುಮಾರು ನಾನೂರು ಜನ ಇದ್ದೀವಿ. ನಾವು ಒಂದು ಅರ್ಧ ಕಟ್ಟಿದ ಹೋಂ ಸ್ಟೇಯಲ್ಲಿ ಇದ್ದೀವಿ. ಬೆಟ್ಟದ ನಡುವೆ ಇದ್ದೀವಿ. ಗೌರಿಗಾಂವ್ ಅಂತ ಈ ಊರಿನ ಹೆಸರು, ಅಲ್ಲಿಂದ ಯಾರೂ ಬರೋದೂ ಬೇಡ. ಯಾರು

ಬಂದ್ರೂ ಅಷ್ಟೇ. ಬರದೆ ಇದ್ರೂ ಅಷ್ಟೇ. ಬಾವ ಬಂದು ಇಲ್ಲಿ ಏನ್ಮಾಡ್ತಾರೆ. ನಾವೇ ಹೇಗಾದ್ರೂ ಮಾಡಿ ಬರ್ತೀವಿ, ನಾನೇ ದಿನಕ್ಕೆ ಒಂದ್ಸಲ ಫೋನ್ ಮಾಡಿ ವಿಷಯ ತಿಳಿಸ್ತೀನಿ. ಇಲ್ಲಿ ಕರೆಂಟ್ ಇಲ್ಲ, ಅದು ಸರಿಯಾಗುತ್ತೋ ಇಲ್ವೋ ಗೊತ್ತಿಲ್ಲ. ಒಂದು ವೇಳೆ ಕರೆಂಟ್ ಬರದೇ ಇದ್ದರೆ ಒಂದೆರಡು ದಿನ ಫೋನ್ ಮಾಡ್ದೆ ಇರ್ಬೋದು ನೀವು ಗಾಬರಿಯಾಗಬೇಡಿ. ಯಾವುದಕ್ಕೂ ದಿನಾ ನಾನೇ ಫೋನ್ ಮಾಡ್ತೀನಿ. ಇಂತಹ ಸ್ಥಿತೀಲಿ ಬದುಕಿದ್ದೀವಿ ಅಂದಮೇಲೆ ಖಂಡಿತಾ ಮನೆಗೆ ಸೇಫಾಗೇ ಬರ್ತೀವಿ, ಸ್ವಲ್ಪ ತಡ ಆಗ್ಬೋದು ಅಷ್ಟೇ. ಅಂದು ಫೋನ್ ಇಟ್ಟೆ.

ನಿಜವಾಗಿ ಏನು ನಡೆದಿದೆ ಅನ್ನುವುದು ನಮಗೆ ಅರ್ಥವಾಗಿದ್ದು ಬೆಂಗಳೂರಿನಿಂದ ಫೋನ್ ಬಂದ ನಂತರವೆ. ಅಲ್ಲಿಯತನಕ ನೀರು ಬಂತು ಕೊಚ್ಚಿಕೊಂಡು ಹೋಯ್ತು ಅನ್ನುವುದನ್ನು ಬಿಟ್ಟರೆ ನಮಗೆ ಬೇರೇನೂ ಗೊತ್ತಿರಲಿಲ್ಲ. ಇಲ್ಲಿ ಬಿ.ಎಸ್.ಎನ್.ಎಲ್. ಮಾತ್ರ ಸಿಕ್ತಾ ಇತ್ತು. ಶ್ವೇತಾಳ ಮನೆಗೂ ಫೋನ್ ಮಾಡಿ ವಿಷಯ ತಿಳಿಸಿ, ಗಾಬರಿಯಾಗುವುದು ಬೇಡ ಎಂದು ಹೇಳಿ ಅವರಿಬ್ಬರ ಮನೆಯವರಿಗೂ ಧೈರ್ಯ ತುಂಬಲಾಯಿತು.

ನೀನು ಯಾರಿಗಾದರೂ ಫೋನ್ ಮಾಡೋದಿದ್ರೆ ಮಾಡು ಅಂತ ವಿಶ್ವಾಸ್ ಹೇಳಿದ. ನಾನು ಯಾರಿಗೆ ಮಾಡಲಿ. ವಿಷಯ ಹೇಳುವುದಿದ್ದರೆ ಜಯರಾಮೇಗೌಡ್ರಿಗೆ ಹೇಳಬೇಕು. ಹೇಳಿದರೆ ಅವರು ಸುಮ್ಮನೆ ಪರದಾಡುತ್ತಾರೆ. ಹೇಗೋ ಅವರಿಗೆ ನಾನು ಇಲ್ಲಿಗೆ ಬರೋ ವಿಚಾರ ಗೊತ್ತಿಲ್ಲ. ಹೀಗಾಗಿ ಅವರೇನೂ ಗಾಬರಿಯಾಗೋದಿಲ್ಲ. ಇನ್ನು ಅಂಜಿ ಅವನಿಗೆ ಫೋನ್ ಮಾಡಿದ್ರೆ ಅವನು ಏನ್ಮಾಡ್ತಾನೆ ಅಂತ ನಂಗೆ ಚೆನ್ನಾಗಿ ಗೊತ್ತು. ಯಾರಿಗೂ ಮಾಡೋದು ಇಲ್ಲ ಅಂದೆ. ಮನೆಯವರು ಅಂತ ಯಾರಾದರೂ ಇರ್ಬೇಕು ಇಲ್ದೇ ಹೋದ್ರೆ ದೆಹಲಿಯ ಸಿಂಹಾಸನದಲ್ಲಿ ಇದ್ರೂನೂ ಮನುಷ್ಯ ಅನಾಥ, ಅನಾಥನೇ ಅಂದುಕೊಂಡೆ, ದುಃಖ ಉಮ್ಮಳಿಸಿ ಬಂತು. ಅತ್ತು ಬಿಟ್ಟೆ. ನನ್ನ ಕತೆ ಗೊತ್ತಿದ್ದ ಶ್ವೇತಾ ಬಂದು ನನ್ನ ತಲೆ ಸವರಿದಳು. ಕಮಾನ್ ಬಾಯ್ ಕಮಾನ್ ಅಂತ ವಿಶ್ವಾಸ್ ಬೆನ್ನು ತಟ್ಟಿದ.

ನಾನು ಹಿಂದಿನ ದಿನದ ಪರೋಟ ತಿಂದೆ ಮೂಲೆಯಲ್ಲಿ ಬಿಸಾಡಿದ್ದ ಬ್ರೆಡ್ ತೆಗೆದು ನೋಡಿದೆವು. ಕವರ್ ಮೇಲೆ ಮಣ್ಣು ಆಗಿತ್ತೇ ಹೊರತು, ಅದು ಚೆನ್ನಾಗಿತ್ತು. ಅದನ್ನು ಮೂವರೂ ತಿಂದರು. ಇವತ್ತಿನ ಬೆಳಿಗ್ಗೆಯ ಮತ್ತು ಮಧ್ಯಾಹ್ನದ ಊಟ ಮುಗಿದಿದೆ. ಇನ್ನು ರಾತ್ರಿಯೇ ಯಾರೂ ಕದ್ದು ತಿನ್ನಬಾರದು. ಶ್ವೇತಾ ಈ ಮಾತು ಹೆಚ್ಚಾಗಿ ನಿನಗೆ ಅನ್ವಯವಾಗುತ್ತದೆ ಅಂದಾಗ ಎಲ್ಲರ ಮುಖದಲ್ಲೂ ಕಿರುನಗೆ ಬಂತು. ನಾವು ನಗುವುದನ್ನು ಕಂಡು ರಾನಿದೇವಿಯೂ ನಕ್ಕಳು.

ಇಡೀ ರಾತ್ರಿ ನಮ್ಮೊಂದಿಗೆ ಇದ್ದ ಜನ ಏನಾದರು? ಅವರಲ್ಲಿಯೂ ಚಿಕ್ಕ ಮಕ್ಕಳ ಅಮ್ಮಂದಿರ ಸ್ಥಿತಿ ಹೇಗಿದೆ. ಹನ್ನೆರಡು ಜನ ನಮ್ಮ ಮನೆಯವರು ಕಾಣುತ್ತಿಲ್ಲ. ಅಂದವರ ಸ್ಥಿತಿ ಏನಾಗಿದೆ. ನೋಡೋಣ ನಮ್ಮ ಕೈಯಲ್ಲಿ ಆದರೆ ಸಹಾಯ ಮಾಡೋಣ, ಇಂತಹ ಸಮಯದಲ್ಲಿ ಯಾರಲ್ಲೂ ಧೈರ್ಯ ಮತ್ತು ಶಕ್ತಿ ಅನ್ನೋದು ತಾನಾಗಿಯೇ ಹುಟ್ಟುವುದಿಲ್ಲ. ಅದನ್ನು ಅಲ್ಲಿ, ಇಲ್ಲಿ ಸಾಲ ಅಂತ ತಂದ್ಕೋ ಬೇಕು, ಬಾ ಅಂದ ವಿಶ್ವಾಸ್ ನಾನು ಬರೋದಿಲ್ಲ ಅಂದ್ರೂ ಬಿಡದೆ ಹೊರಡಿಸಿದ ನಾವು ಕೆಳಗಡೆಗೆ ಇಳಿದೆವು. ಪುಣ್ಯಕ್ಕೆ ಸೂರ್ಯ. ಚೆನ್ನಾಗಿ ಕಣ್ಣು ಬಿಟ್ಟಿದ್ದ. 'ಏನಾದ್ರೂ ತಿನ್ನೋಕೆ ಸಿಗುತ್ತಾ ಅಂತ ನೋಡೋದು. ಮತ್ತೆ ಇಲ್ಲಿಂದ ಹೊರಗಡೆ ಹೋಗೋಕೆ ಯಾವುದಾದರೂ ದಾರಿ ಇದೆಯಾ ಅಂತ ವಿಚಾರಣೆ ಮಾಡೋದಷ್ಟೇ ನಮ್ಮ ಕೆಲಸ' ಇವೆರಡೂ ಆದ ಮೇಲೆ ಬೇರೆಯವರ ಸಂಗತಿ ಇಷ್ಟು ಜ್ಞಾಪಕ ಇರಲಿ ಅಂದ ಅವನ ಮಾತಿಗೆ ಪ್ರತಿ ಉತ್ತರ ನನ್ನಲ್ಲಿ ಇರಲಿಲ್ಲ.

ಬೆಳಿಗ್ಗೆಗಿಂತ ಪರಿಸ್ಥಿತಿ ಒಂದು ರೀತಿಯಲ್ಲಿ ಸುಧಾರಿಸುತ್ತಿದ್ದರೆ ಇನ್ನೊಂದು ರೀತಿಯಲ್ಲಿ ಬಿಗಡಾಯಿಸುತ್ತಿತ್ತು. ಜನರ ಓಡಾಟ ಸ್ವಲ್ಪ ಜಾಸ್ತಿ ಇತ್ತು. ಕುದುರೆಯ ಹುಡುಗರ ಕಡೆಯ ಒಂದಷ್ಟು ಜನರು ಬಂದಿದ್ದರು. ಹುಡುಕಾಟ ಆರಂಭವಾಗಿತ್ತು. ಐದಾರು ಜನ ಪೊಲೀಸರೂ ಕಂಡು ಬಂದರು. ಅಳು, ಹುಡುಕಾಟ, ಗಾಬರಿ ಭಯ ಸಹಾಯಕ್ಕಾಗಿ ಯಾಚನೆ ಇದೆಲ್ಲ ಅಲ್ಲಿ ತುಂಬಿಕೊಂಡು ಎಲ್ಲರೂ ಅಲ್ಲಿ ಪರದಾಡುತ್ತಿದ್ದರು. ನದಿ ತನ್ನ ಅಬ್ಬರವನ್ನು ಮತ್ತಷ್ಟು ಕಡಿಮೆ ಮಾಡಿಕೊಂಡಿತು.

ನದಿಯ ತೀರಕ್ಕೆ ಹೋಗಲು ಭಯ. ಆದರೂ ಭಂಡ ಧೈರ್ಯ ಮಾಡಿ ಹೋದೆವು. ಮೇಲಿನಿಂದ ಮನುಷ್ಯರ, ಕುದುರೆಗಳ ಹೆಣಗಳು ತೇಲಿ ಬರುತ್ತಿದ್ದವು. ಮನೆಗಳನ್ನು ಕಟ್ಟಲು ಉಪಯೋಗಿಸುವ ಮರ, ಕಿಟಕಿ ಬಾಗಿಲು ಬೊಂಬುಗಳು, ತೇಲಿ ಬರುತ್ತಲೇ ಇದ್ದವು. ದಂಡೆಯ ಮೇಲೆ ನಿಂತು ಅವುಗಳನ್ನು ನೋಡುವುದಷ್ಟೇ ನಮ್ಮ ಕೆಲಸವಾಗಿತ್ತು. ನಾವು ನೋಡಿದ ಹದಿನೈದು ನಿಮಿಷಗಳಲ್ಲಿ ಆರು ಕುದುರೆಗಳು ಮತ್ತು ಇಬ್ಬರು ಮಹಿಳೆಯರು ತೇಲಿ ಹೋದರು.

ಹುದುಗಿಹೋಗಿದ್ದ ಹೆಣಗಳನ್ನು ತೆಗೆದು ಒಂದೆಡೆ ಜೋಡಿಸುತ್ತಿದ್ದರು. ಈ ಕೆಲಸವನ್ನು ಪೊಲೀಸರಾಗಲಿ ಸ್ಥಳೀಯ ಆಡಳಿತ ಹಿಡಿದ ಸಂಸ್ಥೆಯಾಗಲಿ ಮಾಡುತ್ತಿರಲಿಲ್ಲ. ಕುದುರೆ ಕಾಯುವ ಹುಡುಗರ ಸಂಬಂಧಿಕರು ತಮ್ಮ ಕಡೆಯವರನ್ನು ಪತ್ತೆ ಮಾಡಲು ಈ ಕೆಲಸ ಮಾಡ್ತಾ ಇದ್ದರು. ಪೊಲೀಸರು ಸುಮ್ಮನಿದ್ದರು. ಒಂದು ಮೂಲೆಯಲ್ಲಿ ನಿಂತು ಇದಕ್ಕೂ ನಮಗೂ ಸಂಬಂಧ ಇಲ್ಲ ಅನ್ನುವ ಹಾಗಿದ್ದರು. ಅವರಿಗೆ ಮೇಲಿನಿಂದ ಆದೇಶ ಬಂದಿರಲಿಲ್ಲ ಅಂತ

ಕಾಣ್ತದೆ. ಶವಗಳಿಗೆ ಮಣ್ಣು ಮೆತ್ತಿಕೊಂಡ ಕಾರಣದಿಂದ ಎಲ್ಲಾ ಶವಗಳೂ ಒಂದೆ ರೀತಿ ಕಂಡುಬರುತ್ತಿದ್ದ ಕಾರಣ ಒಂದು ಬಕೆಟ್‌ನಲ್ಲಿ ನೀರು ತಂದು ಅವುಗಳ ಮುಖ ತೊಳೆಯುವ ಕೆಲಸವೂ ನಡೆದಿತ್ತು. ಹದಿನೈದರಿಂದ ಇಪ್ಪತ್ತು ಶವಗಳನ್ನು ಒಂದೇ ಸಾಲಿನಲ್ಲಿ ಮಲಗಿಸಿದ್ದರು.

ಮೊಬೈಲ್‌ಗಳು, ನೀರಿನ ಬಾಟಲಿಗಳು, ಪೆನ್ನು, ಕೈ ಗಡಿಯಾರ ಚಪ್ಪಲಿಗಳು, ಷೂಗಳು ಅಲ್ಲಲ್ಲಿ ಬಿದ್ದಿದ್ದವು, ಯಾರದ್ದೋ ಲ್ಯಾಪ್ಟಾಪ್ ಕೂಡ ಕಾಣಿಸಿತು. ಕೆಸರಿನಲ್ಲಿ ಕಾಲು ಹೂತು ಹೋಗದಂತೆ ನಡೆಯಬೇಕಾದರೆ ನೆಲ ನೋಡುತ್ತಲೇ ಇರಬೇಕು. ವಿಶ್ವಾಸ್ ನನಗಿಂತ ಆರೇಳು ಅಡಿ ಮುಂದೆ ಇದ್ದ ಅವನ ಕಣ್ಣಿಗೆ ಏನೋ ಕಂಡಿತು. ಒಂದು ಕ್ಷಣ ಆಚೀಚೆ ನೋಡಿದ ಅವನು ಅದನ್ನು ತೆಗೆದು ತನ್ನ ಜೇಬಿಗೆ ಹಾಕಿಕೊಂಡ ನಾನು ಸುಮ್ಮನಿರಲಾರದೆ ಕೇಳಿಯೇಬಿಟ್ಟೆ.

ಏನದು.

ಒಂದು ಸರ, ಚಿನ್ನದ್ದೇ ಇರ್ಬೇಕು.

ಅಲ್ಲೇ ಪೊಲೀಸ್ ಇದ್ದಾನಲ್ಲ, ಅವನಿಗೆ ಕೊಟ್ಟುಬಿಡು.

ಅವನು ಸೀದಾ ಅದನ್ನು ಮನೆಗೆ ತಕ್ಕೊಂಡು ಹೋಗ್ತಾನೆ. ಅವನ ಹೆಂಡತಿಗೆ ಮಗಳಿಗೋ ಆಯ್ತು ಅಂತ. ಅದ್ಕೆ ನಾನು ಜೇಬಿಗೆ ಹಾಕ್ಕೊಂಡೆ ಅಂದ.

ನನಗೆ ಅದೂ ಸರಿ ಅನಿಸಿತು. ಇವನಿಗೆ ಅದು ಸಿಕ್ಕಿದ್ದು ನನ್ನಲ್ಲಿ ಅಸೂಯೆಯನ್ನು ಹುಟ್ಟಿಸಿತು. ಒಳ್ಳೆಯ ಸರ ಕನಿಷ್ಠ ಪಕ್ಷ ಐವತ್ತು ಸಾವಿರ ಆದ್ರೂ ಸಿಕ್ಕೇ ಸಿಗ್ತದೆ. ಅಂದರೆ ಇವನ ಒಂದು ತಿಂಗಳ ಸಂಬಳ, ಅವನಿಗೆ ಕಾಣೋ ಬದಲು ಅದು ನನ್ನ ಕಣ್ಣಿಗಾದರೂ ಕಾಣಿಸಬಾರದಿತ್ತೇ ಅಂತ ಅವನ ಹಿಂದೆಯೇ ಹೆಜ್ಜೆ ಹಾಕಿದೆ. ನನ್ನ ಯೋಗ್ಯತೆಗೆ ಯಾವುದೂ ಕಾಣಲಿಲ್ಲ. ಸ್ವಲ್ಪ ದೂರದಲ್ಲಿ ಒಂದು ಪರ್ಸ್ ಬಿದ್ದಿತ್ತು. ಅದನ್ನು ತೆಗೆದು ನೋಡಿದೆ. ಖಾಲಿ ಪರ್ಸ್. ಅದರಲ್ಲಿ ಗಂಡ ಹೆಂಡತಿಯ ಫೋಟೋ ಇತ್ತು. ಯಾರಿಗೋ ಅದು ಸಿಕ್ಕಿದೆ. ಅದರಿಂದ ಹಣ ತಗೆದ ಅವರು ಖಾಲಿ ಪರ್ಸ್ ಅನ್ನು ಬಿಸಾಕಿ ಹೋಗಿದ್ದಾರೆ. ಯಾರು ಯಾರಿಗೆ ಇಂತಹ ಸಮಯದಲ್ಲಿ ಅದೃಷ್ಟಲಕ್ಷ್ಮಿಯ ಕೃಪೆ ಇದೆಯೋ ಯಾರಿಗೆ ಗೊತ್ತು. ಕೊನೆಗೂ ಒಬ್ಬ ಪೊಲೀಸನನ್ನು ವಿಶ್ವಾಸ್ ಮಾತಿಗೆ ಎಳೆದ, ಸರ್, ಹತ್ತಿರದಲ್ಲಿ ಹೋಟೆಲ್ ಯಾವುದಾದರೂ ಇದೆಯೇ?

ಇಲ್ಲಿ ಯಾವುದೂ ಇಲ್ಲ, ಗುಡ್ಡದ ಅಲ್ಲಲ್ಲಿ ಕೆಲವು ಅಂಗಡಿಗಳು ಇದ್ದಾವೆ. ಇವತ್ತು ಅವುಗಳನ್ನು ತೆಗಿತಾರೋ ಬಿಡ್ತಾರೋ ಗೊತ್ತಿಲ್ಲ.

ಇಲ್ಲಿಂದ ಹೊರಗಡೆ ಹೋಗೋದು ಹೇಗೆ?

ಎಲ್ಲಾ ಕಡೆ ರಸ್ತೆ ಕುಸಿದಿದೆ. ಸದ್ಯಕ್ಕೆ ಹೊರಗಡೆ ಹೋಗೋ ಹಾಗೆ ಇಲ್ಲ ಪುನಃ ಮಳೆ ಬರದೇ ಇದ್ರೆ ಒಂದು ವಾರದಲ್ಲಿ ರಸ್ತೆ ಸರಿಯಾಗಬಹುದು. ಅಲ್ಲಿತನಕ ಎಲ್ಲರೂ ಇಲ್ಲೇ ಇರ್ಬೇಕು ಮತ್ತೆ ಇಲ್ಲಿ ಸಿಕ್ಕಿಕೊಂಡಿರುವ ಜನರ ಕತೆ ಮೇಲೆ ಇರುವವನನ್ನು ಕೇಳು ಅನ್ನುವಂತೆ ಅವನು ಆಕಾಶದ ಕಡೆಗೆ ಕೈತೋರಿಸಿ ಅಲ್ಲಿಂದ ಹೋದ.

ತೆರೆದಿರಬಹುದಾದ ಅಂಗಡಿಗಾಗಿ ಹುಡುಕಾಡಿದೆವು. ಅಂಗಡಿ ಸಿಗಲಿಲ್ಲವಾದರೂ ನಿನ್ನೆ ರಾತ್ರಿ ಮಳೆ ಮಾಡಿದ ಅನಾಹುತದ ಇನ್ನೊಂದು ರೂಪ ಮಾತ್ರ ಚೆನ್ನಾಗಿ ಅನುಭವಕ್ಕೆ ಬಂತು. ಬಿಸಿಲು ಏರುತ್ತಿದ್ದ ಹಾಗೆ ಸಡಿಲ ಮಣ್ಣು ಗಟ್ಟಿಯಾಗುತ್ತಾ ಬಂತು. ಎಂತಹ ವಿಚಿತ್ರ ಮಣ್ಣು ನಾವು ಮನೆ ತಲುಪಿದಾಗ ರಾಮ್ ಚರಣ್ದಾಸ್ ನಮಗಾಗಿ ಕಾಯುತ್ತಿದ್ದ. ಅವನ ಕುದುರೆ ನೀರು ಪಾಲಾಗಿತ್ತು. ಹಸಿವು ತಾಳಲಾರದೆ ಇಲ್ಲಿ ಏನಾದರೂ ತಿನ್ನಲು ಸಿಗಬಹುದು ಅಂತ ಅವನು ಬಂದಿದ್ದ. ಶ್ವೇತಾ ಅವನಿಗೆ ಬ್ರೆಡ್ ಮತ್ತು ಬಿಸ್ಕಟ್ ಕೊಟ್ಟಿದ್ದಳು. ಅವನ ಮುಖ ಕಂಡ ತಕ್ಷಣ ನನಗೆ ಸ್ವಲ್ಪ ಧೈರ್ಯ ಬಂತು.

ಊಟಕ್ಕೆ ಏನು ಮಾಡೋದು ಅಂದ ವಿಶ್ವಾಸ್.

ನನಗೇ ಏನೂ ಸಿಗ್ತಾ ಇಲ್ಲ ಸಾಹೇಬ್, ನಿಮಗೆ ಎಲ್ಲಿಂದ ತರಲಿ.

ಯಾವುದಾದರೂ ಅಂಗಡಿ ಹೋಟೆಲ್?

ಚಿಕ್ಕ ಚಿಕ್ಕ ಅಂಗಡಿಗಳು ಸಿಗಬಹುದು. ಆದ್ರೆ ಅಲ್ಲಿ, ಬಿಸ್ಕೆಟು, ಸಿಗರೇಟು ಇಂತದ್ದು ಇರುತ್ತೆ, ಚಪಾತಿ, ಪರೋಟ, ರೊಟ್ಟಿ ಇವೆಲ್ಲಾ ಇರೋದಿಲ್ಲ.

ಯಾವುದು ಸಿಗುತ್ತೋ ಅದು ಏನೂ ಸಿಗದೇ ಇದ್ರೆ ಎಲ್ಲಾದ್ರೂ ಅಕ್ಕಿ, ಗೋಧಿಹಿಟ್ಟು ಆದ್ರೂ ಸಿಗುತ್ತಾ ಅಂತ ನೋಡು. ಈಗ ನೀನೂ ಸೇರಿ ಐದು ಜನ ಇದ್ದೀವಿ.

ನೋಡ್ತೀನಿ ಸಾಹೇಬ್ ಆದ್ರೆ ನನ್ನ ಹತ್ರ ದುಡ್ಡಿಲ್ಲ ಅಂದ.

ಅಯ್ಯೋ ನನ್ನ ಹತ್ರ ದುಡ್ಡಿದೆ ಮಾರಾಯ. ತಗೋ ಅಂತ ಅವನ ಕೈಗೆ ಸಾವಿರ ರೂಪಾಯಿ ನೋಟು ಕೊಟ್ಟ.

ಇಲ್ಲಿ ಬಂದಿರೋ ಎಲ್ಲರ ಹತ್ರ ದುಡ್ಡಿದೆ. ಆದ್ರೆ ಎಲ್ಲರಿಗೂ ಉಪವಾಸನೇ ಗತಿ ಸಾಹೇಬ್. ದುಡ್ಡು ತಿನ್ನೋ ಹಾಗಿಲ್ಲ ನೋಡಿ ಅನ್ನುತ್ತಾ ಅವನು ಹೋದ.

ನಿನ್ನೆ ರಾತ್ರಿ ನಮ್ಮೊಂದಿಗೆ ಇದ್ದ ಜನರಲ್ಲಿ ಒಂದಷ್ಟು ಜನ ಪುನಃ ಬಂದರು. ಹೆಚ್ಚಿನವರು ಟ್ರಾವಲ್ ಏಜೆನ್ಸಿಯ ಜೊತೆ ಬಂದಿದ್ದ ಕಾರಣ ಅವರ ಜವಾಬ್ದಾರಿಯನ್ನು ಆಯಾಯ ಏಜೆನ್ಸಿಯವರೇ ಹೊತ್ತಿದ್ದರು. ಹೀಗಾಗಿ ಜನ ಇಲ್ಲಿ ಸ್ವಲ್ಪ ಕಡಿಮೆ ಆದರು. ಅರವತ್ತು ಜನರಿಗೂ ಹೆಚ್ಚು ಮಂದಿಗೆ ರಾತ್ರಿ ಆಶ್ರಯ ನೀಡಿದ ಮನೆಯಲ್ಲಿ ಇಂದು ಹದಿನೈದು ಜನರಿದ್ದೆವು. ಇಡೀ

ದಿನ ಮಳೆ ಬರಲಿಲ್ಲ. ಸಂಜೆ ಆರರ ನಂತರ ನಾವು ಕೆಳಗೆ ಇಳಿಯಲಿಲ್ಲ. ರಾಮಚರಣದಾಸ್ ಬರಲೇ ಇಲ್ಲ.

ಉಳಿದಿದ್ದ ಒಂದೂವರೆ ಪ್ಯಾಕೆಟ್ ಬ್ರೆಡ್ ಅನ್ನು ನಾವು ನಾಲ್ಕು ಜನ ತಿಂದೆವು. ಅಲ್ಲಿಗೆ ನಮ್ಮ ಬಳಿ ಉಳಿದಿದ್ದು ಒಂದು ಪ್ಯಾಕೆಟ್ ಬಿಸ್ಕೆಟು ಮಾತ್ರ. ಆಶ್ರಯ ಕೋರಿ ಬಂದಿದ್ದ ಹನ್ನೊಂದು ಜನರನ್ನು ನಾವು ಸರಿಯಾಗಿ ಮಾತನಾಡಿಸಲಿಲ್ಲ. ಮಾತನಾಡಿಸಿದರೆ ಎಲ್ಲಿ ಬ್ರೆಡ್ ಕೊಡಬೇಕಾಗಿ ಬರುತ್ತದೋ ಎಂಬ ಭಯ. ಹೇಗೋ ನಾಳೆಗೆ ಗೋಧಿಹಿಟ್ಟು ಇದೆ. ಅದನ್ನು ರೊಟ್ಟಿ ಮಾಡಿ ತಿನ್ನುವುದು ಎಂಬ ಭಂಡ ಧೈರ್ಯದ ಮೇಲೆ ಮಲಗಿದೆವು. ಮಳೆ ಇಲ್ಲ. ಶೀತರೋಗ ಮೆಲ್ಲನೆ ಆಕ್ರಮಣ ಮಾಡಲು ಶುರು ಮಾಡಿತ್ತು. ಮಲಗಿದ್ದವರಲ್ಲಿ ಒಬ್ಬ ಸೀನಲು ಶುರು ಮಾಡಿದ. ಅದು ಇನ್ನೊಬ್ಬನಿಗೆ ಅವನಿಂದ ಮತ್ತೊಬ್ಬನಿಗೆ ಹೀಗೆ ಅಲ್ಲಿ ಇದ್ದವರಿಗೆಲ್ಲಾ ಅಂಟಿಕೊಂಡಿತು. ಬೆಳಗಿನ ಹೊತ್ತು ಇದು ಯಾರ ಗಮನಕ್ಕೂ ಬಂದಿರಲಿಲ್ಲ. ಅರ್ಧ ರಾತ್ರಿ ಕಳೆಯುವಷ್ಟರಲ್ಲಿ ಇಲ್ಲಿ ಸೀನುವ ಸ್ಪರ್ಧೆಯೇ ಆರಂಭವಾದಂತೆ ಇತ್ತು.

ನಿಜವಾದ ಯುದ್ಧ ನಾಳೆಯಿಂದ ಆರಂಭವಾಗುತ್ತೆ ಅಂದ ವಿಶ್ವಾಸ್ ಹಾಗಂದ್ರೆ?

ನಾಳೆಯಿಂದ ಹೆಣ ಕೊಳೆಯೋಕೆ ಶುರುವಾಗುತ್ತೆ. ಇವತ್ತು ಜನರು ಅವರ ಹತ್ರ ಇದ್ದಿದ್ದನ್ನು ತಿಂದಿದ್ದಾರೆ. ನಾಳೆಯಿಂದ ತಿನ್ನೋದಕ್ಕೂ ಏನೂ ಇರಲ್ಲ. ಚಳಿಜ್ವರ, ವಾಂತಿ, ಬೇಧಿ, ಎಲ್ಲಾ ನಾಳೆಯಿಂದ ಶುರುವಾಗುತ್ತೆ. ನೀರು ಕೂಡ ಇಲ್ಲಿ ಅಪಾಯದ ವಸ್ತು ಆಗುತ್ತೆ. ಇಲ್ಲಿ ತನಕ ಅಲ್ಲ, ಇನ್ಮುಂದೆ ದೇವರೇ ಗತಿ. ಈಗ ಎಲ್ಲರೂ ಮಲಗಿ ಅಂದ ವಿಶ್ವಾಸ್.

17

ಮರುದಿನ ಬೆಳಿಗ್ಗೆ ವಿಶ್ವಾಸ್ ಫೋನ್ ಮಾಡಿ ನಾನು ಚೆನ್ನಾಗಿದ್ದೀನಿ, ಶ್ವೇತಾನೂ ಚೆನ್ನಾಗಿದ್ದಾಳೆ. ಇಬ್ಬರಿಗೂ ಸ್ವಲ್ಪ ಶೀತ ಆಗಿದೆ ಅಷ್ಟೇ, ಫೋನ್ ಇಡ್ತೀನಿ ಅಂದ. ಆ ಕಡೆಯಿಂದ ತಡಿ ತಡಿ ಅನ್ನುವ ಧ್ವನಿ ಕೇಳಿತು. ಇವತ್ತು ಅಲ್ಲೆಲ್ಲಾ ಹೆಲಿಕಾಪ್ಟರ್‌ನಲ್ಲಿ ಫುಡ್ ಕೊಡ್ತಾರಂತೆ, ಜನರನ್ನು ಸಾಗಿಸ್ತಾರಂತೆ. ಸ್ವಲ್ಪ ಬೇಗ ಹೊರಡಿ ತುಂಬಾ ತಡ ಮಾಡಬೇಡ ಅನ್ನುವ ಸಂದೇಶ ಬಂತು. ನಾವಿರುವ ಜಾಗದಲ್ಲಿ ಏನು ನಡಿತಿದೆ ಅನ್ನುವ ವರ್ತಮಾನ ನಮಗೆ ಬೆಂಗಳೂರಿಂದ ಬರಬೇಕಾಗಿತ್ತು. ಸ್ನಾನ ಮಾಡದೇ ಮೂರು ದಿನಗಳಾಗಿತ್ತು. ಇಂತ ತಣ್ಣನೆಯ ನೀರಿನಲ್ಲಿ ಸ್ನಾನ ಮಾಡುವುದು ಸಾಧ್ಯವೇ ಇರಲಿಲ್ಲ. ಮುಖ ತೊಳೆದು, ಹಲ್ಲು ಉಜ್ಜಿ, ರೆಡಿಯಾದೆವು. ಹೋಗುವುದು ಎಲ್ಲಿಗೆ? ಎಲ್ಲಿಗೂ ಇಲ್ಲ. ಅಲ್ಲೇ ಕುಳಿತೆವು.

'ರಾನಿದೇವಿ' ಗೋಧಿಹಿಟ್ಟಿನಲ್ಲಿ ಚಪಾತಿ ಮಾಡಿದಳು. ನಾಲ್ಕೂ ಜನರಿಗೂ ಒಂದೊಂದು ಚಪಾತಿ ಅದಕ್ಕೆ ಜೊತೆಯಲ್ಲಿ ಏನೂ ಇರಲಿಲ್ಲ. ಸಕ್ಕರೆಯೂ ಇಲ್ಲದ ಕರಿ ಚಹ ಕುಡಿದೆವು. ರಾತ್ರಿಗೆ ಒಂದೊಂದು ಚಪಾತಿ ತಿಂದರೆ ಅಲ್ಲಿಗೆ ಮುಗಿಯಿತು. ಇನ್ನು ಉಪವಾಸವೇ ಗತಿ. ಈ ರಾಮಚರಣ್‌ದಾಸ್, ಎಲ್ಲಿಗೆ ಹೋದ. ದುಡ್ಡು ಸಿಕ್ಕಿದ್ದೇ ಸಾಕು. ಅಷ್ಟೇ ಲಾಭ ಅಂತ ಅವನೇನಾದರೂ ಕದ್ದು ಹೋದನಾ ಅಂತ ನಾನು ಮನದಲ್ಲಿಯೇ ಅಂದುಕೊಂಡೆ. ರಾತ್ರಿ ಮಲಗಿದ್ದವರು ಎದ್ದು ಹೋಗಿದ್ದರು. ಅವರು ತಿಂದ್ರಾ ಬಿಟ್ರಾ ಎಂದು ವಿಚಾರಿಸುವ ಕೆಲಸಕ್ಕೆ ನಾವು ಹೋಗಲೇ ಇಲ್ಲ.

ಚಪಾತಿ ತಿಂದಾದ ನಂತರ ವಿಶ್ವಾಸ್ ಅವನ ಜೇಬಿನಿಂದ ಸರ ತಗೆದ. 'ರಾನಿದೇವಿ ಇದು ನನ್ನದಲ್ಲ, ಬಿದ್ದು ಸಿಕ್ಕಿದ್ದು, ಚಿನ್ನದ ಸರವೇ ಇರ್ಬೇಕು. ತುಂಬಾ ಭಾರ ಇದೆ. ನಿನ್ನೆ ರಾತ್ರೀನೇ ಕೊಡೋಣ ಅಂತ ಇದ್ದೆ. ಜನ ಇದ್ರಲ್ಲ ಅಂತ ಸುಮ್ಮನಾದೆ. ಇದು ಇನ್ಮೇಲೆ ನಿಂದು. ಯಾವತ್ತಾದರೂ

ಬೇಕಾಗ್ತದೆ' ಅಂತ ಅವಳಿಗೆ ಕೊಟ್ಟೆ. ಅವಳು ಕೃತಜ್ಞತಾ ಭಾವದಿಂದ ಅದನ್ನು ತೆಗೆದುಕೊಂಡಳು. ಲಗುಬಗೆಯಿಂದ ಹೋಗಿ ಅದನ್ನು ಟ್ರಂಕ್‌ನಲ್ಲಿ ಎರಡು ಸೀರೆ ಎತ್ತಿ ಅದರಡಿಯಲ್ಲಿಟ್ಟು ಜೋಪಾನ ಮಾಡಿದಳು.

ವಿಶ್ವಾಸ್ ನನ್ನ ಕಣ್ಣಿಗೆ ಈಗಂತೂ ತುಂಬಾ ದೊಡ್ಡ ಮನುಷ್ಯನಾಗಿ ಕಂಡ. ಅವನ ಬಗ್ಗೆ ನಾನು ತುಂಬಾ ಸಣ್ಣದಾಗಿ ಯೋಚನೆ ಮಾಡಿದ್ದೆ. ನನ್ನ ಬಗ್ಗೆಯೇ ನನಗೆ ನಾಚಿಕೆ ಅನಿಸಿತು. ಅವನ ಕಡೆ ನೋಡಿದೆ. ಅವನೇ ಶ್ವೇತಾಳಿಗೆ ಈ ಸರದ ಕತೆಯನ್ನು ಮೆಲುಧ್ವನಿಯಲ್ಲಿ ಹೇಳ್ತಾ ಇದ್ದ. ನನ್ನ ಕಡೆ ಕೈ ತೋರಿಸಿ. ಇವನು ಅದನ್ನು ಪೊಲೀಸರಿಗೆ ಕೊಡೋಣ ಅಂತ ಹೇಳಿದ. ಆ ಸರ ಕಂಡ ತಕ್ಷಣ ನನ್ನ ನೆನಪಿಗೆ ಬಂದೋಳು ಇವಳೇ ರಾನಿದೇವಿ ಅವಳಿಗೆ ಕೊಟ್ಟೆ ಅಂದ ನಾನು ಪೆದ್ದು ಪೆದ್ದಾಗಿ ನಕ್ಕೆ.

ಕಾಲು ಸರಿಯಾಗಿದ್ರೆ ಬಾ ಕೆಳಗೆ ಹೋಗೋಣ, ಈಗ ಅದು ನಮ್ಮ ಪಾಲಿಗೆ ಬೆಂಗಳೂರಿನ ಎಂ.ಜಿ. ರೋಡ್ ಅಂತ ಶ್ವೇತಾಳನ್ನು ವಿಶ್ವಾಸ್ ಕರೆದ, ಅವಳ ಮೊಣಕಾಲು ನೋವು ತುಂಬಾ ಕಡಿಮೆಯಾಗಿತ್ತು. ಆದರೂ ನಡೆಯುವಾಗ ಕುಂಟ್ತಾ ಇದ್ಲು.

ಕೆಳಗಡೆ ನಿನ್ನೆಗಿಂತ ಇವತ್ತು ಜನಸಂದಣಿ ಜಾಸ್ತಿ ಇತ್ತು. ಕೆಸರು ನಿನ್ನೆಯಷ್ಟು ಇರಲಿಲ್ಲ. ನಿನ್ನೆ ಮರದ ಮೇಲೆ ಜೋತಾಡುತ್ತಿದ್ದ ಶವ ಇವತ್ತು ಕೆಳಗಡೆ ಬಿದ್ದಿತ್ತು. ಬಿದ್ದ ರಭಸಕ್ಕೆ ಒಡೆದುಹೋಗಿತ್ತು. ವಾಸನೆ ಬರ್ತಾ ಇತ್ತು. ಇವತ್ತು ಕಾಗೆಗಳು ಕಂಡವು. ನಾವು ಹಸಿವಿನಿಂದ ಸಾಯ್ತಾ ಇದ್ದರೆ ಇದಕ್ಕೆ ಇವತ್ತು ರಸದೌತಣ ಸಿಕ್ಕಿತ್ತು. ಮಕಾಡೆ ಬಿದ್ದಿದ್ದ ಶವದ ಅಂಡಿನ ಮೇಲೆ ಕುಳಿತ ಈ ಜೋಡಿ ಕಾಗೆಗಳು ತಮ್ಮ ಪಾಡಿಗೆ ತಾವು ಅಂಡು ಕುಕ್ಕಿ ಕುಕ್ಕಿ ತಿನ್ನುತ್ತಿದ್ದವು.

ಥೂ ಅಸಹ್ಯ, ಅದನ್ನು ಏನೂಂತ ನೋಡ್ತಾ ಇದ್ದಿಯಾ ಬಾ ಇತ್ಲಾಗೆ ಅಂತ ಶ್ವೇತಾ ಜೋರು ಮಾಡಿದ ಮೇಲೆ ನಾನು ಮುಂದಕ್ಕೆ ಕಣ್ಣು ಹಾಯಿಸಿದೆ. ನಿನ್ನೆಗಿಂತ ಇವತ್ತು ಪೊಲೀಸರ ಸಂಖ್ಯೆ ಜಾಸ್ತಿ ಇತ್ತು. ನಿನ್ನೆ ಅವರು ಒಂದು ಮೂಲೆಯಲ್ಲಿ ಸುಮ್ಮನೆ ನಿಂತಿದ್ದರು. ಇವತ್ತು ಆ ಕಡೆ ಈ ಕಡೆ ಓಡಾಡ್ತಾ ಇದ್ದರು ಅನ್ನುವುದನ್ನು ಬಿಟ್ಟರೆ ಬೇರೇನು ಅವರು ಮಾಡುವಂತೆ ಕಾಣಲಿಲ್ಲ. ಯಾರ್‍ಯಾರ ಮೂಗಿನಲ್ಲಿ ಹಸಿರು ಬಟ್ಟೆ ಇದೆಯೋ ಅವರೆಲ್ಲಾ ಸರ್ಕಾರಿ ನೌಕರರು, ಅನಾಹುತ ನಡೆದ ಮೂವತ್ತಾರು ಗಂಟೆಗಳ ನಂತರ ಸರ್ಕಾರ ಸಣ್ಣ ಪ್ರಮಾಣದಲ್ಲಿ ಎದ್ದು ಕುಳಿತಿತ್ತು.

ಹೊರಭಾಗದಲ್ಲಿ ಕಂಡುಬರುತ್ತಿದ್ದ ಶವಗಳನ್ನು ಹೂಳಲು ಗುಂಡಿ ತೆಗೆಯಲಾಗುತ್ತಿತ್ತು. ಅದೆಲ್ಲಿಂದಲೋ ಒಂದು ಜೆ.ಸಿ.ಬಿ. ಯಂತ್ರ ತಂದು. ಆಳವಾದ ದೊಡ್ಡ ಗುಂಡಿಯನ್ನೇ ತೆಗೆದು ಈ ಹೆಣಗಳನ್ನು ಅಲ್ಲಿಗೆ ಸಾಗಿಸಿ, ಗುಂಡಿಗೆ ಹಾಕಿ ಅದರ ಮಣ್ಣು ಮುಚ್ಚಿದರು.

ಈ ಜೆ.ಸಿ.ಬಿ. ಎಲ್ಲಿಂದ ಬಂತು ಅಂತ ವಿಶ್ವಾಸ್ ವಿಚಾರಿಸಿದ. ಇಲ್ಲಿ ಕಿರು ವಿದ್ಯುತ್ ಯೋಜನೆಗಳು ತುಂಬಾ ನಡೆಯುತ್ತದೆ ಅಲ್ಲಿ ಈ ಯಂತ್ರಗಳನ್ನು ಉಪಯೋಗಿಸಲಾಗುತ್ತಿದೆ ಅನ್ನುವ ಉತ್ತರ ದೊರೆಯಿತು.

ಈ ಸನ್ಯಾಸಿಯ ಶವದ ಪಕ್ಕದಲ್ಲಿ ಒಂದು ಸಣ್ಣ ಗುಂಡಿ ತೆಗೆದು, ಜೆ.ಸಿ.ಬಿ. ಯಂತ್ರದಿಂದಲೇ ಆ ಶವವನ್ನು ಎಳೆದು ಗುಂಡಿಗೆ ಹಾಕಿ ತೆಗೆದಿದ್ದ ಮಣ್ಣನ್ನು ಗುಂಡಿಗೆ ಸುರಿದು ಈ ಸನ್ಯಾಸಿಗೆ ಪ್ರತ್ಯೇಕ ಸಮಾಧಿಯನ್ನು ಐದೇ ಐದು ನಿಮಿಷದಲ್ಲಿ ಮಾಡಿದರು, ಆ ಜೋಡಿ ಕಾಗೆಗಳು ಜೆ.ಸಿ.ಬಿ.ಯವನಿಗೆ ಶಾಪ ಹಾಕಿದವು.

ನನ್ನ ಮನೆಯವರು ಕಾಣುತ್ತಿಲ್ಲ ಅಂತ ಪೊಲೀಸನವನಿಗೆ ಕಂಪ್ಲೆಂಟ್ ನೀಡುವ ಜನರ ಹಿಂಡೇ ಅಲ್ಲಿ ಸೇರಿತ್ತು. ಅವನು ಒಂದು ಪುಸ್ತಕ ಹಿಡಿದು ಒಂದೊಂದಾಗಿ ಹೆಸರು ಬರೆದುಕೊಳ್ಳುತ್ತಿದ್ದ. ಫೋಟೋ ಇದ್ದರೆ ಕೊಡಿ ಅನ್ನುತ್ತಿದ್ದ. ಕೆಲವರು ತಮ್ಮ ಮನೆಯ ವ್ಯಕ್ತಿ, ಎತ್ತರ ದಪ್ಪ ಬಣ್ಣ ಇತ್ಯಾದಿ ಹೇಳುತ್ತಿದ್ದರು. ಅವನು ಎಲ್ಲದ್ದಕ್ಕೂ ಆಯಿತು. ಆಯಿತು ಅನ್ನುವಂತೆ ತಲೆಯಾಡಿಸುತ್ತಿದ್ದ, ಒಂದೇ ಒಂದು ಗಂಟೆಯಲ್ಲಿ ಅವನ ತಲೆ ಕೆಟ್ಟುಹೋಗಿರಬಹುದು. ತನ್ನ ಕೈಯಲ್ಲಿದ್ದ ಪುಸ್ತಕ ಸಮೇತ ಎದ್ದು ಹೋದ.

ನದಿಯ ದಡದಲ್ಲಿ ಇದ್ದ ಆರೇಳು ಶವಗಳಿಗೂ ಜೆ.ಸಿ.ಬಿ.ಯಿಂದಲೇ ಸಾಮೂಹಿಕ ಶವಸಂಸ್ಕಾರ ಮಾಡಿದರು. ಕುದುರೆಗಳಿಗೂ ಇದೇ ಗತಿಯಾಯಿತು. ಹೊರನೋಟಕ್ಕೆ ಕಾಣುವ ಶವಗಳು ಇಲ್ಲ. ಅಂತ ಅನಿಸಿದ ಮೇಲೆ ಜೆ.ಸಿ.ಬಿ.ಯವನು ಕೆಲಸ ನಿಲ್ಲಿಸಿದ. ಪ್ರತಿ ಶವವನ್ನು ಗುಂಡಿಗೆ ತಳ್ಳುವಾಗ ಅವನು ಕುಳಿತ ಜಾಗದಿಂದಲೇ ಶವಕ್ಕೆ ನಮಸ್ಕಾರ ಮಾಡುತ್ತಿದ್ದ. ಭಾವನೆಗಳೇ ಇಲ್ಲದ ಆ ಮುಖದಲ್ಲಿ ಹೃದಯದ ಒಳಗಡೆ ಏನು ನಡೆಯುತ್ತಿರಬಹುದೆಂದು ಅಂದಾಜಿಸಲು ಆಗಲೇ ಇಲ್ಲ.

ರಸ್ತೆ ಮಾಡುವ ಕಾಯಕ ಅವನು ಆರಂಭಿಸಿದ. ರಸ್ತೆಯಲ್ಲಿ ಹೂತು ಹೋಗಿದ್ದ ಆ ಕಾರನ್ನು ಕಾರು ಸಮೇತ ತಳ್ಳಿದ. ಯಾರೋ ಕಾರಿನ ಗ್ಲಾಸುಗಳನ್ನು ಒಡೆದಿದ್ದರು. ಗಾಜುಗಳನ್ನು ಒಡೆದು ಅದರ ಒಳಗಡೆ ಇದ್ದ ಶವಗಳ ಜೇಬು ತಪಾಸಣೆಯ ಕೆಲಸವಾಗಿ ಸುಮಾರು ಹೊತ್ತು ಆಗಿರಬಹುದು. ಇದನ್ನು ಏನು ಮಾಡುವುದು ಅನ್ನುವಂತೆ ಪೊಲೀಸನ ಕಡೆ ನೋಡಿದ. ಪೊಲೀಸ್ ಕಾರಿನ ನಂಬರ್ ಬರೆದುಕೊಂಡವನು ಉಳಿದ ವಿಚಾರಕ್ಕೂ ನನಗೂ ಸಂಬಂಧ ಇಲ್ಲ ಅನ್ನುವಂತೆ ಸುಮ್ಮನಾದ. ಇದನ್ನೆಲ್ಲಾ ನೋಡುತ್ತಿದ್ದ ಸ್ಥಳೀಯ ಕೆಲವು ಯುವಕರು ಕಾರಿನ ಒಳಗಡೆ ಇದ್ದ ಐದು ಶವಗಳನ್ನು ಹೊರಗೆ ತೆಗದರು. ತೆಗೆಯಲು ಹೋದವರಲ್ಲಿ ಇಬ್ಬರು ವಾಂತಿ ಮಾಡಿಕೊಂಡರು. ಅಂತೂ ಇಂತೂ ಶವಗಳು ಕಾರಿನ ಹೊರಗೆ ಬಂದವು. ಕಾರನ್ನು ಒಂದು ಮೂಲೆಗೆ ತಳ್ಳಿ

ಸ್ವಲ್ಪ ದೂರದಲ್ಲಿ ಒಂದು ಗುಂಡಿ ತೆಗೆದು, ಅದೇ ಹುಡುಗರ ಸಹಾಯದಿಂದ ಐದೂ ಶವಗಳನ್ನು ಜೆಸಿಬಿಯ ಬಕೆಟ್‌ಗೆ ಹಾಕಿಸಿ, ಅಲ್ಲಿಗೆ ಸಾಗಿಸಿ ಗುಂಡಿಗೆ ಹಾಕಿ ಮಣ್ಣು ತುಂಬಿಸಿದ.

ನನಗೆ ಈ ಜೆ.ಸಿ.ಬಿ. ಯಂತ್ರ ನಡೆಸುವ ಆ ಯುವಕ ಮತ್ತು ಈ ಹುಡುಗರು ನಿಜವಾದ ಹೀರೋಗಳಂತೆ ಕಂಡುಬಂದರು. ಅವರ ಕೆಲಸಕ್ಕೆ ಭೇಷ್ ಅನ್ನುವವರ್‍ಯಾರೂ ಅಲ್ಲಿರಲೇ ಇಲ್ಲ. ಯಾರಾದರೂ ಶಹಬ್ಬಾಷ್ ಗಿರಿ ಕೊಡುತ್ತಾರೆ ಅಂತ ಅವರು ಕಾದಿರಲೂ ಇಲ್ಲ. ತಮ್ಮ ಪಾಡಿಗೆ ತಾವು ತಮಗೆ ಮಾಡಬೇಕು ಅನಿಸಿದ ಕೆಲಸಗಳನ್ನು ಅವರು ಮಾಡುತ್ತಲೇ ಇದ್ದರು. ನಾವು ಮೂವರು ಮತ್ತು ಅಲ್ಲಿದ್ದ ಇತರ ಜನರು ಮೂಕಪ್ರೇಕ್ಷಕರಾಗಿ ನಿಂತಿದ್ದೆವು. ಒಂದು ನಾಲ್ಕಡಿಯ ರಸ್ತೆಯನ್ನು ಮಾಡಿದ ಆ ಜೆ.ಸಿ.ಬಿ.ಯ ಯುವಕ ಡೀಸೆಲ್ ಮುಗಿದಿದೆ ಡೀಸಲ್ ಬೇಕು ಅಂದ.

ನಾನು ಎಲ್ಲಿಂದ ತರಲಿ ಅಲ್ಲಿದ್ದ ಒಬ್ಬ ಪೊಲೀಸನ ಪ್ರಶ್ನೆ.

ಎಲ್ಲಿಂದ ಅಂದ್ರೆ ಏನರ್ಥ ಕೆಲ್ಸ ಆಗಬೇಕು ಅಂದ್ರೆ ಡೀಸೆಲ್ ಬೇಕು. ಆ ಹುಡುಗ, ಸಾಹೇಬ್ರಿಗೆ ವಿಷಯ ತಿಳಿಸ್ತೀನಿ ತಡಿ. ಅಲ್ಲಿ ತನಕ ನಾನು ಏನು ಮಾಡ್ಲಿ ಅಂತ ಗೊಣಗುತ್ತಾ ಆ ಹುಡುಗ ಜೇಬಿನಿಂದ ಒಂದು ಬೀಡಿ ತೆಗೆದು ಸೇದಲು ಆರಂಭಿಸಿದ.

ಕಾಲು ಭಾಗ ಹೂತು ಹೋಗಿದ್ದ ಬಸ್ಸಿಂದ ಡೀಸೆಲ್ ತೆಗೆಯಬಹುದು ಅಂತ ಶ್ವೇತಾ ಐಡಿಯಾ ಹೇಳಿದಳು ನಮಗೆ, ವಿಶ್ವಾಸ್ ಅದನ್ನು ಸ್ಥಳೀಯ ಹುಡುಗನೊಬ್ಬನಿಗೆ ಹೇಳಿದ.

ಬಸ್ಸಿನ ಡೀಸೆಲ್, ಹಾರ್ನ್ ಮ್ಯೂಸಿಕ್ ಸಿಸ್ಟಂ ಟಿವಿ ಎಲ್ಲಾ ನಿನ್ನೆ ರಾತ್ರಿನೇ ಯಾರೋ ತೆಗೆದಿದ್ದಾರೆ ಅಂದ. ಅವನ ಮಾತು ಕೇಳಿ ವಿಶ್ವಾಸ್‌ಗೆ ನಗು ಬಂತು. ಈ ಮಟ್ಟಿಗೂ ಕಳ್ಳತನ ಮಾಡುತ್ತಾರೆ ಅಂತ ನಾನು ಯೋಚನೆ ಮಾಡೋಕೆ ಸಾಧ್ಯ ಇಲ್ಲ ಅಂದ.

ಈ ಭೂಮಿಯ ಮೇಲೆ ಎಲ್ಲವೂ ಸಾಧ್ಯ, ಏನೂ ಬೇಕಾದರೂ ಆಗಬಹುದು, ಯಾವ ಕ್ಷಣದಲ್ಲಿ ಬೇಕಾದರೂ ಆಗಬಹುದು. ನಾವು ಕನಸಿನಲ್ಲಿ ಕಲ್ಪಿಸಿಕೊಳ್ಳಲಾಗದ್ದೂ ನಡೆದು ಹೋಗಿ ಬಿಡುತ್ತದೆ. ಇಲ್ಲಿ ಎಲ್ಲವೂ ಸಾಧ್ಯ. ಯಾವುದೂ ಅಸಾಧ್ಯವಲ್ಲ ಅಂದೆ.

ಏನು ಫಿಲಾಸಫಿ ಮಾತಾಡ್ತಾ ಇದ್ದೀಯಾ ಅಂದ್ಲು ಶ್ವೇತಾ.

ಈ ಸ್ಥಿತಿಯಲ್ಲಿ ಬದುಕಿರುವ ಪ್ರತಿಯೊಬ್ಬ ವ್ಯಕ್ತಿಯೂ ಫಿಲಾಸಫರ್ ಆಗೆ ಆಗ್ತಾನೆ. ಅಂದ. ಸರಿ ಸರಿ ನಡೀರಿ ಎಲ್ಲಿಯಾದರೂ ಏನಾದರೂ ಸಿಗುತ್ತಾ ಅಂತ ನೋಡೋಣ ಅವನು ದಾಸ್ ಏನಾದ್ರೂ ತರ್‍ದೇ ಹೋದ್ರೆ, ನಾಳೆಯಿಂದ ಉಪವಾಸನೇ ಗತಿ ಅನ್ನುತ್ತಾ ವಿಶ್ವಾಸ್ ಆ ಭಾಗದಿಂದ ನಮ್ಮನ್ನು ಹೊರಡಿಸಿದ.

ಶೀತದಿಂದ ನಮ್ಮ ಧ್ವನಿಗಳು ಬದಲಾಗಲಾರಂಭಿಸಿದ್ದವು. ವಸ್ತುಗಳು ಪ್ರಾಣಿಗಳು, ಕೊಳೆಯುತ್ತಿರುವ ಕಾರಣದಿಂದಲೋ ಏನೋ ನೊಣಗಳ ಸಂಖ್ಯೆ ವಿಪರೀತವಾಗಿತ್ತು. ಸಂಜೆ ನಾಲ್ಕು ಗಂಟೆಯ ಮೇಲೆ ಸೊಳ್ಳೆಗಳ ಕಾಟವೂ ಅತಿಯಾಯಿತು. ಕುಡಿಯುವ ನೀರು ಸಿಗುತ್ತಿಲ್ಲ. ಈ ನೀರು ಕುಡಿಯಲು ಭಯ. ನೀರಂತೂ ತುಂಬಾನೇ ತಣ್ಣಗಿದ್ದು ಅದನ್ನು ಮುಟ್ಟಿದರೆ ಸಾಕು ಮೈ ಜುಮ್ ಆಗ್ತಾ ಇತ್ತು. ಬದುಕು ಇಷ್ಟೇನೆ ಎಂಬುದು ಅರ್ಥವಾಗಿ ಹೋಗಿತ್ತು. ಖಿನ್ನತೆ ಕಾಡಲಾರಂಭಿಸಿತು. ನಾವು ಮಾತನಾಡುವುದನ್ನು ಕಡಿಮೆ ಮಾಡಿದೆವು. ಏನೋ ಪ್ರಶ್ನೆ ಕೇಳಿದರೆ ಏನೋ ಉತ್ತರ ಹೇಳುವ ಸ್ಥಿತಿಗೆ ತಲುಪಿದ್ದೆವು.

ನಾವು ಇಲ್ಲಿಂದ ಪ್ರಾಣ ಸಹಿತ ಹೋಗ್ತಿವಾ, ನಂಗ್ಯಾಕೋ ಸಂಶಯ ಅಂದಳು ಶ್ವೇತಾ ಈ ಹೆಣಗಳು, ಇಲ್ಲಿನ ಸ್ಥಿತಿ ನೋಡಿದರೆ ನಂಗೂ ಹಾಗೆ ಅನ್ನಿಸ್ತಾ ಇದೆ. ನಾವು ಸತ್ತರೆ ಆ ಜೆ.ಸಿ.ಬಿ.ಗೆ ಐದೇ ನಿಮಿಷದ ಕೆಲಸ ಅಲ್ಲಿಗೆ ಮುಗಿದೇ ಹೋಯಿತು ಅಂದ ವಿಶ್ವಾಸ್, ನಾವು ಮೌನವಾಗಿ ನಡೆದೆವು. ರಾನಿದೇವಿ ಹೊರಗಡೆ ಕುಳಿತಿದ್ದವಳು ನಮ್ಮನ್ನು ನೋಡಿ ಒಳಗಡೆ ಹೋದಳು. ರಾಮ್‌ಚರಣ್ ದಾಸ್ ಇನ್ನೂ ಬಂದಿರ್ಲೇ ಇಲ್ಲ.

ಹೆಲಿಕಾಪ್ಟರ್‌ನಲ್ಲಿ ಆಹಾರ ಎಸೆಯಬಹುದೆಂದು ಕಾದಿದ್ದೆ ಲಾಭ ಯಾವ ಹೆಲಿಕಾಪ್ಟರ್ ಕೂಡ ಬರಲಿಲ್ಲ. ರಾತ್ರಿಗೆ ನಾಲ್ಕು ಚಪಾತಿ ಒಂದೆರಡು ಗುಟುಕು ನೀರು ಬಿಟ್ಟರೆ ಬೇರೆ ಏನು ಉಳಿದಿರಲಿಲ್ಲ. ಹಸಿವು ತುಂಬಾ ಕಾಡುತ್ತಿತ್ತು. ಶ್ವೇತಾಳಿಗಂತೂ ಆಗಾಗ್ಗೆ ಏನಾದರೂ ಕುರುಕುತ್ತಲೇ ಇರುವ ಅಭ್ಯಾಸ, ಬಾಯಾರಿಕೆಯಿಂದ ತುಟಿಗಳು ಒಣಗಿಹೋಗಿದ್ದವು. ದೇಹದಲ್ಲಿ ಒಂದು ಬಗೆಯ ಜಡತ್ವ ಬಂದುಬಿಟ್ಟಿತ್ತು.

ಮಂಚದ ಮೇಲೆ ಬೋರಲು ಬಿದ್ದು ಶ್ವೇತಾ ಅಳಲು ಶುರು ಮಾಡಿದಳು. ನನಗೂ ಅಳು ಬಂತು. ನಾನೂ ಮನದಣಿಯೇ ಅತ್ತೆ, ವಿಶ್ವಾಸ್ ಕೂಡ ಅತ್ತ. ಐದಾರು ನಿಮಿಷ ನಾವು ಅಳುತ್ತಲೇ ಇದ್ದೆವು. ಯಾರಿಗೇ ಯಾರೂ ಸಮಾಧಾನ ಹೇಳಲಿಲ್ಲ. ಶೀತದ ಕಾರಣದಿಂದಾಗಿ ಮತ್ತು ಅತ್ತ ಕಾರಣದಿಂದಾಗಿ ನಮ್ಮೆಲ್ಲರ ಮುಖಗಳು ಊದಿಕೊಂಡಿದ್ದವು. ಕಣ್ಣುಗಳು ಕೆಂಪಾಗಿದ್ದವು. ಜ್ವರ ಯಾವ ಕ್ಷಣದಲ್ಲಿ ಬೇಕಾದರೂ ಬರುವ ಸಾಧ್ಯತೆ ಇತ್ತು. ನಮ್ಮ ನಾಲ್ಕು ಜನರಲ್ಲಿ ಸ್ವಲ್ಪವಾದರೂ ಧೈರ್ಯದಿಂದ ಇದ್ದವಳು ರಾನಿದೇವಿ. ಅವಳಿಗೆ ಕೆಳಗಡೆ ಏನಾಗಿದೆ ಅನ್ನುವ ಪೂರ್ಣ ಜ್ಞಾನ ಇರಲಿಲ್ಲ. ಅವಳು ಬದುಕಿನಲ್ಲಿ ಕಳೆದುಕೊಳ್ಳಬೇಕಾದ್ದನ್ನು ಯಾವಾಗಲೋ ಕಳೆದುಕೊಂಡಿದ್ದಳು. ಹೀಗಾಗಿ ಅವಳಿಗೆ ಈಗ ಆಗಿರುವ ಅನಾಹುತ, ಅನಾಹುತ ಅಂತ ಅನಿಸದೇ ಇರಬಹುದು.

ಸಂಜೆ ಏಳರ ಸುಮಾರಿಗೆ ರಾನಿದೇವಿ ನಾಲ್ಕು ಚಪಾತಿ ಮಾಡಿದಳು. ಅಲ್ಲಿಗೆ ಅವಳಲ್ಲಿ ಇದ್ದ ರೇಷನ್ ಮುಗಿದಿತ್ತು. ಒಂದು ತಟ್ಟೆಯಲ್ಲಿ ಮೂರು ಚಪಾತಿ ಹಾಕಿ ತಂದು ನಮ್ಮ ಮುಂದೆ ಇರಿಸಿದಳು. ನಾನು ಶ್ವೇತಾ ಅಂತ ಇವಳನ್ನು ಕರೆದೆ. ಇವಳು ಮಾತನಾಡಲಿಲ್ಲ. ಹೋಗಿ ಅವಳನ್ನು ಎಬ್ಬಿಸುವ ಪ್ರಯತ್ನ ಮಾಡಿದೆ. ಅವಳಿಗೆ ವಿಪರೀತ ಜ್ವರ ಬಂದುಬಿಟ್ಟಿದೆ. ಮೈ ಕೈ ಕೆಂಡದ ಹಾಗೆ ಸುಡುತ್ತಿದೆ. ಏನೋ ಕನವರಿಸುತ್ತಿದ್ದಾಳೆ.

ಇವಳ ಸ್ಥಿತಿ ಕಂಡು ನನ್ನಲ್ಲಿ ಇದ್ದ ಅಲ್ಪ ಸ್ವಲ್ಪ ಧೈರ್ಯವೂ ಹುದುಗಿಹೋಯಿತು. ನನಗೂ ಜ್ವರ ಬಂದ ಹಾಗಾಯಿತು. ಗಂಟಲು ಒಣಗಿ ಮಾತೇ ಹೊರಡುತ್ತಿರಲಿಲ್ಲ. ವಿಶ್ವಾಸ್‌ಗೆ ಭಯವಾದರೂ ಅದನ್ನು ಅವನು ಹೊರಗಡೆ ತೋರಿಸಿಕೊಳ್ಳುವುದಿಲ್ಲ. ಒಂದು ರೀತಿಯ ಭಂಡ ಧೈರ್ಯ ಅವನಿಗಿದೆ.

ಶ್ವೇತಾಳಿಗೆ ಜ್ವರ ಬಂದ ಸಂಗತಿ ರಾನಿದೇವಿಗೆ ಗೊತ್ತಾಗಲು ಹೆಚ್ಚು ಸಮಯವೇನೂ ಬೇಕಾಗಲಿಲ್ಲ. ಅವಳು ಒಂದು ಹಳೆಯ ಟವಲ್‌ನನ್ನು ಒದ್ದೆ ಮಾಡಿ ಶ್ವೇತಾಳ ಹಣೆಯ ಮೇಲೆ ಇಟ್ಟಳು. ತನ್ನ ಟ್ರಂಕಿನಿಂದ ಯಾವುದೋ ಒಂದು ತೈಲ ತಂದು ಅದನ್ನೇ ಅಂಗಾಲಿಗೆ ಸವರಿದಳು. ಒಂದಿಷ್ಟು ಉಪ್ಪು ತಂದು ನಿವಾಳಿಸಿ ಹಾಕಿದಳು.

ನಮಗೂ ಈ ಸ್ಥಿತಿಯಲ್ಲಿ ಚಪಾತಿ ತಿನ್ನಬೇಕು ಅಂತ ಅನಿಸಲಿಲ್ಲ. ನಾವು ಹಾಗೆಯೇ ಮಲಗಿದೆವು. ರಾತ್ರಿಯಿಡಿ ಶ್ವೇತಾಳ ನರಳಾಟ ಕೇಳಿಸುತ್ತಲೇ ಇತ್ತು. ರಾನಿದೇವಿಗೂ ರಾತ್ರಿಯಿಡಿ ನಿದ್ರೆ ಇಲ್ಲ. ಅವಳು ಶ್ವೇತಾಳ ಪಕ್ಕದಲ್ಲಿಯೇ ಕುಳಿತು ತೂಕಡಿಸುತ್ತಿದ್ದಳು. ಆಗಾಗ್ಗೆ ಅವಳ ಹಣೆಯ ಮೇಲೆ ಇದ್ದ ಬಟ್ಟೆಯನ್ನು ತೆಗೆದು ನೀರಿಗೆ ಹಾಕಿ ಪುನಃ ಹಣೆಯ ಮೇಲೆ ಇಡುತ್ತಾ ರಾತ್ರಿ ಕಳೆದಳು,

ಮರುದಿನ ಬೆಳಿಗ್ಗೆ ಏಳು ಗಂಟೆ ಹೊತ್ತಿಗೆ ರಾಮ್‌ಚರಣ್‌ದಾಸ್ ಬಂದ. ಅವನ ಕೈಯಲ್ಲಿ ಸ್ವಲ್ಪ ಸಾಮಾನು ಇತ್ತು. ಒಂದು ಕೆ.ಜಿ.ಯಷ್ಟು ಅಕ್ಕಿ, ಒಂದು ಕೆ.ಜಿ.ಗೋಧಿಹಿಟ್ಟು, ಸ್ವಲ್ಪ ಸಕ್ಕರೆ ಒಂದು ಬಾಟಲಿ ನೀರು ತಂದಿದ್ದ. ಜೊತೆಗೆ ಒಂದು ಬಿಸ್ಕೆಟ್ ಪ್ಯಾಕೆಟ್ ಇವಕ್ಕೆ ಒಂದು ಸಾವಿರ ರೂಪಾಯಿ ಆಯಿತು ಅಂದ.

ಶ್ವೇತಾ ಸ್ಥಿತಿಯಲ್ಲಿ ಭಾರೀ ಬದಲಾವಣೆ ಇಲ್ಲದಿದ್ದರೂ ನಿನ್ನೆ ರಾತ್ರಿಯಷ್ಟು ಸ್ಥಿತಿ ಹದಗೆಟ್ಟಿರಲಿಲ್ಲ. ಅವಳಿಗೆ ಹೋಲಿಸಿದರೆ ನಮ್ಮ ಸ್ಥಿತಿ ಸ್ವಲ್ಪ ವಾಸಿ, ರಾಮಚರಣದಾಸ್ ಆಗಾಗ್ಗೆ ಕೆಮ್ಮುತ್ತಿದ್ದ. ಸ್ವಲ್ಪ ಚಹ ಕುಡಿದ ನಂತರ ನನ್ನ ಮೈಯಲ್ಲಿ ಸ್ವಲ್ಪ ಶಕ್ತಿ ಬಂದಿರುವಂತೆ ಅನಿಸಿತು. ವಿಶ್ವಾಸ್‌ಗೆ ನಿತ್ರಾಣ ಆರಂಭವಾಗಿತ್ತು. ಅವನು ಆರಂಭದಲ್ಲಿ ಚಹ ಕುಡಿಯಲು ನಿರಾಕರಿಸಿದ ಸ್ವಲ್ಪ ಬಲವಂತದ ನಂತರ ಕುಡಿದ.

ಯಾಕೋ ಏನೋ ಸಿಗರೇಟು ಸೇದಬೇಕು ಅಂತ ಅನಿಸಿತು. ಒದ್ದೆಯಾದ ಪ್ಯಾಕೆಟನ್ನು ಮೂಲೆಯಲ್ಲಿ ಬಿಸಾಕಿದ್ದ ನೆನಪು ಬಂತು. ಅದನ್ನು ತೆಗೆದು ಹೊರಗಡೆ ಇರಿಸಿದೆ. ಸೂರ್ಯನ ಬಿಸಿಲಿಗೆ ಅದು ಒಣಗಿದರೆ ಅದನ್ನೇ ಸೇದಬಹುದು ಅಂತ ಲೆಕ್ಕ ಹಾಕಿದೆ. ತಕ್ಷಣಕ್ಕೆ ಏನಾದರೂ ಸೇದಲೇಬೇಕಾಗಿತ್ತು 'ಒಂದು ಬೀಡಿ ಇದ್ದರೆ ಕೊಡು' ಅಂತ ದಾಸ್‌ನನ್ನು ಕೇಳಿದೆ. ಅವನು ಸಂಕೋಚದಿಂದ ಕೊಟ್ಟ, ಅದಕ್ಕೆ ಬೆಂಕಿ ತಾಗಿಸಿ ಒಂದು ಧಮ್ ಎಳೆದೆ. ತಲೆ ತಿರುಗಿದಂತಾಗಿ ಬಿದ್ದು ಬಿಟ್ಟೆ, ಕಣ್ಣುಗಳಿಗೆ ಕತ್ತಲೆ ಕವಿದಿತ್ತು. ಖಾಲಿ ಹೊಟ್ಟೆಗೆ ಬೀಡಿ ಸೇದಿದ ಕಾರಣದಿಂದ ಹೀಗಾಗಿರಬೇಕು ಅಂತ ಅಂದುಕೊಂಡೆ.

ರಾಮಚರಣದಾಸ್ ಮತ್ತು ರಾನಿದೇವಿ ಏನೋ ಮಾತನಾಡಿಕೊಂಡರು. ಬರ್‍ತೀನಿ ಇರಿ ಅಂತ ಇವನೇ ಎದ್ದು ಹೋದ. ಇವಳು ಒಲೆಗೆ ಸೌದೆ ತುಂಬ ತೊಡಗಿದಳು. ಇದ್ದುದರಲ್ಲಿ ಸ್ವಲ್ಪ ದೊಡ್ಡ ಪಾತ್ರೆಯಲ್ಲಿ ನೀರು ಕಾಯಿಸಲಾರಂಭಿಸಿದಳು, ಸ್ವಲ್ಪ ಹೊತ್ತಿನಲ್ಲಿ ಸ್ವಲ್ಪ ನೀಲಗಿರಿ ಮರದ ಎಲೆಗಳನ್ನು ಹಿಡಿದುಕೊಂಡು ಬಂದ ಆ ಎಲೆಗಳನ್ನು ಬಿಸಿ ನೀರಿಗೆ ಹಾಕಿ ಇನ್ನಷ್ಟು ಕಾಯಿಸಿದಳು. ಈಗ ಸ್ನಾನ ಮಾಡಿ ಕಡಿಮೆ ನೀರಿನಲ್ಲಿ ಸ್ನಾನ ಮಾಡಿ ಅಂದಳು. ಪಾತ್ರೆಯಿಂದ ನೀಲಗಿರಿ ಎಣ್ಣೆಯ ವಾಸನೆ ಬರುತ್ತಿತ್ತು. ಆ ಹೊಗೆಗೆ ನಾನು ಮುಖ ಒಡ್ಡಿದೆ. ಹಿತವಾದ ಅನುಭವ ಆಯಿತು. ಕಾಲು ಬಕೆಟ್‌ನಲ್ಲಿ ನನ್ನ ಸ್ನಾನ ಮುಗಿಯಿತು. ವಿಶ್ವಾಸನ ಸ್ನಾನವೂ ಮುಗಿಯಿತು. ಶ್ವೇತಾಳಿಗೆ ರಾನಿದೇವಿ ಬಿಸಿ ನೀರಿನಲ್ಲಿ ಟವಲ್ ಅಲ್ಲಿ ಸ್ನಾನ ಮಾಡಿಸಿದಳು. ಈ ಸ್ನಾನದ ನಂತರ ನಮ್ಮಿಬ್ಬರಲ್ಲಿ ಚೇತರಿಕೆ ಕಂಡಿತು.

ನಿನ್ನೆ ರಾತ್ರಿ ಉಳಿದಿದ್ದ ಚಪಾತಿಯನ್ನು ತಿಂದು ರಾಮ್‌ಚರಣದಾಸ್ ಜೊತೆ ನಾವು ಕೆಳಗಡೆ ಇಳಿದೆವು. ಇವತ್ತಿಂದ ಮಿಲಿಟರಿಯವರು ಬರ್ತಾರೆ ಅನ್ನುವ ಸುದ್ದಿ ಎಲ್ಲೆಡೆ ಹರಡಿತ್ತು. ಆಹಾರದ ಪ್ಯಾಕೆಟ್‌ಗಳ ಜೊತೆಗೆ ಜನರನ್ನು ಇಲ್ಲಿಂದ ಹೊರಗಡೆಗೆ ಸಾಗಿಸುತ್ತಾರೆ ಅನ್ನುವ ಸುದ್ದಿಯೇ. ಜನರಲ್ಲಿ ಒಂದು ಬಗೆಯ ಹುರುಪನ್ನು ಹುಟ್ಟಿಸಿತು. ಜನರನ್ನು ಒಂದೆಡೆ ಸೇರಿಸುವ ಪ್ರಯತ್ನಕ್ಕೆ ಪೊಲೀಸರು ಕೈ ಹಾಕಿದ್ದರು. ಆರೋಗ್ಯ ಇಲಾಖೆಯಿಂದ ಮಾತ್ರೆಗಳ ವಿತರಣೆಯ ಕೆಲಸವೂ ನಡೆಯುತ್ತಿತ್ತು. ಶೀತ, ಜ್ವರಕ್ಕೆ ಅವರು ಕೊಟ್ಟ ಮಾತ್ರೆಗಳನ್ನು ನಾವು ಕೇಳಿಕೊಂಡೆವು. ನದಿಯ ದಂಡೆಗೆ ಬಂದೆವು, ಪ್ರವಾಹದ ರಭಸ ತುಂಬಾ ಕಡಿಮೆಯಾಗಿತ್ತು. ಆದರೆ ನದಿಯ ಹರಿಯುವಿಕೆಯ ವೇಗ ಮಾತ್ರ ಕಡಿಮೆಯಾಗಿರಲಿಲ್ಲ.

ಒಂದು ಅರವತ್ತು ಅರವತ್ತೈದರ ವೃದ್ಧರಿಗೆ ತುಂಬಾ ಬಾಯಾರಿಕೆ ಆಗಿರಬಹುದು. ಆ ಮನುಷ್ಯನ ಉಡುಪು ನೋಡಿದರೆ ಸ್ಥಳೀಯರಂತೆ ಇರಲಿಲ್ಲ.

ನಿಧಾನವಾಗಿ ತೆವಳಿಕೊಂಡು ನದಿಯ ಹತ್ತಿರಕ್ಕೆ ಬಂದರು. ಮೆಟ್ಟಿಲುಗಳನ್ನು ನಿಧಾನವಾಗಿ ಇಳಿದರು. ನಾನು ಅವರಿಗೆ ಸಹಾಯ ಮಾಡೋಣ ಅಂತ ಅವರ ಕಡೆಗೆ ಸ್ವಲ್ಪ ವೇಗವಾಗಿ ನಡೆದೆ. ತನ್ನೆಲ್ಲಾ ಶಕ್ತಿಯನ್ನು ಒಂದು ಮಾಡಿಕೊಂಡ ಆ ವೃದ್ಧರು ಎದ್ದು ನಿಂತು ಆಕಾಶದ ಕಡೆಗೆ ನೋಡಿ ಕೈ ಮುಗಿದು ಹರ, ಹರ ಮಹದೇವ ಅನ್ನುತ್ತಾ ನದಿಗೆ ಬಿದ್ದು ಬಿಟ್ಟರು. ನೋಡು ನೋಡುತ್ತಿದ್ದ ಹಾಗೆ ತೇಲಿಹೋದರು. ನಾನು ಗರಬಡಿದವನಂತೆ ಅಲ್ಲಿಯೇ ನಿಂತು ಬಿಟ್ಟೆ, ಅಲ್ಲಿದ್ದ ಜನರೆಲ್ಲ ಹೋ ಹೋ ಅನ್ನುವಷ್ಟರಲ್ಲಿ ಅವರು ಕಣ್ಮರೆಯೂ ಆದರು.

'ಇದು ಆಕಸ್ಮಿಕ ಘಟನೆ ಅಲ್ಲ, ಉದ್ದೇಶಪೂರ್ವಕವಾಗಿಯೇ ಅವರು ನದಿಗೆ ಜಿಗಿದರು' ಅಂದ ವಿಶ್ವಾಸ್

ಇರಬಹುದು ಇಲ್ಲೇ ಇನ್ನೊಂದಷ್ಟು ದಿನ ಇದ್ದರೆ ನಾವೂ ಕೂಡ ಹೀಗೆ ಮಾಡ್ತಿವೋ ಏನೋ ಅಂದ. ಆ ವೃದ್ಧರು ಕೈಯಲ್ಲಿ ಇದ್ದ ಚೀಲವೊಂದನ್ನು ಮೆಟ್ಟಿಲಿನ ಮೇಲೆಯೇ ಬಿಟ್ಟಿದ್ದರು. ಅದನ್ನು ತೆಗೆದು ದಾಸ್‌ಗೆ ಕೊಟ್ಟೆ. ಅವನು ಅದನ್ನು ತೆಗೆದು ನೋಡಿದ, ಅದರಲ್ಲಿ ಆರು ಸಾವಿರ ರೂಪಾಯಿ ಇತ್ತು. ಒಂದು ಹೆಂಗಸಿನ ಫೋಟೋ ಕೂಡ ಇತ್ತು. ಪ್ರಾಯಶಃ ಅವರ ಹೆಂಡತಿಯ ಫೋಟೋ ಇರಬಹುದು.

ನಾನು ಒಂದೇ ಒಂದು ನಿಮಿಷ ಮುಂಚಿತವಾಗಿ ಆ ವೃದ್ಧರ ಬಳಿಗೆ ಹೋಗಿದ್ದರೆ ಅವರ ಜೀವ ಉಳಿಸಬಹುದಿತ್ತೋ ಏನೋ? ಅವರನ್ನು ನಾನು ಗಟ್ಟಿಯಾಗಿ ಹಿಡಿದುಕೊಂಡಿದ್ದರೆ ಸಾಕಿತ್ತು. ಅವರು ಬೀಳುತ್ತಿರಲಿಲ್ಲ. ಅವರ ಹೆಂಡತಿಯ ನೆನಪಿಗಾಗಿ ಅವರು ಇಲ್ಲಿ ಯಾತ್ರೆಗೆ ಬಂದಿರಬಹುದು. ಅವರ ಆತ್ಮಕ್ಕೆ ಶಾಂತಿ ಸಿಗಲಿ ಎಂದು ಕಂಡ ಕಂಡ ದೇವರ ಮುಂದೆ ಕೈ ಮುಗಿದಿರಬಹುದು. ಎಲ್ಲರ ಹಾಗೆ ಅವರು ಕೂಡ ಸಿಕ್ಕಿಹಾಕಿಕೊಂಡರು. ಕಳೆದ ಮೂರು ದಿನಂಗಳಿಂದ ಅವರು ಪಡಬಾರದ ಪಾಡು ಪಟ್ಟಿರಬಹುದು ಅಥವಾ ಅವರು ತಮ್ಮ ಮಕ್ಕಳೊಂದಿಗೆ ಬಂದಿರಬಹುದು. ಅವರೆಲ್ಲಾ ಕಣ್ಮರೆಯಾಗಿದ್ದಾರೆ. ಇವರಿಗೆ ಖಿನ್ನತೆ ಬಂದುಬಿಟ್ಟಿದೆ. ನಡೆದಾಡಲು ಪ್ರಾಣ ಇಲ್ಲದಿದ್ದರೂ ಮನಸ್ಸಿಗೆ ಆತ್ಮಹತ್ಯೆ ಮಾಡಿಕೊಳ್ಳುವ ಆಸೆ ಹುಟ್ಟಿದೆ. ಆ ಆಸೆಯಿಂದಲೇ ಅವರು ಇಲ್ಲಿಯತನಕ ತೆವಳಿಕೊಂಡು ಬಂದಿದ್ದಾರೆ. ತಮ್ಮ ಆಸೆಯನ್ನು ಪೂರೈಸಿಕೊಂಡಿದ್ದಾರೆ.

ನಂಗೆ ತಾನೆ ಯಾರಿದ್ದಾರೆ? ಅಪ್ಪನೂ ಇಲ್ಲ ಅಮ್ಮನೂ ಇಲ್ಲ. ಬಂಧು ಬಳಗ ಯಾರೂ ಇಲ್ಲ. ಇರುವವನೆಂದರೆ ಅಂಜಿ ಮಾತ್ರ, ನಾನು ಕೂಡ ಇಲ್ಲೇ ಪ್ರಾಣ ಬಿಟ್ಟರೆ ಹೇಗೆ ಅಂತ ಅನಿಸಿತು. ಇನ್ನೆಲ್ಲೋ ಸಾಯುವುದಕ್ಕಿಂತ ಇಲ್ಲಿಯೇ ಸತ್ತು ಬಿಡುವುದು ಒಳ್ಳೆಯದು. ಯಾರಿಗಾಗಿ ಬದುಕಬೇಕಿದೆ. ಈ ರೀತಿಯ ಬದುಕಿಗಿಂತ ಸಾಯುವುದೇ ಮೇಲು ಅನಿಸಿತು. ನನ್ನ ಮೈಯಲ್ಲಿ ರಕ್ತ

ಸಂಚಾರ ಜಾಸ್ತಿಯಾಯಿತು. ನನ್ನ ಉಸಿರಾಟದ ವೇಗ ಇಮ್ಮಡಿಯಾಯಿತು. ಮಿದುಳು ಧಿಮ ಧಿಮ ಶಬ್ದ ಮಾಡಿತು. ನಾಲ್ಕೇ ನಾಲ್ಕು ಹೆಜ್ಜೆ ಹಾಕಿ ಒಂದು ಪುಟ್ಟ ನೆಗೆತ ಸಾಕು ಅಂತ ತಿರುಗಿದೆ. ನಾನು ತಿರುಗಿದ ತಕ್ಷಣ ವಿಶ್ವಾಸ್ ನನ್ನ ಗಟ್ಟಿಯಾಗಿ ಹಿಡಕೊಂಡ.

ಏಯ್ ನನ್ನ ಕೈ ಬಿಡು ಅಂದೆ.

ಫಟಾರನೆ ಒಂದು ಕಪಾಳಕ್ಕೆ ಬಾರಿಸಿದ. ಅವನ ಆ ಹೊಡೆತ ನನ್ನನ್ನು ಪುನಃ ಭೂಮಿಯ ಮೇಲೆ ಕರೆದುತಂದಿತು.

ಬಾಯಿ ಮುಚ್ಚಿ ಇಲ್ಲಿಂದ ನಡಿ. ನನ್ನ ಕೈ ಬಿಡಿಸುವ ಪ್ರಯತ್ನ ಮಾಡ್ಬೇಡ, ದಾಸ್ ಆ ಕಡೆಯಿಂದ ನೀನು ಇವನನ್ನು ಹಿಡ್ಕೋ ಅಂತ ದಾಸ್‌ಗೆ ಹೇಳಿದ. ದಾಸ್ ನನ್ನ ಎಡಗೈ ತೋಳನ್ನು ವಿಶ್ವಾಸ್ ನನ್ನ ಬಲ ತೋಳನ್ನೂ ಹಿಡಿದುಕೊಂಡು ಮೆಟ್ಟಿಲು ಹತ್ತಿದರು. ವಿನಾಕಾರಣ ನಾನು ಅಳಲಾರಂಭಿಸಿದೆ. ನನ್ನ ಹೆಗಲ ಮೇಲೆ ಕೈ ಹಾಕಿಕೊಂಡು ವಿಶ್ವಾಸ್ ಮನೆಗೆ ಕರೆತಂದರೆ ದಾಸ್ ಅಲ್ಲಿಯೇ ಉಳಿದುಕೊಂಡ.

ಮನೆಯಲ್ಲಿ ನನಗೆ ನಾಲ್ಕು ಬಿಸ್ಕೆಟು ಕೊಟ್ಟು ಆರೋಗ್ಯ ಇಲಾಖೆಯವರು ಕೊಟ್ಟ ಮಾತ್ರೆಗಳನ್ನು ನುಂಗಿಸಿ ನೀನು ಮಲಗು ನಾನು ಇಲ್ಲೇ ಇರ್ತೀನಿ ಅಂದ ನಾನು ಮಲಗಿದೆ. ಈ ಮಾತ್ರಗಳಲ್ಲಿ ನಿದ್ರೆ ಮಾತ್ರೆಯೂ ಇರಬಹುದೇನೋ, ನಿದ್ರೆ ಚೆನ್ನಾಗಿಯೇ ಬಂತು. ಕಣ್ಣು ಬಿಟ್ಟಾಗ ಸಂಜೆ ಆರು ಗಂಟೆ ಆಗಿತ್ತು. ನನ್ನ ಮಂಚದ ಪಕ್ಕ ಒಂದು ಊಟದ ಪಾರ್ಸಲ್ ಕೂಡ ಇತ್ತು. ಹೆಲಿಕ್ಯಾಪ್ಟರ್‌ನಲ್ಲಿ ಹಾಕಿದರಂತೆ. ದಾಸ್ ಆರು ಪ್ಯಾಕ್ ತಂದಿದ್ದಾನೆ. ಇವತ್ತಿನ ಊಟದ ಚಿಂತೆ ಮುಗಿದಿದೆ. ನಾಳೆ ಬೆಳಿಗ್ಗೆಗೂ ಭಯ ಇಲ್ಲ ಅಂದ ವಿಶ್ವಾಸ್.

ಆ ಪ್ಯಾಕೆಟ್‌ನಲ್ಲಿ ಮೂರು ಚಪಾತಿ ಒಂದಷ್ಟು ಚಟ್ನಿ ಪುಡಿಯಂತಹದ್ದು ಇತ್ತು. ಅದನ್ನು ತಿಂದು ಬಂದು ಚಿಕ್ಕ ಪ್ಯಾಕೆಟ್‌ನಲ್ಲಿದ್ದ ನೀರು ಕುಡಿದೆ. ಮಿಲಿಟರಿಯವರು ಆಹಾರ ಸರಬರಾಜು ಮಾಡುತ್ತಿದ್ದಾರೆ. ಅವರು ಈ ಗುಡ್ಡದ ಇನ್ನೊಂದು ಬದಿಯಲ್ಲಿ ಇನ್ನೆರಡು ದಿನದಲ್ಲಿ ಹೆಲಿಪ್ಯಾಡ್ ಕೂಡ ಮಾಡ್ತಾರಂತೆ. ಗೌರಿಕುಂಡ್‌ನಲ್ಲಿಯೇ ಎಂಟು ನೂರು ಜನ ಇದ್ದೀವಿ. ಎಲ್ಲರನ್ನೂ ಇಲ್ಲಿಂದ ಸಾಗಿಸ್ತಾರೆ. ಇನ್ನು ಐದಾರು ದಿನದಲ್ಲಿ ನಾವೆಲ್ಲ ಇಲ್ಲಿಂದ ಕ್ಷೇಮವಾಗಿ ಹೊರಗಡೆ ಹೋಗ್ತಿವಿ ಅಂತ ವಿಶ್ವಾಸ್ ನನ್ನಲ್ಲಿ ಧೈರ್ಯ ತುಂಬಿದ.

ನಿಧಾನವಾಗಿ ಶ್ವೇತಾ ಚೇತರಿಸಿಕೊಳ್ಳುತ್ತಿದ್ದಳು. ನನಗೆ ಕೊಟ್ಟ ಮಾತ್ರೆಗಳನ್ನು ವಿಶ್ವಾಸ್ ಅವಳಿಗೂ ಕೊಟ್ಟಿದ್ದ. ಅವನೂ ಎರಡು ಮಾತ್ರೆ ನುಂಗಿ ಮಲಗಿದ್ದ.. ಏನೇನೋ ಕನಸುಗಳು. ಭಯ ಕನವರಿಕೆಗಳು, ಯಾರೋ ಬಂದು ಬಾ ಹೋಗೋಣ ಅಂತ ಕರೆದ ಹಾಗೆ ಅವರು ನನ್ನನ್ನು ಎತ್ತರಕ್ಕೆ ಕರೆದುಕೊಂಡು ಹೋಗಿ ತಳ್ಳಿದ ಹಾಗೆ ನಾನು ಮೇಲಿಂದ ಕೆಳಗೆ ಬೀಳುತ್ತಿರುವ ಹಾಗೆ, ನನ್ನ

ಎಲ್ಲಾ ಹಲ್ಲುಗಳು ಉದುರಿಹೋದ ಹಾಗೆ, ಕನಸು ಕಂಡೆ. ಆಗಾಗ್ಗೆ ಬೆಚ್ಚಿ ಬೀಳುತ್ತಿದ್ದ ಅನುಭವವೂ ಆಯಿತು.

ಇಲ್ಲೇನು ಮಾಡ್ತಾ ಇದ್ದೀಯಾ ನಡಿ ಮನೆಗೆ ಅಂತ ಅಪ್ಪ ಹೇಳಿದಾಗೆ ಆಯ್ತು ಹೊರಡ್ತೀನಿ ಎಂಬ ಕನಸೂ ಬಿದ್ದು, ಮಂಚದ ಮೇಲೆ ದಿಗ್ಗನೆ ಕುಳಿತೆ. ಪಕ್ಕದ ಮಂಚದಲ್ಲಿ ಶ್ವೇತಾಳ ನರಳುವಿಕೆಯೂ ಕೇಳಿಸಿತು. ಕಣ್ಣು ಮುಚ್ಚಲು ಭಯ, ಕಣ್ಣು ಬಿಟ್ಟು ನೋಡಲೂ ಭಯ ಒದ್ದಾಟದಲ್ಲಿಯೇ ರಾತ್ರಿ ಕಳೆಯಿತು.

ರಾಮಚರಣದಾಸ್ 'ಸಾಹೇಬ್ ನೀವೇ ನೋಡ್ತಾ ಇದ್ದೀರಲ್ಲಾ, ಇಲ್ಲಿ ಬದುಕೋದು ತುಂಬಾ ಕಷ್ಟ. ಹೇಗಾದ್ರೂ ಮಾಡಿ ನನ್ನ ಅಣ್ಣನಿಗೆ ಅಲ್ಲಿ ಒಂದು ನೌಕರಿ ಹುಡುಕಿ, ಅವನು ಅಲ್ಲಿಗೆ ಬಂದ್ರೆ, ನಾನೂ ಬಿ.ಎ. ಮುಗಿಸಿ ಅಲ್ಲಿಗೆ ಬರ್ತೀನಿ' ಅಂದ.

ನಾವು ಇಲ್ಲಿಂದ ಜೀವಂತ ಹೋದ್ರೆ ನಾನು ಮಾಡೋ ಮೊದ್ಲ ಕೆಲಸ ಅಂದ್ರೆ, ನಿಮ್ಮಣ್ಣನಿಗೆ ಒಂದು ಡ್ರೈವರ್ ಕೆಲ್ಸ ಹುಡುಕೋದು. ಅಲ್ಲಿ ಕೆಲ್ಸ ಸಿಗೋದೇನೋ ಕಷ್ಟ ಅಲ್ಲ. ನಾವು ಇಲ್ಲಿಂದ ಜೀವಂತ ಹೋಗೋದೇ ಕಷ್ಟ. ನಿಮ್ಮ ಅಣ್ಣ, ಅಲ್ಲಿಗೆ ಬಂದ್ರೆ ಅವನು ನಮ್ಮನೆಯಲ್ಲೇ ಇರ್ತಾನೆ. ಈಗ ನೀನು ಮಾಡ್ತಾ ಇರೋ ಉಪಕಾರಕ್ಕೆ ನಾವು ಏನೂ ಮಾಡಿದ್ರು ಕಡಿಮೇನೆ. ನೀನು ಇಲ್ದೇ ಹೋಗಿದ್ರೆ ನಮ್ಮ ಹೆಣಗಳು ಎಲ್ಲಿ ಇರ್ತಾ ಇದ್ವೋ ಯಾರಿಗೆ ಗೊತ್ತು ಅಂತ ಕಣ್ಣಲ್ಲಿ ನೀರು ತುಂಬಿಕೊಂಡು ವಿಶ್ವಾಸ್ ಹೇಳಿದ.

ಸಾಹೇಬ್ ನಿಮ್ಮ ದುಡ್ಡು ಅಂತ. ಆತ್ಮಹತ್ಯೆ ಮಾಡಿಕೊಂಡ ಆ ವಯೋವೃದ್ಧರ ಬಳಿ ಇದ್ದ ಹಣವನ್ನು ನನಗೆ ಕೊಡ್ಲಿಕ್ಕೆ ದಾಸ್ ಬಂದಾಗ, ನಾನು ಅಯ್ಯೋ ಮಾರಾಯ, ಅದು ನನ್ನ ದುಡ್ಡಲ್ಲ ನಿಂದೆ. ಅದನ್ನು ನಂಗ್ಯಾಕೆ ಕೊಡ್ತಿಯೋ ಅಂದೆ. ಅವನು ಒಲ್ಲದ ಮನಸ್ಸಿನಿಂದ ಅದನ್ನು ಜೇಬಿಗೆ ಪುನಃ ಹಾಕಿಕೊಂಡ. ಸಂಜೆ ಬರ್ತೀನಿ ಅಂತ ಹೇಳಿ ಹೋದ.

ಮಧ್ಯಾಹ್ನ ಹನ್ನೆರಡು ಗಂಟೆ, ಹೆಲಿಕಾಪ್ಟರ್‌ನಲ್ಲಿ ಚಪಾತಿ, ನೀರಿನ ಪ್ಯಾಕೆಟ್‌ಗಳು ಬರುವ ಸಮಯ. ನಾನು, ವಿಶ್ವಾಸ್ ಕೆಳಗಡೆ ಇಳಿದೆವು, ಸುಮಾರು ಐನೂರು ಜನ ಅಲ್ಲಿ ಸೇರಿದ್ದರು. ಆಕಾಶದಿಂದ ಶಬ್ದ ಕೇಳಿ ಬಂದರೆ ಸಾಕು ಅಂತ ಅವರಲ್ಲಾ ಕಾದಿದ್ದರು. ಸುಮಾರು ಒಂದು ಕಾಲು ಗಂಟೆಯ ವೇಳೆಗೆ ಹೆಲಿಕ್ಯಾಪ್ಟರ್ ಬಂತು. ಅಲ್ಲಿಂದ ಅವರು ಆಹಾರದ ಪ್ಯಾಕೆಟ್‌ಗಳನ್ನು ಬಿಸಾಡಿದರು. ಜನರು ಒಬ್ಬರ ಮೇಲೆ ಒಬ್ಬರು ಬಿದ್ದು ಆ ಪ್ಯಾಕೆಟ್‌ಗಳಿಗಾಗಿ ಹೋರಾಟ ಮಾಡಿದರು. ಆ ಗುಂಪಿನಲ್ಲಿ ನಾವಿಬ್ಬರೂ ಸೇರಿಕೊಂಡೆವು. ಯುವಕರಿಗೆ, ಬಲಿಷ್ಠರಿಗೆ ಆಹಾರ ದೊರೆಯಿತು. ಕೆಲವು ನೀರಿನ ಪ್ಯಾಕೆಟ್‌ಗಳು ಒಡೆದುಹೋದವು. ಕೆಲವರಿಗೆ ನಾಲ್ಕು ಪ್ಯಾಕೆಟ್, ಕೆಲವರಿಗೇ ಒಂದೇ ಒಂದು, ಕೆಲವರಿಗೆ ಇಲ್ಲವೇ ಇಲ್ಲ. ನಾವಿಬ್ಬರೂ ಮೂರು ಪ್ಯಾಕೆಟ್ ಮತ್ತು ಒಂದು

ಪ್ಯಾಕೆಟ್ ನೀರು ಪಡೆಯುವಲ್ಲಿ ಯಶಸ್ವಿಯಾದೆವು. ಹೆಲಿಕ್ಯಾಪ್ಟರ್ ಹೋಯಿತು. ನನ್ನ ಕಣ್ಣ ಮುಂದೆಯೇ ಒಬ್ಬ ನಾಲ್ಕು ಪ್ಯಾಕೆಟ್‌ಗಳನ್ನು ಇನ್ನೂರು ರೂಪಾಯಿಗೆ ಒಂದರಂತೆ ಮಾರಿಕೊಂಡ. ವ್ಯವಹಾರಸ್ಥರು ಎಲ್ಲಿ ಹೋದರೂ ತಮ್ಮ ಲಾಭ ನೋಡಿಕೊಳ್ಳುತ್ತಾರೆ.

ನಾಲ್ಕು ಪ್ಯಾಕೆಟ್‌ಗಳು ಒಂದು ಮರಕ್ಕೆ ಸಿಕ್ಕಿಕೊಂಡಿದ್ದವು. ಐದಾರು ಜನರು ಓಡಿಹೋಗಿ ಆ ಮರವನ್ನು ಅಲುಗಾಡಿಸಿದರು. ಅದು ಬೀಳಲಿಲ್ಲ. ಒಬ್ಬ ಕಲ್ಲು ಹೊಡೆದು ನೋಡಿದ. ನಮ್ಮ ಕಡೆ ಸರ್ವೆ ಮರ ಅಂತ ಕರಿತಾರೆ ಅಂತ ಜಾತಿಯ ಮರ, ಕಲ್ಲು ಅಲ್ಲಿಯತನಕ ಹೋಗಲೇ ಇಲ್ಲ. ರಸ್ತೆ ಬದಿಯಲ್ಲಿ ರಸ್ತೆಯಿಂದ ಏಳೆಂಟು ಅಡಿ ಎತ್ತರದ ಗುಡ್ಡದ ತುದಿಯಲ್ಲಿ ಇದ್ದ ಮರ ಅದು. ಒಬ್ಬ ಹದಿನಾರು, ಹದಿನೇಳರ ಯುವಕ ಸರಸರನೆ ಮರ ಏರಿದ. ಕೆಳಗಿದ್ದ ಹುಡುಗರು ಜೋಪಾನ ಜೋಪಾನ ಅನ್ನುವ ರೀತಿಯಲ್ಲಿ ಅವನಿಗೆ ಕೂಗಿ ಹೇಳುತ್ತಿದ್ದರು. ಅವನು ಎರಡು ಪ್ಯಾಕೆಟ್‌ಗಳನ್ನು ಕೆಳಗೆ ಹಾಕಿದ. ಮೂರನೆಯದಕ್ಕೆ ಕೈ ಹಾಕಿ ಅದು ಕೈಗೆ ಎಟುಕಲಿಲ್ಲ. ಇನ್ನಷ್ಟು ಕೈ ಚಾಚಲು ಕಾಲಿನ ತುದಿಯಿಂದ ಪ್ರಯತ್ನ ಮಾಡಿದ ಆಯ ತಪ್ಪಿ ಕೆಳಗಡೆ ಬಿದ್ದ.

ಸರಿಯಾಗಿ ಅಡಿಯಲ್ಲಿ ಇದ್ದ ದಪ್ಪ ಕಲ್ಲಿನ ಮೇಲೆ ಬಿದ್ದ. ಅವನ ಮುಖ ಸರಿಯಾಗಿ ಕಲ್ಲಿಗೆ ಅಪ್ಪಳಿಸಿತು. ಮುಖ ಚೂರು ಚೂರಾಗಿ ಒಡೆದುಹೋಗಿ ರಕ್ತ ಹಾರಿತು. ಒಂದೇ ಒಂದು ಕ್ಷಣದಲ್ಲಿ ಅವನ ಪ್ರಾಣಪಕ್ಷಿ ಹಾರಿಹೋಯಿತು. ಮರದ ಅಡಿಯಲ್ಲಿ ಪ್ಯಾಕೆಟ್ ಹಿಡಿಯಲು ನಿಂತಿದ್ದ ಇತರ ಹುಡುಗರ ಮೇಲೂ ರಕ್ತದ ಸಿಂಪಡಿಕೆಯಾಯಿತು. ಇಷ್ಟು ಭಯಂಕರವಾಗಿ ರಕ್ತ ಚಿಮ್ಮಿದ್ದು, ಸಾವು ಸಂಭವಿಸಿದ್ದನ್ನು ನಾನು ಕಂಡಿರಲೇ ಇಲ್ಲ. ನೋಡಲಾರದೆ ಕಣ್ಣು ಮುಚ್ಚಿಕೊಂಡೆ. ಒಂದು ಕ್ಷಣ ಎದೆಬಡಿತ ನಿಂತುಹೋಯಿತು. ಆ ಕಡೆ ನೋಡುವ ಧೈರ್ಯ ಸಾಲದೆ ಮುಖ ತಿರುಗಿಸಿದೆ.

ನಿನ್ನೆಯ ಘಟನೆಯ ಜ್ಞಾಪಕ ಬಂತೋ ಏನೋ ವಿಶ್ವಾಸ್ ತಕ್ಷಣ ಬಂದು ನನ್ನ ತೋಳು ಹಿಡಿದ, ನಡಿ ಮನೆಗೆ ಇಲ್ಲಿ ದಿನನಿತ್ಯ ಹೆಣ ನೋಡೋದೇ ಆಗಿದೆ ಅಂದ. ಜನರ ಹಾಹಾಕಾರದ ನಡುವೆ ನನ್ನ ಮನೆಗೆ ತಂದ. ಇನ್ಮೇಲೆ ನೀನೂ ಶ್ವೇತಾ ಜೊತೆಯಲ್ಲೇ ಇರು. ಬರಬೇಡ ಅಂದ.

ಇಲ್ಲ, ನನಗೆ ಹೆಣಗಳನ್ನೇ ನೋಡಿ ನೋಡಿ ಅಭ್ಯಾಸ ಆಗಿಹೋಗಿದೆ. ಸಾವು ಯಾರಿಗೆ ಯಾವಾಗ ಬೇಕಾದರೂ ಹೇಗೆ ಬೇಕಾದರೂ ಬರಬಹುದು. ಸಾವಿಗಾಗಿ ನಾವು ಮರುಕಪಡುವುದನ್ನು ಇನ್ಮುಂದೆ ಬಿಡಬೇಕು ಅಂದ.

ನೀನು ಮಾತಾಡಿದ್ರೆ ನಂಗೆ ಭಯ ಆಗುತ್ತೆ ಸುಮ್ಮನಿರು ಅಂತ ಶ್ವೇತಾ ಗದರಿಸಿದಳು. ನಾವೂ ಏನೂ ಆಗಿಲ್ಲ ಅನ್ನುವಂತೆ ಮೂರು ಪ್ಯಾಕೆಟ್ ಚಪಾತಿಗಳನ್ನು ನಾಲ್ಕು ಜನ ಹಂಚಿಕೊಂಡು ತಿಂದೆವು.

ದಿನಕಳೆದಂತೆ ಶ್ವೇತಾ ಕುಗ್ಗಿ ಹೋಗ್ತಾ ಇದ್ದಳು. ನನ್ನ ಸ್ಥಿತಿಯು ಅವಳಿಗಿಂತ ಭಿನ್ನವಾಗಿರಲಿಲ್ಲ. ಗೌರಿಕುಂಡ್‌ನಲ್ಲಿ ಒಂದು ಹೆಲಿಪ್ಯಾಡ್ ಮಾಡ್ತಾರಂತೆ. ಅನಂತರ ಜನರನ್ನು ಇಲ್ಲಿಂದ ಸಾಗಿಸ್ತಾರಂತೆ ಎಂಬ ಸುದ್ದಿ ಬಂದು ಆರನೇ ದಿನವಾಗಿತ್ತು. ಆ ಹೆಲಿಪ್ಯಾಡ್ ಮಾಡುವ ಜಾಗಕ್ಕೆ ದಾಸ್ ನಮ್ಮನ್ನು ಕರೆದುಕೊಂಡು ಹೋದ. ಅಲ್ಲಿ ಸ್ಥಳೀಯರ ಸಹಾಯದಿಂದ ಮಿಲಿಟರಿಯವರು ಹೆಲಿಪ್ಯಾಡ್ ನಿರ್ಮಾಣ ಮಾಡುತ್ತಿದ್ದರು. ಜನರು ಕಲ್ಲುಗಳನ್ನು ಹೊತ್ತು ಅವರು ಹೇಳಿದ ಜಾಗದಲ್ಲಿ ಇಡ್ತಾ ಇದ್ದರು. ವಿಶ್ವಾಸ್ ಕೂಡ ಕಲ್ಲು ಹೊರಲು ಹೋದ. ನಾನು ಸುಮ್ಮನೆ ನೋಡ್ತಾ ನಿಂತಿದ್ದೆ.

ಸುಮ್ನೆ ಅಲ್ಲೇ ನಿಂತ್ಕಂಡು ಏನೋ ಯೋಚನೆ ಮಾಡಬೇಡ ಬಾ ಇಲ್ಲಿ ಟೈಂಪಾಸ್ ಆಗುತ್ತೆ ಅಂತ ಜೋರಾಗಿ ವಿಶ್ವಾಸ್ ನನ್ನ ಕರೆದ, ಕನ್ನಡದ ಈ ಮಾತು ಕೇಳಿ ಅಲ್ಲಿದ್ದ ಒಬ್ಬ ಯುವ ಅಧಿಕಾರಿ 'ಯಾರು ಕನ್ನಡದಲ್ಲಿ ಮಾತಾಡಿದ್ದು' ಅಂತ ಅವರೂ ಜೋರಾಗಿಯೇ ಕೇಳಿದರು. ನಾನು, ನಾನು ಅಂತ ನಾವಿಬ್ಬರೂ ಜೋರಾಗಿ ಕಿರುಚಿಕೊಂಡೆವು.

ಬನ್ನಿ ಇಲ್ಲಿ ಅಂತ ಅವರು ಕರೆದರು. ನಾವಿಬ್ಬರೂ ಓಡುವ ವೇಗದಲ್ಲಿ ಅವರ ಬಳಿಗೆ ಹೋದೆವು. ನಮ್ಮ ಕತೆಯನ್ನು ಅವರು ತಾಳ್ಮೆಯಿಂದ ಕೇಳಿದರು. ನಾನು ಹೇಳುವಾಗ ಅಪ್ರಯತ್ನವಾಗಿ ಕಣ್ಣೀರು ಹಾಕಿದೆ. ಅವರು ಬೆನ್ನು ಸವರಿ ಸಮಾಧಾನ ಹೇಳಿದರು. ಶ್ವೇತಾಳ ಬಗ್ಗೆಯೂ ಹೇಳಿದೆವು. ಇವರು ನಮ್ಮನ್ನು ಇಲ್ಲಿಂದ ತಕ್ಷಣ ಸಾಗಿಸಿ ಬಿಡುತ್ತಾರೆ ಅನ್ನುವ ವಿಶ್ವಾಸ ಬಂದುಬಿಟ್ಟಿತ್ತು. ಆರೇಳು ದಿನದಿಂದ ಬಾಡಿಹೋಗಿದ್ದ ನಮ್ಮ ಮುಖದಲ್ಲಿ ಸ್ವಲ್ಪವಾದರೂ ಕಳೆ ಬಂತು.

ಮನೆಯವರಿಗೆ ಫೋನ್ ಮಾಡ್ಬೇಕಾ, ಮಾತಾಡೋ ಹಾಗಿದ್ರೆ ಮಾತಾಡಿ ಅಂತ ಅವರು ಫೋನ್ ಕೊಟ್ಟರು. ವಿಶ್ವಾಸ್ ಮಾತನಾಡಿದ, ಅವನು ಮಾತನಾಡಿದ ನಂತರ ಈ ಅಧಿಕಾರಿಯೂ ಮಾತನಾಡಿದರು. ಶ್ವೇತಾಳ ಮನೆಗೂ ಮಾತನಾಡಿ ಅವರಿಗೂ ಧೈರ್ಯ ತುಂಬಿದರು. ಮೇಜರ್ ಪ್ರಸಾದ್ ಮಂಗಳೂರಿನವರು. ಮನೆಯವರ ಜೊತೆ ಮಾತನಾಡಿದ ನಂತರ ವಿಶ್ವಾಸ್‌ಗೆ ಇನ್ನಷ್ಟು ಧೈರ್ಯ ಬಂತು.

ನೋಡಿ ವಿಶ್ವಾಸ್, ಭಾರ್ಗವ್ ಇಲ್ಲಿ ಮಾತ್ರ ಅಲ್ಲ, ಕೇದಾರನಾಥ್‌ನಲ್ಲಿಯೂ ಎರಡು ಸಾವಿರ ಜನ ಇದ್ದಾರೆ. ಅವರ ಸ್ಥಿತಿ ನಿಮ್ಮ ಸ್ಥಿತಿಗಿಂತ ಕೆಟ್ಟದಾಗಿದೆ. ಇಲ್ಲಿ ಆರು ನೂರು ಜನ ಇರ್‍ಬೋದು ಇನ್ನೂ ಸರಿಯಾಗಿ ಲೆಕ್ಕ ಸಿಕ್ಕಿಲ್ಲ. ಇನ್ನು ಎರಡು ಕಡೆ ಇದೇ ರೀತಿಯ ಸ್ಥಿತಿ ಇದೆ. ಉಳಿದವರಿಗೆ ಹೋಲಿಸಿದರೆ ನೀವು ವಾಸಿ, ಅವರಿಗೆ ಮೊದಲನೇ ಆದ್ಯತೆ ಸಿಗುತ್ತೆ.

ಮುದುಕರು, ಮಹಿಳೆಯರು, ಮಕ್ಕಳು ಮತ್ತು ಗಾಯಾಳುಗಳಿಗೆ ಮೊದಲನೇ ಆದ್ಯತೆ. ಆನಂತರ ವಯಸ್ಸಿಗೆ ಅನುಗುಣವಾಗಿ ಜನರನ್ನು

ಶಿಫ್ಟ್ ಮಾಡ್ತೀವಿ. ನಮ್ಮ ರಾಜ್ಯದವರು ಅಂತ ನಾನು ಯಾರಿಗೂ ವಿಶೇಷ ರಿಯಾಯಿತಿ ತೋರಿಸೋ ಹಾಗಿಲ್ಲ. ನಾವು ಮಿಲಿಟರಿಯವರು ಹಾಗೆಲ್ಲ ಮಾಡುವುದೂ ಇಲ್ಲ.

ನೀವೆಲ್ಲಾ ಯುವಕರು ಆ ಹುಡುಗಿಯ ವಯಸ್ಸು ಚಿಕ್ಕದೇ ನಿಮ್ಮ ಸರದಿ ಬರುವಾಗ ಇನ್ನೂ ಒಂದು ವಾರ ಅಥವಾ ಹತ್ತು ದಿನ ಆಗಬಹುದು. ಹವಾಮಾನ ಇಲಾಖೆಯವರ ಪ್ರಕಾರ ಮುಂದಿನ ಮೂರು ದಿನದ ನಂತರ ಪುನಃ ಮಳೆ ಶುರುವಾಗುತ್ತೆ. ಹಾಗೇನಾದ್ರೂ ಆದ್ರೆ ಪುನಃ ಒಂದಷ್ಟು ದಿನ ಕಾಯಬೇಕು. ಅದಕ್ಕಿಂತ ನೀವು ನಡೆದುಕೊಂಡು ಹೋಗೋದೇ ಒಳ್ಳೆಯದು. ನಾಳೆಯಿಂದ ಕಾಲು ರಸ್ತೆಯಲ್ಲಿ ಜನರನ್ನು ಸಾಗಿಸೋ ಕೆಲ್ಸ ಆರಂಭ ಆಗುತ್ತೆ. ಇಲ್ಲಿಂದ ಹನ್ನೆರಡು ಕಿ.ಮೀ. ನಡೆದರೆ, ಸೀತಾಪುರ ಅನ್ನುವ ಊರು ಸಿಗುತ್ತೆ. ಅಲ್ಲಿಗೆ ತಲುಪಿದರೆ ನೀವು ಬೆಂಗಳೂರಿಗೆ ತಲುಪಿದ ಹಾಗೆ ಯೋಚನೆ ಮಾಡಿ ಅಂದರು.

ದಾರಿಯುದ್ದಕ್ಕೂ ಮಿಲಿಟರಿಯವರು ನಿಮ್ಮ ಸಹಾಯಕ್ಕೆ ಇರ್ತಾರೆ. ಹೋಗೋದು ಸ್ವಲ್ಪ ಕಷ್ಟ. ಆದರೆ ಇಲ್ಲಿ ಇದ್ದು ಮುಂದೆ ಆಗಬಹುದಾದ ತೊಂದರೆ ಅನುಭವಿಸುವುದಕ್ಕಿಂತ ನೀವು ನಡಕೊಂಡು ಹೋಗೋದೇ ವಾಸಿ ನಾಳೆ ಬೆಳಿಗ್ಗೆ ನಾಲ್ಕು ಗಂಟೆಗೆ ಗೌರಿಕುಂಡ್ ಇಂದ ಹೊರಡಬಯಸುವ ಜನ ಹೊರಡ್ತಾರೆ. ನೀವೂ ಹೊರಡಿ ಅಂದರು.

ನಾವಿಬ್ಬರೂ ಮೌನವಾಗಿದ್ದೆವು. ಏನು ಮಾಡುವುದು ಅನ್ನುವ ಗೊಂದಲದಲ್ಲಿಯೂ ಇದ್ದೆವು. ನಮ್ಮನ್ನು ನಮ್ಮ ಪಾಡಿಗೆ ಬಿಟ್ಟ ಅವರು ತಮ್ಮ ಕೆಲಸದಲ್ಲಿ ತಲ್ಲೀನರಾದರು. ನಾವು ಅವರ ಹತ್ತಿರ ಹೋಗಿ ನಾಳೆ ನಾವು ನಡಕೊಂಡೇ ಹೋಗ್ತಿವಿ ಅಂದೆವು.

ಗುಡ್ ದೇವರು ನಿಮಗೆ ಒಳ್ಳೆಯದು ಮಾಡ್ಲಿ. ನೀವು ಕರ್ನಾಟಕದವರು ಅನ್ನೋ ಕಾರಣಕ್ಕೆ ನಾನು ಒಂದೇ ಒಂದು ಪುಟ್ಟ ಸಹಾಯ ಮಾಡಬಹುದು ಅನ್ನುತ್ತಾ ನಮ್ಮ ಕೈಗೆ ಒಂದು ಚಪಾತಿಯ ಪ್ಯಾಕೆಟ್ ಮತ್ತು ಒಂದು ಸ್ವಲ್ಪ ದೊಡ್ಡ ಬಿಸ್ಕೆಟ್ ಪ್ಯಾಕೆಟ್ ಕೊಟ್ಟರು. ನಮ್ಮ ಮಾತುಕತೆ ಅರ್ಥವಾಗದಿದ್ದರೂ ದಾಸ್‌ಗೆ ಮಿಲಿಟರಿಯ ಆ ಅಧಿಕಾರಿ ನಮ್ಮ ಕಡೆಯವನು ಅನ್ನುವುದು ಅರ್ಥವಾಗಿತ್ತು. ಅವನು ಕೂಡ ನಮ್ಮ ಜೊತೆಯೇ ಮನೆಗೆ ಬಂದ.

ನಾವು ಅಲ್ಲಿಂದ ಹೊರಟು ಸ್ವಲ್ಪ ದೂರ ಬಂದಿರಬಹುದು. ಪೊಲೀಸ್ ಇನ್ಸ್‌ಪೆಕ್ಟರ್ ಒಬ್ಬ ನಮ್ಮನ್ನು ಕರೆದ. ನಾನು ದಾಸ್ ನಿಂತೇ ಇದ್ದೆವು, ವಿಶ್ವಾಸ್ ಅವನ ಹತ್ತಿರ ಹೋದ. ಐದಾರು ನಿಮಿಷ ಮಾತನಾಡಿ ಅವನ ಕೈ ಕುಲುಕಿ ಬಂದ. ಬಂದವನ ಮುಖದಲ್ಲಿ ಒಂದು ವ್ಯಂಗ್ಯದ ನಗೆಯೂ ಇತ್ತು.

ಏನಂತೆ ಅವನಿಗೆ ಅಂದ.

ಏನಿಲ್ಲ ಅವನು ಪ್ರಭಾವ ಬೀರಿ ಹೆಲಿಕಾಪ್ಟರ್‌ನಲ್ಲಿ ನಮ್ಮನ್ನು ಸಾಗಿಸುವ ವ್ಯವಸ್ಥೆ ಮಾಡ್ತಾನಂತೆ. ಅದಕ್ಕೆ ಅವನಿಗೆ ಒಂದು ತಲೆಗೆ ನಾಲ್ಕು ಸಾವಿರ ಕೊಡ್ಬೇಕಂತೆ, ಅಷ್ಟು ಕೊಟ್ರೆ ಅವನೇ ನಮ್ಮ ಹೆಸರು ರಿಜಿಸ್ಟರ್ ಮಾಡ್ತಾನಂತೆ. ಆ ನಾಲ್ಕು ಸಾವಿರದಲ್ಲಿ ಮಿಲಿಟರಿಯವರಿಗೆ ಮೂರು ಸಾವಿರ ಅಂತೆ ಇವನಿಗೆ ಒಂದೇ ಸಾವಿರ ಉಳಿಯೋದಂತೆ ಅಂದ ವಿಶ್ವಾಸ್. ಅವನ ಮುಖಕ್ಕೆ ಹೊಡಿಬೇಕಾಗಿತ್ತು.

ಬೆಂಗಳೂರಲ್ಲಿ ಆಗಿದ್ರೆ ಆಗ್ತಿತ್ತು ಆದದ್ದು ಆಗಲಿ ಅಂತ ಚಪ್ಪಲಿಯಲ್ಲೇ ಹೊಡೀತಿದ್ದೆ. ಇದು ತೀರಾ ಅಪರಿಚಿತ ಜಾಗ, ಹಾಗಾಗಿ ಬಾಯಿ ಮುಚ್ಕೊಂಡು ಬಂದೆ. ಈಗ ತಾನೆ ಪ್ರಸಾದ್ ಹತ್ರ ಮಾತಾಡಿಕೊಂಡು ಬಂದಿದ್ದೀವಿ, ನಮ್ಗೆ ಹಿಂಗೆ ಕಿವಿಗೆ ಹೂವು ಮುಡಿಸ್ತಾನೆ. ಏನೂ ಗೊತ್ತಿಲ್ಲದ ಜನರಿಗೆ ಹೆಂಗೆ ಐಟಂ ಇಡ್ಬೋದು ಇವನು. ಇಂತಹ ಸಮಯದಲ್ಲೂ ದುಡ್ಡಿಗಾಗಿ ಸಾಯ್ತಾನೆ.

ಮತ್ತೆ ನೀನು ಅವನು ಸುಮಾರು ಮಾತಾಡಿದ್ರಿ.

ಏನಿಲ್ಲ, ನಮ್ಮ ಹತ್ರ ಅಷ್ಟು ದುಡ್ಡು ಇಲ್ಲ. ಅದು ನಾವಿರೋ ಜಾಗದಲ್ಲಿದೆ. ಅಲ್ಲಿಗೆ ಹೋಗಿ ಚರ್ಚೆ ಮಾಡಿ ನಾಳೆ ಬೆಳಿಗ್ಗೆ ಬಂದು ಯಾವುದಕ್ಕೂ ಹೇಳ್ತೀನಿ ಅಂದೆ. ಅಷ್ಟೆ, ಅವನ ಮೇಲೆ ಕಂಪ್ಲೆಂಟ್ ಮಾಡೋಕು ಯಾರ ಹತ್ರ ಮಾಡ್ತಿಯಾ, ಏನಂತ ಮಾಡ್ತಿಯಾ ಇಲ್ಲಿ ನಿನ್ನ ಮಾತು ಕೇಳೋರು ಯಾರು? ಅವನು ಹೇಳಿದ್ದಕ್ಕೆ ಹೌದು. ಹೌದು. ಅನ್ನೋದು ನಮ್ಮ ಪಾಡಿಗೆ ನಾವು ನಮ್ಮ ಕೆಲ್ಸ ಮಾಡೋದು ಅಂದ,

ನಮ್ಮಿಬ್ಬರ ಮಾತು ಅರ್ಥವಾಗದ ದಾಸ್ ಮುಖ, ಮುಖ ನೋಡ್ತಾ ಇದ್ದ. ಅವನಿಗೆ ವಿಶ್ವಾಸ್ ಎಲ್ಲವನ್ನು ಬಿಡಿಸಿ ಹೇಳಿದಾಗ ದಾಸ್‌ನ ಮುಖದಲ್ಲಿ ವಿಷಾದದ ನಗೆ ಕಾಣಿಸಿತು.

ಮನೆಗೆ ಬಂದು ಶ್ವೇತಾಳಿಗೆ ವಿಷಯ ಹೇಳಿ ಬೇರೆ ದಾರಿ ಇಲ್ಲ. ನಾಳೆ ಬೆಳಿಗ್ಗೆ ನಡೆಯಲು ಸಿದ್ಧರಾಗಿರು. ಕಾಲು ನೋವು, ಮಂಡಿನೋವು, ಬೆನ್ನುನೋವು ಎಲ್ಲಾ ಮರೆತುಬಿಡು. ಕಷ್ಟಪಟ್ಟು ಮುಕ್ಕಾಲು ದಿನ ಕಳೆದರೆ ಆಮೇಲೆ ಆರಾಮಾಗಿ ಮನೆ ಸೇರಬಹುದು. ಅಂತ ವಿಶ್ವಾಸ್ ಹೇಳಿದಾಗ ಅವಳು ಮರುಮಾತಿಲ್ಲದೆ ಒಪ್ಪಿಕೊಂಡಳು.

ರಾನಿದೇವಿಗೆ ಎರಡು ಸಾವಿರ ರೂಪಾಯಿ, ದಾಸ್‌ಗೆ ಎರಡು ಸಾವಿರ ರೂಪಾಯಿ ಕೊಟ್ಟೆವು. ಶ್ವೇತಾ ರಾನಿದೇವಿಗೆ ತನ್ನ ಕೈಯಲ್ಲಿದ್ದ ಗಡಿಯಾರ ಕೊಟ್ಟಳು. ಮನೆ ಬಾಡಿಗೆ ಅಂತ ಐದು ಸಾವಿರ ಕೊಟ್ಟೆವು. ದಾಸ್‌ಗೆ ನಮ್ಮ ಮೂವರ ಅಡ್ರೆಸ್, ಫೋನ್ ನಂಬರ್ ಬರೆದುಕೊಟ್ಟು ಯಾವಾಗ ಬೇಕಾದರೂ ಬಾ ಬರುವಾಗ ಮುಂಚಿತವಾಗಿ ಒಂದು ಫೋನ್ ಮಾಡು. ಉಳಿದದ್ದು ನಮಗೆ

ಬಿಡು ಅಂದೆವು. ಅವನು ಕಣ್ಣಲ್ಲಿ ನೀರು ತುಂಬಿಕೊಂಡ. ಶ್ವೇತಾ ಅವನ ಕಣ್ಣೀರು ಒರೆಸಿ ತಬ್ಬಿಕೊಂಡಳು. ಒಂದು ಹೆಂಗಸು ಹೀಗೆ ತಬ್ಬಿಕೊಂಡಿದ್ದು ಅವನಿಗೆ ನಾಚಿಕೆ ತಂದಿತ್ತು. ನೀನು ನನ್ನ ತಮ್ಮ ಇದ್ದ ಹಾಗೆ ಯಾವಾಗ ಬೇಕಾದ್ರೂ ಬಾ ನಿನ್ನ ಚೆನ್ನಾಗಿ ಕಾಪಾಡ್ತೀನಿ ಅಂತ ಅವಳು ಭಾವುಕಳಾಗಿ ಹೇಳುವಾಗ ನನ್ನ ಕಣ್ಣಲ್ಲಿಯೂ ನೀರು ತುಂಬಿಕೊಂಡಿತು.

ಅವತ್ತು ರಾತ್ರಿಗೆ ದಾಸ್ ಎಲ್ಲಿಂದಲೋ ಸ್ವಲ್ಪ ಹಾಲು ತಂದ, ಇಷ್ಟು ದಿನ ಕರಿ ಚಹ ಕುಡಿಯುತ್ತಿದ್ದ ನಮಗೆ ಹಾಲು ಹಾಕಿದ ಚಹ ಸಿಕ್ಕಿತು. ಅದೇ ನಮಗೆ ಸಿಕ್ಕಿದ ಬಲು ದೊಡ್ಡ ಔತಣ, ಚಹ ನಿಜವಾಗಿ ಚೆನ್ನಾಗಿತ್ತು.

ಕಳೆದ ಆರೇಳು ದಿನದಿಂದ ನಮಗೆ ಹೊಂದಿಕೊಂಡಿದ್ದ ರಾನಿದೇವಿ ಅವತ್ತು ಹಿಂದಿಗಿಂತ ಹೆಚ್ಚು ಮೌನವಾಗಿದ್ದಳು. ಅವಳಿಗೆ ಕೊಟ್ಟಿದ್ದ ಚಿನ್ನದ ಸರ ವಾಪಾಸು ಕೊಡಲು ಬಂದಳು. ಅವಳಿಗೆ ಅದನ್ನು ಇಟ್ಟುಕೊಳ್ಳಲು ಭಯ ಬ್ಯಾಗಿನಿಂದ ಪೆನ್ನು ಡೈರಿ ತಗೆದ ವಿಶ್ವಾಸ್ ಅದರಿಂದ ಒಂದು ಹಾಳೆ ಕಿತ್ತು ಅದರಲ್ಲಿ ಏನೋ ಬರೆದು ಅವಳಿಗೆ ಕೊಟ್ಟ. ಯಾರಾದರೂ ಕೇಳಿದರೆ ಇದನ್ನು ತೋರಿಸು ಅಂದ.

ಏನಂತ ಬರದೆ ಅಂತ ಕೇಳಿದೆ.

ಈ ಸರ ನಮಗೆ ಸಿಕ್ಕಿದ್ದು, ಇದು ನಮ್ಮದಲ್ಲವಾದ್ದರಿಂದ ರಾನಿದೇವಿಗೆ ಕೊಟ್ಟಿದ್ದೆವು. ಸಾಮಾನ್ಯವಾಗಿ ಚಿನ್ನ ಸಿಕ್ಕಿದರೆ ಅದನ್ನು ದೇವರ ಹುಂಡಿಗೆ ಹಾಕ್ತಾರೆ. ಆದರೆ ನಮಗೆ ರಾನಿದೇವಿಯೇ ದೇವರು ಅಂತ ಅನಿಸಿದ ಕಾರಣ ಅದನ್ನು ಅವಳಿಗೆ ಕೊಟ್ಟಿದ್ದೀನಿ ಅಂತ ಬರೆದು ನನ್ನ ಅಡ್ರೆಸ್ ಫೋನ್ ನಂಬರ್ ಅದರಲ್ಲಿ ಬರೆದೆ ಅಂದ ವಿಶ್ವಾಸ್.

18

ಇದು ಆಜ್ಞೆಯೂ ಅಲ್ಲ, ಕೋರಿಕೆಯೂ ಅಲ್ಲ ಒಂದು ಸೂಚನೆ ಮಾತ್ರ ನೀವು ನಡೆಯುವಾಗ ಮಾತನಾಡಬೇಡಿ, ಮಾತನಾಡಬೇಕಾದ ಸ್ಥಿತಿ ಬಂದರೆ ತುಂಬಾ ಮೆತ್ತಗೆ ಎಷ್ಟು ಬೇಕೋ ಅಷ್ಟು ಮಾತ್ರ ಮಾತನಾಡಿ, ಮೇಲಕ್ಕಾಗಲಿ ಅಥವಾ ಕೆಳಕ್ಕಾಗಲಿ ನೋಡಬೇಡಿ. ನಿಮ್ಮ ದೃಷ್ಟಿ ಕುದುರೆಗೆ ಕಣ್ಣಿಗೆ ಕಟ್ಟಿದ ಹಾಗೆ ಇರಲಿ. ನೇರ ದೃಷ್ಟಿ ಮಾತ್ರ. ಎಷ್ಟೇ ಭಯ ಆದರೂ ಕಿರುಚ್ಬೇಡಿ ಮೌನ ವಹಿಸಿ, ಹೆಜ್ಜೆಗಳನ್ನು ನಿಧಾನವಾಗಿ ಹಾಕಿ, ಓಡುವ ಪ್ರಯತ್ನ ಮಾಡಬೇಡಿ, ಓಡಲು ಯತ್ನಿಸಿದರೆ ಭೂಮಿಯ ಮೇಲೆ ಹೆಚ್ಚಿನ ಒತ್ತಡ ಬೀಳುತ್ತದೆ. ಇಲ್ಲಿಂದ ನೀವು ನಡೆಯಲು ಶುರು ಮಾಡ್ತೀರಿ. ಎಲ್ಲರಿಗೂ ಒಳ್ಳೆಯದಾಗಲಿ. ದಾರಿಯುದ್ದಕ್ಕೂ ನಮ್ಮವರು ಇದ್ದಾರೆ. ಹೆದರಬೇಕಾದ ಅಗತ್ಯ ಇಲ್ಲ. ಅರ್ಧ ದಾರಿಗೆ ಹೋಗಿ ವಾಪಾಸು ಬರೋದಿಕ್ಕೆ ಆಗೋದಿಲ್ಲ. ಹೀಗಾಗಿ ಹೊರಡುವವರು ಈಗಲೂ ಯೋಚನೆ ಮಾಡಿ ಐದು ನಿಮಿಷ ಟೈಂ ಇದೆ. ಧ್ವನಿಯಲ್ಲಿ ಏರಿಳಿತ ಇಲ್ಲದ ಆ ಮಿಲಿಟರಿ ಅಧಿಕಾರಿಯು ಹೇಳಿದ ಮಾತುಗಳನ್ನು ಕೇಳಿ ಅಲ್ಲಿ ಇದ್ದವರಿಗೆಲ್ಲಾ ಜೀವ ಬೆಚ್ಚಗಾಯಿತು.

ಬೆಳಗಿನ ಜಾವ ಐದು ಗಂಟೆಯ ವೇಳೆಗೆ ನಾವು ನೂರಕ್ಕೂ ಹೆಚ್ಚು ಜನ ಗೌರಿಕುಂಡ್‌ನಿಂದ ಸೀತಾಪುರದ ತನಕ ನಡೆದರೆ ಅಲ್ಲಿಂದ ನಾವು ಸುರಕ್ಷಿತವಾಗಿ ಮನೆ ಸೇರಬಹುದಿತ್ತು. ಸೀತಾಪುರದಿಂದ ವಾಹನಗಳಲ್ಲಿ ಪುಕ್ಕಟೆಯಾಗಿ ದೆಹಲಿಯ ತನಕ ತೆರಳಲು ಸರ್ಕಾರ ವ್ಯವಸ್ಥೆ ಮಾಡಿತ್ತು. ಅಲ್ಲಿಂದ ಮುಂದಕ್ಕೆ ಅವರವರ ಊರು ಸೇರಲು ರೈಲುಗಳಲ್ಲಿ ಉಚಿತ ವ್ಯವಸ್ಥೆಯನ್ನು ಸರ್ಕಾರ ಮಾಡಿತ್ತು. ಸೀತಾಪುರ ತಲುಪಿದರೆ ಸಾಕು, ಆಮೇಲೆ ಜೀವ ಭಯ ಇಲ್ಲ ಅನ್ನುವ ವಿಚಾರವೇ ಅಲ್ಲಿದ್ದ ಜನರಿಗೆ ಧೈರ್ಯ ತಂದಿತ್ತು.

ಅಲ್ಲ ವಿಶ್ವಾಸ್, ಇವರು ಹೇಳಿದ ಮಾತು ಕೇಳಿದರೆ ಹೆದರಿಕೆ ಆಗ್ತದೆ. ಮಾತಾಡಬೇಡಿ ಅಂತಾರೆ. ಹೆದರಿಕೆಯಾದರೆ ಕಿರುಚಬೇಡಿ. ಹಿಂದಕ್ಕೆ ವಾಪಾಸು

ಬರಬೇಡಿ. ನೆಟ್ಟಗೆ ಕುದುರೆ ರೀತಿ ನಡೀರಿ ಅಂತಾರೆ. ಇವರು ಹೇಳೋ ಮಾತು ಕೇಳಿದ್ರೆ ಭಯ ಆಗುತ್ತೆ. ನಾನು ಬರೋದಿಲ್ಲ. ಅಂದಳು ಶ್ವೇತಾ.

ಇಲ್ಲೇ ಇರು ಹೆಲಿಕಾಪ್ಟರ್‌ನಲ್ಲಿಯೇ ಬಾ ಬೇಡ ಅಂದೋರು ಯಾರು? ನಿನ್ನಿಷ್ಟ ನಾನು ಹೊರಟಿದ್ದೀನಿ. ಇವನೂ ನನ್ನ ಜೊತೆ ಬರ್‍ತಾನೆ. ಇನ್ನು ಎರಡು ದಿನದಲ್ಲಿ ಮಳೆ ಪುನಃ ಆರಂಭ ಅಂತ ಅವರೇ ಹೇಳ್ತಾ ಇದ್ದಾರೆ. ಇಷ್ಟರ ಮೇಲೆ ನಿನ್ನಿಷ್ಟ. ಹೋಗಿ ನಾನು ಹಲಿಕಾಪ್ಟರ್‌ನಲ್ಲಿ ಬರ್‍ತೀನಿ ಅಂತ ಹೆಸರು ರಿಜಿಸ್ಟರ್ ಮಾಡು, ನಿನ್ನ ಸರದಿ ಬಂದಾಗ ಬಾ ಅಂತ ಸ್ವಲ್ಪ ಸಿಟ್ಟಿನ ಧ್ವನಿಯಲ್ಲಿಯೇ ವಿಶ್ವಾಸ ಹೇಳಿದ. ಇವರ ನಡುವೆ ಪುನಃ ಜಗಳ ಆರಂಭವಾಗುವುದು ಬೇಡ ಅಂತ ನಾನು ಶ್ವೇತಾಳಿಗೆ ಸಮಾಧಾನ ಹೇಳಿದೆ.

ಒಬ್ಬರ ಹಿಂದೆ ಒಬ್ಬರಂತೆ ಹೋಗಿ ಅಗತ್ಯ ಇದ್ದ ಕಡೆ ಉಳಿದಂತೆ ಜೊತೆಯಲ್ಲಿಯೇ ಹೋಗಬಹುದು ಎಂದು ನಾವು ಮೊದಲ ಹೆಜ್ಜೆ ಇರಿಸಿದ ತಕ್ಷಣ ಇನ್ನೊಬ್ಬ ಸಿಪಾಯಿ ಹೇಳಿದ. ಪ್ರತಿಕ್ಷಣದಲ್ಲೂ ಮೃತ್ಯುವಿನ ಭಯ ಇದ್ದರೆ ಮನುಷ್ಯ ಹೇಗೆ ವರ್ತಿಸುತ್ತಾನೆ ಅನ್ನುವುದು ಅರ್ಥವಾಗಬೇಕಾದರೆ ಇಂತಹ ಸ್ಥಳದಲ್ಲಿ ಸಿಕ್ಕಿ ಬೀಳಬೇಕು.

ಮೇಲೆ ಎತ್ತರದ ಪರ್ವತ ಎತ್ತರ ಅಂದರೆ ಅದು ನಿಜವಾದ ಅರ್ಥದಲ್ಲಿ ಎತ್ತರ. ಕೆಳಗಡೆ ಪಾತಾಳ, ಪಾತಾಳ ಅಂದರೆ ಪಾತಾಳವೇ. ಆಯತಪ್ಪಿ ಬಿದ್ದರೆ ಮೂಳೆ ಕೂಡ ಪುಡಿ ಪುಡಿಯಾಗುತ್ತದೆ. ಸಣ್ಣ ಮಟ್ಟದ ಜಾರುವಿಕೆಯೂ ಇದೆ. ಮುಂದೆ ನೋಡಿದರೆ ಮುಗಿಯುವ ಸೂಚನೆ ಕಾಣದ ಹಾದಿ. ಇಂತಹ ಜಾಗದಲ್ಲಿಯೂ ದೇವರ ನೆನಪು ಬರದಿದ್ದವನು ನಿಜವಾದ ನಾಸ್ತಿಕ.

ಮಣ್ಣು ಮೇಲು ನೋಟಕ್ಕೆ ಒಣಗಿದಂತೆ ಕಂಡರೂ ಪೂರ್ಣ ಪ್ರಮಾಣದಲ್ಲಿ ಒಣಗಿರಲಿಲ್ಲ. ಅಲ್ಲಲ್ಲಿ ತೇವಾಂಶ ಹಾಗೆಯೇ ಇತ್ತು. ಮೇಲಿನಿಂದ ಹರಿದು ಬರುವ ಝರಿಗಳ ನೀರು ಮಣ್ಣು ಒಣಗದಂತೆ ಮಾಡಿತ್ತು. ಇತ್ತ ತೀರಾ ಹಸಿಯೂ ಅಲ್ಲದ ಅತ್ತ ತೀರಾ ಒಣಗಿದ ಮಣ್ಣು ಅಲ್ಲದ ಕಾಲುದಾರಿಯ ಮೇಲೆ ನಮ್ಮ ಪಯಣ ಸಾಗಿತ್ತು. ಈ ರಸ್ತೆಯಲ್ಲಿ ನಡೆಯುವ ಯಾರಿಗೂ ಬದುಕುವ ಆಸೆ ಇದ್ದಂತೆ ಕಾಣಲಿಲ್ಲ. ಅಲ್ಲಿ ಸಾಯುವುದಕ್ಕಿಂತ ಇಲ್ಲಿ ಸಾಯುವುದೇ ಮೇಲು ಅನ್ನುವ ಭಂಡತನ ತೋರಿ ಹೊರಟವರು ನಾವು.

ಆ ಅಧಿಕಾರಿ ಹೇಳಿದ ಮಾತುಗಳಿಗೆ ಅರ್ಥ ಈಗ ಅರ್ಥವಾಗತೊಡಗಿತ್ತು. ಅವನು ಎಲ್ಲ ಹೇಳಿದ ಮೇಲೆ ಒಳ್ಳೆಯದಾಗಲಿ ಅಂತ ಯಾಕೆ ಹೇಳಿದ ಅನ್ನುವುದೂ ಅರ್ಥವಾಗಿತ್ತು. ಯಮನ ದೂತರು ಪಕ್ಕದಲ್ಲಿಯೇ ನಿಂತುಕೊಂಡು, ನಾವು ಮಾಡಬಹುದಾದ ಒಂದೇ ಒಂದು ಸಣ್ಣ ತಪ್ಪಿಗಾಗಿ ಕಾಯುತ್ತಿದ್ದರು. ಮುಂದೆ ಹೋಗುವವರಾಗಲಿ, ಹಿಂದೆ ಬರುತ್ತಿರುವವರಾಗಲಿ ಜೋರಾಗಿ ಕೆಮ್ಮಿದರೂ ಭಯವಾಗುತ್ತಿತ್ತು. ನಮ್ಮ ಹೆಸರು ಮತ್ತು ಒಂದು

ನಂಬರ್‌ನ ದೊಡ್ಡ ಚೀಟಿಯಲ್ಲಿ ಬರೆದು ಎದ್ದು ಕಾಣುವ ಹಾಗೆ ನಮ್ಮ ಎದೆಯ ಭಾಗಕ್ಕೆ ಚುಚ್ಚಿದ್ದರು.

ನನ್ನ ನಂಬರ್ 96-1 ಭಾರ್ಗವ್, ಬೆಂಗಳೂರು, ಕರ್ನಾಟಕ 96-1 ಅಂತ ಬರೆದಿದ್ದ ಚೀಟಿ ನಾನು ದಾರಿಯಲ್ಲಿ ಬಿದ್ದು ಹೋದರೆ ಅಥವಾ ಸತ್ತರೆ 96-1 ಇಲ್ಲ ಅನ್ನುವ ಅಂಶ ದಾಖಲಾಗಿ ಬಿಡುತ್ತಿತ್ತು. 96 ನಂಬರ್ ನೋಡಿದರೆ ಅಲ್ಲಿ ನನ್ನ ಹೆಸರು ವಿಳಾಸ ಇರುತ್ತಿತ್ತು, ನಂಬರ್ 1 ಅಂದರೆ ಮೊದಲನೇ ಬ್ಯಾಚಿನವನು, ಸುರಕ್ಷಿತವಾಗಿ ತಲುಪಿದರೆ ಪರವಾಗಿಲ್ಲ, ಮಾರ್ಗದ ನಡುವೆ ಹೋದರೆ ನನ್ನ ಮನೆಯವರಿಗೆ ಶವ ಸಿಗದಿದ್ದರೂ ನಾನು ಸತ್ತಿರುವ ಸುದ್ದಿಯಂತೂ ತಲುಪುತ್ತಿತ್ತು. ಕೆಳಗಡೆಗೆ ಬಿದ್ದರೆ ಶವ ತೆಗೆಯುವುದು ಸಾಧ್ಯವೇ ಇರಲಿಲ್ಲ ಅಂತಹ ಪ್ರಪಾತ. ಬೀಳುವ ವ್ಯಕ್ತಿಯ ಹೆಸರು ವಿಳಾಸ ಓದಲಾಗದಿದ್ದರೂ ಕನಿಷ್ಠ ಪಕ್ಷ ನಂಬರ್ ಆದರೂ ಕಾಣಲಿ ಅಂತ ಈ ವ್ಯವಸ್ಥೆ ಮಾಡಿದ್ದರು. ಇದರ ಬಗ್ಗೆ ವಿವರಣೆಯನ್ನು ಅವರು ನೀಡಲಿಲ್ಲವಾದರೂ ದಾರಿಯಲ್ಲಿ ಇದು ನನಗೆ ಅರ್ಥವಾಯಿತು.

ಸಣ್ಣ ಸಣ್ಣ ಸೇತುವೆಗಳು ನೆಲ ಸಮವಾಗಿದ್ದವು. ಅದನ್ನು ದಾಟಲು ಬಿದಿರಿನ ಬೊಂಬುಗಳನ್ನು ಹಾಕಿದ್ದರು. ಈ ಕಡೆ ಒಂದು ಸಣ್ಣ ಕಂಬ, ಅದಕ್ಕೆ ಹಗ್ಗ ಬಿಗಿದು ಮತ್ತೊಂದು ಕಂಬಕ್ಕೆ ಹಗ್ಗ ಜೋಡಿಸಿದ್ದರು. ನಾವು ಬೊಂಬುಗಳ ಮೇಲೆ ನಡೆಯಬೇಕಾಗಿತ್ತು. ಇಂತಹ ಜಾಗದಲ್ಲಿ ಬಗ್ಗಿ ನೆಲ ನೋಡಲೇಬೇಕಾಗಿತ್ತು. ಕೆಳಗೆ ನೋಡಿದರೆ ಭಯಂಕರವಾದ ಪ್ರಪಾತ.

ಒಂದೇ ಒಂದು ಬೊಂಬು ಜಾರಿ ಪಕ್ಕಕ್ಕೆ ಸರಿದರೆ ಕೆಳಗೆ ಬೀಳುವುದು ಖಚಿತ. ಹಗ್ಗದ ಮೇಲೆ ತುಂಬಾ ಭರವಸೆ ಇಡುವಂತಿಲ್ಲ. ಕಂಬ ಯಾವಾಗ ಬೇಕಾದರೂ ಕೈ ಕೊಡಬಹುದು. ಅಲ್ಲೊಬ್ಬ ಸಿಪಾಯಿ, ಇನ್ನೊಬ್ಬ ಸಿಪಾಯಿ, ಏನೂ ಆಗುವುದಿಲ್ಲ. ಹೊರಡಿ ಎಂದು ಧೈರ್ಯ ತುಂಬುತ್ತಿದ್ದರು. ಅವತ್ತು ನಾವು ಹೇಗೆ ದಾಟಿದೆವು ಅನ್ನುವುದು ನಮಗೆ ಮಾತ್ರ ಗೊತ್ತು. ನೂರು ಕೋಟಿ ರೂಪಾಯಿ ಬಹುಮಾನ ಕೊಡ್ತೀನಿ ಅಂದರೂ ಈಗ ನಾವು ಇಂತಹ ಕೆಲಸ ಮಾಡುವುದಿಲ್ಲ. ಅಷ್ಟು ಭಯಂಕರವಾಗಿತ್ತು. ಆ ಅನುಭವ ಪ್ರಾಣ ಕೈಯಲ್ಲಿ ಹಿಡ್ಕೊಳೋದು ಅಂತಾರಲ್ಲ ಹಂಗೆ ಹೇಳಿದ್ರೆ ಏನರ್ಥ ಅಂತಾನೂ ಆಗ್ಲೇ ಗೊತ್ತಾಗಿದ್ದು, ಬರಿಕೈಯಲ್ಲಿ ನಡೆಯೋದಿದ್ರೆ ಅದು ಸ್ವಲ್ಪ ಸುಲಭ. ನನಗೆ ಶ್ವೇತಾಳ ಬ್ಯಾಗ್ ಹೊರುವ ಕೆಲಸವೂ ಸಿಕ್ಕಿತ್ತು. ನನ್ನ ಬ್ಯಾಗನ್ನು ಅವಳ ಬ್ಯಾಗನ್ನು ನಾನೂ ಹೊತ್ತಿದ್ದೆ. ಸಣ್ಣದಾಗಿ ವಾಲಿದರೂ ಅವಳ ಬ್ಯಾಗ್ ನನ್ನನ್ನು ಒಂದು ಕಡೆಗೆ ಎಳೆದುಬಿಡುತ್ತಿತ್ತು. ನಾವೇನೂ ಮಾಡ್ತಾ ಇದ್ದೀವಿ ಎಲ್ಲಿಗೆ ಹೋಗ್ತಾ ಇದ್ದೀವಿ ಅಂತಾನೂ ಅರ್ಥವಾಗದೆ ನಡೆಯುತ್ತಲೇ ಇದ್ದೆವು. ಒಂದು ಸಲ ಶ್ವೇತಾ ಮೆಲ್ಲನೆ ಕೈ ಹಿಡಿದು ಎಳೆದಳು. ನಾನು ಏನು ಅನ್ನುವಂತೆ ನೋಡಿದೆ. ಅವಳು

ಮೇಲಕ್ಕೆ ಕೈ ತೋರಿಸಿದಳು. ಅಲ್ಲೊಂದು ಹೆಣ ಮರಕ್ಕೆ ಸಿಕ್ಕಿಹಾಕಿಕೊಂಡಿದೆ. ಅದು ಯಾವಾಗ ಬೇಕಾದರೂ ಇಲ್ಲಿ ನಡೆದಾಡುವವರ ತಲೆ ಮೇಲೆ ಬೀಳಬಹುದು. ಅದರ ಪಕ್ಕದಲ್ಲಿಯೇ ನೀರು ಸಣ್ಣದಾಗಿ ಜಿನುಗುತ್ತಿದೆ. ಆ ಜಿನುಗುವ ನೀರು ಮರದ ಮೇಲೆ ಆ ಹೆಣಕ್ಕೆ ತಗುಲಿಕೊಂಡೇ ಕೆಳಗೆ ಧುಮುಕುತ್ತಿದೆ. ನಮ್ಮ ತಲೆಯ ಮೇಲೆ ಬೀಳುತ್ತಿರುವ ತುಂತುರು ನೀರು ಇದೇ ತಲೆಯನ್ನು ಒರೆಸಿಕೊಂಡು ಮೂಸಿ ನೋಡಿದೆ. ಪುಣ್ಯಕ್ಕೆ ವಾಸನೆ ಇರಲಿಲ್ಲ!

ಒಂದು ಕಡೆ ಕೇವಲ ಎರಡು ಅಡಿಯ ರಸ್ತೆ, ಅದರಲ್ಲಿ ಒಬ್ಬರ ಹಿಂದೆ ಒಬ್ಬರಂತೆ ಸಾಗಬೇಕಿತ್ತು. ಈ ಜಾಗವಂತೂ ಯಾವಾಗ ಬೇಕಾದರೂ ಕುಸಿಯುವಂತೆ ಇತ್ತು. ಬೆಕ್ಕಿನ ಹೆಜ್ಜೆಯ ಹಾಗೆ ಹೆಜ್ಜೆ ಇರಿಸಬೇಕಾಗಿತ್ತು. ಒಂದು ಕೂದಲೆಳೆಯಷ್ಟು ಬಲಗಡೆಗೆ ವಾಲಿದರೆ ಸಾಕು, ನಮ್ಮ ನಂಬರ್ ದಾರಿಯಲ್ಲಿ ಗತಿಸಿಹೋದವರ ಪಟ್ಟಿಯಲ್ಲಿ ಸೇರಿಬಿಡುತ್ತಿತ್ತು. ಉಸಿರು ಬಿಗಿ ಹಿಡಿದು ಸಾಗಿದೆವು, ಎಲ್ಲರ ಮುಖದಲ್ಲಿಯೂ ಪ್ರೇತಕಳೆ, ನಾವು ಸಾಗಿದ ಹಾದಿಯಲ್ಲಿ ಈ ಜಾಗ ಅತ್ಯಂತ ಭಯಂಕರವಾಗಿತ್ತು.

ಒಬ್ಬ ಸಿಪಾಯಿ ನಮಗೆ ಭಯ ಬರದ ಹಾಗೆ ರಕ್ಷಣೆಯ ಸಲುವಾಗಿ ನಿಂತಿದ್ದರು. ಅವರನ್ನು ನೋಡಿ ಒಂದು ಆತ್ಮೀಯ ನಗೆ ಬೀರಿದೆ. ಅವರೂ ನಕ್ಕೂ ಆಗೇ ಚಲೋ ಅಂದರು. ನಾನು ಅವರಿಂದ ನಾಲ್ಕು ಅಡಿ ಮುಂದೆ ಹೆಜ್ಜೆ ಇರಿಸಿರಬಹುದು. ಹೋ ಅನ್ನುವ ಶಬ್ದದೊಂದಿಗೆ ಆತ ಪ್ರಪಾತಕ್ಕೆ ಬಿದ್ದರು. ಮೇಲಿನಿಂದ ಉರುಳಿದ ಒಂದು ಭಾರೀ ಕಲ್ಲು ಆ ಸಿಪಾಯಿಯ ಸಮೇತ ಕೆಳಗೆ ಉರುಳಿತು. ತನ್ನ ಪಕ್ಕದಲ್ಲಿ ಹದಿನೈದು ಅಡಿ ದೂರದಲ್ಲಿ ನಿಂತಿದ್ದ ಇನ್ನೊಬ್ಬ ಸಿಪಾಯಿ ಇದನ್ನು ನೋಡಿದರೂ ಮಿಸುಕಾಡಲಿಲ್ಲ. ಏನೂ ಆಗಿಲ್ಲದವನಂತೆ ನನ್ನ ಕಡೆ ನೋಡಿ ಆಗೆ ಚಲೋ ಅಂದರು. ನಿಜವಾಗಿ ಅಲ್ಲಿ ಇದ್ದವರೆಲ್ಲ ಆ ಕ್ಷಣದಲ್ಲಿ ಸತ್ತೇಹೋಗಿದ್ದರು. ಯಾರ ಕಂಠದಿಂದಲೂ ಧ್ವನಿ ಹೊರಡುತ್ತಿರಲಿಲ್ಲ. ಎರಡೇ ಎರಡು ಸೆಕೆಂಡುಗಳ ಅಂತರದಲ್ಲಿ ನಾನು ಸಾವಿನ ದವಡೆಯಿಂದ ಪಾರಾಗಿದ್ದೆ.

ಇನ್ನೊಂದು ಕಲ್ಲು ಬಂದು ಬೀಳುವ ಭಯ ಇದ್ದರೂ ನಾನು ಅಲ್ಲಿಂದ ಓಡುವಂತಿರಲಿಲ್ಲ. ನನ್ನ ಮುಂದೆ ತೊಂಬತ್ತೈದು ಜನ ಇದ್ದರು. ನಾನು ಢಿಕ್ಕಿ ಹೊಡೆದರೆ ಅವರಲ್ಲಿ ಯಾರಾದರೂ ಆಯ ತಪ್ಪಿ ಬೀಳಬಹುದಿತ್ತು. ಹಾಗಂತ ನಾನು ಸುಮ್ಮನೆ ಕುಳಿತು ಒಂದು ಕ್ಷಣ ಸುಧಾರಿಸಿಕೊಳ್ಳುವಂತೆಯೂ ಇರಲಿಲ್ಲ. ನನ್ನ ಹಿಂದಿನವರಿಗೆ ಅಡ್ಡಿಯಾಗದಂತೆ ನಾನು ನಡೆಯಲೇಬೇಕಾಗಿತ್ತು. ಇನ್ನೊಂದು ಕಲ್ಲು ಯಾರ ತಲೆಯ ಮೇಲೆ ಯಾವಾಗಬೇಕಾದರೂ ಬೀಳಬಹುದಿತ್ತು. ಹಾಗಂತ ಎಚ್ಚರಿಕೆಯ ಸಲುವಾಗಿ ತಲೆ ಎತ್ತಿ ನೋಡುತ್ತಾ ಸಾಗುವಂತೆಯೂ ಇರಲಿಲ್ಲ. ಮೇಲೆ ನೋಡುತ್ತಾ ಕೆಳಗಡೆ ಬೀಳುವ

ಅಪಾಯವೂ ಇತ್ತು. ಕೆಳಗೆ ಬಿದ್ದ ಸಿಪಾಯಿಗೂ ನಮಗೂ ಯಾವುದೇ ಸಂಬಂಧ ಇಲ್ಲ. ಅಲ್ಲಿ ಯಾರೂ ಕೆಳಗೆ ಬೀಳಲೇ ಇಲ್ಲ ಅನ್ನುವಂತೆ ನಾವು ಸಾಗಿದೆವು.

ನಮ್ಮ ಕತೆ ಹಾಗಿರಲಿ. ಮನೆಯಲ್ಲಿ ತೆಪ್ಪಗಿರಲಾರದೆ ಯಾತ್ರೆಗೆ ಬಂದವರು ನಾವು. ಆ ಸಿಪಾಯಿ ಪಕ್ಕದಲ್ಲಿ ನಿಂತಿದ್ದ ಇನ್ನೊಬ್ಬ ಸಿಪಾಯಿಯ ಸ್ಥಿತಿ ಹೇಗಾಗಿರಬೇಡ, ಗೆಳೆಯ ಕೆಳಗೆ ಬಿದ್ದ ಅಂತ ಆತನ ಕಡೆ ಬಗ್ಗಿ ನೋಡುವ ಸ್ಥಿತಿಯಲ್ಲಿಯೂ ಆತ ಇರಲಿಲ್ಲ. ಆ ಜಾಗದಿಂದ ಮೇಲಿನ ಆದೇಶ ಬರುವ ತನಕವೂ ಆತ ಕದಲುವ ಹಾಗಿಲ್ಲ. ನಿಂತೇ ಇರಬೇಕು. ಅವನ ಮುಖದಲ್ಲಿ ದುಃಖ, ಭಯ ತೋರಿಸುವ ಹಾಗಿಲ್ಲ. ಅಗಲಿದ ಗೆಳೆಯನ ಆತ್ಮಕ್ಕೆ ಒಂದು ನಿಮಿಷ ಕಣ್ಣು ಮುಚ್ಚಿ ಶಾಂತಿ ಕೋರುವ ಅವಕಾಶವೂ ಅವನಿಗೆ ಇಲ್ಲ. ಇನ್ನೊಂದು ಕಲ್ಲು ಬಂದು ಬಿದ್ದರೂ ಅವನು ನಿಂತೇ ಇರಬೇಕು. ಓಡಿಹೋಗಿ ಸುರಕ್ಷಿತ ಜಾಗ ಹುಡುಕುವ ಅವಕಾಶವೇ ಅವನಿಗೆ ಇಲ್ಲ. ಮನಸ್ಸಿನಲ್ಲಿಯೇ ದೇವರನ್ನು ನೆನಪಿಸಿಕೊಳ್ಳುವ ಹಾಗೂ ಅವನು ಕಾಣಲಿಲ್ಲ. ಏಕೆಂದರೆ ಆತನ ಗಮನ ನಮ್ಮಂತಹ ನಾಗರೀಕರ ಸುರಕ್ಷತೆಯ ಕಡೆಗೆ ಇರಬೇಕೇ ವಿನಃ ದೇವರ ಕಡೆಗಲ್ಲ, ಅಬ್ಬಾ ಭಾರತಸೇನೆಯೇ ಅಂದುಕೊಂಡೆ. ಅವನ ಬಗ್ಗೆ ಮರುಕ ಹೆಮ್ಮೆ ಎರಡೂ ಉಂಟಾಯಿತು, ಅದನ್ನು ತೋರಿಸುವ ಸ್ಥಿತಿಯಲ್ಲಿ ನಾನಿರಲಿಲ್ಲ. ಅರ್ಥ ಮಾಡಿಕೊಳ್ಳುವ ಸ್ಥಿತಿಯಲ್ಲಿ ಅವನೂ ಇರಲಿಲ್ಲ.

ಅಪ್ಪ ನನಗಿಂತ ಸ್ವಲ್ಪ ಹಿಂದೆ ಇದ್ದಾರೆ. ನಡೆಯಲು ಅವರಿಂದ ಆಗುತ್ತಿಲ್ಲ. ಅವರನ್ನು ಹೆಲಿಕಾಪ್ಟರ್‌ನಲ್ಲಿ ಕಳುಹಿಸಬೇಕಾಗಿತ್ತು. ನನ್ನ ಜೊತೆಯಲ್ಲೇ ಬರುವುದಾಗಿ ಹಠ ಹಿಡಿದರು. ಈಗ ನಡೆಯಲಾರದೆ ಒದ್ದಾಡುತ್ತಿದ್ದಾರೆ. ಅವರ ಹಿಂದೆ ಮುಂದೆ ಇರುವ ಜನರು ಅವರ ಸಹಾಯಕ್ಕೆ ಬರುತ್ತಿಲ್ಲ. ಅವರಿಗೆಲ್ಲಾ ಅವರವರು ಸುರಕ್ಷಿತವಾಗಿದ್ದರೆ ಸಾಕಾಗಿದೆ. ನಾನು ಹಿಂದೆ ಹೋಗುವಂತಿಲ್ಲ. ಅವರು ಮುಂದೆ ಬರುವಂತೆಯೂ ಇಲ್ಲ. ಜೀವನವಿಡೀ ನನ್ನ ಒಳಿತಿಗಾಗಿ ದುಡಿದ ಇವರಿಗೆ ಒಂದೇ ಒಂದು ಪುಟ್ಟ ಸಹಾಯ ಮಾಡುವ ಅದರಲ್ಲಿಯೂ ಕಣ್ಣಿಗೆ ಕಾಣುವಂತೆ ಇದ್ದರೂ ಅವರಿಗೆ ರಕ್ಷಣೆ ನೀಡಲಾಗದ ನನ್ನ ಸ್ಥಿತಿಯ ಬಗ್ಗೆ ನನಗೇ ಅಸಹನೆಯಾಯಿತು. ಅಪ್ಪ ಕುಸಿದು ಕೆಳಗೆ ಬಿದ್ದರು. ನಾನೂ ನೆಗೆದು ಅವರ ಸಂಗಡವೇ ಹೋಗಿ ಬಿಡೋಣ ಅಂತ ರಭಸವಾಗಿ ಕಾಲು ಎತ್ತಿದೆ. 'ಅರೆ ಭಾಯಿ ಸಂಚಾಲಕೆ ಆಹಿಸ್ತಾ ಆ ಹಿಸ್ತಾ ಚಲೋ' ಎಂದು ಸಿಪಾಯಿಯೊಬ್ಬ ಹೇಳಿದ. ನಾನು ಎಲ್ಲಿದ್ದೇನೆ ಅಂತ ಒಂದು ಸಲ ಸುತ್ತಲೂ ನೋಡಿದೆ. ನಿಟ್ಟುಸಿರು ತನ್ನಿಂದ ತಾನೇ ಬಂತು.

ನಡೆದಷ್ಟೂ ಹಾದಿ ಸವೆಯುತ್ತಲೇ ಇರಲಿಲ್ಲ. ಹಾದಿ ಮುಗಿಯುತ್ತದೆ ಅನ್ನುವ ನಂಬಿಕೆಯೂ ಇರಲಿಲ್ಲ. ಶ್ವೇತಾ ಅಳುತ್ತಾ ನಡೆಯುತ್ತಿದ್ದಾಳೆ

ಅನ್ನುವುದು ಅರ್ಥವಾಗಿತ್ತು. ಹೆದರಿಕೆಯಾದರೂ ಕಿರುಚಬೇಡಿ ಎಂಬ ಮಾತನ್ನು ಅವಳು ಅಕ್ಷರಶಃ ಪಾಲಿಸುತ್ತಿದ್ದಾಳೆ. ಸಾವಿನಿಂದ ನಾನು ಎರಡು ಸೆಕೆಂಡ್ ಅಂತರದಲ್ಲಿ ಪಾರಾಗಿದ್ದರೆ ಅವಳು ನಾಲ್ಕು ಸೆಕೆಂಡ್ ಅಂತರದಲ್ಲಿ ಪಾರಾಗಿದ್ದಾಳೆ. ಅವಳಿಗೆ ಹೆದರಿಕೆ ಮತ್ತು ನೋವು ಆಗಿದೆ. ಆದರೆ ಅದನ್ನು ಬಹಿರಂಗವಾಗಿ ತೋರಿಸುವಂತಿಲ್ಲ. ಅದರಿಂದ ಇತರರ ಮನಸ್ಥಿತಿಯ ಮೇಲೆ ಪರಿಣಾಮ ಉಂಟಾಗಬಹುದು. ಆದರೆ ಒಳಗಿನ ವೇದನೆಯನ್ನು ಭಯವನ್ನು ತಡೆಯಲೂ ಅವಳಿಂದ ಆಗುತ್ತಿಲ್ಲ. ತಾನು ಅಳುವುದು ದುಃಖಿಸುವುದು ಇತರರಿಗೆ ತಿಳಿಯಬಾರದೆಂಬ ಎಚ್ಚರಿಕೆಯಿಂದ ಅವಳು ವರ್ತಿಸುತ್ತಿದ್ದಾಳೆ. ಅವಳ ಸ್ಥಿತಿಯಲ್ಲಿಯೇ ಇತರರೂ ಇದ್ದರು. ಇದನ್ನು ಶಿಸ್ತು ಮತ್ತು ಸಂಯಮ ಅಂತ ಕರೆಯುವುದಾದರೆ ನಾವೆಲ್ಲ ಶಿಸ್ತು ಮತ್ತು ಸಂಯಮದಿಂದ ವರ್ತಿಸಿದೆವು.

ಆ ಜಾಗದಲ್ಲಿ ಸಣ್ಣ ಪ್ರಮಾಣದ ಹಾಹಾಕಾರ ಎದ್ದಿದ್ದರೂ ಜನ ಒಂದೇ ಒಂದು ನಿಮಿಷ ಗುಂಪು ಸೇರುವ ಪ್ರಯತ್ನ ಮಾಡಿದ್ದರೂ ಇನ್ನೊಂದಷ್ಟು ಹೆಣಗಳು ಉರುಳುತ್ತಿದ್ದವು. ಜನರ ಸಣ್ಣ ಕದಲುವಿಕೆಯೂ ಒಂದು ದೊಡ್ಡ ಅನಾಹುತಕ್ಕೆ ದಾರಿ ಮಾಡಿಕೊಡುತ್ತಿತ್ತು. ಆ ಕ್ಷಣದಲ್ಲಿ ನಾನು ಯಾರು ಅನ್ನುವುದು ನನಗೆ ಮರೆತುಹೋಗಿತ್ತು. ಅಲ್ಲಿ ದೇವರ ನೆನಪೂ ಬರಲಿಲ್ಲ. ಒಂದು ಮೂವತ್ತು ಮೀಟರ್ ನಡೆದರೆ ಸಾಕು. ಅಲ್ಲಿಂದ ಮುಂದೆ ಸುಲಭದ ಹಾದಿ ಕಾಣುತ್ತದೆ. ಮೂವತ್ತು ಮೀಟರ್ ಅನ್ನುವುದು ಸಾವಿರ ಕಿ.ಮೀ.ಗೆ ಸರಿಸಮನಾಗಿ ಕಾಣುತ್ತಿತ್ತು.

ಮೇಲಿನಿಂದ ಬರುವ ಒಂದು ಕಲ್ಲು ಅಥವಾ ನೆಲದ ಮೇಲೆ ಇರುವ ಒಂದು ಕಲ್ಲು ಜಾರಿದರೆ ನಾನಿಲ್ಲ. ನನ್ನ ಓಟದ ಪದಕಗಳು, ನನ್ನ ಎಂ.ಎಸ್ಸಿ ಡಿಗ್ರಿ, ನನ್ನ ಅಪ್ಪ ಮಾಡಿದ ಜಮೀನು. ನನ್ನ ಸಾಕಲು ಅವರು ಪಟ್ಟ ಕಷ್ಟ ಎಲ್ಲವೂ ನೀರಿನಲ್ಲಿ ತೇಲಿಹೋಗುತ್ತದೆ. ಈಗಾಗಲೇ ಸತ್ತವರ ಪಟ್ಟಿಯಲ್ಲಿ ನನ್ನ ಹೆಸರೂ ಬರುತ್ತದೆ. ಸರ್ಕಾರ ನನ್ನ ಹೆಸರಿನಲ್ಲಿ ಕೊಡುವ ಹಣ ತೆಗೆದುಕೊಳ್ಳಲೂ ನನ್ನವರು ಅಂತ ಯಾರೂ ಇಲ್ಲ. ಎಂತಹ ವಿಚಿತ್ರ ಬದುಕು ಇದು. ಇಲ್ಲಿ ನನ್ನದು ಅಂತ ಹೇಳುವ ಯಾವುದೂ ನನ್ನದಲ್ಲ, ನಾನು ಎಂಬ ಶಬ್ದಕ್ಕೆ ಇಲ್ಲಿ ಅರ್ಥವೇ ಇಲ್ಲ. ಸತ್ತು ಹೋಗದಿದ್ದರೆ ಅವರ ಸ್ಥಿತಿ ಏನಾಗುತ್ತಿತ್ತು. ಯಾವ ನಂಬಿಕೆಯಿಂದ ಅವರು ನನ್ನನ್ನು ಬೆಳೆಸಿದ್ದರೋ ಆ ನಂಬಿಕೆಯೇ ಬುಡಮೇಲು ಆಗುತ್ತಿತ್ತು. ಅಪ್ಪ ಸತ್ತಿದ್ದು ಒಂದು ರೀತಿಯಲ್ಲಿ ಒಳ್ಳೆಯದೇ ಆಯಿತು. ಹೀಗೆ ಹಲವು ವಿಚಾರಗಳು ತಲೆಯಲ್ಲಿ ಬಂದು ಹೊರಗಿನ ಭಯದ ಜೊತೆಗೆ ಒಳಗಿನ ಭಯವೂ ಸೇರಿ ನಾನು ಜರ್ಜರಿತನಾದೆ.

ನಾನು ಸಾವಿರದ ಐದು ನೂರು ಮೀಟರ್ ಓಟವನ್ನು ನೀರು ಕುಡಿದಷ್ಟು ಸಲೀಸಾಗಿ ಓಡಬಲ್ಲವನು. ಈಗ ಮೂವತ್ತು ಮೀಟರ್ ನಡೆಯುವುದೂ

ತುಂಬಾ ಕಷ್ಟವಾಗಿತ್ತು. ಇಲ್ಲಿ ಓಡುವಂತಿಲ್ಲ, ನಿಲ್ಲುವಂತೆಯೂ ಇಲ್ಲ. ಅಯ್ಯೋ, ನನ್ನ ಸ್ಥಿತಿಯೇ ಅಂತ ನನ್ನ ಬಗ್ಗೆ ನಾನೇ ಮರುಕಪಟ್ಟೆ, ಕಣ್ಣೀರು ಬತ್ತಿ ಹೋದಂತೆ ಆಗಿತ್ತು. ಈ ಸಮಯದಲ್ಲಿ ಅಳು ಬರದಿದ್ದರೆ ಇನ್ನು ಜೀವನದಲ್ಲಿ ಅಳು ಎಂಬ ಪದ ನನ್ನ ಶಬ್ದಕೋಶದಿಂದ ಖಾಯಂ ಆಗಿ ಕಣ್ಮರೆಯಾಗಿ ಬಿಡುತ್ತದೆ. ಅಳಬೇಕು ಅಂತ ನನ್ನೆಲ್ಲಾ ಶಕ್ತಿಯನ್ನು ಉಪಯೋಗಿಸಿ ಪ್ರಯತ್ನ ಪಟ್ಟೆ, ಕಣ್ಣೀರು ಬರಲೇ ಇಲ್ಲ. ಯಾಂತ್ರಿಕವಾಗಿ ಕಾಲುಗಳು ಸಾಗುತ್ತಲೇ ಇದ್ದವು.

ಗೌರಿಕುಂಡಕ್ಕೆ ಬಂದಾಗ ನನಗೆ ಅದ್ಭುತ, ರಮಣೀಯ ಅನಿಸಿದ ನೀರು, ಗುಡ್ಡ, ಬೆಟ್ಟ, ಪರ್ವತ, ನದಿ, ಪ್ರಕೃತಿ ಎಲ್ಲವೂ ನನಗೆ ಭಯ ಹುಟ್ಟಿಸುವ ವಸ್ತುಗಳಾದವು. ಯಾವುದು ನನಗೆ ವಾರದ ಹಿಂದೆ ಸಹ್ಯವಾಗಿತ್ತೋ, ಪ್ರಿಯವಾಗಿತ್ತೋ ಅದು ಈಗ ನನಗೆ ಅಸಹ್ಯವೂ ಅಪ್ರಿಯವೂ ಆಗಿತ್ತು. ಹಿಂದೆ ನಾನು ಬದುಕಿದ ರೀತಿ, ಮುಂದೆ ಬದುಕಿ ಉಳಿದು ಬದುಕಬಹುದಾದ ರೀತಿ ಯಾವುದೂ ರಸಮಯ ಅಂತ ಅನಿಸಲೇ ಇಲ್ಲ. ಇಲ್ಲಿ ಎಲ್ಲವೂ ಶೂನ್ಯ ಅಂತ ಅನಿಸತೊಡಗಿತು. ನಾನು ಎಂಬುದಕ್ಕೆ ಅರ್ಥ ಇಲ್ಲದ ಮೇಲೆ ಉಳಿದ ಯಾವುದಕ್ಕೆ ಅರ್ಥ ಇದ್ದೀತು.

ಇನ್ನೊಂದು ಕಿ.ಮೀ. ಬಾಕಿ ಇದೆ.

ಒಬ್ಬ ಸಿಪಾಯಿ ಹೀಗೆ ಅಂದಾಗ ನಿಧಾನವಾಗಿದ್ದ ಕಾಲುಗಳು ಚುರುಕಾದವು. ಮೌನವಾಗಿದ್ದ ಬಾಯಿಗಳಿಗೆ ಜೀವ ಬಂದವು. ಸಣ್ಣ ಪ್ರಮಾಣದ ಗುಜು ಗುಜು ಆರಂಭವಾಯಿತು. ಅಬ್ಬಾ ಕಾಲು ನೋವು, ಅರೆರಾಮ ಹೇ ಭಗವಾನ್ ಇತ್ಯಾದಿ ಇತ್ಯಾದಿ ಉದ್ಗಾರಗಳು ಹುಟ್ಟಿಕೊಂಡವು. ಪ್ರಾಣದ ಮೇಲೆ ಆಸೆಬಿಟ್ಟವರಿಗೆ ಆಸೆ ಸಣ್ಣದಾಗಿ ಚಿಗುರಲಾರಂಭಿಸಿತು.

ನಾನು ರಾಘವೇಂದ್ರಸ್ವಾಮಿಗೆ ಹರಕೆ ಹೊತ್ತು ಕೊಂಡಿದ್ದೀನಿ. ಇಲ್ಲಿಂದ ಮನೆ ತಲುಪಿದ ಮೇಲೆ ನಾನು ಮಾಡುವ ಮೊದಲ ಕೆಲಸ ಅಂದರೆ ಮಂತ್ರಾಲಯಕ್ಕೆ ಹೋಗುವುದು. ಅಂದಳು ಶ್ವೇತಾ.

ನನಗೆ ನಗು ಬಂತು. ಮೆಲ್ಲಗೆ ಅವಳ ಬೆನ್ನಿನ ಮೇಲೆ ಸಣ್ಣದಾಗಿ ಗುದ್ದಿದೆ.

ನೀನು ಎಲ್ಲಿಗಾದರೂ ಹೋಗು. ಇನ್ಮೇಲೆ ನಾನು ನಿನ್ನ ಜೊತೆ ಎಲ್ಲಿಗೂ ಬರೋದಿಲ್ಲ ಅಂದ ವಿಶ್ವಾಸ್.

ಇಷ್ಟೆಲ್ಲಾ ಆಗಿದ್ದು ನಿನ್ನಿಂದ.

ಹೌದು ಹೌದು ನಾನೇ ಜಗಳ ಶುರು ಮಾಡಿದ್ದು. ನೀನು ತೆಪ್ಪಗಿದ್ದಿದ್ದರೆ ಇಂತಹ ತೊಂದರೆ ಬರ್ತಾನೆ ಇರಲಿಲ್ಲ.

ಇವರಿಬ್ಬರ ಜಗಳ ಮುಂದುವರಿಯುತ್ತಲೇ ಇತ್ತು. ನಾನು ಮೌನವಾಗಿ ಹೆಜ್ಜೆ ಹಾಕಿದೆ. ಅವರ ಕಥೆ ಏನಾಗಿರ್ಬೋದು ಅಂದ್ಲು ಶ್ವೇತಾ.

ಯಾರ ಕತೆ ಅದೇ ನಮ್ಮನ್ನು ಬಿಟ್ಟು ಹೋದ್ರಲ್ಲ ಅವರ ಕತೆ, ಹೌದಲ್ಲ ನಾನು ಅವರ ಬಗ್ಗೆ ಯೋಚನೇನೇ ಮಾಡಿದ್ದಿಲ್ಲ. ಪಾಪ ಬದುಕಿದ್ದಾರೋ ಸತ್ತಿದ್ದಾರೋ ಯಾರಿಗೆ ಗೊತ್ತು. ಇನ್ನು ಊರು ಸೇರಿದ ಮೇಲೆ ತಾನೇ ಗೊತ್ತಾಗೋದು. ಹೀಗೆ ಅವರಿಬ್ಬರ ಮಾತು ಸಾಗಿತ್ತು. ಮೌನವೇ ನನ್ನ ಮಾತಾಗಿತ್ತು.

'ಹೊಸ ಬದುಕು ಶುಭ ತರಲಿ' ಅಂತ ಹೇಳುತ್ತಾ ಪ್ರತಿಯೊಬ್ಬರಿಗೂ ಹಸ್ತಲಾಘವ ನೀಡಿದ ಅಧಿಕಾರಿ ಸ್ವಲ್ಪ ವಿಶ್ರಾಂತಿ ಪಡೆಯಿರಿ ಆನಂತರ ಮುಂದಿನ ಪ್ರಯಾಣ ಅಂದರು. ತುಂಬಾ ನಿತ್ರಾಣರಾದವರು ಇಂದು ಇಲ್ಲಿಯೇ ವಿಶ್ರಾಂತಿ ಪಡೆಯಬಹುದು. ಯಾರು ಶಕ್ತಿವಂತರೋ ಅಂತಹವರು ಊಟದ ನಂತರ ಪ್ರಯಾಣ ಮುಂದುವರಿಸಬಹುದು. ಅಂದಾಗ ಅಲ್ಲಿ ಸೇರಿದ್ದ ಜನ ಹೋ ಅಂತ ಕಿರುಚಿದರು. ನಾನು ಮೌನವಾಗಿದ್ದೆ.

ಯಾವುದೋ ಒಂದು ಸ್ವಯಂಸೇವಾ ಸಂಸ್ಥೆಯವರು ನಮಗೆಲ್ಲಾ ಊಟ ಮತ್ತು ಉಪಚಾರದ ವ್ಯವಸ್ಥೆ ಮಾಡಿದ್ದರು. ಖಾಸಗಿ ವಾಹನಗಳನ್ನು ಬಾಡಿಗೆಗೆ ತೆಗೆದುಕೊಂಡಿದ್ದ ಸರ್ಕಾರ ನಮ್ಮನ್ನು ಅಲ್ಲಿಂದ ದೆಹಲಿಗೆ ರವಾನೆ ಮಾಡುತ್ತಿತ್ತು.

ಸುಮಾರು ಅರವತ್ತು ಪ್ರಾಯದ ನಗುಮುಖದ ವ್ಯಕ್ತಿ ನಮಗೆಲ್ಲಾ ಒಂದೊಂದು ಗುಲಾಬಿ ಹೂ ಕೊಟ್ಟು ಸ್ವಾಗತಿಸುತ್ತಿದ್ದರು. ಅವರನ್ನು ಕಂಡು ಶ್ವೇತಾಳಿಗೆ ಏನನಿಸಿತೋ ಅವರನ್ನು ಗಟ್ಟಿಯಾಗಿ ತಬ್ಬಿಕೊಂಡು ಅಪ್ಪ ಅಂತ ಅಳಲು ಶುರು ಮಾಡಿದಳು. ಅವರಿಗೆ ಇವಳ ಸಂಕಟ ಅರ್ಥವಾಯಿತು. ಅವರು ಇವಳ ಬೆನ್ನು ಸವರಿ ಸಮಾಧಾನ ಮಾಡಿದರು. ಇವಳನ್ನು ನೋಡಿ ವಿಶ್ವಾಸ್‌ಗೂ ಕಣ್ಣೀರು ಬಂತು.

ಕಾಫಿ ಬೇಕು ಅಂದವರಿಗೆ ಕಾಫಿ, ಚಹ ಬೇಕಾದವರಿಗೆ ಚಹ, ನಮಗೆ ಏನು ಬೇಕೋ ಅದು ಸಿಗುತ್ತಿತ್ತು. ಊಟದ ವ್ಯವಸ್ಥೆ ಬಾಯಲ್ಲಿ ನೀರು ಬರಿಸುವಂತೆ ಇತ್ತು. ಉತ್ತರ ಭಾರತದ ಹಲವು ಬಗೆಯ ಸಿಹಿತಿಂಡಿಗಳೂ ಅಲ್ಲಿದ್ದವು. ನಾನು ಮೂರು ರೊಟ್ಟಿ ತಿಂದು ಚಹ ಕುಡಿದೆ. ಕಪ್ಪು ಚಹ ಸಿಗಬಹುದಾ ಅಂತ ವಿಚಾರಿಸಿದೆ. ಅದು ಸಿಗಲಿಲ್ಲ. ಯಾಕೋ ಏನೋ ರಾನಿದೇವಿಯ ಕಪ್ಪು ಚಹ ತುಂಬಾ ಇಷ್ಟವಾಗಿತ್ತು, ಸಿಹಿತಿಂಡಿಗಳ ಕಡೆಗೂ ನಾನು ನೋಡಲಿಲ್ಲ. ಇವೆಲ್ಲಾ ಯಾಕೋ ಬೇಡ ಅಂತ ಅನಿಸಲಾರಂಭಿಸಿತು.

ಇವರನ್ನು ಅಲ್ಲೇನಾದ್ರೂ ನೋಡಿದಿರಾ, ಅಂತ ಫೋಟೋ ಹಿಡಿದುಕೊಂಡು ಬಂದ ಜನರ ಗುಂಪು ನಮ್ಮನ್ನು ಕೇಳಿತು. ಅಷ್ಟು ಫೋಟೋಗಳನ್ನು ಒಟ್ಟಿಗೆ ನೋಡಿದ್ರೆ ಯಾರ ಗುರುತೂ ಸಿಗುವುದಿಲ್ಲ ಮತ್ತು ಗುರುತು ಹಿಡಿಯುವ ಸ್ಥಿತಿಯಲ್ಲಿ ನಾನು ಇರಲೂ ಇಲ್ಲ. ಅವರಿಗೆಲ್ಲಾ ಮೌನವೇ ನನ್ನ ಉತ್ತರವಾಗಿತ್ತು.

ಇಲ್ಲಿಂದ ಐದು ನೂರು ಕಿ.ಮೀ. ಇದೆಯಂತೆ ದೆಹಲಿ, ಸ್ನಾನ ಮಾಡಿ ಹೋಗೋಣ ಅಂತ ವಿಶ್ವಾಸ್ ಹೇಳಿದಾಗ ನಾನು ತಲೆಯಾಡಿಸಿದೆ. ಅವರಿಬ್ಬರೂ ಸ್ನಾನ ಮಾಡಿದರು. ನನಗೆ ಸ್ನಾನವೂ ಬೇಡವಾಗಿತ್ತು. ದೆಹಲಿಯಿಂದ ನಾವು ವಿಮಾನದಲ್ಲಿ ಹೋಗ್ತಿವಿ ನೀನೂ ಬರೋ ಹಾಗಿದ್ರೆ ಬಾ ಅಪ್ಪನಿಗೆ ನನ್ನ ಎ.ಟಿ.ಎಂ.ಗೆ ದುಡ್ಡು ಹಾಕೋದಿಕ್ಕೆ ಹೇಳ್ತೀನಿ ಅಂದ ವಿಶ್ವಾಸ್.

ಇಲ್ಲ ನಾನು ರೈಲಲ್ಲೇ ಬರ್ತೀನಿ ಅಂದೆ.

ದುಡ್ಡು ನಿಧಾನವಾಗಿ ಕೊಡು. ತಕ್ಷಣ ಕೊಡು ಅಂತ ಹೇಳಿದೋರು ಯಾರು.

ಇಲ್ಲಪ್ಪ ನಾನು ರೈಲಿನಲ್ಲೇ ಬರ್ತೀನಿ.

ಸರಿಬಿಡು ನಿನ್ನಿಷ್ಟ ಯಾಕೆ ಒಂಥರಾ ಇದ್ದೀಯಾ.

ಇಲ್ಲ ನಾನು ಸರಿಯಾಗೇ ಇದ್ದೀನಿ.

ಶ್ವೇತಾ ಇವನಿಗೆ ಪುನಃ ಏನೋ ಆಗಿದೆ. ನೀನು ವಿಚಾರಿಸು ಅಂತ ಅವನು ನಮ್ಮನ್ನು ಕರೆದೊಯ್ಯುವ ವಾಹನ ಯಾವುದು ಅಂತ ವಿಚಾರಿಸಲು ಹೋದ.

ಯಾಕೋ ಏನಾಯ್ತು ಅಂದ್ಲು ಶ್ವೇತಾ.

ನಾನು ಏನೂ ಇಲ್ಲ ಅಂದೆ.

ಇಲ್ಲ ನೀನು ಸುಳ್ಳು ಹೇಳ್ತಾ ಇದ್ದೀಯಾ.

ನಂಗೆ ಪುನಃ ಅಲ್ಲಿಗೇ ಹೋಗ್ಬೇಕು ಅಂತ ಅನ್ನಿಸ್ತಾ ಇದೆ. ಅವಳು ನಕ್ಕಳು ನಗುವ ರಭಸಕ್ಕೆ ಶೀತ ಹಿಡಿದ ಅವಳ ಮೂಗಿನಿಂದ ಸಿಂಬಳ ಹೊರಬಂದಂತೆ ಆಯಿತು. ಅವಳು ಸಾರಿ ಅನ್ನುತ್ತಾ ಟವಲ್ ತೆಗೆದುಕೊಂಡಳು. ಅಷ್ಟರಲ್ಲಿ ವಿಶ್ವಾಸ್ ಬಂದು ರೆಡಿನಾ ಅಂದ.

ನಾವಿಬ್ಬರೂ ಹೂಂ ಅಂದೆವು.

ಒಂದು ಜೀಪು ನಮಗಾಗಿ ಕಾಯುತ್ತಿತ್ತು, ವಿಶ್ವಾಸ್ ಹೆಸರು ಬರೆಸಿ ಬಂದಿದ್ದ ಹಿಂದಿನ ಸೀಟಿನಲ್ಲಿ ನಮಗೆ ಜಾಗ ಸಿಕ್ಕಿತು.

19

ರಾತ್ರಿ ಬೆಂಗಳೂರಿನಿಂದ ಹೊರಟು ಸುಂಟಿಕೊಪ್ಪ ತಲುಪಿದಾಗ ಬೆಳಗಿನ ಜಾವ ನಾಲ್ಕೂವರೆ ಗಂಟೆಯಾಗಿತ್ತು. ಮಳೆಗಾಲದ ದಿನಗಳಾದ ಕಾರಣ ಬೆಂಗಳೂರಿನ ರಸ್ತೆ ಬದಿಯಲ್ಲಿಯೇ ಒಂದು ಛತ್ರಿ ತೆಗೆದುಕೊಂಡಿದ್ದೆ. ಇಳಿಯುವಾಗ ಜಿಟಿ ಜಿಟಿ ಮಳೆ ಬೀಳುತ್ತಲೇ ಇತ್ತು. ಬಸ್ ಸ್ಟ್ಯಾಂಡಿನಲ್ಲಿ ನಿಂತುಕೊಂಡು ಬೆಳಿಗ್ಗೆ ಆಗುವುದನ್ನು ಕಾಯುವುದಕ್ಕಿಂತ ಮೆಲ್ಲಗೆ ನಡೆದುಬಿಡುವುದೇ ಒಳ್ಳೆಯದು, ಐದೂವರೆಗೆಲ್ಲಾ ಮನೆಯಲ್ಲಿ ಇರಬಹುದು ಅಂದುಕೊಂಡು ಹೊರಟೆ, ಸತತವಾಗಿ ಏಳು ವರ್ಷ ತಿರುಗಾಡಿದ ರಸ್ತೆಯಾದರೂ ಹೊಸ ಹಾದಿ ಅಂತ ಅನಿಸುತ್ತಿತ್ತು ಮನೆ ತಲುಪಿದಾಗ ಐದುಕಾಲು ಗಂಟೆಯಾಗಿತ್ತು.

ಸ್ವಲ್ಪ ದೂರದಿಂದಲೇ ಅಂಜಿ ಅಂಜಿ ಎಂದು ಕೂಗಿದೆ. ಅಂಜಿಯ ಸದ್ದು ಸುದ್ದಿ ಇಲ್ಲ ರಾತ್ರಿ ಚೆನ್ನಾಗಿ ಕುಡಿದು ಮಲಗಿದ್ದಾನೆ ಅಂದುಕೊಂಡೆ. ಅಂಜಿಗೆ ನನ್ನ ಧ್ವನಿ ಕೇಳಲಿಲ್ಲವಾದರೂ ಕರಿಯನಿಗೆ ನನ್ನ ಧ್ವನಿ ಕೇಳಿಸಿತು. ಹೋ ಎಂದು ಓಡಿಬಂದ. ತನ್ನ ಎರಡೂ ಕಾಲುಗಳನ್ನು ಮೇಲೆತ್ತಿ ನನ್ನ ಸೊಂಟ ತಬ್ಬಿಕೊಂಡ ಅವನ ತಲೆಯನ್ನು ಸವರಿ ಇಳಿ ಸಾಕು ಅಂದೆ. ಅವನು ಇಳಿಯಲಿಲ್ಲ. ಇಷ್ಟು ದಿನ ನನ್ನ ಬಿಟ್ಟು ಎಲ್ಲಿ ಹೋಗಿದ್ದೆ ಅನ್ನುವಂತೆ ತನ್ನ ಹಿಡಿತ ಇನ್ನಷ್ಟು ಬಿಗಿ ಮಾಡಿದ. ಐದು ನಿಮಿಷ ಅವನು ನನ್ನನ್ನು ಅಲುಗಾಡಲು ಬಿಡಲಿಲ್ಲ. ನನ್ನನ್ನು ಮೂರು ಸುತ್ತು ಸುತ್ತಿದ. ಮೂಸಿ ಮೂಸಿ ನೋಡಿ ಕುಣಿದೇ ಬಿಟ್ಟ, ನಾನು ಬ್ಯಾಗ್ ಕೆಳಗೆ ಇಟ್ಟು ಕೊಡೆಯನ್ನು ಮಡಿಸಿ ಅವನನ್ನು ಒಂದು ಸಲ ಗಟ್ಟಿಯಾಗಿ ಹಿಡಿದುಕೊಂಡೇ ನನ್ನ ಹಿಡಿತದಿಂದ ತಪ್ಪಿಸಿಕೊಂಡ ಅವನು ಮನೆಯ ಕಡೆಗೆ ಓಡಿದ ದಾರಿ ತೋರಿಸುವವನಂತೆ,

ಮನೆಗೆ ಬೀಗ ಹಾಕಿತ್ತು. ಜಗುಲಿಯಲ್ಲಿ ಅಂಜಿ ಇರಲಿಲ್ಲ. ಅವನು ಸುಮಾರು ದಿನದಿಂದ ಬಂದಿಲ್ಲ ಅನ್ನುವುದನ್ನು ಜಗುಲಿಯೇ ಹೇಳುತ್ತಿತ್ತು.

ಕಳೆದ ಕೆಲವು ದಿನಗಳಿಂದ ಮನೆಯ ಕಸವನ್ನೇ ಗುಡಿಸಿರಲಿಲ್ಲ. ಆಷಾಢದ ಗಾಳಿಗೆ ಉದುರಿದ ಮರದ ಎಲೆಗಳೂ ಬಿದ್ದಿದ್ದವು. ಜನ ಇಲ್ಲಿ ಬಂದಿಲ್ಲ ಅನ್ನುವುದನ್ನು ಅವು ಸಂಕೇತಿಸುತ್ತಿದ್ದವು. ಕೀ ಬೇರೆ ಅವನ ಹತ್ತಿರವೇ ಇದೆ. ಏನಾಯಿತು ಇವನಿಗೆ ಅಂದುಕೊಂಡು ಅವನ ಮನೆಯತ್ತ ಹೆಜ್ಜೆ ಹಾಕಿದೆ ಕರಿಯ ನನ್ನ ಹಿಂದೆಯೇ ಬಂದ. ನಾನು ಎಲ್ಲಿಗೆ ಹೋಗುತ್ತಿದ್ದೀನಿ ಅನ್ನುವುದು ಅವನಿಗೆ ಅರ್ಥವಾಗಿತ್ತು. ಅಂಜಿಯ ಮನೆಗೂ ಬೀಗ ಹಾಕಿತ್ತು. ಆದರೂ ಅಂಜಿ ಅಂಜಿ ಅಂತ ಗಟ್ಟಿಯಾಗಿ ಕೂಗಿದೆ.

ಪಕ್ಕದ ಮನೆಯವರಿಗೆ ಎಚ್ಚರವಾಗಲಿಲ್ಲ. ಪುನಃ ಇನ್ನಷ್ಟು ಧ್ವನಿ ಎತ್ತರಿಸಿ ಅಂಜಿ ಅಂಜಿ ಅಂದೆ.

ಬಂದೆ ಚಿಕ್ಕ ಅಯ್ಯ ಅನ್ನುತ್ತಾ ಪಕ್ಕದ ಮನೆಯ ಹೆಂಗಸು ಬಾಗಿಲು ತೆರೆದಳು, ಎಲ್ಲಿ ಅಂಜಿ ಕಾಣ್ತಾ ಇಲ್ಲ. ನಮ್ಮನೆ ಕೀ ಬೇರೆ ಅವನ ಹತ್ರಾನೇ ಇದೆ.

ನನ್ನ ಹತ್ರ ಕೊಟ್ಟವನೆ ಚಿಕ್ಕ ಅಯ್ಯ ಅನ್ನುತ್ತಾ ಆ ಹೆಂಗಸು ಮನೆಯ ಕೀ ತಂದು ಕೊಟ್ಟಳು. ಎಲ್ಲಿ ಹೋದ ಅವನು ಅವನು ಶಿರಂಗಾಲದ ಸೋಮಯ್ಯನವರ ಲೈನ್ ಮನೆಗೆ ಹೋಗಿ ಇಪ್ಪತ್ತು ದಿನ ಆಯ್ತು ಅಯ್ಯ

ಯಾಕೆ?

ಅವಳು ಮಾತನಾಡುವುದೋ ಬೇಡವೋ ಅನ್ನುವಂತೆ ನನ್ನ ಕಡೆ ನೋಡಿದಳು.

ಅವನಿಗೆ ಏನು ಬಂತು ರೋಗ, ಅಲ್ಲಿಗ್ಯಾಕೆ ಹೋದ.

ಚಿಕ್ಕ ಅಯ್ಯ ನೀವು ತಪ್ಪು ತಿಳಿಬ್ಯಾಡಿ, ನೀವು ಊರಿಗೆ ಹೋದ ಮೇಲೆ ಐದಾರು ದಿನ ಅವನು ನಿಮ್ಮನೇಲೇ ಮಲಗ್ತಾ ಇದ್ದ. ಒಂದಿನ ದೊಡ್ಡ ಅಯ್ಯ ಅವನಿಗೆ ಕಾಣಿಸಿಕೊಂಡು ನಿನ್ನಿಂದಾನೇ ನಾನು ಸತ್ತಿದ್ದು, ನಿನ್ನ ನಿನ್ನ ಹೆಂಡ್ತಿ ಮಕ್ಕಳನ್ನು ಸುಮ್ನೆ ಬಿಡಲ್ಲ ಅಂದ್ರಂತೆ.

ಅವನ ತಲೆ, ಆಮೇಲೆ

ಆಮೇಲೆ ಏನು ಅವನಿಗೆ ಜ್ವರ ಬಂತು. ಎರಡು ದಿನ ಸುಂಟಿಕೊಪ್ಪದ ಆಸ್ಪತ್ರೆಯಲ್ಲಿ ಇದ್ದ. ಆಮೇಲೆ ಮನೆಗೆ ಬಂದ. ಎಲ್ಲಿಗೆ ಹೋದ್ರೂ ದೊಡ್ಡ ಅಯ್ಯನ ದೆವ್ವ ಅವನ ಬೆನ್ನು ಬಿಡಲಿಲ್ಲ. ಅದ್ಕೆ ಅವನು ಊರು ಬಿಟ್ಟೇ ಹೋದ ಅವನ ಮಕ್ಕಳು ಅಲ್ಲಿಂದಾನೇ ಶಾಲೆಗೆ ಬರ್ತಾ ಅವರೆ ಅಂದ್ಲು.

ಹಂಗಾರೆ ಅವನು ಊರು ಬಿಟ್ಟು ಹೋದ ಅನ್ನು.

ಹಂಗೆ ಕಾಣ್ತದೆ ಆಯ್ಯ, ಇಲ್ದೇ ಇದ್ರೆ ನಾನು ನನ್ನ ಸಂಸಾರ ಸರ್ವನಾಶ ಆಗಿಹೋಯ್ತಿವಿ ಅಂತ ಇದ್ದ ಅಯ್ಯ.

ಮತ್ತೆ ಮನೆ ಕಡೆ ಯಾರು ಬರ್ಲೇ ಇಲ್ಲ ಅನ್ನು.

ಇಲ್ಲ ಚಿಕ್ಕ ಅಯ್ಯ, ದೊಡ್ಡ ಅಯ್ಯ ದೆವ್ವ ಆಗಿದ್ದಾರೆ ಅನ್ನೋದು ಸುದ್ದಿ.

ಊರಿಡೀ ಹಬ್ಬಿದೆ. ಈ ಕಡೆ ತಿರುಗಾಡೋಕೆ ಜನ ಹೆದರಿ ಯಾರೂ ಸಂಜೆ ಮೇಲೆ ಈ ದಾರಿಲೇ ಬರ್ತಾ ಇಲ್ಲ ಅಯ್ಯ ಅಂದಳು.

ಸರಿ ಬಿಡು ನಾನು ಬತ್ತೀನಿ.

ಅಯ್ಯ ಸ್ವಲ್ಪ ತಡೀರಿ ಅನ್ನುತ್ತಾ ಅವಳು ಒಳಗಡೆ ಹೋಗಿ ಒಂದು ಕವರ್ ತಂದುಕೊಟ್ಟಳು.

ಏನಿದು?

ಇದು ಅಂಜಿ ದೊಡ್ಡ ಅಯ್ಯನಿಗೆ ಕೊಡಬೇಕಾಗಿದ್ದ ಸಾಲದ ದುಡ್ಡಂತೆ. ಇದ್ರಲ್ಲಿ ಆರು ಸಾವಿರದ ನಾನೂರು ರೂಪಾಯಿ ಐತೆ, ಅದನ್ನು ಅವನು ಶಿರಂಗಾಲದ ಸೋಮಯ್ಯನವರ ಹತ್ರ ಸಾಲ ಅಂತ ತಂದುಕೊಟ್ಟವನೆ ನೀವು ಒಂದ್ಸಲ ಲೆಕ್ಕ ಹಾಕಿಬಿಡಿ ಅಂದಳು.

ಸರಿ ಬಿಡು ಅನ್ನುತ್ತಾ ಕವರ್ ತೆಗೆದು ಜೇಬಿಗೆ ಹಾಕಿದೆ. ಕರಿಯ ನನ್ನ ಹಿಂಬಾಲಿಸಿದ. ಮನೆಯ ಬಾಗಿಲು ತೆಗೆದು ನೋಡಿದೆ. ಯಾರೂ ಮನೆಯ ಒಳಗಡೆ ನುಗ್ಗಿದ ಲಕ್ಷಣ ಕಾಣಲಿಲ್ಲ. ಬೀರು ಬಾಗಿಲು ತೆಗೆದೆ ಅಲ್ಲಿ ಇಟ್ಟಿದ್ದ ಹಣವೆಲ್ಲಾ ಜೋಡಿಸಿದಂತೆ ಇತ್ತು. ಪೊರಕೆ ತೆಗೆದು ಜಗುಲಿ ಮನೆ ಗುಡಿಸಿದೆ. ಕಾಫಿ ಮಾಡಿ ಕುಡಿದೆ, ಕರಿಕಾಫಿ ಕುಡಿಯುವಾಗ ರಾನಿದೇವಿಯ ನೆನಪು ಬಂತು. ಸಣ್ಣಗೆ ನೆನಪುಗಳೂ ಬಂದವು.

ಕರಿಯನಿಗೆ ಖುಷಿಯೋ ಖುಷಿ ಯಜಮಾನ ಬಂದುಬಿಟ್ಟಿದ್ದಾನೆ. ಅವನು ಹಿರಿ ಹಿರಿ ಹಿಗ್ಗಿದ. ಮನೆಯ ಸುತ್ತ ಒಂದೇ ಸಮನೆ ಓಡಾಡಿದ. ಬಚ್ಚಲು ಮನೆಯ ಹಂಡೆಗೆ ನಾಲ್ಕು ಬಿಂದಿಗೆ ನೀರು ಹಾಕಿ ಸೌದೆ ತುಂಬಿ ಬೆಂಕಿ ಹಾಕಿದೆ. ಅವಲಕ್ಕಿ ಉಪ್ಪಿಟ್ಟು ಮಾಡೋಣ ಅಂತ ಅವಲಕ್ಕಿಗಾಗಿ ಹುಡುಕಾಡಿದೆ. ಅದು ಸಿಗಲಿಲ್ಲ. ಅನ್ನ ಮಾಡಿ ಚಿತ್ರಾನ್ನ ಮಾಡೋದು ಅಂತ ಅನ್ನಕ್ಕೆ ಇಟ್ಟೆ.

ನಾನು ಮನೆ ತಲುಪಿದ್ದಕ್ಕೆ ವಿಶ್ವಾಸ್‌ಗೆ ಶ್ವೇತಾಳಿಗೆ ಫೋನ್ ಮಾಡಿದೆ. ಅವರಿಬ್ಬರಿಗೂ ಜ್ವರ ಅವರ ಮನೆಯವರಿಗೆ ಸುದ್ದಿ ಮುಟ್ಟಿಸಿದೆ. ಉಳಿದವರು ಜಯರಾಮೇಗೌಡರು, ಅವರ ನಂಬರಿಗೆ ಫೋನ್ ಮಾಡಿದೆ. ಅವರೇ ಫೋನ್ ಎತ್ತಿಕೊಂಡರು. ನಾನು ತೀರ್ಥಯಾತ್ರೆ ಮುಗಿಸಿ ಮನೆಗೆ ಬಂದಿದ್ದೀನಿ ಅಂದೆ.

ಎಲ್ಲಾ ಚೆನ್ನಾಗಿ ಆಯ್ತ ಅಂದ್ರು

ನಾನು ಹೂಂ ಅಂದೆ.

ಮುಂದೇನು ಪ್ಲಾನೂ ನಿಂದು

ಸರಿಯಾಗಿ ಯೋಚನೆ ಮಾಡಿಲ್ಲ. ನೀವು ಸಹಾಯ ಮಾಡೋದಾದ್ರೆ ಒಂದು ವೃದ್ಧಾಶ್ರಮ ಶುರು ಮಾಡೋಣ ಅಂತ ಇದ್ದೀನಿ. ಅದು ಅಲ್ದೇ ಹೋದ್ರೆ

ಯಾವುದಾದರೂ ಅಂಗವಿಕಲರ ಶಾಲೆಗೆ ಟೀಚರ್ ಆಗಿ ಸೇರಿಕೊಳ್ಳೋಣ ಅಂತ ಇದ್ದೀನಿ ಅಂದೆ.

ಏನಯ್ಯಾ ಬೆಳಿಗ್ಗೆ ಬೆಳಿಗ್ಗೆ ಏನೇನೋ ಮಾತಾಡ್ತಾ ಇದ್ದೀಯಾ ಅಂದ್ರು, ಏನಿಲ್ಲ ಸರಿಯಾಗೇ ಮಾತಾಡ್ತಾ ಇದ್ದೀನಿ. ಬೆಂಗಳೂರಿಗೆ ಬಂದಾಗ ಭೇಟಿ ಮಾಡ್ತೀನಿ ಅಂದೆ. ಅವರು ಆಯ್ತು ಬಿಡು ಅಂದ್ರು ನಾನು ನಮಸ್ಕಾರ ಅಂತ ಹೇಳಿ ಫೋನ್ ಇಟ್ಟೆ.

ವೀರಲೋಕದ ಪ್ರಕಟಣೆಗಳು